राजर्षी शाहू छत्रपती

AA000661

लेखकाची इतर पुस्तके

मराठी

महात्मा जोतीराव फुले : आमच्या समाजक्रांतीचे जनक
लोकमान्य टिळक आणि राजर्षी शाहू महाराज : एक मूल्यमापन
स्वातंत्र्यवीर सावरकर
डॉ. बाबासाहेब आंबेडकर
विश्वभूषण डॉ. बाबासाहेब आंबेडकर : मानस आणि तत्त्वविचार
महात्मा फुले समग्र वाङ्मय (सहसंपादक)
शेतकऱ्यांचा आसूड (सहसंपादक)
कृष्णराव अर्जुन केळूसकर : आत्मचरित्र व चरित्र (१८६०-१९३४)
लोकहितकर्ते बाबासाहेब बोले (१८६९-१९६१)
श्री नामदेव चरित्र, काव्य आणि कार्य (इतर तीन लेखसंग्रह)
डॉ. बाबासाहेब आंबेडकर चित्रमय चरित्र (संपादन)
कृतज्ञ मी कृतार्थ मी (आत्मचरित्र)

इंग्रजी

Veer Savarkar

Dr. Ambedkar : Life and Mission

Lokamanya Tilak : Father of the Indian Freedom Struggle

Mahatma Jotirao Phooley : Father of Indian Social Revolution

Mahatma Gandhi : Political Saint & Unarmed Prophet

Shahu Chhatrapati : A Royal Revolutionary

हिंदी

डॉ. बाबासाहेब आंबेडकर जीवनचरित्र (अनुवाद : गजानन सुर्वे)

राजर्षी शाहू छत्रपती

एक समाजक्रांतिकारक राजा

धनंजय कीर

पॉप्युलर प्रकाशन, मुंबई

राजर्षी शाहू छत्रपती
(म-४६२)
पॉप्युलर प्रकाशन
ISBN 978-81-7185-809-5

RAJARSHRI SHAHU
CHHATRAPATI
(Marathi : Biography)
Dhananjay Keer

पहिली आवृत्ती : १९७९/१९०१
दुसरी आवृत्ती : १९९२/१९१३
तिसरी आवृत्ती : २०११/१९३३
तिसरे पुनर्मुद्रण : २०१७/१९३९
चौथे पुनर्मुद्रण : २०२०/१९४१
पाचवे पुनर्मुद्रण : २०२२/१९४३

प्रकाशक
अस्मिता मोहिते
पॉप्युलर प्रकाशन प्रा. लि.
३०१, महालक्ष्मी चेंबर्स
२२, भुलाभाई देसाई रोड
मुंबई ४०० ०२६

अक्षरजुळणी
संतोष गायकवाड
पिंपळे गुरव, पुणे ४११ ०२७

श्रीमंत छत्रपती शहाजी महाराज
यांना कृतज्ञतापूर्वक अर्पण

पहिल्या आवृत्तीची प्रस्तावना

महाराष्ट्राचे राजर्षी शाहू छत्रपती यांची जन्मशताब्दी महाराष्ट्र सरकारने २६ जुलै १९७४ रोजी मुंबईत सार्वजनिकरीत्या अत्यंत कृतज्ञतेने व उत्साही वातावरणात त्यावेळचे राष्ट्रपती वराहगिरी व्यंकटेश गिरी यांच्या अध्यक्षतेखाली साजरी केली. महाराष्ट्रातील जनतेनेही राजर्षींची जन्मशताब्दी मोठ्या प्रेमाने नि अभिमानाने सर्वत्र साजरी केली.

राजर्षी शाहू छत्रपती ही एक अष्टपैलू महान व्यक्ती होती. हिंदी शास्त्रीय संगीताचा एक उत्साही पुरस्कर्ता, मराठी रंगभूमीचा एक प्रमुख शिल्पकार, मल्लविद्येचा एक मोठा आधारस्तंभ नि आधुनिक महाराष्ट्राचा एक निष्ठावंत भाग्यविधाता अशा महत्त्वाच्या विविध भूमिका त्यांनी यशस्वीरीत्या वठविल्या. परंतु, त्यांनी भारतात नवसमाज निर्मितीसाठी एक समाजक्रांतिकारक नेता म्हणून जी महान कामगिरी केली ती संस्मरणीय व ऐतिहासिक महत्त्वाची ठरली.

राजर्षींनी स्वत:च्या जिवास व राज्यास धोका पत्करूनही क्रांतिकारक सामाजिक सुधारणा घडवून आणल्या. प्रजेच्या हितार्थ त्यांनी अजस्र धरणे उभारली, कालव्यांची भव्य योजना हाती घेतली आणि सहकारी संस्था काढून ते भारतातील हरितक्रांतीचे अग्रदूत ठरले. सामान्य जनतेस सामाजिक न्याय मिळावा व न्यायासनासमोर प्रत्येक व्यक्ती समान ठरावी म्हणून त्यांनी क्रांतिकारक नि पुरोगामी निर्बंध करून वरिष्ठवर्ग व कनिष्ठवर्ग यांच्यातील भेदभाव नष्ट केला. त्यांनी मागासवर्ग व दलितवर्ग यांचा उघडपणे कैवार घेतला व त्यांची उन्नती करणे म्हणजेच देशोद्धार करणे होय, असे निर्भयपणे व नेटाने प्रतिपादन केले.

कोल्हापूरपासून नागपूरपर्यंत अनेक ठिकाणी ज्ञानदीप लावून आणि आपल्या राज्यात सक्तीचे मोफत शिक्षण सुरू करून शाहूंनी महाराष्ट्रातील मागास व दलित वर्गांची मानसिक व सामाजिक गुलामगिरीतून मुक्तता करण्याचा कसून प्रयत्न केला. भारतात कम्युनिस्ट चळवळ सुरू होण्यापूर्वी त्यांनी युरोपियन राष्ट्रांत कामगारांची सत्ता कशी स्थापन होत आहे याकडे भारतीय कामगारांचे लक्ष वेधले, त्यांना संघटना करावयास सांगितले व त्यांना हिंदी राज्यकारभारात आपला

आवाज उठविण्यास उत्तेजन दिले. सर्वांत ऐतिहासिक महत्त्वाची गोष्ट म्हणजे, शाहूंनी हरिजन व गिरिजन यांची गुलामगिरी नष्ट करून त्यांना सर्व मानवी हक्क दिले, ही होय. खरोखर बुद्धानंतर भारतात राजर्षी शाहू हाच एक असा राजा होऊन गेला की जो हरिजन व गिरिजन यांच्या पंगतीस प्रेमाने, निर्भयपणे व उघडपणे जेवला. त्यामुळे राजर्षी शाहू छत्रपती यांना 'महारांचे महाराज' ही बिरुदावली प्राप्त झाली होती.

जे पुरुष प्रगतिशील सामाजिक स्थित्यंतरे घडवून आणण्यासाठी आपल्या कालखंडात निष्ठेने व धैर्याने धडपड करून समाजातील प्रस्थापितांवर दाब आणीत असतात त्यांच्या जीवनाची परिणती महान व्यक्तिमत्त्वात होते. असे महापुरुष प्रगतिपर सामाजिक स्थित्यंतरांसाठी आवश्यक ते विचार मांडून ते कृतीत आणण्यासाठी परिणामकारक अशी ऐतिहासिक भूमिका वठवितात. त्यामुळे त्यांचे जीवन त्या कालखंडाच्या सामाजिक स्थित्यंतराचे एक वस्तुनिष्ठ चित्रच बनते. राजर्षी शाहू छत्रपती यांनी आपल्या कालखंडात मागास व दलित वर्गांसाठी न्यायी व समतावादी नवभारतनिर्मितीच्या मागणीला जोराची गती दिली यात संदेह नाही.

शाहूंच्या कालखंडात महाराष्ट्र हे सामाजिक अशांततेचे एक केंद्र बनले होते. कित्येक सामाजिक वादळे त्यावरून वाहत गेली. शाहूंनी प्रगतिकारक सामाजिक स्थित्यंतरे घडवून आणली म्हणून जुन्या, जटिल व अन्यायी चालीरितींचे जे सनातनी, प्रतिगामी, प्रस्थापितांचे हितसंबंधी कैवारी होते त्यांनी शाहूंवर विखारी हल्ले केले आणि त्यांची व त्यांच्या कुटुंबीयांची भयंकर निंदानालस्ती केली. सामाजिक समतेच्या ह्या विरोधकांचा इतिहास पाहून टिळकपक्ष हिंदी राजकारणात हा निष्प्रभ झाला हे समजते.

तथापि त्यावेळचे कडवट वादविवाद व स्फोटक झगडे आता संपलेले दिसत आहेत. पूर्वग्रह व कडवट भावना यांचे धुके आता विरत आहे. तरीसुद्धा शाहूंविरुद्धची द्वेषाची नांगी आनुवंशिक वारसा म्हणून मधून मधून कुठे कुठे फणकारा मारीत असते. त्याचप्रमाणे विभूतिपूजेची गर्जनाही ओसरून गेली आहे. त्यामुळे चरित्रकाराला निर्णयात्मक चरित्रलेखन करण्याची आता शक्यता निर्माण झाली आहे, असे म्हणता येईल.

आधुनिक चरित्र हे प्रामुख्याने व्यक्तिप्रधान असले तरी चरित्रनायकाला ऐतिहासिक पार्श्वभूमीवर उभा करताना त्या चरित्रात काही प्रमाणात त्या कालखंडातील काही घटना, घडामोडी व विचारप्रवाह यांची दखल घेणे क्रमप्राप्तच होते. कारण चरित्र हे व्यक्तिप्रधान असले तरी ते सामाजिक व सांस्कृतिक इतिहासापासून वेगळे करता येत नाही. मात्र इतिहासाची पार्श्वभूमी किती प्रमाणात

ठेवावी आणि समकालीन घटनांचा, घडामोडींचा व विचारप्रवाहांचा उपयोग किती प्रमाणात करावा याचे तारतम्य ठेवणे चरित्रकाराला आवश्यक असते.

अलीकडे शाहूंसंबंधी नवीन व महत्त्वाची माहिती बरीच उपलब्ध होऊ लागली आहे. त्यामुळे चरित्रकाराला नवीन मुद्दे मांडणे नि काही विचारांचे स्पष्टीकरण करणे शक्य झाले आहे.

राजर्षी शाहू छत्रपती यांचे मी जे इंग्रजी चरित्र लिहिले त्याचा हा अनुवाद नाही. जो वाचक हे समग्र चरित्र बारकाईने वाचील त्याला ह्या मराठी चरित्रात भरपूर साधार नवीन माहिती, नवीन विचार व नवीन मीमांसा आढळून येईल.

ह्या चरित्रग्रंथात, कोल्हापूरचे शाहूपर्व काळातील दिवाण माधवराव बर्वे यांच्या संबंधात 'राजाने दिवाणाला प्रतिनमस्कार करणे' व 'बर्वे यांनी आपल्या जातीच्या लोकांची कोल्हापूर संस्थानच्या शासनात केलेली भरती' याची माहिती दिली आहे, ती लो. टिळकांनी चिरोल अभियोगासाठी पुरावे म्हणून सादर करण्यासाठी केलेल्या ग्रंथात छापलेली आहे. मी चरित्रग्रंथात जी माहिती दिली ती इतिहासाचे सत्यदर्शन घडावे म्हणून दिली.

ज्ञातिनिष्ठ दृष्टीने इतिहास लिहिण्याची ज्यांनी प्रथा पाडली त्यांच्याविषयी इतिहासकार त्र्यं. शं. शेजवलकर काय म्हणतात ते पहा. ते म्हणतात, ''संशोधक ब्राह्मण, इतिहास लेखक व विवेचक ब्राह्मण, विषय ब्राह्मणांच्या अभिमानाच्या राज्याचा, संपादक ब्राह्मण, शिक्षक ब्राह्मण, व्याख्याते ब्राह्मण, चळवळी त्यांनीच काढलेल्या आणि सर्वांचे श्रोते, वाचक व अनुयायी तेही ब्राह्मणच. यांत क्वचित कोठे अपवादात्मक ब्राह्मणेतर असेल. या सर्व बनावाचा दुष्परिणाम असा की, ब्राह्मणांची कर्तबगारी, अगदी गागाभट्ट-रामदासांपासून आरंभ करून तो अप्रबुद्ध गोळवलकरांपर्यंत, अशा तऱ्हेने फुगविण्यात, सोज्वळ करण्यात, चुकीची व म्हणूनच खोटी करून सांगण्यात शक्य तेवढी जास्त कोशीस करण्यात आली आहे. याचा परिणाम मुख्यत: ब्राह्मणांवरच जास्त वाईट तऱ्हेचा झालेला आहे.'' (त्र्यं. शं. शेजवलकर यांचा निवडक लेखसंग्रह, संग्राहक : ह. वि. मोटे; परिचय : गं. दे. खानोलकर, पृ. १७८). शाहू चरित्रासंबंधी मी जे जे ब्राह्मणकृत उल्लेख पाहिले तेथे तेथे हीच वृत्ती दिसून आली.

आम्ही शाहूंचे इंग्रजी चरित्र प्रसिद्ध केल्यावर आम्हांस चौथ्या शिवाजीच्या जीवनाची दुर्दशा कोणी केली याविषयी नवीन माहिती उपलब्ध झाली आहे. ती माहिती इतिहासकार राजवाडे यांनी कोल्हापुरातील दोन ब्राह्मण गृहस्थांनी राजवाडे कोल्हापुरास गेले असता दिली. ती आठवण राजवाड्यांनी

डॉ. श्रीधर व्यंकटेश केतकर यांनी सांगितली. ती आठवण वाचकांच्या माहितीसाठी आम्ही देत आहो. डॉ. केतकरांनी 'विद्यासेवक' वर्ष ३ रे, फेब्रुवारी १९२७ च्या अंकात ती आठवण प्रसिद्ध केली आहे. ती थोडक्यात अशी :

कागलकरांच्या विश्वासातील कोल्हापूरच्या दोन ब्राह्मणांनी ब्रिटिश राजकीय प्रतिनिधीचे मन चौथ्या शिवाजीविरुद्ध कलुषित व्हावे म्हणून एक युक्ती योजली. चौथ्या शिवाजीची ब्रिटिश राजकीय प्रतिनिधीकडे जाणारी पत्रे ज्या पोस्टात पडत त्या पोस्टाच्या मास्तराची त्या ब्राह्मणांनी मूठ दाबली आणि शिवाजीच्या पत्रांवर पोस्टाचा शिक्का पडण्यापूर्वी ते दोघे ब्राह्मण ती पत्रे आपल्या ताब्यात घेत व त्या पत्रांच्या शेवटी ब्रिटिश राजकीय प्रतिनिधीच्या आईवरून, बायकोवरून किंवा बहिणीवरून सातआठ अक्षरी शिवी लिहीत. शिवाय राजवाड्यावरील नोकरांना पैसे चारून त्यांनी त्यांना आपल्या कटात सामील करून घेतले आणि 'महाराज सांगतील त्याच्या उलट गोष्टी करा म्हणजे आपले नोकर काहीतरी उलट करतात असे महाराजांनी पाहिले म्हणजे महाराज वेडे नसले तरी वेडे होतील', असे त्यांनी त्या नोकरांना सांगितले. महाराज हुकूम एक देतात व ते विसरतात आणि उलट त्यांच्या हुकुमाप्रमाणे केले तर ते तसे का केले असे म्हणून ते मारावयास उठतात, अशी त्या नोकरमंडळींना ओरड करण्यास बजाविले.

या नोकरांच्या नीचपणाला तर सीमा राहिली नाही. एके दिवशी ब्रिटिश राजकीय प्रतिनिधी चौथ्या शिवाजीमहाराजांना भेटावयास आले असता त्यांनी आपली टोपी बाहेर ठेवली. चौथे शिवाजीमहाराज हे त्यांना पाच मिनिटांनी भेटावयास आले. पंधरा मिनिटे बोलणे झाले. त्या अवधीत एका नोकराने ब्रिटिश राजकीय प्रतिनिधीच्या टोपीत लघवी करून ठेवली. या प्रकरणी त्या साहेबांनी चौकशी करताच 'महाराजांनी त्यात लघवी केली' असे नोकरांनी भीतभीत सांगितले ! त्यामुळे ब्रिटिश राजकीय प्रतिनिधींचे मन चौथ्या शिवाजीमहाराजा- विरुद्ध कलुषित झाले ! इतकेच नव्हे तर त्या दोन ब्राह्मणांनी कारस्थान रचून चौथ्या शिवाजीमहाराजांच्या पत्नीला त्यांच्याविरुद्ध उठविली. शेवटी ते ब्राह्मण म्हणाले, 'बर्वे एक डाव खेळत होते तर आम्ही दुसरा डाव खेळत होतो.' राजवाड्यांना ते दोघे ब्राह्मण म्हणाले, 'तुम्ही इतिहासकार आहात. पण तुम्हांला राजकारण कसे असते ते खरोखरच ठाऊक नाही. राजे आणणे आणि काढणे ही कामे आम्ही केली आहेत. ही हकीकत दहा-पंधरा वर्षांनी प्रसिद्ध करावयास हरकत नाही.'

राजर्षी शाहूंचे इंग्रजीत चरित्र लिहीत असता मी दिल्ली येथील राष्ट्रीय अभिलेखागारात गेलो होतो. तेथे राजर्षी शाहू छत्रपतींसंबंधीची जी एक महत्त्वाची

फाईल होती तिच्या क्रमांकावर दुसरेच एक प्रकरण लावून ठेवलेले आढळले. ते पाहून आश्यर्य वाटले !!

मी हे चरित्र लिहीत असताना अण्णासाहेब लठ्ठे, माधवराव बागल, रावसाहेब बन्ने, बाजीराव कुरणे यांच्या शाहूचरित्रविषयक छोट्या मोठ्या ग्रंथांचे मला साहाय्य झाले. त्यांचा मी अत्यंत आभारी आहे. त्यावेळचे शिवाजी विद्यापीठाचे कुलगुरू डॉ. आप्पासाहेब पवार व कुलसचिव श्रीमती उषाबाई इथापे यांनी अगत्याने जी माहिती पुरविली त्यामुळे हा चरित्रग्रंथ विस्तृतपणे लिहिणे मला शक्य झाले. त्यांचा मी ऋणी आहे. स्वत: श्रीमंत छत्रपती शहाजी महाराज, लोकनेते बाळासाहेब देसाई, माधवरावजी बागल, आमदार पी. बी. साळुंखे, व्ही. जी. खोबरेकर, गं. दे. खानोलकर, डॉ. स. गं. मालशे, कै. न्यायमूर्ती गोपाळकृष्ण वैद्य, कै. दत्तोबा पोवार, यशवंत महाराज, अच्युत तारी, बाबासाहेब सुर्वे, डॉ. डी. ए. घाटगे, मनोहर केळूसकर, कै. माधवराव शिंदे, श्रीमती वत्सलाबाई पिंगे इत्यादींच्या साह्याबद्दल मी त्यांचा आभारी आहे. मुंबई मराठी ग्रंथ संग्रहालय व पुरातत्त्व विभाग, कोल्हापूर यांचे मी मन:पूर्वक आभार मानतो. ग्रंथात मुद्रणदोष आढळले तर वाचक माझ्या अधू दृष्टीला क्षमा करतील अशी मी आशा बाळगतो.

हे मराठी चरित्र लिहीत असताना जेथे मूळ मराठी मजकूर उपलब्ध झाला नाही तेथे मूळच्या मराठी मजकुराच्या इंग्रजी भाषांतराचा मराठी स्वैर अनुवाद मी केला आहे व नवीन शुद्धलेखन ठेवले आहे. शेवटी अक्षर प्रतिरूपचे श्री. अरुण नाईक व त्यांचे सहकारी यांनी व प्रकाशकांनी ह्या ग्रंथाची छपाई व मांडणी सुबक केली याबद्दल मी त्यांचा आभारी आहे. माझे चिरंजीव डॉ. सुनीत कीर यांनी कर्तव्यबुद्धीने सूची करून दिली हे नमूद करण्यास मला आनंद वाटतो.

३० एप्रिल १९७९ — **धनंजय कीर**

प्रकाशकाचे निवेदन

''जे पुरुष प्रगतिशील सामाजिक स्थित्यंतरे घडवून आणण्यासाठी आपल्या कालखंडात निष्ठेने आणि धैर्याने धडपड करून समाजातील प्रस्थापितांवर दाब आणीत असतात त्यांच्या जीवनाची परिणती महान व्यक्तिमत्त्वात होते. असे महापुरुष प्रगतिपर सामाजिक स्थित्यंतरांसाठी आवश्यक ते विचार मांडून ते कृतीत आणण्यासाठी परिणामकारक अशी ऐतिहासिक भूमिका वठवतात. त्यामुळे त्यांचे जीवन त्या कालखंडाच्या सामाजिक स्थित्यंतराचे एक वस्तुनिष्ठ चित्र बनते.''

'राजर्षी शाहू छत्रपती' या चरित्रग्रंथाच्या प्रस्तावनेत धनंजय कीर यांनी शाहू छत्रपतींच्या संदर्भात हे उद्गार काढले आहेत. अशा प्रकारे समाजसुधारणेसाठी आपले सर्वस्व वेचणाऱ्या अनेक महापुरुषांची चरित्रे धनंजय कीर यांनी लिहिली. त्यापैकी 'राजर्षी शाहू छत्रपती' हे एक.

अनेक कलांचा चाहता आणि आश्रयदाता असणाऱ्या शाहू महाराजांनी काळाच्या पुढे विचार करत आपल्या संस्थानात अनेक सामाजिक सुधारणा घडवून आणल्या. भारतात नवसमाज निर्मितीसाठी एक समाजक्रांतिकारक नेता म्हणून त्यांनी जी महान कामगिरी केली ती धनंजय कीरांच्या या सविस्तर चरित्रामधून वाचावयास मिळते. १९७९ साली प्रथम प्रकाशित झालेल्या या ग्रंथाच्या कीरांच्या इतर ग्रंथांप्रमाणेच अनेक आवृत्त्या आणि प्रत्येक आवृत्त्यांची अनेक पुनर्मुद्रणे आजवर प्रसिद्ध झाली. कीरांच्या हयातीत त्यांनी त्यातील प्रत्येक आवृत्तीत नवीन उपलब्ध झालेल्या माहितीची भर घालत ग्रंथ अधिकाधिक परिपूर्ण केला होता. फार सनावळ्या न देता देखील हा ग्रंथ शाहू चरित्राच्या अभ्यासकांना उपयुक्त आणि महत्त्वाचा वाटला तो त्यातील मजकुराच्या अस्सलपणामुळेच. तरीही अभ्यासकांच्या दृष्टीने असलेले सनावळीचे महत्त्व लक्षात घेऊन या आवृत्तीत शाहू महाराजांचा जीवनपट देण्यात आला आहे.

श्रेष्ठ इतिहासकार डॉ. जयसिंगराव पवार यांनी शाहू छत्रपतींचा जीवनपट आणि अनेक दुर्मीळ छायाचित्रे या ग्रंथासाठी उपलब्ध करून दिली. डॉ. पवार यांनी आपल्या महाराष्ट्र इतिहास प्रबोधिनी या संस्थेमार्फत 'राजर्षी शाहू स्मारक ग्रंथ' सिद्ध

करताना अनेक छायाचित्रे मिळवली होती. ही छायाचित्रे त्याचप्रमाणे प्रा. सदानंद अपराध यांनी तयार केलेला शाहू कालपट यांचा वापर करण्याची परवानगी डॉ. पवार यांनी आम्हाला दिली त्याबद्दल त्यांचे आणि त्यांच्या संस्थेचे आम्ही ऋणी आहोत.

राजर्षी शाहू छत्रपतींप्रमाणेच डॉ. कीर यांनी लिहिलेले 'स्वातंत्र्यवीर सावरकर', 'डॉ. बाबासाहेब आंबेडकर', 'महात्मा जोतीराव फुले', 'लोकमान्य टिळक' (इंग्रजी), 'महात्मा गांधी' (इंग्रजी) इत्यादी प्रसिद्ध चरित्रग्रंथही अभ्यासपूर्ण आणि मानमान्यता पावलेले आहेत. याशिवाय डॉ. कीर यांचे 'कृतज्ञ मी ! कृतार्थ मी !' हे आत्मचरित्रही प्रसिद्ध झाले आहे. त्यात त्यांनी आपण चरित्रग्रंथांची सामग्री कोणत्या रीतीने जमवली आणि आपले चरित्र नायकांविषयीचे दृष्टिकोन कसे होते याविषयी महत्त्वाचे विवेचन केले आहे.

दि. १ मार्च २०११   – हर्ष भटकळ
मुंबई

चौदा राजर्षी शाहू महाराज

अनुक्रम

सोळा राजर्षी शाहू महाराज

शाहू छत्रपती महाराज,
वय वर्षे सात

शाहू छत्रपती महाराज,
राज्यारोहण प्रसंगी

शाहू छत्रपती महाराज,
इंग्लंडमधील वास्तव्य

शाहू छत्रपती महाराज,
दरबारी पोशाखात

शाहू छत्रपती महाराज
अखेरच्या दिवसांतील
छायाचित्र

छत्रपती शाहू महाराजांचे पिते,
छत्रपती शिवाजी चौथे

आनंदीबाई राणीसाहेब

जयसिंगराव
ऊर्फ आबासाहेब घाटगे

राधाबाईसाहेब

लक्ष्मीराणीसाहेब
ऊर्फ आईसाहेब

युवराज राजाराम महाराज

प्रिन्स शिवाजी महाराज

तुकोजीराव पवार

राधाबाई
ऊर्फ अक्कासाहेब

विक्रमसिंह पवार
ऊर्फ शहाजी छत्रपती

पिराजीराव
ऊर्फ बापूसाहेब महाराज

मामासाहेब खानविलकर

बाळासाहेब पटवर्धन

बाळा महाराज

सर एस. एम. फ्रेझर

कर्नल फेरिस

सर क्लॉड हिल

डॉ. माधवन नायर

खासेराव जाधव

रघुनाथराव सबनीस

भास्करराव जाधव

दाजी अमृत विचारे

दिवाणबहादूर अण्णासाहेब लट्ठे

रावबहादूर डी. आर. भोसले

कर्मवीर भाऊराव पाटील

डॉ. पी. सी. पाटील

प्रबोधनकार ठाकरे

मुकुंदराव पाटील

दिनकरराव जवळकर

श्रीपतराव शिंदे

भगवंतराव पाळेकर

वा. रा. कोठारी

अल्लादिया खाँ

केसरबाई केरकर

अंजलीबाई मालपेकर

बालगंधर्व

केशवराव भोसले

गोविंदराव टेंबे

आबालाल रहिमान

बाबूराव पेंटर

धारवाड मुक्कामी विद्यार्थी दशेत

शाहू छत्रपतींचे राज्यारोहण

कोल्हापूर स्टेशनचा पायाभरणी समारंभ

व्हिक्टोरिया मराठा बोर्डिंग कोनशिला समारंभ

व्हिक्टोरिया डायमंड ज्यूबिली हॉस्पिटलचा पायाभरणी समारंभ

कर्नाटक ब्राह्मणेतर परिषद

प्रिन्स ऑफ वेल्स पुणे भेट प्रसंग

मुंबईचे गव्हर्नर जॉर्ज लॉईड यांच्यासह शिकार मोहिमेत

शाहू महाराजांचे जन्मस्थळ, लक्ष्मीविलास पॅलेस

सोनतळी कॅम्पमधील झाडाचा पार

व्हिक्टोरिया मराठा बोर्डिंग

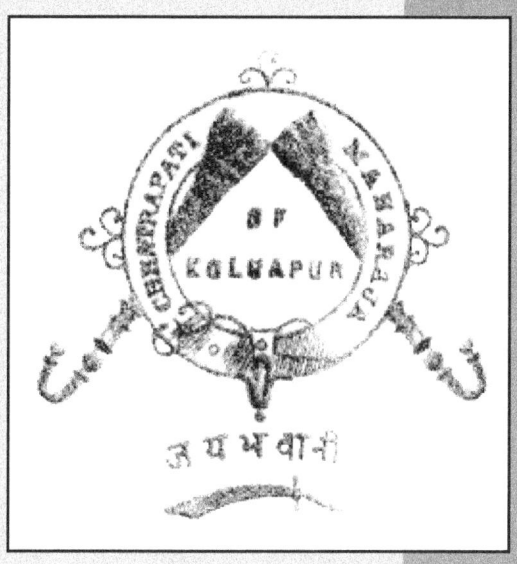

शाहू छत्रपतींच्या पत्रावरील राजचिन्ह

शाहू छत्रपतींच्या खासगी पत्रांवरील राजचिन्ह

शाहू छत्रपतींची राजमुद्रा

शाहू छत्रपतींच्या
वापरातील खुर्ची

छत्रपती शाहू महाराजांच्या
दत्तकविधानाची
निमंत्रणपत्रिका

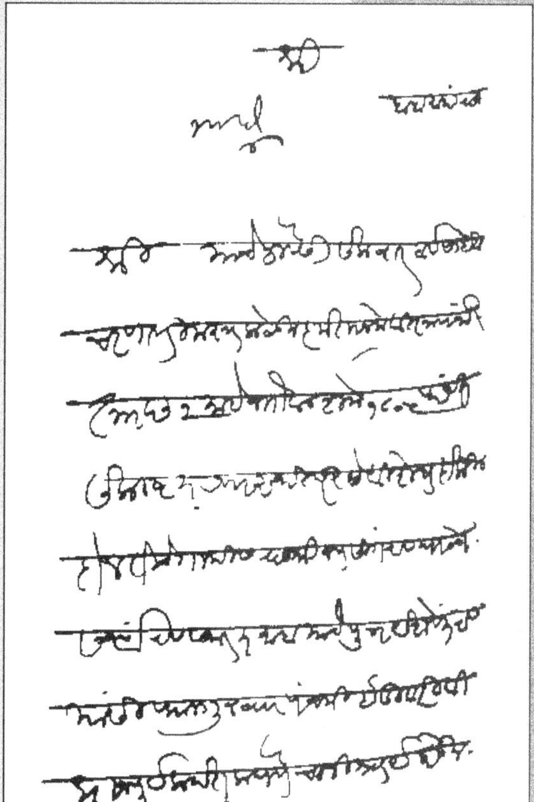

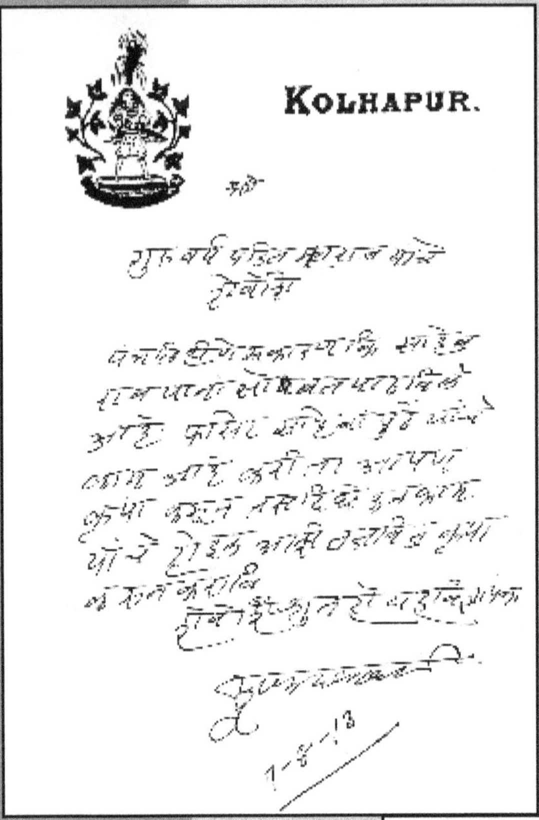

KOLHAPUR.

श्री

गुरु वर्य पंडित महाराज बावडे
येवोजी

वणगि हरिजनकाचा पत्रि, मोठे
राजपाधात सोभलत परशुराम...
अमति फार्टस बरी म्हणुन म्हणुन
बला आहे बरी तर म्हणुन
कुणा बला नसाविद हुरखारि
पो ने हो इत आही व्हावी च पुष...
ने राम बालिद
हूर्त हुन्तु नरे एहुवालि मान

छत्रपती शाहू महाराजांच्या
हस्ताक्षरातील पत्र

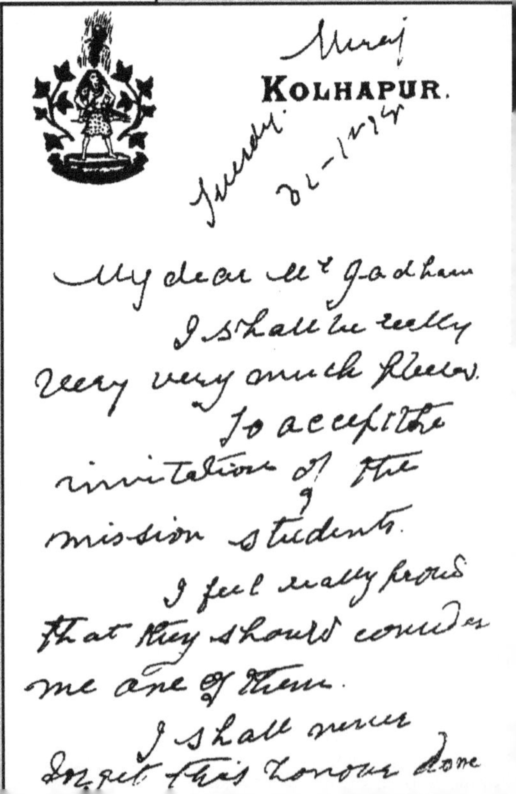

१-५-१३

KOLHAPUR.

Miraj

Tuesday
31-1-24

My dear Mr Gadham
    I shall be really
very very much please
    To accept the
invitation of the
mission students.
    I feel really proud
that they should consider
me one of them.
    I shall never
forget this honour done

छत्रपतींच्या इंग्रजी
हस्ताक्षरातील पत्र

१

शिवाजी ते शाहू

कोल्हापूर ही दक्षिण भारतातील एक महत्त्वाची नगरी असून ती फार प्राचीन काळापासून करवीरक्षेत्र ह्या नावाने प्रसिद्ध आहे. दक्षिण भारताच्या सांस्कृतिक व धार्मिक इतिहासात तर ती एक पवित्र नगरी म्हणून तिचा मोठा लौकिक आहे. अशोकनंतरचा महान राजा व महापुरुष म्हणून गाजलेला शककर्ता शिवाजी याच्या राज्याची कोल्हापूर नगरी ही सतराव्या शतकात एक घटक बनली. पुढे अठराव्या शतकाच्या दुसऱ्या दशकात कोल्हापूर हे एक स्वत:चे ठळक वैशिष्ट्य असलेले पण वेगळे असे मांडलिक राज्य झाले. त्यानंतर मराठी साम्राज्याचा १८१८ साली अस्त झाल्यामुळे हिंदी मांडलिक राज्यांच्या समूहात कोल्हापूर हे वैशिष्ट्यपूर्ण पण तुलनात्मक दृष्ट्या छोटे असे, ब्रिटिशांच्या आधिपत्याखालील मांडलिक राज्य म्हणून शिल्लक रहिले.

विसाव्या शतकात भारताच्या सामाजिक व सांस्कृतिक क्षेत्रात कोल्हापूरने ठसठशीत अशी भर टाकली. भारतीय मल्लविद्या, संगीत व नाटक ह्या विविध कला क्षेत्रांत तर तिने केलेली कामगिरी इतकी मोठी परिणामकारक ठरली की, कोल्हापूरचे वर्णन 'कलापूर' असे होऊ लागले.

कोल्हापूर या नावाची व्युत्पत्ती दोन-तीन प्रकारे करता येते. कोल्हापूरच्या आसमंतात कोल्ह्यांचा फार सुळसुळाट झाला होता म्हणून तिला कोल्हापूर असे नाव प्राप्त झाले असे म्हणतात. दुसरी एक व्युत्पत्ती अशी आहे की, कोल्हार म्हणजे कुंभार. कोल्हापुर हे पूर्वी कुंभारांचे वसतिस्थान होते म्हणून तिला कोल्हापूर असे नाव प्राप्त झाले असावे. पौराणिक कथेप्रमाणे कोल्हापूर आणि करवीर ही तिला दोन नावे प्राप्त झाली, कारण कोल्हासुर नि त्याचा पुत्र करवीर या दोन दैत्यांचा येथे देवी महालक्ष्मी हिने नाश केल्यामुळे तिला करवीर अथवा कोल्हापूर असे नाव प्राप्त झाले. ऐतिहासिक दृष्ट्या पाहिले तर कोल्हापूर नगरीचा प्रथम उल्लेख कर्नाटकातील श्रवण बेलगोला[१] येथे सापडलेल्या आठव्या शतकातील एका हस्तलिखितात सापडतो. तथापि, कोल्हापूर या नावाचा उगम

बहुधा कोल्हा लोकांच्या नावात असावा. कोल्हे हे लोक भारतात आर्य व द्रविड येण्यापूर्वी ह्या भागात वास्तव्य करीत होते. कोल्हापूरच्या आसमंतात काही स्थळांची नावे व जातिवाचक नावे कोल्हा शब्दावरून पडलेली आहेत असे दिसून येते.

शिवाजीमहाराजांनी स्थापन केलेल्या मराठ्यांच्या राज्यापासून विभक्त होऊन अठराव्या शतकाच्या प्रारंभी कोल्हापूर हे स्वतंत्र राज्य म्हणून कसे निर्माण झाले याचा इतिहास थोडक्यात असा आहे :

मराठी राज्याची राजधानी रायगड येथे ३ एप्रिल १६८० रोजी शिवाजीमहाराज निधन पावल्यावर त्यांचा पुत्र संभाजी हा गादीवर बसला. अवघ्या थोड्याच काळात त्याने आपल्या पित्याच्या विश्वासातील मुत्सद्द्यांचे निर्दयपणे शिरकाण केले. कारण त्यांच्याविषयी त्याच्या मनात अत्यंत संशय निर्माण झाला होता. या भयंकर घटनेनंतर औरंगजेबाने विजापूर व गोवळकोंडा ही मुसलमानी राज्ये जिंकून मराठ्यांच्या राज्याचे निर्मूलन करण्याच्या उद्देशाने आपल्या प्रचंड सेनेसहित महाराष्ट्रावर झडप घातली. संभाजी हा देखणा, शौर्यशाली, धाडसी पण उतावीळ असून समतोल नसलेला असा राजपुरुष होता. त्याने औरंगजेबाच्या सैन्याशी मोठ्या शौर्याने दीर्घ कालपर्यंत झुंज दिली. परंतु तो व्यसनाधीन व बेसावध असता औरंगजेबाच्या हाती सापडला. त्या धर्मवेड्या सम्राटाने त्याला इतक्या अमानुषपणे ठार केले की, त्या भयानक कृत्यामुळे साऱ्या महाराष्ट्राचे हृदय पिळवटून गेले. संभाजीचे दोन डोळे फुटले पण सर्व महाराष्ट्राचे डोळे उघडले आणि महाराष्ट्र औरंगजेबाच्या प्रचंड सैन्याला धैर्याने तोंड देण्यास सज्ज झाला. संभाजीची पत्नी येसूबाई व मुलगा शिवाजी यांना औरंगजेबाने कैद करून नेले. ह्याच शिवाजीला पुढे लोक शाहू असे संबोधू लागले.

मराठ्यांचे सेनापती संताजी घोरपडे व धनाजी जाधव, मुत्सद्दी प्रल्हाद निराजी, खंडो बल्लाळ व रामचंद्रपंत अमात्य यांनी शिवाजीचा धाकटा मुलगा राजाराम याच्या नेतृत्वाखाली स्वातंत्र्य रक्षणार्थ मोगल सैन्याशी निकराचे युद्ध केले. पुढे सन १७०० च्या मार्चमध्ये राजाराम मृत्यू पावल्यावर त्याची विधवा पत्नी महाराणी ताराबाई हिने स्वातंत्र्याचा लढा निर्धाराने चालू ठेवला. तिने छोटे मराठे जहागीरदार नि त्यांचे सैन्य यांची कुशलतेने संघटना व जुळणी केली आणि त्यांच्या ठायी शौर्य, धैर्य व देशाभिमान यांची जागृती करून औरंगजेबाच्या बलाढ्य सेनेला जेरीस आणले. इतकेच नव्हे तर, तिने आपल्या वीर वृत्तीने आणि कृतीने आपण एक कुशल शास्ता व धुरंधर सेनापती आहोत असे सिद्ध केले. ती मोगलांची कर्दनकाळ ठरली.

दिल्ली झाली दीनवाणी ।
दिल्लीशाचे गेले पाणी ।।
ताराबाई रामराणी ।
भद्रकाली कोपली ।।२

असे तिचे यथार्थ वर्णन कवींद्र परमानंद याचा पुत्र देवदत्त ह्या कवीने केले आहे. तिच्या स्फूर्तिदायक नेतृत्वाखाली मराठ्यांनी मोगल सैन्याची धूळधाण करून आपली प्रतिष्ठा व सत्ता पुन्हा संपादन केली. उग्र देवता व महान संहारक असा तिचा सर्वत्र लौकिक झाला. सरतेशेवटी औरंगजेब हा आपली सर्व उद्दिष्टे धुळीस मिळालेली पाहून अत्यंत दारुण निराशेत अहमदनगर येथे मरण पावला. महाराणी ताराबाई ही आपल्या शूर सेनापतीसह मराठ्यांच्या साम्राज्याची तारक ठरली.

औरंगजेबाची मृत्यू २० फेब्रुवारी १७०७ रोजी झाला. त्यानंतर त्याचा धाकटा मुलगा अझमशहा याने शाहूची सुटका कली. असे करण्यात अझमशहाचा उद्देश कदाचित असा असावा की, त्यांचा वडील भाऊ शहाआलम (बहादूरशहा) याच्याशी दिल्लीच्या गादीसंबंधी होणाऱ्या झगड्यात स्वत:ला मराठ्यांपासून थोडी उसंत व शांतता लाभावी. शाहूने कृतज्ञपणे पण अटळ म्हणून हताश होऊन अपमानकारक असे मोगलाचे मांडलिकत्व पत्करून, आपली पत्नी आणि माता यांना जामीन म्हणून मोगल दरबारी ठेवले.

शाहूच्या सुटकेमुळे मराठ्यांच्या गादीवरील वारसाहक्काचा प्रश्न निर्माण झाला. त्यामुळे मराठा सरदारामध्ये आणि मुत्सद्द्यांमध्ये यादवी निर्माण झाली. काही सरदार शाहूच्या पक्षास मिळाले, तर काहींनी ताराबाईचाच पक्ष उचलून धरला. थोड्याच काळात ताराबाईचे सेनापती शाहूच्या पक्षास जाऊन मिळाले. शेवटी १२ जानेवारी १७०८ रोजी शाहूने मराठी राज्याचे आपण छत्रपती आहोत अशी घोषणा केली. त्याने सातारा ही आपली राजधानी बनविली. ताराबाईच्या मते शाहू हा एक तोतया, लुडबुड्या व मोगलांचा मांडलिक होता. तिने त्वरित पन्हाळ्याचा आश्रय घेऊन १७१० साली आपला अज्ञान राजपुत्र शिवाजी ह्याला छत्रपती म्हणून गादीवर बसविले. हा शिवाजी कोल्हापूर राजघराण्याचा पहिला छत्रपती व पहिला शिवाजी होय.

मध्यंतरी १७१४ च्या ऑगस्टच्या दरम्यान पन्हाळगडावर कारस्थान होऊन राजक्रांती झाली आणि ताराबाईला सत्तेवरून पदच्युत करण्यात आले. तिला व तिचा मुलगा शिवाजी यास कैद करण्यात येऊन राजारामाची दुसरी पत्नी राजसाबाई हिचा मुलगा संभाजी यास पन्हाळगडला गादीवर बसविण्यात आले. ताराबाई ही त्या काळी आपल्या धैर्याने व शौर्याने एक बलाढ्य व्यक्ती म्हणून

नावलौकिकास चढली होती. तरी तिच्या सेनापतींनी व मुत्सद्द्यांनी अंशत: तिचा विश्वासघात केल्यामुळे आणि अंशत: तिच्या अरेरावी वर्तनामुळे तिचा दुर्दैवाने पराभव झाला असेच म्हणावे लागते.

संभाजीने शौर्याने व चिकाटीने शाहूबरोबरचा आपला तंटा तसाच चालू ठेवला. अनेक वर्षे चकमकी व लढाया होऊन शेवटी शिवाजीमहाराजांचे हे दोन नातू शाहू व संभाजी यांच्यामध्ये २६ एप्रिल १७३१ रोजी तह झाला. त्या तहान्वये वारणा नदी ही दोन राज्यांतील सीमा ठरली. कृष्णा नि वारणा नद्यांच्या दक्षिणेकडील भागावर कोल्हापूरच्या गादीची सत्ता मान्य करण्यात आली आणि तुंगभद्रा नदीच्या खाली जिंकल्या जाणाऱ्या प्रदेशात संभाजीचा चौथा हिस्सा मान्य करण्यात आला.

सातारचा शाहू छत्रपती मृत्युशय्येवर पडला असता अशी एक वेळ आली होती की, त्यावेळी दोन्ही मराठी राज्ये संभाजीला दत्तक घेऊन एकत्र करावी असे त्याला वाटत होते. पेशवा बाळाजी बाजीराव ह्यानेसुद्धा गुप्तपणे ह्या विचारास संमती दिली होती. पुढे साताऱ्याच्या किल्ल्यात राहणाऱ्या ताराबाईस ह्या कारस्थानाचा सुगावा लागताच शाहूच्या मृत्यूनंतर तिने आपला नातू रामराजा याचा गादीवरील हक्क सिद्ध केला. परंतु रामराजाला गादीवर बसविल्यानंतर थोडक्याच अवधीत ताराबाईने तो आपला नातू नव्हे असे जाहीर केले. राजकीय महत्त्वाकांक्षेने प्रेरित होऊन तिने ही गोष्ट केली हे उघड आहे. आपले नेतृत्व आणि सत्ता प्रस्थापित करण्याच्या त्या संघर्षात पेशवा बाळाजी बाजीराव तथा नानासाहेब याने शाहूची पत्नी राणी सकवारबाई हिचे दुसरा दत्तक घेण्याच प्रयत्न निष्कळ ठरविले आणि रामराजासारखे कळसुत्री बाहुले धूर्तपणे आपल्या पकडीत ठेवले.

हे करीत असताना नानासाहेब यांनी काही काळ ताराबाईला चुचकारलेही. पण अंती सत्ता काबीज करण्याचे तिचे बेत व प्रयत्न धुळीस मिळविले. अर्थात ताराबाईचा हेतू शिवाजीने स्थापिलेल्या राज्याची सत्ता त्याच्या वंशजाकडेच असावी आणि ती पेशव्यांचे हाती जाऊ नये असा होता, हे सांगावयास नको. तरी रामराजाचे नाते झिडकारण्यात ताराबाईचा हेतूसुद्धा बिकट राजकीय परिस्थितीच्या निकडीमुळेच प्रबळ झाला होता असे नाकारता येणार नाही. आणि पेशवा तर नि:संशयपणे स्वहेतुपोषक राजकीय डावपेचाने प्रेरित झाला होता हे उघड आहे.

परिणामी नामधारी रामराजाच्या कर्तृत्वाभावामुळे नानासाहेब पेशव्यांच्या कारकिर्दीपासून महाराष्ट्रात ब्राह्मणी राज्य दृढमूल झाले. या ब्राह्मणी राज्याने मराठ्यांच्या राज्याची रचना व ध्येय हीही पूर्णपणे बदलून टाकली. शिवकाल खंडात मराठी राज्याचा पाया, गुणवत्ता व चारित्र्य यांवर अधिष्ठित होता. उत्तर पेशवाईत तो जाति श्रेष्ठत्वावर अधिष्ठित झाला आणि सर्वनाश ओढवला. शाहूने अविवेकाने वा अगतिक होऊन पेशव्याला पुण्याचे रूपांतर, साताऱ्याला एक समांतर अशा, सत्ता केंद्रात करू दिले. स्वाभाविकपणे नानासाहेब पेशव्याने पुणे ही सत्तेची खरी राजधानी बनविली आणि सातारा ही भावी नामधारी राजांसाठी नाममात्र राजधानी म्हणून ठेवली.

दुसऱ्या संभाजीला सातारच्या गादीवर बसण्याची आपली महत्त्वाकांक्षा पूर्ण करता आली नाही. तो १७६० साली निपुत्रिक वारला. त्याच्या मृत्यूने शिवाजीच्या प्रत्यक्ष वंशाचा अंत झाला. राणी जिजाबाई हिने खानवटकर कुटुंबातला मुलगा दत्तक घेतला. तो सरफोजी भोसल्याचा वंशज होता. तो मुलगा २७ सप्टेंबर १७६२ रोजी दुसरा शिवाजी या नावाने गादीवर आला. ह्या दुसऱ्या शिवाजीने आपली राजधानी पन्हाळ्याहून कोल्हापूरला नेली. ह्या दुसऱ्या शिवाजीने पेशव्यांचे प्रतापी सेनापती महादजी शिंदे व परशुरामभाऊ पटवर्धन यांच्याशी शौर्याने युद्ध केले. परशुरामभाऊ हे लढाईत मारले गेले, परंतु महादजी शिंदे यांनी दुसऱ्या शिवाजीचा पराभव केला. पुढे १८१२ साली ब्रिटिशांशी झालेल्या तहान्वये कोल्हापूरचे स्वातंत्र्य नष्ट होऊन कोल्हापूर हे एक मांडलिक राज्य बनले. कोल्हापूरची जनता आपल्या राजाला 'महाराजा' असे म्हणत असे; परंतु ब्रिटिश लोक आता त्यांना 'राजा' म्हणू लागले. अठराव्या शतकाच्या शेवटच्या दशकात ह्या दुसऱ्या शिवाजीने सिद्धेश्वरबुवा यांची आपला आध्यात्मिक गुरू म्हणून नेमणूक केली. तसेच सिद्धेश्वरबुवांच्या कुटुंबाची प्रतिष्ठा वाढावी म्हणून त्यांना वंशपरंपरेने जमीन व मानसन्मान बहाल करून त्यांना 'महाराज' असा किताबही त्यांनी दिला.[३]

सन १८१३ मध्ये दुसरा शिवाजी मृत्यू पावला. त्याचा संभाजी तथा आबासाहेब नावाचा मुलगा गादीवर आला. तो प्रजाहिताचे आपले काम शांतपणे करू लागला. परंतु त्याच्या विसाव्या वर्षी १८२१ च्या जुलैमध्ये संभाजीराव मोहिते नावाच्या दुष्ट आणि असंतुष्ट माणसाने धनदौलतीच्या प्रकरणी क्रुद्ध होऊन त्याचा खून केला.

सिद्धेश्वरस्वामीचा सर्वांत धाकटा मुलगा भाऊमहाराज हा खुनाच्या ठिकाणी धावून गेला. परंतु घाबरून जाऊन म्हणा किंवा काही गूढ तऱ्हेने म्हणा

त्या सर्व खुन्यांना त्याने सुरक्षितपणे निसटू दिले.[४] ह्यापूर्वी २ ऑगस्ट १८१८ रोजी इंग्रजांचा सेनापती जनरल सर टॉमस मन्रो याने त्या भाऊमहाराजांचे वर्णन 'ईस्ट इंडिया कंपनीचा एक खास मित्र' असे केले होते. पुढे १३ दिवसांनंतर आबासाहेब महाराज यांना लिहिलेल्या दुसऱ्या पत्रात मन्रोने भाऊमहाराज यांचे वर्णन 'एक मोठी खरोखर लायक व्यक्ती' असे केले होते. आबासाहेबाने भाऊमहाराजाला २५ ऑक्टोबर १८१८ रोजी त्याच्या राजकीय सेवेबद्दल एक लाख रुपयांची देणगी दिली. पुढे १८२१ मध्ये त्यांनी भाऊमहाराजाला चिकोडी आणि मनोली तालुक्यांतील दहा गावे इनाम दिली.

आबासाहेबांच्या पश्चात शहाजी तथा बुवासाहेब हे १८२१ साली मोठ्या दंगलीनंतर गादीवर आले. ते स्वेच्छाचारी, अविचारी आणि जुलमी होते. तथापि कोल्हापूरच्या राज्यकारभारात इंग्रजांचा वाढता हस्तक्षेप किंवा दबाव पाहून त्यांचे हृदय इंग्रजांविषयी सात्त्विक रागाने पण अतिशय द्वेषाने भरले होते. राज्यातील छोट्या जहागीरदारांबरोबरही त्यांचे पटले नाही. त्यांच्या अंमळ अदूरदृष्टीमुळे त्यांचे अनेकदा इंग्रजांबरोबर खटके उडाले. त्यांच्या अविचारी वृत्तीमुळे इंग्रजांशी त्यांच्या चकमकी होत. परिणामी, त्यांच्यावर इंग्रजांनी केलेल्या मोहिमांबद्दल जो खर्च होई त्याच्यामुळे इंग्रजांनी त्यांची सत्ता, प्रतिष्ठा आणि सैन्यबळ कमी केले. इतकेच नव्हे, तर इंग्रजांच्या निवडीचा दिवाण बुवासाहेबांच्या बोकांडी बसला. ह्या गोष्टी १८२९ सालच्या तहान्वये घडल्या. बुवासाहेब हे कुशल घोडेस्वार आणि निष्णात शिकारी होते. ते तुळजापूरच्या यात्रेला जात असता वाटेत २९ नोव्हेंबर १८२९ रोजी मृत्यू पावले.

त्यावेळी बुवासाहेब महाराजांचा वडील मुलगा तिसरा शिवाजी तथा बाबासाहेब ह्या नावाने आठव्या वर्षी गादीवर आला. बुवासाहेबांच्या धाकट्या मुलाचे नाव चिमासाहेब होते. त्याची आई त्याच्या लहानपणीचे निवर्तली होती. चिमासाहेबाचे पालन-पोषण ज्येष्ठ राणी सईबाई करीत होती. तिचे म्हणणे असे होते की, ती गादी चिमासाहेबास मिळावी. यामुळे राज्यकारभार कोणाच्या हाती असावा ह्याविषयरी ब्रिटिश राजकीय प्रतिनिधी अँडरसन, बाबासाहेबांची आई आणि राणी सईबाई ह्यांच्यात मोठा संघर्ष निर्माण झाला. ब्रिटिशांनी नेमलेला दिवाण रामराव देसाई याचे काही चालेना. प्रत्येक पक्ष सत्ता आपल्या हाती घेण्यासाठी प्रयत्न करू लागला.

ह्या काळापर्यंत कोल्हापूरच्या महाराजांपुढे आदरयुक्त भावनेने ब्रिटिश अधिकारी अनवाणी जात असत. परंतु आता ते आपल्या अपूर्व अशा यशामुळे व बळामुळे त्या प्रथेची पर्वा करीनासे झाले. शेवटी असे ठरले की, राजाने आपल्या

दरबारात आणि ब्रिटिश प्रतिनिधीने आपल्या कार्यालयात एकमेकांचे स्वागत करण्यासाठी चार पावले पुढे जावे. अज्ञान बाबासाहेबांच्या कारकिर्दीत एक राजप्रतिनिधी मंडळ कारभार करीत असे. परंतु त्यात तट पडल्यामुळे राज्यकारभार खिळखिळा झाला. एका बाजूला बाबासाहेबांची आई आनंदीबाई आणि दुसऱ्या बाजूला राणी सईबाई आणि दिवाण दिनकरराव गायकवाड अशी दुफळी झाली. सईबाई आणि दिनकरराव गायकवाड हे प्रबळ ठरून त्यांनी राज्यकारभारात अनेक प्रमाद केले. त्यामुळे ब्रिटिश सरकारने ते राजप्रतिनिधी मंडळ रद्द केले.

सईबाई आणि दिनकरराव गायकवाड ह्यांच्या असंतोषाचा स्फोट एका बंडाच्या रूपाने झाला. सईबाईला अंदाधुंदीच्या कारभाराबद्दल शासन म्हणून पुढे १८६१ च्या ऑक्टोबरमध्ये पुण्यात झिजत झिजत मरावे लागले, तर दिनकररावास आपल्या दुष्कृत्याबद्दल अशिरगड किल्यात खंगून खंगून देह ठेवावा लागला. १८४५ साली मेजर डगलास ग्रॅहॅम याची राजकीय पर्यवेक्षक म्हणून नेमणूक झाली. त्याने कोल्हापूरचा राज्यकारभार ब्रिटिश पद्धतीनुसार करावयाचे ठरविले. त्याप्रमाणे त्याने दाजी पंडित यांची मुख्य महसूल अधिकारी म्हणून, बाळाजीपंत गोखले यांची सदर अमीन म्हणून आणि ज. ह. कीर्तने यांची पहिला न्यायाधीश म्हणून नेमणूक केली.

सातारचे शहाजी छत्रपती तथा आप्पासाहेब यांनी कोल्हापूरला १८४१ साली भेट दिली होती. ते १८४८ च्या एप्रिलमध्ये कालवश झाले. त्यामुळे कुप्रसिद्ध दत्तक कायद्याखाली सातारचे राज्य खालसा करण्यात आले. चिमासाहेब यांना वयाच्या अठराव्या वर्षी, १८५७ सालच्या बंडात भाग घेतला म्हणून कराचीला हद्दपार करण्यात आले. बाबासाहेब तेव्हा तीस वर्षांचे होते. त्यांना इंग्रजी लिहिता वाचता येत होते. ते कंजूष पण ब्रिटिशांशी एकनिष्ठ होते. ८०,००० रुपयांच्या वार्षिक तनख्यावर ते आपला आयुष्यक्रम कंठीत होते. शेवटी इंग्रजांनी त्यांना १८६३ साली राज्यकारभार चालविण्याची सत्ता दिली. मात्र त्यांच्या मानसन्मानात न्यूनता आणण्याच्या दृष्टीने त्यांना २१ च्या ऐवजी १७ तोफांची मानवंदना मान्य करण्यात आली. पुढे पुनर्विचार होऊन १९ तोफांची सलामी मान्य करण्यात आली. दत्तक वारसा नामंजूर करून अनेक निपुत्रिक राजांची संस्थाने इंग्रज सरकारने खालसा केली. परंतु १८६२ च्या दत्तकाच्या सनदेप्रमाणे कोल्हापूरच्या राजांना मात्र वंशपरंपरेने दत्तक वारस घेण्याचा अधिकार प्राप्त झाला होता. कोल्हापूरचे राज्य आता एखाद्या जिल्ह्याएवढेच उरले होते.

सुमारे तीन वर्षे राज्य केल्यानंतर ४ ऑगस्ट १८६६ या दिवशी बाबासाहेब निवर्तले. मृत्यूपूर्वी तीन दिवस अगोदर त्यांनी नागोजीराव पाटणकर यास दत्तक घेऊन, त्याचे नाव राजाराम असे ठेवले. तो बाबासाहेबांच्या आऊबाई नावाच्या बहिणीचा मुलगा होता. तिचा विवाह पाटणचे रामचंद्रराव पाटणकर यांच्याशी झाला होता. नागोजीराव तसेच कागलचे जयसिंगराव घाटगे हे दोघेही भाचे बाबासाहेबांबरोबर राजवाड्यातच राहत असत. जयसिंगराव आबासाहेब घाटगे हा बाबासाहेबांच्या बाळाबाई नावाच्या द्वितीय बहिणीचा मुलगा. तोही त्यांचा लाडका होता. घाटगे हे मूळचे सूर्यवंशी राठोड घराणे. नशीब काढण्यासाठी महाराष्ट्रात आलेले. ह्या घराण्यातील कामराज नावाच्या एका तरुणाने फार उंचावर टांगून ठेवलेली घाट हवेत कोलांटच्या उड्या मारून वाजविली. ह्या अलौकिक घटनेमुळे बेदरच्या सुलतानाने त्याला घाटगे ही पदवी देऊन त्याला लष्करी हुद्दा दिला. तेव्हापासून राठोड हे घाटगे झाले. कोणी म्हणतात की, त्या कुळापैकी एका पराक्रमी पुरुषाने अजिंक्य ठरलेला घाट जिंकला म्हणून त्यांना घाटगे म्हणतात. पुढे विजापूरच्या आदिलशहाने ह्या घराण्यातील भानजी नामक पुरुषाला त्याच्या पराक्रमाबद्दल कागल जहागीर दिली.

जयसिंगराव आबासाहेब घाटगे याच्या ठायी अभ्यासाच्या प्रवृत्तीपेक्षा कुत्र्यांचा आणि घोड्यांचा षौक बलवत्तर होता म्हणून म्हणा, त्याला वगळण्यात आले असावे, असे वाटते. आणखी असे की, उपरोक्त दत्तक समारंभासमयी तो आपल्या कुलदेवतेला प्रसन्न करून घेण्यासाठी कागलला गेला होता. यामुळे आबासाहेब घाटगे या संधीला मुकले असावे. राजाराम हा सोळा वर्षांचा अज्ञान असल्याने ब्रिटिश प्रशासक अँडरसन याच्या अध्यक्षतेखाली राजप्रतिनिधी मंडळाचा राज्यकारभार सुरू झाला. राजारामाचे शिक्षण कॅप्टन एडवर्ड वेस्ट याच्या नजरेखाली होऊ लागले. राजारामाची प्रगती पाहून वेस्ट हे खुश झाले. राजारामाने आपल्या बुद्धीची अशी छाप बसविली होती की, मुंबईचे राज्यपाल सर बार्टल फ्रिअर यांनी पुण्याला, १८६६ साली भरविलेल्या दरबारात राज्यपालांनी दिलेल्या मानपत्रास उत्तर देण्यास राजारामाची निवड करण्यात आली.

शिक्षण प्रसाराच्या बाबतीत राजाराममहाराजांनी मोठ्या उत्साहाने व तडफेने कार्य केले. त्यांनी त्यासाठी मोठी रक्कम देणगी म्हणून दिली. कोल्हापूर हायस्कूलसाठी नवीन इमारत बांधून दिली हे त्यांच्या शिक्षणप्रेमाचे द्योतक होते. १८६७ साली ही माध्यमिक शाळा सुरू झाली व तिचे मुख्याध्यापक महादेवशास्त्री कुंटे होते.

सन १८७० च्या मे महिन्यात कॅप्टन वेस्ट यांच्यासहित राजाराम

महाराजांनी इंग्लंडला भेट दिली. त्यावेळी ते धडाडीने ग्लॅडस्टन, दादाभाई नौरोजी व ऑक्सफर्ड विद्यापीठाचे कुलगुरू यांना आणि काही इतर नामांकित व्यक्तींना भेटले. ते इंग्लंडहून परत येत असता वाटेत इटालीतील फ्लॉरेन्स शहरात ३० नोव्हेंबर १८७० रोजी लहानशा आजारात आपल्या विसाव्या वर्षी निधन पावले. एक आशादायक जीवनाचा एकाएकी अंत झाला.

फ्लॉरेन्स येथे राजाराममहाराजांचे दहन अर्णा नदीवर झाले. त्यांचे दहन झाले त्या स्थळी तीन वर्षांनंतर एक समाधी बांधण्यात आली. त्यांनी शिक्षणकार्यात जी धडक दाखवली त्या प्रीत्यर्थ कोल्हापूर माध्यमिक शाळेचे नाव राजाराम हायस्कूल असे ठेवण्यात आले.

राजाराममहाराज हे निपुत्रिक वारल्यामुळे त्यांच्या अकरा वर्षांच्या ज्येष्ठ पत्नीने भोसल्यांच्या सावर्डेकर शाखेपैकी दिनकरराव यांचा नारायणराव नावाचा मुलगा २३ ऑक्टोबर १८७१ रोजी दत्तक घेतला. तथापि दत्तक घेण्यापूर्वी नारायणरावाची कोल्हापूर संस्थानच्या शल्यचिकित्सकाने (सिव्हिल सर्जनने) शारीरिक तपासणी केली होती व त्याची प्रकृती निकोप आहे अशी ग्वाही दिली होती. ह्याच वेळी तंजावरकर भोसल्यांच्या वंशजाने कोल्हापूरच्या गादीवर आपला हक्क सांगितला होता. परंतु मुंबई सरकारने तो फेटाळून लावला. राजारामचे मावस भाऊ जयसिंगराव घाटगे हे ह्यापूर्वीच कागलच्या थोरल्या जहागीर घराण्यात दत्तक गेले होते. जयसिंगरावाचा कोल्हापूरच्या गादीवर बसण्याचा दुसरा योगही अशा प्रकारे हुकला.

नारायणराव भोसले हे चौथे शिवाजी नावाने नवव्या वर्षी गादीवर बसले. ब्रिटिश प्रशासक अँडरसन ह्यांनी चौथे शिवाजीराजे यांना शिक्षणासाठी कॅप्टन वेस्ट यांच्या स्वाधीन केले. चौथे शिवाजीराजे यांचे शिक्षक व मार्गदर्शक वेस्ट यांना शिवाजीराजे यांची प्रगती त्या लहान वयातही विशेष आशादायक वाटली. त्यांची चर्या ते हसतात तेव्हा बौद्धिक तेजाने फुलते. त्यांना आस्थापूर्वक वळण लावण्यात येत आहे व शिक्षण देण्यात येत आहे. त्यामुळे त्यांचे मन व सुप्त गुण यांचा विकास होऊन ते ज्या सुसंस्कृत व प्रेमळ राजाचे पुत्र होण्याचा योग आला आहे त्याच्या गादीवर बसण्यास ते योग्य आहेत असे सिद्ध होईल,[५] असे वेस्ट यांनी म्हटले आहे. य. व. पटवर्धन यांची देशी शिक्षक म्हणून नेमणूक झाली होती.

मध्यंतरी कोल्हापूरच्या राज्यकारभारात एक महत्त्वाची घटना घडली. ९ जून १८७१ रोजी महादेव वासुदेव बर्वे यांची कारभारी म्हणून नेमणूक झाली. ह्यापूर्वी बर्वे हे मुंबई सरकारच्या नोकरीत क्रमाने शिक्षणाधिकारी,

उपजिल्हाधिकारी व दंडाधिकारी झाले होते. आता त्यांना कोल्हापूर संस्थानात नोकरीसाठी १८६९ साली पाठवण्यात आले होते. मुंबई सरकारच्या शिक्षण खात्यात काम करीत असता त्यांचे त्याच विभागात नोकरी करीत असलेल्या बाळ गंगाधर टिळकांच्या वडिलांशी अनेकदा खटके उडाले होते. स्वभावाने बर्वे हे एक धूर्त, उद्दाम व करडे प्रशासक होते. आपल्या सत्तेला ते काळजीपूर्वक जपत; ते इतके की त्यांना विरोध झाला की ते अगदी उतावीळ व असहिष्णू बनत.

कोल्हापूरच्या राज्यकारभाराची सूत्रे हाती घेतल्यावर बर्वे हे राजघराण्याला व मराठे सरदार-उमरावांना कस्पटाप्रमाणे मानू लागले. त्या काळातील ब्राह्मण मराठ्यांचा द्वेष करीत त्याचप्रमाणे बर्वेही त्यांचा अतीव द्वेष करू लागले. चित्पावन गृहस्थांना कोल्हापूरच्या शासनात बढती देणे आपले पवित्र कार्य आहे, अशी ह्या चित्पावन कारभाऱ्याची समजूत झाली होती. थोडक्यात अवधीत त्यांनी आपल्या जातीची शंभरावर माणसे आणवून निरनिराळ्या विभागांत नेमून टाकली. नेमलेल्या लोकांत अधिकारी, कारकून, पोलीस हे चित्पावन ब्राह्मण होतेच, परंतु कचेऱ्यांतून शिपाईही चित्पावन ब्राह्मण होते.

हा अरेराव स्वत:ला कोल्हापूरच्या गादीचा कर्ताहर्ता मानी. त्याने उन्मत्तपणे अशी मागणी केली की, चौथे शिवाजीराजे यांनी आपणांस उलट नमस्कार[६] केला पाहिजे. परंतु धर्मशास्त्राप्रमाणे संकेत असा होता की, राजाने आपली मान हलवून प्रजेच्या वा अधिकाऱ्याच्या वंदनाचा स्वीकार करावा. चौथे शिवाजीराजे यांनी, विधवा राण्यांनी आणि दरबारातील अधिकाऱ्यांनी बर्वे याच्या लहरी आज्ञेकडे दुर्लक्ष केले. शिवाजीराजे यांनी तर ती मागणी मोठ्या तडफेने साफ धुडकावून लावली. त्यामुळे बर्वे यांनी शिवाजीराजे यांना सुडाच्या भावनेने धडा[७] शिकवायचे ठरविले.

त्याप्रमाणे बर्वे यांनी ही ना ती सबब पुढे करून शिवाजीराजे यांना त्यांच्या जन्मदात्या आईबापापासून दूर ठेवण्याचे ठरविले. बर्व्यांच्या या योजनेस ब्रिटिशांनी प्रामाणिकपणे मान्यता दिली. सत्तेकरता चाललेली विधवा राण्यांची राजवाड्यातील भांडणे, कारस्थाने आणि मत्सर यांपासून तरुण राजे यांना दूर ठेवण्याचा आपला उद्देश आहे असे बर्वे यांनी वरकरणी भासविले. त्यांचे सर्व नातलग, पत्नी, जनक आई राधाबाई व दत्तक आई यांना दूर ठेवल्यामुळे त्यांना एकांतवास सहन झाला नाही. आपल्याकडे हेतुपर्वक दुर्लक्ष होत आहे असे त्यांना वाटू लागले. इतकेच नव्हे तर, त्यांच्या वडिलांनी दत्तक विधानाच्या वेळी जी अट घातली होती ती अट धुडकावून लावून, त्यांनाही त्यांच्यासोबत राहू दिले

नाही. या छळाच्या मुळाशी सकवारबाई, आबासाहेब घाटगे आणि माधवराव बर्वे ही त्रिमूर्ती होती. दरबाराची सत्ता आपल्या हाती असावी अशी ह्या त्रिमूर्तीपैकी प्रत्येकाची महत्त्वाकांक्षा होती. स्वाभाविकपणे ही त्रिमूर्ती चौथे शिवाजीराजे यांचे राज्यारोहण शक्यतो पुढे ढकलण्याचा आटोकाट प्रयत्न करीत होती. सत्तास्पर्धेच्या कारस्थानात बर्वे हे सर्वांत प्रबळ ठरले. त्यांनी ब्रिटिश राजनैतिक प्रतिनिधीवरही मात केली होती. त्यांचे प्रतिस्पर्धी आबासाहेब घाटगे यांना यापूर्वीच कागलच्या छोट्या जहागिरीची सूत्रे प्राप्त झाली होती.

राजकोट येथील राजकुमार महाविद्यालयात चौथे शिवाजी यांना अध्ययनासाठी काही दिवस ठेवले होते. ते तेथे आजारी पडले म्हणून त्यांना परत मुंबईस आणले. मुंबई सरकारच्या सल्ल्यानुसार बर्वे यांनी कोल्हापूरचे सहाय्यक राजनैतिक प्रतिनिधी एडमंड कॉक्स याच्या देखरेखीखाली शिवाजी राजे यांना महाबळेश्वर येथे ठेवले. कॉक्स याच्याबरोबर बाळाजी प्रभाकर मोडक आणि बर्व्यांचा हेर रामभाऊ ऐनापूरकर यांना सहायक म्हणून देण्यात आले.

ह्यापूर्वी २६ जून १८७६ रोजी ब्रिटिश सम्राज्ञी व्हिक्टोरिया हिला लिहिलेल्या पत्रात सकवारबाईने म्हटले होते की, 'इंग्रजी धोरणाप्रमाणे शिवाजींना शिक्षण देण्यात येत आहे आणि त्यामुळे ते समर्थ राज्यकर्त होतील अशी आशा वाटते.' कॉक्स हा किपलिंग वृत्तीचा बुरसलेला साम्राज्यवादी असल्याने तो शिवाजीराजे यांच्याशी सैतानाप्रमाणे वागला. त्याच्या दिमतीस ठेवलेला संरक्षक ग्रीन हा तर प्रत्यक्ष मूर्तिमंत नरराक्षस होता. शिवाजीराजे यांचे सोबती होण्यास ते दोघेही अपात्र होते. तशात शिवाजीराजे यांची मन:स्थिती त्यावेळी बिघडली असावी असा संशय निर्माण झाला होता. ह्या उपरोक्त सैतानाने आणि त्या राक्षसाने चौथे शिवाजीराजे यांचा सतत अपमान करून, त्यांना शारीरिक पीडा करून त्यांचे दु:ख व व्याधी विकोपास नेली. शिवाजीराजे यांना काही दिवस पुण्यात ठेवले असता ह्या जोडगोळीने त्यांचे दुखणे असाध्य करून टाकले.

अशी कारस्थाने चालली असताना बाळ गंगाधर टिळक व गोपाळ गणेश आगरकर ह्या तरुण संपादकांच्या कानावर शिवाजीराजे यांच्या छळाची वार्ता व आजारीपणाच्या भयंकर गोष्टी पडल्या. त्यांच्या त्या केविलवाण्या स्थितीविषयी त्यांना अत्यंत दु:ख झाले आणि हिंदी संस्थानिकांची गाऱ्हाणी मांडण्याच्या ध्येयाने प्रेरित झालेल्या त्या दोघा संपादकांनी कॉक्स व ग्रीन यांच्यावर 'केसरी-मराठा'तून मोठा हल्ला चढविला. ह्या प्रकरणी बर्वे यांच्याविरुद्ध आबासाहेब घाटगे यांनी टिळक व आगरकर यांना काही पत्रे पुरविली होती.[८] बर्वे यांची प्रतिमा लोकमानसात डागाळली जावी या हेतूने आबासाहेब घाटगे

यांनी ही गोष्ट केली होती. बर्वे यांनी चिडून जाऊन टिळक, आगरकर, 'ज्ञानप्रकाश'चे वामनराव रानडे इत्यादी मंडळींवर अब्रुनुकसानीची फिर्याद केली.

आबासाहेब पक्के धूर्त व कर्ते राजकारणी पुरुष होते. त्यांचे प्रतिस्पर्धी बर्वे यांची अप्रतिष्ठा करण्याचा त्यांचा हेतू शेवटी सफल झाला. यानंतर १८८२ च्या मार्चमध्ये आबासाहेब घाटगे यांची कोल्हापूरचे राजप्रतिनिधी म्हणून नेमणूक झाली. त्यांना नऊ तोफांच्या मानवंदनेचा सन्मान मान्य करण्यात आला. आपला हेतू साध्य झाल्यावर आबासाहेब घाटगे यांनी बर्वे यांच्याविरुद्ध सादर केलेली पत्रे न्यायालयातील साक्षीपुराव्यात प्रविष्ट करू नयेत, असे टिळकांवर दडपण आणले. त्यामुळे टिळकांनी ती पत्रे नष्ट केली आणि टिळक व आगरकर यांनी त्या अभियोगास १८८२ च्या जुलैमध्ये मोठ्या धैर्याने तोंड दिले. आबासाहेब घाटगे यांनी त्या दोघांना आयत्या वेळी दगा दिल्यामुळे त्यांना बर्वे यांची भर न्यायालयात क्षमा मागावी लागली. तरी बर्वे यांनी ती स्वीकारली नाही ती नाहीच ! त्यामुळे टिळक नि आगरकर यांना चार महिन्यांचा तुरुंगवास घडून त्यांची २६ ऑक्टोबर १८८२ रोजी कारागृहातून सुटका झाली. 'मराठा'ने चढविलेल्या हल्ल्यामुळे कॉक्स तर इतका भडकला होता की, त्याने ''माय थर्टी इयर्स इन इंडिया'' ह्या आपल्या ग्रंथात असे म्हटले आहे की, ''जर एखाद्या माणसाला कोणाच्या छातीत सुरा खुपसावा असे वाटणे क्षम्य असेल तर टिळकांच्या छातीत माझा सुरा खुपसावा, असे मला वाटेल.''[९]

ज्या दिवसांत शिवाजीराजे यांचा मानसिक रोग भयानक स्वरूप धारण करीत होता त्या दिवसांत आबासाहेब घाटगे आपल्या ज्येष्ठ मुलाची पत्रिका ज्योतिष्याला[१०] दाखवून त्याला गादीचा योग आहे की नाही हे विचारीत राहिले होते.

कोल्हापूर प्रकरणातील अभियोगात जरी टिळक व आगरकर यांचा पराभव झाला असला तरी त्यांना हिंदी संस्थानिकांची आणि महाराष्ट्रातील जनतेची अमाप सहानुभूती लाभली. पुढे १८ सप्टेंबर १८८३ रोजी कागलचे जहागीरदार नि कोल्हापूरचे राजप्रतिनिधी आबासाहेब घाटगे यांनी टिळक, आगरकर व विष्णूशास्त्री चिपळूणकर यांनी चालविलेल्या न्यू इंग्लिश हायस्कूलला कृतज्ञतापूर्वक भेट देऊन 'कागल पारितोषिक' देण्यासाठी म्हणून रु. ५०० ची देणगी दिली. एक वर्षानंतर आबासाहेबांनी डेक्कन एज्युकेशन सोसायटीला मोठी घसघशीत देणगी देऊन दुसऱ्या अनेक देगण्या त्या संस्थेला मिळवून देण्यास हातभार लावला. कागल पारितोषिकाची देणगी, फर्ग्युसन कॉलेजला मोठ्या देणग्या ह्या गोष्टी कोल्हापूर प्रकरणापासून प्राप्त झाल्या असे 'केसरी'त[११] म्हटले आहे

१८ जून १८८२ रोजी आबासाहेब घाटगे यांनी शिवाजीराजे यांना अहमदनगर येथे ठेवले. त्यांच्याबरोबर तो राक्षस ग्रीन सोबती म्हणून होताच. १८८२ च्या सप्टेंबरमध्ये कॉक्स याची पोलीस विभागात बदली झाली. पण ग्रीन मात्र शिवाजीराजांना छळावयास तेथेच राहिला. शिवाजीराजे यांची मन:स्थिती आता अतिशय बिघडली होती. ते वेड्यासारखे इकडे तिकडे धावू लागले. त्यामुळे त्यांना ग्रीन ह्या राक्षसाने चाबकाने फोडले. अशाच एका झुंजीत शिवाजीराजे यांनी त्याला वर उचलले असता त्या पशूने त्या आजारी राजाच्या पोटात लाथ मारली. परिणामी २५ डिसेंबर १८८३ रोजी त्या भयंकर दुखापतीमुळे चौथे शिवाजीराजे यांचा दु:खद अंत झाला.

अशा प्रकरणात धूर्त व पाताळयंत्री राज्यकर्ते जसे वागतात तसेच ब्रिटिश अधिकारी वागले. त्यांनी राजाच्या मृत्यूची चौकशी एका दंडाधिकाऱ्याकडून करवली. शिवाजीराजे यांच्या प्लिहाची वृद्धी होऊन त्यांचा अंत झाला असे इंग्रज अधिकाऱ्यांनी जाहीर केले आणि ते आपला हात झाडून मोकळे झाले. डॉ. बर्च यांनी १८ डिसेंबर १८८३ रोजी शिवाजीराजे यांना तपासले असता त्यांना प्लिहाची वृद्धी झाल्याचे दिसून आले नव्हते, ही गोष्ट लक्षात ठेवण्यासारखी आहे. चौकशीचा परिणाम असा झाला की, ग्रीन हा निर्दोषी ठरला. शिवाजीराजे यांच्या ह्या भयंकर दुखण्याच्या अवधीत आबासाहेब घाटगे ह्यांनी फक्त एकदाच अहमदनगर येथे त्यांची भेट घेतली होती.

आबासाहेबांच्या हाती आता सत्तेची सर्व सूत्रे पडली होती. त्यांच्या प्रबळ व्यक्तिमत्त्वामुळे त्यांना आपल्या मनातील हेतू लवकरच तडीस नेण्याचा समय प्राप्त झाला. त्यांचे थोरले चिरंजीव यशवंतराव बाबासाहबे याला कोल्हापूरची गादी मिळवून देण्याचा मार्ग मोकळा झाला. माधवराव बर्वे न्यायालयात यशस्वी झाले खरे, पण जनतेला तोंड दाखविण्यास मात्र त्यांना जागा उरली नाही.

२

शिक्षण आणि प्रवास

सरतेशेवटी आबासाहेब घाटगे यांनी आपला ज्येष्ठ पत्र यशवंतराव बाबासाहेब याला कोल्हापूरच्या गादीवर बसविण्याची महत्त्वाकांक्षा तडीस नेली. आबासाहेब घाटगे यांच्या मुलास दत्तक घेण्यास राजारामाच्या पत्नी सकवारबाई व चौथे शिवाजीराजे यांची पत्नी महाराणी आनंदीबाई यांनी संमती दिली. मुंबईचे त्यावेळचे राज्यपाल सर जेम्स फर्ग्युसन यांनीही यशवंतरावांच्या दत्तकविधानास मान्यता दिली. यशवंतराव पावणेदहा वर्षांचे होते. त्यांचा जन्म २६ जून १८७४ रोजी कोल्हापूर येथील राजवाड्यात झाला. हल्ली त्याला विश्राम भवन असे म्हणतात. यशवंतरावाचा बंधू बापूसाहेब यांचा जन्म ३ फेब्रुवारी १८७६ रोजी झाला. त्यांची माता राधाबाई ही मुधोळच्या राजेसाहेबांची कन्या. ती १८७७ साली निवर्तली.

दत्तकविधानाचा समारंभ १७ मार्च १८८४ रोजी मोठ्या थाटात पार पाडण्याचे ठरले. ब्रिटिश राजकीय प्रतिनिधी कर्नल एच. ए. रीव्ह्ज यांनी कोल्हापूर जनतेच्या मनातील अपसमजुती व अंधश्रद्धा दूर करून मंगल अशा राजवटीचा शुभारंभ झाला आहे असे जनतेच्या मनावर ठसविण्याच्या हेतूने अनेक शुभ गोष्टी केल्या. दिवंगत तीन राजे, मृत विधवा राण्या व चौथा शिवाजी यांच्या अस्थीचे बनारस येथे यथाविधि विसर्जन करविले.

दि. १७ मार्च १८८४ ची पहाट उजाडली. दिशा नव तेजाने उजळू लागल्या. राजप्रतिनिधी आबासाहेब घाटगे हे आपला सुपुत्र यशवंतराव बाबासाहेब याच्यासहित ज्या राजवाड्यात दत्तकविधानाचा समारंभ व्हायचा ठरला होता तेथे मिरवणुकीने जाण्यास निघाले. सकाळी ७ वाजता धार्मिक विधी सुरू झाले. कुलदेवांची व आराध्य दैवतांची प्रार्थना झाली. पवित्र होमहवन झाले. आबासाहेबांनी महाराणी आनंदीबाई यांच्या हातावर अर्घ्य सोडले आणि आपल्या पुत्राला दत्तक दिल्याचे प्रकट केले. महाराणी आनंदीबाई व राजघराण्यातील इतर स्त्रिया ह्यांनी यशवंतरावाच्या हातावर साखर ठेवून त्याचे नाव शाहूमहाराज असे

ठेवले. महाराणी व शाहू यांनी कुलदेवता महालक्ष्मी हिचे दर्शन मंदिरात जाऊन घेतले. त्यानंतर शाहूमहाराजांना गादीवर बसवून त्यांचे नाव व सन्मानद्योतक पदवी यांची जयजयकारात घोषणा करण्यात आली. ताबडतोब त्यांना १९ तोफांची मानवंदना देण्यात आली. ज्याचे क्षेत्रफळ जहागिरीसुद्धा अवघे ३,२१,७०१ चौरस मैल होते त्या कोल्हापूर संस्थानचे शाहू अधिपती झाले.

हा समारंभाचा सोहळा पाहण्यासाठी आसमंतातील प्रचंड जनसमूह लोटला होता. आता दुर्दैवी परंपरा संपून आपला भविष्यकाळ आशादायक व उज्ज्वल आहे, अशी भावना बाळगून त्या सोहळ्यात तो सामील झाला. सर्व सरदार, मानकरी व जहागीरदार ह्यांनी सिंहासनासमोर जाऊन शाहूराजांना अभिवादन केले आणि नजराणा दिला. शाहूंनी त्याचा स्वीकार केला. उपस्थित दक्षिण मराठा संस्थानिकांनी त्यांना सन्मानपूर्वक काही मौल्यवान वस्तू नजर केल्या. त्या शुभ प्रसंगी अक्कलकोट, मुधोळ, मिरज (ज्येष्ठ), कुरुंदवाड (ज्येष्ठ व कनिष्ठ) नि रामदुर्ग ह्या संस्थानचे अधिपती उपस्थित होते. कोल्हापूर नगरपालिकेचे अध्यक्ष व पुण्यातील सार्वजनिक सभेचे काही सभासद समारंभास मोठ्या आस्थेने उपस्थित राहिले होते.

कोल्हापूर नगरपालिकेचे अध्यक्ष आगाशे यांनी नगरपालिकेच्या वतीने शाहूमहाराजांना द्यावयाचे मानपत्र वाचून दाखविले व ते त्यांना रौप्य करंडकातून अर्पण केले. महाराष्ट्रातील वजनदार आणि प्रमुख अशा पुण्याच्या सार्वजनिक सभेने या समारंभात आनंदाने भाग घेतला होता. एका संस्थानिकाच्या हस्ते सार्वजनिक सभेने आपले मानपत्र अर्पण केले. त्यात असे म्हटले होते की, ज्या प्रजेला एखाद्या नूतन राजाच्या राजवटीत नांदावयाचे असते त्या प्रजेला आणि राज्याबाहेरील त्या राजाच्या हितचिंतकांना त्या राजाचे राज्यारोहण हा मोठा आनंदाचा प्रसंग वाटतो. अशाच तऱ्हेचे आनंदाचे जे प्रसंग पूर्वी आले त्यापेक्षा आजचा हा प्रसंग काही विशिष्ट परिस्थितीत वैशिष्ट्यपूर्ण असा साजरा होत आहे. राजाराममहाराजांच्या अकाली मृत्यूपासून तो हतभागी चौथे शिवाजीराजे यांच्या आजारीपणापर्यंत गेली १५ वर्षे दुर्दैवाने कोल्हापूरला महाभयंकर संकटपरंपरेतून जावे लागले. त्यामुळे सर्व देश चिंताक्रांत व शोकाकुल झाला होता.

कोल्हापूरच्या जनतेने दिलेले मानपत्र शिवाजीमहाराजांच्या थोर राजघराण्याविषयी पारंपरिक अभिमानाने ओतप्रोत भरलेले होते. यशवंतरावांची नृपती म्हणून केलेली निवड अत्यंत योग्य आहे असे मत व्यक्त करून, आबासाहेब घाटगे यांच्याविषयी त्यात पुढे म्हटले होते की, आपला कोल्हापूरच्या राजघराण्याशी जितका निकटचा संबंध आहे तितका अन्य कोणाचाही नाही.

आपल्या चिरंजिवाचे कोल्हापूरच्या गादीवरील आरोहण हे अगदी स्वाभाविक असे असून गादीला अत्यंत स्वीकार्य नि आनंददायक आहे.

त्यानंतर त्या प्रचंड जनसमूहामध्ये पानसुपारी वाटण्यात आली. नर्तकींच्या पथकाने पाहुण्यांचे मनोरंजन केले. दुपारी राजप्रतिनिधीने कोल्हापुरातील युरोपियन सैनिकांनी मेजवानी दिली. मुंबईचे राज्यपाल सर जेम्स फर्ग्युसन यांना जरी राज्यारोहणाच्या समारंभाविषयी आस्था व औत्सुक्य वाटत होते तरी ते त्या समारंभाला उपस्थित राहू शकले नाहीत. सायंकाळी ब्रिटिश राजनैतिक प्रतिनिधीने आपल्या वसतिस्थानाच्या अंगणात खास दरबार भरवून शाहूराजांचे थाटात स्वागत केले. स्थानिक पायदळाने शाहूराजांना मानवंदना दिली. ब्रिटिश राजनैतिक प्रतिनिधी कर्नल एच. ए. रीव्हज यांनी, शाहूराजांचे दत्तकविधान होऊन ते आता राजेसाहेब झाले आहेत, अशी घोषणा कली. त्या समयी त्यांनी जाहीर केले की, ब्रिटिश राजनैतिक प्रतिनिधी आणि सरकार हे शाहूंना आपली जबाबदारी पार पाडता यावी म्हणून त्यांना सुयोग्य व उत्तम शिक्षण देतील. रीव्हज आणखी असे म्हणाले की, ब्रिटिश राजनैतिक प्रतिनिधीची इच्छा शाहूंना शिक्षणासाठी इंग्लंडला पाठवावे अशी आहे. आणि शिक्षणाचा तो कार्यक्रम जरी अंशत: पार पडला, तरी शाहू हे इंग्रज व देशी लोक ह्यांना छत्रपतींच्या रूपाने जोडणारा एक दुवा होतील अशी आशा बाळगावयास हरकत नाही. शाहूंचे मनाचे क्षितीज व्यापक करणारे उदात्त शिक्षण आणि जलपर्यटन यांच्या संधीमुळे ज्या सुधारणा इंग्रजांकडून केल्या गेल्या तर अपसमजास कारणीभूत होतील त्या सुधारणा शाहू स्वत:च करतील व आपले विचार उघडपणे सहज बोलून दाखवतील.

१७ मार्च १८८४ या दिवशी रात्री हजारो लोक पंचगंगेच्या तीरावर दारूकाम व दीपोत्सव पाहण्यासाठी जमले. शाहूराजे एका खास शामियान्यात बसले होते. सरदार व अधिकारी महाराजांच्या शामियान्याच्या शेजारी उभारलेल्या दुसऱ्या अनेक तंबूंत गंमत पाहत बसले होते. त्या दिवशी सरकारी प्रमुख कचेऱ्या आणि प्रमुख रस्ते दीपोत्सवाच्या रोषणाईने लखलखत होते. कोल्हापुरातील स्थानिक पायदळाला १८ मार्च रोजी शाहूराजे यांच्या राज्यारोहणार्थ दुपारी मोठी मेजवानी देण्यात आली. सायंकाळी सुमारे २५०० विद्यार्थ्यांनी आपल्या छोट्या राजांचा अत्यंत उत्साहाने जयजयकार केला. रात्रौ शेक्सपीअरच्या 'रोमिओ आणि ज्युलियट' नाटकाचे मराठी रूपांतर 'शशिकला आणि रत्नपाल' याचा प्रयोग राजाराम महाविद्यालयातील विद्यार्थ्यांनी केला.

राजप्रतिनिधी आबासाहेब घाटगे यांनी शाहू व आपला दुसरा पुत्र

बापूसाहेब, कागलचे काकासाहेब आणि दत्ताजी इंगळे यांच्या शिक्षणाची योग्य अशी व्यवस्था केली. कृष्णाजी भिकाजी गोखले आणि हरिपंत गोखले यांची शिक्षक म्हणून योजना झाली. त्यांचे शिक्षण कोल्हापूर येथे उपरोक्त शिक्षकांजवळ सुरू झाले. पण शिक्षणाची सर्व व्यवस्था ब्रिटिश राजनैतिक उपप्रतिनिधी फिट्झिराल्ड यांच्या देखरेखीखाली करण्यात आली. आबासाहेब घाटगे हे १८८५ च्या मार्चमध्ये मुंबईचे माजी राज्यपाल सर जेम्स फर्ग्युसन ह्या मित्राबरोबर लंडनला गेले होते. तेथून कोल्हापुरास १८८५ च्या सप्टेंबरमध्ये परत आल्यावर त्यांनी आपल्या मुलांच्या शिक्षणाविषयीचे आपले धोरण बदलले आणि शाहूंना इंग्लंडला एवढ्या अल्पवयात पाठवावयाचे नाही असा निर्णय घेतला.

त्यामुळे फिट्झिराल्ड यांना १८८५ च्या नोव्हेंबरमध्ये आपली अधिकाराची जागा सोडावी लागली. फिट्झिराल्ड यांनी मुलाच्या प्रगतीसंबंधी जे प्रतिवृत्त दरबारला धाडले होते ते विशेष उल्लेखनीय असे होते. शाहूंनी आपला प्राथमिक शाळेचा अभ्यास पूर्ण केला असून इंग्रजी भाषेचा अभ्यास सुरू केला होता. तथापि त्यांनी अभ्यासात अधिक मेहनत घेतली पाहिजे असे त्यात म्हटले होते. शाहू हे जरी शिकण्यास उत्सुकता दर्शवीत होते आणि त्यासाठी कष्ट घेत होते, तरी ते अंमळ लाजाळू होते. त्यांच्या ह्या तथाकथित लाजाळूपणाच्या पाठीमागे त्यांच्या ठायी असलेल्या काही प्रशंसनीय अशा दुसऱ्या गुणांचा ठेवा झाकलेला होता. तरी बरे ! नवीन व्यवस्थेप्रमाणे शाहूंच्या शिक्षणाची व्यवस्था करण्यासाठी तेथे माधवराव बर्वे नव्हते ! त्यांना १८८३ साली रजेवर पाठविण्यात आले आणि १८८४ सालच्या मध्यावर ते परत आल्यावर त्यांना सेवानिवृत्त होण्यास अनुमती देण्यात आली. खानबहादूर मेहेरजीभाई कुवरजी तारापूरवाला यांची बर्व्यांच्या जागी बदली कारभारी म्हणूने नेमणूक झाली. त्यांना दिवाणपदी कायम केल्यावर १८८५ च्या पूर्वार्धात रावसाहेब बी. एन. जोशी यांना कोल्हापूरचे मुख्य न्यायाधीश म्हणून नेमण्यात आले.

आबासाहेब घाटगे आणि कर्नल जे. डब्ल्यू. वॉटसन यांनी शाहूंना राजकोटच्या राजकुमार महाविद्यालयात पाठविण्याचे ठरविले. १८८६ च्या जानेवारीत शाहू नि त्यांचे सोबती हे मुंबईमार्गे आगगाडीने वा टांग्यातून प्रवास करीत राजकोटला पोहोचले. त्यांच्यासमवेत त्यांचे शिक्षक गोखले व बुवासाहेब इंगळे हे होते. शाहू जेव्हा मुंबईला पोहोचले तेव्हा त्यांना १९ तोफांची सलामी देण्यात आली होती. बुवासाहेब इंगळे हे अनेक खेळांत प्रवीण होते. ते साधेपणा व पौरुष यांचे प्रतीक होते.

त्या काळी राजकुमार महाविद्यालयाच्या प्राचार्यपदी मॅक्नॉक्टन नावाचे

गृहस्थ होते. ते अत्यंत दयाळू होते. शाहू व त्यांचे सोबती ह्यांनी जेव्हा राजकुमार महाविद्यालयात प्रवेश केला तेव्हा त्या महाविद्यालयात ४३ विद्यार्थी होते. शाहू यांना पाचव्या इयत्तेत प्रवेश देण्यात आला आणि त्याच वर्गात काकासाहेब, बापूसाहेब व दत्ताजी इंगळे यांनाही प्रवेश देण्यात आला. भावनगरचे राजपुत्र भावसिंहजीही त्याच वर्गात होते.

राजकुमार महाविद्यालयात शाहू आणि त्यांचे सोबती यांचे शिक्षण सुरू होते न होते तोच आबासाहेब घाटगे हे आजारी पडून अत्यवस्थ झाले. यामुळे शाहूंना व त्यांच्याबरोबरच्या विद्यार्थ्यांना १९ मार्च १८८६ रोजी ती बातमी कळवून तातडीने कोल्हापुरास बोलविण्यात आले. राजकुमार महाविद्यालयाचे प्राचार्य यांनी आपल्या प्रतिवृत्तात असे म्हटले आहे की, 'कोल्हापूरकर आणि कोल्हापूरच्या विद्यार्थ्यांवर ओढवलेल्या भयंकर आपत्तीमुळे कोल्हापूरच्या विद्यार्थ्यांना कोल्हापुरास तातडीने बोलावण्यात आले. मला अशी भीती वाटते की, बहुधा ते आता परत येणार नाहीत. कोल्हापूर ते राजकोट हा प्रवास नाही म्हटले तरी मोठा अडचणीचा व दगदगीचा. हे सर्व मुलगे चांगले होतकरू होते. त्यांपैकी दत्ताजी इंगळे हा बुद्धीने असामान्य होता.'[१]

इंग्लंडहून कोल्हापुरास परत आल्यावर आबासाहेब घाटगे यांना कागल आणि कोल्हापूर येथे सार्वजनिकरीत्या मानपत्रे अर्पण करण्यात आली होती; कारण जहागीरदारांपैकी आबासाहेब घाटगे हे लंडनला जाणारे पहिले जहारगीरदार होत. त्यांना हृदयविकार झाला होता असे आढळून आले. मृत्युसमयी आबासाहेब यांनी विल्यम लीवॉर्नर या हंगामी ब्रिटिश राजनैतिक प्रतिनिधीच्या देखत, शाहू आणि बापूसाहेब यांना इंग्रजी भाषेचे पुरेसे ज्ञान राजकोट येथे मिळाल्यावर लंडनला पाठवावे, अशी इच्छा व्यक्त केली होती. आबासाहेबांचे निधन २० मार्च १८८६ रोजी वयाच्या तिसाव्या वर्षी झाले. राजकोटहून त्यांचे पुत्र कोल्हापूरला २२ मार्च १८८६ रोजी पोहोचले, तेव्हा सर्व कोल्हापूर संस्थान शोकसागरात बुडून गेले होते. आबासाहेब हे एक मुरब्बी मुत्सद्दी व विलोभनीय व्यक्तित्वसंपन्न प्रशासक होते. सम्राज्ञी व्हिक्टोरिया हिच्या मुलाखतीचा त्यांना विशेष बहुमान लाभला होता.

आपली जहागीर कागल आणि कोल्हापूर संस्थान यांमध्ये आबासाहेबांनी बरीच सुधारणा केली होती. त्यांच्या साध्या सवयी, उदार व प्रेमळ स्वभाव आणि शेतकऱ्यांच्या व गरिबांच्या कल्याणाची त्यांच्या ठायी असलेली खरी कळकळ यांमुळे ते प्रजाजनांमध्ये अत्यंत लोकप्रिय झाले होते. आकर्षक शरीर संपत्ती, मैदानी खेळांतील व शारीरिक कसरतीतील प्रावीण्य ह्यांविषयी ते प्रसिद्ध

होते. आबासाहेबांचा विवाह दोनदा झाला होता. पहिल्या पत्नीपासून त्यांना शाहू आणि बापूसाहेब हे दोन पुत्र झाले. त्यांची दुसरी पत्नी राधाबाई ही चिपळूण तालुक्यातील कुचंबा गावच्या सुर्वे घराण्यातील होती. तिचा विवाह तिच्या वयाच्या सोळाव्या वर्षी १८७८ साली झाला होता. त्यांचे वैवाहिक जीवन सुखदायक व यशस्वी झाले. बापूसाहेब व शाहू यांचे उत्तम रितीने संगोपन करण्यात तीही माउली सहभागी होती. त्यात तिचा वाटा पतीइतकाच मोठा होता. तिला दोन मुली झाल्या. त्यांपैकी एक आबासाहेबाच्या हयातीतच मरण पावली व दुसरी विवाह झाल्यावर थोड्यात काळात निधन पावली.

लंडनहून परत आल्यावर आबासाहेब हे दारूच्या व्यसनात बुडाले. दारूची सवय ही कदाचित मुत्सद्द्यांना उपयुक्त असेल, परंतु नृपतीला ती घातक ठरते. दारू पिण्याची सवय ही एखाद्या दरबारी हांजीखोराला शोभून दिसेल पण राजाला ती हितावह नाही, असे डेमॉस्थिनीस ह्या विख्यात वक्त्याने व मुत्सद्द्याने म्हटले आहे. कुमार शाहूराजे यांदी दारूचा एवढा धमका घेतला की, पुढील आयुष्यात आपल्या वडिलांच्या तथाकथित प्रतिष्ठित आणि निवडक पण दारुड्या मित्रांच्या सावलीसही ते उभे राहिले नाहीत. त्याप्रमाणे अशा व्यसनाधीन छंदापासून ते आयुष्यभर चार हात दूरच राहिले. कुमार शाहू आपल्या तिसऱ्या वर्षी आईस अंतरले आणि वयाच्या बाराव्या वर्षी ते आपल्या पित्यास मुकले. जीवनातील दुःखे लहानपणीच त्यांच्यासमोर उभी ठाकली. अशा कोवळ्या वयातच शाहूंचा नैतिक, राजनैतिक आणि निसर्गदत्त असा आधार कोसळल्यामुळे त्यांना विद्यार्थिदशेपासूनच एकलकोंडेपणाची व एकांताची सवय जडली.

ज्या कारणांमुळे शाहूंच्या वडिलांचा मृत्यू त्यांच्या ऐन तारुण्यात ओढवला त्या कारणांचा त्यांच्या मनावर कायमचा ठसा उमटला. त्यांच्या मनात दारूविषयी घृणा निर्माण झाली. निर्ढावलेल्या दारूबाजांची संगत ते कटाक्षाने टाळू लागले. परिणामी, त्यांच्या जहागीरदारांपैकी कोणी लहान मुलगे मागे ठेवून दिवंगत झाला, तर त्या मुलांविषयी त्यांना अतिशय कळवळा येई. त्या दुःखी मुलांना सहानुभूती दाखवून ते त्यांना कळकळीने पैशाचे साहाय्यही करीत. त्या दुर्दैवी मुलांचे दुःख नि संकट पाहून त्यांना आपल्या वडिलांचे स्मरण होई. आणि म्हणूनच कोल्हापूर संस्थान हे अल्पवयी संस्थानिकांचे व अल्पवयी जहागीरदारांचे मातृगृह म्हणून पुढे प्रसिद्ध झाले. शाहूंच्या विद्यार्थिदशेत त्यांचे शिक्षक कृष्णाजीपंत गोखले हे आपल्यापरी त्यांना सदुपदेश करीत. शाहूंनी कनिष्ठ समाजातील लोकांची संगत करण्यापेक्षा त्यांनी आपल्या वडिलांच्या प्रतिष्ठित मित्रजनांच्या संगतीत राहावे अशी त्यांनी एकदा सूचना केली. त्यावर शाहूंनी ताडकन उत्तर

दिले की, 'अहो, वडिलांच्या मित्रांना मी तर चांगले ओळखतो ! ह्या मित्रांच्या संगतीपासून त्यांना कोणते फळ मिळाले हेही मला माहीत आहे. ते म्हणजे त्यांना जडलेले दारू पिण्याचे जबरदस्त व्यसन होय. त्यामुळे त्यांच्या बळकट प्रकृतीची अगदी वाताहत झाली. ही गोष्ट टाळण्याचा मी निर्धार केला आहे. नको, मला त्या शिष्टजनांची संगत नको. त्यांचे दुर्गुणही मला नको !'[२]

आबासाहेबांच्या मृत्यूमुळे कोल्हापूरचे अपरिमित नुकसान झाले. मुंबईचे राज्यपाल लॉर्ड रे हे आबासाहेब घाटगे यांच्या मृत्यूसंबंधी दु:ख व्यक्त करताना म्हणाले, 'ब्रिटिश सम्राज्ञी यांचे प्रतिनिधी भारतमंत्री लॉर्ड किंबर्ले यांच्या इच्छेप्रमाणे आपणांस कळविण्यात येते की, राजप्रतिनिधीच्या मृत्यूमुळे कोल्हापूर दरबारचे जे नुकसान झाले आहे त्याविषयी लॉर्ड किंबर्ले यांना अत्यंत दु:ख वाटत आहे. लॉर्ड किंबर्ले यांना त्यांच्याविषयी अत्यंत आदर होता. किंबर्ले यांनी जी सहानुभूती व्यक्त केली त्यावरून आपली आणि कोल्हापूर दरबाराची खात्री होईल की, राजप्रतिनिधीशी संबंध आलेल्या ब्रिटिश राज्यकर्त्यांच्या मनात त्यांच्या गुणांविषयी आणि कर्तृत्वाविषयी[३] अत्यंत आदर होता.' राजप्रतिनिधींच्या मृत्यूमुळे ब्रिटिश राजनैतिक प्रतिनिधी विल्यम लीवॉर्नर यांची राजप्रतिनिधी मंडळाच्या अध्यक्षपदी नेमणूक झाली.

छोटे शाहूराजे यांच्यावर पिताजींच्या अकाली मृत्यूमुळे जरी दु:खाचा डोंगरकडा कोसळला होता, तरी उन्हाळ्याच्या सुट्टीनंतर त्यांना अध्ययनासाठी राजकोटला परत पाठविण्यात आले. पावसाळ्यात तेथे ते काही दिवस आजारी होते. वयाच्या तिसऱ्या वर्षी छोटे राजेसाहेबांना आकडी येण्याचा एक प्रसंग सोडला तर एरव्ही त्यांची प्रकृती ठीक होती. लॉर्ड डफरीन हे हिंदुस्थानचे महाराज्यपाल होऊन आल्यावर छोट्या राजेसाहेबांनी त्यांची भेट मुंबईत १८८६ च्या नोव्हेंबरमध्ये घेतली. त्यानंतर त्यांनी लॉर्ड डफरीन यांना पत्र पाठवून आपल्या निष्ठेविषयी ग्वाही दिली. त्यात ते म्हणाले की, 'माझ्या पिताजींच्या पावलावर पाऊल ठेवून मी आपणांस कळवू इच्छितो की, ब्रिटिश सम्राज्ञीशी जे आमचे अखंड आणि मैत्रीचे संबंध आहेत ते तसेच सांभाळण्याचा मी निर्धार केलेला आहे.'[४]

सन १८८६ च्या नोव्हेंबरमध्ये छोटे शाहूराजे व त्यांचे सहाध्यायी यांनी काठेवाड, जुनागड आणि पालिटाणा टेकड्या यांना भेट दिली. तो विभाग गगनचुंबी जैन मंदिरांनी गजबजलेला होता. राजकोटची हवा छोटे राजे यांना मानवली नाही. त्यांना मैदानी खेळ आवडत असत. कुस्ती हा त्यांचा अत्यंत

आवडता खेळ. ते लष्करी संचलन, नेमबाजी, घोड्यावरची रपेट यांत अत्यंत प्रवीण होते. रविवारी ते घोडदौड करण्यात व शिकार करण्यात दंग असत. तथापि त्यांनी अभ्यासाकडेही दुर्लक्ष केले नव्हते. ते व त्यांचे कोल्हापूरचे सहाध्यायी यांची परीक्षकांनी त्यांच्या प्रगतीविषयी प्रशंसा केली होती. आपल्या १८८६-८७ च्या वार्षिक प्रतिवृत्तात राजकुमार महाविद्यालयाच्या प्राचार्यांनी म्हटले की, कोल्हापूरचे विद्यार्थी होतकरू आहेत. त्यांपैकी दत्ताजीराव इंगळे हा तर सर्वांत[५] हुशार मुलगा आहे. १८८७-८८ साली ते सर्व जण तिसऱ्या वर्गात शिकत होते.

प्रत्येक वर्षी कोल्हापूर ते राजकोट हा प्रवास घोड्यावरून, गाडीतून किंवा टांग्यातून करावा लागे. शाहूराजे आपल्या नोकरांना स्वयंपाकात साहाय्य करीत आणि घोड्यांचीही निगा करण्यात मदत करीत. त्या सवयी त्यांनी आपल्या वडिलांकडूनच उचलल्या होत्या. त्यांच्या वडिलांना घोडे आणि कुत्रे यांचा फार षौक होता. वडिलांची ही लक्षणे त्यांच्या स्वभावाची वैशिष्ट्ये बनली.

१८८८-८९ या वर्षी राजाराम महाविद्यालयाचे प्राचार्य सी. एच. कँडी यांनी राजकुमार महाविद्यालयात प्राचार्य मॅक्नॉक्टन यांच्या रजेच्या काळात डिसेंबरपर्यंत काम केले. कँडी हे राजकुमार महाविद्यालयातील कोल्हापूरच्या विद्यार्थ्यांशी उद्धटपणे वागत. त्यांचा अपमान करण्याची कोणतीही संधी ते वाया घालवीत नसत. कँडींना आपल्या उद्धट व अरेरावी वर्तणुकीबद्दल किती मोठे मोल द्यावे लागले हे पुढे दिसून येईलच. या खुज्या माणसाच्या मिशा त्याच्या ज्ञानसंग्रहापेक्षा मोठ्या होत्या. इंग्रजी वाङ्मयावर[६] व्याख्याने देण्याची त्याची पात्रता नव्हती. त्या काळी जसा एखादा सर्वसाधारण सुशिक्षित मराठी मनुष्य इंग्लंडमध्ये मराठीचा प्राध्यापक झाला असता, तसा कँडी हा हिंदुस्थानमध्ये इंग्रजीचा प्राध्यापक म्हणून तरून जाऊ शकला. प्राध्यापकाच्या जागी कँडी यांची नेमणूक झाली, ती इंग्रजी भाषा व वाङ्मय यांच्यावरील त्यांच्या प्रभुत्वामुळे नसून ते एक इंग्रज गृहस्थ होते म्हणून ! इंग्रजी वाङ्मयातील आपली न्यूनता त्यांनी खेळातील प्रावीण्याने भरून काढली. त्यांनी विद्यार्थ्यांमध्ये क्रिकेटची आवड निर्माण केली. त्यामुळे ते मुलांमध्ये काहीसे लोकप्रिय झाले होते.

ह्या समयी कोल्हापूर दरबारने आपल्या संस्थानचा स्वत:चा एक लोहमार्ग असावा असे ठरविले. यापूर्वी पुणे ते बेळगाव मार्गावरील साताऱ्याला कोल्हापूर जोडावे अशी संस्थानने केलेली खटपट वाया गेली होती. पुणे-मिरज लोहमार्ग झाल्यानंतर बरेच दिवसांनी कोल्हापूर-मिरज मार्गाची कोल्हापूर दरबारने आखणी केली. त्याप्रमाणे ७ मे १८८८ रोजी कोल्हापूर-मिरज मार्गाचा पायाभरणी समारंभ शाहूराजे यांच्या हस्ते झाला. त्या प्रसंगी जमलेल्या लोकांना

उद्देशून शाहूराजे प्रांजलपणे म्हणाले, 'तुम्ही माझ्याकडून चार शब्दांपलीकडे काही अपेक्षा करणार नाही अशी माझी खात्री आहे, आणि जे चार शब्द मला सुचविण्यात आले आहेत, तेच मी आता तुम्हांला सांगणार आहे.' ते धीटपणे पुढे म्हणाले, 'हा नवीन लोहमार्ग पूर्ण झाल्यावर ह्या राज्याच्या संपत्तीत भर पडेल. आमच्या हाती सत्ता येण्यापूर्वी प्रजाहिताच्या दृष्टीने जे जे शक्य आहे, ते ते करण्यात येईल. लोहमार्ग ही त्यांपैकीच एक गोष्ट आहे.'[७] खरोखरीच पुढे घडलेही तसेच. व्यापारी नि शेतकरी यांना आपला उद्योगधंदा व व्यापार वाढविण्यासाठी या लोहमार्गामुळे अनेक नवीन बाजारपेठा लाभल्या आणि नवीन प्रकारची व्यावसायिक संधी निर्माण झाली.

आपल्या १८८९-९० सालच्या प्रतिवृत्तात राजकुमार महाविद्यालयाच्या प्राचार्यांनी कोल्हापूरचे विद्यार्थी राजकुमार महाविद्यालय सोडून गेले आहेत, अशी नोंद केली आहे. तसेच शाहूराजे यांचे मित्र भावनगरचे कुमार भावसिंहजी यांनीही राजकुमार महाविद्यालय सोडले, असे म्हटले आहे. कुमार भावसिंहजी यांच्याशी शाहूंनी जोडलेली मैत्री त्यांच्या मृत्यूपर्यंत दीर्घकाळ टिकली.

राजकुमार महाविद्यालयामध्ये शाहूंना जी वागणूक मिळाली ती त्यांना पसंत नव्हती. पुढील आयुष्यात त्यांनी असे मत दिले की, कोणत्याही राजपुत्राचे शिक्षण त्याच्या संस्थानात व प्रजेमध्ये झाले पाहिजे. त्याला त्यांच्यापासून दूर ठेवून एखाद्या युरोपियन पालकाच्या स्वाधीन करू नये. स्थानिक माणसाच्या अनुपस्थितीत त्याचे संगोपन कधीही करू नये. या अभिप्रायामुळे राजकोटला जे त्यांना वाईट रितीने वागविण्यात आले त्यावर चांगलाच प्रकाश पडतो.

हंगामी ब्रिटिश राजप्रतिनिधी विल्यम लीवॉर्नर हे रजेवर इंग्लंडला गेले. हिंदुस्तान सोडण्यापूर्वी त्यांनी ४ मार्च १८८९ रोजी राजकोट येथे शिक्षण घेत असलेले शाहूराजे यांना एक पत्र लिहिले. त्यात ते म्हणाले की, 'आपल्या वडिलांच्या इच्छेनुसार आपल्या शिक्षणाची व्यवस्था एक नवीन अधिकारी नेमून मी केली आहे. नेमलेला शिक्षक इतका सज्जन आहे की, त्यांचे पालकत्व आणि मैत्री मी माझ्या मुलांकरताही मिळवण्यात आनंद मानला असता.' शेवटी ते म्हणाले, 'आपण आपल्या वडिलांप्रमाणे खाजगी व सार्वजनिक आयुष्यात प्रजेची प्रीती आणि त्यांचे यथोचित प्रेम संपादन कराल असा माझा विश्वास आहे.' कोल्हापूरच्या विद्यार्थ्यांनी राजकुमार महाविद्यालयाला १८८९च्या एप्रिलच्या शेवटी रामराम ठोकला.

नवीन नेमलेले गुरुजी नि पालक यांचे नाव स्टय़ुअर्ट मिटफोर्ड फ्रेजर असे होते. ते इंडियन सिव्हिल सर्व्हिसची परीक्षा उत्तीर्ण झालेले असून, शाहूराजे

यांचे शिक्षक म्हणून त्यांची नेमणूक होण्यापूर्वी ते नाशिकचे सहाय्यक जिल्हाधिकारी व दंडाधिकारी होते. तसेच डांग आणि सुरगाणा यांचे ब्रिटिश राजप्रतिनिधीही होते. ह्या गुरुजींच्या देखरेखीखाली शाहूराजे, कागलचे राजकुमार व भावनगरचे भावसिंह आणि इतर विद्यार्थी यांचे शिक्षण व्हावयाचे होते. त्यांचा विचारमग्न आणि दयाळू चेहरा, त्यांची सरळ नासिका, मागे वळलेले कपाळ, खोल पण चमकणारे नेत्र, यांमुळे फ्रेजर यांचे व्यक्तित्व तेजस्वी झाले होते. ते उदारमतवादी नि कर्तव्यनिष्ठ होते. त्यांनी आपल्या पाल्यांचा ताबा २२ मे १८८९ रोजी कोल्हापूर येथे घेतला. आणि त्यांचे अध्ययन ११ जून १८८९ रोजी धारवाड येथे सुरू झाले. भावनगरचे कुमार भावसिंहजी यांच्या अभ्यासाकडे विशेष लक्ष ठेवण्यासाठी प्रभाशंकर दलपतराय पट्टणी यांची नेमणूक फ्रेजरच्या हाताखाली सहाय्यक शिक्षक म्हणून करण्यात आली. हेच प्रभाशंकर पट्टणी पुढे भावनगरचे दिवाण झाले.

प्रथम काही दिवस फ्रेजर आणि त्यांचे विद्यार्थी यांना राहावयास योग्य असे बंगले न मिळाल्याने ते धारवाडच्या किल्ल्यात साध्या घरात राहू लागले. कोल्हापूरचे विद्यार्थी एका घरात तर भावनगरचे दुसऱ्या घरात. दुसऱ्या सहामाहीत त्यांना सुखसोईंनी युक्त असे बंगले अधिक चांगल्या नि आरोग्यदायक वस्तीत मिळाल्यामुळे त्यांनी अपाली बिऱ्हाडे तेथे हलविली. १८९०च्या जूनपासून तो त्यांचा तेथील अभ्यासक्रम पूर्ण होईपर्यंत त्यांचे बंगले एकमेकांशेजारी होते. त्यांचे नोकर व घोडे हे शहरातील उतारूंसाठी बांधलेल्या घरात ठेवले होते.

उपरोक्त शिक्षकांव्यतिरिक्त केशवराव गोखले नावाचे एक शिक्षक होते. ते शाहूराजे यांच्या प्रकृतीकडे आस्थापूर्वक लक्ष देत असत. ते मोठे ध्येयवादी असून चारित्र्यवान होते. त्यांची शिस्त कडक असे. आपल्या स्वतःच्या ध्येयानुसार मुलांनी आपली प्रगती केली पाहिजे असे त्यांना साहजिक वाटे. केशवराव गोखले यांचे चारित्र्य आणि कर्तृत्व यांनी प्रभावित होऊन फ्रेजर यांनी त्या परम दयाळू शिक्षकासंबंधी गौरवपर उद्गार काढले आहेत. १८८९ ते १८९२ ह्या तीन वर्षांच्या काळात शाहूराजे व त्यांचे सहाध्यायी यांना अनेक विषयांचे शिक्षण देण्यात आले. इंग्रजी, गणित, भूगोल व प्राथमिक अर्थशास्त्र यांचे व इतर अनेक विषयांचे शिक्षण देण्यात आले. वर्ग सकाळी १० ते १ पर्यंत व दुपारी २ ते ५ भरत. एक तास संचलन चाले. सायंकाळी विद्यार्थी टेनिस खेळत, परेड करीत किंवा फिरावयास जात. संधिप्रकाशात ते दांडपट्टा इत्यादी खेळ, खास व्यायाम शिक्षकाच्या देखरेखीखाली शिकत. संध्याकाळचे जेवण झाल्यावर ते दुसऱ्या दिवसाच्या अभ्यासाची तयारी करीत. त्यांचे वेळापत्रक अशा रितीने आखण्यात

आले होते की, त्यांना आळसाची प्रवृत्ती जडून भटकण्यात किंवा अहितकारक संभाषणात व्यर्थ वेळ घालवावयास संधीच मिळू नये. सुट्टीच्या दिवशी आणि रविवारी ते बुवासाहेब इंगळे यांच्यासह शिकार करावयास जात. बुवासाहेब इंगळे हे जुन्या वळणाचे खानदानी मराठे गृहस्थ असून ते एक मोठे सराईत खेळाडू नि शिकारी होते. ह्या वर्गात दत्ताजी इंगळे हा सर्वांत हुशार आणि उत्कृष्ट विद्यार्थी होता असे आढळून आले. बाळासाहेब तथा काकासाहेब घाटगे हे अधिक कष्ट घेणारे व विचार करणारे विद्यार्थी होते.

शाहूंच्या शिक्षणातील प्रगतीविषयी लिहिताना फ्रेजर आपल्या प्रतिवृत्तात म्हणाले, 'राजेसाहेब जरी शिक्षणात थोडे मागे पडले असले, तरी त्यांची वर्षातील प्रगती समाधानकारक आहे आणि दिवसेंदिवस त्यांची प्रगती जलद होत आहे. ते मोठे हुशार आहेत असे नाही; परंतु त्यांचे व्यावहारिक ज्ञान हे फारच चांगले आहे. तसेच त्यांची स्मरणशक्तीही बरीच चांगली आहे. त्यांनी शिकण्यात खरा उत्साह दाखवला असून ते आपला अभ्यास मन लावून करतात व त्यासाठी कष्टही घेतात.'

आपल्या प्रतिवृत्तात फ्रेजर पुढे म्हणतात, 'शाहूराजे यांची व्यवहारबुद्धी विशेषतष: प्राथमिक राजकीय अर्थशास्त्रामध्ये चालते असे दिसून येते. विद्यार्थी आता तो विषय शिकत आहेत आणि शाहू हे सर्वांपेक्षा अधिक हुशार आहेत, असे दिसते. इंग्रजी संभाषणात त्यांनी आता निश्चित प्रगती केली आहे. ते आता इंग्रजीत बिनचूक आणि अस्खलितपणे बोलू शकतात. जसजसा त्यांचा लाजाळूपणा कमी होईल तसतशी परकीयांशी बोलताना त्यांची प्रगती होईल, आपले विचार ते निर्भयपणे व्यक्त करू शकतील.' शेवटी फ्रेजर म्हणतात, 'शाहूराजे यांच्या ठायी असलेला मोठा दोष म्हणजे निष्काळजीपणा आणि टापटीपपणाकडे असलेले दुर्लक्ष. हा दोष शुद्धलेखनात आणि निबंधात दिसून येतो. शाहूराजे हे स्वभावाने निकोप, सरळ मनाचे, दिलदार व सत्यनिष्ठ आहेत. आपलेच ते खरे असे ते मुळीच म्हणणार नाहीत. त्यांच्या स्वभावातील नि:स्वार्थीपणा आणि विचारांचा सखोलपणा यांची जी उदाहरणे मी पाहिली आहेत त्यांवरून ते जसे दिसतात तसेच सुस्वभावी आहेत.'

'भावसिंहजी हा उत्साही, मोठा विनोदी नि गमत्या आहे. त्यामुळे संध्याकाळचा वेळ अति मजेत जातो.' हे तरुण विद्यार्थी बंगल्यात असले म्हणजे भावसिंहजी हा त्यांच्या गप्पाष्टकांचा नायक बने. बापूसाहेब घाटगे ही त्या मंडळाची कार्यशक्ती. ते पटाईत नेमबाज असून हवेत फेकलेले नाणे ते अचूक टिपत असत. आपली बुद्धी व स्वतंत्र विचार चालवून कोणत्याही कठीण प्रसंगाला

कसे तोंड द्यावे याचे त्यांना जणू उपजतच ज्ञान होते.

शाहूराजे यांच्या स्वभावातील बारकावे सांगताना फ्रेजर म्हणतात, 'शाहूराजे हे साधे, उदार, प्रेमळ नि सत्यनिष्ठ तरुण आहेत. पहिल्या दिवसापासून त्यांचे हे गुण माझ्या दृष्टोत्पत्तीस आले आहेत. ते उंच, धिप्पाड नि दिसण्यात मराठ्यांचे वैशिष्ट्यपूर्ण प्रतीक आहेत. शालेय शिक्षणाचे महत्त्व जरी ते जाणत असले, तरी ते पुस्तकी ज्ञानापेक्षा निरीक्षण, व्यवहार व अनुभव ह्यांपासूनच अधिक शिकतात. अभ्यासात किंवा कर्तव्यात त्यांनी कधीच टाळाटाळ केली नाही.' शाहूंना पुढील आयुष्यात राज्यकर्ता म्हणून जे विषय उपयोगी पडतील त्या विषयांवर जेव्हा जेव्हा फ्रेजर व्याख्यान देत, तेव्हा तेव्हा ते एकाग्रतेने ते ऐकत असत. कारण आपल्या ठायी उच्च पदाला योग्य असे गुण असावेत अशी त्यांना तळमळ लागून राहिली होती.

सन १८८९च्या हिवाळ्यात भारतात आलेले ब्रिटिश राजपुत्र अल्बर्ट व्हिक्टर यांना भेटण्यासाठी शाहूराजे यांना पुण्यात नेण्यास आले होते. दिव्यांच्या रोषणाईने झगमगणारे पुणे पाहून शाहूंना आनंद झाला. लोकांचा उत्साह इतका दांडगा होता की, मिरवणूक संपल्यानंतर पहाटे तीन वाजता राजपुत्र परत आल्यावर त्यांच्यावर पुष्पवृष्टी करण्याकरिता त्यांना लोकांनी थांबविले होते. शाहूराजे यांची ही भेट वैशिष्ट्यपूर्ण ठरली. पुण्यात एक खास दरबार भरवून शाहूराजे यांचा सन्मान करण्यात आला. केवळ एकाच संस्थानिकाचा असा सन्मान करण्यात आला, ते म्हणजे शाहूराजे.

सन १८९० च्या फेब्रुवारीत शाहू व त्यांचे सहाध्यायी कोल्हापुरातच १५ दिवस राहिले. त्यावेळी त्यांनी चिंचली येथे मयाक्का देवीच्या सन्मानार्थ दर वर्षी भरणाऱ्या घोडे व जनावरे यांच्या यात्रेला भेट दिली. ह्या यात्रेला लोकांच्या झुंडीच्या झुंडी जमत असत, हे या यात्रेचे वैशिष्ट्य होते. शाहूराजे त्यांच्या मनाप्रमाणे शरीरानेसुद्धा धिप्पाड असल्यामुळे त्यांच्या अचाट शारीरिक शक्तीच्या, कौशल्याच्या अनेक गोष्टी सांगण्यात येतात. यास्तव त्यांच्या विद्यार्थिदशेतील शारीरिक विकासासंबंधी काही माहिती देणे इष्ट होईल. अशी माहिती देण्यात फ्रेजर यांनी स्तुत्य असे कार्य केले आहे. शाहूराजे हे पाच फूट नऊ इंच उंच असून १८९० मध्ये त्यांचे वजन १९७ पौंड होते असे सांगून, फ्रेजर पुढे म्हणतात, 'शाहूराजे बांध्याने धिप्पाड असून त्यांची चालण्याची ढब चांगली आहे. तथापि लठ्ठपणाकडे त्यांचा आनुवंशिक कल असल्यामुळे त्याविषयी थोडी चिंता वाटते.

परंतु एक गोष्ट समाधानकारक आहे व ती अशी की, जेवण्याच्या बाबतीत ते काटेकोर आहेत. ते नियमित व्यायाम करतात. आपल्या शारीरिक वजनाकडे ते स्वत: सतत लक्ष देत असल्यामुळे, गेल्या ऑक्टोबरपासून त्यांनी आपले वजन वाढू दिले नाही. मला असे सांगण्यात आले होते की, शाहूराजे राजकोटमध्ये असताना त्यांना लठ्ठपणाचा वारंवार त्रास होई. आता त्यांना त्यापासून त्रास होत नाही.'

फ्रेजर आणखी सावधपणे पुढे म्हणतात की, 'शाहूराजे यांचे स्वभावातील एक ठळक दोष आढळून येतो व तो हा की, त्यांच्या लाजाळू स्वभावामुळे व स्वजातीय सहाध्यायांच्या सहवासामुळे युरोपियन लोकांशी संभाषण करण्यास त्यांचे मन घेत नाही. त्यांच्यासाठी योजलेल्या शिक्षण व्यवस्थेतील ही एक अटळ व तोटट्याची बाब होऊन राहिली आहे. शारीरिक दृष्ट्या पाहिले असता गेल्या वर्षापासून त्यांची प्रकृती सुधारली आहे. आता ते एक बलाढ्य आणि पटाईत घोडेस्वार बनले आहेत. तसेच चिंचली येथे अनेक युरोपियन स्पर्धकांचा पराभव करून त्यांनी तंबू ठोकण्यात पारितोषिक मिळवले, याचा येथे उल्लेख करणे इष्ट होईल. टेनिस खेळाला त्यांची शरीरयष्टी अनुकूल नाही. तथापि ते नेमबाजीत चांगलेच तरबेज झाले आहेत. चार घोड्यांची गाडी हाकणे, पोहणे, वल्हे मारणे यांतही त्यांनी प्रगती केली नाही.'

शाहूराजे हे वर्गात म्हणण्यासारखे हुशार नव्हते. अभ्यासात ते बापूसाहेबांना मागे टाकू शकले नाहीत. फ्रेजरांच्या मते, शाहूराजे हे आळशी नव्हते, परंतु त्यांच्या कामातील गबाळेपणा मात्र गेला नाही. त्यामुळे अंकगणितातील उदाहरणे त्यांना सोडविताना अडचणी निर्माण होत.

शाहूराजे यांचे वडील आबासाहेब घाटगे हे अजोड घोडेस्वार म्हणून विख्यात होते. शाहूराजे हे तर बोलूचालू लागताच बालपणीच घोड्यावर बसू लागले. त्यांना घोड्यावर बसणे व रपेट करणे मनस्वी आवडे. घोड्यांच्या समूहाला शिकविणे आणि धावविणे यांत त्यांचा हातखंडा होता. सहा घोड्यांची गाडी ते कोल्हापूरच्या गल्लीबोळांतूनसुद्धा लीलेने भरधाव सोडीत.

एके दिवशी हे खंबीर आणि पटाईत घोडेस्वार शाहूराजे हुबळीजवळील अरण्यात डुकराच्या शिकारीला गेले असताना शिकारीवर भाला मारल्यावर घोड्यासहित पुढील खड्ड्यात जोराने आदळले. घोड्याचा पाय मोडला. तो पांढराशुभ्र घोडा त्यांचा आवडता होता. त्याला जेव्हा गोळी घालून ठार मारण्यात आले तेव्हा शाहू दु:खाने विव्हळले. त्यांचा घोड्यांवर अगदी जीव असे. इतर जनावरांनाही ते दयाळूपणे वागवीत. उपरोक्त अपघातामुळे शाहूंच्या उजव्या खांद्याचे हाड खिळखिळे झाले होते. त्यामुळे जवळ जवळ सहा आठवडे त्यांना

हाताची हालचाल करता येत नव्हती. त्यांच्या बहुतेक सोबत्यांना बिलियर्डचा खेळ आवडे. त्यांना शिकारी कुत्रे घेऊन शिकार करण्यातही आनंद वाटे.

या काळात कोल्हापूरच्या राज्यकारभारात काही बदल घडून आले. विल्यम लीवॉर्नर हे लंडनला गेल्यावर ले. कर्नल हंटर यांची हंगामी ब्रिटिश राजनैतिक प्रतिनिधी म्हणून नेमणूक करण्यात आली. त्यानंतर चार्लस वुडहाऊस हे त्या पदी विराजमान झाले. खानबहादूर मेहेरजीभाई कुवरजी तारापूरवाला यांची राजमंडळाचे अध्यक्ष म्हणून नेमणूक झाली.

सन १८९० च्या हिवाळ्यात गुरू फ्रेजर यांच्यासमवेत शाहू आदी विद्यार्थ्यांनी उत्तर हिंदुस्तानचा प्रवास केला. १६ नोव्हेंबर १८९० रोजी कोल्हापूर सोडून ही मंडळी नाशिकला पोचली. पंड्यांनी भिक्षुकवृत्तीने दक्षिणेसाठी शाहूराजांच्या सभोवती एकच गिल्ला केला. पंड्यांनी आणलेल्या यात्रेकरूंच्या वंशावळीच्या वहीत शाहूराजे यांनी स्वाक्षरी करण्यास साफ नकार दिला. शाहूराजे यांची सही घेण्याचा हक्क कोणाला आहे यासंबंधी दोन पंडे एकमेकांशी तावातावाने भांडू लागले. प्रत्येकाचे म्हणणे, आपणच छत्रपतींचे पारंपरिक पुरोहित आहो. तथापि राजेसाहेबांनी त्या दोघांनाही झिडकारून लावले.

नाशिकहून ही मंडळी बनारस व अलाहाबाद येथे पोचली. तेथे त्यांच्या कौटुंबिक पुरोहितांच्या गळेपडूपणामुळे त्यांनी गंगेत स्नान केले. पण त्यांनी, अत्यंत गदळ पण पवित्र मानलेल्या मणिकर्णी-कुंडात स्नान करण्यात साफ नकार दिला. त्यामुळे तेथील धार्मिक मार्गदर्शकाला कदाचित ओशाळल्यासारखे झाले असेल. कलकत्त्यातील रस्त्यावरील घोडे सर्वसाधारणपणे चांगले दिसले. परंतु मुंबईतील ट्रामगाडीच्या घोड्यांपेक्षा कलकत्त्यातील ट्रामगाडीचे घोडे लुकडे व कमी दर्जाचे आहेत, असे त्यांना वाटले. त्यावेळी कलकत्त्याची हवा आल्हादकारक होती. हिंदुस्तानची राजधानी कलकत्ता ही त्यांना आवडली. विशेषत: तेथील प्राणिसंग्रहालय, बागबगिचे व सुंदर मैदाने पाहून त्यांना आनंद झाला. दार्जिलिंग येथून त्यांनी हिमालयाची बर्फाच्छादित शुभ्र शिखरे पाहिली. दार्जिलिंगमध्ये असताना त्यांचे शिक्षक केशवराव गोखले यांचा दम उसळल्यामुळे त्यांनी आपल्याला शालीत गुरफटून घेतले होते. तेथील लोकांची समजूत झाली की गोखले हेच राजे असावेत !

ताजमहाल पाहून या पंधरा-सोळा वर्षांच्या मुलांना उत्साह वाटला हे खरे. पण शाहू यांना शिल्पशास्त्राच्या वैभवाचे विशेष आकर्षण वाटत नसे. त्यांनी अकबराच्या फत्तेपूर शिक्रीलाही भेट दिली. दिल्लीत त्यांनी १८५७च्या बंडाशी संबंधित असलेल्या स्थळांना अतिआतुरतेने भेट दिली. आबासाहेब घाटगे यांचे

आजोबा हिंदुराव तथा जयसिंगराव घाटगे यांचा दिल्लीतील वाडा त्यांनी मोठ्या भावपूर्ण अंत:करणाने पाहिला. नंतर जयपूर, अजमीर आणि मुंबई ह्या शहरांना भेट देऊन ते कोल्हापूरला परतले. बडोद्याचे महाराज सयाजीराव गायकवाड यांनी त्यांना आमंत्रण दिले होते. परंतु महाराज सयाजीराव गायकवाड यांची प्रकृती ठीक नसल्यामुळे शाहूंनी बडोद्याची भेट रद्द केली. अशा प्रकारे त्यांचा हा पाच हजार मैलांचा शैक्षणिक दौरा संपला. त्यामुळे त्यांच्या आनंदात व ज्ञानात मोठीच भर पडली.

शाहूराजे यांच्या आयुष्यातील एक महत्त्वाची घटना १ एप्रिल १८९१ रोजी घडली. त्या दिवशी बडोद्याचे सरदार गुणाजीराव खानवीलकर यांच्या लक्ष्मीबाई नावाच्या मुलीशी त्यांचा विवाह झाला. लक्ष्मीबाई ही गणपतराव गायकवाड यांच्या बहिणीची नात. गुणाजीराव खानवीलकर हे बडोदा संस्थानातील एक जहागीरदार होते. महाराणी लक्ष्मीबाई त्यावेळी ११ वर्षांची होती. खानवीलकरांचे मूळ घराणे रत्नागिरी तालुक्यातील. कुपे व दुसरी चार गावे यांचे ते खोत होते. गुणाजीराव खानवीलकरांचे पूर्वज पेशवाईत वसई किल्ल्याचे सरदार होते. पेशवाई बुडाल्यानंतर खानवीलकर हे आपले नातलग साताऱ्याचे छत्रपती यांच्या आश्रयास गेले. लक्ष्मीबाईंचे आजोबा हे बडोद्याचे थोरले सयाजीराव गायकवाड यांचे जावई होत. शाहूंचा विवाह मोठ्या थाटात साजरा झाला. एकूण खर्च रु. १,४४,३०० झाला.

लग्न समारंभ व सुखसोहळा उरकल्यानंतर शाहूराजे कोल्हापूर संस्थानामधील घाट विभागात शिकारीकरता एक आठवडा गेले. तेथून ते परत आल्यावर त्यांनी कोल्हापुरातील संस्थानाच्या लोहमार्गाच्या उद्‌घाटनासाठी आलेले मुंबईचे राज्यपाल लॉर्ड हॅरिस यांचे २० एप्रिल १८९१ रोजी स्वागत केले. २१ एप्रिल रोजी राज्यपाल लॉर्ड हॅरिस यांनी कोल्हापुरातील औद्योगिक प्रदर्शनाचे उद्‌घाटन केले. कारागीर आणि उत्पादन करणारे उद्योगपती यांनी आपल्या उद्योगधंद्यांत किती प्रगती केली आहे हे पाहण्याच्या उद्देशाने १८८८ पासून अशी प्रदर्शने भरविण्यात येऊ लागली होती. पहिल्या प्रदर्शनाने कोल्हापुरातील उद्योगांना किती मोठी गती दिली होती हे पाहण्याचा या प्रदर्शनामागील हेतू होता. दक्षिणेतील मराठा संस्थानांमधील कारभाऱ्यांनी या प्रदर्शनात उत्साहाने भाग घेतला होता. कोल्हापूर संस्थानचे भूगर्भशास्त्रज्ञ यूजन यांनी या समयी अनेक प्रकारच्या धातूंच्या वस्तू प्रदर्शनात ठेवल्या होत्या.

शाहूराजे यांच्या विवाहानंतर लागलीच त्यांचे चुलते बाळासाहेब घाटगे आणि बंधू बापूसाहेब घाटगे यांचेही विवाह झाले. त्यानंतर पुन्हा शाहूराजे नि त्यांचे सहाध्यायी यांचे शिक्षण फ्रेजर यांच्या देखरेखीखाली सुरू झाले. परंतु थोड्याच अवधीत शाहूराजे यांना त्यांच्या मातोश्री राणीसाहेबांनी टेंबलाईच्या उत्सवाच्या वेळी धार्मिक विधी करण्यासाठी परत बोलाविले. हे विधी त्यांना विवाहापूर्वी करण्याचा अधिकार नव्हता. पुढे लवकरच १८९१ च्या ऑक्टोबरमध्ये फ्रेजर यांनी आपल्या शिष्यांच्या प्रगतीविषयी नेहमीप्रमाणे प्रतिवृत्त सादर केले. त्यात ते म्हणाले की, 'शाहूराजे मनापासून अभ्यास करतात आणि कायदा व प्राथमिक विज्ञान या विषयांचा अभ्यासही मोठ्या आवडीने करतात. आता ते कोणत्याही गोष्टीचा स्वतंत्रपणे विचार करू लागले आहेत. निष्काळजीपणा हा त्यांचा दोष त्यांच्या सर्व कामाबाबत असमाधान निर्माण करतो. विशेषत: युरोपियन लोकांशी संभाषण करताना त्यांना संकोच वाटतो. मात्र घोडे, कुत्रे व बंदुका यांची गोडी अवीट आहे.'

फ्रेजर पुढे म्हणतात की, 'वडिलांचे घोड्यावर बसण्याचे प्रावीण्य त्यांच्या अंगी उतरले आहे. गेल्या सहामाहीत धारवाड येथे त्यांना सहा घोड्यांना शिकवून तो सहा घोड्यांचा रथ धारवाडमधील रस्त्यांमधून कौशल्याने चालविला.' प्रतिवृत्तात त्यांनी आणखी म्हटले की, 'शाहूराजे यांची प्रकृती आता निश्चितपणे समाधानकारक आहे. त्यांचे वजन गेल्या वर्षाइतकेच म्हणजे १४ स्टोन २ पौंड इतके आहे. मात्र त्यांची उंची ५ फूट १० इंच झाली आहे.'

युरोपियन पद्धतीने वागणाऱ्या लोकांना शाहूंच्या साधेपणात आणि सहज वागण्यात गबाळेपणा दिसे हे साहजिकच आहे. शाहू आपले गरिबांशीच समरस होत. त्यांच्याशीच अधिक सलगीने वागत. कुणी त्यांच्या वर्तणुकीसंबंधी टीका केली तर त्याची ते पर्वा करीत नसत. एकदा ब्रिटिश राजनैतिक प्रतिनिधी कर्नल एच. ए. रिव्हज हे शाहूराजे यांच्या नापितावर रागावले. तेव्हा शाहू चटकन उत्तरले, 'माझी नखे घाणेरडी आहेत याला नापित जबाबदार नाही.' यावरून शाहूराजे यांची गरिबांच्या बाबतीतील वागणूक किती प्रेमळ, साधी, नि:स्वार्थी नि सलगीची होती हे दिसून येते.

मागील वर्षातील प्रवासाचा शाहूराजे यांच्या मनावर झालेला सुपरिणाम पाहून ब्रिटिश राजनैतिक प्रतिनिधी यांनी त्यांना दक्षिण हिंदुस्थानचा आणि सिलोनचा प्रवास करण्यास अनुमती दिली. दक्षिण हिंदुस्थानचा हा दौरा ५ नोव्हेंबर १८९१ या दिवशी सुरू झाला आणि त्यांनी विजापूर, हैद्राबाद, मद्रास, पाँडिचेरी, तंजावर, तुतिकोरीन, कोलंबो, कँडी व नेवाराएलिया यांना भेट दिली. शाहू व

त्यांचे सहकारी हे परत येत असताना आपल्या मार्गात त्यांनी बेंगलोर व म्हैसूर या शहरांना भेट देऊन ते धारवाडला २१ डिसेंबर १८९१ रोजी परतले. राजप्रतिनिधी मंडळाला फ्रेजर यांचे प्रवास वर्णनाचे प्रतिवृत्त वाचून आनंद झाला. शाहू नि त्यांचे सहकारी यांचे हैद्राबाद येथे आदरपूर्वक स्वागत करण्यात आले. तंजावर व म्हैसूर येथेसुद्धा त्यांचे मोठ्या थाटात स्वागत झाले. सिलोनच्या राज्यपालाने तर त्यांच्या आगत–स्वागताकडे वैयक्तिक लक्ष पुरविले. शाहूराजे यांना तंजावरमधील भोसले घराण्याशी नव्याने संबंध जोडण्यात मोठा अभिमान वाटला. तेथील भोसले घराण्याने आपल्या पूर्वजांच्या नात्याला स्मरून शाहूंचे साभिमान नि सप्रेम स्वागत केले. सिलोनमध्ये असताना त्यांनी आपला वेळ शिकारीत आनंदाने घालविला.

शाहूराजे व त्यांचे सहाध्यायी यांना हे प्रवासाचे महिने फार उत्साहपूर्ण आणि ज्ञानाच्या दृष्टीने फार उपयुक्त ठरले. राजप्रतिनिधी मंडळाने केवळ शाहूराजे यांच्या शिक्षणाची काळजी घेतली असे नव्हे, तर महाराणी लक्ष्मीबाई यांच्याही शिक्षणाची काळजी घेतली. एक युरोपियन महिला त्यांना दररोज चार तास शिकवीत असे. शिवाय त्या स्वतःही अभ्यास करीत. महाराणी लक्ष्मीबाईंनी दुसरी यत्तेचा अभ्यास पुरा केला. याव्यतिरिक्त त्यांनी भूगोल, चित्रकला, विणकाम ह्या विषयांचेही आवश्यक ते सामान्यज्ञान मिळविले. त्यांना आठवड्यातून दोनदा रंगचित्रकलेचे ज्ञान देण्यासाठी श्रीमती कॉक्स यांना नेमले होते. महाराणी लक्ष्मीबाई यांनी गाणे, विणकाम नि इतर खेळ यांत चिकाटी व हुशारी दाखविली. आपला अभ्यास त्या नियमितपणे करीत. श्रीमती लीटल्, शाहूराजे यांची दत्तक आई आनंदीबाई राणीसाहेब, त्यांची दत्तक आजी सकवारबाई राणीसाहेब आणि सर्वांत ज्येष्ठ अहिल्याबाई राणीसाहेब या सर्वांना आपल्या संस्थानात शैक्षणिक प्रगतीचे कार्य झाले पाहिजे असे वाटे.

सन १८९१ च्या दुसऱ्या सहामाहीत शाहूंनी इतिहास व प्राथमिक ज्ञान या विषयात बरीच प्रगती केली. तथापि निष्काळजीपणामुळे व अचूकतेच्या अभावी गणित विषयात ते कच्चे राहिले ते राहिलेच. त्या वर्षी त्यांची उंची वा लठ्ठपणा यात मुळीच वाढ झाली नाही. कोल्हापुरात आणि प्रवासात असताना पीतज्वराचा त्यांना एकदोन वेळा थोडासा त्रास झाला. परंतु शाहूराजांची सर्वसाधारण प्रकृती वर्षभर चांगली राहिली होती.

शाहूराजे यांचा विवाह होऊन आता काही महिने लोटले होते. महाराणी लक्ष्मीबाई ह्यांना प्रसूतीचे सामर्थ्य येईपर्यंत शाहूराजे यांचे त्यांच्याशी शारीरिक

संबंध राहणार नाहीत ह्याविषयीची सावधगिरी त्यांच्या वडिलांचे स्नेही लीवॉर्नर आणि त्यांचे गुरू व पालक फ्रेजर यांनी घेतली होती. आपल्या १० नोव्हेंबर १८९१च्या कळकळीच्या व विचारप्रधान पत्रात शाहूराजे यांच्या बौद्धिक आणि उच्च विचारांना आवाहन करून लीवॉर्नर म्हणाले, 'आपले पूर्वज, आपले नामांकित घराणे आणि आपले प्रजाजन हे आपल्या गादीला निरोगी वारस लाभावा अशा दृष्टीने आपल्याकडे पाहत आहेत. भारताच्या इतिहासावरून आपणांस कळून येईल की, कधी कधी आईबापांच्या कोवळ्या वयात जी मुले होतात ती प्रकृतीने नाजूक व बुद्धीने दुर्बळ असतात. आपल्या वडिलांनी ह्या बाबतीत व्यक्त केलेली मते व इच्छा आपणांस प्रिय असणारच. तरी आपली पत्नी, आपली वंशावळ व आपले शहाणे नि प्रगतिप्रिय पिताजी या सर्वांच्या बाबतीतील आपले कर्तव्य यांचा आपण विचार करावा. ह्या सन्मार्गापासून सभोवतालच्या अशिक्षित व अज्ञानी वातावरणामुळे आपण च्युत होऊ नये. त्या सर्व वातावरणाचा आपल्या वडिलांनी विचार केलाच होता. त्यानंतरच आपण आपल्या पत्नीशी, ती मुलांना जन्म देण्याला समर्थ होईपर्यंत, शारीरिक संबंध ठेवू नये असे ठरविले हाते.' शाहूराजांच्या विचारसुलभ मनावर ह्या उपदेशाचा सुपरिणाम होऊन त्याप्रमाणे ते वागले. शाहूंना आपल्या मनावर ताबा ठेवण्याची शक्ती आहे हे पाहून राजप्रतिनिधी मंडळाला आनंद झाला. शाहूंनी ह्या बाबतीत दिलेले वाचन पाळले. मोह पाडण्यासारखी परिस्थिती असतानाही आपल्या मनावरचा ताबा त्यांनी ढळू दिला नाही हे सिद्ध झाले.

शाहूराजे ह्यांना इंग्लंडला पुढील शिक्षणासाठी पाठविण्याबाबत मुंबईचे राज्यपाल आपली योजना वारंवार पुढे करीत होते. असे करण्यात त्यांना वाटे, शाहूराजे यांना इंग्लंडमध्ये आनंद तर लुटता येईल, शिवाय वडिलांच्या अपेक्षेप्रमाणे त्यांना फायदाही होईल. परंतु आपल्या १८व्या वर्षी शाहूराजे यांनी ब्रिटिश राज्यपालांची सतत होणारी विनंती धूर्तपणे टाळली. या बाबतीत पालक किंवा प्रशासक यांच्या दबावाचा त्यांच्या मनावर यत्किंचितही परिणाम झाला नाही. त्यांनी ह्या प्रकरणी राज्यपाल लॉर्ड हॅरिस यांची महाबळेश्वर मुक्कामी भेट घेतली. तेव्हा त्यांनी राज्यपालांना सांगितले की, काही वर्षांनी आपण इंग्लंडमध्ये ह्या योजनेचा फायदा घेण्यासाठी अधिक समर्थ होऊ, त्यावेळी आपणांस अधिक फायदा होण्याचा संभव आहे. ह्या भेटीनंतर शाहूराजे यांनी लॉर्ड हॅरिस यांना अत्यंत कळकळीचे पत्र लिहून त्यांचे मन आपल्या बाजूस वळविण्याचा प्रयत्न केला. त्यात ते म्हणाले, 'आपले जे महाबळेश्वरला बोलणे झाले त्याविषयी मला आणखी काही सांगावयाचे आहे. कोल्हापूरची प्रजा अनेक वर्षे राजाच्या

आगमनाची वाट पाहत आहे. मी थोडा काळ राज्य केल्यानंतर व मला मुलंबाळं झाल्यानंतर प्रजेची भीती नाहीशी होईल. आणखी असे की, माझ्या आईसाहेब व आजीसाहेब यांचे म्हणणे असे आहे की, मी ह्या वयात इंग्लंडला गेलो तर माझे शील बिघडेल. कारण त्यांच्या मते मी अद्याप स्वभावाने अस्थिर असल्यामुळे युरोपातील अनेक मोहांना बळी पडण्याचा संभव आहे. डॉ. कॉनधी यांनी माझ्या प्रकृतीविषयी जे प्रतिवृत्त पाठविले आहे व मला जलपर्यटन हितकारक होईल असा जो सल्ला दिला आहे ते मी पाहिले आहे. परंतु आताच त्या बाबतीत निर्णय करण्याची आवश्यकता नाही.'

मुंबई सरकारने शाहूराजे यांची विनंती मान्य केली. कारण शाहूंचे म्हणणे हे त्यांच्या कुटुंबाच्या आणि त्यांच्या प्रजेच्या इच्छेचाच प्रतिध्वनी होता. शाहूंच्या म्हणण्यातील अचूकपणा मान्य करून लॉर्ड हॅरिस यांनी २० जुलै १८९२ रोजी शाहूंना कळविले की, 'आपण ज्या कारणामुळे ह्या निर्णयाप्रत आलात त्याविषयीची आपली भावना मला कळते. यास्तव आपल्या इच्छेविरुद्ध आपल्या मनावर मी दडपण आणावे असा माझा हेतू नाही. ह्यापूर्वी मी आपले मन वळविण्याच प्रयत्न केला हे खरे आहे, परंतु आता मात्र आपण नकार देईपर्यंत तसा आग्रह धरणे हे ठीक नाही.'

लॉर्ड हॅरिस यांची भेट घेतल्यावर शाहूराजे यांनी थोडा काळ महाबळेश्वर येथे विश्रांती घेतली. त्यावेळी त्यांनी काही समारंभात युरोपियन मित्रांची भेट घेतली. २८ ऑक्टोबर १८९२ रोजी महाराज नि त्यांचे सहाध्यायी यांनी पुन्हा उत्तर हिंदुस्थानच्या दौऱ्याला प्रारंभ केला. राजज्योतिष्याने अनेकविध दानांनी व व्रतांनी देवांना आणि देवतांना प्रसन्न करून घेऊन महाराजांच्या दौऱ्याचा निश्चित दिवस योजून ठेवला होता. परंतु देवांची प्रसन्नता मिळविण्यासाठी अनेक व्रते करूनही ज्योतिषशास्त्र व देव यांच्या इच्छेप्रमाणे त्या दिवशी महाराजांचे प्रयाण झाले नाही. ते लांबणीवर पडले. शेवटी ते २८ ऑक्टोबर रोजी, वर उल्लेख केल्याप्रमाणे, प्रवासास निघाले. ज्योतिष्यांचे भविष्य नि देवांचा कौल यांची निष्फळता शाहूंच्या नजरेतून सुटली नसावी.

शाहूराजे व त्यांचे सहकारी यांचे स्वागत बडोद्यांचे दिवाण, अहिल्या राणीसाहेब यांची आई नि महाराणी लक्ष्मीबाई यांचे नातलग यांनी मोठ्या उत्साहाने केले. शाहूराजांची धिप्पाड व तेजस्वी मूर्ती पाहून त्यांना आनंद झाला. त्यानंतर माऊंट अबू येथील जैन देवळांतील संगमरवरी मूर्तींचे मनोहारी कलाकौशल्य पाहून त्यांना अत्यंत समाधान झाले. जयपूर येथे सुप्रसिद्ध राठोड वंशाचे सर जसवंतसिंगजी नि त्यांचे बंधू प्रतापसिंगजी ह्यांनी त्यांचे स्थानकावर

प्रचंड स्वागत केले. घाटगे ह्यांचे मूळ पुरुष राठोड घराण्यापैकीच. त्यांनी शाहूंबरोबर आपली चिरकाल टिकणारी मैत्री जोडली. जोधपूर हे विशेषत: डुकरांच्या मृगयेविषयी प्रसिद्ध होते. तेथे शाहूराजे ह्यांनी उत्साहाने डुकराच्या शिकारीचे बारकावे व कौशल्य शिकून घेतले. सर्व दिवसभर ते सर प्रतापसिंगजी यांच्या सहवासात डुकराची पारध करण्यात गर्क होऊन गेले. पुढील सर्व आयुष्यभर डुकराची पारध हा त्यांचा अत्यंत आवडता छंद बनला. बुवासाहेब इंगळे यांचा डुकरावरील नेम थोडक्यात चुकला. पण शाहूंनी फेकलेला भाला डुकराला अचूक लागून तो धडपड करून मेला. मृगयेतील शाहूंचे हे कौशल्य पाहून सर्वांना मोठा आनंद झाला.

अलवारला पोहोचल्यावर त्यांना त्या शहरात घडलेली एक शोकदायक घटना कळली. त्या संस्थानचा राजा दारूच्या भयंकर व्यसनामुळे मृत्यू पावला होता. १२ डिसेंबर १८९२ रोजी ते भरतपूरला होते. तेथे त्यांनी भरतपूरचा ऐतिहासिक महत्त्वाचा किल्ला पाहिला. तेथे रजपूत संस्थानिकांकडची बलवत्तर रणसामुग्री पाहून त्यांच्या मनास बरे वाटले. परंतु सार्वजनिक रस्ते, शाळा, रुग्णालये नि इतर नागरी कल्याणाच्या संस्था व सुखसोयी यांसंबंधीची प्रगती कोल्हापूर आणि दक्षिण मराठा संस्थानांतील प्रगतीप्रमाणे नव्हती, असे शाहूराजे यांनी सहकाऱ्यांच्या निदर्शनास आणून दिले. त्यांना असे दिसून आले की, उत्तर हिंदुस्थानातील संस्थानांपेक्षा दक्षिण हिंदुस्थानातील संस्थाने अधिक प्रगतिपर होती. जोधपूरचे महाराज, अलवारचे महाराज व भरतपूरचे महाराज ह्यांनी त्यांचे उत्साहाने स्वागत केले. ब्रिटिश हद्दींतील शहरांतून शाहूराजे जात असताना शाहूराजे व त्यांचे सहकारी यांच्याकडे ब्रिटिश अधिकाऱ्यांनी काळजीपूर्वक लक्ष दिले.

मथुरा येथे गाडी पोहोचताच तेथे पंडे, भिक्षुक व उपाध्ये यांनी शाहूंच्या सभोवती एकच गर्दी केली. अलाहाबाद येथील आर्यसमाजी लोकांनी त्यांना मोठ्या आदराने मानपत्र अर्पण केले. तेथील आर्यसमाजी लोकांचा संबंध शाहूंशी दीर्घकाळ टिकला. तेथे शाहूंनी आपल्या वंशावळीच्या वहीत स्वाक्षरी करावी ह्या मुद्द्यावर दोन पंड्यांचे कडाक्याचे भांडण झाले. शाहूंनी तशी स्वाक्षरी करण्यास दोघांनाही स्पष्ट नकार दिला. त्यानंतर शरणपूर व हरद्वार यांना भेट देऊन त्यांनी अमृतसरमधील शिखांचे सुवर्णमंदिर पाहिले. लाहोरला भेट देऊन त्यांनी पेशावरला एक आठवडा मुक्काम केला. त्यानंतर सक्कर येथे अब्दुल्ला खैर नावाच्या एका जमीनदाराने त्यांना शिकारीची संधी दिली. तेथे त्यांना काळे कवडे दृष्टीस पडले. ते पाहून शाहूराजे नि भावसिंहजी यांनी आपल्या संस्थानामध्ये त्यांची पैदास करावी असे ठरविले.

शाहूराजे नि त्यांचे सहकारी हे मुलतान, हैद्राबाद आणि शुजावळ ह्या शहरांना भेटी देऊन १६ डिसेंबर १८९२ रोजी कराचीला पोहोचले. कराची स्थानकावर उदयराम मूळचंद यांनी त्यांचे स्वागत केले आणि त्यांना मेरीवेदर बागेमधील सरकारी बंगल्यात नेले. तो बंगला महाराष्ट्रीय पद्धतीचा असून तेथे कोल्हापूरचे तिसरे शिवाजीमहाज यांचे बंधू चिमासाहेब हे राहत असत. १८५७ सालच्या बंडात त्यांनी भाग घेतला होता म्हणून ब्रिटिश सरकारने त्यांना कराचीत स्थानबद्ध केले होते. त्या बंगल्याशेजारीच असलेल्या बागेत चिमासाहेबांची समाधी आहे. कराचीला आगबोटीत बसून शाहूराजे व त्यांचे सहकारी मुंबईला पोहोचले. हिंदुस्थानातील व सिलोनमधील बहुतेक प्रमुख शहरे पाहिल्यावर शाहूराजे यांची अशी खात्री झाली की, मुंबईसारखे सौंदर्यसंपन्न आणि अनेक तऱ्हेचे आकर्षण असलेले शहर अन्य नाही. ही सर्व मंडळी २४ डिसेंबर १८९२ रोजी सायंकाळी धारवाडला परतली.

अशा रितीने फ्रेजर यांच्या देखरेखीखाली शाहूराजे नि त्यांचे सहकारी राजकुमार यांचे शिक्षण धारवाड येथे झाले. त्यांनी तीन वेळा हिंदुस्थानचा प्रवास केला. त्यामुळे त्यांच्या ज्ञानात व अनुभवात विविध प्रकारची भर पडली. मनुष्यस्वभाव, मनुष्यांच्या रूढी नि त्यांची वागण्याची पद्धत यांचे सम्यक् दर्शन घडले. या प्रवासामुळे त्यांची निरीक्षणशक्ती वाढली. अनुभवात भर पडली. त्यांच्या बुद्धीची व मनाची क्षितिजे विशाल झाली. भावी राज्यकर्ता ह्या नात्याने ही पर्यटने शाहूंना अत्यंत उपयोगी व मोलाची ठरली.

आता फ्रेजर यांच्याविषयी बोलायचे म्हणजे ते निष्ठावंत, शहाणे नि कळकळीचे मार्गदर्शक गुरुजी होते. राजवाड्यांतील विधवा राण्यांच्या म्हणण्याप्रमाणे शाहूराजे व त्यांचे सहकारी यांनी आपल्या जातीपातीच्या नि धर्माच्या नियमाप्रमाणे वागावे याची दक्षता फ्रेजर यांनी घेतली होती. एकाही विद्यार्थ्याने आपल्या घरी चहा घेतला नाही असा त्यांनी निर्वाळा दिला आहे. शिकारीच्या वेळी विद्यार्थी एका झाडाखाली बसून फराळ करीत, तर स्वत: गुरुजी दुसऱ्या झाडाखाली बसून फराळ करीत.

३

अधिकारप्राप्ती

धारवाडहून १८९३च्या जानेवारीत शाहूराजे कोल्हापूरला आल्यावर ते थोडे दिवस तापाने आजारी होते. त्यांचे शिक्षक केशवराव गोखले हे सेवानिवृत्त होण्यापूर्वी रजेवर गेले. त्यामुळे सरकारने १८९३च्या जानेवारीत दुसऱ्या हिंदी शिक्षकाची नेमणूक केली. त्यांचे नाव रघुनाथ व्यंकाजी सबनीस असे होते. त्यांच्या देखरेखीखाली आता विद्यार्थ्यांचे शिक्षण सुरू झाले. फ्रेजर हे प्रमुख मार्गदर्शक व पालक तर सबनीस त्यांचे देशी शिक्षक. सबनीस हे मुंबई विद्यापीठाचे पदवीधर असून सरकारी ठाणे माध्यमिक शाळेचे ते हंगामी मुख्याध्यापक होते. मुंबई सरकारने त्यांची कोल्हापूर संस्थानात बदली केली. त्यांचा जन्म धारवाड जिल्ह्यातील गजेंद्रगड गावी १ एप्रिल १८५७ रोजी झाला. सबनीस यांची घरची परिस्थिती अत्यंत बिकट होती. तरी त्यांनी अत्यंत मेहनतीने कागल, कोल्हापूर व मुंबई येथे अभ्यास करून आपले शिक्षण पूर्ण करून ते पदवीधर झाले. त्यांनी मुंबई सरकारच्या शिक्षण विभागात १८७९ ते १८९२ पर्यंत नोकरी केली. स्वभावाने ते गंभीर, सत्यनिष्ठ व प्रेमळ होते. त्यांचे काम मोठ्या पद्धतशीरपणे चाले. इंग्रजी आणि संस्कृत ह्या विषयांवर त्यांचे प्रभुत्व होते. आर्य समाजाचे संस्थापक स्वामी दयानंद सरस्वती यांच्या जीवितकार्याविषयी त्यांना आदर वाटे. तसेच ते अस्पृश्य समाजाचे सच्चे कैवारी होते.

शाहूंचे अध्ययन सुरू होते, तरी ते हळूहळू लोकहिताच्या कार्यात रस घेत होते. मुंबईचे राज्यपाल लॉर्ड हॅरिस यांनी १८९३ च्या फेब्रुवारी महिन्याच्या पहिल्या आठवड्यात चिंचली येथे भरलेल्या घोडे व इतर जनावरे यांच्या प्रदर्शनास भेट दिली. त्यापूर्वी दोन वर्षे ही चिंचलीची यात्रा आणि प्रदर्शन भरले नव्हते. एका वर्षी शिरगणतीमुळे, तर दुसऱ्या वर्षी पिके बुडाल्यामुळे. ह्या वर्षीचे हे प्रदर्शन ओळीने नववे होते. ब्रिटिश राजनैतिक प्रतिनिधी कर्नल चार्लस वुडहाऊस हे राज्यपालांच्या भेटीच्या वेळी उपस्थित होते. शाहूराजांनी आपल्या दरबारी मेजवानीचे वेळी पाहुण्यांचे स्वागत केले. मेजवानीचे प्रसंगी आपल्याला व आपल्या

पत्नीला महाराष्ट्रातील एका मुख्य केंद्राला भेट दिल्यामुळे अतिशय आनंद झाला आणि ह्या प्रदेशातील शेतकऱ्यांच्या मेळाव्यास उपस्थित राहिल्यामुळे आपल्याला अतीव आनंद होत आहे; कारण हा समाज ह्या प्रदेशातील व्यापार व उद्योगधंदे यांचा आधारस्तंभ आहे, असे राज्यपाल लॉर्ड हॅरिस म्हणाले. ते आपल्या भाषणात पुढे म्हणाले की, 'ब्रिटिश प्रशासकांनी कोल्हापूरमध्ये कोणकोणत्या गोष्टी केल्या आहेत हे शाहूराजे यांना पाहण्याची संधी मिळाली आहे. ब्रिटिश राजकर्त्यांची शक्ती किती मोठी आहे आणि ब्रिटिश भांडवलदारांची[१] शक्ती किती प्रचंड आहे हे शाहूराजांनी लक्षात घेतले पाहिजे.'

लोकांना उद्देशून ते म्हणाले, 'फ्रेजर यांच्या मार्गदर्शनाखाली शाहूराजे यांनी किती प्रगती केली आहे हे आपण सर्वांनी पाहिले आहेच. त्यांना कर्नल वुडहाऊस यांच्या मैत्रीचा व अनुभवाचा किती फायदा झाला आहे, हेही आपण जाणता ! आणि आपण आता विश्वास बाळगावा की, आता लवकरच शाहूराजे राज्यकारभाराची सर्व सूत्रे ब्रिटिश सरकारच्या इच्छेप्रमाणे आपल्या हाती घेतील. आणि तो दिवस आता फार दूर नाही.' भाषणाच्या शेवटी राज्यपाल मोठ्या आत्मविश्वासाने म्हणाले की, 'मला जी शाहूंविषयी माहिती मिळाली आहे, त्यांनी जी मैत्रीची आणि परिचयाची दृढ भावना दाखविली आहे त्यांवरून त्यांच्या ठायी वसत असलेली सहानुभूती आणि दयाळू अंत:करण यांविषयी खात्री वाटते. त्यांचे मानसिक आणि अंत:करणाचे सद्‌गुण ह्यांत कधीही कमतरता पडणार नाही आणि ते आपला कारभार करीत असताना प्रजेचे प्रेम आणि विश्वास ह्या दोन्ही गोष्टी संपादन करतील असा मला विश्वास वाटतो.'[२]

राज्यपालांचे हे भाषण म्हणजे शाहूंच्या हाती आता लवकरच राज्याची सूत्रे येणार याची पूर्वसूचना आहे, असे आशा व आकांक्षा डोळ्यांत एकवटून पाहणाऱ्या प्रजाजनांना वाटले! राजाच्या अधिकारप्राप्तीची मार्गप्रतीक्षा करीत असलेल्या लोकांवर त्याचा सुपरिणाम झाला.

शाहूराजे आता आपल्या राज्यातील शैक्षणिक कार्याकडे लक्ष देऊ लागले. त्यांना राजाराम महाविद्यालयातील यशस्वी विद्यार्थ्यांना पारितोषिके देण्यासाठी होणाऱ्या समारंभाचे अध्यक्ष म्हणून पाचारण करण्यात आले. ३ एप्रिल १८९३ रोजी तो समारंभ पार पडला. राजाराम महाविद्यालयाने आपला उच्च दर्जा कायम राखून यश मिळविले याविषयी समाधान व्यक्त करून ते म्हणाले, 'सरकारी नोकरीत न शिरता लायक विद्यार्थ्यांनी स्वतंत्र उद्योगधंद्यात प्रवेश करावा असे येथे उत्तेजन देण्यात येत आहे, हे पाहून आपणांस समाधान वाटते.' स्वतंत्र उद्योगधंदा सुरू करण्यासाठी जे विद्यार्थी कोल्हापुरातून पुण्याला जात आहेत त्यांना

त्यांनी यश चिंतिले. पुण्यातील डेक्कन कॉलेजच्या क्रिकेट संघाचा कोल्हापूरच्या संघाने दोनदा पराभव केला याविषयी सर्व कोल्हापूरला अभिमान वाटत आहे, असेही ते म्हणाले.

शाहूराजे यांनी राजाराम महाविद्यालयातील नौ क्रीडा संघाला वल्ह्यांचा एक संच देण्याचे अभिवचन दिले. श्रोतृसमुदायाने शाहूंचे भाषण ऐकून व त्यांनी शिक्षणकार्याबद्दल दाखवलेली आस्था पाहून आनंद व्यक्त केला. शाहूराजांना राज्यकारभाराला योग्य असे शिक्षण देण्यात येत आहे हे पाहून त्यांचे समाधान झाले. राज्यकारभाराची सूत्रे हाती घेण्याच्या पूर्वी एक वर्षभर शाहूंनी आपल्या राज्यात दौरा काढला. त्यांच्याबरोबर फ्रेजर व त्यांचे बंधू बापूसाहेब हे होते. लक्षात ठेवण्यासारखी गोष्ट ही की, कोल्हापूरच्या भूतपूर्व महाराजांपैकी एकानेही आपल्या राज्यातील सर्व तालुका ठिकाणांची पाहणी केली नव्हती. परंतु राज्यातील सर्व तालुक्यांच्या ठिकाणांनाच नव्हे तर आपल्या आधिपत्याखालील जहागीरदारांच्या ठिकाणांनाही भेटी देणारा शाहू छत्रपती हाच कोल्हापूरचा पहिला राजा होय. इतकेच नव्हे, तर गरिबांतील गरिबांमध्ये व शेतकऱ्यांमध्ये मिसळून त्यांच्या परिस्थितीची व राहणीची चौकशी करणारा शाहू छत्रपती हाच कोल्हापूरचा पहिला राजा होय. आपला राजा आपल्यामध्ये हिंडून–फिरून चौकशी करतो हे पाहून त्यांचे हृदय आनंदाने भरून आले.

शाहूराजे यांनी केपकामोरीनपासून पेशावरपर्यंत भारत पाहिला होता. ते आता स्व–राज्यातील कचेऱ्या, शाळा व दवाखाने यांची तपासणी करून आपल्या लोकांच्या जीवनाची नि राहणीची जातीने पाहणी करीत होते. लोकांच्या अडचणींची, दारिद्र्याची नि दु:खांची माहिती करून घेत होते. शाहूराजे यांनी आपल्या राज्यातील पूर्वेकडील काळी, कसदार मैदाने पाहिली. सह्याद्रीजवळील खडकाळ प्रदेश पाहिला. प्रत्येक ठिकाणी जहागीरदार व रयत यांनी त्यांचे उत्साहाने स्वागत केले. पशुपक्ष्यांच्या मधुर कोलाहालाने गजबजून गेलेल्या त्या गिरिकंदरांतून आणि दऱ्याखोऱ्यांतून आपल्या राजाच्या दर्शनासाठी लोक वाटेवर दुतर्फा रीघ करून उभे असत. त्यांच्या स्वागतपर आरोळ्यांनी ती नितांत सुंदर दरीखोरी दुमदुमली. अनेक वर्षांत त्यांनी प्रौढ राजा असा पाहिलाच नव्हता. गेल्या ५० वर्षांत सरहद्दीवरचा प्रदेश कुठल्याही राजाने स्वत: पाहिलेला नव्हता. जनतेने उत्स्फूर्तपणे रस्तोरस्ती पताका लावून दारूकामाच्या जल्लोषात प्रजेला सामोरे जाणाऱ्या शाहूराजांचे स्वागत केले. आपल्या राजाचे शब्द त्यांनी मनाचे कान व जीवाचे भान करून ऐकले. राजालाही त्यांचे मुग्धमधुर दर्शन घडले. निरक्षर नि अज्ञानी कातकरी, फासेपारधी जनता त्यांना 'अरे राजा' असे प्रेमाने संबोधी.

त्यांची ती निष्कपट नि निर्व्याज भक्तिभावना पाहून शाहूराजे देखील गहिवरले. हातकणंगले, शिरोळ, गडहिंग्लज, बेळगाव जिल्ह्यातील निपाणी आणि गारगोटी येथे जनतेच्या प्रचंड झुंडीने त्यांचा जयजयकार केला. इचलकरंजीच्या जहागीरदारांनी त्यांचे स्वागत केले आणि मलकापूरच्या पंतप्रतिनिधींनी त्यांना मेजवानी दिली.

फ्रेजर यांनी शिकवणीच्या शेवटच्या वर्षी आपल्या राजशिष्यांना राज्यकारभाराची तत्त्वे, कायदे करण्याचे ज्ञान नि शासनाला उपयुक्त अशा नियमांचे शिक्षण दिले. फ्रेजर म्हणाले, 'राज्यकारभाराचे त्यांना उत्तम ज्ञान मिळावे ह्या हेतूने मी विधिशास्त्र व निर्बंध करण्याची पद्धत आणि विशेषत: हिंदी राजनैतिक निर्बंध या विषयांवर त्यांना बरीच व्याख्याने दिली. तसेच कोल्हापूर संस्थानाबरोबर ब्रिटिशांचे झालेले संधी व ज्यांच्यामुळे ते संधी झाले त्या ऐतिहासिक घडामोडी यांचाही मी त्यांच्याकडून अभ्यास करून घेतला आहे.'

शिक्षणाचा शेवटचा भाग आता मोठ्या उत्साहाने सुरू झाला. शाहूराजे व बापूसाहेब यांना ग्रामीण व जिल्हा पोलीस पद्धत, भारतीय दंड विधान, फौजदारी प्रक्रिया संहिता ह्या विषयांचे फ्रेजर यांनी ज्ञान दिले होते. त्यामुळे शाहू व बापूसाहेब आता सरन्यायाधीशाच्या शेजारी बसून तेथे चालणाऱ्या अभियोगांतील वा दाव्यांतील पुरावे व साक्षी यांची स्वत: स्वतंत्रपणे टाचणे करून घेऊ लागले. त्यांना जुन्या व नवीन जमीनधारा पद्धतीची माहिती, तसेच संस्थानामधील 'एलिएनेशन सेटलमेंट'चीही माहिती देण्यात आली. शिवाय ग्रामीण धाऱ्याचा हिशेब कसे ठेवतात आणि खाजगीतीलही हिशेब कसे ठेवतात याचाही त्यांनी अभ्यास केला. परंतु शिक्षणातील सर्वसाधारण महत्त्वाच्या इतर विषयांचेही ज्ञान त्यांनी मिळविले होते.

अशा रितीने शिक्षणक्रम चार वर्षे चालून संपला. खरोखरीच राज्यकर्त्याला उपयुक्त अशा प्रकारचे हे शिक्षण होते.

उदार अंत:करणाच्या फ्रेजरनी आपल्या राजशिष्यांना त्यांच्या भावी आयुष्यात राज्यकारभाराला उपयुक्त असे ज्ञान देऊन तयार केले होते. आपल्या गुरूपासून ते शिष्य अनेक सद्गुण शिकले होते. फ्रेजरांचा लोभ, सहानुभूती, शिस्त आणि पित्यासारखी त्यांनी त्यांची घेतलेली काळजी ह्यांमुळे त्यांच्या जीवनावर सुपरिणाम होऊन त्यांचे मन आणि बुद्धी यांची उंची वाढली. खरोखरीच त्यांच्या जीवनात फ्रेजर यांच्या शिक्षणाचा परिणाम चिरकाल टिकला. यास्तव फ्रेजर हेच त्यांचे खरे मार्गदर्शक, मित्र व तत्त्वज्ञानी ठरले. आपल्या गुरूविषयी इतर आदर आणि सद्भावना क्वचितच एखाद्या राजाने दाखविली असेल. गुरू फ्रेजर

यांच्यापासून त्यांना एक अमोल ठेवा प्राप्त झाला. तो हा की, मानवी जीवनात सहानुभूती हाच परवलीचा शब्द ठरतो. आणि तीच एक प्रकारे नैतिक बळ बनते. हीच शाहूंच्या जीवनाची गुरुकिल्ली होय.

अधिकारप्राप्तीचा दिवस जवळ येऊ लागताच राज्यपाल लॉर्ड हॅरिस यांनी शाहूराजे यांना राज्यकारभारात उपयुक्त ठरतील अशा काही सूचना केल्या. आपल्या दिनांक ५ फेब्रुवारी १८९४ च्या पत्रात राज्यपालांनी कामाची विभागणी करण्याची आवश्यकता शाहूराजे यांच्या मनावर ठसविण्याचा प्रयत्न केला. मुख्य कारभार करणाऱ्या व्यक्तीला प्रत्येक अर्ज पाहणे अगर प्रत्येक कागदावर सही करणे कधीच शक्य होत नाही. त्याने लहान–सहान गोष्टी आपल्या विश्वासातील अधिकाऱ्यांवर सोपवाव्यात. दुसरी काही अशी महत्त्वाची प्रकरणे असतात की, त्यांचा निकाल करण्यापूर्वी राज्यकर्त्याने त्यांची स्वत:च दखल घ्यावयाला हवी. तसेच काही गोष्टी अशा असतात की, त्याने स्वत:च त्यांत लक्ष घातले पाहिजे.

सरते शेवटी, कोल्हापूरची प्रजा आपल्या राजाच्या अधिकारप्राप्तीच्या ज्या दिवसाची अनेक वर्षे आतुरतेने वाट पाहत बसली होती, तो २ एप्रिल १८९४ राजी उजाडला. एक खास दरबार भरवून राज्यकारभाराची सूत्रे देण्याचा समारंभ राज्यपाल लॉर्ड हॅरिस यांच्या हस्ते पार पडला. त्या सुमंगल समारंभास जहागीरदार नि दक्षिणेकडील संथानिक व इतर सरदार उपस्थित होते. तसेच युरोपियन व हिंदी पाहुणेही उपस्थित होते. त्या शुभप्रसंगी भाषण करताना लॉर्ड हॅरिस म्हणाले की, गेल्या ३० वर्षांच्या अनुभवाला कंटाळून कोल्हापूरची जनता योग्य वारसाच्या हाती अधिकारसूत्रे येण्याची उत्सुकतेने आणि कदाचित उतावीळपणाने प्रतीक्षा करीत होती. ब्रिटिश सार्वभौम राजाशी एकनिष्ठ राहणे, ब्रिटिशांशी केलेले करारमदार आणि सनदा एकनिष्ठेने पाळण्याविषयी दिलेली अभिवचने यांची त्यांनी शाहूराजांना आठवण दिली. राज्यपालांनी, शाहूंचे गुरुजी आणि मित्र फ्रेजर, दिवंगत राजनैतिक प्रतिनिधी वुडहाऊस व लीवॉर्नर यांनी शाहूराजे यांची बौद्धिक प्रगती, व्यक्तिमत्त्व उंचावण्यासाठी आणि त्यांच्या कल्याणासाठी जी काळजी वाहिली त्याबद्दल त्यांना धन्यवाद दिले.

राज्यपाल पुढे म्हणाले, 'कोल्हापूर संस्थानातील जमीनधारा पद्धतीला सर्व्हे सेटलमेंटखाली आणून ती सुव्यवस्थित करण्यात आली आहे. व्यापारालाही बरेच स्वातंत्र्य देण्यात आले आहे.' त्यानंतर शाहूंनी अधिकारसूत्रे हाती घेण्याच्या प्रसंगी महाराज्यपाल यांचा आलेला अभिनंदनपर संदेश शाहूराजे यांना राज्यपालांनी सादर केला आणि शाहूंना सिंहासनावर बसवून शाहूराजे यांनी अधिकारसूत्रे हाती घेतली आहेत असे घोषित केले. शाहूराजे यांनी निर्भयपणे नि

नि:पक्षपातीपणे राज्य करावे आणि त्यांनी सत्याचाच मार्ग चोखाळावा असेही ते म्हणाले. राज्यपालांनी आपल्या भाषणाचे शेवटी शाहू छत्रपतींना कळकळीची विनंती केली की, त्यांनी राज्यकारभार अशा रितीने करावा की, राजाला समाधानी प्रजेकडून आदर आणि प्रेम ह्या दोन गोष्टींचे मोठे पारितोषिक मिळते ते त्यांना मिळावे.[३]

शाहूराजे आता कोल्हापूरचे राज्यकर्ते छत्रपती झाले. प्रजेचा आनंदोत्सव व आशीर्वादाची भावना पाहून त्यांचे मन गहिवरले. क्षणभर त्यांनी आपल्या जीवनाच्या गतकाळावर दृष्टिक्षेप टाकला. तेव्हा त्यांच्या दृष्टिसमोरून आनंदाची, समाधानाची तशीच दु:खाची चित्रे झरकन सरकत गेली. त्या समाधानाच्या तंद्रीत एक क्षणभरच त्यांच्या नयनांत तृप्ती तळपून गेली. शाहू छत्रपती यांनी स्वाभाविक धैर्याने पण शांत व समतोल वृत्ती ठेवून, आपणांस कळकळीचा उपदेश केल्याबद्दल व राज्याची सूत्रे आणि जबाबदारी आपल्या स्वाधीन केल्याबद्दल राज्यपालांचे कृतज्ञतापूर्वक आभार मानले. भावी भव्य जीवनाच्या उंबरठ्यावर उभे राहून, छत्रपतींनी आपल्या वैयक्तिक कल्याणाची आणि राज्याची काळजी घेतल्याबद्दल सरकारला कृतज्ञतापूर्वक धन्यवाद दिले. आपल्या वडिलांचे ऋण मान्य करून त्यांनी, आपले गुरू फ्रेजर यांनी आपली दक्षतापूर्वक उत्तम काळजी वाहिली आणि राज्यकारभाराला योग्य असे काळजीपूर्वक शिक्षण दिले यांविषयी त्यांचेही अंत:करणपूर्वक आभार मानले. तसेच सर जेम्स फर्ग्युसन, लॉर्ड रे, कर्नल वुडहाऊस आणि कोल्हापूरचे ब्रिटिश राजनैतिक प्रतिनिधी हंटर यांनी शुभेच्छा व्यक्त केल्याबद्दल व सदुपदेश केल्याबद्दल त्यांना धन्यवाद दिले. अधिकारप्राप्तीच्या प्रसंगी अभिनंदनपर संदेश पाठविल्याबद्दल मुंबईच्या राज्यपालांमार्फत महाराज्यपालांचे आभार मानले.

दुसऱ्या दिवशी लॉर्ड हॅरिस यांनी मेजवानीच्या वेळी उत्तरादाखल भाषण करताना शाहू छत्रपतींच्या व्यक्तिविकासाविषयी समाधान व्यक्त केले. ते पुढे म्हणाले, 'आपल्या मनोबळाची किती जलदीने वृद्धी झाली आणि आता आपण सार्वजनिक गोष्टींत इतक्या उत्साहाने भाग घेता आणि बऱ्याच विषयांविषयी आपले विचार किती स्पष्ट होऊ लागले आहेत हे आपल्याशी काही विषयांची चर्चा करून मला कळले. ह्या सर्व गोष्टी पाहून मला अत्यंत आनंद झाला आहे.'

राज्यपालांचे व महाराजांचे अशी दोन भाषणे झाल्यानंतर कोल्हापूरच्या नगरपालिकेने कोल्हापूरच्या नागरिकांच्या वतीने शाहूमहाराजांना मानपत्र अर्पण केले. तसेच पुणे सार्वजनिक सभा, डेक्कन एज्युकेशन सोसायटी, डेक्कन इनामदार असोसिएशन, इंडस्ट्रिअल असोसिएशन ऑफ वेस्टर्न इंडिया, शाहूंच्या राज्यातील

सरदार, जहागीरदार आदी संस्थांनी नि व्यक्तींनी त्यांना आपल्या संस्थेच्या वतीने मानपत्रे अर्पण केली.

शाहूमहाराज हे डेक्कन एज्युकेशन सोसायटीच्या स्थापनेपासून म्हणजे १८८४ पासून तिचे अध्यक्ष होते. त्या शिक्षण संस्थेने डॉ. रामकृष्ण गोपाळ भांडारकर, गोपाळ गणेश आगरकर, गोपाळ कृष्ण गोखले यांना राज्यारोहणाचे वेळी उपस्थित राहण्यासाठी आपले प्रतिनिधी म्हणून पाठविले होते. आपल्या राजवैभवी आश्रयदात्यांच्या अशा समारंभाच्या शुभ प्रसंगी त्यांना अभिनंदनपर मानपत्र देण्याची डेक्कन एज्युकेशन सोसायटीची प्रथा होती. १८८६ च्या जुलैमध्ये इंदूरचे शिवाजीमहाराज यांच्या राज्यारोहणाचे समयी या शिक्षण संस्थेचे प्रतिनिधी म्हणून टिळक उपस्थित होते.

डेक्कन एज्युकेशन सोसायटीने आपल्या मानपत्रात श्रीमंत जयसिंगराव आबासाहेब घाटगे यांनी संस्थेला जी सहानुभूती दाखवून तिच्या उत्कर्षासाठी सक्रिय भाग घेतला याविषयी कृतज्ञतापूर्वक उल्लेख केला.

शाहू छत्रपतींनी डेक्कन एज्युकेशन सोसायटीचे अध्यक्ष म्हणून तिच्या हिताकडे लक्ष ठेवून आपल्या कुटुंबाची परंपरा चालू ठेवावी, अशी त्यांना त्या सोसायटीने कळकळीची विनंती केली. 'कोल्हापूरच्या गतकालीन परंपरेकडे बोट दाखवून ते म्हणाले की, कोल्हापूरचा दर्जा हिंदुस्थानातल्या ह्या विभागात प्रमुख संस्थान म्हणून आहे. आणि त्यामुळे कोल्हापूर संस्थानाबाहेरील लोकांना आपल्या समान मायभूमीचे पुनरुज्जीवन करण्याच्या प्रयत्नात कोल्हापूरच्या महाराजांकडून उत्तेजन, सहानुभूती आणि पाठबळ मिळावे असा परंपरेने चालत आलेला आपणांस अधिकार आहे असे त्यांना वाटते.'४

शाहूमहाराजांच्या अधिकारप्राप्तीच्या वेळी इतर लोकांप्रमाणे टिळकांनीही त्यांच्यावर अभिनंदनाचा वर्षाव केला. आपल्या शुभेच्छा व्यक्त करताना टिळकांनी 'करवीर क्षेत्री राजकीय कपिलाषष्टीचा योग' ह्या आपल्या अग्रलेखात म्हटले की, 'हिंदुत्वाचा योग्य अभिमान बाळगून त्याच्या अभ्युदयाकरिता निष्काम बुद्धीने आपला देह झिजविणे हे कोल्हापूर महाराजांचे कुलव्रत आहे व ते पाळण्यास श्रीमंत शाहू छत्रपती महाराजांस ईश्वर सुबुद्धी, धैर्य आणि दीर्घायुष्य देवो व महाराजांस त्याप्रमाणे यशप्राप्ती होऊन त्यांचा सदैव सारखा उत्कर्ष होवो अशी आजच्या मंगल प्रसंगी प्रार्थना करून हा स्वल्प अभिनंदनपर लेख येथेच थांबवितो.'५

जेव्हा शाहू छत्रपतींनी राज्याची सूत्रे हाती घेतली तेव्हा महाराष्ट्रात तीन प्रकारच्या सामाजिक व राजकीय मतप्रणाली प्रचलित होत्या. आगरकर नि रानडे यांच्या नेतृत्वाखाली काम करणारे समाजसुधारक, महात्मा फुले यांनी स्थापलेल्या सत्यशोधक समाजाचे कार्यकर्ते आणि टिळकांच्या नेतृत्वाखाली काम करणारे राजकीय कार्यकर्ते ! अशा ह्या तीन पक्षांच्या रूपाने महाराष्ट्रात तीन शक्ती वावरत होत्या. समाजसुधारक हे शहरांतील वरिष्ठ वर्गात समाजसुधारणेच्या कार्याविषयी उपदेश करीत असत. विधवांचे केशवपन थांबावे, स्त्री शिक्षणास उत्तेजन मिळावे, विधवांचा पुनर्विवाह व्हावा ह्यांसाठी ते प्रयत्न करीत होते. तसेच पाश्चात्य विज्ञान व शिक्षण यांचा विचार करून, आपला उत्कर्ष करून घ्यावा अशी त्यांची वरिष्ठ वर्गाला शिकवण होती. प्रसंगी ते अस्पृश्य समाजाच्या दुःखांचा ओझरता उल्लेख करीत. गरिबांना समान हक्क मिळावेत असे ते वरवर म्हणत असले तरी, मनुष्याची समानता हे तत्त्व त्यांच्या वैचारिक क्षितिजापलीकडचे होते. त्यामुळे त्या विषयाची चर्चा करणे हा त्यांचा स्वभाव नव्हता.

लोकहितवादी गोपाळराव देशमुख यांनी अस्पृश्यांच्या भयंकर आणि अमानुष प्रश्नाकडे ब्राह्मणादी वरिष्ठ वर्गाचे लक्ष वेधले. महार व ब्राह्मण केव्हा तरी एकत्र जेवतील असे सुखस्वप्न आगरकरांना पडे. महात्मा फुले यांचे अनुयायी मात्र कनिष्ठ वर्ग, शेतकरी आणि कामगार यांच्यामध्ये शिक्षण प्रसार करून मनुष्याची समानता, भारतीय स्त्रियांची प्रतिष्ठा नि पुरुषांबरोबर समानता ह्या तत्त्वांविषयी प्रचार करीत आणि कामगार व शेतकरी यांना पुरोहित वर्गाच्या धार्मिक आणि मानसिक गुलामगिरीतून मुक्त करण्याचा प्रयत्न करीत. कारण पुरोहित हे त्यांचे दैन्य, अज्ञान नि धर्मभोळेपणा वाढवीत होते. सत्यशोधक समाजाचे कार्यकर्ते जेव्हा भटाशिवाय लग्ने पार पाडीत असत तेव्हा ब्राह्मण म्हणत की, ब्राह्मण पुरोहिताशिवाय लग्ने लावण्याची प्रथा सुरू ठेवली तर त्यांची कुटुंबे ब्राह्मणांच्या शापामुळे व ईश्वराच्या कोपामुळे निर्वंश होतील !

टिळकांचे अनुयायी हे बव्हंशी ब्राह्मणच होते. ते समाजसुधारकांना कडवा विरोध करीत. कारण जुन्या, जटिल रूढी नि सामाजिक बंधने शिथिल करावयास त्यांचा विरोध होता. मनुष्याची समानता मान्य करणे ही गोष्ट त्यांची धर्मकल्पना व सामाजिक पुनर्रचनेची संकल्पना यांच्या पलीकडची होती.

आर्य समाज हा जातिभेदाच्या विरुद्ध असल्यामुळे आणि अस्पृश्यता निर्मूलनावर त्याचा भर असल्यामुळे महाराष्ट्रात तो मूळ धरू शकला नाही. कारण महाराष्ट्राच्या नजिकच्या भूतकाळात ब्राह्मणी राज्य होऊन गेले होते. त्या राज्यात ब्राह्मणांनाच विशेष सवलती होत्या, प्रतिष्ठा होती व सत्ताही होती. प्रार्थना

समाजाच्या पंखाखाली काम करणारे आध्यात्मिक सुधारक यांनी उत्क्रांतीचे तत्त्व स्वीकारल्यामुळे समाजिक सुधारणेच्या प्रश्नांबाबत संघर्ष कसा टळेल याचीच ते विवंचना करीत. त्यामुळे सामाजिक क्षेत्रामध्ये ते काही विशेष कार्य करू शकले नाहीत. कारण ज्या समाजक्रांतीच्या ध्येयाचा त्यांची मातृसंस्था परमहंससभा हिने धडाडीने प्रसार केला ते ध्येय प्रार्थना समाजाने सोडून दिले होते.

जरी महाराष्ट्रात ब्राह्मण हे लोकसंख्येच्या मानाने पाहता पाच टक्के होते, तरी त्यांचे राज्यकारभारामध्ये ब्रिटिशांचे खालोखाल प्रभुत्व होते. शिक्षण खाते, महसूल खात्यामधील देखरेख आणि अशाच प्रकारच्या सरकारी कारभारात त्यांचे महत्त्व होते. ब्राह्मणसभेचे इतिहासकार वा. रा. गुळवणे म्हणतात : ''जोतीराव फुले ह्यांनी स्थापन केलेल्या सत्यशोधक समाजाने ब्राह्मण समाजावर प्रखर हल्ले सुरू केले होते. वेद, मूर्तिपूजा, चातुर्वर्ण्य आणि पौरोहित्य ही सर्व झुगारून दिली पाहिजेत–किंबहुना त्यामुळेच ब्राह्मणेतर समाज अवनतावस्थेला पोहोचला, अशा प्रकारचा सत्यशोधक समाजाने धूमधडाका सुरू केला. राज्यसत्ता सर्वस्वी इंग्रजांच्या हाती असली तरी कित्येक महत्त्वाच्या नोकऱ्या पटकावण्यात ब्राह्मण समाजाला यश मिळाल्यामुळे ब्राह्मणेतर समाजाचा जळफळाट सुरू झाला. महाराष्ट्रात मराठा समाज बहुसंख्य असल्यामुळे समाजाची धार्मिक गुलामगिरी नष्ट झाल्याशिवाय त्याची उन्नती होणे शक्य नाही असा त्यांचा जोरात प्रयत्न सुरू झाला. काही तरी करून ब्राह्मण समाजाचे नाक खाली करावयाचे असा जणू सत्यशोधक समाजाने विडाच उचलला होता असे म्हणावयास हरकत नाही.''

ग्रामीण भागात तर ग्रामाधिकारी, सावकार व पुरोहित हे ब्राह्मणच असत. ब्राह्मण कारकून, ब्राह्मण वकील, मामलेदारासारखे महसूल अधिकारी हे जरी ब्रिटिशांच्या अधिकाराखाली काम करीत असत तरी ते वरील ग्रामीण त्रिकुटाला आतून सामील असत. हे ब्राह्मण अधिकारी आपल्या ब्रिटिश अधिकाऱ्यांना शेतकऱ्यांच्या तक्रारी अर्जांतील महत्त्वाचे मुद्दे किंवा संबंधित पुराव्याच्या गोष्टी बेमालूमपणे गाळून टाकीत. राज्यकारभारात एकाच जातीचा भरणा आणि वर्चस्व असल्यामुळे न्यायदान करताना व कायद्याची अंमलबजावणी करताना हे ब्राह्मण अधिकारी ब्राह्मण सावकार व जमीनदार यांच्या बाजूने न्याय देऊन गरीब शेतकऱ्यांना शिक्षा ठोठावीत. अशा प्रकारे राज्यकारभारातील न्याय हा पक्षपाती, अन्यायमूलक व भ्रष्टाचारी बनला होता.

दक्षिण भारतातील मद्रास प्रांतात ब्राह्मण हे तेथील लोकसंख्येच्या तुलनेने पाहतना तीनच टक्के होते. परंतु त्यांच्या हाती बावीसशे राजपत्रित अधिकाऱ्यांच्या जागांपैकी ८२० जागा होत्या, तर ब्राह्मणेतर व अस्पृश्य, ज्यांची

संख्या ६४ टक्के होती, त्यांच्या हाती पंचाहत्तर राजपत्रित अधिकाऱ्यांच्या जागा होत्या.[६] एवढी मोठी सत्ता नि प्रतिष्ठा मिळूनही ब्राह्मणांची महत्त्वाकांक्षा संतुष्ट झाली नव्हती. मुंबईचे राज्यपाल रिचर्ड टेंपल यांनी त्या काळी महाराष्ट्रातील ब्राह्मणांसंबंधी असे म्हटले आहे की, 'खरोखर शिक्षणाचा परिणाम म्हणून इतर जातींच्या हाती नोकऱ्या पडल्या असत्या तर ब्राह्मणांना मत्सर वाटला असता. पण गोष्ट तशी नाही. ह्या बाबतीत त्यांना तक्रार करावयास जागा नाही. उलटपक्षी असे म्हणता येईल की, पिढ्यान् पिढ्या बौद्धिक गुणवत्ता त्यांच्याकडे चालत आली असल्यामुळे तेच सर्व लोकांत हुशार असले पाहिजेत. इतकेच नव्हे, तर ज्या ज्या गोष्टी शिक्षणामुळे साध्य होतात त्या त्या गोष्टींचा त्यांना भरपूर फायदा मिळतो.' ब्रिटिशांचे राज्य भारतात येण्यापूर्वी शिक्षण ही राज्यकर्त्यांची जबाबदारी मानली जात नसे. सामाजिक व धार्मिक बंधनांमुळे ब्राह्मणेतरांना शिक्षण घेता येत नसे. त्यांना वेदाध्ययन करता येत नसे. साताऱ्याचे महाराज प्रतापसिंह यांना ह्या सामाजिक आणि धार्मिक बंधनांच्या भीतीमुळे आपले शिक्षण रात्रीच करावे लागले!

वाङ्मय ही ब्राह्मणांचीच खास मिरासदारी होती. ज्ञानभांडार आणि शिक्षण ही त्यांचीच मक्तेदारी ! ब्राह्मणांच्या पवित्र विचाराप्रमाणे ब्राह्मणेतरांना व अस्पृश्यांना शिकण्याचे अधिकार नव्हते. ईस्ट इंडिया कंपनीच्या संचालकांनी १८५४ साली सर्व भारतीयांना शिक्षणाचे दरवाजे उघडले. सर्व जातींच्या आणि धर्मांच्या भारतीयांना शिक्षणाचे दरवाजे जरी खुले केले तरी सुद्धा ब्राह्मणेतरांमध्ये शिक्षणाचा प्रसार व्हावा याकडे ब्रिटिश अधिकाऱ्यांनी दुर्लक्षच केले. धर्माच्या नावाखाली ब्राह्मणांनी सर्व भारतभर ब्राह्मणेतरांना शिक्षण देण्याविरुद्ध ओरड केली. त्यांना अशी भीती वाटे की, जर कनिष्ठ वर्गाने शिक्षण घेतले तर त्यांना शिक्षणाचे फायदे मिळतील. आपली मिरासदारी धोक्यात येईल आणि परिणामी ब्राह्मणांचे समाजातील वजन नि प्रतिष्ठा धोक्यात येईल.

लोकहितवादी गोपाळराव देशमुख यांनी सन १८४८ त आपल्या 'शतपत्रा'त म्हटले आहे की, ब्राह्मणाशिवाय अन्य वर्गाने विद्या करू नये अशी समजूत आहे. संस्कृत विद्या एकीकडेच आहे. परंतु एखादा मराठा अगर इतर जातीचा कारकून ब्राह्मणांनी पाहिला की, त्यांच्या अंगाचे तिळपापड होतात. त्यांनी असा नेम केला की, दुसऱ्या जातीने शिकू नये. पण हल्ली बहुधा सर्व रोजगार ब्राह्मणांनी बळकावले आहेत. एकीकडे भटांनी धर्म व दुसरीकडे गृहस्थांनी रोजदार अशा दोन्ही बाजू धरून इतर लोकांस आत येऊ देऊ नये अशी शक्कल केली होती. आता जर कोणी शूद्र जातीचा कारकून झाला तर सर्व ब्राह्मण

त्याच्याकडे डोळे वटारून पाहतात. त्यांस असे वाटते की, आमचा धर्म लिहिणे–पुसणे करावयाचा असून, कुणबी आमचा वृत्तिच्छेद करतात.'७ ब्रिटिश सरकारही कनिष्ठ वर्गांमध्ये बंड होईल म्हणून कनिष्ठ समाजामध्ये शिक्षणाचा प्रसार करावयास उत्सुक नव्हते. ते आतून विरोधी होते. ब्रिटिश मुत्सद्दी लॉर्ड एलिनबरो आणि माऊंट स्टुअर्ट एल्फिन्स्टन यांनी याविषयी सरकारला धोक्याची सूचना दिली होती. शिवाय ब्राह्मणांशी मिळते–जुळते घ्यावयाचे असे ब्रिटिश सरकारचे धोरण होते. कारण ती जात सर्वांपेक्षा हुशार आणि समाजाचा अत्यंत बोलका भाग होता.

एकोणिसाव्या शतकाच्या शेवटच्या दशकापर्यंत ब्राह्मणेतरांच्या मुलांना शिक्षणात उत्तेजन मिळत नसे आणि केव्हा केव्हा त्यांना एकाएकी शाळांतूनही हाकलून देण्यात येत असे. अस्पृश्यांचे नशीब तर अत्यंत खडतर होते. जर मिशनऱ्यांनी आपल्या शाळांमध्ये अस्पृश्यांची मुले घेतली तर ब्राह्मण मुले त्यांच्या प्रवेशाला विरोध करीत आणि चालकांना शाळा सोडण्याचीही धमकी देत.

वर उल्लेखिल्याप्रमाणे कनिष्ठ वर्गाला नि स्त्रियांना शिक्षण देऊन जातिभेद, धर्मशास्त्रे व पुरोहितगिरी यांच्या गुलामगिरीतून त्यांना सोडविण्याचा सत्यशोधक समाजाचे कार्यकर्ते प्रयत्न करीत होते. पुढे जेव्हा म. फुले यांच्या मार्गदर्शनाप्रमाणे महाराष्ट्रात व दक्षिण हिंदुस्थानात तेथील चळवळीमुळे, ब्राह्मणेतर सुशिक्षित तरुण सरकारी नोकरीत प्रवेश करू लागले आणि ब्राह्मणांना शह देऊ लागले, तेव्हा ह्या विभागांतील ब्राह्मण ओरडू लागले की, ब्राह्मणेतर ब्रिटिश सरकारकडे नोकऱ्यांची भीक मागतात ! ते देशभक्त नव्हेत !

कोल्हापूरचे राजे जेव्हा अज्ञान होते तेव्हा पारशी अधिकारी व विशेषत: दिवाण बर्वे यांनी कोल्हापुरात नेमलेले अनेक ब्राह्मण अधिकारी, यांच्या हाती सत्ता होती. बर्वे यांच्यानंतर मेहेरजीभाई कुवरजी तारापूरवाला हे दिवाण झाले. मुख्य न्यायाधीश बी. एन. जोशी होते. दोराबजी पट्टणजी हे मुख्य पोलीस अधिकारी होते. शॅनॉन हे मुख्य अभियंता होते. डॉ. सिंक्लेअर हे दरबारचे शल्यचिकित्सक होते. मिस लिटल ही शिक्षण खात्यातील अधीक्षक होती. श्रीमती सारा साईक्स ही अल्बर्ट एडवर्ड रुग्णालयात सुईण आणि पारिचारिका होती. कॅन्डी हे राजाराम महाविद्यालयाचे प्राचार्य होते. दुसऱ्या अधिकाऱ्यांची नावे बावडेकर, गोळवलकर, थत्ते, भावे, आळतेकर आणि गोडसे अशी होती. प्रत्यक्ष राजाचे हाती शासनसूत्रे नसल्यामुळे हे सर्व अधिकारी अत्यंत बेपर्वा, उद्धट व बेफाम झालेले होते.

जहागीरदारांच्या कारभारावर देखरेख करावयास प्रत्यक्ष राजा नसल्यामुळे पैशाची उधळपट्टी करून ते कर्जात बुडून गेले होते.

स्थानिक लोकांना तर कुठेच वाव नव्हता. बाहेरून आलेल्या लोकांनी शासनव्यवस्थेत गर्दी केल्यामुळे कोल्हापूरच्या राज्यकारभारातून स्थानिक लोक जवळ जवळ बाहेर फेकले गेले होते. बर्व्यांच्या राजवटीमध्ये चित्पावन ब्राह्मणांनी कोल्हापूर संस्थानाच्या शासनात एकच गर्दी केली होती. १८९४ मध्ये कोल्हापूर राज्यकारभारामध्ये साठ ब्राह्मण अधिकारी होते तर ब्राह्मणेतर अकरा होते. महाराजांच्या खाजगीत पंचेचाळीस ब्राह्मण अधिकारी होते तर सात ब्राह्मणेतर होते. ९ लाख वस्तीपैकी ब्राह्मण आणि तत्सम वरिष्ठ वर्ग यांची संख्या २६ हजार होती. अशा प्रकारे शाहू छत्रपतींच्या हाती राज्यकारभाराची सूत्रे येण्यापूर्वी दरबार नि खाजगी कारभार ही ब्राह्मणांचीच मिरासदारी बनली होती. त्यावेळी कोल्हापुरातील ७९.१ टक्के ब्राह्मण शिकलेले होते तर मराठा ८.६; कुणबी १.५, मुसलमान ७.५ आणि जैन व लिंगायत हे १०.१ टक्के शिकलेले होते.

त्या काळी कोल्हापुरात सर्व नियतकालिके व वर्तमानपत्रे ब्राह्मणांच्या मालकीची होती. १८७० साली 'ज्ञानसागर' नावाचे नियतकालिक मंत्री नावाच्या गृहस्थाने सुरू केले होते. शिक्षण प्रसार हे ज्ञानसागरचे ध्येय होते. काही मिशनऱ्यांनी 'दक्षिणवृत्त' नावाचे नियतकालिक १८७० साली चालविले होते.

४

अवघड कार्य

शाहू छत्रपतींची कोल्हापुरात राजवट सुरू झाली तेव्हा राज्यकारभारात इंग्रज, पारशी व ब्राह्मण यांचे कसे प्रभुत्व होते हे मागील प्रकरणात कथन केले आहे. स्वाभाविकपणे जहागीरदार आणि प्रस्थापित हितसंबंधी लोक हे नवीन राजवटीचा मत्सर व द्वेष करू लागले. बरीच वर्षे स्वत: कोल्हापूरच्या राजाच्या हाती सूत्रे नसल्यामुळे तेथील ब्रिटिश राजनैतिक प्रतिनिधीसुद्धा जुलमी हुकूमशहा बनला होता. ब्रिटिश वरिष्ठ अधिकारी उद्धटपणे वागत होते. ब्रिटिश राजनैतिक प्रतिनिधीला वाटे की, आपला दर्जा महाराजांबरोबरीचाच आहे. त्यामुळे राजाने आपल्या नमस्काराला प्रतिनमस्कार केला पाहिजे असे तो म्हणू लागला. युरोपियन अधिकारी क्षुल्लक कारणासाठीही ब्रिटिश राजनैतिक प्रतिनिधीकडे तक्रार करीत असत.

शाहू छत्रपती यांना राज्यकारभारामध्ये सुव्यवस्था निर्माण करून संस्थानाच्या आर्थिक व्यवस्थेत सुधारणा घडवून आणावयाची होती. खर्चात काटकसर करून उधळपट्टी थांबवावयाची होती. आपल्या अज्ञान, निर्धन व अंधश्रद्धाळू प्रजेमध्ये शिक्षणाचा प्रसार करावयाचा होता. सार्वजनिक आरोग्याची सोय व रस्ते बांधणी ह्या सर्व गोष्टी करावयाच्या होत्या. कारभारातील भ्रष्टाचार नि लाचलुचपत हे दोष समूळ नष्ट करावयाचे होते. ग्रामीण भागांतील जुन्या वातावरणात, सामाजिक व आर्थिक परिस्थितीत व राहणीमानात सुधारणा करावयाची होती. सत्ताधारी राजाच्या अभावी सुमारे पन्नास वर्षे मुरलेले हे दोष विधायक कार्य हाती घेऊन व प्रगतिपर धोरण स्वीकारून नष्ट करावयाचे होते.

शाहूंनी आपले गुरू फ्रेजर यांच्या देखरेखीखाली पुरोगामी आणि कर्तव्यनिष्ठ राज्यकर्त्याला आवश्यक असे शिक्षण घेतले होते. गतकालीन घटनांचा काळजीपूर्वक मागोवा घेऊन व सद्य:स्थितीचे उत्सुकतेने निरीक्षण करून शाहू छत्रपती आता भविष्यकालाकडे आतुरतेने पाहू लागले. जनतेची उत्क्रांती, भरभराट आणि प्रगती यांच्या मार्गात तिच्या अनिष्ट सामाजिक चालीरिती व

अंधश्रद्धा यांचा अडसर होता, याची त्यांना जाणीव होती. पण जनतेची प्रगती साधण्यासाठी प्रचलित सामाजिक रचनेत बदल घडवून आणण्याचा प्रयत्न केला पाहिजे, असे प्रारंभी याचे ध्येय नव्हते. अनिष्ट रूढी व सामाजिक चालीरितींतील दोष दूर करून मनुष्याला विकास साधण्यासारखी परिस्थिती निर्माण करणे हाच त्यांचा उद्देश होता. लोकांना वास्तव परिस्थितीची हळूहळू जाणीव करून देऊन व त्यांची मने जिंकून त्यांना आपली स्वत:ची पावले सावधपणे, धैर्याने व निर्धारपूर्वक टाकावयाची होती. आपल्या शासनसंस्थेतील कार्यक्षमता वाढवून ती एका विशिष्ट उच्च पातळीवर आणून ठेवण्याचे त्यांनी ठरविले. त्यासाठी त्यांना शासन भक्कम पायावर उभे करावयाचे होते. हा हेतू साधावयाचा तर फक्त एकाच जातीच्या हाती राज्यकारभाराची सूत्रे ठेवणे हे योग्य नव्हते. इतर जातींनासुद्धा त्यात भाग घेता यावा असे धोरण ठेवणे इष्ट होते. शाहू छत्रपतींनी राज्यकारभाराची सूत्रे आपल्या हाती घेतली आहेत हे जाहीरनामा काढून २ एप्रिल १८९४ रोजी प्रजेला कळविण्यात आले की :

''आमचे प्रजाजन सदा सुखी व संतुष्ट असावे, त्यांच्या हितसंबंधाची एकसारखी अभिवृद्धी होत जावी व आमच्या संस्थानचा सर्व बाजूंनी अभ्युदय व्हावा, अशी आमची उत्कट इच्छा आहे. हा उद्देश सफल होण्याच्या कामी आमचे जहागीरदार, आप्तजन, सरदार, मानकरी, इनामदार, कामदार, सर्व दर्जाचे शेटसावकार व इतर प्रजानन यांच्या उज्ज्वल राजनिष्ठेची व सहकार्याची आम्हांस आवश्यकता आहे. आज आमच्या अमदानीस सुरुवात होणाऱ्या दिवशी आमचा राज्यकारभार दीर्घकाळापर्यंत टिकून तो सुखद व्हावा म्हणून आम्ही त्या परात्पर जगचालकाच्या अनुग्रहासाठी प्रार्थना करतो.''[१]

स्वत:च्या नि प्रजेच्या आशाआकांक्षा आणि प्रजेचा मंगल आशीर्वाद यांनी युक्त अशा या वातावरणात शाहू आपला राज्यकारभार छत्रपती म्हणून करू लागले. त्यांनी जी पहिली गोष्ट केली ती ही की, राजप्रतिनिधि मंडळाला दिलेले राज्यकारभाराचे हक्क रद्द केले. आणि त्याचे त्यांनी सल्लागार मंडळात रूपांतर केले. ह्या सल्लागार मंडळाचे अध्यक्ष दिवाण झाले. मुख्य महसूल मंत्री व मुख्य न्यायाधीश हे त्या सल्लागार मंडळाचे सभासद झाले. शाहूंनी हुजूर ऑफीस नावाचे नवीन सचिवालय उघडले. रघुनाथ व्यंकाजी सबनीस यांची नोकरी चालू ठेवून त्यांनी आपल्या सचिवालयामध्ये मुख्य सचिव म्हणून त्यांची १३ एप्रिल १८९४ पासून नेमणूक केली. आणि सर्व शासकीय कामावर देखरेख ठेवण्याची जबाबदारी त्यांच्यावर सोपवली. छत्रपतींनी काढलेल्या सर्व हुकमांवर प्रमुख सचिव सबनीस सही करतील अशी राजाज्ञा काढण्यात आली.

सबनीस हे जातीने कायस्थ प्रभू होते. मराठ्यांच्या इतिहासात कायस्थ प्रभू हे निष्ठावंत, पराक्रमी व कर्तृत्ववान पुरुष म्हणून गाजलेले. मराठ्यांच्या राज्याच्या मुलकी आणि सैन्य विभागाचे प्रशासक म्हणून ते विख्यात होते. पेशवाईमध्ये ब्राह्मण मुत्सद्दी व कायस्थ मुत्सद्दी यांच्यामध्ये तीव्र स्पर्धा होती. त्यामुळे कायस्थ समाजाला पेशव्यांकडून सामाजिक व धार्मिक छळ सोसावा लागला होता. शाहू छत्रपतींनी सबनीस यांना वरिष्ठ जागी नेमू नये असे कोल्हापूरच्या ब्राह्मणांनी प्रयत्न केले; परंतु ते निष्फळ ठरले. शाहू छत्रपतींचे सामाजिक विचार आणि दृष्टिकोण यांच्याशी सबनीस सहमत होते. पुढील काळात सबनीस यांचा मोठे निष्ठावंत व कर्तृत्ववान मुत्सद्दी म्हणून नाव लौकिक झाला.

छत्रपतींनी संस्थानच्या आर्थिक परिस्थितीत व शासनात सुधारणा करावयाचे ठरविले असल्यामुळे त्यांनी आपल्या इनामदारांना आणि जमीनदारांना नाममात्र व्याजाने कर्जाऊ रक्कम देऊन त्यांच्या डोक्यावरील कर्जाचा भार कमी केला. त्यांनी आणखी काही प्रजाहिताच्या गोष्टी केल्या. त्यांतील प्रमुख म्हणजे सरकारी राखीव वनात गुरे चरण्याचे नियम जाहीर केले.

सन १८९४ सालच्या उन्हाळ्यात छत्रपती पन्हाळगडावरच राहिले होते. उन्हाळ्यात पन्हाळगडची हवा महाबळेश्वरच्या हवेपेक्षा कमी थंड असली, तरी पन्हाळगड हा समुद्रसपाटीपासून २८०० फूट उंच असल्यामुळे सह्याद्रीकडून येणाऱ्या थंड वाऱ्याचा त्याला फायदा मिळतो. महाराज तेथे १९ एप्रिल ते ६ जून १८९४ पर्यंत राहिले. तेथे त्यांनी अतिशय मेहनत घेऊन प्रत्येक दिवशी जुनी सहा प्रकरणे निकालात काढली. निकालासाठी ६०० प्रकरणे तुंबून राहिली होती. त्यांपैकी २०० पुनर्विचारासाठी आलेली होती. शिवाय दैनंदिन कामाचा रगाडा सुरू होताच.

आपले वडील चिंताग्रस्त आणि कंटाळलेले असत तेव्हा वडिलांच्या समोर ब्राह्मणेतरांची प्रकरणे ब्राह्मण अधिकारी कशी धूर्तपणे ठेवीत याचे त्यांनी निरीक्षण केलेले होते. वडील आनंदी आणि उत्साही वातावरणात असताना ब्राह्मण कारकून ब्राह्मणांची कामे कशी ठेवीत हेही त्यांनी पाहिले होते. शाहूंची काम करण्याची पद्धत अशी लहरी नव्हती. मुख्य न्यायाधीशाच्या कामातील जिल्हा न्यायाधीशाचे म्हणून जे काम होते, ते त्यांच्याकडून काढून घेऊन त्यांनी फक्त मुख्य न्यायाधीशाचे काम करावे, असे त्यांना सांगितले. महत्त्वाच्या बाबींत ते राजप्रतिनिधि मंडळाचा सल्ला घेत असत. आता ते मंडळ आठवड्यातून दोनऐवजी तीन वेळा भरत असे. राजप्रतिनिधि मंडळाने कोणत्या तत्त्वावर व मुद्द्यावर आपले निर्णय घेतले ह्याचा ते काळजीपूर्वक अभ्यास करीत. अर्थ-

संकल्पात योग्य तेथे बदल करून ते खर्चाच्या बाबी कमी करीत. पण तसे करताना ते उपयुक्त कामाची योग्य ती दक्षता घेत. त्यामुळे त्या वर्षी ते जवळ जवळ ६० हजार रुपयांची चांगलीच बचत करू शकले.

शाहू छत्रपतींनी १४ एप्रिल १८९४ च्या गॅझेटमध्ये शिकारीसंबंधीचे नियम प्रसिद्ध केले. पूर्वी पद्धत अशी होती की, राजा शिकारीस जाण्यापूर्वी मामलेदार हे पोलीस अधिकाऱ्यांना शिकारी मंडळींना आवश्यक त्या वस्तू आणि माल पुरवावयास आज्ञा करीत असत. पोलीस त्या वस्तू आणि माल आजूबाजूच्या गावकऱ्यांकडून मिळवीत आणि शिकारी मंडळीतील कारकून त्या वस्तूंचे पैसे गावकऱ्यांना तेथून निघण्यापूर्वी देत. तथापि गावकऱ्यांना त्यांच्या वस्तूंचे पैसे खरोखरच मिळतात की नाही याची शाहूंना शंका वाटे. या बाबतीत ग्रामस्थांना होणारा त्रास टाळण्यासाठी शाहूंनी एका परिपत्रकाद्वारे आज्ञा केली की, शिकारी मंडळींनी आपल्याबरोबर तांदूळ, डाळ, गहू, ज्वारीचे पीठ, साखर आणि मसाल्याचे जिन्नस घ्यावेत. इतर गोष्टी शिकारीच्या ठिकाणी विकत घ्यावयास एक माणूस पुढे धाडून व्यवस्था करावी. तेथे सरपण विकत घेणे हे त्याचे काम असून वनाधिकारी, महसूल अधिकारी किंवा मालक यांच्याकडून कुलकर्णी किंवा पोलीस पाटील यांच्यासमक्ष पावती घ्यावी. ह्या बाबतीत शिकारीचे वेळी लागणारे जिन्नस मिळविण्यासाठी शक्यतो पोलिसांनी सांगू नये, असे त्या परिपत्रकात शेवटी म्हटले होते.

सरकारी अधिकारी फिरतीवर असताना त्यांनी हे नियम काटेकोरपणे पाळले पाहिजेत, असे त्या परिपत्रकात म्हटले होते. खेड्यामध्ये जर अधिकाऱ्याने काही वस्तू घेतल्या तर त्यांची किंमत त्याने तेथल्या तेथेच देऊन गावकऱ्यांकडून पावती घ्यावी. हे नियम इतके कडक, ठळक व आदर्श आहेत की, ते आपल्या काळालाही उपयुक्त ठरावेत.

सावकाराच्या कचाट्यातून शेतकऱ्यांना सोडविण्यासाठी त्यांनी पहिला प्रयत्न याच वेळी केला. शेतकऱ्यांच्या गुरांचा दिवाणी न्यायालयाने लिलाव करू नये असा त्यांनी हुकूम काढला.

शाहूंनी ज्या दिवशी राज्याची सूत्रे आपल्या हाती घेतली त्या दिवशी 'ग्रंथमाला' नावाचे मासिक प्रा. वि. गो. विजापूरकर ह्यांनी सुरू केले. शाहूंनी त्या मासिकाला वार्षिक पाचशे रुपयांचे अनुदान देण्याचे मंजूर केले. ग्रंथमालेवर 'स्वदेश, स्वधर्म, स्वभाषादिकांचा । जगी मान व्हावा असा हेतू साचा ।।' असे ब्रीदवाक्य छापलेले असे. देशबांधवांमध्ये ज्ञानप्रसार हेच उत्तम गुणनिर्मितीचे साधन होय असा ग्रंथमालेचा विश्वास होता.

सन १८९४ च्या जुलैमध्ये जत संस्थानातील मुचंडी येथे डुकराची शिकार करून शाहू महाराज कागलला गेले. तेथे त्यांनी आपले बंधू बापूसाहेब घाटगे यांच्या हाती १० ऑगस्ट १८९४ या दिनी कागल जहागिरीची सूत्रे दिली. त्यावेळी जनतेने शाहू छत्रपतींचे कागलमध्ये भव्य स्वागत केले.

शाहू आपल्या दत्तक पित्याचे नेहमी स्मरण करीत. गेल्या १० वर्षांत चवथ्या शिवाजीच्या समाधीकडे कोल्हापूरच्या दरबाराचे दुर्लक्ष झाले हाते. कोणालाही त्या समाधीची आठवण होत नसे. पण शाहूंनी स्मरणपूर्वक नि कर्तव्यनिष्ठेने अहमदनगर येथे त्यांच्या समाधीवर देवळाच्या रूपाने छत्री बांधण्यासाठी १५ हजार रुपये मंजूर केले. हे ऐकून सर्वांना समाधान झाले.[२]

सन १८९४ च्या सप्टेंबरमध्ये पुणे शहराने शाहू छत्रपतींचे मोठ्या उत्साहाने स्वागत केले. कारण शाहू हे मराठा राज्याचे संस्थापक शिवाजी महाराज यांच्या वंशातील होते. त्यावेळी पुणे सार्वजनिक सभेने शाहू छत्रपतींच्या सन्मानार्थ २४ सप्टेंबर रोजी मेजवानी दिली. त्या मेजवानीस पुणे शहरातील प्रमुख व्यक्ती उपस्थित होत्या. महाराणी लक्ष्मीबाई व शाहूंचे बंधू बापूसाहेब घाटगे यांचाही पुण्यात सत्कार झाला. त्या काळचे उदयोन्मुख राजकीय नेते गोपाळ कृष्ण गोखले यांनी पुणे सार्वजनिक सभेचे मानपत्र वाचले. गोखले यांचा जन्म, शिक्षण आणि संगोपन हे कोल्हापूर संस्थानात झालेले असल्यामुळे त्यांना महाराजांविषयी अत्यंत आदर वाटे.

शिवाजी महाराजांच्या वंशजाविषयी पुणे ह्या ऐतिहासिक शहरातील लोकांना जो नितांत आदर वाटे तो त्या मानपत्रात व्यक्त झाला होता. मानपत्रात म्हटले होते की, 'आपल्या पूर्वजांनी जो राष्ट्रीय जीवनाचा पाया घातला होता तो मजबूत करण्यासाठी पुण्याला विधात्याने एक वैशिष्ट्यपूर्ण स्थान दिले होते, हा इतिहास आहे. मराठ्यांनी इतिहासात जे कर्तृत्व गाजविले त्याचे प्रतीक म्हणून कोल्हापूरच्या गादीकडे लोक पाहतील आणि महाराष्ट्रातील सर्व लोक जरी काही त्यांचे प्रजाजन नसले तरी गादीवरील व्यक्तीविषयी प्रेम आणि भक्तियुक्त आदर बाळगतील.'

मानपत्रात पुढे म्हटले होते की, 'आपले स्वागत करताना आमची भावना अशी आहे की, गतकालातील नात्यांनी ज्याला आपण बांधले गेलेलो आहोत व मध्यंतरी कितीही काळ लोटलेला असला तरी, ज्यांचे विस्मरण आम्हांला झालेले नाही अशा आपले स्वागत करावयास आम्हां पुणेकरांना आनंद होत आहे.' शेवटी कळकळीची विनंती करताना मानपत्र म्हणते, 'आपल्या प्रजेची प्रगती करणे हे आपले स्वाभाविकपणे आद्य आणि प्रमुख कर्तव्य आहे यात

आम्हांला मुळीच संदेह नाही. परंतु सर्वसाधारणपणे आपल्या समान मातृभूमीची उन्नती करणे व विशेषत: महाराष्ट्राची उन्नती साधणे हेही आपले दायित्व आहे. आणि ही गोष्ट आपले प्रजेच्या बाबतीत जे कर्तव्य आहे त्याच्या खालोखाल महत्त्वाची आहे.'

शाहू छत्रपती यांचे वय ह्यावेळी अवघे २० वर्षांचे होते. मानपत्राला उत्तर देते वेळी त्यांनी इतर गोष्टींबरोबर मानपत्रातील शेवटच्या भागाचा आवर्जून उल्लेख केला. त्या प्रसंगी त्यांचे उत्तर दिवाणांनी वाचून दाखविले. उत्तरादाखल केलेल्या भाषणात छत्रपती सावधपणे, धूर्तपणे पण अभिमानाने म्हणाले : "केवळ माझ्याच प्रजेचे नव्हे तर सर्व महाराष्ट्राचे कल्याण माझ्या दृष्टीसमोर असावे असे मला सांगण्याची फारशी आवश्यकता नव्हती. ब्रिटिशांच्या हितावह व वजनदार राजवटीत हिंदी साम्राज्याचे निरनिराळे भाग असे गुंफण्यात आले आहेत की, कुठल्याही विशिष्ट भागाची प्रगती दुसऱ्या भागाची बाह्य हालचाल झाल्याशिवाय क्वचितच साधेल. शिवाय, ज्या बंधनांनी महाराष्ट्रातील लोक आमच्याशी निगडित झालेले आहेत त्या बंधनांत अखंड आणि निरंतर प्रेमाची हमी आहे, हे सांगावयास नकोच."

भाषणाच्या शेवटी शाहूंनी, गणपति उत्सवाचे वेळी पुण्यात हिंदू आणि मुसलमान यांच्यामध्ये जो नुकताच बखेडा निर्माण झाला होता त्याचा उल्लेख केला व त्यांनी सार्वजनिक सभेला विवेकी सल्ला दिला. ते म्हणाले, 'हिंदू आणि मुसलमान यांमध्ये त्यांनी शांततेचा समेट घडवून आणावा.'[३] ह्या समारंभाची थोडक्यात माहिती देताना आपल्या १ ऑक्टोबर १८९४ च्या अंकात शाहूंनी हिंदु-मुसलमानांच्या प्रश्नाच्या बाबतीत केलेल्या विधानाचा उल्लेख करून 'सुधारक' म्हणतो, 'पुण्यातील पुढारी ह्या सूचनेचा विचार करतील. तथापि ही गोष्ट सरकारी अधिकाऱ्यांचे योग्य साहाय्य आणि सहकार्य लाभले तरच करता येण्यासारखी आहे.'

पुण्यामध्ये आणखी एक महत्त्वाचा समारंभ झाला. शाहू छत्रपतींनी पुण्यातील प्रतिष्ठित युरोपियन आणि हिंदी व्यक्तींचा परिचय करून घेण्याच्या उद्देशाने व राज्यपाल लॉर्ड हॅरिस यांच्या सन्मानार्थ एक थाटाची मेजवानी कौन्सिल हॉलमध्ये दिली. शहरातील सार्वजनिक संस्थांना भेट देण्याचीही शाहूंनी संधी साधली व त्यावेळी प्रत्येक संस्थेला यथोचित देणगी दिली. कोल्हापूर महाराजांच्या आध्यात्मिक गुरूंचे वंशज बाबा महाराज यांनी छत्रपतींच्या सन्मानार्थ जाहीर चहापानाचा समारंभ साजरा केला.

देशातील औद्योगिक वाढीला साहाय्य करण्याचे धोरण शाहूंनी आपल्या

कारकिर्दीच्या आरंभापासूनच ठेवले होते. ते कोल्हापूर संस्थानापुरते मर्यादित नव्हते. पुणे येथील कापडाची व रेशमाची गिरणी तसेच कागदाची गिरणी यांचे शाहू आश्रयदाते होते. कापडाच्या व रेशमाच्या गिरणीला शाहू छत्रपतींनी भेट दिली. टिळकांचे मित्र महादेव बल्लाळ नामजोशी यांनी, शाहूंनी पुण्यातील एका उद्योगधंद्यास उत्तेजन दिले असल्यामुळे शाहू छत्रपतींना, मेटल मॅन्युफॅक्चरींग कंपनीलाही तशीच मदत आणि पाठबळ द्यावे, अशी विनंती केली. १७ सप्टेंबर १८९४ या दिवशी नामजोशी व त्यांचे मित्र यांनी शाहूंच्या हस्ते मेटल मॅन्युफॅक्चरींगमधील तार करण्याचे खाते उघडले. त्यावेळी छत्रपतींना मानपत्र देताना आपल्या प्रास्तविक भाषणात नामजोशी यांनी शाहूंचे वडील आबासाहेब घाटगे यांच्याशी असलेल्या आपल्या संबंधांचा उल्लेख केला. शिवाय 'केसरी' आणि 'मराठा' ही पत्रे सुरू करण्यात व चालविण्यात आपला स्वत:चा केवढा मोठा भाग होता हेही सांगितले. आपण काढलेल्या उद्योगधंद्यास शाहूंनी कर्ज द्यावे, अशी नामजोशी यांनी शेवटी शाहूंना प्रार्थना केली. मानपत्राला उत्तर देते वेळी शाहू छत्रपतींनी धंद्याची वाढ करावयास आपण शक्यतो मदत करू असे सांगितले. आपण आबासाहेब घाटगे यांना प्रसंगी जे साहाय्य केले त्याबद्दल शाहूंनी जाणीव ठेवून साहाय्य करावे, असा त्यांच्यावर नैतिक दबाव ही मंडळी आणीत होती असे दिसते.

सन १८९४ च्या ऑक्टोबर आणि नोव्हेंबर महिन्यांत शाहूंनी पन्हाळा येथेच विश्रांती घेतली. राज्यकारभारामध्ये अजून सुरळीतपणा आणि स्थैर्य आले नव्हते. वर्तमानपत्रांमध्ये त्यासंबंधी काही वेळा टीका होई. महाराजांना भेटण्याची मोकळीक नाही अशी तक्रार वकील करू लागले. तेव्हा एका मित्राने छत्रपतींना मामा परमानंद यांच्या 'लेटर्स टू ॲन इंडियन राजा' ह्या प्रसिद्ध ग्रंथाची आठवण करून दिली. त्या ग्रंथात राजकीय ऋषी मामा परमानंद ह्यांनी राजाची कर्तव्ये कोणती हे विशद करून सांगितले आहे. यास्तव शाहूंनी आठवड्यातून एक दिवस सर्वांच्या भेटीकरता राजवाड्यात किंवा अन्य ठिकाणी ठेवावा. पण इतर वेळी छत्रपतींच्या खाजगी चिटणिसाला विचारून जो भेट ठरवील त्याला भेटावयाला त्यांनी हरकत घेऊ नये. गरिबांना मात्र आपले गाऱ्हाणे मांडण्याची मुभा केव्हाही असावी, असे त्या मित्राने शाहूंना सुचविले.

शाहूंचा मित्र पुढे म्हणाला, "आपण म्हणता की, राजप्रतिनिधि मंडळ आणि वरिष्ठ अधिकारी आज्ञा पाळीत नाहीत. सद्य परिस्थितीत असे चालावयाचेच. परंतु आपण स्वामी आहात हे प्रत्येकाचे मनावर ठसविलेत तर पुढील काळात आपला बराच त्रास वाचेल. आपल्या सुस्वभावाचा लोकांना गैरफायदा घेऊ देऊ नका."[४]

जरी शाहू छत्रपतींनी भेट ठरविल्याशिवाय आलेल्या लोकांना भेटी दिल्या नाहीत, तरी गरिबांना ते घोड्यांच्या पागेत भेटत अगर ते कुठे भेटतील तिथे त्यांच्याशी मोकळेपणाने गप्पागोष्टी करीत. ब्रिटिश राज्यकारभार अनेक बाबतींत कडक आणि शिस्तबद्ध होता. गुरू फ्रेजर ह्यांनासुद्धा कृतज्ञता म्हणून एखादी वस्तू शाहूंना देता येत नसे. त्या काळी दसऱ्याच्या मिरवणुकीमध्ये सैनिकांनी भाग घ्यावयास परवानगी मिळावी म्हणून त्यांना ब्रिटिश सरकारकडे विनंती करावी लागे.

राज्यकारभाराचा बराच अनुभव आणि ज्ञान मिळविल्यावर आता शाहूंनी, १४ नोव्हेंबर १८९४ रोजी गुन्हेगारांना फाशीची शिक्षा देण्याचे अधिकार आपल्याला परत देण्यासाठी भारत सरकारकडे शिफारस करावी, अशी मुंबईचे राज्यपालांना विनंती केली. आपल्या अमलाखालील जहागिरीत फौजदारी गुन्हेगारांना शिक्षा देण्याचे आपले अधिकार, १८६२च्या तहातील आठव्या कलमाच्या शेवटच्या पोटकलमात योग्य तो फरक करून, पुन्हा आपणाला मिळावेत अशी त्यांनी मुंबई सरकारकडे विनंती केली. लॉर्ड हॅरिस ह्यांना शाहूंची ती मनमिळावू, कळकळीची व विश्वासपूर्वक केलेली विनंती पटल्यामुळे आणि शाहू छत्रपती हे राज्यकारभार चांगला व विवेकाने करतील याविषयी त्यांची खात्री झाल्यामुळे ते अधिकार शाहूंना द्यावयास हरकत नाही, अशी त्यांनी महाराज्यपालांकडे शिफारस केली. त्याप्रमाणे महाराज्यपालांनी ३१ मे १८९५ रोजी शाहूंची सरकारवरील निष्ठा आणि मुंबई सरकारच्या आधिपत्याखालील संस्थानातील त्यांची प्रतिष्ठा लक्षात घेऊन गुन्हेगारांना फाशी देण्याचे अधिकार त्यांना परत दिले. जहागीरदारांचे फौजदारी क्षेत्रातील शेष अधिकार काढून घेऊन काही वर्षांनंतर ते शाहू छत्रपतींच्या हाती सोपविण्यात आले.

सन १८९५ च्या पहिल्या दिवशी छत्रपतींना जी. सी. एस. आय. (G.C.S.I.) हा किताब महाराणी व्हिक्टोरिया यांनी बहाल केला. छत्रपतीचा दर्जा असलेल्या पुरुषाच्या दृष्टीने हा जरी बहुमान वाटण्यासारखा नसला, तरी त्यावरून ब्रिटिश सरकारने शाहू छत्रपतींची महत्त्वाकांक्षा व विधायक भूमिका ओळखली असे यावरून दिसून आले.

छत्रपती म्हणून आता शाहू उत्साहाने काम करू लागले. शिरोळ येथे मुक्काम करून त्यांनी आसमंतातील अनेक खेड्यांना भेट दिली. गावकरी व शेतकरी ह्यांना त्यांना भेटण्याची मुभा होती. त्यांच्या सकाळच्या रपेटीमुळे खेडुतांशी त्यांचा सरळ सरळ संबंध येई. त्यांच्या गरजा आणि त्यांचे प्रश्न यांची त्यांनी स्वत: माहिती करून घेतली. शिकार करण्याच्या वेळी आणि अशा भेटींच्या

वेळी त्यांचे निरीक्षण सुरू असे. गरीब, दलित प्रजा कोणत्या तऱ्हेचे अन्न खाते, अंगावर कशा चिंध्या वापरते आणि तिला दैनंदिन कोणत्या अडचणी भेडसावतात याचे त्यांनी काळजीपूर्वक निरीक्षण केले. डॉक्टरांच्या नि मित्रांच्या सल्ल्यांविरुद्ध ते वारंवार त्या खेडुतांकडील अन्न ग्रहण करून त्याऐवजी आपले मिष्टान्न त्यांना देत असत. खेडुतांच्या साध्या कदान्नाचे सेवन ते मनोभावे करीत. अशा वेळी त्यांच्या खऱ्या तक्रारी व गाऱ्हाणी ते शांततेने ऐकून घेत आणि ती दूर करण्याचा आटोकाट प्रयत्न करीत. त्यामुळे प्रजेच्या मनात आपल्या राजाविषयी आणि उद्धारकर्त्याविषयी अलोट प्रेम, निष्ठा व जिव्हाळा निर्माण झाला.

त्यानंतर शाहूंनी नरसोबाच्या वाडीला उत्साहाने भेट दिली. तेथील पवित्र वातावरणात आल्यावर आपण रोगमुक्त होऊ अशी महारोग्यांची समजूत असे. या महारोग्यांना तेथून वेगळे करणे आवश्यक आहे असा त्यांनी मनाशी निर्धार केला. थोड्याच काळानंतर २२ जून १८९७ रोजी कोल्हापूर येथे 'व्हिक्टोरीया लेपर असायलम' काढून त्यांनी तो प्रश्न सोडविला. पुढे तो महारोग्यांची संस्था घाटातील अणुस्कुरा नावाच्या एकांत स्थळी हलविण्यात आली.

मुंबईचे राज्यपाल लॉर्ड हॅरिस सेवानिवृत्त होऊन इंग्लंडला जावयास निघाले तेव्हा त्यांना निरोप देण्यासाठी शाहू मुंबईला गेले. त्या समयी मुंबईचे नवीन राज्यपाल लॉर्ड सॅन्ढर्स्ट यांची ओळख करून घेण्याची त्यांना संधी लाभली. चिंचली येथे गुरांच्या यात्रेतील थाटमाट आता कमी करण्यात आला. कारण शेतकी व पशुसंवर्धन कमी खर्चात नि अधिक उपयुक्त रितीने कसे करावे यांचेकडे शाहूंनी अधिक लक्ष पुरविण्याचे ठरविले. त्या वर्षीच्या यात्रेत अनेक घोडेस्वारांनी शर्यतीत भाग घेतला. परंतु शाहू छत्रपतींनी आपल्या कौशल्याने त्या सर्वांना निष्प्रभ केले. लॉर्ड सॅन्ढर्स्ट हे मुख्य पाहुणे होते. त्यांनी शाहूंची घोडदौडीतील निपुणता आणि श्रेष्ठता यांविषयी प्रशंसा केली आणि ते पुढे म्हणाले, 'मराठ्यांच्या राजाने घोडदौडीत अप्रतिम कौशल्य दाखवून आपले श्रेष्ठत्व अबाधित ठेवले हे पाहून आम्हांला आनंद वाटला.'[५]

एक उत्कृष्ट घोडेस्वार अशी शाहूंची कीर्ती त्या काळी सर्वत्र पसरली होती. याच सुमारास एकदा कोल्हापूरपासून १४० मैलांवर असलेल्या महाबळेश्वरला घोडदौड करून ते आठ तासांत पोहोचले. खरोखरीच घोडदौडीतील हा एक विक्रम होता आणि त्याविषयी मुंबईच्या 'टाईम्स ऑफ इंडिया'नेही त्यांची वाखाणणी केली होती. शाहूराजांच्या श्रेष्ठ गुणांची वाहवा करण्याची दुसरी एक संधी सॅन्ढर्स्ट यांना लाभली. १८ सप्टेंबर १८९५ रोजी महाराजांना राजमुद्रा अर्पण करण्याचा समारंभ झाला. त्यावेळी लॉर्ड सॅन्ढर्स्ट

आपल्या गौरवपर भाषणात म्हणाले, 'शाहूराजे यांच्या पूर्वजांचा इतिहास नेत्रदीपक आणि शौर्यशाली घटनांनी भरलेला आहे. शाहूराजांच्या राजवटीचा इतिहासही तितकाच नेत्रदीपक ठरेल असा माझा विश्वास आहे, पण तो निराळ्या कारणांसाठी ! त्यांची राजवट सहानुभूती, न्याय, खंबीरपणा आणि सर्वसाधारण प्रजेची उन्नती यांमुळे कीर्तिमान होईल; कारण त्यांची राजवट ही शांततेच्या काळी सुरू झाली आहे.'

आपल्या राज्यातील सार्वजनिक संस्थांना भेट देण्याचा उपक्रम शाहूंनी आरंभला. त्या संस्थांच्या कार्याविषयी गुणग्राहकता दाखवून त्यांना भरघोस देणग्या दिल्या. मार्चमध्ये त्यांनी पन्हाळा पेट्याला भेट दिली. तेथे सह्याद्रीजवळील जंगली जमातींना भेट देऊन त्यांच्या जीवनक्रमाची पाहणी केली. आपला राजा आपली गाऱ्हाणी ऐकून ती दूर करण्यासाठी इतक्या लांबवर आलेला पाहून त्यांची अंत:करणे आनंदाने भरून आली व त्यांना धन्यता वाटली. त्यांच्या घरांत जाऊन ते कोणत्या प्रकारची फळे व कंदमुळे खातात याची त्यांना माहिती करून घेतली. कंदमुळे आणि फळे हाच त्यांचा वर्षातील बहुतेक महिने मुख्य आहार होता. ह्या वन्य जातींना कुमरीची लागवड करण्याच्या मार्गात ज्या अडचणी येत होत्या त्या त्यांनी आपल्या राजासमोर मांडल्या. ह्या प्रश्नाने शाहूंचे लक्ष बराच काळ वेधले व आवश्यक तेथे नवीन उद्योगधंदे काढण्याच्या आपल्या धोरणाप्रमाणे त्यांच्या विभागाचा विचार केला.

सह्याद्रीच्या ह्या रांगांमध्ये पाऊस जरी अनियमित होता तरी शाहूंच्या आज्ञेमुळे कॉफीच्या लागवडीसंबंधी तज्ज्ञांकडून माहिती घेऊन सरकारी वन खात्याने लहान प्रमाणावर का होईना कृत्रिम जलसिंचनाच्या उपायाने कॉफीची लागवड करण्यास आरंभ केला. त्या लागवडीसाठी पन्हाळा पेट्यातील पेंढखलेच्या उत्तरेकडील उतरणीवरील थंड हवेचा भागही निवडला. अनेक वर्षे घाट जिल्ह्यातील जमीन पडीक व ओसाड होती. ती उपयोगात आणून तेथील लोकांना काही रोजगार मिळावा म्हणून ही योजना शाहूंनी हाती घेतली. नंतर त्यांनी पन्हाळा येथे व भूदरगड पेट्यात चहाची लागवड केली. राळ तयार करण्याचा एक कारखाना त्यांनी सुरू केला होता.

अशा रितीने विधायक कार्याचा उत्साहाने आरंभ झाला. शाहूंची ही कळकळ आणखी दुसऱ्या एका दिशेने व्यक्त झाली. त्या काळी कोल्हापूर नगरपालिकेच्या जागेवरील फरसबंदीवर गुळाची बाजारपेठ वसविलेली असे. त्या पेठेत दर वर्षी सुमारे तीन लाखांची उलाढाल होई. सुमारे ७ हजार एकर जमीन उसाच्या लागवडीखाली होती. गुळाचा व्यापार राजापूरमधून होई. त्यामुळे

कोल्हापूरचा गूळ कोकणात व मुंबईत 'राजापुरी गूळ' म्हणून ओळखला जात असे. कोल्हापूर शहरात आता लोकवस्ती दाट झाली होती. ही गर्दी कमी करण्याच्या हेतूने आणि व्यापाराला उत्तेजन मिळावे म्हणून शाहू छत्रपतींनी शाहूपुरी वसविण्याची योजना १८९५ साली आखली व त्या नवीन व्यापारी केंद्राच्या उभारणीस प्रारंभ केला. त्यासाठी त्यांनी मुंबईतील व्यापाऱ्यांना भेटून शाहूपुरीत सुरू केलेल्या नवीन गुळाच्या केंद्रावर गुळाचा व्यापार करावा, अशी त्यांना विनंती केली. पुढे लवकरच शाहूपुरी ही व्यापाराची मोठी पेठ होऊन ती वरिष्ठ वर्गाच्या वस्तीनेही गजबजली. दर वर्षी सुमारे ४० कोटी रुपयांचा व्यापार आता तेथे होऊ लागला आहे.

सन १८९४च्या १० मार्चला शाहूंना कन्यारत्न झाले. राजवाड्यांत मोठा आनंदोत्सव झाला. २३ मे १८९५ रोजी दुसरी मुलगी झाली. परंतु ती बालपणातच निवर्तली.

काही इंग्रज अधिकारी शाहूंशी सरळपणे वागत नसत. राजाराम महाविद्यालयाचे प्राचार्य कँडी हे दीर्घ मुदतीच्या रजेवर इंग्लंडला जावयास निघाले तेव्हा त्यांनी वटावाच्या पैशात सवलत मागितल्यामुळे काही बोलाचाली झाली होती. त्यावेळी प्राचार्य कँडी यांनी शाहूंच्या सचिवालयाला एक उद्धट पत्र लिहिले. परंतु नंतर त्यांनी त्याविषयी क्षमा मागून आपले पत्र मागे घेतले होते. कँडी हे गृहस्थ घमेंडखोर असून ते महाराजांविषयी वरिष्ठ वर्तुळात खोट्या कंड्या उठवीत. त्यांच्या खोडसाळ व अरेरावी वृत्तीमुळे मागील काही वर्षांत दरबारला बराच त्रास झाला होता. त्यांनी क्षमा मागितल्यावर शाहू छत्रपतींनी ते प्रकरण तेथेच सोडून दिले असते. परंतु कँडी हे आपल्या नाशाकडेच धाव घेत होते. नवीन राजवटीत आपले स्थान टिकणे अशक्य आहे हे जाणून त्यांनी मुंबईच्या राज्यपालांना आपणांस परराष्ट्र खात्यातील नोकरीत घ्यावे अशी हताश होऊन विनंती केली.

लीवॉर्नेर यांनी १७ मार्च १८९५ रोजी बंगलोरहून शाहूंना लिहिले की, "म्हैसूरचे दिवाण हे प्रातिनिधिक स्वरूपाचे सरकार बनविण्याची बतावणी करताना धारदार शस्त्राबरोबर खेळत आहेत. विधिमंडळाला निर्बंध करण्याचा करा अधिकार द्यावा अशी आता मागणी वाढत असल्यामुळे दिवाण आता गांगरून गेले आहेत. त्या विधिमंडळात लोकनियुक्त प्रतिनिधी असले तरी अशा प्रकारचे विधिमंडळ उदाहरण म्हणून शाहूंच्या डोळ्यासमोर आपण ठेवू इच्छीत नाही."

फर्ग्युसन कॉलेजच्या नवीन इमारतीच्या उद्‌घाटन समारंभाच्या वेळी शाहूंनी पुण्याला भेट दिली. २७मार्च १८९५ रोजी डेक्कन एज्युकेशन सोसायटीचे अध्यक्ष म्हणून त्यांनी राज्यपाल लॉर्ड सॅन्ढर्स्ट यांचे स्वागत गेले. त्या वेळी

छत्रपती लॉर्ड सॅन्ढर्स्टना म्हणाले, 'ज्ञानप्रसार करणे हेच ह्या संस्थेचे मुख्य ध्येय आहे. आणि सुदैव हे की, ह्या शहरात आपल्या प्रथम भेटीच्यावेळी आपण ह्याच संस्थेच्या कामासाठी आला आहात.' शाहूंनी डेक्कन एज्युकेशन सोसायटीचे शैक्षणिक क्षेत्रातील यश किती मोठे आहे हे विशद करून सांगितले आणि एकामागून एक अनेक राज्यपालांनी ह्या संस्थेच्या प्रगतीविषयी कसे चांगले मत व्यक्त केले आहे हे सांगून ते पुढे म्हणाले, 'परंतु माझ्या मते सोसायटीच्या खऱ्या कार्याचे आणि गुणवत्तेचे हे एकच कारण नाही. तर कळकळीने, उत्साहाने व योग्य कारणासाठी जे हे कार्यकर्ते त्याग करीत आहेत तो त्याग उगवत्या तरुण पिढीला आदर्श आहे, ह्याचे मी कौतुक करतो.'

संस्थेच्या सर्व सभासदांच्या कार्याचा गौरव करून लॉर्ड सॅन्ढर्स्ट म्हणाले, 'सरकारची उत्पन्नाची साधने कितीही असली तरी जनतेच्या शिक्षणाचा प्रश्न कोणतीही एकटी व्यक्ती अगर संस्था सोडवू शकत नाही. म्हणून देशाच्या प्रचलित परिस्थितीत माध्यमिक व उच्च शिक्षण जनतेच्या कक्षेत आणण्यासाठी भारतीयांनी सरकारी प्रयत्नांना हातभार लावावा यासारखी अन्य देशसेवा नाही. कुठलेही सरकार जनतेचे सर्व प्रश्न मागणीप्रमाणे सोडवू शकत नाही, आणि तसे करणे सरकारला आवडतही नाही.' लॉर्ड सॅन्ढर्स्ट यांनी शाहू छत्रपती एका अमोल आणि उपयुक्त संस्थेचे अध्यक्ष झाल्याविषयी त्यांचे अभिनंदन केले.६ हा समारंभ झाल्यावर शाहू त्वरित कोल्हापूरला परतले.

कोल्हापुरास परत आल्यावर शाहूंनी आपला दौरा पुन्हा सुरू केला. काही ठिकाणी तर बेरडांच्या टोळ्यांचे अत्याचार व लूटमार यांची त्यांना माहिती कळली. तेथे काही कैद्यांशी बोलताना शाहूंना कळले की, तेथे खटल्यांचे निकाल वेळीच होत नव्हते. त्याचा परिणाम असा झाला की, 'ज्यांचे खटले एक महिन्यापेक्षा अधिक रेंगाळत राहिले आहेत अशा कैद्यांची यादी व त्यांचे खटले का रेंगाळत राहिले त्याची कारणे व खुलासा प्रत्येक महिन्याला पाठवावा' असे एक परिपत्रक शाहूंनी सर्व दंडाधिकाऱ्यांकडे पाठविले. गारगोटीच्या जनतेने शिक्षणाची सोय करावी अशी प्रार्थना केली. तेथे त्यांनी मुलांची शाळा काढली. त्या विभागात पिण्याच्या पाण्याची सोय अद्याप झालेली नव्हती. त्याकडे त्यांचे लक्ष गेले. त्यांनी ती सोय करून दिली व लोकांची अडचण दूर केली. तेथील एका काजूच्या कारखान्याला त्यांनी भेट दिली. जर तो कारखाना यशस्वी झाला, तर आपण या विभागातील जंगलात असे कारखाने काढू, असे आश्वासन त्यांनी तेथील लोकांना दिले.

सन १८९५ च्या एप्रिल महिन्याचे शेवटी छत्रपती महाबळेश्वरला गेले.

तेथे ते मे महिन्यापर्यंत राहिले. परंतु मे च्या पहिल्या आठवड्यात मुधोळ संस्थानिकांच्या मुलाच्या विवाह समारंभास ते पाच दिवस मुधोळला गेले होते. त्यांनी आपले मुख्य सचिवाचे कार्यालयही महाबळेश्वरास नेले होते. तेथे त्यांनी अनेक प्रकरणे निकालात काढली. पावसाचे प्रतिवृत्त जूनपासून प्रत्येक आठवड्यात नियमित पाठवावे असा त्यांनी तालुका अधिकाऱ्यांना हुकूम काढला. कारण धान्याच्या पुरवठ्याविषयी त्यांना सावधगिरी बाळगायची होती.

शासनाचा दर्जा व कार्यक्षमता वाढवण्याच्या हेतूने कार्यक्षम अशा अधिकाऱ्यांच्या शोधात शाहू होते. दिवाण तारापूरवाला यांना शासनाचे नवीन धोरण न पचल्यामुळे अस्थिरता वाटू लागली. यास्तव ते अधून–मधून रजेवर जाऊ लागले. राज्यकारभारात समतोलपणा राहावा व मागासलेल्या जातींतील तरुणांनी उच्च शिक्षण घेऊन आपली लायकी वाढवावी यासाठी शाहूंनी राज्यकारभारात ब्राह्मणेतर समाजातील सुशिक्षित तरुणांना नेमून त्यांना राज्यकारभाराचे ज्ञान देण्याचे ठरविले. याच उद्देशाने त्यांनी बी. ए. च्या वर्गात असलेल्या एका जैन तरुणाला संस्थानच्या नोकरीत घेतले. तेव्हा मुख्य न्यायाधीश जोशी यांनी त्या तरुण माणसाच्या नेमणुकीविरुद्ध कांगावा केला. न्यायाधीशांचे म्हणणे असे होते की, ब्राह्मण पदवीधर कमी पगारावर मिळू शकतात, म्हणून त्यांचीच भरती करावी.

राज्यकारभारात हुशार आणि कर्तृत्ववान तरुण घ्यावयाचे असे ठरविल्यावर महाराजांनी भास्करराव विठोजी जाधव यांची सहायक सर सुभा म्हणून हंगामी नेमणूक १ जून १८९५ पासून केली. जाधव हे मुंबई विद्यापीठाचे अत्यंत हुशार विद्यार्थी होते. त्यांनी सन १८८८ च्या मॅट्रिकच्या परीक्षेत पहिला क्रमांक पटकावला होता. त्यांचा जन्म सन १८६३ त झाला. ते सन १८९२ च्या बी. ए. च्या परीक्षेत आणि सन १८९४ त एम. ए. च्या परीक्षेत पहिल्या वर्गात उत्तीर्ण झाले. ह्या नेमणुकीने प्रस्थापितांना किती दुःख आणि मत्सर वाटला असेल याची कल्पना केलेली बरी ! जाधवांची नेमणूक झाली तरी त्यांनी आपला अभ्यास पूर्ण केल्यावर नोकरीवर रुजू व्हावे असे ठरले.

ह्या बाबतीत स्वार्थी दृष्टीने लक्ष देत असलेला एक गट नि ब्राह्मणांची वर्तमानपत्रे यांनी शाहूंनी आपल्या स्वतःच्या निवडीचे ब्राह्मणेतर अधिकारी नेमल्याबद्दल त्यांना दोष दिला. जाधवांच्या नेमणुकीमुळे न्यायमूर्ती रानडे यांचे कुतूहल जागृत झाले. धुळ्याला नोकरी करीत असताना त्यांना सुपरिचित झालेले सबनीस यांच्याकडे त्यांनी 'सबनीस व आपण जितके चांगले काम करू तसे जाधव करू शकतील काय' अशी विचारणा केली.[७] ह्यावरून रानड्यांसारखा उदारमतवादी व मोठ्या मनाचा नेतासुद्धा ब्राह्मणेतर मनुष्य हा ब्राह्मणाइतकाच

कार्यक्षम असू शकतो हे खुल्या मनाने ओळखू शकला नाही असे दिसते. सुशिक्षित ब्राह्मणांनी शाहूंचे वर्णन '२४ वर्षांचा पोरसवदा' तरुण असे केले. ते आता म्हणू लागले, 'शाहू ब्रिटिश राजकीय प्रतिनिधींच्या लहरींप्रमाणे वागतात आणि संस्थानच्या हिताच्या बुरख्याखाली आपली गाऱ्हाणी व डावपेच लपवून ठेवतात.' वरील कारणांमुळे शाहूंना कर्तृत्ववान नि अनुभवी सल्लागार लाभणार नाहीत अशीही भीती ते व्यक्त करू लागले.

शाहूंची आता पूर्ण खात्री झाली की, राज्यकारभारामध्ये अनेक जातींचे लोक घेतल्याने राज्यकारभाराला योग्य तो समतोलपणा येईल. २७ डिसेंबर १८९५ या दिवशी लीवॉर्नर यांनी त्यांना धोक्याची सूचना दिली की, 'ब्राह्मणच केवळ कारस्थान करतात असे नाही, तर मराठे व इतर जातीही कारस्थान करण्यात काही कमी नाहीत.' त्या पत्रात लीवॉर्नर यांनी महाराज सयाजीराव गायकवाड यांच्याविषयी जे मत व्यक्त केले आहे ते लक्षात ठेवण्यासारखे आहे. लीवॉर्नर म्हणाले, 'गायकवाड यांचा उद्देश चांगला आहे असे मला नेहमी वाटते. तथापि त्यांच्या विशिष्ट मनोवृत्तीमुळे ते अविश्वासाचे व अनिश्चितीचे वातावरण निर्माण करून स्वत:ला त्रास करून घेतात. हिंदुस्थानात जो अधिकारी होतो त्याची अशीच समजूत आहे की, आपण आपल्या हाताखालील माणसांवर अवलंबून राहू शकत नाही. गायकवाडांनाही असेच वाटत असावे.'

शाहू छत्रपतींनी मोठ्या अधिकाराच्या जागी ब्राह्मणेतरांची नेमणूक केली. इतकेच नव्हे तर त्यांनी आपल्या दिमतीस गरीब वर्गातील लोक ठेवले. हेतू हा की, गरीब लोकांच्या हितासाठी त्यांनी जे हुकूम काढले होते त्यांची अंमलबजावणी होते की नाही हे त्यांच्याकडून कळावे. शाहूंना वाटे चांगल्या गोष्टी चांगल्या माणसांकडून कळतात आणि वाईट गोष्टी अडचणीत असलेल्या माणसांकडून कळतात.

ह्या समयी रायगड येथील शिवाजी महाराजांच्या समाधीची दुरुस्ती करण्याच्या उद्देशाने महाराष्ट्रात १८९५ साली सुरू झालेली चळवळ ऐन रंगात आली होती. १८८७ साली गोविंद बाबाजी जोशी नावाच्या बडोद्यातील एका सामाजिक कार्यकर्त्याने एक पुस्तिका लिहून महाराष्ट्रातील संस्थानिकांचे व सरदारांचे लक्ष शिवाजी महाराजांच्या मोडकळीस आलेल्या समाधीकडे वेधले. जोशी ह्यांनी स्वत: ३ एप्रिल १८८५ रोजी रायगडला जाऊन ती परिस्थिती स्वत: पाहिली होती. पुस्तिकेत त्यांनी असे म्हटले होती की, 'मराठा संस्थानिकांनी समाधीची दुरुस्ती करणे हे त्यांचे कर्तव्य आहे. जर महाराष्ट्रीयांनी ह्या समाधीकडे

दुर्लक्ष केले तर जगातील सर्व विद्वान व इतिहासकार आमच्यासारखे कोणी पापी व कृतघ्न नाहीत असा आरोप करतील.'[८]

जोशी यांनी जेम्स डगलास यांचे 'ए बुक ऑफ बॉम्बे' यातील एक उतारा आपल्या पुस्तिकेत दिला होता. त्यात डगलास म्हणाले होते, 'ज्या विस्तीर्ण प्रदेशाने शिवाजीला आपला भूपती आणि नायक म्हणून जयजयकार केला तो प्रदेश आता शिवाजीची पर्वा करीत नाही. शिवाजीने मोठे बलिदान देऊन व अलोट संपत्ती खर्च करून जो प्रदेश जिंकला तो प्रदेश कोल्हापूरचे राजे आणि सातारचे भोसले आणि पेशवे यांच्या ताब्यात आला. परंतु त्यांच्यापैकी मराठा साम्राज्याच्या ह्या संस्थापकाच्या समाधीची दुरुस्ती करण्यासाठी कोणीही एक रुपयाही देणगी द्यायला तयार नाही.' डगलासाने आपल्या १८९३ सालच्या 'बुक ऑफ बॉम्बे अँड वेस्टर्न इंडिया' या नवीन ग्रंथातही आपले तेच म्हणणे उद्धृत केले आहे.

त्यावेळी सहायक न्यायाधीश असलेले सुधारक व विचारवंत म. गो. रानडे यांनी हा शिवाजीच्या समाधीच्या जीर्णोद्धाराचा प्रश्न हाती घेतला. त्यांनी महाराष्ट्रातील सरदार व पुण्यातील नागरिकांची एक सभा २४ मे १८९५ रोजी दादासाहेब पंतप्रतिनिधी यांच्या अध्यक्षतेखाली, शिवाजी महाराजांची समाधी दुरुस्त करण्याच्या उद्देशाने आवश्यक तो निधी उभारण्यासाठी बोलावली.[९] त्या सभेने निधी गोळा करण्यासाठी व समाधीला किती खर्च येईल याचा अंदाज घेण्यासाठी एक उपसमिती नेमली. शाहू महाराजांचे वडील श्रीमंत आबासाहेब घाटगे यांना त्या उपसमितीचे अध्यक्ष म्हणून नियुक्त केले. आबासाहेबांनी रायगडला एक माणूस पाठवून समाधी दुरुस्त करण्यासाठी व तीवर छत्री बांधण्यासाठी व इतर कामासाठी किती खर्च येईल याविषयी एक अहवाल तयार करून घेतला. परंतु आबासाहेबांच्या अकाली मृत्यूमुळे ती योजना तशीच पडून राहिली.[१०]

या ठिकाणी एक ऐतिहासिक घटना लक्षात ठेवली पाहिजे. शिवाजी महाराजांची समाधी प्रथम महात्मा फुले यांनी शोधून काढली. त्यांनी रायगड येथील समाधीवरील पालापाचोळा आणि दगड दूर करून ती साफसूफ केली. त्यांनी १८६९ च्या जूनमध्ये आपला शिवाजीवरील पोवाडा प्रसिद्ध केला. असे म्हणतात की, १८७०–७५ च्या दरम्यान भोसले नावाच्या एका गृहस्थाने शिवाजीची समाधी व रायगडावरील इतर काही स्थळे गुप्त धन मिळण्याच्या आशेने खणली होती.

त्यानंतर १८८६ च्या मार्चमध्ये सरकारने शिवाजीच्या अष्टकोनी

समाधीच्या चबुतऱ्यावरील उगवलेले रान साफ करून थोडीशी दुरुस्ती केली आणि ५१ रुपये ३ आणे खर्च करून समाधीभोवती एक कठडा उभारला. शिवाय महाडच्या मामलेदाराने आपल्या कार्यालयाच्या किरकोळ खर्चातून दर वर्षाला ५ रुपये समाधीची झाडलोट करायला खर्च करावेत आणि त्या समाधीकडे जाणारा रस्ता चांगल्या स्थितीत ठेवावा, अशी ब्रिटिश सरकारने केवळ कृपा म्हणून १८८६च्या मे महिन्यात त्या मामलेदाराला परवानगी दिली होती.

उपरोक्त सभेनंतर दुसरी एक सभा पुणे येथे हुजूरबागेत ३० मे १८९५ रोजी श्रीनिवासराव पंतप्रतिनिधी यांच्या अध्यक्षतेखाली शिवाजी महाराजांच्या समाधी दुरुस्तीसंबंधी चाललेल्या चळवळीला मूर्त स्वरूप देण्यासाठी भरविण्यात आली. त्या सभेला पाठविलेल्या संदेशात न्यायमूर्ती रानडे म्हणाले की, ह्या कार्यात सभेच्या उद्देशाशी आपण सहमत आहोत व आपली सहानुभूती आहे. समाधीची निगा राखण्यासाठी एक कायम स्वरूपाचा निधी गोळा करावा अशी त्यांनी सभेला सूचना केली. रामदासस्वामींचे वंशज श्री चाफळकरस्वामी, औंधचे प्रतिनिधी, भोरचे सचिव, इचलकरंजीचे जहागीरदार, कुरुंदवाडचे संस्थानिक, तळेगावचे सेनापती दाभाडे व दुसरे अनेक संस्थानिक व सरदार हे ह्या सभेला उपस्थित होते. डॉ. विश्राम रामजी घोले, शेख अब्दुल रझाक, बिजली वाईकर, सरदार बाळकृष्ण विठ्ठल पोतनीस, बाळ गंगाधर टिळक यांसारखे प्रमुख पुढारी व्यासपीठावर होते.[११]

या प्रसंगी भाषण करताना बाळासाहेब कुरुंदवाडकर म्हणाले, 'ह्या बाबतीत मला इतकेच सुचवावयाचे आहे की, आपण कोल्हापूरच्या महाराजांकडे एक शिष्टमंडळ पाठवावे. महाराज सुशिक्षित आहेत आणि त्यांचा स्वभाव उमदा व दिलदार आहे. दुसऱ्यांसाठी ते अनेक गोष्टी करतात तर मराठा साम्राज्याचे संस्थापक शिवाजी महाराज यांची समाधी दुरुस्त करण्यासाठी ते उदार मनाने खर्च करतील याविषयी मला संदेह नाही.' टिळक म्हणाले, 'आम्ही जी वर्गणी ह्या कामी गोळा केली आहे तिचा कोल्हापूरच्या महाराजांनी स्वीकार करून हे काम पूर्ण करावे.'

ह्या सभेने समाधी दुरुस्त करण्यासाठी, तीवर छत्री उभारण्यासाठी, तिची देखभाल करण्यासाठी आणि शिवाजीच्या वार्षिक उत्सवासाठी निधी गोळा करावा असे ठरविले. सभेने एक कार्यकारी मंडळ नेमून तिचे कार्यवाह म्हणून बाळ गंगाधर टिळक यांची निवड केली. त्या कार्यकारी मंडळावर सुमारे ५० सभासद होते. शेवटी सर्वांचे आभार मानते वेळी प्रा. भानू म्हणाले, 'जोपर्यंत मराठ्यांचे राज्य होते तोपर्यंत समाधीची योग्य ती काळजी घेतली जात होती. मराठ्यांच्या राज्याला उतरती कळा लागल्यावर तिच्याकडे दुर्लक्ष झाले.'

सभा संपण्याचे समयी सभेच्या उद्देशाशी आपण सहमत आहोत अशी ग्वाही देणारी शाहूंची तार सभेला मिळाली.

सभेत ठरल्याप्रमाणे २६ ऑगस्ट १८९५ रोजी सकाळी ११।। वाजता प्रमुख आणि वजनदार गृहस्थांचे एक शिष्टमंडळ समाधि-दुरुस्तीचे काम पुण्यातील सभेतील ठरावाप्रमाणे शाहूंनी हाती घ्यावे अशी विनंती करण्यासाठी शाहूंना कोल्हापूर येथे दरबारात भेटले. त्यापूर्वी छत्रपतींनी शिष्टमंडळाला आपण पुण्यातच भेटू असे कळविले होते. परंतु आपली भेट कोल्हापुरातच झाली तर बरे असे त्या शिष्टमंडळाने त्यांना कळविले. त्याप्रमाणे त्यांनी शिष्टमंडळास कोल्हापुरात भेटण्यास संमती दिली. त्या शिष्टमंडळाचे सभासद बाळासाहेब कुरुंदवाडकर, शाहूंचे बंधू बापूसाहेब घाटगे, बाळासाहेब इचलकरंजीकर, बाळासाहेब बावडेकर, नागोजीराव पाटणकर, सरदार पोतनीस, बाळ गंगाधर टिळक, महादेव ब. नामजोशी आणि मुंबईचे डॉ. एम. जी. देशमुख हे होते. हिंदी संस्थानिकाची अशा तऱ्हेने भेट घेणारे हे पहिलेच शिष्टमंडळ होते. शिष्टमंडळाची व्यवस्था करण्यासाठी कोल्हापूर दरबारने खर्च करावा अशी शाहूंची आज्ञा होती.

ठरल्याप्रमाणे शिष्टमंडळ शाहू छत्रपतींना दरबारात भेटले. बाळासाहेब कुरुंदवाडकर आपल्या भाषणात म्हणाले, 'ज्या महान विभूतीने हिंदुधर्माचे रक्षण केले त्यांचे स्मरण चिरकाल ठेवण्यासाठी आम्ही जहागीरदार खर्चाचा योग्य तो वाटा उचलायला तयार आहोत.' महाराज सयाजीराव गायकवाड यांनी आपल्या खाजगीतून पाठवलेले एक हजार रुपये जमेस धरता एकंदर ८ हजार रुपये वर्गणी जमा झालेली आहे. जगद्गुरू शंकराचार्य यांनी साहाय्य करून आपली सदिच्छा व्यक्त केली आहे, याचाही त्यांनी उल्लेख केला. दिवाण सबनीस यांनी महाराजांचे उत्तर वाचून दाखविले. त्यात ते म्हणाले, 'आमच्या घराण्याचे मूळ संस्थापक शिवाजी महाराज होत आणि ते आमच्या पूर्वजांपैकी एक आहेत. तेव्हा समाधीची दुरुस्ती करणे हे माझे कर्तव्य आहे. महाराष्ट्रातील लोकांनी इतक्या उत्सुकतेने ह्या कार्याला मदत केली आहे हे पाहून मला अत्यंत समाधान वाटते. तुमच्या कार्यकारी मंडळाला भरपूर मदत द्यायला मी तयार असून, इतर पूर्वजांच्या समाधीवर जशी छत्री बांधण्यात आली आहे तशी शिवाजी महाराजांच्या समाधीवर बांधण्यात येईल. कोणत्या तऱ्हेची आणि किती मदत आपण देऊ ते नंतर कळविण्यात येईल.'[१२] ह्यानंतर छत्रपतींना हिंदी पद्धतीप्रमाणे पानसुपारी आणि हारतुरे अर्पण करण्यात आले. डॉ. देशमुख आणि नामदार वंतमुरीकर यांनी महाराजांचे आभार मानले. टिळकांनी ह्या वेळी भाषण केले नाही. यानंतर सुमारे तीन महिन्यांनतर शाहूंनी शिवाजी निधि समितीचे अध्यक्षपदही स्वीकारले.[१३]

शिवाजी राजा मेमोरियल कमिटीचे कार्यवाह टिळक यांनी सार्वजनिकरीत्या १५ एप्रिल १८९६ या दिवशी शिवाजी उत्सव करण्यास आरंभ केला. त्यानंतर तो प्रत्येक वर्षी महाराष्ट्रात अनेक वर्षे साजरा होत राहिला.

शिवाजी उत्सव चळवळीच्या आरंभी शाहू छत्रपती त्या चळवळीच्या ध्येयाशी पूर्णपणे संमत होते. तथापि नंतर त्यांनी शिवाजी चळवळीला साहाय्य करण्याचे नाकारले होते, असे राज्यपाल लॉर्ड सॅन्ढर्स्ट यांच्या एका विधानावरून दिसून येते.[१४] शाहूंनी दोन वर्षांनंतर आपले मत बदलले आणि ते मतांतर व्हायलाही तसेच काही कारण घडले. कोल्हापुरातील शिवाजी क्लबच्या सभासदांनी १८९५ पासून शस्त्रे गोळा करावयास सुरुवात केली. त्या वर्षी शिवाजी क्लबच्या काही सभासदांकडे शस्त्रे सापडली आणि त्यामुळे पाच–सहा जणांना शिक्षा झाली.१५ शाहू छत्रपतींना शिवाजी चळवळीविषयी प्रेम होते. परंतु ह्या घटनेमुळे शिवाजी चळवळीशी संबंध न ठेवण्याची ते सावधगिरी बाळगू लागले. आणि पुढे टिळकांनी १९०१ साली वेदोक्त प्रकरणावर सनातनी ब्राह्मणांच्या बाजूने अग्रलेख लिहिल्यावर ते टिळकांच्या ह्या चळवळीपासून दूर राहिले.

मुंबई राज्यपालांचे खाजगी चिटणीस एडगरूले यांच्यासारखे अधिकारी शिवाजीची समाधी दुरुस्त करण्याविरुद्ध नव्हते. कारण त्यावेळी त्यांना शिवाजीचे नाव सरकारच्या विरुद्ध एका स्वराज्याचे प्रतीक म्हणून मानले जात आहे, असे वाटत नसे. त्यानंतर थोड्या दिवसांनी ब्रिटिश राजनैतिक प्रतिनिधी कर्नल सीली हे शिवाजी चळवळीचा उल्लेख करून म्हणाले, 'मराठा विद्यार्थी आपल्या राष्ट्रीय विभूतीविषयी अवश्य अभिमान बाळगोत. त्याच्या जीवनापासून उत्साह, संघटना व नेतृत्व याची स्फूर्ती घेवोत आणि ज्याप्रमाणे आम्ही इंग्लिश लोक आता आल्फ्रेड दी ग्रेट याची हजारावी पुण्यतिथी साजरी करीत आहोत, त्याप्रमाणे तरुण मराठे आपला उत्साह आणि देशाभिमान जागृत ठेवण्यासाठी शिवाजीची जयंती साजरी करून शिवाजीच्या गुणांचे व कर्तृत्वाचे स्मरण ठेवोत.'१६ जेव्हा शिवाजी चळवळीला राजकीय रंगरूप प्राप्त झाले, तेव्हा ब्रिटिश अधिकाऱ्यांनी शिवाजी चळवळीच्या विरुद्ध पवित्रा घेतला. त्यानंतर संस्थानिक व जहागीरदार यांनी आपला पाठिंबा काढून घेतला.

ब्रिटिश सरकारला वाटे की, राष्ट्रीय वृत्तीच्या लोकांनी चालविलेली ती चळवळ सरकारच्या विरुद्ध जाईल. त्यामुळे त्या सार्वजनिक चळवळीच्या शिडातील वारा काढून घेण्याच्या उद्देशाने शिवाजीच्या समाधीवर छत्री उभारण्यासाठी शिवाजी महाराज मेमोरियल कमिटीच्या अध्यक्षांच्या विनंतीला मान देऊन सरकारने पुढे ५ हजार रुपयांची देणगी जाहीर केली. पुढे काही वर्षांनी

त्यांनी शिवाजी महाराज मेमोरियल कमिटीच्या सहकार्याने शिवाजी महाराजांची रायगडावरील समाधी दुरुस्त केली आणि त्यावर नवीन छत्री बांधून १९२५ साली ते काम पूर्ण केले व त्या छत्रीचे उद्घाटन नागपूरचे श्रीमंत रघुजी भोसले यांच्या हस्ते झाले.

१४ डिसेंबर १८९५ रोजी शाहू महाराजांची पणजी अहिल्याबाई राणीसाहेब यांचे देहावसान झाले. बडोदा व कोल्हापूर ही दोन घराणी त्यांच्या विवाहामुळे एकत्र आली. कोल्हापुरातील मुलींच्या शिक्षणकार्यात त्या राणीसाहेब उत्साहाने भाग घेत. शाहू छत्रपतींनी त्यांच्या स्मरणार्थ १५ ऑक्टोबर १८९६ रोजी अनुभवी वैद्यांच्या देखरेखीखाली एक आयुर्वेद औषधालय सुरू केले. या सुमारास नवीन राजवटीमुळे शिक्षणाच्या प्रसारात नवीन अडचणी निर्माण झाल्या. बहुतेक ब्राह्मण जहागीरदारांनी राजाराम महाविद्यालयाला चालू असलेली मदत देण्याचे बंद केले. समाजाच्या खालच्या थरांत शिक्षणाचा प्रसार करण्याचे नवीन धोरण आणि जहागीरदारांवरील नियंत्रण ठेवण्याचे शाहूमहाराजांचे प्रयत्न, यामुळे जहागीरदारांच्या मनात कटुता निर्माण झाली होती.

५

आदर्श राज्यकर्ता

आपल्या राज्यकारभारासाठी कर्तृत्ववान व एकनिष्ठ प्रशासकांचा एक वर्ग तयार करण्याचा शाहूंचा निर्धार कृतीत येत असल्यामुळे जुन्या अरेरावांची संख्या हळूहळू कमी होऊ लागली व शाहूंनी विचारपूर्वक निवड केलेल्या लोकांचा भरणा वाढत होता. शाहूंचे गुरुजी फ्रेजर हे आता म्हैसूरच्या तरुण महाराजांचे शिक्षक झाले होते. महत्त्वाच्या जागी युरोपियन लोकांची नेमणूक करावी असा म्हैसूरहून फ्रेजरनी शाहूंना सल्ला दिला होता. पण म्हैसूर राज्यात म्हैसुरी व मद्रासी ब्राह्मण यांमध्ये संस्थानातील मोठ्या जागा पटकाविण्याविषयी कशी चुरस चालली होती हे स्वत: फ्रेजर यांनी शाहूंना कळविले[१] होते. शाहू युरोपियन अधिकाऱ्यांच्या शिस्तीची प्रशंसा करीत. परंतु ब्रिटिश राजनैतिक प्रतिनिधीकडे क्षुल्लक कारणावरूनसुद्धा ते तक्रार घेऊन जात, याविषयी त्यांना वाईट वाटे.

लंडन येथून लीवॉर्नर यांनी काही दिवसांपूर्वी शाहूंना असा सल्ला दिला होता. आता पुन्हा सल्ला देते वेळी लीवॉर्नर म्हणाले की, ब्रिटिश राजनैतिक प्रतिनिधीने अमुक गोष्ट केली किंवा तमुक गोष्ट केली याच्यावर आपण विश्वास ठेवू नका. किंवा तो खुश आहे किंवा नाखुश आहे हेही पाहू नये. त्याच्याकडे सरळ जाऊन त्याची मते प्रत्यक्ष विचारावीत. असे केल्याने गैरसमज राहणार नाहीत.[२]

राज्यकारभारात समाजातील सर्व घटकांचा समावेश करून घेण्याचा शाहूंचा निर्धार कायम असल्यामुळे त्यांनी पुण्यातील मराठा वकील व पुढारी गंगारामभाऊ म्हस्के यांना नोकरीला लायक अशा लोकांची नावे सुचविण्याची विनंती केली. म्हस्के हे उदारमनस्क व गरिबांविषयी सहानुभूती बाळगणारे सामाजिक कार्यकर्ते होते. त्यांनी पुण्यात वाचनालये सुरू केली होती. त्यांनी फार परिश्रम करून १८८३ साली डेक्कन मराठा एज्युकेशन सोसायटी ही संस्था स्थापन केली होती आणि उच्च शिक्षण पूर्ण करण्यासाठी त्यांनी अनेक विद्यार्थ्यांना साहाय्य केले होते. म्हस्के यांनी अभियंत्याची परीक्षा उत्तीर्ण झालेले दाजीराव

विचारे यांचे नाव सुचविले. शाहूंनी त्यांची नेमणूक सार्वजनिक बांधकाम खात्यात केल्यामुळे त्यांच्या कारभारावर व धोरणावर फार कडक टीका झाली. यास्तव शाहूंनी त्यांना काही दिवस आपल्या सचिवालयात नोकरीस ठेवले. सचिवालयातील ब्राह्मण नि युरोपियन यांना असे वाटले की, आता शाहू ब्राह्मण आणि युरोपियन यांना नोकरीतून वगळू लागले आहेत.

शासकीय नेमणुकी करण्यासंबंधीचे आपले धोरण सगळ्या जनतेस माहीत झाले आहे व त्यामुळे विरोध निर्माण होण्याचा संभव आहे अशी धोक्याची सूचना दिवाण तारापूरवाला यांनी शाहूंना दिली. त्या धोरणामागील उद्देश कितीही उदात्त असले तरी त्याचे दुष्परिणाम संस्थानावर होतील अशी भीती त्यांनी व्यक्त केली. ब्राह्मण आणि युरोपियन अधिकाऱ्यांना वाटले, आपल्याला वगळून दुसऱ्यांची नेमणूक करून शाहू कोल्हापुरातील आमच्या समाजाचे वजन कमी करीत आहेत. पांढरपेशा वर्गामध्ये सर्वसाधारण असे मत झाले की, शाहू हे अविवेकाने तरुण अननुभवी पदवीधरांची राज्यकारभारात भरती करीत आहेत. तरीसुद्धा शाहू आपल्या संकल्पित योजनेप्रमाणे वागत होते. स्वत: शाहूंना खात्री वाटत होती की, नवीन अधिकाऱ्यांच्या नेमणुकीमुळे शासन सुरळीत चालेल. सर्व पक्षांना खुश ठेवणे हे कार्य कठीण होते. ते म्हणाले, 'काही लोकांच्या इच्छेविरुद्ध मी ज्या गोष्टी करतो त्यांविषयी मी वाईटपणा स्वीकारावयास तयार असले पाहिजे. सध्या जी परिस्थिती आहे त्या परिस्थितीत युरोपियन लोकांना संतुष्ट ठेवणे जवळ जवळ अशक्य आहे.' ह्या सर्व गोष्टी लक्षात घेऊन शाहूंनी निर्धाराने आणि निर्भयतेने सबनिसांची नेमणूक २४ जून १८९६ रोजी सेवानिवृत्त झालेल्या वैद्य नावाच्या महसूल मंत्र्याच्या जागी केली.

आर. जे. शॅनॉन हे बांधकाम खात्याचे प्रमुख होते. त्यांच्या खात्यातील काही बाबतींतल्या खर्चाविषयी सचिवालयाने विचारणा केली असता ते संतप्त झाले. शॅनॉन हे थेट छत्रपतींकडे धावले. आपल्या कामात असे दोष काढण्याचे धाडस सचिवालयातील अधिकाऱ्यांना कसे झाले, असे त्यांनी शाहूंना विचारले. शाहू शांतपणे उत्तरले, 'तुम्ही दाखविलेल्या खर्चाच्या अंदाजाविषयी मलाच असमाधान वाटत होते. म्हणून मीच स्वत: त्या बाबतीतील स्पष्टीकरण विचारले.'

श्रीमती साईक्स ही संस्थानची मुख्य परिचारिका होती. तिने १ जानेवारी १८९६ पासून राजीनामा दिला. कु. लीटल ही स्त्रीशिक्षण खात्यातील अधीक्षक होती. तिनेही यापूर्वीच राजीनामा दिला होता. तिच्याऐवजी सौ. रखमाबाई कृष्णराव केळवकर (१८५७ ते १९५०) यांची अधीक्षक म्हणून त्या खात्यात १ सप्टेंबर १८९५ पासून शाहूंनी नेमणूक केली. रखमाबाईंचे पती

डॉ. कृष्णाजी दादाजी केळवकर यांनी अलिबाग आणि इतर ठिकाणी सरकारी वैद्यकीय अधिकारी म्हणून काम केले होते. स्त्री शिक्षणाचे ते मोठे कैवारी असल्यामुळे त्यांनी आपल्या पत्नीला स्वतःच घरी शिकविले. पुढे दुर्दैवाने डॉ. केळवकरांना एक असाध्य असा रोग जडला. त्यामुळे रखमाबाईंना कुटुंबाच्या निर्वाहासाठी नोकरी धरावी लागली. त्यांची शिक्षणातील निपुणता व कर्तृत्व पाहून मोठे अधिकारी गुणग्राहकता व्यक्त करीत.

श्रीमती रखमाबाई केळवकरांना महिला ट्रेनिंग कॉलेजमध्ये प्रवेश मिळाला. त्यांची वर्तणूक आदर्श असून त्यांचे ज्ञान सर्वांपेक्षा उच्च प्रतीचे होते, असे आढळून आले. १८८३ च्या मार्चमध्ये त्या शिक्षिकेची परीक्षा उत्तीर्ण[३] झाल्या. त्यांच्या उच्च गुणसंपन्नतेमुळे त्यांना अहिल्याराणींची सोबतीण म्हणून नेमण्यात आले. सौ. राधाबाई शिक्षण खात्यात अनेक वर्षे नोकरी करून २९ जानेवारी १९२२ रोजी मासिक रु. ५० सेवानिवृत्ति वेतनावर निवृत्त झाल्या.

शॅनॉन हे रजेवर जाऊन सन १८९६ च्या सप्टेंबर महिन्यात कामावर रुजू झाले. परंतु त्यांनी त्या महिन्याचे शेवटी घरगुती कारणांमुळे राजीनामा दिला. त्यामुळे दाजीराव अमृतराव विचारे यांची त्या जागी नेमणूक करण्यात आली. विचारे यांच्या नेमणुकीला १८९६च्या मार्चमध्ये राजनैतिक प्रतिनिधिपदी नेमणूक झालेल्या कर्नर रे ह्यांनी विरोध केला. पण शाहूंनी त्यांना दाद दिली नाही. या बाबतीत काही वर्तमानपत्रांनीसुद्धा शाहूंवर टीका केली.

छत्रपती हे अजोड घोडेस्वार नि पटाईत शिकारी म्हणून प्रसिद्ध होते. मृगया त्यांना प्रिय असे. एकदा का शिकारीला लागले की ते आपला राजेपणा विसरून जात व रानटी शिकाऱ्याप्रमाणे ते पहाड व जंगले बेफामपणे तुडवीत जात. कष्ट सोशीत व हिंस्र पशूंशी धैर्याने लढत. ह्याच सुमारास छत्रपतींनी एक सिंह आणि वाघ मारला. पहिली गोळी चुकताच तो वाघ पिसाळला आणि त्याने शाहूंवर झडप घातली. परंतु प्रसंगावधान बाळगून शाहू झटकन जवळच्या झाडावर चढून गेले आणि वाघाची झडप त्यांनी चुकविली. त्यांनी दुसरी गोळी घालून वाघाला ठार केले. या धाडसी कृत्याबद्दल काही वर्तमानपत्रांनी त्यांची प्रशंसा केली. त्यांचे मित्र भावनगरचे भावसिंहजी यांनी शाहूंनी मोठ्या धाडसी वृत्तीने वाघ मारल्याबद्दल त्यांचे अभिनंदन केले. शाहूंनी भावसिंहांजवळ मोराची अंडी मागितली होती. परंतु अंड्यांचा हंगाम सुरू झालेला नाही, असे त्यांनी कळविले.

सन १८९६च्या एप्रिलमध्ये सह्याद्रीच्या रांगांतील दूरवरच्या स्थळांना शाहूंनी भेट दिली. वनात राहणारे लोक जंगल खात्याचे निर्बंध का जुमानीत

नाहीत हे पाहण्यासाठी त्यांनी ह्या विभागाला भेट दिली होती. त्याविषयी त्यांनी कर्नल रे ह्यांना पाठविलेल्या पत्रात म्हटले की, 'जंगल निर्बंधांच्या संबंधी तेथील जनतेची काही गाऱ्हाणी आहेत की काय आणि त्यांविषयी काही करता येईल की काय हे पाहण्यासाठी मी येथे आलो. मला असे वाटते की, ह्या जंगलातील लोकांच्या घरांना वैयक्तिक भेटी दिल्या तर त्यामुळे अधिकारी आणि जंगलातील गरीब जनता यांच्यामधील संघर्ष कमी व्हावयास मदत होईल.' पत्राचे शेवटी ते म्हणाले, 'आणखी एक गोष्ट माझ्या ध्यानात आली आहे की, ही प्रजा कर्जात बुडालेली आहे. त्यांच्या जमिनी सावकारांच्या हाती आहेत आणि ह्या लोकांना मदत कशी करावी याचा विचार मी करीत आहे.' त्यांचे आर्थिक जीवन उद्ध्वस्त झाले असल्यामुळे सरकारी निर्बंध धाब्यावर बसविण्याची त्यांची प्रवृत्ती वाढली होती.

या सुमारास छत्रपतींनी काही प्राथमिक शाळांना भेटी दिल्या. आपले कोणते हक्क आहेत व कोणती कर्तव्ये आहेत हे सामान्य जनतेला कळावे म्हणून त्यांनी त्यांच्यामध्ये शिक्षण प्रसार करण्याचे ठरविले. सन १८९६ त त्यांनी एका नाजूक विषयाच्या बाबतीत निर्णय केला. कटकोळ गावी असलेल्या प्राथमिक शाळेला भेट दिली असता त्यांना असे कळले की, त्या शाळेत मराठी की कानडी शिकवावे हा प्रश्न बराच काळ अनिर्णीत होता. कटकोळ हे खेडे कर्नाटकच्या सरहद्दीजवळ असल्यामुळे स्वाभाविकपणे त्या गावावर कन्नड भाषेचा प्रभाव पडलेला होता. राजभाषा मराठी असल्यामुळे शिक्षणाचे माध्यमही मराठीच असावे. परंतु व्यवहाराची भाषा म्हणून कानडी शिकवावी असा निर्णय करून तो प्रश्न त्यांनी सोडविला.४ ह्या निर्णयावरून शाहूंची न्यायप्रियता व व्यावहारिक दृष्टी दिसून येते.

छत्रपतींचा दौरा खेड्यापाड्यांतून सुरूच होता व त्यांचे निरीक्षण व पाहणी सुरूच होती. त्यांनी २० नोव्हेंबर १८९६ रोजी गडहिंग्लजला भेट देऊन रायबाग व कटकोळ विभागांत पावसाच्या अभावी दुष्काळ पडत असलेल्या भागांना भेट दिली. अवर्षणामुळे अन्नधान्याची टंचाई पडल्यामुळे शाहूंनी लवाजमा बरोबर न घेता उंटावरून व घोड्यावरून प्रवास केला व पिकांची पाहणी केली. शाहूंनी ब्रिटिश सरकारकडे, वरिष्ठ न्यायालयासंबंधीचे आपले अधिकार परत करावेत म्हणून ह्या वर्षी मुंबई सरकारकडे एक निवेदन पाठविले. आपल्या पूर्वीच्या राजांचे ब्रिटिश राजवटीने हिरावून घेतलेले अधिकार परत मिळविण्यासाठी शाहू आता खटपट करू लागले. परंतु सरकारने ह्या प्रश्नाचा निर्णय करण्यास ८ वर्षे घेतली. त्यांना हे अधिकार देण्याबाबत सरकार सावधगिरी बाळगीत होते.

या सुमारास महाराज शिवाजीराव होळकर हे कोल्हापूरला भेट देणार होते. होळकरांनी कोल्हापूर दरबारी कोणत्या मानसन्मानाने वागावे ह्या बाबतीत मुंबई सरकार आणि कोल्हापूर दरबार यांचेमध्ये पत्रव्यवहार झाला. महाराज शिवाजीराव होळकरांचे सन्मानपूर्वक स्वागत करण्यात आले आणि त्यांच्या आगमनाप्रीत्यर्थ दरबारही भरविण्यात आला.

सन १८९६ च्या उत्तरार्धात कोल्हापूर संस्थानात दुष्काळामुळे फार गंभीर परिस्थिती निर्माण झाली होती. डोंगराळ प्रदेश व दुष्काळाची परिस्थिती यामुळे पन्हाळा पेटा, भुदरगड आणि कटकोळ ह्या दुष्काळग्रस्त भागांतून शाहू छत्रपतींनी जानेवारी १८९७ पासून मे १८९७ पर्यंत लोकांना दीर देत देत प्रवास केला. मात्र एक आठवडा ते महाबळेश्वरला विश्रांतीसाठी गेले होते. आपले जिल्हाधिकारी, वनाधिकारी नि कार्यकारी अभियंते यांना घेऊन त्यांनी सर्व दुष्काळी कामांची पाहणी केली. गरिबांच्या घरीच दुष्काळी साहाय्य देण्याचे काम तेथल्या तेथेच करण्यात आले. पिके बुडाल्यामुळे व गुरांना वैरण अथवा पालापाचोळा मिळत नसल्यामुळे ह्या वर्षी चिंचली येथील यात्रा रद्द करण्यात आली. आजूबाजूच्या खेड्यांतील लोकांनी प्रजावत्सल शाहूंची राजवट आपणांस दीर्घकाळ लाभो अशी आपल्या कुलदैवतांकडे प्रार्थना केली.

हंगामी ब्रिटिश राजनैतिक प्रतिनिधी कर्नल रे यांची नेमणूक १८ जानेवारी १८९७ रोजी कायम करण्यात आली. कर्नर रे हे गृहस्थ तरुण व अननुभवी होते. ते आबासाहेब घाटगे यांचे स्नेही असल्यामुळे छत्रपतींशी त्यांचे संबंध आरंभी सलोख्याचे होते. तथापि रे यांची काम करण्याची पद्धत ही प्रक्षोभकारक होती. कोलॅक नावाच्या बॅरिस्टरने, आपणांस वाईट वागणूक दिल्याबद्दल रे यांच्याविरुद्ध कोल्हापूर दरबारकडे तक्रार केली होती.

कर्नल रे यांचा प्राचार्य कँडी यांच्याशीही खटका उडाला होता. कँडी हे अति उद्धट व मग्रूर बनले होते. मुंबईतील सचिवालयामध्ये आपले मोठे वजन आहे अशी ते शेखी मिरवीत. आपणांस बढती दिलीच पाहिजे अशी त्यांनी छत्रपतींकडे उद्धटपणे पत्र पाठवून मागणी केली होती. ह्या प्रकरणी कँडींना महाराजांची क्षमा मागावयास राज्यपाल लॉर्ड हॅरिस यांनी भाग पाडले होते. त्यांनी आपल्या उद्धटपणाची सीमा गाठली ! एका पोलिसाला चौकीत मारून त्यांनी एका गुन्हेगाराला जबरदस्तीने कैदेतून सोडवून नेले. कँडीच्या ह्या जंगली वागणुकीमुळे शाहू अस्वस्थ व बेचैन झाले होते. त्याचा काटा काढण्याचे त्यांनी

ठरविले. व 'जर सरकारने कँडीला परत बोलविले तर जानेवारीपर्यंतचा ६ महिन्यांचा पगार आपण देऊ' असे त्यांनी राज्यपालांच्या सल्लागार मंडळातील सभासद न्यूजण्ट यांना कळविले.

कँडी यांनी शाळेतील शिक्षकांना धमकी देऊन त्यांना दरबारच्याविरुद्ध अर्ज करावयास भाग पाडले. इतकेच नव्हे, तर त्यांनी मुसलमानांनाही चिथावणी देऊन दरबारच्याविरुद्ध अर्ज करावयास लावले. छत्रपतींविषयी कँडी खाजगीरीत्या बेफामपणे व कुत्सिपणे बोलत. यामुळे शाहू त्यांचा तिरस्कार करीत. सॅन्ढर्स्टकडे शाहूंनी त्या बाबतीत तक्रारही केली होती. आता शाहूंनी त्या बाबतीत निराळाच पवित्रा घेतला. त्यानं कर्नल रे यांच्या कँडीशी असलेल्या शत्रुत्वाचा फायदा घेण्याचे ठरविले. त्या दोघांचा तंटा मिटविण्याच्या भानगडीत ते हेतुपुरस्सर पडले नाहीत. कर्नल रे कँडींचा काटा काढतील हे ते पक्के जाणून होते. परिणामी, जरी कँडीच्या बाजूने कोल्हापुरातील ख्रिश्चन मिशनरी मंडळी होती तरी त्याला कोल्हापूर सोडावे लागले आणि मध्य प्रांतामध्ये दिवस कंठावे लागले.

दुष्काळाच्या पाठोपाठ प्लगेची भयंकर मोठी साथ १८९६ सालचे प्रारंभी मुंबईत सुरू झाली. १८९६ च्या डिसेंबरपासून ती कराची, भिवंडी व पुणे येथे पसरली. कोल्हापूर दरबारने त्या संकटाच्याविरुद्ध अगोदरच उपाययोजना आखून ठेवली होती. प्लेगने सातारा आणि बेळगाव जिल्ह्यांतील खेड्यांतून कहर उडवून दिला होता. कोल्हापूरच्या सरहद्दीवरील मराठा संस्थानामध्येही प्लेगने धुमाकूळ मांडला होता. कोल्हापूर दरबारने प्लेगच्याविरुद्ध जी उपाययोजना केली होती तीमुळे काही दिवस तरी प्लेगची प्रवेश कोल्हापूर संस्थानात झाला नाही.

जरी दुष्काळ व प्लेग यांनी महाराष्ट्रातील जनता त्रस्त झालेली होती तरी २१ व २२ जून १८९७ रोजी सम्राज्ञी व्हिक्टोरिया राणीचा राज्यारोहणाचा हीरक महोत्सव साजरा करण्याचे ब्रिटिश सरकारने ठरविले होते. राणी व्हिक्टोरिया हिने 'भारताची सम्राज्ञी' ही पदवी १८७७ साली धारण केली होती. महाराज्यपाल लॉर्ड एल्जीन यांनी ५ जून १८९७ यादिवशी लिहिलेल्या पत्राप्रमाणे छत्रपतींनी तिच्या राज्यारोहणाचा हीरक महोत्सव नवीन राजवाड्यामध्ये २१ जून १८९७ रोजी खास दरबार भरवून साजरा केला. सर्व जहागीरदार, सरदार व मानकरी समारंभास उपस्थित होते. राणीची कल्याणकारी राजवट पुढील अनेक वर्षे लाभो अशी प्रार्थना करणारा अभिनंदनपर संदेश सम्राज्ञीला पाठविण्यात आला. २१ जूनच्या सकाळी सम्राज्ञीच्या सन्मानार्थ १०१ तोफांची सलामी देण्यात आली. २२ जून 'सम्राज्ञी दिवस' म्हणून पाळण्यात आला. त्या दिवशी राणीच्या राज्यारोहणाच्या वर्षाइतक्याच म्हणजे ६० तोफांची सलामी देण्यात आली. त्या

समारंभानिमित्त, तुरुंगात चांगली वर्तणूक ठेवलेल्या ३४ कैद्यांना सोडण्यात आले व ७६ कैद्यांना शिक्षेत सूट देण्यात आली.

महाराज्यपाल लॉर्ड एल्जीन यांना पत्र लिहून शाहूंनी आपली स्वामिभक्ती व निष्ठा व्यक्त केली. त्या पत्रात त्यांनी म्हटले की, 'व्हिक्टोरिया युग' हे इंग्लंड आणि भारत या दोन्ही देशांना प्रगतीचे ठरले. राजाने मुकुट धारण करावयाचा तो वस्तुत: लोकांच्या हिताकरताच आणि जेव्हा अशी गोष्ट सुयोग्य रितीने घडते तेव्हा सरकारच नैतिक नि भौतिक विजयाची ग्वाही देते. ह्या वचनाप्रमाणे व्हिक्टोरिया युग हा मोठा सुबत्तेचा व सुधारणेचो कालखंड होय. कोल्हापूर दरबारने मुंबई राज्यपालांमार्फत रेशमावर कोरलेले मानपत्र सोन्याचांदीच्या करंडकामधून राणीला पाठविले. ते मानपत्र व करंडक हे कोल्हापूरच्या एका कलावंतानेच घडविले होते. सम्राज्ञी व्हिक्टोरियाने आपल्या सरकारमार्फत शाहूंचे त्याविषयी आभार मानले. शाहूंच्या वडिलांनी सम्राज्ञी व्हिक्टोरिया हिच्याशी सलोख्याचे संबंध जोडलेले होते ते शाहूंनी दृढ केले.

पूर्वी ब्रिटिशांचे मित्र असलेल्या पण मागाहून परतंत्र व असहाय झालेल्या एका संस्थानचे छत्रपती शाहू यांनी सम्राज्ञी व्हिक्टोरिया हिचा अशा प्रकारे सत्कार केला. हा परिस्थितीचा परिपाक होता. इतर भारतीय संस्थानिकांची परिस्थिती अशीच अनुकंपनीय झाली होती. सम्राज्ञीला अशा तऱ्हेने धन्यवाद देण्यात शाहू एकटेच नव्हते. काही भारतीय पुढाऱ्यांनीसुद्धा सम्राज्ञीविषयी असेच धन्यवादाचे उद्‌गार काढले होते. पुढे महात्मा म्हणून जगद्‌विख्यात झालेले मोहनदास करमचंद गांधी यांनी आफ्रिकेतील दरबानमधून, सम्राज्ञीने सुवर्णयुग निर्माण केल्याबद्दल असेच धन्यवाद दिले होते. सम्राज्ञीच्या हीरक महोत्सवाचे वेळी कोल्हापूर येथे सैनिकी इस्पितळच्या इमारतीच्या पायाभरणीचा समारंभ ब्रिटिश राजनैतिक प्रतिनिधी कर्नल रे यांच्या हस्ते साजरा झाला. २२ जून १८९७ रोजी स्वत: छत्रपतींनी व्हिक्टोरिया डायमंड ज्युबिली लेपर असायलम इमारतीचा पाया घातला.

जेव्हा शाहू व गांधी सम्राज्ञी व्हिक्टोरिया हिला मन:पूर्वक धन्यवाद देत होते, तेव्हा राष्ट्राभिमानाचे प्रतीक व प्रतिनिधी बाळ गंगाधर टिळक यांनी केसरीतील 'महाराणी सरकारचा जयजयकार' ह्या दि. १५ व २२ जून १८९७ च्या आपल्या अग्रलेखात म्हटले : असो. अशा रितीने संपत्तीच्या व वैभवाच्या शिखरास पोहोचलेल्या राष्ट्रातील लोक आपल्या उत्कर्षाचे द्योतक म्हणून हा जो उत्सव करीत आहेत तो त्यांच्या दृष्टीने अगदी यथायोग्य आहे. हे आमचे राज्यकर्ते आहेत म्हणून आम्हांसही त्यात आनंदच आहे. मात्र गेल्या साठ वर्षांत त्यांच्याप्रमाणे आमची भरभराट झाली असे म्हणता यावयाचे नाही. बाकी

हिंदुस्थानच्या स्थितीकडे पाहिले म्हणजे आमच्या वैभवाचा नव्हे तर ऱ्हासाचा हा साठावा उत्सव आहे असेच म्हणणे भाग पडते.' टिळकांनी असे म्हटले तरी ते धूर्तपणे राज्यपालांच्या पुण्यातील बंगल्यावर समारंभाच्या रात्री उपस्थित राहिले आणि त्याच रात्री रँड आणि अय्यर्स्ट ह्या पुण्यातील प्लेग अधिकाऱ्यांना चाफेकरबंधूंनी ठार मारले. पुढे चाफेकरबंधू फाशी गेले आणि केसरीतील तीन अग्रलेखांविषयी टिळकांना १८ महिन्यांची कारावासाची शिक्षा ठोठावण्यात आली.

या उत्सवानंतर एक आनंददायक घटना घडली. ती घटना म्हणजे ३१ जुलै १८९७ रोजी शाहूंना पुत्ररत्न झाले. कोल्हापूर राज्याचे भाग्य उदयास आले. स्वाभाविकपणे प्रजेला परम आनंद झाला. या प्रसंगी सर्व संस्थानभर आनंदोत्सव साजरे करण्यात आले. सभासभांतून महाराणी लक्ष्मीबाई व शाहू छत्रपती यांचे अभीष्टचिंतन करण्यात आले. १६ व्या दिवशी युवराजाचे नाव राजाराम ठेवण्यात आले. गेल्या ३० वर्षांत राजकुटुंबात जन्मास येणारा हाच पहिला औरस पुत्र ठरला. हा दिवस कोल्हापूरच्या राजघराण्याच्या इतिहासात सुवर्णाक्षरांत लिहून ठेवण्यासारखा ठरला. ह्या आनंदाच्या प्रीत्यर्थ शाहूंनी १२ कैदी सोडले आणि गरिबांना अन्न, पैसे व कपडे वाटले.

या समयास हिंदू अधिकाऱ्यांनी एक मशीद जबरदस्तीने ताब्यात घेतल्याविषयी दरबारकडे एक तक्रार आली. शाहूंनी त्या प्रकरणी चौकशी करून ते प्रकरण सलोख्याने निकालात काढले. मराठ्यांच्या साम्राज्याच्या संस्थापक शिवाजी महाराज यांस शाहू हे आदर्श राज्यकर्ते मानीत असल्यामुळे शिवाजी महाराजांची धार्मिक सहिष्णुतेची परंपरा त्यांनी आपल्या राज्यकारभारात पाळली होती.

सरकारी अधिकाऱ्यांची नेमणूक करण्याच्या वेळी शाहूंना अद्याप त्रास होत होता. कारण ब्रिटिश राजनैतिक प्रतिनिधी व दिवाण तारापूरवाला यांच्याशी दरबारचे खटके उडत. अशाच एका नेमणुकीसंबंधी कर्नल रे व तारापूरवाला यांचा खटका उडाला. डॉ. देव यांची आल्बर्ट मेमोरियल हॉस्पिटलमध्ये सहायक सर्जन म्हणून नेमणूक करावयाची होती. रे म्हणाले, 'डॉ. देव यांची सहायक शल्यचिकित्सक म्हणून नेमणूक करावी आणि बोमनजी दोराबशेट यांची खास वैद्यकीय अधिकारी म्हणून करावी.' दिवाण तारापूरवाला हे पारशी असल्यामुळे त्यांची इच्छा डॉ. देव यांना खास वैद्यकीय अधिकारी नेमावे व दोराबशेट यांना सहायक शल्यचिकित्सक अधिकारी म्हणून आल्बर्ट मेमोरियल हॉस्पिटलमध्ये नेमावे अशी होती. १८९७ च्या ऑक्टोबरमध्ये रे यांनी, दोराबजी यांना वैद्यकीय

अधिकारी म्हणून नेमावे असे शाहूंना लिहिल्यामुळे दोराबजींची नेमणूक खास वैद्यकीय अधिकारी म्हणून १७ नोव्हेंबर १८९७ रोजी कोल्हापूर शहराच्या आरोग्य खात्यात करण्यात आली.

तथापि डॉ. देव यांच्या नेमणुकीसंबंधी कर्नल रे आणि दिवाण तारापूरवाला या दोघांत संघर्ष वाढत गेला. तारापूरवाला ह्यांचे छत्रपतींशी जमले नाही. रे यांच्या मनातून डॉ. देव यांची नेमणूक करायची होती, तर तारापूरवाला ह्यांना पारशाची नेमणूक करावयाची होती. पण शाहूंना हे दोघेही नको होते. शाहूंनी दिवाण तारापूरवाला यांना स्वत:चा हेतू साध्य करण्याची धूर्तपणे संधी दिली. जाहिरात देऊन योग्य माणसाची नेमणूक करा, असा शाहूंनी दिवाण तारापूरवाला यांना सल्ला दिला. शाहूंची खात्री होती की, तारापूरवाला हे पक्षपाती असल्यामुळे रे यांच्या सल्ल्याच्या विरुद्ध एखाद्या पारशाचीच त्या जागी नेमणूक करतील. आणि अपेक्षेप्रमाणे दिवाण तारापूरवाला हे त्या सापळ्यात आपली मान अडकवून बसले. त्यांनी डॉ. देव यांची नेमणूक न करता रुस्तुमजी पालनजी नावाच्या पारशी गृहस्थाची नेमणूक करून रे यांचा क्रोध स्वत:वर ओढवून घेतला. रे यांना वाटले की, महाराज व दिवाण यांचे या बाबतीत एक मत असावे व त्यामुळे शाहू आणि रे यांच्यामधील संघर्ष वाढू लागला. न्यूजंट यांनी शाहू व रे यांच्यामध्ये समेट घडवून आणण्याचा प्रयत्न १८९७ च्या नोव्हेंबरमध्ये केला, पण तो निष्फळ ठरला.

कर्नल रे आणि दिवाण तारापूरवाला यांच्यामधील संघर्षामुळे दिवाण तारापूरवाला यांना ५ सप्टेंबर १८९८ पासून निवृत्तीपूर्व एक वर्ष रजेवर जावे लागले. सबनीस यांची त्या दिवसापासून दिवाण म्हणून नेमणूक करण्यात आली. तथापि १८९८ च्या मार्चपर्यंत रे यांचे शाहूंशी संबंध फार बिघडलेले नसावेत असे दिसते. कारण १८९८ च्या मार्च महिन्यामध्ये शाहूंबरोबर रे पतिपत्नी शिकारीला गेले होते. परंतु दिवाण तारापूरवाला ह्यांनी रुस्तुमजी पालनजी यांची नेमणूक केल्यावर ते संबंध अधिक बिघडले. त्यानंतर रे व शाहू ह्या दोघांशीही मैत्री असलेले न्यूजंट यांनी त्या दोघांमध्ये तात्पुरता समेट घडवून आणला. मुख्य न्यायाधीशी केशवराव गोखले हे वारल्यामुळे त्यांच्या जागी के.एन. पंडित यांची १८९८ च्या फेब्रुवारीत नेमणूक झाली. व्ही. बी. गोखले हे दुय्यम न्यायाधीश म्हणूनच राहिले. ह्याच वेळी भास्करराव जाधवांना पहिल्या वर्गाचे दंडाधिकारी म्हणून नेमण्यात आले.

शाहू छत्रपती हे युवराज राजारामसमवेत सन १८९९ च्या फेब्रुवारीत कागलला गेले. कागलच्या जनतेने मोठ्या उत्साहाने त्यांचे स्वागत केले. तेथे

शाहूंनी निपाणीच्या व्यापाऱ्यांबरोबर कोल्हापूर व शाहूपुरी ह्यांच्या विकासाविषयी विचारविनिमय केला. कच्छचे राव यांनी कोल्हापूरला शाहूंच्या आमंत्रणावरून भेट दिली. २६ एप्रिल १८९९ रोजी कच्छच्या रावांच्या सन्मानार्थ खास दरबार भरवून शाहूंनी त्याचा मानसन्मान केला. ब्रिटिशांच्या आधिपत्याखाली ह्या दोघा संस्थानिकांची भेट झाली. त्यांनी शिकारीचाही आनंद लुटला. १८९९ च्या मे महिन्यात राव आपल्या संस्थानास परत गेले.

या सुमारास कोल्हापूर संस्थानात प्लेग सुरू झाला होता. पावसाच्या अभावी ह्या वर्षी शेती बुडाली होती. भास्करराव जाधवांना ४ सप्टेंबर १८९९ पासून दुय्यम प्लेग आयुक्त म्हणून नेमण्यात आले. शिवाय १ जानेवारी १९०० पासून त्यांना सहायक जिल्हा अधिकारी म्हणून नेमण्यात आले. आधुनिक यंत्रसामुग्रीचा राज्यकारभारात योग्य उपयोग करावयास शाहू कधी चुकत नसत. दुष्काळाच्या व अवर्षणाच्या काळात अधिकाऱ्यांना निर्णय त्वरित देता यावेत म्हणून त्यांनी पन्हाळा येथील राजवाडा व कोल्हापूरचा राजवाडा तसेच ब्रिटिश राजप्रतिनिधीचे कार्यालय ही दूरध्वनींनी जोडली होती. यामुळे प्लेगच्या बाबतीतील अडचणींचा व गाऱ्हाण्यांचा झटपट निर्णय करून घेण्याची सोय झाली.

प्लेग व दुष्काळ यांचा अधिक प्रसार होऊ नये म्हणून तातडीच्या उपाययोजना अमलात आणण्यात आल्या. दरबारने स्वस्त दराने गवत विकण्याची सोय केली. ज्या गुरांना त्यांचे धनी पोसू शकत नव्हते त्यांच्याही दाणागोट्याची सोय करण्यात आली. शेतकऱ्यांना जमीन महसुलाची तहकुबी देण्यात आली. प्लेगच्या ह्या काळात छत्रपतींनी २५ नोव्हेंबर १८९९ राजी रे ह्यांना पन्हाळ्याहून पत्र लिहिले की, 'कोटितीर्थ येथील प्लेग रुग्णालयाला मी दररोज भेट देत असे तशी भेट आता देऊ शकत नाही. तथापि मी कोल्हापूरला मधून मधून जात असतो आणि शहरात सर्व व्यवस्थेची पाहणी करून आवश्यक तेथे सूचना करतो जुना आणि नवा राजवाडा यांतही प्लेगचे उंदीर पडले हे पाहून हळहळ वाटते. जंतुनाशक औषधांनी ते राजवाडे स्वच्छ करण्यात येत आहेत आणि थोड्याच काळात ते राहण्यास योग्य होतील असे वाटते. दुष्काळपीडित भागाला भेट देण्यासाठी मी थोडे दिवस बाहेर जात आहे. सध्या ह्या भागात शेतकरी पिके गोळा करीत आहेत आणि शेतकी कार्यासाठी मजुरांना अजूनही मागणी आहे.'

दुष्काळ व प्लेग यांच्या ह्या काळात शाहू अविरतपणे काम करीत असत. १८९९ च्या डिसेंबरमध्ये ते आपल्या एका पत्रात म्हणतात, ''पन्हाळा राजवाड्यात मी फक्त झोपतो, इतर सारा वेळ मी कार्यालयात काम करण्यातच व्यग्र असतो. सकाळचा वेळ मी शहरातील प्लेगची कामे कशी चालली आहेत

यावर देखरेख ठेवतो. थोड्या दिवसांपूर्वी ग्रामीण भागातील पिकांची पाहणी स्वत: करता यावी म्हणून मी घोड्यावरून ४० मैल आत गेलो होतो. त्यासाठी मी एकच घोडा घेतला होता व ताशी सुमारे ३ मैल जात होतो. घोड्यावरून जाता जाता चौकशी करीत होतो. त्यामुळे मला अतिशय थकवा आला आहे.'

शेतकीच्या जनावरांवर महाराजांचे अतिशय प्रेम होते. २० डिसेंबर रोजी प्रा. विजापूरकर यांनी ६ जून १८९८ रोजी सुरू केलेल्या आपल्या 'समर्थ' साप्ताहिकामध्ये, महाराजांनी गरिबांच्या गुराढोरांची सरकारी तबेल्यांत जी सोय केली होती, ती विषयी त्यांना धन्यवाद दिले. मालकांना शक्य होईल तेव्हा त्यांनी आपली गुरे परत न्यावी अशी आज्ञा होती.

छत्रपती आणि कर्नल रे ह्यांच्यामध्ये धुमसत असलेल्या दीर्घ गैरसमजाचा स्फोट झाला. एका प्रकरणात शाहूंना अडकविण्याचा कर्नल रे यांनी प्रयत्न केला. कर्नल रे ह्यांना मिळालेल्या एका निनावी पत्रामुळे हे प्रकरण चिडीस गेले. त्या पत्रात पत्रलेखकाने रे ह्यांना असे कळविले की, 'डी. सी. फर्नांडिस ह्यांनी राज्यपालांच्या सल्लागार मंडळाचे सभासद जेम्स ह्यांच्या सन्मानार्थ होणाऱ्या मेजवानीचे वेळी रे ह्यांना विष घालण्याचा कट केला आहे.' नवीन राजवाड्याच्या दरबार हॉलमध्ये ही मेजवानी कर्नल रे व त्यांची पत्नी ह्यांच्या देखरेखीखाली ५ ऑगस्ट १८९९ रोजी देण्यात येणार होती. मेजवानीच्या दिवशी सकाळी हे पत्र कर्नल रे ह्यांना मिळाले. येथे ही गोष्ट लक्षात ठेवली पाहिजे की, फर्नांडिस हे वकील असून त्यांनी दरबारकडे १८९८ च्या पूर्वकाळात कर्नल रे यांच्याविरुद्ध तक्रार केली होती. कारण त्यावेळी वकिलीच्या धंद्यात फर्नांडिस यांनी काही गैरप्रकार केले होते, ह्या सबबीवर ब्रिटिश राजनैतिक प्रतिनिधी कर्नल रे यांनी आपल्या न्यायालयातील फर्नांडिसची वकिलीची सनद रद्द केली होती. कर्नल रे ह्यांनी फर्नांडिसची वकिलीची सनद कोल्हापूर दरबारकडून रद्द करावयास लावली.

कर्नल रे ह्यांना ५ ऑगस्ट १८९९ रोजी आलेल्या पत्राची शाहूंना महिती कळताच त्यांनी रे साहेबांना असे सुचविले की, 'ती मेजवानी तरी रे ह्यांनी रद्द करावी किंवा सरकारी पोलिसांना मेजवानीच्या गृहात देखरेख ठेवण्यास सांगावे.' रे हे तापट व उद्धट गृहस्थ असल्यामुळे शाहूंच्या दोन्ही सूचना त्यांनी तत्क्षणीच झिडकारून टाकल्या.आणि आपला पूर्वीचा बटलर फिलीप ह्याच्या साहाय्याने मेजवानीची सर्व व्यवस्था करावयाचे ठरविले. ह्या बटलर फिलीपला बांधकाम खात्यात कोठीपाल म्हणून बढती देण्यात आली होती. रे यांनी

सावधगिरी म्हणून कोणती योजना केली होती हे कोणालाच माहीत नव्हते. तथापि जेव्हा टेबलावर ताटल्यांतून पदार्थ ठेवण्यात आले तेव्हा रे ह्यांनी फिलीपला सर्व ताटल्यांतील पाव उचलून दुसरीकडे ठेवायला सांगितले. त्या पावांऐवजी त्याने स्वत: आणलेले पाव ठेवावयास सांगितले. त्या दिवशी मेजवानी व्यवस्थितपणे पार पडली. अपघात कसला तो झाला नाही.

कर्नल रे यांनी ५ ऑगस्ट रोजी बाजूला काढून ठेवलेले ते पावाचे तुकडे २१ ऑगस्ट रोजी मुंबईतील रसायन चिकित्सकाकडे तपासण्यासाठी पाठविले. ऑगस्टच्या शेवटी शेवटी त्यांना त्या चिकित्सकाने कळविले की, त्यात कोठे विष आढळले नाही. परंतु पावाच्या एका जुड्यात काचेचे अगदी सूक्ष्म कण सापडले.

महाराजांच्या मनातून ह्या सर्व प्रकरणाची पूर्ण चौकशी करावयाची होती. पण रे यांनी अशी भीती घातली की, त्या प्रकरणाला प्रसिद्धी मिळाली तर त्यामुळे दरबारची बेअब्रू होईल. त्यावर शाहू मुत्सद्दीपणे म्हणाले की, 'ह्या प्रकरणात आपण संशयाला व तर्ककुतर्काला वाव ठेवू नये. थोडा वेळ त्या प्रकरणी बेअब्रू झाली तरी हरकत नाही, पण पुढे संशयाने छळ व्हायला नको आणि त्यामुळे दरबारच्या शत्रूंना दरबारला छळायचे एक आयते साधन मिळवयास नको.' रसायन विश्लेषकाकडून अहवाल आल्याबरोबर दुसऱ्या दिवशी शाहूंनी कर्नल रे ह्यांना लिहिले की, 'ह्या प्रकरणामुळे दरबारची बेअब्रू होईल असे जे आपणांस वाटते त्याविषयी मी आपला आभारी आहे. कारण ती दरबारी मेजवानी होती व ह्या संधीचा फायदा घेण्यात आला आहे. गुन्हेगारांना सोडून देण्यापेक्षा अशी थोडी बेअब्रू झाली तरी चालेल असे माझे व्यक्तिगत मत आहे. जर त्यांना मोकळे सोडले तर अशा गोष्टी पुन्हा करावयास ते धजतील. माझी सूचना आपणांस पंसत असेल तर ह्या प्रकरणात ताबडतोब हालचाल करावयास मी पोलिसांना सांगतो.'

शाहूंच्या हाती ३ सप्टेंबर १८९९ रोजी रसायन चिकित्सकाचा अहवाल पडला. त्या क्षणीच त्यांनी संस्थानचे मुख्य पोलीस अधिकारी पेंढारकर यांना त्या प्रकरणाची बारकाईने तपासणी करावयास सांगितले. परंतु रे हे पुण्यातील मित्रांच्या सल्ल्याची वाट पाहत बसले. आपल्याला ह्या गुन्ह्याची चौकशी करण्यासाठी अनुभवी व निपुण असा पोलीस अधिकारी द्यावा आणि जर खटला करण्याची आवश्यकता वाटली तर एक सत्र न्यायाधीश द्यावा अशी शाहूंनी मुंबई सरकारकडे विनंती केली. मागविलेला ब्रिटिश पोलीस अधिकारी येईपर्यंत मध्यंतरी शाहूंनी मुख्य महसूल अधिकारी शिरगावकर याना त्या प्रकरणाची चौकशी करण्यासाठी नेमले.

डी. सी. फर्नांडिस ह्यांचा ह्या प्रकरणात हात असावा असा कर्नल रे ह्यांना संशय होता. यास्तव त्यांनी फर्नांडिस ह्यांना अटक करावी असा शिरगावकरांना सल्ला दिला. परंतु फर्नांडिसविरुद्ध पुरेसा पुरावा नसल्यामुळे शिरगावकरांनी तसे करावयास नाकारले. त्यानंतर लगेच फर्नांडिस ह्यांना कैद करावे म्हणून कर्नल रे यांनी दिवाण सबनीस ह्यांना आग्रह केला. कारण प्लेगच्या उपाययोजनेविरुद्ध फर्नांडिस ह्यांनी यापूर्वी दरबारला काही निनावी पत्रे लिहिली होती. दिवाणांनीसुद्धा रे यांच्या दबावाला दाद दिली नाही. सप्टेंबरच्या पहिल्या आठवड्यात ग्यॅनॉन नावाचा पोलीस इन्स्पेक्टर कोल्हापूरला मुंबईहून आला व त्याने चौकशीचे काम सुरू केले. चीडखोर व खुनशी स्वभावाचे कर्नल रे ह्यांनी फर्नांडिसला पकडा असा ग्यॅनॉन यांच्याही पाठीमागे ससेमिरा लावला. परंतु जरी ग्यॅनॉन हे कर्नल रे यांच्या देखरेखीखाली काम करीत होते, तरी त्यांनी तसे करावयास साफ नकार दिला. कारण फर्नांडिस यांच्याविरुद्ध असलेला पुरावा अपुरा होता असे त्यांचेही मत पडले.

सन १८७५ त बडोद्याचे महाराज मल्हारराव गायकवाड यांची चौकशी करावयास जशी एक समिती नेसण्यात आली होती, तशीच एक चौकशी समिती आपण ह्या प्रकरणाची चौकशी करण्यास नेमतो, अशी कर्नल रे यांनी दरबारला धमकी दिली. बडोद्याचे ते प्रकरण असे होते की, दरबारी मेजवानीचे वेळी बडोद्यातील ब्रिटिश राजनैतिक प्रतिनिधीला फळांच्या रसातून मेजवानीच्या वेळी विष देण्यात आले होते. परिणामी, त्या प्रकरणी बडोद्याचे महाराज मल्हारराव गायकवाड ह्यांना गादीवरून काढण्यात आले. कर्नल रे हे दरबारला नुसती धमकी देऊन थांबले नाहीत, तर ज्याअर्थी दरबार फर्नांडिसना अटक करीत नाही त्याअर्थी ह्या प्रकरणात दरबारचा हात असावा, असा त्यांना संशय होता. तो त्यामुळे बळावला.

दरबारने ह्या गंभीर प्रकरणी निर्बंधाचा कीस काढीत बसू नये असे कर्नल रे तावातावाने बोलू लागले. शाहूंच्या मनावर ह्या आरोपामुळे अतिशय ताण पडला आणि सरते शेवटी फर्नांडिसना अटक करावयास त्यांनी परवानगी दिली. फर्नांडिस हे पुण्याला गेले होते. ते परत आल्यावर दंडाधिकाऱ्यासमोर उभे राहिले. तेथे त्यांना कैद करण्यात आले. बाबा मरास नावाच्या बेकरीवाल्यालाही कैद करण्यात आले. तो कोल्हापुरातील एकुलता एकच बेकरीवाला होता. कर्नल रे यांना वाटले, फर्नांडिस हा दिवाण तारापूरवाला आणि त्यांचा गट यांचाच हस्तक असावा. म्हणून रेसाहेब, काही अधिकाऱ्यांना बडतर्फ केले पाहिजे असे निर्धारपूर्वक म्हणू लागले. साध्या संशयावरून अधिकाऱ्यांना बडतर्फ करावयास

दरबारने नाकारले. कारण त्यामुळे कोल्हापुरात भीतिदायक वातावरण निर्माण झाले असते. तरीसुद्धा कर्नल रे यांच्या आग्रही सल्ल्यामुळे ताण वाढला. त्यामुळे दरबारने कीर्तिकर नावाच्या अधिकाऱ्यांना कोल्हापूर सोडून ६ महिन्यांच्या रजेवर जावयास सांगितले.

राजवाड्यातील कुतल नावाच्या एका नोकराने ब्रिटिश पोलीस अधिकारी ग्यॅनॉन ह्याला सांगितले की, रे ह्यांचा पूर्वीचा बटलर फिलीप याने आपल्याजवळ मेजवानीचे वेळी एक पावाचा जुडा देऊन जेवणासाठी मांडलेल्या पावांतील एक जुडा काढून त्या जागी तो पावाचा जुडा ठेवण्यास सांगितले. परंतु त्याने नंतर सांगितले की, इस्माईल नावाच्या माणसाने आपणांस असे सांगावयास सांगितले. ह्या समयी आणखी एक घटना घडली. कर्नल रे यांना आलेल्या एका निनावी पत्रात असे म्हटले होते की, 'काही मराठा अधिकारी, कोल्हापुरातील सरकार आणि बापूसाहेब घाटगे हे सर्व मिळून कर्नल रे यांचा जीव घेण्याचा कट करीत आहेत.'

त्यामुळे शाहू छत्रपतींना अतिशय दुःख झाले. एक निपुण अधिकारी व अभियोग चालविण्यासाठी एक न्यायाधीश पाठवावा अशी पुन्हा त्यांनी मुंबई सरकारला विनंती केली. जरी कर्नल रे यांनी त्या सूचनेस गुप्तपणे विरोध केला, तरी मुंबई सरकारने ब्रुईन नावाचा पोलीस अधिकारी कोल्हापूरला पाठविला. त्याने त्या प्रकरणाची चौकशी करण्यास आरंभ केला. ब्रुईन हा अँग्लो इंडियन असून अत्यंत बुद्धिवान अधिकारी होता. त्याने महाराष्ट्रातील काही महत्त्वाच्या खटल्यांतील महत्त्वाचे पुरावे शोधून काढून यश मिळविले होते. कर्नल रे ह्यांनी शाहूंच्या मागणीला विरोध केला; कारण आपल्या संस्थानातील अधिकाऱ्यांवर शाहूंचा विश्वास नाही असा त्याचा अर्थ होईल अशी त्यांनी शंका काढली. परंतु महाराजांनी आपले म्हणणे सोडले नाही.

ब्रुईनच्या आगमनापूर्वी ते विष प्रकरण घाईघाईने संपविण्याची कर्नल रे यांनी धडपड केली. यास्तव, ग्यॅनॉनने मिळविलेल्या पुराव्यावर कोल्हापुरातील दंडाधिकाऱ्याने निर्णय द्यावा असा त्याने प्रयत्न केला. परंतु शाहूंनी तो त्यांचा डाव सफल होऊ दिला नाही. छत्रपतींनी आपल्या अधिकाऱ्यास ते प्रकरण अधिक चौकशीसाठी लांबणीवर टाकावयास लावले. ब्रुईनने ६ ऑक्टोबर १८९९ रोजी चौकशीस प्रारंभ केला. आपला अधिकार व कीर्ती ह्यांना शोभेल अशा प्रकारे त्याने निर्भीडपणे काम केले आणि कर्नल रेची री ओढण्यास साफ नकार दिला. इतकेच नव्हे, तर फर्नांडिसच्या विरुद्ध पुरावा नाही असे त्याने न्यायालयात निवेदन केले. त्यामुळे फर्नांडिस कैदेतून मुक्त झाले आणि ब्रुईनने पुढे तो अभियोगच काढून घेतला.

ब्रुईनने आपला अहवाल नोव्हेंबरच्या दुसऱ्या आठवड्यात मुंबईत तयार केला.[५] अहवालात म्हटले होते की, क. रे यांना विष घालण्यासाठी कट झाला होता असा जो आरोप आहे त्यात काही तथ्य नाही. राज्यपालांच्या सल्लागार मंडळाचा एक सभासद जॉन न्यूजंट याचे पूर्वीपासूनचे मत होते की, रे यांचा खून करणे किंवा त्यांना दुखापत करणे ह्याकरिता कट झालेला नव्हता.[६] फर्नांडिस ह्यांचा नाश करण्यासाठी आणि त्यांना कोल्हापुरातून बाहेर काढण्यासाठी हा कट रचण्यात आला होता, असेही न्यूजंटचे म्हणणे होते. बटलर फिलीप हाच ह्या कटातला खरा सूत्रधार होता. त्याला कोठीपालाच्या जागेवरून बडतर्फ करण्यात आले. ब्रुईनचा अहवाल कर्नल रे यांना संमत नसल्यामुळे त्यांनी आपले निवेदन एडगर्ले यांना भेटून स्वतंत्रपणे सादर केले. शाहू छत्रपतींनी त्यांच्या हालचालीवर सक्त पाळत ठेवली होती. ते त्वरित मुंबईचे राज्यपालांना ११ जानेवारी १९०० रोजी भेटले. चर्चेच्या वेळी राज्यपालांनी छत्रपतींना आश्वासन दिले की, 'कर्नल रे आता कोल्हापूर सोडणार आहेत आणि ९ मार्च १९०० पासून ते रजेवर जाणार आहेत. तेथून ते परत कोल्हापुरास येणार नाहीत.'

असा पराभव झाला तरी मध्यंतरीच्या काळात कर्नल रे शाहूंशी नीट वागत नव्हते. १९०० च्या फेब्रुवारीत शाहू आपल्या शरीररक्षकांसहित मुंबईस लॉर्ड सॅन्ढर्स्ट यांचा निरोप घेण्यासाठी जात असताना कर्नल रे यांनी त्यांच्या शरीररक्षकांस अडविले. त्यावेळी दरबारी रितीरिवाजांविषयी शाहू आणि रे ह्यांच्यात कडक बोलाचाली झाली. रे १९०० च्या मार्चमध्ये रजेवर गेले. लंडनला परत जातेवेळी कदाचित पश्चात्ताप झाल्यामुळे त्यांनी शाहू छत्रपतींना प्रवासातच एक पत्र लिहिले. त्यात ते म्हणाले की, 'आपण कोल्हापूरला परत आल्यावर शिकारीकरिता पुन्हा जाऊन आनंद लटू. आपल्या मैत्रीची बंधने दृढ करू.' त्या पत्रात त्यांनी शाहूंनी दाखविलेल्या आस्थेविषयी व ज्या लहानसहान गोष्टी आपल्यासाठी केल्या त्याबद्दल शाहूंचे मन:पूर्वक आभार मानले. उतावीळ व तापट माणसाचे जे शेवटी होते, तेच कर्नल रे यांचे बाबतीत घडले.

कर्नल रे यांच्या पराभवामुळे ब्रिटिश राजनैतिक प्रतिनिधींची कोल्हापूरला तीन पिढ्या छळत असलेली जुलमी राजवट आणि तिने उत्पन्न केलेला दरारा संपुष्टात आला. कर्नल रे ह्या शहाला शह देऊन शाहूंनी चातुर्य, धैर्य व चपलता ह्या आपल्या गुणांमुळे त्याच्या कुटिल कारस्थानाचा धुव्वा उडविला व त्याच्यावर मात केली.

कर्नल रे हिंदुस्तानात परत आले. परंतु त्यांची बदली २२ नोव्हेंबर १९०० पासून सावंतवाडी येथे झाली. विष प्रकरणाचा इतिहास टाईम्स ऑफ

इंडिया मुद्रणालयामध्ये छापण्यात येऊन त्याचे रु. ८९० चे देयक (बिल) मुंबई सरकारकडे सादर करण्यात आले. त्यानंतर थोड्याच दिवसांनी रे हे शाहू छत्रपतींना शरण गेले आणि त्यांनी त्यांना विनंती केली की, सेवानिवृत्तीस पात्र ठरण्यासाठी आपणांस एक वर्ष नोकरी कमी पडत आहे ती त्यांनी कृपया जमेस धरावी. इथे एक गोष्ट लक्षात ठेवली पाहिजे, ती ही की, विष प्रकरणात शाहूंचे युरोपियन मित्र हे त्यांच्या बाजूने उभे होते. त्यांनी त्या प्रकरणात त्यांना साहाय्यही केले. पण या प्रकरणी कोल्हापुरातील ब्राह्मणांनी शाहूंच्या विरुद्धच पवित्रा घेतला होता.[७]

डी. सी.फर्नांडिस यांनी, कोल्हापूर दरबारने आपणांस निष्कारण पकडून आपली बेअब्रू केली, अशी तक्रार करून कोल्हापूर दरबाराविरुद्ध मुंबईच्या वरिष्ठ न्यायालयात नुकसान भरपाईचा दावा दाखल केला. त्यांनी भारत सरकारकडेही ह्या प्रकरणी दाद मागितली. परंतु फर्नांडिस यांना कोल्हापूर दरबारने नोकरी देऊन त्यांची पूर्ण नुकसान भरपाई केली. कर्नल रे यांच्या जागी ए. एम. टी. जॅक्सन यांची हंगामी राजनैतिक प्रतिनिधी म्हणून नेमणूक झाली. जॅक्सन हे नागरी सेवक असून प्राच्यविद्या पंडित होते. त्यांनी कोल्हापुरात १९०० च्या जून महिन्याच्या मध्यापर्यंत काम केले. त्यानंतर सी. डब्ल्यू. एच. सिली यांची त्या जागेवर नेमणूक झाली.

शाहूंना विष प्रकरणी अत्यंत मनस्ताप होत असतानाच त्यांना दुसऱ्या एका प्रकरणामुळे त्रास सोसावा लागला. शिवाजी क्लबच्या तरुणांनी कृती करावयास आरंभ केला. हनुमंतराव कुलकर्णी तथा मुरकी भावीकर यांनी१८९३ मध्ये ह्या शिवाजी क्लबची स्थापना केली. हनुमंतरावांची 'बाळ गोहत्या प्रतिबंधक संस्था' आणि राजाराम हायस्कूलमधील दत्तोबा लेले यांनी स्थापलेला 'बाल मित्र समाज' ह्या दोन संस्थांचे एकीकरण होऊन त्या संयुक्त संस्थेचे नाव शिवाजी क्लब असे ठेवण्यात आले. ह्या दहशतवादी चळवळीची दीक्षा हनुमंतराव यांना भिडे गुरुजी आणि बाबूराव नित्सुरे यांनी दिली. बाबुराव नित्सुरे आणि भिडे गुरुजी हे दोघेही पुण्यातील चाफेकर क्लबचे सभासद होते.

शिवाजी क्लबचे सभासद हे बहुतेक सुशिक्षित तरुण होते. त्यांना दांडपट्टा, तलवार आणि जंबिया यांचे शिक्षण पंचगंगेच्या तीरावर मिळे. त्यांच्या आठवड्याच्या बैठकीमध्ये ते राष्ट्रीय विचार आणि कल्पना यांचा प्रचार करीत आणि संचलन करते वेळी व मिरवणुकीच्या वेळी एका विशिष्ट तऱ्हेचे कंबरपट्टे

वापरीत. त्यांपैकी काहींना १८९५ साली शस्त्र गोळा केल्याबद्दल शिक्षा झाली होती.८ हनुमंतराव कुलकर्णी हे आपल्या शिवाजी क्लबच्या हालचालींविषयी टिळकांना प्रतिवृत्त धाडीत. ह्याच शिवाजी क्लबच्या सभासदांचा औरंगाबाद जिल्ह्यातील बीड येथे १४ एप्रिल १८९९ रोजी झालेल्या बंडाशी संबंध होता. तेव्हा ते बेलापूर स्वामी मठाचे नेते म्हणून प्रसिद्ध होते. त्यांचे मोठे नेते भाऊसाहेब लिमये हे होते. ते स्वत:ला राजा समजत. ते बाबा, आबासाहेब रामचंद्र, रावसाहेब इत्यादी नावांनी प्रसिद्ध होते. ह्या गृहस्थाने असा जाहीरनामा काढला होता की, आपण मराठे आणि इतर हिंदू यांना वाईट परिस्थितीतून मुक्त करून स्वतंत्र करू ब्राह्मणीसत्ता९ पुन्हा स्थापन झाल्यावर सर्व लोक सुखी होतील, अशी ह्या नेत्याची समजूत होती. शिवाजी क्लबच्या तरुणांनी बीड येथील दहशतवाद्यांना आर्थिक साहाय्य केले होते.

टिळकांचे दोन सहकारी बीड प्रकरणात जरी गुंतले होते तरी तुरुंगात असलेल्या टिळकांना बीड प्रकरणाची माहिती असावी असे म्हणणे योग्य नाही. टिळक १८ महिन्यांच्या कारावासानंतर नुकतेच ६ नोव्हेंबर १८९९ रोजी सुटले असल्यामुळे तर त्यांना बीड बंडाचे उत्पादक म्हणणे म्हणजे वस्तुस्थितीची आणि कल्पनेची फार ओढाताण करण्यासारखे होईल. काही बेताल लेखकांनी त्या बंडाचे धागेदोरे आपल्या कल्पनाशक्तीच्या जोरावर शाहू छत्रपतींपर्यंत नेऊन ठेवले आहेत. परंतु इतिहास लेखनात सत्याला महत्त्व असते, कथांना नसते. १८९५ साली शिवाजी क्लबच्या काही सभासदांना शिक्षा झाल्यावर शाहू छत्रपतींनी शिवाजी उत्सवाला दिलेला पाठिंबा काढून घेतला हे मागच्या प्रकरणात सांगितले आहेच.

सन १८९९ मधील प्लेगच्या दिवसांत शिवाजी क्लबच्या काही तरुणांनी कोल्हापुरात घरफोडीचे उद्योग केले. परिणामी १९०० च्या जानेवारी महिन्याच्या प्रारंभी शिवाजी क्लबचे काही सभासद चोरीच्या प्रकरणी पकडले गेले. त्या प्रकरणी झालेल्या अभियोगात दामोदर सोनार, मुनी करंदीकर आणि रामा कुलकर्णी यांना १९०० साली शिक्षा झाली. त्यांतील एक आरोपी अनंत भागवत नावाचा तरुण फरारी झाला. दामू सोनार व वामन आपटे यांनी न्यायालयात सविस्तर कबुलीजबाब दिले. दामू जोशी व दत्तू प्रसाद हे उपरोक्त अभियोगातून निर्दोषी सुटले.

त्यानंतर शिवाजी क्लबवर ब्रिटिश सरकारचा पहारा बसला. त्यामुळे शिवाजी क्लब बंद करण्यात आला आणि पुढे १९०३ साली अहमदनगर जिल्ह्यातील बेलापूर येथे त्याचे पुनरुज्जीवन करण्यात आले.

ह्या प्रकरणाच्या चौकशीत सरकारला असे आढळून आले की,

महाराज व बापूसाहेब घाटगे यांची ब्रिटिश सरकारवरील निष्ठा ढळलेली नाही.[१०] पोलिसांनी केलेल्या आरोपींच्या यादीत बापूसाहेब घाटगे यांचे नाव नव्हते. मात्र शाहू छत्रपती यांना ब्रिटिशांच्या दाबामुळे एक हुकूम काढावा लागला. त्या हुकमाप्रमाणे संस्थानातील अधिकारी व त्यांचे नातलग यांनी शिवाजी क्लबच्या कार्यक्रमात भाग घेऊ नये असे जाहीर करण्यात आले.

शाहूंना अशा अनेक अडचणींतून, त्रासातून आणि संशयग्रस्त वातावरणातून मार्गक्रमण करावे लागले. पण त्यांनी त्या सर्वांवर मात केली. त्यांनी प्रजेच्या हिताविषयी दाखवलेली कर्तव्यनिष्ठा पाहून २४ मे १९०० रोजी व्हिक्टोरिया राणीने आपल्या वाढदिवसाच्या प्रसंगी त्यांना 'महाराज' ही पदवी अर्पण केली. ती पदवी वंशपरंपरेने चालावयाची होती. शाहूंना ही पदवी त्यांनी यशस्वी राज्यकारभार चालविल्यामुळे देण्यात आली हे उघड आहे. आता शाहू राजे हे खऱ्या अर्थाने महाराज झाले आणि पुढे त्यांना इतकी मोठी मानमान्यता मिळत गेली की, त्यांनी त्याबाबतीत कोल्हापूरच्या गादीवरील पूर्वीच्या राजांनाही मागे टाकले.

शाहू महाराजांनी आपल्या प्रजाजनांना प्लेगच्या व दुष्काळाच्या तावडीतून सुखरूपपणे बाहेर काढण्यासाठी अविरत प्रयत्न केले. खेड्यांतील लोकांना व शेतकऱ्यांना आपली गाऱ्हाणी व अडचणी प्रत्यक्ष आपल्या राजासमोर मांडता याव्यात म्हणून महाराजांनी आपले वास्तव्य पन्हाळगडावरच ठेवले होते. आजूबाजूच्या खेड्यांतून पाहणी करीत फिरत असलेल्या, निरनिराळ्या जिल्ह्यांतील अधिकाऱ्यांना त्यांना तेथे भेटणे सोईचे झाले. त्या भयंकर प्लेगच्या दिवसांत शाहूंनी स्वस्त धान्याची दुकाने उघडलीच; शिवाय काही अनाथालयेसुद्धा उघडली. लोकांत निर्माण झालेली बेकारी निवारण्यासाठी जेथे पाण्याचा पुरवठा होता तेथे त्यांनी सरकारी सार्वजनिक कामे सुरू करून बेकारीला आळा घालण्याचा प्रयत्न केला. प्लेगच्या काळात शेतकऱ्यांना तगाई मंजूर केली. पटकीच्या दिवसांत खेड्यापाड्यांत स्वच्छता राखली. पिण्याचे पाणी दूषित होऊ नये म्हणून खबरदारी घेतली. लोकांचे आरोग्य सांभाळण्यासाठी सरकारी खर्चाने फुकट औषधोपचार केले. त्या भयंकर काळात यात्रा स्थगित केल्या होत्या. प्लेगची बातमी देणाऱ्यांना बक्षिसे देण्यात आली. प्लेगपीडित लोकांच्या निरीक्षणासाठी छावण्या काढण्यात आल्या. दुर्बल आणि गरीब जनतेला अन्न मोफत पुरविण्यात आले.

त्यामुळे कोल्हापूर संस्थानात दुष्काळापासून होणाऱ्या हालअपेष्टांची तीव्रता कमी झाली. शिरोळ, रायबाग आणि कोकण भागांतील लोकांनी प्लेगचा

प्रादुर्भाव झाला आहे किंवा नाही याची माहिती दिली नाही व त्या बाबतीत सहकार्य केले नाही हीच शाहूंची खरी विवंचना होती. त्यावेळी मित्राला लिहिलेल्या एका पत्रात चिंताग्रस्त झालेल्या शाहूंनी असे म्हटले की, 'प्लेगच्या धुमश्चक्रीमुळे परिणाम असा झाला आहे की, दुसऱ्या ठिकाणी वस्तूंचे भाव कडाडले आहेत आणि ते कोणत्या शिखरास पोहोचतील हे सांगता येत नाही.' पण योग्य सावधगिरी बाळगल्यामुळे तशी परिस्थिती निर्माण झाली नाही. 'दुष्काळामध्ये महाराजांची उपाययोजना इतकी तातडीची, दूरगामी व सर्वव्यापी होती की, दुष्काळामध्ये भूकबळी पडले नाहीत व त्यावेळी मृत्यूमध्ये भर पडली नाही.'[११]

नवीन ब्रिटिश राजनैतिक प्रतिनिधी ए. एम. टी. जॅक्सन हे शाहूंच्या कार्याचे निरीक्षण करीत होते. आपल्या प्रजेच्या अत्यंत वाईट परिस्थितीत सुधारणा घडवून आणण्यासाठी अविरतपणे झटणाऱ्या शाहूंचे कार्य पाहून त्यांना अत्यंत समाधान झाले. १९०० च्या एप्रिलमध्ये जॅक्सन म्हणाले, 'आपण जातीने प्लेगच्या काळात त्रस्त झालेल्या जनतेला केलेल्या यशस्वी शासकीय मदतीबद्दल आपले अभिनंदन मी करणे यथोचित होईल.'

शाहू छत्रपती हे आता एक प्रजाहितदक्ष व सुखसंपन्न असे राज्यकर्ते ठरले. त्यांचा दुसरा मुलगा शिवाजी याचा जन्म १५ एप्रिल १८९९ रोजी झाला. त्यांना एक मुलगी होती. दोन राजपुत्रांच्या दर्शनामुळे प्रजा आनंदित झाली होती. कारण ह्या राजघराण्याच्या इतिहासात अनेक सुखदु:खाचे प्रसंग येऊन गेले होते. गेल्या २५ वर्षांत पुत्र संतती नसल्यामुळे राजघराण्यात तीन वेळा दत्तक घ्यावा लागला होता. युवराज राजाराम ह्याच्या नामकरण विधीच्या प्रसंगी गायिलेला पाळणा सर्व राज्यात लोकप्रिय झाला होता.

त्या काळी एका नियतकालिकाने शाहूंचे व्यक्तिमत्त्व, सौख्य आणि सत्ता यांचे वर्णन पुढीलप्रमाणे केले आहे: 'बांध्याने पुरे उंच असून धिप्पाड दिसणारे तरुण शाहू छत्रपती यांना उत्तम शरीर प्रकृतीची निसर्गदत्त देणगी आहे, असे म्हणावेसे वाटते. अपरिचित माणसांशी वागताना त्यांच्या वर्तनात जो एक प्रकारचा लाजाळूपणा दिसत असे तो पूर्णतया कधीच नाहीसा झाला नाही हे खरे. त्यामुळे प्रथमदर्शनी त्यांच्या गुणांचे यथायोग्य मूल्यमापन करता येणे कठीण जाते.' शाहू हे उदार व उच्च विचारसरणीचे, दयाळू अंत:करणाचे व साध्या राहणीचे राज्यकर्ते आहेत, असे वर्णन करून ते नियतकालिक पुढे म्हणाले, 'दुसऱ्याच्या भावनेची काळजी घेणे हा जो शाहूंचा गुण आहे त्यामुळे जे जे त्यांच्या सहवासात येतात त्यांच्या त्यांच्यावर त्यांच्या व्यक्तिमत्त्वाची छाप पडते.'

शाहू व त्यांचे बंधू बापूसाहेब घाटगे यांच्यामधील अलौकिक बंधुप्रेम पाहून त्या नियतकालिकाने मोठी गुणग्राहकता दर्शविली. ते नियतकालिक शेवटी म्हणाले की, 'उदार मनाचा धनी आपल्या निष्ठावंत नोकरांवर अवलंबून राहिला, तर त्यात काहीच नवल नाही. पण शाहूंचे बाबतीत केवळ त्यांच्या उदारमनस्क स्वभावामुळेच केवळ नव्हे, तर त्यांच्या सभोवती असलेल्या माणसांवर ते जे वैयक्तिक प्रेम करतात त्यामुळे ती माणसे भक्तिभावाने त्यांची कामे करतात व त्यांच्यावर निरतिशय प्रेम करतात हे दिसून येते.'

आपला राज्यकारभार सहानुभूतीने व कर्तव्यनिष्ठेने चालविण्यात शाहूंनी यश मिळविले. त्यामुळेच ते आपल्या राज्यकारभाराविषयी दुसऱ्यांच्या मनात प्रेम नि आस्था निर्माण करीत असत. शाहू छत्रपती हे केवळ भिक्षुक ब्राह्मणांना, गरीब विधवांना आणि जात-धर्म-निरपेक्षबुद्धीने विद्यार्थ्यांना मदत करीत होते असे नाही, तर ते आपल्या प्रजेचे खरे पालक व हितकर्ते होते.

अशा प्रकारे शाहू छत्रपती हे एक यशस्वी व लोकप्रिय राज्यकर्ते म्हणून उदयास आले. त्यांचे आकर्षक व्यक्तिमत्त्व, त्यांचे ठायी वसत असलेली कृतज्ञतेची भावना, खाजगी जीवनातील त्यांची साधी राहणी, त्यांना लाभत असलेले कौटुंबिक सौख्य, यांमुळेच केवळ नव्हे तर आपल्या प्रजेच्या बाबतीतील त्यांची तळमळ, शासनावरील पूर्ण नियंत्रण, यांमुळे त्यांना प्रजेकडून धन्यवाद मिळाले. एक आदर्श राजा म्हणून त्यांची कीर्ती झाली. शाहूंनी राज्यकर्ता म्हणून संपादन केलेले यश, त्यांच्या निसर्गदत्त शहाणपणावर जसे प्रकाश पाडते तसेच ते त्यांचे गुरू फ्रेजर यांच्या विवेकी शिकवणुकीवरही प्रकाश टाकते.

६

सामाजिक संघर्ष

विष प्रकरण संपल्यावर ब्रिटिश प्रशासक आपापल्या खुर्चीत काही दिवस चुळबूळ करीत होते. कोल्हापूर दरबारने शिवाजी क्लबचा नायनाट केल्यामुळे साहजिकच ब्राह्मण तरुणांची माथी भडकली. ब्राह्मणेतर तरुणांची शासनात भरती झाल्यामुळे ब्राह्मण समाजही नाखूष झाला होता. त्यांना वाटे मागासवर्गीयांना ब्राह्मणांच्या बरोबरीचे हक्क देऊन सरकार ब्राह्मण समाजाला नोकऱ्यांपासून दूर ठेवीत आहे.

ब्राह्मण समाजाचे मुखपत्र बनलेले विजापूरकरांचे 'समर्थ' हे साप्ताहिक शाहूंवर टीकेचा हल्ला चढवू लागले. समर्थ साप्ताहिक म्हणाले: 'ह्या बाबतीत सरकारने अगोदरच बरीच मोठी चूक केली आहे. संस्थानातील राजारामीय पदवीधरांत त्यामुळे असमाधान व तीव्र अशांतता निर्माण झाली आहे.' राजाराम महाविद्यालयाचे पदवीधर मुंबई इलाख्यामध्ये आणि त्या बाहेरील अनेक ठिकाणी नोकऱ्या पटकावून बसले होते. पण त्या गोष्टीला समर्थचा विरोध नव्हता. शाहूंनी राज्याची सूत्रे हाती घेण्यापूर्वी कोल्हापूर संस्थानात एखादा ब्राह्मण जरी गरीब असला तरी त्याला तेथे एकप्रकारची प्रतिष्ठा होती. परंतु मागासवर्गीय लोकांचे जीवन हीन दर्जाचे गणले जात होते. नवीन राज्यव्यवस्था ब्राह्मणांच्या सत्तेला आणि मिरासदारीला एक आव्हानच ठरले.

ह्याच सुमारास बा. गं. टिळक आणि त्यांचे मित्र यांनी पुणे येथे बुडत असलेली पूना सिल्क मॅन्युफॅक्चरींग कंपनी शाहू छत्रपतींनी विकत घ्यावी, असा कोल्हापुरातील न्यायाधीश व्ही. एन. गोखले नि महाराजांचे वैयक्तिक डॉक्टर धोंडोपंत बोरकर यांच्यामार्फत प्रयत्न केला. परंतु दिवाण सबनिसांनी छत्रपतीचे मन त्या विचारापासून परावृत्त केले. त्यानंतर पुणे येथील ह्या व्यवहारातील संबंधित व्यक्तींनी सबनीस हे स्वार्थी असून महाराजांचा विश्वासघात करणारे आहेत, असे महाराजांच्या मनावर ठसविण्याचा प्रयत्न केला.[१] सबनिसांविरुद्ध केलेले आरोप शाबीत करण्यासाठी पुरावे आपणापुढे सादर करावेत अशी शाहूंनी मागणी केली. परंतु पुरावे काही पुढे आले नाहीत. यास्तव शाहूंनी त्यांनी केलेल्या आरोपांकडे

दुर्लक्ष केले. इतकेच नव्हे, तर त्यांचा सबनिसांना असलेला कडवा विरोध, त्यांच्यावर त्यांनी केलेले आरोप यांना काडीचीही किंमत न देता शाहूंनी सबनिसांची नेमणूक दिवाणाच्या जागी केली.

सबनिसांना पदभ्रष्ट करण्याच्या हालचालीतील ब्राह्मणांचा पहिला डाव फसल्यामुळे त्यांनी आपले छळणुकीचे शेवटचे शस्त्र उपसून सबनिसांची सामाजिक प्रतिष्ठा कमी करण्याचा दुसरा डाव टाकला. कोल्हापुरातील नरसोबावाडी ह्या पवित्र स्थळी दिवाण सबनीस यांना व त्यांच्या कुटुंबीयांना ब्राह्मण पुरोहितांनी प्रवेश देण्याचे नाकारले.[२] परंतु सबनिसांचे मन सामाजिक दबावाखाली तिळभरही डगमगले नाही.

पण आता सबनिसांच्या ऐवजी ब्राह्मणांच्या हल्ल्यांचे लक्ष्य प्रत्यक्ष शाहू छत्रपती बनले. तरुण छत्रपती हे त्या काळी धार्मिक कर्मकांड कडकपणे पाळीत होते. ते दररोज प्रात:काळी न चुकता यथासांग देवपूजा करीत असत. डाव्या हातावर गोंदवून घेतलेल्या शिवमूर्तीची दररोज पूजा करीत असत. ही पूजा त्यांनी आयुष्याच्या उत्तरार्धापर्यंत नियमितपणे चालविली होती. कोल्हापुराच्या आसमंतातील पवित्र स्थळांना भेट देण्याचीही त्यांची प्रथा होती आणि पंचगंगेमध्ये वर्षातील ठरावीक दिवशी मंगल स्नान ते करीत असत.

१८९९ सालातील एका दिवशी कार्तिक महिन्यात (ऑक्टोबर) ते पंचगंगेवर पवित्र स्थान करण्यासाठी गेले. त्यांचे बंधू बापूसाहेब घाटगे, मामासाहेब खानविलकर व दुसरी काही मंडळी त्यांच्यासोबत होती. मंत्र म्हणण्यासाठी त्यांच्याबरोबर एक भटजीही होता. त्यावेळी मुंबईचे बुद्धिप्रामाण्यवादी बंडखोर समाजसुधारक राजारामशास्त्री भागवतही होते. ते भारतीय विद्येचे गाढे विद्वान व भाषाशास्त्री असून नामांकित इतिहासकार होते. मंत्र म्हणण्यासाठी व त्या मंडळीला आशीर्वाद देण्यासाठी नेहमीप्रमाणे त्यांच्याबरोबर नारायण भटजी नावाचा पुरोहित होता. प्रसंगी असे दिसून येई की, तो भटजी स्नान करून न येता आपले पवित्र मंत्र म्हणून कामास सुरुवात करी. हिंदूंची श्रद्धा अशी असते की, हे पवित्र कार्य करण्यापूर्वी आपल्याप्रमाणे पुरोहितानेही स्नान करावे. त्या दिवशी नारायण भटजीने स्नान न करता धार्मिक मंत्र व स्तोत्रे म्हणावयास आरंभ केला.

त्याकडे राजारामशास्त्री यांचे लक्ष गेले. राजारामशास्त्री यांनी छत्रपतींकडे विचारणा केली की, आपला भटजी हा पुराणोक्त मंत्र का म्हणत आहे ? आपण संकल्प पुराणोक्त का सांगत आहात असे शाहू महाराजांनी नारायण भटांस विचारताच ते म्हणाले, 'शूद्राला पुराणोक्त मंत्र सांगावे लागतात. वैदिक मंत्र

म्हणते वेळीच स्नानाची आवश्यकता असते; परंतु ह्या शूद्रांना पुराणोक्त पद्धतीचा अनुग्रह करावयाचा असल्याने मला स्नान कण्याची आवश्यकता नाही.' मात्र वेदोक्त पद्धतीने संस्कार करते वेळी भटजीने स्नान केले पाहिजे हे खरे, असे त्याने तावातावाने उत्तर दिले.

अशा तऱ्हेचे अपमानकारक व उद्धट उत्तर आपल्या नोकराकडून आपणांस मिळेल असे शाहूंच्या ध्यानीमनीही नव्हते. छत्रपतींच्या तोंडावर ते शूद्र आहेत अशी त्याने निर्भर्त्सना केली आणि त्यांच्याशी उद्धटपणाने वागून त्यांच्या पूर्वजांच्यावरही त्याने शिंतोडे उडविले. अत्यंत संतापजन्य परिस्थितीत शाहू हे अत्यंत शांतपणे वागत. आपल्या स्वभावाप्रमाणे ते भटजीची शांतपणे पण खंबीरपणे समजूत घालू लागले. जेव्हा शाहू आणि त्यांचे बंधू बापूसाहेब घाटगे ह्यांनी आपण क्षत्रियांच्या उच्च कुळातील आहोत, असे सांगितले, तेव्हा त्या भटजीने त्यांना उत्तर दिले की, 'जोपर्यंत सर्वशक्तिमान ब्राह्मण तुम्ही क्षत्रिय आहात असे जाहीर करीत नाहीत तोपर्यंत मी तुमची किंमत शूद्रापेक्षा अधिक आहे असे मान्य करणार नाही.' त्यावर शाहू जरा उपराधिक भाषेत उत्तरले, 'आम्ही जरी तुझ्या दृष्टीने शूद्र असलो तरी स्नान न करता धार्मिक विधी करणे हे कोणत्याही भटजीला शोभणार नाही.'

छत्रपतींना तो अपमान अतिशय झोंबला. आपल्या ब्राह्मण नोकराने असे उद्धट, अपमानकारक व तुच्छतादर्शक वर्तन करावे व त्याने आपल्या पूर्वजांचीही विटंबना करावी हे त्या मानी पुरुषास असह्य झाले. छत्रपती क्षणभर स्तिमितच झाले यात संदेह नाही. तो भटजी पाहावा तर स्वत: घाणेरडा, व्यसनी, बाहेरख्याली व अशुची होता. अशा बिकट स्थितीमध्ये सावधपणे वागणे, घाईघाईने निर्णय न करणे असा शाहूंचा स्वभाव असल्यामुळे त्यांनी त्यावेळी भांडणाचा मुद्दा अधिक ताणला नाही. तरीसुद्धा दुष्टबुद्धी म्हणाले की, त्या बिचाऱ्याला तेथे मारझोड झाली. त्या काळी आपला पुरोहित कितीही घाणेरडा, बाहेरख्याली किंवा मद्यपी असला तरी त्याच्या ह्या दुर्गुणांकडे दुर्लक्ष करूनसुद्धा आपले स्वर्गातील पितर उजविण्यासाठी किंवा त्याच्या हातून आपल्या देवतांची पूजा करून घेण्यासाठी ब्राह्मणेतरांची कोण धडपड चालायची ! जरी ब्राह्मण झाला भ्रष्ट । तरी तो तिन्ही लोकी श्रेष्ठ । अशी त्या धर्मभोळ्या अज्ञ जनांची मानसिक गुलामगिरी त्यांना सांगे. कथा–पुराणांतून ब्राह्मणांचे महत्त्व गायिलेले आहे. ब्राह्मण हा देवांचा भगवान तर मानवांचा मोक्षदाता !

रामदासस्वामी तर भूदेवाचे वैभव गाताना आपल्या श्रीदासबोधात बोलून चुकले आहेत की,

गुरु तो सकळांसी ब्राह्मण । जरी तो जाला क्रियाहीन ।
तरी तयासीच शरण । अनन्यभावे असावे । द. ५ स. १ ओ. ६
ब्राह्मण वेद मूर्तिमंत । ब्राह्मण तोचि भगवंत ।
पूर्ण होती मनोरथ । विप्र वाक्यें करूनी ।। द. ५ स. १ ओ. १२
असो ब्राह्मणा सुरवर वंदिती । तेथे मानव बापुडें किती ।
जरी ब्राह्मण मूढमती । तरी तो जगद्वंद्य[३] ।। द. ५ स. १ ओ. १५

'वेदोक्त' ह्या शब्दाचा अर्थ वेदांनी सांगितल्याप्रमाणे असा आहे. परंतु त्याचा प्रचारात आलेला अर्थ वैदिक मंत्रांनी कुटुंबातील षोडष संस्कारादी धर्मकृत्ये करणे असा झाला आहे. फार प्राचीन काळापासून ब्राह्मण, क्षत्रिय व वैश्य यांना द्विज मानण्यात येत असे. त्यांनाच वैदिक मंत्रांनी धर्मकृत्ये करण्याचा अधिकार आहे, असा समज रूढ झाला. सामाजिक दृष्ट्या वेदोक्त पद्धती ही श्रेष्ठ मानण्यात येत असे.

प्राध्यापक ऱ्हीस डेव्हिड्स यांचे म्हणणे असे आहे की, पहिले तीन वर्ण हे मूळचे एकच होत. वेदांच्या सूत्रांत जातिभेद, ब्राह्मणांची अन्याय्य आत्मप्रौढी व शूद्रांची अवनत स्थिती इत्यादी गोष्टींबद्दल मुळीच आधार सापडत नाही, असे मॅक्समुल्लर म्हणतात. ब्राह्मणांच्या जातिभेदाच्या सिद्धांताचा पहिला खुलासा पुरुषसूक्तात सापडतो. वेदांचे अध्ययन अमुक लोकांनी करावे व अमुक लोकांनी करू नये असे वेदांत कोठेही सांगितलेले नाही. अशी वचने फक्त स्मृती व पुराणे यांत आहेत. स्मृती व पुराणे यांची असली अरेरावी श्रुतींवर म्हणजे वेदांवर चालू द्यावी हे धन्यावर चाकराची अरेरावी चालू देण्यासारखे हास्यास्पद व विपरीत आहे, असे स्वामी विवेकानंद यांचे म्हणणे आहे.

वेदकालीन हिंदुसमाजामध्ये ज्या आर्यांनी भरतखंड पादाक्रांत केले, त्यांच्या वंशजांनी अग्रस्थान पटकाविले होते. त्यांच्या खालोखाल याज्ञिकांचे वंशज असलेल्या ब्राह्मणांचा दर्जा होता, असे ऱ्हीस डेव्हिड्स यांचे मत आहे. परंतु क्षत्रिय व ब्राह्मण यांच्यामधील हा लढा पुढे पेटत गेला. क्षत्रियांचा प्रभाव युद्धात कमी करणे अशक्य असल्यामुळे ब्राह्मणांनी क्षत्रियांचे वैदिक कर्म हिरावून घेऊन त्यांना नीचतर अवस्थेस पोहोचविण्यास आरंभ केला. वैदिक धर्माप्रमाणे ब्राह्मणांस अध्ययन, यजन, दान, अध्यापन, याजन व प्रतिग्रह ह्या सर्व कर्मांचा अधिकार असून क्षत्रियांना मात्र पहिल्या तीन कर्मांचाच अधिकार होता. यास्तव क्षत्रियांचे सर्व संस्कार ब्राह्मण उपाध्यायांच्या हातून व्हावे लागत. ते क्षत्रिय वा वैश्यांच्या हातून होऊ शकत नसत. अर्थात ब्राह्मणांना क्षत्रियांची गृहकृत्ये वाटेल तेव्हा बंद पाडता येत असत. ह्याचा परिणाम असा झाला की, ज्या क्षत्रियांनी

ब्राह्मणी श्रेष्ठत्वास मान तुकविली नाही, त्यांची मुंज करण्याचे नाकारून त्यांना ब्राह्मणांनी नवीन अशा शूद्र वर्णात पोहोचविले, असे डॉ. बाबासाहेब आंबेडकर[४] यांनी 'शूद्र कोण होते' ह्या ग्रंथात म्हटले आहे.

ब्राह्मणांच्या ह्या कल्पनेप्रमाणे, 'नंदांतं क्षत्रियकुलम्', नंदराजनंतर क्षत्रिय उरले नाहीत. कारण नंदांचा निःपात करून ब्राह्मण राजकारणपटू आर्य चाणक्य तथा विष्णुगुप्त किंवा कौटिल्य याने मौर्य घराण्याची स्थापना केली. त्याने आपले प्रभुत्व स्थापले आणि चंद्रगुप्त मौर्य हा नंदराजाची दासी महानंदा हिचा पुत्र असल्यामुळे, 'नंदांतं क्षत्रियकुलम्' अशी त्याने घोषणा केली. ही उन्मत्त घोषणा करून ब्राह्मण स्वस्थ बसले नाहीत. त्यांनी दुसरी घोषणा केली की, 'कला- वाद्यंतयो स्थितिः ।' कलियुगात फक्त ब्राह्मण व शूद्र हे दोनच वर्ण. मोगल कालखंडातील ब्राह्मण पंडित कृष्ण नरसिंह शेष याने 'शूद्राचार शिरोमणि'सारखे काही ग्रंथ लिहून हाच पक्ष उचलून धरला. 'शूद्राचार शिरोमणि' व कमलाकर भट्टाचा 'शूद्र कमलाकर' ह्यांसारखे काही ग्रंथ लिहून ब्राह्मणांनी वरील दुष्ट तर्कास दुजोरा दिला. 'प्रायश्चित्तेंदुशेखर', 'भागवत पुराण' आणि 'धर्मसिंधु' यांनी ह्या दुष्ट तर्कास पाठिंबा दिला.[५] अशा रितीने बनावट इतिहास लिहून ब्राह्मणांनी आपले श्रेष्ठत्व आणि प्रतिष्ठा कायम राखण्याचा प्रयत्न केला.

नंदांच्या नंतर क्षत्रिय नामशेष झाले असे जर म्हटले, तर त्याच्या पूर्वी महावीर परशुरामाने क्षत्रियांना एकवीस वेळा निर्वंश केले होते हे म्हणणे खोटे पडते. आणि हास्यास्पदही ठरते. तसेच एका जातीचा एक वेळा निर्वंश केला म्हणजे ती जात एकवीस वेळा निर्वंश केली हे म्हणणे हास्यास्पद ठरते. 'परशुरामाने निःक्षत्रिय पृथ्वी केली,' 'सुंदोपसुंदांनी निर्ब्राह्मण पृथ्वी केली,' 'कला- वाद्यंतयोः स्थितिः', आणि 'नंदांतं क्षत्रियकुलम्' ह्या चार वचनांपैकी पहिली दोन अतिरंजित असून शेवटची दोन अवास्तव आहेत. कारण नंद राजवटीच्या अंतानंतर गुप्त घराणे, चालुक्य घराणे, परमार घराणे व यादव घराणे यांनी भारतात राज्य केले हे सत्य अविवाद्य आहे. यातून एकच निष्कर्ष निघतो की, ब्राह्मण आणि क्षत्रिय यांच्यामध्ये श्रेष्ठत्वासाठी अतिशय भीषण आणि अखंड संघर्ष सुरू होता. यामुळे ब्राह्मणांनी असा निष्कर्ष काढला की, कलियुगात ब्राह्मण आणि शूद्र हेच दोन वर्ग अस्तित्वात आहेत आणि फक्त ब्राह्मणांनाच वेदोक्ताचा अधिकार आहे. तथापि अनेक शतके रजपुतांचे घरी वैदिक पद्धतीनेच धार्मिक संस्कार होत असत.

ब्राह्मणांचा क्षत्रियांशी संघर्ष झाला म्हणजे क्षत्रियांची सामाजिक प्रतिष्ठा कमी करण्याचा त्यांनी प्रयत्न करावा हा इतिहासातील पहिलाच प्रसंग नव्हता. त्यांचा शाहू छत्रपतींशी संघर्ष होण्यापूर्वी इतिहासात अशा तऱ्हेचा संघर्ष अनेक

वेळा घडला होता. क्षत्रियांशी झगडा होताच त्यांचे धार्मिक विधी करावयास ब्राह्मण नकार देत. इतिहासात अशी अनेक उदाहरणे सापडतात. शिवाजी महाराजांच्या राज्याभिषेकाच्या वेळी, शिवाजीचे पूर्वज क्षत्रिय नव्हते अशी शंका काढून त्याला राज्याभिषेक न करण्याचे दक्षिणी ब्राह्मणांनी ठरविले. त्यावेळी असे नि:संदिग्धपणे सिद्ध झाले की, शिवाजी हा उदेपूरच्या शिसोदिया राजघराण्यातील पुरुषांचा वंशज होता आणि उदेपूरचे राजे म्हणजे क्षत्रिय वंशातील उच्च प्रतीचे क्षत्रिय असे हिंदू मानतात. त्यावेळी काशीच्या गागाभट्ट ह्या प्रख्यात पंडिताने शिवाजीच्या राज्याभिषेकाचे वेळी पौरोहित्य केले व त्याला राज्याभिषेक केला. ज्या ब्राह्मणांनी शिवाजी हा क्षत्रिय वंशाचा आहे की नाही ह्याविषयी वादंग माजविला त्यांनी स्वत:च शिवाजीची गोब्राह्मणपतिपालक अशी नंतर स्वार्थी बुद्धीने खुशामत केली. कदाचित शिवाजीने दक्षिणेची मोठी लयलूट केल्यावर हे घडले असावे. तथापि, ह्या ब्राह्मणांच्या वंशजांच्या वर्तनावरून असे दिसते की, शिवाजीचे क्षत्रियत्व त्यांनी मनापासून खरे मानले नव्हते व ते त्यांना समर्थनीय आहे असेही कधी वाटले नाही. धोरण म्हणून व निरुपाय म्हणून त्यांना त्या परिस्थितीशी समेट केला होता.

शिवाजीचा नातू शाहू याने शिवाजीचे अष्टप्रधान मंडळ मोडून पेशव्याला सर्व मराठी राज्याचे अनियंत्रित नेतृत्वपद दिले. त्याचा परिणाम असा झाला की, शेवटचे ब्राह्मण पेशवे हे जुलमी होऊन त्यांनी सामाजिक बाबतीत काही जातींचा छळ केला. त्यांनी त्या जातींची सामाजिक प्रतिष्ठा कमी करण्याचा प्रयत्न केला. शिवाजीच्या वंशातील मराठे राजांचा सामाजिक दर्जा कमी करण्याच्या हेतूने नाना फडणीस याने सातारा दरबारातील आपल्या हस्तकामार्फत साताऱ्याच्या दुसऱ्या शाहूची मुंज पुराणोक्त पद्धतीने केली.[६]

वेदोक्तसंबंधीच्या तंट्याने आपले डोके पुन्हा साताऱ्याच्या प्रतापसिंह राजाच्या राजवटीत वर काढले. हा तंटा कायमचा निकालात काढावा म्हणून १८३५ साली दोन्ही बाजूच्या पंडितांना प्रतापसिंहाने एकत्र बोलाविले व त्यांनी त्या प्रश्नाचा निर्णय करावा अशी विनंती केली. राघवाचार्य गजेंद्रगडकर यांनी ब्राह्मणांचे प्रतिनिधित्व केले आणि क्षत्रियांचे नेतृत्व विठ्ठल सखाराम तथा आबा पारसनीस ह्या कायस्थ पंडिताने केले. निर्णयाच्या दिवशी बेळगावपासून पुण्यापर्यंतचे शेकडो ब्राह्मण सातारा येथील वेदशाळेत जमा झाले होते. तेथे प्रकरण हातघाईवर येऊ नये म्हणून प्रतापसिंह स्वत: हाती तलवार घेऊन उभे होते. सांगलीच्या पटवर्धनांचा ह्या बाबतीत ब्राह्मणांना जोरदार पाठिंबा होता. ह्या वादविवादात ब्राह्मण पक्ष हरला. क्षत्रियांचे अस्तित्व सिद्ध झाले व ते मान्य

करण्यात आले. भोसले, अहिराव, घाटगे, पालकर, खानविलकर, जाधव, शिर्के, मोहिते, गजर, माने आणि महाडिक ही घराणी क्षत्रिय असून त्यांना वेदोक्ताचा अधिकार आहे हे पुराव्यानिशी पुन्हा सिद्ध व मान्य झाले. त्याप्रमाणे प्रतापसिंह भोसले यांचा वेदोक्त रितीने १८३७ साली राज्याभिषेक झाला.

ह्या प्रकरणानंतर पुढे जवळ जवळ ६० वर्षांनी बडोद्यात, १८९६ साली, वेदोक्ताचा प्रश्न निर्माण झाला. महाराज सयाजीराव गायकवाड ह्यांच्या बडोदा येथील राजवाड्यात पुराणोक्त पद्धतीने संस्कार होत असत. महाराज युरोपच्या प्रवासाहून परत आल्यावर सिंधु बंदी तोडल्याबद्दल त्यांनी प्रायश्चित्तही घेतले होते. तथापि बडोद्यातील वातावरण काही शांत नव्हते. महात्मा जोतीराव फुले यांचे शिष्य आणि सहकारी यांनी बडोद्यातील कडवी सनातनी बंधने, जातिभेद आणि कडक चालीरिती यांच्याविरुद्ध चळवळ सुरू केली होती. दामोदरपंत यंदे यांनी 'बडोदा वत्सल' या साप्ताहिकामध्ये सत्यशोधकांचे विचार आणि तत्त्व यांचा प्रचार चालविला हाता.

पुरोहितपणाचा धंदा जातिनिष्ठ नसावा अशी चळवळ करणाऱ्या जोतीरावांनी सयाजीराव गायकवाडांची १८८४ साली भेट घेऊन सत्यशोधक समाजाच्या तत्त्वाविषयी त्यांच्याशी चर्चा केली होती. याचा परिणाम असा झाला की, अवटे आणि रामचंद्रपंत धामणसकर यांनी मराठा पुरोहित तयार करण्यासाठी एक विद्यालय सुरू केले. ह्या समयी शिवदत्त जोशी नावाचे जोधपूरचे ब्राह्मण गृहस्थ सयाजीराव महाराजांना भेटले. तर राजपुतान्यातील राजघराण्यातील वेदोक्त पद्धतीने धार्मिक संस्कार करण्यात येतात तर महाराज तसे आपल्या राजवाड्यात का करून घेत नाहीत, अशी त्यांनी महाराजांकडे विचारणा केली. महाराजांनी इतिहासकार सरदेसाई यांना उदेपूर आणि जोधपूर येथे ह्या बाबतीत माहिती गोळा करावयास पाठविले. त्यांनी आणलेली ऐतिहासिक कागदपत्रे व तेथील सर्व इतिहास लक्षात घेऊन त्यांनी आपले राजपुरोहित राजारामशास्त्री यांना आपल्या राजवाड्यावर १५ ऑक्टोबर १८९६ पासून वेदोक्त रितीने सर्व धार्मिक संस्कार करावेत अशी आज्ञा केली.[७] राजपुरोहिताने त्या गोष्टीस स्पष्ट नकार दिला. त्यामुळे गुजराती पुरोहित रेवाशंकरशास्त्री, पं. भोलानाथशास्त्री व पं. शिवदत्त जोशी यांच्या हस्ते महाराजांनी सनातन्यांचा विरोध बाजूला सारून वेदोक्त संस्कार केले.

महाराज सयाजीराव गायकवाड यांनी, मराठ्यांनीसुद्धा आपले संस्कार वेदोक्त रितीने करवून घ्यावे, असे मत व्यक्त केले. टिळकांनी समाज सुधारक व पुरोगामी पुढाऱ्यांवर अनेक वर्षे शस्त्र धरले होते. त्यांनी संमती विधेयकास विरोध

करण्यासाठी आकाशपाताळ एक केले होते. सनातनी ब्राह्मणांच्या परंपरेला योग्य असेच हे त्यांचे वर्तन होते. त्यांनी बडोद्यातील उपरिनिर्दिष्ट सुधारणांच्या बाबतीत सयाजीराव महाराजांवर टीकास्त्र सोडले होते. सयाजीराव महाराजांनी लागलीच ब्राह्मण वर्गातून पुरोहित शिकवून तयार करण्यासाठी पाठशाळा काढल्या. अशा तऱ्हेने निपुण झालेले ब्राह्मण पुरोहित सर्व धार्मिक समारंभांना लाभावेत असा त्यांचा हेतू होता. सामाजिक नाफेरवाद्यांच्या बालेकिल्ल्यातील टिळकांच्या केसरीने[८] ह्याही सुधारणेला कडाडून विरोध केला. टिळकांचे असे म्हणणे होते की, सर्व धार्मिक आणि सामाजिक सुधारणा लोकांच्या इच्छेने व संमतीने झाल्या पाहिजेत. ह्या बाबतीत एक उल्लेखनीय गोष्ट अशी की, सतीची चाल बंद करणे आणि लहान मुलांना बळी देण्याची धार्मिक अनिष्ट रूढी नष्ट करणे ह्या दोन्ही गोष्टी टिळकांसारखे नेते हिंदु समाजाला त्यावेळी लाभले असते तर ह्याही दुष्ट रूढी नष्ट झाल्या नसत्या.

बडोद्यातील वेदोक्त प्रकरणावर कोल्हापुरातील व महाराष्ट्राच्या इतर भागांतील ब्राह्मण टीका करीत असताना, कोल्हापूरच्या शासनामध्ये ब्राह्मणेतर अधिकाऱ्यांचा भरणा करण्याच्या दरबारच्या धोरणाविरुद्ध चिडलेले कोल्हापुरातील ब्राह्मण यांची पंचगंगेवरील घडलेले नारायण भटाचे प्रकरण पेटवून देण्याची संधी साधली. त्यामुळे कोल्हापुरातही वेदोक्ताचा प्रश्न उपस्थित झाला.

ब्राह्मणांच्या ह्या नवीन हालचालीकडे शाहू छत्रपती शांतपणे पण काळजीपूर्वक लक्ष देत होते. ह्याच वेळी ऑगस्ट १९०० मध्ये ग्रंथमालेत 'जातिभेद व मराठ्यांचे नष्ट वैभव' असा लेख लिहून प्रा. विष्णु गोविंद विजापूरकर यांनी वेदोक्त प्रकरणाविषयी ब्राह्मण समाजाच्या मनात गेले एक वर्ष जी भावना धुमसत होती तिला मोकळी वाट करून दिली. त्यात ते म्हणाले की, ''समाज म्हणजे रसायन शाळा नव्हे की वाटेल तो पदार्थ वाटेल त्यात मिसळून इष्ट संयुक्त पदार्थ तयार करता येईल. वेदोक्त पुराणोक्ताचा वाद आम्हांस तर वृथा वाटतो. काळच जे कार्य करीत आहे त्याबद्दल इतका अट्टहास कशाला ? आमच्या नगरीत पूर्वी वेदोक्त कर्मे होत होती. पुढे श्री. बाबासाहेब महाराजांचे वेळी बंद करून गायत्रीचे ऐवजी तदर्थक अनुष्टुप श्लोकाचा उपदेश सुरू झाला अशी वृद्ध परंपरागत हकीकत आहे. शककर्ते शिवाजी महाराजांस ज्यांनी रायगडी राज्याभिषेक केला व 'क्षत्रियकुलावतंस' म्हटले त्यांचे निधन शौचकूपात पतन पावून झाले अशी दंतकथा आहे. एकंदरीत काय बीज असेल ते असो. 'परमेश्वरो वै वेत्ति' मूळ

अस्सल क्षत्रिय कुळी असेल, परंतु सहवास व शरीरसंबंधाचा परिणाम देवास आवडला नसेल.''

त्याच लेखात विजापूरकरांनी ब्राह्मणांस उपदेश केला की, 'त्यांनी वतन किंवा वेतन यावर पाणी सोडून स्वमताभिमान श्रेष्ठ ठरवावा. दीर्घ काळापासून चालत आलेले, आपल्या प्रजेपैकी काही लोकांचे हक्क आपल्या अभिप्रायाप्रमाणे ते वागण्यास तयार नसल्यामुळे काढून घेण्यास तयार होणाऱ्या राजास कोणी शहाणा म्हणणार नाही. आपल्या लोकांत अगोदर असलेला द्वैतभाव वृद्धिंगत करणे हे अविचाराचे काम आहे. ज्याने त्याने राक्षसीवाणीचा उपयोग करून दुही माजवावी असा प्रकार आहे. जातिभेदाने आम्ही बुडालो[१] नाही. सुनृता वाणीच्या अभावाने आम्ही बुडत आहो.'

विजापूरकरांना पुढे तपस्वी नि कर्मयोगी अशी बिरुदावली त्यांच्या शिष्यांनी नि भक्तांनी लावली. परंतु शिवाजी, गागाभट्ट नि छत्रपतींच्या कुळाचा शरीरसंबंध ह्या विषयीचा ह्या लेखातील उल्लेख पाहता त्यांना वर्णवर्चस्ववादी व दुरभिमानी पत्रकार म्हटले तर ती त्यांची योग्य संभावना झाली असेच होईल. शिवाय महाराजांच्या विरुद्ध असेच उद्दामपणे लिहून ते आपल्या उपकारकर्त्यावरच उलटले. हे त्यांनी खरोखरीच कृतघ्नपणाचे कृत्य केले. नोव्हेंबरच्या १९०० च्या कार्तिक महिन्यात कोल्हापूरच्या ब्राह्मणांच्या प्रभुत्वाखाली असलेल्या नगरपालिकेने ब्राह्मणांकरता खास राखून ठेवलेली घाटावरील नियंत्रणे झुगारून देऊन ब्राह्मणेतरांनी पंचगंगेत पवित्र स्नान केले. त्या कालखंडात कोल्हापूर नगरपालिका ही ब्राह्मणांचीच मक्तेदारी झाली होती हे सांगावयास नको.

दुसऱ्यांनी सुनृता वाणीचा अवलंब करावा असा सोज्वळ उपदेश करणाऱ्या विजापूरकरांनी स्वत: रावणी वाणीचाच अवलंब केला आणि कोल्हापूर वेदोक्त प्रकरण पेटविण्यास ब्राह्मणांना प्रोत्साहन दिले.

ह्या प्रकरणामुळे वेदोक्त प्रकरणाविषयी ज्या भावना धुमसत होत्या, त्यात भर पडली. ब्राह्मणेतरांच्या ह्या 'तिरस्करणीय' आणि 'निंद्य' वागणुकीविरुद्ध विजापूरकरांनी आपल्या 'समर्थ' ह्या मुखपत्रामध्ये निषेध व्यक्त केला. प्रत्येक सामाजिक अपमानातून त्याचा सूड घेणारा निर्माण होतो. ब्राह्मणेतर हे आता समाजिक समतेविषयी आकांक्षा बाळगीत होते. त्यांना आता ब्राह्मणांच्या विशेष सामाजिक अधिकारांविषयी तिरस्कार वाटू लागला. कारण हे विशेष अधिकार जी धार्मिक परंपरा ब्राह्मणेतरांना दुजाभावाने व पक्षपाती भावनेने वागवीत होती त्यातूनच निर्माण झाले होते.

विजापूरकरांच्या राजकीय वाणीचा शाहू छत्रपतींवर 'समर्था' मधून

कडाडून हल्ला होई तर त्यांची सुसंस्कृत वाणी 'ग्रंथमाले'तून महाराजांवर छद्मी आणि तुच्छतापूर्वक टीका करी. त्यामुळे महाराजांनी जून १९०१ पासून विजापूरकरांच्या ग्रंथमालेला चालू असलेले अनुदान बंद केले. हे अनुदान त्यांनी ग्रंथमालेला ७ वर्षे दिले होते. विजापूरकर यांनी २५ जून १९०१ रोजी महाराजांची खास भेट घेऊन ग्रंथमालेला मिळत असलेले अनुदान चालू ठेवण्याविषयी त्यांना कळकळीची विनंती केली.[१०] परंतु त्यांनी केलेले स्पष्टीकरण व मांडलेली बाजू यांचा शाहूंवर मुळीच परिणाम झाला नाही. शिवाजी व गागाभट्ट ह्यांच्याविषयी निंद्य नि तिरस्करणीय भाषा वापरल्याविषयी विजापूरकरांना जबरदस्त किंमत द्यावी लागली. विजापूरकर आता वेदोक्त प्रकरणात छत्रपतींच्या विरुद्ध संघटना उभारण्यास मोकळे झाले आणि त्यांनी महाराजांच्या विरुद्ध तुफानी प्रचाराची आघाडी उघडली. कोल्हापुरातील परिस्थिती चिघळविण्यास विजापूरकर हेच जबाबदार होते, अशी शाहूंची पक्की खात्री झाली होती.

अशा रितीने विजापूरकरांनी वेदोक्त प्रकरण पेटविले असला ब्रिटिशांच्या विरुद्ध धडाडीने विरोधी भूमिका घेऊन महाराष्ट्राचे अग्रणी झालेले व त्यामुळे ब्राह्मणांकडून दैवतीकरण झालेले टिळक यांना १९०१ च्या ऑगस्टमध्ये एका आवश्यक कामासाठी कोल्हापुराला जाण्याचा प्रसंग उद्‌भवला. तो प्रसंग असा : टिळक, खापर्डे आणि दुसरे दोघेजण हे वासुदेव हरिभाऊ पंडित तथा बाबा-महाराज याच्या मृत्युपत्राप्रमाणे त्यांच्या मालमत्तेचे विश्वस्त झाले होते. बाबामहाराज हे कोल्हापूर महाराजांच्या आध्यात्मिक गुरूंचे वंशज होते. महाराष्ट्रातील ते एक पहिल्या वर्गाचे सरदार होते. कोल्हापूर संस्थानात व बाहेरील प्रदेशात त्यांची इनाम गावे होती. असे म्हणतात की, आपण रँडच्या खुनाच्या[११] अभियोगामध्ये गुंतले जाण्याचा संभव आहे असे कळताच त्या भीतीने बाबामहाराजांनी आत्महत्या केली. परंतु ते ७ ऑगस्ट १८९७ रोजी कॉलऱ्याने मृत्यू पावले असे जाहीर करून त्यांना घाईघाईने स्मशानात नेऊन अग्निसंस्कार उरकण्यात आले. छत्रपतींचे हुजूर चिटणीस रावसाहब कीर्तिकर हेही एक बाबामहाराजांनी नियुक्त केलेले विश्वस्त होते. परंतु त्यांनी विश्वस्त म्हणून काम करावयास नकार दिला.

बाबामहाराजांच्या मृत्युपत्राप्रमाणे विश्वस्तांनी औरंगाबाद येथे २७जून १९०१ रोजी ताईमहाराजांना एक मुलगा दत्तक दिला. त्या सहा वर्षांच्या मुलाचे नाव जगन्नाथमहाराज असे असून कोल्हापूर महाराजांचे आध्यात्मिक गुरू

श्रीसिद्धेश्वरबुवा यांचे ते वंशज होते. तो दत्तक बाबामहाराजांची पत्नी सकवारबाई तथा ताईमहाराज हिच्या संमतीनेच घेतला होता. ताईमहाराज ही पुण्यातील एक सामान्य कुटुंबातील मुलगी होती. बाबामहाराजांच्या मृत्यूचे वेळी ती गरोदर होती. त्यावेळी तिचे वय २० वर्षांचे होते. १८ जानेवारी १८९८ रोजी तिला मुलगा झाला. पण तो तिसऱ्या महिन्यात मृत्यू पावला.

औरंगाबाद येथे झालेले जगन्नाथमहाराजांचे दत्तकविधान नाकारून व विश्वस्तांचा अपमान करण्याचे ठरवून, ताईमहाराज यांनी सिद्धेश्वरस्वामी ह्यांच्या कोल्हापूर शाखेतील बाळामहाराज यांना दत्तक घेण्याचे ठरविले. कोल्हापूर शाखेतील मुलांविषयी टिळकांचे तितकेसे मत चांगले नव्हते. कारण त्यांच्यापैकी काहींच्याबद्दल लोकांचे चांगले मत नव्हते. शिवाय बाबामहाराजांच्या मृत्युसमयी टिळकांनी, कोल्हापूर शाखेतील मुलगा दत्तक घ्यावा असे बंधन विश्वस्तांवर घालू नये अशी त्यांना विनंती केली होती. तथापि, जहागिरी चालविण्यासंबंधीच्या कोल्हापूर दरबारच्या ज्या अटी होत्या त्याप्रमाणे कोणत्याही जहागीरदाराला मुलगा दत्तक घेण्यापूर्वी छत्रपतींच्या मंजुरीची आवश्यकता असे. राजघराण्यावर कोणताही गुरू लादला जाऊ नये म्हणून छत्रपतींच्या मंजुरीची अट घालण्यात आलेली होती.

विश्वस्त ह्या नात्याने टिळकांनी कोल्हापूरचे दिवाण सबनीस यांना १८ जून १९०१ रोजी एक औपचारिक पत्र लिहून कळविले होते की, 'लवकरच दत्तक घेण्याचा विश्वस्तांचा विचार आहे. आम्हां विश्वस्तांना त्यासाठी महाराजांची मंजुरी पाहिजे आहे आणि त्या बाबतीत कुंभोजकर यांना आपल्या मंजुरीसाठी रीतसर अर्ज करून इतर कायदेशीर बाबी पूर्ण करण्याचा अधिकार दिला आहे.' परंतु कुंभोजकर हे उघड उघड ताईमहाराज यांच्या पक्षाचे असल्यामुळे त्यांनी तसे करण्यात टंगळमंगळ केली असावी असे दिसते. कारण दत्तकाला मंजुरी मिळण्यासाठी दरबारकडे कधीच अर्ज करण्यात आला नव्हता असे शाहू महाराजांनी पुढे एका पत्रात म्हटले आहे.[१२]

शाहू छत्रपती यांच्याकडे १० जुलै १९०१ रोजी, बाळामहाराज यांना दत्तक घेण्याची ताईमहाराज यांनी पुण्याहून परवानगी मागितली. दरबारने त्यांना तारेने मंजुरी दिल्याचे कळविले. दत्तकविधानाला संमती देण्यापूर्वी बाळामहाराज यांनी शाहू छत्रपती आणि ब्रिटिश राजनैतक प्रतिनिधी ह्यांचा सल्ला घेतला होता. त्यावेळी बाळामहाराज म्हणाले होते की, 'जर सरकारची तशी इच्छा असेल तरच मी दत्तक जावयास तयार आहे; नाहीतर नाही.'[१३] शाहूंनी बाळामहाराजांना सहानुभूती दाखवून त्या बाबतीत आवश्यक ती मदत देण्याचे ठरविले. मुंबई सरकारनेही त्यांना दत्तक जाण्यास उत्तेजन दिले.

दुसऱ्या दिवशी सकाळी टिळकांनी दिवाण सबनीस यांना तार पाठवून आपले सविस्तर पत्र मिळेपर्यंत ताईमहाराजांना दत्तकविधानाची परवानगी देऊ नये अशी विनंती केली. सायंकाळी दिवाण सबनीस यांनी टिळकांना तारेने कळविले की, ती परवानगी अगोदरच देण्यात आली आहे आणि ह्या बाबतीतला सर्व पत्रव्यवहार दक्षिणेकडील सरदारांचे काम पाहणारे ब्रिटिश प्रतिनिधी पण त्याच वेळी पुण्याचे जज्ज असलेले अ‍ॅस्टनसाहेब यांचेकडे पाठविला आहे. सरकारचे शत्रू टिळक एका विधवेच्या प्रकरणात गोवलेले सापडताच अ‍ॅस्टनने त्या प्रकरणात अनन्यसाधारण लक्ष घातले.

११ जुलैला रात्री टिळकांनी दिवाणांना तारेने कळविले की, बाळामहाराजांच्या दत्तकविधानाला विश्वस्तांनी मान्यता दिलेली नाही. ती गोष्ट योग्य आणि सत्य होती. त्या तारेत टिळकांनी म्हटले होते की, दुसऱ्या एका मुलाला अगोदरच दत्तक घेण्यात आले आहे; यास्तव दुसरे दत्तकविधान बेकायदेशीर होईल. हे स्पष्ट करून टिळकांनी 'ताईमहाराज यांना दत्तक घेण्याविषयी दिलेल्या आदेशाचा पुनर्विचार करावा' अशी दरबारला कळकळीची विनंती केली. शिवाय टिळकांनी दिवाण सबनिसांना ११ जुलै १९०१ रोजी लिहिलेल्या सविस्तर पत्रात म्हटले होते की, 'ताईमहाराजांना दत्तक पुत्र देण्याचे आणि घेण्याचे कार्य एका दस्तऐवजाने औरंगाबाद येथे विश्वस्तांच्या संमतीने झालेले आहे. ताईमहाराज यांना आता दुसरा दत्तक मुलगा घेण्याचा अधिकार नाही.' शेवटी टिळकांनी दरबारला कळकळीची विनंती केली की, दत्तकविधानाला विश्वस्तांची संमती अगदी आवश्यक आहे व त्यांचे म्हणणे दरबारने शांतपणे ऐकून घ्यावे.

पुन्हा १२ जुलै रोजी टिळकांनी महाराजांना फिरून पत्र लिहून दत्तकविधानास परवानगी दिली असल्यास विश्वस्तांचे म्हणणे ऐकून घेईपर्यंत दत्तकविधान कृतीत आणले जाऊ नये अशी विनंती केली. पत्राचे शेवटी टिळक म्हणाले, 'जर दरबारने आमच्या निवेदनाचा विचार न करता दुसराच मार्ग स्वीकारला तर त्यामुळे निरर्थक कोर्टकचेऱ्या कराव्या लागतील व त्या बाबतीत निष्कारण खर्च होऊन बाबामहाराजांच्या धनदौलतीचा नाश होईल. तसे होऊ नये असा दरबारचाही उद्देश असणार असा विश्वस्तांना विश्वास वाटतो.

टिळकांनी १४ जुलै रोजी दिवाण सबनीस यांना पत्र लिहून कळविले की, ताईमहाराज ह्या काही संबंधित गटांच्या बदसल्ल्यामुळे वैध विश्वस्तांचा सल्ला झुगारून देत आहेत. दरबारने नाइलाजास्तवसुद्धा स्वेच्छेविरुद्ध ह्या बाबतीत त्यांना उगाच उत्तेजन देऊ नये, ही वाजवी, न्याय्य गोष्ट आहे असे आमचे मत आहे

आणि महाराज ह्या बाबतीत कळत नकळत कोणतीही गोष्ट करणार नाहीत असा आपला विश्वास आहे, असे टिळकांनी शेवटी म्हटले आहे.

टिळकांच्या पत्रावर दिवाणांनी आपले मत व्यक्त करावे असा शेरा छत्रपतींनी १५ जुलै रोजी मारला. त्यावर २० जुलै रोजी दिवाण सबनीस यांनी लिहिले की, ह्या प्रकरणात कायद्याचे मुद्दे गुंतले असल्यामुळे सल्लागार मंडळापुढे ह्या प्रकरणाची संपूर्ण छाननी होणे आवश्यक आहे. त्याप्रमाणे महाराजांनी सल्लगार मंडळाच्या मतासाठी हे प्रकरण ठेवावे अशी दिवाणांना आज्ञा केली.

युरोपियन व इतर विघ्नसंतोषी व्यक्ती व आपल्या मुलाला ताईमहाराजांनी दत्तक घ्यावा असे प्रयत्न करणारे बी. एन. नागपूरकर, यांच्या सल्ल्यावरून ताईमहाराज यांनी कोल्हापूरचे पंडितमहाराज यांचे बंधू बाळामहाराज यांना १३ जुलै १९०१ रोजी टिळकांचा आणि इतर विश्वस्तांचा सल्ला धाब्यावर बसवून दत्तक घेण्याचे ठरविले. दत्तकविधान समारंभास उपस्थित राहण्यासाठी कोल्हापूरची बरीच पाहुणे मंडळी पुण्यातील ताईमहाराजांच्या वाड्यात जमली होती. परंतु मध्यंतरीच्या काळात बाळामहाराजांच्या दत्तकविधानाला प्रतिबंध करण्याचा न्यायालयाकडून तात्पुरता मनाईहुकूम टिळकांनी मिळवला असल्यामुळे त्यांनी कोल्हापूरच्या पाहुणे मंडळींना त्यांच्या सामानासहित वाड्यातून गचांडी दिली. अशा तऱ्हेने टिळकांनी ताईमहाराज यांची योजना निष्कळ ठरवली.

त्यामुळे ताईमहाराजांनी नियोजित दत्तकविधानाची कल्पना तात्पुरती सोडून दिली व त्यात शांत राहिल्या. त्यांनी २२ जुलै रोजी शाहू छत्रपतींना कळविले की,'दत्तकविधानामुळे मोठा तंटा निर्माण होईल असे वाटल्यावरून मी सध्या ते स्थगित केले आहे. जेव्हा मी दत्तक मुलगा घेण्याचे ठरवीन तेव्हा आपणांस मी कळवीन.' त्याच दिवशी विश्वस्तांनीही शाहूंना पत्र लिहून ते प्रकरण तेथेच सोडून द्यावे अशी इच्छा व्यक्त केली.

पुढे ताईमहाराज यांना शाहू छत्रपती व न्यायाधीश ॲस्टन यांनी पाठिंबा दिल्यामुळे त्यांनी, विश्वस्तांना दिलेले वारसापत्र रद्द करावे असा न्यायालयात अर्ज केला.

अशी परिस्थिती निर्माण झाल्यामुळे टिळकांनी १५ ऑगस्ट १९०१ रोजी कोल्हापूरला भेट दिली. दुसऱ्या दिवशी त्यांना कोल्हापूरच्या सार्वजनिक वाचनालयात राशिंगकर ह्यांच्या अध्यक्षतेखाली मानपत्र देण्यात आले. शहरातील सर्व ब्राह्मण, प्रतिष्ठित व्यक्ती व शिष्टजन त्या समारंभाला उपस्थित होते. तेथील शिवाजी थिएटरमध्ये टिळकांनी १८ ऑगस्ट रोजी एक व्याख्यान दिले. आपल्या व्याख्यानात ते म्हणाले, 'राष्ट्रीयत्वाची ज्योत तेवत ठेवणे हे लोकांचे कर्तव्य आहे.

राष्ट्राच्या इतिहासाला दिशा देणारे थोर पुरुष नेहमीच उत्पन्न होतात असे नाही. दोन-तीनशे वर्षांनी एखादा माणूस निर्माण होतो आणि त्याच्या निधनानंतर त्याच्या स्मृतीनेच राष्ट्रीयता पुढे एक दोन शतके चालते. ज्या संस्थानात तुम्ही राहता ते संस्थान परमपूज्य शिवाजींचे एक जिवंत स्मारकच आहे.' टिळक पुढे म्हणाले, 'गेल्या २० वर्षांत येथे ज्या उलाढाली झाल्या त्यांपैकी सर्वांत महत्त्वाची गोष्ट म्हणजे, बरेच दिवसांनी येथील प्रजेला स्वराज्य सुखाचा अनुभव मिळू लागला ही होय. जेथे राज्य आहे तेथे कसली ना कसली कुरकूर ही असावयाचीच. कोल्हापूर संस्थानातील लोकांना आधुनिक शिक्षणाचा लाभ मिळू लागला आहे, ही गोष्ट मोठ्या आनंदाची आहे. केवळ पोट भरण्यानेच मनुष्याच्या जन्माची इतिकर्तव्यता होत नाही. पोट भरण्यापलीकडे देशोन्नती म्हणून एक आपले अति महत्त्वाचे कर्तव्य आहे. ते जर सतत मनात ठेवून त्याप्रमाणे जन्मभर वर्तन केले तर त्यात माणुसकी व मनुष्यजन्माचे सार्थक आहे.'

ह्या सभेनंतर टिळक आपल्या मुख्य कामाकडे वळले. त्यांनी शाहू महाराजांची १८ ऑगस्ट रोजी भेट घेऊन ताईमहाराज प्रकरणासंबंधी सविस्तर चर्चा केली. महाराजांनी त्यांचे म्हणणे शांतपणे ऐकून घेतले. त्या समयी महाराजांना, जगन्नाथ महाराज यांच्या दत्तकविधानाला संमती द्यावी अशी टिळकांनी कळकळीची विनंती केली. छत्रपतींनी त्यावर आपले मत व्यक्त केले नाही किंवा दुसऱ्या दिवशी बाळामहाराजांचे दत्तकविधान कोल्हापुरात होणार आहे ह्याचाही टिळकांना थांगपत्ता लागू दिला नाही.

भेट दिल्याविषयी टिळकांनी महाराजांचे आभार मानले. परंतु दुसऱ्या दिवशी कोल्हापूर सोडण्यापूर्वी त्यांना असे कळले की,[१४] त्याच दिवशी १९ जुलैला दुपारी बाळामहाराजांना ताईमहाराजांनी दत्तक घेतले आहे. अशा रितीने विश्वस्तांच्या सल्ल्याच्या विरुद्ध आणि दरबारने विश्वस्तांच्या अर्जाचा निकाल लावण्यापूर्वी ही घटना घडली. दरबारला लिहिलेल्या आपल्या दि. २१ ऑगस्टच्या पत्रात टिळक म्हणाले, 'हे दुसरे दत्तकविधान आहे आणि ह्यास्तव ते बेकायदेशीर आहे. विश्वस्तांच्या मंजुरीशिवाय ते केले असल्यामुळे ते तर बेकायदेशीर आहेच.' कोल्हापूर दरबार टिळकांच्या ह्या पत्राच्या बाबतीत मूग गिळून बसले.

टिळकांनी कोल्हापूरला भेट दिल्यानंतर थोड्या दिवसांनी म्हणजे २९ ऑगस्ट १९०१ रोजी कोल्हापुरात नेहमीप्रमाणे श्रावणी समारंभ झाला. त्या दिवशी नारायणशास्त्री भट ह्यांनी वेदोक्तरीत्या मराठा तरुणाच्या घरी धार्मिक विधी केले. ह्याच निर्भय पंडिताने काही दिवसांपूर्वी आपल्या घरी ऋग्वेद पारायणाची

समाप्ती करताना मराठे गृहस्थांना बोलाविले होते. शास्त्राप्रमाणे मराठ्यांना वैदिक मंत्र ऐकण्याचा वा पठण करण्याचा अधिकार नसताना तू मराठ्यांना ऋग्वेदाच्या सांगता समारंभास का बोलाविलेस, असे ब्राह्मणांनी नारायणशास्त्री यांना विचारले असता ते म्हणाले, 'मराठे हे क्षत्रिय असल्यामुळे मी त्यांना बोलाविले.' पण त्यावेळी ब्राह्मणांनी नापसंती दर्शविण्यापलीकडे काही दिवस काहीच केले नाही. नारायणशास्त्रीभट यांचा हा पहिला गुन्हा असल्यामुळे त्यांना सोडून देण्यात आले असावे. नारायणशास्त्र्यांना वाटले, ज्या अर्थी आपल्याविरुद्ध ब्राह्मणांकडून विरोधाची काहीच कृती करण्यात आली नाही, त्या अर्थी मराठ्यांचे क्षत्रियत्व हे कोल्हापुरातील ब्राह्मणांनी मान्य केले आहे. त्यांचा असा ग्रह झाला. परंतु टिळकांच्या कोल्हापूर भेटीमुळे प्रोत्साहन मिळालेल्या ब्राह्मण पंचायतीच्या पुढाऱ्यांनी नारायण भटांच्या गैरवर्तणुकीबद्दल राग व्यक्त केला. त्यांना जातिबहिष्कृत केले आणि कोल्हापुरातील वेदोक्त लढ्यात प्रारंभ झाला !

वेदोक्ताचा वाद आणि टिळकांनी कोल्हापूरला दिलेली भेट ह्याचा उल्लेख करून मुंबईचे राज्यपाल नॉर्थकोट ह्यांनी पुढे काही दिवसांनी १२ जुलै १९०२ रोजी भारतमंत्र्यांना कळविले की, 'हे वेदोक्त प्रकरण खरोखरीच काही न घडता तसेच विरले असते. परंतु तेव्हा बाळ गंगाधर टिळक हे बाबामहाराजांच्या दत्तकविधानाच्या बाबतीत कोल्हापूरला आले होते तेव्हा त्यांनी ह्या प्रकरणात हस्तक्षेप करून वेदोक्ताच्या बाबतीत महाराजांच्या विरुद्ध असलेल्या ब्राह्मण चळवळ्यांना चिथावणी दिली आणि ते प्रकरण चिघळविले. त्यामुळे जो प्रश्न सर्वसाधारण कोल्हापुरातच राहिला असता, तो प्रश्न ब्राह्मण आणि मराठे ह्यांच्यामध्ये प्रतिष्ठेचा प्रश्न होऊन बसला. सध्या टिळकांवर पुणे येथील जिल्हा न्यायाधीशापुढे खोटी साक्ष दिल्याबद्दल आणि बनावट कागदपत्रे केल्याबद्दल खटला सुरू आहे.'

सन १९०१ च्या सप्टेंबरच्या शेवटी व ऑक्टोबरच्या प्रारंभी राजोपाध्ये यांनी, पन्हाळगडावर राजकुटुंब राहत असता तेथे जाण्याची टाळाटाळ केली. त्यांना वाटले, आपण जर पन्हाळ्यास गेलो तर आपणांस श्राद्ध विधिप्रभृती वेदोक्तरितीने करावयास लागतील. राजोपाध्ये हे राजवाड्यावर येत नाहीत असे पाहून निर्माण झालेल्या परिस्थितीत शाहूंनी ७ ऑक्टोबर १९०१ रोजी राजोपाध्ये यांना ताकीद दिली की, त्यांनी आपले पुरोहिताचे कर्तव्यकर्म करण्यात दुर्लक्ष करू नये आणि राजवाड्यावर वैदिक पद्धतीने संस्कार करावयास आरंभ करावा.

राजोपाध्ये यांनी आपली आज्ञा न पाळली तर ह्या प्रकरणाचा शेवट ब्राह्मणांशी संघर्ष घडण्यात होईल हे शाहू छत्रपतींना कळून चुकले. कारण

राजोपाध्ये यांना ब्राह्मण साहाय्य करीत होते व शाहूंना विरोध करावयास त्यांना चिथावणीही देत होते.

नारायणशास्त्री यांना जातीबाहेर टाकून ब्राह्मण थांबले नाहीत. त्यांनी त्यांचा छळ करण्याचे ठरवून त्यांच्याविरुद्ध सामाजिक शस्त्र उपसले. नारायणशास्त्र्यांच्या शत्रूंपैकी १४ जणांनी १३ ऑक्टोबर रोजी शाहूंच्या कारभाऱ्यांकडे एक निवेदन सादर केले. त्या निवेदनात म्हटले होते की, 'नारायणशास्त्री भट व त्यांचे कट्टर अनुयायी ह्यांना अंबाबाईच्या देवळात कोणतेही धार्मिक संस्कार करण्यास वा देवीला स्पर्श करण्यास प्रतिबंध करावा; कारण नारायणशास्त्री यांना ब्राह्मणांनी बहिष्कृत केले आहे.' पण ह्या निवेदनाचा छत्रपतींवर काहीच परिणाम झाला नाही. आपला नोकर नारायणशास्त्री यांना त्यांनी, नेहमीप्रमाणे आपले काम करीत जावे असे सांगितले.

त्यामुळे चिडून जाऊन ब्राह्मणांनी पुन्हा कारभारी आणि राजोपाध्ये ह्यांच्याकडे तक्रार अर्ज सादर केला. त्यावेळी अंबाबाई देवळातील कारभारी आणि राजोपाध्ये हे दसऱ्याच्या उत्सवाच्या वेळी विधी कशा रितीने करावेत याची योजना आखण्यात गुंतले होते. कारभाऱ्याने ब्राह्मणांनी घेतलेला पवित्रा योग्य आहे की अयोग्य ह्या विषयी राजोपाध्ये यांचे मत विचारले. त्यावेळी ते म्हणाले की, ब्राह्मणांचे हे कृत्य नियमबाह्य आणि अनधिकृत आहे. राजोपाध्ये बाह्यात्कारी असेही म्हणाले की, ब्राह्मणांच्या ह्या तक्रारीला महत्त्व देण्याचे कारण नाही.

हा महत्त्वाचा धार्मिक प्रश्न असल्यामुळे शाहूंना त्यासंबंधी गंभीरपणे पूर्ण विचार करावा लागला. ब्राह्मण तर अगदी उतावळे होऊन ह्या प्रकरणी प्रेचप्रसंग निर्माण करण्याच्या संधीची वाट पाहत होते. दुसऱ्या दिवशी ब्राह्मणांनी नारायणशास्त्री ह्यांना महालक्ष्मीच्या देवळात पूजा करू दिली आणि देवी महालक्ष्मी भ्रष्ट झाली अशी शहरात बोंबाबोंब करीत ते फिरले. ब्राह्मण स्वत:ला भूदेव मानीत आणि त्यांचे भूतलावरील व स्वर्गातील सर्व देव नारायणशास्त्र्यांच्या पूजेमळे अपवित्र झाले ! ह्या ब्राह्मणांच्या मते विधाता स्वत:च माणसाच्या स्पर्शाने अपवित्र झाला. कारण ज्या माणसाचा ते द्वेष करतात तो कितीही पवित्र वा मोठा भक्त असला तरी त्याच्या स्पर्शाने देव बाटतो, अशी त्यांची श्रद्धा होती.

धार्मिक खात्यातील शाहूंच्या नोकरांनी ह्या भानगडीत आपण पडावयाचे नाही असे ठरविले. त्यामुळे त्या ब्राह्मणांनी ब्रिटिशांचे राजनैतिक प्रतिनिधी कर्नल सिली ह्यांच्याकडे धाव घेऊन 'शाहू महाराज आमच्या धार्मिक अधिकारांत हस्तक्षेप करीत आहेत' अशी तक्रार केली. कर्नल सिलीनी त्यांना लेखी अर्ज करावयास सांगितले. त्यांनी तसा अर्ज पाठविल्यावर त्यांनी त्यांना उत्तर धाडले

की, धार्मिक प्रकरणात आपण हस्तक्षेप करू शकत नाही. धार्मिक प्रकरणाच्या बाबतीत शाहू महाराज हेच अंतिम निर्णय करणारे श्रेष्ठ अधिकारी आहेत.

पूर्वापार चालत आलेली पद्धत अशी होती की, जर धार्मिक बाबतीत तंटे उपस्थित झाले तर त्याचा निर्णय करण्याचा अधिकार राज्यकर्त्यांचाच असे. विजापूरच्या आदिलशाहीतील हिंदु लोक आपल्या धार्मिक तंट्यांचा निर्णय करण्यासाठी विजापूरच्या आदिलशहाकडे अर्ज करीत असत.[१५] रामदासांच्या वारसांपैकी रामदासांच्या गादीवर कोणी बसावे असा तंटा निर्माण झाला तेव्हा ह्या तंट्याचा निर्णय सातारचे शाहू महाराज यांनीच केला होता.

टिळकांच्या २१ ऑगस्टच्या पत्राला कोल्हापूरच्या दरबारने अद्याप उत्तर दिले नव्हते. कारण ते पत्र सल्लागार मंडळाच्या सभेत विचारविनिमयासाठी ठेवलेले होते. त्यामुळे टिळक आणि दुसरे विश्वस्त यांनी जगन्नाथमहाराजांचे दत्तकविधान व त्या बाबतीतील दस्तऐवज यांच्या कायदेशीरपणाविषयी निर्णय करून घेण्यासाठी व बाळामहाराजांचे दत्तकविधान बेकायेशीर ठरवून घेण्यासाठी २३ सप्टेंबर १९०१ रोजी पुणे येथील प्रथम वर्ग न्यायाधीश यांच्या न्यायालयात फिर्याद दाखल केली.

बाळामहाराजांच्या दत्तकविधानाच्या बाबतीत काय काय घडत आहे याकडे शाहू महाराजांचे लक्ष होते. टिळकांच्या २१ ऑगस्ट १९०१ च्या पत्रास त्यांनी बरेच दिवस उत्तर दिले नव्हते. पण आता सरकार टिळकांच्या विरुद्ध आहे अशी त्यांची खात्री झाली. यास्तव त्यांनी ब्रिटिश सरकारच्या इच्छेप्रमाणे २४ सप्टेंबर १९०१ रोजी बाबामहाराजांची कोल्हापुरातील मालमत्ता बाळामहाराजांच्या नावे करण्याची आज्ञा केली. ती यापूर्वी ताईमहाराजांच्या नावावर करण्यात आली होती. ह्यानंतर दोन महिन्यांनी २५ नोव्हेंबर १९०१ रोजी दिवाणांनी टिळकांच्या २१ ऑगस्टच्या पत्राचे उत्तर म्हणून कळविले की, दत्तक प्रकरणी अखेरचा निर्णय घेण्यापूर्वी विश्वस्तांची भेट घेण्याचे महाराजांनी ठरविले आहे.

अशा रितीने टिळक आणि शाहू यांच्यामध्ये संघर्षाला सुरुवात झाली व टिळकांनी कोल्हापुरातील ब्राह्मणांना वेदोक्त प्रकरणात उघडपणे पाठिंबा द्यायला आरंभ केला. 'मराठ्यांची वेदोक्त संस्काराची मागणी हे एक खूळ आहे.[१६] त्याचा संसर्ग आता बडोद्याकडून कोल्हापूरला भिडला आहे. जातिभेद हा हिंदूंच्या हाडी खिळखिळला आहे. तथापि हिंदु लोकांची जातिधर्मावरील आसक्ती इतकी दृढ आहे की, हिंदूंचे ख्रिस्त झाले तरी त्यांचे मनावर परंपरागत आलेले जातिभेदाचे संस्कार, जळलेल्या दोरीत तिचा पीळ जसा कायम राहतो तद्वत कायम राहतात. हे परंपरागत किंबहुना रक्तमासागत भेदाभेद अजिबात मोडून टाकून सर्व

हिंदुस्तानातील जातींचा सबगोलंकार करणे इष्ट असले तरी शेकडो वर्षे तरी शक्य नाही हे कबूल केले पाहिजे.' असे केसरी पत्रात दोन अग्रलेख २२ व २९ ऑक्टोबर १९०१ रोजी लिहून टिळकांनी उघडपणे वेदोक्त प्रकरण पेटविले.

टिळकांनी रानडे व तेलंग ह्यांना संमतिवय विधेयकाच्या चर्चेच्या वेळी जे विचार ऐकून दाखविले होते, तेच यावेळीही त्यांनी अग्रलेखात पुन्हा मांडले आणि म्हटले की, 'समाजाच्या स्थितीत कोणास जो पालट करावयाचा तो व्यवस्थेने व बेताबाताने केला पाहिजे. धर्मशास्त्रावरील जे प्रसिद्ध व सर्वमान्य ग्रंथकार आहेत त्यांच्या मते खऱ्या क्षत्रिय व वैश्य जाती हल्ली नाहीशा झाल्या आहेत व ब्राह्मण आणि खरोखर शूद्र यांच्या दरम्यान ज्या जाती आहेत त्यांचे जे संस्कार करणे ते वरील तारतम्य करून केले पाहिजेत, असे त्या ग्रंथकारांचे मत आहे.'

गागाभट्टाने शिवाजीला राज्याभिषेक केला त्याचा उल्लेख करून जरी टिळक प्रथम म्हणाले की, शिवराजांचा राज्याभिषेक 'शास्त्रोक्त' रितीने झाला तरी नंतर ते म्हणाले, 'राज्याभिषेक वेदोक्त मंत्राने झाला असा इतिहासात उल्लेख आहे. पण शिवाजीमहाराजांचे सर्व संस्कार वेदोक्त पद्धतीने होत असे कुठेही पुरावे नाहीत.' साताराच्या राजघराण्यात संस्कार पुराणोक्तच होत. आणि असे जर आहे तर श्री शिवाजीमहाराजांच्या जातकुळीपेक्षा ज्यांची जातकुळी अधिक श्रेष्ठ नाही, त्यांनी वेदोक्ताचे खूळ माजवून लोकांच्या शांततेचा व हक्काचा विनाकारण भंग करावा आणि सुशिक्षित संस्थानिकांनीही हे संस्कार आपल्या संस्थानात घडू द्यावेत हे आमच्या मते अगदी गैरशिस्त होय.

'वेदोक्त मंत्र संस्काराच्या वेळी म्हटल्याने कोणत्याही जातीस अधिक श्रेष्ठपणा येतो किंवा संस्कार अधिक शास्त्रोक्त होतो अशी कोणाची समजूत असेल तर ती चुकीची आहे. वैदिक मंत्रांनी संस्कार झाले म्हणजे मराठे व ब्राह्मण एक जातीचे होतील अशी कोणाची कल्पना असेल तर ती निर्मूल आहे. मराठे लोकांनी वेदोक्त मंत्र म्हटले तरी ते मराठेच राहतील हे त्यांनी ध्यानात ठेवले पाहिजे. काही मराठे मंडळींनी हट्टाने जरी वेदोक्त क्रिया केली तरी सामाजिक किंवा राष्ट्रीयदृष्ट्या त्यात काही फायदा नाही. त्यात काही भूषण नाही. बहुमान नाही आणि देशकार्यही नाही. तर वेदोक्त मंत्रांनीच आपले संस्कार झाले पाहिजेत असा मराठ्यांनी आग्रह धरणे चुकीचे नव्हे काय ? इतिहास, परंपरा आणि ज्ञातिसंप्रदाय लक्षात घेता मराठ्यांचे ह्या बाबतीतील निर्णय, विचार हे सर्व अवनतीचे व अविचारपणाचे आहेत असे कोणाच्याही लक्षात येईल.

'मराठ्यांचे समाजातील स्थान हे त्यांच्या पराक्रमाचे प्रतीक होते. ते त्यांच्या पूजेच्या प्रकारावर अवलंबून नव्हते. साहेब लोकांस जर वेद शिकविण्याची मुभा आहे तरी त्यांचे घरी ब्राह्मणाने वेदोक्त संस्कार केलेले नाहीत. मराठ्यांचे वेदोक्त संस्कार जे ब्राह्मण करणार नाहीत त्यांच्या जहागिरी जप्त करणे हे अयोग्यच नव्हे तर अन्यायाचे होईल. राजाला जो अधिकार आहे तो समाजाची घडी मोडून समाजात असंतोष उत्पन्न कराल तर त्याची दाद घेणे सार्वभौम सरकारास भाग पडेल. मराठे लोकांस वेदोक्त कर्मे करणे असल्यास त्यांनी खुशाल करावीत, त्यांचा हात धरणारा ह्या काळात कोणी राहिला नाही.'

ऐतिहासिक दृष्ट्या नंदानंतरच्या काळात वा मोगल काळात क्षत्रिय वंश उरलाच नाही असे म्हणणे म्हणजे गुप्त, चालुक्य, परमार आणि यादव ही क्षत्रिय घराणी झालीच नाहीत असे म्हणणे होय. हा सूर्यप्रकाशाइतका सत्य असलेला इतिहास नाकारणाऱ्या पोथ्यांना नि शास्त्र्यांना टिळकांसारख्या नामांकित संशोधकाने शिरोधार्य मानावे ही गोष्ट चमत्कारिक नव्हे काय ? मोगल काळात क्षत्रियत्व नाहीसे झाले तर ब्राह्मणत्व शिल्लक कसे राहिले, हे टिळकांनी स्पष्ट केले नाही. जर वरील शास्त्राप्रमाणे ब्राह्मणेतरांनी चालावे असा ब्राह्मणेतरांना टिळकांचा सल्ला होता तर त्यांनी मनूच्या म्हणण्याप्रमाणे शूद्र राजांच्या राज्यांत ब्राह्मणाने राहू नये हे शास्त्र ब्राह्मणांना पटवून दिले असते. शिवाय मनुस्मृतिप्रमाणे जो ब्राह्मण विंध्याद्रीचे खाली दक्षिणेत राहतो त्याचे ब्राह्मणत्व शिल्लक राहत नाही. अर्थात त्यांनी ब्राह्मणांना दक्षिण हिंदुस्तान सोडून उत्तर हिंदुस्तानात रहिवास करावयास सांगावयास पाहिजे होते.

या सर्व गोष्टींवरून जातिभेदाच्या बाबतीतील टिळकांचे विचार हे रूढिप्रिय, कडक आणि सनातनी होते हे सिद्ध होते. त्यांनी संमतिवयाच्या विधेयकाला कडाडून विरोध केला होता. सामाजिक परिषद काँग्रेसच्या मंडपात भरू देण्यास विरोध व्यक्त केला होता. पंचहौदमिशन प्रकरणी ख्रिश्चनांकडे चहा घेण्याबद्दल प्रायश्चित्तही घेतले होते. १८९२ सालच्या औद्योगिक परिषदेत त्यांनी 'द हिंदु कास्ट फ्रॉम दी इंडस्ट्रियल पॉइंट ऑफ व्ह्यू' नावाचा निबंध वाचला होता. त्यात ते म्हणाले होते की, 'आर्यवंशाच्या लोकांमध्ये आनुवंशिक धंद्यांचे संरक्षण व्हावे आणि त्यांनी एकमेकांना साहाय्य आणि सहकार करावा म्हणून जात ही एक ऐहिक आणि सामाजिक संघटना आहे हे मान्य केले पाहिजे. यास्तव त्यांनी प्रचलित जाति संस्थांचा कामगारांची नैतिक आणि भौतिक स्थिती सुधारण्यासाठी उपयोग करावा.' टिळकांनी त्या प्रबंधात उपरोक्त शिफारस केली आणि हे आपले म्हणणे कसे बरोबर आहे हे सिद्ध करण्यासाठी सिलोन आणि ब्रह्मदेश ह्या

देशांत जातिभेद नसला तरी ते लोक गुलामगिरीत पिचत होते असे ते पुन: पुन्हा सांगत.

ह्याच महान पंडित टिळकांनी ऑगस्ट १९०० मधील गणपति उत्सवाचे वेळी पुण्यात हिंदूंची व्याख्या केली की, 'वेदाचे प्रामाण्य, साधनाची अनेकता आणि उपास्यांचा अनियम ही हिंदुधर्माची विशेष लक्षणे होत.' त्या व्याख्येप्रमाणे प्रत्येक हिंदूने वेद प्रमाण मानले पाहिजेत. परंतु ज्या ८० टक्के हिंदूंनी ही व्याख्या मान्य करावयाची, त्यांना वेद ऐकण्याचा वा वाचण्याचा अधिकार नव्हता किंवा आपले संस्कार वेदोक्ताप्रमाणे करावयाचे अधिकार नव्हते, हे टिळकांचे म्हणणे विचित्र व अन्यायकारक होते यात संदेह नाही.

वेदोक्त प्रकरणाच्या पाठीमागे धार्मिक आणि सामाजिक समतेची वाढती प्रवृत्ती व मागणी होती याची उमज टिळकांना पडू नये हे आश्चर्य ! आपल्या धर्मबंधूंना सामाजिक समतेने न वागविण्यात देशभक्ती, न्याय, शहाणपणा आणि सामाजिक एकोपा कशी साध्य होणार होती ? हे वेदोक्तावरील अग्रलेख टिळकांचेच होते अशी टिळकांचे सहकारी न. चिं. केळकर आणि टिळकांचे लेखनिक कुळकर्णी यांनी स्पष्टीपणे नोंद करून ठेवली आहे. हे अग्रलेख प्रसिद्ध होताच महाराष्ट्रातील प्रख्यात ब्राह्मणेतर पुढारी सी. के. बोले यांनी ह्या अग्रलेखांच्या बाबतीत टिळकांची पुण्यात भेट घेतली. टिळक म्हणाले, 'तो अग्रलेख आपल्या सहायकांपैकी कुणी तरी आपल्या अनुपस्थितीत लिहिला.'[१७] टिळकांचे हे उडवाउडवीचे वर्तन, त्यांनी १८९७ साली केसरीतील राजकीय लेखांचे दायित्व स्वीकारून न्यायालयात जे धैर्य आणि शौर्य दाखविले त्याच्याशी अगदी विसंगत आहे.

टिळकांची वेदोक्तावरील संकुचित आणि अनुदार मते प्रतिपादन करणाऱ्या, केसरीतील अग्रलेखांमुळे ब्राह्मणेतरांमध्ये मोठा असंतोष निर्माण झाला. त्यामुळे महाराष्ट्राचे राजकीय आणि सामाजिक वातावरण अनेक वर्षे दूषित झाले. म. फुले व लोकहितवादी देशमुख व इतर सुधारक यांवर टीकेचा विखारी हल्ला चढवून विष्णुशास्त्री चिपळूणकरांनी महाराष्ट्रातील समाजसुधारकरांनी केलेले कार्य व ते घडवून आणत असलेला एकोपा नष्ट केला आणि ब्राह्मण व ब्राह्मणेतर यांमध्ये त्यांनी पाचर मारली. तसेच टिळकांनी वेदोक्त प्रकरणी चुकीचा पवित्रा घेऊन महाराष्ट्र, ब्राह्मण आणि ब्राह्मणेतर अशा दोन गटांत दुभंगून टाकला.

महाराष्ट्राच्या सिंहाने शाहू छत्रपतींवर झडप घातल्यावर महाराष्ट्राच्या खेड्यापाड्यांतील कोल्हे आणि गाढवे यांनीसुद्धा त्यांच्यावर हिंसक हल्ले चढविण्यास आरंभ केला. प्रा. वि. गो. विजापूरकरांनी 'समर्था'मधून छत्रपतींना

धमकी दिली आणि म्हटले, 'जर महाराज आपला हेका पुढे चालवतील तर त्यापासून बरेच दुष्परिणाम होतील. ह्या प्रश्नांचा ब्रह्मवृंदाने निर्णय करावा व छत्रपतींनी राजोपाध्येमार्फत ब्रह्मवृंदाचे म्हणणे ऐकावे व त्याप्रमाणे वागावे, नाहीतर महाराष्ट्रात खळबळ उडून जाईल.

ब्राह्मणांनी मराठा समाजात दुही पाडण्याचा प्रयत्न केला. राज-कुटुंबीयांमध्ये वेदोक्त प्रकरणावर मतभेद माजले आहेत अशी त्यांनी कंडी पिकवली. ते म्हणाले, 'हा प्रश्न सर्व हिंदु समाजाचा आहे हा दृष्टिकोण ठेवून महाराजांनी वेदोक्ताचा प्रश्न सोडवावा. शाहूंच्या धोरणाचे परिणाम हिंदुस्तानातील सर्व ब्राह्मण समाजावर होतील हेही त्यांनी ध्यानी घ्यावे.' त्यांनी अशी धमकी दिली तरी महाराजांनी आपले म्हणणे सोडले नाही.

छत्रपतींनी ८ नोव्हेंबर १९०१ रोजी राजोपाध्ये यांना वेदोक्त रितीने राजवाड्यावर संस्कार करण्याविषयी स्मरण केले. शाहू वेदोक्त प्रकरणामुळे त्रस्त झाले होते. त्यांनी वेदोक्त प्रकरणामुळे आपणांस ब्राह्मणांचा विरोध वाढत आहे, याविषयी ब्रिटिशांना कल्पना दिली. २८ ऑक्टोबर १९०१ रोजी मुंबई राज्यपालांचे खाजगी चिटणीस क्लॉड एच. हिल्ल यांनी ब्राह्मणांच्याविरुद्ध शाहूंनी घेतलेली धैर्यशाली पवित्रा व उघडलेल्या आघाडीविषयी शाहूंची प्रशंसा केली. शाहूंना विरोध करणारे कोल्हापुरातील कोणतेही वर्तमानपत्र आणि विरोध करणारी कोणतीही व्यक्ती यांना प्रतिबंध करावा असेही त्यांनी शाहूंना सुचविले.

या सुमारास ब्रिटिश राजनैतिक प्रतिनिधी सिली हे सेवानिवृत्त होत असल्यामुळे नवीन राजनैतिक प्रतिनिधी कोण येतो याची चिंता शाहू छत्रपतींना लागून राहिली होती. ह्या बाबतीत त्यांनी फ्रेजरचा सल्ला घेतला होता. ते नेहमी त्यांना सल्ला व सतत धीर देत असत. शाहूंनी फ्रेजरना विचारले की, 'राजनैतिक प्रतिनिधीच्या जागी आपण सरकारजवळ एखाद्या नागरी अधिकाऱ्याची मागणी करावी की काय ?' आता आपण काही करू नये. कारण राज्यपाल नॉर्थकोट हे चांगली व्यक्ती राजनैतिक प्रतिनिधी म्हणून पाठवतील, असे फ्रेजरनी मत व्यक्त केले. त्याप्रमाणे शाहू नव्या नेमणुकीची मार्गप्रतीक्षा करीत बसले. कर्नल विल्यम बटलर फेरीस यांची नेमणूक झाली असे समजताच शाहूंच्या मनावरील दडपण जाऊन त्यांना एक प्रकारचा दिलासा मिळाला.

कर्नल फेरीस हे ३० नोव्हेंबर १९०१ रोजी आपल्या कामी रुजू झाले. फेरीस ह्यांनी ह्यापूर्वी कोल्हापुरात सात वर्षे ब्रिटिश राजनैतिक प्रतिनिधीच्या कार्यालयात विविध नात्याने काम केले होते. आणि ते सांगलीस काही वर्षे प्रशासकही होते, याची आठवण होऊन शाहूंना आनंदच झाला. 'आपल्या

लोकांची फेरीसशी ओळख आहे, आपल्या वडिलांशीही त्यांचा निकटचा संबंध होता आणि आता बऱ्याच वेळा गाठीभेटी झाल्या आहेत. त्यामुळे जुन्या आठवणींची उजळणी झाली. मी आणि माझा बंधू हे त्यांच्या मुलाबरोबर खेळत असू व माझे वडील त्यांच्याशी काय बोलत असत याची त्यांनी मला आठवण सांगितली,' असे त्यांनी एका पत्रात फेरीसविषयी लिहिले आहे.

मुंबईचे माजी राज्यपाल लॉर्ड हॅरिस व शाहूंचे पिताजी आबासाहेब घाटगे यांनी शाहूंनी काही दिवस लंडनला राहावे अशी योजना आखली होती. परंतु त्या काळी शाहूंनी तो मोह मोठ्या शिताफीने टाळला. सम्राट सातवे एडवर्ड यांच्या राज्यारोहणाप्रसंगी उपस्थित राहण्यासाठी शाहूंना आता लंडनला जावयाचे होते. फेरीस त्यांच्याबरोबर जावयास तयार होते. सातवे एडवर्ड यांच्या राज्यारोहणाप्रसंगी उपस्थित राहावयास आपणांस आमंत्रण मिळाले याविषयी त्यांना अभिमान वाटला. त्यांनी ते आमंत्रण अत्यंत आनंदाने स्वीकारले. लॉर्ड हॅरिस, लॉर्ड रे यांच्यासारखे मित्र आणि हितचिंतक लंडनमध्ये भेटतील याविषयी त्यांना आनंद झाला.

मागील वर्षी कोल्हापूर राज्याला पावसाळा अत्यंत अनुकूल ठरला होता. तथापि संस्थानच्या काही भागांत प्लेग पुन्हा सुरू झाला होता. तरी लोक सुखी होते. शाहू हे जनतेचे व जनतेकरता राजे असल्यामुळे प्रजाहित त्यांच्या डोळ्यांसमोर सतत असे. त्यामुळे लॉर्ड हॅरिस यांना लिहिलेल्या पत्रात त्यांनी असे म्हटले की, 'पावसाळा हा अत्यंत लहरी ठरला आहे. पुढील वर्षात काय होईल याचा अंदाज कोणाला कधीही बांधता येत नाही.'

राजोपाध्ये यांनी कोल्हापुरातील ब्राह्मणांच्या चिथावणीमुळे राजवाड्यावर वेदोक्त पद्धतीने संस्कार करण्यास नकार दिला आणि आपल्या कर्तव्यात टाळाटाळ केली. परिणामी, शाहूंनी राजघराण्यात कोणत्या तऱ्हेचे संस्कार करण्याच्या चालीरिती होत्या याविषयी चौकशी करण्यासाठी एक समिती नेमली व त्या समितीला आपला अहवाल सादर करावयास सांगितले. राजोपाध्ये हे राजाचे तसेच त्यांच्या राजघराण्याचे सामाजिक, धार्मिक व विशेष अधिकार यांचे संरक्षक होते. त्या हक्कांचे संरक्षण करणे हे त्यांचे कर्तव्य होते. त्या कर्तव्यास ते चुकले होते.

कोल्हापुरातील ब्राह्मणांचे म्हणणे असे होते की, नंदानंतरच्या काळात क्षत्रियांचे अस्तित्व नसल्यामुळे शिवाजी किंवा शाहू हे क्षत्रिय नव्हते. अर्थातच क्षत्रियांचे विशेष अधिकार शाहूंना नव्हते असे त्यांचे ठाम मत होते. जर हे

अधिकार आणि विशेष अधिकार आपल्याला आहेत असे शाहूंना वाटत असेल तर त्यांनी सर्वसाधारणपणे दक्षिणेकडील ब्राह्मण, विशेषत: कोल्हापुरातील ब्राह्मण यांच्याकडून तसे प्रमाणपत्र आणावे असे त्यांचे मत होते. कोल्हापुरातील ब्राह्मणांना आपण शंकराचार्यांच्या मठाच्या नियंत्रणाखाली नसून स्वतंत्र आहोत असे वाटे. तरीसुद्धा राजोपाध्ये यांनी संकेश्वरच्या शंकराचार्यांकडून वेदोक्त संस्कारास मंजुरी आणावी अशी विनंती केली. संकेश्वरचे शंकराचार्य हे महाराष्ट्रातील सर्वश्रेष्ठ धर्माधिकारी मानले जात होते.

वेदोक्त समितीचे सभासद मुख्य न्यायाधीश के. एन. पंडित, न्यायाधीश वि. वि. गोखले आणि राजोपाध्ये हे होते. कोल्हापुरातील शंकराचार्यांसमोर शाहूंनी आपले हे प्रकरण विचारासाठी मांडले. त्यावेळी त्यांनी त्या प्रकरणातील शाहूंची बाजू न्याय्य आहे असे म्हणून योग्य ती आज्ञा आपण करू असे म्हटले.

वेदोक्त प्रकरणाचा तंटा विकोपास जात आहे असे पाहून दोन्ही पक्ष आपापल्या बाजूने ऐतिहासिक पुरावे, दस्तऐवज, प्रतिष्ठित व्यक्तींचा पाठिंबा मिळवून आपला पक्ष बळकट करण्याचा प्रयत्न करू लागले. छत्रपतींनी सावंत व इंगळे नावाच्या गृहस्थांना आपले दूत म्हणून माहिती गोळा करण्यासाठी उदेपूरला पाठविले. महाराज सयाजीराव गायकवाड यांच्याकडेही पुराव्याची कागदपत्रे पुरविण्यासाठी महाराजांनी विनंती केली. सयाजीरावांनी यापूर्वीच आपल्या राजवाड्यात वेदोक्त संस्कार सुरू केले होते. आणि वेदोक्तांचा प्रश्न आपल्या संस्थानात अत्यंत सावधपणे हाताळला होता.

सयाजीरावांनी ५ डिसेंबर १९०१ रोजी सहानुभूतिपूर्वक उत्तर देऊन त्यांनी शाहू महाराजांना लिहिले की, 'सातारा येथील गृहस्थांजवळ जर काही दस्तऐवज असतील तर ते आपणांस त्यांनी द्यावेत असे मी त्यांना कळवीन. आपण लंडनला जायला उशीर का करीत आहात ? कोणत्या दिवशी लंडनला जावयाला निघणार आहात ? युरोपमधील महत्त्वाची स्थळे व संस्था पाहण्यास आपण अवमान करू नये. ती स्थळे पाहिल्याशिवाय आपणांस युरोपातील विविध सुधारणांचे व संस्कृतीचे तुलनात्मक ज्ञान होणार नाही. जी शाळा आपण उदात्त हेतूने काढली आहे ती माझ्या नेहमीच स्मरणात राहील. आपल्याला अधिक उत्कर्षाचा काळ येईपर्यंत मी वाट पाहीन.' महाराज सयाजीराव शेवटी म्हणाले, 'आपल्या लोकांच्या हितार्थ आपण मन लावून काम करीत आहा ह्याविषयी मी आपले अभिनंदन करतो. आपण पत्रव्यवहार नेहमी सुरू ठेवू. आपल्या हिताची गोष्ट मला सतत आनंद देते.'

दोन्ही पक्षांतील ही धावपळ व त्यांनी चालविलेले डावपेच पाहून प्रा. विजापूरकर ह्यांनी 'समर्था'त म्हटले की, 'दोन्ही पक्षांतील दूत जवळच्या शहरांतून वेदोक्त प्रकरणाच्या तंट्याविषयी ऐतिहासिक माहिती गोळा करीत फिरत आहेत. वेदोक्ताची चळवळ म्हणजे मध्यम वर्ग व पुरोहित यांच्यामधील संघर्ष होय.'

७

मागासवर्गीयांचे शिक्षण

ज्ञान हे सामाजिक शक्तीचे, ऐहिक समृद्धीचे व सत्तेचे उगमस्थान आहे व राज्यकर्ता हा संयोजनशील, गतिशील व बहुजनहितप्रवण असला तरच तो आपला राज्यकारभार समाजातील सर्व थरांतील लोकांच्या साह्याने यशस्वीरीत्या चालवू शकतो, हे सत्य जाणणारे स्वत: शाहू छत्रपती होते. परंतु ही गोष्ट ग्रामीण भागांतील लोकांना शिक्षण देऊन त्यांच्या नैतिक व ऐहिक परिस्थितीत सुधारणा केल्याविना घडणार नाही अशी त्यांनी आपल्या मनाशी खूणगाठ बांधली होती. यास्तव त्यांनी दुर्बल व निरक्षर मागासवर्गीय व दलित या बहुजनांमध्ये शिक्षण प्रसार करण्याचे ठरविले.

महाराष्ट्रातील खेड्यापाड्यांतील मागास व दलित वर्गीयांमध्ये शिक्षणाचा प्रसार करणारी पहिली संस्था म्हणजे सत्यशोधक समाज ही होय. खेड्यापाड्यांपर्यंत जिचे लोण पोहोचले होते अशी भारतातील ही पहिली सामाजिक चळवळ होय.

सत्यशोधक समाजाचे संस्थापक व प्रेषित म. जोतीराव फुले ह्यांनी ह्या चळवळीस १८४८ साली प्रारंभ केला होता. इंग्लंडने आपल्या १८७० च्या शिक्षण निर्बंधाप्रमाणे शाळा स्थापून १८८० साली १० वर्षापर्यंतच्या मुलांना प्राथमिक शिक्षण मोफत व सक्तीचे केले. ह्या प्रगतिकारक घटनेपासून स्फूर्ती घेऊन १८७९ सालच्या शेवटी व १८८० सालच्या प्रारंभी ज्योतीराव फुले यांनी भारतातील खेड्यांतून प्राथमिक शिक्षण मोफत व सक्तीचे करावे अशी ब्रिटिश सरकारला कळकळीची विनंती केली होती. शिक्षणाच्या साधनामुळे सामाजिक ऐक्याची शक्ती जरी सावकाशपणे वाढते तरी ती खात्रीने वृद्धिंगत होत जाईल अशी त्यांची धारणा होती. थोडक्यात सांगावयाचे म्हणजे, पुण्यातील ब्राह्मण विद्वानांनी वरिष्ठ वर्गाचे शिक्षण सुरू केले तर फुले व शाहू छत्रपती यांनी मागासवर्गीय आणि दलितांतील दलित यांमध्ये शिक्षणाचा प्रसार करण्यास आरंभ केला. म. फुले आणि शाहू छत्रपती यांचा 'शिक्षण झिरपत जाईल' ह्या कल्पनेवर

विश्वास नव्हता. यामुळे खालच्या थरात शिक्षणाचा प्रसार करण्याचा त्यांनी जिद्दीने आटोकाट प्रयत्न केला.

मराठ्यांमध्ये शिक्षणाचा प्रसार करण्यासाठी स्थापन झालेली पहिली संस्था म्हणजे डेक्कन मराठा एज्युकेशन सोसायटी ही होय. तिची माहिती मागच्या प्रकरणात आलेली आहे. सर्व मागासवर्गीयांमध्ये शिक्षण प्रसार करणारी तिसरी संस्था म्हणजे मुंबईत १८८८ च्या मे मध्ये स्थापन झालेली 'मराठा ऐक्येच्छु सभा' ही होय. तिचे कार्यकर्ते नारायण मेघाजी लोखंडे, व्ही. के. वंडेकर, काशिनाथ कोरगावकर, दामोदर सावळाराम यंदे, कृ. अ. केळूसकर, ह. अ. तालचेरकर, एच. व्ही. राजवाडकर व सी. के. बोले हे होते. ही संस्था सर्व मागासवर्गांतील व दलित समाजातील विद्यार्थ्यांना साहाय्य करीत असे आणि शिष्यवृत्तीही देत असे.

मराठा ऐक्येच्छु सभेचे कार्यकर्ते कनिष्ठ वर्गातील वाईट चालीरिती नष्ट करण्यासाठी झटत असत. २२ ऑगस्ट १८९६ रोजी ह्या मराठा ऐक्येच्छु सभेच्या कार्यकर्त्यांनी मुंबईतील बोरीबंदर स्थानकावर शाहू छत्रपतींना मानपत्र दिले होते. त्यावेळी कृष्णाजी अर्जुन केळूसकर ह्या नामांकित विद्वानाने आपल्या तुकाराम चरित्राची एक प्रत शाहूंना समारंभपूर्वक भेट म्हणून दिली होती. कोल्हापूर संस्थानातील त्या काळच्या शिक्षणाची परिस्थिती खालील गोष्टीवरून ध्यानात येईल.

सन १८४४ त कोल्हापूर संस्थानातील १२२ खेड्यांत ग्रामीण शाळा होत्या. कोल्हापूर दरबारने १८४८ साली सरकारी प्राथमिक शाळा काढावयास आरंभ केला आणि कोल्हापूर, पन्हाळा, आळते व शिरोळ गावी शाळा स्थापन केल्या. पुढील वर्षी कागल, बावडा, गडहिंग्लज, मलकापूर, भूदरगड येथे शाळा सुरू झाल्या. १८५१ साली आणखी काही शाळा काढण्यात आल्या आणि १८५४ साली दुसऱ्या अनेक ठिकाणी सुरू करण्यात आल्या. १८६७ साली शिक्षकांसाठी अध्यापक शाळा सुरू झाली. १८८२ साली स्त्रियांसाठी अध्यापक विद्यालय काढण्यात आले. पुढील काळात राजाराम हायस्कूल म्हणून प्रसिद्ध झालेले कोल्हापूर हायस्कूल हे १८६७ साली सुरू झाले. १८८७ साली एक सरदार वर्ग व कॉलेज वर्ग असे दोन वर्ग त्याला जोडण्यात आले.

त्यावेळी शिक्षणाचा प्रसार कोणत्या वर्गात किती होता याची माहिती मागच्या प्रकरणात आलेली आहे. त्यावरून मराठा, मुसलमान, जैन, लिंगायत, कुणबी आदी मागासवर्गांत शिक्षणाचे प्रमाण अगदीच अल्प प्रमाणात होते याची कल्पना येते. राज्याची सुधारणा करणे म्हणजेच प्रजेची नैतिक आणि भौतिक

प्रगती करणे. त्यासाठी प्रजेला शिक्षण देणे, तिच्या आरोग्याची सोय करणे नि शेतकीची प्रगती व उद्योगधंद्याची स्थापना करणे होय. स्थानिक राज्यकारभारात आणि सार्वजनिक संस्थांत मागासवर्गीयांना मोठ्या प्रमाणात प्रतिनिधित्व द्यायचे असे छत्रपतींना वाटत होते. त्यामुळे मागासवर्गीयांनी आपल्या अधिकाराविषयी जागृत व्हावे आणि त्यासाठी आपण त्या वर्गामध्ये शिक्षण प्रसार केला तर ही गोष्ट आपणांस साधेल असा शाहूंना विश्वास होता. त्याप्रमाणे त्यांनी मागासवर्गीयांच्या मार्गातील अडचणी दूर करण्याच्या हेतूने खेड्यापाड्यांतील विद्यार्थ्यांच्या शिक्षणाच्या सोयीसाठी कोल्हापुरात वसतिगृहे बांधण्यास आरंभ केला. प्रारंभी त्यांनी काही विद्यार्थी आपल्या राजवाड्यावर ठेवले होते. परंतु सुग्रास भोजन नि ऐषआरामी थाट यांमुळे मुले आळशी झाली आणि त्यांनी अभ्यास न करता शिष्टजनांच्या वागण्यातील डौलाचे तेवढे अनुकरण झाले. अभ्यासात त्यांची प्रगती असमाधानकारक असल्यामुळे शाहूंची त्या बाबतीत निराशा झाली.

या सुमारास राजाराम महाविद्यालयातील गरीब विद्यार्थ्यांसाठी एक वसतिगृह सरकारी खर्चाने चालू ठेवण्यात आले होते. त्या वसतिगृहात जातपात, धर्म लक्षात न घेता सर्वांना प्रवेश देण्याची जरी बाह्यात्कारी घोषणा झाली होती, तरी ते केवळ ब्राह्मण विद्यार्थ्यांनाच खुले होते. त्यांनीच त्या वसतिगृहाचा फायदा घेतला. यामुळे प्रसन्न होऊन प्रा. विजापूरकर यांनी, शाहूंनी त्या वसतिगृहास केलेल्या साहाय्याबद्दल प्रशंसा करून म्हटले की, शाहू महाराज हे शिक्षणप्रसाराच्या कार्यात नेहमीच साहाय्य करावयास तयार असतात, हे शाहूंना भूषणावह आहे. दुष्काळाच्या काळात मुलांवर खर्चाचा भार पडू नये म्हणून शाहू छत्रपती स्वत:, ती वसतिगृहे चालविण्याच्या बाबतीत येणाऱ्या खर्चात आलेला तोटा भरून काढीत असत. मुलांना मासिक पाच रुपयांपेक्षा जास्त खर्च पडू नये म्हणून दक्षता घेते. या वसतिगृहावर देखरेख करण्यासाठी सहायक न्यायाधीश व्ही. व्ही. गोखले यांची नेमणूक केली होती. ह्या वसतिगृहात जरी जातीची कडक बंधने पाळावी लागत होती, तरी ते वसतिगृह १९११ सालपर्यंत चालू होते. त्यात ब्राह्मणेतर मुले नसल्यामुळे शाहूंनी एप्रिल १९११ मध्ये ते वसतिगृह बंद केले.

मागासवर्गीय मुलांच्या शैक्षणिक प्रश्नाचा शाहू विचार करीत असता १८९९ साली मॅट्रिकची परीक्षा उत्तीर्ण झालेले, पां. चि. पाटील छत्रपतींच्या विनंतीवरून त्यांना पन्हाळा येथे भेटले. उच्च शिक्षण घेण्याच्या बाबतीत पाटलांचे बेत काय आहेत असे त्यांना शाहूंनी विचारताच ते बाणेदारपणे उत्तरले की, 'मी आपले शिक्षण आपल्या खर्चाने करणार आहे.' पण त्यावेळी विद्यार्थी

पाटील यांनी ब्राह्मण खानावळीत ब्राह्मणेतर विद्यार्थ्यांना किती वाईट वागणूक मिळते, किती कडवट अनुभव येतो आणि त्यांना किती अपमान सोसावा लागतो हे शाहूंच्या निदर्शनास आणून दिले. ह्या गोष्टी ऐकताच आपण वसतिगृह स्थापन करण्याची जी योजना आखीत आहोत ती योग्यच आहे, अशी शाहू छत्रपतींची खात्री झाली.

वसतिगृह स्थापण्याची आपली योजना अमलात आणण्यापूर्वी शाहू छत्रपतींनी न्यायमूर्ती रानडे आणि देशभक्त गोपाळ कृष्ण गोखले यांचा सल्ला घेतला होता. शाहूंची ही योजना त्यांना आवडली. शाहू छत्रपती हे पुण्यातील डेक्कन एज्युकेशन सोसायटीचे अध्यक्ष असल्यामुळे शिक्षण प्रसाराविषयी त्यांना लागलेली तळमळ रानडे व गोखले यांना सुपरिचित होती. ह्या थोर मनाच्या नेमस्त पुढाऱ्यांनी शाहूंच्या वसतिगृहाच्या योजनेला पाठिंबा दिला होता. कारण एक तर, ते स्वत: दुर्बल घटकांमध्ये शिक्षणाचा प्रसार करू शकत नव्हते. दुसरे असे की, शाहूंच्या योजनेमुळे एकंदरीत सर्व समाजाचा फायदाच होणार आहे असे उपरोक्त नेत्यांचे मत पडले.

शाहूंनी त्या काळचे सरकारी शिक्षण खात्याचे संचालक इ. गाईल्स यांचाही ह्या बाबतीत सल्ला घेतला. त्यांनाही मागासवर्गीय विद्यार्थ्यांच्या सोयीसाठी काढल्या जाणाऱ्या वसतिगृहाची कल्पना आवडली. १० ऑगस्ट १९०० रोजी शाहूंना लिहिलेल्या पत्रात सदर शिक्षण खात्याचे संचालक गाईल्स म्हणतात, 'महाराजांचे पत्र आल्यामुळे मला परमानंद झाला आहे. मराठ्यांकरता जेवणाखाण्याची सोय असलेल्या शाळेच्या प्रश्नावर आपल्याशी चर्चा करायला मला आनंदच होईल. शिक्षणाच्या दृष्टीने मराठ्यांना पुढे आणण्यासाठी असे विशेष प्रयत्न करणे अत्यंत आवश्यक आहे. ह्या बाबतीत मी आपल्याशी सहमत आहे. मराठ्यांच्या सवयी आणि भावना ह्या उच्च शिक्षण घेण्याच्या बाबतीत प्रतिकूल आहेत. यास्तव ब्राह्मणांशी तुलना करता ते शिक्षणात बरेच मागे पडलेले आहेत. मी जेव्हा कोल्हापूरला भेट दिली तेव्हा मला असे आढळून आले की, शिक्षण खात्यात नोकरीसाठी येणाऱ्या अर्जांत मराठ्यांचे अर्ज क्वचित आढळतात. इतर खात्यांतही तीच परिस्थिती आहे.'

अशा रितीने रानडे, गोखले, शिक्षण खात्याचे संचालक आणि गंगारामभाऊ म्हस्के यांचा सल्ला घेऊन शाहू छत्रपतींनी वसतिगृहाची आपली योजना पक्की केली आणि भास्करराव जाधव, दाजीसाहेब विचारे व जिवाजीराव सावंत ह्या तीन पदवीधरांना मराठा विद्यार्थ्यांकरिता वसतिगृह स्थापण्यास उद्युक्त केले. त्या वसतिगृहाला 'व्हिक्टोरिया मराठा बोर्डिंग हाऊस' असे नाव देण्यात

आले. त्याचे उद्घाटन ब्रिटिश राजनैतिक प्रतिनिधी यांच्या हस्ते १८ एप्रिल १९०१ रोजी झाले. शाहू छत्रपतींच्या वडिलांना महाराणी व्हिक्टोरिया हिने आदरातिथ्यपूर्वक आपल्या दरबारी वागविले होते आणि स्वत: शाहूंना 'महाराजा' ही वंशपरंपरेने चालणारी पदवी बहाल केली होती. तिच्या कारकिर्दीतच भारतात विद्येचे दरवाजे ब्राह्मणेतरांना खुले झाले होते. यास्तव महाराणी व्हिक्टोरियाचेच नाव त्या वसतिगृहाला देण्यात आले.

वसतिगृहामध्ये पहिल्या तुकडीत, शंकरराव इंदुलकर, बाळासाहेब खानविलकर, नानासाहेब गायकवाड, भाऊसाहेब गायकवाड, हिंदुराव घाटगे आणि आळवेकर हे पुढे प्रख्यात झालेले विद्यार्थी होते. सातार्‍याचे पी. के. शिंदे ह्यांना वसतिगृहात येऊन राहण्याविषयी पाचारण करण्यात आले. ज्या बंगल्यात ते वसतिगृह स्थापन झाले होते तो संस्थानाच्या वनखात्याच्या मालकीचा होता. त्या वसतिगृहाचे कार्यवाह म्हैसाळकर हे गृहस्थ होते. वसतिगृहाला कायम स्वरूप यावे म्हणून शाहूंनी वसतिगृहाला मोठे आवार जोडून दिले. एक मोठी देणगी दिली आणि ५५० रुपयांचे वार्षिक अनुदानही सुरू केले. शिवाय जिचे वार्षिक उत्पन्न रुपये दोन हजार होईल एवढी जमीन देणगीदाखल दिली. वसतिगृहातील विद्यार्थ्यांना शिष्यवृत्तीही देण्यात आली.

उपरोक्त तीन पदवीधरांनी हे वसतिगृह स्थापण्यात जे यश मिळविले त्याविषयी विजापूरकरांच्या 'समर्थ' पत्राने त्यांचे अभिनंदन करताना म्हटले की, जी गोष्ट ब्राह्मण पदवीधरांना करता आली नाही, ती ह्या तिघांनी केली. जे ब्राह्मण ह्या वसतिगृहाविषयी अनुदार उद्गार काढीत असत त्यांना 'समर्था'ने दोष दिला. 'समर्था'ला त्या अनुदार उद्गारांविषयी वाईट वाटले आणि त्यांनी म्हटले की, 'गुणग्राहकतेची शक्ती ब्राह्मणांची कमी होत आहे, हेच त्याचे लक्षण आहे.' जरी वसतिगृहाचे नाव मराठा होते तरी दुसर्‍या ब्राह्मणेतर जातींच्या विद्यार्थ्यांना तेथे अन्न व आश्रय मिळे. त्या जाती म्हणजे मुसलमान, कोळी, माळी आणि गवळी होत. खरोखरीच जुने सामाजिक प्रश्न सोडविण्यात हा नवीन, धीट आणि उदार दृष्टिकोण होता असे नि:संदिग्धपणे म्हणता येईल.

अशा तर्‍हेच्या कार्याला आरंभ करण्यात शाहूंचे दोन उद्देश होते. पहिली गोष्ट म्हणजे, सामाजिक उच्चनीच भावनेची धार बोथट करणे, आणि जे आपल्या समाजाच्या उद्धारासाठी अशी वसतिगृहे व शाळा काढतील असे कार्यकर्ते तयार करणे ही दुसरी गोष्ट होय. यास्तव शाहूंनी अनेक जातींच्या पुढार्‍यांची एक बैठक भरवली व त्यांचे आपापसांतील मतभेद मिटविले. त्यांच्या मनावर शिक्षणाचे महत्त्व बिंबविले आणि शिक्षणाचा प्रसार त्यांनी आपापल्या

जातीत करावा व त्यासाठी सहकार्य द्यावे अशी विनंती केली. अशा पद्धतीने मार्ग चोखाळल्यास सामाजिक संघटनेच्या कार्याला गती मिळेल आणि शिक्षणाचा प्रसार ब्राह्मणेतरांमध्ये जलद गतीने होईल अशी शाहूंची धारणा होती.

थोड्याच दिवसांनंतर २५ सप्टेंबर १९०१ या दिवशी मराठा वसतिगृहाच्या नवीन इमारतीचा पाया घालण्याचा समारंभ पार पडला. त्यावेळी ब्रिटिश राजनैतिक प्रतिनिधी कर्नल सिली म्हणाले की, 'वसतिगृहाच्या समितीने केवळ मराठा विद्यार्थ्यांची सोय करावी असे नाही तर तिने त्यांच्या नैतिक उन्नतीसाठीही झटावे.' शेवटी संस्थेला शहाणपणाचा सल्ला देताना सिलीसाहेब म्हणाले, 'शेवटी तुम्हांला मला हेच सांगावयाचे आहे की, कोल्हापूरची प्रजा ही केवळ मराठ्यांचीच बनलेली नाही. मराठा समाजाचे हित साधत असताना तुम्ही कोल्हापुरातील इतर समाजांना विसरू नका. तुमच्या स्वत:च्या जातीचे हित करण्याची तुमची महत्त्वाकांक्षा साध्य करीत असताना सर्व प्रजेचे हित व कल्याण साधण्यासाठीही तुम्ही झटले पाहिजे.' सिलींच्या व शाहूंच्या उपदेशाचा मथितार्थ एकच होता. त्यावरून शाहूंचे ध्येयधोरण व दूरदृष्टी दिसून येते. अशा प्रकारे शाहूंनी मागासलेल्या जातींच्या कार्यकर्त्यांना सामाजिक व शैक्षणिक प्रगती करण्याच्या बाबतीत चालना व उत्तेजन दिले. इतकेच नव्हे, तर मागासवर्गीय मराठेतर विद्यार्थ्यांना मराठा वसतिगृहामध्ये समाविष्ट करून घेतले.

ह्या प्रसंगी व्हिटोरिया मराठा बोर्डिंग हाऊसला शाहू महाराजांनी चार हजार रुपयांची रक्कम कायम निधीसाठी दिली. शिवाय ५०० रुपयांची वार्षिक वर्गणी देण्याचे अभिवचन देऊन वसतिगृहाची वाढ करण्यासाठी ८०० रुपये किमतीचे मालमत्ता दिली. गरीब व अज्ञान जनतेच्या शिक्षणासाठी दिलेल्या उदार देणगीविषयी टिळकांच्या 'मराठ्या'ने शाहूंना भलेपणा दिला तर नाहीच, उलट त्यांच्यावर कडक टीका केली. टिळकांचा 'मराठा' म्हणाला : 'कुठल्याही संस्थानचा राज्यकर्ता एखाद्या विशिष्ट जातीचा पक्षपाती असू नये किंवा कुठच्याही संकुचित पूर्वग्रहाने त्याचा दृष्टिकोण दूषित असू नये. असे शिवाजी महाराज होते. व त्याचे सत्य स्वरूप शिवाजी महाराजांच्या अमोल उदाहरणात सापडते. ते असे की, त्यांना जेथे जेथे गुणवत्ता दिसली तेथे तेथे त्यांनी सक्रिय उत्तेजन दिले. आणि आपल्या अलौकिक चातुर्याने विविध जातींचा एकोपा करून एक राष्ट्र निर्माण[२] केले. हत्तीला व सशाला समसमान अन्न द्यावे हीच टिळकांच्या 'मराठा' साप्ताहिकाची इच्छा.

त्यानंतर शाहूंनी निपाणी येथे एक जैन परिषद भरवली. तिने शाहूंच्या मार्गदर्शनाप्रमाणे जैन विद्यार्थ्यांकरता एक वसतिगृह कोल्हापुरात काढावयाचे

ठरविले. ह्यासाठी महाराजांकडे त्यांनी रीतसर अर्ज करून आपल्या योजनेला दरबारने साहाय्य करावे अशी विनंती केली.

मध्यंतरी मुंबईच्या राज्यपालाचे कार्यवाह क्लॉड एच. हिल्ल यांचा छत्रपतींशी पत्रव्यवहार सुरू होता. इंग्लंडला जाते वेळी महाराजांनी सोबत व मार्गदर्शक म्हणून कुणाला घ्यावे याविषयी त्यांचा विचारविनिमय चालला होता. आपल्याबरोबर इंग्लंडला यावयास फ्रेजर यांना मोकळे करावे असा शाहूंनी सरकारकडे आग्रह धरला. परंतु सरकारने शाहू महाराजांबरोबर लंडनला जावयास हिल्ल यांचीच निवड केली. फ्रेजर यांनी म्हैसूरहून शाहूंना लिहिले की, शाहूंनी आपली स्वयंपाकी आपल्याबरोबर न्यावेत आणि बोटीवर त्यांनी आपल्या खोलीमध्येच जेवण मागवून घ्यावे. राजाराम महाविद्यालयाच्या प्राचार्यांची जागा जे. एफ. अडेर हे निवृत्त झाल्यामुळे रिकामी झाली होती. त्यासाठी त्यांना योग्य अशा व्यक्तीची प्राचार्याच्या जागेसाठी निवड करावयाची होती. हिल्ल यांनी त्या जागेसाठी एखाद्या व्यक्तीची शिफारस करावी अशी शाहूंनी त्यांना विनंती केली. प्राचार्यांची लायकी काय असावी हे हिल्ल यांना लिहिताना शाहूंनी म्हटले की, आपले काम भले की आपण भले असा तो मनुष्य असावा. राजकारणाच्या भानगडीत त्याने पडू नये. तो राजनिष्ठ असावा व त्याला वरिष्ठांबद्दल आदर असावा. शिवाय इंग्रजी हे त्याचा आवडीचा विषय असावा.

सन १९०२ च्या प्रारंभी शाहूंची प्रकृती ठीक नव्हती. त्यांच्या उजव्या हाताला त्यांचा कुत्रा चावला असल्यामुळे ते आपल्या डाव्या हाताने पत्राचे टंकलेखन करीत. १० जानेवारी १९०२ पर्यंत ती जखम भरून आली नव्हती. शाहूंनी त्या कुत्र्याला बरेच दिवस बांधून ठेवले होते. त्याला मोकळीक मिळताच त्याच्यासमोर आलेल्या पहिल्या माणसालाच तो चावला. शाहूंना कुत्रा चावला आहे असे कळताच फ्रेजर यांनी त्यांना धीर देणारे पत्र लिहिले. शाहूंनी आपले मन आनंदी ठेवावे, कारण कुत्रा कदाचित रागावलेला असावा, तो पिसाळलेला नसावा. यास्तव धोक्याची भीती बाळगण्याचे कारण नाही, असे आपल्या पत्रात फ्रेजर यांनी म्हटले.

लोकांच्या हिताची सतत काळजी बाळगणाऱ्या शाहू छत्रपतींनी १९०२ च्या फेब्रुवारीत आपल्या राज्यातील पाणीपुरवठ्याची पाहणी करण्यासाठी एक अधिकारी नेमला व त्याला मोठ्या प्रमाणात पाटबंधाऱ्याची योजना आखावयास

सांगितले. त्याने आपली योजना लवकरच सादर करावी अशी त्याला आज्ञा केली.

लंडनला जाण्याची तयारी करीत असताना, हिंदी संस्थानिकांमध्ये आपला दर्जा किती मोठा आहे हे ब्रिटिशांच्या मनावर ठसविण्याची शाहू छत्रपती दक्षता घेत होते. इंग्लंडमध्ये त्यांची सर्व व्यवस्था करण्यासाठी नेमलेले हिल्ल यांना लिहिलेल्या पत्रात शाहू छत्रपतींनी म्हटले की, कोल्हापूरकर हे मराठ्यांचे साम्राज्य स्थापणाऱ्या शिवाजीचे प्रत्यक्ष वंशज आहेत आणि म्हणूनच हिंदी संस्थानिकांमध्ये आपले वैशिष्ट्यपूर्ण स्थान आहे याचा राज्याभिषेक उत्सवाचे वेळी विचार व्हावा. ग्वाल्हेर, इंदूर व बडोदा ह्या मराठा संस्थानिकांमध्ये आपणांस अग्रमान द्यावा. कारण उपरोक्त मराठा संस्थानिकांशी आपले नाते, धनी आणि नोकर असे आहे.

लीवॉर्नर यांनी शाहूंना इंग्लिश रितीरिवाजांविषयी लिहिताना म्हटले की, 'इंग्लंडमध्ये शाहू जेव्हा स्वत: काही इतरांचे आदरातिथ्य करतील, तेव्हा त्यांना छत्रचामरे आदी राजचिन्हे यांचा उपयोग करता येईल. परंतु इंग्लिश दरबारी इंग्लिश रितीरिवाजच पाळले पाहिजेत.' छत्रपतींना सर्व सुखसोयी पुरवून त्यांना सुखात ठेवण्याच्या प्रयत्नाची कसोशी करण्यात आली आहे असेही हिल्ल यांनी त्यांना कळविले. डर्बी रेस पाहण्यासाठी शाहू व त्यांच्याबरोबरची मंहळी यांच्याकरता तिकिटे राखून ठेवण्यात आली. शाहूंच्या इच्छेप्रमाणे शेतकी प्रदर्शने आणि शेतकी केंद्रे यांना भेटी देण्याचे मुक्रर करण्यात आले. एक मोठा बंगला, खास तयार करून घेतलेली घोड्याची गाडी, नोकरचाकर अशी सर्व व्यवस्था करून ठेवण्यात आली. ठाण्याचे जिल्हाधिकारी जे. पी. ओर यांची मार्सेलीसपर्यंत शाहूंची सोबत करण्यासाठी निवड झाली.

हिल्ल यांनी लंडनहून लिहिलेल्या पत्रात शाहूंना असा सल्ला दिला की, त्यांनी आपल्या मौल्यवान जवाहिरांचा विमा उतरावा; कारण लंडन येथे चोरीचा धोका असतो. आपण गोमांस व मदिरा यांना शिवणार नाही, असे शाहूंनी हिल्ल यांना कळविले. ते ऐकून हिल्ल यांना आनंद झाला. तसेच आपण तेथील मुक्कामात रात्रौ फार जागरणही करणार नाही, असेही त्यांनी हिल्ल यांना कळविले. इंग्रजी धर्तीचे अन्न आणि इंग्रजी रितीरिवाज यांची सवय करून इंग्लंडमध्ये त्याप्रमाणे काही दिवस राहावे असे त्यांना वाटत होते. परंतु ती कल्पना त्यांनी सोडून दिली. कारण महाराष्ट्रात धार्मिक तंट्याविषयी चर्चा चालली असल्यामुळे कोल्हापुरातील ब्राह्मणांना आपल्यावर टीका करण्याची संधी मिळेल अशी त्यांना भीती वाटली.

छत्रपतींनी १९०२ च्या मार्चच्या प्रारंभी बेंगलोरला धावती भेट देऊन

आपले गुरुजी आणि मार्गदर्शक फ्रेजर यांची भेट घेतली. फ्रेजर हे त्यावेळी म्हैसूरच्या महाराजांचे खाजगी चिटणीस व शिक्षक होते. लागलीच शाहूंनी महाराणी आनंदीबाईच्या आग्रहास्तव रत्नागिरी जिल्ह्यातील मालवणच्या सिंधुदुर्गाला भेट देऊन शिवाजीच्या मूर्तीचे दर्शन घेतले. शिवाजी आणि कोल्हापूरची संस्थापक महाराणी ताराबाई ह्या दोन व्यक्ती शाहूंची आराध्यदैवते होती. मालवणहून परत येताना मार्गात धारवाड येथे स्थानकावर लोकांनी शाहूंचे उत्साहाने स्वागत केले.

सर आल्फ्रेड पीज नावाच्या ब्रिटिश लोकसभेच्या एका प्रमुख सभासदाने मार्च १९०२ मध्ये कोल्हापुरला भेट दिली. महाराजांनी प्रेमळ स्वागत केल्याबद्दल त्यांनी त्यांचे आभार मानले. फेरिस आणि पीज यांनी व्हिक्टोरिया मराठा वसतिगृहाला भेट देऊन त्या वसतिगृहाच्या कामाला उत्तेजन दिले. त्या वेळी फेरिस म्हणाले की, ३० वर्षांपूर्वी आपण जेव्हा प्रथम कोल्हापूरला आलो तेव्हा मराठा समाज हा मागासलेला आणि अशिक्षित होता. आणि जरी हे मराठा संस्थान होते, तरी मंत्रिमंडळात किंवा दुसऱ्या मोठ्या अधिकारावर मराठा व्यक्ती नव्हत्या. होते ते फक्त हलक्या प्रतीचे काम करणारे नोकर होते. फेरिस पुढे म्हणाले की, जर मराठ्यांनी त्यांना लाभलेल्या ह्या संधीचा फायदा घेतला नाही, तर ते स्वत:च दोषी ठरतील. आणि असे झाले तर इतर पुढारलेल्या समाजांनी, अवनती झालेली जात म्हणून त्यांची निर्भर्त्सना केली तर त्यांना दोष देता येणार नाही. ते जे शिक्षण घेत आहेत ते केवळ स्वत:च्याच ऐहिक वृद्धीसाठी नव्हे तर त्यांनी ते समाजाची नैतिक पातळी वाढविण्याचे एक समर्थ साधन म्हणून[३] घ्यावे. त्यांनी नवीन मार्ग चोखाळून आपल्या जुन्या आणि गुलामी वृत्तीच्या विचारापासून व रूढींपासून मुक्त व्हावे, असे शेवटी फेरिस यांनी त्यांना कळकळीचे आवाहन केले.

या प्रसंगी सर आल्फ्रेड पीज यांचेसुद्धा भाषण झाले. त्यांनी संस्थेचे ध्येय आणि उद्दिष्टे यांना पाठिंबा देऊन वसतिगृहाच्या कार्यकर्त्यांना उत्तेजन दिले. सर पीज हे शर्यतीच्या घोड्यांचे परीक्षक होते. त्यामुळे बहुरंगी घोडींची एक जोडी आपल्यासाठी निवडून ठेवावी अशी पीजना शाहूंनी विनंती केली. शाहूंचा निरोप घेतेवेळी पीज ह्या उभयतांनी आपल्या घरी काही दिवस शाहूंनी आदरातिथ्याचा स्वीकार करावा अशी शाहूंना विनंती केली.

शाहू हे स्त्रियांच्या शिक्षणाचे कैवारी असल्यामुळे आणि स्त्रियांच्या प्रगतीवर त्यांचा विश्वास असल्यामुळे त्यांनी कृष्णाबाई केळवकर ह्या हुशार विद्यार्थिनीला मुंबईच्या ग्रँट मेडिकल कॉलेजमध्ये वैद्यकीय शिक्षणासाठी पाठविले.

तेथे ती परीक्षेत प्रावीण्याने उत्तीर्ण झाली. शाहूंनी १९०२ च्या जानेवारीत तिची नेमणूक सहायक डॉक्टर म्हणून आल्बर्ट एडवर्ड मेमोरियल हॉस्पिटलमध्ये केली. तिला शाहूंनी शिष्यवृत्ती मिळवून देऊन इंग्लंडमध्ये वैद्यकीय ज्ञानात पारंगत होण्यासाठी आणि सुतिकाशास्त्रात प्रावीण्य मिळविण्यासाठी डब्लिन येथे पाठविले. तेथे ती यशस्वी होऊन १९०३ च्या फेब्रुवारीत[४] कोल्हापूरला परत येऊन आपल्या कामावर रुजू झाली. कुमारी केळवकर ही बुद्धिमान असून शाहूंच्या सांगण्यावरून तिने १८९५ साली काँग्रेसच्या पुणे अधिवेशनामध्ये स्वयंसेविका म्हणून भाग घेतला होता. यावरून शाहूंच्या देशभक्तीवृत्तीची दिशा कळते. या विदुषी डॉक्टरबाईने १९२४ पर्यंत कोल्हापूर संस्थानची वरील रुग्णालयात सेवा केली.

शाहू महाराजांनी नेमलेल्या वेदोक्त समितीने पूर्ण चौकशी करून व ऐतिहासिक कागदपत्रे पाहून १६ एप्रिल १९०२ रोजी आपला वृत्तांत सादर केला. आप्पासाहेब राजोपाध्ये ह्या समितीचे एक सभासद होते. परंतु त्यांनी आपले निवेदन सादर केले नाही किंवा समितीच्या वृत्तांतावर स्वाक्षरीही केली नाही. समितीने राजघराण्यातील वेदोक्त चालीरितींच्या इतिहासाचे पूर्ण संशोधन केले. ब्राह्मणांना वाटले, समितीचे सर्व सभासद ब्राह्मण असल्यामुळे निर्णय आपल्या बाजूने लागेल. आपल्या संयुक्त प्रतिवृत्तात समितीने म्हटले की, महाराज हे सामाजिक, धार्मिक आणि क्षत्रिय वर्गाच्या विशेष अधिकारांना संपूर्णतया पात्र होते. कोल्हापूरचे तिसरे शिवाजी तथा बाबासाहेब महाराज (१८३७-१८८६) यांचे गुरू रघुनाथशास्त्री पर्वते हे बाबासाहेब महाराज यांच्या विश्वासातले होते. परंतु त्यापूर्वी राजघराण्यात वेदोक्त रितीनेच धार्मिक विधी होत असत. पर्वतेशास्त्री हे चित्पावन ब्राह्मण असून एका प्रसंगी दिवाणी न्यायालयात चुकीचे मार्गदर्शन केल्यामुळे त्यांना एकदा कारावास घडला होता. दिवाणी न्यायालयात ते धर्मशास्त्रज्ञ शास्त्री म्हणून काम करीत असत.

वेदोक्त समितीच्या प्रतिवृत्ताचा आपल्या म्हणण्याला पाठिंबा मिळताच, आपला क्षत्रिय दर्जा ब्राह्मणांनी मान्य करावा असा महाराजांनी आग्रह धरला. इतकेच नव्हे, तर क्षत्रिय राजाला असलेले अधिकार आणि आपले विशेष अधिकार लक्षात घेऊन राजोपाध्ये यांनी राजवाड्यावर करावयाचे धार्मिक संस्कार वेदोक्त रितीनेच केले पाहिजेत असे छत्रपतींनी त्यांना निक्षून सांगितले. ब्रिटिश राजनैतिक प्रतिनिधी फेरिस आणि एडगर्ले यांनी शाहूंना वेदोक्त प्रकरणामध्ये ब्राह्मणांच्या कारस्थानाविरुद्ध पाठिंबा देऊ असे आश्वासन दिले. अशी अडचणीची परिस्थिती निर्माण झाली असताना शाहू महाबळेश्वरला जाऊन मुंबई सरकार आपल्याला ब्राह्मणांशी झालेल्या झगड्यात साह्य करील की नाही हे चाचपून

पाहण्यासाठी राज्यपाल नॉर्थकोट यांना भेटले. कारण शहाणा सेनापती दोन आघाड्यांवर एकाच वेली लढाई करण्याचे टाळतो. राज्यपाल नॉर्थकोट यांनी त्यांना तसे आश्वासन दिले. तथापि भारत मंत्री लॉर्ड हॅमिल्टन यांना पाठविलेल्या वृत्तांतात नॉर्थकोट म्हणाले, 'योगायोगाने महाराज महाबळेश्वरला आले. आणि जेव्हा ते ब्राह्मणांना शरण जाण्याच्या बेतात होते तेव्हा आम्ही त्यांना धीर देऊन त्यांच्या ठायी धैर्य निर्माण केले.' आपल्य वृत्तांतात राज्यपाल नॉर्थकोट यांनी शाहू हे अगदी भितरे[५] आहेत असे वर्णन केले आहे. 'त्यांनी निर्धार करून ब्राह्मणांवर मात करावी असे आपण त्यांना सांगितले आहे.'[६] असेही त्यांनी लिहिले आहे.

कोल्हापुरातील अज्ञान राजांच्या राजवटीचा शेवट कसा झाला याचा इतिहास शाहूंच्या मनात ताजा होता. जरी ब्रिटिश त्यांना मित्र समजत होते तरी शाहूंच्या हालचालीवर त्यांचे बारीक लक्ष होते, व त्यांचेकडे ते संशयीवृत्तीने पाहत होते याची त्यांना पूर्ण कल्पना होती. ब्रिटिश मुत्सद्द्यांशी बोलणेचालणे करताना आपला लाजाळूपणा, नम्रपणा आणि साधेपणा यांच्या बुरख्याखाली ते आपला धूर्तपणा, सावधपणा आणि मुत्सद्दीपणा यशस्वीरीत्या लपवून ठेवीत असत. यामुळे ते कोणत्याही अडचणीच्या प्रसंगातून सहीलासमत सुटत. याचे यथार्थ वर्णन एका समकालीन नियतकालिकाने केले आहे. त्यात म्हटले आहे की, 'परकीयांच्या उपस्थितीत शाहू लाजाळूपणाने वागत असल्यामुळे प्रथमदर्शनी त्यांच्या गुणांचे मूल्यमापन करणे कदाचित जड जाते.' त्यांचा नम्रपणा, सावधगिरी आणि साधेपणा ह्या गुणांचा अर्थ गैरसमजुतीमुळे काही इंग्रज अधिकारी ते भित्रे आहेत असा करीत. एका बलाढ्य साम्राज्याच्या पाठिंब्याच्या जोरावर नॉर्थकोटसारख्या एखाद्या राज्यपालाने शाहूंना भित्रा म्हणणे सोपे होते. परंतु विष प्रकरणात जेथे शाहू धैर्याने, धिमेपणाने आणि मुत्सद्दीपणाने बाहेर पडले तेथे नॉर्थकोटसारखा मनुष्य पार खचून गेला असता हे सांगण्याची आवश्यकता नाही.

राज्यपालांच्या पाठिंब्याची खात्री झाल्यावर शाहूंनी राजोपाध्यांच्याविरुद्ध कडक उपाय योजण्याचे ठरविले. १ मे १९०२ रोजी शाहूंनी त्यांना लेखी सूचना करून राजोपाध्यांची इनाम जमीन का जप्त करू नये असे विचारले आणि लेखी सूचनेस चार दिवसांतच उत्तर दिले पाहिजे असे बजावले.

आप्पासाहेब राजोपाध्ये यांना टिळक, विजापूरकर, इचलकरंजीचे जहागीरदार आणि महाराष्ट्रातील सनातनी ब्राह्मण समाज यांचा पाठिंबा मिळाल्यामुळे त्यांनी वेदोक्त समितीच्या निर्णयाप्रमाणे वागण्यास खंबीरपणे स्पष्ट नकार दिला व आपणांस ५ मे १९०२ पर्यंत विचार करावयास वेळ द्यावा अशी विनंती केली. शाहू महाराज लंडनला जाण्याच्या गडबडीत असल्यामुळे त्यांना

राजोपाध्यांचे प्रकरण ताबडतोब निकालात काढावयाचे होते. स्वत: महाराज आणि गायकवाड यांनी राजोपाध्ये यांनी वस्तुस्थिती पाहून वागावे अशी त्यांना विनंती केली व त्यांचे मन वळविण्याचा प्रयत्न केला. परंतु ती त्यांची खटपट निरर्थक ठरली. राजोपाध्ये यांना वाटले, आपण महाराजांचा इतका मानभंग केला तरी ते आपल्या बाबतीत निर्णय घ्यावयास धजत नाहीत आणि त्यांचे विचार डळमळीत असून ते घाबरलेले आहेत. राजोपाध्यांनी उद्धटपणे असे उत्तर दिले की, जरी छत्रपती शिवाजी हे क्षत्रिय होते तरी शाहू महाराज हे क्षत्रिय नाहीत; कारण शाहू महाराजांचा जन्म घाटगे कुटुंबात झाला होता. त्यांच्या मते घाटगे घराणे क्षत्रिय नव्हते.

राजोपाध्ये ह्यांच्या ह्या उद्धट उत्तरामुळे शाहूंनी ह्या उन्मत्त नोकराला ६ मे १९०२ रोजी नोकरीवरून बडतर्फ केले. त्यांची इनाम जमीन आणि गावे ही सरकारजमा करून त्यांचे दिवाणी न्यायालयाचे आणि दंडाधिकाराचे अधिकार काढून घेतले. पण त्यावर अप्पासाहेब राजोपाध्ये रागाच्या आवेशात उत्तरले, 'जरी माझी इनाम जमीन आणि खेडी आपण जप्त केलीत तरी मी राजवाड्यावर वेदोक्त पद्धतीने संस्कार करणार नाही.'

आपण निर्णय घेतला आहे तो रद्द करण्याची आपल्यावर पाळी येऊ नये म्हणून शाहूंनी ब्रिटिश राजनैतिक प्रतिनिधी फेरिस यांना उपरोक्त प्रकरणाची माहिती देऊन म्हटले की, जर आपण निर्णय मागे घेतला तर ब्राह्मण समाजाचा केवढा मोठा विजय होईल याची फेरीस यांना कल्पना करता येणार नाही. त्यावेळी वेदोक्त प्रकरणाच्या तंट्याचे रूपांतर सामाजिक समतेच्या संगरात करावे अशी शाहू छत्रपतींची इच्छा नव्हती. मुंबई सरकारच्या कार्यवाहाला लिहिताना ते म्हणाले, 'इतर मराठा कुटुंबांना या भानगडीत गोवावे अशी माझी इच्छा नाही. त्या बाबतीत माझे काहीच म्हणणे नाही. अर्थात ती मराठा घराणी क्षत्रियच आहेत आणि त्यांना वेदोक्त अधिकारापासून का वंचित करावे हे मला समजत नाही. परंतु सध्याचा प्रश्न हा माझेपुरताच आहे. मी राजोपाध्ये किंवा इतर ब्राह्मण नोकर यांना वेदोक्तरितीने मराठ्यांच्या कुटुंबात संस्कार करावयास कधीही सांगितले नाही.'

निराश व फजीत झालेल्या पण आतून कटावर कट रचण्यात गुंतलेल्या कोल्हापुरातील ब्राह्मणांनी शेवटी आपले शाप देण्याचे पारंपरिक शस्त्र उपसले. धर्माच्या भीतीची मात्रा छत्रपतींवर चालत नाही हे पाहून त्यांनी आता देवाच्या भीतीचे अस्त्र शाहूंवर फेकले. शाहू छत्रपतींनी निर्भयपणे त्या अस्त्राचे तुकडे करून ताडकन उत्तर दिले की, 'आपण ब्राह्मणांचे शाप घेऊनच लंडनचा प्रवास करू.

कारण त्यांचा आशीर्वाद घेऊन गेलेले सुखरूप परत आलेले नाहीत हे मला माहीत आहे.' हे साधे उत्तर नव्हते. ते अपूर्व व तेजस्वी होते. त्यातील तेजस्वीता ढोंगबाजीचा नाश करणारी होती. त्या टोल्यातील गर्जना प्रलयकारक होती. राज्यकारभारात ब्राह्मणांचा भरणा अधिक असल्यामुळे आपणांस राज्यकारभार हाकणे कठीण होईल असे सुस्वभावी ब्राह्मणांनी साळसूदपणे वा भलेपणाने शाहूंना बजावले होते, तरी त्यांनी ब्राह्मणांना हे भयंकर उत्तर दिले. त्यांनी ब्राह्मणांच्या धर्मभोळ्या मनाला हादरा दिला आणि त्यांचे भयप्रद आव्हान स्वीकारले. लुथरने पोपची धर्माज्ञा जाळून टाकण्यात जे धैर्य दाखविले तितकेच अपूर्व धैर्य शाहूंनी ब्राह्मणांच्या शापाच्या धमकीस प्रति उत्तर देण्यात दाखविले.

जर ब्रिटिश सरकारने ह्या प्रकरणी आपली बाजू सोडून आपणांस फसविले आणि ह्या प्रकरणी ब्राह्मणांचा जय झाला तर आपल्या सभोवती आगीचा डोंब पसरेल अशी शाहूंना भीती वाटत होती. शिवाय ताईमहाराजांच्या प्रकरणातील बाळामहाराजांचे दत्तकविधान प्रकरणी न्यायालयाचा निर्णय टिळकांच्या विरुद्ध गेला म्हणून ब्राह्मण लोक आपल्याविरुद्ध गिल्ला करीत आहेत हेही ते जाणून होते. कारण बाबामहाराजांच्या विश्वस्तांना दिलेले वारसपत्र रद्द व्हावे म्हणून ताईमहाराज ह्यांनी केलेला अर्ज जेव्हा न्यायाधीश ॲस्टन याच्यापुढे विचारासाठी आला तेव्हा टिळकांना दुष्टपणे छळण्यात आले. त्यांना चिडविण्यात आले. त्याचा अपमान करण्यात आला आणि ॲस्टन यांच्या न्यायालयात टिळकांनी दिलेल्या जबाबांचा जाणूनबुजून विपर्यास करण्यात आला. इतकेच नव्हे, तर ३ एप्रिल १९०२ रोजी ॲस्टन यांनी, विश्वस्तांना दिलेले वारसपत्र अत्यंत दुष्टपणे रद्द केले आणि औरंगाबाद येथे झालेले दत्तकविधान नामंजूर करून टिळकांनी अप्रामाणिक आणि असत्य वर्तणूक केल्याच्या आरोपावरून शहर दंडाधिकाऱ्यांनी त्यांचा खटला नियमाप्रमाणे चालवावा असा निर्णय दिला.

ॲस्टनच्या ह्या कठोर आणि भयंकर निर्णयामुळे कोल्हापूरच्या ब्राह्मणांचे शाहूंशी असलेल्या शत्रुत्वात अधिकच भर पडली. टिळकांच्या जीवनात तर तो काळाकुट्ट दिवस ठरला.

लंडनला जाण्याचा दिवस जवळ येताच शाहूंनी राज्यकारभार पाहावयास एक नवीन राज्यप्रतिनिधि मंडळ नेमले. त्या बाबतीत फेरिस यांनी अशी सूचना केली की, शासनात एकाच जातीचे प्रभुत्व ठेवण्याचे धोरण ठीक नसते. याकरिता त्यांनी अशी सूचना केली की, हंगामी दिवाण आणि राज्यप्रतिनिधि मंडळाचे दोन सभासद हे तिघेही एकाच[७] जातीचे नसावेत. त्यापूर्वी शाहूंनी राज्यप्रतिनिधि मंडळावर मुख्य न्यायाधीश पंडित, शिरगावकर व मराठे यांची नेमणूक केली होती.

त्या तिघांपैकी पहिले व तिसरे सनातनी ब्राह्मण होते. शिरगावकर हे उदार वृत्तीचे सारस्वत ब्राह्मण होते. फेरिसच्या सूचनेप्रमाणे त्यांनी मराठे ह्यांना काढून भास्करराव जाधव यांची नेमणूक केली.

आपले ब्राह्मणांशी संबंध दुरावले असल्यामुळे आपल्या पाठीमागे कोणती परिस्थिती निर्माण होईल याविषयी शाहूंना चिंता वाटत होती. आपल्या राजवटीत धार्मिक प्रतिगाम्यांनी उठाव करावा ह्याविषयी त्यांना अतिशय दु:ख झाले. आपल्या वडिलांच्या कारकिर्दीत अशा तऱ्हेची अडचण निर्माण झाली नव्हती आणि इंग्लंडहून परत आल्यावर आपल्या वडिलांनी प्रायश्चित्तही घेतले नव्हते हे त्यांना माहीत होते. फेरिस यांनी आणि मुंबई सरकारने त्यांना धीर दिला. ब्राह्मणांच्या जुलमाला शाहू शरण गेले नाहीत आणि त्यांना धैर्याने तोंड दिले. मग ते टिळकपंथी असोत वा गोखलेपंथी असोत, आपण शाहूंना मदत करू असे त्यांनी त्यांना आश्वासन दिले. अशा प्रकारे शाहूंचा छळ करून ब्राह्मण समाज व त्यांचे राजकीय नेते शाहूंना ब्रिटिश सरकारच्या आश्रयास जाण्यास भाग पाडीत होते.

छत्रपतींना दक्षिणेकडील मराठा संस्थानिकांनी रविवार ११ मे १९०२ ह्या दिवशी मिरज येथे मानपत्र दिले. या बाबतीत कुरुंदवाडचे जहागीरदार बाळासाहेब पटवर्धन यांनी पुढाकार घेतला होता.

कोल्हापूर सोडून लंडनला जाण्याचा दिवस उजाडला. १४ मे रोजी शाहू मुंबईमार्गे लंडनला जाण्यासाठी निघाले. त्यांच्यासोबत त्यांचे दिवाण सबनीस, बंधू बापूसाहेब घाटगे, बाळासाहेब गायकवाड, दत्ताजीराव इंगळे आणि म. वि. बोरकर हे होते. २६ जून १९०२ रोजी सातवे एडवर्ड यांचा राज्यारोहण समारंभ साजरा व्हावयाचा होता. महाराजांना निरोप देण्यासाठी हजारो नागरिक कोल्हापूर स्थानकाकडे जाणाऱ्या रस्त्यावर दुतर्फा उभे होते. कोल्हापूर स्थानक माणसांनी भरून गेले होते. काही लोक तर स्थानकाबाहेर उभे राहून राजाचे दर्शन घडावे म्हणून प्रार्थना करीत होते. राजनैतिक प्रतिनिधी फेरिस यांनाही महाराजांच्या डब्याजवळ जावयाला बरेच कष्ट पडले. त्यावर फेरिस यांनी कोल्हापूरचे मुख्य पोलीस अधिकारी पेंढारकर यांना लोकांची गर्दी काबूत ठेवावयास सांगितले. परंतु लोकांनी त्यांच्या इच्छेप्रमाणे वागावे, पोलिसांनी त्या बाबतीत त्यांना अडथळा करू नये अशी शाहूंनी पेंढारकरांना आज्ञा केली. महाराजांना जलपर्यटन सुखाचे जावो आणि तेथील त्यांचे दिवस आनंदात जावोत अशी जनतेने प्रार्थना कली.

दत्तोपंत पारसनीस यांना शाहू लंडनला घेऊन जाणार होते. ते त्यांना मुंबईला भेटले. त्यांना दरबारच्या इतिहासाची कागदपत्रे गोळा करण्यासाठी शाहूंनी लंडनला गेले. त्या काळी अमेरिकेत असलेले डॉ. टेंगशे यांना, लंडनला येऊन शाहू आणि त्यांचा परिवार यांना भेटावे असे कळविण्यात आले. श्रीमती फ्रेजर ह्याही त्या मंडळींबरोबर होत्या. १७ मे रोजी एस. एस. पेनिनशुलर बोटीने महाराज आणि त्यांचा परिवार ह्यांनी मुंबईहून लंडनला प्रयाण केले. बोटीवर त्यांना इंदोरचे महाराज प्रतापसिंहजी भेटले. त्यांनी शाहूंना आर्य समाजाची तत्त्वे समजावून सांगितली. आर्य समाजाची वेदवचनांवर आधारित झालेली सामाजिक आणि धार्मिक समतेची तत्त्वे आपल्या वेदोक्त प्रकरणाला अनुकूल आहेत हे पाहून शाहूंना अतिशय आनंद झाला.

८

जलपर्यटन व मेघगर्जना

शाहू छत्रपती आपल्या परिवारासह दि. २ जून १९०२ ला लंडनला पोहोचले. सातव्या एडवर्डचा राज्यारोहण समारंभ २६ जून ह्या दिवशी होणार होता. इंग्लंडमध्ये शाहू इंग्लंडच्या राजाचे पाहुणे म्हणून तीन आठवडे राहणार होते. त्यानंतर काही दिवस ते स्वत:च्याच खर्चाने तेथे राहणार होते. क्लॉड हिल्ल यांनी सर्व व्यवस्था ठीक केली होती. त्यांना सहायक म्हणून मुंबई सरकारने मॅक्नेल या अधिकाऱ्याला शाहूंच्या सेवेसाठी पाठविले होते. ७० कॅडोजेन स्क्वेअर हा बंगला शाहूंचे निवासस्थान म्हणून निवडण्यात आला होता.

इकडे कोल्हापुरात ब्राह्मणांनी वेदोक्त प्रकरणाचा तंटा पेटवला होता. छत्रपती लंडनला प्रयाण करण्याच्या सुमारास वेदोक्त प्रकरणातील ब्राह्मणांची बाजू मांडण्यासाठी 'ब्रह्मोदय' नावाचे एक साप्ताहिक सुरू करण्यात आले होते. 'ब्रह्मोदय' पत्राला टिळकांचा आणि त्यांच्या मित्रांचा पाठिंबा होता. वेदोक्त प्रकरणी छत्रपतींवर हल्ला चढवीत राहिलेल्या मंडळींचा अर्थातच टिळकांचा 'केसरी' हा अग्रणी होता. छत्रपतींच्या लंडनच्या प्रयाणाची बातमी देऊन केसरीने राजोपाध्ये यांची इनामे जप्त केल्याविषयी महाराजांवर टीकास्त्र सोडले. केसरीचे मत असे होते की, राजोपाध्ये हे राजवाड्यावर वेदोक्त संस्कार करावयास तयार नसल्यामुळे शाहू त्यांना प्रतिबंध करू शकतात आणि त्यांचे दिवाणी व फौजदारी न्यायालयातील अधिकार काढून घेऊ शकतात. परंतु त्यांच्या इनाम जमिनी हरण करणे ही गोष्ट चुकीची आणि अन्यायाची आहे. कोणत्याही मनुष्यात आपल्या घरची कृत्ये वेदोक्त पद्धतीने करण्याचा ह्या राज्यात अनियंत्रित अधिकार आहे. परंतु जे ब्राह्मण अशा रितीने हव्या त्याच्या घरी वेदोक्त कर्मे करतील त्यांस इतर ब्रह्मवृंदांनी आपल्या समाजात घेतलेच पाहिजे असा आग्रह कोणासही धरता यावयाचा नाही. पूर्वीचे उपाध्ये आपल्या घरी वेदोक्त रितीने कृत्य करीत नाहीत तर दुसरे नेमा. पण त्यांची इनामे काढून घेणे म्हणजे त्यांच्यावर जुलूम करण्यासारखे आहे व हाच न्याय जर सढळ हाताने लागू केला असता, हल्लीची

संस्थानेही खालसा[१] करण्यास इंग्रज सरकारास चांगली सवड होईल. कोल्हापूर येथे राजोपाध्ये यांनी महाराजांचे घरी वेदोक्त कर्मे करण्याचे नाकारल्यामुळे त्यांस धर्मादाय इनाम होते ते खालसा करण्याचा व त्यांच्याजवळील मुलकी, दिवाणी व फौजदारी न्यायाधीशाचे अधिकार काढून घेण्याचा महाराजांनी हुकूम दिला आहे ही गोष्ट जर खरी असेल तर महाराजांच्या हातून ती मोठी चूक झाली आहे असे म्हणावयास हरकत नाही.

केसरीने शेवटी राजोपाध्ये यांना अशी सूचना केली की, ''महाराज परत आल्यावर त्यांची समजूत घालण्याचा राजोपाध्ये यांनी प्रयत्न करावा आणि ते नच जुळले तर हे प्रकरण इंग्रज सरकारकडे न्यावे. दिवाणी किंवा फौजदारी अधिकार देणे ही महाराजांची खुशीची गोष्ट आहे. पण मामुली वहिवाटीप्रमाणे उपाध्येपण करण्यास तयार असता, इनाम गाव काढून घेणे ही महाराजांच्या खुशीतली वा अधिकारातली गोष्ट नाही.''

परंतु टिळकांना कदाचित हे माहीत नसावे की, १८६३ सालच्या कराराप्रमाणे राजोपाध्ये हे राजाचे नोकर असून राजाच्या इच्छेप्रमाणे त्यांची धार्मिक कृत्ये करावयास ते कर्तव्याने बांधले केले होते. टिळक म्हणात त्याप्रमाणे ह्या इनाम जमिनी त्यांना धर्मादाय म्हणून दिल्या नव्हत्या. महाराजांची राजोपाध्ये जी सेवा करणार होते, त्या सेवेबद्दलचे वेतन म्हणून त्यांना त्या जमिनी देण्यात आल्या होत्या. ह्या लेखात टिळकांनी वेदोक्ताच्या मागणीचे वर्णन 'वेदोक्ताचे बंड व खूळ' असे केले आहे. टिळकांच्या ह्या मताचा प्रतिध्वनी ब्राह्मणांनी चालविलेल्या 'समर्थ', 'गुराखी' आणि दुसऱ्या काही वर्तमानपत्रांतून उमटू लागला.

छत्रपतींचे लंडनला प्रयाण झाल्यावर भास्करराव जाधव हे ब्राह्मणांच्या हल्ल्याचे लक्ष्य बनले. 'ज्या अर्थी राज्यातील लहानमोठ्या अधिकाराच्या जागा ब्राह्मणांच्या हाती आहेत त्या अर्थी त्यांना त्याचा फायदा घेता येतो. वेदोक्ताच्या बाबतीत कोल्हापूर आणि पुणे यांत द्रुतगतीने पत्रव्यवहार होत आहे. पुणे येथे ब्राह्मणांना उघडपणे कारस्थाने करणे शक्य नसल्यामुळे ब्राह्मणांनी आपले केंद्र कोल्हापूरला हलविण्याचा बेत केला आहे,' असे भास्करराव जाधवांनी महाराजांनी कळविले.

फेरिस यांनी शाहूंना कळविले की, 'राजोपाध्य यांना सनदा कोणत्या अटींवर दिलेल्या आहेत ह्या बाबतीत दाजी आबाजी खरे यांनी इंग्लिश विधिविशारदांची मते घेतली आहेत. परंतु त्या विधिविशारदांनी आपले स्पष्ट मत दिले आहे की, सनदेमधील कलमे ही पूर्णपणे स्पष्ट असून जर राजोपाध्ये यांनी

सेवा केली नाही तर त्यांची इनामे काढून घ्यावयास शाहूंना पूर्ण अधिकार आहे.'[२] ह्या प्रकरणी सनातनी वळणाचे प्रसिद्ध वकील महादेव राजाराम बोडस यांची वकील म्हणून नियुक्ती करण्यात आली व राशिंगकर यांना बोडसांचे सहायक म्हणून नेमण्यात आले. आणि आश्चर्य हे की, कोल्हापूरचे हंगामी दिवाण पंडित हे त्यांना आतून सामील झाले होते. महादेव गणेश डोंगरे यांनी शाहूंना कळविले की, वेदोक्त प्रकरणातील विरोधकांना दरबारात असलेले त्यांचे असंख्य हेर आणि हस्तक यांच्याकडून सर्व माहिती मिळते.

शाहू छत्रपती लंडनला पोहोचल्यानंतर एक आठवड्याने केंब्रिज विद्यापीठाने शाहूंच्या शैक्षणिक व सांस्कृतिक क्षेत्रांतील कामगिरीचा गुणगौरव म्हणून एल. एल. डी. ची सन्मान्य पदवी दिली. शिक्षणाचा प्रसार तडफेने व उत्साहाने करणाऱ्या शाहूंचा अशा तऱ्हेने मानसन्मान व्हावा ही योग्य अशीच गोष्ट झाली. तथापि ह्या मागील प्रेरणा केंब्रिज विद्यापीठाचे सभासद तर आल्फ्रेड पीज यांची होती हे सांगणे उचित ठरेल. परंतु शाहूंचे गुरू फ्रेजर यांनी ह्या सनमाननीय पदवीचे महत्त्व सांगताना जरा अतिशयोक्तीचे केली आहे. ते म्हणाले: 'संस्थानातील कुठलाही ब्राह्मण आता विद्यापीठीय सन्मानामध्ये शाहूंची बरोबरी करू शकणार नाही.'[३] त्यानंतर १२ जून रोजी छत्रपती आणि त्यांची सोबतची मंडळी यांनी विंचेस्टरला भेट दिली. ती नगरी सॅक्सन लोकांची जुनी राजधानी होती. तेथील किंग आर्थर आणि किंग आल्फ्रेड यांची स्मारके पाहून त्यांना अतिशय आनंद झाला. विंचेस्टर कॉलेजच्या प्राचार्यांनी शाहू छत्रपती, ग्वाल्हेरचे महाराज, आगाखान, सर जमशेटजी जिजीभाई आणि दुसऱ्या काही माननीय व्यक्ती यांचे सन्मानपूर्वक स्वागत केले. सी. एच. मालन नावाच्या गृहस्थाने आपले स्वागतपर भाषण लॅटीनमध्ये केले. सत्काराला शाहू छत्रपतींनी मराठीत[४] उत्तर दिले आणि विल्यम लीवॉर्नर यांनी शाहूंच्या भाषणाचा इंग्रजीत अनुवाद करून सांगिला.

छत्रपतींनी हिंदी संस्थानिकांबरोबर ऑल्डर शॉट येथे १६ जून रोजी ३० हजार सैनिकांची परेड पाहिली. तेथे ब्रिटिश युवराज उपस्थित होते. ह्या प्रसंगी सम्राट सातवे एडवर्ड आजारी पडल्यामुळे परेडला उपस्थित राहू शकले नाहीत. त्यांच्या भयंकर आजारीपणामुळे राज्यारोहण समारंभ पुढे ढकलला गेला. सातवे एडवर्ड आजारी पडण्यापूर्वीच त्यांना छत्रपती शाहू भेटले होते ही गोष्ट चांगली झाली.

लंडनच्या रॉयल एशियाटिक सोसायटीने शाहू छत्रपती, महाराजा सर प्रतापसिंहजी आणि इतर काही व्यक्ती यांच्या सन्मानार्थ एक थाटाची मेजवानी

दिली. इंदूरच्या महाराजांना ड्यूक ऑफ कॅनॉट यांच्या उजव्या बाजूस बसविण्यात आले होते, तर छत्रपतींना भारतमंत्री जॉर्ज हॅमिल्टन यांच्या डाव्या बाजूस बसविण्यात आले होते. गांगरून गेल्यामुळे प्रतापसिंहजी हे आपले इंग्रजी भाषण पूर्ण करू शकले नाहीत. म्हणून त्यांनी सहानुभूतिनिदर्शक टाळ्यांच्या गजरात आपले भाषण हिंदीत[५] पूर्ण केले. शाहूंनी नंतर लंडन होमिओपथिक रुग्णालयाला भेट दिली आणि वैद्यकीय शास्त्रातील ह्या नवीन विचारपद्धतीची जिज्ञासापूर्वक माहिती करून घेतली. त्याच आठवड्यात त्यांचे बंधू बापूसाहेब घाटगे हे आमांशाच्या विकाराने आजारी पडले असता होमिओपथिक औषधांचा गुण पाहण्यासाठी ती औषधे त्यांना दिली. बंधूवर त्यांचे अमर्याद प्रेम होते. त्यांच्या आजारीपणात शाहूंनी त्यांची अहोरात्र शुश्रूषा केली. काही दिवसांनंतर शाहू छत्रपतींनी हॅमिल्टन यांची भेट घेतली. ब्राह्मणांनी धीटपणे तोंड द्या असे शाहूंना त्यांनी सांगितले. शाहूंनी त्याला मान्यता दर्शविली. शाहू महाराज हा एक भितरा[६] प्राणी आहे, असा नॉर्थकोटच्या पत्रावरून हॅमिल्टन यांनी आपला समज करून घेतला होता. हे आपले मत हॅमिल्टन यांनी हिंदुस्तानचे महाराज्यपाल लॉर्ड कर्झन यांनाही कळविले होते.

हिंदी संस्थानिक आणि जहागीरदार यांचा लंडन येथील इंपीरीयल इन्स्टिट्यूटमध्ये २४ जून १९०२ रोजी सन्मान करण्यात आला. ह्या समारंभाचे यजमान हिंदुस्तानचे भूतपूर्व महाराज्यपाल नॉर्थब्रुक हे होते. या सत्कार समारंभास भारतातून सेवानिवृत्त झालेले इंग्रज अधिकारी, प्रशासक आणि दुसऱ्या अनेक प्रतिष्ठित व्यक्ती उपस्थित होत्या. मौल्यवान जडजवाहीर घालून ग्वाहेर, कोल्हापूर, बिकानेर आणि कुचबिहार संस्थानांचे महाराजे आपले ते प्राचीन पद्धतीचे मौल्यवान अलंकार मोठ्या ऐटीत तळपवीत पाश्चिमात्य लोकांच्या घोळक्यांतून दिमाखाने मार्गक्रमण करीत गेले.

सर ऑल्फ्रेड पीज ह्यांनी ३० जून रोजी छत्रपतींना मेजवानी दिली. तेथे शाहूंना अनेक जुने मित्र भेटले आणि त्यांना त्यांच्यापाशी आपला स्नेहभाव दृढ केला. २ जुलै रोजी शाहू छत्रपती यांना ब्रिटिश युवराजांनी थाटाची मेजवानी दिली. महाराज शिंदे व आगाखान यांच्याबरोबर शाहूंनी विंडसर कॅसलला भेट दिली.

इंग्लंडमधील रॉयल ॲग्रीकल्चरल सोसायटीने आपल्या वार्षिक सभेत काही हिंदी संस्थानिकांना सन्माननीय सभासद करून घेऊन त्यांना मानचिन्ह दिले. त्या संस्थेचे अध्यक्ष प्रिन्स ख्रिश्चन यांच्या हस्ते ते मानचिन्ह शाहू छत्रपतींना देण्यात आले. शाहू हे एक मोठ्या प्रदेशाचे सन्माननीय राज्यकर्ते आहेत व

त्यांच्याविषयी वैयक्तिक आदर म्हणून तो सन्मान त्यांना देण्यात आला आहे असे त्यात म्हटले होते. शिवाय शाहू छत्रपतींनी शेती सुधारणेत मोठा उत्साह दाखवला आहे, त्याविषयी गुणग्राहकता म्हणून त्यांना हे सन्माननीय सभासदत्व देण्यात आले, असे त्या संस्थेने म्हटले आहे.

४ जुलै रोजी एक महत्त्वाची घटना घडली. इंडिया ऑफिसच्या आवारात एक थाटाचा दरबार भरविण्यात आला. ते स्थळ सुशोभित करण्यासाठी आठशे कामगार व कारागीर बरेच दिवस खपत होते. छत्रपती शाहू नि इंदूर, जयपूर, बिकानेर व ग्वाल्हेर संस्थानांचे महाराजे हे इंग्लंडच्या बादशहाचे पाहुणे होते. त्या समारंभात तीन हजार ब्रिटिश आणि परदेशीय प्रतिनिधी यांच्या उपस्थितीत हे सर्व महाराजे ब्रिटिश युवराजांच्या समोर अर्धवर्तुळाकार आकारात उभे राहून त्यांनी त्यांना मानाचा मुजरा केला. सयाजीराव गायकवाड या वेळी उपस्थित नव्हते. त्यांनी ह्या अपमानकारक प्रदर्शनापासून आपली अगोदरच सुटका करून घेतली होती. ह्या विनत संस्थानिकांनंतर हिंदी सैनिकाधाऱ्यांनी ब्रिटिश युवराज यांना निष्ठेचे प्रतीक म्हणून तलवार अर्पण केली.

ह्या समारंभाचा प्रचंड खर्च भारताचे महाराज्यपाल यांच्या संमतीशिवाय हिंदुस्थानवर लादला जात होता हे पाहून इंग्लंडमधील व हिंदुस्थानामधील काही समंजस मुत्सद्द्यांनी भारतमंत्री जॉर्ज हॅमिल्टनच्या कोडग्या वृत्तीबद्दल हळहळ व्यक्त केली. कारण ह्या बाबतीत हिंदुस्थानचा पैसा खर्च करणे कसे बरोबर आहे ह्याचे लॉर्ड हॅमिल्टन यांनी समर्थन केले होते. मात्र हिंदुस्थानातील 'टाईम्स ऑफ इंडिया' व 'पायोनियर' ह्या वृत्तपत्रांनी आपली लेखणी कोणासही काही दुखापत न करता ह्या प्रकरणात तलवारीसारखी फिरवून संग्रामाचा आभास निर्माण केला.

इंडिया ऑफीसमधील ह्या राजदरबाराचे दृश्य पाहून सर्व युरोपियन राष्ट्रांची खात्री झाली की, ब्रिटिश साम्राज्याचे वैभव व सत्ता ही कळसास पोहोचली आहे. तसेच हिंदी संस्थानिक हे त्या साम्राज्याला शरण जाऊन अगतिक असे गुलाम झाले आहेत. १८६४ साली ब्रिटिश लोकसभेने हिंदी संस्थानिकांचे वर्णन 'ब्रिटिशांचे मित्र'[७] म्हणून केले होते आणि १८८९ साली त्याच लोकसभेने त्यांचे वर्णन ब्रिटिश राजांच्या छत्राखालचे[८] संस्थानिक असे केले होते. बिचाऱ्या हिंदी संस्थानिकांनी अगतिक होऊन ब्रिटिश साम्राज्यवाद्यांच्या लहरीप्रमाणे त्या प्रसंगी तो कार्यक्रम पार पाडला. ब्रिटिश लोक हिंदी संस्थानिकांचे दागदागिने, कपडे व परिवार पाहून चकित झाले. काही संस्थानिकांनी तर गंगेचे पाणी भरलेले हंडे इंग्लंडला नेले होते. ह्या सर्व विचित्र गोष्टी पाहून हिंदी संस्थानिकांचे वर्णन 'लहानगे राजे'[९] असे करण्यात आले.

शाहू छत्रपती हे रॉयल कोलोनियल इंस्टिट्यूट येथे ११ जुलै १९०२ रोजी साम्राज्य राज्यारोहण-मेजवानीला उपस्थित होते. ब्रिटिश साम्राज्याच्या त्या मेजवानीला सर्व भागांतील मुत्सद्दी उपस्थित होते. जोसेफ चेंबर्लेन यांच्या अनुपस्थितीत लॉर्ड ऑन्स्लो हे मेजवानीच्या अध्यक्षस्थानी असून ब्रिटिश साम्राज्याच्या सन्मानार्थ मेजवानी देत आहोत असे त्यांनी जाहीर केले. भारतीय संस्थानिकांच्या वतीने त्या प्रसंगी उत्तरादाखल भाषण करण्याचा बहुमान छत्रपतींना मिळाला. त्यावेळी शाहू महाराज अभिमानाने म्हणाले की, 'ब्रिटिश वसाहतीतील मुत्सद्दी आणि हिंदी संस्थानिक एकत्र येण्याचा हा पहिलाच प्रसंग आहे, निदान हिंदी संस्थानिकांची अशी भावना आहे की, आपण सर्व मुत्सद्दी हे एकाच कुटुंबातले आहोत.' शाहूंनी चेंबर्लेन ह्यांची प्रशंसा केली आणि म्हटले की, 'ज्या साम्राज्याचा एक भाग होण्यात मला अभिमान[१०] वाटतो त्या ब्रिटिश साम्राज्याचे ऐक्य, हित व सन्मान वाढविणारे चेंबर्लेन हे एक प्रतीक आहे.'

'प्रोटेक्टेड प्रिन्सेस ऑफ इंडिया' ह्या ग्रंथाचे लेखक सर विल्यम लीवॉर्नर यांनी शाहू छत्रपतींना १६ जुलै १९०२ रोजी एक उद्यानोपहार दिला. विल्यम लीवॉर्नर हे पक्के साम्राज्यवादी अरेराव होते. परंतु ते शाहूंचे चाहते व पाठीराखे होते. ते शाहूमहाराजांच्या वडिलांचे स्नेही असून कोल्हापूरचे भूतपूर्व ब्रिटिश राजनैतिक प्रतिनिधी होते. उत्तरादाखल भाषण करताना छत्रपतींनी सर विल्यम लीवॉर्नर यांनी आपणांस वेळोवेळी मार्गदर्शन केल्याविषयी नि त्यांच्या जिव्हाळ्याच्या मैत्रीविषयी मनसोक्त प्रशंसा केली.

इंग्लंडमधील प्रवासामुळे शाहू छत्रपतींच्या मनावर फारच मोठा परिणाम झाला. नवे जग पाहून त्यांचा दृष्टिकोण बदलला. गरिबांची उन्नती कशी करावी याविषयी त्यांच्या मनात जे विचार घोळत होते त्यांना मोठी गती मिळाली. त्यामुळे मागासवर्गीयांचे कैवारी होण्याचा निर्धार करून त्यांनी अपाल्या विचारांना मूर्त स्वरूप देण्याचे ठरविले आणि २६ जुलै १९०२ रोजी करवीर गॅझेटमध्ये एक अपूर्व व चित्तथरारक जाहीरनामा प्रसिद्ध केला. त्यात म्हटले होते की, मागासवर्गीयांची प्रगती करण्याच्या आपल्या धोरणानुसार मागासवर्गीयांनी उच्च शिक्षण घेण्यास उद्युक्त व्हावे म्हणून त्या वर्गांना सरकारी खात्यांत पूर्वीपेक्षा अधिक नोकऱ्या द्याव्या असे आपण ठरविले आहे. तरी ह्या जाहीरनाम्याच्या दिवसापासून सरकारी खात्यांत ज्या जागा रिकाम्या होतील त्यांतील ५० टक्के जागांत मागासवर्गीयांमधील सुशिक्षित तरुणांची भरती करावी अशी आपली इच्छा आहे. सर्व सरकारी कार्यालयांत जेथे जेथे मागासवर्गीयांपैकी ५० टक्क्यांपेक्षा कमी नोकर असतील, तेथे ह्या वर्गापैकी तरुणांची नेमणूक ह्यापुढे करावी. ह्या जाहीरनाम्यात

मागासवर्गीय म्हणजे ब्राह्मण, प्रभू, शेणवी नि पारशी व तत्सम पुढारलेल्या जातींव्यतिरिक्त समाज होय, असे स्पष्टीकरण केले होते.

हा केवळ साधा जाहीरनामा नव्हता. तो कोल्हापुरातच नव्हे तर ब्रिटिश–भारतामध्ये नवीन युगाच्या आगमनाची घोषणा करणारा अग्रदूत ठरला. तो जाहीरनामा म्हणजे मागासवर्गीयांच्या अधिकारग्रहणाच्या आगमनाची व प्रस्थापितांच्या सत्तेला आळा बसण्याची चाहूल होती. अनेक प्रस्थापितांना व विशेषत: ब्राह्मण समाजाला ह्या घोषणेने धक्का दिला. त्यामुळे ब्राह्मणांचा राग अनावर झाला, हे सांगण्याची आवश्यकता आहे असे नाही.

इंग्लंडमध्ये शाहूमहाराजांना मिळत असलेले सन्मान पाहून कोल्हापूरच्या राजवाड्यातील कुटुंबीयांना अतिशय आनंद झाला. सकवारबाई राणीसाहेब यांना अतिशय समाधान झाले. आबासाहेब आपल्यासाठी इंग्लंडमधून कोणकोणत्या गोष्टी आणतील याविषयी राजपुत्र नि राजकन्या हे तर्क करीत होते. गरीब व मागासवर्गीय जनता यांना महाराजांच्या इंग्लंडमधील हालचालींच्या बातम्या ऐकून आनंद वाटत होता. ब्रिटिश राजनैतिक प्रतिनिधी फेरिस यांनी छत्रपतींना लिहिले की, 'कोल्हापुरातील वेदोक्त प्रकरणाच्या बाबतीत कोणत्या गोष्टी घडत आहेत याची महाराज्यपालांना माहिती आहे याविषयी आपणांस शंका नाही. परंतु महाराजांनी त्या बाबतीत निश्चल राहिले पाहिजे.'[११]

शाहू महाराजांच्या अनुपस्थितीत कोल्हापुरातील ब्राह्मण पक्ष गुप्त बैठका भरवून कायदेपंडितांशी विचारविनिमय करण्यात मग्न झाला होता. राजाला वाकविण्यास कोणता उपाय योजावा हे ठरविण्यासाठी एक परिषदही घेण्याचा विचार करीत होता.

हंगामी मुख्य न्यायाधीश शिरगावकर यांनी २७ जून १९०२ रोजी महाराजांना कळविले की, 'ब्राह्मण नेहमीप्रमाणे उपद्रव देत आहेत, उद्धटपणे वागत आहेत. त्यांच्याशी सहनशीलतेने वागणे आम्हांला कठीण झाले आहे. यास्तव मी आपणांस कळकळीची विनंती करतो की, आपण शक्यतो लवकर कोल्हापुरास परत यावे.'

इंग्लंडमध्ये असताना शाहू महाराजांनी दिवाण सबनीस यांचे मासिक वेतन २०० रुपयांनी वाढविले. दिवाण सबनीस हे नम्र आणि नेमस्त होते. त्यांनी महाराजांना लिहिले की, 'स्वत:च्या मासिक वेतनात वाढ झालेली पाहून कोणीही मनुष्य नापसंती दर्शविणार नाही. परंतु मी अशी नम्रतापूर्वक सूचना करण्याची परवानगी घेतो की, 'कोल्हापूरच्या सद्यपरिस्थितीत मी १०० रुपयांच्या बढतीवर अगदी समाधानाने राहीन. ही १०० रुपयांची बढती मिळाल्यामुळे माझ्या

अगोदरच्या दिवाणांना जे प्रारंभी वेतन मिळे तितकेच वेतन मला आता मिळाल्यासारखे होईल. शिवाय आता खर्च बराच होणार आहे आणि यंदाचे वर्ष पीकपाण्याच्या दृष्टीने वाईट गेलेले आहे. यास्तव आपण दिलेल्या आदेशाचा पुनर्विचार व्हावा अशी मी विनंती करतो.'[१२]

जुलैच्या तिसऱ्या आठवड्यात छत्रपती आणि त्यांचा परिवार युरोपमध्ये प्रवासासाठी गेला. पॅरिसमधील इफेल टॉवर व नेपोलियनचे थडगे पाहून वाटेत मिलान व व्हेनिस शहरांना भेट देऊन ती मंहळी फ्लॉरेन्सला २४ जुलै रोजी पोहोचली. इंग्लंडहून परत येत असता फ्लॉरेन्स येथे राजाराम छत्रपतींचे १८७० साली देहावसान झाले होते. तेथे अर्णा नदीच्या काठी एका विस्तीर्ण व सुशोभित बागेत राजाराम छत्रपतींचा सालंकृत दगडी पुतळा उत्तम कोरीव दगडांचे कमरेपर्यंत उंच सिंहासन बांधून त्यावर उभारला आहे. डोक्यावर मंदिली पगडी, शिरपेच व मोत्यांचा तुरा असून, गळ्यात मोठ्या मोत्यांचा कंठा, कवड्यांची माळ व रत्नांचा हार आहे. पुतळ्यावर एक दगडी कोरीव काम केलेली छत्री आहे. तिच्यावर सोनेरी काम केलेले आहे. फ्लॉरेन्स नगरपालिकेकडून छत्रीच्या संरक्षणार्थ व बागेच्या व्यवस्थेसाठी नोकर ठेवलेले आहेत. महाराज आणि त्यांच्या बरोबरीची मंडळी यांनी पुतळ्याचे दर्शन घेऊन पुतळ्याच्या पायाजवळ फुलांच्या माळा वाहिल्या आणि धूप वगैरे लावून हिंदी पद्धतीप्रमाणे त्याची यथाविधि पूजा केली. पुतळ्याच्या आकर्षक मिशा, कोल्हापूर पद्धतीचा मंदील आणि स्वाभिमानी वृत्ती दाखविणारी त्याची ठळक हनुवटी ह्या गोष्टी पाहून ह्या प्रेक्षकांची मने भारावून गेली. शाहू तर गहिवरले. राजारामांच्या स्मरणार्थ शाहू छत्रपतींनी फ्लॉरेन्स येथे गरिबांसाठी मोठ्या मंगल भावनेने भोजन दिले. यथोचित दानधर्मही केला.

त्या काळी धार्मिक संस्कार करण्यावर शाहूंचा अढळ विश्वास होता. त्यामुळे लंडनच्या वास्तव्यात आणि युरोपातील भ्रमंतीच्या वेळीही आपल्या डाव्या हातावर गोंदलेल्या शिवमूर्तीची ते न चुकता दररोज पूजा करीत असत. जवळ जवळ आयुष्याच्या अंतापर्यंत देवपूजेवर त्यांची श्रद्धा होती. प्रत्येक दिवशी सकाळी देवतांची पूजा करून मगच घरगुती किंवा सरकारी कामे करण्याचा त्यांचा क्रम होता. आयुष्याच्या पूर्वार्धात ते व त्यांचे बंधू हे कागल येथील दर्ग्याच्या, कोल्हापूरच्या अंबाबाईच्या किंवा हुपरी खेड्यातील देवतेच्या दर्शनासाठी नेहमी जात असत.

छत्रपती व त्यांच्या बरोबरची मंडळी यांनी दि. २६ जुलैला नेपल्स येथील मौंट व्हेसुव्हिअस नावाचा ज्वालामुखी पाहिला. त्यांनी त्या जळत असलेल्या अवाढव्य ज्वालामुखीच्या मुखात डोकावून पाहिले. नेपल्स येथे

जेवणाच्या वेळी त्यांना बैलाच्या जिभेचे पक्वान्न वाढलेले पाहून शाहूंना धक्काच बसला. मॅक्नेल ह्यांनी त्या खानावळवाल्याची खरडपट्टी काढली तेव्हा त्याने निष्पापपणे उत्तर दिले की, त्या ताटलीत गोमांस नसून बैलाची लहानशी जीभ आहे आणि ती खाण्यात धोका तो कसला ? हे ऐकून सर्वांची हसता हसता मुरकुंडी वळली ! हजारो प्रेक्षक सामावणारे रोमचे अर्धचंद्राकार श्रोतृगृह पाहून त्यांचे मन हेलावले. पोपचे व्हॅटिकन शहर पाहून शाहूंना कोल्हापुरातील ब्राह्मणांच्या अरेरावी धार्मिक फतव्यांचे स्मरण झाले असावे.

'इटालीतील भेटीचा ताण आम्हांपैकी सर्वांना भासला. परंतु ह्या सर्व प्रवासामध्ये महाराजांना प्रवासाचा त्रास कसला तो झालाच नाही; त्यांची प्रकृती ठीक होती', असे त्या मंडळींपैकी एकाने म्हटले आहे. महाराजांचे जिज्ञासू मन प्रत्येक नवीन गोष्टीविषयी उत्साहाने माहिती मिळविण्यात व त्याविषयी विचारपूस करण्यात गर्क होई. त्यामुळे केव्हा केव्हा असे घडे की आगगाडी सुटण्याच्या शेवटच्या क्षणी जेमतेम ते स्थानकावर पोहोचायचे.

व्हेनिस येथील काचेच्या कारखान्यातून छत्रपतींनी दरबारकरता विविध प्रकारच्या मौल्यवान ताटल्या विकत घेतल्या. तेथील काचकारखाना बघून त्यांनी हिंदुस्थानातील काचकारखान्यांची प्रगती किती झाली आहे ह्याविषयी विचारणा केली. कोल्हापुरात असा एक कारखाना काढण्याचे विचार त्यांच्या मनात आले. परंतु राज्यकारभारासंबंधी अनेक प्रकारची कामे करावी लागत असल्यामुळे काचेचा कारखाना काढण्याचा त्यांचा बेत कृतीत उतरला नाही. स्कॉटलंडच्या भेटीपासून विस्तृत अशी उद्याने (पार्क)शिकारीच्या संरक्षणासाठी वाढविण्याचा त्यांनी बोध घेतला. रोमच्या भेटीपासून प्रचंड प्रेक्षागार बांधण्याची त्यांनी कल्पना उचलली. काही दिवसांनंतर रजपूतवाडी येथे त्यांनी इटालीहून आणलेल्या मधमाश्यांचा धंद्याच्या दृष्टीने संगोपन करण्याचा दोन वर्षे प्रयत्न केला. इटालीतील शेतीधंद्याचा अभ्यास करण्यासाठी कोणीतरी मनुष्य तेथे पाठवावा असा त्यांचा विचार होता; पण असा योग्य मनुष्य त्यांना मिळाला नाही.

१ ऑगस्ट १९०२ रोजी लंडनला परतल्यावर छत्रपतींनी लंडन येथील भारतीय विद्यार्थ्यांना मेजवानी दिली आणि त्यांच्या मार्गातील अडचणींची माहिती करून घेतली. लंडन येथे स्वस्त जेवणाची व राहण्याची सोय करून उच्च शिक्षण घेणाऱ्या विद्यार्थ्यांची संस्था कशी वाढवता येईल याविषयी छत्रपतींनी त्यांच्याशी विचारविनिमय केला. एस. बी. ढवळे, गाडगीळ व कोलासकर हे मेजवानीस उपस्थित असलेल्यांपैकी विद्यार्थी होत. ऑक्स्फर्ड येथे अभ्यास करीत असलेले बडोद्याचे युवराज फत्तेसिंह गायकवाड यांचीही छत्रपतींनी भेट घेतली.

इंग्लंडमध्ये असताना शाहू छत्रपती भारतीय पद्धतीचा पोशाख करीत. साधे भारतीय अन्नच सेवन करीत. तथापि आपल्या सोबत असलेल्या मंडळींना उत्तम भारतीय पदार्थ मिळवून देण्याचा ते प्रयत्न करीत. प्रत्येक दिवशी कोणत्या प्रकारचे अन्न त्यांना मिळाले, त्यांची प्रकृती कशी आहे याची ते व्यक्तिश: चौकशी करीत आणि आश्चर्याची गोष्ट ही की, ते हाईडपार्कपासून आपल्या वसतिस्थानापर्यंत पायी जात. त्यावेळी त्यांच्याबरोबरची मंडळी चालताना मागे पडत. त्यांची राजवैभवी मूर्ती व चालण्याची ढब पाहून अनेक लोकांवर त्यांची छाप पडे व ते त्यांचे चाहते बनत. सहा फूट पाच इंच उंचीची आणि सुमारे ३५० पौंड वजनाची ती भव्य मूर्ती लोकांच्या घोळक्यात, स्नेहसंमेलनात वा समारंभात उठून दिसे. त्यांचे व्यक्तिमत्त्व भेटीस आलेल्या माणसाचे ठायी आदराची व स्नेहाची भावना निर्माण करी. परिषदांमधील श्रोत्यांच्या मनातही अशीच आदराची भावना निर्माण होई.

जगातील सर्वांत बलाढ्य साम्राज्याचे सम्राट सातवे एडवर्ड यांना शनिवार, ९ ऑगस्ट १९०२ रोजी वेस्टमिन्स्टर ॲबेत कँटरबरीचे व यॉर्कचे आर्चबिशप यांनी राज्याभिषेक केला. समारंभाच्या मूळ योजनेच्या भव्यपणात जरी त्या वेळी काटछाट करण्यात आली, तरी वेस्टमिन्स्टर ॲबेमध्ये झालेल्या समारंभातील नेत्रदीपक संस्कारांचे मनोहर दृश्य काही कमी भपकेबाज नव्हते. हिंदू संस्थानिक तर आपल्या व्यक्तिमत्त्वाने झळकत होते. राज्याभिषेकाचा समारंभ झाल्यानंतर जी मिरवणूक निघाली तीत हिंदी संस्थानिक व जहागीरदार यांना सम्राटाचे आणि ब्रिटिश युवराजाचे शरीररक्षक म्हणून भूमिका बजवावी लागली. प्रिव्ही कौन्सिलची बैठक होण्यापूर्वी सम्राट व सम्राज्ञी यांनी ग्वाल्हेरचे महाराज नि कोल्हापूरचे महाराज यांची भेट घेतली होती. जोधपूरच्या महाराजांना तर आपल्या तलवारीचा जणू वीट आल्यामुळे ती १० हजार पौंड मूल्याची तलवार त्यांनी ब्रिटिश सम्राटाला अर्पण केली; कारण आपल्या संस्थानापुढे ध्वज नि तलवार यांचा प्रश्न भविष्यकाळात उद्‌भवणार नाही असेच त्यांना वाटले असावे ! ज्यावेळी हिंदी संस्थानिक ब्रिटिश साम्राज्यवाद्यांच्या लहरीनुसार खाली माना घालून दीनवदनाने वागत होते, त्याच वेळी ऑक्स्फर्ड येथील हिंदी विद्यार्थ्यांनी ब्रिटिश सम्राटाला मान देण्याचे नाकारले ! त्यामुळे भारतमंत्र्याने त्यांची 'राजद्रोही' म्हणून संभावना केली. ह्या गोष्टी घडत असताना दुसरी एक आश्चर्यकारक गोष्ट घडली. ती म्हणजे, प्रद्योतकुमार टागोर यांनी असे जाहीर केले की, जर एखाद्या

हिंदी राजकन्येस राणीच्या झग्याचा घोळ धरून चालावयाची संधी दिली असती तर हिंदी लोकांना अतिशय आनंद झाला असता. 'केसरी'ने ही बातमी प्रसिद्ध करून, कोल्हापूरच्या महाराजांना चिमटा काढण्याच्या हेतूने त्या बातमीवर मल्लिनाथी केली. इंग्लंडच्या अलेक्झांड्रा राणीच्या झग्याचा घोळ उचलून धरण्याचे काम ग्वाल्हेरच्या अगर कोल्हापूरच्या राणीसाहेबांनी केलेले ऐकून हिंदुस्थानातील राजनिष्ठ पण थोडे बहुत हिंदु हृदय असणाऱ्या व्यक्तींना ते दृश्य डोळ्यांसमोर येताच अत्यंत दुःख झाल्यावाचून राहिले नसते, असे केसरीत म्हटले होते.[१३]

सातव्या एडवर्डचा राज्याभिषेक समारंभ संपल्यानंतर शाहू छत्रपती यांनी मायदेशी परतण्याचा विचार केला. आपल्या संस्थानात दुष्काळ आणि प्लेग धुमाकूळ माजवीत आहेत असे कळल्यामुळे लंडनमधील मुक्काम वाढवावयाचा नाही असे शाहूंनी ठरविले. शिवाय कोल्हापुरातील ब्राह्मण ईश्वरी कोपाला व आपल्या धार्मिक झगड्याला राजकीय स्वरूप देऊ पाहत आहेत असे त्यांच्या कानावर आले.

शाहू महाराजांनी क्लॉड हिल्लचे अंतःकरणपूर्वक आभार मानले आणि ज्यांच्याशी त्यांनी आयुष्यभर मैत्री टिकविली त्या आपल्या मित्रांचा व कैवाऱ्यांचा निरोप घेतला. क्लॉड हिल्लशी तर त्यांनी उपयुक्त, चिरकाल टिकणारी व निर्मळ अशी मैत्री जोडली. आपली ओळख ब्रिटिश सम्राटाशी व त्यांच्या कुटुंबीयांशी करून देण्यात आली म्हणून छत्रपतींना समाधान वाटत होते. लंडन येथील वास्तव्यात, ब्रिटिश साम्राज्याचा गाडा हाकण्यात अग्रभागी असलेल्या लोकसभेच्या काही सभासदांशी तसेच मुत्सद्द्यांशी नि मंत्र्यांशी ओळख करून घेण्याची संधी त्यांना लाभली. इंग्लंड व इतर युरोपियन देशांतील धरणे, शेतीसुधारणा व उद्योगधंदे यांचा त्यांच्या मनावर प्रभाव पडला व त्याचा पुढे कोल्हापुराच्या विकास योजनेवर फारच चांगला परिणाम झाला.

उपयुक्त व उत्साहजनक अशा साडेतीन महिन्यांच्या प्रवासानंतर शाहू छत्रपतींनी १४ ऑगस्ट रोजी लंडन सोडले आणि आपल्या परिवारासहित ३० ऑगस्ट १९०२ रोजी मुंबईस परत आले. मुंबईत माणिकचंद यांच्या रत्नाकर राजवाड्यावर थोडा वेळ विश्रांती घेऊन ते रविवार ३१ ऑगस्ट रोजी कोल्हापूरला पोहोचले. मार्गात कोल्हापूर आणि मिरज भागांतील लोकांनी अनेक स्थळी त्यांचे स्वागत केले.

शाहूंनी सरकारी नोकरीत मागासवर्गीयांना ५० टक्के नोकऱ्या देण्यासंबंधी जो जाहीरनामा काढला होता त्याविषयी शाहूंचे अभिनंदन करण्याचा प्रथम मान हातकणंगले नगरपालिकेने पटकावला.

कोल्हापूर स्थानकावर छत्रपतींचे आगमन होताच मराठे, जैन, मुस्लिम आदी समाजांनी, ब्राह्मणांच्या उदासीनतेला न जुमानता आपल्या राजाचे आणि उद्धारकर्त्याचे उत्स्फूर्तपणे गगनभेदी आरोळ्यांत स्वागत केले. मागासवर्गीयांना सरकारी खात्यांत ५० टक्के जागा देण्याच्या जाहीरनाम्यामुळे ब्राह्मणांना अंगावर वीज पडल्यासारखे झाले होते. नऊ लाख रयतेपैकी ब्राह्मणेतर लोकांची संख्या प्रचंड म्हणजे जवळ जवळ ९७ टक्के होती. ब्राह्मण व तत्सम वरिष्ठ जातींना म्हणजे ३ टक्के लोकांना पन्नास टक्के जागा ठेवणे हे शाहूंचे धोरण अत्यंत उदारपणाचेच होते. तरीसुद्धा 'केसरी'ने त्या जाहीरनाम्याचे वर्णन अन्यायकारक आणि अदूरदर्शी योजना असे केले होते. 'केसरी'ने म्हटले की, 'हा जाहीरनामा केवळ ब्राह्मणांना धक्का देणारा नाही तर संस्थानच्या हितकर्त्यांनाही धक्का देणारा आहे. शिवाय महाराजांनी यापूर्वी तेली, तांबोळी, मुसलमान, लिंगायत यांना शिक्षण देण्याचा कधी प्रयत्न केला होता असे ऐकिवात नाही.'

टिळकांचे दुसरे वर्तमानपत्र 'मराठा' ह्या इंग्रजी साप्ताहिकाने तर असे म्हटले की, हा जाहीरनामा काढून शाहूंनी राज्यकारभारात जातीय प्रश्न घुसडला[१४] आहे. त्यामुळे त्याचा असा अर्थ होतो की, गुणवत्तेपेक्षा जात श्रेष्ठ. पुढे काही दिवसांनंतर 'मराठा' साप्ताहिकाने पुन्हा असे मत व्यक्त केले की, मराठा संस्थानिकांनी आपल्या जातभाईंना शिक्षण देण्याच्या बाबतीत हजारो रुपये खर्च केले, तरी त्याला 'मराठा' पत्राचा विरोध नाही. तथापि एकाच जातीच्या उन्नतीसाठी प्रयत्न करणे याला आपला विरोध[१५] आहे. 'केसरी' आणि 'मराठा' यांचा 'जातीपूर्वी गुणवत्ता' ह्या तत्त्वाचा प्रसार करण्यात वर वर हेतू चांगला दिसला, तरी त्यांना खरी भीती अशी वाटत होती की, जर ब्रिटिश भारतात ब्राह्मणेतर समाजातील लोकांचा राज्यकारभारात भरणा होऊ लागला, तर भारत सरकारला मुसलमान, अँग्लो इंडियन, मराठा, तेली, तांबोळी, शिंपी, कुणबी व हिंदी ख्रिश्चन यांनाही राज्यकारभारात जागा राखून ठेवाव्या लागतील. ह्या भीतीमुळे 'केसरी'ने छत्रपतींवर असा आरोप केला की, मागासवर्गीयांचे हित साधण्याच्या बुरख्याखाली छत्रपती हे केवळ मराठ्यांचेच हित साधत आहेत आणि महाराजांचे हे धोरण संस्थानला हितकारक होईल असा त्यांना जो विश्वास वाटतो तो सयुक्तिक व शहाणपणाचा नाही. राज्यकर्त्यांच्या डोक्यात घोटाळा माजला आहे किंवा परिस्थितीचे आकलन त्यांना झालेले नाही असे दिसते, असेही 'केसरी'ने शेवटी म्हटले आहे.[१६]

मराठा, तेली, तांबोळी, शिंपी, धनगर यांना राज्यकारभारात योग्य तो वाटा छत्रपतींनी देऊ केला म्हणून त्यांना टिळकांनी हा विरोध केला. आणि

आश्चर्य हे की, टिळकांचे वर्णन तर 'तेल्यातांबोळ्यांचे पुढारी' असे करण्यात येई. इतर ब्राह्मणी वर्तमानपत्रांनी ह्या जाहीरनाम्याचा धिक्कार करताना म्हटले की, कोल्हापूर संस्थानातील ब्राह्मणांच्या वैध आशांचा यामुळे सत्यानाश झालेला आहे ! सर्व महाराष्ट्रातील ब्राह्मणांनी शाहूंच्या ह्या जाहीरनाम्याचा 'एक अपवित्र गोष्ट' म्हणून धिक्कार केला आहे. वेदोक्त प्रकरणाने ब्राह्मणांच्या धार्मिक सत्तेला आव्हान दिले, तर मागासवर्गीयांच्या उन्नतीसाठी काढलेल्या जाहीरनाम्याने त्यांच्या ऐहिक सत्तेला तडाखा दिला. शाहूंच्या ह्या धोरणामुळे आपणावर कोणते संकट गुदरेल हे जाणण्याचा धूर्तपणा ब्राह्मणांच्या अंगी होता. यामुळेच त्यांनी वेदोक्त प्रकरणावर आपली सर्व शक्ती एकवटण्याचे ठरवून वेदोक्त प्रकरण ब्राह्मण आणि ब्राह्मणेतर यांच्यामधील शक्तीची खरी कसोटी आहे, असे मानून त्यांनी लढा करण्याचा निर्धार केला.

मध्यंतरी राजोपाध्ये यांनी छत्रपतींच्या ६ मेच्या हुकमाविरुद्ध राजप्रतिनिधी मंडळाकडे पुनर्न्यायासाठी प्रार्थना केली. राजोपाध्ये यांचे म्हणणे ऐकून शाहूंच्या अनुपस्थितीत राजप्रतिनिधि मंडळाने दिनांक ३ ऑगस्टला त्यांच्याविरुद्ध निर्णय केला. त्या निर्णयामुळे कोल्हापुरातील ब्राह्मणांची माथी भडकली आणि बरेच दिवस धुमसत असलेल्या त्यांच्या संतापाच्या दारूगोळ्यात ह्या निर्णयरूपी ज्वालांची भर पडली.

ब्राह्मणांची कैवारी 'समर्थ' याने राजप्रतिनिधि मंडळाचा धडधडीत धिक्कार केला. 'समर्था'ने किंकाळी फोडून म्हटले की, 'कायद्याचे पावित्र्य यांनी भ्रष्ट केले आहे. शास्त्रात दिलेले अधिकार धुडकावून लावण्यात आलेले आहेत आणि सभ्यपणाची बंधने यांनी धिक्कारून टाकली आहेत. आदर आणि भक्तियुक्त भावना नामशेष झाल्या आहेत. स्वदेशीय बुद्धीचे राजकारणातील श्रेय संपूर्णपणे रसातळाला नेण्यात आले आहे.' ब्राह्मणांच्या ठायी कडवटपणाला व त्यांच्या चुरशीला कसा ऊत येत होता हे ह्या 'समर्थच्या' किंकाळीवरून दिसून येते. खास समारंभ भरवून महाराजांचे स्वगात करणे हा कोल्हापुरातील ब्राह्मणांपुढे प्रश्नच नव्हता. इतकेच नव्हे तर, कोल्हापुरातील असंतुष्ट आत्मे आणि पुण्यातील टिळकांचे अनुयायी यांनी शाहूंच्या स्वागताला विरोध करून त्यावर शितोडे उडविण्याचा प्रयत्नही केला. पण त्यांचे ते निंद्य प्रयत्न निष्फळ ठरले. कोल्हापूरच्या नगरपालिकेच्या सभासदांनी महाराजांच्या सन्मानार्थ साजेसा समारंभ करून त्यांना मानपत्र दिले.

हे सर्व स्वागत समारंभ संपल्यावर महाराज जुन्या राजवाड्याकडील देवीचे आणि शहरातील अंबाबाई देवीचेही रूढीप्रमाणे दर्शन घ्यावयास निघाले.

बऱ्याच काळच्या अनुपस्थितीनंतर गृहप्रवेश करताना प्रथम देवीचे दर्शन घेण्याची राजघराण्याची प्रथा होती. छत्रपतींनी सिंधुबंदी मोडल्यामुळे त्यांनी प्रायश्चित्त घेतल्याशिवाय देवीचे दर्शन घेऊ नये असा ब्राह्मणांनी आग्रह धरला. परंतु शाहूंनी तसे करण्यास स्पष्ट नकार दिला. ब्राह्मणांच्या बाजूने त्यावेळी काही सनातनी मराठेही होते. ब्राह्मणांच्या धार्मिक आज्ञेप्रमाणे शाहूंनी वागावे असे त्या मराठ्यांचे मत होते. परंतु ब्राह्मणांनी महाराजांना देवदर्शनाला जाण्यास विरोध केला तर आपण ब्राह्मणांना कसून विरोध करू अशी बहुसंख्य मराठ्यांनी धमकी दिली. त्यामुळे महाराजांना विरोध करावयास कोणीही पुढे आला नाही. त्यांनी दोन्ही मंदिरांत प्रायश्चित्त न घेता प्रवेश केला. महाराज सयाजीराव गायकवाड यांनी परदेशातून बडोद्यास प्रथम परत आल्यावर ब्राह्मणांच्या आज्ञेप्रमाणे प्रायश्चित्त घेतले होते.

आबासाहेब पंतप्रतिनिधी ह्या विशाळगडच्या जहागीरदारांनी एक जाहीर सभा भरवून राजोपाध्ये यांनी दाखविलेल्या वृत्तीबद्दल नापसंती व्यक्त केली आणि महाराजांना जनतेच्या वतीने त्या सभेतच मानपत्र अर्पण केले. उत्तरादाखल भाषण करते वेळी छत्रपती म्हणाले की, सुप्रसिद्ध ब्रिटिश मुत्सद्दी जॉर्ज हॅमिल्टन यांनी आपल्याविषयी जे गौरवपर उद्‌गार काढले त्याविषयी आपल्याला अधिक धन्यता वाटते. ब्रिटिश लोकांची कडक शिस्त, त्यांचा व्यवहारातील अस्सल प्रामाणिकपणा, त्यांच्या अंगी बाणलेली व्यापारी वृत्ती, सत्यनिष्ठेवरील प्रेम आणि त्यांची न्यायप्रियता, लोकहितासाठी त्यागाने झटण्याची वृत्ती, हे गुण पाहून आपणांस आनंद झाला.

२ सप्टेंबर रोजी मराठ्यांनी सुवर्ण करंडकातून छत्रपतींना मानपत्र अर्पण केले आणि त्यांच्या सन्मानार्थ आतषबाजी झाली व मेजवानीही देण्यात आली. जैन व मुसलमान यांनीही छत्रपतींचे प्रेमाने स्वागत केले.

राजाराम क्लबच्या सभासदांनी महाराजांना मानपत्र दिले. पण त्यात राजाराम क्लब हा जातिनिरपेक्ष प्रवृत्तीचा आहे असे जोर देऊन सांगितले होते. महाराजांनी मानपत्रातील त्या मुद्द्याला तितक्याच जोराने उत्तर दिले. ते म्हणाले, 'शिक्षणाचा फार मोठ्या प्रमाणावर प्रसार झाल्याशिवाय जातिभेदाचे निर्मूलन होणार नाही. परंतु जोपर्यंत विविध जातींत शिक्षणाच्या पातळीमध्ये मोठे अंतर आहे तोपर्यंत जातिभेद नष्ट करण्यासाठी वरवर केलेले प्रयत्न निष्फळ ठरतील.' शाहूंच्या स्वागत समारंभात ब्राह्मण तुरळकपणे कुठे कुठे उपस्थित होते; कारण त्यांना तसे करण्यावाचून गत्यंतर नव्हते. महाराजांनी मागासवर्गीयांच्या उन्नतीच्या हेतूने काढलेल्या जाहीरनाम्यावर ब्राह्मण सतत टीका करीत होते. 'गुणवत्तेपेक्षा

जात मोठी' असे शाहू महाराजांनी तत्त्व स्वीकारले आहे असे ओरडून सांगून त्यांचा धिक्कार करीत होते. कारण उघड होते. त्या जाहीरनाम्यामुळे ब्राह्मणेतरांना राज्यकारभारात हळूहळू मोठाच वाटा मिळणार होता. ब्राह्मणांच्या शत्रुत्वाविषयी शाहूंना पूर्ण कल्पना असल्यामुळे त्यांनी आपल्या एका मित्राला लिहिलेल्या पत्रात म्हटले, मागास जातींना पुढे आणण्याचे माझे धोरण ब्राह्मणांपैकी बहुतेकांना नामंजूर आहे याची मला पूर्ण कल्पना आहे. परंतु ह्या नवीन परिस्थितीशी आणि युगधर्माशी त्यांना समेट करावा लागेल. जहागीरदारांनासुद्धा ह्या नवीन दृष्टिकोणाशी एकरूप व्हायला बराच वेळ लागेल. नवीन युगाचा प्रकाश त्यांना दिसावयास वेळ लागेल. मला अनेक अडचणींना तोंड द्यावयाचे असल्यामुळे माझ्यासमोर मोठी समस्या उभी राहिली आहे.'[१७]

लंडनहून कोल्हापुरास सुखरूप परत आल्यावर शाहूंनी पुढे १९०७ च्या जूनमध्ये मालवणच्या सिंधुदुर्गातील शिवाजी मंदिराला एक पालखी व सुवर्णमुद्रा अर्पण केली.

शाहू इंग्लंडमध्ये असताना टिळकांचे नामांकित सहकारी सातारचे वकील रघुनाथ पांडुरंग करंदीकर, टिळकांचे एके काळी सहायक संपादक असलेले म.रा. बोडस यांनी राजोपाध्ये यांना साहाय्य करण्याचा हिरिरीने प्रयत्न केला. राजोपाध्ये यांना त्या दारुण निराशेच्या अंधारातसुद्धा आशेचा किरण दिसत होता. सामाजिक समतेच्या उदयामुळे व शक्तीमुळे असंतुष्ट झालेल्या बाळासाहेब नातूंसारख्या पुण्यातील बुरसटलेल्या प्रतिगाम्यांवर वेदोक्त प्रकरणाचा प्रतिकूल परिणाम होऊन ते सर्व शाहूंना विरोध करण्यासाठी पुढे सरसावले. टिळकांच्या मते नातूंचे घराणे पेशव्यांच्या नाशाला कारणीभूत झाले होते. वेदोक्त प्रकरणी ह्या बाळासाहेब नातूंनी प्रतिगाम्यांची बाजू घेऊन सातारा येथील भोसल्यांच्या वंशजांना राजोपाध्ये यांच्या बाजूने पुरावा देण्याचा आग्रह धरला. त्यामुळे नातू हे आपल्या पूर्वजांच्या दुष्कृत्यांवर ताण करीत होते असे दिसते. परंतु साताऱ्याकडील भोसल्यांचे राजघराणे हे वेदोक्ताच्या प्रकरणी उदासीन होते. त्या राजघराण्यापैकी एकाने असे उद्‌गार काढले की, ज्यांच्या हाती सत्ता आहे तेच क्षत्रिय आहेत ! त्या बिचाऱ्याच्या हाती कसलीच सत्ता नसल्यामुळे त्याच्या नियमाप्रमाणे तो क्षत्रिय नसावा आणि त्याविषयी त्याला तिळमात्र दु:ख वाटत नव्हते हे उघड आहे.

याच सुमारास छत्रपतींची दत्तक आई आनंदीबाई राणीसाहेब यांचा मृत्यू

१४ सप्टेंबर १९०२ रोजी झाल्यामुळे राजवाड्यावर दुःखाची छाया पसरली. गेली तीन वर्षे त्यांच्या पोटातील विकारामुळे त्यांना अत्यंत कष्ट झाले आणि त्यामुळे त्यांची प्रकृती अगदीच ढासळली होती. त्यांचा स्वभाव गोड व सुशील असल्यामुळे त्यांचे व्यक्तिमत्व बरेच प्रभावी होते. त्यांनी आपली शक्ती आणि उत्साह स्त्री शिक्षणाच्या प्रसारासाठी खर्च केला. सर्व दिवस शाहूंनी वैदिक पद्धतीने मृताचे अत्यसंस्कार करण्यात घालविला. पुरोहितांच्या विदागीसाठीही त्यांनी बरेच द्रव्य खर्च केले. दत्तक आईच्या मृत्यूनंतर तिच्या इच्छेप्रमाणे महालक्ष्मीच्या मंदिराला १२०० रुपये मोलाची घंटा तिच्या स्मरणार्थ अर्पण केली.

आपल्या घरच्या ह्या दुःखमय वातावरणात व्यग्र असता शाहूंनी वेदोक्त पद्धतीने संस्कार करू नयेत, असा ब्राह्मणांनी त्या गंभीर प्रसंगी स्मशानातसुद्धा त्यांना इशारा दिला. त्या दिवशी नदीच्या तीरावर उभ्या असणाऱ्या ब्राह्मणांनी तिरस्काराने म्हटले, 'शूद्रबाईचे संस्कार वेदोक्तरीत्या कोण करील ?' हे झोंबणारे उद्गार ऐकून शाहूंच्या आतड्याला पीळ पडला. काही दिवसांनी ब्राह्मणांच्या ह्या उद्गाराचा उल्लेख करून छत्रपती दुःखाने म्हणाले, 'ते ब्राह्मणांचे हृदयभेदक, अपमानकारक शब्द ऐकून मला चीड आली; मरणप्राय दुःख झाले. माझे हृदय कसे दुःखाने विदीर्ण झाले याचे वर्णन मी तुम्हांला कसे करू ? परंतु ते सर्व दुःख मी गिळले.'

ब्राह्मणांचा कोप आता शिगेस पोहोचला होता. ज्या माथेफिरूंनी शहरातील घराघरांवर रक्तरंजित बोटांचे ठसे मारले होते, त्यांनी महाराजांच्या जुन्या राजवाड्याला त्यांच्या आईच्या मृत्यूच्याच दिवशी आग लावून आपल्या द्वेषाचा व असंतोषाचा स्फोट केला. राजवाड्याला आग लागली आहे अशा लोकांच्या आरोळ्या ऐकून महाराज जागे झाले आणि जेथे आग लागली तेथे धावून गेले. तेथे त्यांना असे आढळून आले की, ज्या भागात सरकारचे दप्तर होते, धान्याचे कोठार होते व जवळच स्फोटक द्रव्यांचा साठा होता त्याच भागाला आग लावण्यात आली होती. फेरिस यांनी, शाहू महाराजांना मुख्य पोलीस अधिकारी पेंढारकर यांना अशी ताकीद द्यावयास सांगितले की, जर राजवाड्याला आग लावणारे आणि घराघरांवर रक्तरंजित बोटांचे ठसे मारणारे क्रूरकर्मे तीन महिन्यांच्या आत त्यांनी शोधून काढले नाहीत, तर त्यांना बडतर्फ करण्यात येईल.

महाराजांच्या आईचा मृत्यू व त्याच दिवशी राजवाड्यास लागलेली आग या संकटाचे स्मरण करून देऊन ब्राह्मणांनी महाराजांना पुन्हा भीती घातली. ते म्हणाले, 'शिवाजी आणि संभाजी यांनी वेदोक्त संस्काराची आकांक्षा बाळगली म्हणून त्यांचा अंत लवकर घडून आला. गागाभट्टाने शिवाजीला वेदोक्त रितीने

राज्याभिषेक केला म्हणून तो संडासात पडून मेला.' अशी आपली आवडती मते ते पुन: पुन्हा बोलून दाखवू लागले व ब्राह्मणांची शापवाणी कशी खरी ठरते हे सांगू लागले !

ब्राह्मणांच्या ह्या दुष्टकृत्यांविषयी विचारविनिमय करताना महाराज एके दिवशी म्हणाले, 'कावळ्याच्या शापामुळे गाई मरत नाहीत ! तसेच ब्राह्मणांच्या शापाने माझे काही वाकडे होणार नाही. मी मृत्यूला भीत नाही. किंवा माझ्यावर अथवा माझ्या मित्रांवर संकट कोसळेल म्हणून मला भीती वाटत नाही. माझ्यावर आईच्या मृत्यूचे आणि राजवाड्याच्या आगीचे दुहेरी संकट ईश्वराच्या कोपामुळे कोसळले असे मानून ब्राह्मण समाजाच्या आनंदाला पारावार नाही असे झाले आहे. परंतु अशी संकटे आपल्यापैकी एखाद्यावर आली तर त्यात मला एवढेच वाईट वाटेल की, ब्राह्मणांना आपले शाप खरे ठरले अशी लोकांकडे फुशारकी मारण्याची संधी मिळेल, आणि त्यामुळे अज्ञ, गरीब जनतेची ते फसवणूक करतील. अज्ञ व गरीब जनतेवरील ब्राह्मणांचे वजन घटेपर्यंत आपणाला कोणताही अपघात होऊ नये म्हणून आपण सर्वांनी जपले पाहिजे. नाहीतर ते अशा प्रसंगाचा फायदा घेऊन आमचा लढा निष्प्रभ करण्याचा प्रयत्न करतील.'

त्या काळी एखादा कर्ता सुधारक मृत्यू पावला तर ब्राह्मण घमेंड मारीत की, आमची शापवाणी सत्य ठरली. जेव्हा प्रगतिशील विचाराचे सुधारक व गाढे विद्वान बाळशास्त्री जांभेकर १८४६ साली निधन पावले, तेव्हा ब्राह्मण म्हणाले की, 'बाळशास्त्री हा अकाली मेला. कारण आमचे शिव्याशाप त्याला बाधले.' आणि बाळशास्त्री जांभेकरांनी कोणते पाप केले होते ? त्यांनी ख्रिश्चन झालेल्या एका हिंदूला परत हिंदुधर्मात घेतले होते ! आगरकरांच्या अकाली निधनामुळेसुद्धा ह्या सनातनी बुद्रुकांनी अशीच शेखी मिरवली असेल.

छत्रपतींवर कोसळलेल्या उपरोक्त संकटामुळे कोल्हापुरातील शाहू-विरोधी ब्राह्मणांची आनंद गगनात मावेनासा झाला. महाराजांनी धर्मशास्त्राच्याविरुद्ध वर्तन करून त्यांची इनामे जप्त केली म्हणून ईश्वराचा त्यांच्यावर कोप झाला, असे ते गर्वाने उद्‌गार काढू लागले. त्याविषयी क्लॉड हिल्ल यांना लिहिताना महाराज म्हणाले, 'राजवाड्याला आग लागली त्याचा जो अर्थ ब्राह्मण लावीत आहेत ते ऐकून मी चकितच झालो आहे. ते म्हणतात, आमच्या सनदा काढून घेऊन नंतर आम्हांस आमच्या इनामांनासुद्धा मुकवावे असा महाराजांचा डाव होता. ह्या त्यांच्या म्हणण्यावरून त्यांनीच जाणूनबुजून ऐतिहासिक कागदपत्रांचा पुरावा नष्ट करण्यासाठी ही आग लावली असावी हे असंभवनीय नाही.'[१८]

काही पुरोहितांनी तर शाहूंच्या मनावर प्रत्यक्ष दबाव आणण्याच्या हेतूने त्यांना संभावितपणे सांगितले की, रक्तलांच्छित बोटांचे ठसे नि आग ही भयंकर दु:चिन्हे आहेत. आणि भावी दुर्घटना व दुर्दैव टाळण्यासाठी व परमेश्वर प्रसन्न करून घेण्यासाठी छत्रपतींनी धार्मिक कृत्ये केली पाहिजेत. त्यावर शाहू महाराज गंभीर स्वरात म्हणाले की, अशी ब्राह्मणांच्या हस्ते देवांची तृप्ती केल्यानंतर जर भावी काळात वाईट गोष्टी घडल्या तर आपण सर्व पुरोहितांना तुरुंगात टाकू. हे ऐकून ते सर्व निरुत्तर झाले. त्या क्षणीच छत्रपतींनी त्यांना दटाविले, 'तुम्ही राजवाड्यावरून चालते व्हा आणि हा लबाडीचा धंदा सोडून द्या.'[१९]

महाराज सर्व धार्मिक आणि तथाकथित दैविक संकटांच्याविरुद्ध धैर्याने उभे राहिले. अनेक गत युगांत ब्राह्मणांच्या धार्मिक आणि दैवी शक्तीला कोणत्याही राजाने असे आव्हान दिले नव्हते. ह्या धार्मिक व ईश्वरी शक्तीची भीती दाखविणाऱ्या वृत्तीनेच आगरकरांची जिवंतपणी प्रेतयात्रा काढली होती.

उपरोक्त धार्मिक ईश्वरी भीतीमुळे आणि रक्तरंजित हल्ल्याच्या धमक्यांमुळे न घाबरता शाहू छत्रपतींनी ज्या ब्राह्मणांनी वेदोक्त रितीने राजकुटुंबामध्ये धर्म संस्कार करावयाचे नाकारले, त्यांची वर्षासने बंद केली. छत्रपतींच्या आज्ञेप्रमाणे संस्थानामधील शेकडो ब्राह्मणांची अनुदाने आणि इनाम जमिनी जप्त करण्यात आल्या. त्यांना ह्या जमिनी आणि इनामे धार्मिक सेवेसाठी मिळत हाती. परंतु आता त्यांनी जाहिबहिष्काराच्या भीतीमुळे म्हणा वा गर्वाने म्हणा छत्रपतींचे क्षत्रियत्वच मान्य करण्याचे नाकारून सनदेप्रमाणे सेवा करण्याचे नाकारल्यामुळे हा त्यांच्यावर प्रसंग ओढवला होता. त्यांच्या जीवनातील केंद्रबिंदू झालेल्या त्यांच्या अहंकारी रूढी, त्यांचा सामजिक अहंकार आणि त्यांची स्वार्थी शास्त्रवचने ह्यांसाठी त्यांना मोठेच मोल द्यावे लागले.

ऐतिहासिक घडामोडीच्या दृष्टीने पाहिले तर म. फुले यांच्या मृत्यूनंतर शाहूंच्या स्वरूपाने सामाजिक समतेची शक्ती पुन्हा हालचाल करू लागली. ब्राह्मणांनी निर्माण केलेली जुलमी परिस्थिती शाहूंना त्यांच्या मनाविरुद्ध समाजसुधारणेच्या संग्रामात लोटत होती. त्यांच्या विचारांना व कृतींना नवीन आकार देत होती. म. फुले यांनी सामाजिक समता, न्याय आणि बुद्धिप्रामाण्य यांच्यावर अधिष्ठित अशी समाजरचना निर्माण करण्यासाठी जो संग्राम केला, त्या संग्रामात पुरोगामी सामाजिक शक्ती छत्रपतींना पुढे लोटीत होत्या. आपले धैर्य, निर्भयता व सुधारणावादी सामाजिक दृष्टिकोण ह्यांमुळे शाहू छत्रपती महाराष्ट्राचे एक नवविचारप्रवर्तक नेते म्हणून पुढे येण्याचा समय समीप आला.

९

भारताची पुनर्घटना

शाहू महाराजांना एफ. अडेर ह्या गृहस्थांच्या सेवानिवृत्ती नंतर आर्थर सिडनी ल्युसी नावाच्या गृहस्थांची राजाराम महाविद्यालयाच्या प्राचार्यपदी नेमणूक केली. एफ. अडेर यांनी निरोप देण्याच्या प्रसंगी राजाराम महाविद्यालयातील ब्राह्मण विद्यार्थ्यांनी 'श्री तुकाराम' हे नाटक (१९०१) सादर केले. गंमत अशी की, ह्या नाटकाचे क्रमवार पाच अंक छापून झाल्यानंतर नाटककार वासुदेव रंगनाथ शिरवळकर यांनी आपल्या नाटकाच्या शेवटी एक नवीन प्रवेश छापला व तो दुसऱ्या अंकातील चवथा प्रवेश आहे असे म्हटले.[१] आरंभी दुसऱ्या अंकात तीनच प्रवेश छापलेले होते. ह्या नवीन प्रवेशात त्यांनी वेदोक्त प्रकरण घुसडले. याचा अर्थच असा की, ते वेदोक्त प्रकरण घालण्यासाठी तो प्रवेश नाटककाराने हेतुपुरस्सरच लिहिला. तुकारामाचा विरोधक रामेश्वरभट हा त्या प्रवेशात संत तुकारामाला म्हणतो, 'तुला वेदोक्ताचा अधिकार नाही!' शिरवळकरांनी महाराजांच्या वेदोक्त प्रकरणातील भूमिकेची टर उडविण्यासाठीच हे प्रकरण लिहिले हे त्यावरून स्पष्ट होते.

या नाटकाकडे छत्रपतींनी जरी दुर्लक्ष केले, तरी मराठ्यांनी त्या नाटकाचा निषेध केला आणि ते नाटक जर बंद केले नाही तर आपण कडक उपाय योजू अशी नाटककाराला धमकी दिली. येथे हे नमूद केले पाहिजे की, नाटक, शाहू छत्रपतींना आतून सतत विरोध करणारे इचलकरंजीचे ब्राह्मण जहागीरदार नारायण बाबासाहेब घोरपडे यांना अर्पण केले आहे. वेदोक्त प्रकरणी छत्रपती निर्धाराने पाऊल टाकीत होते, पण त्याबरोबरच स्वत: सावधपणे वागत होते. त्याच वेळी हिरले गावातील ग्रामीण अधिकाऱ्याने मोठ्या उत्साहाने गावकऱ्यांना एक जाहीरनामा वाचून दाखविला. त्यात शाहूविरोधी ब्राह्मणांनी वेदोक्त प्रकरणाची प्रक्षोभक माहिती दिलेली होती. शिवाय त्यात अशी धमकी देण्यात आली होती की, जे ब्राह्मण वेदोक्त प्रकरणी शाहूंची बाजू घेतील त्यांना जातिबहिष्कृत करण्यात येईल. तो जाहीरनामा लोकांना वाचून दाखविणाऱ्या त्या

अतिउत्साही अधिकाऱ्याला शाहूंनी तात्काळ बडतर्फ केले. तो गृहस्थ गावचे सरकारी काम न करता शाहूविरोधी सनातनी ब्राह्मणांचा हस्तक बनून तेथे त्यांच्या वतीने प्रचार करीत असे. जोशीराव नावाचे उपाध्ये महाराजांच्या राजवाड्यावर वेदोक्त रितीने धार्मिक संस्कार करीत. त्यांच्यावर आता ब्राह्मणांनी आपले टीकेचे शस्त्र उपसले.

मध्यंतरी असे घडले की, दिवाण जे हुकूम काढतात ते खरोखरीच छत्रपतींच्या आज्ञेनुसार काढतात की कसे हे अजमावण्यासाठी ब्राह्मणांनी विजापूरकरांना महाराजांकडे पाठविले. दिवाण सबनीस हे काही दिवस रजेवर होते. छत्रपतींनी त्यांना कोल्हापूर शहरातील व राज्यातील इतर काही गावांतील घराघरांवर मारलेल्या रक्तांकित हातांच्या ठशांची माहिती कळविली. सबनिसांनी मुंबईत क्लॉड हिल्लना व ज्यांच्याविषयी त्या काळी युरोपियन लोक गौरवपूर्वक बोलत त्या हरी नारायण आपटे यांनाही भेटावे असे शाहूंनी कळविले.

आता वेदोक्ताचा तंटा सर्व महाराष्ट्रभर पसरणार अशी ब्राह्मणांना भीती वाटू लागली. यासाठी प्रा. विजापूरकरांनी सप्टेंबर १९०२ च्या ग्रंथमालेत न्यायाधीश मंडळाची नेमणूक करण्याविषयी दरबारला सूचना केली. त्या मंडळात डॉ. भांडारकर, प्रा. काथवटे, प्रा. वै. का. राजवाडे, आर्ते, आगाशे, प्रा. भडकमकर, प्रा. पेंडसे यांच्यापैकी कोणतेही दोन सभासद, दोन श्रुति-स्मृति पुराण तज्ज्ञशास्त्री आणि दोन युरोपियन (संस्कृतज्ञ मिळाले तर ठीक) असे पंडित असावे व ह्या सहा मंडळींनी दिलेला निर्णय क्षेत्रस्थ ब्रह्मवृंद व श्री जगद्गुरू यांच्यापुढे ठेवावा व त्यांचे आज्ञापत्र² व्हावे असे म्हटले. परंतु ही सूचना कुणीही विचारात घेतली नाही. याच वेळी 'केसरी'ने मोठे औदार्य दाखवून असे लिहिले की, जरी वेदोक्त प्रकरणी वाद–विवाद चालला आहे, तरी मराठ्यांना ऐहिक शिक्षण द्यावयास काही हरकत नाही ! याचा अर्थ असा की, टिळकांनी आपल्या पूर्वीच्या कडक धोरणामध्ये थोडासा नरमपणा स्वीकारला.

शाहू छत्रपती २९ डिसेंबर १९०२ रोजी भरणाऱ्या दिल्ली दरबारला उपस्थित राहण्यासाठी दिल्लीला जाण्याच्या गडबडीत होते. महाराजांनी दिल्लीत आपली राहण्याची व्यवस्था स्वत:चे नोकर दिल्लीला पाठवून करून ठेवली होती. त्यांनी खास शामियान्यांची तेथे उभारणी केली होती. महाराज हे आपल्या समवेत ब्रिटिश राजनैतिक प्रतिनिधी फेरिस, जहागीरदार आणि काही युरोपियन पाहुणे घेऊन २३ डिसेंबर १९०२ रोजी आगगाडीने दिल्लीस जाण्यास निघाले. मार्गात ह्या मंडळींनी अजमीर येथील मेयो कॉलेजला भेट दिली. तेथील अण्णा सागर तलाव, प्रसिद्ध दर्गासाहेब आणि जैन मंदिर यांना भेट देऊन २७ डिसेंबर १९०२ रोजी शाहू महाराज दिल्लीस पोहोचले.

दिल्ली दरबार समारंभास २९ डिसेंबर १९०२ रोजी आरंभ झाला. त्या दिवशी निघालेल्या मिरवणुकीत मुंबई प्रांताच्या जहागीरदारांच्या अग्रभागी शाहू छत्रपती होते. ते हत्तीवर आरूढ झाले होते आणि विशाळगडचे पंतप्रतिनिधी व बावड्याचे पंतअमात्य यांनी त्या हत्तीवरील हौद्यात मागे बसून महाराजांवर छत्रचामरे आणि सन्मान चिन्हे धरून आपले पारंपरिक कर्तव्य बजावले. महाराज सयाजीराव गायकवाड यांनी, महाराज्यपाल कर्झनची खप्पा मर्जी होण्याची संभाव्यता लक्षात घेऊनही त्या मिरवणुकीमध्ये भाग घेण्याचे नाकारले. मिरवणुकीत भाग घेणे हे सक्तीचे कर्तव्य नसेल तर आपण त्या गोष्टीस स्पष्ट नकार देतो, असे त्यांनी कर्झनला अगोदरच कळविले होते.

दिल्ली दरबारचा मुख्य समारंभ १ जानेवारी १९०३ रोजी झाला. महाराज्यपाल कर्झन यांनी ९ जानेवारी रोजी दिलेल्या मेजवानीस शाहू छत्रपती उपस्थित होते. या प्रसंगी ड्युक ऑफ कॅनॉट यांनी शाहू महाराजांना जी. सी. व्ही. ओ. ही पदवी देऊन त्यांचा गौरव केला. हा सन्मान लाभणारे शाहू छत्रपती हे पहिलेच हिंदी संस्थानिक होत.

छत्रपती नि त्यांचा परिवार यांनी ११ जानेवारी १९०३ रोजी दिल्ली सोडली आणि ते कोल्हापूरला १५ जानेवारीला पोहोचले. मार्गात छत्रपतींनी सयाजीराव गायकवाड यांची बडोद्यात भेट घेतली. ही भेट खाजगी असल्यामुळे त्याविषयीची वार्ता कोठेच प्रसिद्ध झाली नाही. त्या भेटीत त्यांनी कदाचित वेदोक्त प्रकरणासंबंधी विचारविनिमय केला असेल. शाहूंच्या मते दिल्ली दरबारचा भव्य सोहळा मनोवेधकरीत्या पार पडला. सर्व भारतीय संस्थानिकांनी एकाच सत्तेखाली एकत्र येण्याचा हा इतिहासातील अपूर्व असा प्रसंग होता.

कोल्हापूरच्या राजप्रतिनिधि मंडळाने राजोपाध्ये यांचा अर्ज नामंजूर केल्यावर त्या निर्णयाविरुद्ध त्यांनी ब्रिटिश राजनैतिक प्रतिनिधी फेरिस यांच्याकडे पुनर्न्यायासाठी अर्ज केला. ह्या प्रकरणी राजोपाध्ये यांना नातू, सेटलूर, बोडस, करंदीकरादी टिळकपक्षीय नेत्यांनी पाठिंबा दिला होता.

विजय मिळेपर्यंत वेदोक्त प्रकरण लढवावयाचे अशी त्यांनी प्रतिज्ञा केली होती. उपरोक्त टिळकपक्षीय नेते हे वेदोक्त प्रकरण ब्रिटिश साम्राज्यातील सर्वांत मोठे न्यायमंडळ म्हणजे ब्रिटिश लोकसभा यात प्रविष्ट करणार होते आणि जर ब्रिटिश मंत्रिमंडळाने त्यांच्या बाजूने निर्णय केला नाही तर उदारमतवादी पक्षाचे मंत्रिमंडळ येईपर्यंत आपण ह्या प्रकरणात यश मिळविण्याची वाट पाहू, असा त्यांनी पण केला होता. ह्या त्यांच्या पणाची माहिती छत्रपतींना देण्यात आली.[३]

छत्रपतींच्या आज्ञेप्रमाणे जे पुरोहित काम करू लागले त्यांना

छत्रपतींच्या अनुपस्थितीत ब्राह्मणांनी जातिबहिष्कृत केले. ब्राह्मणवाड्यात ह्या पुरोहितांना नळावर पाणीही भरू देण्यास ब्राह्मणांनी प्रतिबंध केला ! जर त्या पुरोहितांच्या घरचा कोणी मनुष्य मृत्यू पावला तर त्याचे अंत्यसंस्कार करावयास कोणी ब्राह्मण मृताच्या नातलगांना साहाय्य करीत नसे. ब्राह्मण पक्षातील काही संभावित नेते छत्रपतींना भेटले आणि दूषित वातावरण चालू राहणे ठीक नाही असे त्यांनी महाराजांना सांगितले. परंतु महाराजांनी त्यांना स्पष्ट बजावले की, जोपर्यंत विरोधकांच्या मताप्रमाणे आपण चालावे असा त्यांचा आग्रह राहील तोपर्यंत या गोष्टीला इलाज नाही. आपण एका उदात्त ध्येयासाठी लढत आहोत असा आपला पूर्ण विश्वास आहे, असेही छत्रपतींनी त्यांना स्पष्टपणे सांगितले.

राजोपाध्ये यांनी पुनर्विचारासाठी केलेल्या अर्जाचा सर्व बाजूंनी विचार करून फेरिस यांनी १९ फेब्रुवारी १९०३ रोजी आपला निर्णय जाहीर केला. आपल्या निर्णयात ते म्हणाले की, या वेदोक्त प्रकरणात आपण काही करण्यासारखे आहे असे आपणांस वाटत नाही. राजाच्या न्याय्य अधिकारात ह्या प्रकरणी हस्तक्षेप करण्याची आवश्यकता आहे, असेही आपणांस वाटत नाही. फेरिस पुढे म्हणाले की, राजोपाध्ये यांच्यावर लेखी सूचना देऊनही राजोपाध्ये म्हणून ज्या अर्थी ते आपले कर्तव्य करण्यास चुकले आहेत आणि १८९७ सालच्या सनदेतील शर्तीप्रमाणे अशी सेवा करण्यात राजोपाध्ये यांनी नकार दिल्यामुळे त्यांना दिलेल्या जमिनी त्यांच्याकडून काढून घेणे योग्य ठरते. राजोपाध्ये यांचे म्हणणे असे होते की, दिलेल्या इनाम जमिनी ह्या बिनशर्त असून त्यांची मालमत्ता ही कुटुंबाची खाजगी मालमत्ता आहे; महाराजांची सेवा करण्याबद्दल ते वेतन नव्हते, हे त्यांचे म्हणणे निराधार आहे. १८८९ च्या एका आवेदनात राजोपाध्ये यांनीच मान्य केले होते की, आपल्या पूर्वजांनी कोल्हापूर संस्थानात उच्च पदी राहून जी सेवा केली त्याबद्दल त्यांना ह्या देणग्या मिळालेल्या आहेत. फेरिसच्या निर्णयाच्या विरुद्ध राजोपाध्ये यांनी मुंबई सरकारकडे पुनर्निर्णयासाठी अर्ज केला. त्यांचे चाहते, पाठीराखे व आगलाव्या व्यक्ती यांनी हे प्रकरण ब्राह्मण समाजाच्या प्रतिष्ठेचा मानबिंदू बनविले होते. यासाठी ते ह्या झगड्यापासून परावृत्त होऊ इच्छीत नव्हते.

गोष्टी ह्या थरापर्यंत आल्या तरी कोल्हापूरचे शंकराचार्य काय करीत होते ? शंकराचार्य विद्याशंकर भारती हे आपल्या मठाच्या मालमत्तेचा मजेत उपभोग घेत होते. त्यांची मुले, नातलग आणि दुसरे काही शास्त्री पंडित यांच्यासहित ते त्या मालमत्तेची उधळपट्टी करीत होते. स्वभावाने ते अत्यंत उधळे असल्यामुळे पैशांची गरज भागविण्यासाठी त्यांनी आपल्या मठातील

सोन्याचांदीच्या वस्तू व रेशमी कपडे विकून टाकले. इतकेच नव्हे तर, पुण्यातील बाळासाहेब नातू यांच्याकडे मठाच्या जमिनी गहाण ठेवून मिळालेले पैसे आपल्या मुलांना, बंधूंना आणि इतर नातलगांना निरनिराळ्या वेळी, निरनिराळ्या नावाने देऊन टाकले. अशी उधळपट्टी करताना आपण मठाच्या मालमत्तेचे व मिळकतीचे विश्वस्त आहोत ही गोष्ट ते साफ विसरले. १८९५ साली शंकराचार्यांचे पदी आरूढ झाल्यापासून त्यांनी बेफिकीरपणे या मठाच्या संपत्तीची वाट लावली आणि त्यावर कर्जाचा बोजा करून ठेवला. ह्या शंकराचार्यांचे मूळ नाव वासुदेवशास्त्री भिलवडीकर असे होते. ह्यापूर्वी शंकराचार्यांचे पदावर बहुधा तेलंगी, द्रविड व मल्याळी ब्राह्मण आरूढ झालेले होते. परंतु १९ व्या शतकाच्या उत्तरार्धात भिलवडीकर कुटुंबीयांनी ही गादी हस्तगत केली.

मठातील पैशाअडक्याची झालेली अफरातफर शाहूंच्या नजरेस आणण्यात आली. त्यामुळे ऑगस्ट १८६३ सालच्या सनदेनुसार कोल्हापूर दरबारने अशी आज्ञा काढली की, शंकराचार्यांनी आपला वारस शिष्य ठरविण्यापूर्वी कोल्हापूरच्या महाराजांची मंजुरी घेणे ही जुनी, पारंपरिक प्रथा दरबारचे अनुदान घेणाऱ्या सगळ्या मठांनी न चुकता पाळली पाहिजे. मठाचा अधिकारी हा मठाचा विश्वस्त असतो आणि त्याला मठाची जमीन विकण्याचा वा गहाण टाकण्याचा अधिकार नाही. मठाधिकारी आपला वारस शिष्य हा योग्य रितीने निवडतो की नाही, मठाधिकारी हा मठातील आपल्या कर्तव्याचे बाबतीत प्रामाणिकपणे व कर्तव्यनिष्ठेने वागतो की नाही हे पाहणे आणि त्यांनी निवडलेला कुठलाही वारस शिष्य छत्रपतींना अयोग्य वाटला तर नामंजूर करणे हे सर्व अधिकार त्या सनदेप्रमाणे महाराजांकडे होते.

सन १८६३ सालच्या सनदेत ग्रथित केलेली बंधने व अटी यांची पर्वा न करता शंकराचार्य भिलवडीकर यांनी कोल्हापुरातील मठाच्या मालमत्तेवर कर्ज केल्यामुळे व मालमत्तेचीही अफरातफर केल्यामुळे आपण आता संकटात येणार हे जाणून त्यांनी ब्रिटिश हद्दीतील आपल्या संकेश्वर मठाकडे पलायन करायचे ठरविले. शंकराचार्य भिलवडीकर यांनी काशीनाथबुवा गोसावी ब्रह्मनाळकर यांना २३ फेब्रुवारी १९०३ रोजी दीक्षा देऊन शिष्य केले.

शंकराचार्यांच्या गादीवर येण्यापूर्वी ब्रह्मनाळकर यांचा प्रभावी कीर्तनकार, उत्तम वक्ते आणि व्यवहारकुशल व्यक्ती म्हणून नावलौकिक झालेला होता. आणखी लक्षात ठेवण्यासारखी गोष्ट ही की, छत्रपतींना वेदोक्ताचे अधिकार नाहीत, कारण ते क्षत्रिय नाहीत असे ब्रह्मनाळकरांचे ठाम मत होते. त्यामुळे त्यांची ह्या पदी निवड झाली होती. ब्रह्मनाळकरांच्या ह्या मताविषयी महाराष्ट्रातील

सर्व ब्राह्मण जगताने त्यांची अफाट स्तुती केली होती. स्वाभाविकपणे ब्रह्मनाळकरांचे मन वेदोक्त प्रश्नासंबंधी अगोदरच कलुषित झालेले होते व त्यांचे मत शाहूंना प्रतिकूल होते.

ब्रह्मनाळकरांची नेमणूक करताना भिलवडीकरस्वामींनी सांगलीचे संस्थानिक पटवर्धन व काही अन्य प्रमुख ब्राह्मण व्यक्ती यांचा सल्ला घेतला होता. ब्रह्मनाळकर हे टिळकांच्या मर्जीतले गृहस्थ होते. पण भिलवडीकरांनी ब्रह्मनाळकरांची नेमणूक करण्यापूर्वी त्या नेमणुकीस शाहू छत्रपतींची प्रथम मंजुरी घेणे आवश्यक होते, ती त्यांनी मुळी घेतली नव्हती. त्यांनी हे जे कृत्य केले त्यामुळे त्यांनी सनदेतील शर्ती स्पष्टपणे आणि निश्चितपणे धुडकावून लावल्या होत्या हे स्पष्ट होते. परिणामी छत्रपतींनी मार्च १९०३ मध्ये एक हुकूम काढून मठाची सर्व मालमत्ता जप्त केली आणि मे १९०३ मध्ये दुसरा हुकूम काढून शंकराचार्यांच्या प्रतिनिधीचे दिवाणी हक्क काढून घेतले. मठाच्या जमिनी जप्त केल्यामुळे त्या ज्यांच्याकडे गहाण पडल्या होत्या त्या बाळासाहेब नातूंना जबरदस्त तडाखा बसला. इतकेच नव्हे तर, पुण्यातील ज्या कारस्थानी ब्राह्मण पुढाऱ्यांनी महाराष्ट्रातील धर्मसत्ता कोल्हापूर मठाच्या हस्ते अप्रत्यक्षपणे आपल्या ताब्यात ठेवण्याचा डाव रचला होता, तो शाहूंच्या वरील हुकमामुळे पार उधळला गेला.

मुंबई सरकारने शाहू छत्रपतींच्या कारभारावर पुन्हा एकदा विश्वास व्यक्त केला. शाहू महाराज हे कर्तृत्ववान, धोरणी आणि प्रामाणिक राज्यकर्ते आहेत, अशी ब्रिटिश मुत्सद्द्यांची खात्री झाल्यामुळे त्यांच्या राज्यकारभाराला ते आवडीने सक्रिय पाठिंबा देऊ लागले. शाहू महाराजांच्या राज्यकारभाराविषयी गुणग्राहकता व्यक्त करण्याच्या हेतूने महाराजांच्या नियंत्रणाखाली असलेल्या सर्व जहागिरींमधील वरिष्ठ न्यायालयाचे फौजदारी अधिकार मुंबई सरकारने १७ जून १९०३ रोजी शाहूंच्या स्वाधीन केले. हे फौजदारी अधिकार १८६२ च्या तहापासून जहागीरदारांना दिलेले होते. मात्र आता जहागीरदारांचे फौजदारी प्रकरणात ७ वर्षांपर्यंत शिक्षा द्यावयाचे अधिकार शिल्लक ठेवले. तथापि सत्र न्यायालयाच्या कक्षेतील प्रकरणे कोल्हापूर दरबारच्याच हाती ठेवली. मुंबई सरकारच्या ह्या आदेशाचा अर्थ लावण्यात काही मतभेद झाले म्हणून शाहू छत्रपतींनी सरकारला त्या आज्ञेचा अर्थ अधिक स्पष्ट करण्यासाठी विनंती केली. त्यावरील चर्चा पुन्हा थोडा काळ रेंगाळली. १८ जुलै १९०३ रोजी दुसरी घटना घडली. फेरिस यांनी

आपल्या कार्यालयाच्या विस्तीर्ण आवारात एक टोलेजंग समारंभ साजरा करून दिल्ली दरबारानिमित्त जहागीरदार व सरदार यांना चांदीची पदके दिली. मिरज संस्थानचे अधिपती (ज्येष्ठ पाती) सर गंगाधरराव पटवर्धन व शाहू महाराज यांना सोन्याची पदके दिली.

वेदोक्त प्रकरण अद्याप चालूच होते. विष्णूभट्ट देवधर, बाळंभट्ट पारगावकर व वासुदेवभट्ट पोरे ह्या तिघांनी, 'वेदोक्ताच्या तंट्यासंबंधी आपला निर्णय जाहीर करावा' असे शंकराचार्य श्री विद्याशंकर भारती यांच्याकडे १३ सप्टेंबर १९०३ रोजी एक आवेदन धाडले. त्यात ते म्हणाले की, 'आपण महाराजांच्या नोकरीत आहोत आणि त्यामुळे आपली बिकट अवस्था झाली आहे. जर आम्ही राजाची आज्ञा मोडली तर आपली अनुदाने जप्त होतील व जर शाहूविरोधी ब्राह्मणांची आज्ञा मोडली तर ब्राह्मण लोक आपणावर बहिष्कार टाकतील. यास्तव शाहू महाराज हे क्षत्रिय आहेत की नाहीत व त्यांना वेदोक्ताचा अधिकार आहे की नाही याचा निर्णय शंकराचार्यांनी त्वरित करावा.[४] जर महाराजांच्याविरुद्ध निर्णय झाला तर आम्ही आपले गाऱ्हाणे दूर करण्यासाठी पुढे पावले टाकू.' पण शंकराचार्य धूर्तपणे मूग गिळून बसले.

वेदोक्त प्रकरणी मुंबई सरकारने राजोपाध्ये यांच्या पुनर्विचारासाठी आलेल्या अर्जाचा स्वीकार करून आपला निर्णय १६ डिसेंबर १९०३ रोजी जाहीर केला. सरकारने शाहू महाराजांचा निर्णय उचलून धरून राजोपाध्यांचे म्हणणे धुडकावून लावले. हा निर्णय बिनतोड व स्पष्ट असून त्या प्रश्नाची सरकारने सांगोपांग चर्चा करून घेतला होता. सरकारचा निर्णय कळताच शाहू महाराजांना आपल्या मनावरील एक दडपण कमी झाले असे वाटले. कारण निर्णय केवळ कायद्याप्रमाणे घेण्यात येईल असे काही ब्रिटिश अधिकाऱ्यांनी छत्रपतींना मोघम सांगितले हाते. ह्या प्रकरणी बाळासाहेब नातू, अमरावतीचे मोरोपंत जोशी, सेटलूर, बोडस, करंदीकर यांसारख्या वजनदार व्यक्ती शाहू महाराजांच्या विरुद्ध हालचाली करीत होत्या. हा निर्णय ऐकून सर्व ब्राह्मणी वृत्तपत्रांनी संताप व्यक्त करून ठणठणाट केला. सरकारचा उपरोक्त निर्णय हा अप्रामाणिकपणाचा एक नमुना आहे, असे म्हणून मुंबई सरकारचा त्यांनी धिक्कार केला.

ह्या प्रकरणाच्या दडपणामुळे वरील निर्णयापूर्वी कित्येक दिवस शाहू उदासीन व अस्वस्थ मन:स्थितीत तळमळत होते. मुंबई सरकारचा निर्णय कळताच त्यांना अत्यंत आनंद झाला. राज्यपालांच्या सल्लागार मंडळातील सभासदांचे अंत:करणपूर्वक आभार मानताना छत्रपती म्हणाले की, 'जर निर्णय माझ्याविरुद्ध लागला असता तर ब्राह्मणांना माझी अप्रतिष्ठा झालेली पाहून आनंदाच्या उकळ्या

फुटल्या असत्या.' छत्रपतींनी आपल्या लंडनमधील स्नेह्यांनासुद्धा ह्या विजयाची वार्ता कळविली.

ह्या संबंधात लीवॉर्नर यांनी छत्रपतींना केलेला उपदेश वैशिष्ट्यपूर्ण होता. ते म्हणाले, 'कोणताही संग्राम करण्यापूर्वी त्या संग्रामासाठी आपण घेत असलेले परिश्रम उचित व फलदायी आहेत की नाहीत याचा निर्णय करणे हे शहाणपणाचे असते.' शाहूंचा लढा तर सामाजिक न्यायासाठी व सामाजिक प्रतिष्ठेसाठी होता आणि त्यामुळे त्यांना जे त्या बाबतीत अमर्याद परिश्रम केले त्याचे सार्थक झाले. शाहू महाराजांचे मित्र नि स्वत: फेरिस यांनी शाहूंना सांगितले की, वेदोक्ताचा हा तंटा आता हळूहळू आपोआप नामशेष होईल.

अशा ह्या उत्साही वातावरणात हंगामी राज्यपाल मॉंटीएट ह्यांनी कोल्हापूरला भेट दिली. त्यांचे टोलेजंग स्वागत करण्यात आले. सर्व सरदार व जहागीरदार हंगामी राज्यपालांचे स्वागत करण्याकरता कोल्हापूर स्थानकावर उपस्थित राहिले व त्यांनी राज्यपालांच्या सन्मानार्थ भरलेल्या दरबारातही उत्साहाने भाग घेतला.

वेदोक्त प्रकरणावरील अनुकूल निर्णयामुळे छत्रपतींच्या मनावरील मोठे दडपण दूर झाले. पण भिलवडीकरस्वामींनी संमतीशिवाय शिष्य नेमल्यामुळे छत्रपतींपुढे आता दुसरी एक नवीन, गंभीर समस्या उद्भवली. आता नवीन प्रकरणात कोणते उपाय योजावेत याचा ते मनाशी विचार करीत होते. ते अंतर्मुख झाले. एडगर्ले ह्या आपल्या मित्राला २२ एप्रिल १९०४ रोजी लिहिलेल्या पत्रात ते म्हणाले,; 'ज्याप्रमाणे दैवज्ञ, शेणवी ज्ञातींनी आपले पुरोहित तयार केले त्याप्रमाणे आपल्याही जातीचे मराठे पुरोहित करावेत अशी कल्पना आमच्यामध्ये मूळ धरू लागली आहे. उपरोक्त समाज हे ब्राह्मण पुरोहिताशिवाय आपली धार्मिक कार्ये उरकून घेतात आणि त्यात ते यशस्वी झाले आहेत.' जैन नि लिंगायत यांच्याप्रमाणे आपणही ब्राह्मणांचे जू झुगारून द्यावे असे आता मराठ्यांना वाटू गले. शाहूंच्या ह्या विचारातच, त्यांनी पुढे नेमलेल्या क्षात्र जगद्‌गुरूच्या निर्मितीचे बीज होते. त्यांना कदाचित वाटले असावे की, जर पुरोहित आपल्याच जातीचा असला तर तो उद्धट व अरेरावी वर्तन करणार नाही आणि तो नीतिभ्रष्ट वर्तनाचा प्रसारक होणार नाही.

ह्या समयी राजकन्या आक्कासाहेब राधाबाई यांच्या विवाहाच्या प्रश्नाकडे महाराजांनी लक्ष द्यावे असा त्यांच्या कुटुंबीयांनी आग्रह धरला. बडोदे, धार अथवा देवास ह्या संस्थानांतील राजकुटुंबांमधील राजपुत्र शोधणे भाग होते. देवासच्या राजघराण्याचे महाराज तुकोजीराव पवार (ज्येष्ठ पाती) यांची त्यांनी

निवड करण्याचे ठरविले. त्या काळी कोणत्याही संस्थानच्या राजघराण्यातील विवाहासंबंधी बोलणी ब्रिटिश राजनैतिक प्रतिनिधींच्या मार्फत करावी लागत. तुकोजीराव पवार आणि शाहू छत्रपती यांच्यामधील वाटाघाटी दोन्ही संस्थानच्या ब्रिटिश राजनैतिक प्रतिनिधींतर्फे अनेक महिने सुरू होत्या. दिवाण सबनीस, बापूसाहेब घाटगे, आप्पासाहेब गायकवाड, बापूसाहेब गायकवाड यांचे एक शिष्टमंडळ देवासला गेले. महाराज तुकोजीराव पवार यांनी हुंड्याची मागणी मर्यादित करण्याविषयी शाहू छत्रपतीनी त्यांना १३ मार्च १९०४ रोजी पत्र लिहून कळकळीची विनंती केली. त्या पत्रात शाहू छत्रपती हळूच म्हणतात, 'महाराज, माझे संस्थान लहान आहे हे आपण जाणताच. यास्तव आपण ह्या व्यवहारात मला विशेष त्रास होणार नाही अशी शिकस्त कराल अशी मी आशा बाळगतो. या बाबतीत मी अधिक काही लिहावे असे नाही. आपण आता जशी सहृदयता दाखवीत आहात तशीच पुढेही दाखवाल असा मला विश्वास वाटतो.'

हो ना करता परस्परांत करार होऊन विवाह ठरला. कराराप्रमाणे एक लक्ष रुपयांचा हुंडा ठरला. वयात येईपर्यंत वधू राधाबाई शाहूंच्याच स्वाधीन राहील. आणि महाराज तुकोजीराव पवार यांनी वधूचे आई, वडील, भाऊ आणि आजी यांच्या मानपानासाठी चार हजार रुपये खर्च करावेत असे ठरले. विवाह समारंभ १९०८ साली करण्याचे ठरले. छत्रपतींचे मित्र क्लॉड हिल्ल हे त्यावेळी महाराज्यपाल यांच्या परराष्ट्रीय कार्यालयात अधिकारी होते. हा विवाह ठरत असताना काही कामाच्या निमित्ताने हिल्ल हे इंदूरला मुद्दाम गेले होते. विवाहाच्या बाबतीत निर्णायक बोलणी करण्यात कोल्हापूरच्या शिष्टमंडळाला त्यांचेच मोठे साहाय्य झाल्यामुळे हा विवाह ठरला. वाङ्‌निश्चय १९०४ च्या एप्रिलमध्ये करावयाचे ठरले.

महाराज तुकोजीराव पवार यांनी कोल्हापूरला दोनदा भेट दिली. दुसऱ्या भेटीच्या वेळी त्यांना शाहू छत्रपतींनी भेट म्हणून एक सुंदर मोटार आणि दोन घोडे दिले. ते त्यांना अतिशय आवडले. आपल्या सौजन्यशील वागणुकीने नि प्रेमळ स्वभावामुळे कोल्हापूरच्या सर्व राजकुटुंबीयांना तुकोजीरावांनी खुश केले. प्रतिभेट म्हणून तुकोजीरावांनी कोल्हापूरच्या राजपुत्रांना मौल्यवान फेटे दिले.

ह्या सुमारास कोल्हापूर नगरपालिकेच्या कारभारात काही गोंधळ निर्माण होऊन तेथे बजबजपुरी माजली होती. नगरपालिकेचे सभासद हे आपले कामकाज प्रामाणिकपणे करीत नव्हते. त्यामुळे शाहू छत्रपतींनी नगरपालिकेचे कार्य स्थगित केले. त्याचप्रमाणे भास्करराव जाधव यांना १ एप्रिल १९०४ पासून तिचे अधीक्षक म्हणून नेमून नगरपालिकेच्या कार्यकारी मंडळाचे व सर्वसाधारण सभेचे

कार्य करण्याचे अधिकार जाधवांना दिले. इतकेच नव्हे तर, ब्राह्मणांच्या आधिपत्याखाली असलेल्या त्या नगरपालिकेच्या कारभाराची चौकशी करण्याचेही अधिकार जाधवांना देऊन, सभासदांनी आपल्या कारभारात मागील तीन वर्षांत खर्च कसा व कोणत्या बाबतीत केला होता याची चौकशी करावयाचा आदेश दिला.

वेदोक्त प्रकरणामुळे उत्पन्न झालेल्या गदारोळात व तणावात देखील छत्रपतींना शास्त्रोक्त संगीताविषयी गुणग्राहकता दाखविण्यास वेळ सापडला याचा कोणालाही अचंबा वाटेल. हिंदी शास्त्रोक्त संगीताची जपणूक व पुनरुज्जीवन करणे आणि नवीन गायक तयार करणे ह्या उद्देशाने कोल्हापुरात १८८३ साली गायन समाज ही संस्था स्थापन करण्यात आली होती. राज्यारोहणानंतर ६ हजार रुपयांची देणगी ह्या समाजाला देऊन छत्रपती तिचे आश्रयदाते झाले होते. दरबार ह्या समाजाला १२० रुपयांचे वार्षिक अनुदान देत असे आणि प्रारंभी त्या समाजाचे वर्ग राजाराम महाविद्यालयामध्ये भरावयास दरबारने परवानगी दिली होती.[५] पुढे छत्रपतींनी गायन समाजाला इमारत बांधण्यासाठी जी जमीन दिली त्यावर पुढे १९१८ साली संस्थेने आपली इमारत बांधली. भास्करराव बखले, अल्लादिया खाँ, अब्दुल करीम खाँ, रामकृष्णबुवा वझे आणि बालगंधर्व हे विख्यात गवई ह्या गायन समाजास अभिमानाने भेट देऊन तेथे विनावेतन आपले संगीत लोकांना ऐकवून दाखवीत. त्यामुळे कोल्हापूर जनतेला भारतीय संगीतातील ह्या महान गवयांचे संगीत ऐकण्याची संधी लाभली.

शाहू छत्रपतींनी भारतीय कला, संगीत आणि नाटक यांच्या उत्कर्षासाठी फारच मोठी कामगिरी बजावली आहे. तसेच त्यांनी १८९५ पासून अल्लादिया खाँ ह्या महान गवयाला राजाश्रय दिला. अल्लादिया खाँ हे भारतीय हिंदी संगीताचे एक मोठे शिखर असून ते विविध रागांतील ताना, आलाप व बारकावे यांचे श्रोत्यांना कुशलतेने दर्शन घडवीत. ते छत्रपतींचे भक्त होते. केव्हा केव्हा ते विनोदाचे प्रसंग साधून महाराजांना गरिबांची दु:खे त्वरित दूर करण्याची विनंती करीत. तथापि नारायण श्रीपाद राजहंस ही मराठी रंगभूमीला शाहूंनी दिलेली मोठी देणगी होय. नारायणराव राजहंस यांचा जन्म २६ जुलै १८८८ रोजी पुणे येथे झाला. पुढे त्यांचे गायन शिक्षण जळगावचे मेहबूब खाँ ह्या गवयाकडे झाले. आपल्या वयाच्या १० व्या वर्षी नारायणराव कलाकुशल गवई म्हणून विख्यात झाले. त्यावेळी लोकमान्य टिळकांनी त्यांना 'गंधर्व' ही पदवी दिली.

नारायणराव राजहंसाना १९०४ साली कुत्र्याची विषबाधा झाली, म्हणून त्यांना कोल्हापूरला नेण्यात आले. एके दिवशी गंधर्वाचे गाणे ऐकून शाहू छत्रपती त्यांच्यावर अतिशय खूष झाले. त्या समयी छत्रपतींनी आपले डॉक्टर गाडगीळ व पोलीस अधिकारी म्हैसकर यांच्याबरोबर गंधर्वांना मिरजेचे डॉ. वानलेस यांच्याकडे कानावर औषधोपचार करून घेण्यासाठी पाठविले. त्याचवेळी शाहूंनी किर्लोस्कर नाटक मंडळीचे प्रख्यात नाटककार गोविंद बल्लाळ देवल यांना गंधर्वांच्या प्रकृतीकडे काळजीपूर्वक लक्ष देण्याची विनंती केली.

डॉ. गाडगीळ यांनी किर्लोस्कर नाटक मंडळीच्या व्यवस्थापकांना असे सांगितले की, गंधर्वांचा आवाज पूर्वीपेक्षा बराच सुधारला आहे आणि शाहू छत्रपती हे त्यांचे मोठे चाहते झाले आहेत. त्यामुळे नाटक मंडळीच्या चालकांनी गंधर्वांची पुन्हा परीक्षा घेतली आणि ज्यांना त्यांनी एकदा नकार दिला होता ते राजहंस आता नाटक कंपनीत घेण्यास योग्य वाटले. मिरज येथे झालेल्या शाकुंतल नाटकाच्या प्रयोगात नारायणरावांनी शकुंतलेचे काम केले. त्यावेळी शाहू स्वत: पडद्याआड आत बसले होते. त्या पहिल्याच प्रयोगात नारायणरावांचा असा प्रभाव पडला की, त्यांची कीर्ती वाढत जाऊन ते एक महाराष्ट्र रंगभूमीवरील गवई-नट म्हणून अमर कलावंत ठरले.

उभ्या महाराष्ट्रात त्यांच्या अलौकिक गाण्याच्या आणि लकबीच्या आठवणी पसरल्या. टिळक आणि शाहू ह्या दोघांनी नारायणराव राजहंसांना उत्तेजन दिले. कोणतीही रागरचना गंधर्वांच्या वाणीत नवीन आकार घेई. त्यामुळे श्रोत्यांवर त्यांच्या गाण्याचा व अभिनयाचा अपूर्व असा प्रभाव पडे व त्यामुळे इतर सर्व गवई-नट निष्प्रभ वाटू लागले. आपल्या गंधर्वतुल्य कंठाने, अभिनयाने आणि भुरळ पडणाऱ्या सौंदर्याने नारायणरावांनी सुमारे ३० वर्षे मराठी रंगभूमी गाजविली. त्यांच्या यशोदुंदुभीचा निनाद सर्व महाराष्ट्रभर दुमदुमला. महाराष्ट्राच्या नगरीनगरींतून त्यांच्या अनुपम, अपूर्व व चित्तवेधक संगीताचा आणि अभिनयाचा अनेक वर्षे बोलबाला सुरू होता.

शिकार व मल्लविद्या ह्या दोन गोष्टी छत्रपतींना प्रिय असत. त्यांना मल्लांचे व शरीर सामर्थ्य वाढविणाऱ्यांचे फार मोठे आकर्षण होते. ते स्वत: एक कुशल मल्ल होते. त्यांच्या धिप्पाड शरीराच्या मानाने त्यांची शक्तीही अचाट होती. सरपंच या नात्याने त्यांना कुस्ती सोडविण्याचे प्रसंग आले तेव्हा मोठमोठ्या मल्लांच्या चड्डीत हात घालून ते त्यांना सहज बाजूला उचलून ठेवीत. त्यांच्या अजब व विलक्षण शारीरिक सामर्थ्याविषयी तर अनेक आख्यायिका प्रसिद्ध आहेत. १८९८ साली त्यांनी चार बैलांची एक मोट सहज ओढली होती. शिकारीतही

त्यांनी वाघ, अस्वले यांच्याशी अनेक वेळा सामने करून अशीच अनेक अजब धाडसाची कृत्ये केली होती. कोल्हापूरच्या पागेला एकदा आग लागली असता शाहूंनी आपल्या हातांनी खूर धरून घोडे उचलून बाहेर काढले असे सांगतात !

स्वाभाविकपणे, शारीरिक शक्तीचे उपक्रम करणाऱ्या धाडसी पुरुषांविषयी गुणग्राहकता दाखवावी हे छत्रपतींना एक उचित कर्तव्य वाटे. ए. लॉरेन्स अथवा लाडीससाहेब ह्या तालीमबाज पहिलवानांचे शक्तीचे प्रयोग आणि त्यांनी २० मैल धावण्याच्या शर्यतीत मिळविलेले विजेतेपण यांविषयी ऐकून त्यांनी त्यांना सप्टेंबर १९०३ मध्ये पुण्याहून कोल्हापूरला बोलावून घेतले. लॉरेन्स हे राजपुत्रांना सायकल चालविण्यास शिकवीत. पुढे १९०५ सालच्या आरंभीच्या काळात छत्रपतींनी लॉरेन्स यांच्या वतीने भारतीय तरुणांना एक आव्हान दिले आणि त्यात म्हटले की, लॉरेन्स हे धावण्याच्या शर्यतीतून १९०५ च्या मार्चपासून निवृत्त होत आहेत. तरी ज्यांना धावण्याच्या शर्यतीचे त्यांचे आव्हान स्वीकारायचे असेल त्यांनी कोल्हापुरास यावे. काहींनी आव्हान स्वीकारले व ती २१ मैल धावण्याची शर्यत लॉरेन्स यांनी जिंकली. छत्रपतींनी खूष होऊन त्यांना एक चांदीचे पदक पारितोषिक म्हणून दिले. ही अपूर्व अशी शारीरिक कसरत जिंकल्यामुळे छत्रपतींनी लॉरेन्सला महाराणीच्या मोटारपुढे धावणारा मोटारसायकलस्वार म्हणून नेमले. थोड्याच दिवसांनी लाडीससाहेब यांना शाहूंनी सैन्यात जमादार म्हणून नेमले.[६]

शाहू छत्रपतींनी राज्यकारभारातील कुशलता, अचूक अंदाज आणि मनमिळावू स्वभाव या आपल्या गुणांनी ब्रिटिश मुत्सद्द्यांची मने जिंकली होती. त्यामुळे लॉर्ड लॅमिंग्टन हे मुंबई राज्यपालपदी आरूढ झाल्यावर त्यांनी २ ऑक्टोबर १९०४ रोजी कोल्हापूरला खास आगगाडीने येऊन भेट दिली. त्यांनी आल्बर्ट एडवर्ड इस्पितळाला भेट दिली व राजाराम महाविद्यालयातील पारितोषिक वितरण समारंभाचे अध्यक्षपद भूषविले. हिंदुस्थानात आल्यावर लॉर्ड लॅमिंग्टन हे शिक्षण संस्थेच्या सभेला उपस्थित राहिले अशी ही पहिलीच वेळ होय. प्रत्यक्ष सरकारी नियंत्रणाखालीच लोककल्याणाचे कार्य होते असे नाही, तर सार्वजनिकरीत्या ते करता येते, असा लॉर्ड लॅमिंग्टनचा विश्वास होता. त्यामुळे त्यांनी कोल्हापूरच्या आधिपत्याखाली असलेल्या जहागीरदारांना राजाराम महाविद्यालयाला पाठिंबा द्यावा अशी विनंती केली. कारण त्यांच्याच साह्याने कोल्हापूरच्या राज्यकर्त्यांने ते महाविद्यालय सुरू केले होते.

आपल्या भाषणात लॉर्ड लॅमिंग्टन पुढे म्हणाले, 'ह्या ना त्या कारणामुळे जहागीरदारांनी राजाराम महाविद्यालयाला गेली दोन वर्षे मदत केली नाही. ते महाविद्यालय जहागीदारांच्या सहकार्याने चालावे.' मेजवानीचे वेळी त्यांनी शाहू छत्रपतींना धन्यवाद दिले. त्यावेळी ते म्हणाले की, 'महाराजांनी स्वत:च्या जबाबदारीवर राज्याची सुधारणा केली आहे. कोल्हापुरातील बागबगिचा व रुग्णालय ही दोन्ही स्वच्छ व सुव्यवस्थित ठेवलेली पाहून त्यांनी समाधान व्यक्त केले. लोकांच्या चेहऱ्यावर त्यांना समाधान आणि आनंद दिसला. याचे सर्व श्रेय त्यांनी महाराजांच्या कल्याणकारक राजवटीला दिले. महाराज हे वसतिगृह असलेल्या शाळा काढण्यात कळकळ दाखवितात आणि मराठा वसतिगृहाचे ध्येय मागासवर्गीयांत शिक्षणाचा प्रसार करणे आहे हे पाहून ते शेवटी म्हणाले, 'महाराजांनी शिक्षण प्रसाराच्या बाबतीत सढळ हाताने खर्च करून जी काळजी घेतली आहे, त्याविषयी त्यांना धन्यवाद देण्याची मला संधी मिळाली म्हणून आनंद होत आहे. महाराज मनाने अतिशय उदार आहेत. पण मला आयुष्यात असा अनुभव आला आहे की, लोकांनी स्वत: त्याग केल्याशिवाय जी त्यांना संधी मिळते तिचा ते पूर्ण फायदा घेत नाहीत.'[७] शेतीची जनावरे व घोडे यांची निपज चांगली व्हावी आणि शेतकीत सुधारणा व्हावी म्हणून महाराज जी खटपट करीत होते त्याचा लॉर्ड लॅमिंग्टन यांनी आवर्जून उल्लेख केला.

ह्या काळात छत्रपतींनी आपले लक्ष पन्हाळ्यावरील चहाच्या लागवडीकडे वळविले होते. १९०४ च्या ऑक्टोबरमध्ये तेथील चहाची लागवड चांगल्या अवस्थेत पाहून त्यांना आनंद झाला. त्यावरून त्यांना वाटले की, आपला प्रयोग यशस्वी होईल आणि आपण चहाची मोठ्या प्रमाणात लागवड करू. मुंबई सरकारने शाहूंना वरिष्ठ न्यायालयाचे अधिकार देताना जो आदेश दिला होता त्या बाबतीत आता सरकारने त्या आदेशातील मुद्द्यांचे अधिक स्पष्टीकरण केले व जहागीरदार आणि शाहू छत्रपती यांमधील मतभेद मिटवून टाकले. शाहूंनी चातुर्याने, कळकळीने आणि मुत्सद्दीपणाने या प्रकरणी यश मिळविले. हा विजय साजरा करण्याच्या हेतूने शाहूंनी २ जानेवारी १९०५ रोजी खास दरबार भरवून जाहीर घोषणा केली की, फौजदारी संहितेच्या अन्वये वरिष्ठ न्यायालयाला जे फौजदारी अधिकार आहेत ते आपणांस मिळाले असून सर्व जहागिरीवर त्याचा अंमल लागू करण्यात आला आहे.

इंग्रज मुत्सद्द्यांच्या मनामध्ये शाहूंच्या व्यक्तिमत्त्वाचे व कर्तृत्वाचे महत्त्व दरवर्षी वाढत होते. साम्राज्याच्या सैनिक विभागामध्ये कार्यक्षमता वाढविण्यासाठी कोणते प्रयत्न करावेत ह्या प्रश्नाच्या बाबतीत सरकारने छत्रपतींचे मत घेतले.

१ जानेवारी १९०५ रोजी त्यांना ब्रिटिश सरकारने एम. ई. ओ. सी. ही पदवी अर्पण केली. दिवाण सबनीस यांना सरकारने 'रावबहाद्दूर' ही पदवी दिली. त्या महिन्यात शाहूंनी राजपुत्रासहित भावनगरला भेट दिली. त्यांचे मित्र भावसिंहजी यांनी त्यांना मित्रभावाने आमंत्रण दिले होते. तेथे त्यांचे भव्य आणि हार्दिक स्वागत करण्यात आले. महाराज भावसिंहजीनी आपल्या नवीन राजवाड्याचे नाव 'शाहू' असे ठेवले.

शाहू महाराजांनी ब्रह्मनाळकरस्वामींच्या शंकराचार्य पदाला मान्यता दिली नाही, तरी स्वामींनी श्रीविद्यानरसिंह भारती ह्या नावाने महाराष्ट्रात दौरा काढला. त्या दौऱ्यात प्रत्येक ठिकाणी स्वागत, मिरवणुका आणि पाद्यपूजेचे समारंभ ह्यांनी त्यांचा दौरा गजबजून गेला.[८]

ब्रह्मनाळकरांनी हुकेरी, ब्रह्मनाळ, तासगाव आणि औंध येथे केलेली भाषणे, त्यांचे हैद्राबादच्या निजामाने आपल्या राज्यात केलेले स्वागत, राक्षसभुवन आणि पुणे येथे त्यांनी दिलेली व्याख्याने, यांच्या प्रभावामुळे ते एक विजयी वीर पुरुष म्हणून गाजले. पुण्यात तर त्यांचा ब्राह्मण वीर म्हणून शिवरामपंत परांजपे, ढमढेरे, तात्यासाहेब खाजगीवाले आणि बाळासाहेब नातू ह्यांनी सत्कार केला. परंतु विशेष म्हणजे टिळकांनी शंकराचार्य ब्रह्मनाळकरांच्या सत्कारासाठी व स्वागतासाठी घरोघरी जाऊन वर्गणी जमा केली होती. पुण्यात ब्रह्मनाळकरस्वामींची मिरवणूक पालखीतून निघाली तेव्हा त्यांच्या पालखीस टिळकांनी थोडा वेळ खांदा दिला होता.[९] टिळकांच्या हस्ते पुण्यात ब्रह्मनाळकरांना एक मोठी थैली अर्पण करण्यात आली. ह्यापूर्वी थोडे दिवस अगोदर विनायकराव जोशी तथा साखरेबुवा ह्यांनी शंकराचार्य ब्रह्मनाळकर ह्यांच्याकडे टिळकांनी पंचहौद प्रकरणात प्रायश्चित्त न घेतल्यामुळे आता त्यांना प्रायश्चित्त घेण्यास भाग पाडावे अशी फिर्याद केली होती. त्यावेळी नाखूष होऊन, ब्रह्मनाळकर शंकराचार्य म्हणाले, 'टिळक मला सर्व प्रकारे साहाय्य करीत आहेत. पाच–दहा हजार रुपये मिळवून देणारे आहेत. त्यांच्याविरुद्ध तुम्ही हे काय करीत आहोत ?' असे म्हणून त्यांनी आपली छाटी साखरेबुवांपुढे पसरून 'फिर्याद काढून घेण्याची तेवढी मला भिक्षा घाला,' असे म्हणाले, द्रव्यलोभाने ब्रह्मनाळकर शंकराचार्यांच्या गादीस बट्टा लावीत आहेत, अशी साखरेबुवांनी शंकराचार्य ब्रह्मनाळकर यांची संभावना केली आहे.[१०]

त्यानंतर ब्रह्मनाळकरांनी सातारा, फलटण, महाड आदी शहरांना भेट दिली. प्रत्येक ठिकाणी दिग्विजयी ब्राह्मण वीर म्हणून त्यांचे टोलेजंग स्वागत करण्यात आले. त्यांनी शाहू छत्रपतींचे वेदोक्ताचे अधिकार अमान्य करून त्यांचे

क्षत्रियत्व मान्य करावयास स्पष्ट नकार दिला होता. त्यामुळे शंकराचार्य ब्रह्मनाळकर यांच्या स्वागतात ब्राह्मण समाजाने उत्साहाने भाग घेतला होता. ब्रह्मनाळकर हे शाहू छत्रपतींच्या बाबतीत एवढेच बोलून थांबले नाहीत तर त्यांनी शिवाजी हा क्षत्रियेतर आहे असेही जाहीर केले. महाड येथील आपल्या वास्तव्यात त्यांनी असे विधान केले की, शिवाजीने गागाभट्टाला लाच देऊन आपले क्षत्रियत्व त्याच्याकडून मान्य करून घेतले. त्यामुळे शिवाजीच्या घराण्याचा सत्यानाश झाला.[११]

टिळकांनी एका बाजूने शिवाजी उत्सव सुरू करून शिवाजी ही राष्ट्रीय विभूती आहे, अशी स्तुती करावी आणि दुसऱ्या बाजूने आपले लाडके ब्राह्मणवीर शंकराचार्य ब्रह्मनाळकर ह्यांनी शिवाजीची निर्भर्त्सना केलेली पाहावी व ऐकावी ही गोष्ट विचित्र नव्हे काय ? शंकराचार्यांनी शाहूंवर हल्ला चढवून त्यांनी शिवाजीवरही शिंतोडे उडविले. शंकराचार्यांच्या महाड येथील भाषणावर टीका करताना 'सुबोध पत्रिके' ने २८ फेब्रुवारी १९०४ च्या आपल्या अंकात असे म्हटले की, 'त्यांनी महाडास जे व्याख्यान दिले ते वाचून पाहता, त्यावरून त्यांचा दुराग्रही स्वभाव व धर्ममते याविषयी अनुदार वृत्ती, इतिहासज्ञानाचा अभाव, प्रस्तुत धर्मविषयक चळवळीविषयी अक्षम्य अज्ञान इत्यादी अनेक गोष्टी दिसून येतात.' 'सुबोध पत्रिके'ने पुढे असेही म्हटले की, 'स्वामींनी आपण सर्व जातीचे गुरू आहोत हे विसरता कामा नये. स्वामींचे वर्तन समबुद्धीचे नाही.' महाड येथील कायस्थप्रभूंनी शंकराचार्यांची पाद्यपूजा पुराणोक्त पद्धतीने करावयास साफ नकार दिला. कारण शंकराचार्यांनी कायस्थप्रभूंना आपली वेदोक्तरितीने पाद्यपूजा करावयास नकार दिला होता.[१२]

ह्या महान दौऱ्यामुळे ब्रह्मनाळकरांना शंकराचार्य म्हणून धन, कीर्ती व प्रतिष्ठा प्राप्त झाली. अखिल महाराष्ट्रात वीर म्हणून त्यांचा जयजयकार झाला. परंतु वृद्ध भिलवडीकरस्वामींना काही हे उघड्या डोळ्यांनी पाहवेना. शिष्याने सर्व सत्ता तर बळकाविलीच, त्याला वैभव प्राप्त झाले आणि देणग्याही त्यानेच गिळंकृत केल्या ! गुरुस्वामी पैशाच्या अडचणीत होते. परंतु शिष्यस्वामीने आपणांस प्राप्त झालेल्या संपत्तीचा योग्य वाटा गुरुस्वामींना दिला नाही. हो ना करता जे काही दिले ते एवढेच की, पैठणच्या जलाचे त्यांना मंगल स्नान घातले व त्यांची भक्तिभावाने पाद्यपूजा करून त्यांच्या हातावर केवळ ५०० रुपयांची गुरुदक्षिणा ठेवली.[१३]

गुरुस्वामींनी आपल्या विजिगीषू शिष्यास ५ नोव्हेंबर १९०३ रोजी एक पत्र लिहिले. त्यांत त्यांनी म्हटले की, आपणांस वेदोक्त विषयक तंट्याचा निर्णय

करावयाचा असल्यामुळे शिष्यांनी संकेश्वरला यावे. कोल्हापूरच्या तीन पुरोहितांनी केलेले आवेदन गुरुस्वामींकडे तसेच अनिर्णीत पडलेले होते. पण विजयाच्या त्या उन्मादात व धुंदीत शंकराचार्य ब्रह्मनाळकर ह्यांना गुरुस्वामींच्या म्हणण्याकडे लक्ष द्यावयास सवड झाली नाही. त्यामुळे चिडून जाऊन गुरुस्वामींनी १९०४ च्या जूनमध्ये कोल्हापूरजवळच्या कोळंबी गावी छत्रपतींशी वेदोक्त प्रकरणासंबंधी समेट करण्याचा यशस्वी प्रयत्न केला. गुरुस्वामींनी वैदिक मंत्र म्हणून छत्रपतींना आशीर्वाद दिला व त्यांना बहुमानाचा पोशाखही अर्पण केला. परंतु छत्रपतींचे नुसत्या शाब्दिक आशीर्वादाने समाधान झाले नाही. समेटाला शंकराचार्यांची मंजुरी पाहिजे होती. कारण गुरुस्वामींनी आपली सत्ता शिष्यस्वामी शंकराचार्य ह्यांना सुपूर्त केलेली होती.

शंकराचार्य ब्रह्मनाळकरांना तो समेट मान्य झाला नाही. त्यामुळे त्यांनी त्या समेटावर सही करण्याचे नाकारले. गुरुशिष्यांत आता तीव्र स्वरूपाचे मतभेद उद्‌भवले. त्या दोघांतील मतभेद टिळक मिटविणार आहेत अशी आवई उठली होती. परंतु तो प्रयत्न निष्फळ ठरला. गुरुस्वामी नि शंकराचार्य यांच्यामधील मतभेदाचे स्वरूप नेमके कोणते आहे याची कल्पना नसलेल्या कोल्हापूरच्या ब्राह्मणांनी आपली चुकीची समजूत करून घेतली होती. त्यांना वाटले की, गुरुस्वामी हे, कोल्हापूरच्या ब्राह्मणांची जप्त झालेली मालमत्ता छत्रपतींनी परत करावी म्हणून आग्रह धरीत आहेत व त्यांना कोल्हापूरमधील मठाच्या मालमत्तेचा मुळीच मोह नाही.

शंकराचार्यांनी वर उल्लेखिलेल्याप्रमाणे गुरुस्वामीना मंगल स्नान घातले. त्याच्या दुसऱ्या दिवशी भिलवडीकरस्वामी शिष्याला म्हणाले, 'कोल्हापुरातील वेदोक्त तंट्याबाबत माझ्याकडे दोन्ही बाजूंचे अर्ज आलेले आहेत. त्यांचा निर्णय करावयाचा आहे. शिवाय आपण आल्यावर ह्या प्रकरणाचा निकाल लावू असे अर्जदारांना मी कळविले आहे. आणि मी तर शिक्कामोर्तबसहित सर्व अधिकार आपणांस दिलेले आहेत.' इतके बोलून ते सर्व अर्ज त्यांनी ब्रह्मनाळकरांच्या स्वाधीन केले व त्यांचा निर्णय धर्मशास्त्राप्रमाणे करण्यास आज्ञा केली. मात्र हा निर्णय करताना कोल्हापूर मठाची मालमत्ता जप्त झालेली आहे ही गोष्ट त्यांनी लक्षात ठेवावी, असेही त्यांना निक्षून सांगितले.[१४] परंतु ब्रह्मनाळकरांनी त्या बाबतीत एप्रिल १९०५ पर्यंत काहीच केले नाही. कारण राजोपाध्ये प्रकरण हिंदी सरकारकडे विचाराधीन होते व त्या निकालाची ते वाट पाहत बसले होते.

सन १९०५ च्या फेब्रुवारी महिन्याच्या दुसऱ्या पंधरवड्यात शाहू छत्रपती यांना चिंचली येथील यात्रेच्या वेळी अपघात झाला. त्या यात्रेत तरुण

घोड्यांची एक जोडी विकावयास आली होती. महाराज त्यांची परीक्षा करीत असता घोड्यांनी उडी मारली. त्यांनी लगाम ओढली, पण ती तत्क्षणीच तुटली आणि गाडी निवडुंगाच्या झुडपातील खड्ड्यात पडली. गाडीचा चक्काचूर झाला. छत्रपतींना त्या खड्ड्यातून मोठ्या युक्तीने बाहेर काढण्यात आले. त्यांना जबरदस्त दुखापत झाल्यामुळे ते बेशुद्ध पडले होते. महाराजांना ब्रँडीचा एक घुटका पाजावा असे भोवतालच्या लोकांचे बोलणे चालले होते. परंतु 'ब्रँडी' हा शब्द त्यांच्या कानावर पडता क्षणीच ते एकदम शुद्धीवर आले व ताडकन ओरडले, 'काही झाले तरी मी दारूला केव्हाही स्पर्श करणार नाही !' मद्यपानाची त्यांना अगदी घृणा होती.

ह्या अपघाताविषयी क्लॉड हिल्ल यांना माहिती देताना आपल्या २८ फेब्रुवारीच्या पत्रात शाहू शांतपणे म्हणतात, 'मला फारशी दुखापत झाली नाही. मात्र सर्व शरीरभर निवडुंगाचे काटे रुतले. ते मांसात आत बरेच रुतल्यामुळे मला त्रास होत आहे. आणि त्यामुळे मी सहजासहजी हालचाल करू शकत नाही.' डॉक्टरांना ते काटे काढावयास एक आठवडा लागला. शाहूंनी ते दुःख शांतपणे कसे सोसले याचे त्यांना आश्चर्य वाटले. त्या आठवड्यात त्यांचा चेहरा हसतमुख होता आणि काट्यावाचून गुलाब नाही हेच जणू त्यांचा चेहरा दर्शवीत होता.

राजोपाध्यांच्या प्रकरणाचा हिंदी सरकार निर्णय काय करते याची छत्रपतींना चिंता लागून राहिली होती. तरी त्या चिंताग्रस्त स्थितीत त्यांची इतर कामे सुरू होतीच. एप्रिल १९०५ च्या अखेरीस त्यांनी शिरोळ स्टेशनजवळ कापडाच्या गिरणीचे उद्घाटन केले. शिवाय नरसोबाची वाडी येथे त्यांनी एक धर्मशाळा प्रवाशांना खुली केली.

शाहू छत्रपती हे अंजनीबाई मालपेकर ह्या सुप्रसिद्ध गायिकेच्या शास्त्रीय संगीताने मंत्रमुग्ध झाल्यामुळे त्यांनी एका आपल्या राजवाड्यासमोर खास शामियाना उभारून तिची एक संगीत मैफल केली. तिच्या संगीतावर ते इतके प्रसन्न झाले की, आपल्या मुंबईतील मुक्कामात ते कधीमधी तिच्या निवासस्थानाला भेट देत असत. पुढे काही दिवसांनी त्यांनी तिला भेटीदाखल अनेक वस्तू दिल्या. त्यांत एक पोपट, एक कुत्र्याचे पिल्लू एक मौल्यवान तंबोरा ह्या वस्तू होत्या. एके दिवशी तिच्या निवासस्थानाचा जिना चढत असताना छत्रपतींचा पाय घसरून ते पडले. त्यावर कोणीतरी त्यांना विचारले की, 'आपण जिन्यावरून पडलात काय ?' तेव्हा ते हसत हसत म्हणाले, 'थोर पुरुषांचे पतन कधी होत नाही, त्यांचा तोल जातो !'[१५]

ह्या सुमारास छत्रपतींनी जैन वसतिगृहाच्या इमारतीचे उद्‌घाटन केले. ते वसतिगृह दक्षिण मराठा जैन असोसिएशनने शाहूंनी देणगी म्हणून दिलेल्या जागेवर बांधले होते. त्या संस्थेचे कार्यवाह आण्णासाहेब बाबाजी लठ्ठे हे होते. सदर जैन असोसिएशनचे अभिनंदन करून शाहू म्हणाले की, ब्रिटिश राजवटीचे जे काही परिणाम झाले त्यांपैकी मागास जातीच्या उद्धाराचे कार्य सुरू झाले हा एक होय. युगायुगांतून चालत आलेल्या त्या वर्गाच्या बौद्धिक आणि सामाजिक गुलामगिरीच्या अंताचा आरंभ झाला. आपल्या भाषणात छत्रपती पुढे म्हणाले, 'ह्या वसतिगृहाच्या संस्थापनेचे फारसे श्रेय मला नाही हे मी खात्रीने सांगू शकतो. तथापि मागासवर्गाला सतत उत्तेजन देण्याचे मी ठरविले असल्यामुळे माझ्या प्रयत्नास फार मोठे यश आले नाही तरी जी काही थोडी त्यांची प्रगती होत आहे ती पाहून मला थोडा आनंद व अभिमान वाटतो.'[१६] त्या वर्षाच्या पब्लिक सर्व्हिस परीक्षेत मागासवर्गीय इच्छुक उत्तीर्ण झालेले पाहून छत्रपतींना अतिशय आनंद झाला. त्या परीक्षेस बसलेल्या इच्छुकांपैकी जवळ जवळ अर्धे इच्छुक ब्राह्मणेतर होते. आणि त्या परीक्षेत पहिला क्रमांक पटकावलेला इच्छुक ब्राह्मणेतरच होता. ब्राह्मणेतर विद्यार्थी व तरुण आपली ही प्रगती अशीच पुढे चालू ठेवतील अशी त्यांनी आशा व्यक्त केली. शाहू महाराजांच्या अधिकारप्राप्तीच्या वेळी १० ब्राह्मणेतर कारकून होते. १९०५ साली कारकुनांची एकूण संख्या ६०० होती. त्यांपैकी ब्राह्मणेतर कारकून ६० होते.

सन १९०५ च्या मे मध्ये राजोपाध्ये यांच्या प्रकरणी हिंदुस्तान सरकारचा निर्णय जाहीर झाला. त्यावेळी महाराज्यपाल लॉर्ड कर्झन यांच्या सरकारने कोल्हापूर दरबाराचा निर्णय पक्का केला. हा निर्णय जाहीर करून भारत सरकारने राजोपाध्ये यांच्या अन्याय्य मागणीला कायमची मूठमाती दिली. राजोपाध्ये यांचे पाठीराखे व चिथावणी देणारे लोक यांना निराशेचा पक्षाघातच झाला असावा. 'केसरी'ने त्या निर्णयासंबंधी संताप व्यक्त करून तो निर्णय अन्यायाचा व निलाजरेपणाचा आहे अशी त्याच्यावर टीका केली. प्राचीन काळी अशा प्रकारे राजाचे वर्तन घडले असता, ब्राह्मण त्या राजाला पदच्युत करीत किंवा अन्य तऱ्हेने ताळ्यावर आणीत. ब्रिटिशांच्या सार्वभौम सत्तेमुळे असा अधिकार प्रजेला राहिलेला नाही. ब्रिटिश सत्ता जनतेच्या गाऱ्हाण्यांकडे लक्ष देत नाही. याविषयी 'केसरी'ला दुःख झाले. 'केसरी'ने पुढे म्हटले की, राजोपाध्यांचे इनाम संस्थानात सामील झाले, ह्याच न्यायाने पुढेमागे कोल्हापूर संस्थान इंग्रजी राज्यात सामील झाल्यास त्याबद्दल लोकांसही समाधानच वाटेल.[१७]

प्रा. विजापूरकर हे राजोपाध्यांचा सपशेल पराभव झाला म्हणून गोंधळून

गेले व जुलै १९०५ च्या ग्रंथमालेत त्यांनी म्हटले की, '१९०५ चा मे महिना १९०३ च्या ऑक्टोबरप्रमाणे येथील बहुतेक ब्राह्मणवर्गास उदास वाटला.' राजोपाध्ये यांचे सांत्वन करताना ते म्हणाले, 'गतं न शोच्यं' त्या वेळचा आशातंतू तुटून आता या प्रकरणाची इतिश्री झाली, हे मानून राजोपाध्ये यांनी समाधानी वृत्तीने राहावे. ह्या वेदोक्त प्रकरणामुळे राजोपाध्ये ह्यांना ३० हजारांच्या वार्षिक उत्पन्नास मुकावे लागले. महाराजांनी तात्याराव जोशीराव नावाच्या पुरोहिताची राजोपाध्ये यांच्या जागी नेमणूक केली आणि शिवाय दरबारने मासिक २५० रुपयांची नेमणूक त्यांना वंशपरंपरेने करून दिली. हे जोशीराव वेदोक्त प्रकरणाच्या वादविवादात छत्रपतींचे पाठीराखे होते. त्यामुळे त्यांना मिळावयाचे मासिक वेतन त्यांच्या वंशजांनाही सुरू राहील असे छत्रपतींनी ठरविले.

आपला विजय झालेला पाहून कोल्हापूरच्या दरबारला साहजिकच आनंद झाला. समाधानही झाले. फेरिस यांनी ब्रिटिश सार्वभौम राजे यांच्या वाढदिवसानिमित्त २६ जून १९०५ रोजी कोल्हापूरला दरबार भरविला. बापूसाहेब घाटगे ह्यांना सी. आय. ई. ए. प्रमाणपत्र देताना फेरिस यांनी त्यांचे वर्णन, शाहू छत्रपतींचा निष्ठावंत बंधू, एकनिष्ठ प्रजानन आणि सरदार असे केले. दिवाण सबनीस यांचा गौरव करताना फेरिस म्हणाले की, 'हिंदी साम्राज्यातील एक उत्तम कारभारसंपन्न संस्थान म्हणून कोल्हापूरची आज जी सुस्थिती आहे, ती सबनीस यांनी आपल्या वैशिष्ट्यपूर्ण कर्तृत्वाने व पारदर्शी दृष्टीने कोल्हापूर राज्याला अनेक अडचणींतून पार पाडल्यामुळे लाभली आहे.' फेरिस आपल्या भाषणाचे शेवटी म्हणाले, 'सबनीस यांनी आपली सर्व शक्ती एकवटून आणि आपल्या स्वत:च्या फायद्याकडे लक्ष न देता नि:स्वार्थ बुद्धीने कोल्हापूरची सेवा केली आहे यात संदेह नाही.'[१८]

मध्यवर्ती सरकारने राजोपाध्ये प्रकरणी दिलेल्या निर्णयाची वार्ता सर्व महाराष्ट्रात वाऱ्याच्या वेगाने पसरली. गुरुस्वामीला कोल्हापूरच्या मठाच्या मालमत्तेला मुकवण्याचा डाव शिष्यस्वामी ब्रह्मनाळकर यांनी मनात रचला होता. आता त्यांना राजोपाध्ये यांच्या पराभवाची बातमी कळताच त्यांनी कोल्हापूरच्या मठाचे अनुदान, इनाम गावे, पैसाअडका वगैरे मालमत्ता ही स्वत:च बळकावून बसण्याच्या हेतूने आपला डाव साधण्याचे ठरविले. धार्मिक व पारलौकिक संस्थेच्या ह्या धर्मगुरूने म्हणजे शंकराचार्याने सभासभांतून व गावागावांतून शाहू छत्रपती हे शूद्र आहेत असे गर्जून सांगितले होते. त्याच गुरूने आता आपली पवित्र शास्त्रे व धर्मतत्त्वे गुंडाळून कोल्हापूरच्या सरहद्दीकडे धाव ठोकली आणि स्वत:च्या हिताच्या दृष्टीने सौदा करण्यासाठी छत्रपतींशी बोलणी सुरू केली.

मध्यंतरीच्या काळात गंगाधरपंत देशपांडे यांनी, छत्रपतींचे वेदोक्त अधिकार गुरुस्वामींनी मान्य करावेत अशी तडजोड घडवून आणण्याचे प्रयत्न केले. त्या उद्देशाने गंगाधरपंत देशपांडे यांनी गुरुस्वामींचे स्नेही बाळशास्त्री तेलंग यांना ३ हजार रुपयांची रक्कम दिली आणि गुरुस्वामीवरील आपले वजन खर्च करून ती तडजोड घडवून आणावी अशी तेलंगांना विनंती केली. तेलंग हे सांगलीजवळील हरिपुरा गावी राहत होते. काशीचे कृष्णानंदस्वामी यांना बाळशात्री तेलंगांकडे नेऊन क्षत्रियांच्या वेदोक्त अधिकारांना पाठिंबा देणारे शास्त्रातील पुरावे पुरविण्यासाठी देशपांडे यांनी सिद्धता दर्शविली होती. बाळशास्त्री यांनी पैसे मात्र घेतले,[१९] पण क्षत्रियांच्या वेदोक्त अधिकारांना पाठिंबा दिला नाही. भारतातील हे धर्मशास्त्री आणि शंकराचार्य यांचा पाठिंबा किंवा विरोध हा तत्त्वावर अधिष्ठित नसून तो धनाच्या राशीवर अधिष्ठित असे हे उघड आहे. असे होते त्या काळच्या भारतातील हिंदु पुरोहित, धर्मशास्त्री आणि धर्मगुरू !

ब्रह्मनाळकर आणि छत्रपती यांच्यामधील तडजोडीच्या बोलण्याला शिरोळ पेट्यातील उदगाव येथे अंतिम स्वरूप प्राप्त झाले. त्याप्रमाणे १० जुलै १९०५ रोजी शंकराचार्य नाक मुठीत धरून शाहूंकडे गेले व भोसले हे क्षत्रिय असून त्यांना वेदोक्ताचे पूर्ण अधिकार आहेत असे जाहीर केले ! छत्रपतींनी सरदार व जहागीरदार यांना दिलेल्या सर्व सनदांचा आणि जहागीरदारांनी छत्रपतींना पाठविलेल्या पत्रांचा ऐतिहासिक पुरावा शंकराचार्यांनी तपासून पाहून तो निर्णय दिला. त्या सर्व सनदांतून आणि पत्रांतून सर्व जहागीरदारांनी कोल्हापूरच्या महाराजाचे वर्णन 'क्षत्रियकुलावतंस'[२०] असे केलेले आढळून आले. जहागीरदारांनी छत्रपतींचे क्षत्रियत्व मान्य केले होते हे यावरून सिद्धच होते.

उदगाव येथे झालेल्या करारात शंकराचार्य ब्रह्मनाळकरस्वामींनी, आपली नियुक्ती करताना चुकीची पद्धत अवलंबिली गेली याविषयी क्षमा करावी असे म्हटले होते. त्यामुळे शाहू छत्रपतींनी प्रसन्न होऊन १० सप्टेंबर १९०५ या दिवशी कोल्हापुरातील शंकराचार्यांच्या मठाची मालमत्ता ब्रह्मनाळकर श्री विद्यानरसिंह भारती यांच्या स्वाधीन केली.[२१] आपण मठाच्या बाबतीतले सर्व नियम पाळू व त्याप्रमाणे वर्तन करू असे अभिवचन ब्रह्मनाळकरस्वामींनी शाहू महाराजांना दिले. करारात म्हटले होते की, महाराजांचे क्षत्रियत्व आणि त्यांचे वेदोक्त अधिकार शंकराचार्यांना मान्य आहेत. शंकराचार्यांनी अशी शरणागती पत्करल्यावर कराराप्रमाणे त्यांनी कोल्हापुरातील ब्रह्मवृंदांना तशी वेदोक्त प्रकरणी आज्ञा केली. अशा रितीने गेली ७ वर्षे चाललेल्या कडवट धर्म संग्रामाचा व सामाजिक संगराचा शेवट झाला.

आता दरबारच्या मते ब्रह्मनाळकरस्वामी हे संस्थानशी एकनिष्ठ सेवक झाले व आपल्या विद्वत्तेने, पांडित्याने व वर्तणुकीने शंकराचार्यपदाला लायक ठरले ! सरते शेवटी कोल्हापूरच्या ब्राह्मणांनी वेदोक्त प्रकरणातील बुद्धिवाद मान्य केला व ते उदगावच्या त्या ऐतिहासिक निर्णयाला शरण गेले. त्यांनी २० डिसेंबर १९०५ रोजी एक जाहीर सभेत एक ठराव संमत करून त्यावर गंभीरपणे पण अनिवार्य म्हणून सह्या केल्या. छत्रपतींनी हा संस्मरणीय असा ब्राह्मणांवर ऐतिहासिक विजय मिळविला. विजय हा नेहमीच समर्थनीय असतो असे नाही. परंतु हा विजय समर्थनीय असून तो भारताच्या इतिहासात अपूर्व असा ठरला. कारण, आपणांस भूदेव समजणाऱ्या ब्राह्मणांना एका राजाच्या धार्मिक बाबतीतील निर्णयास मान तुकवावी लागली. 'नन्दान्तं क्षत्रिय कुलम्' हे आवर्जून सांगणारे ब्राह्मणांचे सर्व ग्रंथ खोटे ठरले. हे ऐतिहासिक सत्य पटवून देणारा एक धीर, वीर राजपुरुष सामाजिक समतेसाठी बंड करणाऱ्या महाराष्ट्रातच निर्माण झाला अशी इतिहास ग्वाही देईल.

महाराष्ट्रातील ब्राह्मण जगताने शिरोधार्य मानलेल्या ब्रह्मनाळकरस्वामींनी छत्रपतींना संपूर्ण शरणागती दिल्यामुळे पराभूत आणि शरमिंधे झालेले प्रा. विजापूरकर यांनी प्रार्थना केली की, ब्राह्मणी पुरोहितांची जप्त केलेली उत्पन्ने ज्यांची त्यांच्याकडे चालवून सर्व प्रजाजनांचा दुवा श्री मन्महाराज छत्रपती सरकार यांनी घ्यावा. जणू काही जप्त झालेल्या मालमत्तेत सर्व प्रजेचेच हित अडकलेले होते ! प्रा. विजापूरकर हे तसे अनेक दृष्टींनी भले गृहस्थ होते. ते नेमस्त, उद्योगशील आणि देशाभिमानी होते. 'शंकराचार्यांचे पहिले बोलणे किती जोराचे, उत्पन्नाबद्दल केवढी बेफिकीरी ! पुढे गुपचूपपणे प्रकरण मिटविण्यात घाई' असा टाहो फोडून विजापूरकरांनी दु:खी व्हावे हे स्वाभाविक होते. वेदोक्त प्रकरणातील दारुण पराभवामुळे 'केसरी' आणि 'काळ' यांची उडलेली त्रेधा पाहून विजापूरकरांना अगदी रडू कोसळले.[२२] ज्या 'केसरी'ने आणि 'काळ' पत्राने ब्रह्मनाळकरांवर स्तुतिसुमनांचा वर्षाव केला होता, त्यांचे देव्हारे माजविले होते, त्यांनी ब्रह्मनाळकरांवर स्तुतिसुमनांचा वर्षाव केला होता, त्यांचे देव्हारे माजविले हाते, त्यांनी ब्रह्मनाळकरांच्या शरणागतीची वर्ता ऐकताच, ब्रह्मनाळकर हे पक्के स्वार्थपरायण पुरुष आहेत असे म्हणून त्यांचा धिक्कार केला. त्या हताश स्थितीत विजापूरकरांनी, शाहूंनी केलेल्या अविरत झगड्याबद्दल त्यांचे गोडवे गायिले.

आपल्या स्वार्थाला अनुकूल तोपर्यंत शंकराचार्यांची किंमत नाहीतर ते कवडीमोल हे ब्रह्मनाळकरांच्या ब्राह्मण चाहत्यांचे धोरण उघड झाले. सेनापती पटवर्धन ह्यांनी अठराव्या शतकाच्या उत्तरार्धात शंकराचार्यांचा मठ लुटला व

जाळून टाकला हे त्याचे उत्तम उदाहरण आहे. शाहूंनी युक्तीने नि सावधपणे वेदोक्त प्रकरण हाताळून विजय मिळविला आणि आपल्या अंगी सामर्थ्य व नेतृत्वास लागणारे गुण आहेत हे सिद्ध केले. 'केसरी' व 'काळ' यांच्यासंबधी विजापूरकर पुढे म्हणाले : 'धर्माभिमानी म्हणविणाऱ्या पुणेकर पत्रांचीही त्रेधा उडून गेली आहे. त्यांनी वेदोक्त मागण्याबद्दल ते अशास्त्र म्हणून महाराजप्रभूती मंडळींची टर उडविली व शिष्यस्वामीचे पहिल्या रंगावर जाऊन त्यांचे देव्हारे माजविले, त्यांपैकी एकाने मूकभाव धारण केला व दुसऱ्याने टोपी फिरवली. मिळून खरे बोलावे तरी चोरी, खोटे बोलावे तरी पंचाईत, असा सर्वांचा सावळागोंधळ होऊन गेला आहे.'

वेदोक्त प्रकरणाविषयी लिहिताना टिळक चरित्रकार साहित्यसम्राट केळकर यांनी म्हटले की, 'वेदोक्त केल्याने क्षत्रिय व ब्राह्मण एक जात होणार होते असे नाही.' 'मराठ्यांची ही मागणी न्याय्य अगर अन्याय्य कशीही असली तरी आजपर्यंतच्या परंपरेच्या व वहिवाटीच्या सर्वस्वी विरुद्ध व निव्वळ दांडगाईची होती.' असे सांगून केळकर पुढे छत्रपतींविषयी म्हणतात, 'सर्व जाती मोडून एक जात करावी असे प्रतिपादिले, तरी ते शक्य आहे की नाही हा प्रश्न उरतोच व आपले सर्व आयुष्य व राज्यसत्तेचे बळ खर्च करून जातिभेद मोडण्याची सामाजिक सुधारणा करण्याचा 'प्रयोग' मौजेखातर करून पाहिला.'^{२३} 'सर्व आयुष्य व राजसत्तेचे बळ खर्च करून जातिभेद मोडण्याची सामाजिक सुधारणा करण्याचा प्रयोग करणारा' छत्रपती हे केळकरांनी त्यांना दिलेले दूषण छत्रपतीचे भूषण ठरले आहे, हे नवमहाराष्ट्रास सांगण्याची आवश्यकता नाही.

ह्या प्रकरणात समाजसुधारक राजारामशास्त्री भागवत ह्यांनी ब्राह्मणेतरांची बाजू घेतल्यामुळे वाईचे 'धर्म'मार्तंड भाऊसाहेब लेले यांनी भागवतांचा धिक्कार केला व शिवाजी हा क्षत्रियेतर होता असे म्हटले. शिवरामपंत परांजपे ह्यांनी भागवतांवर हल्लाच चढविला तर वि. का. राजवाडे व डॉ. श्री. व्यं. केतकर यांनी परांजपे यांची री ओढली.^{२४} वैदिक संस्कृती नि वैदिक राष्ट्रीयत्व ही ठळकपणे उमटून पडतील अशा रितीने चातुर्वर्ण्य राखण्याची शपथ घेतली पाहिजे,^{२५} अशीच अण्णासाहेब पटवर्धनांची विचारसरणी होती.

अशा रितीने ज्यांनी वेदोक्त प्रकरणी ब्राह्मणांची बाजू उचलून धरली त्या टिळक, इतिहासकार राजवाडे व डॉ. केतकर ह्या नामांकित थोर पंडितांची आणि दुसरे काही प्रसिद्ध-अप्रसिद्ध छोटे पंडित व पुढारी यांची ही परंपरावादी विचारसरणी होती. सामाजिक समता व मानवी प्रतिष्ठा यांच्या मागणीचा आक्रोश त्यांच्या हृदयाला ऐकू गेलाच नव्हता. हिंदी राष्ट्रवादाची पार्श्वभूमी आणि

आपल्याला अधिक चांगली वागणूक मिळाली पाहिजे अशी ब्राह्मणेतरांमध्ये झालेली सामाजिक जागृती ह्या गोष्टी त्यांनी लक्षात घेतल्या नाहीत. नव्हे त्यांना कालज्ञानाचे नीट आकलन झाले नाही हे ह्यावरून दिसून येते. वेदोक्त प्रकरणी नरमगरम सहानुभूती दाखविणाऱ्या काही गृहस्थांनी असे म्हटले आहे की, महाराज सयाजीराव गायकवाड यांचे वेदोक्त प्रकरणी धोरण शांतपणाचे व विवेकाचे होते. दोन्ही संस्थानांची सामाजिक स्थिती व इतिहास ही एकाच प्रकारची नव्हती, त्यामुळे असे म्हणणे बरोबर नाही. अप्रत्यक्षपणे ते असे सुचवितात की, वेदोक्त प्रश्न सोडविण्यात शाहूंची वर्तणूक अंमळ घाईची आणि उग्र स्वरूपाची होती. उलटपक्षी ह्या प्रकरणी शाहूंनी योजलेल्या युक्त्या, दाखविलेली चिकाटी आणि दिलेली तोडीस तोड दिसून येते. शिवाय बडोदे सरकार महाराष्ट्राबाहेर होते. तेथे पूर्वी पेशवाईत उद्‌भवली तशी कडवट ग्रामण्ये उद्‌भवली नव्हती आणि तेथे जातिछळही झाला नव्हता. येथे कोल्हापूर विरुद्ध पुणे अशी ही जुनी लढाई नवमहाराष्ट्रात पुन्हा झाली. ब्राह्मण आणि अन्य ज्ञाती यांच्यामध्ये सामाजिक प्रतिष्ठा व 'सामाजिक समता' हे मानबिंदू होऊन बसले होते.

ह्या तंट्याच्या निर्णयामुळे ब्रह्मनाळकरस्वामी यांची शंकराचार्यांच्या गादीवरची नियुक्ती पक्की झाली. भिलवडीकरस्वामींची दारुण निराशा झाल्यामुळे त्यांनी ११ नोव्हेंबर १९०५ रोजी ब्रह्मनाळकरस्वामींना शंकराचार्य पदावरून पदच्युत केले आहे, असा जाहीरनामा काढला. यावर ब्रह्मनाळकरांनी असे उत्तर दिले की, आपणांस शंकराचार्य म्हणून निवडल्यानंतर गुरुस्वामीला कोणत्याही प्रकारचा अधिकार राहिला नाही; म्हणून हे आज्ञापत्र निरर्थक आहे. त्यामुळे अधिक चिडून जाऊन ३० एप्रिल १९०६ रोजी ब्रह्मनाळकरांना जातिबहिष्कृत केले आहे असा पुन्हा जाहीरनामा काढला. ब्रह्मनाळकरांना जातिबहिष्कृत केल्यावर गुरुस्वामी भिलवडीकर यांनी २४ ऑगस्ट १९०६ रोजी दुसऱ्या एका शिष्याला दीक्षा दिली. हिंदुधर्माचे जगद्‌गुरू हे लोभीष्ट असून द्रव्यलोभाच्या आशेने भयंकर अवनतीला त्या काळी पोहोचले होते हे उघड झाले. त्याग आणि खऱ्या मानवधर्माची शिकवण ह्या गोष्टी त्यांच्या ध्यानीमनीही नव्हत्या. मात्र येथे हे नमूद केले पाहिजे की, वेदोक्त प्रकरणात कुरुंदवाडचे (थोरली पाती) श्रीमंत बाळासाहेब ह्यांनी शंकराचार्यांच्या असमंजस धोरणाचा निषेध केला होता. काही ब्राह्मणांना शंकराचार्यांची बाजू चूक आहे असे वाटत असतानासुद्धा त्यांनी मौन पाळले.

१९०५ च्या डिसेंबर महिन्यात वेदोक्त प्रकरणाचा निर्णय झाल्यावर पुढे १९०७ च्या मार्चमध्ये टिळक हे ताईमहाराज यांच्या मुलीचा विवाह विशाळगडच्या जहागीरदाराच्या मुलाशी ठरविण्यास कोल्हापुरास गेले होते.

त्यावेळी म्हणजे १९०७ साली टिळकांनी महाराजांना वेदोक्ताचे अधिकार आहेत असे लक्ष्मी थिएटरमध्ये भाषण करताना उद्गार काढले. त्या भाषणानंतर त्यांनी महाराजांची भेट घेतली. ह्या भेटीतील संभाषणाचे वृत्त फेरिस यांना कळविताना महाराज १२ नोव्हेंबर १९०७ रोजी म्हणतात, 'काही दिवसांपूर्वी आपल्याशी झालेल्या संभाषणात टिळक म्हणाले की, मला (शाहू छत्रपतींना) वेदोक्ताचे अधिकार आहेत. परंतु ते मराठा म्हणून नसून छत्रपती म्हणून !' त्यावर छत्रपतींनी टिळकांना विचारले, 'एखादा मुसलमान राजा झाला व तो स्वत:स छत्रपती म्हणू लागला तर त्याला तुम्ही वेदोक्ताचा अधिकार द्याल काय ?' त्यावर टिळक म्हणाले, 'त्या काळचे ब्राह्मण तो प्रश्न सोडवितील !'२६ असे म्हणण्यात टिळकांचा डाव असा होता की, छत्रपती पदावरून खाली उतरले म्हणजे त्यांना वेदोक्ताचे अधिकार नाहीत. अर्थात ज्या घाटगे कुळात ते जन्मास आले ते घराणे शूद्र होते ! खरोखर पुण्याने आबासाहेब घाटग्यांचे उपकार असे अपकाराने फेडले ! उपरोक्त पत्रात शाहू छत्रपती पुढे म्हणाले, 'ब्राह्मणांचा अन्यायी, तिरस्करणीय व अमानुष श्रेष्ठपणा दुसऱ्याच्या धार्मिक व सामाजिक बाबतीत चालू ठेवावयास माझा विरोध आहे.'

वेदोक्त प्रकरणात असे दिसून आले की, सामाजिक व धार्मिक बाबतीत ब्राह्मण इतर समाजास बरोबरीचे मानावयास तयार नाहीत. आपल्या १८७३ च्या 'गुलामगिरी' नामक ग्रंथात महात्मा फुले यांनी हेच भविष्य केले होते. ते म्हणाले होते, 'परंतु आमची पूर्ण खात्री झाली आहे की, आपल्या उच्च स्वयंसिद्ध पदावरून ब्राह्मण हा खाली उतरून कुणब्यांशी आणि कनिष्ठ वर्गातील लोकांशी बंधुत्वाच्या समान भूमिकेवरून, आम्ही त्याच्याशी झगडा केल्याशिवाय, कधीही आपसूक येणार नाही.'२७

ह्या गोष्टीपासून एकच अनुमान निघते. शाहू छत्रपतींनी नवभारताचे प्रतिनिधी म्हणून सामाजिक समता व वेदोक्ताचे अधिकार सर्वांना समान ह्या पायावर हिंदुसमाजाच्या पुनर्घटनेची म्हणजे नवभारताची मागणी केली. ती मागणी महाराष्ट्रातील ब्राह्मण समाजाला मान्य नव्हती. त्यांनी छत्रपतींची ती मागणी धुडकावून लावली. मागास समाजामध्ये जागृती करण्याचे महान प्रयत्न छत्रपती करीत होते व मराठा विद्यार्थि वसतिगृहातील विद्यार्थ्यांना मुसलमानादी विद्यार्थ्यांना आश्रय देण्याची आज्ञा करीत होते. आपल्या राज्यातील मागासवर्गीयांचे मागासलेपणा दूर करून त्यांचे जातीय दूषित ग्रह आस्ते आस्ते कमी करण्याचा प्रयत्न करीत होते. खरोखर आपल्या ह्या कार्याने छत्रपती राष्ट्रीयवादाचा पाया भव्य

व बळकट करीत होते आणि भावी लोकशाहीचे स्वागत करावयास हिंदुस्थानास सिद्ध करीत होते.

काही थोर ब्राह्मण समाजसुधारक वगळल्यास सर्वसाधारणपणे ब्राह्मणांचा दृष्टिकोण सामाजिक व धार्मिक समतेच्या बाबतीत प्रतिकूल व ताठर आहे, ह्याविषयी आपले मत प्रदर्शित करताना जयप्रकाश नारायण आपल्या 'समाजवादच का ?' ग्रंथात म्हणतात, 'समाजव्यवस्थेला धक्क पोहोचत नसला की हवी ती विचारांची बंडखोरी ब्राह्मण वर्ग चालू देई. परंतु सामाजिक सुधारणांच्या प्रत्येक चळवळीला ब्राह्मण वर्गाने कसून विरोध केलेला आहे. समाजातील विषमता मऊ, बिनबोचक व्हावी म्हणून ब्राह्मणाचे प्रयत्न असत, ही समजूत चुकीची आहे. उलट सामाजिक भेद दृढ आणि कठोर व्हावेत अशीच त्यांनी शिकवणूक होती.[२८] ही माझी विधाने बंडखोर ब्राह्मण व्यक्तींना उद्देशून नसून ती ब्राह्मण वर्गाला उद्देशून केलेली आहेत.' हे ऐतिहासिक सत्यच आहे असे म्हणण्यास प्रत्यवाय नाही.

१०

राजकीय व नैतिक दडपण

हिंदुस्तानचे महाराज्यपाल लॉर्ड कर्झन यांनी बंगाल प्रांताची फाळणी करण्याची घोषणा १९०५ च्या जुलैमध्ये केली. बंगाली लोकांनी त्या घोषणेचा कडाडून निषेध केला. ७ ऑगस्ट १९०५ रोजी बंगाली राष्ट्रवाद्यांनी बंगाल प्रांताची फाळणी रद्द करून घेण्यासाठी सर्व प्रांतभर जोराची चळवळ सुरू केली. बंगालची फाळणी करण्यात लॉर्ड कर्झन यांचा खरा उद्देश असा होता की, बंगाली लोकांचे दृढ ऐक्य कमजोर करावे व हिंदु-मुसलमानांमध्ये पाचार मारून, फोफावत जात असलेली राजकीय चळवळ चिरडून टाकावी. टिळकांना स्वदेशी आणि बहिष्कार ह्या चळवळीला पाठिंबा देऊन वंगभंगाची ती चळवळ सर्व देशभर पसरविली. ही स्वदेशीची आणि बहिष्काराची चळवळ कोल्हापूरमधील विद्यार्थ्यांपर्यंत पोहोचली. प्रा. विजापूरकर यांनी स्वदेशाभिमानाने व तत्त्वनिष्ठेने त्या चळवळीला पाठिंबा दिला. त्याचा परिणाम असा झाला की, १९०५ च्या सप्टेंबरमध्ये पूर्वपरीक्षेच्या वेळी राजाराम महाविद्यालयातील विद्यार्थ्यांनी परदेशी कागदावर प्रश्नांची उत्तरे लिहिण्यास नकार देऊन स्वदेशी कागदाच्या उत्तरपत्रिकांची मागणी केली. विजापूरकरांनी राजाराम महाविद्यालयात १५ वर्षे नोकरी केली होती. त्यांचे विद्यार्थ्यांवर मोठे वजन असून ते त्यांचे मार्गदर्शक व गुरू म्हणून ओळखले जात.

त्यावेळी माध्यमिक शाळेतला जी. बी. कुलकर्णी नावाचा एक विद्यार्थी चळवळ्या बनला होता. त्याने ह्या राजाराम महाविद्यालयातील विद्यार्थ्यांना परीक्षेच्या ठिकाणाहून बाहेर नेले. ह्या कुलकर्ण्याने टिळक व अण्णासाहेब पटवर्धन यांची यापूर्वी भेट घेतली होती. आणि तो पुढे मोठा तेजस्वी देशभक्त होऊन देशाच्या उद्धारासाठी झटेल असे ह्या दोघांना वाटले होते. राजाराम महाविद्यालयाच्या अधिकाऱ्यांना प्रा. विजापूरकर यांचे विद्यार्थ्यांवर मोठे वजन आहे ही गोष्ट माहीत होती, आणि विजापूरकरांनी कोल्हापूरच्या नेटिव्ह जनरल लायब्ररीमध्ये विद्यार्थ्यांच्या एका सभेत १५ दिवसांपूर्वीच स्वदेशीवर भाषण केले होते. विद्यार्थ्यांनी आपले म्हणणे सोडून द्यावे असा उपदेश करण्यासाठी उपप्राचार्य

दस्तूर यांनी प्रा. विजापूरकरांना कळकळीची विनंती केली. त्याप्रमाणे प्रा. विजापूरकरांनी प्रयत्न केला. परंतु विजापूरकर हे स्वदेशीचे एक निष्ठावंत पुरस्कर्ते असल्यामुळे त्यांच्या उपदेशाचा विद्यार्थ्यांच्या मनावर व्हावा तसा परिणाम झाला नाही व ते अयशस्वी झाले.

राजाराम महाविद्यालयातील विद्यार्थ्यांचे हे वर्तन ब्रिटिश द्रोहाचे प्रदर्शन आहे आणि अधिकाराचे हे उल्लंघन आहे असे ब्रिटिश राजनैतिक प्रतिनिधीने मानले. प्रा. ल्युसी व दरबार ह्या दोघांनाही असे वाटले की, विजापूरकरांचे विद्यार्थ्यांवर वजन असून त्यांचे विद्यार्थ्यांना योग्य असे मार्गदर्शन होत नाही, आणि काही बाबतीत तर त्या वजनाचा परिणाम निश्चितपणे विपरीत झाला आहे, असे त्यांचे मत झाले. शिवाय कोल्हापुरातील ब्राह्मणांची आग्रही नि आक्रस्ताळी वृत्ती तीव्र करावयास विजापूरकरच कारण झाले, अशी महाराजांची समजूत होती. व ती बव्हंशी खरीही होती. दरबारने त्यांना ६ महिन्यांचा पगार भरपाईदाखल देऊन त्यांना दिनांक २२ सप्टेंबर १९०५ पासून नोकरीवरून बडतर्फ केले.[१] 'ईश्वरेच्छा बलीयसी' असे म्हणून ते पुढच्या कामास लागले.

ब्रिटिश राजनैतिक प्रतिनिधी हे स्वदेशी व बहिष्काराची चळवळ कोल्हापुरात पसरू नये म्हणून प्रयत्नांची पराकाष्ठा करीत होते. प्रा. विजापूरकरांच्या बाबतीत ही जी दुर्घटना घडली त्याचे कारण अंशत: ब्रिटिशांचे राजकीय धोरण व अंशत: प्रा. विजापूरकरांची वेदोक्त प्रकरणातील वर्णवर्चस्ववादी व उपद्रवी भूमिका होय. विजापूरकर हे शाहू छत्रपतींचे नोकर असल्यामुळे त्यांनी आपल्या धन्याला अडचणीत न टाकता आपल्या नोकरीचा राजीनामा देऊन जर आपल्या तत्त्वासाठी झगडा केला असता तर त्यांचे वर्तन योग्य ठरले असते.

विजापूरकरांच्या मते राष्ट्रीय शिक्षणाचा पाया दोन मूलभूत तत्त्वांवर अवलंबून आहे, ती म्हणजे चातुर्वर्ण्य आणि पुनर्जन्म ही होत.' ह्या तत्त्वांवर अधिष्ठित असणाऱ्या सनातन धर्माप्रमाणे चालणारी ती राष्ट्रीय शाळा, असे एक भेदक लक्षण पुरे लक्षात धरावे असेही त्यांचे ठाम मत होते. साक्षरता पसरविण्यासाठी उच्च शिक्षणाची गळचेपी करणे आणि अंत्यजादी वर्गांचा दुवा घेण्यासाठी ब्राह्मणादी वर्गांच्या प्रगतीला खीळ घालणे हे प्रकार धूर्त व आपमतलबी आहेत असे त्यांचे म्हणणे. अशा विचारांचे हे विजापूरकर राष्ट्रीय शिक्षणाचे, राष्ट्रीय व धार्मिक सद्‌गुणांचे उत्कृष्ट आदर्श मानले जात होते. विजापूरकरांची अशी मते असल्यामुळे त्यांनी जेव्हा समर्थ विद्यालय सुरू केले तेव्हा विद्यार्थ्यांना आणि शिक्षकांना कडक जातिनिर्बंध पाळावे लागत. त्यांनी एकदा बंद झालेली शाळा पुन्हा 'नूतन समर्थ विद्यालय' नावाने सुरू केली तेव्हा

त्या शाळेत किती कडक जातिबंधने होती याचे वर्णन करून त्यांचे चरित्रकार व त्यांच्या विद्यालयात काही काळ अध्यापक असलेले गं. दे. खानोलकर म्हणतात, 'परस्परांच्या मनोभावना दुखविणारा जातिभेद व स्पृश्यास्पृश्य भेद राष्ट्रीय शिक्षण देऊ इच्छिणाऱ्या संस्थेने कायम ठेवणे, हे राष्ट्रहितवर्धक कार्य नसून राष्ट्रहित विधातक कार्य आहे. पंक्तिभेद, स्पृश्यास्पृश्य भेद कडकरीत्या अमलात आणणाऱ्या वृत्तीला राष्ट्रीय बाणा कोण म्हणेल ? अशा स्थितीत समर्थ विद्यालयाचे नाव बदलून 'द्रविड ब्राह्मण विद्यालय' असेच ठेवले पाहिजे होते.'[३] आपल्या धार्मिक श्रद्धेप्रमाणे विजापूरकर हे काम करीत होते. पण त्यांनी अप्रत्यक्षपणे सामाजिकदृष्ट्या प्रतिगामी असलेल्या राष्ट्रवादाला बळकटी आणली. त्यांच्या ह्या पारंपरिक आणि चातुर्वर्ण्यवादीवृत्तीचा गोपाळ कृण गोखले यांनीसुद्धा धिक्कार केला होता.[४] विजापूरकरांचे शिष्य दिनकरशास्त्री कानडे[५] यांनी तर आपल्या गुरुजींचा त्यांच्या जातीय दृष्टिकोणाबद्दल धिक्कार केला आहे. त्यांनी आपल्या १ ऑक्टोबर १९२१च्या पत्रात विजापूरकरांना लिहिले आहे की, सर्व जाती, सर्व वर्ण, सर्व धर्मांच्या मुलांस समान शिक्षण द्यावे, समानतेने सर्व व्यवहारात वागवावे, उच्चनीच या कल्पनेस मुळीच जागा ठेवू नये.' राष्ट्रवादी लोक त्यांना राष्ट्रीय शिक्षणाचे गुरू मानीत. त्यांचे शिष्य त्यांना आधुनिक रामदास म्हणून गौरवीत आणि स्वत: विजापूरकरांना रामदास हे संत येशू ख्रिस्तापेक्षा[६] मोठे वाटत. असे होते हे चातुर्वर्ण्याभिमानी, वर्णवर्चस्ववादी नि राष्ट्रीय शिक्षणाचे आचार्य विजापूरकर ! शाहू छत्रपतींना विरोध करणारे कर्मयोगी नि समर्थ रामदासानुयायी!

'केसरी'ने विजापूरकरांच्या बडतर्फीसंबंधी आपल्या २६ सप्टेंबर १९०५ च्या अंकात म्हटले की,[७] 'ब्रिटिश राजनैतिक अधिकारी कशाने संतुष्ट होईल हे आगाऊ ताडून त्याप्रमाणे साहेबास कळविण्यापूर्वीच आपले वर्तन ठेवण्याची खबरदारी कोल्हापूर दरबारने घेतली आहे. विजापूरकरांना आणि शाळेतील विद्यार्थ्यांना मॅट्रिकच्या परीक्षेस न बसण्याची शिक्षा झालेली आहे ती एक प्रकारे महाराजांनी निर्माण केलेल्या अपत्यासह झालेली आहे. कारण शाहू महाराज पुण्याच्या कागदाच्या स्वदेशी गिरणीचे एक मोठे भागीदार असून आश्रयदातेही आहेत. आणि याप्रमाणे तेही स्वदेशीचे मोठे पुरस्कर्ते ठरतात.'

'केसरी'ने म्हटल्याप्रमाणे महाराज हे स्वदेशी कागद वापरीत ही गोष्ट खरी आहे. ह्यानंतर काही दिवसांनी शाहू छत्रपतींनी गंगाधर देशपांडे व इतरांनी मुंबईत काढलेल्या स्वदेशी दुकानात जाऊन अनेक स्वदेशी वस्तू व कापड खरेदी केले होते हे सर्वश्रुत आहे. स्वदेशीस उत्स्फूर्तपणे दिलेल्या पाठिंब्यात शाहूंचा देशाभिमान प्रत्ययास येतो यात संदेह नाही. तथापि वरकरणी ह्या गोष्टी धोरण

म्हणून ते नाकबूल करीत. कारण ब्रिटिशांची नाराजी पत्करून आपल्या स्थानाला धोका निर्माण होईल असे काही करण्याची त्यांची इच्छा नव्हती. त्यामुळे अशा बाबतीत ब्रिटिश राजनैतिक प्रतिनिधीचे मत निर्णायक ठरे. जी वृत्तपत्रे उघडपणे अथवा लपूनछपून राजद्रोहाचा प्रचार करतात त्यांवर कोल्हापुरात बंदी घालावी, असा ब्रिटिश राजनैतिक प्रतिनिधींनी आग्रह धरला. परिणामी, राजाराम महाविद्यालयाच्या प्राचार्यांनी अतिउत्साहाने महाविद्यालयातील वाचनालय बंद करून टाकले.

छत्रपतींनी आपले जहागीरदार व दिवाण यांच्यासहित मुंबईला भेट देऊन ९ नोव्हेंबर १९०५ रोजी ब्रिटिश युवराज आणि युवराज्ञी यांचे मुंबई बंदरावर हार्दिक स्वागत केले. मुंबईतील सर फिरोजशहा मेथांसारखे अनेक नेते यांनीसुद्धा ब्रिटिश युवराज आणि युवराज्ञी यांचे स्वागत केले. फिरोजशहा मेथा यांच्या कीर्तीचा ब्रिटिश लोकांवर एवढा प्रभाव पडला होता की, ब्रिटिश युवराज्ञीने आपल्या स्वाक्षरीच्या पुस्तकात त्यांची स्वाक्षरी घेतली ! सयाजीराव गायकवाड हे त्यावेळी परदेशात होते. गायकवाडांच्या ह्या अनुपस्थितीची महाराज्यपाल लॉर्ड कर्झन यांनी गंभीरपणे दखल घेतली. परंतु गायकवाडांच्या स्वातंत्र्याला बाधा येईल असे काही करू नये असे ब्रिटिश सार्वभौम राजाचे म्हणणे पडले. दुसऱ्या दिवशी म्हणजे १० नोव्हेंबर १९०५ रोजी शाहू महाराज आपले जहागीरदार आणि दिवाण यांच्यासहित ब्रिटिश राजपुत्रांना भेटावयास गेले. त्यांच्या आगमनाप्रीत्यर्थ त्यांना २१ तोफांची सलामी देण्यात आली. प्रेझेन्स चेंबरमध्ये ब्रिटिश युवराजाने छत्रपतींच्या आगमनाच्या वेळी त्यांचे स्वागत केले. भगव्या कपड्यांच्या मंचकाकडे ते दोघेही चालत गेले. त्या मंचकावर सोन्याचा मुलामा दिलेल्या खुर्च्या ठेवलेल्या होत्या. त्यांवर ते बसले. ब्रिटिश युवराजाने नौदलाच्या सेनापतीचा साधा पांढरा गणवेश घातला होता. महाराजांची ती उंच, भव्य मूर्तीही झगमगणाऱ्या झुळझुळीत तलम कपड्यांत उठून दिसत होती.

ब्रिटिश युवराजाला इतरांप्रमाणे नजराणा देण्याची शाहू महाराजांवर सक्ती करण्यात आली नव्हती. तो विशेष मान त्यांना देण्यात आला होता. शाहू महाराजांनी आपल्या सरदारांची ओळख करून दिली. आणि त्यांच्यापैकी प्रत्येकाने ब्रिटिश युवराजाला नजराणा दिला. युवराज आणि महाराज यांचे काही मिनिटे संभाषण झाले. नंतर भगवे कपडे परिधान केलेल्या शाहूंच्या मानकरी सरदारांनी पुढे जाऊन चांदीच्या भांड्यामधून युवराजांना अत्तर व पानसुपारी दिली. राजकीय विभागातील एका अधिकाऱ्याने महाराजांनाही तशीच पानसुपारी केली. ब्रिटिश युवराजांनी महाराजांचा निरोप घेतेवेळी त्या राजवैभवी गृहाच्या दारापर्यंत

त्यांची सोबत^८ केली.

छत्रपतींनी मायदेशी परत जाणाऱ्या लॉर्ड कर्झन ह्यांचा १८ नोव्हेंबर रोजी मुंबईत निरोप घेतला. आपल्या कारकिर्दीतील अपयशामुळे लॉर्ड कर्झन यांच्या चेहऱ्यावर दु:खाची छापा पसरली होती. ज्याचे पतन तापट व उद्धटपणामुळे झाले होते त्या लॉर्ड कर्झनना बोटीवर पाय ठेवण्याच्या समयी शिवाजीराव होळकरांकडून एक वैचित्र्यपूर्ण संदेश मिळाला. शिवाजीराव होळकरांनी तारेत म्हटले होते, 'मी पदच्युत झालो, तुम्हीही तसेच झाल्याबद्दल तुमचे अभिनंदन.'^९ 'दुष्काळपीडित भागांत शिवाजी होळकरांनी प्रवास करू नये असा हुकूम काढणाऱ्या लॉर्ड कर्झनची आज्ञा त्यांनी धुडकावून लावली होती. त्यांनी कर्झनला धुडकावून लावले पण त्यांना आपल्या राज्यत्यागाच्या पत्रकावर सही करावी लागली. १८ नोव्हेंबर १९०५ रोजी जेव्हा लॉर्ड मिटो ह्यांनी हिंदुस्थानचे महाराज्यपाल म्हणून हिंदुस्थानच्या राज्यकारभाराची सूत्रे मुंबई सचिवालयात आपल्या हाती घेतली तेव्हा छत्रपती तेथे उपस्थित होते.

सन १९०६ च्या प्रारंभी कोल्हापुरात प्लेग सुरूच होता. त्याचा कहर कमी होताच कोल्हापुरावर दुसरे संकट कोसळले. त्यामुळे संस्थानला अनेक दिवस चिंतेत कंठावे लागले. पाण्याच्या कमतरतेमुळे १९०६ साली मार्च–एप्रिलमध्ये कॉलरा सुरू झाला. आणि मृत्यूचे प्रमाण भरमसाट वाढले. शाहूंच्या धीरोदात्त मार्गदर्शनामुळे व उत्तेजनामुळे कोल्हापूर त्या भयंकर संकटातून बाहेर पडले.

ह्या समयी शाहूंनी कोल्हापूर संस्थानचे जिल्हा दंडाधिकारी घोलकर यांना लाच खाण्याच्या आरोपावरून निलंबित केले व पुढे त्यांची स्थावर मिळकत जप्त केली. काही प्रतिष्ठित व्यक्तींच्या शिफारशीवरून शाहू कधी कधी अधिकारी नेमीत. पण त्यांची नेमणूक करण्यापूर्वी ते आपल्या परिचयातील व्यक्तींकडे चौकशी करीत. एके दिवशी त्यांनी एका अधिकाऱ्याच्या घरी आपल्या मित्राला नेले आणि त्याला विचारले की, ह्या अधिकाऱ्याच्या घरातील गडगंज संपत्ती त्यांनी केवळ आपल्या मासिक वेतनातूनच साठविली आहे काय ? जेव्हा जेव्हा त्यांना एखादा अधिकारी भ्रष्टाचारी आहे असे कळे तेव्हा तेव्हा ते त्याच्यासंबंधी गुप्तपणे चौकशी करीत. तो दोषी आहे असे आढळले तर त्याला तात्काळ बडतर्फ करीत. तसे करताना तो अधिकारी मराठा आहे की ब्राह्मण आहे हे ते पाहत नसत. ऑगस्ट १९०५ मध्ये शाहूंनी असा हुकूम काढला की, कोणीही सरकारी नोकरांनी आपल्या व नातलगांच्या नावे धंदा करू नये, मालमत्ता विकत घेऊ नये

किंवा गहाण ठेवून घेऊ नये. घाणीप्रमाणे भ्रष्टाचार प्रत्येक ठिकाणी आढळतो. जर सत्तेवरील व्यक्ती उधळी वा व्यसनी असली वा त्या व्यक्तीचे लक्ष पैशाकडेच असेल तर ती साहजिकपणे भ्रष्टाचाराकडे वळते. आणि परिणामी शासनाची कार्यक्षमता निकृष्ट होते.

शाहू छत्रपती हे उत्तम शिकारी होते. त्यामुळे त्यांच्याकडे अनेक शिकारी लोक येत असत. १९०६ च्या मे महिन्यात सेनापती सर आर्चिबाल्ड हंटर हे दाजीपूरला शिकारीला गेले होते. तेथील हवा व शिकार ह्यांमुळे ते अत्यंत खूष झाले आणि कोल्हापूरच्या सुखाच्या आठवणी मनात ठेवून परत गेले. राज्यपालांनीसुद्धा शिकारीच्या वेळी महाराजांनी दाखविलेल्या आदरातिथ्याविषयी गोड आठवणी नमूद केल्या होत्या.

ह्या सुमारास सातारचे भोसले राजघराणे आर्थिक अडचणीत सापडले होते. सातारचे अण्णासाहेब महाराज हे कर्जात बुडाले होते. त्यामुळे त्यांच्याविषयी सहानुभूती बाळगणाऱ्या काही ब्रिटिश अधिकाऱ्यांनी अण्णासाहेब महाराजांना सावकारांच्या कचाट्यातून सोडवावे, अशी शाहू छत्रपतींना विनंती केली. जरी ह्यापूर्वी दुष्काळामुळे आपण साहाय्य करू शकत नाही असे अण्णासाहेबांना शाहूंनी कळविले होते; तरी त्यांनी १९०५ च्या सप्टेंबर मध्ये अण्णासाहेब महाराजांचे कर्ज फेडण्यासाठी बरीच मोठी रक्कम दिली. पैशाची निकड लावणारे अण्णासाहेबांचे मुख्य सावकार म्हणजे पुण्याचे बाळासाहेब नातू. त्यांनी अण्णासाहेबांचे मुख्य सावकार म्हणजे पुण्याचे बाळासाहेब नातू त्यांनी अण्णासाहेबांना हैराण केले होते. ही बातमी ऐकून शाहू छत्रपतींना अतिशय दुःख झाले. त्यांनी नातूंच्या दुष्ट कचाट्यातून अण्णासाहेब महाराजांना सोडविण्याचा विचार केला. त्यांनी आपले दिवाण सबनीस यांना साताऱ्याला पाठवून अण्णासाहेब महाराजांनी विकावयास काढलेल्या वस्तूंमध्ये काही ऐतिहासिक महत्त्वाच्या वस्तू आहेत की काय हे पाहावयास सांगितले. आपल्या मुलीच्या लग्नासाठी आपल्याला फारच मोठा खर्च करावा लागणार आहे याची जाणीव शाहू छत्रपतींना होती; तरीसुद्धा साताऱ्याच्या छत्रपतींची बिकट परिस्थिती पाहून अण्णासाहेबांकडील काही जडजवाहीर त्यांचे कर्ज फिटेपर्यंत आपल्या ताब्यात ठेवून त्यांनी पैसे देण्याचे ठरविले. यात त्यांचा हेतू एकच होता की, सावकारांनी त्या जडजवाहिरामध्ये अदलाबदल करू नये. तथापि ही योजना यशस्वी झाली नाही.

याचा परिणाम असा झाला की, अण्णासाहेब महाराजांची काही मालमत्ता मुंबईचे पुरुषोत्तम मावजी ह्या लक्षाधीशाने लिलावामध्ये विकत घेतली.

अण्णासाहेब महाराज यांच्या धाकट्या बंधूच्या डोक्यात नातूंनी काही चमत्कारिक कल्पना भरवल्या होत्या. त्या बंधूला नातूंनी असे सांगितले होती की, बंगालकडून[१०] सातारकर भोसल्यांना काही साहाय्य मिळेल. हे ऐकून शाहू चकित झाले !

शाहू महाराज अण्णासाहेबांचे बाबतीत फार मोठे साहाय्य करू शकले नाहीत, तरी 'सुधारक'चे संपादक विनायकराव जोशी यांना आगरकरांचे सामाजिक कार्य पुढे चालविण्याठी त्यांनी पैशाची मदत केली. छत्रपतींच्या देणगीबद्दल जोशी यांनी दरबारचे मन:पूर्वक आभार मानले. छत्रपतींना समाजसुधारकांविषयी आदर वाटे. कारण ते साप्ताहिक आपल्यापरी समाजातील अनिष्ट रूढी व अडथळे दूर करण्यासाठी झटत होते. जातिभेदाचे समूळ उच्चाटन करावे ह्या अवस्थेपर्यंत स्वत: शाहू अजून पोहोचलेले नव्हते. ते क्रांतिकारक विचार त्यांच्या मनात ह्या वेळेपर्यंत आलेले नव्हते.

महाराष्ट्रातील ज. र. आजगावकरांसारख्या तरुण मराठी लेखकांनी शाहूंकडे आर्थिक साहाय्यासाठी विनंती केली. काहींनी तर त्यांच्याकडे नोकरी मागितली. सर्वांना ते नोकऱ्या देऊ शकत नव्हते. परंतु अनेक निष्ठावंत विद्वानांना त्यांनी साहाय्य केले. कृष्णाजी अर्जुन केळुसकर ह्या विद्वानाने व सामाजिक सुधारकाने त्यांना आपले शिवाजी महाराजांचे चरित्र अर्पण केले तेव्हा त्यांनी केळुसकरांना एक हजार रुपयांचे पारितोषिक देऊन शिवाय एक हजार रुपये किमतीच्या त्या शिवचरित्राच्या प्रती विकत घेतल्या.

शाहू छत्रपती आपल्या अश्वशाळेच्या आवारात कुत्र्याची पिल्ले, शिकारी कुत्रे, रानटी घोडे, वाघ, सिंह व रानटी अस्वले यांची निपज चांगली व्हावी म्हणून विविध प्रयोग करीत. जरी त्यांनी पशूंना माणसाळविण्यासाठी आणि त्यांना ताब्यात ठेवण्यासाठी अनेक प्रकारची हत्यारे बनवून घेतली होती, तरी पशूंना हत्यारापेक्षा प्रेमाने माणसाळावे ह्यावर त्यांची अढळ श्रद्धा होती. आपल्या दयाबुद्धीने व ममतेने ते त्या पशूंचे स्वभावधर्म यशस्वीरीत्या बदलू शकत. काही वेळा तर ती जंगली जनावरे 'स्वभावो दुरतिक्रम:' प्रमाणे त्यांना दुखापत करीत. सर्व पशूंचे एकत्र पालनपोषण करताना त्यांच्या मनावर एक गोष्ट ठसली. ती ही की, प्राणिसंग्रहालयाच्या आवारात सर्व जनावरांना एकत्र वागवण्याची पाश्चिमात्य पद्धत चुकीची आहे. कारण म्हातारे व अशक्त घोडे हे तगड्या आणि तरुण घोड्यांसमवेत मोकळे ठेवून, एका टोकाला हरबऱ्याची वा गवताची रास आणि दुसऱ्या टोकाला पाण्याची टाकी, अशी व्यवस्था करणे बरोबर नाही. ह्या व्यवस्थेमुळे तरणीबांड आणि बळकट जनावरे बहुतेक सर्व गवत खाऊन टाकून

पाणीही फस्त करून टाकीत. म्हाताऱ्या व अशक्त घोड्यांना तरुण आणि बळकट जनावरांच्या लाथा बसत आणि त्यांना अन्नपाण्यावाचून दूर राहावे लागे. जर अशी पद्धत जनावरांच्या बाबतीतही योग्य ठरत नाही तर समाजाच्या निर्बल घटकांच्या बाबतीत हाच न्याय लागू आहे असा त्यांनी निष्कर्ष काढला. समाजातील बलिष्ठ घटक समाजिक व्यवस्थेचा फायदा घेतात आणि निर्बल घटकांना अन्नपाण्यावाचून तडफडावे लागते. ह्या उदाहरणाने समाजाच्या निर्बल घटकांना साहाय्य करण्याची त्यांची बुद्धी नि स्फूर्ती दुणावली.

छत्रपतींची अशी पक्की खात्री झाली की, विद्यार्थि वसतिगृहांचा फायदा समाजातील निर्बल घटकांना होतोच असे नाही. जे बलिष्ठ वर्ग आहेत तेच शिक्षणाच्या योजनेचा फायदा घेतात आणि मागासवर्गीयांना नाममात्र खुल्या असणाऱ्या प्रगतीचे मार्ग बंद करून टाकतात. याचा परिणाव वाईट झाला. अज्ञानामुळे ब्राह्मणेतर लोकांना वाटे, आपल्या नशिबी शिक्षणच नाही व आपण शिक्षणासाठी प्रयत्न करणे हे अस्वाभाविक आहे. अज्ञान व अंधश्रद्धा दूर करण्याच्या हेतूने शाहूंनी त्यांच्या प्रगतीचे व शिक्षणाचे मार्ग त्यांना स्वतंत्र विद्यार्थि वसतिगृहे काढून देऊन मोकळे केले. या शैक्षणिक धोरणाने शाहूंनी अप्रत्यक्षपणे त्यांची सामाजिक अहंता जागृत केली व समतेचा लढा करण्यासाठी त्यांना उत्तेजन दिले. मागासवर्गीयांपैकी जे तरुण कोल्हापुरात शिकले त्यांनी ह्या नवजागृतीचा विचार आणि सामाजिक समतेचा झगडा खेड्यापाड्यांपर्यंत पोहोचविण्याचे कार्य सुरू केले.

त्या काळी सत्यशोधक समाजाचे कार्यकर्ते हताश होऊन निश्चल पडले होते. ते आता नव्या जोमाने काम करू लागले. जन्मजात पुरोहितपणाच्याविरुद्ध सत्यशोधकांनी जाहीर सभासभांतून आणि न्यायालयांतून झगडा केला होता. आतापर्यंत मराठ्यांतील सरदार, जहागीरदार हे वेदोक्ताचा लढा दुरून पाहत होते, ते आता महाराष्ट्रातील बहुतेक भागात सत्यशोधक समाजाच्या आव्हानाला प्रतिसाद देऊ लागले. अशा प्रकारे सामाजिक समतेच्या लढ्याला सर्व बाजूंनी जोराची चालना मिळाली.

वेदोक्त लढ्यातील निर्णयामुळे महाराष्ट्रातील अनेक जिल्ह्यांतील सुशिक्षित मराठे आता वेदोक्त रितीने संस्कार करण्याचा अधिकार बजावू लागले. छत्रपतींनी यापूर्वीच सूचित केले होते की, जे क्षत्रिय असतील त्यांचे हक्क कोणीही डावलू शकत नाही. ही चळवळ कोल्हापूरच्या बाहेर पसरू लागताच विजापूरकरांच्या 'समर्था'ने तिच्याविरुद्ध आवाज उठविला. 'प्रत्येक मराठा वेदोक्तरितीने धार्मिक कार्य करण्याचा प्रयत्न करीत आहे. बेळगावातील मराठ्यांनी

ठाण्याहून आणलेल्या ब्राह्मणांकडून श्रावणी करवली. ह्या अनिष्ट प्रकाराला एखाद्या स्वामीची संमती मिळाली तर काय प्रकार घडून येतील हे कोणाला सांगता येणार नाही. करवीरपीठाच्या स्वामीची (ब्रह्मनाळकर) याला जर संमती मिळाली तर तो क्षत्रियांचा स्वामी होईल. अशा प्रकारे सर्व जातींचा गोंधळ उडून राष्ट्रीय प्रगतीच्या मार्गात मोठी धोंड उत्पन्न होईल.' राष्ट्रवादी विजापूरकर यांना भीती वाटली की, जर ब्राह्मणेतरांनी वेदोक्त रितीने आपल्या घरी धार्मिक संस्कार केले तर राष्ट्रीय प्रगतीच्या मार्गात धोंड उत्पन्न होईल ! ही राष्ट्रवादाची व्याख्या आणि राष्ट्रीय ऐक्याची व प्रगतीची कल्पना अगदी अजब होती. स्वधर्मीयांना आणि देशबांधवांना स्वत:पेक्षा हीन मानणाऱ्या वृत्तीला विजापूरकर राष्ट्रवाद मानीत आणि केवळ ब्राह्मणांच्याच हिताचा विचार करणे हे वर्तन देशाभिमानाचे द्योतक आहे असे मानीत !

वेदोक्ताचा तंटा मिटल्यावर काही दिवसांनी नोकरीतून बडतर्फ झालेले विजापूरकर आणि कोल्हापुरातील असंतुष्ट व विघ्नसंतोषी ब्राह्मण ह्यांनी महाराजांना वठणीवर आणण्यासाठी दुसरी एक चळवळ सुरू करण्याचा विचार केला. त्यांनी आता राजकीय दबावाचा आश्रय घेतला. कारण राजकीय चळवळ हाती घेण्यासाठी विजापूरकर आता मोकळे झाले होते. ज्यावेळी विजापूरकर बडतर्फ झाले त्यावेळी गोपाळ कृष्ण गोखले इंग्लंडमध्ये होते. आपल्या ह्या बालपणापासूनच्या मित्राला, 'तुम्ही मला भेटेपर्यंत दुसरे कोणतेही कार्य हाती घेऊ नका,' असा गोखल्यांनी तेथून सल्ला दिला. गोखले यांनी १२ जून १९०५ रोजी 'सर्व्हंट्स् ऑफ इंडिया सोसायटी' स्थापली होती, तिला विजापूरकरांनी येऊन मिळावे अशी गोखले यांनी इच्छा व्यक्त केली होती.

ताईमहाराज अभियोगात खालच्या दोन न्यायालयांत जरी टिळकांना न्यायाधीशांनी छळले, तरी ३१ जुलै १९०६ रोजी जव्हेरीलाल ठाकूर ह्या दुय्यम न्यायाधीशाने आपला निर्णय जाहीर करून टिळकांना न्याय दिला. निर्णय जाहीर करताना त्यांनी म्हटले की, अज्ञान जगन्नाथ वासुदेव पंडितमहाराज हा कै. वासुदेव हरिभाऊ पंडित तथा बाबामहाराज ह्यांचा दत्तक पुत्र आहे. न्यायाधीशांनी बाळा महाराज यांचे दत्तक विधान नामंजूर केले आणि पुढे म्हटले की, आता बाबामहाराजांच्या स्थावर-जंगम मिळकतीमध्ये त्यांचा काडीचाही संबंध नाही. त्यांनी बाळामहाराज यांना बजावले की, फिर्यादीला स्थावर व जंगम मिळकत ताब्यात घ्यायला व तिची व्यवस्था करावयास त्यांनी विरोध करता कामा नये. न्यायालयाच्या ह्या निर्णयाने शेवटी टिळकांचे निर्मळ चारित्र्य आगीतून तावूनसुलाखून निघाले.

पुढे ल्युकास या न्यायाधीशाने टिळकांना दिलेली शिक्षा मुंबईच्या वरिष्ठ न्यायालयाने ३ मार्च १९०४ रोजी रद्द केली होती. ल्युकासने टिळकांना ६ महिन्यांची सक्तमजुरीची शिक्षा दिली होती. टिळकांचे धवल चारित्र्य आणि स्वार्थत्यागी जीवन यांचा हा प्रचंड विजय झाला. त्यामुळे शाहूंच्या सल्लागारांना जबरदस्त तडाखा बसला आणि टिळकांच्या राजकीय नेतृत्वाच्याविरुद्ध असलेल्या ब्रिटिश अधिकारी कंपूचीही अप्रत्यक्षपणे खरडपट्टी निघाली. बिचाऱ्या ताईमहाराज हा निर्णय ऐकावयास जिवंत नव्हत्या. ३० सप्टेंबर १९०३ रोजी त्यांचे देहावसान झाले होते. परंतु त्यापूर्वी १४ सप्टेंबर १९०३ रोजी त्यांनी कोल्हापुरातील आपल्या मालमत्तेच्या उत्पन्नातून किंवा आपल्याकडील दागिने गहाण ठेवून छत्रपतींनी ५०० रुपये कर्ज द्यावे अशी विनंती केली होती. ताईमहाराजांना हे पैसे आपली एकनिष्ठपणे सेवा करणाऱ्या नागपूरकरांना पारितोषिक म्हणून द्यावयाचे हाते.

न्यायालयात टिळकांचा विजय झाल्यामुळे कोल्हापुरातील टिळकांचे भक्त व अनुयायी यांनी शाहू छत्रपतींच्याविरुद्ध चळवळ करण्यास आरंभ केला. वेदोक्त प्रकरणात त्यांचा सपशेल पराभव झाला होता आणि कोल्हापुरातील धार्मिक सत्ता त्यांच्या हातून पार निसटली होती. नगरपालिकेतील व्यवहारात पक्षपाती व गैरकारभार केल्यामुळे त्यांची तेथूनही उचलबांगडी झाली होती. यास्तव त्यांनी कोल्हापुरात स. खं. अळतेकर व प्रा. विजापूरकर यांच्या मार्गदर्शनाखाली 'प्रतिनिधि सभा' बोलाविण्याचे ठरविले. प्रा. विजापूरकर यांनी १९०६ च्या एप्रिलमध्ये 'विश्ववृत्त' नावाचे एक मासिक सुरू केले आणि महाराष्ट्र विद्या प्रसारक संस्थेच्या विद्यमाने १ जून १९०६ रोजी 'समर्थ विद्यालय' नावाची राष्ट्रीय शाळा काढली. बनारसचे भारतीय विश्वविद्यालय हा तिचा आदर्श होता. विजापूरकरांच्या ह्या कार्याला महाराष्ट्रातील विख्यात व्यक्तींनी पाठिंबा दिला होता. संस्थेचे सभासद दाजी आबाजी खरे, रा. ब. चिंतामणराव वैद्य, डॉ. मो. गो. देशमुख आणि स्वत: टिळक हे होते.

गोपाळ कृष्ण गोखले यांचे शिक्षण काही काळ कोल्हापुरातील राजाराम महाविद्यालयात झाले होते. १८७४ मध्ये गोखले यांनी कोल्हापुरातील सामाजिक कार्यकर्त्यांना कार्यप्रवण केले होते. काही तरी उच्च ध्येय बाळगून समाजहित करण्यासाठी कार्यकर्त्यांनी सुस्ती व निराशा सोडावी व आपले आयुष्य सत्कारणी वेचावे असा त्यावेळी गोखल्यांनी त्यांना उपदेश केला होता. त्यामुळे अशा

कार्यकर्त्यांनी नियोजित लोकप्रतिनिधि सभेच्या बाबतीत गोखल्यांचे साहाय्य व मार्गदर्शन मिळावे व नियोजित लोकप्रतिनिधिसभेचे अध्यक्षपदही त्यांनी स्वीकारावे असा प्रयत्न केला. परंतु गोखले यांचे वास्तव्य १९०६ च्या एप्रिल महिन्यापासून २ ऑक्टोबरपर्यंत लंडनमध्ये होते. त्यावेळी ते पुढे प्रसिद्ध होणाऱ्या मोर्ले-मिंटो सुधारणेच्या आराखड्याविषयी चर्चा करीत होते. 'समर्थ' पत्रामध्ये याविषयी जी बातमी प्रसिद्ध झाली होती त्यावरून असे दिसते की, गोखले यांनी कोल्हापूरसंबंधी भारतमंत्री जॉन मोर्ले यांच्या कानावर काही गोष्टी घातल्या होत्या. 'समर्था'तील हकिकतीप्रमाणे गोखले यांनी विजापूरकरांना लिहिले होते की, आपण सन्मार्गाने जाऊ या आणि एखाद्या मुद्द्याला जोर देण्यासाठी असत्याची कास धरण्यापासून दूर राहूया म्हणजे आपल्याला यश येईल. हा दृष्टिकोण स्वीकारून विजापूरकरांनी वागावे असा गोखल्यांचा त्यांना सल्ला होता.

गोखल्यांच्या सल्ल्याप्रमाणे वागणे विजापूरकरादी मंडळींनी अशक्य होते. कारण ते शाहूंच्याविरुद्ध आणाभाका घेऊन बसले होते. हिंदी संस्थानामध्ये असली लोकप्रतिनिधिसभा बोलावण्याचा हा पहिलाच प्रसंग होता असे नाही. त्रावणकोरचे दिवाण व्ही. पी. माधवराव यांनी 'श्रीमूलम् लोकसभा' नावाची संस्था १९०४ मध्ये त्रावणकोरमध्ये स्थापली होती. तसेच अशा तऱ्हेची संस्था म्हैसूरमध्येही[११] यापूर्वी स्थापण्यात आली होती. परंतु ह्या संस्था जातीय उद्देशाने स्थापिलेल्या नव्हत्या. अशीच एक रयत एजन्सी नावाची संस्था कोल्हापुरात १८९२ साली स्थापण्यात आली होती.

अशा रितीने कोल्हापूरमधील वयस्कर सार्वजनिक कार्यकर्ते शाहूंवर दबाव आणण्यासाठी राजकीय संस्था स्थापण्यात नि कारस्थान करण्यात गुंतले असता तेथील तरुण मंडळींनी दामू जोशी यांच्या नेतृत्वाखाली कोल्हापुरातील घरांवर डाके घालण्यास आरंभ केला. ह्या तरुणांचे म्हणणे असे होते की, ज्याप्रमाणे शिवाजीने राजकीय उद्दिष्ट साधण्यासाठी आपल्या शत्रूच्या प्रदेशात छापे घातले, त्याप्रमाणे आपणही आपल्या राजकीय उद्दिष्टांसाठी दरोडा घालून पैसा गोळा करावा. १८९५ साली शस्त्रास्त्राच्या प्रकरणात व १९०० साली उद्भवलेल्या दरोडे प्रकरणातून दामू जोशी हा सहिसलामत सुटला होता. त्यानंतर दामू जोशी याने दामू सोनाराला सोबत घेऊन हिंदुस्थानचे महाराज्यपाल लॉर्ड कर्झन यांचा दिल्ली दरबारच्या प्रसंगी वध करण्याचा प्रयत्न केला होता. परंतु त्यात त्याला यश आले नव्हते.

त्यानंतर काही दिवसांनी दामू ह्याने जानेवारी १९०३ ते मार्च १९०३ मध्ये खाटमांडू येथे कृ. प्र. खाडिलकर आणि हणमंतराव कुलकर्णी ह्या

टिळकांच्या दोन सहकाऱ्यांनी सुरू केलेल्या नळयाच्या कारखान्यात काम केले. टिळकांचे सहायक संपादक खाडिलकर यांना नेपाळमध्ये बंदुका बनविण्याचा कारखाना सुरू करावयाचा होता आणि हिंदुस्थानातील स्वातंत्र्यासाठी लढणाऱ्या सैनिकांना शस्त्रास्त्रे पुरविण्याची त्यांनी महत्त्वाकांक्षा बाळगली होती. टिळकांच्या गुप्त किंवा मूक संमतीने त्यांनी त्यासाठी कलकत्त्यातील जर्मन कंपनीकडे यंत्रसामुग्रीची मागणी केली होती. खाडिलकर हे कलकत्त्याला पोहोचल्यावर त्यांना आपले एक हजार रुपये चोरीस गेल्याचे आढळून आले. तेव्हा त्यांनी तेथील पोलिसांकडे लगेच त्याविषयी तक्रार नोंदवली. पुण्यातील टिळकांचे दुसरे एक सहकारी वासुकाका जोशी यांनी खाडिलकरांना ती रक्कम सर्कसवाले काशीनाथपंत छत्रे यांच्याकडून मिळवून दिली. खाडिलकरांनी ती रक्कम जर्मन कंपनीला देऊन यंत्रसामुग्रीचा पहिला हप्ता ताब्यात घेतला. दुसरा हप्ता खाटमांडूच्या मार्गावर होता. खाडिलकरांच्या नियोजित दारूगोळ्यांच्या कारखान्यामुळे आपल्या राज्यावर संकट कोसळेल याची नेपाळ सरकारला जाणीव झाल्यामुळे त्या सरकारने खाडिलकरांना कारखाना उभारू दिला नाही.

वेदोक्त प्रकरण उद्‌भवण्यापूर्वी शिवाजीच्या नावाने लोकजागृती करीत असलेल्या देशभक्त टिळकांना शाहूंनी आर्थिक साहाय्य केले होते. टिळकांचे नातू म्हणतात की, खाडिलकरांच्या नेपाळमधील धाडसी उद्योगाच्या वेळी शाहूंनी टिळकांना पैसे दिले.[१२] पण पुराव्याविना असे म्हणणे धाडसाचे होईल. कारण १९०३ व १९०४ साली वेदोक्त प्रकरणाचा वादविवाद ऐन रंगात येऊन दोन्ही पक्षांत अतिशय कटुता निर्माण झालेली होती. शाहू महाराज त्यावेळी टिळकांना पैशाचे साह्य करणे मुळीच शक्य नव्हते. शाहूंनी नेहमीप्रमाणे देशभक्त टिळकांना त्या काळातही काही राष्ट्रीय कार्यासाठी पैसे दिले, असे वादासाठी दहा टक्के खरे मानले तरी टिळकांनी त्या रकमेचा उपयोग परस्पर खाडिलकरांच्या योजनेसाठी खर्च केला असेल. वेदोक्त प्रकरणाचा निकाल लागल्यावर पुढे १९०५ ते १९०७ ह्या कालखंडात शाहूंनी टिळकांच्या विनंतीप्रमाणे त्यांच्या गुमास्त्यांकरवी अनेक वेळा गुप्तपणे महान देशभक्त टिळक यांना साहाय्य केले असा पुरावा उपलब्ध झाला आहे. त्या मुनिमांपैकी गणपतराव जांबोटकर[१३] हे एक होते. त्यांनीच हे सत्य केसरीत उघड केले आहे. टिळकांच्या राष्ट्रीय चळवळीसाठी शाहू पैसे देत असत. दुसऱ्या कारणासाठी ते पैसे देत नसत आणि सहानुभूती दाखविली तरी स्वत: टिळक दुसऱ्या कोणत्याही भयंकर कारस्थानात स्वत:ला गुंतवून घेत नसत.

तथापि खाडिलकर यांचे नेपाळमधील प्रयत्न निष्फळ ठरले. नेपाळमध्ये खाडिलकर हे 'कृष्णराव' किंवा 'नळयाचा भट' म्हणून ओळखले जात.

खाडिलकरांची ती योजना निष्फळ ठरल्यावर ते १९०४ च्या शेवटी सांगलीला परत आले. खाटमांडू येथे देशभक्त खाडिलकरांचे तीन वर्षे वास्तव्य होते. खाटमांडू येथे खाडिलकरांबरोबर अमरावतीचे रघुनाथ गोविंद तिखे काम करीत असत. ते ग. श्री. खापर्डे यांचे हस्तक होते.

१९०३ च्या एप्रिलमध्ये नेपाळहून अहमदनगर जिल्ह्यातील बेलापूर मार्गे परत येऊन दामू जोशी याने बेलापूर स्वामी क्लब किंवा समाज याची कोल्हापुरात स्थापना केली. बेलापूरचे स्वामी विद्यानंद यांचा आध्यात्मिक संदेश पसरवीत आहोत असे जरी दामू जोशी यांचे वरपांगी म्हणणे होते, तरी १९०० साली बंद पडलेल्या शिवाजी क्लबचे तो गुप्तपणे काम करीत होता. दाम जोशी याने कोल्हापुरात प्लेगचे थैमान सुरू असता सहकाऱ्यांसहित पुन्हा दरोडे घालावयास सुरुवात केली. दामू जोशीचे सहकारी दत्तो प्रसाद आणि वामन गुळवणे ह्यांना १९०५ साली अटक करण्यात आली. त्यांच्या सहकाऱ्यांपैकी अनंत भागवत हा फरारी झाला. परंतु दत्तो प्रसाद व वामन गुळवणे ह्यांना ह्या दरोड्या प्रकरणी शिक्षा झाली. ह्या अभियोगात दत्तो प्रसाद ह्याने दामू जोशीची भूमिका कोणती होती याचे गुपित फोडले. त्यामुळे दामू जोशी ह्याला १९०६ च्या जुलैमध्ये कोल्हापुरात अटक झाली आणि त्याचा अभियोग चालून त्याला ९ महिन्यांची शिक्षा देण्यात आली. त्यावर त्याने पुनर्न्यायासाठी आवेदन केल्यामुळे ती शिक्षा ३ महिन्यांनी कमी झाली. त्याची सुटका १९०७ च्या ऑक्टोबरमध्ये झाली.

सन १९०६ च्या जुलैमध्ये जेव्हा दामू जोशी याला अटक झाली तेव्हा त्याने एका कबुलीजबाबात १९०१ पासून आपण कुठे कुठे, काय काय कार्य केले याची सविस्तर माहिती पोलिसांना दिली. दामू जोशी याने आपला सविस्तर कबुलीजबाब १९०६ च्या जुलैमध्ये दिला. आणि नेपाळच्या कराची माहिती कोल्हापूर दरबाराला १९०६ च्या जुलैमध्ये कळली, तर खाडिलकरांच्या १९०४ सालच्या शेवटी शेवटी फसलेल्या योजनेची माहिती शाहूंना १९०६ सालच्या पूर्वी असणे शक्य नाही. ह्या नेपाळ प्रकरणाची माहिती देताना अनेक ब्राह्मण लेखक म्हणतात, शाहूंनी खाडिलकरांच्या नेपाळ योजनेची माहिती ब्रिटिशांना १९०४ साली गुप्तपणे पुरवली. ही कल्पना त्यांनी एकमेकांपासून उचलून तिचा दुष्टपणे फैलाव केला. अशा रितीने ह्या ब्राह्मण लेखकांनी शाहूंना बदनाम करण्यात आपला दुष्टपणा साधला हे उघड आहे.

कोल्हापुरातील प्रकरणाची चौकशी करून कोल्हापूर दरबारने तरुणांना अभियोगात गुंतवून शिक्षा केल्यामुळे, कोल्हापुरातील त्या तरुणांचे पाठीराखे संतापाने जळफळू लागले. हे तरुण टिळकांचे भक्त होते. आणि त्यामुळे जेव्हा

टिळकांच्या बरोबर ह्या तरुण मंडळींचे काढलेले छायाचित्र सापडले तेव्हा कोल्हापूर पोलिसांना स्वाभाविकपणे वाटले की, यांचा आणि टिळकांचा संबंध असावा. ४ ऑक्टोबर १९०६ रोजी एडगर्ले ह्यांना लिहिलेल्या पत्रात शाहूंनी कळविले की, ह्या दरोडेखोरांपैकी मुख्य सूत्रधार सर्व ब्राह्मणच असून त्यांचा टिळक पक्षाशी संबंध आहे. कोल्हापूरमधील विजापूरकरांच्या समर्थ विद्यालयामुळे आणि शिवाजी पंथामुळे हे दरोडे पडत आहेत आणि तरुण मंडळी राजद्रोही वृत्तीची बनत चालली आहे. शाहू त्या पत्रात पुढे म्हणाले की, 'मी टिळक किंवा गोखले यांच्यासारख्या व्यक्तींच्या मताप्रमाणे चालत नाही म्हणून ही तरुण मंडळी माझ्या मार्गात अडचणी निर्माण करीत आहे आणि माझ्या विरोधकांशी सलगीने वागते.'

शाहूंनी सन १९०६ च्या जुलैमध्ये आपल्या पुतणीचा अक्कलकोटच्या संस्थानिकांबरोबर विवाह ठरविताना राजघराण्यातील मुलींना कोणते शिक्षण द्यावे याविषयी विचार व्यक्त केले. त्यावेळी अक्कलकोटचे संस्थानिक हे अज्ञान असून त्यांचे शिक्षण पाश्चिमात्य पद्धतीनुसार चालू होते. आपली आत्या मुधोळची राणी असून ती अस्खलित इंग्लिश बोलते. तरी तिची वागणूक व चालीरिती भारतीय आहेत व त्याचा ती एक आदर्शच आहे. ती आपल्या संसारातील कर्तव्ये यशस्वी रीत्या पार पाडते. ती उत्तम सुगरण असून आपल्या नातलगांशी व नोकरांशी कसे वागावे याचे ज्ञान तिला उत्तम आहे. आपल्या पुतणीचे शिक्षण त्याच प्रकारचे व्हावे व तिला घोड्यावर बसणे यासारखे तत्सम दुसरे शिक्षण द्यावे असे शाहूंनी मत व्यक्त केले.

शाहू पुढे म्हणाले, 'युरोपियन बाईच्या हाताखालचे शिक्षण हे मुलींना आपल्या नातलगांशी, वडीलधाऱ्या लोकांशी, बरोबरीच्या व्यक्तींशी किंवा कनिष्ठांशी कसे वागावे याची शिकवण देत नाही. आपली कर्तव्ये ही आपल्या कुटुंबातील वडीलधाऱ्या महिलांवरच अवलंबून राहतात.' ह्या बाबतीत त्यांनी डॉ. भांडारकर, न्यायमूर्ती रानडे, न्यायमूर्ती चंदावरकर यांच्या पत्नींचा आदर्श महिला म्हणून उल्लेख केला. काही दिवसांनंतर आपल्या मुलीच्या शिक्षणाविषयी बोलताना ते म्हणाले, 'माझे मुलगी आचाराविचाराने भारतीय राहावी अशी माझी इच्छा आहे व तशीच तिच्या नवऱ्याची व कुटुंबाची इच्छा आहे.'[१४]

शाहू आपल्या खाजगी जीवनात काहीसे जुन्या वळणाचे असून हिंदी चालीरिती आणि वागणूक यांना ते सोडावयास तयार नव्हते. जनहिताच्या दृष्टीने राज्यकारभार करताना जुन्या वहिवाटीत जुजबी दुरुस्त्या करीत न बसता निर्भयपणे सरळ सरळ सुधारणेचा मार्ग ते चोखाळीत. ह्या वेळेपर्यंत त्यांनी

समाजक्रांतिकारकाची भूमिका स्वीकारलेली नव्हती. ह्या समयी त्यांनी आपल्या आठ-नऊ वर्षांच्या मुलांचे शिक्षण देशी शिक्षकांच्या मार्गदर्शनाखाली सुरू केले होते.

या सुमारास मराठी रंगभूमीस उत्तेजन देणाऱ्या शाहूंकडे 'स्त्रीसंगीत मंडळी' नावाच्या स्त्रियांच्या नाटक कंपनीच्या मालकाने मदतीसाठी विनंती केली. ह्या संगीत नाटक मंडळीचा जन्म सावंतवाडी येथे झाला होता. त्या नाटक कंपनीत १४ तरुण नट्या होत्या. कोणी आत्माराम पडतेसाने (?) नावाच्या गृहस्थाने कंपनीसाठी गोव्यातून काही सौंदर्यसंपन्न ललना मिळविण्याच्या हेतूने शाहूंकडे आर्थिक साहाय्याची याचना केली. त्या नट्या मराठी रंगभूमीवरील सुप्रसिद्ध नट विष्णुदास भावे यांच्याइतक्याच गाण्यात व अभिनयकलेत प्रवीण होत्या, असा त्यांचा दावा होता. ही स्त्रियांची संगीत मंडळी नंदीकर[१५] नावाच्या गृहस्थाने काढलेल्या नाटक मंडळीपेक्षा श्रेष्ठ दर्जाची होती असे स्त्रीसंगीत मंडळीच्या मालकाचे मत होते.

विष्णुदास भावे यांनी १८४३ पासून मराठी नाटके रंगभूमीवर आणण्यास प्रारंभ केला. तंजावरच्या भोसल्यांच्या राजघराण्यात मराठी नाटकांचा जन्म झाला ही गोष्ट प्रसिद्ध आहे. 'लक्ष्मी स्वयंवर' ह्या नावाचे मराठी नाटक तंजावरच्या दरबारात १६९० साली झाले. १८३२ पर्यंत मराठी नाटके तंजावर येथे होत. विष्णू अमृत भावे (१८१९-१९०२) यांनी 'सीता स्वयंवर' हे नाटक १८४३ साली सांगलीस केले.[१६] तंजावरमधील पहिले मराठी नाटक व्यंकोजीच्या मृत्यूनंतर दुसरे शहाजी नावाने गादीवर बसलेल्या राजाने लिहिले. यावरून असे दिसते की, भोसले कुळातील एका राजाने पहिले मराठी नाटक जन्मास घातले तर भोसले कुळातील दुसऱ्या एका राजाने म्हणजे शाहूंनी नारायणराव राजहंस तथा बालगंधर्व, केशवराव भोसले आणि दुसरे चांगले नट यांना साहाय्य आणि उत्तेजन देऊन मराठी रंगभूमी भरभराटीस आणली. शाहू हे नाटक मंडळ्यांना रंगभूमीस उपयुक्त अशी साधनसामग्री, पैसा आणि नाटकगृह पुरवीत. शाहू छत्रपतींचे एक मोठे वैशिष्ट्य असे की, ज्या काळी नटांना लोक महारोगी मानीत त्या काळी ते स्वत: नटांमध्ये मिसळत. इतकेच नव्हे तर, आपल्या पंगतीला घेऊन जेवीत. इतका त्यांना कला व कलावंतांविषयी जिव्हाळा वाटत असे.

सन १९०६च्या जून-जुलैच्या दरम्यान शाहू छत्रपतींच्याविरुद्ध दुसरा कट शिजत होता. शाहूंच्या शत्रूंनी मुंबई सरकारकडे एक निनावी पत्र धाडले व

शाहू महाराजांनी तीन स्त्रियांना जबरीने भ्रष्ट केले आहे असा त्यात आरोप केला. त्यापूर्वी कोण्या काका मास्तर नावाच्या गृहस्थाने अशाच तऱ्हेचा अर्ज केला होता; परंतु मुंबई सरकारने त्याकडे दुर्लक्ष केले. वेदोक्त प्रकरणात पराभूत झालेल्या पक्षाने शाहूंचे चारित्र्यहनन करण्यासाठी हे शस्त्र उपसले होते हे सांगण्याची आवश्यकता नाही.

छत्रपतींनी जुलैमध्ये मुंबई सरकारला पत्र लिहून हिंदुस्थानचे महाराज्यपाल यांची भेट मागितली. मुंबई सरकारला असे वाटले की, ब्रिटिश राजनैतिक प्रतिनिधी फेरिस यांची नेमणूक वाढवून घेण्यासाठी छत्रपतींना महाराज्यपाल यांची भेट पाहिजे असेल. त्यावर छत्रपतींनी एक महत्त्वाची खाजगी बाब महाराज्यपालाच्यापुढे ठेवण्यासाठी आपणांस ही भेट हवी आहे असे स्पष्ट केले. ही वैयक्तिक बाब म्हणजे निनावी पत्रात त्यांच्याविरुद्ध केलेले आरोप होत. परंतु दिल्लीला जावयास निघण्यापूर्वी ७ ऑगस्ट १९०६ रोजी त्यांनी फेरिसला लिहिले की, 'जरी हे पत्र निनावी असले तरी तुम्ही त्याचे मूळ शोधून काढले पाहिजे. ते माझ्या शत्रूचे काम आहे हे नि:संशय' ते पुढे म्हणाले, 'यास्तव मी आपणांस विनंती करतो की, आपण ह्या बाबतीत कसून चौकशी करावी. अशी चौकशी केली तर माझी अब्रू जाईल असे काही जणांना वाटले तरी त्यांच्यापैकी मी नाही. आपणांस माहीत आहेच की, विजापूरकर, राशिंगकर, टिळक व दुसरे काही देशी वर्तमानपत्रांचे संपादक माझे शत्रू आहेत आणि त्यांनी येथे येऊन ह्या चौकशीला साहाय्य केले तर माझा त्याला विरोध नाही. चौकशी करावी अशी तुमची इच्छा नसेल तर तुम्ही ह्या लोकांकडे खाजगी रितीने चौकशी करावी. संबंधित स्त्रियांच्या पालकांकडे जाहीररीत्या किंवा खाजगीरीत्या ह्या आरोपाच्या बाबतीत विचारणा करावी.' शाहू निर्यभपणे पुढे म्हणाले, 'आणि जर वर उल्लेखिलेले टिळक आणि त्यांचा पक्ष यांचे म्हणणे असे असेल की, ही चौकशी होत असताना मी कोल्हापूरबाहेर जाणे आवश्यक असेल तर प्रवासाच्या निमित्ताने मी काही दिवस बाहेर जाण्यास तयार आहे. परंतु तुम्हांला माझी एकच विनंती आहे की, जर ह्या चौकशीनंतर हे आरोप खोटे ठरले तर टिळक पक्षातील ज्या लोकांनी माझ्याविरुद्ध आरोप केले आहेत त्यांना योग्य ती शिक्षा झाली पाहिजे. ह्या कटाच्या मुळाशी असलेल्या उपरोक्त व्यक्तींना मी आव्हान देतो की, त्यांनी उपरोक्त तीन स्त्रियांच्या बाबतीतच नव्हे तर माझ्या आयुष्यातील कोणत्याही एका प्रकरणात मी ह्या बाबतीत दोषी आहे असे सिद्ध करावे. हे माझे पत्र तुम्ही आपल्या दप्तरी ठेवल्यास माझा विरोध नाही. कारण ह्या प्रकरणी मला जे काही म्हणावयाचे ते सर्व ह्या पत्रात आहे.'

असे निर्भयपणे स्पष्टीकरण करून शाहू आपल्या दिवाणासहित २७ ऑगस्ट १९०६ रोजी दिल्लीस जावयास निघाले. वाटेत ते इंदूर येथे थांबून देवासला काही दिवस राहिले. तेथे देवासचे महाराज तुकोजीराव पवार यांनी त्यांचे यथायोग्य स्वागत केले. देवास येथील व्हिक्टोरिया विद्यालयाने शाहू छत्रपतींचे मराठा सत्तेचा आरसा आणि शिवाजीचा वंशज असे वर्णन करून त्यांचे स्वागत केले. १ सप्टेंबर १९०६ रोजी देवास येथील तुकोजीराव क्लबच्या सभासदांनी शाहूंचे स्वागत केले. त्या प्रसंगी समाजात निरनिराळ्या जातींमध्ये ऐक्यभाव निर्माण करून एकमेकांविषयी प्रेम व उत्साही वातावरण निर्माण करणाऱ्या तुकोजीराव क्लबचा छत्रपतींनी गौरव केला. प्रजेपासून दूर राहण्याची राजांची वृत्ती इतिहासजमा झाली आहे असेही त्यांनी सांगितले.

मुंबईहून सिमल्याला जाताना मार्गात त्यांनी हेतुपुरस्सर मुंबईच्या राज्यपालांना भेटण्याचे टाळले आणि ते योग्यच झाले. निनावी पत्राला मुंबई सरकारने थोडे का होईना पण महत्त्व द्यावे याविषयी त्यांना दुःख झाले होते.

शाहू छत्रपती सिमल्याला पोहोचले. आणि ९ सप्टेंबर रोजी त्यांनी महाराज्यपाल मिंटो यांची वैयक्तिक भेट घेतली आणि १६ सप्टेंबरला कोल्हापूरला परत आले. परत येते वेळी मुंबईचे राज्यपाल किंवा त्यांचे सल्लागार यांना ते भेटले नाहीत. ह्या प्रकरणाचे सर्व कागदपत्र 'स्त्रियांना बलात्काराने भ्रष्ट करण्याचा कोल्हापूरच्या महाराजांवर आरोप व कोल्हापुरातील ब्राह्मणांच्या कंपूविरुद्ध महाराजांनी केलेले निवेदन' अशा मथळ्याखाली सप्टेंबर १९०६ मध्ये दिल्लीस पोहोचले. कोल्हापुरातील ब्राह्मण स्त्रियांकडून अशा तऱ्हेचे शाहूंविरुद्ध अर्ज लेडी मिंटो यांच्याकडेही पाठविण्यात आले होते.

भारतमंत्र्याच्या इंग्लंडमधील कार्यालयात उपरोक्त प्रकरणासंबंधी जे कागदपत्र होते त्यांवर शेवटी खाली दिलेला शेरा मारण्यात आला होता. 'जेव्हा लेडी मिंटोकडे ब्राह्मण स्त्रियांनी शाहूंच्याविरुद्ध अर्ज केला, तेव्हा कोल्हापूरचे राजनैतिक प्रतिनिधी कर्नल फेरिस ह्यांनी मुंबई सरकारला असे कळविले की, 'चौकशीअंती माझी अशी खात्री होऊन चुकली आहे की, महाराज हे निर्दोष जीवन जगतात. गेल्या वर्षापर्यंत त्यांना एक उप-स्त्री होती, परंतु ती निवर्तली. स्त्रियांना भ्रष्ट करणारे स्वैरजीवन महाराज कधीही जगलेले नाहीत व ते वेश्यागमनही करीत नाहीत.'[१७]

फेरिसच्या ह्या मतावर आणखी काही भाष्य करण्याची आवश्यकता नाही. छत्रपतींचे शत्रू आणि निंदक ह्यांचे अजब आरोप काहीही असोत. शाहूंना जरी राजा म्हणून अनेक विवाह करण्याची संधी होती तरी शेवटपर्यंत त्यांना एकच

पत्नी होती. त्या काळी बहुपत्नीकत्वाची चाल रूढ होती, एवढेच नव्हे तर, उत्तर व दक्षिणेतील काही हिंदी संस्थानिकांनी झनानखाने ठेवले होते असा तो काळ. शाहूंनी अनेक विवाह केले नाहीत किंवा झनानखाना ठेवला नाही. महाराणी लक्ष्मीबाई अशक्त असून महाराजांची शारीरिक भूक भागविण्यास त्या असमर्थ आहेत असे वाटत असल्यामुळे राजवाड्यातील वडीलधाऱ्या नातलगांनी शाहूंनी दुसरा विवाह करावा असा आग्रह धरला, तरी छत्रपतींनी त्यांचे ऐकले नाही. त्याचप्रमाणे कोल्हापूरचे सिव्हिल सर्जन ह्यांनी एकदा महाराजांना दुसरे लग्न करण्याविषयी विनंती केली. तेव्हा ते थट्टेने म्हणाले, 'अहो डॉक्टर, तुम्ही माझ्यासाठी एखादी योग्य वधू पाहा.' त्यांचा हा विनोद न कळल्यामुळे डॉक्टरांनी ती गोष्ट मनावर घेऊन एक अत्यंत लावण्यवती कुमारी त्यांच्यासमोर उभी केली. ती लावण्यवती कुमारी पाहून शाहू म्हणाले, 'ह्या मुलीच्या जीवनाचा नाश करणे हे पाप आहे.' तिचा विवाह ठरविण्यास डॉक्टरांना सांगितले आणि आपण तिच्या लग्नाचा खर्च करू असे सांगून पुढे तशी कृतीही केली.

छत्रपतीचे सामाजिक आणि राजकीय वैरी, तसेच त्यांच्याविरुद्ध असलेले ब्राह्मण लेखक, जिरगे प्रकरणाला बुद्ध्याच भडक रंग देऊन छत्रपतींचे चारित्र्यहनन करीत फिरत. हे प्रकरण त्यांच्या वयाच्या सव्वीस-सत्ताविसाव्या वर्षी घडले असावे. जिरगे ही ललना धनाढ्य असून ती अत्यंत लावण्यवती होती. जिरगे कुटुंबाचे राजघराण्याशी विशेष सख्य होते. शाहूंच्या भक्तांचे म्हणणे असे की, छत्रपतींच्या विश्वासातील व परिवारातील काही व्यक्तींनी तिला एकदा राजवाड्यावर कोंडून ठेवली तेव्हा छत्रपती रजपूतवाडी येथे होते. ही बातमी ऐकताच छत्रपतींनी तिला आपल्या नोकराकरवी तिच्या घरी पोहोचती केली आणि नोकरांच्या कृत्याचा दोष स्वत:च्या माथी घेतला. ह्या संधीचा फायदा घेऊन शाहूविरोधकांनी त्या ललनेची व शाहूंची बदनामी केली. ते प्रकरण अवास्तव वा अतिरंजित असावे असे शाहूंच्या परिवारातील त्यांच्या भक्तांचे म्हणणे आहे. तथापि महाराजांशी विशेष सलगी व स्नेह असणाऱ्या एका वयोवृद्ध व्यक्तीच्या मते, जिरगे प्रकरणाची इत्थंभूत माहिती कोणत्याही नाही. त्या जिरगे प्रकरणाचा उल्लेख करून शाहू महाराज आपल्या त्या मित्राला एकदा म्हणाले, 'जरी ह्या प्रकरणी मी एकटाच दोषी नसलो तरी हे प्रकरण सोडून जर कोणी, मी कोणाच्या कुटुंबाच्या सुखाचा किंवा अब्रूचा नाश केला आहे, असे सिद्ध केले तर मला जाहीररीत्या सार्वजनिक चौकात फटके मारावेत.' छत्रपतींच्या आयुष्यात तीनचार गाणाऱ्या उपस्त्रिया होत्या ही गोष्ट जगजाहीर आहे. बाबलीबाई, तानीबाई तथा ताराबाई, कोळसेबाई ही त्यांची नावे असून त्या महाराजांच्या निष्ठावंत भक्त

होत्या. बाबलीबाई ही रुबाबदार सौंदर्याची एक प्रतिमा होती. ती अत्यंत दयाळू असून नोकरलोक आदराने तिच्याशी वागत. तानीबाई तथा ताराबाई ही देखणी असून चांगली गायिका होती. कोळसेबाई ही शरीराने धिप्पाड व सतेज होती. महाराजांचे शरीर धिप्पाड असून त्यांची शक्ती आणि कामवासना असाधारण होती. त्यांची पत्नीही त्यामानाने अशक्त होती व दुसरा विवाह करावयाचा वडीलधाऱ्या मंडळींचा आग्रह त्यांना मान्य नसल्यामुळे त्यांना कामवासना तृप्त करण्यासाठी हा मार्ग चोखाळावा लागला. परंतु अशा ह्या उपस्त्रिया ठेवल्यामुळे त्यांच्या ह्या दोषांचा प्रतिस्पध्र्यांनी राईचा पर्वत करून त्यांची दुष्कीर्ती केली. पण त्यांची अशा प्रकारे दुष्कीर्ती करणाऱ्या त्यांच्या निंदकांपैकी शुद्ध चारित्र्याच्या व्यक्ती अगदी थोड्याच होत्या. सूडबुद्धी आपला डाव साधण्यासाठी अनेक मार्गांचा अवलंब करते. पण जो सामाजिक मूल्ये बदलण्याचा प्रयत्न व धडपड करतो त्याची दुष्कीर्ती करण्यासाठी सूडबुद्धी चारित्र्यहननाचा आश्रय घेते. त्यामुळे छत्रपतींना आपल्या आयुष्यात शत्रूंचे विषारी डंख अनेक वेळा सहन करावे लागले.

तशात शाहूंच्या कामजीवनाविषयी महाराजांच्या परिवारातील नोकर अशा भाकडकथांना पदरचे तिखटमीठ लावून पसरविण्यात मागे राहिले नव्हते. ब्राह्मण लेखक व प्रचारक ह्यांनी ऐकीव गोष्टींत स्वत:च रचलेल्या अनेक गोष्टींची भर टाकून जनतेत बदनामकारक अफवा पसरविल्या. छत्रपतींनी आपल्या नातलगांपैकी ज्या व्यक्ती आपल्या पत्नीकडे दुर्लक्ष करीत त्यांच्या पत्नीकडून त्यांची फजिती करविल्याचीही उदाहरणे आहेत.

शाहू छत्रपती सिमल्याहून परत आल्यावर त्यांच्या हस्ते 'श्री शाहू स्पिनिंग ॲन्ड विव्हिंग मिल'ची कोनशिला बसविण्याचा समारंभ २७ सप्टेंबर १९०६ रोजी झाला. आपल्या राज्यात उद्योगधंदे आणि व्यापार यांची प्रगती व्हावी म्हणून ते नेहमी जागरूक राहून उद्योगधंद्यास उत्तेजन देत. ह्यापूर्वी सुमारे एक वर्षभर ती संयुक्त भांडवलावर उभारलेली गिरणी म्हणून चालली. प्रारंभी तिचे कार्यवाह खंडेराव आप्पासाहेब गायकवाड होते आणि ते तिच्या व्यवस्थेबद्दल जबाबदार होते. ह्यापूर्वी उद्योगधंद्याच्या क्षेत्रात असे धाडस कोल्हापूरच्या ब्राह्मणांनी केले होते. परंतु त्यांना धंद्याची तंत्रशुद्ध माहिती नसल्यामुळे अपयश आले होते.

शाहू छत्रपतींचे भाषण दिवाण सबनीस यांनी वाचून दाखविले. त्यात जनतेने स्वावलंबनाची वृत्ती दाखविल्याबद्दल त्यांनी त्यांचे अभिनंदन केले. ही कापड गिरणी आपल्या राज्यातील पहिलीच असल्यामुळे आपण तिला जास्तीत जास्त सहानुभूती दाखवू व साहाय्य करू. ह्या औद्योगिक साहसात चालकांना

आपली सहानुभूती आहे; पण हा धंदा गिरणीचे मोठे[१८] मालक आणि लक्षाधीश यांच्या हाती जाऊ नये, ह्याविषयी जो त्यांनी निर्धार केला आहे त्याच्याशी आपण सहमत आहो, असे त्यांनी सांगितले. गिरणीच्या भागधारकांचे कायमचे हित व्हावे अशी चालकांनी खबरदारी घ्यावी आणि असले उद्योगधंदे ही मुंबईचीच केवळ मक्तेदारी नसून आपल्याही ठायी व्यापारबुद्धी आहे हे ह्या कामी यश मिळवून त्यांनी सिद्ध करावे, असे त्यांनी उत्तेजन दिले. तो दिवस दसऱ्याचा असल्यामुळे लोकांनी औद्योगिक क्षेत्रात सीमोल्लंघन करून वैभव मिळवण्याच्या निर्धाराने बाहेर पडावे असाही त्यांनी लोकांना उपदेश केला. आपल्या भाषणात ते पुढे उत्स्फूर्तपणे म्हणाले की, 'एक गोष्ट लक्षात ठेवली पाहिजे. ती ही की, शांतता काळातील विजय युद्धातील विजयापेक्षा सुकीर्ती पावतात. आपणांस उदासीनता, अज्ञान आणि दारिद्र्य ह्यांवर विजय मिळवावयाचा आहे.'

ह्या कापड गिरणीचा विजापूरकरांनी आपल्या ग्रंथमालेच्या डिसेंबर १९०६च्या अंकात उल्लेख करून खवचटपणे म्हटले की, 'अशा प्रकारचे उद्योग कोल्हापुरात दोन–तीन वेळा होऊन फसले. त्यांत ब्राह्मण म्हणजे या कामास न रुळलेले लोक प्रमुख होते. हल्लीच्या प्रयत्नास ब्राह्मणांची शिवाशीव नाही. कोणाच्याही कोंबड्याने का होईना सूर्योदय होवो म्हणजे झाले. पण पुढेमागे लवकरच जगदंबेपुढे कोल्हापुरी साखरेचे पेढे वाटण्याचा सुप्रसंग येवो, अशी आशा प्रदर्शित करून तूर्त कापड गिरणीचे आम्ही अभिनंदन करतो.'

पुढील काळात बरीच स्थित्यंतरे होऊन ती कापड गिरणी कोल्हापूर सरकारने आपल्या ताब्यात घेतली. त्यासाठी छत्रपतींनी शाहू मिलला मोठ्या उदारपणे भांडवल दिले होते. आणि मूळ चालकांना जमीन आणि तलावही मोफत दिला होता. चालकांना काही वर्षांचा भत्ता दिला होता. अव्यवस्थेमुळे प्रारंभी काही काळ अपेश आले. नंतर दरबारच्या देखरेखीखाली ती गिरणी भरभराटली.

शाहू छत्रपतींनी ह्यापूर्वीच सुताच्या गिरणीचे शिरोळ येथे उद्घाटन केले होते. तसेच रायबाग येथे हातमागाचा उद्योगधंदा एका ब्राह्मणाने सुरू केला होता. सदर ब्राह्मण गृहस्थाला छत्रपतींनी भांडवल पुरविले होते व रायबाग येथे रंगाचा कारखाना सुरू करण्याची शक्यता आहे की नाही याचे संशोधन करण्यास एका रसायनशास्त्रज्ञास पाठविले होते. सुताची गिरणी तरली परंतु हातमागाचा उद्योग धडपड करूनही तग धरू शकला नाही.

ह्याच सुमारास राजवाड्याच्या आवारात असलेल्या मोडक्या मशिदीसंबंधी वाद निर्माण झाला. त्या मोडक्या मशिदीचा उपयोग प्रार्थनेसाठी करावा असे आता मुसलमानांना वाटू लागले होते. असे करण्यामुळे दोन्ही बाजूंची

गैरसोय होणार होती. त्यामुळे मुसलमानांनी तेथे प्रार्थना करावयास पुन्हा सुरुवात करू नये म्हणून दरबारने त्यांचे मन वळविले. त्याऐवजी छत्रपतींनी शाहूपुरीत नवीन मशीद बांधण्यासाठी मुसलमानांना मोठी देणगी दिली. शाहू हे सहिष्णू आणि प्रजाहितदक्ष राज्यकर्ते असल्यामुळे, मुसलमान समाजानेही काळाबरोबर प्रगती केली पाहिजे असे त्यांनी ठरविले. त्यांनी युसुफ अब्दुल्ला नावाच्या गृहस्थाची सरकारी खात्यामध्ये नेमणूक केली व त्याला उत्तेजन देऊन त्याच्याकडून मुसलमान समाजामध्ये शिक्षणकार्याला गती देण्याचे कार्य केले. आतापर्यंत मुसलमान विद्यार्थ्यांबाबत अशी परिस्थिती होती की, शाहूंच्या आज्ञेप्रमाणे मराठेच आपल्या शैक्षणिक संस्थांमधून आणि वसतिगृहांतून त्यांच्या शिक्षणाची, जेवणाची सोय करीत. शाहूंनी मुसलमानांची मने शिक्षण क्षेत्राकडे वेधून घेतल्यामुळे मुसलमानांनी १५ नोव्हेंबर १९०६ साली एक शिक्षणसंस्था कोल्हापूरात काढली आणि तिचे पहिले अध्यक्ष स्वत: शाहू छत्रपतीच झाले.[११]

ही घटना घडण्याचे पूर्वी थोडे दिवस अगोदर अमेरिकन प्रेस्बेटेरीयन मिशनच्या जे. पी. ग्रॅहॅम नावाच्या गृहस्थाने कोल्हापुरातील जहागीरदारांविरुद्ध मुंबई सरकारकडे अर्ज केला होता. कोल्हापुरातील जहागीरदारांनी आपल्या प्रजेला असा आदेश दिला होता की, कोल्हापूरबाहेरील लोकांना कोणतीही मिळकत विकू नये वा भाड्याने अगर अनुदान म्हणून देऊ नये. शाहूंचे मिशनऱ्यांशी सलोख्याचे संबंध होते आणि मिशनऱ्यांचे मानव हिताचे कार्य त्यांना आवडे. उपरोक्त प्रश्न त्यांच्यापुढे निर्णयासाठी आला आणि त्यांनी काही दिवसांनंतर त्या बाबतीत आपले धोरण ठरविले.

'लोकप्रतिनिधि सभा' भरविण्यासाठी ब्राह्मण नेते जोरात प्रयत्न करीत होते. ही गोष्ट शाहूंच्या लक्षात आली. शेतसाऱ्यात आपण चांगलीच सूट मिळवून देऊ असे ह्या ब्राह्मण नेत्यांनी शेतकऱ्यांनी अभिवचन दिले. चोरी करण्याच्या आरोपाखाली काही तरुण ब्राह्मणांना अटक झाली होती. त्यामुळे कोल्हापुरातील ब्राह्मण अधिक भडकले. लोकप्रतिनिधि सभेच्या कल्पनेला मराठा आणि इतर मागासवर्गीय लोकांचा विरोध होता. जे ब्राह्मण आपणांस समाजात वाईट वागवणूक देतात, आपणांस कनिष्ठ प्रतीचे मानतात, आपला तिरस्कार करतात, त्यांनी काढलेल्या संस्थेवर त्यांचा विश्वास नव्हता. मराठे व इतर मागासवर्गीय जातींतील कार्यकर्ते ब्राह्मणांच्या ह्या उद्दिष्टांना विरोध करण्यास उभे राहिले आणि आपला विरोध ब्राह्मणांनी भरविलेल्या प्रचार सभेत तीव्रतेने व्यक्त करू लागले हे पाहून शाहूंना समाधान वाटले.

नियोजित लोकप्रतिनिधी सभेचे नेते ब्राह्मणच होते. राशिंगकर,

विजापूरकर, स. खं. अळतेकर, एस. वाय. अभ्यंकर, रामभाऊ गोखले हे ते नेते होते. ठरल्याप्रमाणे २ ऑक्टोबर १९०६ रोजी शाहूपुरीतील एका वखारीमध्ये, ज्यात बहुसंख्य ब्राह्मण होते, अशी ती लोकप्रतिनिधि सभा भरली. त्या सभेस उपस्थित असलेल्यांची संख्या कमी तर होतीच; पण ती ब्राह्मण नेत्यांनी म्हटल्याप्रमाणे प्रातिनिधक स्वरूपाची नव्हती. कोल्हापुरातील बाळाजी प्रभाकर मोडक ह्या प्रसिद्ध पंडिताने शाहूंच्या इच्छेप्रमाणे प्रतिनिधिसभेचे अध्यक्षपद नाकारले, त्यामुळे डॉ. वामन बाजी रुईकर तथा स्वामी लवणानंद ह्यांनी विजापूरकरांच्या आग्रहामुळे अध्यक्षपद भूषविले. राशिंगकर हे स्वागताध्यक्ष होते. ह्या सभेतील एका नेत्याने असे भाषण केले की, कोल्हापुरातील प्रत्येक स्त्री–पुरुषाला आपल्या वित्ताचे, जीविताचे किंवा नैसर्गिक हक्कांचे कसे संरक्षण होईल याची रात्रदिवस काळजी पडली आहे. त्यांच्यापैकी एका वक्त्याने ब्रॅडलॉ यांचे एक वचन उद्‌धृत करून म्हटले की, 'लाचारीने वागणे म्हणजे निष्ठा नव्हे.'

लोकप्रतिनिधि सभेने शाहू छत्रपती व राजघराण्यातील इतर मंडळी यांना ईश्वराने दीर्घायुषी करावे असा पहिला ठराव पसार केला. दुसऱ्या ठरावाने, राज्यातील शेतकीला उत्तेजन देण्यासाठी दरबारने साहाय्य करावे अशी मागणी केली. तिसऱ्या ठरावाने, शिक्षणाची व्याप्ती वाढावी असे म्हटले. चवथ्या ठरावाने अशी मागणी केली की, दिवाणी हक्कासंबंधी दरबारच्याविरुद्ध तक्रार करावयाची सोय असावी. पाचव्या ठरावाने, नगरपालिकेचा सरकारी कारभार दूर करण्यात यावा, अशी मागणी केली. सहाव्या ठरावात असे म्हटले होते की, लोकांची गाऱ्हाणी सरकारी अधिकाऱ्यापुढे मांडण्यासाठी एक कायम स्वरूपाची समिती नेमावी.[२०]

ब्राह्मणी वर्तमानपत्रांनी, कोल्हापुरातील प्रत्येक पुरुष व स्त्री ही चिंताग्रस्त झालेली आहेत ह्या घोषणेचा प्रचार आणि प्रसार केला. कोल्हापुरातील व ब्राह्मणेतर स्त्रिया भयग्रस्त झाल्या होत्या हे त्यांचे म्हणणे दुष्टपणाचे व धादान्त खोटे होते. ब्राह्मणेतर वर्ग ह्या शाहूविरोधी दुष्ट व चारित्र्यहननाच्या चळवळीपासून अलिप्त राहिला होता. खरोखरीच ही उघड उघड ब्राह्मणी चळवळ होती आणि त्या चळवळीचे लक्ष्य कोल्हापूर आणि कागल हेच होते. त्यांचे लक्ष्य कोल्हापुरातील ब्राह्मण जहागीरदार नव्हते हे उघड आहे. प्रतिनिधि सभा ही प्रामुख्याने ब्राह्मण सभाच होती.

लोकप्रतिनिधि सभेविषयी आपली प्रतिक्रिया कळविताना शाहू छत्रपती आपल्या ९ ऑक्टोबर १९०६ च्या पत्रात म्हणतात की, 'ही सर्व लोकांची प्रामाणिक व प्रातिनिधिक स्वरूपाची चळवळ असती तर मी तिच्याविषयी काही

म्हटले नसते. परंतु त्या चळवळीच्या नेत्यांनी आपले लक्ष कागल व कोल्हापूर यांकडेच केंद्रीभूत केले आहे हे उघड आहे. दक्षिण मराठा संस्थानिकांपैकी किंवा माझ्या संस्थानातील इतर जहागीरदारांसंबंधी ते ब्रसुद्धा काढीत नाहीत यावरून त्यांचा खरा उद्देश काय आहे हे कळते. खरे म्हणाल तर, मागासवर्गीयांना पुढे आणण्याचे माझे प्रयत्न त्यांना आवडत नाहीत. शिवाजी क्लबमधील त्यांचे कारस्थान आणि त्या क्लबच्या सभासदांनी घातलेले दरोडे लोकांच्या निदर्शनास आल्यामुळे स्वाभाविकपणे त्या पुढाऱ्यांना हे आवडत नाही व ते आमचा द्वेष करतात.' ही परिस्थितीत आणखी काही कारणामुळे चिघळली होती. कोल्हापुरात आणि दक्षिण मराठा संस्थानांमध्ये त्या वेळी जुनी वेळ बदलून त्याऐवजी भारतीय वेळ शाहूंनी स्वीकारल्यामुळे हे लोक शाहूंवर रागावले होते. ब्राह्मण संस्थानिकांच्या व जहागीरदारांच्या राज्यांतील ब्राह्मणेतरांमध्ये इतका असंतोष पसरला होता की, त्यांना त्या संस्थानांतील छळामुळे संस्थाने सोडावी लागली; तरी त्याविषयी लोकप्रतिनिधी सभेच्या नेत्यांनी एक अवाक्षरही काढले नाही. ह्यावरून ह्या चळवळीच्या ध्येयधोरणावर चांगलाच प्रकाश पडतो. गोखल्यांसारख्या व्यक्तीने विचारपूस केल्याशिवाय ह्या चळवळीला साहाय्य करावे ही छत्रपतींना सर्वांत आश्चर्याची गोष्ट वाटली. शाहू म्हणाले, 'हे खरे की, कागल आणि कोल्हापूर येथील, गोखल्यांच्या काही नातलगांना सेवानिवृत्त करावे लागले होते. परंतु ह्या गोष्टीमुळे गोखल्यांच्या मनावर काही प्रतिकूल परिणाम होईल असे मला वाटत नाही.'

कोल्हापूरच्या दिवाणांनी १२ ऑक्टोबर १९०६ रोजी लोकप्रतिनिधींच्या अर्जांची कोणत्याही सरकारी नोकराने दखल घेऊ नये आणि लोकप्रतिनिधि सभेशी कोणत्याही तऱ्हेचा उघड किंवा अप्रत्यक्षपणे संबंध ठेवू नये असा हुकूम काढला. पण लोकप्रतिनिधींची सभा पुन्हा कधी भरलीच नाही. जशी रयत एजन्सी[२१] नावाची संस्था १८९२ साली कोल्हापुरास स्थापन झाली होती, तरी तिची बैठक पुन्हा कधीच झाली नाही, तशीच लोकप्रतिनिधि सभेचीही गत झाली. शाहू छत्रपती अशा तऱ्हेने हैराण झालेले असताना त्यांनी जत आणि अक्कलकोट संस्थानिकांनी आपण ब्राह्मणांच्याविरुद्ध जो झगडा सुरू केला आहे त्याला मदत करावी, अशी इच्छा व्यक्त केली. लोकप्रतिनिधींची सभा संपली नाही तोच विजापूरकर, राशिंगकर आणि बेळगावचे गंगाधरराव देशपांडे ह्यांनी नरसोबाच्या वाडीत एक सभा भरवली. तीत लोकांनी स्वेदशी वस्तू वापराव्यात असा उपदेश करणारी त्यांनी धडाडीने भाषणे केली. परदेशी साखरेमध्ये गाईचे आणि डुकराचे रक्त व हाडे आल्यामुळे ती वापरू नये असेही ते म्हणाले. ह्या भाषणाचा उल्लेख

करून शाहूंनी म्हटले की, ''बेळगाव येथे गंगाधरराव देशपांडे यांनी टिळक हे प्रतिशिवाजी आहेत असे म्हणून टिळकांचे वर्णन त्यांनी 'राजाधिराज छत्रपती टिळक महाराज'[२२] अशाही शब्दांत केले आहे !''

ह्या समयी स्वत: पुराणमतवादी व सनातनी असणारे विजापूरकर ह्यांनी ब्राह्मण समाजाला एक धोक्याची सूचना दिली. ते म्हणाले : 'ब्राह्मणेतर आता पुढे येत आहेत आणि ब्राह्मणांच्या नेतृत्वाला आव्हान देत आहेत. यास्तव ब्राह्मणांनी आपली सत्ता आणि वजन हे समाजात राखण्यासाठी आटोकाट प्रयत्न केले पाहिजेत.' ह्यावेळी विजापूरकरांवर काही राजकीय संकट आले होते. परंतु जिल्हा दंडाधिकारी भास्करराव जाधव यांनी त्यांची त्यातून सुटकार केली. याच वेळी काही राजकारणी वकिलांनी कोल्हापूर सोडून जाण्याची आज्ञा करण्यात आली. तिकडे खेड्यांतील ब्राह्मण शाहू महाराजांविरुद्ध एका आवेदनावर ब्राह्मणांच्या सह्या घेण्यासाठी खेड्यांतून फिरत असताना, इकडे फेरिस यांनी शाहू छत्रपतींच्या पुतळ्याचे जैन विद्यार्थ्यांच्या संस्थेमध्ये २० नोव्हेंबर १९०६ रोजी अनावरण करताना शाहूंविषयी गौरवपर भाषण केले. त्या प्रसंगी फेरिस म्हणाले, 'शाहूंच्या दीर्घकाळ मैत्रीमुळे मी त्यांच्या तसबिरीचे अनावरण करण्यास आलो असे नाही, तर आपल्या प्रजेची परिस्थिती सुधारावी यासाठी एकही संधी वाया न दवडणाऱ्यांपैकी छत्रपती हे एक राजे आहेत असा माझा विश्वास आहे म्हणून. वरिष्ठांची प्रगती रोखावी म्हणून नव्हे तर गरिबांचा दर्जा उंच व्हावा ह्या हेतूने महाराजांचे प्रयत्न चालले आहेत.' फेरिस पुढे म्हणाले की, 'आपल्या प्रजेपैकी जे मागास समाज आहेत त्यांची प्रगती करण्यासाठी महाराज झटत आहेत. त्यांचे प्रयत्न हळूहळू सफल होत आहेत हे पाहून मला समाधान वाटते.'

कोल्हापुरातील लोकप्रतिनिधि सभेच्या बाबतीत दरबारने काढलेला हुकूम पाहून टिळकाच्या 'केसरी'चा संताप अनावर झाला. 'केसरी'ने आपला राग दिवाण सबनीस यांच्यावर काढला. कारण ते आता शाहू विरोधकांच्या डोळ्यांत सलत होते. ब्राह्मणांची मालमत्ता महाराजांनी जप्त केली ह्याची पुनरुक्ती करून 'केसरी'ने म्हटले की, 'कोल्हापूर दरबारला मदत करणारे जे लोक मिळतात ते सर्व आपमतलबी असावेत हे दरबारचे मोठे दुर्दैव होय. ह्यापूर्वी अण्णासाहेब लठ्ठे ह्यांनी माधवराव बर्वे यांच्या ब्राह्मणी सत्तेने केलेल्या कोल्हापुरातील गैरकारभाराचे वर्णन करणारा एक लेख 'केसरी'त लिहिला होता. त्याला उत्तर देताना 'केसरी'ने म्हटले की, 'चित्तपावनी कारकीर्द किंवा वेदोक्त यांच्या अभिमानात गुंतून कोल्हापूर दरबारवर केसरी तुटून पडत नाही व हे त्याचे ब्रीद्रही नाही.' पण केसरीने शेवटी आपली वाघनखे बाहेर काढली.[२३] 'केसरी'ने म्हटले

की, 'ज्याला आपल्या स्वत:ची म्हणून स्वतंत्र इभ्रत आहे असा दिवाण संस्थानात असावा लागतो.' आणि येथेच सर्व मख्खी होती. एका नामांकित संस्थानचा दिवाण कायस्थ प्रभू असणे हाच 'केसरी'ला खरा अडथळा वाटत होता. शाहू छत्रपतींनी दिवाण सबनीस ह्यांना महत्पदी चढवून केसरीच्या दृष्टीने उद्दाम वर्तन केले होते, असे म्हणणे वावगे होणार नाही.

मागास समाजाच्या उद्धारासाठी अहोरात्र झटणाऱ्या शाहू छत्रपतींनी काही मराठी पदवीधरांना मुंबई सरकारच्या पदरी नोकरी मिळवून देण्यात यश मिळविले होते. पांडुरंग चिमणाजी पाटील हे शेतकी महाविद्यालयात प्राध्यापक व्हावयास आपली उच्च पदवी व गुण ह्या दोन्ही दृष्टींनी योग्य होते. त्यांनी शाहू महाराजांना शेतकी महाविद्यालयातील प्राध्यापकाच्या जागेविषयी बातमी देऊन त्यांच्याकडून साहाय्याची अपेक्षा केली. त्यावर शाहूंनी संबंधित सरकारी अधिकाऱ्यांना लिहिले की, जर पां. चि. पाटील यांची त्या जागेवर नेमणूक झाली तर कोल्हापूरच्या विद्यार्थ्यांना त्यांचे साहाय्यच होईल. शाहू छत्रपती व दिवाण सबनीस यांनी शब्द टाकताच त्या जागेवर नेमणूक झाली, त्याचप्रमाणे बी. एन. वैद्य नावाच्या एका पदवीधराची बडोदे सरकारच्या राज्यकारभारात महत्त्वाच्या जागी नेमणूक करावी म्हणून शाहूंनी सयाजीराव गायकवाडांना विनंती केली होती.

ह्याच सुमारास फर्ग्युसन महाविद्यालयाचे एक प्राध्यापक चिं. गं. भानू यांनी राज्यपाल लॉर्ड लॅमिंग्टन यांच्याकडून डेक्कन एज्युकेशन सोसायटीला मदत मिळवून देण्याची शाहूंना कळकळीची विनंती केली. त्याचप्रमाणे प्राचार्य र. पु. परांजपे यांच्या पगारात वाढ करण्यासाठीही शाहूंनी साहाय्य करावे, अशी विनंती केली. त्यावेळी शाहूंच्या पुढे अनेक बिकट आर्थिक समस्या उभ्या राहिल्या होत्या. त्यामुळे फर्ग्युसन महाविद्यालयाला ते काही साहाय्य करू शकले नाहीत. तथापि, १ मार्च १९०७ रोजी शाहू छत्रपतींनी एक जाहीर परिपत्रक काढून भारतातील अनेक संस्थानिकांना आणि जहागीरदारांना फर्ग्युसन महाविद्यालयाला मदत करण्याची विनंती केली. त्या पत्रकात, देणगी देणाऱ्या व्यक्तींच्या मनावर परिणाम व्हावा म्हणून शिक्षणक्षेत्रातील गोखले यांच्या त्यागाचा, प्राचार्य र. पु. परांजपे आणि प्रा. चिं. गं. भानू यांच्या कार्याचा गौरवपर उल्लेख त्यांनी केला होता.

बापूसाहेब घाटगे यांची कन्या लक्ष्मीबाई आक्कासाहेब हिचा विवाह अक्कलकोटचे राजेसाहेब फत्तेसिंह भोसले यांच्याबरोबर ठरविण्यासाठी फेरिसच्या वतीने मुंबई सरकारकडे वर्षभर बोलणी चालली होती. साताऱ्याचे कलेक्टर बोनस

हे त्या काळी अक्कलकोटचे ब्रिटिश राजनैतिक प्रतिनिधी म्हणून काम पाहत होते. त्यांनी मोठी खटपट करून १ फेब्रुवारी १९०७ रोजी २० हजार रुपयांचा हुंडा मान्य करून शाहूंच्या इच्छेप्रमाणे विवाह ठरविला. राजप्रतिनिधीतर्फे विवाह ठरल्याची बातमी ऐकून शाहूंना आनंद झाला. ते उद्गारले, 'जिच्या भविष्याविषयी मला चिंता वाटेल अशी माझ्या घराण्यात आता मुलगी राहिली नाही.'

११

धार्मिक दहशतवादी

सन १९०२च्या जून ते ऑगस्ट महिन्यांत शाहू छत्रपती इंग्लंडमध्ये व युरोपातील इतर देशांत प्रवास करीत असता त्यांनी मोठमोठाले तलाव व कालवे पाहिले. ते पाहून आपल्याही राज्यातील शेतकीस कालव्याचे पाणी पुरविण्यासाठी एक प्रचंड तलाव व कालवे बांधण्याचे विचार त्यांच्या मनात घोळू लागले होते. सन १९०५ च्या नोव्हेंबरपासून त्यांनी ह्या प्रचंड योजनेविषयी मुंबई सरकारशी पत्रव्यवहार सुरू केला होता. त्या दृष्टीने त्यांनी आपल्या संस्थानची भौगोलिक पाहणीही करून घेतली. विश्वेश्वरअय्या हे त्या काळी मुंबई सरकारचे पर्यवेक्षक अभियंता होते. मुंबई सरकारने त्यांना शाहूंच्या कदंब तलावाची आणि धरणाची पाहणी करून कोल्हापूर दरबारला योग्य तो सल्ला द्यावयास सांगितले. विश्वेश्वरअय्या व दिवाण सबनीस हे दोघेही धुळे येथे मुंबई सरकारच्या नोकरीत असताना त्यांची मैत्री जडली होती. ५ सप्टेंबर १९०६ रोजी आपला अहवाल सादर करताना तेथील मामलेदार म्हणाले, 'तुलनात्मक दृष्टीने पाहता दरबारच्या हाती असलेली सांपत्तिक साधने अपुरी आहेत. त्यामुळे एवढी मोठी प्रचंड कालव्याची योजना हाती घ्यावयास दरबार असमर्थ आहे. तथापि सतत अवर्षणामुळे दुष्काळ पडून शेतकीला अवकळा येते. यास्तव आज ना उद्या दरबारला अशी कालव्याची योजना हाती घेणे भाग पडेल.'

आपली योजना कार्यवाहीत आणण्याचा निर्धार शाहूंनी सन १९०७ च्या फेब्रुवारीत केला. ही योजना म्हणजे आपले एक प्रमुख जीवितकार्यच होय अशी त्यांची श्रद्धा होती. 'ही माझी योजना मी जेव्हा पूर्ण करीन तेव्हाच माझे जीवितकार्य पूर्ण झाले असे मी मानीन,' असे त्यांनी लॉर्ड लॅमिंग्टन यांना शिकारीच्या निमित्ताने कोल्हापूरला भेट द्यावी अशी विनंती करताना म्हटले होते. १९०५ सालपासून शाहू मुंबईच्या प्रत्येक राज्यपालाला आपल्या योजनेची सविस्तर माहिती देत व तीत येणारे अडथळे नि निर्माण होणारे पेचप्रसंग ह्या बाबतींत त्यांचे साहाय्य मागीत. राज्यपालांना लिहिलेल्या एका पत्रात ते म्हणतात, 'आपण याल

त्यावेळी आपणांस माझी योजना कार्यवाहीत किती आली आहे याची माहिती देईन. ही योजना प्रचंड आहे आणि ती माझ्या आवाक्याबाहेरची आहे. परंतु माझ्या राज्याला ती दुष्काळातून मुक्त करील अशी माझी खात्री असल्यामुळे ती मी हाती घेतली आहे. यास्तव आपण त्या योजनेच्या स्थळी जाऊन ती पाहावी याविषयी मी उत्सुक आहे. त्या स्थळाला आपण भेट दिल्यामुळे आम्हांला एक प्रकारचे उत्तेजन मिळेल.'

शिक्षणक्षेत्रातील कार्यालाही आता बरेच गती मिळाली होती. ह्या वेळेपर्यंत लिंगायत समाजामध्ये शिक्षणाच्या दृष्टीने विशेष प्रगती झाली नव्हती. त्यामुळे शाहूंनी लिंगायत समाजाच्या पुढाऱ्यांना उत्तेजन देऊन एक परिषद भरवावयास सांगितले. सन १९०७ च्या फेब्रुवारीत त्यांनी कोल्हापूरपासून ८ मैलांवरील सिद्धगिरी ह्या पवित्र स्थानी ती परिषद बोलाविली. शाहूंनी त्या परिषदेत भाषण करून लिंगायत समाजातील कार्यकर्त्यांना सामाजिक आणि शैक्षणिक कार्यात काम करण्यास चालना दिली.

एवढी पूर्व तयारी केल्यावर त्यांनी कर्नाटकातील लिंगायत समाजाच्या पुढाऱ्यांना कोल्हापूरला बोलावून त्यांच्याशी कोल्हापुरात एक वसतिगृह स्थापन करण्याविषयी विचारविनिमय केला. त्याची फलनिष्पत्ती म्हणजेच रंकाळा तलावाच्या पश्चिमेच्या तीरावर वीरशैव (लिंगायत) वसतिगृहाची स्थापना होय. त्यात ५० पेक्षा अधिक विद्यार्थ्यांची सोय करण्यात आली. अशा प्रकारे मागासवर्गातील कार्यकर्त्यांना शाहू छत्रपतींनी शिक्षण कार्यासाठी धन, जमीन आणि स्फूर्ती दिली व त्यांच्या समाजाची शैक्षणिक, सामाजिक आणि सांस्कृतिक पातळी उंचावण्याच्या दृष्टीने साहाय्य केले.

या सुमारास अण्णा बाबाजी लठ्ठे हे शाहूंच्या परिचयाचे झाले. शाहूंनी त्यांची राजाराम महाविद्यालयामध्ये प्रवाचक (लेक्चरर) म्हणून नेमणूक केली. त्यांना उच्च शिक्षण घेतलेले आणि वैशिष्ट्ये प्राप्त करून घेतलेले प्राध्यापक आपल्या महाविद्यालयामध्ये नेमावयाचे होते. लठ्ठे हे एम. ए. असून त्यांचा मुख्य विषय इंग्रजी होता. त्या काळी इंग्रजी विषय घेऊन एम. ए. झालेले प्राध्यापक राजाराम महाविद्यालयात नव्हते.

सन १९०६ च्या मार्च महिन्यात लो. टिळकांनी कोल्हापुरास भेट दिली. त्यावेळी त्यांनी शिवाजी थिएटरमध्ये नेटिव्ह वाचनालयाच्या विद्यमाने वामनराव रुईकर यांच्या अध्यक्षतेखाली एक व्याख्यान दिले. आपल्या भाषणात टिळक म्हणाले : 'हिंदी संस्थानिकांची प्रजा ही ब्रिटिश सार्वभौम सत्तेची नातवंडे होत. काही वर्षांनंतर राष्ट्रीय सभेला संस्थानिकांच्या कारभाराचा प्रश्न आपल्या

हाती घ्यावा लागेल. इंग्रजी शिक्षणामुळे नवीन पिढीची मने बदलू लागली आहेत आणि त्या पिढीला असे वाटू लागले आहे की, आपल्या संस्थानच्या कारभाराकडे आपण स्वत: लक्ष दिले पाहिजे. आणि कोल्हापूरच्या रयतेचा महाराजांवर विशेष अधिकार आहे. कारण प्रजा आणि राजा हे एकाच वंशापैकी आहेत.'

आपल्या भाषणाच्या शेवटी टिळकांनी मराठा, जैन आणि मुसलमान यांनी लोकप्रतिनिधि सभेला सभासभांतून केलेल्या विरोधाचा उल्लेख करून पुढे म्हटले की, 'संस्थानिकांचा आणि आमचा गुरू एकच आहे. तो म्हणजे इतिहास. इतिहासाचे जे ज्ञान संस्थानिकांना प्रजेच्या आशा–आकांक्षेला विरोध करण्यास शिकविते तेच ज्ञान आम्हां प्रजेला शक्ती देऊन आमच्या ठायी उज्ज्वल भविष्यकाळाविषयी आशा निर्माण करते. अशा तऱ्हेचे निर्णय इतिहासात लागलेले आहेत आणि त्याचीच पुनरावृत्ती झाल्यावाचून राहणार नाही.'[१] कोल्हापूरच्या ह्या भेटीच्या वेळी टिळकांनी शाहू छत्रपतींची भेट घेतली होती, असे छत्रपतींच्या एका पत्रावरून समजते.

सन १९०७ च्या मे महिन्यात शाहू छत्रपती महाबळेश्वरला गेले. तेथे त्यांनी बहुतेक सर्व ब्रिटिश अधिकाऱ्यांची भेट घेतली आणि ते कोल्हापूरला येऊन दाजीपूर येथे शिकारीसाठी गेले. तेथे ते घोड्यावरून खाली पडले. त्यांच्या उजव्या पायाला दुखापत झाली. बेळगावचे सिव्हिल सर्जन बोलवावेत असा फेरिसचा विचार चालू होता. परंतु छत्रपतींच्या डॉक्टरांच्या औषधोपचाराने त्यांच्या प्रकृतीत समाधानकारक सुधारणा होत राहिली असल्यामुळे त्यांनी त्या गोष्टीस संमती दिली नाही. शाहूंच्या डॉक्टरांना त्यांच्या प्रकृतीची चांगली माहिती झाली होती. ह्यापूर्वी त्यांनी शाहूंना अधिक गंभीर स्वरूपाच्या आजारीपणातून बरे केले होते. शाहू छत्रपतींनी फेरिस यांचे आभार मानताना म्हटले, 'तशी आवश्यकताच वाटली तर मिरजेचे डॉक्टर वॉलनेस ह्याना बोलावून घेईन. कारण ते माझे मित्र असून त्यांच्यावर माझा पूर्ण विश्वास आहे.'

तथापि शाहूंची ती जखम अपेक्षेप्रमाणे भरून आली नाही. त्यांना नीट बसताही येईना. त्यामुळे त्यांच्या पायावर १६ जून १९०७ रोजी शस्त्रक्रिया करण्यात आली. तरीसुद्धा त्यांची ती जखम भरून न आल्याने जुलैमध्ये जखमेचे टाके काढून ती पुन्हा नीट करण्यात आली.

पायाचे दुखणे सुरू होते तरी त्यांनी जुलैमध्ये पुण्याला जाऊन, जहागीरदारांना 'चीफ' हा किताब सरकार लावू इच्छीत होते, त्यासंबंधी चर्चा केली. कोल्हापूरच्या आधिपत्याखालील संस्थानिकांपैकी इचलकरंजीचे जहागीरदार

ह्यांचा 'चीफ' ह्या किताबाने उल्लेख झाला नाही तर त्यांना अपमान वाटे. यासाठी इचलकरंजीकरांची 'चीफ' ह्या किताबासाठी धडपड चालली होती. जहागीरदारांना त्यांच्या आयुष्यभर शिष्टाचार म्हणून 'चीफ' म्हणावयास आपली हरकत नाही असे शाहूंनी मत दिले.

शाहूंची प्रकृती ठीक नव्हती. ते सहा महिने अंथरुणाला खिळून होते. अशा अवस्थेत ते असता लॉर्ड लॅमिंग्टन ह्यांनी आपल्या राज्यपालपदाची मुदत संपण्यापूर्वीच १९०७ च्या जुलैमध्ये आपल्या पदाचा राजीनामा दिल्याचे वृत्त त्यांच्या कानावर आले. लॉर्ड लॅमिंग्टन यांच्याशी आपले संबंध दृढ होत चालले होते अशा वेळी लॉर्ड लॅमिंग्टन ह्यांनी भारत सोडून जावे ह्याविषयी त्यांना फार वाईट वाटले.

राजपुत्र राजाराम आणि शिवाजी ह्यांचे शिक्षण शाहूंनी निवडलेल्या खास देशी शिक्षकाच्या देखरेखीखाली काही दिवस चालले होते. त्यानंतर श्रीमती आयर्विन नावाची एक स्कॉटिश शिक्षिका नेमण्यात आली. ती अनुभवी शिक्षिका असून तिला राजघराण्याचे शिष्टाचार व भाषा अवगत होती. शिवाय तिला प्रसूतिशास्त्राची माहिती असून ती आपल्या साहित्यिक गुणांमुळे प्रसिद्ध होती. लॉर्ड लॅमिंग्टन ह्यांना राजपुत्रांच्या शिक्षणाच्या बाबतीत शाहूंनी माहिती पुरविली होती, तरी राजपुत्र राजाराम ह्यांना राजकोट येथील राजकुमार महाविद्यालयात शिक्षणासाठी पाठवावे असा एडगर्ले ह्यांनी महाराजांना सल्ला दिला. ह्या पत्राला उत्तर देताना, प्रेमळ आणि कर्तव्यनिष्ठ पिता शाहू यांनी ९ ऑगस्ट १९०७ रोजी एडगर्ले ह्यांना उत्तर दिले की, 'माझा वडील मुलगा बालपणापासून आजारीपणामुळे प्रकृतीने बराच दुबळा झालेला आहे. तो ७ वर्षांचा होईपर्यंत त्याला नीट चालताही येत नव्हते. यास्तव मला त्याच्या प्रकृतीकडे विशेष लक्ष द्यावे लागले व त्याच्या शिक्षणासाठी अशी ही खास व्यवस्था करावी लागली. योग्य व्यक्तीच्या खास देखरेखीखाली त्याची आता शिक्षणात प्रगती होत आहे. आणि ही व्यवस्था मला सुरू ठेवणे भाग आहे. त्यामुळे राजपुत्र राजारामाला राजकोटला शिक्षणासाठी पाठविता येत नाही व आपल्या हितकारी सल्ल्याचा फायदा घेता येत नाही याविषयी मला वाईट वाटते.' काही दिवसांनंतर डॉ. आयर्विन यांच्या देखरेखीखाली दोन्ही राजपुत्रांचे शिक्षण सुरू झाले.

कोल्हापुरात दरोडे घालणाऱ्या तरुणांना पकडल्यानंतर आणि राजकीय चळवळीने गंभीर स्वरूप धारण केल्यावर शाहूंना अशी भीती वाटू लागली की, कोल्हापूर हे आता दहशतवाद्यांचे केंद्र बनणार. त्यामुळे त्यांनी ११ जून १९०७ रोजी एक आज्ञापत्र काढून जाहीर केले की, ज्या सार्वजनिक किंवा खाजगी

सभेत अंशत: किंवा अप्रत्यक्षपणे ब्रिटिश सरकारशी किंवा दरबारशी संबंधित असलेल्या राजकीय प्रश्नांचा विचार करण्याचा उद्देश असेल त्या सभा संस्थानच्या जिल्हा दंडाधिकाऱ्याची खास परवानगी घेतल्याशिवाय कोल्हापूर संस्थानात भरवू नयेत. अशा सभांना बंदी करणे किंवा त्या काही अटींवर भरवू देणे हा सर्वस्वी जिल्हा दंडाधिकाऱ्याचा अधिकार राहील.

या आज्ञापत्रात पुढे म्हटले होते की, 'काही बेजबाबदार व उपद्रवी चळवळे दरबारच्या व ब्रिटिश सरकारच्या कृतीविषयी जनतेची पद्धतशीरपणे दिशाभूल करीत आहेत. त्यांनी दिशाभूल केल्यामुळे अज्ञानी व निरक्षर प्रजेमध्ये असंतोष आणि राजद्रोहीवृत्ती निर्माण होत आहे. असले हे जहाल चळवळे देशाचे खरे शत्रू होत.'

'केसरी'ने स्वाभाविकपणे जहालांची आणि दहशतवाद्यांचा कैवार घेऊन आपल्या १८ जून १९०७ च्या स्फुटात म्हटले की, 'जरी पंजाब व पूर्व बंगाल ह्या दोन प्रांतांत जिल्हा दंडाधिकाऱ्यांना कळविल्याखेरीज सार्वजनिक सभा भरविण्याचे बंद केले आहे तरी, शिवाजीच्या वंशातल्या छत्रपतींनी ब्रिटिशांच्या पावलांवर पाऊल टाकून जुलमी इंग्रजी कायद्याच्या धर्तीवर जाहीरनामा काढावा हे तिरस्करणीय आहे. कोल्हापूर राज्यात असे काय गूढ आहे अथवा राजद्रोह चालला आहे की, ज्याचा बंदोबस्त इंग्रजी कायद्याचे अठरा आणे अनुकरण केल्याशिवाय तुमच्या हातून होत नाही. महाराज आमचे शत्रू की आम्ही महाराजांचे शत्रू ह्याचा निकाल कधीतरी लागल्याशिवाय राहणार नाही.'

'केसरी'ने त्या स्फुटात पुढे म्हटले की, 'मोर नाचतो म्हणून लांडोरही नाचते अशी महाराजांची स्थिती आहे. कोल्हापूर दरबारातील काही अनन्वित कृत्ये इकडच्या मुलखात सर्वस्वी माहीत झालेली आहेत व ह्या कृत्यांची झडती केव्हा ना केव्हा देण्याचा दरबारवर प्रसंग येईल तेव्हा दरबारचे डोळे उघडल्याशिवाय राहणर नाहीत. इंग्रज सरकार जुलूम करायला लागले तर त्यांची हाजी हाजी करणारे राजे किंवा त्यांच्या मास्तरकीवर वाढलेले त्यांचे सल्लागार काय अनर्थ करतील याचे हे चांगले उदाहरण आहे.' केसरीने आपल्या स्फुटात शेवटी म्हटले की, 'राजकीय चळवळीपासून कोल्हापूरचे संरक्षण करण्यापेक्षा त्यांच्या मालमत्तेचे, अब्रूचे किंवा जिवाचे हल्लीपेक्षा अधिक संरक्षण करण्यास कोल्हापूर दरबारास पुष्कळ मार्ग होते. कोल्हापूरचे महाराज हे आमच्या चांगल्या संस्थानिकांत मोडतात खरे, पण पोटचे झाले म्हणून काय झाले ? आडवे आले म्हणजे ते काटून काढल्याखेरीज इलाज नसतो.'

कोल्हापूर दरबारच्या एका निवेदनात म्हटले होते की, महाराष्ट्रातील

आणि विशेषत: पुण्यातील जहाल राजकारणी पक्ष कोल्हापूरच्या महाराजांकडे साहाय्याच्या आशेने पाहत असे. परंतु त्या विचित्र परिस्थितीत शाहूंनी आपल्या वरील धोरणात फरक केला नाही. जहालांच्या मार्गातील शाहू हा असा अडसर होता. केसरीने दिवाण सबनीस ह्यांचा 'मास्तर' म्हणून तिरस्काराने उल्लेख करावा हे केसरीला शोभले नाही. कारण गोखले, टिळक व रानडे हेही एकाकाळी सर्वच शिक्षक होते, हे केसरीने ध्यानात ठेवायला पाहिजे होते.

वस्तुस्थिती अशी होती की, हिंदी संस्थानिकांना राजकीय चळवळीच्या बाबतीत स्वत:चे असे धोरण ठेवण्याचे स्वातंत्र्य नव्हते. जहाल आणि दहशतवादी ह्यांनी ब्रिटिश हिंदुस्थानात उठाव केला असता, तर त्याबद्दल शाहू छत्रपतींना फार वाईट वाटले असते असे नाही. छत्रपतींच्या संमतीने किंवा त्यांनी जाणूनबुजून दुर्लक्ष केल्यामुळे जर कोल्हापूर हे दहशतवाद्यांचा अड्डा बनले असते तर छत्रपतींचे स्वत:चे राज्यपदही धोक्यात येऊन त्यांना ब्रिटिशांनी गादीवरून काढून टाकले असते. ब्राह्मण दहशतवाद्यांनी कोल्हापूर हेच दहशतवाद्यांचे केंद्र का करावे आणि सांगली, इचलकरंजी किंवा मिरज यांपैकी एकही जहागीर वा संस्थान दहशतवाद्यांनी केंद्र का करू नये हे समजणे काही कठीण नाही. कोल्हापूर हे आपल्या कारस्थानाचे केंद्र बनविण्यात दहशतवाद्यांचा हेतू असा होता की, आपल्या कृत्यांमुळे कोल्हापूरच्या महाराजांचे पद धोक्यात यावे. आणि हीच त्यांची आंतरिक इच्छा होती. शाहू हे रानडे व गोखले ह्यांचे चाहते होते. टिळकांच्या राष्ट्रकार्यात छत्रपतींनी आर्थिक साहाय्य केले होते, तरी ते रानडे, गोखल्यांप्रमाणेच दरोडे व राजकीय खून ह्या गोष्टींचे पाठीराखे नव्हते.

टीकेचे असे हल्ले कोल्हापूर दरबारवर चढविण्यात आले तरी दरबारने आपल्या धोरणात रेसभरही फरक केला नाही. जिल्हा दंडाधिकारी भास्करराव जाधव यांनी १९०७ च्या सप्टेंबर महिन्यात लोकप्रतिनिधि सभेचे अधिवेशन भरू देण्यास परवानगी नाकारली. त्यावर केसरीने लोकप्रतिनिधि सभेच्या नेत्यांना असा उपदेश केला की, 'त्यांनी स्वराज्याची चळवळ संस्थानामध्ये सुरू ठेवावी आणि आपले अधिवेशन बेळगावसारख्या ठिकाणी किंवा कोल्हापूरच्या सरहद्दीपलीकडील एखाद्या गावात भरवावे. अशी स्थिती संस्थानात निर्माण व्हावी आणि ती विशेषत: शिवाजीच्या वंशजाचे राज्यात व्हावी हे लज्जास्पद आहे.' लोकप्रतिनिधि सभेचे एक मोठे पुढारी राशिंगकर हे नोव्हेंबर १९०७ मध्ये प्लेगने निधन पावले. त्यांच्या आजारीपणात शाहूंनी त्यांची भेट घेतली होती. राशिंगकरांनी केलेला विरोध व त्यांनी आपल्या चळवळीमुळे कोल्हापुरात निर्माण केलेला कडवटपणा विसरून शाहूंनी त्यांच्या आजारीपणात त्यांना धीर दिला. ह्यावरून राशिंगकर हे किती

चांगल्या बुद्धीचे लोकसेवक होते आणि महाराजही आपल्या विरोधकांकडे व्यक्तिश: किती औदार्याने व सहिष्णुतेने पाहत असत हे दिसून येते.

महाराजांच्या पायावरील घाव अद्याप पूर्णपणे भरला नव्हता, तरी १९०७ च्या सप्टेंबर महिन्यात त्यांनी प्लेग प्रतिबंधक लस टोचून घेतली. हेतू हा की, आपले नोकर, अधिकारीवर्ग, चाहते नि प्रजा ह्यांनी त्यांचे उदाहरण डोळ्यांपुढे ठेवून स्वत: प्लेग प्रतिबंधक लस टोचून घेण्यास उद्युक्त व्हावे. त्यानंतर त्यांनी ऑक्टोबरच्या मध्यास महाराज्यपाल लॉर्ड मिंटो ह्यांची भेट घेऊन, आपल्या कन्यकेचा विवाह होऊन जाईपर्यंत कर्नल फेरिसची मुदत वाढवावी अशी आग्रहपूर्वक विनंती केली: महाराज्यपालांनी भारतमंत्र्यांची तारेने संमती मिळवून फेरिस यांना पदावधी वाढवून दिला.

सन १९०७ च्या ऑक्टोबर महिन्यापासून छत्रपतींनी आपल्या कन्यकेच्या विवाहाची आगाऊ आमंत्रणे हिंदी संस्थानिकांना देण्यास आरंभ केला व विवाह १९०८ च्या मार्चमध्ये व्हायचा आहे असे कळविले. तसेच त्यांनी काही वरिष्ठ ब्रिटिश अधिकाऱ्यांना ही आमंत्रणे दिली व विवाहासंबंधी त्यांनी उपस्थित राहून समारंभाला शोभा आणल्यास आपण फार आभारी होऊ असेही लिहिले.

कर्नल फेरिस यांच्या नोकरीची मुदत वाढवून घेण्यासाठी शाहू छत्रपतींनी प्रयत्न केले म्हणून मुंबई सरकारच्या वरिष्ठ अधिकाऱ्यांच्या मनांत शाहूंविषयी थोडा अपसमज निर्माण झाला. त्यांना वाटले, फेरिसनंतर येणाऱ्या मेजर वुडहाऊस यांच्या नेमणुकीस शाहूंचा विरोध असावा. पण वस्तुस्थिती तशी नव्हती. त्या काळात पुण्याच्या खालोखाल कोल्हापूर हे दहशतवाद्यांचे केंद्र बनले होते. शिवाय त्याच वेळी शस्त्रास्त्र गोळा करण्याच्या कामात गुंतलेले तीन क्लब पोलिसांनी शोधून काढले होते. ज्या व्यक्तीला ह्या स्फोटक परिस्थितीची संपूर्ण कल्पना आहे अशीच व्यक्ती छत्रपतींना राजनैतिक प्रतिनिधी म्हणून पाहिजे होती. अशी गंभीर व धोक्याची परिस्थिती ज्या संस्थानात निर्माण झाली होती असे भारतात दुसरे एकही संस्थान नव्हते. अशा प्रकारे सर्व खुलासा करून शाहू म्हणाले की, आपणांस मेजर वुडहाऊसच्या नेमणुकीबाबत काहीच म्हणावयाचे नाही; कारण त्यांनाही कोल्हापुरातील राजकारणाची माहिती आहेच.

जेव्हा जेव्हा एखाद्या ठिकाणी अडचणीची व गोंधळाची परिस्थिती निर्माण होई तेव्हा तेव्हा तेथे शाहू महाराज आपले बंधू बापूसाहेब घाटगे ह्यांना

पाठवीत. कापड गिरणीची व्यवस्था पाहण्यासाठी शाहूंनी बापूसाहेबांचीच नेमणूक केली. कारण ख्यालीखुशालीत दंग असणाऱ्या स्वास्थ्यप्रिय, हौशी व रसिक खंडेराव गायकवाड ह्यांनी कापड गिरणीच्या कारभारात गोंधळ निर्माण करून राजीनामा दिला होता.

शाहू महाराजांच्या स्वत:च्या मालकीची मोठे आवार असलेली घोडशाळा वा घोडशांची पाग होती. शेतीला लागणारी जनावरे आणि दुसरे पशू यांची निपज चांगली व्हावी म्हणून तसे प्रयोग करण्यासाठी ती त्यांची एक मोठी प्रयोगशाळाच होती. कोल्हापूरच्या ईशान्येस दोन मैलांवर ही प्रयोगशाळा होती. त्या आवारात नोकरांची घरे होती. एक लहान दवाखानाही होता. घोडशाळेच्या आवाराच्या एका विभागात जनावरे मोकळी ठेवण्यात आली होती. तेथे गवताच्या गंजींचा साठा होता व पाण्याच्या टाक्याही ठेवलेल्या होत्या. जनावरांना निवाऱ्यासाठी गवताचे शाकारलेले गोठेही होते व त्यांना पाण्याचे नळ जोडलेले होते. घंटा होताच जनावरांनी गोठ्यांत जावे असे त्यांना शिक्षण देण्यात आले होते.

तेथे एकाच वेळी जन्मलेली शिंगरे, लहान घोडी, ऑस्ट्रियन वळू व पर्शियन गर्दभ ही जनावरे होती. त्या घोडशाळेच्या आवारात पाच वर्षांत ३१ शिंगरे जन्मास आली होती. शाहू छत्रपतींचा त्या जनावरांवर अतिशय लोभ असे आणि ती जनावरेही त्यांच्यावर अतिशय खूश असत. महाराज जसे अश्वारोहणात प्रवीण होते तसेच ते जनावरांचे उत्तम परीक्षक होते. त्यांच्या पागेचे ते सुंदर आवार व धष्टपुष्ट जनावरे पाहून त्यांचे पाहुणे मोहून जात. महाराज आपल्या जनावरांची स्वत: उत्तम निगा राखीत. ते पाहून पाहुण्यांना शाहूंच्याविषयी कुतूहल वाटे. महाराज परदेशांतील पशुतज्ज्ञांकडून जनावरे मागवून घेत. त्यांच्यावर अनेक तऱ्हेचे प्रयोग करीत. ते जनावरे विकीत आणि अनेक वेळा आपल्या मित्रांना भेट म्हणूनही काही जनावरे आनंदाने पाठवीत.

शाहूंचे जनावरांवरील प्रेम अलौकिक होते. त्यांच्या खुर्चीच्या सभोवती किंवा पलंगाच्या शेजारी शिकारी कुत्रे, सिंह नि वाघ असत. आणि गंमत अशी, की ते एकमेकांशी स्नेहभावाने वागत. छत्रपतींनी हाक मारताच ती जनावरे त्यांच्याजवळ जाऊन त्यांनी आपल्या हातांनी भरविलेले अन्न खात. केव्हा केव्हा शाहू आपल्या पाहुण्यांना घाबरविण्याच्या दृष्टीने त्यांना त्यांपैकी एखाद्या हिंस्र जनावराजवळ ठेवून तसेच मिस्कीलपणे आत निघून जात. एके दिवशी एका भ्रष्टाचारी अधिकाऱ्याला त्यांनी आपला गुन्हा कबूल करावयास राजवाड्यावर बोलाविले होते. परंतु तो आपला गुन्हा कबूल करीना. शेवटी महाराजांनी त्याला

एका भेसूर वाघाजवळ एकट्यालाच ठेवले व ते तेथून निघून गेले. तो अधिकारी गर्भगळीत झाला व ओरडून म्हणाला, 'महाराज, गुन्हा मान्य करतो पण माझा जीव वाचवा.'

सन १९०७ च्या ऑक्टोबरच्या शेवटी शाहू छत्रपतींनी म्हैसूरचे महाराज कृष्णराज वडियार ह्यांना भेट म्हणून काही उंट पाठविले. महाराज कृष्णराज ह्यांनी एकदा जनावरांसंबंधी सहज उद्‌गार काढले होते त्याचा हा परिणाम होता. म्हैसूरचे महाराज त्या उंटांचा उपयोग एका प्रदर्शनात करणार होते. ह्या उदार भेटीविषयी त्यांनी शाहूंचे मनस्वी आभार मानले.[२] महाराज कृष्णराज यांच्या पत्राला उत्तर देताना छत्रपती म्हणाले : 'उंटाची निगा राखण्यासाठी फार त्रास घ्यावा लागत नाही. शिवाय उंटाच्या वाहनात पुष्कळ लोक बसू शकतात व त्या वाहनाची गतीही जलद असते. २५० उंटांचा ताफा पाळण्यासाठी अवघ्या ५ नोकरांचीच जरुरी असते. पाठविलेला ताफा म्हैसूरच्या विस्तीर्ण जंगलात चरेल. कारण मी आपल्या नोकरांकडून असे ऐकले आहे की, म्हैसूरमध्ये विस्तीर्ण अशी जंगले आहेत. उंटांचा उपयोग वाहनांकरिता होईलच व ते आपण विकूही शकता. उंटांना बरीच मागणी असते. मला प्राणी पाळण्याचा नाद आहे आणि त्यांची विक्री करून मला पैसाही मिळतो.'[३]

आपल्या जनावरांबाबत शाहूंची स्मरणशक्ती इतकी तीव्र होती व त्यांच्याशी त्यांची सलगी इतकी दृढ होती की, आपल्या पागेतील जनावरांतील कोणतेही जनावर पागेच्या बाहेरही पाहताच ते सहज ओळखू शकत. एके दिवशी शाहू छत्रपती घोड्यावरून जात असता वाटेत त्यांना आपल्या पागेतील बैलासारखा दिसणारा एक तरणाताठा बैल एका गाडीला जुंपलेला दिसला. ती गाडी त्यांनी एकदम थांबविली आणि गाडीवानाला तो बैल कुठून मिळविलास असे विचारले. रस्त्यात लोकांची गर्दी जमली. तो गाडीवान गोंधळला व घाबरून गेला. परंतु चौकशीअंती महाराजांना असे कळले की, ज्या मनुष्याने तो बैल त्या गाडीवानास विकला होता त्या मनुष्याने तो शाहूंच्या पागेतील बैलापासून पैदास करून घेतलेला होता. ते इंगित उघड झाल्यावर सर्व जण अवाक झाले.

या संधीस शाहूंनी फ्रेजर यांना असे कळविले की, आपल्या संस्थानाच्या जंगलातील लहान लहान धबधब्यांचा आपण उपयोग करून घेणार आहो. आपण रेशमी किड्यांची निपज करण्याचा प्रयत्नही करीत आहो.

हिंदी संस्थानिकांमध्ये शाहूंचे स्थान वैशिष्ट्यपूर्ण असल्यामुळे त्यांच्याकडे निरनिराळ्या ठिकाणांहून जहागीरदर आणि राजे साहाय्यासाठी विनंती करीत असत. तंजावरचे भोसले कुटुंब, सातारचे राजेसाहेब, रणजितसिंह व पन्नाकुटुंब

ह्यांनी शाहूंकडे मदतीसाठी विनंती केली होती. त्यावेळी पदभ्रष्ट शिवाजीराव होळकर यांनी कोल्हापुरात काही दिवस राहण्याची इच्छा व्यक्त करून, तसे आपणांस निमंत्रण देण्यास शाहूंना विनंती केली. पदच्युत झाल्यावर शिवाजीराव होळकर ह्यांना एकांतवास असह्य झाला होता.त्यांना कुठेही निमंत्रणाशिवाय जाता येत नसे. जयसिंहराव जाधव नावाचे तंजावरचे एक दूरचे नातलग हे नोकरीसाठी म्हैसूर येथे प्रयत्न करीत होते. जाधवांच्या विनंतीवरून शाहूंनी, त्यांना योग्य अशी नोकरी द्यावी अशी म्हैसूरच्या महाराजांना १९०८ च्या फेब्रुवारीमध्ये विनंती केली होती. १९०८ च्या मार्च महिन्यात तंजावरच्या शिवाजीराजांनी शाहूंना अत्यंत केविलवाणे पत्र लिहिले. आपला राजवाडा मोडकळीस आला असून आपण त्याचे शेवटचे दिवस पाहत आहोत, असे त्यांनी दु:ख व्यक्त केले. त्यांनी छत्रपतींना कळकळीची विनंती केली की, 'आपला मदतीचा हात आम्हांला पुढे करून आमच्या घनदाट निराशेच्या स्थितीत आशेचे किरण निर्माण करावे.'

सन १९०८ च्या फेब्रुवारी–मार्चमध्ये महाराज सयाजीराव गायकवाड यांनी छत्रपतींना दोन पत्रे लिहिली. फेब्रुवारीच्या पत्रात गायकवाडांनी शाहूंच्या आमंत्रणाला अप्रशस्त उत्तर दिल्याबद्दल छत्रपतींची क्षमा मागितली आणि पुढे म्हटले की, 'आपण राज्यकर्ते असून माझे स्नेही व नातलग असल्यामुळे मी आपल्याविषयी अनादर दाखविला तर माझ्या मनाला अत्यंत दु:ख होईल.' १४ मार्च रोजी लिहिलेल्या आपल्या दुसऱ्या पत्रात गायकवाडांनी शाहूंना आश्वासन दिले की, 'जर आपल्या मुलाबरोबर माझ्या नातीचा वाङ्निश्चय लवकर व्हावा असे आपणांस वाटत असेल तर मी तो लवकर उरकून टाकावयास तयार आहे.'

शाहू हे प्रजाहितदक्ष व व्यवहारकुशल राज्यकर्ते असल्यामुळे ते आपल्या घरगुती कार्यात किंवा राजेशाही थाटमाट करण्यात फारसा पैसा खर्च करीत नसत. मात्र गरजवंतांना पैशाची मदत ते जरूर करीत असत. कला, रंगभूमी, संगीत, शिल्प, लोकगीते, पोवाडे व मल्लविद्या ह्यांना उत्तेजन देण्यासाठी शाहू छत्रपतींनी जेवढा पैसा खर्च केला तेवढा भारतातील दुसऱ्या कोणत्याही समकालीन राजाने किंवा लक्षाधीशाने खर्च केलेला नाही. त्यामुळे कोल्हापूर हे भारतातील एक नामांकित सांस्कृतिक केंद्र बनले व शाहू छत्रपतींची कीर्ती त्या सर्व क्षेत्रांत भारतभर पसरली. त्या काळी देवेंद्रनाथ सेन नावाच्या एका कवीने शाहू महाराजांची समबुद्धी, समभाव, अस्पृश्यांचा उद्धार, सामाजिक समतेविषयी कळकळ आदी गुणांवर एक इंग्रजी कविता केली. तिचा भावार्थ असा :

"हे श्रीमंत नृपती ! उदार हृदयी वसे समभाव ।
गरीब श्रीमंत उच्च जातीचे पंडित नि राव ।।

कनिष्ठ शूद्रजाती आणि जन्म बहिष्कारात ।
पिचले जे परी तरती तव कृपासागरात ।।
बंधारा न अडवी तयास, तव धडकीने पार ।
रूढीच्या गुहेत लपले लांडगे भयभीत फार ।।
दृष्टी तव धावते खरी ती टीकेच्या क्षितिजापुढे ।
खरा वीरवर तव अभेद्य छाती रूढिभाल्यापुढे ।
हिंदु, अहिंदु, जैन, विधर्मी जनसमूहास ।
तव विशाल हृदयी वसे सर्वांना प्रेमाचा सहवास ।।
प्रेमे धावते नदी ती भेटावया सागरास ।
पाण्यात सूर्य धरी ती रात्री दिव्य गोलास ।।
प्रतिबिंब पडे, स्पष्ट नितळ ते तिच्या छातीवर ।
परि तेथे छोटे तारे चमकती आनंदे वरवर ।।"

वेदोक्त प्रकरणातील पराभवामुळे कोल्हापूरचे जहाल ब्राह्मण नेते चडफडत होते. या प्रकरणामुळे मराठा आणि ब्राह्मण यांच्यामधील विरोधाच्या भावना विकोपास गेल्या होत्या. १९०८ साली जानेवारी महिन्याच्या प्रारंभी कोल्हापुरातील नगर वाचनालयाच्या कार्यकारी मंडळाची निवडणूक व्हायची होती. त्यावेळी मोठा पेचप्रसंग निर्माण झाला होता. कार्यकारी मंडळात आपले बहुमत असावे असे मराठ्यांना वाटू लागले. ह्या मागणीची ब्राह्मणांना चीड आली. कारण नगरवाचनालयाचे कार्यकारी मंडळ अनेक वर्षे त्यांच्याच अंकित होते. साहजिकच मराठ्यांची ही महत्त्वाकांक्षा म्हणजे आपल्या मक्तेदारीला एक मोठे आव्हानच आहे असे त्यांना वाटले.

तथापि महाराज, फेरिस आदींच्या खुनाचा कट जो झाला तो केवळ ह्याच तंट्यामुळे नव्हे, त्याला दुसरीही काही कारणे होती. कर्नल फेरिस ह्यांनी वेदोक्त प्रकरणात महाराजांच्या निर्णयाला पाठिंबा दिला होता. ब्राह्मणांचे शत्रुत्व हे केवळ फेरिसच्या विरुद्धच धुमसत होते असे नाही, तर शाहू छत्रपती आणि त्यांचे दोन वरिष्ठ अधिकारी, दिवाण सबनीस व जिल्हा दंडाधिकारी भास्करराव जाधव यांच्याही विरुद्ध धुमसत होते. १९०७ सालच्या शेवटी शेवटी भास्करराव जाधवांना रस्त्यात मार पडला होता. कोल्हापुरातील सामाजिक व राजकीय परिस्थिती ब्राह्मणांना प्रतिकूल झाल्यामुळे दामू जोशी व नारायण विष्णू फडणीस हे दोघे कोल्हापुरातील एक नामवंत व्यक्ती गणपतराव मोडक ह्यांना जाऊन भेटले

आणि सदर परिस्थितीत कोणते उपाय योजावेत ह्याविषयी त्यांचा सल्ला घेतला. त्यावेळी दामू जोशी म्हणाला की, भास्कररावांना पुन्हा ठोकून काढले पाहिजे. परंतु मोडकांनी त्या दोघांना सांगितले की, 'कोल्हापुरातील सर्व अशांततेच्या मुळाशी कर्नल फेरिस असल्यामुळे तो हिंदुस्थानच्या बाहेर जिवंत जाता कामा नये.'

त्यावर दामू जोशी म्हणाला, 'मी फेरिसला ठार मारतो.' त्यासाठी मोडकांनी त्याला खर्चाला ३० रुपये दिले आणि त्यांनी आपसांत असे ठरविले की, फेरिसला पिस्तुलाने ठार मारावे. त्यावर मोडक ह्यांनी सुचविले की, महाराजांच्या मुलीच्या विवाह समारंभाच्या वेळी बॉम्ब टाकावा. दामू जोशी म्हणाला, 'आपल्या राजाच्याविरुद्ध तसे करणे मला पसंत नाही.' मोडक त्यांना ए. डी. कुलकर्णी यांच्याकडे घेऊन गेले. तेही फेरिसचा अंत झालेला पाहावयास अतिशय उत्सुक होते. मोडकांच्या घरी जेव्हा हा गुप्त खल झाला तेव्हा टिळक पक्षाचे ठाणे शहरातील पुढारी व वकील काका पाटील हे त्या खलकांत होते. तेथे आपण त्यांना प्रथम पाहिले असे दामू जोशी याने पुढे आपल्या साक्षीत म्हटले आहे.

दुष्ट भावनेने वेडापिसा झालेला दामू जोशी १९०८ च्या फेब्रुवारीमध्ये पुण्यास गेला. तेथे त्याने आर. बी. गद्रे याच्याकडून जी. पी. बापट याला द्यावयास एक ओळखपत्र घेतले. आपणांस एक बाँब करून द्यावा अशी बापटास दामूने विनंती केली. बाँब कोणत्या कारणासाठी पाहिजे हे बापट याने विचारताच दामू जोशी म्हणाला, 'कर्नल फेरिस आणि कोल्हापुरातील छळवादी वरिष्ठ अधिकारी ह्यांना ठार मारण्यासाठी बाँब पाहिजे.' त्यावर बापट म्हणाला, 'मी तुमच्याशी सहमत आहे.' बाँबची शक्ती किती प्रचंड असते हे दामूला दाखविण्याच्या उद्देशाने पुण्याजवळील भांबुर्डा (शिवाजीनगर) येथे पेरूच्या बागेत बापटाने दोन बाँब उडवून दाखविले. पहिला निरुपयोगी ठरला. दुसऱ्याचा स्फोट इतका भयंकर झाला की, ज्या फिरकीच्या तांब्यात तो बाँब केला होता त्या तांब्याचे तुकडे तुकडे होऊन ते जवळच असलेल्या पिंपळाच्या झाडात वेगाने जाऊन रुतले. ती कृती पाहून दामू जोशीचे समाधान झाले आणि कोल्हापूरला आपल्याकडे नवीन बाँब लवकरच पाठवून दे असे बापटाला सांगून तो कोल्हापूरला परतला. महाराजांच्या कन्येचा विवाह २१ मार्च १९०८ रोजी कोल्हापूर येथे व्हायचा होता आणि त्या समारंभाच्या वेळी दामूने बाँब टाकायचे ठरवले होते !

कोल्हापुरातील ह्या दहशतवाद्यांच्या डोक्यांत देशभक्तीने निर्माण झलेल्या

धार्मिक दहशतवादी २०५

कल्पना होत्या, तरी त्यांची कृती देशसेवेपेक्षा ब्राह्मणशाहीच्या अभिमानाने अधिक प्रेरित झाली होती. वीर सावकरांच्या नेतृत्वाखालील नाशिकातील क्रांतिकारकांच्या डोक्यांत ही ब्राह्मणशाहीची कल्पना नव्हती. त्यांची कृती व त्यांचे विचार हे केवळ देशभक्तीनेच भारलेले होते. मध्यंतरी कोल्हापूर नगरवाचनालयाच्या कार्यकारी मंडळाची निवड करण्यासाठी निवडणूक घेण्यात आली. त्यावेळी संतप्त मराठ्यांनी त्या निवडणुकीच्या ठिकाणी ब्राह्मण नेत्यांवर शेण व अंडी यांचा मारा केला. दोन्ही पक्षांत पराकाष्ठेचा कडवटपणा निर्माण झाला होता. आणि दहशतवादी तर पुण्याहून बॉंब केव्हा येतो याची उत्सुकतेने वाट पाहत बसले होते.

शाहू छत्रपती २४ फेब्रुवारी १९०८ रोजी आपले भावी जामात महाराज तुकोजीराव पवार ह्यांच्या अधिकारप्राप्तीनिमित्त भरणाऱ्या दरबारात उपस्थित राहण्यासाठी घाईघाईने देवासला गेले. ग्वाल्हेरचे महाराज कोल्हापुरास लवकरच भेट देणार होते. त्यांच्या स्वागताची तयारी करण्यासाठी शाहूंनी अवधी पाहिजे होता म्हणून ते देवासला जाण्यास कां कू करीत होते. परंतु तुकोजीरावांनी त्यांना कळकळीची विनंती केल्यामुळे आपला बेत बदलून ते देवास येथील समारंभासाठी दरबारात उपस्थित राहिले.

देवासहून परत आल्यावर शाहू छत्रपतींनी ५ मार्च १९०८ रोजी कोल्हापुरात ग्वाल्हेरचे महाराज माधवराव शिंदे ह्यांचे भव्य स्वागत केले. महाराज माधवराव शिंदे हे विवाहपूर्व संस्कार करावयास आलेल्या देवास येथील वर पक्षाकडील नातलगांबरोबर आले होते. त्याच आठवड्यात शाहूंच्या दोन्ही पुत्रांची मुंज करण्यात आले. त्यानिमित्त महाराज माधवराव शिंदे ह्यांनी दोन पट्टे आणि दोन बंदुका पाठवून दिल्या.

राजकन्या राधाबाई आक्कासाहेब यांच्या विवाहाची जय्यत तयारी झाली होती. त्यासाठी जुन्या राजवाड्याच्या अंगणात कायम स्वरूपाचा मंडप उभारण्यात आला होता आणि तेथे वराची व वराकडील पाहुणे मंडळीची राहण्याची व्यवस्था करण्यात आली होती. विवाह समारंभाच्या वेळी युरोपियन पाहुण्यांचे स्वागत आणि आदरातिथ्य फेरिस व त्यांची पत्नी ह्या उभयतांनी करण्याचे मान्य केले होते. विवाह समारंभास उपस्थित राहण्यासाठी मुंबईचे राज्यपाल जॉर्ज सिड्नहॅम क्लार्क, त्यांची कन्या, सेनापती आर्कीबाल्ड म्यूर मॅकेन्झी, भावनगरचे महाराज भावसिंहजी ठाकूर आणि त्यांचे दिवाण प्रभाशंकर पट्टणी हे कोल्हापुरास पोहोचले. मुधोळकर, इचलकरंजीकर, पटवर्धन ह्या संस्थानिकांनी विवाह समारंभात नेमून दिलेली कामे यथास्थित पार पाडण्याचे ठरविले होते.

मंडपात वीज निर्मितीचे यंत्र ठेवून दिव्यांची रोषणाई करण्यात आली होती. मंडपात विजेचे पंखे लावून वातावरण शीतल करण्यात आले होते. २१ मार्च १९०८ रोजी नवरा मुलगा भव्य मिरवणुकीने वावडेकरांच्या वाड्यावरून जुन्या राजवाड्याकडे वधू घरी आला व विवाह समारंभ राजेशाही थाटात झाला. हजारो लोक रस्त्यावर दुतर्फा उभे राहून ते दृश्य आनंदाने पाहत होते. विवाह वेदोक्त संस्कारांनी सुखरूपपणे पार पडला. सर्वत्र आनंदीआनंद झाला. शाहू छत्रपतींची ती भव्य, उंच आणि प्रभावी व्यक्तिमत्वाने फुललेली मूर्ती आपला वैशिष्ट्यपूर्ण मराठ्यांचा पेहेराव धारण करून मोठ्या रुबाबाने पाहुणे मंडळीतील प्रत्येकाचा समाचार घेत, श्रीमंतांना आणि गरिबांना वंदन करीत फिरत होती. पाहुणे मंडळीही मोठ्या प्रेमाने, कुतूहलाने छत्रपतींकडे पाहत होते. प्रसन्न वातावरणात सुग्रास अन्नाच्या मेजवान्या पार पडल्या. राज्यपालांना स्वतंत्र मोठी मेजवानी देण्यात आली. दारूसामान उडविण्यात आले. सुग्रास ब्राह्मण भोजने झाली. सरदार व अधिकारी वर्ग यांचेही मानपान व भोजन झाले. वरातीची भव्य मिरवणूक रविवार २९ मार्च १९०८ रोजी निघाली. त्या भव्य मिरवणुकीत हजारो लोकांसमक्ष कंबरेस तलवारी लटकविलेले अस्पृश्य कोचमन सरकारी गाड्या–घोड्यांवर बसून आपल्या वाढलेल्या दर्जाची ग्वाही देत होते. राजशाही हत्तीवर बसण्याचा मान महार माहुतांना मिळाला होता.

राजकन्या राधाबाई आक्कासाहेब ह्यांच्या विवाहानिमित्त भावनगरचे महाराज भावसिंहजी ह्यांनी कोल्हापूर संस्थानच्या शाळांतील मुलींना शिष्यवृत्ती देण्यासाठी दरबारच्या खजिन्यात एक मोठी रक्कम ठेवली. बंगालहूनही एक मोठी भेट आली. महाराज बहादूर सर जे. एम. टागोर ह्यांच्या मुलाने ती भेट आपल्या शुभेच्छेचे प्रतीक म्हणून पाठवली होती. महाराजांनी सर्व पाहुण्यांना त्यांच्या त्यांच्या दर्जाप्रमाणे मौल्यवान वस्तूंचा अहेर केला. सर्व पाहुण्यांनी शाहू छत्रपतींचे त्यांच्या औदार्याबद्दल व आदरातिथ्याबद्दल मन:पूर्वक आभार मानले. राज्यपालांनी नवदाम्पत्याला शुभेच्छा व्यक्त केल्या आणि विवाहाच्या स्मरणार्थ चार शिक्षण संस्थांना देणग्या दिल्या.

त्यानंतर राज्यपालांनी मोठ्या उत्सुकतेने सर्व शहराची पाहणी केली आणि अनेक प्रश्नांसंबंधी शाहू छत्रपतींशी मोकळ्या मनाने चर्चा केली. ब्रिटिश सरकारने देशातील अराजक मोडण्यासाठी जे उपाय योजले होते ते समाधानकारक नाहीत असे शाहूंनी राज्यपालांना सांगितले. ते उपाय सौम्य आहेत असे सांगून ते राज्यपालांना म्हणाले, 'ते उपाय चिमण्यांना घाबरवण्यासाठी बांबूवर टांगलेल्या बुजगावण्यासारखे आहेत.' त्यावर शाहूंचे इंग्रजी सुधारण्याच्या दृष्टीने राज्यपाल

म्हणाले, 'महाराज, आपणांस म्हणावयाचे आहे, आमचे उपाय त्यांना सतावून सोडीत आहेत.' क्षणार्धात छत्रपती उत्तरले, 'माझे म्हणणे तसे नाही. मी चिमण्यांचा उल्लेख केला तोच बरोबर आहे. आमचे शेतकरी एका बांबूला चिंध्या बांधून एक बुजगावणे तयार करतात. शेत पिकल्यावर दाणे खावयास येणाऱ्या पक्ष्यांना पळवून लावण्यासाठी हे बुजगावणे शेतकरी शेतामध्ये उभे करतात. हे बुजगावणे काही वेळ यशस्वी होते. परंतु थोड्याच काळात पक्ष्यांना कळून येते की, हा केवळ बांबू आहे आणि त्यांची भीती जाऊन ते त्या बुजगावण्यावर बसतात. आपण योजलेले उपाय ह्या बुजगावण्यासारखेच ठरले आहेत. आपल्या उपायांनी चळवळे व राजद्रोही लोक काही वेळ थांबतात, परंतु नंतर पुन्हा उठाव करतात.'

विवाहाच्या दिवशी राज्यपालांनी राणी व्हिक्टोरियाच्या अर्धपुतळ्याचे उद्घाटन केले. त्यावेळी शाहू छत्रपतींनी आपण आपल्या संस्थानात राणी व्हिक्टोरिया हिच्या नावे लोकांचे आरोग्य आणि शिक्षण सुधारण्यासाठी किती संस्था काढल्या आहेत ह्याची माहिती आपल्या प्रास्ताविक भाषणात दिली. शाहू छत्रपतींनी राणी व्हिक्टोरियाचे मृत्यूनंतर, कर्जबाजारी झालेल्या शेतकऱ्यांना ऋणमुक्त करण्यासाठी एक निधी गोळा केला होता. त्याचा फायदा अनेक शेतकऱ्यांनी घेतला. आपल्या भाषणाच्या शेवटी शाहू छत्रपतींनी कर्नल फेरिस ह्यांच्या कारकिर्दीचा कृतज्ञतेने उल्लेख केला आणि फेरिस ह्यांचे नाव कोल्हापुरात 'फेरिस मार्केट' बरोबर चिरंतन राहील असेही म्हटले.

राज्यपालांनी छत्री आणि अर्धपुतळ्याचे उद्घाटन करताना आपल्या भाषणात शाहूंची निष्ठा आणि त्यांची राज्य कारभारातील कार्यक्षमता यांविषयी त्यांचा गौरव केला व ते म्हणाले : 'शाहू महाराजांनी स्वत: प्लेगविरुद्ध लस टोचून घेऊन जो आदर्श लोकांपुढे ठेवला तो पाहून, दख्खनमधील जी वर्तमानपत्रे प्रो. हाफकिन यांनी तयार केलेली प्लेग प्रतिबंधक लस टोचून घेण्याविरुद्ध जी पोरकट राजकीय चळवळ करीत आहेत त्यांनी शाहू महाराजांपासून काही धडा घ्यावा.' राज्यपाल पुढे म्हणाले, 'कोल्हापुरातील आपल्या प्रजेने अनेक क्षेत्रांत मोठी प्रगती केली आहे. आपल्या हृदयात ठाण मांडून बसलेल्या कालव्याच्या भव्य योजनेची मला जाणीव आहे. ती कृतीत आली तर अवर्षणामुळे शेतकऱ्यांचे अतिशय नुकसान होऊन त्यांना ज्या हालअपेष्टा भोगाव्या लागतात त्या दूर होतील. आपण जेथे तलाव बांधणार आहात ती जागा मी उद्या पाहीन. त्यावरून त्या कामाच्या स्वरूपाची मला कल्पना येईल.'४

दाजीपूरजवळील फैजीवाडा येथे भोगावती नदीवर तलाव बांधण्याचे काम

सन १९०७ च्या प्रारंभी सुरू झाले होते. त्या तलावाचे नाव 'महाराणी लक्ष्मीबाई तलाव' असे ठेवण्यात आले होते. राज्यपालांनी दाजीपूरला भेट देऊन त्या तलावाची योजना स्वत: पाहावी यासाठी शाहूंचे जे प्रयत्न चालले होते ते यशस्वी झाले. राज्यपालांनी त्या तलावाचे काम स्वत: पाहिले. शाहूंची ती इच्छा पूर्ण झाली.

राजकन्या राधाबाई आक्कासाहेब ह्यांच्या विवाह समारंभाचे स्मरण राहावे म्हणून दाजीपूर येथे लक्ष्मी तलावाजवळ राधानगरी नावाचे शहर शाहू छत्रपतींनी वसविले. त्यांनी तालुक्याची सरकारी कार्यालये तेथे नेली. त्यामुळे आसमंतातील लोकांची मोठी सोय झाली.

विवाह समारंभाचे प्रसंगी ज्या काही गोष्टी घडल्या त्यांविषयी थोडी अधिक माहिती दिली तर अनेक गोष्टींवर प्रकाश पडेल. राजकन्येच्या विवाहाप्रसंगी अठरा मराठा जोडप्यांचे विवाह लावून देण्यात आले. दुसऱ्या दिवशीही अनेक मुसलमान वधूवरांचेही विवाह लावून देण्यात आले. त्या विवाहित जोडप्यांना आयुष्यभर दैनिक भत्ता मिळेल अशी व्यवस्था करण्यात आली. विवाहाचे दिवशी दुसरे अनेक विवाह लावल्यामुळे राजकन्या व राजपुत्र ह्यांना देवाचा आशीर्वाद लाभतो असा त्यावेळी समज होता असे दिसते.

विवाहाच्या समारंभाच्या वेळी अनेक नाटक कंपन्यांनी नाटके करून पाहुण्यांची करमणूक केली. महाराष्ट्रातील त्या काळी मराठी रंगभूमी गाजवणारे, भव्य, देखणे व पहाडी आवाजाचे नट दत्तोपंत हल्याळकर यांनी नवीन राजवाड्यासमोरील विस्तीर्ण पटांगणात पाहुण्यांच्या करमणुकीसाठी मृच्छकटिक नाटकाचा प्रयोग केला. त्यावेळी आपल्या अजोड अभिनयाने आणि पल्लेदार गायनाने दत्तोपंतांनी प्रचंड श्रोतृसमुदायाला मंत्रमुग्ध केले. स्त्रीश्रोत्यांच्या मनावर त्यातील करुण रसाचा परिणाम एवढा झाला की, त्यांनी दत्तोपंतांना पुढचे प्रयोग थांबवण्याची आग्रहाची विनंती केली. घोड्यावर बसून भूमिका करणारे दत्तोपंत हल्याळकर हेच मराठी रंगभूमीवरील पहिले नट होत. दत्तोपंतांच्या भव्य व रुबाबदार व्यक्तिमत्त्वाचे आणि सारा आसमंत दुमदुमणाऱ्या त्यांच्या पहाडी आवाजाचे छत्रपती चाहते होते.

मराठी रंगभूमी गाजविणारे दुसरे महान नट केशवराव भोसले यांची तर बालगंधर्वांबरोबर जणू स्पर्धाच असे. केशवराव भोसले ह्यांनी मराठी रंगभूमी अनेक वर्षे गाजवली. त्यांच्याविषयी शाहूंना अभिमान वाटत असे. राधाबाई आक्कासाहेब

ह्यांच्या विवाह समारंभाच्या वेळी सर्व जनतेची करमणूक व्हावी व केशवरावांचा पहाडी आवाज आणि सुरेल गायन यांचा हजारो श्रोत्यांना लाभ व्हावा म्हणून त्यांना शाहूंनी एक नाटक खुल्या मैदानावर करावयास सांगितले. तो प्रयोग पाहून लोकांना संगीताची आणि अभिनयाची एक अपूर्व अशी मैफलच लाभली असे वाटले. त्याच प्रसंगी केशवराव भोसल्यांनी शाहू महाराजांच्या सन्मानार्थ एका उद्यानात पानसुपारीचा समारंभ साजरा केला.

ह्या विवाह समारंभाचे आणखी एक वैशिष्ट्य असे की, त्यासाठी काशीचे प्रख्यात पंडित कृष्णानंद सरस्वती, दक्षिणेकडील लक्ष्मणशास्त्री द्रविड, पद्मनाभशास्त्री व व्यंकय्याशास्त्री हेही आमंत्रणावरून उपस्थित होते. त्यांनी वैदिक पद्धतीने तो विवाह समारंभ तडीस नेला होता आणि विशेष हे की, शंकराचार्य ब्रह्मनाळकरस्वामी यांनीही समारंभात उत्साहाने भाग घेतला होता. त्यावेळी ह्या सर्व शास्त्रीपंडितांनी वेदपठण केले, मंत्र म्हटले आणि धर्मशास्त्रावर चर्चाही केली. ब्रह्मनाळकरस्वामींचे प्रतिस्पर्धी स्वामी आणि कोल्हापुरातील बहुसंख्य ब्राह्मण ह्यांनी, शाहू महाराजांच्या आमंत्रणावरून कोल्हापुरात जमलेल्या पंडितांनी व शास्त्र्यांनी विवाहाचे संस्कार वेदोक्त रितीने करू नयेत म्हणून त्यांना घाबरवण्याचा पराकाष्ठेचा प्रयत्न केला. पण तो व्यर्थ ठरला. सर्व कोल्हापूर आनंदात मग्न असता ब्राह्मण समाज मात्र बेचैन झाला होता. त्यांनी आपली प्रतिक्रिया आणि विरोध यांच्या लाटा बनारसपर्यंत पोहोचविल्या. बनारसच्या ज्या पंडितांनी आक्कासाहेबांच्या विवाह समारंभात वेदोक्त रितीने संस्कार केले होते त्यांना बनारसच्या ब्राह्मणांनी जातिबहिष्कृत करावे अशी त्यांनी खटपट केली होती.[५]

विवाह प्रसंगी बॉंब टाकण्याच्या हेतूने टपून बसलेल्या दामू जोशीला तो पुण्याहून येणारा बॉंब २३ मार्चपर्यंत पोहोचलाच नाही. शाहू महाराज, राज्यपाल व फेरिस यांचे मोठे सुदैव. शाहूंचा व इतरांचा जीव घेण्याचा हा दहशतवाद्यांचा पहिला प्रयत्न अशा रितीने वाया गेला. पुण्यातील बापटाने एक बॉंब तयार करून तो गद्र्याचे स्वाधीन केला होता. तो त्याने एका ट्रंकेत इतर वस्तूंबरोबर घालून गं. वि. गोखले याच्या स्वाधीन केला. गोखल्याने ती ट्रंक पुण्याहून कोल्हापुरास नेऊन फडणीस याच्या ताब्यात दिली व त्यासोबत नागपूरकरांचे पत्रही दिले. गोखले आणि फडणीस यांनी ती ट्रंक दामू जोशीचे स्वाधीन केली. परंतु वेळ टळून गेली होती.

पुढे काही दिवसांनी दामू जोशी याने बॉंब व इतर सर्व वस्तू बेळगावला जाऊन गंगाधर देशपांडे व गोविंदराव याळगी यांच्याकडे ठेवावयास दिल्या. देशपांडे व याळगी यांनी त्या वस्तूंपैकी एक पिस्तूल आणि ज्यात बॉंबचा मसाला

होता असा एक फिरकीचा तांब्या अशा दोन वस्तू हनुमंतराव देशपांडे यांच्याकडे ठेवावयास दिल्या. हनुमंतराव देशपांडे यांनी त्या वस्तू कुरुंदवाड संस्थानामधील माजगाव येथे राहणाऱ्या नागेश नावाच्या गृहस्थाजवळ सुरक्षित ठेवावयास दिल्या व फिरकीचा तो तांब्या नष्ट करावयास सांगितले. पण त्या गरिबाला तांब्याचा मोह पडून त्याने तो आपल्यासाठी ठेवून दिला. पुढे १९०९ च्या जुलैमध्ये कुरुंदवाडच्या जिल्हा दंडाधिकाऱ्याने, बाँबचा फिरकीचा तांब्या बेकायदेशीर बाळगल्याबद्दल हनुमंतराव देशपांडे यांना शिक्षा ठोठावली. हनुमंतराव देशपांडे अभियोगातील सर्व साक्षीदार पसार झाले.

मोडक आणि दामू जोशी यांना ब्राह्मणांचा शत्रू म्हणून समजला गेलेला फेरिस ह्याला ठार मारण्याचे ठरविले होते. तो त्यांचा निर्धार अढळ होता. आता दामू जोशाने त्यांना आगगाडीमध्ये गोळी घालून ठार करावयाचा निर्धार केला. दामू जोशी याने १४ एप्रिल १९०८ रोजी बेळगावला जाऊन गंगाधरराव देशपांडे यांना फेरिसला मारावयाच्या कटाची सविस्तर माहिती दिली. आपल्यावर पोलिसांचा पहारा असल्यामुळे दोन पिस्तुले घेऊन गंगाधररावांनी कोणाला तरी आपल्याबरोबर पाठवावे अशी दामू जोशी याने देशपांडे यांना विनंती केली. दामू जोशी याने देशपांडे यांना आणखी अशी विनंती केली की, सदर माणसाने आगगाडीतून आपल्याबरोबर प्रवास करावा व आपण मागू तेव्हा त्याने ती पिस्तुले आपल्या स्वाधीन करावीत. फेरिसवर गोळ्या झाडल्यानंतर देशपांडे यांच्या माणसाने ती पिस्तुले घेऊन बेळगावला पसार व्हावे अशी दामूची योजना होती.

दामू जोशी याने आणखीही काही व्यवस्था केली होती. त्याने बेळगावातील खडे बाजारात असलेल्या एका तिकीट–विक्रेत्याकडून एक कागद खरेदी केला होता. आपण बेळगाव येथे १५,१६,१७ एप्रिल रोजी होतो अशी नोंद स्वत: गोविंदराव याळगी यांनी आपल्या हिशेबाच्या वहीत करून ठेवावी किंवा बेळगावातील आपल्या दुसऱ्या मित्रांना तशीच नोंद करावयास सांगावे अशी गोविंदराव याळगी यांना त्याने विनंती केली होती. देशपांडे व याळगी यांनी दामू जोशी याच्याबरोबर गोपाळ पाचलाग ह्या गृहस्थास दिले. तो गृहस्थ बेळगाव येथील गुरांच्या दवाखान्यात नोकरीस होता. त्याने १५ एप्रिलपासून तीन दिवस किरकोळ रजा घेतली.

ठरल्याप्रमाणे गोपाळ पाचलग हा बेळगावहून मिरजेस गेला. मिरजेहून दामू जोशी, वासुदेव पाध्ये व गोपाळ पाचलग यांनी, ज्या गाडीतून १६ एप्रिल १९०८ रोजी फेरिस प्रवास करीत होता त्याच गाडीतून प्रवास केला. तो व त्याचे सहकारी सासवड येथे उतरले व गोपाळपुरी स्टेशनकडे लोहमार्गाच्या बाजूने धावत

गेले. त्यांच्यासमोर आगगाडी येताच दामूने फेरिसवर गोळी झाडण्यासाठी पिस्तूल रोखले. परंतु गोळी उडालीच नाही. ते त्वरेने दुसऱ्या गाडीत चढले व मिरजेस गेले. तेथून ते बेळगावला पसार झाले. दामूने ते पिस्तूल पुन्हा बेळगाव येथे गोविंदराव याळगी यांच्या स्वाधीन केले. ते पिस्तूल दामू जोशी याने १९०५ साली इंदूरला खरेदी केली होते. वेदोक्त प्रकरणात शाहूंची बाजू उचलून धरणारा व ब्राह्मणांनी शत्रू मानलेला फेरिस हा अशा रितीने सनातनी ब्राह्मणांचा द्वेषाग्नी, शाप आणि मंत्र यांच्यापासून दुसऱ्यांदा बचावला !

१२

दहशतवाद्यांवरील खटले

कोल्हापुरात प्लेग सुरू असल्यामुळे प्रा. विजापूरकरांनी आपले समर्थ विद्यालय १९०७ सालच्या प्रारंभी मिरज येथे हालविले. तेथून ते विद्यालय त्यांनी १९०७ च्या नोव्हेंबरमध्ये तळेगाव येथे बांधलेल्या नवीन शालागृहात नेले. कोल्हापुरातील वातावरण विजापूरकरांच्या शाळेच्या वृद्धीला पोषक ठरले नाही. त्या काळी विजापूरकरांचे भक्त त्यांना आधुनिक रामदास म्हणत असले तरी कोल्हापुरात त्यांचे हे नामाभिधान सर्वमान्य झाले नाही. त्यामुळे ते आपले सहकारी सहसंपादक प्रा. वामन मल्हार जोशी यांच्यासहित तळेगाव येथे राहावयास गेले. विजापूरकरांनी १९०७ च्या एप्रिलमध्ये आपला छापखाना, साप्ताहिक समर्थ आणि मासिक 'विश्ववृत्त' यांची व्यवस्था विनायकराव जोशीराव ह्या मुद्रकाच्या स्वाधीन केली होती. त्यांनी १९०६ च्या एप्रिलमध्ये 'ग्रंथमाला' बंद केली होती. आता समर्थ विद्यालयाचा प्रसार व प्रचार करण्यासाठी त्यांना अवधी पाहिजे होता. त्यासाठी आपले मुद्रणालय, साप्ताहिक व मासिक ह्यांची व्यवस्था त्यांनी वरीलप्रमाणे केली होती. परंतु अशा प्रकारची आपण व्यवस्था केली आहे असे वृत्त मात्र त्यांनी 'समर्थ' वा 'विश्ववृत्त' यात प्रसिद्ध केले नव्हते.

विश्ववृत्तामध्ये त्यांनी एक स्फुट लिहून विश्ववृत्तासंबंधी सर्व पत्रव्यवहार वामन मल्हार जोशी यांच्या नावे करावा असे जरी जाहीर केले होते, तरी ते स्वत: अधूनमधून त्या मासिकात लिहीतच होते. विश्ववृत्ताचे बाबतीत आपण कोणती व्यवस्था केली आहे ते ऑगस्ट १९०७ मध्ये त्यांनी कोल्हापूरच्या जिल्हा दंडाधिकाऱ्यांना कळविलेही होते. परंतु मार्च १९०८ पर्यंत त्यांनी विश्ववृत्तामध्ये तसे प्रसिद्ध केले नव्हते. विश्ववृत्तावर त्यांचेच नाव चालू होते. विश्ववृत्ताचा मार्च १९०८ चा अंक जून १९०८ मध्ये प्रसिद्ध झाला. त्यात त्यांनी विश्ववृत्ताची वरीलप्रमाणे व्यवस्था केल्याचे प्रसिद्ध केले होते.

विश्ववृत्ताच्या उपरोक्त मार्चच्या अंकात वेदाचार्य पं. श्री. दा. सातवळेकर यांचा 'वैदिक प्रार्थनांची तेजस्विता' हा लेख प्रसिद्ध झाला. त्या

लेखात 'जे क्षत्रिय शत्रूंच्या सैन्याचा व गुलामांचा बीमोड करीत नाहीत त्यांच्या छत्रपतित्वाचा व समशेरबहाद्दरत्वाचा राष्ट्राला काय उपयोग आहे' असे एक वाक्य होते. पंडित सातवळेकर यांनी आणखी असे सूचक लिहिले होते की, जेव्हा क्षत्रिय किंवा वैश्य हा अग्नीने जाळणाऱ्या, विष पाजून मारणाऱ्या, शस्त्राने घात करणाऱ्या, धनाचे अपहरण करणाऱ्या, देशाचे अपहरण करणाऱ्या, स्त्रियांना पळविणाऱ्या, राजाला चुगल्या सांगणाऱ्या आततायांना ठार मारावयास सिद्ध होत नसतो, तेव्हा ब्राह्मणांनी हाती शस्त्र धरून धर्माचे रक्षण करावे.' आणि खरोखरच कोल्हापुरातील काही ब्राह्मण तरुण बॉंब व पिस्तुले हाती घेऊन विजापूरकरांचा वरील संदेश कृतीत आणीत होते. जरी छत्रपती ही पदवी अयोध्येच्या प्राचीन नृपतींना लावण्यात येत असे, तरी विजापूरकरांनी छत्रपती म्हणून उल्लेख केलेले राजे शाहू छत्रपतीचे होते व समशेरबहादूर हा किताब असलेले बडोद्याचे सयाजीराव गायकवाडच होते हे सांगण्याची आवश्यकता नाही. विजापूरकरांनी याच अंकात, हिंदुस्थानात बॉंबचे जे स्फोट होत होते त्याला जबाबदार ब्रिटिश सरकारची दडपशाहीच होय, असेही म्हटले होते.

याच सुमारास ३० एप्रिल १९०८ या दिवशी, वंगवीर खुदीराम बोस यांनी मुजफ्फरपूर येथे एका टांग्यावर बॉंब टाकला होता. त्याच्या मनातून ठार मारावयाचे होते मुजफ्फरपूर येथील डग्लस किंग्जस्फोर्ड नावाच्या सत्र न्यायाधीशाला. परंतु त्यांच्या त्या बॉंब स्फोटाला दोन निरपराधी इंग्लिश महिला बळी पडल्या. २ मे १९०८ रोजी बंगाली तरुणांचे पुढारी अरविंद घोष यांना अटक झाली आणि त्यांना सामान्य गुन्हेगारासारखे पोलीस चौकीत डांबण्यात आले. १९०८ च्या जून महिन्यात अरविंद घोष यांच्या भगिनीने[१] अरविंदांच्या बचावाच्या निधीसाठी साहाय्याची प्रकट विनंती केली. ह्यापूर्वी अरविंद घोष बडोद्यात सरकारी नोकरीत असताना त्यांची बडोद्यातील एक मोठे अधिकारी खासेराव जाधव व माधवराव जाधव ह्या बंधूंशी दाट मैत्री जडली होती. खासेराव जाधव यांच्यावर त्यांच्या देशभक्तीमुळे आयुष्यभर ब्रिटिश सरकारचा डोळा होता. खासेराव जाधवांचे बंधू माधवराव जाधव यांच्या हस्ते शाहू छत्रपतींनी अरविंद घोष यांच्या बचावासाठी उभारलेल्या निधीला ५ हजार रुपयांची देणगी गुप्तपणे पाठविली होती.[२] आपल्या राज्यातील दहशतवाद्यांच्याविरुद्ध शाहूंचा झगडा चालू असताना थोर देशभक्त अरविंदबाबू यांच्या हालअपेष्टा व दैना पाहून त्यांचे मन द्रवले. ह्या घटनेमुळे शाहूंच्या मन:प्रकृतीवर चांगलाच प्रकाश पडतो.

टिळक व अरविंद घोष यांच्यासारख्या महान देशभक्तांना मदत करणे आणि कोल्हापुरातील दहशतवाद्यांना विरोध करणे ह्या दोन गोष्टी वेगळ्या

स्वरूपाच्या होत्या. दहशतवादी आपल्या शत्रूचा नाश करण्यासाठी सिद्ध झालेला असतो. आपल्या शत्रूचा सूड घेत असताना तो आपला प्राणही द्यावयास तयार असतो. आपल्या कृत्यांचे परिणाम काय होतील याचा तो फारसा विचार करीत नाही. उलटपक्षी परतंत्र देशातील क्रांतिकारक देशभक्ताचे ध्येय राजकीय स्थित्यंतर घडवून आणणे हे असते. तो आपल्या शत्रूचे सामर्थ्य व दौर्बल्य कशात आहे याचा शोध घेतो आणि त्या दृष्टीने योजना आखून त्याच्यावर हल्ला चढविण्याची तयारी करीत असतो. त्याला लोकांच्या साहाय्याची आवश्यकता असते म्हणून तो उठाव करण्याच्या योग्य वेळेची वाट पाहत असतो. वीर सावरकर, लो. टिळक व अरविंद घोष हे या वर्गातील देशभक्त होते. आणि म्हणून टिळक व अरविंद घोष ह्यांना शाहूंनी साहाय्य केले होते.

ब्रिटिश सरकारने १९०८ च्या जूनमध्ये महाराष्ट्रात दडपशाहीची वाघनखे बाहेर काढली. ब्रिटिश सरकारने महाराष्ट्राचे दोन नामवंत पुढारी 'काळ'कर्ते शिवराम महादेव परांजपे आणि लोकमान्य टिळक यांना अटक केली. परांजपे ह्यांना ९ महिन्यांची सक्तमजुरीची शिक्षा झाली, तर टिळकांना ६ वर्षांची काळ्या पाण्याची शिक्षा ठोठावण्यात आली. टिळकांना काळ्या पाण्याची भयंकर शिक्षा झाल्याचे कळल्यावर कोल्हापुरातील व्यापाऱ्यांनी उत्स्फूर्तपणे बाजारपेठ बंद केली. मुंबईत व महाराष्ट्रातील इतर शहरांतूनही असाच हरताळ पडला.

कोल्हापुरातील दहशतवादी तरुण शेणोलीकर, अंबपकर व गोखले ह्यांनी कोल्हापुरातील एका माध्यमिक शाळेवर २१ जुलै १९०८ रोजी दरोडा घालून नैट्रिक अॅसीड, सल्फ्युरीक अॅसीड व दुसरी काही रासायनिक द्रव्ये पळवली. पुढे ह्या द्रव्यांचा उपयोग बॉंब बनवण्याच्या प्रयोगात दामू जोशीने व दुसऱ्या काही दहशतवाद्यांनी केला. कारावासातून दामू जोशी याची सुटका १९०७च्या ऑक्टोबर महिन्यात झाली होती. दामू जोशी याचे सहकारी हे २१ वर्षांखालील तरुण होते.

२५ जुलै १९०८ रोजी कोल्हापुरातील एका शाळेवर, एका घरावर, नगरवाचनालयावर आणि अन्य ठिकणी बॉंब पत्रके लावण्यात आली. ह्या पत्रकांत बॉंब कसे तयार करावेत याची माहिती व काही सूचना दिल्या होत्या. त्यामुळे दामू जोशी याला ३० जुलै १९०८ रोजी पुन्हा अटक करण्यात आली आणि त्याच आठवड्यात त्याच्या दुसऱ्या सहकाऱ्यांची धरपकड झाली. शेणोलीकर, अंबपकर व गोखले यांना सप्टेंबर १९०८ मध्ये अटक करण्यात आली. ते सर्व पोलिसांच्या ताब्यात असताना त्यांच्या जबानीतून असे निष्पन्न झाले की,

आक्कासाहेब महाराजांच्या विवाहाचे वेळी मंडपात बाँब टाकण्याचा व फेरिसचा खून करण्याचा कट रचण्यात आला होता.

मध्यंतरी एफ. डब्ल्यू. वुडहाऊस हे सन १९०८ च्या एप्रिल महिन्यात ब्रिटिश राजनैतिक प्रतिनिधीच्या जागी रुजू झाले. त्यांना टेनिस खेळणे, पोहणे, शिकार करणे याचा नाद होता व ते शाहूंच्या विद्यार्थिदशेपासून शाहूंना ओळखत होते.

कोल्हापुरातील दहशतवाद्यांनी, पुणे, सातारा, बेळगाव, बडोदे व नाशिक ह्या क्रांतिकारकांच्या केंद्रांप्रमाणे, कोल्हापूर हे एक केंद्र बनविल्यामुळे शाहू छत्रपतींना आपल्या राज्याच्या सुरक्षिततेची चिंता वाटू लागली. परिणामी त्यांनी ह्या दहशतवाद्यांना भीतीने पळवून लावण्यासाठी आपल्याला ब्रिटिश सैनिकांची एक तुकडी द्यावी, अशी मुंबई सरकारकडे मागणी केली. त्यावेळी महाराज पैशांच्या अडचणीत होते आणि ह्या कामी नवीन पोलीस नेमणे त्यांना अशक्य होते. राजकन्येच्या विवाहासाठी व हाती घेतलेल्या कालव्याच्या प्रचंड योजनेसाठी त्यांचा बराच पैसा खर्च झाला होता. ह्या दहशतवाद्यांनी शाहूंचा जीव घेण्याची धमकी दिली होती. छत्रपतींना लिहिलेल्या एका निवावी पत्रात त्यांनी म्हटले होते की, शाहूंनी टिळकांच्या जगद्गुरूंचा अपमान केल्यामुळे त्यांना एक महिन्याचे आत ठार मारण्यात येईल. इतकेच नव्हे तर, छत्रपतींनी ब्रिटिशांचे साहाय्य घेऊन आपला जीव वाचविण्याचा प्रयत्न करावा, असेही दहशतवाद्यांनी त्यांना त्याच पत्रात आव्हान दिले होते.

आव्हान दिल्याप्रमाणे दहशतवाद्यांनी आपला बेत ६ जुलै १९०८ रोजी तडीस नेण्याचा प्रयत्न केला. त्यांनी कोल्हापूर स्थानकाकडून राजवाड्याकडे जाणाऱ्या रस्त्यावर एक बाँब लपवून ठेवला. त्यावेळी शाहूंचा मुक्काम पुण्यात होता. ते पुण्याहून कोल्हापूरला परत येते वेळी, रस्त्यातील तो बाँब फुटून त्या अपघातात ते प्राणास मुकावे अशी त्यांनी व्यवस्था केली होती. पण सुदैवाने असे घडले की, शाहू छत्रपतींना आपल्यासोबत एक आजारी माणूस आणावयाचा होता म्हणून ते मेलगाडीने न येता त्यानंतरच्या गाडीने कोल्हापुरास आले. त्याचा परिणाम असा झाला की, दहशतवाद्यांच्या अपेक्षेप्रमाणे तो बाँब ठरवीक वेळी उडून त्या स्फोटात एका भाडोत्री टांग्याच्या घोड्याचा पाय मोडला. छत्रपतींनी १८ जुलै रोजी हिल्लना लिहिलेल्या पत्रात म्हटले की 'माझ्या घोड्यांचा जीव वाचला हे पाहून मला आनंद होत आहे. मी त्या मेलने आलो नाही. माझी गाडी स्थानकावरून निघण्यापूर्वी राजवाड्याकडे जाणाऱ्या रस्त्यावरची रहदारी बंद असते.'[३]

कोल्हापुरातील दहशतवाद्यांच्या वरील चार प्रकरणांची चौकशी चालली असता दरबारने डी. सी. फर्नांडिस यांची संस्थानचे वकील म्हणून नेमणूक केली.

राजकन्येचा विवाह झाल्यानंतर सुमारे एक वर्षभर महाराज तुकोजीराव पवार यांचे शाहूंशी ठीक चालले होते. परंतु नंतर काहीतरी कारणांमुळे परस्परांचे संबंध बिघडले असे दिसते. त्या प्रकरणी शाहूंना राग येऊन त्यांनी जावयांची कानउघाडणी करताना म्हटले, 'ज्यांना आपल्या पत्नीची काळजी घेता येत नाही, त्यांनी कधीही विवाह करू नये.' मी, माझी पत्नी आणि मुलगी यांचीच काळजी घेतो असे नव्हे, तर माझी पुतणी, बंधूंची पत्नी यांच्याकडेही लक्ष पुरवितो; ह्या सर्व गोष्टींची तुम्हांला माहिती आहे. तुम्ही सभ्य गृहस्थ आहात असे मला वाटत नाही. मी तुम्हांला माझ्या बंधूंची हजेरी घ्या असे सांगितले, परंतु तुम्ही तसे केले नाही. तुम्ही आणि माझ्या बंधूने मला त्रास देण्यासाठीच जन्म घेतला आहे की काय ?'

काही वेळा संसारात अडचणीचे व त्रासाचे असे प्रश्न उद्भवतात. मात्र शाहूंनी आपल्या एकनिष्ठ, प्रेमळ व कर्तव्यनिष्ठ बंधूंना ह्या प्रकरणी जो दोष दिला आहे तो अनाठायी असावा असे वाटते. जावयाला शांत करण्याकरता शाहूंनी तसे म्हटले असावे की काय ? उपरोक्त पत्रात शाहूंनी तुकोजीराव पवारांना असे कळविले की, आपण राधाबाई आक्कासाहेब यांना घेऊन देवासला येत आहो. त्यावेळी तुकोजीराव आपणांस घराबाहेर हाकलून काढणार नाहीत अशी त्यांनी आशा व्यक्त केली.

शाहू छत्रपती स्वभावाने खोडकर होते. आपल्या नातलगांचे, अधिकाऱ्यांचे किंवा नोकरांचे दोष थट्टा करता करता उघडकीस आणून किंवा एकाला दुसऱ्याविरुद्ध चिथावून त्यांचे दोष दूर करीत. त्यांनी हेतुत: कर्नल रे यांना प्राचार्य कँडी आणि दिवाण मेहेरजीभाई यांच्याविरुद्ध चिथावणी दिली आणि शेवटी तिघांचाही काटा काढला. ज्या अर्थी त्यांनी तुकोजीरावांना आपल्या बंधूंची हजेरी घ्यावयास सांगितले त्यात त्यांचा कदाचित असा हेतू असावा की, आपल्या बंधूंनी उलट तुकोजीरावांची कानउघाडणी करावी.

एकदा शाहूंच्या कानावर अशी गोष्ट आली की, ख्यालीखुशालीत रममाण होणारा त्यांचा एक वरिष्ठ अधिकारी स्वतःच्या पत्नीकडे दुर्लक्ष करतो व अहोरात्र एका गायिकेच्या संगतीत वेळ घालवीत असतो. त्या अधिकाऱ्याच्या पत्नीने आपल्या नवऱ्याविरुद्ध शाहूंकडे तक्रार केली. परिणामी शाहूंनी त्या बाईला आपल्या नवऱ्यास व त्या गायिकेला मैफल सुरू असताच मारावे असे प्रोत्साहन दिले. त्याप्रमाणे तिने मोठ्या धैर्याने त्या गायिकेला व आपल्या नवऱ्याला असे

दोघांनाही ठोकले. तो अधिकारी इतका गर्भगळीत झाला की, क्षणभर त्याच्या तोंडून शब्दही बाहेर फुटेना. थोड्या वेळाने भानावर आल्यावर त्याच चलबिचल झालेल्या मन:स्थितीत तो आपल्या पत्नीच्या अंगावर ओरडून म्हणाला, 'असले कृत्य स्वत: होऊन करण्यास तुझी छाती झाली नसती. तुला ज्याने अशी खोडी करावयास उत्तेजन दिले तो खट्याळ माणूस आजूबाजूस कुठेतरी उभा असला पाहिजे. नाहीतर तुला येथे पाय ठेवण्यास धैर्य जाले नसते.'[४] आणि खरोखरीच खट्याळमूर्ती शाहू छत्रपती हे बाहेर रस्त्यात त्या काळोखी मध्यरात्री ती मजा पाहत उभे होते. तशी वेळ आलीच असती तर ते बाईच्या रक्षणार्थ धावून गेले असते.

शाहू छत्रपतींना गेली कित्येक वर्षे दुसरी एक डोकेदुखी लागून राहिली होती. कागलचे (धाकटी पाती) जहागीरदार यांनी एक जुने भांडण उकरून काढले होते. हा तंटा सहा खेड्यांच्या मालकीसंबंधीचा होता. त्या प्रकरणात लागोपाठ तीन राज्यपालांनी कागलचे सदर जहागीरदार यांच्याविरुद्ध निर्णय केला होता. तरी ते जहागीरदार पुन: पुन्हा तो प्रश्न उकरून काढीत असत. शाहूंच्या मनाला त्यामुळे अतिशय दु:ख होई.

आपले चाहते, परिवारातील व्यक्ती व हुशार नातलग ह्यांना वरिष्ठ दर्जाच्या नोकऱ्या मिळवून देण्याकडे छत्रपतींचे लक्ष असे. व्ही. एम. समर्थ ह्यांना एक वरिष्ठ दर्जाची नोकरी मिळावी म्हणून छत्रपतींनी हिंदुस्थानातील व इंग्लंडमधील वरिष्ठ अधिकाऱ्यांकडे शिफारस केली होती. समर्थ ब्रिटिश सरकारच्या बाजूचे होते म्हणून त्यांना बडोद्यातील नोकरी सोडावी लागली होती. समर्थांना कैसर-इ-हिंद पदक मिळाले होते आणि त्यांच्या अनुभवामुळे व कर्तृत्वामुळे शाहू त्यांना एक महत्त्वाची व्यक्ती म्हणून मानीत असत.

गरजू व योग्य माणसांना साहाय्य करून उत्तेजन देण्यात शाहूंना नेहमीच आनंद वाटे. परंतु काही वेळा अशा चांगल्या गोष्टीतून वाईटही निर्माण व्हावयाचे असा अनुभव त्यांना द. ब. पारसनीस यांच्या बाबतीत आला. ह्या सुमारास मराठ्यांचा इतिहास नव्या दृष्टिकोणातून लिहून घेण्याची शाहूंना तळमळ लागून राहिली हाती. लोकांच्या पुढे मराठ्यांच्या इतिहासाची खरीखुरी हकिकत ठेवावी असे त्यांना राहून राहून वाटे. छत्रपतींना रानड्यांचा 'राईज ऑफ दी मराठा पॉवर' हा इंग्रजी ग्रंथ एकांगी वाटे. इतिहासकारांनी मराठ्यांच्या इतिहासाचे खरे चित्रण केलेले नाही, असे त्यांना वाटे. रानडे यांचा ग्रंथ दोषापासून मुक्त नसून तो

ब्राह्मणांचा पक्षपाती आहे असे त्यांचे मत झाले होते.[५] आपण नवीन दृष्टीने मराठ्यांचा इतिहास लिहू असे पारसनिसांनी त्यांना आश्वासन दिले होते. त्यामुळे शाहू छत्रपतींनी पारसनीस यांना इंग्लंडला व युरोपला नेऊन त्यांच्यासाठी इतिहासासंबंधी कागदपत्रे गोळा करण्यात व जुन्या महत्त्वाच्या ग्रंथांची हस्तलिखिते मिळविण्यात बराच पैसा खर्च केला होता.

शेवटी शाहू छत्रपतींना असे आढळून आले की, पारसनीस हे मनाने व वृत्तीने ब्राह्मणच होते. वेदोक्त प्रकरणी शाहूंची बाजू बळकट करण्यासाठी आपण काही कागदपत्रे छापू, असे सांगून शाहूंकडून त्यांनी बरीच मोठी रक्कम उकळली होती. परंतु त्यांनी त्या प्रकरणी शाहू छत्रपतींना कधीच साहाय्य केले नाही. जी ऐतिहासिक कागदपत्रे पारसनिसांना मिळवून देण्यासाठी शाहू छत्रपतींनी ४ हजार रुपये खर्च केले होते, ती कागदपत्रे त्यांनी मुळीच प्रसिद्ध केली नाहीत. चौकशीअंती शाहू छत्रपतींना कळले की, पारसनीस हे साधे मॅट्रिकही नाहीत किंवा हुशार विद्यार्थीही नाहीत.

पारसनिसांनी छत्रपतींना असे सांगितले की, जर सापडलेल्या नवीन कागदपत्रांच्या आधारे आपण नवीन इतिहास लिहिला तर आपण स्वत: समाजात अप्रिय होऊन आपली प्रतिष्ठा कमी होईल.[६] शाहूंनी एका पत्रात लिहिले की, पारसनीस ह्यांनी डॉ. भांडारकरांना आणि व्हर्नाक्युलर ट्रान्स्लेशन सोसायटीला बनविले आहे. पारसनिसांनी पुरुषोत्तम मावजी यांचा आश्रय घेतला. कारण आपण शिवाजीसंबंधी अनेक ऐतिहासिक वस्तू मिळविण्यासाठी झटतो आणि शिवाजीसंबंधी लिहिणाऱ्या इतिहासकारांना पैशाची मदत करतो, असे दाखविण्याचा मावजींना छंद जडला आहे. पारसनीस हे गृहस्थ विश्वासू नाहीत अशी खात्री झाल्यामुळे त्यांची संगत सोडून शाहूंनी म. ग. डोंगरे यांना सर्व ब्रिटिश अधिकाऱ्यांनी मराठ्यांच्या इतिहासासंबंधीची कागदपत्रे आणि सामुग्री द्यावी, अशी शिफारस केली.

ह्याच सुमारास शाहू छत्रपतींनी प्रा. विजापूरकरांवर 'वैदिक प्रार्थनांची तेजस्विता' ह्या लेखासंबंधी अभियोग भरविण्याचा निर्णय घेतला. त्यांना व मुंबईचे राज्यपाल सर जॉर्ज क्लार्क यांना असे वाटले होते की, विजापूरकरांना अटक केली तर फार मोठी खळबळ उडेल, पण महाराजांच्या विरोधकांवर त्यामुळे हितकारक परिणाम होईल. विजापूरकर आणि वामन मल्हार जोशी यांना कोल्हापूरच्या हद्दीत अटक करून आणावे कसे असा छत्रपतींपुढे प्रश्न निर्माण झाला. ब्राह्मणांच्या ह्या चळवळीचा व वृत्तीचा शेवट काही भयंकर घातपातात होईल असे शाहूंनी १९०६ च्या ऑक्टोबरमध्ये भाकीत केले होते. त्या काळी

ब्रिटिश राज्यकर्त्यांना वाटे, शाहू हे भीतीने खोटी आरोळी ठोकत आहेत. पण तेच अधिकारी ती माहिती आपल्या समजुतीप्रमाणे 'अकाली' होती म्हणून त्यावेळी आपला तीवर विश्वास बसला नाही, असे आता म्हणू लागले.

गुन्हेगारांच्या देवघेवीचे (एक्स्ट्राडिशन) नियम अमलात आणून विजापूरकर व वामनराव जोशी यांना पकडून आणावयाचे की कसे याचा दरबार विचार करीत असता, विजापूरकर आणि जोशी हे स्वत: होऊन तळेगावाहून दि. २० ऑगस्टला कोल्हापूरला गेले. तेथे त्यांनी जिल्हा दंडाधिकाऱ्याचे आवाहनपत्र (समन्स) स्वीकारले आणि त्यांनी त्यांना रीतसर अटक केली. विजापूरकर हे काहीसे गबाळे व धांदरट होते. तळेगाव येथील त्यांच्या राहत्या घराची झडती घेण्यात आली आणि काही कागदपत्रे व त्यांची दैनंदिनी जप्त करण्यात आली. विश्ववृत्ताचे मुद्रक जोशीराव यांनाही नंतर अटक झाली. 'समर्थ' बंद पडला. न्यायाधीश गोखले ह्यांनी विजापूरकरांना जामिनावर सोडताना आपल्या आज्ञापत्रात अशी एक पळवाट ठेवली होती की, विजापूरकरांच्या जामिनाला तिचा सहज फायदा घेता यावा. विजापूरकर हे तसे धर्मनिष्ठ पुरुष. परंतु त्यांनी पोलिसांच्या कच्च्या कैदेतून पळून जाण्याचा बेत केला होता हे त्यांना जामीन राहिलेल्या गृहस्थाच्या पुराव्यावरून सिद्ध झाले.[७] विजापूरकरांच्या मित्रांनीही शाहू महाराजांसमोर ही गोष्ट मान्य केली आणि त्याविषयी त्यांना क्षमा करावी अशी त्यांची मनधरणी केली. परिणामी शाहूंनी त्या न्यायाधीशाचे ते आज्ञापत्र रद्द केले.

मध्यंतरी दहशतवाद्यांच्याविरुद्ध होणाऱ्या अभियोगांची तयारी चालली होती, त्या सर्व अभियोगांत आरोपी ब्राह्मण होते आणि सर्व न्यायाधीशही ब्राह्मणच होते. ह्या अभियोगांतील काही आरोपी संस्थानमधील ब्राह्मण न्यायाधीशांचे नातलग होते किंवा नातलगांचे मित्र होते. तसेच ब्राह्मण जहागीरदारांनीही त्या अभियोगांत विशेष लक्ष घातले होते. न्यायाधीश कृष्णराव पंडित यांनी विजापूरकरांचा अभियोग चालविण्यास नकार दिला. पंडित हे विजापूरकरांचे स्नेही असून ते विजापूरकरांना बंधू मानीत. विजापूरकरांच्या आईवर त्यांची भक्ती होती. न्यायाधीश गोखले ह्यांनी शाहूंना वैयक्तिक कारणे देऊन विनंती केली की, विजापूरकर व इतर आरोपी यांचा अभियोग चालविण्याच्या जबाबदारीतून आपणांस मुक्त करावे. स्वाभाविकपणे ते अभियोग चालविण्यासाठी शाहू महाराजांना एका सत्र न्यायाधीशाची मागणी मुंबई सरकारकडे करावी लागली. त्याप्रमाणे मुंबई सरकारने सी. ए. किंकेड यांची नेमणूक केली. ह्याच वेळी तसे कारण नसताही दरबारने स. खं. अळतेकर व आर. एन. गोखले यांच्या वकिलीच्या सनदा रद्द करून दहशतवाद्यांना मोठा धक्काच दिला.

वसतिगृहांच्या चळवळीला चालना देण्यासाठी शाहूंनी पुन्हा एकदा जोराचा प्रयत्न केला. ब्राह्मणेतरांच्या शिक्षणासाठी काढलेल्या संस्थेने अस्पृश्य मुलांसाठी एक वसतिगृह स्थापन केले. ह्या संस्थेच्या कार्यात जैनांचे धार्मिक पुढारी जैन स्वामी ह्यांनीसुद्धा लक्ष घातले होते. त्या वसतिगृहाला मुंबई राज्यपालांची मृत कन्या व्हायलेट क्लार्क हिचे नाव दिले होते. कारण ती स्वत: अस्पृश्य वर्गाच्या कल्याणाची चिंता वाहत असे. शाहूंनी त्या संस्थेला महार तलावाजवळ एक हवेशीर इमारत दिली आणि मासिक २५ रुपयांचे अनुदान शिष्यवृत्तीसाठी व किरकोळ खर्चासाठी मंजूर केले.

सन १९०९च्या आरंभी ब्रिटिश राज्यकर्त्यांनी शाहू महाराजांच्या मानसन्मानात आणखी भर टाकली. महाराजांना १९ तोफांची मानवंदना देण्यात येत असे, ती आता त्यांची निष्ठा पाहून त्यांना वैयक्तिक असा २१ तोफांच्या मानवंदनेचा सन्मान देण्यात आला. असा मोठा सन्मान ब्रिटिशांनी त्यांना दिल्याबद्दल महाराज्यपाल मिंटो ह्यांच्याकडे दरबारने कृतज्ञता दर्शविणारे पत्र पाठविले. ह्या नवीन बहुमानाबद्दल शाहूंचे अभिनंदन करताना कर्नल फेरिस म्हणाले, 'कोल्हापूरच्या इतिहासात कोल्हापूरला अजूनपर्यंत जो मान आणि कीर्ती लाभली नाही अशी अपूर्व कीर्ती कोल्हापूरला आपल्या राजवटीत प्राप्त झाली आहे.' लंडनहून भावनगरी ह्यांनी 'एक प्रगतिप्रिय सुज्ञ राजा', असा शाहूंचा गौरव केला.

जेव्हा शाहू छत्रपती विश्ववृत्ताच्या संपादकांच्या आणि कोल्हापुरातील दहशतवाद्यांच्या अभियोगाची तयारी करीत होते, तेव्हा त्यांची सावत्र आई राधाबाई ही वयाच्या ४५ व्या वर्षी, १६ जानेवारी १९०९ रोजी, निवर्तली. १८८६ साली आबासाहेब निधन पावल्यानंतर राधाबाई संसारातून जवळ जवळ निवृत्त झाल्या होत्या आणि त्यांची प्रकृतीही तेव्हापासून ठीक नव्हती. त्यांची एक विवाहित कन्या त्यांच्या हयातीतच मृत्यू पावली होती. त्यांच्या प्रेतयात्रेच्या अग्रभागी शाहू छत्रपती मंद पावले टाकीत चालले होते. इतर सरदार, ब्रिटिश अधिकारी व संस्थानचे अधिकारी त्यांच्यापाठोपाठ चालत होते. सर्व कचेऱ्या, न्यायालये, दुकाने आणि शाळा त्या दिवशी मृताच्या स्मरणार्थ बंद ठेवण्यात आल्या होत्या.

विजापूरकर व त्यांचे सहकारी यांच्यावरील, खुनाला प्रोत्साहन देण्याच्या आरोपाखालील अभियोगाला ११ जानेवारी १९०९ रोजी प्रारंभ झाला. बाळकृष्णपंत देशमुख आणि डी. सी. फर्नांडिस हे कोल्हापूर दरबारचे वकील होते, तर दाजी आबाजी खरे, आपटे आणि बापट हे आरोपींचे वकील होते. ह्या

संपादकांची व दहशतवाद्यांची चौकशी करण्याचे कामी फर्नांडिस यांचे मोठे साहाय्य झाल्यामुळे त्यांची विशेष सरकारी अभियोक्ता म्हणून नेमणूक करण्यात आली. राजाराम महाविद्यालयातील इंग्रजीचे प्राध्यापक अण्णासाहेब लठ्ठे हे आपल्या साक्षीत म्हणाले की, विजापूरकरांच्या लेखात उल्लेख केलेले छत्रपती हे दुसरे कोणी नसून शाहू छत्रपतीच होत. कारण छत्रपती ही पदवी हिंदुस्थानात फक्त कोल्हापूरच्या महाराजांनाच आहे.

न्यायाधीश किंकेड ह्यांनी हिंदुस्थानची खवळलेली परिस्थिती व विजापूरकरांच्या दैनंदिनीतील मजकूर लक्षात घेऊन, १९ जानेवारी १९०९ रोजी अभियोगाचा निर्णय केला. इंग्रज लोक आततायी असल्यामुळे त्यांचे खून पाडावेत असे 'वैदिक प्रार्थनांची तेजस्विता' ह्या लेखाच्या मिषाने लेखकाने सुचविले आहे असे किंकेड ह्यांनी म्हटले आहे. सर्व आरोपींना राजद्रोहाला व खुनाला प्रोत्साहन देणे ह्या आरोपाखाली शिक्षा केली. मुद्रक जोशीराव ह्यांना १ ।। वर्ष सक्तमजुरीची शिक्षा झाली, तर विजापूरकरांना त्यांचे वय, समाजातील त्यांचे स्थान लक्षात घेऊन ३ वर्षांची साधी शिक्षा ठोठावण्यात आली. शिवाय त्यांना एक हजार रुपये दंड झाला. जर विजापूरकरांनी दंडाची रक्कम भरली नाही तर आणखी ६ महिन्यांची शिक्षा देण्यात आली होती. दुसरे आरोपी वा. म. जोशी यांना ३ वर्षांची सक्तमजुरीची शिक्षा देण्यात आली.

न्या. किंकेड ह्यांनी १९०९ च्या जानेवारी–फेब्रुवारीमध्ये सत्र न्यायाधीश म्हणून दहशतवाद्यांचे तीन खटले चालविले. बिनिंग आणि देशमुख ह्यांनी कोल्हापूर दरबारच्या वतीने काम केले, तर आरोपींचे वकील काका बाप्तिष्टा व काका पाटील हे होते. ॲसीड चोरीच्या अभियोगात सर्वोत्तम शेणोलीकर, नारायण अंबपकर, गंगाधर गोखले, ह्यांना प्रत्येकी ६ वर्षे ३ महिन्यांची सक्तमजुरीची शिक्षा झाली. बाँबपत्रिका अभियोगात शेणोलीकर, अंबपकर, गोखले, पाडळकर, परसू सुतार, गणेश, वडणगेकर, नारायण फडके व दामू जोशी हे आरोपी होते. दामू जोशी याने न्यायालयाच्या निदर्शनास एक गोष्ट आणून दिली ती ही की, आपल्याला ३१ जुलै १९०८ रोजी अटक झाला आणि दुसऱ्या दिवशी स्फोटक द्रव्याचा कायदा कोल्हापूरला लागू करण्यात आला. शिवाय किंकेड यांनी दामू जोशी याला 'प्रयत्न' ह्या शब्दाच्या व्याख्येचा फायदा दिला. त्यामुळे दामू जोशी निर्दोषी म्हणून सुटला. शेणोलीकरही ह्या खटल्यात निर्दोषी म्हणून सुटले. इतरांना कमी–अधिक प्रमाणात लहान मुदतीच्या शिक्षा झाल्या. पाध्ये व सुतार ह्यांना ९ महिन्यांची सक्तमजुरीची शिक्षा झाली. पाडळकर व वडणगेकर यांना १ वर्षाची सक्तमजुरीची शिक्षा ठोठावण्यात आली.

खुनाच्या अभियोगात दामू जोशी याच्यावर फेरिसचा खून करण्यासंबंधी जो आरोप होता त्यातून त्याला न्यायाधीशाने मुक्त केले. तथापि गो. पां. बापट याला ६ वर्षांची व गंगाधर गोखले याला २ वर्षांची शिक्षा झाली व दंडही ठोठावण्यात आला. खुनाच्या अभियोगाचा निर्णय लागल्यावर काही दिवसांनी छत्रपतींनी न्या. किंकेड ह्यांना पत्र लिहून कळविले की, आपला निर्णय महत्त्वाचा असून तो नि:पक्षपाती आहे. तथापि मुख्य गुन्हेगार दामू जोशी हा सहीसलामत सुटल्याबद्दल त्यांनी दु:ख व्यक्त केले.

किंकेड हे अभियोग चालवीत असताना 'तुमचा खून करू' अशी धमकीची अनेक पत्रे त्यांना आली.[८] यास्तव महाराजांनी किंकेड ज्या रस्त्यावरून न्यायालयात जात असत, त्या रस्त्यावर शस्त्रधारी सैनिक ठेवले होते.

ह्या भयंकर अभियोगाच्या कठोर दृश्याला दुसरी एक गमतीची बाजू होती. न्यायालयाच्या निर्णयानंतर शाहूंनी किंकेडच्या निवासस्थानाला शिष्टाचार म्हणून भेट दिली. त्यावेळी किंकेडचा मुलगा डेनिस किंकेड याने शाहू महाराजांना पाहिले. त्याला वाटले, 'जॅक दी जायन्ट किलर' ह्या गोष्टीतील राक्षसच जणू आपल्या घरी आला आहे.[९] महाराजांना पाहून तो घरात पळत गेला व आपल्या आईला म्हणाला, 'मम्मी, तो राक्षसी माणूस आपल्या घरी आला आहे, चल पहा.'

बेळगावचे जहालमतवादी हे कोल्हापुरातील दहशतवाद्यांना प्रोत्साहन देत होते अशी शाहू छत्रपतींची खात्री होऊन चुकली होती, आणि खरोखरीच गंगाधरराव देशपांडे ह्या घडामोडीत गुंतलेले होते. उपरोक्त सर्व अभियोगांचा निर्णय झाल्यावर छत्रपतींनी वरील सर्व अभियोगांत बेळगावच्या ज्या व्यक्तींचा संबंध आला होता त्यांच्या चौकशीची सूत्रे आपल्या हाती घेतली. छत्रपतींचे पोलीस अधिकारी फर्नांडिस आणि दुसऱ्या काही व्यक्ती यांनी देशपांडे यांना उपरोक्त अभियोगांत गुंतविण्यासाठी पुरावा तयार करण्याचा आटोकाट प्रयत्न केला. गंगाधरराव देशपांडे यांच्याविरुद्ध खोटा पुरावा निर्माण करण्याचा तो दुष्ट व्यवहार पोलिसांनी शाळिग्राम आणि गाडगीळ नावाच्या गृहस्थांकडून घडवून आणण्याचा प्रयत्न केला. ज्या झगड्यामुळे छत्रपतींच्या जिवास व सिंहासनास धोका निर्माण झाला होता, त्या झगड्यात त्यांनी जशास तसे वागणे हे योग्य होते असे म्हटले तरी, त्या अभियोगात देशपांड्यांना गुंतवण्यात जी कौटिल्य नीती अनुसरण्यात आली ती प्रशंसनीय नव्हती खास !

उपरोक्त अभियोग आटोपल्यानंतर शाहूंनी थोडा उसासा टाकला. त्यांच्या मनाला थोडी मोकळीक मिळाली. त्याच सुमारास म्हणजे १९०९ च्या मे

महिन्याच्या प्रारंभी महाराज सयाजीराव गायकवाड हे निलगिरी टेकडीवर विश्रांतीसाठी जात असता त्यांनी मार्गात कोल्हापूरला भेट दिली. महाराज सयाजीराव गायकवाड जरी प्रजाहितदक्ष होते तरी ते बहुधा वारंवार कुठेतरी थंड हवेच्या ठिकाणी विश्रांतीसाठी किंवा परदेशातील प्रेक्षणीय स्थळे पाहण्यासाठी म्हणून बडोद्याबाहेरच असत. शाहूंनी त्यांना दाजीपूर धरण पाहावयास नेले आणि आपली कालव्याची भव्य कल्पना त्यांना समजावून दिली. महाराज सयाजीराव गायकवाड यांच्या सन्मानार्थ मराठा वसतिगृह व जैन वसतिगृह येथे सभा भरल्या.

शाहू महाराजांनी दहशतवाद्यांच्या चळवळीचे मूळ शोधून काढून त्यांच्या अराजकाचा कोल्हापुरात बीमोड केला हे पाहून लंडनमधील भारतमंत्री लॉर्ड हॅमिल्टन, महाराज्यपाल लॉर्ड मिंटो व क्लॉड हिल्ल ह्यांनी शाहू महाराजांची अतिशय प्रशंसा केली. ह्या सर्व झगड्यात आणि झंझावातात शाहूंचे बंधू बापूसाहेब घाटगे आणि दिवाण सबनीस हे शाहूंच्या पाठीमागे न डगमगता अचल उभे होते. मात्र महाराजांचे बंधू ते अभियोग चालले असताना क्वचित डळमळले होते. ज्या पोलीस अधिकाऱ्यांनी उपरोक्त अभियोगांच्या प्रकरणी चांगली कामगिरी बजावली, त्यांचा चांगली पारितोषिके देण्यात आली व फर्नांडिस ह्यांना एक तलवार बक्षीस देण्यात आली. ब्रिटिश वरिष्ठ अधिकारी व मुंबईचे राज्यपाल ह्यांनी 'शाहू महाराजांनी आपल्या जीविताचे रक्षण करण्याच्या दृष्टीने योग्य ती काळजी घ्यावी' अशी त्यांना सूचना केली व ब्रिटिशांनी त्यांच्या संरक्षणासाठी पहारेकरी व शरीररक्षक नेमले.

ते सर्व ब्रिटिश वरिष्ठ अधिकारी म्हणाले, 'शाहूंच्या ठायी मोठी कल्याणकारक शक्ती आहे.' शाहूंच्या व्यवहारी, निष्ठावंत व निष्कलंक राजनिष्ठेची ब्रिटिश अधिकाऱ्यांनी वारेमाप स्तुती केली. त्यामुळे आनंदाने बेहोष होऊन शाहूंनी गोपाळ कृष्ण गोखले, बडोदा आणि ग्वाल्हेर सरकार यांना कमीपणा येईल असे उद्‌गार काढले. दहशतवाद्यांवर मिळविलेल्या विजयाचे धुंदीत महाराजांनी आपली मर्यादा ओलांडली, पण ती गोष्ट केवळ ब्रिटिश साम्राज्यवाद्यांना खूश करण्याच्या दृष्टीने केली नसावी. आपली वर्तणूक ही ब्रिटिश साम्राज्यवाद्यांना संशयातीत वाटावी ह्या हेतूने कदाचित ही गोष्ट त्यांनी केली असावी. कारण त्यांनी टिळक व अरविंद घोष यांना सर्व धोके पत्करून गुप्तपणे साहाय्य केले होते ही गोष्ट लक्षात ठेवली पाहिजे.

कारागृहात पडलेल्या दहशतवादी तरुणांकडून आणखी काही माहिती मिळते की काय हे पाहण्यासाठी शाहूमहाराजांनी त्यांची खाण्यापिण्याची अत्यंत चांगली सोय केली होती. परंतु लवकरच एक गोष्ट त्यांच्या लक्षात आली की, ते

तरुण कैदी तुरुंगातील शिस्तच बिघडवू लागले होते. शाहूंच्या मनातून त्यांना दूर विशाळगडावर हलवावे असे होते, परंतु त्यांनी ते आपले मत बदलून त्यांची ब्रिटिश हद्दीतील तुरुंगात रवानगी केली. लीवॉर्नर ह्यांना लिहिलेल्या पत्रात त्यांनी गोखल्यांचा जो उल्लेख केला होता त्यामुळे शाहूंविषयी बराच गैरसमज निर्माण झाला. गोखल्यांना ती माहिती कळताच गोखले म्हणाले की, शाहू छत्रपतींनी आपली नालस्ती केली. लीवॉर्नर ह्यांच्या मते शाहूंनी इतकेच म्हटले होते की, भारतमंत्री लॉर्ड मोर्ले यांनी फक्त गोखले यांचेच विचार ऐकून न घेता संस्थानिकांचेही म्हणणे काय आहे ते ऐकले पाहिजे. लीवॉर्नर यांच्या मते असे लिहिण्यात शाहूंनी गोखले ह्यांची नालस्ती केली असे म्हणणे योग्य नाही.

शंकराचार्य श्री स्वामी विद्यानरसिंह भारती हे विषमज्वराने ८ जून १९०९ रोजी निधन पावले. त्यांचे शिष्य आत्मारामशास्त्री जोशी हे 'श्री विद्याशंकर भारती' या नावाने शंकराचार्यांच्या गादीवर बसले. जोशी यांना शिष्य करून घेतेवेळी शंकराचार्यांनी शाहू महाराजांची संमती घेतली नव्हती म्हणून शाहूंनी श्री विद्याशंकर भारतींच्या शंकराचार्य पदाला मान्यता दिली नाही. परिणामी शाहू महाराजांनी त्यांच्या इमान जमिनी जप्त केल्या. तथापि नवीन शंकराचार्यांनी छत्रपतींना कळकळीची विनंती केल्यावरून शाहूंनी त्या प्रकरणाचा पुनर्विचार केला व नवीन शंकराचार्यांच्या नावे त्या जमिनींची नोंद २६ जून १९०९पासून करावयास आपल्या अधिकाऱ्यांना आज्ञा केली.[१०] त्यानंतर २८ ऑगस्ट १९०९ रोजी छत्रपतींनी असे आज्ञापत्र काढले की, ज्या संस्थेला जमिनीची इनामे चालू आहेत त्यांनी छत्रपतींची आगाऊ परवानगी घेतल्याशिवाय शिष्य करून घेऊ नये.

ब्रह्मनाळकरस्वामींच्या लोकप्रियतेस उतरती कळा लागली होती. टिळकांचे भक्त आणि महाराष्ट्रातील इतर ब्राह्मण वर्ग त्यांच्यावर नाराज झालेला होता. आपण भिलवडीकर स्वामी यांचे शिष्य व ब्रह्मनाळकर स्वामी यांच्यामध्ये घडवून आणीत असलेल्या समेटाला ब्रह्मनाळकरस्वामींनी मान्यता दिली नाही म्हणून टिळकांनी त्यांचा प्रकट निषेध केला होता.

'वैदिक प्रार्थनांची तेजस्विता' ह्या विजापूरकरांच्या लेखामध्ये छत्रपती व समशेरबहादूर हे शब्द विजापूरकरांना न कळत त्या लेखाचे संपादन प्रक्रियेत घुसडण्यात आले होते, असे विजापूरकरांवर झालेल्या पहिल्या अभियोगात आढळून आले होते. यामुळे तो अभियोग कोल्हापुरात जुलैमध्ये पुन्हा सुरू झाला. १७ जुलै

१९०९ रोजी अभियोगाचा निर्णय करताना मुख्य न्यायाधीश कृष्णराव पंडित म्हणाले, 'ज्या अर्थी मुद्रक जोशीराव यांनी सर्व मजुकराची जबाबदारी आपल्यावर घेतली आहे, त्या अर्थी पंडित सातवळेकर ह्यांना निर्दोषी म्हणून सोडीत आहे.' तथापि न्या. पंडित ह्यांनी हा निर्णय जाहीर करतेवेळी पूर्वीचा अभियोग चालविणारे न्या. किंकेड यांच्या निर्णयावर बेताल टीका केली. याचा परिणाम असा झाला की, न्या. पंडितांना आपल्या पदास मुकावे लागले.

पण येथेच हे प्रकरण संपले नाही. राज्यपालांच्या सल्लागार मंडळातील सभासद क्लॉड हिल्ल ह्यांनी शाहूंना लिहिलेल्या पत्रात म्हटले होते की, शाहू महाराजांनी, महाराज सयाजीराव गायकवाड ह्यांना ब्रिटिशांच्या बाजूने वळवावे. आपल्या २३ सप्टेंबर १९०९ च्या पत्रात हिल्ल म्हणाले, 'सयाजीराव महाराज शाहूंच्या सल्ल्याने वागतील आणि शाहू महाराजांप्रमाणे आपले वजन ब्रिटिशांशी एकनिष्ठ राहून खर्च करतील अशी आशा आहे.' महाराज सयाजीराव गायकवाड हे हाडाचे देशभक्त आहेत ही गोष्ट जाहीर होती. ते ताठर आणि निग्रही वृत्तीचे असून काही वेळा तर ते ब्रिटिशांचा आपल्यावरील संशय दूर करण्याच्या दृष्टीने धूर्तपणे पावले टाकीत. सयाजीराव हे ब्रिटिशांना न उकलणारे एक कोडेच होऊन बसले होते. ब्रिटिशांच्या बाजूने सयाजीराव महाराजांना वळविण्याचे काम करावयास शाहूंसारखा चाणाक्ष मुत्सद्दी तयार झाला असता असे वाटत नाही; कारण शाहू छत्रपती आणि महाराज गायकवाड हे दोघेही हाडाचे देशभक्त होते.

जरी शाहू छत्रपतींनी मानवी व सामाजिक समतेची मूल्ये आणि मानवी प्रतिष्ठा ही नि:संदिग्धपणे देशभक्तीपेक्षा श्रेष्ठ मानली होती, तरी ते गुप्तपणे देशभक्तांना साहाय्य करीत. महाराज सयाजीराव गायकवाड हे देशभक्तांना उघड आश्रय देत आणि आपली मातृभूमी ब्रिटिश राजवटीच्या गुलामगिरीखाली किती दयनीय स्थितीस पोहोचली आहे हे ते कधीही विसरू शकले नाहीत. सयाजीराव महाराज हे समाजसुधारक होते तर शाहू छत्रपती हे समाजक्रांतिकारक होते. समाजसुधारणेच्या बाबतीत गायकवाड हे सावधपणे पावले टाकीत तर छत्रपती हे समाजसुधारणा धीटपणे व धैर्याने कृतीत आणीत. दोघेही अंत:करणाने उदारमनस्क होते. पण गायकवाडांचे औदार्य हे उत्साहशून्य व हिशेबास बांधलेले असे, तर छत्रपतींचे औदार्य उत्साहजनक व स्फूर्तिदायक होते. दोघांनीही आपापल्या संस्थानात शिक्षण प्रसार केला. परंतु छत्रपतींनी उघडपणे व ठळकपणे मागास व दलित वर्गांच्या बाबतीत शिक्षण प्रसार जोराने सुरू केला. सयाजीराव हे बहुधा परदेशात असावयाचे व देशात असले तर काही वेळ विश्रांतीसाठी थंड हवेच्या ठिकाणी राहायचे, तर शाहू चैनीसाठी वा आरोग्यासाठी परदेशात न जाता

आपल्या राज्यात लक्षपूर्वक कार्य करीत असत. त्यांनी युरोपात वा अमेरिकेत जाऊन दौरे काढून जनतेचा पैसा उधळला नाही. जो काही त्यांनी एकदा युरोपचा प्रवास केला तो १९०२ साली सातव्या एडवर्डच्या राज्याभिषेक समारंभाच्या वेळी.

छत्रपतींनी 'युवराज शाळा' नावाची एक नवीन संस्था सुरू केली. त्या शाळेत दिवाणांच्या देखरेखीखाली आपल्या दोन्ही मुलांचे शिक्षण सुरू केले. सदर शाळेत तीन वर्ग होते. त्यात राजकुटुंबातले सात विद्यार्थी होते. मराठी तिसरीत तीन विद्यार्थी होते तर चवथ्या यत्तेत चार विद्यार्थी होते. सदर शाळेत सरदारांची आणि जहागीरदारांचीही मुले होती. राजकुमार व ही सरदारांची मुले सकाळी रपेट करीत असत. ते बहुधा पोहण्याचा आणि दुसरे काही शारीरिक व्यायाम घेत असत. त्यांच्या शारीरिक व सांस्कृतिक विकासाची शक्यतो सर्व काळजी घेण्यात येत असे. त्यांनी इंग्रजी दुसरीचा व तिसरीचा अभ्यास पुरा केला. ह्या युवराज शाळेचे मुख्याध्यापक डॉ. आयर्विन हे होणार होते. परंतु ते दाजीपूर येथे राजकुमारांच्या सहवासात असतानाच आजारी पडून मृत्यू पावले.

सन १९०९ मध्ये शाहू छत्रपती व महाराज सयाजीराव गायकवाड हे एकमेकांच्या अधिक जवळ येत होते. मे महिन्यात गायकवाडांनी कोल्हापूरला भेट दिल्यानंतर त्यांनी छत्रपतींना एक पत्र लिहिले. त्याचे भावपूर्ण उत्तर देताना शाहू आपल्या १२ ऑगस्ट १९०९ च्या पत्रात म्हणाले, 'आपण माझे वडिलधारे नातलग. आपणाला मी माझी आजी अहल्याबाई राणीसाहेब यांच्या जागी मानतो. माझ्या दोषांबद्दल आपण मला क्षमा कराल आणि माझ्यावर सतत मर्जी ठेवाल, अशी मी आशा बाळगतो.'

त्यानंतर शाहू छत्रपतींनी बडोद्याच्या महाराणींना पन्हाळा चहा भेट म्हणून पाठवून दिला व साठमारीकरता काही हत्ती पाठविण्याची गायकवाड महाराजांना विनंती केली. व्यवहारकुशल व सदा जमिनीवर पाय ठेवून बोलणाऱ्या गायकवाड महाराजांनी जे उत्तर पाठविले ते त्यांच्या व्यवहारबुद्धीचे नमुनेदार उदाहरण होते. उत्तर देताना गायकवाड म्हणाले, 'केव्हा, किती आणि किती दिवसांसाठी हे लढाऊ हत्ती पाहिजे आहेत ते कळवा.' शाहू स्वत: मात्र अनेक वेळा चांगली चांगली जनावरे भेट म्हणून दुसऱ्यांना पाठवीत असत. म्हैसूरच्या महाराजांना तर त्यांनी अनेक उंट पाठविले होते. गायकवाडांनी भिडस्तपणा न ठेवता साठमारीकरता उसने म्हणून हत्ती देण्याविषयी लिहिले हाच त्या दोघांच्या गुणांमध्ये दिसून येणारा फरक होय.

छत्रपती आपल्या सल्लागारांचे आणि मित्रांचे नेहमी कृतज्ञतापूर्वक आभार

मानत. मिरज येथील अमेरिकन मिशनचे डॉक्टर डब्ल्यू. जे. वॉनलेस आणि डॉ. सी. ई. व्हेल यांच्या कामाविषयी त्यांनी गुणग्राहकता दाखविली. केवळ मनुष्यमात्रांच्या रोगांचे निवारण करण्यात ते निष्णात होते असे नाही, तर ते शिक्षणकार्यात आणि आपल्या ख्रिस्ती धर्माची तत्त्वे समजावून सांगण्यात प्रवीण होते; पण धर्मांतराच्या हेतूने वा आशेने नव्हे. शाहूंनी त्यांच्याशी स्नेह जोडला. ते शाहूंचे वैद्यकीय सल्लागार नि स्नेही झाले. कोल्हापुरातील जनतेला ह्या डॉक्टरद्वयीच्या ज्ञानाचा व अनुभवाचा लाभ करून देण्याच्या उद्देशाने कोल्हापुरात त्यांनी एक वैद्यकीय शाखा सुरू करावी अशी त्यांना शाहूंनी विनंती केली. त्यांनी ती मान्य करून कोल्हापूर येथे स्त्रियांसाठी व मुलांसाठी एक वैद्यकीय केंद्र उघडले. छत्रपतींनी कावळा बंगला व तेथील सैनिक इस्पितळ व त्यांच्या आजूबाजूची घरे अमेरिकन प्रेस्बीटेरियन मिशनच्या स्वाधीन केली. पाच हजार रुपयांचे त्या नवीन रुग्णालयाला अनुदान दिले. अमेरिकन प्रेस्बीटेरियन मिशनच्या ह्या शाखेने कोल्हापुरात उत्तम सेवा केली व गरिबांची दु:खे कमी केली.

फेरिस यांच्याशी शाहू छत्रपतींचे चांगले स्नेहसंबंध होते. फेरिसचे अंत:करणपूर्व आभार मानताना त्यांनी आपल्या ९ डिसेंबर १९०९ च्या पत्रात लिहिले की, कर्नल रे यांच्या अनर्थकारक कारकिर्दीनंतर आपणच मला आधार दिलात. ब्रिटिश पोलिस अधिकारी कामते यांनी दहशतवाद्यांच्या चौकशीचे वेळी चातुर्याने चांगली कामगिरी बजावली म्हणून छत्रपतींनी त्यांना एक मोठे पारितोषिक दिले. छत्रपतींच्या व्यक्तिमत्त्वाने कामते हे भारावून गेले होते. ते भक्तिभावाने शाहूंचे दर्शन नि आशीर्वाद घेण्याचा प्रयत्न करीत असत.

शाहूंच्या औदार्याचा ओघ पोलीस अधिकाऱ्यांकडेच वा आपल्या चाहत्यांकडेच वळला असे नाही. ते गरीब शिकाऱ्यांशी तितक्याच ममतेने व जिव्हाळ्याने वागत. जेवणाचे वेळी शिकाऱ्यांना आग्रहपूर्वक आपल्या पंक्तीला बसवीत असत. गरीब बुरुडांबरोबर, महारमांगाबरोबर वा शिकाऱ्यांबरोबर ते आपले राजेपण विसरून दिलखुलास गप्पा मारीत. ते गरीब आपल्या राजाचे औदार्य व मनाचा मोठेपणा पाहून गहिवरून जात. समाजाने तिरस्करणीय म्हणून मानलेला एखादा बुरूड किंवा महारोग्यासारखा अस्पृश्य मानलेला मांग, हे महाराजांच्या पंगतीत आनंदाने जेवताना दिसत आहेत, हे दृश्य डोळ्यांसमोर आले म्हणजे हिंदुस्थानच्या इतिहासातील गतयुगांत ही गोष्ट घडलेली नाही हे लक्षात येते.

ए. एम. टी. जॅक्सन हे नाशिक येथे जिल्हाधिकारी असताना शाहू छत्रपती हे नाशिक येथील कालवे पाहण्याच्या निमित्ताने, पण जॅक्सनसंबंधीच्या

कृतज्ञतेच्या भावनेने, त्यांना भेटण्यासाठी नाशिकला गेले. भेट झाली. काही दिवसांनंतर जेव्हा २१ डिसेंबर १९०९ रोजी नाशिक येथील विजयानंद नाटकगृहात अनंत लक्ष्मण कान्हेरे याने आपले सहकारी कर्वे व देशपांडे यांच्या मदतीने जॅक्सन यांना ठार मारले, तेव्हा ती भयंकर बातमी ऐकून शाहूंच्या डोळ्यांतून अश्रू घळघळले. ह्या भयंकर घटनेपूर्वी अहमदाबाद येथे मोहनलाल पंड्या नावाच्या तरुणाने महाराज्यपाल लॉर्ड मिंटो यांच्यावर १३ नोव्हेंबर १९०९ रोजी बाँब फेकला होता. परंतु पंड्या यांचा पोलिसांना संशय न आल्यामुळे त्यांचे त्या बाबतीत काहीच झाले नाही.

नाशिक येथील त्या भयानक घटनेने शाहूंचे हृदय कळवळले. जॅक्सनला मूल नव्हते. त्यांनी जॅक्सनच्या निराधार पत्नीला काही साहाय्य करण्याची आपली इच्छा मुंबई सरकारकडे व्यक्त केली व तसे करण्यास त्यांची अनुमती विचारली. त्याची संमती मिळताच त्यांनी तिला साह्य केले. कोल्हापूर येथे भरलेल्या शोकसभेत शाहूंनी जॅक्सनसंबंधी हृदयस्पर्शी भाषण केले. त्या सभेला काही मराठे आणि जैन विद्यार्थी उपस्थित होते. एकही ब्राह्मण विद्यार्थी वा ब्राह्मण नागरिक त्या सभेस हजर नव्हता. जॅक्सनच्या मृत्यूमुळे आपण एका चांगल्या स्नेह्यास मुकलो आणि 'आपण ह्या भेकड आणि घातकी खुनानंतर अत्यंत उदासीन झालो आहोत,' असे छत्रपतींनी एका पत्रात म्हटले आहे. ३ जानेवारी १९१० रोजी राज्यपालंचे सल्लागार म्यूर मॅकेन्झी यांना लिहिलेल्या पत्रात शाहूंनी विनंती केली की, 'मी जी वारंवार मोकळ्या मनाने राज्यपालांना पत्रे लिहिली आहेत, ती हिंदी माणसांच्या किंवा त्यांच्या मित्रांच्या हाती पडू नयेत. नाहीतर जॅक्सनचे दुर्दैव माझ्या नशिबी येईल.'[११]

जॅक्सनसाहेब हे ब्रिटिश साम्राज्याच्या जुलमी यंत्रणेचा एक भाग होते. बाबाराव सावरकर ह्या नाशिकच्या देशभक्तास काळ्या पाण्याच्या शिक्षेवर पाठविण्यास तेच जबाबदार होते. तरीसुद्धा बहुतेक सर्व हिंदी मुत्सद्द्यांनी नाशिकच्या ह्या भीषण कृत्याचा निषेध केला, मात्र काहींनी मनापासून तर काहींनी वरवर. ह्यानंतर कोल्हापूरच्या शंकराचार्यांनीसुद्धा जॅक्सनचा खून हा ब्राह्मणांवर आणि हिंदुधर्मावर कलंक आहे असे म्हटले. कारण शंकराचार्यांच्या मते, ती एका पौर्वात्य विद्येच्या अभ्यासकाची व वेदान्त्याची हत्या होती.

शाहूमहाराज आणि मुंबई सरकार ह्यांनी ठरविल्याप्रमाणे सन १९१० च्या प्रारंभी विशाळगड आणि इचलकरंजी येथील जहागीरदारांना २६ सप्टेंबर १९०३ च्या जाहीरनाम्यानुसार दिलेले अधिकार काढून घेतले. सदर जहागीरदारांचे हे अधिकार काढून घेण्याचे खरे कारण जहागीरदारांचे जहाल मतवाद्यांशी संबंध

होते हेच केवळ नव्हे तर, आतून महाराजांशी वैर करणाऱ्या त्या जहागीरदारांविषयी शाहूंना तिरस्कार वाटत होता हेही होय. इचलकरंजीकरांचे वैर तर पूर्वापार होते. पेशवाईचे संस्थापक बाळाजी विश्वनाथ[१२] यांची मुलगी अनुताई हिचा विवाह इचलकरंजीच्या जहागीरदारांशी झाला होता. तिला कोल्हापूरच्या आधिपत्याखाली राहणे कमीपणाचे वाटे. त्यामुळे कोल्हापूरचे छत्रपती व पेशवे यांचे युद्ध झाले. तेव्हापासून हे वैर चालू होते. शाहूंशी आतून वैर करणाऱ्या शत्रूंनी शाहूंना दडपून टाकण्यासाठी त्या वेळच्या राजकीय परिस्थितीचा फायदा घेतला. राजद्रोह पसरविणाऱ्या किंवा राजद्रोही चळवळीशी या ना त्या स्वरूपात ज्या वकिलांचा संबंध होता, त्यांच्या सनदा रद्द करण्याचा शाहू छत्रपती विचार करीत होते. पुढे त्यांनी ही गोष्ट करताच सर्व ब्राह्मणपत्रांसहित राष्ट्रीय पत्रांनी त्यांच्यावर मोठ्या त्वेषाने हल्ला चढविला.

महाराज सयाजीरावांनी २२ जानेवारी १९१० रोजी शाहूंना पत्र लिहून विचारले की, 'आपले थोरल्या मुलाशी माझ्या नातींपैकी एकीचा विवाह करावयास आपण तयार आहात की नाही ते मला स्पष्टपणे कळवा. जर आपणांस ही गोष्ट मान्य असेल तर आपण ही गोष्ट आवश्यक तर वाङ्निश्चय करून निश्चित करू या.' त्यावर शाहू छत्रपती म्हणाले, 'आपण त्या बाबतीत फत्तेसिंहराव यांच्याशी त्यांच्या मृत्यूपूर्वी बोलणी केली होती. आपली जेव्हा आता पुन्हा भेट होईल तेव्हा ह्या गोष्टीचा आपण विचार करू. परंतु ही गोष्ट ठरविण्यापूर्वी आपली नात पाहण्याची संधी आपण मला द्यावी.'

जहालांच्या चळवळीमुळे ब्रिटिश सरकार अस्वस्थ झाले होते. हिंदी क्रांतिकारकांच्या कृत्यांमुळे त्यांना मोठी चिंता वाटत होती. हिंदी राजकीय परिस्थितीचा अभ्यास करण्यासाठी 'लंडन टाईम्स'चे प्रतिनिधी व्हॅलेन्टाईन चिरोल हे हिंदुस्थानात येत होते. लीवॉर्नर यांनी शाहूंना पत्रद्वारे चिरोलची ओळख करून दिली आणि 'ज्याप्रमाणे आपण माझ्याशी बोलता तसेच त्यांच्याशी बोलावे' अशी त्यांनी शाहू महाराजांना विनंती केली. 'शाहूंच्या सहवासामुळे चिरोलचा फायदा होईल व चिरोल यांच्याशी विचारांची देवघेव केली तर त्यापासून शाहूंचाही फायदा होईल,' असेही लीवॉर्नर ह्यांनी आपल्या पत्रात म्हटले होते.

हिंदी संस्थानिकांमध्ये शाहूंचे स्थान वैशिष्ट्यपूर्ण ठरले; कारण शाहूंचे संस्थान हे जहालांचे व बाँबगोळेवाल्यांचे केंद्र बनले होते. हिंदुस्थानात आल्यावर चिरोल यांनी कोल्हापुरातील दहशतवाद्यांसंबंधीच्या माहितीचा व धाग्यादोऱ्यांचा उपयोग करून घेतला आणि 'इंडियन अन्‌रेस्ट' नावाच्या आपल्या भावी ग्रंथात त्या ग्रथित केल्या.

गणपत भीमराव गढीस याने १९१० च्या फेब्रुवारीमध्ये शाहू व मुंबईचे महाराज्यपाल या दोघांना आपण ठार करणार आहोत, अशी पत्रद्वारे शाहूंना धमकी दिली ह्या गृहस्थास तारुण्यामध्ये चोरीच्या आरोपावरून अटक झाली होती आणि ब्रिटिश हद्दीत काही गुन्हा केल्याबद्दल त्याला ६ महिन्यांची सक्तमजुरीची शिक्षाही झाली होती. ह्याच संधीस गणपतराव मोडक आणि श्री. द. नागपूरकर यांची चौकशी लांबविल्याबद्दल ब्रिटिश राजनैतिक प्रतिनिधीने कोल्हापूर दरबारची कानउघाडणी केली. १९०९च्या मे महिन्यात नागपूरकरांना अटक झाली होती आणि तेव्हापासून ते पोलिसांच्या कैदेत होते. बॉंब खटल्यातून मुक्त झालेल्या दामू जोशीला पुन्हा अटक झाली होती. त्याने कच्च्या कैदेतील कैद्यांच्या साहाय्याने १९१० च्या मे महिन्याच्या शेवटी डी. सी. फर्नांडिसच्या कार्यालयाला आग लावली. पहाऱ्यावरील पोलिसांच्या मूक संमतीचा फायदा घेऊन दामू जोशी आपल्या घरी पळत पळत गेला. त्याने तेथून पळविलेली तीन पिस्तुले आपल्या घरात लपवून ठेवली, आणि दोन पिस्तुले त्याने फर्नांडिसच्या कचेरीच्या बाहेर पुरून ठेवली. एवढ्या गोष्टी झटकन करून तो पुन्हा तुरुंगात आला आणि त्याने पहारेकऱ्यांना बाहेरून कुलूप लावून घेण्यास सांगितले. ही पळविलेली पिस्तुले नंतर पोलिसांनी शोधून काढली.

शाहू हे आपल्या आतिथ्यशीलतेविषयी प्रसिद्ध होते आणि त्यांच्या आकर्षक व्यक्तिमत्त्वामुळे त्यांच्याकडे अनेक राजघराण्यातील पाहुणे मंडळी येत असत. भोरचे पंतसचिव हे १९१०च्या फेब्रुवारीत काही दिवस कोल्हापूर दरबारचे पाहुणे म्हणून राहिले होते. गोव्यातील पेडणे प्रांताचे व्हायकाऊंट ह्यांचे मे १९१०मध्ये एक नामांकित पाहुणे म्हणून दरबारने स्वागत केले. नवीन राजवाड्यावर त्या समयी दरबार भरविण्यात आला व व्हायकाऊंट यांना एक हत्ती, एक घोडा व एक पालखी भेट म्हणून देण्यात आली. उलट व्हायकाऊंट यांनी कोल्हापुरातील अनेक संस्थांना शिष्यवृत्ती देण्यासाठी देणग्या दिल्या. ह्या भेटीची आठवण म्हणून व आत्माराम वासुदेव देशप्रभू यांच्याशी असलेले आपले चांगले संबंध लक्षात घेऊन शाहूंनी त्यांना 'रावराजे' हा किताब ६ ऑगस्ट १९१० रोजी दिला. त्यानंतर ते आंबोली घाटातून मोटारने परत गेले.

दामू जोशी जरी किंकेडच्या निर्णयानुसार सुटला होता, तरी त्याच्याविरुद्ध पोलिसांनी पुनर्न्यायासाठी केलेला अर्ज छत्रपतींच्यापुढे विचाराधीन होता. २९ जून १९१० रोजी दामू जोशी ह्याला त्यांनी ७ वर्षांची सक्तमजुरीची व ५०० रुपये दंडाची शिक्षा ठोठावली. तसेच, पोलिस कार्यालयाला आग लावण्याच्या गुन्ह्यासंबंधी नंतर त्याला ९ महिन्याची शिक्षा ठोठावण्यात आली.

हिंदुस्थान सरकारने १० जून १९१० रोजी समर्थ विद्यालय ही संस्था बेकायदेशीर ठरविली. देशभक्तांची ही सनातनी प्रवृत्तीची शाळा मुंबई सरकारच्या डोळ्यांत सलत होती. ह्यावेळी विजापूरकर तुरुंगात होते. पुढे त्यांची सुटका ११ डिसेंबर १९११ रोजी साबरमती कारागृहातून झाली. ते कोल्हापुरातील तुरुंगात असताना एखाद्या अब्राह्मण नोकराने त्यांचे जेवण आणून दिले, तर ते त्याला शिवत नसत. ह्या अमंगळ शिवाशिवीविरुद्ध त्यांनी तुरुंगाधिकाऱ्याकडे सोवळी तक्रारही केली होती.

सन १९१०च्या मध्यावर शाहू मलेरियाने आजारी होते. १९०९ सालापासून त्यांची बळकट आणि निरोगी प्रकृती हृदयविकाराने व पचनक्रियेच्या त्रासामुळे डळमळीत झालेली दिसून येत होती. आपल्या लठ्ठपणामुळेही ते त्रासले होते. काही दिवस धातुधर्माचे स्नान घेण्यासाठी जर्मनीला जावे की काय याचा ते एप्रिल १९१०मध्ये विचार करीत होते. परंतु त्यांनी परदेशगमनाची ती कल्पना सोडून दिली. कारण प्रकृती सांभाळण्यासाठी जेवढी दक्षता घ्यावी तेवढी ते सतत घेत नसत. तथापि ह्यावेळी त्यांनी ह्या व्याधी वैद्यकीय सल्ल्याशिवाय कमी करण्याच्या उद्देशाने स्वत: होऊन प्रयत्न केला. त्यांनी स्वत:वर प्रकृती सुधारण्यासाठी अनेक प्रयोग केले.

त्यावेळी दरभंग्याचे महाराज आपला लठ्ठपणा कमी करण्यासाठी प्रयत्न करीत होते असे शाहूंनी वर्तमानपत्रात वाचले होते. शाहूंनी पद्धतशीरपणे ४ दिवस उपोषण केले. पण त्यांना तो प्रयोग नीट जमेना म्हणून त्यांनी दरभंगा महाराजांच्या वैद्यकीय अधिकाऱ्याला विनंती करून कोल्हापुरातील आपल्या डॉक्टरला त्यासंबंधी मार्गदर्शन करण्याची विनंती केली. जरी दरभंग्याच्या महाराजांशी त्यांची ओळख नव्हती, तरी त्यांनी हे जिज्ञासेच्या पोटी पत्र लिहिले होते. आपल्या ह्या प्रयोगाविषयी त्यांनी सर जॉन म्यूर मॅकेन्झी ह्यांना मोठ्या उत्साहाने २२ मे १९१० रोजी लिहिले की, 'माझा लठ्ठपणा कमी करण्यासाठी मी ६ दिवस उपोषण केले आहे व आजच ते मी सोडले आहे. आता ताजातवाना झालो आहे आणि एखाद्या महिन्यानंतर मी पुन्हा उपोषणास प्रारंभ करीन.' असे प्रयोग करण्याची त्यांना सवय जडली होती आणि आयुष्याचे अंतापर्यंत हे अधूनमधून असले प्रयोग करीत असत !

न्यायालयात दहशतवाद्यांचे अभियोग चालले असताना आणि स्वत:चा जीव धोक्यात आहे अशा विवंचनेत असतानासुद्धा शाहू एका गोष्टीमुळे हर्षभरित झाले. त्यांची कन्या राधाबाई आक्कासाहेब यांना ४ एप्रिल १९१० रोजी पुत्ररत्न झाले. शाहू महाराजांच्या स्नेह्यांनी आणि चाहत्यांनी त्यांच्यावर अभिनंदनाचा

वर्षाव केला. त्यांचा स्वत:चा आनंद गगनात मावेना. नातू हाच आपल्या जीवनाचा आनंद व प्रकाश आहे असे त्यांनी अनेकवार म्हटले. महाराणी लक्ष्मीबाई ही स्वत: नातवाच्या प्रकृतीला कशी काळजीपूर्वक जपत आहे, त्याला दूध वेळीच कशी पाजीत आहे आणि रात्री कशी जागरण करीत आहे याचे रसभरित वर्णन त्यांनी महाराज तुकोजीराव पवार यांना लिहिलेल्या पत्रात केले आहे. आपल्या पत्रात शाहू महाराज म्हणाले, 'माझ्या नातवावर जेवढे माझे प्रेम आहे तेवढे ह्या जगात कोणावरही नाही.'

त्यावेळी राधाबाई आक्कासाहेब ह्या आजारी होत्या. त्यांना अधूनमधून आकडी येत असे. शाहूंनी नातवास महाराणी लक्ष्मीबाई यांच्याबरोबर देवासला पाठविले. तेथे महाराणी स्वत: चूल पेटवीत, दूध नासू नये, धुराने ते खराब होऊ नये किंवा भांड्याला राख लागू नये म्हणून त्या प्रत्येक बाबतीत लक्ष देत असत. मुलाची काळजी घेणे आपणांस (तुकोजीरावांना) जमत नसेल तर आपला नातू आणि कन्या यांना महाराणी लक्ष्मीबाई यांचेसमवेत कोल्हापुरास पाठवा अशी त्यांनी तुकोजीरावांना कळकळीची विनंती केली होती. सदर पत्रात शाहू मिस्कीलपणे म्हणाले, 'तरुण लोक हे आपल्या मुलांच्या प्रकृतीविषयी फारसे जागरूक नसतात. परंतु आपल्या पत्नीच्या प्रकृतीच्या बाबतीत मात्र ते विशेष दक्ष असतात.' अशा रितीने शाहू आजोबांचे कर्तव्य व दायित्व मोठ्या उत्साहाने फार पाडीत होते.

ह्या सुमारास शाहू महाराजांनी अण्णासाहेब लठ्ठे यांची राजाराम महाविद्यालयातून बदली करून त्यांना संस्थानच्या शासकीय विभागाकडे घेतले. १४ सप्टेंबर १९१० रोजी त्यांनी त्यांची मामलेदार म्हणून नेमणूक केली. त्यांना दुसऱ्या वर्गाच्या दंडाधिकाऱ्याचे अधिकार दिले. आपला शासकीय विभाग सतत कर्तव्यनिष्ठ व कार्यक्षम व्हावा म्हणून ते त्या विभागात अत्यंत बुद्धिवान व्यक्तींची नेमणूक करावयास उत्सुक असत.

इंग्लंडचे बादशहा सातवे एडवर्ड हे १९१०च्या मे महिन्यात निधन पावले. त्यांच्या स्मृतीप्रीत्यर्थ कोल्हापुरात १९१०च्या नोव्हेंबरमध्ये मेजर वुडहाऊस यांच्या अध्यक्षतेखाली एक जाहीर सभा भरली होती. त्या सभेत एका हितकारक ठराव झाला. कोल्हापुरातील शेतकऱ्यांना शेतकीचे ज्ञान मिळावे म्हणून एक अधिव्याख्याता नेमण्याचे ठरविले. दरबारने शेतकीसंबंधी प्रयोग आणि प्रात्यक्षिके करण्यासाठी सर्व प्रकारच्या सोयी उपलब्ध करून दिल्या. राज्यपाल आणि महाराज्यपाल यांच्या विनंतीनुसार छत्रपतींनी 'मुंबई इलाखा किंग एडवर्ड मेमोरियल फंडा'ला ५ हजार रुपयांची देणगी दिली आणि 'अखिल भारतीय

मेमोरियल' फंडाला दुसरी ५ हजार रुपयांची देणगी देऊन ते त्या संस्थेचे उप-आश्रयदाते झाले.

कापसी आणि तोरगल जहागीरदारांच्या निधनामुळे शाहू छत्रपतींना त्या दोन्ही जहागिरींची व्यवस्था आपल्याकडे घ्यावी लागली. त्या जहागीरदारांवर ब्रिटिश राजनैतिक प्रतिनिधी आणि कोल्हापूर दरबार ह्या दोघांचीही देखरेख असे. त्यावेळी हिंमतबहादूर जहागीरदार ह्यांना स्वतःची पोलीस व्यवस्था स्थापन करावयाची होती. परंतु कोल्हापूर दरबारशी विचारविनिमय करून राजनैतिक प्रतिनिधीने ती मागणी फेटाळून लावली. सरलष्कर बहादूर जहागीरदारांचे शासकीय अधिकार शाहूंनी अगोदरच काढून घेतले होते. कारण सरलष्कर बहादूर यांना वारंवार ताकीद देऊनही ते आपल्या जहागिरीत प्रदीर्घ काळ अनुपस्थित राहिल्यामुळे संस्थानाच्या कारभारावर व खजिन्यावर त्याचा दुष्परिणाम होई.

नवीन महाराज्यपाल लॉर्ड हार्डिंज यांनी हिंदुस्तानच्या राज्यकारभाराची सूत्रे २३ नोव्हेंबर १९१० रोजी हाती घेतली आणि त्यांनी १३ डिसेंबर १९१० रोजी शाहूंना पत्र लिहिले की, 'महाराज, आपण खात्री बाळगावी की, आपल्यासंबंधी आणि आपल्या संस्थानासंबंधीच्या सर्व गोष्टींकडे मी काळजीपूर्वक लक्ष देईन.' आपल्या उत्तरात शाहूंनी म्हटले की, 'मी परमेश्वराजवळ अशी प्रार्थना करतो की, आपली राजवट आपल्या अधिकाराखाली असलेल्या लक्षावधी लोकांना भरभराटीची व सुखदायक ठरो आणि हिंदी संस्थाने व वरिष्ठ ब्रिटिश सत्ता यांच्यामध्ये ऐक्याची बंधने अधिक दृढतर होवोत.' सन १९१० मध्ये कोल्हापूरला अनेक पाहुण्यांनी भेट दिली. त्यांत सातारचे श्रीमंत आण्णासाहेबमहाराज हे साठमारी पाहण्यासाठी १६ डिसेंबर १९१० रोजी कोल्हापूरला आले व त्यांनी राधानगरी येथे साठमारी पाहिली. एक आठवडा कोल्हापूरात राहून ते सातारला परतले. सातारचे भोसले राजकुटुंब पैशांचे अडचणीत होते त्यावेळी शाहूंनी त्या घराण्याविषयी सहानुभूती कशी दाखवली याचा उल्लेख यापूर्वीच येऊन गेला आहे.

१३

गटबाजीचे दुष्परिणाम व सुधारणा

शाहू छत्रपती सन १९१० च्या शेवटी शेवटी दिल्लीला गेले होते. तेथे त्यांना अपघात झाला व त्यांची मोटार जळून खाक झाली. कोणत्याही व्यायामपटूपेक्षा किंवा मल्लापेक्षा अधिक बलिष्ठ असणारी त्यांची शरीरयष्टी आता कमकुवत होऊन त्यांना मधून मधून त्रास देऊ लागली होती. दिल्लीहून कोल्हापुरास परत आल्यावर त्यांनी अक्कलकोटचे राजेसाहेब फत्तेसिंह भोसले यांना १ जानेवारी १९११ रोजी एक पत्र लिहिले. गळू झाल्यामुळे आपण अंथरुणास खिळलो आहोत, असे त्यात त्यांनी म्हटले होते.

आपल्या शासकीय विभागाची कार्यक्षमता वाढावी म्हणून शाहू वेळोवेळी त्यात बदल करीत होते. तरुण व उत्साही अधिकाऱ्यांना सर्व तऱ्हेच्या कामाचा अनुभव मिळावा म्हणून ते सदा जागरूक असत. ह्याच उद्देशाने त्यांनी मामलेदार म्हणून काम करीत असलेले लठ्ठे यांची नेमणूक १९११च्या जानेवारीत कोल्हापूर संस्थानच्या शिक्षणखात्याचे निरीक्षक म्हणून केली.

शाहू छत्रपतींनी १९१० सालापर्यंत सत्यशोधक समाजाच्या कार्यात सक्रिय भाग घेतला नाही. सत्यशोधक समाजाचे कर्ते पुढारी नारायण मेधाजी लोखंडे यांचे सन १८९७त निधन झाल्यावर सत्यशोधक समाजाचे काम मंदावले. त्याचे कारण असे होते की, सन १८९७ पासून प्रत्येक वर्षी थैमान घालणाऱ्या प्लेगमुळे प्रचारासाठी गावोगाव फिरणे सत्यशोधकांना धोक्याचे वाटू लागले. शिवाय जिल्हा लोकल बोर्डाच्या व नगरपालिकांच्या होणाऱ्या निवडणुकांत सत्यशोधक समाजाचे कार्यकर्ते विशेष लक्ष घालू लागले. ह्या तीन कारणांमुळे सत्यशोधक समाजाचे कार्य थंडावले. अशी वस्तुस्थिती असतानाही मध्यंतरी पाच वर्षे गाजत राहिलेल्या वेदोक्त प्रकरणाने सत्यशोधक समाजाच्या कार्यकर्त्यांना कार्य करण्यास चेतना दिली. 'क्षत्रिय आणि त्यांचे अस्तित्व' ह्या ग्रंथाचे कर्ते वासुदेव लिंगोजी बिर्जे यांनी ९ जून १९०६ च्या 'दीनबंधू' साप्ताहिकात अशी सूचना केली होती की, ज्याप्रमाणे ब्राह्मणांनी ब्रिटिशांच्याविरुद्ध बहिष्काराचे शस्त्र उपसले आहे,

त्याप्रमाणे ब्राह्मणेतरांनी आपल्या सामाजिक व धार्मिक हक्कांसाठी ब्राह्मणांच्याविरुद्ध बहिष्काराचे शस्त्र उपसावे.[१]

खरे म्हटले म्हणजे वेदोक्त प्रकरणामुळे शाहू हे सत्यशोधक समाजाच्या मतप्रणालीकडे वळले. सत्यशोधकांचे सामाजिक समतेचे ध्येय आणि खेडुतांच्या उद्धाराची त्यांची कल्पना यांमुळे शाहू छत्रपती त्यांच्याकडे आकर्षित झाले होते. याच सुमारास मुंबई, पुणे, बडोदा, कोल्हापूर, नाशिक, सातारा, मराठवाडा आणि खानदेश येथे सत्यशोधक समाजाचे कार्यकर्ते जन्मावर अधिष्ठित असलेल्या पुरोहितशाहीविरुद्ध प्रचार करीत होते. वेदोक्त प्रकरणामुळे सत्यशोधक समाजाच्या कार्याकडे ब्राह्मणेतरांचे लक्ष वेधले. कर्मवीर विठ्ठलराव शिंदे यांच्या अध्यक्षतेखाली मुंबई येथे १९१० साली सभा होऊन सत्यशोधक समाजाची पुन्हा स्थापना झाली होती.

शाहूंनी अद्यापपावेतो सत्यशोधक समाजाच्या कार्यात लक्ष घातले नव्हते. सत्यशोधक समाजाचे आपण पुनरुज्जीवन करावे असे त्यांना आता वाटू लागले. त्यांच्या मार्गदर्शनानुसार कोल्हापूर येथे परशराम घोसरवाडकर यांच्या अध्यक्षतेखाली दि. ११ जानेवारी १९११ ला भरलेल्या सभेत श्री शाहू सत्यशोधक समाज स्थापण्यात आला. या सत्यशोधक समाजाच्या अध्यक्षपदी भास्करराव जाधव यांची निवड झाली. अण्णासाहेब लठ्ठे, उपाध्यक्ष, डोंगरे हे मुख्य अधिकारी व हरीभाऊ चव्हाण कार्यवाह होते. धनगर समाजाचे विठ्ठल विराजी डोणे हे शिक्षक असून राजवाड्यावर नोकरीस होते. शाहू महाराजांनी सत्यशेधक समाजाचे काम करण्यासाठी डोणे यांची नियुक्ती केली. त्यांचे मासिक वेतन मात्र त्यांना दरबारकडूनच मिळत असे. शाहू महाराजांनी त्या समाजाला इमारत बांधण्यासाठी जमीनही देणगी म्हणून दिली.[२] ज्या अर्थी सरकारी अधिकारी सत्यशोधक समाजाचे पदाधिकारी झाले त्या अर्थी त्या समाजाच्या पाठीमागे कोणाची चेतना आणि आदेश होता हे सांगण्याची आवश्यकता नाही.

सत्यशोधक समाजाला शाहू छत्रपतींनी दिलेली ही चालना इतकी बलवत्तर होती की, सर्व महाराष्ट्रभर यथाशक्ति काम करीत राहिलेले सत्यशोधक समाजाचे कार्यकर्ते आता उत्साहाने प्रफुल्लित झाले. त्यानंतर त्यांनी आपल्या वार्षिक परिषदा भरविण्यास आरंभ केला. आणि पुढील अनेक वार्षिक परिषदांकडून त्यांनी ठराव करून किंवा अध्यक्षांनी आपल्या अध्यक्षीय भाषणातून शाहूंनी केलेल्या साहाय्याविषयी व दिलेल्या उत्तेजनाविषयी त्यांचे कृतज्ञतापूर्वक आभार मानले. सत्यशोधक समाजाचा हीरक महोत्सव १९३३ साली झाला त्यावेळी जो ग्रंथ भाई माधवराव बागल यांनी प्रसिद्ध केला, त्यात सत्यशोधक

समाजास कायमचे उत्पन्न मिळण्याची छत्रपतींनी जी सोय केली तिजविषयी त्यांचे कृतज्ञतापूर्वक आभार मानण्यात आले आहेत. जरी शाहू हे सत्यशोधक समाजाचे अधिकृत सभासद झाले नव्हते, तरी 'सत्यशोधक शाहू' असेच त्यांचे वर्णन त्या हीरक महोत्सव ग्रंथात केलेले आहे.

शाहू छत्रपतींनी पाटबंधाऱ्यांची आणि धरणांची प्रचंड योजना हाती घेतली असल्यामुळे अहोरात्र त्याच योजनेचा ते विचार करीत असत. ती यशस्वी करण्यासाठी त्यांना पैशाच्या पाठबळाची व कार्यक्षम अधिकाऱ्यांची आवश्यकता होती. शाहू महाराज हे राज्यपालांच्या कार्यकारी मंडळाच्या सभासदांचा व राज्यपालांचाही मधून मधून ह्या बाबतीत चिकाटीने सल्ला घेत असत. सरकारी अभियंत्याचाही ते सल्ला घेत व आपल्या योजनेत आवश्यक ते फेरफार करीत. भोगावती विभागातील कालव्याच्या आखणीसंबंधी पाहणी करावी आणि दूधगंगा खोऱ्याचीही त्या दृष्टीने पाहणी करावी अशी त्यांची खटपट सुरू होती. हँकेल हे त्यांचे सल्लागार अभियंता होते. आपल्या योजनेचे प्रचंड स्वरूप जाणून आपली योजना मुंबई सरकारच्या मदतीशिवाय पुरी होणार नाही असे त्यांनी राज्यपालांना सांगितले होते. हँकेल यांनी दिलेला सल्ला शाहू महाराजांना पटल्यामुळे त्यांनी त्यांचे कृतज्ञतापूर्वक आभार मानले आणि हँकेलच्या मदतीशिवाय आपल्या योजनेची आखणी बरोबर झाली नसती असेही म्हटले.

कालव्यांची व धरणांची ही योजना आपले एक जीवितकार्य आहे असे शाहू स्वत: मानीत व बोलत. ती योजना कार्यवाहीत आणण्यास लायक असा अभियंता न मिळाल्यामुळे त्यांच्या मनाला फार त्रास होत असे. अशा योजना भावनगर व काठेवाड येथे कशा अयशस्वी झाल्या होत्या याची त्यांना माहिती होती. आपली योजना त्यांच्याप्रमाणे अयशस्वी होईल ह्या भीतीने ते घाबरले होते. दलाल, ए. हिल्ल, राईट व हँकेल ह्या सर्व निष्णात अभियंत्यांचे काही बाबतींत एकमेकांशी मतभेद होत. त्यावर शाहू म्हणत, 'एक सामान्य माणूस म्हणून मी माझ्या सामान्य बुद्धीचा उपयोग करू इच्छितो, आणि इतर नाना संस्थानिकांच्या योजनेत जसे अपयश आले तसे आपल्या योजनेत मला अपयश येऊ नये म्हणून मी कसोशीने प्रयत्न करीत आहे.' त्या प्रचंड योजनेच्या बांधकामाचा काही भाग खाजगी ठेकेदारांकडून बांधून घेण्यास व काही भाग आपल्या बांधकाम खात्याकडून करून घेण्यास त्यांनी आरंभ केला होता. बापूसाहेब घाटगे हे त्यावेळी फैजीवाडा येथे कालव्यांच्या योजनेचे संचालक म्हणून काम करीत होते.

ए. हिल्ल हे कार्यकारी अभियंता असून ते मुंबई सरकारच्या बांधकाम खात्याचे कार्यवाह होते. ते बांधकामासाठी लागणाऱ्या सामानसुमानाची पाहणी करीत आणि गवंड्यांचे काम तपासून त्यावर आपला अभिप्राय देत. दलाल हे सदर कामात मधून मधून काही दोष काढीत. त्यामुळे शाहूंच्या मनात गोंधळ निर्माण होऊन ते घाबरून जात. असे घडले म्हणजे शाहू विनोदाने म्हणत, 'जसे दोन वैद्यांचे एकमत होत नाही तसे दोन अभियंत्यांचे एकमत होत नाही.' अभियंत्याच्या मतभेदांमुळे शाहूंना अतिशय त्रास होत असे. ते आपल्या मित्रांना म्हणत, 'मी हे काम सुरू केल्याबद्दल मला आता पस्तावा होत आहे' १९१०च्या मार्चअखेर दरबारने त्या प्रचंड कामावर ६६ हजार रुपये खर्च केले आणि १९११ साली त्यासंबंधी केलेल्या प्रतिवृत्तात म्हटले होते की, 'ह्या वर्षाअखेर गवंड्यांचे काम सुमारे २ लक्ष घनफूट झाले. काम आरंभल्यापासून एकूण ४ लक्ष २३ हजार २ शे घनफूट काम झाले. ह्या योजनेवर आतापर्यंत एकूण खर्च ६८ हजार २९९ रुपये झाला. तीन हजार गवंडी आणि कामगार सर्व केंद्रांवर काम करीत होते.' पुढे १९१६-१७ साली एकूण काम ४३,८६,०२८ धनफूट झाले व सुरुवातीपासून १३,३६,१३० रुपये खर्च झाला. आणि जेव्हा फैजीवाडा येथील कालव्यांचे काम पूर्ण झाले तेव्हा एकूण खर्च २० लाख रुपये झाला होता.

पाटबंधाऱ्याची ही प्रचंड योजना पुरी करावयास दरबारला पैशाची जरुरी होती. त्यासाठी दरबारने मुंबई सरकारकडे २० हजार रुपये कर्जाऊ मिळण्यासाठी अर्ज केला. एकीकडे सरकारजवळ असलेल्या स्वत:च्या वाढत्या वजनाचा सदुपयोग शाहू आपल्या प्रजेच्या ऐहिक कल्याणासाठी करून घेण्याची पराकाष्ठा करीत, तर दुसरीकडे ते इतर खाजगी किंवा दरबारी कामात खर्चाची काटकसर करीत होते.

सयाजीरावांनी ४ मार्च १९११ रोजी शाहूंना पत्र लिहून पुन्हा विचारले की, 'माझी नात इंदुमती हिचा विवाह आपल्या वडील मुलाबरोबर करावयास तयार आहात किंवा नाही हे आपण मला स्पष्टपणे कळवावे'. गायकवाडांचा व्यक्तिश: जरी. फलज्योतिषावर विश्वास नव्हता तरी त्यांनी मुलीची पत्रिका आणि छायाचित्र ह्या दोन गोष्टी पत्राबरोबर पाठविल्या. कारण अशा प्रसंगी ह्या गोष्टींची आपल्या लोकांना आवश्यकता वाटते असे गायकवाडांनी आपल्या पत्रात म्हटले होते. गायकवाड हे स्वत: अति चिकित्सक आणि पक्के वस्तुनिष्ठ होते. युवराज राजाराम यांच्या प्रकृतीविषयी चौकशी करण्याच्या हेतूने त्यांनी शाहूंना त्यांचे डॉक्टर बरोबर आणावयास सांगितले. ही सर्व माहिती मिळल्यास आपणांस ह्या प्रकरणाचा झटकन निर्णय करता येईल असे त्यांना वाटत होते.

महाराज सयाजीराव गायकवाडांची बाजू मुलीकडची. पण त्यांनी बोलणी अशा किचकट पद्धतीने करावी हे जरा विचित्रच होते. शाहूंनी त्यांना शांतपणे २८ मार्च १९११ रोजी उत्तर दिले की 'माझा मुलगा जेव्हा १८ वर्षांचा होईल तेव्हा तुमची नात १० वर्षांची होईल. तरी त्यांच्या वयांतील ८ वर्षांचा फरक बराच मोठा आहे असे मला वाटते.' तरी त्यांनी गायकवाड यांना कळविले की, आपण भेटू त्यावेळी याविषयी पुन्हा बोलू. ते तुटकपणे पुढे म्हणाले: 'मुलांच्या प्रकृतीविषयक दैनंदिनी आम्ही ठेवीत नाही. आमचे खाजगी वैद्य निधन पावले आहेत. परंतु त्यांच्याऐवजी नेमलेले डॉक्टर टेंगशे यांना आणू.' सन १९११च्या एप्रिलमध्ये प्रारंभी ह्या दोघा नृपतींची मुंबईत भेट होऊन त्याविषयी अधिक चर्चा झाली.

उपरोक्त चर्चेचा उल्लेख करून शाहूंनी मुंबई राज्यपालांचे खाजगी सचिव मॉरिसन ह्यांना लिहिले की, 'परंतु हा विवाह घडून येईल असा संभव दिसत नाही. कारण गायकवाड माझी एकही अट मान्य करीत नाहीत आणि मलाही त्यांच्या अटी मान्य नाहीत. आपल्या म्हणण्याप्रमाणे गोष्टी घडल्या पाहिजेत असे म्हणणाऱ्या व्यक्तींपैकी सयाजीराव हे एक आहेत.'[३]

मध्यंतरी गणपतराव मोडक आणि श्री. द. नागपूरकर यांचा अभियोग मुंबई सरकारने पाठविलेले खास सत्र न्यायाधीश क्लेमेंटस् यांच्यापुढे २० मार्च १९१४ या दिवशी कोल्हापूरच्या टाऊन हॉलमध्ये सुरू झाला. दोन्ही आरोपींवर क. फेरिस, दिवाण सबनीस, जिल्हा दंडाधिकारी भास्करराव जाधव यांचा खून करण्यासाठी त्यांनी प्रोत्साहन दिले असा आरोप होता. बॅ. डी. बी. बिनिंग हे दरबारचे वकील असून सरकारी वकील वायंगणकर हे त्यांना साहाय्य करीत होते. डी. सी. फर्नांडिस हे आता पोलिस सुपरिंटेंडेंट असून अभियोगाचे काम पाहत होते. अभियोगातील साक्षी व वकिलांची भाषणे ऐकण्यासाठी नगरभवनात अलोट गर्दी झाली होती. त्यावेळी दामू याला साक्षीदार म्हणून न्यायालयात आणण्यात आले होते. तेव्हा त्याने मोडक कोण आहेत हे आपणांस माहीत नाही असे सांगितले. त्याच्या स्वभावधर्माप्रमाणे तो उलटला आणि आपल्या जबानीत अनेक दुष्ट खोट्या गोष्टी त्याने घुसडून दिल्या. दामू जोश्याने शाहूमहाराजांवर आपले मोठे वजन आहे असे सांगून गंगाधरराव देशपांडे यांना फसविले होते. दामू हा जर शाहूंचा माणूस असता तर तो पैशाकरता भीक मागत फिरला नसता. ह्या गोष्टीचे आकलन गंगाधरराव देशपांडे यांना नंतर झाले !

साक्षीदार लिमये यांच्या न्यायालयातील जबानीवरून असे उघडकीस आले की, गणपतराव मोडक यांनी फेरिसवर गोळ्या झाडताना पिस्तुल उडाले नाही हे दामू जोश्याचे म्हणणे खरे की खोटे हे पाहण्यासाठी गंगाधरराव देशपांडे यांचे घरी ते पिस्तुल चालवून पाहिले होते. त्यावेळी न्यायालयात दामूने सांगितले की, 'मी तर घरबशा माणूस. कोल्हापुरात ब्राह्मण आणि मराठे यांच्यामध्ये संघर्ष आहे हे मला काय हो माहीत ? मी कुठल्याही दंडाधिकाऱ्याकडे निवेदन केलेले नाही आणि बाँब अथवा पिस्तुल यांच्याशी माझा काडीचाही संबंध नाही.'

सत्र न्यायाधीश क्लेमेंटस् यांनी ३१ मार्च १९११ रोजी आपला निर्णय जाहीर केला. त्यात त्यांनी म्हटले की, 'दामू जोशी हा प्रकृतीने सुदृढ असला तरी मानसिक आणि नैतिक दृष्ट्या त्याचा अध:पात झालेला आहे. तो चारित्र्यशून्यही आहे, आणि कोणत्याही गोष्टीचा निर्णय घेण्याचा खंबीरपणा त्याच्या स्वभावात नाही. दामू हा बेछूट आणि बेजबाबदार असला तरी त्याच्या अंगी धैर्यच नसल्यामुळे त्याच्या दुष्कृत्याला मर्यादा पडली.' न्यायाधीश क्लेमेंटस् पुढे म्हणाले, 'दामू जोशी व फडणीस ह्यांना नागपूरकर यांना दुष्टपणे गुंतवले.' आणि जरी पंचांनी नागपूरकर ह्यांना दोषी ठरविले तरी क्लेमेंटस् यांनी त्यांना निर्दोषी म्हणून सोडून दिले. नागपूरकर हे त्या अभियोगात चुकीने गोवले गेल्यामुळे त्यांना २३ महिने पोलिसांच्या कैदेत निरर्थक खितपत पडावे लागले. कर्नल फेरिस यांच्या खुनाला प्रोत्साहन दिले या आरोपाखाली गणपतराव मोडकांना ७ वर्षांची शिक्षा ठोठावण्यात आली.

स्कॉटलंड यार्डकडून आणलेला गुप्त पोलीस अधिकारी वलिंजर, फर्नांडिस नि पागे ह्या अधिकाऱ्यांनी या अभियोगातील चौकशीचे काम केले होते. दामू जोशी व फडणीस यांनी न्यायालयात खोटी साक्ष दिल्याबद्दल त्यांच्याविरुद्ध खटला भरण्याची बॅ. बिनिंग यांनी न्या. क्लेमेंटस् यांच्याकडे परवानगी मागितली. त्यांनी तशी मंजुरी दिली.

न्यायालयाच्या ह्या निर्णयाप्रमाणे फडणीस याच्यावर खोटी साक्ष दिल्याबद्दल अभियोग चालून पुढे १९१२च्या ऑगस्टमध्ये त्याला २ वर्षे सश्रम कारावासाची शिक्षा झाली. ह्यापूर्वी दामू जोशी याला दोन वेळा शिक्षा होऊन तो कारावासातच होता. त्याला पुन्हा १९१३ च्या जानेवारीमध्ये खोट्या साक्षीबद्दल २ वर्षे सश्रम कारावासाची शिक्षा झाली.

दामू जोशी व के. डी. कुलकर्णी यांच्या बेळगावातील सहकाऱ्यांची चौकशी करण्याचे काम शाहूंनी अद्याप थांबविले नव्हते. धनगर माले याने केलेल्या एका निवेदनावरून शाहूंना असे कळून चुकले की, आपल्या पक्षातही गट

आणि भांडणे सुरू आहेत. शाहूंच्या कारभारावर हे एक प्रकारचे शिंतोडेच उडाले होते. ह्यानंतर १९११च्या मे महिन्यात शाहूंनी एका पत्रात म्हटले की, 'जरी मला ब्राह्मणांकडून त्रास झाला तरी माझा बंधू आणि पत्नी ह्यांनी मला नेहमीच धीर दिला आहे. आमचे कुटुंब हे एक सर्व भारतामध्ये सुखी कुटुंब आहे हे आपणांस माहीत असावे. मला जे काही आपणांस सांगावयाचे आहे ते सांगता येत नाही, अशा अडचणीच्या परिस्थितीत मी सापडलो आहे. कारण हे दोन्ही गट मीच लावलेल्या झाडांची फळे आहेत आणि खरोखरीच ही अडचण कठीण आहे !' आपल्या मनातील दु:ख व्यक्त करताना छत्रपती १८ ऑगस्ट १९११ रोजी किंकेड यांना लिहिलेल्या पत्रात म्हणाले, 'मी आपली नौका अद्यापपर्यंत तरी सुरक्षित आणि सरळ मार्गाने हाकली. वाटेतील ब्राह्मण कारस्थानांचे खडक आणि उथळ व धोकादायक स्थळे यांचा धोका मी टाळला. परंतु अलीकडे माझ्या नौकेतील खलाशांत दुही व गटबाजी झाल्यामुळे माझी नौका माझ्या ताब्यात न राहता गटांगळ्या खाऊ लागली आहे. कोल्हापूरमधील या दोन गटांतील कारस्थाने, एकमेकांच्या लबाड्या आणि दुष्टकृत्ये न्यायालयात उघडकीस येतील.' शाहूंना इकडे आड व तिकडे विहीर असे झाले होते. दोष तर कुणाला देता येत नाही. आपल्या समाजातील खळाशी मिळविणे त्यांना कठीण झाले होते. ते गंभीरपणे म्हणाले: 'माझ्या दोन गटांपैकी एका गटाचा जरी नाश झाला तरी त्यामुळे ब्राह्मणांना ते वरदानच ठरणार आहे. कारण ब्राह्मणांना माहीत आहे की, ह्या मुंबई प्रांतामध्ये फक्त माझ्याच लोकांनी गेली १८ वर्षे धार्मिक, राजकीय व सामाजिक बाबतींत त्यांना यशस्वीपणे टक्कर दिली आहे.'

शाहूंच्या नौकेवरील खलाशांत दोन तट पडले होते हे सत्य होते. एका गटाचे नेते होते खंडेराव तथा बाळासाहेब गायकवाड व दुसऱ्या गटाचे नेते होते भास्करराव जाधव. बाळासाहेब गायकवाड हीच वल्ली त्या तंट्याचे, चुरशीचे कारण होती. बाळासाहेब गायकवाडांना जमीनदार, पंडित आणि पाटील यांचा पाठिंबा असून, निटवे व लाटकर यांसारख्या धनाढ्य जैन व्यापाऱ्यांचाही त्यांना पाठिंबा होता. लोकांच्या परिस्थितीत सुधारणा घडून याव्यात असे म्हणणारे लठ्ठे, डोंगरे व इतर मध्यमवर्गीय कार्यकर्ते यांचा जाधवांना पाठिंबा होता. ह्या सर्व नवीन नेत्यांचा उदय कनिष्ठ मध्यम वर्गातून झाला होता. राजकीय सत्ता आणि राज्यकारभार हळूहळू ह्या मध्यमवर्गीय नेत्यांच्या हाती जात होता. शाहूंनी ह्या बाबतीत मुग्धता पाळली होती. एका आवडत्या तत्त्वावर त्यांचा विश्वास होता. त्या तत्त्वानुसार त्यांना वाटे की, कुत्र्यांच्या दोन गटांत भांडण जुंपले की त्यात दुसऱ्याने मधे पडू नये. कारण त्या कुत्र्यांनी एकमेकांची शक्ती अजमावल्यावर ते

आपला तंटा आपापसांतच मिटवितात. शाहूंच्या ध्येयधोरणास जमीनदार व धनिक यांचा पाठिंबा नव्हता. पण त्या परिस्थितीच्या भोवऱ्यात ते थोडे दिवस फिरत राहिले हे खरे. सुकाणू पुन्हा हस्तगत व्हायला थोडा अवधी लागला एवढेच.

ह्या सुमारास वसतिगृह बांधण्यासाठी शिंपी समाज पुढे आला. त्या समाजाने श्री नामदेव वसतिगृहाची स्थापना २ एप्रिल १९११ रोजी कोल्हापुरात केली. शिंपी समाजाचे पुढारी बाळकृष्ण सा. बारटक्के, रामचंद्र बा. बोधे असून, त्या समाजाचे दुसरे अनेक कार्यकर्ते सांगली, मिरज, सातारा, मुंबई, बेळगाव, निपाणी, मलकापूर व इचलकरंजी इत्यादी ठिकाणांहून कोल्हापुरात जमले होते. श्री नामदेव वसतिगृहाचे उद्‌घाटन युवराज राजाराम महाराज यांच्या हस्ते झाले. शाहूमहाराजांनी १९०८ साली शिंपी समाजाच्या सामाजिक कार्यकर्त्यांची एक परिषद भरवली होती व हे वसतिगृह त्यांच्या उत्तेजनाचेच फळ होते. लहान लहान समाजांतील कार्यकर्त्यांची संघटना निर्माण करावयाची व त्यांना आपल्या समाजाची उन्नती करण्यासाठी साहाय्य करावयाचे व उत्तेजन द्यावयाचे अशी शाहूंची कार्य करण्याची पद्धत होती. सन १९१० च्या जुलैमध्ये शाहूमहाराजांनी वसतिगृहासाठी इमारत विकत घेण्यास शिंपी समाजाला २५ हजार रुपयांची देणगी दिली होती. तसेच ५० रुपयांचे अनुदान आणि शिवाय विद्यार्थ्यांना नादारीही दिली होती. ह्या सर्व गोष्टी बळवंतराव कोकणे नावाच्या हुशार शिंपी गृहस्थाने घडवून आणल्या होत्या. कोकणे ह्या गृहस्थांना शाहूमहाराजांकडून शिलाई कामातील प्रावीण्यासंबंधी एक पदकही मिळाले होते.

मिशनऱ्यांनी युरोपियन पद्धतीची कोल्हापुरात शाळा काढावी यासाठी मिशनऱ्यांचे मन वळविण्याचे प्रयत्न करावेत की काय याचा विचार शाहू गंभीरपणे ह्या काळात करीत होते. कारण शाहूंना व सरदारांना कोल्हापुरातील प्रत्येक शाळेत राजद्रोहाची शिकवण मुलांना मिळत असावी असा संशय येत होता. पाचगणी येथील मिशनऱ्यांच्या शाळेत आपण सरदारांची मुले पाठवली म्हणून आपण अप्रिय झालो आहोत असे शाहू म्हणत असत.

आपल्या मुलांना वाईट सवयी लागण्याच्या वयाच्या पूर्वी त्यांना युरोपियन पद्धतीच्या आणि शिस्तीच्या शिक्षणाचा लाभ घडावा असे शाहूंना वाटत होते. हे ध्येय गाठण्यासाठी एक तर राजपुत्रांना इंग्लंडमधील सरकारी शाळेत काही वर्षे पाठवावे आणि त्यांना कोणताही दुर्गुण जडण्याचा संभव निर्माण होण्यापूर्वी परत घरी आणावे किंवा कोल्हापूरच्या आसमंतात युरोपियन पद्धतीची शाळा काढून त्या शिक्षणाबरोबरच गृहसौख्याच्या आनंदाचा मुलांना लाभ द्यावा असे त्यांना वाटू लागले. यास्तव त्यांनी आपले मित्र डॉ. वानलेस यांना

'पाचगणीच्या मिशनरी शाळेच्या मुख्याध्यापकांना कोल्हापूरमध्ये शाळा काढणे शक्य होईल की काय' याची चौकशी करावयास सांगितले. अशी शाळा कोल्हापुरात स्थापन झाल्यास त्या शाळेत बहुतेक युरोपियन व सरदारांची मुले यांनाच प्रवेश असावा व त्या शाळेची व्यवस्था फक्त युरोपियन शिक्षकांकडेच असावी अशी त्यांची इच्छा होती. परंतु त्यांची ही योजना सफल झाली नाही. त्यामुळे आपली मुले इंग्लंडमधील 'पब्लिक स्कूल'मध्ये पाठवावीत असा त्यांनी निर्णय घेतला.

सत्यशोधक समाजाच्या नेत्यांनी आपली वार्षिक परिषद १७ एप्रिल १९११ रोजी पुणे येथे महात्मा फुले यांचे स्नेही व सहकारी रामय्या अय्यावारू यांचे अध्यक्षतेखाली बोलाविली. डॉ. संतुजी लाड, गंगाधरराव बागडे, मारुतीराव नवले आणि वासुदेव लिंगोजी बिर्जे ह्यांनी त्या कामी पुढाकार घेतला होता. त्यांनी सत्यशोधक समाजाची तत्त्वे आणि धोरण ठरविण्यासाठी त्या परिषदेत तीन ठराव संमत केले.[४] ते याप्रमाणे –

(अ) सर्व माणसे एकाच देवाची लेकरे आहेत व देव त्यांचा आईबाप आहे. (ब) आईला भेटण्यास अगर बापाला प्रसन्न करण्यास ज्याप्रमाणे मध्यस्थांची जरुरी नसते त्याप्रमाणे देवाची प्रार्थना करण्यास पुरोहित अगर गुरू यांची आवश्यकता नाही. (क) वरील तत्त्व कबूल असल्यास कोणासही सभासद होता येते. (ड) सर्व मानव प्राणी एका देवाची लेकरे आहेत. सबब ती माझी भावंडे आहेत, अशा बुद्धीने मी त्यांच्याशी वागेन. परमेश्वराची भक्ती, पूजा, अगर ध्यानधारणा करते वेळी अगर धार्मिक विधीचे वेळी मी मध्यस्थांची गरज ठेवणार नाही.

व्हेलेन्टाईन चिरोल हे भारताच्या दौऱ्यावरून इंग्लंडला परत गेल्यावर त्यांचा 'इंडियन अन्रेस्ट' हा ग्रंथ प्रसिद्ध झाला. त्यानंतर ते १९११च्या एप्रिलमध्ये शाहूंना कोल्हापुरात भेटले. शाहू महाराजांनी त्या ग्रंथाच्या ५०० प्रती विकत घेतल्या. तो ग्रंथ हिंदी देशभक्त आणि क्रांतिकारक यांच्या विरुद्ध प्रचार करणारा होता आणि त्याचा मुख्य हेतू असा होता की, ब्रिटिश मुत्सद्द्यांचा कल भारतीय आशा–आकांक्षेच्याविरुद्ध ताठर बनावा. चिरोलने आपल्या ग्रंथात, मंडाले येथे कारावासात असलेल्या टिळकांचे वर्णन 'हिंदी असंतोषाचे जनक' असे केले आणि टिळकांची कृती व लेखन ह्यामुंळे प्रत्यक्ष–अप्रत्यक्षपणे घातपाती कृत्यांना प्रोत्साहन मिळाले असे त्यात विधान केले होते.

शाहू महाराजांनी महादेव गोविंद डोंगरे यांना चिरोलच्या उपरोक्त ग्रंथाचे भाषांतर करण्यासाठी अकराशे रुपये दिले. चिरोल १९११च्या जूनमध्ये शाहूंना

पुन्हा भेटले. जेव्हा १९११च्या जुलैमध्ये चिरोलच्या वरील ग्रंथाचा मराठी अनुवाद डोंगऱ्यांनी प्रसिद्ध केला तेव्हा कर्टीसपासून वॉटसनपर्यंत व किंकेडपासून राज्यपालापर्यंत प्रत्येक ब्रिटिश नोकरशहाने किंवा वरिष्ठ अधिकाऱ्याने डोंगऱ्यांची व शाहूंची प्रशंसा केली. मुंबईचे राज्यपाल डोंगरे यांच्यावर इतके खूश झाले की, त्यांनी आपली भाषणे प्रसिद्ध करण्याचे काम डोंगरे यांचेवर सोपविले व ह्या कामासाठी डोंगरे ह्यांना शाहू महाराजांनी दोन हजार रुपये दिले.

शाहूंनी आपल्या राज्याचे हित साधण्यासाठी दहशतवाद्यांविरुद्ध जे प्रयत्न केले ते समर्थनीय होते; पण कारण नसताना ह्या वरील ग्रंथाचे प्रकाशन करण्यात शाहूंनी जो विशेष उत्साह दाखविला तो अनावश्यक होता. त्यामुळे त्यांनी आपल्या मानसिक तणावात स्वत:च भर टाकली व राष्ट्रवाद्यांची नाराजी निरर्थक आपल्यावर ओढवून घेतली.

शाहू महाराजांनी कोल्हापूर संगीत नाटक मंडळीच्या विनंतीस मान देऊन भारत नाट्य समाजाचे सातवे अधिवेशन २३ मे १९११ रोजी मुंबईतील खेतवाडी येथील आपल्या बंगल्यात भरविण्यास परवानगी दिली.[५] एका बाजूने त्यांनी ही चांगली कामगिरी केली.[६] तर दुसऱ्या बाजूने ब्रिटिश राजनैतिक प्रतिनिधीच्या मागणीवरून ईस्माइल युसुफ भालदार ह्या मराठी नाटककाराच्या 'स्वदेशी चळवळ' या नाटकावर त्यांनी बंदी घातली. शाहू हे मराठी रंगभूमीचे पाठीराखे होते, पण त्यांनी ब्रिटिश राजनैतिक प्रतिनिधीच्या दडपणामुळे ही गोष्ट केली हे उघड आहे. त्याकाळी सुमारे १३२ ग्रंथ आणि पुस्तिका यांच्यावर मुंबई सरकारने बंदी घातली होती व ती यादी सरकारने मुंबई प्रांतातील सर्व संस्थानिकांकडे पाठवली होती. ह्या प्रकरणी बडोदे सरकारलासुद्धा 'मम' म्हणावे लागले आणि त्यासंबंधीच्या आदेशाला मान तुकवावी लागली.

पंचम जॉर्ज ह्यांना लंडन येथे २२ जून १९११ राजी राज्याभिषेक झाला. त्या राज्याभिषेक समारंभाला शाहू जाऊ शकले नाहीत. कारण त्यामुळे अतोनात पैसे खर्च होऊन खजिन्यावर ताण पडला असता. पण त्यांनी मऊ चर्मपत्रावर कोरलेले मानपत्र चांदीच्या करंडकातून मुंबई सरकारच्या हस्ते योग्य वेळी लंडनला पाठवून दिले. ते राणी व बादशहा ह्यांना फारच आवडले. शाहूंनी पंचम जॉर्ज ह्यांच्या राज्याभिषेकाच्या प्रीत्यर्थ दरबार भरवून राजनिष्ठा व्यक्त केली. त्या प्रसंगी त्यांनी कागलचे (धाकटी पाती) जहागीरदार दत्ताजीराव घाटगे यांच्या फौजदारी व महसूल खात्यांच्या अधिकारांत वाढ केली. दरबारच्या दिवशी वुडहाऊस यांनी सायंकाळी मेजवानी दिली. जगद्गुरू शंकराचार्य यांनी त्याप्रीत्यर्थ

प्रार्थना केली आणि पारितोषिकांचे वितरण करताना राजनिष्ठा व्यक्त केली. सर्व शाळांतून मिठाई वाटण्यात आली.

जे सरदार व जहागीरदार त्या दरबारास उपस्थित होते त्यांना त्यांची निष्ठा नि सेवा लक्षात घेऊन जमिनीच्या सनदा आणि सोन्याची पदके देण्यात आली. दिवाण रावबहादूर सबनीस यांना सोन्याचे पदक देण्यात आले व त्यांना एका गावाची पाटीलकीची सनद देण्यात आली. पोलीस अधीक्षक व गुप्त पोलिसांचे अधीक्षक डी. सी. फर्नांडिस यांना सोन्याचे पदक देण्यात आले. महाराजांचे बंधू बापूसाहेब घाटगे ह्यांना मुंबईचे राज्यपाल जॉर्ज क्लार्क ह्यांनी पुणे येथे भरलेल्या दरबारात 'कंपॅनियन ऑफ दी स्टार ऑफ इंडिया' ही पदवी आपण देणार आहो असे जाहीर केले व ती त्यांनी २७ जून रोजी त्यांना दिली. पदवीच्या मजकुरात म्हटले होते की, 'आपण कोल्हापूरच्या उद्योगधंद्याच्या विकासास चालना देण्याचे अविरत प्रयत्न केले आणि छत्रपतींच्या कालव्यांच्या महान योजनेच्या विधायक कार्यात साहाय्य केले.'

पंचम जॉर्ज यांच्या राज्याभिषेकाच्या वेळी शाहू लंडनला जाऊ शकले नाहीत. त्यामुळे जॉर्ज हॅमिल्टन यांना वाईट वाटले. त्यांनी आपल्या ६ जुलै १९११च्या पत्रात 'संस्थानिकांच्या घोळक्यात शाहूचा चेहरा न दिसल्याने आपणांस चुकल्या चुकल्यासारखे वाटले' असे म्हटले. हॅमिल्टन पुढे म्हणाले : 'जेव्हा बादशहा हिंदुस्थानला भेट देतील तेव्हा महाराजांची बादशहांबरोबर ओळख होईल व त्यांना मानाचा मुजरा करून राजनिष्ठा दाखविण्याची शाहूंना संधी मिळेल.'

शाहू छत्रपती हे इतिहासप्रसिद्ध विभूती शिवाजी यांचे वंशज असल्यामुळे त्यांनी तंजावरच्या भोसले घराण्याच्या मालमत्तेवर आपला वारसा हक्क सांगितला. हे तंजावरचे भोसले शिवाजी महाराजांचे सावत्र भाऊ व्यंकोजी ह्यांचे वंशज होते. त्या समयी तंजावरच्या भोसले घराण्याच्या मालमत्तेसंबंधी तेथे एक अभियोग चालू होता. तो १५ प्रतिवादी आणि मालमत्ताधारक सरकारी अधिकारी (Receiver) यांच्यामध्ये चालू होता. या बाबतीत १९११च्या सप्टेंबरमध्ये शाहू मुंबईच्या राज्यपालांना पुणे येथे भेटले. त्या भेटीत त्यांनी राज्यपालांना विचारले की, आपणांस तंजावरच्या भोसल्यांच्या मालमत्तेचे अधिकार वारसा हक्काने मिळण्याचा संभव आहे, तरी मुंबई सरकार त्यासंबंधी मद्रास सरकारशी विचारविनिमय करील किंवा कसे ? ह्या बाबतीत राज्यपालांशी अधिक विचार करण्यासाठी त्यांनी दिवाण सबनीस यांना पाठविले. हे प्रकरण अतिशय गुंतागुंतीचे होते. त्यात शाहूंना अनेक वर्षे अडकून पडावे लागले.

छत्रपतींनी सन १९११च्या सप्टेंबरमध्ये दरबारला असा आदेश दिला की, महारांच्या नावे जी जमीन करण्यात आली आहे तिच्यावर कर बसवावा. आणखी एक निर्बंध असा करण्यात आला की, कोणीही हिंदू आपल्या मुलीच्या मुलास दत्तक घेऊ शकतो.

कोल्हापुरातील ब्रिटिश राजनैतिक प्रतिनिधीच्या पदाची प्रतिष्ठा वाढवून त्यांना आता 'राजप्रतिनिधी' (रेसिडेंट) असे संबोधू लागले. १ सप्टेंबर १९११ या दिवशी शाहू यांनी मुंबईचे राज्यपाल सर जॉर्ज क्लार्क यांना पत्र लिहून अशा रितीने आपल्या संस्थानातील राजनैतिक प्रतिनिधींची प्रतिष्ठा वाढविल्याविषयी कृतज्ञता व्यक्त केली. मेजर वुडहाऊस हेच कोल्हापूरचे पहिले ब्रिटिश राजप्रतिनिधी होत.

पंचम जॉर्ज यांच्या सन्मानार्थ दिल्ली येथे १२ डिसेंबर १९११ रोजी दरबार भरावयाचा होता. यासाठी सम्राट आणि सम्राज्ञी यांचे आगमन १६ नोव्हेंबर रोजी मुंबईला झाले. त्यावेळी त्यांचे स्वागत करणाऱ्या मंडळींमध्ये महाराणी लक्ष्मीबाई उपस्थित होत्या. दिल्ली दरबारला उपस्थित राहण्यासाठी आपले सरदार व जहागीरदार यांच्यासह शाहू छत्रपती २७ नोव्हेंबर रोजी कोल्हापुराहून निघाले. मार्गात ही मंडळी, पुणे व भोपाळ येथे थांबून दिल्लीला ३० नोव्हेंबर रोजी पोचली. भोपाळच्या बेगमसाहेबांनी शाहूंचे भोपाळ येथे टोलेजंग स्वागत केले. दिल्ली येथे शाहू व त्यांचे सरदार व जहागीरदार यांची सोय खास शामियाने उभारून करण्यात आली होती. शाहूंच्या आज्ञेप्रमाणे त्यांच्या एका अधिकाऱ्याने त्या शामियान्याजवळ 'कोल्हापूरच्या शाहूमहाराजांचा कॅम्प' अशा पाटी लावली होती. ही गोष्ट तेथे शामियाने उभारून राहणाऱ्या दुसऱ्या संस्थानिकांना आवडली नाही. कारण त्यामुळे त्या विस्तीर्ण पटांगणातील सर्वच तंबू शाहूंच्या परिवारासाठी उभारले गेले आहेत असा त्याचा अर्थ झाला.

दिल्ली दरबारच्या प्रसंगी शाहू महाराजांनी आपल्याकडे त्या भव्य राजसभेचे चित्त वेधून घेण्यासाठी एक अजब शक्कल लढवली. त्यांनी आपल्या भालदारांकडून 'हिंदुपदपादशहा श्री शाहू छत्रपती' यांचे आगमन होत आहे' अशी ललकारी द्यावयास सांगितले. त्या भालदारांनी आपल्या तीक्ष्ण आणि पहाडी आवाजात ती ललकारी देऊन हिंदु-पद-पाद-शहा ह्यांतील पा-द-श-हा- हा शब्द घुमविल्यामुळे सर्व राजसभा तटस्थ झाली. जणू घंटा वाजवून सर्व राजसभेचे लक्ष वेधून घ्यावे, त्याप्रमाणे त्या ललकारीने काम बजविले.[७]

दरबाराच्या वेळी सम्राटांच्या झग्याचे घोळ उत्तर हिंदुस्थानातील जयपूरचे महाराज, इंदूरचे संस्थानिक, भोपाळच्या बेगम यांचा नातू आणि बिकानेरचे

महाराज कुमार यांनी उचलून धरले होते. सम्राज्ञीच्या झग्याचे घोळ दुसऱ्या काही मांडलिकांनी धरले होते. हे दृश्य अत्यंत अपमानास्पद होते.

दरबारानिमित्त साजऱ्या झालेल्या सर्व समारंभात शाहूंनी उत्साहाने भाग घेतला. निजाम व गायकवाड यांनी ब्रिटिश सम्राटाला मानवंदना केल्यानंतर शाहू छत्रपती यांनी त्यांना सन्मानपूर्वक वंदन केले. त्या दरबारच्या प्रसंगी पंचम जॉर्ज यांनी शाहू महाराजांवर खूश होऊन त्यांना जी. सी. आय. ई. ही उच्च पदवी अर्पण केली.

दिल्ली दरबारच्या वेळी महाराज सयाजीराव गायकवाड यांनी योग्य तो राजवेष धारण केला नाही व योग्य रितीने मानवंदना केली नाही असा संशय ब्रिटिश मुत्सद्द्यांना आला; कारण त्यांना सयाजीराव महाराजांची राजनिष्ठा ही अनेक वर्षे संशयास्पद वाटत आली होती. हे संशयाचे वादळ वर्तमानपत्रांमध्ये 'आरोप आणि खुलासे' प्रसिद्ध होऊन एकदाचे शमले. अशा संकटात सापडलेल्या गायकवाडांनी शाहूंना घाईघाईत एक चिठ्ठी पाठविली आणि आपण छत्रपतींच्या शामियान्यात त्यांना भेटायला येत आहोत असे कळविले. त्यावर शाहूंनी उत्तर धाडले की, 'मी आता एका अत्यंत निकडीच्या कामात व्यग्र झालो आहे. ते संपल्यावर मीच आपल्या शामियान्यात येऊन आपणांस भेटेन.'

शाहू छत्रपतींनी ८ डिसेंबर १९११ रोजी दिल्ली सोडली. वाटेत सांचीला भेट देऊन ते पुण्याला ११ डिसेंबरला येऊन पोहोचले. नंतर ते मुंबईत काही दिवस राहिले. त्या वास्तव्यात बाळासाहेब गायकवाडांसहित त्यांनी केसरबाई केरकर ह्यांची एक मैफल ऐकली. केसरबाई ह्या अभ्यासू, मेहनती आणि महत्त्वाकांक्षी होत्या. त्यांचे शिक्षण यापूर्वी अब्दुल करीम खाँ, रामकृष्णबुवा वझे, बरकत् उल्लाखाँ आणि भास्करबुवा बखले यांच्याकडे झाले होते. आता त्यांना शास्त्रोक्त गायनकलेत काही प्रतिष्ठा प्राप्त झाली होती. तरीसुद्धा अल्लादियाखाँ यांच्याकडे पुढील शिक्षण करावे असा त्यांचा मानस होता. अल्लादियाखाँ हे त्यावेळी हिंदी शास्त्रोक्त संगीताचे गौरीशंकर म्हणून गणले जात होते. शाहूंच्या ह्या भेटीचा फायदा घेऊन, अल्लादियाखाँ यांनी आपल्याला पुढील शिक्षण द्यावे असा छत्रपतींनी खाँसाहेबांना आदेश द्यावा, अशी केसरबाईंनी छत्रपतींना कळकळीची विनंती केली.

शाहू छत्रपतींनी १९०२ साली केसरबाईंना पाहिले होते. त्यावेळी ९ वर्षांच्या केसरबाईंनी आपल्या गाण्याचा पहिला कार्यक्रम बाळासाहेब गायकवाड

यांच्या कृपेमुळे राजवाड्यावर केला होता. त्यावेळी त्या खेडवळ, साध्या आणि निष्पाप मुलीने शाहूंना नमस्कार करते वेळी 'राम-राम' असे शब्द उच्चारताच सर्व श्रोतृवृंदांची हसता हसता मुरकुंडी वळली होती याचे शाहूंना स्मरण झाले. पण यावेळी केसरबाईंची गाण्यातील प्रगती पाहून त्यांना आनंद झाला. 'अल्लादियाखाँ ह्यांनी मला शिकविण्याचे अभिवचन दिल्याशिवाय मी आपले पाय सोडणार नाही', असे त्यांनी शाहूमहाराजांना विनविले.

केसरबाईंची कळकळ पाहून शाहूंचे मन प्रसन्न झाले आणि त्यांनी खाँसाहेबांना तसे सुचवीन असे केसरबाईंना वचन दिले. परंतु अनेक कार्यांत गढलेल्या छत्रपतींना आपले वचन पूर्ण करण्याचे स्मरण काही दिवस राहिले नाही. विठ्ठलदास यांनी मुंबईहून शाहू छत्रपतींचे लक्ष तारेने त्या प्रश्नाकडे वेधून घेतले. त्यामुळे अल्लादियाखाँ यांना छत्रपतींनी मुंबईस पाठविले आणि केसरबाईंची तालीम खाँसाहेबांकडे सुरू झाली.[८] आपल्या दीर्घ तपश्चर्येने आणि प्रगाढ अभ्यासाने आपण गायन क्षेत्रात मोठी कामगिरी करून दाखवू अशी केसरबाईंनी खाँसाहेबांची खात्री करून दिली. त्यानंतर काही दिवसांनी केसरबाईंनी मोठी गुरुदक्षिणा देऊन खाँसाहेबांचा गंडा बांधला. आपल्या अखंड अभ्यासाने आणि अलौकिक नादमाधुर्याने केसरबाईंनी सरते शेवटी हिंदी गायन शास्त्राचे शिखर गाठले. छत्रपतींनी आपणांस योग्य वेळी साहाय्य व उत्तेजन दिले ह्याविषयी केसरबाईंनी कृतज्ञतापूर्वक छत्रपतींचे सदैव आभार मानले. हिंदी संस्थानांपैकी दुसऱ्या कोणत्याही राजाने हिन्दी संगीताच्या विकासासाठी व वैभवासाठी शाहू महाराजांऐवजी कामगिरी केली नाही.

कोल्हापूरला परत आल्यानंतर शाहूंना एक आनंदाची वार्ता कळली. कोल्हापूर दरबार व कागल (धाकटी पाती) यांच्यामध्ये सहा गावांच्या हक्कासंबंधी अनेक वर्षे चाललेल्या प्रकरणाचा भारतमंत्र्याने अंतिम निर्णय केला होता. ह्या निर्णयाने शाहूंचे समाधान झाले. शाहूंच्या अज्ञानावस्थेत संयुक्त न्यायालयाने आणि राजप्रतिनिधि मंडळाने कागल (धाकटी पाती) हे देशमुखी वतन आहे असा निर्णय केला होता. ते प्रकरण आता कायमचे मिटले.

ब्रिटिश सम्राट व सम्राज्ञी यांनी विलायतेला परतण्यासाठी जेव्हा मुंबई बंदर सोडले तेव्हा शाहू त्यांना निरोप देण्यासा उपस्थित होते. सम्राट व सम्राज्ञी यांनी शाहू महाराजांशी हस्तांदोलन केले. यामुळे आपला मोठा सन्मान आणि आदर झाला असे शाहूंना वाटले. १९व्या शतकात परिस्थिती अशी होती की, छत्रपतींना नमस्कार करण्यास संधी मिळाली तर ब्रिटिश राजदूतांना धन्यता वाटे.

आता कालचक्र फिरले होते. आता छत्रपतींनाच त्यांच्याशी हस्तांदोलन करण्यात धन्यता वाटू लागली, ही कालगती !

छत्रपतींनी सन १९१२च्या आरंभी एक महत्त्वाचा निर्णय घेतला. आपले मुलगे व काही जहागीरदारांचे मुलगे यांना शिक्षणासाठी श्रीमती हेलेन मॅकीन्टॉश आयर्विन यांच्याबरोबर विलायतला पाठविण्याचे ठरविले.

छत्रपती त्यावेळी आजारी पडून अंथरुणास खिळले होते व त्यांना लिहायला व वाचायला बसण्याची शक्तीही राहिली नव्हती. त्यांना रक्तदोषाचा विकार जडला असे त्यांच्या डॉक्टरांचे मत पडले. ते आपल्या प्रकृतीच्या विवंचनेत असता दहशतवाद्यांनी आपला एक बेत तडीस नेला. कर्नल फेरिस हे जरी दहशतवाद्यांच्या हातून सुटले होते तरी त्यांच्या जुन्या शत्रूंनी त्यांच्यावर सूड उगविण्याच्या उद्देशाने कोल्हापुरातील फेरिस मार्केटला ९ फेब्रुवारी १९१२ रोजी आग लावून दिली. कॅप्टन गॉर्डन यांनी ती आग विझवली म्हणून शाहू छत्रपतींनी त्यांना ३०० रुपयांचे पारितोषिक दिले.

ह्या वर्षी राजकुटुंबाने आणखी एक विवाह समारंभ साजरा केला. २४ एप्रिल १९१२ रोजी शाहू छत्रपतींनी आपली पुतणी लक्ष्मीबाई आक्कासाहेब कागलकर यांचा अक्कलकोटचे राजे फत्तेसिंहराव भोसले यांच्याशी समारंभपूर्वक विवाह केला. विवाह समारंभाची सर्व व्यवस्था करण्यासाठी शाहूंनी एक समिती नेमली होती. त्या समितीने आपले कार्य उत्तम रितीने पार पाडले. ह्या विवाहसमारंभाच्या बाबतीत त्यांनी आपल्या मुलीच्या विवाहप्रसंगी जसा उत्साह दाखविला तसाच याही प्रसंगी दाखविला.

कोल्हापूरचे बदली मुख्य न्यायाधीश व्ही. बी. गोखले यांनी निष्ठेने आणि कर्तव्यदक्षतेने आपले काम केल्यामुळे १ मे १९१२ रोजी गोखले यांची मुख्य न्यायाधीश म्हणून कायमची नेमणूक करण्यात आली. त्यांनी ब्राह्मणनिष्ठेपेक्षा न्यायनिष्ठा श्रेष्ठतर मानली हेच खरे. वेदोक्त प्रकरणातही त्यांनी छत्रपतींची न्याय्य बाजू उचलून धरली होती.

शाहू छत्रपती हे आपल्या देशप्रेमामुळे स्वदेशी उद्योगधंद्यास नेहमीच पाठिंबा देत असत. १९१२ च्या मार्च महिन्यात त्यांनी आपल्या प्रजाजनांना आणि व्यापाऱ्यांना असा आदेश दिला की, त्यांनी कऱ्हाड येथील डेक्कन मॅच मॅन्युफॅक्चरिंग कंपनीने तयार केलेल्या आगपेट्या वापराव्यात. शाहूपुरी येथील नवीन उद्योगधंद्यांना उत्तेजन देण्यासाठी आर. आर. शिरगावकर यांना धंदा करण्याचा परवाना दिला. आणि पाच वर्षे अशा प्रकारचा दुसरा धंदा कोणासही शाहूपुरीत काढावयास परवानगी देणार नाही असे शिरगावकरांना आश्वासन दिले.

छत्रपतींनी अस्पृश्य समाजाच्या शिक्षणाला दिलेली गती परिणामकारक ठरली. त्यांचे वसतिगृह ठीक चालले होते. त्यासंबंधी मागासवर्गीयांमध्ये शिक्षण प्रसार करणाऱ्या शिक्षण संस्थेने आपल्या एप्रिल १९१२च्या प्रतिवृत्तात म्हटले की, 'अस्पृश्य वर्गातील सुशिक्षित व सुधारक पुढाऱ्यांचा एक गट निर्माण करावा असा आपला उद्देश आहे. यास्तव लोकांनी ह्या वर्गातील मुलांच्या आईबापांना मार्गदर्शन करून, मुले शाळेत पाठविण्यासाठी त्यांचे मन वळवावे. लोकांनी त्या मुलांना उत्तेजन द्यावे, शिक्षकांनी त्यांच्याशी प्रेमाने वागावे म्हणून लोकांच्या ठायी त्या मुलांविषयी सहानुभूती निर्माण करावी आणि या अस्पृश्य मुलांच्या शिक्षणाच्या पद्धतीत व मार्गात लोकांना काही अडचणी दिसल्या तर त्या सरकारच्या वा संस्थेच्या कार्यकर्त्यांच्या निदर्शनास आणून द्याव्या.'

ब्रिटिश राजप्रतिनिधी वुडहाऊस यांनी अस्पृश्य वर्गात शिक्षणाचा प्रसार व्हावा म्हणून बराच उत्साह दाखविला. मागासवर्गीयांच्या शिक्षणासाठी झटणाऱ्या ह्या संस्थेला कोल्हापूरच्या सुशिक्षित लोकांनी साहाय्य करावे अशी त्यांनी कळकळीची विनंती केली. कोल्हापुरातील ब्राह्मण समाज ह्या शिक्षणाच्या विटाळापासून दूर राहिला हे सांगण्याची आवश्यकता नाही.

शाहू छत्रपतींनी सत्यशोधक समाजाला स्फूर्ती देऊन कार्य करावयास लावले. ते कार्यकर्ते आता ब्राह्मणांच्या धार्मिक, सामाजिक आणि आध्यात्मिक क्षेत्रांतील श्रेष्ठपणाच्याविरुद्ध प्रचार करू लागले. ब्राह्मण पुरोहितांनी खुल्या केलेल्या स्वर्गाच्या दरवाजाकडे जाणरे मार्ग चोखाळावयास त्यांनी नकार दिला. त्यांनी स्वत:च धार्मिक संस्कार करण्यास आरंभ केला आणि मराठ्यांची श्रावणी मराठा पुरोहितांनीच केली. ही वेदोक्त प्रकरणाची अटळ अशी फलश्रुती होय. ही काही नवीन गोष्ट नव्हती. सत्यशोधक समाजाच्या स्थापनेपासून (१८७३) महाराष्ट्रात सत्यशोधक समाजाचे अनुयायी हे ब्राह्मण पुरोहितांना पाचारणे न करता आपली धार्मिक कृत्ये ब्राह्मणेतर पुरोहितांकडून करवून घेत व त्या प्रकरणी सत्यशोधकांचे ब्राह्मण पुरोहितांशी न्यायालयात झगडे होऊन त्यांची सन १८९० त त्यात सरशी झालेली होती. सत्योधक चळवळीला आता नवीन चालना मिळाली होती व त्यांनी नाशिक येथे १९१२च्या एप्रिल महिन्यात डॉ. संतूजी लाड या धनगर समाजापैकी नेत्याच्या अध्यक्षतेखाली वार्षिक परिषद भरविली.

छत्रपतींच्या हाती सत्ता होती आणि ब्रह्मवृंदांना वाकविण्याची साधने त्यांच्यापाशी होती. ते आपल्या राजवाड्यावर सर्व धार्मिक कार्ये वेदोक्त पद्धतीनेच करून घेत. परंतु सर्वसाधारण ब्राह्मणेतर मनुष्याला स्वत:ची धार्मिक कार्ये करण्याचे तसे अधिकार नव्हते किंवा आध्यात्मिक प्रगती करण्याच्या साधनांचाही त्याला

अधिकार नव्हता. मराठा व तत्सम जातींना आपली इच्छा अमलात आणावयाचे सामर्थ्य नव्हते किंवा ब्राह्मण पुरोहितांना पैशांचे प्रलोभन दाखवून आपली कार्ये वेदोक्त पद्धतीने करून घेण्याची ऐपत नव्हती. यास्तव ती कार्ये करून घेण्यासाठी ते सत्यशोधक समाजाचे साह्य घेऊ लागले. चळवळीच्या ह्या नवीन अवस्थेकडे कोल्हापूर संस्थानातील ब्राह्मणेतर समाजाचे लक्ष वेधले. शाहू छत्रपतींचे एक निष्ठावंत कार्यकर्ते बाबुराव यादव यांनी २१ ऑगस्ट १९१२ रोजी सत्यशोधक समाजाच्या पुरोहितांकरवी मराठ्यांची श्रावणी वेदोक्त पद्धतीने उरकून घेतली. हे ब्राह्मणेतर पुरोहित धंदेवाईक किंवा पिढीजाद पुरोहित नव्हते. ह्या नवीन कल्पनेने कोल्हापूर संस्थानात मूळ धरले व तिचा मराठे नि तत्सम समाजांत प्रसार झाला. ते आता आपली श्रावणी, मुलांची मुंज आदी संस्कार सत्यशोधक पुरोहितांकडून करवून घेऊ लागले. ह्या सर्व चळवळीचा परिणाम असा झाला की, १९१२ मध्ये म. जोतीराव फुले ह्यांची पुण्यतिथी कोल्हापुरात प्रकटपणे व धडाक्याने साजरी करण्यात आली.

छत्रपतींची आजी सकवारबाई राणीसाहेब ह्या २५ मे १९१२ रोजी कालवश झाल्या. सकवारबाई ह्या छत्रपती राजाराम यांच्या पत्नी. राजकुटुंबातील त्या सुशिक्षित आणि जबाबदार व्यक्ती होत्या. त्यांचे राजकुटुंबात मोठे वजन असल्यामुळे समाजास उपयुक्त अशी बरीच कामे त्या करू शकल्या. शाहूंनी त्यांची उत्तरक्रिया वेदोक्त पद्धतीने ब्राह्मण पुरोहितांच्या हस्ते केली. ती त्यांनी सत्यशोधक पुरोहितांकडून करवून घेतली नाही. अजूनही ते ब्राह्मण पुरोहितांच्या वळणातून स्वत: सुटले नव्हते. ब्राह्मण पुरोहितांना मोठी देणगी देऊन त्यांचे आशीर्वाद घेण्यात त्यांना धन्यता वाटत नसली तरी कदाचित ते योग्य संधीची वाट पाहत बसले असावेत.

याच सुमारास शाहूंनी दत्तक विधानांसंबंधी हिंदु निर्बंधांतही सुधारणा केली. पुतणीच्या मुलासही दत्तक घेता यावे अशी त्यांनी हिंदु निर्बंधात सुधारणा केली. त्यांनी आणखी एक राजाज्ञा काढली की, जर एखाद्या मृत्यू पावलेल्या व्यक्तीला वारस नसेल, तर त्या व्यक्तीची मालमत्ता राजाच्या खाजगी मालमत्तेत जमा न होता, ती दरबार कडेच जमा होईल.

शाहू छत्रपती हे आपल्या घराण्याच्या जीवनात नवीन प्रथा पाडावयास फारसे उत्सुक नव्हते. पण राज्यकारभारात सुधारणा करावयास ते केव्हाही सिद्ध असत. त्यांनी २ फेब्रुवारी १९१२ रोजी दिल्ली दरबारच्या समारंभाच्या स्मरणार्थ 'दिल्ली दरबार मेमोरियल पाटील स्कूल' अशी एक शाळा स्थापन करण्याचा निर्णय प्रकट केला. ती शाळा काढण्यात त्यांचा उद्देश खेडेगावांतील पाटलांच्या

व इतर ग्रामसेवकांच्या मुलांना पाटिलकीच्या कामाचे शिक्षण द्यावे व पाटिलकीच्या कामात सुधारणा व्हावी हा होता. यास्तव त्यांनी ते काम शिकणाऱ्या इच्छुकांचे अर्ज १५ मे १९१२ पर्यंत मागविले आणि त्या दिवशी पाटील शाळा सुरू केली. पहिल्या वर्षी त्या शाळेतील विद्यार्थ्यांना शुल्क आकारण्यात आले नाही. ह्या शाळेच्या नावाचा उल्लेख 'पाटील शाळा' किंवा 'दिल्ली दरबार पाटील शाळा' असाही करण्यात येई.

पाटील ही संस्था फार प्राचीन काळापासून चालत आलेली आहे. खेड्यातील आनुवंशिक अधिकारीवर्गापैकी पाटील हा एक अधिकारी होय. पाटील हे बहुतांशी निरक्षर, अज्ञानी आणि आपले काम योग्य रितीने करावयास बहुधा लायक नसत. पाटलाने ब्राह्मण कुळकर्ण्यावर अवलंबून न राहता स्वतंत्र बुद्धीने काम करावे अशी शाहूंची ही योजना होती. कारण कुळकर्णी हा पाटलाच्या अशिक्षितपणाचा पुरेपूर फायदा घेऊन त्याला आपल्या हातातील बाहुले म्हणून वापरीत असे. ह्या पाटील शाळेत महसूल, फौजदारी काम, गावाचे हिशेब व गावाचे आरोग्य हे विषय शिकवण्यात येत असत. सुमारे ७ वर्षे ही शाळा चालली असावी असे दिसते.

शाहू छत्रपतींनी आज्ञा केल्याप्रमाणे श्रीमती आयर्विन हिने इंग्लंडमध्ये जाऊन राजपुत्रांच्या शिक्षणाची व्यवस्था केली. महाराजांनी आपले दोन मुलगे आणि त्यांच्या समवेत बाळासाहेब परमेकर, बाळासाहेब इंगळे, आप्पासाहेब घाटगे, शंकरराव नेसरीकर यांना ११ मे १९१२ राजी इंग्लंडला पाठविले. दिवाण सबनीस व बापूसाहेब घाटगे हे त्यांना इंग्लंडमध्ये घेऊन गेले. इंग्लंडमध्ये त्या मुलांवर देखरेख ठेवण्यासाठी आळीपाळीने आपल्या विश्वासातील माणसे महाराजांनी ठेवली होती.

इंग्लंडमध्ये या मुलांनी काही दिवस मिडलसेक्स परगण्यातील हेन्डॉन गावातील बर्नहॅम हाऊस नावाच्या प्रिपरेटरी शाळेत काही दिवस अभ्यास केला. हे गाव लंडनपासून २० मैलांवर आहे. श्रीमती आयर्विन ही जन्माने स्कॉच असून तिचे लग्न एका अमेरिकन गृहस्थाशी झाले होते; या सर्व मुलांची पालक म्हणून छत्रपतींनी तिची नेमणूक केली होती. आपल्या थोरल्या मुलाची विशेष काळजी घ्यावी असे त्यांनी त्या बाईला बजावले होते; कारण तो स्वभावाने फार घाबरट असून स्वत:ची जबाबदारी पेलावयास असमर्थ होता असे त्यांना वाटे. जरी युवराजाने वडिलांचा लठ्ठपणा आपल्या अंगी बाणला होता, तरी युवराज हे घाबरट आहेत असे पुत्रलोभामुळे शाहूंनी जे म्हटले ते सर्वस्वी खरे नव्हते. युवराजांनी लंडनला जाण्यापूर्वी तुमजाई जंगलामध्ये १९१२च्या जानेवारीत वाघाची शिकार केली होती.

ह्याच सुमारास ब्रिटिश राजप्रतिनिधी वुडहाऊस हे लंडनला सहा महिने रजेवर गेले. त्यांच्या जागी जे. डब्ल्यू. बी. मेरीवेदर यांची हंगामी नेमणूक १७ जून १९१२ रोजी झाली. त्या दिवशी खास दरबार भरवून शाहू महाराजांनी त्यांचे स्वागत केले. मेरीवेदर त्या पदी ३ जानेवारी १९१३ पर्यंत होते.

शाहू छत्रपतींनी को-ऑपरेटिव्ह क्रेडिट सोसायटीच्या निर्बंधात (१९०४ सालचा १० वा कायदा) आवश्यक तेथे बदल करून आपल्या संस्थानास व जहागिरींना १५ जुलै १९१२ पासून लागू केला.[१] तथापि प्रत्यक्षात मात्र भास्कररावांच्या नेतृत्वाखाली पहिली सहकारी संस्था स्थापन होऊन भास्कररावांनी विनंती केल्याप्रमाणे १९१३ साली सहकारी संस्थांचा निबंधक (Registrar) नेमण्यात आला. रावसाहेब दप्तरदार ह्यांना दि. ८ ऑगस्ट १९१३ पासून हिशेबनीस नेमले होते.

भास्करराव जाधव यांनी १९१३ साली 'कोल्हापूर अर्बन को-ऑपरेटिव्ह सोसायटी लिमिटेड' या नावाची पहिली सहकारी संस्था कोल्हापुरात स्थापन केली. यामुळे गरीब शेतकऱ्यांची आणि नगरपालिकेच्या कामगारांची मोठी सोय झाली. आतापर्यंत त्यांना कोल्हापुरातील पठाण सावकारांना भरमसाठ व्याज द्यावे लागे. त्यांना आता सहकारी पतपेढीतून कर्ज मिळू लागल्यामुळे ते गरीब लोक पठाण सावकारांच्या कचाट्यातून सुटले.

या सुमारास शाहूंनी राधानगरी येथे आपल्या बंधूंच्या देखरेखीखाली दुसरे धरण बांधावयास घेतले होते. ही सहकारी चळवळ आणि फैजीवाडा व राधानगरी येथे बांधण्यात येत असलेली धरणे यांमुळे कोल्हापूर संस्थानचा कायापालट झाला. पुढे भारतातील हरित क्रांतीचे केंद्र म्हणून नावलौकिकास चढलेल्या कोल्हापूरचा अशा रितीने भव्य पाया घालण्यात आला.

अद्यापपावेतो छत्रपतींची प्रकृती सुधारली नव्हती. राजकुटुंब १९१२च्या जुलैमध्ये रायबाग येथे राहत होते. महाराणी लक्ष्मीबाई आपल्या नातवाची काळजी घेण्यात दंग झाल्या होत्या आणि त्या पुन्हा आपल्या नातवाबरोबर देवासला गेल्या. तंजावरच्या शेवटच्या राणीसाहेब १९१२च्या मेमध्ये मृत्यू पावल्यामुळे तंजावरच्या भोसले घराण्याच्या मालमत्तेसंबंधीच्या प्रश्नास तोंड फुटले आणि ते प्रकरण धसास लागू लागले. छत्रपतींनी पुन्हा एकदा मुंबई सरकारकडे तंजावरच्या मालमत्तेवरील आपल्या वारसा हक्काविषयी चौकशी केली. मुंबई सरकारने त्यांना कळविले की, महाराज्यपालांशी ह्या बाबतीत विचारविनिमय करण्यात येईल. या संधीस क्लॉड हिल्ल हे महाराज्यपालांच्या कार्यकारी मंडळाचे सभासद होते. त्यांनी कोल्हापूरला शिष्टाचार म्हणून भेट दिली. त्यावेळी सदर प्रकरणाची बरीच चर्चा झाली असावी.

सन १९१२च्या जुलै-ऑगस्टच्या दरम्यान असे आढळून आले की, शाहूंना टॉन्सिलायटीसची व्याधी जडली आहे. त्यामुळे ७ ऑक्टोबर १९१२ रोजी मिरजेचे डॉ. वानलेस यांनी शस्त्रक्रिया करून टॉन्सिल काढून टाकल्या. शस्त्रक्रियेच्या वेळी शाहूंना गुंगीचे औषध देणे योग्य नाही असे मत पडल्यामुळे, छत्रपती पूर्णपणे शुद्धीवर असताना शस्त्रक्रिया करावी लागली. ते दु:ख पराकाष्ठेच्या सहनशीलतेने त्यांनी सोसले. जवळ जवळ एक आठवडाभर ते बोलू वा काही खाऊ-पिऊ शकले नव्हते. २१ ऑक्टोबर १९१२ रोजी त्यांनी हिल्ल ह्यांना या शस्त्रक्रियेविषयी हकिकत कळवली. छत्रपती म्हणाले, 'शस्त्रक्रियेमुळे झालेल्या परिणामातून मी अजून बाहेर पडलो नाही. खरे सांगायचे म्हणजे ती शस्त्रक्रिया नव्हती. ते खाटिकाचे निर्दय काम झाले म्हणाना. कारण डॉक्टर मला गुंगीचे औषध देऊ शकले नाहीत. मला एका खुर्चीला बांधून ठेवण्यात आले आणि सुमारे पंधरा-वीस माणसांनी मला घट्ट करून ठेवले. मी व्यर्थ ओरडलो, किंचाळलो ! पण ते काही झाले तरी आता माझी प्रकृती चांगली सुधारत आहे.'

अशा रितीने छत्रपतींना जरी भयंकर शारीरिक यातना व दु:ख सहन करावे लागत होते, तरी ते महाराणी लक्ष्मीबाई व बापूसाहेब यांना घेऊन भावनगरला १ डिसेंबर १९१२ रोजी गेले. त्यांचे स्नेही भावनगरचे महाराज भावसिंहजी ह्यांनी २ महिन्यांपूर्वी कोल्हापूरला स्वत: येऊन आपल्या कुणवर नावाच्या मुलीच्या विवाहाचे आमंत्रण शाहूंना दिले होते. त्यावेळी कोल्हापुरात भावसिंहजी यांनी गरिबांना कपडे व धान्य वाटले आणि शाहू महाराजांना लौकर बरे वाटो, अशी देवाची करुणा भाकली भावनगर येथे शाहूंचे भव्य स्वागत करण्यात आले. विवाह समारंभ पार पडल्यावर छत्रपती आपल्या परिवारासहित १० डिसेंबर १९१२ रोजी कोल्हापुरास परत गेले.

२३ डिसेंबर १९१२ रोजी दिल्ली ही हिंदुस्थानची पुन्हा राजधानी झाली. त्या दिवशी महाराज्यपाल लॉर्ड हार्डिंज यांनी मिरवणुकीने दिल्लीत पौर्वात्य थाटात राजवैभवी प्रवेश केला. पण चांदणी चौकात मिरवणूक गेली तेव्हा हिंदी क्रांतिकारकांनी त्यांच्या हत्तीवर एक बॉंब टाकून त्यांचे स्वागत केले. त्यामुळे हत्तीवरील चांदीच्या हौद्यात बसलेले महाराज्यपाल लॉर्ड हार्डिंज यांना दुखापत झाली. लॉर्ड हार्डिंजवर राजवैभवी छत्रचामरे धरलेला मनुष्य मागच्या मागे ठार झाला. लॉर्ड हार्डिंज हे अति रक्तस्रावामुळे बेशुद्ध झाले. ह्या बॉंब प्रकरणात रासबिहारी बोस हे क्रांतिकारक प्रमुख होते. ते पोलिसांच्या हाती न सापडता जपानला निसटून गेले.

सुदैवाने लॉर्ड हार्डिंज मोठ्या संकटातून बचावले म्हणून शाहूंनी त्यांचे

मनापासून अभीष्टचिंतन केले. त्याचप्रमाणे लॉर्ड हार्डिंज यांनी सम्राट पंचम जॉर्ज यांना आपला संदेश पोचवावा अशी शाहूंनी त्यांना कळकळीची विनंती केली आणि दिल्ली पुन्हा आपल्या पूर्ववैभवास पोचो अशी सदिच्छा व्यक्त केली. बॉंबहल्ल्याची माहिती कळताच शाहू महाराज, त्यांचे जहागीरदार व सरदार यांनी त्या हल्ल्याविषयी तिरस्कार व संताप व्यक्त करून हार्डिंज यांना वाचविल्याबद्दल देवाची प्रार्थना केली. छत्रपती देवाची प्रार्थना करूनच थांबले नाहीत, तर त्यांनी आपल्या संस्थानात महाराज्यपाल लॉर्ड हार्डिंज यांचा वाढदिवसही साजरा केला. त्या प्रसंगी त्यांनी मल्लांच्या कुस्त्या व दुसरे अनेक मर्दानी खेळ करवून उत्सव साजरा केला.

त्या काळी मल्लविद्येचे एक मोठे केंद्र म्हणून कोल्हापूरची कीर्ती भारतात दूरवर पसरली होती. महान मल्ल कोल्हापुरात स्पर्धेसाठी येत असत. महाराज हे स्वत: कसलेले मल्ल होते. त्यांनी मल्लविद्या हे कोल्हापूरचे एक वैशिष्ट्य बनविले होते. हिंदुस्थानातील गामा,गुलाम कादर, इमामबक्ष, व्यंकटप्पा बुरूड ह्यांसारख्या नामांकित मल्लांच्या मल्लविद्येतील नैपुण्याचे कौतुक कोल्हापुरात होत असे. पुढे अशा उत्सवाच्या प्रसंगी, छत्रपती मल्लांच्या झुंजीबरोबर घोड्यांच्या शर्यती, बैलांच्या शर्यती, बैलांची झुंज, साठमारी, बकऱ्यांच्या झोंबी यांची दंगल उडवून देत असत. त्यामुळे क्रीडांगणात अवर्णनीय असा रंग भरत असे. क्रीडांगण उत्साहाने फुलून जात असे. ह्या झोंबींचा व कुस्त्यांचा दुसरा एक सुपरिणाम असा झाला की, शेतकरी शर्यतीत भाग घेण्यासाठी आपले घोडे, बैल, बकरे यांचे काळजीपूर्वक जतन करू लागले व त्यामुळे त्या जनावरांचा शेतीलाही चांगला उपयोग होऊ लागला.

मेरीवेदर हे हंगामी राजप्रतिनिधी असताना त्यांनी काम मन लावून केले त्यामुळे शाहूंना आनंद झाला. मेरीवेदर यांचे नाव कोल्हापूरशी कायमचे निगडित राहावे म्हणून छत्रपतींनी मेरीवेदर हे कोल्हापूर सोडून जाण्यापूर्वी त्यांच्या नावे एक क्रिकेट पॅव्हिलियन बांधला. मेरीवेदर यांनी खेळ व शिकार यांत रस घेतल्यामुळे आणि त्यांच्याविषयी शाहूंना आदर असल्यामुळे त्या क्रिकेट पॅव्हिलियनचे उद्घाटन मेरीवेदर यांच्याच हस्ते त्यांनी करून घेतले. त्यावेळी शाहूंनी आपल्या प्रास्ताविक भाषणात, महाराज्यपालांचा जो जीव घेण्याचा प्रयत्न झाला त्याचा धिक्कार केला. त्यावेळी त्यांनी जनतेला अशी विनंती केली की, ह्या गुन्हेगारांना त्यांनी शोधून काढावे, इतकेच नव्हे तर अशा घातपाती व दुष्ट कृत्याच्या मुळाशी जी प्रवृत्ती असते ती निपटून काढावी. मेरीवेदर ह्यांनी शाहूंच्या औदार्याबद्दल कृतज्ञता प्रकट करून क्रिकेट पॅव्हिलियन खुला झाला आहे असे घोषित केले.

१४

नव्या सुधारणा : नवे पुरोहित

सन १९१३ मध्ये शाहू छत्रपती महत्त्वाच्या चार प्रश्नांत गुंतल्यामुळे ते सारे वर्ष त्यांना अतिशय दगदगीचे गेले. पहिला प्रश्न होता त्यांच्या स्वत:च्या प्रकृतीसंबंधीचा. त्याची त्यांनी फारशी पर्वा केली नाही. दुसरा प्रश्न होता लंडन येथे शिकत असलेल्या स्वत:च्या मुलांच्या शिक्षणासंबंधीचा. तिसरा प्रश्न धरण निकालवे यासंबंधीचा व चवथा प्रश्न होता ताई महाराज अभियोगासंबंधीचा.

ले. कर्नल वुडहाऊस हे १० जानेवारी १९१३ रोजी कामावर रुजू झाले. त्या दिवशी एक खास दरबार भरवून शाहूंनी त्यांचे स्वागत केले. त्यानंतर छत्रपतींनी महाराज्यपाल लॉर्ड हार्डिंज यांची प्रकृती पूर्ववत झाल्यामुळे दि. २० जानेवारीला व्हिक्टोरिया मराठा वसतिगृहामध्ये सभा भरवून आनंद व्यक्त केला. स्त्रियांचीही तशी एक सभा भरवून महाराणी लक्ष्मीबाई यांनी हार्डिंजसाहेबांवर ओढवलेल्या संकटाच्या वेळी लॉर्ड हार्डिंज यांनी धीरोदात्त वृत्ती राखली त्याविषयी त्यांची प्रशंसा केली.

छत्रपतींच्या मनात डी. सी. फर्नांडिस यांना पोलीस प्रमुख म्हणून नेमावयाचे होते. त्यासंबंधी ते हिल्लशी विचारविनिमय करीत होते. शाळिग्राम यांचा दहशतवाद्यांशी संबंध असावा असा ब्रिटिश पोलिसांना संशय येत होता तरी त्यांना आपल्या नोकरीत घेण्याची शाहूंनी इच्छा व्यक्त केली. बेळगावच्या देशपांडे प्रकरणात शाळिग्राम यांनी शाहू महाराजांना साहाय्य करण्यात मोठा धोका पत्करला व धाडसही दाखविले होते. त्याविषयी शाहूंच्या मनाला कृतज्ञतेची टोचणी लागलेली असावी.

दिल्लीच्या बाँब प्रकरणातील गुन्हेगारांचा पोलीस शोध करीत होते. अशा वेळी त्यांनी कोल्हापुरातील बाँबगोळेवाल्यांविषयी चौकशी करणे स्वाभाविक होते. त्या समयी शाहू छत्रपतींनी अति उत्साह दाखवून हिल्ल यांजकडे के. डी. कुलकर्णी यांचा दिल्लीतील बाँब प्रकरणात हात असावा असा संशय व्यक्त केला. शाहूंच्या मते, कुलकर्णी हे 'सावरकरांसारखे एक कुशल संघटक व कारस्थानपटू

आणि दुष्ट मनुष्य' होते. ह्याही पुढे जाऊन शाहू म्हणाले, 'जर महाराज्यपालांवर बाँक फेकणारा मनुष्य सापडला तर त्याची मालमत्ता जप्त करावी व त्याचे कुटुंब काळ्या पाण्यावर धाडावे. त्याला फाशी देऊ नये; त्याला हत्तीच्या पायाखाली तुडवावे आणि प्राचीन काळी करीत तसे त्याचे शव जाळू वा पुरू नये.'[१] शाहू छत्रपतींच्या मनाची ही कडवट प्रतिक्रिया समजण्यासारखी आहे. कारण कोल्हापुरातील बाँबगोळेवाल्यांनी त्यांचा जीव घेण्याचे ठरविले होते व त्यातून ते सुदैवाने वाचले होते.

येथे एक गोष्ट लक्षात ठेवली पाहिजे. भारतमंत्र्याच्या कार्यालयाचे मुख्य सूत्रधार लीवॉर्नर ह्यांनी १९१० च्या नोव्हेंबर महिन्यात सावरकरांच्या बाबतीत छत्रपतींना एक पत्र लिहिले होते. सावरकरांना आपल्या स्वाधीन करावे अशी सावरकरांच्या जगप्रसिद्ध मार्सेलीस पलायनानंतर जी फ्रान्सने मागणी केली होती तिची माहिती लीवॉर्नरने छत्रपतींना दिली होती. त्या पत्रात लीवॉर्नर ह्यांनी असेही म्हटले होते की, 'सावरकरांना फ्रान्सच्या ताब्यात दिले जाणार नाही.' सावरकरांना फ्रान्सचा आश्रय मिळाला पाहिजे ह्या मुद्द्याला युरोपच्या सर्व नामांकित व वजनदार वृत्तपत्रांनी पाठिंबा दिला होता. तथापि हेग न्यायालयाने सावरकरांना इंग्लंडच्या स्वाधीन केले आणि हिंदुस्थानातील ब्रिटिश न्यायालयाने त्यांना पन्नास वर्षांची काळ्या पाण्याची अघोरी शिक्षा केली. शाहू महाराजांचे सावरकरांसंबंधी मत हे लीवॉर्नरसारख्या घोटीव ब्रिटिश साम्राज्यवाद्यांच्या संगतीचा परिणाम होता हे उघडच आहे. परंतु त्यांच्यावर कोल्हापुरातील दहशतवाद्यांच्या कृत्याचाही परिणाम झाला असल्यामुळे त्यांचे असे मत झाले असावे. कारण पुढे प्रा. रामभाऊ आठवले ह्यांच्याजवळ त्यांनी पुढे १९२२ च्या एप्रिलमध्ये सावरकरांच्या देशभक्तीविषयी आदरच व्यक्त केला.[२]

शाहू छत्रपतींची प्रकृती अधिक बिघडत चालल्यामुळे त्यांच्या मित्रांना व नातलगांना चिंता वाटू लागली. वयाच्या ३९ व्या वर्षी त्यांना मधुमेहाचा विकार जडला. मिरजेचे डॉ. सी. इ. व्हेल यांनी त्यांना २१ फेब्रुवारी १९१३ रोजी सल्ला देताना म्हटले की, 'महाराजांनी रक्तातल्या साखरेचे प्रमाण कमी करण्यासाठी पथ्य करावे व मूत्रातून जाणारी साखरही कमी करावी. त्यासाठी जमिनीवर वाढणारी भाजी घ्यावी. कारण जमिनीच्या खाली वाढणाऱ्या कंदमुळांत साखरेचे प्रमाण जास्त असते. गोड फळे खाऊ नयेत व पिष्टमय असलेले पदार्थ सेवन करू नयेत. मांसाहार करावा आणि ज्वारीची भाकरी खावी.'

कित्येक वेळा आजार हा एकटा येत नाही. दुर्दैव जसे आपल्या संगे अनेक आपत्ती घेऊन येते, त्याप्रमाणे आजार अनेक रोग सोबत आणतो.

मधुमेहाच्या विकाराबरोबर महाराजांना अनेक व्याधी जडत गेल्या. इतक्यात बापूसाहेबही आजारी पडले. बापूसाहेब घाटगे हा छत्रपतींच्या जीवनाचा अढळ असा आधारस्तंभ. अतिश्रमामुळे त्यांची प्रकृती क्षीण झाली व त्यांना हृदयविकाराचे दुखणे जडले. महाराणी लक्ष्मीबाईंना अतिसाराची व्याधी जडली. अशा त्रासदायक वातावरणात व दुःखात शाहू सापडले असता दिवाण सबनीस ह्यांनी ब्रिटिश लोकसेवा आयोगापुढे दिलेल्या साक्षीची त्यात भर पडून शाहू छत्रपती अधिक बेचैन झाले. आपल्या साक्षीत सबनीस ह्यांनी ब्राह्मणांच्याविरुद्ध काही विधाने केल्यामुळे त्यांनी सबनिसावर हल्ला चढविला व त्यामुळे सबनीसही संतप्त झाले होते.

शाहू छत्रपतींना काळपुळी होण्याची चिन्हे दिसत होती. ते अंथरुणास खिळले होते. सेवानिवृत्त होऊन लंडनला जावयास निघालेले राज्यपाल सिडनूहॅम यांना निरोप देण्यासाठी ते मुंबईस जाऊ शकले नाहीत. त्यांनी आपल्या शय्येवरूनच सिडनूहॅम यांनी दाखविलेल्या कृपादृष्टीविषयी त्यांचे आभार मानले. पण त्या पत्रात त्यांनी आपल्या धरण–कालव्यांच्या योजनेविषयी खर्चाचा अंदाज फिरून मुंबई सरकारकडे पाठविला आहे याचा उल्लेख केला. आपली योजना पुरी करण्यासाठी मुंबई सरकारकडून कर्ज मिळवून देण्यात साहाय्य करावे अशी सिडनूहॅमला त्यांनी कळकळीची विनंती केली. मुंबई सरकारच्या वरिष्ठ अधिकाऱ्यांनी शाहूंच्या योजनेविषयी मृदू भाषणे केली, सल्ला देणारे अभियंते पाठविले; परंतु पैसे देण्याचा मुद्दा उपस्थित झाला म्हणजे ते स्वस्थ बसत.

शेवटी शाहूमहाराजांच्या उजव्या मांडीवरील काळपुळीवर मिरज येथील मिशन इस्पितळात शस्त्रक्रिया झाली. तेथे त्यांना बरेच दिवस अंथरुणावर पडून राहावे लागले. पण त्यांचे मन धरणे व कालवे यांच्या योजनेकडे धावत हाते. मुंबई सरकार आपणांस त्या बाबतीत साह्य करील अशी त्यांची अपेक्षा होती. शाहूंच्या पत्राला गोड शब्दांत उत्तर देताना सिडनूहॅम म्हणाले की, 'आपली कालव्यांची योजना फार चांगली आहे आणि त्यामुळे आपल्या संस्थानाची भरभराट होऊन ती आपल्या राजवटीचे श्रेष्ठ स्मारक होईल.' पण आपण स्वत: किंवा मुंबई सरकार ह्या बाबतीत काही साह्य करू शकेल असे आश्वासन त्यांनी दिले नाही. आपण लंडन येथूनही कोल्हापूर संस्थानच्या प्रगतीच्या वाटचालीकडे लक्ष पुरवू; असेही ते म्हणाले.

शाहू पैशाच्या अडचणीत होते. सिडनूहॅम यांनी आपल्या मोटारी विकण्यासाठी मागे ठेवल्या होत्या. मुंबई सरकारच्या सैनिक विभागातील सचिवाने त्या मोटारी शाहू विकत घेतील की काय, अशी त्यांच्याकडे चौकशी केली.

आपल्याला मोटारगाड्यांची आवश्यकता नाही असे शाहूंनी त्यांना नम्रपणे कळविले. गळ टाकून बसलेल्या कोळ्याप्रमाणे ते अनेक महिने मुंबई सरकारकडून कर्जाची वाट पाहात बसले होते. महाराज सयाजीराव गायकवाड ह्यांनी लॉर्ड सिडनूहॅमच्या स्मारकासाठी २० हजार रुपयांची देणगी दिली. पण शाहूंनी त्या निधीला काही देणगी दिल्याचा कुठे उल्लेख नाही.

छत्रपतींची प्रकृती बरीच बिघडली होती, तरी त्यांनी ८ एप्रिल १९१३ रोजी बडोद्याचे दिवाण बी. एल. गुप्ता ह्यांना पत्र लिहून आपले मेहुणे बापूसाहेब खानविलकर यांना आपल्या आजारीपणात सोबतीस राहू द्यावे अशी विनंती केली. शाहूंनी आनंदराव तालचेरकरांना पत्र लिहून महाराज तुकोजीराव होळकर यांनी आपल्या मेहुण्यास त्याच्या दर्जास शोभेल अशी नोकरी द्यावी अशी विनंती केली आणि महाराज तुकोजीराव होळकर यांनी त्यांना नेमून घेतले. आजारीपणात छत्रपतींनी आपले मामा आप्पासाहेब सुर्वे यांच्या मुलीच्या लग्नाविषयी अनेक प्रतिष्ठित लोकांना पत्रे लिहिली. हेरेकरकुमार यांच्याशी तिचा विवाह जुळविण्याची त्यांनी खटपटही केली. त्या आजारीपणातही हे नेहमीप्रमाणे नवीन जनावरांच्या शोधात असत. त्यांनी आपणांस ससेपारधी कुत्र्यांच्या सहा जोड्या पाठविण्यास कर्नल फॉरबस यांना विनंती केली.

दर वर्षी उन्हाळ्यात आपल्या ब्रिटिश मित्रांना हापूस आंबे पाठविण्याची शाहू छत्रपतींची प्रथा असे. अनेक वर्षे लॉर्ड हॅरिस, लॉर्ड रे, लॉर्ड हॅमिल्टन, सर विल्यम लीवॉर्नर, सर एस. डब्ल्यू. एडगर्ले, लॉर्ड लॅमिंग्टन, लॉर्ड सिडनूहॅम ह्यांना ते आंब्याची भेट पाठवीत असत. त्याचप्रमाणे हिल्ल आणि फ्रेजर ह्यांना ते असतील तेथे छत्रपती आंब्यांची भेट पाठवीत असत. ह्या सुमधुर फळांमुळे कोल्हापूर संस्थानाच्या कल्याणाची त्या मित्रांना सतत आठवण राही. ती सुमधुर फळे त्यांनी केलेल्या साहाय्याची व संकटाचे वेळी दिलेल्या धीराची द्योतक होती. त्यांच्यापैकी एकाने छत्रपतींना एकदा कळविले की, 'आपण पाठविलेल्या रुचकर फळांपेक्षा आपण आमची सतत आठवण ठेवता ही गोष्ट अधिक गोड आहे, असे आम्ही मानतो.'

व्ही. पी. गुप्ते हे सावंतवाडी संस्थानाचे कारभारी होते. शाहूंच्या बंधूंच्या विवाहाच्या वेळी त्यांनी साहाय्य केले होते. गुप्ते यांचे सावंतवाडीस नुकसान झाले म्हणून शाहू छत्रपतींनी त्यांना योग्य अशी नोकरी देण्याविषयी हिल्लसारख्या आपल्या मित्रांना कळकळीची विनंती केली. ह्या सुमारास छत्रपतींनी प्रा. धों. के. कर्वे यांना पत्र लिहून कोणी राधाबाई कोलासी यांना आपल्या वसतिगृहामध्ये ठेवून घेण्याची विनंती केली. त्यांनी म्हैसूरचे दिवाण

विश्वेश्वरय्या यांना जैनस्वामी जगद्गुरू यांच्या प्रकरणात लक्ष घालून त्या जगत्गुरूंना सन्मान आणि प्रतिष्ठा पुन्हा मिळवून द्यावी अशीही विनंती केली.

शाहू छत्रपतींनी १९१३च्या मे मध्ये, इनाम जमिनींची फाळणी करू नये असा कडक आदेश काढला. नवीन आदेशाप्रमाणे इनाम जमिनी ह्या अविभाज्य मानण्यात आल्या. त्या आदेशाप्रमाणे जहागीरदारांना जमिनीची फाळणी करावयास बंदी करण्यात आली. वडील मुलाच्या हाती सर्व इनाम जमीन जावी असे ठरविण्यात आले. त्या जमिनीची आपापसांत वाटणी करावयास दुसऱ्या नातलगांना आता संधी राहिली नाही. इनाम जमिनीचे अनेक तुकडे पडल्यामुळे ते आर्थिक दृष्ट्या किफायतशीर होत नसत. त्या इनाम जमिनीचे भागीदार ऐदी, आळशी, डौली व गर्विष्ठ बनत व क्षुल्लक गोष्टीसंबंधी भांडत बसत; पपयाच्या क्षुल्लक फळाच्या वाटणीसंबंधीही भांडत बसत. आपले जीवन एखाद्या नवीन, स्वतंत्र, उपयुक्त व महत्त्वाच्या व्यवसायाला वाहून घेण्याकडे त्यांची प्रवृत्ती होत नसे. आता त्यांनी त्यांचे ऐदीपणाचे व खुशालचेंडूचे जीवन नष्ट करून त्यांना स्वोत्कर्षाची साधने शोधण्यास उद्युक्त केले. जातिभेद आणि जन्माधिष्ठित पुरोहितपणा त्याचप्रमाणे ही वतने व इनामे हिंदु समाजाला शाप ठरली होती. शाहूंनी ह्या वर्गाच्या बुद्धीला व पराक्रमाला चालना दिली. ही एक प्रकारची समाजक्रांतीच होती.

गहाण ठेवलेल्या इनाम जमिनींची विल्हेवाट लावण्याच्या बाबतीतही छत्रपतींनी कडक निर्बंध केले. त्यामुळे सावकारांकडे त्या गहाण ठेवलेल्या इनाम जमिनी किंवा जहागिरी यांची विल्हेवाट लावणे सावकारांना आता अशक्य झाले.

आपल्या संस्थानच्या अर्थसंकल्पाच्या पद्धतीत शाहूंना काही फरक केले. नवीन पद्धतीप्रमाणे आता कोणत्याही कामाच्या खर्चाचा समावेश आपली मंजुरी घेतल्याशिवाय अर्थसंकल्पात करावयाचा नाही अशी त्यांची आज्ञा केली. त्यांनी आणखी एक सुधारणा केली. हिंदुस्थान सरकारने को-ऑपरेटिव्ह सोसायटीच्या बाबतीत १९१२ सालचा दुसरा निर्बंध मुंबई प्रांताला लागू केला होता. तोच कायदा त्यांनी सर्व कलमांसहित १ जून १९१३ पासून आपल्या संस्थानाला व जहागिरींना लागू केला. त्याप्रमाणे ३० सप्टेंबर १९१३ रोजी कोल्हापूर अर्बन को-ऑपरेटिव्ह सोसायटीही नोंदण्यात आली. कोल्हापुरात नोंद झालेली अशी ही पहिली सहकारी संस्था होय.

दुसऱ्या एका नवीन निर्बंधाने छत्रपतींनी असे जाहीर केले की, ज्या उच्च मराठा घराण्यात पाट लावण्याची चाल नसेल त्या घराण्यातील व्यक्तींनी कनिष्ठ तऱ्हेचा विवाह म्हणजे पाट लाविल्यास, त्यापासून होणारी संतती इनाम

उत्पन्नास वा मिळकतीस वारसदार म्हणून मान्य केली जाणार नाही ! संस्थानाबाहेरील लोकांना किंवा परदेशीयांना कोल्हापूर दरबारची आगावू परवानगी घेतल्याशिवाय कोल्हापुरात जमीन खरेदी करता येणार नाही असाही एक निर्बंध केला. तथापि डी. सी. फर्नांडिस ह्यांना त्या नियमात सूट दिली.

सन १९१३ मध्ये कायस्थ प्रभू समाजाने आपल्या ज्ञातीच्या विद्यार्थ्यांसाठी एक वसतिगृह बांधले. छत्रपतींनी त्या वसतिगृहाची देखभाल करण्यासाठी २ हजार रुपयांची देणगी दिली. शाहूंनी जरी मागासवर्गीयांच्या शिक्षणाकडे आत्मीयतेने व उत्साहाने लक्ष पुरविले तरी मागासवर्गीयांनी शिक्षणात म्हणण्यासारखी अद्याप प्रगती केली नव्हती. राजाराम हायस्कूलमध्ये १९११ साली म्हणजे छत्रपतींनी १२ वर्षे प्रयत्न केल्यानंतर ५०७ मुलांपैकी १५६ मराठे आणि तत्सम विद्यार्थी होते. ३५ जैन, १४ लिंगायत, २६ महार, १० मुसलमान, ३ ख्रिश्चन आणि बाकीचे २६२ वरिष्ठ वर्गाचे होते. ह्या प्रगतीने त्यांचे समाधान झाले नाही. त्यामुळे त्यांनी मागासवर्गीय व अस्पृश्य वर्ग यांच्यामध्ये शिक्षण प्रसाराचा पुन्हा जोरात प्रयत्न केला. त्यांनी त्या दृष्टीने शिक्षण क्षेत्रात फिरून नवीन सुधारणा करण्याचे ठरविले. २८ मे १९१३ रोजी त्यांनी जाहीरनामा काढून तो करवीर गॅझेटमध्ये २८ जून १९१३ रोजी लोकांच्या माहितीसाठी व मार्गदर्शनासाठी प्रसिद्ध केला. त्या जाहीरनाम्यात म्हटले होते ती, 'मागास जातींमध्ये प्राथमिक शिक्षणाची प्रगती करण्यासाठी जे प्रयत्न करण्यात येत आहेत त्यांचा समाधानकारक परिणाम झालेला आजपर्यंत दिसून येत नाही. त्या वर्गात शिक्षणाचे पाऊल झपाट्याने पुढे पडावे ह्या उद्देशाने शाहू छत्रपतींनी असे ठरविले आहे की, प्रत्येक गावात व खेड्यात एकेक शाळा स्थापन करून ज्या जातीचे लोक त्या खेड्यात बहुसंख्य असतील त्यांपैकी एकाने ती ग्रामशाळा चालवावी.'

ह्या कामासाठी शिक्षक मिळावेत म्हणून शाहू छत्रपतींनी त्या शिक्षकाला पाटील व कुळकर्णी यांच्याप्रमाणे नोकर मानून त्याच्या नोकरीबद्दल त्याला वंशपरंपरेने जमीन द्यावयाचे ठरविले. ह्या योजनेचा विचार करण्यासाठी बापूसाहेब घाटगे, भास्करराव जाधव, म. गो. डोंगरे, अ. बा. लठ्ठे, दिलवार व एच. एन. घाटगे यांची एक समिती नेमली आणि त्यांना नेमून दिलेल्या विभागांत बापूसाहेबांच्या मार्गदर्शनाखाली त्यांनी काम करावे अशी आज्ञा केली.

त्यासाठी शेरी जमिनींची निवड बापूसाहेब घाटगे यांनी करावयाची होती व ती त्यांनी शाळामास्तरला द्यावयाची होती. बापूसाहेब घाटगे ह्यांनी ती

जागा पाहावयाची व महसूल खात्याच्या अधिकाऱ्याला त्याप्रमाणे त्यांनी हुकूम द्यावयाचा होता. शिक्षकांच्या बाबतीत वतनदारी पद्धती यशस्वी होईल असा लठ्ठे यांना विश्वास वाटत नसल्यामुळे त्यांना त्या समितीवरून दूर करण्यात आले. ह्या शाळांतून विद्यार्थ्यांना फक्त लेखन, वाचन, गणित व हिशेब एवढेच विषय शिकवायचे होते. तथापि ती योजना काहीच प्रगती करू शकली नाही. शिक्षकांना वतने देण्याची पद्धत सोडून द्यावी लागली आणि पुढे लवकरच सक्तीच्या शिक्षणाचा कार्यक्रम आखण्यात आला. ह्या काळात शाहूंना धरणे व कालवे यांच्या योजनेवर झालेल्या प्रचंड खर्चामुळे पैशाची अडचण निर्माण झाली होती. त्या असहाय्य परिस्थितीत निरुपाय म्हणून शिक्षणाच्या बाबतीत ही सरंजामी पद्धत त्यांनी काही काळ अनुसरली व अनुभव घेतला.

शाहू छत्रपती आता उघडपणे पण सावधपणे कोल्हापुरात १९१३च्या जुलैमध्ये सत्यशोधक शाळा स्थापन करावयास पुढे सरसावले. त्या शाळेचे नेतृत्व धनगर समाजातील एक पुढारी विठ्ठलराव डोणे यांच्याकडे होते. डोणे हे सुशिक्षित गृहस्थ होते. त्या शाळेचे दुसरे पुढारी हरिभाऊ चव्हाण यांनी भास्करराव जाधव ह्या संस्कृत पंडिताच्या मार्गदर्शनाखाली 'घरचा पुरोहित'[३] नावाचा एक आधारभूत ग्रंथ रचला. ह्या ग्रंथात धार्मिक विधी व पूजेचे अनेक प्रकार यांविषयी माहिति दिली होती. लग्नसमारंभ, मुंज, श्रावणी, श्राद्ध इत्यादी संस्कारांची माहिती देणारी दुसरी एक पुस्तिका भास्करराव जाधवांच्या मार्गदर्शनाखाली विद्यार्थ्यांच्या सोईसाठी प्रसिद्ध करण्यात आली होती. त्या शाळेतील विद्यार्थी ब्राह्मणेतर होते. हरिभाऊ चव्हाण, विठ्ठलराव डोणे, श्रीपतराव चव्हाण या तिघा शिक्षकांना छत्रपती मासिक वेतन देत असत. शाहू त्या सत्यशोधक शाळेच्या इमारतीचे भाडे भरीत आणि भरपूर अनुदानही देत.

बडोद्यातील सत्यशोधक कार्यकर्ते अनेक वर्षे धार्मिक विधी सत्यशोधक पुरोहितांकडून करून घेत असत. सन १९१३च्या मे मध्ये बडोदे सरकारने असे एक विधेयक मंजूर केले की, पुरोहितांच्या अधिकृत शाळेचे प्रमाणपत्र मिळविल्याशिवाय कोणालाही पुरोहित म्हणून काम करण्याची परवानगी मिळणार नाही. जो ही परीक्षा उत्तीर्ण झाला नसेल त्याला पुरोहिताचे काम करता येणार नाही व जर प्रमाणपत्र न मिळविलेला मनुष्य पुरोहिताचे काम करताना सापडला तर त्याला २५ रु. ची दंडाची शिक्षा सांगितली होती. पुरोहिताला मिळकत चांगली व्हावी म्हणून त्या विधेयकात विविध धार्मिक संस्कार करण्यासाठी निरनिराळे दर ठरवून देण्यात आले होते.

महाराष्ट्रातील अनेक ठिकाणांहून ब्राह्मणेतर विद्यार्थ्यांनी या सत्यशोधक

शाळेत प्रवेश मिळविला. या सत्यशोधक शाळेत तयार झालेल्या शिक्षकांनी ब्राह्मण पुरोहितांच्या जागा घेतल्या. ह्या प्रकरणी शाहू अगदी सावधपणे पावले टाकीत होते. ब्राह्मणेतर पुरोहितांना पाहून ब्राह्मण पुरोहितांचे पित्त खवळले. त्यांच्या मक्तेदारीला पुन्हा आव्हान देण्यात आले होते. ब्राह्मण समाजाने ब्राह्मण पुरोहितांची बाजू घ्यावी हे स्वाभाविकच होते. ह्या नवीन पुरोहितांच्या उदयामुळे कोल्हापुरात पुन्हा ब्राह्मण आणि ब्राह्मणेतर समाजांत तेढ निर्माण झाली. सन १९१३ मध्ये १५१३ धार्मिक संस्कार कोल्हापुरात सदर ब्राह्मणेतर पुरोहितांना केले. त्यांपैकी २२६ विवाहाचे संस्कार होते.

ब्राह्मण पुरोहिताशिवाय हिंदुसमाजात विवाह लावण्याची व दुसरे धार्मिक संस्कार करण्याची प्रथा प्रथम म. जोतीराव फुले यांनी २५ डिसेंबर १८७३ पासून सुरू केली होती. त्या प्रथेविरुद्ध ब्राह्मण पुरोहितांनी न्यायालयाचा आश्रय घेतला होता. तो प्रश्न १८७८ सालापासून अनेक न्यायालयांत ब्राह्मणांनी लढविला होता. त्यावेळी महादेव गोविंद रानडे हे पुणे येथे पहिल्या वर्गाचे दुय्यम न्यायाधीश होते. त्यांनी फिर्यादी दीनानाथ आबाजी ह्या ब्राह्मण पुरोहिताच्या बाजूने त्या प्रश्नाचा १८७८ साली निर्णय केला. रानड्यांनी असा निर्णय केला की, 'यजमान सदाशिवे हरी माधव यांची इच्छा असो वा नसो, ब्राह्मण ग्राम-पुरोहिताला यजमानाच्या घरी संस्कार करण्याचा हक्क आहे; तसाच त्याला दक्षिणा घेण्याचा हक्क आहे.' आनुवंशिक ब्राह्मण पुरोहिताखेरीज कोणाकडूनही विधी करून घेऊ नयेत असाच रानडे यांच्या निर्णयाचा अर्थ होता. त्यानंतर ह्या प्रकरणी पुण्याचे जिल्हा न्यायाधीश यांनी निर्णय करताना म्हटले की, 'प्रतिवादींनी जेवढी दक्षिणा आपल्या पुरोहितांना दिली असेल तेवढ्या दक्षिणेवर त्या ग्रामपुरोहिताचा अधिकार आहे;[४] मग त्याला यजमान बोलावो वा न बोलावो.'

रानडे यांचा तो निर्णय शेवटी मुंबई वरिष्ठ न्यायालयातील सर न्यायाधीश चार्लस् सार्जंट व न्यायमूर्ती का. त्र्यं. तेलंग ह्यांनी ८ जानेवारी १८९० रोजी फिरविला आणि बाळाजी कुसाजी पाटील ह्यांच्या बाजूने केला. या प्रकरणात सत्यशोधक समाजाचा विजय होऊन ब्राह्मणेतरांकडे ब्राह्मण पुरोहिताला यजमानाने बोलाविले नाही तर त्याला संस्कार करण्याचा व दक्षिणा मागण्याचा अधिकार राहिला नाही ! त्यानंतर अशा प्रकरणांत नागपूर वरिष्ठ न्यायालयानेसुद्धा ब्राह्मण पुरोहितांच्या विरुद्ध निर्णय जाहीर केला.

रानड्यांनी असा निर्णय करण्यापूर्वी कलकत्ता वरिष्ठ न्यायालयाने म्हटले होते की, ब्राह्मण पुरोहितांना बोलवावे किंवा न बोलवावे हा ज्याच्या त्याच्या सदसद्विवेक बुद्धीचा प्रश्न आहे. न्यायालयाने त्या बाबतीत जबरदस्ती करावी

अशी ही गोष्ट नाही. मद्रास वरिष्ठ न्यायालयातसुद्धा तेथील न्यायाधीशांनी ब्राह्मणेतरांच्याच बाजूने निकाल दिला होता. तेव्हा त्यांनी म्हटले होते की, 'पुरोहिताचे काम करण्याची मक्तेदारी न्यायालयाने मान्य करू नये आणि असा हक्क मान्य करणे म्हणजे जनतेच्या हक्काच्याविरुद्ध धोरण ठेवण्यासारखे आहे.' रानड्यांचा निर्णय मद्रास वरिष्ठ कोर्टात तेथील पुरोहितांच्या वकिलांनी उद्‌धृत केला होता. परंतु तेथील न्यायाधीशांनी तो पुरावा धुडकावून लावला. रानड्यांना पुढील आयुष्यात प्रागतिक विचारवंत म्हणून किंवा थोर पुरुष म्हणून जे वैशिष्ट्य प्राप्त झाले ते त्यांना ह्या काळात प्राप्त झालेले नव्हते.

कोल्हापुरात ब्राह्मण पुरोहिताशिवाय धार्मिक संस्कार व विवाह होऊ लागल्यामुळे ब्रह्मवृंद चिडले. परंतु ते किंवा वेदोक्त प्रकरणातील विरोधक चडफडण्यापेक्षा उघडपणे काही करू शकत नव्हते. ९ ऑक्टोबर १९१३ रोजी मुंबईतील क्षत्रिय मराठा ज्ञाति समाजाने साजऱ्या केलेल्या दसरा समारंभाच्या वेळी करवीर विद्यापीठाचे शंकराचार्य म्हणाले, 'चातुर्वर्ण्य शिष्यवृंदांनी, कोणीही कोणाचा द्वेष न करता, अंत:करणपूर्वक एकमेकांस साहाय्य करून सर्व प्रकारे आपली उन्नती करून घ्यावी आणि स्वधर्माने वागावे अशी आमची इच्छा आहे.' त्यावेळी पुरुषोत्तम बा. जोशी नावाचे गृहस्थ म्हणाले, 'कलियुगाचे अखेरीस करवीर येथे कलिस्वरूपी कल्की अवतार होणार आहे, असे पुराणे सांगतात. पण आतापासून कलीच्या कलहाच्या अवताराची पूर्वतयारी तेथे सुरू झालेली दिसते. तेथे सत्यधर्माच्या धर्मगुरूंनी ब्राह्मणांवर मोहीम सुरू केली आहे.'[५]

मुकुंदराव पाटील हे 'दीनमित्र' साप्ताहिकाचे संपादक एक कडवे ब्राह्मणेतर नेते होते. त्यांनी आपले 'कुळकर्णीलीलामृत' नावाचे एक दीर्घ काव्य १९१३च्या जुलैमध्ये प्रसिद्ध केले. हा एक उत्कृष्ट काव्यग्रंथ आहे. त्यात कुळकर्ण्यांच्या कृष्णकृत्यांचे वास्तवदर्शी वर्णन आहे. हे काव्य ओवीवृत्तात आहे. खेड्यातील ब्राह्मण कुळकर्णी वतनदार एखाद्या घटनास्थळी आपल्या काव्या युक्तीसहित उगवला म्हणजे तेथे न्याय लुप्त होतो. शाहू छत्रपतींचा नोकर विठ्ठल विराजी डोणे हा कुळकर्णीलीलामृताचा प्रकाशक आहे, प्रस्तावना लेखक भास्करराव जाधव आहेत आणि तो काव्यग्रंथ दिवाण सबनीस यांना अर्पण केलेला आहे. ग्रंथ प्रसिद्धीचे हे काम 'ईश्वरकृपेने परमदयाळू व प्रजावत्सल श्री शाहूमहाराजांच्या (करवीरकर) औदार्याने सफल झाले आहे' असे अर्पण पत्रिकेत म्हटले आहे. उपरोक्त सर्व माहिती देऊन केसरीने म्हटले, 'इतके सांगितले म्हणजे ग्रंथाचा हेतू व परिणाम यांविषयी निराळे काहीच सांगावयास नको.'

न. चिं. केळकर ह्यांनी केसरीत सप्टेंबर व ऑक्टोबर १९१३ मध्ये ह्या

ग्रंथावर दोन अग्रलेख लिहिले. त्यांनी पहिल्या अग्रलेखात म्हटले की 'सदरहू ग्रंथ हे एक सरस विनोदी काव्य आहे. त्यातील कल्पनांचा ओघ, प्रसादयुक्त वाणी व शुद्ध भाषा यांचे खरोखरीच कौतुक करावेसे वाटते. श्रीधर कवीच्या काव्यग्रंथाचे विकृतानुकरण (Parody) या नात्याने हा ग्रंथ चांगलाच साधला आहे.' परंतु हे अमृतरूपी विष काही तरी सैतानी विध्वंसपर कृत्य करावयास अवतरले आहे. सत्यशोधक समाजाच्या दारूघरात बनलेली ही गोड व मसालेदार ब्राह्मणद्वेषाची दारू आहे व शाहूमहाराजांच्या विशेष कृपेने अवघ्या तीन आण्यांस एक बाटली मिळते आहे. वतनदार कुळकर्णी लोकांची वतने नष्ट करण्याची कारवाई सुरू आहे. त्याच वेळी 'कुळकर्णीलीलामृत' ग्रंथ प्रसिद्ध होत हा योगायोग विशेष लक्षात ठेवण्यासारखा आहे, असेही केसरीने[६] म्हटले आहे.

केसरीने त्या ग्रंथाची तुलना पोपच्या डंकिएड व सॅम्युएल बटलरच्या हुडिब्रास ह्या चटकदार पण कुत्सित व द्वेषमूलक ग्रंथांशी केली आहे. ग्रंथाचे मुख्य तात्पर्य असे आहे की, कुळकर्णी वतने नष्ट केल्याशिवाय ग्रामसंस्था सुधारणार नाही; कुळकर्णी हा सर्व गुन्ह्याचा गड्डा आहे, असेही कुत्सितपणे म्हटले आहे.

दुसऱ्या अग्रलेखात न. चिं. केळकरांनी शाहू छत्रपतींनी ह्या काव्यग्रंथाच्या प्रकाशनासाठी पैसे दिले म्हणून त्यांना दोष दिला व जेव्हा पाटील वतने नष्ट करण्याचा समय येईल तेव्हा शाहू आपल्या प्रचंड शक्तीनेही ती वाचवू शकणार नाहीत, असा इशारा दिला. ब्रिटिश सरकार कुळकर्णी वतने नष्ट करावयास सिद्ध झाले असता शाहू छत्रपती त्या सरकारास मदत करीत आहे. हे टीचभर पुस्तक छापून निघण्यास लागणारे शे-दोनशे रुपये दिल्यामुळे महाराज सरकारांना सरस्वती मंदिराच्या सभामंडपाचे आधारस्तंभ म्हणता येत नाही. पण सुदैव कुळकर्ण्यांचे की, त्यांतले फारच थोडे चित्तपावन असतात. किंबहुना मुळीच नसतात म्हटले तरी चालेल. सत्यशोधक समाज पुष्कळ वर्षे गुप्त झाला होता. तो फिरून ब्रह्मद्वेषाच्या अघोरी पंथाच्या मुख्य क्षेत्री चालू साली पुन्हा अवतरला आहे असे दिसते. कै. जोतीराव फुल्यांचे सत्यशोधक समाजाचे झाड आज बहुत वर्षे वठून गेले होते. ते फिरून पालवून 'कुळकर्णीलीलामृत' हे त्याच्या नव्या बहाराचे पहिले फूल असावे, असा केसरीने जळफळाट केला.

केसरीने शेवटी म्हटले की, 'जरी नव्या प्रेस ॲक्टखाली येण्यासारखे नि:संशय आहे तरी ते प्रत्यक्ष जप्त होऊ नये. मात्र असल्या पुस्तकास आश्रय देऊन जातिविद्वेषाचे कोलीत नाचविण्याचा आनंद अनुचित आहे, अशी सूचना मात्र मुंबई सरकारने करवीर छत्रपतींना करावी, असे आमचे आग्रहाचे व अगत्याचे म्हणणे आहे.'

श्रीमती आयर्विन हिच्या मार्गदर्शनाखाली राजपुत्र उपयुक्त असे शिक्षण घेत होते. आपल्या १७ एप्रिल १९१३च्या पत्रात छत्रपतींनी बाईला सांगितले की, 'मुलांना इंग्रजी भाषेत बिनचूक लिहितावाचता आले पाहिजे. जर मुलांच्या चुका याचवेळी सुधारल्या नाहीत तर त्यांची सुधारणा होणार नाही व त्याच चुका ते पुनः पुन्हा करतील. इंग्लंडमध्ये ७-८ वर्षे राहूनही काही लोकांना बिनचूक इंग्रजी लिहिता येत नाही अशी उदाहरणे मला माहीत आहेत. राजपुत्रांचे शिक्षण हे अगदी व्यवहारी असावे पण त्यांनी आपल्या कर्तव्याविषयी उच्च आदर्श बाळगला पाहिजे.' मुलांनी सुतारकामाच्या वर्गात शिक्षण घेतले; युवराज राजाराम यांनी शेतकीच्या वर्गात शिक्षण घेतले. त्यांनी रसायनशास्त्र, अभियांत्रिकी किंवा शेतकी ह्यांपैकी कोणताही एक ऐच्छिक विषय घ्यावा अशी सवलत होती.

अशी ममताळू, कर्तव्यनिष्ठ बाई शिक्षिका म्हणून आपल्या मुलांना लाभली याविषयी शाहू आपणांस भाग्यवान समजत. छत्रपतींचे स्नेही सर रॉबर्ट विल्यम मॉरिसन, महाराज सयाजीराव गायकवाड, लॉर्ड लॅमिंग्टन व दुसरे काही मित्र मुलांना भेटून त्यांना उत्तेजन देत. युवराजांचा लठ्ठपणा कमी होऊन ते आता तरतरीत व सुदृढ दिसत होते. आता त्यांच्या बोटांना कंप सुटत नसे. ते सर्व मुलांत अत्यंत मनमिळाऊ होते. डॉ. र. वि. खेडकर हे त्यावेळी लंडनमध्ये होते. त्यांनी श्रीमती आयर्विन बाईविरुद्ध एक खोडसाळ वृत्त महाराजांकडे धाडले. 'निंदकाचे घर असावे शेजारी,' असे म्हणून शाहूंनी खेडकरांच्या वृत्ताची एक प्रत आयर्विन बाईला पाठविली.

डॉ. खेडकरांचे हे वृत्त त्यांच्या मनाचे प्रतिबिंब होते. शेवटी खेडकरांचे दरबारशी बिनसल्यामुळे त्यांनी शाहू छत्रपती व दरबार यांनाही धमकी दिली. मुलांना पाहावयास जाण्याची शाहूंची इच्छा होती; परंतु प्रकृतीत मुळी सुधारणाच होत नव्हती. त्यांच्या मांडीवरील जखम अद्याप भरून आलेली नव्हती. यासाठी ते मुंबईतल्या डॉक्टरांचा सल्ला घ्यावयास गेले. त्यांना मुंबईत एक घर विकत घ्यावयाचे होते. परंतु सोईस्कर घर आढळले नाही. मुंबईतील डॉक्टरांनी त्यांना त्वरित मिरजेस जावयास सांगितले. कारण त्यांच्या प्रकृतीत चिंताजनक बिघाड झालेला होता. काहींनी तर त्यांना हवापालट करण्यासाठी युरोपला जाण्याचा सल्ला दिला. तथापि २८ ऑगस्ट १९१३ रोजी शाहू छत्रपती हिल्ल यांना लिहिलेल्या पत्रात म्हणतात, 'मला आता ताजेतवाने वाटत आहे आणि डॉक्टरांच्या धमक्यांचा आता मला राग येते. मला वाटते मला येथेच बरे वाटेल व मी प्रवासासाठीही व्यर्थ पैसा खर्च करू नये असे वाटते.'

मागील पाच महिन्यांत शाहूंच्या पायावरील जखम भरून आली नव्हती.

त्यामुळे सप्टेंबरमध्ये मिरजेच्या डॉक्टरांनी ती पुन्हा उघडली. त्याविषयी ११ सप्टेंबर १९१३ रोजी हिल्ल यांना लिहिताना शाहू खिन्नतेने म्हणाले, ''तुम्हांला मी भेटावयास येणार होतो; परंतु मी येऊ शकत नाही याचे दुःख वाटते. माझ्यावर पुन्हा शस्त्रक्रिया झाली आहे व माझे जीवन आता मला ओझे वाटू लागले आहे. भयंकर रक्तस्राव झाला. चार-पाच पिंट रक्त गेले व त्यामुळे मला मूर्च्छा आली. मला अशक्तपणा फार जाणवत आहे. मी केव्हा बरा होईन हे मला कळत नाही !'

मध्यंतरी डॉ. सी. ई. व्हेल यांच्या कार्याने प्रभावित झालेल्या शाहूंनी त्यांना आपणांस शिकण्यासाठी रुग्णवाहिनीच्या कार्यासंबंधी एक टिपणी करून द्या अशी विनंती केली. त्यांनी डॉ. व्हेल यांना कोल्हापूर संस्थानची सेवा करावयास मोकळीक द्यावी असेही मिरज मिशनला पत्र लिहिले. मिशनचे प्रमुख डॉ. व्हाइट यांना त्यांनी १८ ऑक्टोबर १९१३ रोजी पत्र लिहून विनंती केली की, 'डॉ. व्हेल ह्यांना कोल्हापुरात सेवा करण्याकरता मोकळीक दिलीत तर त्यामुळे तुम्ही केवळ माझ्यावरच उपकार करणार असे नाही, तर माझ्या हजारो प्रजाजनांना तो मोठा आशीर्वादच ठरेल. माझ्या प्रजेचे दुःख प्रत्यक्षपणे कमी करण्याचे तुम्हांला श्रेय मिळेल आणि माझी प्रजा तुमच्या ह्या मदतीविषयी तुम्हांला दुवा देईल.' वरील पत्राचे उत्तर देताना डॉ. व्हेल हे आपल्या जीवितकार्याशी निष्ठा ठेवून म्हणाले की, जर शाहू म्हणतात त्याप्रमाणे आपण मार्ग चोखाळला तर आपल्या उदात्त ध्येयाशी प्रतारणा केली असे होईल व शाहूंनी मोठ्या प्रेमाने भेट म्हणून दिलेली मोटार परत घ्यावी अशी त्यांनी पत्राच्या शेवटी विनंती केली.

शाहू आणि इंदूरचे पदभ्रष्ट महाराज शिवाजीराव होळकर यांचे संबंध चांगले होते. शिवाजीराव होळकरांचे चिरंजीव महाराज तुकोजीराव होळकर हे इंदूरच्या गादीवर आले होते. आपल्या नियोजित दुसऱ्या विवाहाच्या बाबतीत शाहूंची सहानुभूती व पाठिंबा तुकोजीरावांना पाहिजे होता. आपल्या पत्रात महाराज तुकोजीरावांनी शाहूंना म्हटले की, 'माझ्या नियोजित दुसऱ्या विवाहाची माहिती आपणांस कळली असेल असे वाटते. ह्या बाबतीत आपली सहानुभूती व पाठिंबा मला पाहिजे आहे. ही गोष्ट आपण गुप्त ठेवावी अशी माझी आपणाला कळकळीची विनंती आहे.' त्या पत्राला उत्तर देताना ३१ ऑक्टोबर १९१३ रोजी शाहू म्हणाले, 'आपणांस साह्य करण्याठी जे जे मला करता येईल ते ते करण्यात मला अतिशय आनंद होईल. मी कोणत्या बाबतीत कसे साह्य करावे ह्याविषयी मधूनमधून आपण मला सूचना कराल तर मी आपला आभारी होईन.' तुकोजीराव होळकरांनी सहानुभूतीसाठी आपल्यावर विश्वास ठेवावा असेही त्या पत्रात

छत्रपतींनी म्हटले. मुंबईतील प्रख्यात विद्वान व श्रीमंत आनंदराव तालचेरकर यांच्या मुलीची मुलगी इंदिराबाई हिच्याशी तुकोजीराव होळकरांची विवाह ठरला होता आणि तो विवाह पुढे ८ डिसेंबर १९१३ रोजी झाला.

मुंबईचे नवीन राज्यपाल लॉर्ड विलिंग्डन यांना कोल्हापुरास भेट देण्याचे आमंत्रण शाहूंनी दिले. त्यांनी २३ डिसेंबर १९१३ रोजी कोल्हापूरला भेट देण्याचे मान्य केले. लॉर्ड विलिंग्डन यांचे पूर्वी होऊन गेलेल्या राज्यपालांनी ज्याप्रमाणे कोल्हापूरला प्रथम भेट दिली, त्याप्रमाणे लॉर्ड विलिंग्डन यांनी राज्यपाल झाल्यावर प्रथम कोल्हापूरला भेट देण्याचे ठरवून आपला त्यांनी बहुमान केला आहे असे शाहूंना वाटले. आपल्या सर्व जहागीरदारांना, मिरज (धाकटी पाती) अधिपती बाळासाहेब पटवर्धन, बडोद्याचे सेनापती संपतराव गायकवाड यांच्याकडे, राज्यपालांच्या भेटीप्रसंगी चांगल्या मोटारगाड्या एका आठवड्यासाठी पाठवून देण्याची शाहूंनी विनंती केली.

लॉर्ड विलिंग्डन हे आपल्या सैनिक विभागातील खाजगी चिटणिसासमवेत एका खास आगगाडीने कोल्हापूरला २३ नोव्हेंबर १९१३ रोजी गेले. कोल्हापूर दरबारने त्यांचे अत्यंत अगत्याने स्वागत केले. राज्यपालांनी आल्फ्रेड इस्पितळास भेट देऊन, अंबाबाई चौक, जुना राजवाडा, हत्तींचा नगरखाना आणि दुसरी काही ठिकाणे ह्यांना भेट देऊन अनेक प्रकारची जुनी शस्त्रे व चिलखते उत्सुकतेने पाहिली. अंबाबाईच्या देवळात मुख्य दरवाजाने जाऊन तेथे उभारलेल्या गरुड मंडपापुढे उभारलेल्या व्यासपीठावरून त्यांनी अंबाबाईचे दर्शन घेतले. त्यावेळी दिव्यांची रोषणाई केली होती. यानंतर राज्यपालांनी पन्हाळ्याला भेट दिली. २५ नोव्हेंबर १९१३ रोजी लॉर्ड विलिंग्डन यांनी महाराणी व्हिक्टोरिया हिच्या पुतळ्याशेजारी उभारलेल्या पंचम जॉर्ज, महाराणी मेरी आणि इंग्लंडच्या राजघराण्यातील दुसऱ्या काही व्यक्तींच्या पुतळ्यांचे अनावरण केले.

आपल्या स्वागतपर भाषणात शाहू म्हणाले, 'नवीन राज्यपालांनी आपली पहिली भेट कोल्हापूरला देऊन संस्थानचा मोठाच सन्मान केला आहे.' आपले शिक्षणासंबंधीचे धोरण व कालव्यांची योजना यांना ब्रिटिश राजप्रतिनिधी कर्नल वुडहाऊस यांनी पाठिंबा दिल्यामुळे त्यांचेही आभार मानले. इंग्लंड आणि हिंदुस्थान ह्यांच्या परस्पर सहकार्याने दोन्ही देशांत शांतता व सौख्य निर्माण होईल अशी आशा त्यांनी व्यक्त केली.

सत्कारास उत्तर देताना राज्यपालांनी ब्रिटिश राज्य व ब्रिटिश अधिकारी यांना शाहूंनी सातत्याने व भक्कम पाठिंबा दिल्याविषयी त्यांची प्रशंसा केली. शाहू व त्यांचे राजघराणे यांनी राजकीय अशांततेच्या काळात ब्रिटिश सरकारला

कणखर पाठिंबा दिला ही गोष्ट अत्यंत अभिमानास्पद आहे. ब्रिटिश राज्याशी एकनिष्ठ राहिल्याविषयी शाहूंना त्यांनी धन्यवाद दिले. शाहूंच्या कार्यात त्यांचे दिवाण सबनीस व त्यांचे बंधू बापूसाहेब घाटगे यांनी शाहूंना साह्य केल्याविषयी राज्यपालांनी त्या दोघांचे आभार मानले. शाहूंनी शिक्षण कार्यात कळकळ दाखवून शेतकी सुधारणेसाठी जी नवीन पद्धत स्वीकारली त्याविषयी शाहूंची त्यांनी प्रशंसा केली. राज्यपाल पुढे म्हणाले, 'आपण जी कालव्याची भव्य योजना हाती घेऊन शेतकीचे उत्पन्न वाढवून आपल्या प्रजेची भरभराट करू इच्छिता त्यावरून आपल्या हृदयाची ओळख होते.'

त्यानंतर लॉर्ड विलिंग्डन ह्यांनी दाजीपूरला भेट देऊन तेथील धरणांची व कालव्यांची झालेली प्रगती नजरेखालून घातली.

राज्यपालांच्या भेटीनंतर सर रिचर्ड लँब या कार्यकारी मंडळाच्या सभासदांनी २९ नोव्हेंबर १९१३ रोजी कोल्हापूरला भेट दिली. दाजीपूर येथील आपल्या कालव्यांच्या योजनेला रिचर्ड लँब यांनी भेट दिल्यामुळे शाहूंना आनंद झाला. आपली कालव्यांची योजना जलदीने पूर्ण करण्यासाठी सरकारकडून शाहूंना द्रव्य साह्य पाहिजे होते. सरकारी अधिकाऱ्यांना वारंवार आमंत्रणे देण्यात त्यांचा हेतू हाच होता. ह्यानंतर थोड्या दिवसांनी म्हणजे १९१४ सालच्या प्रारंभी दिवाण सबनीस यांना सी. ई. ई. ही पदवी देण्यात आली. सबनिसांचे मोठे कर्तृत्व व त्यांनी आपल्या कार्यात दाखविलेली अढळ निष्ठा ह्यांचीच ही एक आणखी पावती होती.

आपल्या कालव्यांच्या योजनेच्या कामात किती प्रगती झाली होती यासंबंधी शाहूंनी मुंबई सरकारच्या इच्छेप्रमाणे एक अहवाल सादर करून ते काम पूर्ण करण्यासाठी सरकारकडे २५ लाख रुपये कर्जाची मागणी केली. शाहूंनी आपले अभियंता बी. पी. जगताप यांना मुंबई सरकारच्या बांधकामखात्याचे अभियंता हँकेल यांच्या हाताखाली बांधकामाचे व्यावहारिक ज्ञान मिळविण्यासाठी काही दिवस ठेवले.

जे. एन. फ्रेझर नावाच्या एका गृहस्थाने तुकारामाचे अभंग छापण्याच्या कार्यात मदत करण्यासाठी शाहूंना विनंती केली. फ्रेजर ह्यांनी सरकारच्या अनुमतीने शाहू व सयाजीराव यांचेकडे काही मदत मागितली होती. कारण शाहू व गायकवाड हे मराठी विचारधनाचे संरक्षण करण्याच्या व वाङ्मयवृद्धीसाठी उत्तेजन देण्याच्या बाबतीत विशेष प्रसिद्ध होते.

सन १९१३ च्या डिसेंबरमध्ये शाहू छत्रपती मुंबईतील सरदारगृहामध्ये उतरले होते. आधुनिक सुखसोयींनी युक्त असे एखादे हिंदी निवासस्थान मुंबईत

असावे अशी छत्रपतींची इच्छा होती. सरदारगृहाची नवीन इमारत १९११ साली बांधली गेली. तोपर्यंत शाहूंना मुंबईत उतरण्याकरता स्वत:ची वास्तू नसल्यामुळे ते सरदारगृहात उतरत असत. टिळकसुद्धा १९०७ पासून आपल्या मुंबईच्या भेटीत सरदारगृहात उतरत असत. १९०८ साली टिळकांना सरदारगृहातच अटक झाली. सरदारगृहाचे धनी विश्वनाथ केशव साळवेकर यांना ते निवासस्थान आधुनिक पद्धतीने चालविण्यासाठी शाहूंनी साह्य केले व उत्तेजन दिले.[७] सरदारगृहाशी शाहूंचे असलेले संबंध पाहून भोरचे सर रघुनाथ पंतसचिव, औंधचे पंतप्रतिनिधी, नागपूरचे लक्ष्मणराव भोसले आदी महाराष्ट्रातील इतर संस्थानिक सरदारगृहामध्ये उतरू लागले.

आपल्या प्राणिसंग्रहालयात अनेक प्राण्यांची भरती करण्याचे काम शाहू छत्रपतींनी सुरूच ठेवले होते. म्हैसूरचे महाराज कृष्णराज वडियार यांनी शाहूमहाराजांकडे पाठविलेले हत्ती मरण पावले म्हणून त्यांनी शाहूंकडे काही हत्ती दुसऱ्यांदा पाठविले. त्यानंतर शाहूंनी आफ्रिकेतील केनियामध्ये चित्त्यांना पकडण्यासाठी काही नोकर नैरोबीला पाठविले होते. पण त्यांना तेथे चित्ते मिळाले नाहीत. त्यांनी आपल्या काही नोकरांना ब्रह्मदेशातही पाठविले, पण तेथेही त्यांना ते मिळाले नाहीत. तथापि त्यांच्या नोकरांनी बेल्लारीहून सहा चित्ते आणले होते.

या सुमारास मुंबई येथे दक्षिण आफ्रिकेतील हिंदी नेते मो. क. गांधी यांनी चालविलेल्या सत्याग्रहाला मदत करण्यासाठी 'दक्षिण आफ्रिका निधी' सुरू करण्यात आला होता. त्या निधीला साह्य करावे म्हणून सर जमशेटजी जिजिभाय यांनी शाहूंना विनंती केली होती. आपण ह्या बाबतीत काय करावे ह्याविषयी शाहूंनी रॉबर्टसन यांना पत्र लिहून विचारणा केली. त्यावर राज्यपालांचे कार्यवाह रॉबर्टसन म्हणाले की, दक्षिण आफ्रिकेतील हिंदी लोकांना काही बाबतीत अकारण दु:ख भोगावे लागते व अडचणी सोसाव्या लागतात हे खरे. यासाठी शाहूंची इच्छा असल्यास त्या निधीला साह्य करण्यास काही हरकत नाही. गांधींच्या नेतृत्वाखाली दक्षिण आफ्रिकेत चाललेला हिंदी लोकांचा झगडा हा ब्रिटिश सरकारच्याविरुद्ध तर नव्हताच. त्याचप्रमाणे तो हिन्दी सरकारच्या विरुद्धही नव्हता. तो तेथील राज्याच्याविरुद्ध होता. पण त्या झगड्याला साह्य करून ब्रिटिशांची इतराजी व गैरसमज ओढवून घ्यायला नको म्हणून शाहू छत्रपतींनी सावधगिरी म्हणून हे पत्र लिहिले होते. कालवे आणि धरणे बांधण्याच्या योजनेवर त्यांनी आपली सर्व शक्ती आणि मन केंद्रीभूत केले होते. शिवाय बराच पैसा पाहुण्यांच्या भेटीवर व दरबारवर खर्च करणे क्रमप्राप्त होई. त्या वर्षी शाहूंचे

स्नेही भावनगरचे महाराज भावसिंहजी, बडोद्याचे सेनापती संपतराव गायकवाड यांनी कोल्हापूरला भेट दिली होती.

शाहू छत्रपतींना मराठी संस्थानिकांविषयी अभिमान वाटे. सन १९१३च्या डिसेंबर महिन्यापासून सावंतवाडीच्या राणीसाहेबा अडचणीत सापडल्या होत्या. त्यांच्या या संकटाच्या वेळी शाहूंना मुंबई सरकारकडे रदबदली करावी लागली. त्या प्रकरणी शाहूंनी राणीसाहेबांशी विचारविनिमय केला. त्यावेळी त्यांना असे आढळून आले की, त्या विनम्र असून झाल्या गोष्टींचा त्यांना पश्चात्ताप झाला आहे. शाहूंचा सदुपदेश ऐकण्याच्या मन:स्थितीत त्या होत्या. सदर राणीसाहेबांसंबंधी ८ जानेवारी १९१४ रोजी केलेल्या आपल्या अहवालात शाहूंनी रॉबर्टसनला लिहिले की, 'सावंतवाडीच्या राणीसाहेबांना अज्ञान म्हणून मानू नये. नाहीतर त्या आपले जडजवाहीर आणि पैसाआडका यांची गुप्तपणे विल्हेवाट लावतील व नंतर त्या संकटात सापडतील. याकरिता त्यांना सज्ञान मानावे हे बरे. कारण त्यामुळे त्यांना आपली जबाबदारी कळून येईल. त्यांनी आपल्या वर्तणुकीत सुधारणा केली आहे की नाही हे सल्लागारांना पुढील एक दोन महिन्यांत कळून येण्याची शक्यता आहे.' राणीसाहेबांच्या बाबतीत रॉबर्टसन यांनी सहानुभूतिपूर्वक निर्णय घेतला म्हणून सर्व मराठा संस्थानिकांच्या वतीने शाहूंनी त्यांचे आभार मानले.

सावंतवाडीच्या राणीसाहेबांना मुंबई प्रांताच्या बाहेर हलविण्यात आले. १८ जानेवारी १९१४ रोती शाहू छत्रपतींनी राणीसाहेबांना कळविले की, मुंबई सरकारने त्यांना जितके दयाळूपणाने वागवले तितके त्यांच्या पतीने वा आईबापांनीही वागविले नसते. राणीसाहेबांना त्यांनी अशी ताकीद दिली की, त्यांनी आता शहाणपणाने वागावे. कारण वैधव्यावस्थेत मार्गदर्शनाच्या अभावी प्रत्येक जण त्यांना ठकविण्याचा व त्यांना गोत्यात आणून त्यांचा नाश करण्याचा प्रयत्न करील. हा आपला अखेरचा सल्ला आहे असे त्यांनी लक्षात ठेवावे.

शाहू यांचे हिल्ल यांच्याशी अत्यंत जिव्हाळ्याचे संबंध असल्यामुळे त्यांनी हिल्ल यांच्या मुलीच्या विवाहाच्या वेळी भेट म्हणून एक मोत्यांचा हार, एक हस्तिदंताची पेटी व पौराणिक प्रसंगाचे एक रंगीत चित्र अशा वस्तू पाठविल्या. भेटीदाखल दिलेल्या वस्तू हिल्ल आपल्या मुलीला स्वीकारावयास परवानगी देतील अशी त्यांनी हिल्ल यांना लिहिलेल्या पत्रात आशा व्यक्त केली.

त्यांनी छत्रपतींना कळविले की, या बाबतीत भारतमंत्र्यांचे जे आदेश आहेत त्यांनुसार ह्या वस्तू स्वीकारता येत नाहीत.

दि. १ जानेवारी १९१४ पासून शाहूंनी सरकारी कार्यालयाच्या पत्रव्यवहारात बालबोध लिपीचा उपयोग करावा व सर्व पत्रव्यवहार बालबोध लिपीतच झाला पाहिजे, अशी आज्ञा केली. सामान्य माणसाला स्वतंत्रपणे पत्रव्यवहार करावयास सोपे व्हावे हाच त्यांचा हेतू होता.

इंग्लंडमध्ये शिकत असलेल्या कोल्हापूरच्या राजपुत्रांचे शिक्षण सुव्यवस्थित चालले होते. १९१४ च्या जानेवारीत युवराज राजाराम यांचे शिक्षण ऑक्स्फर्ड येथील सेंट एडवर्ड्‌समध्ये सुरू झाले. राजपुत्र शिवाजी हे ब्रॉम्सग्रोव्ह येथील किंग एडवर्ड शाळेत जाऊ लागले. राजाराम हे शाळेमध्ये सर्वांचे आवडते विद्यार्थी झाले होते.

छत्रपती हे आपल्या कालव्यांच्या योजनेत आणि आपल्या अश्वशाळेत नवीन नवीन जनावरे आणण्यात गुंग झाले होते, तरी त्यांनी इंग्लंडमधील राजकुटुंबीयांपैकी अनेक व्यक्तींचे पुतळे उभारले. ज्यांना ही कल्पना सहन झाली नाही त्यांनी एडवर्ड इस्पितळाच्या त्रिकोणी जागेत असलेल्या, सातवे एडवर्ड व महाराणी अलेक्झांड्रा यांच्या पुतळ्यांना डांबर फासले. ही घटना १४ फेब्रुवारी १९१४च्या मध्यरात्री घडली.[८] तेथील पहाऱ्यावरील पोलीस गाढ निद्रेत होते. सकाळी ८ वाजेपर्यंत पुतळ्यांच्या तोंडावरून डांबराचे थेंब गळत होते. आता आपल्याला शिक्षा होईल ह्या भीतीने पहारेकऱ्यांपैकी एक पोलीस पळून गेला. गुन्हेगार सापडले नाहीत. जेव्हा जेव्हा शाहू छत्रपती ब्रिटिश तक्ताशी अधिकाधिक निष्ठा दाखवीत तेव्हा तेव्हा त्यांना अशा अडचणी निर्माण होत.

ह्या डांबर प्रकरणामुळे मुंबई सरकार अत्यंत संतप्त झाले. ब्रिटिश लोकसभेत सुद्धा चांगलीच खळबळ उडाली. मुंबईचे राज्यपाल लॉर्ड विलिंग्डन यांनी २७ मार्च १९१४ रोजी कोल्हापूर दरबारला पत्र लिहिले की, ख्रिस्तवासी राजा आणि राणी यांच्या पुतळ्यांवर अत्याचार करून जी त्यांची विटंबना करण्यात आली त्याविषयी आपणांस अत्यंत दुःख होत आहे. गुन्हेगारांचा लवकर शोध होऊन त्यांना योग्य ती शिक्षा होईल अशी त्यांनी आशा व्यक्त केली. सर जे. डी. रीड यांनी ब्रिटिश लोकसभेत ह्याविषयी ३ मार्च १९१४ रोजी प्रश्न विचारला होता.

छत्रपती हे पटाईत घोडेस्वार व सराईत शिकारी आहेत अशी त्यांची

दूरवर कीर्ती पसरली होती. काउन्ट होयास नावाच्या ऑस्ट्रेलियन गृहस्थांनी सर कर्नल फेरिस व सर आल्फ्रेड पीज यांचेकडून ओळखपत्रे घेऊन शाहूंना एक पत्र लिहिले. स्वत:च्या प्राणिसंग्रहालयात एक हिंदी गवा असावा अशी ह्या होयाससाहेबांची इच्छा होती. २७ फेब्रुवारी १९१४ रोजी होयास यांनी कोल्हापूरला भेट दिली. त्यांनी दाजीपूर येथील कालव्यांचे काम पाहिले आणि वकीघोळ जंगलामध्ये शिकार केली. कोल्हापुरातील काही ऐतिहासिक स्थळे पाहून ते ऑस्ट्रेलियन गृहस्थ ७ मार्च १९१४ रोजी मुंबईला गेले.

मुंबईच्या राज्यपालांचे राजकीय सचिव यांनी कोल्हापूर येथे ८ एप्रिल १९१४ रोजी औद्योगिक आणि शेतकी प्रदर्शनाचे उद्‌घाटन केले. हे प्रदर्शन १६ एप्रिलपर्यंत उघडे ठेवण्यात आले होते. चिंचली येथे दरवर्षी घोडे व इतर जनावरे यांचे प्रदर्शन भरविण्याची प्रथा बंद करण्यात आली होती. शिवाय चिंचली हे मध्यवर्ती ठिकाण नव्हते. परंतु यात्रा भरविण्याची ती प्रथा शेतकऱ्यांच्या आणि रयतेच्या फायद्यासाठी उपयुक्त असते म्हणून जोतिबाच्या यात्रेच्या वेळी प्रदर्शन भरवून ती प्रथा पुन्हा सुरू करण्यात आली. कारण जोतिबाच्या यात्रेला आजूबाजूच्या जिल्ह्यांतून लोक येत असत. ह्या नव प्रदर्शनात अशी व्यवस्था केली होती की, लोकांना शिक्षण व करमणूक ही दोन्हीही लाभावीत. शेतकऱ्यांनी आपल्या शेतातील धनधान्य मांडले, उत्तम उत्तम गुरेढोरे आणली, शेतीची जुनी व नवीन अवजारे मांडण्यात आली आणि ती नवीन अवजारे कशी वापरावीत हेही त्यांना तेथे दाखविण्यात आले. पुण्यातील शेतकी महाविद्यालयाचे प्राचार्य डॉ. मॅन हेही प्रदर्शनाचे वेळी उपस्थित होते.

दिवाण सबनीस यांनी प्रदर्शनाच्या उद्‌घाटन समारंभाच्या वेळी शाहूंचे भाषण वाचून दाखविले. त्या भाषणात शाहू म्हणाले की, 'ज्या गुन्हेगारांनी सातवे एडवर्ड व महाराणी अलेक्झांड्रा यांच्या पुतळ्यांच्या तोंडाला डांबर फासले आणि मला फार मोठे दु:ख दिले त्यांना शोधून काढण्यासाठी सर्व प्रयत्न केले जातील.'

ह्या शेतकी प्रदर्शनाचा फायदा घेऊन ज्या गोष्टी शेतकऱ्यांनी शिकावयास पाहिजेत त्यांचे नमुने व प्रात्यक्षिके पाहुन ते अनेक गोष्टी शिकतील अशी एल. रॉबर्टसन यांनी आशा व्यक्त केली. रॉबर्टसन पुढे म्हणाले की, 'शेतकीमध्ये ज्या नवीन पद्धती सुरू करण्याचे प्रयत्न होत आहेत, त्यामुळे शेतकीची निश्चित सुधारणा होईल,' आपल्या भाषणात डांबर प्रकरणाचा उल्लेख करून ते म्हणाले, 'ह्या गुन्हेगारांविषयी लोकांना लाज वाटली पाहिजे. ते कोणीही असोत, त्यांचा सर्व लोकांनी तिरस्कार केला पाहिजे आणि त्यांच्या हेतूचा धिक्कार केला पाहिजे.' शाहूंचे प्रामाणिक कार्य व विचार आणि त्यांना आपल्या प्रजेच्या

उद्धाराविषयी वाटणारी कळकळ पाहून त्यांनी शाहूंना धन्यवाद दिले.

महाराज तुकोजीराव होळकर यांनी महाराणी इंदिराबाईसहित १२ एप्रिल १९१४ रोजी कोल्हापूरला भेट दिली. कोल्हापुरात त्यांचे भव्य स्वागत झाले. या महनीय पाहुण्यांची भव्य मिरवणूक कोल्हापूर शहराच्या महत्त्वाच्या रस्त्यांतून स्थानकाजवळील बंगल्याकडे गेली. मिरवणूक मार्गातून जात असता ह्या राजवैभवी दांपत्यावर लोकांनी फुलांचा वर्षाव केला. तुकोजीरावांनी चालू असलेल्या प्रदर्शनामध्ये मोठ्या उत्साहाने भाग घेतला. शिवाजी महाराजांच्या घराण्याविषयी होळकरांच्या मनात अत्यंत आदर आणि प्रेम वसत होते. तुकोजीराव होळकर हे शाहूंच्या सिंहासनाजवळ बसण्यास तयार होईनात. त्या सिंहासनाजवळ असलेल्या बैठकीवर बसण्यातच त्यांना अभिमान वाटत होता. परंतु शाहूंनी त्यांना आपल्या सिंहासनाजवळ राजशाही खुर्चीत बसण्याचा आग्रह केल्यामुळे त्यांनी त्या गोष्टीस मान्यता दर्शविली. शाहूंच्या विनंतीवरून तुकोजीरावांनी आपल्या राज्याचा जुना ऐतिहासिक ध्वज बरोबर आणला होता.

महाराज तुकोजीराव होळकरांनी कोल्हापूरच्या इतिहासाविषयी अभिमान व आत्मीयता दाखविली. कोल्हापूरचे कलावैभव, शेतकी सुधारणा आणि ते प्रदर्शन पाहून त्यांना अत्यंत आनंद झाला. त्यांच्या सन्मानार्थ झालेले समारंभ, साठमारी व कुस्त्या पाहून ते अतिशय खूष झाले.

महाराज तुकोजीराव होळकरांच्या सन्मानार्थ शाहू छत्रपतींनी १७ एप्रिल १९१४ रोजी एक खास दरबार भरविला. त्यावेळी होळकर म्हणाले, 'प्रत्येक मराठ्याने, मग त्याचे समाजात कोणतेही स्थान असो, शिवाजीच्या प्रातिनिधिक घराण्याविषयी प्रेम, आदर व भक्ती बाळगली पाहिजे. मी हे आमंत्रण त्याच बुद्धीने स्वीकारले आहे व मी एक यात्रेकरू म्हणून येथे आलो आहे. माझ्या सुखसोयीविषयी आणि करमणुकीविषयी सर्व व्यवस्था महाराजांनी अगत्याने केल्यामुळे मी अगदी बेहद्द खूष झालो आहे.' १३ एप्रिल १९१४ रोजी होळकरांच्या हस्ते प्रदर्शनात यशस्वी ठरलेल्या शेतकऱ्यांना व कारागिरांना पारितोषिके देण्यात आली. हे प्रदर्शन यशस्वी करण्यासाठी बापूसाहेब घाटगे हे शांतपणे व खंबीरपणे व्यवस्था पाहात होते. पां. चि. पाटील हे शेतकीतज्ज्ञ सुद्धा त्या प्रदर्शनाच्या यशाचे वाटेकरी होते.

असे उत्सव व समारंभ कोल्हापुरात साजरे होत असताना एक महत्त्वाची घटना घडली. शाहूंनी शिवाजी महाराज आणि ताराबाई यांच्या स्मरणार्थ बांधलेल्या नवीन देवळात त्यांच्याच पादुकांची स्थापना करण्याचा समारंभ मोठ्या थाटाने साजरा झाला. मराठी साम्राज्याचे संस्थापक शिवाजी व कोल्हापूर

राज्याच्या संस्थापक ताराबाई ह्या दोन विभूतींवर शाहूंची विलक्षण भक्ती होती.

सन १९१४च्या एप्रिल महिन्यात शाहूमहाराज यांनी इचलकरंजीचे जहागीरदार श्रीमंत बाबासाहेब घोरपडे यांना पंतसचिव ही पदवी बहाल केली. लंडन येथून फेरिसने शाहूंना कळविले होते की, शाहूंच्या मनात बाबासाहेब घोरपडे यांच्याविषयी उगाच गैरसमज निर्माण झालेला आहे. बाबासाहेब हे फेरिस ह्यांना लंडनमध्ये भेटले तेव्हा शाहूंविषयी त्यांनी चांगले उद्गार काढले होते. ही पदवी बाबासाहेब घोरपड्यांच्या पूर्वजांनी कोल्हापूर दरबारकडून मिळविण्याचा प्रयत्न केला होता. पण त्यांना यश आले नव्हते. परंतु आता बाबासाहेबांना मुंबई सरकारच्या व आपल्या बाजूला वळवून घेण्याच्या हेतूने शाहू महाराजांनी त्यांना ही पदवी दिली.

या घटनेमुळे खूश होऊन पुढे पंतसचिवांनी २५ मे १९१४ रोजी आपले फौजदारी अधिकार परत द्यावेत असा दरबारकडे अर्ज केला. त्यांचे हे अधिकार शाहूमहाराजांनी १९१० साली काढून घेतले होते. आपल्या अर्जात पंतसचिव म्हणाले, 'ह्या चालू अपमानकारक स्थितीमुळे कारभारात माझी अत्यंत गैरसोय होत आहे आणि ह्या भयंकर मानहानीचा माझ्या प्रकृतीवर अतिशय वाईट परिणाम झालेला आहे. देशपांडे आणि मी ह्या बाबतीत आपल्याला अनेक वेळा विनंती केली आहे. माझ्यावरील हा डाग आपण धुऊन काढला तर मी आपला सदैव ऋणी राहीन.' परंतु शाहूंनी त्यांची ही विनंती मान्य केली नाही. पुढे पंतसचिवांनी १९१७ सालीही फिरून हीच मागणी केली. या बाबतीत विशाळगडचीही तीच परिस्थिती होती.

शाहू छत्रपतींनी खासबाग येथे १९१४च्या मे महिन्यात एका भव्य नाट्यगृहाचा पाया घातला. ते मराठी रंगभूमीचे मोठे चाहते व पाठीराखे असल्यामुळे मराठी रंगभूमीला त्यांनी अनेक प्रकारे साह्य केले. नटांना त्यांच्या भूमिकेला उपयुक्त अशी वेशभूषा उपलब्ध करून दिली. काही नाटक मंडळींत चांगले नट पाठविले. नाटक मंडळींना पैशाचे साह्य केले. अतुल्य पेटीवादनपटू गोविंदराव टेंबे यांना उत्तेजन दिले. उपरोक्त नाट्यगृह पूर्ण झाले तेव्हा त्याचे नाव पॅलेस थिएटर असे ठेवले. अनेक वर्षांनंतर त्याच नाट्यगृहाला प्रख्यात गवई-नट केशवराव भोसले यांचे नाव देण्यात आले. नाट्य, गायन व अभिनय यांचा मधुर संयोग केशवराव भोसल्यांच्या ठायी झालेला होता.

अनेक संस्थानिकांनी शाहूंच्या घराण्याविषयी अभिमान दाखविल्यामुळे शाहूंना आपल्या पूर्वजांविषयी वाटत असलेला अभिमान द्विगुणित झाला. त्यांनी कराची येथे १८६९ साली मृत्यू पावलेल्या राजपुत्र चिमासाहेबांच्या स्मरणार्थ

कराचीत एक छत्री बांधावी असे ठरविले. १८५७ सालच्या स्वातंत्र्ययुद्धात चमकलेल्या त्या वीराविषयी त्यांना मोठा अभिमान वाटत असे. आणि जेव्हा जेव्हा ब्रिटिशांच्या नजरकैदेत मृत्यू पावलेल्या त्या वीराची त्यांना आठवण होत असे, तेव्हा ते ब्रिटिशांविषयी अत्यंत तिरस्काराने बोलत असत. खाजगी संभाषणात देशभक्त शाहू छत्रपती हे इंग्रजांचा उल्लेख 'टोपडे' असा करीत, त्याचे मर्म हेच आहे. वुडहाऊस यांच्या साहाय्याने कराची येथे त्यांनी जमीन खरेदी केली. काही दिवसांनंतर त्यांनी त्या महान देशभक्ताच्या स्मरणार्थ त्या जागेवर छत्री बांधली. १८५७ सालच्या वीरांची वीरकथा अनेकांना गायिली. त्यांतील एक ओळखही ह्या वीर चिमासाहेबांच्या वाट्याला आली नाही. अशा प्रकारे ही देशभक्तीची कामे करीत असता त्यांनी दुसरीकडे एडवर्ड आणि अलेक्झांड्रा यांच्या पुतळ्यांच्या तोंडाला डांबर फासणाऱ्या गुन्हेगाराला जो कोणी शोधून काढील किंवा त्याला शोधून काढण्यात दरबारला साह्य करील त्याला ५ हजार रुपयांचे पारितोषिक देऊ असे जाहीर केले.[१]

या डांबर प्रकरणानंतर कोल्हापूरच्या राज्यकारभारातील दोन्ही तटांनी पुन्हा एकदा डोके वर काढले. भास्करराव जाधव व अण्णसाहेब लठ्ठे यांच्याविरुद्ध असलेल्या गटाने अण्णासाहेब लठ्ठे यांना संकटात आणण्याचे ठरविले. कलप्पा निटवे नावाच्या जैन पुढाऱ्याने भाऊ पायगोंडा पाटील तथा भाऊराव पाटील यांना साताऱ्याहून कोल्हापूरला तारेने बोलावून घेतले. भाऊराव पाटील कोल्हापूरला आल्यावर निटवे यांनी आपल्या स्वतःच्या मुद्रणालयाला आग लावली आणि भाऊराव पाटलांना धाक घातला की, डांबर प्रकरणात त्यांनी लठ्ठ्यांचे नाव गोवावे किंवा मुद्रणालयाला आग लावल्याच्या गुन्ह्यावरून तुरुंगात जावे. निटवे ह्यांना वाटले की, लठ्ठे यांनी १९०८ साली जैन वसतिगृहातून भाऊराव पाटील यांची हकालपट्टी केल्यामुळे भाऊराव पाटील हे लठ्ठ्यांच्याविरुद्ध सहज पुरावा देऊन त्यांना डांबर प्रकरणात गोवतील. लठ्ठे यांनी भाऊराव पाटील यांची जी हकालपट्टी केली होती ती भाऊराव पाटील यांनी वसतिगृहात बेशिस्त आणि दंगलीची वर्तणूक केली म्हणून. बेशिस्त दिसणाऱ्या भाऊरावांच्या वर्तणुकीस त्यांची सुधारकी मते कारणीभूत होती हे सांगावयास नकोच.

कर्मवीर भाऊराव पाटील हे आपल्या विद्यार्थिदशेत बंडखोर होते. त्यांचा शाहू छत्रपतींशी चांगला परिचय होता. ते आपल्या विद्यार्थिदशेत राजवाड्यावरच्या मंडळींत राहत असत. भाऊराव पाटील यांनी निटवे यांच्या धमकीला निर्भयपणे पण रागाने उत्तर दिले, 'जरी माझा स्वतःचा जीव धोक्यात आला तरी लठ्ठ्यांविरुद्ध मी एकही खोटी गोष्ट सांगणार नाही.' त्याबरोबर

भाऊरावांनी रीतसर अटक करण्यात आली आणि पुतळ्यावर डांबर फासण्याचा आरोप त्यांच्यावर ठेवण्यात आला. पोलिसांच्या कैदेत असता त्यांचा भयंकर छळ झाला. तेव्हा त्यांनी एक वेळी विहिरीत उडी टाकून व दुस‌ऱ्या वेळी रॉकेल पिऊन जीव देण्याचा प्रयत्न केला. अनेक दिवस लोटले तरी न्यायालयात अभियोग काही उभा राहिना. भाऊरावांची आई धीट व सरळ स्वभावाची होती. तिने अगदी हताश होऊन एके दिवशी रस्त्यात शाहू छत्रपतींची गाडी अडविली आणि त्यांच्याकडे तोंडी अर्ज केला की, 'माझ्या मुलाला न्यायालयात उभा करून त्याला बचाव करण्याची संधी द्या. माझा मुलगा सत्य बोलणारा आहे व असे दुष्ट कृत्य करून तो आमच्या नावास काळिमा लावणार नाही, अशी माझी खात्री आहे. न्यायालयाने त्याला गुन्हेगार म्हणून ठरविले तर मी त्याचा स्वत:च्या हाताने अंत करीन.' हे ऐकून महाराजांनी न्यायालयात अभियोग उभा करा अशी पोलीस प्रमुखाला आज्ञा केली. ब्रिटिश राजप्रतिनिधींचीही खात्री झाली की, भाऊराव पाटलांचा डांबर प्रकरणात दुरूनही संबंध नाही.

सरतेशेवटी भाऊरावांचा अभियोग एकदाचा १९१४ मध्ये न्यायालयात उभा राहिला. निर्णयाच्या दिवशी न्यायाधीशांना कोणाच्या तरी घोरण्याचा आवाज ऐकून आश्चर्य वाटले. चौकशीअंती त्यांना कळले की, आरोपी भाऊराव पाटील घोरत आहेत. जागे झाल्यावर त्यांनी न्यायाधीशांना सांगितले की, डांबर प्रकरणाशी कोणत्याही प्रकारे आपला संबंध नाही आणि खरोखरीच आपण निर्दोषी आहोत. जर न्यायाधीश यांना आपण दोषी आहोत असे वाटले तर त्यांनी शिक्षा द्यावी. न्यायाधीशाने भाऊरावांना निर्दोषी ठरविले आणि भाऊरावांच्या मातापित्यांनी त्यांना कोल्हापूरच्या हद्दीतून झटकन पळवून नेले. खरोखरीच पुढे शिक्षणमहर्षी कर्मवीर भाऊराव म्हणून प्रख्यात होणाऱ्या ह्या महाभागाचे जीवित वाचले. ह्या प्रकरणामुळे कोल्हापूर संस्थानच्या पोलीस यंत्रणेवर झगझगीत प्रकाश पडला. तसेच संस्थानच्या राज्यकारभारातील गटबाजीवरही विदारक प्रकाश पडला.

ह्या डांबर प्रकरणात ब्रिटिश सरकारला सत्यशोधक समाजाच्या कार्यकर्त्यांचा संशय होता. त्याचा परिणाम असा झाला की, अण्णासाहेब लठ्ठे, भास्करराव जाधव व डोंगरे यांनी सत्यशोधक समाजाचा राजीनामा दिला. आपण सत्यशोधक समाजाच्या कार्याशी यापुढे संबंध ठेवणार नाही, असे त्यांनी घोषित केले. त्यामुळे काही दिवस कोल्हापुरातील सत्यशोधक समाजाचे कार्य थंडावले. मुंबई सरकारला डांबर प्रकरणात लठ्ठे यांचा हात असावा असा संशय होता. यासमयी लठ्ठे यांच्यावर शाहू छत्रपतींची इतराजी झाली होती. शिवाय लठ्ठे

यांनी आपल्या 'प्रगति' साप्ताहिकातून फर्नांडिस यांच्या गैरवर्तणुकीवर टीका केली होती. कोणी दादा बाळगोंडा पाटील नावाच्या गृहस्थाने लठ्ठे व त्यांचे बंधू यांच्यावर उसाच्या लागवडीसंबंधात अभियोग केला होता. दरबारने त्या प्रकरणाची चौकशी करण्यासाठी १ नोव्हेंबर १९१४ रोजी एक समिती नेमली.

मध्यंतरी अण्णासाहेब लठ्ठे यांना कळले की, ब्राह्मण पोलीस अधिकाऱ्यांच्या साहाय्याने जैन वसतिगृहातील रहिवाशांना डांबर प्रकरणात गोवण्याचा प्रयत्न करण्यात येत आहे. ह्या धोक्याचा वास लागताच लठ्ठे सांगलीस पळून गेले. कित्येक महिने कोल्हापूरच्या पोलिसांनी लठ्ठे यांचा छळ केला. कोल्हापूरच्या म्हैसाळकर पोलीस अधिकाऱ्याने वरील अभियोगाच्या संदर्भात त्यांना सांगलीत पकडण्याचा प्रयत्न केला. परंतु लठ्ठे मिरजला तिकिटाशिवाय आगगाडीतून पळून गेले. कोल्हापूरच्या पोलिसांनी त्यांचा मिरजेत पाठलाग केला. तेथे त्यांनी १९१४च्या डिसेंबरमध्ये त्यांना अटक करून बेळगावला नेले.[१०] बेळगावात दत्तोपंत बेळवींच्या मध्यस्थीमुळे उपजिल्हाधिकाऱ्याने लठ्ठे यांना जामिनावर सोडले.

त्यानंतर लठ्ठे यांनी सरकारकडे अर्ज केला की, आपला अभियोग ब्रिटिश हद्दीत चालावा आणि आपल्याला कुठल्याही संस्थानामध्ये ब्रिटिश राजप्रतिनिधीच्या संमतीशिवाय नेण्यात येऊ नये. आणि खरोखरीच पुढे मुंबई, पुणे व हुबळी येथे लठ्ठे छत्रपतींना चार-पाच वेळा भेटले तरी छत्रपतींच्या हयातीत त्यांचे पाय कोल्हापूरच्या हद्दीत पडले नाहीत. ह्या छळानंतर लठ्ठे यांनी वकिलीची परीक्षा देऊन बेळगावला वकिली सुरू केली.

कोल्हापूर पोलिसांच्या हस्ते लठ्ठे ह्यांचा झालेला छळ, दे. दत्तोपंत बेळवी यांनी लठ्ठे यांच्या बाजूने या प्रकरणात केलेला हस्तक्षेप, गंगाधरराव देशपांडे यांच्याशी पुढे लठ्ठे यांचे झालेले संवाद आणि १९३७ मध्ये मुंबई प्रांतिक काँग्रेस मंत्रिमंडळात लठ्ठे यांचा झालेला समावेश ह्या गोष्टी लक्षात घेता डांबर प्रकरणात लठ्ठे यांचा हात होता असे दिसून येते. त्यानंतर दहा वर्षांनी लठ्ठे कोल्हापूरचे दिवाण झाले. त्यांनी शाहू छत्रपतींचे चरित्र लिहिले. त्यात ते डांबर प्रकरणाविषयी लिहितात: 'ह्या डांबर प्रकरणाचा खरा इतिहास लिहावयाची वेळ पुढे कधीतरी येईल.'[११] १९१५ च्या जानेवारीमध्ये मुंबई सरकारने मध्यवर्ती सरकारला कळविले की, 'तो अत्याचार कोल्हापुरातील जैन वसतिगृहामधील रहिवाशांनी केला. जैन पुढाऱ्यांना बोलावून त्यांनी गुन्हेगार पकडून देऊन आपले हात धुऊन टाकावे अशी महाराजांना विनंती करावी. ह्या प्रकरणात आणखी लक्ष घालण्यात सध्या तरी काही अर्थ नाही.'

१५

टिळकांविरुद्ध दावा उलटविण्याचे प्रयत्न

त्याच सुमारास हिंदुस्थानच्या इतिहासात एक महत्त्वाची घटना घडली. हिंदुस्थानचे महान नेते लो. टिळक यांची मंडालेच्या कारागृहातून सुटका होऊन ते आपल्या घरी १६ जून १९१४च्या रात्री पोहोचले. त्या रात्री टिळकांचे दर्शन घेण्यासाठी जमलेल्या गर्दीने टिळकांचा गायकवाडवाडा फुलून गेला. मुंबई सरकारने २६ जून रोजी एक परिपत्रक काढून जाहीर केले की, जोपर्यंत टिळक आपल्या उघड कृतीने आपली मते बदलली आहेत व आपण आपल्या राजकीय प्रचारात बदल केला आहे असे दर्शवीत नाहीत, तोपर्यंत ते ब्रिटिश सरकारचे शत्रू आहेत असे मानण्यात यावे. मुंबई सरकारने टिळकांच्या गायकवाडवाड्यांच्या आसमंतात कडक पहारा ठेवला. सर्व तऱ्हेचे सरकारी नोकर, वतनदार, सन्मान्य पदवीधारक, सेवानिवृत्त नोकर व शिक्षक यांना टिळकांना भेटण्याची बंदी केली.

टिळक सुटले. आता कोल्हापुरातील दहशतवादी गट पुन्हा चढाईचे धोरण स्वीकारील अशी कोल्हापूर दरबारला कदाचित भीती वाटली असावी. त्यामुळे या बाबतीत सावधगिरी म्हणून आगाऊ कडक उपाययोजना केलेली बरी असे दरबारला वाटले. परंतु राजकीय चळवळीच्या बाबतीत अन्य उपाययोजना करावयाचे त्यांना स्वातंत्र्य नव्हते. दरबारने टिळकांवर बहिष्कार टाकावयास सुचविणारे ते परिपत्रक असहायपणे ब्रिटिश सरकारची आज्ञा म्हणून कोल्हापूर संस्थानास लागू केले. त्या परिपत्रकात असे जाहीर करण्यात आले की, 'इनामदार, जहागीरदार, सेवानिवृत्त नोकर, अनुदान मिळणाऱ्या शाळांतील शिक्षक ह्यांनी टिळकांशी प्रत्यक्ष किंवा अप्रत्यक्ष संबंध ठेवू नये. जे ह्या आज्ञेचा भंग करतील त्यांना कडक शिक्षा करण्यात येईल.' हा ब्रिटिश राज्यपालांचाच प्रतिध्वनी होता हे उघड होते.

आता शाहूंच्या प्रकृतीत थोडी सुधारणा झाली होती. सन १९१४च्या जूनमध्ये डॉ. व्हेल यांना शाहूंच्या रक्तात साखर आढळली नाही असे त्यांनी आपल्या अहवालात म्हटले. शाहू आपली कालव्यांची महान योजना कार्यवाहीत

आणण्यात गुंतले होते. आपली योजना जनतेच्या कल्याणाची आहे असे मान्य करून त्यासाठी मुंबई सरकारने साह्य करावे अशी इच्छा त्यांनी पुन्हा व्यक्त केली. त्याच उद्देशाने त्यांनी मुंबईचे राज्यपाल लॉर्ड विलिंग्डन यांना कोल्हापुरास येऊन शेतकीचे प्रदर्शन उघडावे आणि डुकराच्या शिकारीचा आनंद लुटावा अशी विनंती केली. राज्यपालांनी घोगारी नावाच्या हुशार अभियंत्याला काही दिवस कोल्हापूरला पाठवावे, राज्यपालांच्या मदतीशिवाय आपण ही अवाढव्य योजना पुरी करू शकत नाही व त्यांनी आपणांस त्या कामात उत्तेजन द्यावे असेही त्यांनी त्यांना कळविले.

ह्या गोष्टी घडत असतानाच युरोपात पहिले महायुद्ध ४ ऑगस्ट १९१४ रोजी सुरू झाले. त्यामुळे मुंबई सरकारला त्या बाबतीतल्या स्वत:च्या कर्तव्याकडे लक्ष पुरवावे लागले. ज्या दिवशी महायुद्धास आरंभ झाला त्या दिवशी नदीला पूर आल्यामुळे शाहू छत्रपती लोकापूर येथे अडकून पडले होते. तेथे त्यांना युद्ध सुरू झाल्याची वार्ता कळली. त्यांनी क्षणभर कालव्याच्या योजनेसंबंधीचे विचार सोडून दिले. त्यांनी ६ ऑगस्ट रोजी दिवाणांना पत्र लिहिले की, 'इंग्लंड काय करणार आहे हे आपणांस माहीत नाही. त्रिराष्ट्र युतीच्या बंधनामुळे इंग्लंडला युद्धात भाग घेणे भाग पडेल. जर इंग्लंडने युद्धात भाग घेतला तर त्या गोष्टीचे परिणाम भयंकर होतील. इंग्लंडमध्ये शिक्षणाकरता ठेवलेली मुले हिंदुस्थानात कशी परत आणावीत हा प्रश्न मी सोडवू शकत नाही.' अडचणीच्या वेळी ते बापूसाहेबांचा सल्ला घेत असत. त्याप्रमाणे त्यांनी बापूसाहेब व दिवाण सबनीस यांना मुलांच्या सुरक्षिततेच्या बाबतीत काय व्यवस्था करावी ह्यासंबंधी सल्ला विचारला.

मुलांची सुरक्षितता व कालव्यांचे भवितव्य ह्या गोष्टींचा शाहू विचार करीत असता, त्यांनी महायुद्धात आपला मुंबई सरकारला पाठिंबा आहे असे कळून आपली सर्व साधनसामुग्री सरकारला उपलब्ध करून देऊ आणि आवश्यक तर व्यक्तिश: सेवा स्वीकारू असे आश्वासन दिले.

इंग्लंडमध्ये शिक्षण घेत असलेल्या राजपुत्रांना व्हॉलन्टिअर बॉय स्काऊट सेवादलामध्ये पाठविण्याची शाहूंनी तयारी दर्शविली. सरकारला आपल्या व आपल्या बंधूंच्या सेवेची आवश्यकता असेल तर आपण दोघेही कोणत्याही प्रकारचे काम करण्यास तयार आहोत. जर आपल्या मुलांचा उपयोग युद्धातील कोणत्याही कामाकरता मुंबई सरकारला करता येत नसेल तर आपल्या मुलांना परत बोलवावे लागेल असेही त्यांनी सरकारला कळविले. सरकारने त्यांच्या ह्या उत्साहाविषयी व निष्ठेविषयी त्यांची प्रशंसा केली. १२ ऑगस्ट १९१४ रोजी राज्यपालांचे राजनैतिक सचिव यांनी शाहूंना लिहिलेल्या पत्रात म्हटले की,

मित्रराष्ट्राचा विजय होईल; कारण जर्मनीचा मित्रराष्ट्रांच्या संयुक्त सैन्यापुढेच नव्हे तर सर्व इतर युरोपच्या सैन्यापुढे टिकाव लागणार नाही. युद्ध निधीला शाहूंनी साहाय्य करावे अशी राज्यपालांनी त्यांना विनंती केली.

याच समयास बडोद्याचे खासेराव जाधव व डॉ. ॲनी बेझंट यांनी कोल्हापुरास भेट दिली. शाहूंना ॲनी बेझंट यांच्याविषयी नितांत आदर वाटत असे. जेव्हा जेव्हा जातिभेदाची कडक बंधने शिथिल करण्यासाठी प्रयत्न करणारे उदार मनाचे पुढारी त्यांना आढळत, तेव्हा तेव्हा त्यांच्याकडे ते आकर्षिले जात. डॉ. बेझंट ह्या यांपैकी एक पुढारी होत्या असे ते मानीत.

शाहूंना चित्ते पाळण्याचा मोठा छंद होता. अनेक ठिकाणांहून चित्ते मिळविण्याचा ते सदा प्रयत्न करीत. सन १९१४ च्या मे आणि ऑगस्ट महिन्यांत त्यांनी चित्ते पुरविण्याची विनंती निजाम सरकारला केली होती. सप्टेंबरमध्ये शाहू मुंबईस जाऊन सरदारगृहामध्ये उतरले आणि लॉर्ड विलिंग्डनना भेटून त्यांनी त्यांच्याशी युद्ध निधीसंबंधी चर्चा केली. संभाषण संपता संपता त्यांनी इचलकरंजी प्रकरणाचा उल्लेख केला. आपण इचलकरंजी प्रकरणाचा जो निर्णय केला आहे तो राज्यपालांनी उचलून धरावा व आपण इचलकरंजीकरांना फौजदारी अधिकार नाकारले आहेत त्याला संमती द्यावी अशी त्यांनी विनंती केली.

कोल्हापूर व दक्षिणेकडील मराठा संस्थाने यांनी परस्परांमधील कैदी स्वाधीन करण्याचा अधिकार आणखी पाच वर्षांनी वाढविला. कारण टिळक कोल्हापुरातील दहशतवाद्यांना पुन्हा उठवतील अशी दरबारला भीती वाटत होती; म्हणून त्यासंबंधी ही पूर्वतयारी होती. परंतु यानंतर लगेच काही दिवसांनी छत्रपतींनी गायकवाडवाड्यात टिळकांची भेट घेतली व मुंबई सरकारला 'गीतारहस्या'चे हस्तलिखित पाहावयाचे होते ते त्यांनी त्यांच्याकडून आणून सरकारला दिले. शाहूंच्या शब्दाला टिळक मान देत. कारण त्यांनी देशाभिमानाने त्या महान देशभक्तास अनेक वेळा पैशाचे साहाय्य केले होते. सरकारने 'गीतारहस्या'चे हस्तलिखित पाहून शाहूंकडे परत केले आणि ते त्यांनी टिळकांकडे परत पाठविले. टिळक व शाहू यांना परस्परांविषयी आदर वाटे. परंतु तो संशय नि द्वेष यांनी ग्रासलेला होता. काही वेळा प्रेम व अनेक वेळा द्वेष असेच हे नाते होते खरे.

राज्यपालांना भेटून मुंबईस परत आल्यावर शाहू महाराजांनी आपल्या राज्यातील मोठ्या व्यापाऱ्यांची १४ सप्टेंबर १९१४ रोजी एक सभा बोलाविली आणि त्यांना सांगितले की, ब्रिटिश सरकार चालू महायुद्धात विजयी होऊन बाहेर पडेल. दिवाण सबनिसांनी सभेला सांगितले की, लोकांनी खोट्या अफवांवर विश्वास ठेवू नये व त्यांनी युद्ध निधीस साहाय्य करावे. त्यानंतर शाहूंनी युद्धनिधी

जमविण्याच्या कार्यास स्वत:ला वाहून घेतले. त्यांनी ब्रिटिश सरकारला लढाईसाठी माणसे व पैसा पुरविण्याचा कसून प्रयत्न करण्याचे ठरविले. सैनिक अधिकाऱ्यांनी कोल्हापुरात निवडलेले घोडे शाहूंनी सरकारला विनामूल्य देण्याचे ठरविले. दिल्ली सरकारने मुंबई सरकारकडे त्याविषयी आभार व्यक्त केले. सैन्यभरतीसाठी माणसे मिळावी म्हणून छत्रपतींनी कुस्त्यांचे फड सुरू केले. परंतु ब्रिटिश राजप्रतिनिधीच्या वृत्तावरून असे दिसते की, शाहूंना डिसेंबर १९१४ पर्यंत सैन्य भरतीत विशेष यश लाभले नव्हते.

शाहूमहाराजांना अनेक पदव्या व पदके मिळाली होती. तितकी पदके, मानचिन्हे वा पदव्या दुसऱ्या कोणत्याही हिंदी संस्थानिकाला मिळाली नसावीत. ती पदके व मानचिन्हे शाहू महाराज दसरा समारंभात किंवा दरबारी समारंभाच्या वेळी वापरू शकतात की कसे ह्याविषयी कोल्हापूर दरबारने मुंबई सरकारकडे विचारणा केली. ह्या काळात दरबारी समारंभाच्या वेळी किंवा सार्वजनिक समारंभात त्यांचा उपयोग करून एक प्रकारची अलौकिक महनीयता व भव्यपणा यांचे वैशिष्ट्यपूर्ण वातावरण तयार करण्याची शाहूंना हौस वाटे असे दिसते.

सन १९१४च्या शेवटी शेवटी सर्वत्र वार्ता पसरली की, मालवणच्या किल्ल्यातील देवालयामधील शिवाजीची मूर्ती नादुरुस्त झालेली आहे. शाहूंनी आपल्या तांत्रिक शाळेच्या पर्यवेक्षकाला आवश्यक ती दुरुस्ती करावयास मालवणला पाठविले. शिवाजी म्हणजे त्यांच्या अभिमानाची व सर्वस्वाची मूर्ती !

नूतन वर्ष १९१५ उजाडले. शाहूमहाराजांना नव्या वर्षारंभी बादशहा पंचम जॉर्ज यांनी १०३ मराठा लाईट इन्फंट्रीचे मानसेवी कर्नल नेमले, अशी नेमणूक सैन्यभरतीच्या कामात व युद्ध प्रचारात उपयुक्त ठरेल असे दरबारला वाटल्यावरून तशी सरकारकडे सूचना करण्यात आली होती. या बाबतीत महाराज्यपाल लॉर्ड हार्डिंज यांना मुंबईचे राज्यपाल लॉर्ड विलिंग्डन हे बोलले होते. आरंभी लॉर्ड हार्डिंज म्हणाले, 'अशी सन्मान्य पदवी देण्यासारखी महाराजांनी काहीच कामगिरी केलेली नाही. सैन्यभरतीच्या बाबतीत किंवा सैन्यासाठी शाहू महाराज यांनी काहीच केलेले नाही.' भारतमंत्र्यांच्या १८८३ सालच्या एका टिपणाप्रमाणे असे ठरले होते की, ज्या व्यक्तीचा सैन्याशी संबंध नाही तिला सैनिकी पदवी द्यायची नाही.

अशी प्रतिकूल मते पडली तरी दिल्ली सरकारच्या मनावर मुंबई सरकारने असे ठसविले की, 'मुंबईतील संस्थानिकांमध्ये शाहू हे पहिल्या श्रेणीचे हिंदी संस्थानिक आहेत. १९०४ साली त्यांनी ब्रिटिश सैन्याची एक तुकडी आपल्या संस्थानात स्वत:च्या खर्चाने ठेवण्याचे मान्य केले होते. परंतु राजकीय व

इतर विचारांमुळे तो बेत त्यावेळी सोडून देण्यात आला.' मुंबई सरकारने दिल्ली सरकारला पुन्हा कळविले की, शाहू महाराज हे शिवाजीचे शेवटचे वंशज असून त्यांचे घराणे श्रेष्ठ गणले जाते. त्यांना सन्मान्य पदवी देणे योग्य ठरेल. त्यावर हार्डिंज यांनी आपले मत बदलून शाहू छत्रपतींना मानसेवी कर्नल नेमण्यास भारतमंत्र्याची संमती मिळविली.

त्याप्रमाणे दिल्ली सरकारने ३१ डिसेंबर १९१४ रोजी तारेने ही सुवार्ता शाहूमहाराजांना कळवून त्यांचे हार्दिक अभिनंदन केले. १ जानेवारी १९१५ रोजी शाहू छत्रपतींनी, आपणांस मानसेवी कर्नल नेमून सन्मान केल्याविषयी महाराज्यपालांचे कृतज्ञतापूर्वक आभार मानले व आपली निष्ठेची भावना सम्राटांना कळविण्याची विनंती केली. अनेक मित्रांनी व चाहत्यांनी शाहूंचे अभिनंदन केले. ह्या सन्मानानंतर शाहूंनी मुंबई सरकारला कळविले की, महायुद्धात जखमी झालेल्या सैनिकांच्या शुश्रूषेसाठी आपण पन्हाळा येथे एक इस्पितळ काढावयास तयार आहो. दिल्ली सरकारने त्या सूचनेविषयी शाहूंचे आभार मानले व त्यांना कळविले की, पन्हाळा हे स्थळ लोहमार्गापासून दूर असल्यामुळे तेथील इस्पितळ सैनिकांना सोयीचे ठरणार नाही. शाहूंनी त्याऐवजी दुसरी काही सूचना केल्यास आपण त्यासंबंधी विचार करू, असेही मध्यवर्ती सरकारने त्यांना कळविले.

सन १९१५च्या फेब्रुवारीत शाहू पुन्हा आजारी पडले. प्रकृतिस्वास्थ्यासाठी ते काही दिवस शेडबाळ येथे जाऊन राहिले. बेळगावच्या जिल्हाधिकाऱ्यांनी त्यांची सर्व सोय करण्यासाठी आपला एक अधिकारी त्यांच्या दिमतीस पाठविला. जिल्हाधिकाऱ्याने शाहूंना लिहिले की, 'आपणांस साहाय्य करावयास माझ्या नोकरांना मोठा अभिमान वाटेल; कारण निष्ठावंत नोकरांना आपले नाव दयाळूपणाचे प्रतीक वाटते.

महायुद्धाच्या वेळी युवराज राजाराम यांनी कोल्हापूरचे युवराज ह्या नात्याने रॉयल पॅव्हेलियन येथे आपले बंधू शिवाजीराव यांच्यासहित जाऊन जखमी हिंदी सैनिकांना भेट दिली. ही गोष्ट करावयास त्यांना आयर्विन बाईने सांगितले; कारण युवराज राजाराम ह्यांच्या मनावर स्वावलंबन व मनाची शांतता यांचे महत्त्व तिला बिंबवायचे होते. मराठा सैनिकांनी, विशेषत: कागल व कोल्हापूर येथील सैनिकांनी राजपुत्रांना पाहून आनंद व्यक्त केला. त्यांच्याशी ते दोघेही राजपुत्र बोलण्यात गुंग झाले. राजारामांनी त्यांना मिठाई वाटली व त्यांची आणखी सोय करण्यासाठी त्यांच्या अधिकाऱ्याला पाच पौंडांची देणगी दिली. राजपुत्रांनी त्या सैनिकांमध्ये तिळगूळही वाटले.

ह्या समयास इंग्लंडमधील वरिष्ठ न्यायालयाने २६ मार्च १९१५ रोजी ताई महाराज अभियोगाचा निर्णय जगन्नाथ महाराज यांच्या बाजूने केला. मुंबई वरिष्ठ न्यायालयाच्या निकालाविरुद्ध टिळकांनी पुनर्न्यायाची मागणी केली होती. प्रिव्ही कौन्सिलने मुंबई वरिष्ठ न्यायालयाचा निर्णय फिरविला. न्यायमूर्ती चंदावरकर व न्यायमूर्ती हिटन यांचा निर्णय बाजूला सारून त्यांनी पुणे येथील दुय्यम न्यायाधीशाच्या निकालावर शिक्कामोर्तब केले. आपल्या निर्णयात न्यायमूर्ती चंदावरकरांनी म्हटले होते की, टिळक व इतर गृहस्थ यांनी खोटी साक्ष देण्याचा कट केला होता. चंदावरकरांच्या ह्या विधानाचा उल्लेख करून प्रिव्ही कौन्सिलच्या न्यायमूर्तींनी म्हटले की, 'ह्या अभियोगातील पुराव्यावरून असे दिसते की, चंदावरकरांच्या विधानातील एक शब्दही समर्थनीय ठरत नाही.'

टिळकांना अतिशय आनंद झाला. गेली २० वर्षे हा झगडा चालला होता. टिळकांचा पैसा व मन यांवर बराच ताण पडला होता. शेवटी त्यांनी विजय मिळविला. या निर्णयाने मुंबई वरिष्ठ न्यायालयातील उपरोक्त न्यायाधीशांवर ठपका ठेवला; तर तो निर्णय टिळकांचा नैतिक विजय ठरला. विशेषत: जे मुंबई सरकार टिळकांची बेअब्रू करण्यासाठी अनेक वर्षे खटपट करीत होते त्याला हा जबरदस्त तडाखा बसला.

प्रिव्ही कौन्सिलच्या ह्या निर्णयामुळे शाहू अत्यंत चिंताक्रांत झाले. त्यांना काही सुचेना. रॉबर्टसन ह्यांना बाळा महाराज मुंबईत भेटले होते. रॉबर्टसन यांनी शाहूंना २६ मार्च १९१५ रोजी अत्यंत आत्मविश्वासपूर्वक कळविले की, प्रिव्ही कौन्सिलच्या निकालातील काही मुद्दे बाळा महाराजांच्या बाजूचे आहेत. पण असंदिग्ध भाषेत आहेत. त्यांनी पुढे म्हटले की, 'आपल्या सूचनेप्रमाणे ब्रिटिश हद्दीतील जगन्नाथ महाराजांच्या मालमत्तेचे काय करावे याचा मी विचार करीत आहे. टिळक आणि त्यांचे मित्र यांच्या तडाख्यातून ती मालमत्ता वाचविण्यासाठी जे जे शक्य आहे ते ते करू. शेवटपर्यंत आम्ही ती टिळकांच्या हाती पडू नये असे प्रयत्न करू.' त्यानंतर शाहू मुंबईस गेले व ८ एप्रिल १९१५ रोजी त्यांनी आपले स्नेही हिल्ल यांना सरदारगृहातून पत्र लिहिले. त्यात ते म्हणाले, 'जर प्रिव्ही कौन्सिलचा निर्णय आमच्या बाजूचा असता तर सर्व काही ठीक झाले असते. पण आता मी माझ्या स्वत:च्या जबाबदारीवर पुढाकार घेऊन सरकारकडे निवेदन सादर करणार आहे. त्यात माझा काही स्वार्थ नाही. माझी एवढीच इच्छा आहे की, ती मालमत्ता टिळकांच्या हाती पडू नये.'

दुसऱ्या दिवशी त्यांनी शेपर्ड नावाच्या, राज्यपालांच्या सल्लागारांना लिहिले की, 'ती मालमत्ता टिळकांच्या हाती पडू नये एवढाच माझा उद्देश आहे.

ह्या अभियोगात मी खूप पैसा खर्च केला आहे. जोपर्यंत टिळकांच्या हाती ही मालमत्ता पडत नाही तोपर्यंत ह्या बाबतीत कोर्टकचेऱ्या करण्यात मी मागेपुढे पाहणार नाही. दुर्दैवाने प्रिव्ही कौन्सिलने हा दावा आमच्या पाल्याच्या विरुद्ध केला आहे.'

शाहूनी लॉर्ड विलिंग्डन यांचे मन वळविल्यामुळे त्यांनी २ मे १९१५ रोजी शिकार करण्याच्या हेतूने कोल्हापूरला भेट दिली. शिकारीकरिता उभारलेल्या शामियान्याची व्यवस्था व आजूबाजूच्या दरीतील सृष्टिसौंदर्य पाहून राज्यपाल खूश झाले. लॉर्ड विलिंग्डन आणि लेडी विलिंग्डन यांनी राधानगरी येथे जाऊन धरण आणि कालवे यांची चाललेली कामे पाहिली. विलिंग्डन यांचा हा शिकारीचा दौरा यशस्वी झाला. त्यांनी एक वाघ, एक चित्ता व दोन अस्वले मारली. त्यांनी साठमारी पाहिली व ८ मे रोजी ते मुंबईस परतले.

महायुद्धासंबंधी चाललेल्या उद्योगांत छत्रपतींनी अतिउत्साहाने भाग घेतला असल्यामुळे आपल्या राज्यातील ज्या लोकांनी युद्धात भाग घेतला होता त्यांच्या हिताचे न्यायालयात रक्षण करण्यासाठी त्यांनी एक जाहीरनामा काढला. महायुद्ध संपेपर्यंत न्यायालयातील चालू असलेले त्यांचे दावे वा अभियोग न्यायालयांनी स्थगित करावेत असे त्या जाहीरनाम्यात म्हटले होते. त्यावेळी दिल्ली सरकारने ह्या जाहीरनाम्यासंबंधी त्यांची प्रशंसा केली. शाहूंनी सरकारला चार घोडे देणगी म्हणून दिले, त्याविषयीही सरकारने त्यांचे आभार मानले.

सन १९१५च्या मे महिन्यात कोल्हापूर येथे 'सरस्वतीबाई सारस्वत वसतिगृह' उघडण्यात आले होते. सरस्वतीबाई लाटकर नावाच्या एका उदार महिलेने त्या वसतिगृहाच्या इमारतीसाठी एक मोठी देणगी दिली होती. ह्या वसतिगृहासाठी शाहू महाराजांनी अगोदर पाच हजार रुपये किमतीची जागा देणगी म्हणून दिली हाती. शिवाय ती संस्था चालावी म्हणून तिला वार्षिक अनुदानही दिले होते. सरस्वती वसतिगृहाची इमारत बांधण्यासाठी त्यांच्या इमारत निधीला छत्रपतींनी देणगी दिली व पुढे ती इमारत बांधून पूर्ण झाली. असे हे शिक्षण प्रसाराचे कार्य अबाधितपणे सुरूच होते.

जेव्हा जेव्हा राज्यपालांच्या कोल्हापूरला भेटी होत असत तेव्हा तेव्हा त्या भेटीचा उपयोग शाहू आपले प्रश्न सोडवून घेण्यासाठी करून घेत असत, हे काही खोटे नाही. ह्या वेळी गोकाक कालव्यांच्या योजनेमुळे कोल्हापूर राज्यातील सहा खेडी पाण्याखाली गेली होती. त्यांची भरपाई म्हणून ब्रिटिश हद्दीतील काही खेडी आपल्याला मिळावी अशी त्यांनी मुंबई सरकारकडे मागणी केली. पाण्यात बुडालेल्या खेड्यांवरसुद्धा आपला ताबा राहावा अशी कोल्हापूर दरबारची इच्छा

होती. पण दरबारची ही मागणी भारतमंत्र्यांनी मान्य केली नाही.

शाहूंच्या मनाला ताई महाराज अभियोगातील पराभव टोचत होता. त्या प्रकरणाचे पुनर्विलोकन व्हावे म्हणून त्यांनी राज्यपालांकडे आग्रह धरला. सन १९१५ च्या जुलैत राज्यपालांनी त्यांना वचन दिले की, जेव्हा त्या प्रकरणाचे कागदपत्र आपल्याकडे येतील तेव्हा आपण त्या प्रकरणाकडे काळजीपूर्वक लक्ष देऊ. मध्यंतरी, प्रिव्ही कौन्सिलच्या निर्णयात काही पळवाटा सापडतात की काय हे पाहण्यासाठी दिवाण सबनिसांकडून नामांकित वकिलांचा शाहूंनी सल्ला घेतला होता. तंजावरकडील भोसल्यांच्या मालमत्तेवरील शाहूंच्या हक्कांचा विचार करण्यात येत होता आणि मुंबई सरकार त्यांना आपली बाजू मांडण्यासाठी साह्य करीत होते. ९ ऑगस्ट १९१५ रोजी ब्रिटिश राजप्रतिनिधीच्यासमोर कोल्हापूर येथे तंजावरकडील वकील शाहूंची साक्ष घेणार होते. त्याचा उल्लेख करून ते आपल्या एका पत्रात म्हणाले, 'वकील लोक आपल्याला सळो की पळो करून टाकतात. त्यांनी मला सांगितले आहे की, जर मी साक्ष देताना चुका केल्या तर आपली बाजू लंगडी होईल.'

काही दिवस शाहू रायबागलाच राहत होते. त्यांची प्रकृती अद्यापि ठीक नव्हती. पण त्यांच्या रक्तात अल्बुमीन किंवा साखर नव्हती. ५ ऑगस्ट १९१५ रोजी शाहूंनी हिल्लला कळविले की, 'रायबाग हे गाव शिकारीकरिता उत्तम ठिकाण आहे. परंतु पिके वाढली असल्यामुळे शिकारीची आता सोय नाही आणि आता असल्या खेड्यात राहणे मला एकटे-एकटे वाटते.' ह्या उद्गारावरून दिसून येईल की, शाहू हे स्वत: केलेले शिकारीचे नियम कडकपणे पाळीत असत. निर्बंध करणारे शाहू हे निर्बंध मोडणारे राजे नव्हते !

राज्यपालांच्या मार्गदर्शनाप्रमाणे शाहूंनी ताई महाराज अभियोगासंबंधी सरकारकडे निवेदन धाडले. प्रारंभी ८ ऑगस्ट १९१५ रोजी रॉबर्टसन यांना त्या प्रकरणातील सर्व मुद्द्यांसंबंधी सविस्तर माहिती दिली. मुद्दे असे होते. जगन्नाथ महाराज यांचे दत्तक विधान दरबारच्या मंजुरीशिवाय झाले आहे. टिळकांनी दरबारला धाब्यावर बसविले. जगन्नाथ महाराजांना टिळक आपल्या विचारसरणीप्रमाणे वाढवतील आणि त्यांची मालमत्ता त्यांना पुष्कळ वर्षे आपल्या देखरेखीखाली ठेवता येईल. जरी बाबा महाराजांच्या कुटुंबात केवळ एक विधवा बाई आहे व वार्षिक उत्पन्न ३० हजार रुपये असूनही एक लाखाचा कर्जाचा मोठा बोजा त्या मालमत्तेवर आहे, असे म्हणतात. शाहूंचे हे सूचक विधान तितकेसे वास्तवदर्शी नसावे असे वाटते.

शाहूंच्या मताप्रमाणे आणखी एक महत्त्वाचा मुद्दा असा होता की,

जगन्नाथ महाराज हे टिळकांशी एकनिष्ठ राहतील आणि ते स्वत: बाबा महाराज यांचे सरळ सरळ वारस नाहीत. व्यावहारिक व राजकीय दृष्ट्या न्याय आपल्या बाजूचा आहे असे शाहूंना वाटत असल्यामुळे ब्रिटिशांबरोबर झालेल्या तहांच्या अटींप्रमाणे मुंबई सरकारने आपल्या कृतीला पाठिंबा देणे योग्य आहे असे त्यांचे म्हणणे होते.

आपल्या बाजूचा आणखी कोणता मुद्दा आहे असे शाहूंना वाटले ? शाहू म्हणाले : 'सर्व आयुष्य टिळकांनी राजद्रोहात घालविल्यामुळे आता त्यांनी निष्ठेचा बुरखा घेतला आहे. पण मनापासून टिळक हे सदा राजद्रोहीच राहिले आहेत.' शाहूंनी आणखी असे सुचविले की, बाबा महाराज यांचा रँड खुनाच्या अभियोगाशी संबंध असल्यामुळे ते टिळकांच्या कचाट्यात सापडले होते.[१] शेवटी शाहू म्हणाले, 'प्रिव्ही कौन्सिलने कोणाचे दत्तक विधान कायदेशीर आहे ह्याचाच फक्त निर्णय केला आहे. मालमत्ता कोणाच्या ताब्यात द्यावी हे प्रिव्ही कौन्सिलने सांगितलेले नाही. पुढील आठवड्यात त्यांनी रॉबर्टसनला आणखी एक प्रश्न विचारला: 'माझी बाजू न्यायाची असून तुम्ही माझ्यावर विजय मिळविण्याची संधी टिळकांना का देता ? टिळक हे माथेफिरू लोकांचे पुढारी आहेत तर मी सरकारच्या बाजूचा आहे आणि समंजस व राजनिष्ठ लोकांचा प्रतिनिधी आहे. सर्व धार्मिक प्रमुख आपल्या बाजूला असावेत आणि म्हणून बाबा महाराजांचे वारस आपल्या बाजूचे असावेत असे मला वाटते.' १९१४च्या नोव्हेंबर महिन्यात प्रा. भानू ह्यांना कोल्हापूरच्या शंकराचार्यांच्या कार्यालयात सर्वाधिकारी म्हणून मठाची व्यवस्था पाहण्यास नेमले होते. पण शाहूंनी त्यांना काढून टाकले. कोल्हापुरातील धर्मपीठावर पुण्यातील नेत्यांचे वर्चस्व आपण स्थापन होऊ दिले नाही याची आठवण त्यांनी सरकारला करून दिली.

ह्या प्रकरणासंबंधी शाहूंनी मांडलेले मुद्दे हे वैयक्तिक तसेच राजकीय स्वरूपाचे होते. त्यांचा न्यायदानाशी संबंध नव्हता. १० सप्टेंबर १९१५ रोजी त्यांनी शेपर्ड यांना कळविले की, 'माझी व सरकारची प्रतिष्ठा ह्या प्रकरणात पणास लागली आहे. टिळकांसारख्या अप्रिय माणसाला आनंदाचा प्रसंग तुम्ही का मिळवून देता ? आणि टिळकांचे म्हणणे बरोबर नसतानाही ?' शाहूंनी उपस्थित केलेल्या मुद्द्यांपैकी एकच विचारात घेण्यासारखा होता व तो म्हणजे टिळकांनी स्पष्ट शब्दांत जगन्नाथ महाराजांच्या दत्तक विधानाला दरबारची मंजुरी घेतली नव्हती, हा होय. टिळकांनी आपल्या १८ जून १९०१ च्या पत्रात दिवाण सबनीस यांना असे कळविले होते की, 'एका मुलाला लवकरच दत्तक घेण्याचा आमचा विचार असल्यामुळे आमच्या हाती आपली परवानगी पाहिजे.' पण

टिळकांनी सुचविल्याप्रमाणे दत्तक विधानाला परवानगी मिळविण्यासाठी कुंभोजकरांनी कधीही अर्ज केला नाही, असे दिवाण सबनिसांनी टिळकांशी केलेल्या पत्रव्यवहारात म्हटलेले नाही.

शाहू छत्रपतींनी स्वत: कबुलीच दिली आहे की, ब्रिटिश अधिकाऱ्यांच्या विनंतीवरून आपण या अभियोगात टिळकांना विरोध केला. ९ सप्टेंबर १९१५ रोजी शाहू पुण्याला गेले व तेथे राज्यपालांच्या सल्लागारांची भेट घेऊन ११ सप्टेंबर रोजी राज्यपालांना त्यांनी पत्र लिहिले की, 'ताई महाराज खटल्याच्या निर्णयामुळे माझ्या प्रतिष्ठेवर काय परिणाम झाले आहेत हे दिवाण सबनीस आपणांस समजावून सांगतील.' हिल्ल यांनी शाहूंना २४ सप्टेंबर रोजी सिमल्याहून कळविले की, दरबारने ताई महाराज अभियोगासंबंधी सरकारकडे केलेले निवेदन हे व्यवस्थित आहे. शाहूंना त्या प्रकरणात यश चिंतून ते पुढे म्हणाले, 'अर्थात हे प्रकरण महत्त्वाचे व कठीण आहे हे आपणांस सांगावयास नकोच. पण आपण आपली बाजू व्यवस्थितपणे मांडली आहे.'

वस्तुस्थिती अशी होती की, शाहूंनी जरी निर्बंधाच्या दृष्टीने अयोग्य बाजूस पाठिंबा दिला होता तरी, तो प्रश्न वृथा आपल्या प्रतिष्ठेचा करून ठेवला होता. त्यांचे प्रतिस्पर्धी टिळक हे हिंदुस्थानातील त्या काळचे सर्वांत मोठे पुढारी होते. इतकेच नव्हे, तर ते वकिलांचे गुरू होते. टिळकांच्या बाजूने सत्य होते हे मान्य करावे लागते. राज्यपालांचे सल्लागार आणि शाहू ह्याना निर्बंध आणि सत्य ही आपल्या बाजूला खेचून आणावयाची होती. शासनातील सल्लागारांनी आपली सर्व बुद्धिमत्ता वापरली तरी न्यायालयातील निर्णयाचा अधिक्षेप करण्याची आता त्यांची हिंमत नव्हती. जगन्नाथ महाराजांची मालमत्ता टिळकांच्या ताब्यात जाण्याचे लांबणीवर पडावे एवढेच ते करू शकत होते.

सन १९१५च्या सप्टेंबरमध्ये प्रभू वसतिगृहाचे नाव रावबहादूर रघुनाथ व्यंकाजी सबनीस वसतिगृह असे चालकांनी ठेवले. सबनिसांनी वसतिगृह व्यवस्थितरीत्या चालावे म्हणून जी कामगिरी केली त्या कामगिरीच्या संस्मरणार्थ प्रभू वसतिगृहाला हे नवीन नाव देण्यात आले. सबनिसांची निष्ठा, कार्यतत्परता व प्रामाणिकपणा यांविषयी त्यांची प्रशंसा केवळ कोल्हापूरच्याच लोकांनी केली असे नव्हे, तर कोल्हापूरच्या बाहेरील अर्थशास्त्राच्या[२] एका जाणकारानेही केली. गोधऱ्याहून लिहिताना तो म्हणाला, 'एका राज्यात एवढा दीर्घकाळ अखंडपणे दिवाणपदी राहण्याचे सुदैव आपणांस लाभले आहे. आपले नाव कोल्हापूरच्या

आर्थिक विकासाशी कायमचे निगडित राहील असे म्हटले तर त्यात काही वावगे होणार नाही.' शाहू छत्रपतींनी प्रभू वसतिगृहाला सहा हजारांची देणगी दिली. वसतिगृहाला इमारतीसह जमीनही देऊन शाहूंनी म्हटले, ''मला जे काही यश मिळाले आहे त्याचे श्रेय सबनिसांना आहे.'[३] खरोखरच प्रत्येक संकटाच्या वा आणीबाणीच्या वेळी दिवाण सबनीस आपल्या स्वामीच्या पाठीमागे निष्ठेने व खंबीरपणे उभे राहत. चिकाटीने प्रयत्न करून व मुत्सद्दीपणाने वागून महाराजांना त्यातून बाहेर पडावयास ते साहाय्य करीत. महाराजांच्या ध्येयधोरणाशी तर ते अगदी समरस झालेले होते; मागासवर्ग व दलित वर्ग यांची उन्नती हे त्यांचे ध्येय होते. त्यांची निष्ठा ही इतिहासात गाजलेल्या बाजी प्रभूसारखीच प्रखर होती.

महाराज सयाजीराव गायकवाड यांनी १९०५ च्या ऑक्टोबर महिन्यात दोन चित्ते पाठविण्याची शाहूंना विनंती केली; परंतु चित्ते बडोद्यास पोहोचल्यावर त्यांची किंमत देऊ असे लिहावयास ते चुकले नाहीत !

महायुद्धाच्या परिस्थितीमुळे राजाराम व शिवाजी यांनी १० जुलै १९१५ रोजी इंग्लंड सोडले व ते अमेरिका, जपान, चीन, कोलंबो, मद्रास मार्गे कोल्हापूरला १० ऑक्टोबर रोजी सुखरूप पोहोचले. प्रजाजनांनी त्यांचे उत्साहाने स्वागत केले. स्थानकापासून राजवाड्यापर्यंत त्यांची हत्तीवरून मिरवणूक काढली. सर्व शहर पताकांनी शृंगारलेले होते. ध्वजही उभारलेले होते. तीन वर्षांनी राजपुत्र मायदेशी सुखरूप आले म्हणून लोकांनी प्रचंड उत्साह दाखवावा हे यथायोग्य होते. त्या दिवशी सर्व कचेऱ्यांना सुट्टी देण्यात आली होती.

ह्या आनंदानिमित्त सुप्रसिद्ध नट व गायक केशवराव भोसले यांनी पॅलेस थिएटरच्या पाठीमागच्या ॲम्फिथिएटरमध्ये पंचवीस हजार लोकांना नाटक करून दाखविले. उघड्या मैदानात नाटक होण्याचा महाराष्ट्रातील हा पहिला प्रसंग होय. त्यावेळी पेट्रोमॅक्स दिवे लावले होते. शाहू छत्रपतींनी ह्या उत्सवाप्रसंगी केशवराव भोसले, बाबुराव पेंटर व दत्तोपंत भोसले या विख्यात नटांना संभावनाद्रव्य देऊन त्यांचा गौरव केला.

राजपुत्रांना १९१६च्या मार्चमध्ये पुन्हा इंग्लंडला पाठविण्याची शाहूंची इच्छा होती. मधल्या काळात राजपुत्रांनी आपल्या धर्माची, रूढींची व चालीरितींची अधिक माहिती घ्यावी, त्यांनी आपले मित्र व सोबती स्वत: निवडावे आणि ते पुन्हा मायदेशी येतील तेव्हा आपल्या देशाला व देशबांधवांना त्यांनी कमी लेखू नये, असे छत्रपतींना वाटत होते. यासाठी आपले बंधू बापूसाहेब घाटगे यांनी राजपुत्रांना ते दोन-तीन महिने घरी असेपर्यंत, सामाजिक व धार्मिक विधींची माहिती द्यावी, त्यांचा सामाजिक दर्जा काय आहे व त्यांनी

साम्राज्य सरकारशी कसे वागावे हेही त्यांना सांगावे अशीही शाहूंनी इच्छा व्यक्त केली.

बापूसाहेब घाटगे हे अश्वशर्यतीच्या मैदानावर कुशल अश्वपारखी व सुदैवी खेळाडू म्हणून गाजलेले होते. घोड्यांच्या शर्यतीसाठी ते कलकत्त्यालाही जात असत. ते चतुर संघटक व उत्तम शिकारी होते. ते समतोल बुद्धीचे, उदार मनाचे, मनमिळावू स्वभावाचे होते. संकटाच्या वेळी व महत्त्वाचा निर्णय घेते वेळी शाहूंना त्यांचे साहाय्य होत असे. शाहूंचे ते निष्ठावंत व अनुभवी सल्लागार होते. जेव्हा एखादा अडचणीचा प्रसंग येई तेव्हा ते त्या समयी शाहूंना सुरळीतपणे बाहेर काढीत. आयर्विन बाईची महाबळेश्वर व पन्हाळा येथे राहण्या-उतरण्याची सोय करावी असे बंधूंना सांगून शाहू पुढे म्हणाले, 'मला इतकी वीट आला आहे की ह्या बाबतीत मी काही करू शकत नाही वा काही ठरवू शकत नाही. तुम्ही आजारी आहात, माझे दिवाण बाहेरगावी गेले आहेत आणि मी गबाळ्या आहे. सरकारजवळ जाण्याला मला संधी मिळत नाही आणि प्रत्येक गोष्टीचा मला तिटकारा आला आहे. मी कोल्हापूरला येते वेळी वाटेत पुण्यास थांबून काही गोष्टी ठरवीन व तुम्हांस तार करीन.'

राजपुत्रांनी राज्यपाल विलिंग्डन यांची महाबळेश्वर मुक्कामी भेट घेतली. राज्यपालांनी शाहू महाराजांना कळविले की, राजपुत्रांना आपण भेटलो. आनंद झाला. श्रीमती आयर्विन बाईची ओळख झाली. राजपुत्रांना राज्यपालांनी मेजवानी दिली. राजपुत्र शाहूंना अनेक बाबतींत साहाय्य करतील अशी राज्यपालांनी आशा व्यक्त केली. आयर्विन बाई राजपुत्रांचे शिक्षण व संगोपन अत्यंत समाधानकारकरीत्या करीत आहे हे पाहून त्यांना संतोष वाटला. त्यानंतर थोड्याच दिवसांनी राज्यपालांनी इच्छा व्यक्त केली की, जर शाहू महाराजांनी मुलांच्या शिक्षणाची कुठे सोय केली नसेल तर त्यांचे पुढील शिक्षण राजकोट येथील राजकुमार कॉलेजमध्ये करावे. परंतु शाहूंनी राजपुत्रांना डिसेंबर १९१५ मध्ये शिक्षणासाठी अलाहाबादमधील इवींग ख्रिश्चन कॉलेजात पाठविले. तेथे त्यांनी शेतकी आणि तत्सम विषयांचे एक वर्षभर शिक्षण घेतले.

याच सुमारास कुस्त्यांचा मोठा आखाडा रायबाग येथे तयार झाला. शाहूंनी सुमारे शंभर मल्लांची सोय केली होती. आखाड्याचा उद्‌घाटन समारंभ इमाम बक्ष व गुलाम मोहिद्दीन यांच्या कुस्तीने झाला. कुस्ती क्षेत्रात कोल्हापूरला अजिंक्यपद मिळविण्याच्या महत्त्वाकांक्षेने त्यांनी देवाप्पा धनगर व शिवप्पा बेरड यांना पदरी बाळगून त्यांना उत्तेजन दिले होते शिवप्पा बेरडने एका पंजाबी

मल्लाला चीत केले होते. तो पंजाबी मल्ल महाराष्ट्रातील मल्लांना शिकविण्यासाठी त्यांनी आणला होता.

महत्त्वाच्या कुस्तीत शाहूंनी दिलेला निर्णय निर्णायक मानला जाई. एकदा असे घडले की, शाहूंनी एका कुस्तीच्या वेळी पंचांना मारले. कारण त्यांनी बापूसाहेब घाटगे यांच्या मल्लाला लबाडीने विजेता ठरविले होते. गवळी नावाचा मल्ल पुण्याहून कोल्हापूरच्या बिरे पहिलवानाशी कुस्ती खेळावयास आला होता. कुस्ती जुंपली. तीत पुण्यातील मल्लाला बिरे भारी पडला. कुस्ती निर्णायक झाली नाही. शाहूंनी गवळ्याला फेटा बांधला आणि त्याला शाबासकी दिली. युवराज राजाराम यांनीही आपला मल्ल बिरे ह्यास फेटा बांधला. त्यावर शाहू म्हणाले, 'हे युवराजांचे करणे बरोबर नाही. कारण बिरे हा राजवाड्यातील मल्ल असल्यामुळे तो पौष्टिक अन्नावर पुष्ट झालेला आहे आणि त्याला उत्तम मार्गदर्शनही लाभलेले आहे. पुण्यातील बिचारा गवळी याने मिळेल ते अन्न खाऊन, खूप कष्टाने तालीम केली आणि चांगला प्रयत्न केला. आपल्या राज्यात गवळ्यासारख्या महत्त्वाकांक्षी मल्लाला जास्तीत जास्त उत्तेजन मिळाले पाहिजे.' कुस्ती संपल्यावर लोक शाहूंच्या दयाळूपणाची व न्यायप्रियतेची वाहवा करीत घरी परत गेले. चुरशीच्या कुस्तीत एखाद्या मल्लाचा जय झाला तर आपला फेटा त्या विजेत्याकडे फेकून शाहू आनंदाने नाचत असत.

महायुद्धात ब्रिटिशांना साहाय्य करण्याकरिता शाहू खूप प्रयत्न करीत होते. त्याच वेळी ते राष्ट्रातील उद्योगधंद्यांनाही मोठ्या उत्साहाने साहाय्य करीत होते. किर्लोस्करांच्या कारखान्याला त्यावेळी कच्च्या लोखंडाची जरुरी होती. किर्लोस्कर कारखान्याच्या चालकांना असे कळले की, कोल्हापूर संस्थानातील अनेक किल्ल्यांत जुन्या तोफा पडून राहिलेल्या आहेत. ह्यापूर्वी शाहू छत्रपतींनी पलुस येथे संत धोंडीबुवा यांच्या समाधीचे दर्शन घेण्यासाठी जात असताना किर्लोस्कर कारखान्याला भेट दिली होती.[४] औद्योगिक क्षेत्रातील किर्लोस्करांच्या धाडसी प्रयत्नाबद्दल शाहूंना नेहमी सहानुभूती वाटे. कारखान्याचे चालक लक्ष्मणराव किर्लोस्कर हे हिंदुस्थानातील प्रमुख स्वदेशी उद्योगपतींपैकी एक होत. त्यांनी बाळासाहेब गायकवाड यांच्याकडून त्या जुन्या तोफा कारखान्याला देण्याविषयी शाहूंचे मन वळविले. शाहूंनी त्यांना तोफा दिल्या. आणि किर्लोस्कर कारखान्याचे सर्व आवार जुन्या तोफांनी भरून गेले. शाहूंनी शुभेच्छेने आणि मोठ्या कौतुकाने कारखान्याच्या अडचणीच्या प्रसंगी किर्लोस्करांना हे साहाय्य केले. यानंतर त्यांनी राजपुत्रांनाही किर्लोस्कर कारखान्याला भेट द्यावयास पाठविले.

केव्हा केव्हा आपल्याजवळील माणसांच्या सांगण्यावरून शाहू

तडकाफडकी निर्णय घेत असत. त्यामुळे कधी कधी चुकीचा निर्णय घेण्यात येई. तसे घडले म्हणजे इतरांवर अन्याय होई व त्यांची क्षमा मागण्याचा प्रसंग उद्भवे. एके दिवशी बाळासाहेब गायकवाड यांनी एका कारकुनाच्याविरुद्ध व दुसऱ्या एका नोकराविरुद्ध खोटी तक्रार केली. शाहूंनी चौकशी न करता त्या कारकुनाला तडकाफडकी बडतर्फ केले. शिकार करावयास आलेल्या पाहुण्यांची त्यामुळे गैरसोय झाली. त्यानंतर त्यांनी जेव्हा त्या प्रकरणाची चौकशी केली तेव्हा त्यांना कळून आले की, बाळासाहेब गायकवाड यांनी दिलेली माहिती खोटी होती. त्या पाहुण्यांची क्षमा मागताना शाहू म्हणाले, 'माझ्या असभ्य व उद्धट वर्तनाविषयी मला तुम्ही क्षमा करावी अशी मी तुम्हांला पुन्हा विनंती करीत आहे. जर ह्या बाबतीत तुम्ही मला साह्य केलेत तर मी तुमचा अत्यंत आभारी होईन आणि इतर पाहुण्यांकडे माझी दुष्कीर्ती होणार नाही. तुमच्या दयाळूपणावर मी आक्रमण करीत आहे याची मला लाज वाटते. त्याविषयी मी तुमचा सदैव ऋणी राहीन.' ह्या प्रसंगामुळे बाळासाहेब गायकवाड यांच्या वागणुकीवर चांगलाच प्रकाश पडतो. त्याप्रमाणे शाहूंच्या स्वभावाचे दर्शन घडते.

युद्धाच्या वातावरणामुळे निर्माण झालेल्या उत्साहाचा शाहूंनी १९१६ च्या पुढे पुरेपूर फायदा घेतला. त्यांनी शिवाजीमहाराजांची जयंती वैशाख शु. २ आणि पुण्यतिथी चैत्र शु. १५ ह्या दोन तिथींस सर्व कचेऱ्या व शाळांना सुट्टी देण्याचे ठरविले. 'केसरी'ने ह्या गोष्टीचा उल्लेख केला व 'आमचे मुंबई सरकार याचे अनुकरण करील काय ?' असा प्रश्न विचारला.

सैन्यभरतीच्या प्रयत्नात शाहूंना यावे तितके यश आले नव्हते. सैन्यभरती करणारे ब्रिटिश अधिकारी आपले काम करताना कोल्हापूर संस्थानामध्ये उद्धटपणे वागत. अनेक वर्षे शांततेचा काळ लोटल्यामुळे लोकांची लढाऊ वृत्ती शिथिल झाली होती. परिणामी सैन्यभरतीची मोहीम, अंशत: भीतीमुळे व अंशत: सैन्यभरती करणाऱ्या अधिकाऱ्यांच्या अरेरावी वर्तनाने लोकांमध्ये निर्माण झालेल्या घबराटीमुळे, अयशस्वी झाली होती. एखादे वेळी एखादा मनुष्य स्वखुषीने सैन्यात भरती झाला तर लोकांना वाटे, सैन्यभरती करणाऱ्या अधिकाऱ्याने त्याला बळजबरीनेच नेले आहे. त्यामुळे सैन्यात भरती झालेल्या अशा माणसांना सोडविण्यासाठी लोक त्या केंद्रावर जाऊन आरडाओरड करीत. परिणामी त्यांचे त्या अधिकाऱ्यांबरोबर खटके उडत. असा खटका १९१६ सालच्या मार्च महिन्याच्या प्रारंभी चिंचली येथे उडाला. गुन्हेगारांना शिक्षा झाली. परंतु शाहूंनी रॉबर्टसनला लिहिले की, 'सैन्यभरती ही ऐच्छिक आहे, ती सक्तीची नाही. अशा तऱ्हेने चिंचलीला खटका का उडावा हे आपणांस समजत नाही.'

यावर राज्यपाल विलिंग्डन यांनी शाहूंकडून ह्या प्रकरणी स्पष्टीकरण मागितले आणि सैन्यभरती करणाऱ्या अधिकाऱ्यांनी गैररीत्या पैसे गोळा केले होते हा आरोप शाहूंना सिद्ध करावयास सांगितले. त्यानंतर १९१६च्या सप्टेंबरमध्ये शाहूंनी त्या प्रकरणाचा सविस्तर वृत्तांत राज्यपालांकडे पाठवून सैन्यभरती करणाऱ्या अधिकाऱ्याचे वर्तन हे नि:पक्षपातीपणाचे नव्हते असे विधान केले. सैन्यभरती करणाऱ्या अधिकाऱ्याचे म्हणणे असे होते की, दंडाधिकाऱ्याने त्यांच्या जबान्या नीट नोंदवून घेतल्या नाहीत. ह्या वृत्तांतावर शाहू आणि राज्यपाल यांची नरम–गरम चर्चा झाली आणि बरेच दिवसांनी हे प्रकरण समाप्त झाले. चिंचलीचा इनामदार हा शाहूंचा नातलग होता आणि त्याच्याविरुद्ध हे आरोप होते. पण शाहूंनी त्याला त्या आरोपांतून कसेबसे बाहेर काढले.

शाहू हे आता मधुमेहाच्या विकाराने ग्रस्त झाले होत. त्यांच्या पायावरील जखम अद्याप पूर्णपणे भरली नसल्यामुळे ते कागल येथील शिबिरात विश्रांती घेत होते. तरी सुद्धा ते मेसोपोटेमिया येथे विमानाने जायला उत्सुक झाले होते. तेथील मराठा सैनिकांची तुकडी कूट-एल-अमारा येथे तुर्की सैन्याच्या वेढ्यात सापडली होती. त्या सैनिकांना अन्न पुरवठा होईना. आणि उपाशी मरत असतानासुद्धा त्यांनी घोड्याचे मांस खाण्याचे नाकारले. ते म्हणाले, 'घोड्याचे मांस खाणे हे आमच्या धर्माप्रमाणे निषिद्ध आहे आणि जर आम्ही ते खाल्ले तर आम्हांस जातिबहिष्कृत करण्यात येईल.' तरीसुद्धा हे मराठे तेथे शौर्याने लढत होते.

शाहू महाराजांना युद्ध आघाडीवर पाठवून त्यांच्या जीवितासंबंधीचा धोका पत्करण्यास मुंबई सरकार तयार नव्हते. तेव्हा असे ठरले की, वेढ्यात सापडलेल्या त्या मराठा सैनिकांचे मन वळविण्यासाठी शाहूंनी त्यांना एक संदेश पाठवावा आणि घोड्याचे मांस खाण्यास त्यांचे मन वळवावे. शाहूंनी पुन्हा २० मार्च १९१६ रोजी रॉबर्टसनला पत्र लिहून कळविले की, 'कूट-एल-अमारा' येथे माझे प्रत्यक्ष जाणे अनेक दृष्टीने हितकारक ठरेल. नाहीतर ते माझा संदेश पाळणार नाहीत.' छत्रपती आपल्या पत्रात पुढे म्हणाले, 'ग्वाल्हेरचे महाराज किंवा बडोदे नरेश यांचा ह्या प्रकरणात काहीही उपयोग होणार नाही. कारण त्यांच्या राज्यात मराठे लोक नाहीत. त्यांचे राज्य माळवा व गुजरात येथे आहे. शिवाय ते दोघे, विशेषत: गायकवाड हे उच्च कुळातील मराठे आहेत असे मानण्यात येत नाही.'

शाहूंनी आपल्या पत्रात उच्च कुळातील मराठ्यांची यादी दिली. तीत कागलाचे घाटगे, मोहिते, चव्हाण, धारचे आणि देवासचे पवार, निंबाळकर, राणे

आणि भोसले ह्या घराण्यांची नावे होती. पंचकुळीचे मराठे हे सर्वांत श्रेष्ठ होत असेही शाहूंनी म्हटले. ह्या पंचकुळी मराठ्यांच्या वंशजापैकी किंवा शाण्णव कुळी मराठ्यांपैकी, व्यक्ती ह्या कामात उपयोगी पडतील. आपण शिवाजीचे वंशज असून आपण जर उपरोक्त घराण्यातील काही लोकांबरोबर कूट-एल-अमारा येथे गेलो आणि त्या मराठा सैनिकांशी बोललो आणि त्यांच्या पंगतीस जेवलो, तर त्याचा फार चांगला परिणाम होईल. आपण पंडितांकडून शास्त्रातील विचार उद्धृत केले किंवा जगद्गुरूंची आज्ञा घेतली किंवा आपण स्वत: तशी आज्ञा केली तरी त्याचा इतका परिणाम होणार नाही, असे शाहूंनी मुंबई सरकारला कळविले.

येथे ही गोष्ट लक्षात ठेवली पाहिजे की, बडोद्याच्या राजघराण्याशी ह्यापूर्वी कोल्हापूरच्या शिवाजी महाराजांचे विवाहाने नाते जोडलेले होते. शिवाय शाहू हे आपल्या विवाहाने बडोदे घराण्याशी निगडित झाले होते. कारण शाहू छत्रपतींचे श्वशुर खानविलकर हे गायकवाडांचे नातलग होते. दुसरे असे की, सयाजीराव गायकवाडांच्या नातीबरोबर शाहू आपल्या मुलाचा विवाह ठरविण्याच्या बेतात होते. तरीसुद्धा पंचकुळीचे किंवा शाण्णव कुळीचे मराठा असा जो वर उल्लेख करण्यात आला आहे तो सामान्य मराठी जनतेचे मत म्हणून शाहूंनी मांडला असावा. तरीसुद्धा शाहू छत्रपतींनी, आपल्या मताला पुष्टी यावी ह्या दृष्टीनेही असा उल्लेख करायला नको होता.

ठरल्याप्रमाणे शाहूंनी कूट-एल-अमारा येथील मराठा सैनिकांना एक संदेश पाठविला. त्यांना वाटले, आपल्या संदेशाचा हेतू सफल होईल आणि घोड्याचे मांस खाण्यात ज्ञातिबहिष्काराची भीती सैनिकांना वाटणार नाही. शाहूंच्या ह्या संदेशाने मोठीच कामगिरी केली आहे, असे मुंबई सरकारने मानले व त्यांचे अभिनंदनही केले. घोड्याचे मांस हिंदूंना खाण्यास सांगणे ही गोष्ट 'राष्ट्रीय संकटाच्या वेळी गाईचे मांस खा' असे सांगण्याइतकीच भयंकर आहे. परिस्थिती व उपयुक्तता ही शाहूंना समाजक्रांतिकारकाच्या भूमिकेकडे लोटीत होती. घोड्यांचे मांस खा असा संदेश देणे ही गोष्ट सनातनी, परंपरावादी आणि सनातनी सुधारक या सर्वांवर तडाखा हाणणारी होती. महाराजांनी २३ मार्च रोजी शिपायांना एक संदेश पाठविला. त्यात ते म्हणतात :

"मराठा पलटणीतील माझे बांधव, अधिकारी लोक व शिपाई गडी हो, सार्वभौम सरकार आपल्या दोस्तांसह सुमारे दोन वर्षे महायुद्धामध्ये गुंतले आहे. आपल्या शूर पूर्वजांच्या निष्कलंक यशाला साजेशी, धैर्याची व शौर्याची कामगिरी मराठे एकसारखे बजावीत असल्याचे ऐकून, प्रत्येक मराठ्याला मोठा अभिमान

वाटत आहे. आपणांस माहीत आहे की, मी ब्रिटिश सेनेतील शूर मराठा पलटणीचा कर्नल असल्यामुळे त्या पराक्रमाचे मला विशेष महत्त्व वाटते. या महायुद्धामध्ये आम्हांपैकी कित्येकांना प्रत्यक्ष भाग घेता आला नाही, म्हणून आमची निराशा होणे स्वाभाविक आहे. तथापि आपल्या जिवाची यत्किंचितही पर्वा न करता, खडतर हाल सोसून, साम्राज्याच्या कार्यासाठी आमचेच बांधव रात्रंदिवस झटत असल्याचे पाहून प्रत्येकाला मोठे समाधान वाटत आहे. माझे मराठा बांधव निस्सीम निष्ठेने आपले पवित्र कर्तव्य बजावीत असताना ते मोठ्या संकटात सापडले आहेत व ज्ञातींच्या निर्बंधानुसार कोणते पदार्थ खाद्य व कोणते अखाद्य ठरवावयाचे यासंबंधी एक प्रश्न उपस्थित झाला आहे, असे मला समजते. शत्रूच्या वेढ्यात ते सापडले असल्यामुळे, त्यांना दिवसानुदिवस अन्नाचा पुरवठा कमी पडत चालला आहे. सामुग्रीचा पुरवठा करण्यासाठी साम्राज्य सरकार आपल्या प्रयत्नांची पराकाष्ठा करीत आहे. तरीदेखील वेढ्यात सापडलेल्या सैनिकांना सामुग्री पाठविणे अतिशय दुरापास्त झाले आहे. अशा प्रसंगी प्राण वाचविण्यासाठी मिळालेल्या अन्नावर जगणे जरूर आहे.'

महाराज आपल्या संदेशात पुढे म्हणाले, 'संकटाच्या प्रसंगी लोकांनी कसे वागावे हे ज्यात सांगितले आहे अशा महाभारतामध्येच हे तत्त्व प्रतिपादन केले आहे. घोड्याच्या मांसाचा उपयोग करण्यात कोणतीच आडकाठी नाही असे खुद्द आमच्या शास्त्रावरून स्पष्ट होते. प्राचीन काळी घडलेल्या अश्वमेधांची हकिकत तुम्हां सर्वांना माहीतच आहे. त्या काळी घोड्याचे मांस खात असत. म्हणून शत्रूंच्या कचाट्यात सापडले असता त्याचा उपयोग करण्यास यत्किंचितही आडकाठी असणे शक्य नाही. मी माझ्या नातलगांसह व माझ्या ज्ञातीच्या इतर लोकांसह ह्या युद्धात भाग घेऊन, तुमच्या कष्टांचा व संकटांचा मोठ्या आनंदाने वाटेकरी झालो असतो. मग हा अन्नासंबंधीचा प्रश्न सहजच सुटला असता. परंतु दुर्दैवाने ही संधी प्राप्त होणे माझ्या नशिबी नाही व आता तुम्हांला येऊन मिळणे मला अशक्य आहे. म्हणून माझे बांधवहो, माझी अत्यंत कळकळीची व अंतःकरणपूर्वक अशी प्रार्थना आहे की, याप्रसंगी छाती घट्ट करून, संकट समयी शास्त्राने सांगितलेले कर्तव्य लक्षात आणून, उपलब्ध असलेल्या अन्नावर तुम्ही जिवंत राहावे आणि तुम्ही आपले कर्तव्य बजावून तुमच्या पूर्वजांची कीर्ती निष्कलंक राखावी.'

महाराज शेवटी म्हणाले, 'आपला थोर व पूज्यपूर्वज, मराठा साम्राज्याचा संस्थापक शिवाजी हा आपल्या अनुयायांसह दिल्लीत अटकेत असल्यावेळी या महायोध्याने या बिकट प्रसंगाला कसे तोंड दिले हे तुम्हांला माहीतच आहे.

घोड्यांच्या मांसाचा उपयोग करून, जातिनिर्बंध मोडल्याबद्दल तुम्हांला यत्किंचितही दूषण लागणार नाही, ह्याबद्दल मी खात्री देतो. माझ्या शब्दावर पूर्ण भरवसा ठेवून आपण राहावे. या कठीण प्रसंगात तुम्ही सापडला नसून मी सापडलो आहे, असे मी समजतो. मला या संकटाची पूर्ण जाणीव आहे. म्हणून तुम्ही परत आल्यावर तुमच्या लग्नकार्यात व इतर धार्मिक समारंभांत तुम्हांला कोणतीच गैरसोय सोसावी लागणार नाही, असे मी देवाला स्मरून वचन देतो. या गोष्टीच्या सत्यतेबद्दल या विनंतीपत्रावर मी माझी सही, शिक्का व मोर्तब करीत आहे. माझे शब्द निरर्थक ठरणार नाहीत व तुम्ही आपले प्राण बचावाल आणि ज्ञातिविषयक नसत्या अडचणी उपस्थित करून व आपल्या पवित्र कर्तव्याची हेळसांड करून तुम्ही आपल्या पूर्वजांच्या चांगल्या नावलौकिकाला काळे फासणार नाही, अशी माझी खात्री आहे.'

हा संदेश पाठविल्यानंतर महाराजांनी पुन्हा राज्यपालांना पत्र लिहिले की, 'मला युद्धावर जाण्यास सरकारने परवानगी दिली नाही, ही सरकारचा दयाळूपणा. तरीही तेथे जाण्याची माझी इच्छा आहे. विमानातून जाण्याची मला भीती वाटत नाही. वेढ्यातून बाहेर पडल्यावर सैनिकांना उत्तेजन देऊन त्यांना उदाहरण घालून देणे, त्यांचा स्वयंपाक करणे, त्यांच्या सुखसोई पाहणे, इत्यादी प्रकारची कामे मी करीन. कामाला मी योग्य आहे, असे आपणांस वाटत असेल तर ते काम करण्यासाठी मला पाठवावे.'

लॉर्ड हार्डिंज हे एक कर्तृत्ववान व उदारमनस्क महाराज्यपाल होते. त्यांनी १९१६च्या एप्रिल महिन्यात हिंदुस्थान सोडण्यापूर्वी आपल्या १४ मार्च १९१६च्या पत्रात शाहूंना लिहिले की, 'ह्या प्रसंगी आपण सम्राटांशी दाखविलेल्या निष्ठेविषयी आणि आणीबाणीच्या वेळी आपण जे सम्राटांना साह्य केलेत त्यांविषयी आम्ही आपले आभार मानतो.' त्यावर ३१ मार्च रोजी शाहूंनी उत्तर दिले की, 'आमच्या पूर्वजांनी व आमच्या घराण्याने ब्रिटिश सरकारशी स्नेहाचे संबंध राखण्याचा प्रयत्न केलेला आहे आणि मीही त्यांच्याच पावलावर पाऊल ठेवून सतत वागण्याचे ध्येय ठरविलेले आहे. मित्र राष्ट्रे जो त्याग करीत आहेत त्याला यश येऊन जर्मन लष्करशाहीचा धुव्वा उडेल.'

शाहू छत्रपती हे सर्व भारतीय संस्थानिकांमध्ये एक नामांकित नि वजनदार व्यक्ती म्हणून गाजू लागले. साहजिकच नवीन महाराज्यपाल लॉर्ड चेम्सफर्ड ह्यांनी ४ एप्रिल १९१६ रोजी कारभार हाती घेताच ११ एप्रिल रोजी आपले संबंध जोडण्याच्या दृष्टीने शाहू महाराजांना पत्र लिहिले. त्यात ते म्हणाले, 'आपल्या वैयक्तिक व संस्थानासंबंधीच्या सर्व प्रकरणांत मी सतत लक्ष घालीन.'

शाहूंनी त्यांचे आभार मानले व पूर्वीच्या महाराज्यपालांप्रमाणे आपणही आमच्या संस्थानच्या कामकाजात लक्ष घालाल अशी आशा व्यक्त केली.

मध्यंतरी टिळकांनी आपला राजकीय पक्ष संघटित केला व २८ एप्रिल १९१६ रोजी होमरूल लीग (स्वराज्य संघ) बेळगावला स्थापन करून काँग्रेसची तत्त्वप्रणालीही मान्य केली. १९१६च्या एप्रिलमध्ये सत्यशोधकांनी आपली वार्षिक परिषद निपाणी येथे भरविली. लठ्ठे, जाधव व डोंगरे हे सर्व नेते तेथे उपस्थित होते. कर्मवीर शिंदे त्या परिषदेस उपस्थित हाते. भारत सेवक समाजाचे वझेही निरीक्षक म्हणून तेथे आले होते. वालचंद कोठारी यांची निवड सत्यशोधक तत्त्वप्रणालीचे प्रचारक म्हणून करण्यात आली.

महायुद्धाच्या त्या धावपळीत आपल्या संस्थानातील गरिबांच्या हितासंबंधी शाहू सतत जागरूक होते. त्यांचे ते कार्य चालूच राहिले होते. त्यांनी १९१६च्या मेमध्ये स्थानिक निधीची महारांना सूट दिली. कारण त्यांना सक्तीने कामकाज करावे लागे. जर त्यांनी आपले कामे करण्यात ढिलेपणा दाखविला तर त्यांना तो कर द्यावा लागेल असे राजाज्ञेत म्हटले होते.

१६

मनाची व्यग्रता व ब्रिटिशांशी खटके

शाहूंची कारकीर्द व सार्वजनिक जीवन यशस्वी झाले होते. परंतु त्यांच्या मुलीच्या वैवाहिक जीवनात दु:ख निर्माण झाल्यामुळे त्यांच्या स्वत:च्या गृहजीवनात अशांतता निर्माण झाली होती. आक्कासाहेब यांचे पतीशी काही मतभेद झाले होते. गेली तीन वर्षे शाहू त्यांच्यामधील ते मतभेद मिटविण्याचा प्रयत्न करीत राहिले होते. शाहूंनी आपले मित्र क्लॉड हिल्ल व फ्रेजर यांना ह्या प्रकरणाची इत्थंभूत माहिती देऊन त्यांचा त्या बाबतीत सल्ला विचारला. आयर्विन बाईला शाहू आपल्या कुटुंबीयांपैकी एक व्यक्ती म्हणून मानीत असल्यामुळे तिलाही ह्या प्रकरणाची सर्व माहिती देऊन आपल्या वतीने बोलण्यासाठी तिला तयार केले. आपली मुलगी स्वत:वर ओढवलेल्या दुर्भाग्याविषयी अत्यंत दु:ख करीत असून आपल्याला ते दु:ख पाहवत नाही असे शाहूंनी आयर्विन बाईस कळविले.

शाहूंचे स्नेही सर क्लॉर्ड हिल्ल हे आता महाराज्यपालांच्या कार्यकारी मंडळात महसूल व शेतकी खात्याचे सभासद झाले होते. त्यांच्या वतीने महाराज्यपालांच्या कार्यकारी मंडळातील राज्य व परराष्ट्र खात्याचे सभासद जे. बी. वुड यांच्याशी संपर्क साधण्याचा शाहूंनी प्रयत्न केला. १ जुलै १९१६ रोजी शाहूंनी रॉबर्टसनला कळविले की, देवासच्या या प्रकरणामुळे आपण वैतागलो आहो. यास्तव मुंबई सरकारने देवास प्रकरणी आपल्याला महाराज्यपाल व वुड ह्यांना देण्यासाठी पत्रे द्यावीत म्हणजे त्या दोघांची या बाबतीत खाजगी मते काय आहेत ती व्यक्त करण्यास त्यांना आपण विनंती करू. आपण दिल्लीला जात आहोत व आपणाला या प्रकरणात सरकार साहाय्य करील अशी त्यांना आशा वाटत होती. थोड्याच दिवसांपूर्वी शाहूंचे मित्र व मार्गदर्शक फ्रेझर देवास प्रकरणाविषयी आपले मत व्यक्त करताना म्हणाले होते की, 'इतके दुष्ट, कोडगेपणाचे उदाहरण आपण कधीच पाहिलेले नाही.' ते पुढे म्हणाले, 'थोड्याच दिवसांपूर्वी बिचारीला विवाहामुळे सुखाचे दिवस उजाडले. त्या सुखी जीवनाचा इतक्या लवकर विध्वंस व्हावा याचा विचार मनात आला म्हणजे अत्यंत दु:ख होते.'

फ्रेजर यांनी अशी अंत:करणपूर्वक सहानुभूती व्यक्त करून त्या पत्रात पुढे म्हटले की, सुखाचा एकदा भंग झाला म्हणजे ते पुन्हा सांधणे कठीण असते.' त्या वैतागलेल्या व असहाय मन:स्थितीत शाहूंनी बापूसाहेब घाटगे व दिवाण सबनीस ह्यांना क्लॉड हिल्लकडे दिल्लीला पाठविले आणि हिल्ल यांनी हे प्रकरण मिटवण्यात आपले वजन खर्च करावे अशी त्यांना विनंती केली. ताईमहाराज अभियोगाच्या निर्णयाच्या बाबतीत आणि या देवास प्रकरणात आपल्याला साहाय्य करावे, अशी त्यांनी वुडसाहेबांना विनंती केली. हिल्ल, वुड, बापूसाहेब व दिवाण सबनीस ह्यांनी एका बैठकीत देवास प्रकरणाचा व ताईमहाराज अभियोगाच्या निर्णयावर विचार केला. ताईमहाराज अभियोगाविषयी दिल्लीतील अधिकाऱ्यांच्या मताचा कानोसा घेतला. सबनिसांना सांगण्यात आले की, ताईमहाराज अभियोगात टिळकांचा संबंध असल्यामुळे सरकार त्या प्रकरणाकडे कोणत्या दृष्टीने पाहील हे कोणीही सांगू शकत नाही.

या दिवसांत शाहूंना मूत्रपिंडातील बिघाडामुळे त्रास होत होता. त्यामुळे त्यांना तापही येत असे. ते काही हालचाल करू शकत नव्हते. तरी त्या परिस्थितीत इंदूर येथील बॉसन्क्वेट ह्या ब्रिटिश राजनैतिक प्रतिनिधीला त्यांना भेटावयाचे होते. कारण १९१४ साली ह्याच राजनैतिक प्रतिनिधीने देवासचे प्रकरण सुरळीत करून दिले होते. यास्तव ह्यावेळी वुड यांचे साहाय्य मागताना शाहूंनी त्यांना लिहिले की, 'माझ्या मुलीची मन:स्थिती फार शोचनीय झाली आहे.' १८ जुलै १९१६ रोजी शाहूंनी हिल्ल ह्यांना लिहिलेल्या पत्रात म्हटले की, 'माझ्या जीवनात जे काही यश आले आहे त्याचे श्रेय आपणाला व फ्रेझर ह्यांना आहे. मला वुड व बॉसन्क्वेट ह्यांना इंदूरला भेटावयाचे आहे व महाराज्यपाल यांना दिल्ली येथे भेटावयाचे आहे.' पत्रात त्यांनी असेही म्हटले होते की, 'माझ्या मुलीला काही वार्षिक तनखा मिळावा अशी आपली इच्छा आहे.'

शाहू स्वत: अशा निराश व दु:खी मन:स्थितीत असता त्यांनी जुलै १९१६ मध्ये एक हेतुपूर्वक गोष्ट केली. राजोपाध्ये हे आता पूर्णपणे शाहूंना शरण आले व त्यांची त्यांनी पुरोहित म्हणून मासिक वेतनावर नेमणूक केली. हे करण्यात शाहूंनी लोकांच्या मन:स्थितीचा फायदा घेतला. सैन्यभरतीच्या प्रसंगाने जे दंगे झाले त्यामुळे लोकक्षोभ वाढला होता. यास्तव वरिष्ठ समाजातील चळवळ्यांना शांत करावे म्हणून ही नेमणूक त्यांनी केली. त्यामुळे ब्राह्मण समाज काही काळ शांत झाल्यासारखा दिसला.

मूत्रपिंडातील वेदनांमुळे आणि तापामुळे अस्वस्थ झालेले असताही शाहू बापूसाहेब घाटगे व दिवाण सबनीस यांच्यासह २ ऑगस्ट १९१६ रोजी इंदूरला

पोहोचले. ते बॉसन्क्वेट यांना भेटले; परंतु ते शाहूंशी सहमत झाले नाहीत. उलट शाहूंनी त्या प्रकरणी केलेल्या काही गोष्टींविषयी त्यांनी नापसंती व्यक्त केली. बॉसन्क्वेट ह्यांचे म्हणणे असे होते की, महाराज तुकोजीराव पवार आणि राणीसाहेब ह्या दोघांमधील तो खाजगी प्रश्न आहे आणि तो शाहूंच्या कक्षेबाहेरचा आहे. त्यावर शाहू इतकेच म्हणाले की, 'मी पुढे केव्हातरी मुलीच्या दयनीय स्थितीची आणि माझ्या हताश मन:स्थितीची माहिती आपणांस देईन.' बॉसन्क्वेट यांच्या वागण्यावरून असे दिसून येते की, शाहू हे कर्तव्यनिष्ठ पण मुलीच्या दोषांकडे दुर्लक्ष करण्याइतके प्रेमळ पिताजी असल्यामुळे ते आपल्या मुलीच्या भवितव्याविषयी चिंताग्रस्त होऊन साहाय्याकरिता इकडे तिकडे धावत होते, त्या गोष्टीची चर्चा करीत होते. परंतु दुसरी बाजू केवळ बॉसन्क्वेट यांनाच माहिती होती असे दिसते.

४ ऑगस्ट १९१६ रोजी इंदूरला उपस्थित असलेले वुड ह्यांना बॉसन्क्वेटच्या भेटीत काय घडले याचा वृत्तांत कळविताना शाहू म्हणाले, 'तथापि माझी खात्री आहे की, जेव्हा माझ्या मुलीचे नशीब पालटेल तेव्हा बॉसन्क्वेट यांना सत्य स्थिती कळून येईल आणि त्यांना माझ्या मुलीच्या दुर्भाग्याविषयी सहानुभूती वाटेल. माझी एकच इच्छा आहे की, माझे जामात, मुलगी व नातू हे सुखी व्हावेत. माझा दुसरा कोणताही हेतू नाही.' जामात आणि मुलगी यांच्यामध्ये तडजोड घडून यावी हा एकच उद्देश त्यांच्या ह्या सर्व धडपडीमागे होता हे खरे. आपल्या मुलीने अडचणींना न जुमानता आपल्या पतीबरोबर राहावे अशी त्यांची इच्छा होती. ज्या नातलगांनी आक्कासाहेबांना चुकीचा सल्ला दिला त्यांना शाहूंनी दम भरला.

इतक्यात युवराज राजाराम हे अलाहाबाद येथे विषमज्वराने आजारी पडल्याचे वृत्त येऊन थडकले. आता मात्र शाहूंच्या दु:खाने सीमा गाठली. त्यांनी आपली सर्व कामे बाजूला ठेवून अलाहाबादला धाव घेतली. परंतु सुदैवाने युवराज लवकरच दुखण्यातून बाहेर पडले.

मध्यंतरी ऑगस्ट १९१६च्या शेवटी लठ्ठे यांची सर्व आरोपांतून मुक्तता झाली. आपल्याला न्याय मिळवून दिला म्हणून त्यांनी महाराजांचे आभार मानले. दिवाण सबनीस यांनी न्याय मिळवून देण्यात त्यांना जे साहाय्य केले त्याबद्दल त्यांचेही त्यांनी आभार मानले. २ सप्टेंबर १९१६ रोजी लिहिलेल्या आपल्या पत्रात अण्णासाहेब लठ्ठे यांनी म्हटले की, 'आकाशात कधी कधी ढग जमा होतात पण ते तेथे फार काळ टिकत नाहीत. माझ्या जीवननभात जमलेल्या काळ्या

ढगांच्या पाठीमागे आपल्याला प्रकाश दिसला ही माझ्यावर मोठी कृपाच होय. आता सूर्य सदोदित प्रकाशत राहो.'

तथापि कोल्हापूरचे वातावरण ढगाळलेलेच होते. काही सैनिकांनी महाराजांना बंडाची धमकी दिली होती. त्यांचे गाऱ्हाणे असे होते की, भाववाढ भयंकर प्रमाणात होत आहे आणि मिळत असलेल्या तुटपुंज्या उत्पन्नावर आपला संसार चालणे कठीण झाले आहे. आणि अशा परिस्थितीतही हिंदी आणि ब्रिटिश अधिकारी मजा मारण्यात सहमत झाले आहेत. कुटुंब नसलेले अधिकारी सैनिकांच्या बायकांशी गैरवर्तन करण्याचा धोका निर्माण झाला आहे. सैनिकांच्या बायकांची अब्रू व जीव कसे वाचवावे याविषयी सैनिक चिंताक्रांत झाले आहेत. महाराजांना त्रास व्हावा अशी त्यांची इच्छा नाही. सैनिकांपाशी शस्त्रे आहेत आणि जर त्यांच्या सन्मानाचे रक्षण झाले नाही तर ते बंड करतील, असेही त्या धमकीत म्हटले होते.

ह्या सर्व गोष्टींमुळे शाहू अगदी अस्वस्थ आणि दुःखी झाले होते. अशा हताश स्थितीत त्यांनी सोनथळी कँपमधून १३ सप्टेंबर १९१६ रोजी दिवाण सबनीस यांना कळविले की, 'मी घरगुती प्रकरणात एक मोठा उपाय योजला आहे. आतापर्यंतच्या आयुष्यात मी ऐहिक सौख्य पुरेपूर उपभोगिले. परंतु मी आता योजलेल्या उपायांमुळे शांतता व सुख ह्यांत बिघाड निर्माण होईल. सुखाच्या पाठीमागे लागल्यामुळे मी आपल्या कर्तव्यात चूक करीन असे वाटल्यावरून सौख्यापेक्षा कर्तव्य अधिक बरे असे मी ठरविले आहे. आपण सोनथळी कँपमधून निघून गेल्यापासून घरगुती बाबतीत मी जे उपाय योजले आहेत त्यांचा माझ्या कुटुंबीयांवर काय परिणाम होतो याची मी वाट पाहात आहे.'

शाहूंचे घरगुती प्रश्न अधिक गुंतागुंतीचे झाल्यामुळे त्यांनी आपले मन निष्पाप आणि सुंदर पक्ष्यांच्या सहवासात रमविण्याचा प्रयत्न केला. त्यांनी इंदूरचे दिवाण मेजर आर. डुबे यांना पत्र लिहिले व सारस, करकरे व कुलिंग पक्षी पकडण्यासाठी आपण जे दोन पारधी पाठवले आहेत त्यांना साहाय्य करण्याची विनंती केली.

पशु-पक्ष्यांवरील शाहूंच्या प्रेमाला एकदा गालबोट लागले. ती गोष्ट १९१६च्या सप्टेंबरमध्ये घडली. व्हेरॉन नावाच्या एका सिनेमा कंपनीने शाहूंच्या परवानगीने काही झुंजींचे चित्रण केले. त्या समयी एका साठमारीचे, वाघ व हत्ती यांच्या झुंजीचे आणि एका आंधळ्या घोड्याची झुंज हत्तीशी झाली तिचे चित्रण करण्यात आले. शाहू त्यावेळी पुण्यास गेले होते. वुडहाऊस यांना ही शेवटची झुंज म्हणजे अगदी निर्दयपणाचे एक दृश्य वाटले. ह्या क्रूरतेविषयी त्यांनी शाहूंना धारेवर

धरले. शाहूंना त्या प्रकरणातील अमानुषपणाची जाणीव झाल्यावर त्यांनी त्याविषयी क्षमा मागितली आणि मुंबई सरकारकडे ही गोष्ट कळवून आपली अब्रू घेऊ नये अशी वुडहाऊस यांना कळकळीची विनंती केली.

वुडहाऊस म्हणाले की, तो चित्रपट जर परदेशात दाखविण्यात आला तर तेथे मोठी खळबळ उडेल. शाहू पुण्याहून कोल्हापूरला आल्यानंतर ब्रिटिश राजप्रतिनिधी वुडहाऊस यांच्यापाशी नम्रपणे सविस्तर चर्चा करून त्यांना आपण जनावरांना किती प्रेमाने वागवितो आणि ज्यांना वाईट रितीने वागविण्यात आले होते त्या एका टांग्याच्या तट्टाला व गाडीच्या बैलाला आपण कसे पोसले याची माहिती दिली. अशा दुर्बल व निरुपयोगी झालेल्या जनावरांकरिता आपण एक खास अश्वशाळा ठेवली आहे आणि तेथे त्यांची निगा राखतो. आपल्या भूमिकेचे शाहूंनी इतके समर्थन केल्यावरही वुडहाऊस यांनी त्या प्रकरणाचा वृत्तांत राज्यपालांकडे पाठविलाच. राज्यपालाने त्यांची त्याविषयी कानउघाडणी केली. त्या प्रकरणात निष्ठुरता दिसून येते हे शाहूंनी मान्य केले. तरीसुद्धा वुडहाऊस यांनी शाहूंना कळविले की, आपण ह्या अमानुष कृतीला परवानगी दिली असेल ह्या गोष्टीवर राज्यपालांचा विश्वासही बसत नाही. इत:पर आपल्या राज्यात अशी अमानुष प्रदर्शने घडणार नाहीत असा राज्यपालांना विश्वास वाटतो.

राज्यपाल लॉर्ड विलिंग्डन हे शाहूंचे वैयक्तिक स्नेही नि हितचिंतकही होते. त्यांनी ८ ऑक्टोबर १९१६ रोजी शाहूंना एक खाजगी पत्र लिहून कळविले की, 'माझ्या प्रांतातील मुख्य संस्थानिकाने अशा निष्ठुर प्रदर्शनाचे एक सहकारी व्हावे याविषयी मला दु:ख होत आहे.' ते कडक भाषेत पुढे म्हणाले, 'निर्दोष राज्यकारभाराच्या बाबतीत आपल्या न्यायबुद्धीवर यापुढे मी पूर्णपणे विश्वास ठेवू शकत नाही हे मला मोठ्या खेदाने म्हणावे लागत आहे.'

हे एक निष्ठुर कृत्य घडले यात संशय नाही. परंतु कोणत्याही समंजस माणसाला, शाहूंना दिलेली तंबी ही कठोर होती असे वाटेल आणि तीसुद्धा एका राजकारणी पुरुषाने दिलेली होती, भूतदयावादी मनुष्याने नव्हे ! ह्या तंबीचे कारण वरील प्रकरणातील पशूंबाबत दिसलेली कठोरता नसून राज्यपालांच्या मनात कोल्हापुरातील आणि चिंचली येथे सैन्यभरतीच्या वेळी झालेल्या दंग्याविषयी सलत असलेली कटुता हे होते. यापूर्वी थोडे दिवस अगोदर राज्यपालांनी शाहूंबरोबर सैन्यभरतीसंबंधी झालेल्या दंग्यांच्या प्रकरणातील अहवालावर मोठी गरमागरम चर्चा केली होती. त्यावेळी शाहूंनी केलेला खुलासा राज्यपालांना मुळीच पटला नव्हता. लठ्ठे यांनी ह्या प्रकरणाचा शाहू चरित्रात उल्लेख करून असे म्हटले आहे, की, 'शाहू महाराजांच्या आयुष्यातील हे एक प्रकरण असे आहे की ज्याची चर्चा

अनेक वर्षे करता येणे शक्य नाही.' मुंबई सरकारने शाहूंच्या कारभाराविरुद्ध नापसंती व्यक्त केली असा हा कदाचित पहिलाच प्रसंग असावा.

शाहूंनी आपली चूक मान्य केली. आपण मूर्खपणाने त्या चित्रपट निर्मात्याच्या विनंतीला बळी पडलो असे त्यांना वाटले. लॉर्ड विलिंग्डन यांना ते म्हणाले, 'आपल्यासारख्या प्रामाणिक मित्राच्या मनाला दु:ख व्हावे व चीड यावी असा मी वागलो ह्याविषयी मला खंत वाटते.' चित्रपटाचे प्रकरण अशा रितीने चिडीस गेले म्हणून शाहू फार खिन्न झाले. त्या चित्रपटाच्या मालकाला दरबारने ४ हजार रुपये देऊन ती सर्व चित्रे ताब्यात घेतली आणि आपल्यावर आलेल्या आरोपातून शाहू मुक्त झाले. शाहूंच्या मालकीच्या मुंबईतील पन्हाळा बंगल्यावर वरील करार ३ नोव्हेंबर १९१६ रोजी झाला. पन्हाळा बंगल्यावर ते नुकतेच राहावयास आले होते. त्याच वेळी सरदारगृहाच्या पत्त्यावर शाहूंना गेलेले एक पत्र २७ ऑक्टोबर १९१६ रोजी पोस्टाने नवीन पत्ता लिहून पन्हाळा लॉजकडे पाठविले. सरदारगृह हे टिळकांचे मुंबईतील निवासस्थान होते व तेथे काही दुसरे राष्ट्रीय पुढारी उतरत असत. सरकारला आपला संशय येऊ नये म्हणून शाहूंनी नवीन बंगल्याची सोय त्वरित केली असावी. मुंबईतील निवासासाठी ते नवीन बंगल्याच्या शोधात अनेक वर्षे होतेच.

शाहूंनी चिरोल यांना १७ ऑक्टोबर १९१६ रोजी लिहिले की, टिळकांच्याविरुद्ध पक्ष घ्यायला बुद्धिवान लोकांपैकी कोणीही पुढे यायला तयार होत नाही. वृत्तपत्रे त्यांच्या हाती आहेत आणि ते टिळकांच्या बाजूने खोटी साक्ष द्यायलाही तयार आहेत. टिळक तर आपल्या म्हणण्याला चिकटून बसणार. टिळक हे स्वत: विधिपंडित आहेत आणि निर्बंधातील तांत्रिक गोष्टींचा ते अचूक उपयोग करण्याच्या बाबतीत तरबेज आहेत. त्यांच्याविरुद्ध दिलेल्या साक्षीत किंचितही चूक झाली तरी त्याचा फायदा घेतल्याशिवाय ते राहणार नाहीत.

आपले पोलीस अधिकारी फर्नांडिस व टेंबुलकर आणि अधिकारी डोंगरे व भास्करराव जाधव यांचे साहाय्य शाहूंनी चिरोलला देऊ केले. शाहू चिरोलला साहाय्य करीत असल्यामुळे त्यांना चिरोल अभियोगासंबंधी एक प्रकारचे दायित्व वाटत होते. ह्या गोष्टी ते रॉबर्टसनच्या सल्ल्यानुसार करीत होते.

या समयास राणी लक्ष्मीबाई यांनी कूचबिहारच्या महाराणी इंदिराबाई यांना एक पत्र लिहिले. महाराणी इंदिरा ह्या महाराणी लक्ष्मीबाईच्या नातलग होत्या. आपल्या पत्रात महाराणी लक्ष्मीबाई म्हणाल्या की, 'सर्वांचे डोळे पावसाच्या आगमनावर खिळून राहिले होते. आणि गेल्या चार दिवसांत खूप पाऊस पडल्यामुळे सर्वांना आनंद झाला आहे.' समंजस राज्यकर्त्यांना आपल्या

प्रजेच्या हिताची कशी काळजी लागून राहिलेली असते हे या पत्रावरून दिसून येते. अवर्षणाच्या भीतीपासून प्रजेचे रक्षण करण्यासाठीच शाहूंनी राधानगरीला धरण बांधण्याचे कार्य अनेक वर्षांपूर्वी हाती घेतले होते व ते अद्याप पूर्ण झाले नव्हते.

शाहू महाराज नरेंद्र मंडळाच्या परिषदेला उपस्थित राहण्यासाठी २६ ऑक्टोबर १९१६ रोजी दिल्लीला गेले. ऑक्टोबर ३० व ३१ रोजी नरेंद्र मंडळाच्या घटनेसंबंधी विचार करण्यासाठी ही परिषद भरली होती. त्या परिषदेत शाहूंनी प्रामुख्याने भाग घेतला. बिकानेरचे महाराज गंगासिंह हे त्या परिषदेचे मुख्य मार्गदर्शक होते व तेच त्या परिषदेचे अनधिकृत कार्यवाह होते. त्यांनीच शाहूंना दिल्ली परिषदेस उपस्थित राहण्याविषयी आग्रह केला होता.

नरेंद्र मंडळाच्या परिषदेमध्ये भाषण करताना महाराज्यपाल म्हणाले, 'आपण सर्व जहागीरदार आणि राजे हे साम्राज्याचे आधारस्तंभ आहात हे सांगावयास मला आनंद होतो. आपण युद्धामध्ये प्रत्यक्ष भाग घेऊन किंवा युद्धासाठी माणसे, पैसा व सामुग्री पुरवून साम्राज्याची सेवा केली आहे.' परिषदेच्या वतीने सयाजीराव गायकवाड यांनी ब्रिटिश तक्त आणि साम्राज्य यांविषयी पुन्हा निष्ठा व्यक्त करून त्यांनी एक साम्राज्य सल्लागार मंडळ स्थापन करण्याविषयी सरकारला सूचना केली आणि म्हटले की, ही कल्पना लॉर्ड लिटन यांच्या कारकिर्दीपासून सुचविली जात आहे. त्या परिषदेपुढे पुन्हा भाषण करताना शाहू म्हणाले, 'सरकारने काय करावयास पाहिजे होते किंवा सरकारच्या गत धोरणामुळे काय परिणाम झाले हे सांगण्याची ही वेळ नव्हे. 'गतं न शोच्यम्' ह्या न्यायाने आपण आता त्या विषयी विचार करू नये. आता सत्य, न्याय आणि स्वातंत्र्य ही प्रस्थापित करण्यासाठी मित्र राष्ट्रांनी जो ध्वज उभारला आहे त्या ध्वजाभोवती आपण जमून त्यांना साह्य करणे आपले कर्तव्य आहे.'

परिषद संपली आणि शाहू तेथून आग्र्याला गेले. आग्र्याहून त्यांनी महाराज्यपालांच्या कार्यकारी मंडळातील सभासद जे. बी. वुड यांना पत्र लिहून कळविले की, 'आपले संबंध दिल्ली सरकारशी किंवा हिंदी सरकारशी स्वतंत्र असावेत अशी जी मुंबई प्रांतातील संस्थानिकांची विनंती आहे त्यासंबंधी काल आपली चर्चा झाली. मी आपल्यापुढे त्या प्रश्नाच्या दोन्ही बाजू मांडल्या. हे मी केल्यामुळे माझ्याविषयी गैरसमज निर्माण होण्याचा संभव आहे. आपणांस हे पत्र लिहून मी कळवीत आहे की, जे मत मी माझ्या संस्थानिक बांधवांसमक्ष

महाराज्यपालांपुढे मांडले ते माझे मत ठाम आहे. म्हणजे आमचे संबंध महाराज्यपालांशी स्वतंत्र असावेत आणि हे आमचे म्हणणे पौर्वात्य संकल्पना आणि भावना यांच्याशी सुसंगतच आहे.' शाहू पुढे म्हणाले की, 'नरेंद्र मंडळाच्या पुढील वर्षी भरणाऱ्या परिषदेची मी मार्गप्रतीक्षा करीत आहे. नरेंद्र मंडळाच्या परिषदेला जे यश प्राप्त झाले आहे ते वुड यांनी केलेल्या सहानुभूतिपूर्वक मार्गदर्शनामुळे आणि त्यांना संस्थानिकांच्या हिताबद्दल वाटत असलेल्या आस्थेमुळेच होय.'

छत्रपती ६ नोव्हेंबर१९१६ रोजी कोल्हापुरास परत आले. कोल्हापुरात एक दिवस थांबून शाहू दुसऱ्या दिवशी त्यांचे गुरू फ्रेजर यांच्या मुलीच्या विवाहसमारंभास उपस्थित राहण्यासाठी सिंकदराबादला खास गाडीने गेले. आपण विवाह प्रसंगी कोणत्याही प्रकारची भेट मुलीला देऊ नये; कारण नियमाप्रमाणे तिलाही ती भेट घेता येत नाही, असे शाहूंना फ्रेझर यांनी कळविले होते. आपणांस विवाह प्रसंगी उपस्थित राहता येत नाही याविषयी वाईट वाटते असे शाहूंनी फ्रेजरना अगोदर कळविले होते. परंतु विवाहाच्या आदल्या दिवशी रात्री १० वाजता फ्रेजर यांना आपण दुसऱ्या दिवशी सकाळी ६।। वाजता खास गाडीने सिकंदराबादला येत आहोत, अशी शाहूंची तार मिळाली.

सिकंदराबादच्या स्थानकावर फ्रेजर यांनी शाहू महाराजांचे स्वागत केले. आपल्या गुरूला नमस्कार करून शाहू म्हणाले, 'मी आपणांस योग्य ती पूर्वसूचना न देता अकस्मात येथे आलो आणि तुमची सर्व गैरसोय केली याविषयी तुम्ही मला क्षमा करा. जर माझी राहण्याची येथे सोय होत नसेल तर आगगाडीच्या डब्यातच मी आनंदाने राहीन. जी मुलगी लहान असताना मी कोल्हापुरात पाहिली तिच्या विवाहाला मी उपस्थित राहू नये हा विचार मला सहन झाला नाही. यासाठी शेवटच्या क्षणाला मी येथे येण्याचा निर्णय घेऊन खास गाडीची सोय केली व दोन्ही मुलांसहित येथे आलो. अशा परिस्थितीत मी निजामाच्या राज्यात योग्य त्या चालीरिती न पाळता प्रवेश केला ह्याविषयी ते मला क्षमा करतील अशी मला खात्री आहे.'[२] विवाहाच्या वेळी शाहू स्वत: चर्चमध्ये उपस्थित होते आणि घाईघाईने त्यांची राहण्याची जी सोय करण्यात आली होती, त्याची विशेष पर्वा न करता ते तेथे आनंदाने दोन दिवस राहून कोल्हापूरला परतले.

बडोद्याचे युवराज फत्तेसिंहराव गायकवाड यांनी १९०८ साली आक्कासाहेबांच्या विवाहाच्या वेळी आपल्या मुलीचा विवाह कोल्हापूरच्या युवराजाशी ठरवावा अशी शाहूंकडे उत्कट इच्छा व्यक्त केली होती. त्यांचा १४ सप्टेंबर १९०८ रोजी अकाली मृत्यू झाल्यामुळे तो प्रश्न महाराज सयाजीराव

गायकवाड ह्यांनी कोल्हापूरला १९०९ साली भेट देऊन पुन्हा त्यांच्याकडे काढला होता. तेथे त्यांनी युवराज राजाराम ह्यांना स्वत: पाहिले होते. १९१३च्या ऑक्टोबर महिन्यात गायकवाडांनी युवराज राजाराम हे इंग्लंडमध्ये असता भेटही दिली होती. गायकवाडांनी तो विषय पुन्हा १९११ साली शाहूंकडे काढला आणि आपली नात इंदुमती हिचे एक छायाचित्र व तिची जन्मपत्रिका शाहूंकडे पाठविली. पण पत्रात त्यांनी म्हटले होते की, आपला ज्योतिषशास्त्रावर विश्वास नाही.

गायकवाड महाराजांनी हा विवाहाचा प्रश्न फिरून निकडीने काढल्यामुळे १९ नोव्हेंबर १९१६ रोजी शाहूंनी मुंबईतील पन्हाळा बंगल्यावरून गायकवाडांना कळविले की, 'मी आणि माझी पत्नी हा विवाह व्हावा अशा मताचे आहोत. परंतु आमच्या मुलाचा विचार वेगळा दिसतो. तरी आपण आपली नात मुंबईच्या चौपाटीवर लेडी विलिंग्डन यांनी युद्ध साहाय्यासाठी भरविलेल्या प्रदर्शनात दाखवावी.' त्याप्रमाणे युवराज राजाराम यांनी १४ डिसेंबर १९१६ रोजी इंदुमतीला त्या प्रदर्शनात पाहिले. त्यानंतर विवाहासंबंधीच्या इतर वाटाघाटी झाल्या. सयाजीराव गायकवाड यांनी ६ लाख रुपये खर्च करावेत व त्यांपैकी १ लाख रुपये हुंडा, दागिने व उतर गोष्टी यांवर खर्च करावेत असे त्यावेळी ठरले.

ह्या विवाहासंबंधी बोलणी करण्यात महाराणी लक्ष्मीबाई यांनीच पुढाकार घेतला होता. गायकवाड यांच्या वतीने महाराणी पद्मावती यांनी त्यांच्याशी या बाबतीत बोलणी केली. दोन्ही बाजूंचे महाराजे स्वत: अलिप्त राहिले होते. महाराणी लक्ष्मीबाई या बडोद्याच्याच असल्यामुळे आपले पतिराज हे फत्तेसिंहराव गायकवाड यांना दिलेले वचन पूर्ण करीत होते याचा त्यांना आनंद झाला. पुढे सुमारे दीड वर्षपर्यंत राजारामाच्या विवाहासंबंधी वाटाघाटी चालल्या होत्या.

यूविंग ख्रिश्चन कॉलेजमध्ये शेतकीचे वर्षभर शिक्षण घेऊन युवराज राजाराम हे कोल्हापूरला परत आले होते. कारण अलाहाबादची हवा त्यांना मानवली नाही. आता त्यांनी राज्यकारभारात वडिलांना साहाय्य करावयास आरंभ केला होता आणि शाहूंचे अर्धेअधिक काम त्यांच्यावर सोपविण्यात आले होते. आपल्या युवराजांच्या कामाविषयी रॉबर्टसनला लिहिताना शाहूंनी असे आत्मविश्वासाने मत व्यक्त केले की, 'युवराज हे अपेक्षेपेक्षा अधिक चांगले काम करीत आहेत.'

धर्म, धार्मिक रूढी आणि धार्मिक संस्था यांचा प्रभाव त्या काळी किती होता हे वेदोक्त प्रकरणामध्ये दिसून आले. परिणामी सामजिक समतेच्या प्रश्नाने

समाजात अशांतता पसरली होती. विसाव्या शतकाच्या पूर्वार्धापर्यंत राजे आणि पुरोहित हेच समाजाच्या जीवनाच्या अग्रभागी होते. थोड्याच दिवसांपूर्वी म्हैसूर संस्थानामधील शृंगेरी येथे शंकराचार्यांचा पुतळा उभारण्यात आला होता. त्याच प्रसंगी म्हैसूरचे महाराज वडियार यांनी फार मोठा उत्साह दाखविला. बडोद्याच्या महाराजांनी तर शंकराचार्यांना ७ हिऱ्यांची एक आंगठी व सन्मानाचा पोशाख आपल्या प्रतिनिधीबरोबर भेट म्हणून पाठवून दिला. त्या प्रसंगी झालेल्या समारंभात १० हजार ब्राह्मणांना ८ दिवस मेजवानी देण्यात आली. त्याचा उल्लेख करून केसरीने महाराज सयाजीरावांची खूप प्रशंसा केली व धार्मिक बाबतीत ते असाच अधिकाधिक आदर दाखवतील असा विश्वास व्यक्त केला.

कोल्हापूरचे शंकराचार्य श्रीविद्याशंकरभारती (आत्माराम शास्त्री जोशी) हे १९ नोव्हेंबर १९१६ रोजी निधन पावले आणि महाभागवत डॉ. कुर्तकोटी हे नियुक्त शंकराचार्य वेळी न येऊ शकल्यामुळे त्यांच्या जागी आत्मारामशास्त्री पित्रे हे श्री विद्यानृसिंह भारती या नावाने शंकराचार्यपदी आरूढ झाले. असे म्हणतात की, डॉ. कुर्तकोटी ह्यांनी शास्त्राचे आधार देऊन घोड्याचे मांस सैनिकांनी खाल्ले तरी ते बाटत नाहीत ह्या शाहूकृत विचाराला पाठिंबा दिला होता.'[३] त्यामुळे त्या बहुभाषिक पंडिताला व 'सिद्धांतसागर' कर्त्याला शंकराचार्यांच्या गादीवर बसविण्यात आले. ह्या तथाकथित सुधारक पंडिताच्या हाती धार्मिक प्रश्नाच्या बाबतीत शाहूंना सुरक्षितता वाटली. डॉ. कुर्तकोटी ह्यांनीच भांडारकर रिसर्च इन्स्टिटच्यूट स्थापण्याची कल्पना काढली होती. पित्रेस्वामी गादीवर आरूढ झाल्यावर पुढे काही महिन्यांनी डॉ. कुर्तकोटी कोल्हापूरला आले. त्यानंतर पित्रेस्वामींनी स्वेच्छेने राजीनामा दिला आणि कोल्हापूरच्या मठाचे डॉ. कुर्तकोटी हे ३ जुलै १९१७ रोजी शंकराचार्यांच्या गादीवर बसले. त्या समयी शाहू छत्रपती मठात उपस्थित होते.

महायुद्धासंबंधी अनेक तऱ्हेची कर्तव्ये पार पाडीत असता शाहू छत्रपती बाळा महाराज यांचे प्रकरण विसरले नाहीत. त्यांना न्याय मिळवून देण्याचा खटाटोप त्यांनी मोठ्या ईर्ष्येने चालविला होता. याच संधीस दुसरे एक दत्तक प्रकरण गाजू लागले होते. इचलकरंजीकर जहागीरदार घोरपडे यांनी एक मुलगा दत्तक घेतला होता व त्याच्या दत्तकविधानाला शाहू छत्रपतींनी विरोध केला होता. त्या बाबतीत मुंबई सरकारने केलेला निर्णय कृतीत न आणता तो निर्णय शाहू छत्रपती लांबणीवर टाकीत होते व त्या दृष्टीने अविरत प्रयत्न करीत होते. ह्या

बाबतीत मुंबई सरकारला उत्तर देण्यास आपणांस का उशीर झाला ह्याची कारणे देताना शाहू म्हणाले, 'मी हुशार किंवा चलाख आहे असा मला गर्व नाही. दुसऱ्या सर्व बाबतींत मी सरकारच्या इच्छेप्रमाणे वागत आहे.'

बाळा महाराज यांच्या अभियोगासंबंधी मुंबई सरकारला माहिती देताना शाहू म्हणाले की, बाळा महाराजांचे वडील बंधू पंडित महाराज हे सप्टेंबर १९१६ मध्ये मृत्यू पावले. त्यानंतर छत्रपतींनी ६ डिसेंबर १९१६ रोजी सरकारला कळविले की, 'मी सरकारच्या विचाराने घेतलेल्या निर्णयामुळे बाळा महाराजांचे फार नुकसान झाले आहे. जर पंडित महाराजांच्या पत्नीला मुलगा झाला नाही किंवा तो मुलगा लहानपणीच वारला तर त्यावेळी बाळा महाराज यांना पंडित महाराजाच्या मालमत्तेचा वारस म्हणून निवडावे असे माझ्या मनात आहे. आणि जरी प्रिव्ही कौन्सिलने बाळा महाराज यांच्या दत्तकविधानाविरुद्ध निर्णय केला आहे, तरी मी हिंदुस्थान सरकारकडे त्या बाबतीत पुनर्न्यायासाठी प्रकरण पाठवीत आहे.' ह्या बाबतीत शाहूंनी आपले मित्र क्लॉड हिल्ल ह्यांच्याकडून वुड ह्यांना मुंबई सरकारला तार पाठवून आपल्या विनंती अर्जाचा निकाल लागेपर्यंत प्रिव्ही कौन्सिलच्या निर्णयाची कार्यवाही स्थगित करावी, अशी खटपट केली. या खटपटीत शाहू यशस्वी झाले. पंडित महाराज मृत्यू पावले तेव्हा शाहूंनी रॉबर्टसन ह्यांना कळविले होते की, 'पंडित महाराज हे आमचे वंशपरंपरागत धार्मिक गुरू. हे गुरू आमच्या कुटुंबीयांना मृत्यूनंतर सद्‌गती मिळवून देतात. तरी त्यांच्या अंत्यसंस्काराच्या दिवशी आम्ही उपस्थित राहणे अगत्याचे आहे.'

या सुमारास कोल्हापूरच्या शासकीय विभागात थोडा बदल झाला. दिवाण सबनीस हे आजारी होते आणि आपणांस काही दिवस सरसुभा म्हणून काम करावयास संधी द्यावी अशी भास्करराव जाधवांनी इच्छा व्यक्त केली होती. त्यामुळे शाहूंनी दिवाण सबनिसांना काही दिवस दिवाणपदी रुजू होऊ नये असे सांगितले आणि शिरगावकरांना त्यांच्या जागी थोडे दिवस काम करावयास नेमले. मात्र दिवाण सबनिसांनी शिरगावकराना कामात साहाय्य करावे अशी आज्ञा केली. कारण स्वत: शाहू हे मूत्रपिंडाच्या विकारामुळे जर्जर झाले होते व त्यांना कामात थोडी उसंत मिळावयास पाहिजे होती.

सन १९१६ हे वर्ष शेतकऱ्यांना व कामगारांना सुखाचे गेले. पिके भरघोस आली. शेतकऱ्यांना मालाची किंमत चांगली मिळाली. कामगारांना योग्य रोजमजुरी मिळाली. शेतकऱ्यांची जनावरेही चांगल्या स्थितीत होती. कारागीर व विणकरी हे आपल्या कामात गढून गेले होते. त्या वर्षी गुन्ह्यांची संख्या कमी

झाली होती. परंतु दिवाणी दाव्यांची संख्या वाढली होती. शाळेत जाणाऱ्या मुलांच्या संख्येत वाढ झाली होती.

बाळा महाराजांच्या अभियोगातील निर्णयामुळे शाहू अगदी बेचैन झाले होते. महाराज्यपालांच्या कार्यकारी मंडळाचे सभासद हिल्ल, वुड आणि लॉन्डीस यांना त्यांनी कळकळीची पत्रे लिहिली व त्यांना मध्यवर्ती सरकारला आपल्या बाजूने वळविण्याची विनंती केली. हिल्ल तर शाहूंचे मित्र, सल्लागार व हितचिंतक होते. सरकारने बाळा महाराजांचा अभियोग राजकीय म्हणून मानावा, निर्बंधाची बाब म्हणून नव्हे. कारण 'टिळकांसाठी शपथेवर खोटे बोलणार नाही असा साऱ्या भारतात एकही मनुष्य सापडणे कठीण आहे.'[४] १९१७च्या जानेवारीमध्ये शाहूंनी रॉबर्टसनला लिहिले की, 'सरकारच्या इच्छेप्रमाणे आम्ही हा अभियोग गेली १५ वर्षे चालवीत आलो आहो आणि न्यायाच्या व राजकीय दृष्टीने आमची बाजू सत्य आहे. गेली १५ वर्षे आम्ही त्या अभियोगात गुंतून गेलो आहे व त्यावर लाखो रुपये खर्च केले आहेत. माझ्या व सरकारच्या चुकीच्या मार्गदर्शनामुळे बाळा महाराज हे आता भिकारी झाले आहेत.'

शाहू महाराजांनी मुंबई सरकारकडे अर्जविनंत्या केल्या, खटपटी केल्या, तरी मुंबई सरकारने प्रिव्ही कौन्सिलचा निर्णय कार्यवाहीत आणण्यास अधिकाऱ्यांना आज्ञा केली. त्यामुळे शाहूंनी पुन्हा जोराची हालचाल करून मुंबई सरकारला विनंती केली की, ते प्रकरण आपल्या शिफारशीसह त्यांनी मध्यवर्ती सरकारकडे पाठवावे. शाहूंना ते प्रकरण त्वरित संपवावयाचे होते. कारण पंडित महाराजांच्या विधवा टिळकांसारख्या आपल्या शत्रूचा आश्रय घेतील व त्यामुळे जुन्या अभियोगासारखा पुन्हा नवीन अभियोग सुरू होईल अशी त्यांना भीती वाटत होती. कै. पंडित यांची एक पत्नी गरोदर होती. तिला पुत्र झाला नाही तर ती सर्व मिळकत बाळा महाराज यांच्या नावे करून ती सर्व धार्मिक जहागीर आपल्या कह्यात ठेवण्याचा आपला बेत आहे असेही त्यांनी सरकारला कळविले.

नरेंद्र मंडळाच्या कामकाजात शाहू महाराज धडाडीने भाग घेत होते व त्या मंडळातील सभासदांवर छाप पाडून त्यांचे एक प्रभावी प्रवक्ते म्हणून पुढे येत होते. त्यांनी हिल्ल यांना कळविले की, नरेंद्र मंडळाच्या परिषदेत भाग घ्यावयास आरंभ केल्यापासून आपल्या लाजाळूपणावर आपण मात केली असून आपण बरेच धीट झालो आहो. त्यांनी हिल्ल यांना अशी विनंती केली की, विधि सभासद लॉउन्डस व महाराज्यपालांचे कार्यकारी मंडळाचे सर्व सभासद यांना बाळा महाराजांची बाजू समजावून देण्याची आपणांस संधी मिळवून द्यावी.

सरतेशेवटी मुंबई सरकारने बाळा महाराज अभियोगाचे कागदपत्र

मध्यवर्ती सरकारकडे पाठविले. त्यानंतर हिल्ल यांनी शाहूंना कळविले की, त्या प्रकरणाला जे महत्त्व आहे त्याप्रमाणे त्याचा विचार होत आहे. शाहू महाराज तो अभियोग स्वत:च्या किंवा दरबारच्या फायद्यासाठी लढवीत नसल्यामुळे तो तसा लढविण्यात त्यांच्याकडे काही कमीपणा येत नाही, असेही हिल्ल यांनी म्हटले.

त्या प्रकरणाचा अभ्यास वुड यांनी केला आणि आपल्या अभिप्रायाची एक प्रत त्यांनी हिल्ल यांजकडे आगाऊ पाठवून दिली. दिल्लीत हिल्ल, लॉउन्डस व वुड यांच्याशी सबनिसांनी चर्चा केली. वुड यांनी सबनिसांना सांगितले की, सरकारी विधिपरामर्शी यांनी शाहूंच्याविरुद्ध निर्णय केला आहे. त्यामुळे राजकीय खाते काही करू शकत नाही. तरी हिल्ल यांनी असे मत दिले की, शाहू महाराजांनी टिळकांना कोल्हापूरच्या हद्दीत येऊ देण्याची परवानगी नाकारली तर ती न्याय्य ठरेल.[५] कारण कोल्हापुरातील बाळा महाराजांच्या मालमत्तेवर हक्क बजावण्यासाठी टिळकांना कोल्हापूरला जावे लागणार होते.

शाहूंनी आपली बाजू बळकट करण्यासाठी चौबळ, दिनशा, सेटलवाड, सर रासबिहारी बोस, नॉर्टन, गिबन (कलकत्त्याचा महाअधिवक्ता) व चंदावरकर ह्यांसारख्या विख्यात विधिज्ञांची मते घेऊन ती सरकारकडे सादर केली. तरी मध्यवर्ती सरकारच्या महाअधिवक्त्याने आपले पूर्वीचे मत कायम ठेवले. त्यामुळे सरकारच्या मनात शाहूंना साहाय्य करायची कितीही इच्छा असो, त्यांना त्या बाबतीत शाहूंच्या इच्छेचा विचार करावयास जागाच राहिली नाही. वैध दृष्ट्या पाहिले तर दुसरा कोणताही दृष्टिकोण सरकारला स्वीकारणे अशक्य होते. हे ऐकून शाहूंची फारच निराशा झाली. परंतु त्यांनी सरकारला आपल्या बाजूस वळविण्याचा प्रयत्न काही सोडला नाही. वेदोक्त प्रकरणात शाहू न्यायाच्या बाजूला होते. परंतु ताई महाराज अभियोगात त्यांना न्याय आपल्या बाजूला आणावयाचा होता. परंतु आपल्या बाजूने न्यायाचे दरवाजे उघडावयास शाहूंच्या राजनिष्ठेची किल्ली लागू पडली नाही ती नाहीच.

शाहू छत्रपतींनी दिवाण सबनिसांचे चिरंजीव रामभाऊ आणि जामात देशपांडे यांना ह्या बाबतीत नामांकित वकिलांचे अभिप्राय मिळविण्यासाठी पाठविले होते. इकडे शाहू महाराज सदर अभियोगामध्ये सरकारने टिळकांच्याविरुद्ध निर्णय करावा म्हणून आवेदनाच्या मागून आवेदने धाडीत होते. पण तिकडे त्यांनी लॉर्ड विलिंग्डन यांना असे कळविले की, आपण प्रकृती सुधारण्यासाठी टिळकांचा मधुमेह ज्या औषधाने बरा झाला ते औषध घेत आहोत. आपण मधुमेहाशी झगडत आहोत आणि मोकळ्या हवेत पुष्कळ व्यायाम घेत आहोत असे त्यांनी आपले स्नेही हिल्ल यांना लिहून पुढे म्हटले की, 'ज्या

औषधाने टिळकांना बरे वाटले ते औषध मी घेत आहे.'[६] टिळकांच्या नावाचा उल्लेख ऐकून विलिंग्डन आणि हिल्ल या दोघांनीही तोंड आंबट केले असेल हे सांगावयास नकोच.

थोड्याच दिवसांपूर्वी शाहूंनी टिळकांच्या गायकवाड वाड्याला भेट दिली होती आणि टिळक मधुमेहावर कोणती औषधे घेत होते याची त्यांच्याकडे चौकशी केली होती. टिळक औषधांची नावे लिहीत असताना शाहूंनी आपले पागोटे त्यांच्याजवळील एका खुर्चीवर काढून ठेवले. टिळकांनी दिलेला कागद आपल्या हाती घेऊन ते जावयास निघाले. बुद्ध्याच ते आपले पागोटे टिळकांच्या खोलीमध्ये विसरलो असे भासवून तेथेच ठेवून आले. टिळकांच्या सेवकाने खाली धावत धावत येऊन टिळकांच्या ही गोष्ट लक्षात आणून दिली आणि ते पागोटेही आणून दिले. टिळकांनी ते पागोटे शाहूंच्या पुढे धरले. त्यावेळी शाहू हसत हसत म्हणाले; 'टिळक जर आपल्याविरुद्ध लेखन करणार असतील तर ते पागोटे वापरून उपयोग काय ?' त्यावर लोकमान्य उत्तरले, 'यापुढे मी आपल्या विरुद्ध कधीही लिहिणार नाही.' असे टिळकांनी वचन दिल्यावर शाहूंनी त्यांना ते पागोटे आपल्या डोक्यावर ठेवायला सांगितले ! आणि टिळकांनी शाहूंच्या मस्तकावर पागोटे ठेवून त्यांना एकपरीने वेदोक्त पद्धतीने राज्याभिषेक केला म्हणाना !

याच समयी, आपल्याला पूर्वीचे फौजदारी अधिकार परत मिळावेत अशी मागणी करणाऱ्या इचलकरंजीकर संस्थानिकांच्याविरुद्ध त्यांच्या वृद्ध शिक्षकाने तयार केलेला अहवाल शाहूंच्या हाती पडला. इचलकरंजीच्या संस्थानिकांचा जहाल मतवाद्यांशी संबंध होता असे शाहूंचे म्हणणे होते. त्या अहवालात असे म्हटले होते की, टिळकांच्या विनंतीनुसार इचलकरंजीच्या संस्थानिकांनी, आपल्या तारुण्यात संमति वयाच्या विधेयकाचा विचार करण्यासाठी जी सभा मुंबईत भरविण्यात आली होती तिचे अध्यक्ष व्हावयास संमती दिली होती. परंतु त्याचे परिणाम विपरीत होतील हे शिक्षकांनी त्यांना सांगताच इचलकरंजीकरांनी अध्यक्षपद स्वीकारले नाही. इचलकरंजीकरांच्या विरुद्ध अधिकाधिक पुरावा मिळविण्यासाठी शाहू कसून प्रयत्न करीत होते. त्यामुळे द्वेषाग्नी अधिक भडकत होता. परंतु मुंबई सरकारने त्या वृत्तांताकडे लक्ष दिले नाही.

आपल्यावरील राजद्रोहाचा संशय दूर करण्यासाठी बाळासाहेब इचलकरंजीकर यांनी कोकणी आणि दक्षिण ब्राह्मण यांची ब्रिटिशांना युद्धात

साह्य करण्यासाठी एक सैन्याची तुकडी उभारण्याचे ठरविले व तीत भरती होणाऱ्या सैनिकांना खास सवलती देण्याचे जाहीर केले. ती तुकडी १०३ मराठा तुकडीला जोडावयाची हाते. सांगलीचे भाऊसाहेब पटवर्धन हे औंधचे संस्थानिक यांनीही ब्रिटिश सैन्यात भरती होणाऱ्या होतकरू तरुणांसाठी अशा सवलती जाहीर केल्या होत्या. परंतु ह्या सवलतींचा व उत्तेजनाचा ब्राह्मण तरुणांवर काहीच परिणाम झाला नाही. कारण सैनिकी परंपरांशी त्यांचे संबंध केव्हाच तुटले होत. ब्राह्मण तरुणांनी ह्या बाबतीत निराशा केल्यामुळे 'केसरी'ने दु:ख व्यक्त केले आणि म्हटले की, 'स्वदेश सेवेचा ओनामा शिकण्यास हा एक नवीन मार्ग खुला झाला आहे असे वाटून आम्हांस आनंद झाला आणि ह्या संधीचा ब्राह्मणवीर फायदा घेण्यास चुकणार नाहीत अशी आमची अपेक्षा होती. परंतु ती अपेक्षा अगदीच निराधार ठरली.' काही ब्राह्मण तरुण सैन्यात गेले होते; परंतु तेथील कष्टाचे जीवन त्यांना न मानवल्यामुळे ते परत आले. केसरीचा युद्धप्रचार आणि ब्राह्मण संस्थानिकांनी सरकारला खूष करण्यासाठी केलेले प्रयत्न कसे वाया गेले.

१९१७च्या जानेवारीमध्ये शाहू महाराजांनी इचलकरंजी आणि विशाळगड येथील जहागीरदारांचे सर्व हक्क परत करावेत असे मुंबई सरकारने शाहू महाराजांना कळविले. शाहूंनी इचलकरंजीकरांना पंतसचिव ही पदवी दिली होती आणि मित्रभावनेने त्यांच्यासाठी इतर काही गोष्टी केल्या होत्या. परंतु शाहू ह्या ब्राह्मण जहागीरदारांना आपल्या बाजूस वळवू शकले नाहीत. एका बाजूने इचलकरंजीकर हे मुंबई सरकारला आपल्या बाजूला वळविण्यासाठी आटोकाट प्रयत्न करून शाहूंवर दडपण आणीत होते, तर दुसऱ्या बाजूने शाहूंची मनधरणी करीत होते. जेव्हा ह्या बाबतीत मुंबई सरकारने शाहूंना आपला शेवटचा निर्णय कळवून त्या दोन्ही संस्थानिकांचे सर्व हक्क परत करावयास सांगितले, तेव्हा शाहूंनी आपले मत पुन्हा व्यक्त केले की, इचलकरंजीचे जहागीरदार हे दहशतवाद्यांचे मित्र असलेल्या श्री. देव यांना नोकरीवरून दूर करावयास तयार नाहीत. विशाळगडच्या जहागीरदारांनी आपली आज्ञा मानून जोगांचे मित्र जावडेकर यांना बडतर्फ केले. तथापि मुंबई सरकारच्या म्हणण्याला शाहूंना रुकार द्यावा लागला आणि शेवटी मुंबई सरकारच्या इच्छेप्रमाणे दोन्ही संस्थानिकांना त्यांचे अधिकार परत करण्यास त्यांना संमती द्यावी लागली. त्यावर लॉर्ड विलिंग्डन खोचक भाषेत म्हणाले की, शाहू महाराज त्या जहागीरदारांचे हक्क परत करावयास तयार आहेत ही आनंदाची गोष्ट आहे. त्यांनी आशा व्यक्त केली की, शाहूंच्या ह्या कृतीमुळे ते जहागीरदार शाहूंविषयी आपला आदर व निष्ठा कायम ठेवतील. शाहू महाराजांनी त्या दोन्ही जहागीरदारांचे अधिकार युवराज राजाराम यांच्या वाढदिवसानिमित्त नाखुषीने का होईना पण परत केले.

शाहूंना अशा प्रकारे एकामागून एक अपमान सहन करावे लागत असताना त्यांचा दुसऱ्या एका प्रकरणात सरकारशी खटका उडाला. सैन्यभरतीचे सरकारी धोरण लोकांना मानवले नव्हते. सैन्यभरतीच्या विरोधाची लाट कोल्हापूरला १९१७च्या फेब्रुवारीमध्ये दुसऱ्यांदा पोहोचली. दरबारच्या शत्रूंच्या प्रोत्साहनामुळे कोल्हापुरातील अंबाबाई मंदिरावर एक भित्तिपत्रक लावण्यात आले आणि जबरदस्तीने सैन्यात भरणा केलेल्या लोकांना सोडविण्याची विनंती करण्यात आली. गुंडांनी निर्माण केलेल्या परिस्थितीला तोंड देण्यासाठी पोलिसांनी आपली तयारी केली. सैन्यभरती करणाऱ्या अधिकाऱ्याच्या केन्द्रावर खवळलेल्या ५०० लोकांच्या झुंडीने हल्ला केला; कारण जबरदस्तीने सैन्यात भरणा केलेला एक माणूस तेथे होता अशी लोकांची समजूत होती. त्या झुंडीने तेथे जेवण करीत असलेल्या दोन नोकरांना चोपले. पोलिसांनी त्या झुंडीला पळवून लावले व त्या ठिकाणी पहारा बसविला. दुसऱ्या दिवशी पोलिसांनी ५ किंवा त्यांपेक्षा अधिक लोकांनी लाठ्या-काठ्या घेऊन फिरणे बेकायदेशीर ठरविले. परिणामी गवंडी नावाच्या गृहस्थाला त्यांनी अटक केली, कारण तो त्या झुंडीच्या नेत्यांपैकी एक नायक होता.

१८ फेब्रुवारीच्या सायंकाळी पोलीस कार्यालयाच्या समोर मोठा जमाव गोळा झाला. त्या जमावाने गवंडी याच्या सुटकेची मागणी केली. त्यावेळी कागल जहागीरदारांच्या (धाकटी पाती) वडील मुलाच्या विवाहासाठी सावंतवाडीला गेलेले शाहू छत्रपती त्याच क्षणी त्या पोलीस कार्यालयाजवळ येऊन उभे ठाकले. त्यांनी झटपट निर्णय घेऊन काही लोकांना अटक केली आणि जमावाला शांत करून रस्ता मोकळा केला. शहराला शिक्षा करावी म्हणून शाहूंनी शहरावर दंड बसवला आणि ज्या पोलिसांनी आपल्या कर्तव्याकडे दुर्लक्ष केले होते त्यांना शिक्षा केली. कोल्हापूर सैन्याच्या तुकडीने विद्यार्थी, सरदार आणि दुकानदार यांना आणि पोलीस अधिकाऱ्यांनाही हैराण केले. त्यामुळे सैनिकांनी शांतता निर्माण करण्यासाठी जे प्रयत्न केले ते 'रोगापेक्षा औषध भयंकर' असे ठरले. कोल्हापूर सैनिकांनी नियमाच्या बाहेर जाऊन जे फारच मोठे जालीम उपाय योजले ते समर्थनीय नव्हते. त्यामुळे ब्रिटिश राजप्रतिनिधीने पहाऱ्यावर ठेवलेले कोल्हापूर इन्फंट्रीचे सैनिक काढून घ्यावेत व आणखी होणारा रक्तपात टाळावा अशी छत्रपतींनी त्यांना विनंती केली. परंतु ब्रिटिश राजप्रतिनिधीने ते सैन्य तरीही एक दिवस अधिक पहाऱ्यावर ठेवले.

काही उपद्रवी लोकांनी असे सुचविले की, सैन्यभरतीच्या एका सभेला कोल्हापुरात टिळकांना आणावे. त्याचा मथितार्थ असा होता की, शाहू हे

कोल्हापूरच्या जमावाला ताब्यात ठेवावयास असमर्थ होते. याचा परिणाम असा झाला की, मुंबई सरकारच्या मनात शाहूंविषयी बराच गैरसमज झाला. सरकार आपल्याला कोल्हापूर इन्फंट्रीच्या कृत्याबद्दल जबाबदार धरील असा शाहूंना संशय वाटत असावा.

शाहूंनी आपल्या मनास होत असलेला त्रास व पडत असलेला ताण सहन करून गैरसमज टाळण्यासाठी दंग्याच्या बाबतीत तत्परतेने उपाय योजले. युद्धकर्ज-निधी जमविण्याच्या योजनेला त्यांनी जोराची गती दिली. राज्यकारभारात बचतीचे धोरण स्वीकारले. एवढे करून ते थांबले नाहीत. त्यांनी कर्नल काँडन यांच्या अध्यक्षतेखाली पॅलेस थिएटरमध्ये नागरिकांची मोठी सभा भरवली. सर्व नाटकगृह भरून गेले. जहागीरदार, सरदार व उच्च अधिकारी सभेस उपस्थित होते. त्यावेळी युद्धकर्ज-निधीत पैसे गुंतविण्याचे महत्त्व लोकांना पटविण्यात आले. युद्धकर्ज-निधीसंबंधी लोकांचा उत्साह वाढावा म्हणून आपण स्वत: पाच लाख रुपये त्या निधीत गुंतविणार आहोत अशी शाहूंनी घोषणा केली. त्याचा सुपरिणाम झाला. संस्थानात सर्वत्र अनुकूल प्रतिक्रिया होऊन १९,३४,६१७ रुपयांचा युद्धकर्ज-निधी गोळा जाला.

युद्धकर्ज-निधी जमविण्यात आपण कसे घवघवीत यश मिळविले आहे याविषयी शाहूंनी लॉर्ड विलिंग्डन यांना कळविले. युवराज राजाराम व बापूसाहेब घाटगे ह्यांच्या देखरेखीखाली हे काम यशस्वी झाले. त्यावर विलिंग्डन यांनी आनंद व्यक्त करून म्हटले की, बापूसाहेब हे शाहूंचे अतिशय एकनिष्ठ बंधू आहेत व शाहूंनी सर्व बाबतीत त्यांच्या निर्णयबुद्धीवर विश्वास ठेवावा. सैन्यभरतीच्या कामात लोकांस उत्तेजन मिळावे म्हणून शाहूंनी जाहीर केले की, जो मनुष्य पंचवीस माणसे सैन्यात भरती करील त्याला एक तलवार पारितोषिक म्हणून मिळेल. गावच्या पाटलास एक ढाल मिळेल व कुळकर्ण्यास एक चांदीचे पदक मिळेल.

सैन्यभरती करून ब्रिटिश सरकारला साह्य करण्यात शाहू छत्रपती हे एकटेच हिंदी राजकारणी पुरुष होते असे नाही. लो. टिळक, म. गांधी व अंदमानाच्या कारागृहात खितपत पडलेले वीर सावरकर ह्या सर्वांनी सैन्यभरतीला पाठिंबा दिला होता. परंतु असे करण्यात प्रत्येकाचा उद्देश निरनिराळा होता. टिळकांच्या केसरीच्या २६ डिसेंबर १९१६ च्या अंकातील मत वर दिलेच आहे. २० फेब्रुवारी १९१७ रोजी केसरीने गर्जना केली: 'चला, आता शिपाई व्हा.' इतकेच नव्हे तर, केसरीने पुन्हा पुढच्या अंकातील अग्रलेखात 'ही वेळ आहे, लष्करात शिरा' अशी तरुणांना चेतना दिली व राष्ट्राची सेवा करावयास उत्तेजन दिले. ज्या तरुणांना स्वराज्य पाहिजे त्यांनी देशरक्षणाचे कार्य केले पाहिजे असा

केसरीने आदेश दिला. परंतु काही दिवसांनंतर त्यांच्या प्रचाराचा शेवट 'साम्राज्याच्या गरजा येती आमच्या काजा' ह्या मुत्सद्दी डावपेचात झाला. सावरकरांनी सैन्यभरतीस अंदमानातून पाठिंबा देताना म्हयले की, 'जगातील सर्वश्रेष्ठ सैनिक सत्तेशी युद्ध करण्यासाठी हजारो हिंदी सैनिकांना युरोपच्या रणभूमीवर जाण्याची संधी मिळाली, तेथे त्यांनी आपली कामे उत्कृष्ट रितीने बजावली व लढवय्ये म्हणून मोठी कीर्ती संपादिली हे ऐकून मला आनंदाचे भरते आले. देवाची कृपा ! हिंदुस्थानातून एकंदरीत अद्यापि पौरुष मृतप्राय झाले नाही तर !'[९]

पण आश्चर्य असे की, शांतता नि अहिंसा यांचे प्रेषित असलेले महात्मा गांधी मात्र, जर्मन सैनिकांना रक्तस्नान घालण्यासाठी ब्रिटिश सरकारला हिंदी सैनिक विनाअट पुरविण्याकरिता वणवण फिरत होते. त्यावेळी म. गांधी म्हणाले, 'स्वराज्य मिळविण्याचा सर्वांत सोपा व सरळ मार्ग म्हणजे ब्रिटिश साम्राज्याचे संरक्षण करण्यात भाग घेणे होय.'[१०] टिळकांचे व सावरकरांचे धोरण मुत्सद्दीपणाचे व राष्ट्रवादी होते. शाहू हे ब्रिटिशांचे एकनिष्ठ मित्र होते आणि त्यांनी अडचणीच्या वेळी त्यांना व्यवहारी भूमिकेवरून साहाय्य केले. तसे करण्यात मराठ्यांच्या पराक्रमाला उजाळा मिळावा हा त्यांचा हेतू होता.

महाराज सयाजीराव गायकवाड हे आपली नात इंदुमती हिचा विवाह युवराज राजाराम यांच्याशी करावयास उत्सुक होते. अटींविषयी चर्चा चालली होती. १९१७च्या जानेवारीत त्यांनी विवाहाची बोलणी पूर्ण करण्याच्या हेतूने शाहूंना विनंती केली. त्यावर शाहूंनी गायकवाडांना लिहिले की, 'आपण खासेराव जाधवांना कोल्हापूरला पाठवावे आणि त्यांनी बापूसाहेब घाटगे यांच्याशी विवाहाच्या अटींसंबंधी सविस्तर बोलणी करावी. महारारी लक्ष्मीबाई ह्या जुन्या चालीरिती पाळणाऱ्या असल्यामुळे महाराणी पद्मावती यांना पौष महिन्यात पत्र लिहिण्याची इच्छा नाही. ह्या समजुतीवर माझा स्वत:चा विश्वास नसल्यामुळे व गायकवाड यांनी ह्या बाबतीत निष्कारण चिंता करीत बसू नये म्हणून मी हे पत्र लिहिले आहे.' फत्तेसिंहराव यांना दिलेला शब्द आपण पाळला आहे व त्या बाबतीतले आपले कर्तव्य केले आहे. आपले संस्थान छोटे असून विवाह समारंभाची तयारी करावयास थोडा वेळ लागले. दसऱ्यानंतर कुठचाही शुभ दिवस आपणांस चालेल, असेही शाहूंनी त्यांना कळविले.

महाराज सयाजीरावांचे बंधू आनंदराव गायकवाड यांच्या नेतृत्वाखालील

शिष्टमंडळ शाहूंना मुंबईत भेटून कोल्हापुरास गेले. परंतु अटींसंबंधी बोलणी काही संपेनात. सन १९१७च्या एप्रिलमध्ये शाहूंनी सयाजीरावांना कळविले की, विवाह निश्चितीविषयी त्यांनी चिंता करून नये. कारण आपला शब्द हा एका सद्गृहस्थाचा शब्द आहे हे त्यांनी लक्षात ठेवावे. वरास द्यावयाचा हुंडा आणि आहेर रोख पैशात द्यावयाचा की एखाद्या गावाच्या महसुलाच्या स्वरूपात घ्यावयाचा ह्या मुद्द्याची चर्चा झाली. कोल्हापूर ते बडोदे ह्या प्रवासाचा खर्च सोसावयाचा कुणी हा मुद्दा अनिर्णीतच राहिला. पुढील महिन्यात शाहूंनी विवाहाच्या अटींसंबंधी निश्चित कल्पना शिष्टमंडळाला दिली.

गायकवाडांना त्या अटी मान्य आहेत किंवा नाहीत हे गायकवाडांनी स्पष्ट कळवावे अशी शाहूंची उच्छा होती. गायकवाडांनी कळविले की, दागिन्यांचे मूल्य एक लाख रुपये होईल आणि वधूवरांस द्यावयाची इनाम गावे यांचे मूल्य वाढविले जाईल. देऊ केलेल्या ह्या गोष्टी शाहूंना मान्य होतील अशी गायकवाडांनी आशा व्यक्त केली.

खासेराव जाधव यांनी १९१७च्या जून महिन्यात शाहूंना कळविले की, 'आपले पत्र वाचून गायकवाडांना राग आला नाही व त्यांच्याविषयी गायकवाडांना पूर्वीप्रमाणेच मोठा आदर वाटतो. आपण ह्या बाबतीत स्वस्थ असावे.' जाधव शेवटी म्हणाले: 'मी पक्का दैववादी आहे. माझी खात्री झाली आहे की, विवाह ठरणे हे देवाच्या हाती आहे. आणि कोल्हापूर व बडोदे ही दोन घराणी पुन्हा एकदा निगडित व्हावी अशी नियतीची उच्छा आहे.'

विवाहाच्या अटी अद्याप निश्चित झाल्या नव्हत्या. परंतु ही बोलणी चालली असता शाहूंनी त्या सौद्यात आणखी एका गोष्टीसंबंधी गायकवाडांशी बोलणी सुरू केली. कागलचे जहागीरदार (धाकटी पाती) आपले चुलते दत्ताजीराव घाटगे यांची मुलगी सयाजीराव गायकवाड आपल्या सर्वांत लहान मुलाला करतील काय अशी शाहूंनी गायकवाडांकडे विचारणा केली. राजकन्या इंदुमतीला कुंकू लावण्याचा समारंभ सन १९१८च्या जानेवारीत करावयाचा अशी शाहूंनी इच्छा व्यक्त केली.

मध्यंतरी शाहू महाराजांनी आपल्या द्वितीय चिरंजीवाचा विवाह सासवडचे शंकरराव जगताप यांच्या मुलीशी ६ जून १९१७ रोजी समारंभपूर्वक केला. नवरीचे नाव इंदुमती असे ठेवण्यात आले. जुलैमध्ये शाहूंनी खासेराव जाधवांना पत्र लिहून गायकवाड नगद आठ लाख रुपये देऊन विवाह ठरवतील की कसे ह्याविषयी विचारणा केली. ही रक्कम सयाजीरावांनी देऊ केलेल्या रकमेपेक्षा तीन लाखांनी कमी होती. जरी त्या काळी शाहूंचे मन अनेक

अडचणींमुळे चिंताग्रस्त झाले होते तरी जुलैमध्ये विवाहाच्या अटी ठरल्या असाव्यात असे दिसते. विवाह पुढे ढकलू नये. विवाह पुढे ढकलणे म्हणजे लुडबुड करणाऱ्या व्यक्तींना आपणा दोघांत कलहाचे बीज पेरण्यास संधी देणे होय. आपण महत्प्रयासाने आपला मुलगा व नातलग यांची ह्या विवाहास संमती मिळविली आहे. 'आपल्या मार्गात अजूनही विघ्ने उत्पन्न करणारी माणसे आहेत हे मला माहीत आहे. लॉर्ड विलिंग्डन हे आपले (शाहूंचे) स्नेही व हितचिंतक आहेत आणि त्यांच्या कारकिर्दीतच हा विवाह समारंभ व्हावा अशी आपली उत्कट इच्छा आहे', असे शाहूंनी गायकवाडांना कळविले.

फेब्रुवारीतील दंगलीपासून शाहू नि ब्रिटिश राजप्रतिनिधी वुडहाऊस यांचे बिनसले होते. कोल्हापूर दरबारने पाठविलेले सैन्यभरतीचे प्रतिवृत्त अतिशयोक्तीने भरलेले आहे असे वुडहाऊस यांनी मुंबई सरकारला कळविले. हंगामी दिवाण शिरगावकर हे उद्धट गृहस्थ आहेत व ते सैन्यात भरणा झालेल्या मनुष्यांना योग्य ते संरक्षण देऊ शकले नाहीत, असे त्यांचे मत होते. कोल्हापूरसारख्या प्रमुख संस्थानामध्ये झालेली दंगल मुंबई प्रांतात इतर ठिकाणी पसरण्याचा संभव आहे अशी भीती वुडहाऊस यांना वाटत होती. त्यामुळे सरकारने शाहूंना आपले हुकूम शिथिल करावयास सांगितले. शेवटी २२ मार्च १९१७ रोजी शाहू महाराज मुंबईस जाऊन राज्यपालांना भेटले. परंतु शाहूंनी केलेले स्पष्टीकरण राज्यपालांना संपूर्णतया पटले नाही. दंगलीत सापडलेल्या लोकांच्या प्रकरणाची आपण काळजीपूर्वक चौकशी करू, असे त्यांनी राज्यपालांना आश्वासन दिले. काही पोलिसांना व पोलीस अधिकारी म्हैसकर यांना शाहूनी दंड केला होता. वुडहाऊस यांच्या वैरभावामुळे त्यांच्या मनाला अधिक त्रास होत होता. शाहूंसंबंधी वुडहाऊस यांचे म्हणणे असे दिसले की, 'मी आपला यापुढे स्नेही नाही. मी ब्रिटिश सरकारचा प्रतिनिधी आहे. मी आपल्याकरता सर्व काही केले आहे, परंतु आपण नीट वागला नाहीत.'

कोल्हापुरातील उच्च अधिकाऱ्यांकडे वुडहाऊस यांनी दंग्याच्या बाबतीतील शाहूंच्या वागण्याविषयी नापसंती व्यक्त केली. स्वत:स, बापूसाहेबांना व दिवाणांना वुडहाऊस कधीच क्षमा करणार नाहीत असे वाटते, असे शाहूंनी हिल्ल यांना कळविले. कारण वुडहाऊस यांची काठेवाडात नेमणूक झाली नाही. वुडहाऊसना वाटले, आपल्याविरुद्ध कोल्हापूर दरबारने हिल्लकडे व महाराज्यपालांकडे काही कागाळी केली असावी. हिल्ल यांनी ह्या बाबतीत आपल्या सहकाऱ्यांकडे अवाक्षरही काढू नये, नाहीतर डोंगरे यांच्याप्रमाणे आपलाही नाश होईल असे शाहूंनी त्यांना कळविले.

फ्रेजर यांना शाहूंनी ८ मे १९१७ रोजी कळविले की, कोल्हापूरची परिस्थिती कर्नल रे यांच्या काळापेक्षा वाईट झाली आहे. ह्या परिस्थितीत थोडी सुधारणा व्हावी म्हणून शाहूंनी मुंबई सरकारला कळविले की, कोल्हापूर इन्फन्ट्री ही युद्धाच्या आघाडीवर जावी व त्यांची जागा हिंदुस्थानात परत आलेल्या सैनिकांनी घ्यावी. ह्या समयी लिंगायतांनासुद्धा सैन्यात भरणा करण्यात शाहूंना यश आले होते. तथापि लॉर्ड विलिंग्डन हे आपल्या सल्लागारांच्या विचाराप्रमाणे वागत असत. ह्या काळात थोडे दिवस शाहू आजारी होते. कुणावरही सैन्यात भरती होण्यासाठी सक्ती केली जाणार नाही असे अभिवचन जनतेस शाहूंनी दिले.

जॉन विल्यम कँबेल ह्या राज्यपालांच्या सल्लागाराने जुलै १९१७ मध्ये कोल्हापूरचा दौरा केला. त्यांनी, लॉर्ड विलिंग्डन यांच्या नोकरीची मुदत वाढवावी अशी कल्पना तेथे हळूच सोडून दिली. शाहूंच्या मते विलिंग्डन यांनी लोकप्रियता संपादन केली होती. आपली प्रकृती थोडी सुधारली म्हणजे आपण पुण्यास जाऊन राज्यपालांच्या मुदतवाढीसंबंधी काही हालचाल करू असे शाहूंनी कँबेल यांना आश्वासन दिले. आणि एकदा शाहूंनी एखादा प्रश्न हाती घेतला म्हणजे काय विचारता ! हाती घेतलेल्या प्रश्नाचा अंत:करणपूर्वक कैवार घेऊन तुफान प्रचार करावयाचा हा त्यांचा बाणा सर्वांच्या परिचयाचा होता.

ठरल्याप्रमाणे शाहूंनी पुणे येथे राज्यपाल विलिंग्डन यांची भेट घेऊन २८ जून रोजी मुंबई प्रांतातील सर्व जहागीरदारांना व संस्थानिकांना एक परिपत्रक पाठविले. त्यात त्यांनी म्हटले की, महाराज्यपालांकडे विलिंग्डनसाहेबांची मुदत वाढविण्याच्या बाबतीत बोलणी करण्यात जहागीरदारांनी व संस्थानिकांनी आपणांस अनुमती द्यावी किंवा तशी महाराज्यपालांना त्यांनी परस्पर विनंती करावी. ह्यापूर्वी महाराज्यपाल लॉर्ड कर्झन, लॉर्ड मिंटो व मुंबईचे राज्यपाल लॉर्ड सिडन्हॅम यांची मुदत अशी वाढविण्यात आली होती. स्वत: शाहूंनी महाराज्यपालांना पत्राद्वारे कळविले की, 'अनेक दृष्टींनी विलिंग्डन यांनी महत्त्वाची भूमिका बजावली आहे. म्हणून त्यांच्या राजवटीची मुदत वाढवावी अशी विनंती आहे.' ब्रिटिश मुत्सद्द्यांची व संस्थानिकांची अशी समजूत होती की, विलिंग्डन हे एक वजनदार राज्यपाल आहेत.

हैद्राबादचे ब्रिटिश राजप्रतिनिधी फ्रेजर यांनीही शाहूंच्या म्हणण्यास दुजोरा दिला. त्यांनीही विलिंग्डन यांच्या राजवटीची मुदत वाढावी असे मत व्यक्त केले. पण आपल्या पत्रात फ्रेजर स्वराज्याच्या मागणीचा उल्लेख करून शाहूंना म्हणाले की, शाहूंनी स्वराज्याच्या मागणीविषयी (Home rule) प्रांजल मत व्यक्त केले आहे. बहुसंख्य संस्थानिक व नेमस्त पक्ष यांचेही तेच मत आहे. परंतु

शाहूंच्या ह्या ब्रिटिश गुरूने शाहूंना हळूच पण निश्चयपूर्वक सावधगिरीचा उशारा दिला की, 'स्वराज्याच्या तत्त्वाचा विस्तार करणे ह्या तत्त्वासंबंधी आपण सर्व एकमत आहोत; पण ॲनी बेझंट यांनी विशद केलेली स्वराज्याची कल्पना थोडी अडचणीची आहे. लोकनियुक्त मंत्र्यांनी राज्यकारभार चालवावा हे सूत्र तीत गोवलेले आहे. अशा ठरावाचा एखादा संस्थानिक कैवार घ्यावयास तयार होईल की काय याची मला शंका आहे.'

माँटेग्यू यांची भारतमंत्री म्हणून नेमणूक झाल्याचे ऐकून शाहूंना आनंद झाला. आपण विलिंग्डन यांचा पदावधी वाढवून घेण्यात यशस्वी होऊ असे त्यांना वाटू लागले. १४ जुलै रोजी शाहूंची प्रांतिक सैन्यभरती मंडळावर सभासद म्हणून नेमणूक झाली. त्या मंडळाचे काम लढाऊ आणि बिनलढाऊ लोकांची भरती करणे हे होते. सैन्याधिकारी व नागरी अधिकारी यांच्या सहकार्यतेने शाहू आता सैन्यभरतीसंबंधीचे कोणतेही योग्य काम करू शकत होते. एक प्रकारे शाहूंनी त्यांच्याशी नीट न वागणाऱ्या वुडहाऊस यांच्यावर मिळविलेला हा जय होता. पुढे २० सप्टेंबर १९१७ रोजी महाराज्यपाल लॉर्ड चेम्सफर्ड यांनी शाहूंच्या निष्ठेविषयी व सैन्यात शिपाई भरती करण्याच्या आश्वासनाविषयी मन:पूर्वक आभार मानले.

१७

स्वतंत्र मतदार संघाची मागणी

शाहूंची प्रकृती बिघडली होती व सैन्यभरतीच्या कामात ते व्यग्र झाले होते. तरी त्यांनी आपल्या राज्यकारभाराची कार्यक्षमता सामान्य माणसाच्या संदर्भात वाढविण्याच्या दृष्टीने पुन्हा जोमाने प्रयत्न सुरू केला. त्यावेळी सरकारी पत्रव्यवहारात मोडी लिपी ठेवावी की नाही या विषयाची चर्चा सर्व महाराष्ट्रात चालली होती. छत्रपतींनी १९१७च्या मार्चमध्ये सामान्य माणसाच्या हिताच्या व व्यवहार सुलभतेच्या दृष्टीने मोडी लिपी सरकारी पत्रव्यवहारात बंद करण्याचे ठरविले. ब्राह्मण कारकून व कुळकर्णी यांच्या तावडीतून गरीब रयतेला त्यांनी सोडविले. त्यामुळे अर्थात विशेषाधिकार प्राप्त झालेल्या वरिष्ठ वर्गाला चीड आली. ह्यासंबंधी 'केसरी'ने वरिष्ठ वर्गाच्या भावना व्यक्त केल्या.[१] शाहूंनी असा आदेश काढला की, यापुढे दरबारशी करावयाचा पत्रव्यवहार किंवा लोकांनी करावयाचे अर्ज बालबोध लिपीत लिहिले पाहिजेत. बालबोध लिपी खाजगी पत्रव्यवहारात वापरावी अशीही त्यांनी शिफारस केली. मोडी लिपी ही युरोपियन अधिकाऱ्यांना कठीण व त्रासदायक वाटे. मोडी लिपीचा खाजगी पत्रव्यवहारातही वापर बंद करणे तितकीशी चांगली गोष्ट नव्हती. कारण जुने दस्तऐवज मोडी लिपीतच लिहिलेले असत.

ब्राह्मणांनी लादलेली मानसिक गुलामगिरी कनिष्ठ वर्गांनी मानू नये. ती त्यांनी धुडकावून लावावी, अशी शाहूंची शिकवण सुरूच होती. ते त्यांच्यामध्ये शिक्षणाचा प्रसार अनेक मार्गांनी करीत राहिले होते. त्याच दृष्टीने त्यांनी इनाम जमिनी देऊन शिक्षकांची नेमणूक केली होती व मोफत प्राथमिक शिक्षणाचा प्रसार सुरू केला होता. परंतु ती योजना मूळ धरू शकली नाही. मोफत प्राथमिक शिक्षणाची समाधानकारक प्रगती झाली नाही त्यामुळे ती योजना सोडून द्यावी लागली.

कनिष्ठ वर्गात शिक्षणाची प्रगती झपाट्याने व्हावी म्हणून शाहूंनी आता आपल्या राज्यात सक्तीचे प्राथमिक शिक्षण सुरू करण्याचा निर्धार केला. त्यांनी

आतापर्यंत निरनिराळ्या समाजांतील सामाजिक नेते व कार्यकर्ते यांच्यामध्ये जागृती करून त्यांना शिक्षणाचे महत्त्व पटवून दिले. त्यांचे त्याबाबतीत कर्तव्य काय हे त्यांच्या मनावर बिंबविले. शाहू छत्रपती आता शिक्षणाच्या योजनेचा पाया विस्तृत करीत होते. कोल्हापूर संस्थानात मोफत आणि सक्तीचे प्राथमिक शिक्षण सुरू करण्याचा ठराव दरबारने २५ जुलै १९१७ रोजी केला. त्याप्रमाणे सक्तीचे मोफत प्राथमिक शिक्षण गणेश चतुर्थीच्या दिवशी ३० सप्टेंबरपासून सुरू होईल असा ८ सप्टेंबर १९१७ रोजी छत्रपतींनी जाहीरनामा काढला. ह्या जाहीरनाम्यावर हंगामी मुख्य महसूल अधिकारी भास्करराव जाधव यांची सही होती. ह्या शिक्षण योजनेचा आराखडा तयार करण्यासाठी शाहूंनी रा. ब. हरी करमरकर, कृष्णाजी धोंडो मराठे, प्रा. पंडितराव व विष्णुपंत काळे यांची एक समिती नेमली. त्या समितीने आपला अहवाल शिक्षणाधिकारी रा. ब. डोंगरे यांना सादर करावयाचा होता. त्या समितीने शिक्षण खाते हे महसूल खात्याचाच एक भाग मानावा असे ठरविले. २१ आणि २९ सप्टेंबर १९१७ रोजी असे जाहीर करण्यात आले की, सक्तीच्या मोफत प्राथमिक शिक्षणाची ही योजना मुलींच्या बाबतीत लागू करण्यात येणार नाही; ती कोल्हापूर शहर, तालुक्यांची, पेठांची आणि महालांची मुख्य गावे यांत सुरू होईल.

शाहूंनी डॉ. श्रीमती केळवकर यांची नेमणूक वैद्यकीय खात्यात १९व्या शतकाच्या शेवटच्या दशकात केली होती आणि दुसर्‍या काही महिलांची संस्थानच्या शिक्षण खात्यात व वैद्यकीय खात्यात नेमणूक करून आपल्या प्रगतिशील राजवटीची ग्वाही दिली होती. ते स्त्रियांच्या शिक्षणाचे पुरस्कर्ते होते, तरी पैशाच्या अभावी ते ही योजना मुलींच्या बाबतीत लागू करू शकत नव्हते. धरण आणि कालवे यांच्या योजनेसाठी भरमसाट पैसा खर्च झाला होता. त्या योजनेतून मुलींना वगळण्याचे कारण कोणतेही असो. शाहू हे म. जोतीराव फुले यांच्या धोरणाप्रमाणे स्त्रियांच्या शिक्षणाच्या बाबतीत धडाडीने पुढे जाऊ शकले नाहीत असे वाटते. म. फुले यांचा भर मुलींच्या शिक्षणावर होता.

शाहू छत्रपतींनी महसूल खात्याकडून या योजनेसाठी १ लाख रुपये मंजूर केले. ज्या खेड्यांची लोकवस्ती ५०० ते १००० पर्यंत होती, त्या खेड्यांत सोयीच्या जागी शाळा काढण्यात आल्या. शाहूंनी शिक्षकांच्या वेतनात वाढ केली. शिक्षकांसाठी एक अध्यापक शाळा काढावयाचे योजिले आणि संस्थानच्या नोकरीत पंचवीस वर्षांच्या खालचे जे तरुण उमेदवार होते, त्यांचा उपयोग या शाळांत शिकविण्यासाठी करून घ्यावयाचे ठरविले. ही शैक्षणिक सुधारणा त्यांनी आपल्या सदसद्विवेकबुद्धीने सुरू केली होती. तरी आपण ही सक्तीच्या मोफत

शिक्षणाची योजना सैन्यभरतीच्या बाबतीत झालेल्या दंग्यामुळे नाखूश झालेल्या लोकांना संतुष्ट करण्यासाठी सुरू करीत आहोत, असे त्यांनी मुंबई सरकारच्या मनावर बिंबवण्याचा प्रयत्न केला. उद्देश असा की, ब्रिटिश मुलखात अशी सक्तीची व मोफत प्राथमिक शिक्षणाची सोय झालेली नसल्यामुळे सरकारकडून त्यांच्या योजनेला अडथळा होऊ नये. शिवाय सैनिकांच्या वाईट वर्तणुकीमुळे झालेला दुष्परिणाम पुसून जाईल असेही वरकरणी त्यांनी सरकारला सांगितले. बापूसाहेब घाटगे यांनीही पुत्रजन्मोत्सवानिमित्त आपल्या कागल जहागिरीत मोफत व सक्तीचे प्राथमिक शिक्षण सुरू केले.

कोल्हापूर संस्थानाधिपतींनी आपल्या संस्थानात सक्तीचे व मोफत शिक्षण सुरू करण्याचे ठरविले याचा उल्लेख करून केसरीने म्हटले[२] की, 'संस्थाने प्राथमिक सक्तीच्या शिक्षणाच्या तत्त्वाचा स्वीकार करू लागली आहेत हे पाहिले म्हणजे खालसा मुलखातील प्रजेला आपल्या पोरकेपणाबद्दल विशेष वाईट वाटू लागते. कोल्हापूरच्या देशी संस्थानानेसुद्धा ह्या बाबतीत अशा प्रकारची आघाडी मारलेली पाहून तरी आमच्या सरकारास काही वाटते का पाहावे.' देशी संस्थानांतील कारभार जरी प्रातिनिधिक तत्त्वावर चालू नाही, तरी राजा आणि प्रजा एका हिंदी रक्ताची असल्यामुळे स्वराज्यापासून मिळणारे फायदे संस्थानातील लोकांना अनायासे मिळतात असेही केसरीने म्हटले.

मुंबई वरिष्ठ न्यायालयात ११ जुलै १९१७ रोजी चिरोल अभियोगासंबंधी प्राथमिक कामकाज सुरू झाले. चिरोल यांच्या वतीने बॅ. बिनिंग काम पाहत होते, तर टिळकांच्या वतीने करंदीकर व बखले काम पाहत होते. आपल्या साक्षीत भास्करराव जाधव म्हणाले, 'मी चिरोल ह्यांना काही लेखांचे भाषांतर करून देण्यात साहाय्य केले. त्यासाठी काही महत्त्वाची कागदपत्रे मी कोल्हापूरहून आणली होती. चिरोलच्या विनंतीवरून त्यांना आपण साहाय्य केले; परंतु वेतन आणि भत्ता मात्र कोल्हापूर संस्थानकडूनच चालू होता.' म. ग. डोंगरे यांनी सांगितले की, 'आपण चिरोलच्या 'इंडियन अन्रेस्ट' ग्रंथाचे भाषांतर प्रसिद्ध केले आणि कोल्हापूर दरबारने त्या मराठी ग्रंथाच्या ३०० प्रती विकत घेतल्या. त्या कामी लठ्ठे आणि जाधव यांनी आपणांस साहाय्य केले.' डोंगरे आणखी पुढे म्हणाले की, सन १९१६च्या मार्चपासून जवळ जवळ ८ महिने आपण चिरोलना साहाय्य करीत होतो आणि त्या काळात दरबारकडूनच आपल्याला वेतन मिळाले. डोंगरे यांनी त्या मराठी ग्रंथाच्या प्रस्तावनेत चिरोलची तुलना भीष्माबरोबर केली होती म्हणून त्यांचा तेथे उपहास झाला.

शाहूमहाराजांच्या महत्त्वाच्या कागदपत्रांचे रक्षण करणारे डोंगरे यांना

टिळकांच्या वकिलांनी असे विचारले की, महाराजांनी लीवॉर्नरकडून ह्यासंबंधी काही पत्र आले होते की काय ? पत्र आल्याचे त्यांनी नाकबूल करताच ते पत्र त्यांना दाखविण्यात आले. त्यामुळे डोंगरे ह्यांना मोठा धक्काच बसला. मुंबई सरकारच्या राजकीय खात्याचे सचिव लॉरेन्स रॉबर्टसन यांना टिळकांच्या वकिलाने विचारले की, चिरोलला गुप्त दस्तऐवज पुरविण्याविषयी आपण सर्व खात्यांना हुकूम काढला होता होता की नाही ? क्षणभर रॉबर्टसन गोंधळले. त्यांनी घाबरटपणे नकारार्थी उत्तर दिले. त्यावर रॉबर्टसनच्या सहीने काढलेले ते परिपत्रक त्यांना दाखविण्यात आले. ते पत्र पाहून रॉबर्टसन स्तिमितच झाले.[३] क्षणात त्यांनी आपणास सावरले व ती गोष्ट मान्य केली.

वस्तुस्थिती अशी होती की, रॉबर्टसनच्या सहीचे परिपत्रक व त्यांचा तो हुकूम शाहूंनी टिळकांकडे गुप्तपणे पाठविला होता. शाहूंनी 'मास्टर की' उपयोगात आणून, तिजोरी खोलून ही गोष्ट केली होती. त्यामुळे डोंगरे व रॉबर्टसन हे अगदी गोंधळूनच गेले. त्यानंतर काही दिवसांनी प्रबोधनकार के. सी. ठाकरे यांनी डोंगरे यांना ती गोष्ट कशी घडली हे विचारले. त्यावर डोंगरे म्हणाले: 'अहो, त्यात काही गूढ नाही. महाराजांनीच हा खोडसाळपणा केला आणि लीवॉर्नरचे पत्र व रॉबर्टसनच्या हातचा हुकूम त्यांनीच टिळकांकडे पाठवून दिला.' रॉबर्टसन यांच्या हुकमाविषयी शाहू छत्रपतींना ठाकरे यांनी एके दिवशी स्वत:च विचारले. तेव्हा ते म्हणाले की, 'टिळक हे ब्रिटिश सरकारशी देशाकरता लढत असता दु:ख सोसत होते. अशा वेळी वेदोक्त प्रकरणातील त्यांनी केलेल्या चुकांमुळे त्यांच्यावर सूड उगविणे हे बरोबर नाही.'[४] परंतु अनेक वेळा शाहूंच्या सहकाऱ्यांनी आपला तोल आणि विवेकबुद्धी गमावल्यामुळे ते चिरोलना महात्मा असे म्हणत व टिळकांना शत्रू मानीत.

जॉन विल्यम कँबेल यांच्या साक्षीत आणखी एक महत्त्वाची गोष्ट उघडकीस आली. मुंबईच्या मिशन प्रेसचे कँबेल हे कार्यवाह होते. आपल्या मुद्रणालयात शाहूंची गुप्त पत्रे छापण्यात आली हे त्यांनी मान्य केले. मिशनच्या हिशेबांच्या वह्यांवरून आणि मागणीच्या नोंदणी पुस्तकावरून शाहूंच्या पत्रांचे पुस्तक म. ग. डोंगरेनीच प्रसिद्ध केले होते हे सिद्ध झाले.

मुंबईच्या वरिष्ठ न्यायालयातील प्राथमिक चौकशीचे काम १९१७च्या ऑगस्टमध्ये संपले व ऑगस्टच्या शेवटी चिरोल लंडनला परतले. चिरोल हे एक उद्दाम, कोडगे, साम्राज्यवादी पत्रपंडित होते. ब्रिटिश सरकारने पुरविलेली शस्त्रे घेऊन सुद्धा सिंहाशी झुंज करणे किती भयंकर गोष्ट आहे हे त्यांना कळून चुकले होते.

ह्याच संधीस शाहू छत्रपतींनी प्रगतिशील राज्यकर्त्याला शोभेल असा एक महत्त्वाचा निर्णय घेऊन टाकला. देवाच्या नावाने जमलेल्या पैशाचा सदुपयोग त्यांनी करण्याचे ठरविले. जरी कोल्हापुरातील देवस्थानांना सरकारकडून दरवर्षी वर्षासन मिळे, देवस्थानांच्या जमिनी सरकारनेच बक्षीस दिलेल्या होत्या, तरी देवस्थाने ज्यांच्या ताब्यात असत ते अधिकारी देवस्थानांची मालमत्ता आणि उत्पन्न ही आपलीच खाजगी मिळकत आहे असे मानून स्वतःच्या कुटुंबाकरिता त्याचा उपयोग करीत आणि काही वेळा तर ती मालमत्ता गहाणही ठेवीत. देवस्थानच्या नवीन सनदेप्रमाणे आता असे ठरले की, ग्रामाधिकारी आणि वहिवाटदार हे केवळ वहिवाटदार असून ते सरकारचे नोकर म्हणून काम करतील. आता खाजगी मालक म्हणून ते देवस्थानांतून वहिवाट करू शकणार नाहीत. देवस्थानांच्या जमिनी सरकारने आपल्या ताब्यात घेतल्या आणि त्यांच्यावर आता सरकारचीच देखरेख राहणार. सरसुबे यांचा ९ जुलै १९१७चा हुकूम ४ ऑगस्ट रोजी करवीर गॅझेटमध्ये प्रसिद्ध झाला. त्यात मूलभूत तत्त्व असे सांगितले होते की, सर्व देवस्थाने व पवित्र स्थळे यांचे सरकार हे विश्वस्त आहे. त्यांची व्यवस्था करणे आणि त्यांच्या खर्चावर नियंत्रण ठेवणे हा सरकारचा मूलभूत हक्क आहे.

ज्या देवस्थानांच्या जमिनीचे वहिवाटदार हे खाजगी व्यक्ती आहेत, त्या मिळकतीवर त्यांचा आता सर्वस्वी अधिकार राहणार नाही. ते यापुढे विशिष्ट देवस्थानांची व्यवस्था करण्यासाठी नेमलेले सरकारचे मुनीम म्हणून काम करतील. ह्या सर्व व्यवस्थापकांनी देवस्थानांच्या खर्चात काटकसर केली पाहिजे व काही ठरावीक रक्कम इमारतीच्या दुरुस्तीकरता ठेवली पाहिजे. देवस्थानाच्या उजव्या बाजूला शाळेकरिता जागा राखून ठेवावी, तर डाव्या बाजूला पूजाअर्चा, आरती ह्या दैनिक कार्यक्रमात पुरुष, बायका व मुले यांना भाग घेता यावा म्हणून पडवीकरता जागा राखून ठेवावी, असे आज्ञापत्र दरबारने काढले. देवस्थानच्या नवीन सनदेप्रमाणे ह्या सर्व देवांकडून दरवर्षी २० हजार रुपयांचे उत्पन्न मिळेल अशी अपेक्षा होती. ह्या रकमेचा उपयोग शाहूमहाराजांनी शिक्षण प्रसार करण्यासाठी व लोकांच्या अज्ञानाचा नाश करण्यासाठी केला. देवधर्माच्या नावावर अज्ञानाचा अंधकार पसरविण्यापेक्षा शाहूंचे हे कार्य युगधर्मास धरूनच झाले. इतकेच नव्हे तर, ते इतरांना आदर्शवत ठरले.

सन १९१७च्या ऑगस्टमध्ये कोल्हापूरच्या शिक्षणाधिकाऱ्यांनी एक परिपत्रक काढून विद्यार्थी आणि शिक्षक यांना राजकीय सभांना उपस्थित राहण्यास बंदी केली. त्यावर 'संदेश' व इतर वृत्तपत्रे यांनी कोल्हापूर दरबारवर सडकून टीका केली. त्या वृत्तपत्रांनी म्हटले की, कोल्हापूर सरकारने ब्रिटिश

सरकारवर शिक्षणक्षेत्रात मात केली. वृत्तपत्रांकडे उदासीनतेने पाहण्यात, युद्धकर्ज-निधी जमविण्यात, लढाईसाठी सैनिकांची भरती करण्यात आणि मोडी लिपी नष्ट करण्यात कोल्हापूर दरबारने ब्रिटिश सरकारवर मात केली आहे !

या सुमारास शाहूंची प्रकृती बरीच ढासळल्यामुळे त्यांच्या वैद्यकीय सल्लागारांनी कार्यालयीन कामाखेरीज इतर वेळी शक्यतो त्यांनी मोकळ्या हवेत राहावे असा सल्ला दिला. त्यामुळे जेवणे आणि झोपणे या गोष्टी ते मोकळ्या हवेतच करू लागले. त्यावेळी ते लुंगी किंवा पायजमा वापरून बहुधा झाडाखाली बसत, दगडाच्या बैठकीवर बसत किंवा साध्या बाजेवर बसून गरिबांशी किंवा नोकरांशी थट्टा-विनोद यांचे फवारे उडवीत बसत. त्यांनी डॉक्टरांच्या सूचनेचे स्वागत केले आणि आपले मन डुकराची व चित्त्याची शिकार यांकडे वळविले. चित्त्याच्या शिकारीचे तर त्यांनी एक शास्त्रच बनविले होते.

महायुद्धातील पराभवामुळे ब्रिटिश सरकार ह्या काळात मोठ्या पेचात सापडले होते. युद्धातील पराभवामुळे ब्रिटिश सरकार निराशही झाले होते. हिंदी स्वराज्य चळवळीच्या वाढत्या दडपणामुळे हैराण झाले होते आणि हिंदी क्रांतिकारकांच्या कृत्यांमुळे जेरीस आले होते. त्या सर्व विरोधाला शांत करण्यासाठी आणि ब्रिटिश सरकारची युद्ध सामग्री भरभक्कम करण्याच्या हेतूने भारतमंत्री एडविन मॉन्टेग्यू ह्यांनी २० ऑगस्ट १९१७ रोजी ब्रिटिश लोकसभेत एक क्रांतिकारक घोषणा केली. त्याप्रमाणे ब्रिटिश साम्राज्यातील एक प्रमुख घटक म्हणून भारतात जबाबदार राज्यपद्धती क्रमश: स्थापून त्या देशातील स्वायत्त शासन संस्थांचा हळूहळू विकास करावयाचा व राज्यकारभाराच्या प्रत्येक शाखेत हिंदी लोकांना अधिकाधिक अधिकार देत राहावयाचे असे ठरले. ही साम्राज्यान्तर्गत क्रमश: स्वराज्य देण्याची घोषणा म्हणजे टिळक आणि बेझंट यांनी चालविलेली स्वराज्याची चळवळ आणि क्रांतिकारकांनी ब्रिटिश सरकारची उडविलेली तारांबळ यांची फलश्रुती होती हे उघड आहे. ही घोषणा म्हणजे हिंदी राजकारणाच्या व चळवळीच्या दृष्टीने युगप्रवर्तकच होती. कारण ह्या घोषणेप्रमाणे ब्रिटिश सरकारने भारताच्या स्वराज्याचे हक्क मान्य केले आणि जबाबदार राज्यपद्धतीचेही तत्त्व मान्य केले.

शाहू त्यावेळी नरेंद्र मंडळाच्या परिषदेत उत्साहाने भाग घेत असत. त्यामुळे प्रमुख संस्थानिकांशी त्यांचा परिचय वाढलेला होता. मॉंटेग्यूच्या घोषणेनंतर लवकरच त्यांनी जामनगरच्या महाराजांना पत्र लिहून बिकानेरच्या महाराजांनी

साम्राज्य परिषदेत आणि साम्राज्य युद्ध मंत्रिमंडळात चांगली कामगिरी केल्याविषयी बिकानेरच्या महाराजांचे अभिनंदन केले. शाहूंना राजकीय चळवळीत उघडपणे भाग घेणे अशक्य होते. त्यांची अलौकिक गतिशील कार्यशक्ती व राजकीय नेतृत्वाची आकांक्षा त्यांच्या नसानसांतून सळसळत राहिलेली असे. राजकीय नेतृत्वाच्या आकांक्षेला त्यांचे संस्थान हे मर्यादित क्षेत्र वाटे. त्यावेळी मुधोळ आणि जमखिंडी ह्या संस्थानांना नरेंद्र मंडळाचे सभासद करून घ्यावे म्हणून शाहूंनी मध्यवर्ती सरकारचे मन वळविण्याचा प्रयत्न केला.

नरेंद्र मंडळाच्या घटनेसंबंधी आपले धोरण काय असावे ह्याविषयी शाहूमहाराजांनी भारतातील बहुतेक सर्व प्रमुख संस्थानिकांशी मोठ्या उत्साहाने पत्रव्यवहार केला. सयाजीराव गायकवाड, बिकानेरचे महाराज, नवानगरचे रणजितसिंह, जुनागडचे महाराज नि कच्छचे राव ह्या सर्वांनी आपापली मते शाहूंना कळवली. आपल्या उत्तरात सयाजीराव गायकवाड म्हणाले, 'राजकीय न्यायमंडळाविषयी आपली सूचना ही योग्य आहे आणि हरतऱ्हेचे राजकीय प्रश्न सोडविण्यासाठी अशी न्यायालये असावीत ह्या आपल्या सूचनेशी मी सहमत आहे. तथापि त्या मंडळाचे सभासद कोण असावेत आणि ते कसे नियुक्त करावे ह्या गोष्टी पूर्ण विचारांती ठरवाव्या लागतील असे मला सुचवावेसे वाटते.'[५]

नवानगरचे रणजितसिंह ह्यांनी, सन १९१७च्या नोव्हेंबरमध्ये शाहूंनी नरेंद्र मंडळाच्या परिषदेस उपस्थित राहावे असा आग्रह धरला. आपल्या पत्रात ते म्हणाले, 'शाहूंच्या व्यक्तिमत्त्वामुळे परिषदेतील विचारविनिमयाला एक प्रकारचा भारदस्तपणा व प्रतिष्ठा प्राप्त होईल. नरेंद्र मंडळाच्या चळवळीला शाहूंचे अमोल सहकार्य, सल्ला मिळेल.'[६] ह्या पत्रामुळे शाहूंच्या कर्तृत्वावर व त्यांची नरेंद्र मंडळावर पडलेली छाप ह्यावर चांगलाच प्रकाश पडतो.

लॉर्ड विलिंग्डन यांचा पदावधी वाढवावा ह्यासंबंधीचा शाहूंचा उत्साह कमी झाला नव्हता. जणू काही ते त्या मोहिमेचे अनधिकृत कार्यवाहच होते, अशा चिकाटीने व उत्साहाने त्यांनी ती चळवळ चालू ठेवली होती. ती चळवळ त्यांनी माँटेग्यूच्या भारत भेटीनंतरही चालू ठेवली होती.

महाराष्ट्रातील ब्राह्मणेतर पुढारी वालचंद कोठारी, सी. के. बोले, अण्णा बाबाजी लठ्ठे, हरिश्चंद्र तालचेरकर, भास्करराव जाधव हे यावेळी मोठ्या उत्साहाने चळवळ करीत होते. २६ फेब्रुवारी १९१७ रोजी मुंबई पोलीस आयुक्त व्हिन्सेंट यांनी शाहूंना कळविले की, बोले आणि तालचेरकर हे दोघे सर्वसाधारणपणे मराठ्यांच्या व विशेषतः कामगारवर्गाच्या हितासाठी झटणारे पुढारी आहेत. ते कामगार हितवर्धक सभा चालवितात व तिच्या विद्यमाने

व्याख्याने, सर्व तऱ्हेच्या सामाजिक चळवळी करतात आणि आपल्या संस्थेचे कार्य लोकप्रिय करण्यासाठी निरनिराळ्या आखाड्यांतून कुस्त्यांच्या स्पर्धा घडवून आणतात.' बोले आणि तालचेरकर ह्यांनी एका नाट्यगृहामध्ये कुस्त्यांचा फड योजला होता. फेब्रुवारीच्या पहिल्या आठवड्यात स्वत: बोले यांनी महाराजांना पत्र लिहून दोन मल्ल मुंबईला पाठविण्याची विनंती केली होती.

विसाव्या शतकाच्या पहिल्या दोन दशकांत बोले हे महाराष्ट्रातील मोठे कामगार पुढारी म्हणून प्रसिद्ध होते. भारताचे आद्य कामगार नेते नारायण लोखंडे यांचे १८९७ च्या फेब्रुवारीत निधन झाल्यानंतर कामगार चळवळ मंदावत चालली होती. परंतु सी. के. बोले यांनी कामगार हितवर्धक सभा १९०९ मध्ये स्थापून कामगार चळवळीला पुन्हा चालना दिली. पुढे अनेक वर्षे ते शेतकऱ्यांचे व कामगारांचे प्रमुख नेते म्हणून गाजले.

सन १९१६च्या नोव्हेंबरमध्ये स्थापलेल्या पिपल्स असोसिएशनने दक्षिण हिंदुस्थानात ब्राह्मणेतर चळवळ सुरू केली होती. तिने आता बरीच प्रगती केली होती. त्या संस्थेचे पुढारी होते डॉ. टी. एम. नायर आणि पी. त्यागराज चेट्टी. ह्या द्रविड चळवळीचा मुख्य हेतू असा होता की, ब्राह्मण समाजाची राजकीय सत्ता फार वाढत होती तिला प्रतिबंध करावा. मद्रास इलाख्यात ब्राह्मणेतरांची संख्या अस्पृश्य समाज सोडूनही फार मोठी होती. एका ब्राह्मणास २२ ब्राह्मणेतर असे त्यांचे प्रमाण होते. अस्पृश्यांची संख्या स्वतंत्रपणे मोठी होती; ५ अस्पृश्य तर १ ब्राह्मण असे त्यांचे प्रमाण होते. शिक्षण, धार्मिक अधिसत्ता, आर्थिक सत्ता, राजकीय वजन व सामाजिक प्रतिष्ठा ह्यांमुळे मद्रास इलाख्यामध्ये ब्राह्मण हे एक प्रबळ व प्रतिष्ठित वर्ग म्हणून मागास व दलित समाजावर वर्चस्व गाजवीत.

द्रविडियन चळवळीचे मुखपत्र 'जस्टिस' हे २६ फेब्रुवारी १९१७ रोजी मद्रासमध्ये सुरू झाले. 'द्रविडियन' नावाचे तामिळ दैनिक त्यानंतर लवकरच सुरू झाले व काही दिवसांनंतर 'आंध्रप्रकाश'[७] हे तेलगू वर्तमानपत्र सुरू झाले. व्यंकटरत्न नायडूंसारखे कोकोनाड येथील धर्मशील ब्राह्मसमाजिस्ट हेही ह्या चळवळीला मिळाले. पिपल्स असोसिएशन ह्या संस्थेचे मत भारताची राजकीय प्रगती सुस्पष्ट धोरण आखून व्हावी असे होते; पण तेथील ब्राह्मण समाजाच्या हाती राजकीय सत्ता जाऊ नये असे त्यांचे ठाम मत होते.

सन १९१७च्या जुलैत शाहूंनी विधवांच्या पुनर्विवाहाचा निर्बंध संमत केला. ह्या निर्बंधाचे नाव 'रीमॅरेज रजिस्ट्रेशन लॉ' असे होते. ह्या निर्बंधाप्रमाणे हिंदुसमाजाच्या विवाह पद्धतीतील कडक चालीरितीमध्ये सुधारणा झाली. ह्या निर्बंधानुसार लग्नाची नोंद करण्याची पद्धत सुरू करून विवाहाचा पुरावा निर्बंधाने

निश्चित करून टाकला. ज्या काळात न. चिं. केळकर वगळून टिळक व त्यांचे इतर सहायक आणि सहकारी पुनर्विवाहाला विरोध करीत होते त्या काळी शाहूंनी ह्या सुधारणा केल्या.

भारतमंत्री माँटेग्यू हे निरनिराळ्या हिंदी संस्थांच्या व पक्षांच्या नेत्यांच्या मुलाखती घेण्यासाठी भारतात येत आहेत अशी ब्रिटिश सरकारने घोषणा केली. भारतमंत्र्याच्या आगमनाची घोषणा होताच सर्व सार्वजनिक संस्था व राजकीय पक्ष हे खडबडून जागे झाले आणि त्यांनी आपापली निवेदने तयार करण्यास आरंभ केला. स्वराज्याच्या योजनेला मुस्लिम लीगने पाठिंबा द्यावा म्हणून मुस्लिम समाजाला भरपूर सवलती देऊन राष्ट्रीय सभेने तिच्याशी लखनौ येथे करार केला. महाराष्ट्रातील ब्राह्मणेतर पुढारी हे राष्ट्रसभेत नव्हते. मद्रास प्रांतातील ब्राह्मणेतरांची कोईमतूर येथे १९१७च्या ऑगस्टमध्ये जी परिषद भरली होती तिने असा ठराव केला होता की, जरी हिंदुस्थान स्वराज्याचे हक्क बजावण्यास पूर्णपणे तयार झालेला नसला तरी आपला कारभार चालविण्यास जनतेला संधी मिळाली पाहिजे.

आता महाराष्ट्रातील ब्राह्मणेतरांशी समेट करून त्यांचा राष्ट्रसभेच्या स्वराज्य योजनेला पाठिंबा मिळावा अशी टिळकांना आवश्यकता भासू लागली. त्या दृष्टीने टिळकांनी १८ सप्टेंबर १९१७ च्या केसरीमध्ये 'स्वराज्य, ब्राह्मण आणि ब्राह्मणेतर' असा एक अग्रलेख लिहिला. त्यांनी सन १९१६च्या डिसेंबर-मध्ये लखनौ येथे भरलेल्या राष्ट्रीय सभेत मुसलमानांना झुकते माप देणारे जे भाषण केले होते ते ह्या अग्रलेखात उद्धृत केले. त्या भाषणाचा मथितार्थ असा होता की, 'कायदे कौन्सिलात उद्या एक वेळ सगळेच ब्राह्मणेतर आले तरी मला चालतील, पण तेथे लोकनियुक्त हिंदु लोकांचे प्राबल्य असले पाहिजे, परक्यांचे किंवा सरकारनियुक्तांचे प्राबल्य नसले पाहिजे.'

आपल्या उपरोक्त अग्रलेखात टिळक म्हणाले की, 'कायदे कौन्सिलातील सर्व जागा किंवा बहुतेक जागा आपणांसच असाव्यात असा हक्क ब्राह्मणांनी पूर्वी केव्हाही सांगितलेला नाही व पुढेही सांगू इच्छीत नाहीत. त्यांच्या वाट्याला प्रत्यक्ष व्यवहारात लोकसंख्येच्या प्रमाणाबाहेर जागा पडत असल्या तर ते त्यांच्या जातिमूलक आग्रहाचे फळ नसून त्यांच्या शिक्षणाचे फळ आहे, ही गोष्ट नाकबूल करणे म्हणजे निव्वळ आडरानात शिरणे होय. आज सरकार दरबारात लोकसंख्येच्या मानाने ब्राह्मण अधिक असले तर त्याबद्दल त्यांना दोष लावण्याचे कारण नाही. राज्यकारभाराला सुशिक्षण अवश्य असावे व ते शिक्षण संपादन केल्यामुळे, स्वत: सरकार ब्राह्मणांवर रुष्ट असतानाही, सार्वजनिक कामकाजात

केवळ ब्राह्मणांना लोकसंख्येच्या प्रमाणाबाहेर जागा द्याव्या लागल्या; या गोष्टीला सरकारचा जसा नाइलाज झाला तसाच ब्राह्मणांचाही नाइलाज आहे. 'आम्ही अशिक्षित असलो तरी केवळ लोकसंख्येच्या प्रमाणानेच आम्हांला सर्व अधिकाराच्या जागा मिळाल्या पाहिजेत.' हे ब्राह्मणेतरांचे जात्याभिमानाला शोभणारे असले तरी व्यवहारबुद्धीला शोभणारे नाही. ब्राह्मण म्हणून आम्हांला इतके प्रतिनिधी द्या असे ते (ब्राह्मण) कधीही मागणार नाहीत, व तसे दिले तरी ते घेणार नाहीत,' असेही टिळकांनी अग्रलेखात म्हटले आहे.

''इंग्रज लोकांनी दिलेल्या शिक्षणाचा गुणच स्वातंत्र्यप्रियता हा असल्यामुळे सुशिक्षित लोक ब्राह्मणेतर असले तरी त्यांनाही आपण आपल्या देशात नादान व खुरटलेले राहावे आणि आपला सर्व कारभार परक्यांनी आपली संमती न घेता करावा ही गोष्ट कशी आवडणार ?'', असेही टिळकांनी त्या अग्रलेखात म्हटले आहे. अग्रलेखाच्या शेवटी टिळक म्हणाले की, 'आपणांस स्वतंत्र प्रतिनिधी किती पाहिजेत व आपापले मतदार संघ कसे बनावेत हे ठरवून स्टेट सेक्रेटरीस कळवावे. स्वराज्ययोजनेच्या या बाबीपुरते ब्राह्मणवर्ग आनंदाने मौन स्वीकारील. ब्राह्मणेतरांच्या मागणीस बिलकूल विरोध करणार नाही.'

नवयुगातील जागृतीमुळे ब्राह्मणेतर समाज स्वाभिमानासाठी व सामाजिक समतेसाठी झगडा करावयास उद्युक्त झाला आहे ह्याची टिळकांना जाणीव झाली नव्हती. ह्या चळवळीचा त्यांच्या मनावर काहीच परिणाम झालेला दिसत नाही. जातीय मतदार संघ ब्राह्मणांना विघातक होते व स्वाभाविकपणे त्यांना ते मान्य नव्हते. परंतु त्यांचे सरकारी नोकऱ्यांतील व विधिमंडळातील संख्येचे प्राबल्य हे त्यांना त्यांच्या शिक्षणामुळे लाभले होते असे टिळक समर्थन करतात. शाहूंनी हे टिळकांचे व ब्राह्मण पुढाऱ्यांचे मन अगोदरच ओळखले होते. यास्तव त्यांनी टिळकांच्या मतप्रणालीवर हल्ला चढविला व ब्राह्मणेतरांनी शिक्षण घ्यावे ह्यासाठी भगीरथ प्रयत्न केले. बऱ्याच टीकाकारांनी टिळकांना त्यांच्या ह्या दृष्टिकोणाबद्दल दोष दिला आहे. अशी मनोवृत्ती एका महान राष्ट्रीय नेत्याने दाखवावी हे टिळकांना शोभले नाही.

टिळक ब्राह्मणेतरांच्या प्रश्नाकडे सामाजिक समतेच्या व न्यायाच्या दृष्टीने पाहूच शकले नाहीत. बदलत्या युगातील त्यांची नवसमाज निर्मितीची तळमळ त्यांना उमगली नाही आणि भारतातील बदलत्या सामाजिक नि आर्थिक जीवनाच्या गरजा यांची त्यांनी दखल घेतली नाही. त्यांनी ब्राह्मणेतर पुढाऱ्यांना उद्देशून केलेली भाषणे किंवा लिहिलेले लेख यांत ब्राह्मणेतर समाजावर कृपा करण्याचा आव किंवा आश्रयदात्यांची उपकारवृत्ती दिसून येते. लोकशाहीच्या

बंधुभावनेचा व सामाजिक समतेच्या भावनेचा त्या भाषणांना व लेखांना स्पर्श झालेला दिसत नाही. त्यामुळे केव्हा केव्हा थोर पुरुषांच्या जीवनात जसे घडते तसे टिळकांच्या जीवनातही घडले. ते ज्या सामाजिक परिस्थितीत जन्माला आले त्या परिस्थितीच्या बंधनापलीकडे जाऊ शकले नाहीत हे दिसून येते. टिळक व विन्स्टन चर्चिल यांच्या दृष्टिकोणात बरेच साम्य आहे. दुसऱ्या महायुद्धाच्या वेळी आपण लोकशाही व स्वातंत्र्य ह्याच्या उद्धारासाठी लढत आहो असे म्हणणाऱ्या चर्चिलसाहेबांनी भारताची स्वातंत्र्याची, समानतेची व न्यायाची मागणी धुडकावून लावली.

टिळकांच्या उपरोक्त अग्रलेखाला अण्णासाहेब लठ्ठे यांनी समर्पक उत्तर दिले. ते म्हणाले, 'जर मुसलमानांच्या संबंधाने टिळकांचे धोरण तटस्थपणाचे नाही व त्यांना वाजवीपेक्षा अधिक सभासद निवडण्याचे हक्क देता, तर ब्राह्मणेतरांच्या मागणीसंबंधी तुम्ही तटस्थ का ? अर्धशिक्षितांना अशिक्षितासंबंधाने बोलण्याचा अधिकार नाही हे राष्ट्रहिताच्या दृष्टीने नाही. त्यांच्या इच्छेप्रमाणे जातीजातीचे मतदारसंघ करणेच अशक्य आहे असे आपण म्हणता. शिक्षणाची ही कसोटी मानली तर सर्व राष्ट्र प्रातिनिधिक संस्था चालविण्यास लायक नाही असे सिद्ध होईल. मग स्वराज्य म्हणजे विद्वानांचे राज्य होईल. स्वराज्य संघात ब्राह्मणेतरांनी हक्काने आपला हिस्सा घेण्याची महत्त्वाकांक्षा बाळगू नये असे आपले म्हणणे आहे काय ? इंग्रजी विद्या नसतानाही ब्राह्मणेतरांत राज्य संपादन करणारी पराक्रमी माणसे निर्माण होऊ शकली, तर कायदेकौन्सिलात बसण्यास लायक इसम त्यांच्यात नाहीत असे म्हणण्यात काय अर्थ आहे ? ब्राह्मणेतरांच्या मागणीच्या बाबतीत आपण मूकवृत्ती धारण करू असे म्हणणे सोईचे असेल, पण न्यायाचे, मुत्सद्दीपणाचे अथवा पुढारीपणास शोभणारे आहे असे म्हणता येणार नाही. आपल्या लेखातील सर्व धोरण आपण ब्राह्मण आहो या भावनेने भरलेले आहे. यापेक्षा महाराष्ट्रातील पुढारी म्हणून आपण सर्वच महाराष्ट्रीय जातीच्या हिताचा विचार का करीत नाही ?'[१]

शाहू छत्रपती ह्या समयी हिंदी राजकीय परिस्थितीचे निरीक्षण करीत होतेच. निरनिराळ्या राजकीय संस्थांच्या हालचालींकडे लक्षपूर्वक पाहत होते. आपल्या २१ ऑक्टोबर १९१७च्या पत्रात त्यांनी प्रमुख हिंदी संस्थानिकांना कळविले की, 'निरनिराळ्या सामाजिक, धार्मिक, राजकीय मतांच्या संस्था आपापले शिष्टमंडळ माँटेग्यूकडे पाठवीत आहेत असे मला कळते. हिंदी

संस्थानिकांच्या वतीनेही एक शिष्टमंडळ मॉंटेग्यूंकडे जावे असे मला सुचवावेसे वाटते. ही गोष्ट आपणांस मान्य असेल तर मॉंटेग्यू दिल्लीत भेटतील तेव्हा त्यांना कोणत्या सूचना करावयाच्या हे आपल्या विचाराने ठरवू असेही त्यांना कळविले. वालचंद कोठारी व लठ्ठे यांनी 'डेक्कन रयत असोसिएशन' संस्था मागासवर्ग व अस्पृश्यवर्ग यांच्या प्रश्नांचा कैवार घेण्यासाठी स्थापन केली होती. त्या उद्देशाने प्रेरित होऊन १९ जुलै १९१७ रोजी वालचंद कोठारी यांनी 'जागरूक' नावाचे साप्ताहिक सुरू केले. कोठारींचा जन्म १३ सप्टेंबर १८९२ रोजी झाला. त्यांचे शिक्षण पंढरपूर, मुंबई व पुणे येथे झाले. कोठारी हे एक मोठे तेजस्वी व बुद्धिमान विद्यार्थी होते व ते मुंबई विद्यापीठाच्या बी. ए. परीक्षेत १९१२ साली सहाव्या क्रमांकाने उत्तीर्ण झाले. यांना इतिहास व अर्थशास्त्र ह्या विषयांत पारितोषिके मिळाली.[१०]

कोठारी यांना अस्पृश्यवर्गाची परिषद बोलविण्यात शाहूंचे साहाय्य पाहिजे होते. त्या परिषदेत अस्पृश्यांच्या वतीने मॉंटेग्यू यांजकडे पाठवावयाच्या शिष्टमंडळाची नियुक्ती करावयाची होती. या कामात आपणास मदत करण्यासाठी रावबहादूर डोंगरे यांना पाठवा अशी ११ ऑक्टोबर १९१७ रोजी दिवाण सबनीस यांना कोठारींनी विनंती केली. कोठारींच्या मते डोंगरे हे कर्तृत्ववान व कळकळीचे गृहस्थ होते आणि त्यांच्या मताप्रमाणे ते त्यांना त्या कठीण कार्यात साहाय्य करण्यास योग्य होते. शाहूंचे जीवितकार्य उपरोक्त दुर्दैवी लोकांची उन्नती करण्यासाठीच असल्यामुळे डोंगरे ह्यांना त्यांनी आपल्या साहाय्यास पाठविले तर आपल्यावर मोठी कृपा होईल असे कोठारींनी दिवाण सबनीस ह्यांना लिहिले.

मॉंटेग्यू ह्यांच्या घोषणेमुळे मद्रास व महाराष्ट्र येथील ब्राह्मणेतर चळवळीने राजकीय रूप धारण केले. कोठारींच्या इच्छेस मान देऊन शाहूंनी डोंगरे यांना त्यांच्या साहाय्यास त्वरित पुण्यास पाठविले. कोठारी, लठ्ठे व डोंगरे यांना त्याच उद्देशाने साह्य करतील अशा कार्यकर्त्यांची काही नावे वुडहाऊस यांनी सुचविली.

ऑक्टोबरच्या शेवटी शाहू नरेंद्र मंडळाच्या परिषदेस उपस्थित राहण्यासाठी दिल्लीस गेले. तेथे ६ नोव्हेंबर १९१७ रोजी परिषद भरावयाची होती. वाटेत त्यांनी वरिष्ठ अधिकाऱ्यांजवळ, आपण सैन्यभरतीच्या बाबतीत योजलेल्या उपायांविषयी चर्चा केली. सैन्यभरतीत त्यांना जे यश आले होते त्यासाठी त्यांना दोन लाख रुपयांवर कर्ज झाले होते. शिवाय युद्धकर्ज–निधीत त्यांना पाच लाख गुंतविले होते. त्याच वेळी बडोद्याचे खासेराव जाधव यांच्याकडून खामगावला भरणाऱ्या मराठा शिक्षण परिषदेचे अध्यक्षपद स्वीकारण्यासाठी शाहूंना आग्रहाचे आमंत्रण आले. मराठवाडा (बेरार) मध्ये ते अधिवेशन भरविण्यात खासेरावांचा

तसाच उद्देश होता. त्यांना मुंबई प्रांतातील मराठे व मराठवाड्यातील मराठे यांच्यामध्ये परस्परांविषयी सहानुभूतीचे व बंधुभावाचे नाते निर्माण करावयाचे होते.

नरेंद्र मंडळाच्या दिल्लीतील परिषदेस ह्यावेळी इंदूरचे महाराज तुकोजीराव होळकर उपस्थित राहणार होते. महाराज तुकोजीराव यांचे भाषण ब्रिटिशांच्या ध्येयधोरणांशी सुसंवादी असे होणार नाही अशी शाहूंना भीती वाटली. यास्तव त्यांनी तुकोजीरावांना तेथे सावधपणाने वागावे ह्या हेतूने एक पत्र पाठविले होते. त्यात ते म्हणाले, 'आपले कर्तृत्व, सरळपणा आणि स्वार्थत्याग ह्या गुणांची मला जाणीव आहे व त्यांचा मला अभिमानही वाटतो. परंतु जगात सद्‌गुणांची नेहमी प्रशंसा होते असे नाही. आपण पडत्या काळात वावरत आहोत व आपला स्पष्टवक्तेपणा व सरळपणा ह्यांमुळे आपले नुकसान होण्याचा संभव आहे. मला अनेक जहागीरदारांच्या बाबतीत असा अनुभव आला आहे व नरेंद्र मंडळाच्या गेल्या परिषदेतही आलेला आहे. आपण स्पष्ट बोलता त्याच्या निम्मेही कोणी स्पष्ट बोलू शकत नाही. लोकांचा समज असा होईल की, 'आपण ब्रिटिश अधिकाऱ्यांशी बेफिकिरीने व निष्ठुरपणे वागता.' आपल्या पत्राच्या शेवटी शाहूमहाराज तुकोजीराव होळकरांना म्हणाले: 'आपण येत्या परिषदेमध्ये इतके स्पष्टपणे बोलून इतरांना आपल्या सरळ हेतूविषयी गैरसमज करण्याची संधी देऊ नये अशी मी सूचना करू काय ?'[११] शाहू स्वत: ब्रिटिशांशी संबंध ठेवताना किती सावधगिरी बाळगीत असावेत याची साक्ष वरील पत्र देत आहे.

दुसऱ्यांच्या उपयोगी पडणे हा शाहूंचा जन्मजात स्वभाव. त्यामुळे संकटाच्या वेळी अनेक जणांना ते आधार वाटत. ह्याच दिवसांत मुंबई राज्यपालांशी खैरपूरचे संस्थानिक मीर अली व त्यांचे पिताजी ह्या पितापुत्रांमध्ये शाहूंना तडजोड घडवून आणावयाची होती. जरी अशा प्रयत्नांतून काही निष्पन्न व्हायचे नाही तरी मीर अलीच्या पिताजीस भेटण्यास सरकारची काही हरकत नाही, असे राज्यपालांनी त्यांना सांगितले. मीर अलीचे पिताजी शाहूंचे स्नेही होते. तशाच दुसऱ्या एका प्रश्नाने शाहूंचे लक्ष वेधले. सावंतवाडीच्या राणीसाहेबांना मध्य प्रांतातील उष्ण हवामान मानवेना. त्यामुळे त्या अत्यंत दु:खी झाल्या होत्या. त्यांना मुंबई प्रांतामध्ये राहावयास परवानगी देण्यास सरकारचे मन वळवावे अशी जतच्या संस्थानिकांनी शाहूंना विनंती केली होती.

छत्रपती व त्यांच्याबरोबरचे नोकर हे ३ नोव्हेंबर १९१७ रोजी नरेंद्र मंडळाच्या परिषदेस उपस्थित राहण्यासाठी दिल्लीला गेले. ह्या खेपेस १२, अलिपूर रस्ता, हे त्यांचे निवासस्थान होते. आपणास मूत्रपिंडाच्या विकारामुळे वृद्धपणा आला आहे असे त्यांना वाटे. त्या आजारीपणामुळे ४ नोव्हेंबर रोजी पतियाळा

नरेशांच्या बंगल्यावर, परिषदेचे प्रमुख नेते बिकानेरचे नरेश यांच्याशी जी अनौपचारिक चर्चा होणार होती त्या चर्चेला शाहू उपस्थित राहू शकले नाहीत. शाहूंची प्रकृती ठीक नसल्यामुळे शाहूंचे मित्र हिल्ल यांनी त्यांच्या निवासस्थानी येऊन भेट घेतली. शाहूंना काही कागदपत्रे वाचावयास देण्यात आली होती. परिषदेला जाताना शाहूंनी भावनगरचे मुख्य महसूल अधिकारी चिमणलाल, युवराज राजाराम, दिवाण सबनीस यांना बरोबर घेतले.

न्यायमंडळ बनविण्याच्या दृष्टीने आपण विचार करावा अशी शाहू वुड यांना आग्रहपूर्वक विनंती करीत होते. त्या विषयावर त्यांनी एक छापील हस्तपत्रक तयार केले होते, ते परिषदेत वाटण्यात आले. ६ नोव्हेंबर रोजी वुड यांनी शाहूंना कळविले की, मॉंटेग्यू ११ नोव्हेंबर रोजी सकाळी दिल्लीला येत असून त्यांची भेट आपण घ्यावी अशी महाराज्यपालांची सूचना आहे. यास्तव आपण दि. १२ नोव्हेंबरपर्यंत दिल्ली न सोडता त्या भेटीसाठी थांबावे. मॉंटेग्यूना भेटावयास आपणांस आनंद वाटणे संभवनीय आहे. महाराज्यपालांच्या सूचनेप्रमाणे शाहूंनी आपला दिल्लीतील मुक्काम १२ तारखेनंतर हलवायचा असे ठरवले. शाहूंना फारच सर्दी झाल्यामुळे त्यांनी शेतकीसंबंधीचे आपले टाचण बिकानेरच्या महाराजांनी परिषदेत वाचावे अशी इच्छा व्यक्त केली. त्यांना अशी भीती वाटली की, सभागृहाच्या अंधूक प्रकाशात आपला मजकूर आपण वाचू शकणार नाही. आणि जर टाचण वाचणे आपणास मध्येच शक्य झाले नाही किंवा आपणास मजकूर दिसला नाही तर आपण झटकन खाली बसू असे त्यांनी अगोदर सांगून ठेवले होते. महाराज्यपालांनी दिलेल्या मेजवानीच्या वेळी शाहू उपस्थित राहिले आणि तेथे महत्त्वाच्या काही वरिष्ठ अधिकाऱ्यांना भेटले. या दिल्ली भेटीतच, क्षय रोग्यांकरिता आपण बांधत असलेल्या इमारतीला आपले नाव देण्यास परवानगी असावी अशी त्यांनी हिल्ल यांना विनंती केली. हिल्ल यांना त्यांनी सांगितले की, 'आपण आमचे नि:स्वार्थी व कळकळीचे मित्र म्हणून कोल्हापुरात आपले नाव चिरंतन राहील'[१२] शाहूंनी आपली भावना व्यक्त करताना हिल्ल यांना म्हटले की, 'मीच नव्हे तर आमचे सर्व कुटुंब आपले ऋणी आहे.'[१२]

शेतीचा विकास कसा करावा ह्या विषयावरील आपले टाचण शाहूंनी ८ नोव्हेंबरच्या नरेंद्र मंडळाच्या परिषदेत वाचून दाखविले. त्यात ते म्हणाले: 'मला सांगावयास आनंद होतो की, इंग्लंडमधील कारखान्यांना कच्चा माल पुरवणे एवढीच हिंदी सरकारची इच्छा नाही तर हिंदी शेतकीची उन्नती व्हावी व हिंदी शेतकऱ्यांच्या परिस्थितीत सुधारणा व्हावी ह्याकडे सरकार लक्ष पुरविणार आहे. भारताची ८० टक्के लोकसंख्या शेतीवर विसंबून असते.'

शाहू पुढे म्हणाले, 'हिंदी शेतकऱ्याला जुन्या अवजारांचीच माहिती आहे. पण ही शेतीची अवजारे त्याच्या आर्थिक परिस्थितीला योग्य आहेत. अनेक दौर्बल्यांनी तो त्रस्त झाला आहे. निरक्षरता, स्वस्त भांडवलाचा अभाव, जमिनीचे लहान तुकडे आणि धान्य विकून टाकण्यासाठी संघटनेचा अभाव, ही त्याच्या दुर्बलतेची खरी कारणे होत. पहिली अडचण दूर करण्यासाठी आपण आपल्या संस्थानामध्ये सक्तीचे प्राथमिक शिक्षण नुकतेच सुरू केले आहे. परंतु शेतकऱ्याच्या मुलांचे शिक्षण लिहिणे, वाचणे व हिशेब करणे, शेतकीला उपयुक्त होईल इतकेच मर्यादित ठेवण्याची सावधगिरी बाळगली पाहिजे. खेड्यातील लोकांना मिळालेल्या शिक्षणाने त्यांच्या पूर्वजांच्या आनुवंशिक धंद्याचा अभिमान त्यांच्या मनात निर्माण झाला पाहिजे, तिरस्कार निर्माण होता कामा नये. ग्रामीण शाळेला प्रयोगासाठी शेती जमीन दिली पाहिजे. त्यामुळे शारीरिक कष्ट घेण्यात त्यांच्या मनात प्रेम निर्माण होईल. आमच्या मुलांना शारीरिक कष्टाची योग्यता कळली पाहिजे. भांडवल उभे करण्यास जी अडचण आहे ती दूर करण्यासाठी सहकारी संस्था स्थापन कराव्यात; वारसाच्या हक्कांना निर्बंधात मर्यादा घातली पाहिजे. त्यामुळे जमिनीचे लहान लहान तुकडे होण्याचे टळेल. दुसऱ्या चांगल्या उपायांच्या अभावी तीच गोष्ट करणे योग्य ठरेल.'

शेवटी शाहूमहाराजांनी सरकारला विनंती केली की, त्यांनी आपली सर्व खाती संस्थानांमधून येणाऱ्या विद्यार्थ्यांना खुली ठेवावी आणि संस्थानच्या अधिकाऱ्यांना काही सवलती द्याव्यात.

शेतकी व सहकारी संस्था यांसंबंधी शाहूंनी वर जे विचार प्रगट केले त्यामुळे त्यांच्या कालखंडातील शाहू हे एक प्रागतिक विचारांचे नरेश होते हे मान्य करावे लागते. शेतकीवरील टाचणाचा एक भाग म्हणून शाहूंनी बाबागड येथील मेजर एच. एम. गॉर्डन यांच्याकडे खेचरे आणि घोडे यांच्या विक्रीविषयी माहिती विचारली. सरकार कोणत्या आकाराची, उंचीची, कमरेच्या घेराची जनावरे विकत घेते, ती कोणत्या निरनिराळ्या वयाची व ती कुठल्या डेपोला पाठवावयाची असतात याविषयी माहिती विचारली. खेचरांची निपज करण्यात आला अनुभव मोठा असून त्यात आपणास यश मिळालेले आहेत आणि गॉर्डनकडून सविस्तर माहिती कळल्यावर सरकारला उपयुक्त अशा जातीची जनावरे निर्माण करण्याचा आपण प्रयत्न करू, असे त्यांनी गॉर्डनला कळविले.

शाहूंचा मुक्काम दिल्लीत असताना भास्करराव जाधवांनी ९ डिसेंबर

१९१७ रोजी दिवाण सबनिसांना एक पत्र लिहिले. त्यात त्यांनी लक्ष्मणराव किर्लोस्कर यांनी नोव्हेंबरच्या पहिल्या आठवड्यात कोल्हापूरला दिलेल्या भेटीची माहिती दिली आहे. आपल्या पत्रात भास्करराव जाधव म्हणतात: 'लोखंडी नांगराविषयी प्रसिद्ध असलेले लक्ष्मणराव किर्लोस्कर हे ३ दिवसांपूर्वी येथे आले होते. लोखंड व बिडाच्या अभावी कारखाना बंद करण्याचे संकट त्यांच्यावर ओढवले आहे. त्यांना अशुद्ध लोखंड किफायतशीररीत्या मिळाले तर किर्लोस्कर ते लोखंड गाळण्याचा प्रयत्न करणार आहेत.' लक्ष्मणराव किर्लोस्कर हे उत्साही, बुद्धिमान, उद्योगशील व धाडशी उद्योगपती होते. देशाभिमानी असून प्रागतिक विचाराचे होते. त्यांच्या ठायी उद्योगधंद्याची दूरदृष्टी होती. त्यांनी औद्योगिक दृष्टीने कोल्हापूर संस्थानची जी पाहणी केली होती त्यावरून त्यांना असे आढळून आले की, सोनुर्ले आणि तळेगाव ह्या विभागात अशुद्ध लोखंडाचा भरपूर साठा आहे. त्यातील नमुना घेऊन तो त्यांनी तपासण्यासाठी रसायनशास्त्राच्या चिकित्सकाकडे पाठविला. जर ५० टक्के किंवा त्याहून अधिक लोखंड गाळून मिळाले तर त्यांच्याकडून ते काम सुरू होण्याची शक्यता होती.

भास्करराव जाधवांनी सुचविले की, लक्ष्मणराव किर्लोस्कर यांजकडून नाममात्र स्वामित्व धन घेऊन व त्यांना भरपूर सूट देऊन परवानगी द्यावी. पुढे ११ मे १९१८ रोजी किर्लोस्करांचे प्रतिनिधी कोल्हापूर दरबारकडे अशुद्ध लोखंडांची मागणी करण्यासाठी पुन्हा गेले. त्यावेळी भास्करराव जाधवांनी, किर्लोस्करांच्या संकटाच्या वेळी त्यांना मदत करून बाहेर काढावे अशी दरबारला पुन्हा विनंती केली. अशुद्ध लोखंड हे व्यापारी भावाने गाळता येईल की काय हे किर्लोस्करांना पाहावयाचे होते. बेसापूर जंगलातील सुमारे ३० वॅगन अशुद्ध लोखंड त्यांना पाहिजे हाते. दिवाण सबनिसांनी महाराजांचे मन वळवावे व किर्लोस्करांना १५ मे १९१८ पूर्वी हा माल द्यावा अशी भास्करराव जाधवांनी विनंती केली.

भास्कररावांच्या वरील पत्रावरून शाहूमहाराजांनी सत्यशोधक समाजाच्या कार्याला कशी चालना दिली होती यावरही प्रकाश पडतो. भास्करराव म्हणाले, 'राज्यकारभाराची सूत्रे घेतल्यापासून महाराजांनी जे बीज पेरले त्याचा वृक्ष होऊन तो आता फलसंपन्न झाला आहे. आणि ब्राह्मणेतर लोक स्वत:चे म्हणणे निश्चितपणे मांडण्यात धैर्य दाखवीत आहेत. ह्या चळवळीला कायम स्वरूप देण्यासाठी काहीतरी केले पाहिजे.' आपण सत्यशोधक कार्यानिमित्त कटकोळ व कर्जत या गावांना भेट देण्यासाठी जात आहोत असे आनंदाने सांगून जाधव शेवटी म्हणाले, 'सत्यशोधक समाजाच्या कार्यकर्त्यांना जे यश मिळाले

त्याचे सर्व श्रेय महाराजांच्या प्रयत्नांना आहे आणि ते कार्यकर्ते आता उत्सुकतेने महाराजांकडून साहाय्याची अपेक्षा करीत आहेत.'

वस्तुस्थिती अशी होती की लठ्ठे, जाधव व डोंगरे हे केवळ आपला फुरसतीचा वेळ सत्यशोधक समाजाचा प्रचार करण्यासाठी खर्च करीत. परंतु वालचंद कोठारी व श्रीपतराव शिंदे यांनी आपणांस सत्यशोधक समाजाच्या कार्यास वाहून घेतल्यावर सत्यशोधक समाजाचे भरीव असे कार्य झाले व त्या कार्याचा त्या काळात बराच बोलबाला झाला. लठ्ठे, जाधव व डोंगरे ही त्रिमूर्ती सत्यशोधक समाजाच्या कार्याला योग्य चालना देऊ शकली नव्हती. वालचंद कोठारी व श्रीपतराव शिंदे यांच्या निष्ठेमुळे व कृतिशीलतेमुळे सत्यशोधक समाजाचे कार्य वाढले; पण पुढे त्या चळवळीने सामाजिक कार्याकडे दुर्लक्ष करून राजकीय रूप धारण केले. सत्यशोधक समाजाच्या नेत्यांना भगवंतराव पाळेकर यांच्याकडून जोराचा पाठिंबा मिळाला. त्यांनी बडोदे येथे 'जागृति' नावाचे साप्ताहिक २५ ऑक्टोबर १९१७ रोजी सुरू केले होते. पण त्यांच्या जागृतीचे धोरण स्वतंत्र होते. कारण ते सामाजिक व राजकीय अशा दोन्ही क्रांतीला पाठिंबा देत असे. पाळेकर हे स्वत:च्या हिमतीवर पुढे आले हाते. मुद्रणालयातील जुळाऱ्यापासून ते संपादकाच्या खुर्चीपर्यंत त्यांनी स्वत:ची प्रगती करून ते ब्राह्मणेतर चळवळीचे एक मोठे आधारस्तंभ म्हणून प्रसिद्ध झाले.

हिंदी संस्थानिकांची माँटेग्यूपुढे बाजू मांडण्यात शाहूंना अतिशय आनंद वाटत होता. त्यांनी १० नोव्हेंबर १९१७ रोजी संस्थानिकांना एक गुप्त पत्र पाठविले आणि माँटेग्यू यांच्या भेटीचे महत्त्व काय ह्याविषयी त्यांची मने जागृत केली. राजकीय पुनर्घटना होत असताना संस्थानिकांच्या हक्कांविषयी आपण एकमेकांच्या मतांची देवघेव करण्यात काही नुकसान नाही.ह्या समयी हिंदी संस्थानिकांनी संपूर्ण तटस्थता किंवा शांतता पाळणे ठीक नाही. कारण त्यामुळे माँटेग्यू ह्यांनी भारतात येण्यास अत्यंत कष्ट घेतले ते वायफळ ठरून ज्या उद्देशाने ते येणार तो उद्देश सफल होणार नाही, त्याचा पराभव होईल. हिंदी संस्थानिकांचा हिंदी साम्राज्याच्या विधिमंडळामध्ये प्रतिनिधित्व मिळण्याचा हक्क आहे. ज्या प्रश्नामुळे त्यांच्या स्वत:वर, शासनावर आणि त्यांच्या प्रजेवर परिणाम होईल त्या प्रश्नासंबंधी चर्चा करण्यास त्यांना प्रतिनिधित्व मिळाले पाहिजे. आपल्या योजनेचा आराखडा देऊन त्यात संस्थानांच्या प्रतिनिधींची बैठक मध्यवर्ती विधिमंडळाबरोबर एकाच वेळी भरावी अशी त्यांनी सूचना केली. मध्यवर्ती विधिमंडळाबरोबर नरेंद्र मंडळाच्या प्रतिनिधींना निर्बंध करण्याचे अधिकार असावे, त्यात देशाच्या हिताशी संबंध असलेले व संस्थानांचे प्रश्न यांची चर्चा व्हावी असे विचार त्यात त्यांनी प्रकट केले होते.

शाहूंनी आपल्या दिल्लीच्या मुक्कामात दुसरी एक योजना १७ नोव्हेंबर १९१७ रोजी प्रसृत केली. ती म्हणजे शिवाजी महाराजांचे पुण्यात उभारावयाचे स्मारक. या योजनेत एक मध्यवर्ती सभागृह, शिवाजीचा पूर्ण आकाराचा पुतळा व शंभर विद्यार्थी राहतील असे एक वसतिगृह यांचा समावेश होता. ही संस्था भारतात सर्वत्र पसरलेल्या मराठ्यांना एकत्र आणण्यासाठी एक केंद्र ठरावे आणि मराठ्यांच्या प्रगतीसाठी जे प्रयत्न होत आहेत त्यांना व्यवस्थित रूप देऊन चालना द्यावी अशी शाहूंची इच्छा होती. देवास व धार येथील राजेसाहेबांना पत्र लिहून असे काम करावयास संधी योग्य आहे असे शाहूंनी कळविले. संस्थानिकांनी उदार व त्वरित पाठिंबा द्यावा अशी विनंती करून त्यांनी म्हटले की, ही स्मारक योजना आपल्या हृदयाची एक हाक आहे. त्या योजनेला पाठिंबा मिळविण्यासाठी शाहूंनी पवार व जाधव यांना संस्थानिकांकडे पाठविले. नियोजित स्मारकाला सुमारे तीन लाख रुपये खर्च येईल असा शाहूंचा अंदाज होता.

खामगाव येथे भरणाऱ्या मराठा शिक्षण परिषदेचे अध्यक्षपद शाहूंनी भूषवावे अशी खासेराव जाधवांनी शाहूंना विनंती केली होती. त्या परिषदेचे अध्यक्षपद मुधोळचे महाराज स्वीकारणार होते. परंतु ते आजारी पडले. त्यामुळे शाहू छत्रपतींना खासेरावांनी आग्रह केला. खासेराव जाधवांनी अनेक वर्षे मराठ्यांच्या शिक्षणकार्यात धडाडीने भाग घेतला होता. शाहूंनी आता शिवाजी स्मारक योजनेचे काम त्यांच्यावरच सोपविले होते. १९१७च्या नोव्हेंबर महिन्यात खासेराव जाधव पुण्यास गेले व त्यांनी शिवाजी स्मारकाला जमीन, बिल्डिंग व इतर गोष्टी यांना किती खर्च येईल याचा अंदाज शाहूंना कळविला. शाहू छत्रपतींचे महान व्यक्तिमत्त्व इतिहासात गाजलेल्या मराठ्यांच्या विस्कळीत भागांना एकत्र आणू शकेल असा विश्वास खासेराव जाधवांनी व्यक्त केला होता.

वुड यांनी ११ नोव्हेंबर १९१७ रोजी शाहूंना पत्र लिहून कळविले की, मॉंटेग्यू आणि शाहूंची भेट १२ नोव्हेंबर रोजी दुपारी १२-४० ला होईल. वुड आपल्या पत्रात नम्रपणे म्हणाले की, 'मॉंटेग्यूबरोबर होणारी आपली मुलाखत ही त्यांची मुख्यत: ओळख करून घेण्याकरताच आहे. जर मॉंटेग्यूंनी स्वराज्य चळवळीविषयी आपले मत विचारले किंवा अन्य काही प्रश्न विचारले तर आपले मत स्पष्टपणे आपण व्यक्त कराल ह्याविषयी मला शंका नाही. हाच खरा मार्ग आहे आणि माझी खात्री आहे की, आपल्या म्हणण्याला मोठे वजन प्राप्त होईल.' मॉंटेग्यूंची मुलाखत झाल्यावर शाहू छत्रपतींनी वुड व बिकानेरचे महाराज ह्यांना भेटावे अशी व्यवस्था करण्यात आली होती.

ठरल्याप्रमाणे शाहू छत्रपतींनी मॉंटेग्यूंची १२ नोव्हेंबर १९१७ रोजी

दुपारी भेट घेतली. आरंभी औपचारिक गोष्टी झाल्यानंतर शाहूंनी लॉर्ड विलिंग्डन यांचा सत्ताकाल वाढवून मिळावा म्हणून त्यांच्याशी चर्चा केली. त्यानंतर हिंदी संस्थानिकांचा दर्जा, त्यांना मिळणारी सहानुभूतिशून्य वागणूक आणि हेग न्यायालय मंडळाच्या धर्तीवर हिंदुस्थानात स्वतंत्र न्यायमंडळ असावे या विषयांवर चर्चा झाली. नंतर माँटेग्यू ह्यांनी शाहूंना विचारले की, 'हिंदुस्थानला स्वराज्य दिले तर हिंदी संस्थानिकांवर त्याचा काही परिणाम होईल किंवा नाही. त्यावर शाहू म्हणाले, 'स्वराज्याचा संस्थानिकांवर परिणाम होईल. परंतु संस्थानिक त्या परिस्थितीला सहज तोंड देऊ शकतील. हिंदी संस्थानिकांच्या आजूबाजूच्या प्रदेशात स्वराज्य स्थापन झाले तर हिंदी संस्थानिकांना आपल्या प्रजेला अधिक अधिकार देणे भाग पडेल. तथापि संस्थानी प्रजेला दिलेल्या हक्कांचा उपयोग कळला पाहिजे यासाठी हिंदुस्थानात सक्तीचे प्राथमिक शिक्षण देणे अगदी आवश्यक आहे. जर स्वराज्य यशस्वी व्हायचे असेल तर जातिभेद समूळ नष्ट झाले पाहिजेत आणि मिश्र विवाह झाले पाहिजेत. नाहीतर मूठभर लोकांच्या हाती सत्ता जाईल अशी आपल्याला भीती वाटते.'

माँटेग्यूशी संभाषण करीत असताना शाहूंनी सयाजीराव महाराजांच्या एका टिपणाचा उल्लेख केला. शाहू म्हणाले, 'गायकवाड हे हुशार असून इतर हिंदी संस्थानिकांपेक्षा त्यांचा अनुभव भोठा आहे.' त्यावर माँटेग्यू ह्यांनी गायकवाडांचे ते टिपण पाहावयास मागितले. पण शाहूंनी ते त्यांना पहावयास देण्यास नकार दिला. कारण ते टिपण खाजगी आणि गुप्त स्वरूपाचे होते. आपल्या टिपणामध्ये सयाजीरावांनी शाहूंसारखीच मते व्यक्त केली होती. नाभाच्या महाराजांनी शाहूंच्या म्हणण्याला पाठिंबा दिला होता. शाहू म्हणाले: 'काँग्रेस पुढाऱ्यांना ज्या प्रकारची सत्ता पाहिजे त्या प्रकारची सत्ता संस्थानिकांना नको. परंतु माँटेग्यू यांनी मी दिलेल्या पुस्तिकेत न्यायमंडळाची जी मागणी आहे ती मान्य केली तर संस्थानिकांना काँग्रेसवाल्यांचा हेवा वाटणार नाही.' शाहूंनी दुसऱ्या एका गोष्टीकडे माँटेग्यूंचे लक्ष वेधून घेतले. सरकारने मराठ्यांच्या सैनिकी परंपरेचा फायदा घेऊन त्यांची सैन्यात भरती करावी अशी माँटेग्यूंना विनंती केली. मराठ्यांना पैसा नको, जमीन पाहिजे. आफ्रिकेतील जर्मन वसाहती जर्मनांना कधीही परत करू नयेत. तेथील जमिनी मराठ्यांना द्याव्यात. जे इतर सैनिक निष्ठेने लढले आहेत त्यांनाही द्याव्यात असे शाहूंनी माँटेग्यूंना सांगितले.

शाहू छत्रपतींनी १३ नोव्हेंबर १९१७ रोजी दिल्ली सोडली. त्यांनी दिवाण सबनीस यांना बाळा महाराज प्रकरणात दिल्लीच्या वरिष्ठ अधिकाऱ्यांचे काय मत आहे हे जाणून घेण्यासाठी मागे ठेवले. परंतु सबनिसांची निराशा

झाली; कारण त्या वरिष्ठ अधिकाऱ्यांचे मत बाळा महाराज प्रकरणाच्या बाबतीत कोल्हापूर दरबारच्या विरुद्ध होते. जी. आर. लाउन्डस यांनी दिवाणांना कळविले की, हिंदुस्थानच्या महाअधिवक्त्याने बाळा महाराज प्रकरणात प्रतिकूल मत दिले आहे आणि महत्त्वाच्या बाबतीत त्याच्या सल्ल्याच्या विरुद्ध जाणे आपणास शक्य नाही. अद्यापपावेतो शाहूंनी बाळा महाराज प्रकरण अविरतपणे चालू ठेवले होते. आज ना उद्या त्यात आपणास यश मिळेल ही त्यांची आशा वाळवंट नांगरण्यासारखी होती. दिल्लीहून मुंबईस येत असता मार्गात छत्रपती बडोद्याला थांबले व त्यांनी इंदुमतीचा कुंकुम समारंभ उरकून घेतला. विवाह निश्चित ठरल्याचे त्यांनी शिक्कामोर्तब केले. बडोद्याहून पत्र लिहून शाहूंनी सर शंकरन नायर यांना कोल्हापूरला भेट देण्याची विनंती केली. दिल्लीत आपण आपणांस भेटूही शकलो नाही याविषयी वाईट वाटते असेही सर शंकरन यांना लिहिलेल्या पत्रात शाहूंनी म्हटले.

डॉ. बाबासाहेब आंबेडकर हे १९१७च्या ऑगस्टमध्ये लंडनहून मुंबईस परत आले. पैशाच्या अभावी त्यांना आपले शिक्षण अर्धवट टाकून परत यावे लागले होते. बडोदे सरकारशी त्यांनी जो करार केला होता त्याप्रमाणे त्यांनी बडोद्यात नोकरी करण्यास आरंभ केला. पण तेथे सवर्ण हिंदी अधिकारी, कारकून व शिपाई हे त्यांच्याशी अत्यंत अपमानकारक रितीने वागत राहिल्यामुळे ते उद्विग्न होऊन मुंबईस परत आले. त्या काळी हिंदी राष्ट्रसभेचे खरे नेते टिळक होते. त्यांनी अस्पृश्य समाजाचा प्रश्न हा विचाराच्या कक्षेबाहेर टाकला होता. काँग्रेसमध्ये टिळकांसारखे अनेक पुढारी होते की, ज्यांनी अस्पृश्यांना ह्या देशात प्यायला पाणी, खायला अन्न व ल्यायला कपडे मिळतात की नाही आणि त्यांना शिक्षण घेण्याचे स्वातंत्र्य आहे की नाही ह्याची कधीही चौकशी केली नाही. स्वराज्य चळवळीचे महाराष्ट्रातील नेते हे बहुतेक ब्राह्मण असल्यामुळे ते ह्या प्रश्नाविषयी उदासीनच होते. थोड्याच दिवसांपूर्वी शि. म. परांजपे यांनी, म्हैसूरचे दिवाण विश्वेश्वरअय्या यांनी अस्पृश्यता निवारणाचे प्रयत्न केले म्हणून त्यांची थट्टा केली होती.

काँग्रेस-लीग स्वराज्य योजनेला अस्पृश्य समाजाचा पाठिंबा पाहिजे म्हणून आता काँग्रेस पुढारी थोडी अस्पृश्यांच्या बाबतीत हालचाल करू लागले. काँग्रेसने मुस्लिम लीगशी जो करार केला त्यात मुसलमानांचे स्वतंत्र अस्तित्व मान्य केले व त्यांना भरमसाट सवलती दिल्या. परंतु तो करार करताना अस्पृश्य समाजाच्या अस्तित्वाची त्यांनी दखल घेतली नव्हती. अस्पृश्य समाजाच्या दोन परिषदा मुंबईत भरल्या. त्यांतील एक सर नारायण चंदावरकर यांच्या स्फूर्तीमुळे

मदनपुरा येथे ११ नोव्हेंबर १९१७ रोजी भरली. त्या परिषदेने काँग्रेसला पाठिंबा द्यावयाचे ठरविले. दुसऱ्या परिषदेने अशी घोषणा केली की, 'सवर्ण हिंदूंच्या हाती सत्ता जावयास आमचा विरोध आहे आणि म्हणून सरकारने आम्हांस आमचे प्रतिनिधी निवडण्याचे अधिकार द्यावेत.' ह्या सुमारास डॉ. आंबेडकरांची सावत्र आई मृत्यू पावल्यामुळे त्यांनी ह्या दुसऱ्या परिषदेमध्येही भाग घेतला नाही. त्या परिषदेच्या ध्येयाशीही ते संमत नव्हते.

ह्याच समयी टिळकांनी ८ नोव्हेंबर १९१७ रोजी पुण्यातील शनिवारवाड्यासमोर मराठा राष्ट्रीय संघाच्या वतीने काँग्रेस-लीग स्वराज्य योजनेला पाठिंबा देण्यासाठी भरलेल्या सभेत भाषण केले. मराठा राष्ट्रीय संघाचे नेते कर्मवीर शिंदे हे अध्यक्षपदी होते. त्या सभेस अनेक समाजांतील ब्राह्मणेतर उपस्थित होते आणि ब्राह्मणही बहुसंख्येने उपस्थित हाते. प्रत्येक जातीच्या एकेक पुढाऱ्याने त्या सभेत भाषण केले. काँग्रेस-लीक स्वराज्य योजनेला ब्राह्मणेतरांचा पाठिंबा मिळावा म्हणून त्या सभेत ब्राह्मण समाजाच्या वतीने टिळकांनी भाषण करण्याचे मान्य केले. त्यावेळी त्यांनी धूर्तपणे प्रसंगास योग्य असे भाषण केले. आपल्या भाषणात टिळक म्हणाले, 'जुन्या पद्धतीचे स्वराज्य हिंदुस्थानला नको. पाश्चात्त्य धर्तीचेच स्वराज्य देशाला स्थापावयाचे आहे. जातिभेदामुळे हिंदुस्थानवर ब्रिटिशांचे राज्य आले. आपण जर जुने तंटे आता सुरू ठेवले तर स्वराज्यातही आपला नाश होईल.'

परिस्थितीच्या दबावामुळे राजकारणी पुढाऱ्यांना जे मनात नसते तेही बोलावे लागते. टिळकांना तो प्रश्न त्या सभेत टाळता येत नव्हता, म्हणून त्यांनी सभेला खूश करण्याकरता तसे भाषण केले. पण टिळकांनी आपले ते भाषण आपल्या नेहमीच्या पद्धतीप्रमाणे केसरीमध्ये प्रसिद्ध न करण्याची सावधगिरी बाळगली. लोकांना वाटले की, टिळकांची सामाजिक आणि राजकीय तत्त्वप्रणाली यात बदल झाला आहे. हा बदल शाहूंनी ब्राह्मणेतरांचे समाजातील आणि राज्यकारभारातील स्थान उंचावण्यासाठी जो अविरत झगडा केला त्याचाच परिणाम होता. एकपरी शाहूंचा तो विजय होता. तथापि याच प्रश्नाविषयी टिळकांनी पुढील काळातील जी भाषणे केली त्यांवरून मराठा राष्ट्रीय संघाच्या वतीने केलेले भाषण हा एक मुत्सद्दीपणाचा पवित्रा होता हे लक्षात येते. टिळकांच्या ह्या सभेचा परिणाम असा झाला की, जे वालचंद कोठारी मागासवर्गीय जातींच्या व अस्पृश्य समाजासाठी स्वतंत्र मतदार संघाची मागणी करीत होते, ते नाखूश झाले व त्यांनी त्या सभेचे प्रमुख सूत्रधार कर्मवीर शिंदे यांच्यावर हल्ला चढविला. कर्मवीर शिंदे यांना डिप्रेस्ड क्लास मिशनमधून काढून

टाकावे,[१३] अशी सरकारला त्वेषाने सूचना केली. पण हेच कोठारी सन १९१६च्या एप्रिलमध्ये निपाणी येथे सत्यशोधक समाजाची परिषद भरली असता कर्मवीर शिंदे यांचा अपमान करणाऱ्या सत्यशोधकांवर नाखूश झालेले होते.

राजपुत्र शिवाजी हे राज्यकारभाराच्या सूत्रांचा व यंत्रणेचा काळजीपूर्वक अभ्यास करीत होते, हे पाहून शाहूंना आनंद झाला. प्रत्येक चवथ्या वर्षी कारकून व अधिकारी यांच्या बदल्या कराव्यात अशी शिवाजी यांनी सूचना केली. युवराज राजाराम व शिवाजी यांनी उद्योगधंद्यासही आरंभ केला होता. याविषयी शाहूंनी आपल्या एका मित्राला लिहिले, 'माझ्या मुलांना उद्योगधंद्याची आवड निर्माण झाली आहे आणि माझ्या धाकट्या मुलाने स्वतंत्र धंदा येथे अगोदरच सुरू केला आहे.'

सन १९१७च्या डिसेंबरमध्ये सांगलीचे वकील गणेश रघुनाथ अभ्यंकर यांनी प्रसिद्ध केलेल्या 'नेटिव्ह स्टेट अँड पोस्ट वॉर रिफॉर्म्स' ह्या ग्रंथाच्या प्रती शाहूंनी मित्रमंडळीकडे पाठविल्या. आर. जी. प्रधान ह्या नामांकित पुढाऱ्याने राजकीय सुधारणेसंबंधी व स्वतंत्र मतदारसंघाच्या बाजूने लिहिलेला आपला ग्रंथ शाहूंकडे पाठवून दिला. शाहू हे मोठ्या उत्साहाने हिंदुस्थानच्या राजकीय पुनर्रचनेसंबंधीच्या चर्चेत भाग घेत होते. आणि त्यासाठी मॉंटेग्यूची पुन्हा भेट घ्यावी असे त्यांना वाटत होते. २४ डिसेंबर १९१७ रोजी त्यांनी हिंदी संस्थानिकांची मुंबईत एक अनौपचरिक परिषद बोलावली होती. त्या परिषदेत भाग घ्यावा म्हणून बडोदे, इंदूर, जामनगर संस्थानच्या महाराजांनी परिषदेच्या चर्चेत भाग घ्यावा अशी इच्छा व्यक्त केली. भावनगरच्या महाराजांना कळकळीची विनंती करताना शाहू म्हणाले, 'माझ्यावर विश्वास ठेवा. आपणांस मी खड्ड्यात टाकणार नाही.' तथापि लॉर्ड विलिंग्डन यांनी शाहूंना कळविले की, मॉंटेग्यू हे कामात अतिशय गुंतले असल्यामुळे हिंदी संस्थानिकांच्या शिष्टमंडळाला भेटावयास त्यांना वेळ मिळणार नाही. त्यामुळे ती परिषद भरली नाही.

डेक्कन रयत असोसिएशनच्या वतीने ब्राह्मणेतरांचे तरुण पुढारी वालचंद कोठारी, लठ्ठे, सी. के. बोले, जाधव यांनी मॉंटेग्यूची भेट घेऊन आपल्या मागण्या त्यांच्यासमोर ठेवल्या आणि अस्पृश्य व मागास समाजाला स्वतंत्र मतदारसंघ द्यावे अशी मागणी केली. कोठारी, लठ्ठे व भास्करराव जाधव हे शाहूंच्या चळवळीचे आधारस्तंभ म्हणून विख्यात झाले होते. पण बोले हे त्या काळी शेतकरी व कामगार यांच्या उन्नतीसाठी झटणारे एक स्वतंत्र नामांकित

पुढारी होत. परदेशीय कामगार पुढारी वा नेते मुंबईस आले तर त्यांनी हिंदी कामगारांची किती केविलवाणी परिस्थिती झालेली आहे हे त्यांना ते स्वत: कामगार वस्तीत नेऊन दाखवीत असत. मुंबईतील कामगार नेते बोले यांनी इंग्लंडचे कामगार पुढारी मॅक्डोनाल्ड यांना १९१४ च्या जानेवारी महिन्यात मुंबईतील कामगारांच्या वस्तीमधून फिरविले होते व त्यांना ते कामगार किती भयंकर वाईट परिस्थितीत राहत होते ते दाखविले हाते.

खासेराव जाधवांच्या आग्रहाच्या निमंत्रणावरून शेवटी शाहू महाराजांनी अकराव्या मराठा शिक्षण परिषदेचे अध्यक्षपद स्वीकारले. परिषद २८ डिसेंबर १९१७ रोजी खामगावला भरली. खासेराव जाधवांचा जन्म सातारा जिल्ह्यातील रहिमतपूर येथे १८६४ साली झाली. खासेराव हे उत्तम संघटक असून ते एक मोठे राष्ट्राभिमानी अधिकारी म्हणून बडोद्यात ओळखले जात. ते महसूल खात्याचे आयुक्त होते. त्यांचे मन राष्ट्रभिमानाने थरारून जाई. ते अरविंद घोष यांचे स्नेही होते व नेहमी खादीचे कपडे वापरीत असत. त्यांनीच ह्या मराठा शिक्षण परिषदेचे काम संघटित केले होते. परिषदेच्या अध्यक्षपदावरून भाषण करताना शाहू छत्रपती म्हणाले की, 'खासेसाहेब पवार व खासेराव जाधव ह्यांच्या आग्रहामुळे आपण परिषदेचे आमंत्रण स्वीकारले.' शाहूंनी खासेराव जाधव यांचे कर्तृत्व, स्वार्थत्याग व हुशारी यांविषयी प्रशंसा केली व ते पुढे म्हणाले,'शिक्षणातच आमचा तरणोपाय आहे असे माझे ठाम मत आहे. शिक्षणाशिवाय कोणत्याही देशाची उन्नती झाली नाही असे उतिहास सांगतो. म्हणूनच सक्तीच्या व मोफत शिक्षणाची हिंदुस्थानला आवश्यकता आहे.'

छत्रपतींनी स्वराज्याच्या मागणीचा उल्लेख करून पुढे म्हटले की, 'स्वराज्य अशी ओरड चोहोकडे ऐकू येत आहे. आम्ही स्वराज्यास पात्र आहोत किंवा नाही हाच एक अत्यंत महत्त्वाचा प्रश्न आहे. स्वराज्य आम्हांस पाहिजे आहेच. त्या योगाने आमच्यात चैतन्य उत्पन्न होईल. सार्वभौम ब्रिटिश सरकारनेच आमच्या मनात स्वराज्याची कल्पना पेरली आहे. विचारांती माझे मत असे झाले आहे की, आमची सध्याची जातिबंधने तोडून टाकण्याचा काळ येईलच येईल. जोपर्यंत आमच्यामध्ये जातीजातींमधील मतभेद नि मत्सर जिवंत आहेत, तोपर्यंत आम्ही आपापसांत झगडत राहणार आणि आमच्या हितवृद्धीस अपाय करून घेणार. आमच्यातील अंत:स्थ कलह नाहीसे करण्यास आणि आम्हांला स्वराज्यास पात्र करून घेण्याकरिता ही अनर्थकारक जातिपद्धती झुगारून देणे आम्हांला अत्यंत आवश्यक आहे.

'जर हल्लीची जातिव्यवस्थाच कायम राहिली, तर ज्या रितीने

स्वराज्याचा अर्थ समजला जातो, ते स्वराज्य म्हणजे मूठभर लोकांच्या हाती सत्ता जाणे, हा होय. याचा अर्थ, मी स्वराज्याच्या चळवळीच्याविरुद्ध आहे असे समजावयाचे नाही, हे पुन्हा मी एकवार सांगतो. आम्हांला स्वराज्य पाहिजेच. जातिभेदापासून होणारे अनिष्ट परिणाम नाहीसे होईपर्यंत हल्लीच्या प्रसंगी आपणांस ब्रिटिश सरकारचा आश्रय व त्यांचे मार्गदर्शन यांची जरुरी आहे. सत्ता केवळ अल्पसंख्याक उच्च वर्गीयांच्या हातातच जाण्यात स्वराज्याचे पर्यवसान होऊ नये म्हणून निदान दहा वर्षेपर्यंत तरी आम्हांस जातवार प्रतिनिधी निवडून देण्याचा हक्क असला पाहिजे. त्यामुळे आमचे हक्क काय आहेत याचे शिक्षण आम्हांस मिळेल.

'हे जातिभेद एकदाचे चिरकाल गाडून टाकले पाहिजेत. उच्च कुळामुळे वा वतनदारपणामुळे येणारा सामाजिक दर्जा जगात सर्व देशांत व सर्व सुधारलेल्या समाजांत प्रचलित आहेच. राष्ट्राची उभारणी करण्याच्या बाबतीत हा दर्जा कधीही आड आलेला नाही. जातिपद्धती उतकी गोष्ट वाईट नाही. जपानमधील सामुराई जातीने जातिभेद मोडण्याच्या बाबतीत पुढाकार घेतला त्याप्रमाणे वरिष्ठ जातींनी जातिभेदाचे निर्मूलन करण्यात पुढाकार घ्यावा. मीमांसा संस्थेच्या स्थापनेपासून जुन्यापुराण्या व निरुपयोगी कल्पनांचे पुनरुज्जीवन होण्याचा संभव आहे. आपले पुढारी अर्वाचीन ध्येयाकडे लक्ष देण्याची जितकी काळजी घेतील तितकी बरी. थोरल्या शिवाजी महाराजांनी जे उदाहरण घालून दिले आहे, त्याकडे त्यांनी दुर्लक्ष करू नये. सर्व भारत एकवट करण्याची महात्मा शिवाजी महाराज व थोर अकबर यांची दूरवर दृष्टी व उदात्त ध्येय होते. ह्या राष्ट्र विभूतींचे आम्ही अनुकरण केले पाहिजे व म्हणून चातुर्वर्ण्य व्यवस्थापनेची चळवळ मला मान्य नाही आणि ह्याच कारणासाठी सत्यशोधक समाज, ब्राह्म समाज किंवा ज्या समाजाच्या योगाने निरनिराळ्या जातींमध्ये मत्सर भाव उत्पन्न केला जाईल अशा कोणत्याही समाजाशी मी संबंध ठेवू इच्छीत नाही.'

शाहू छत्रपती पुढे म्हणाले, 'आम्ही शेतकरी किंवा सैनिकच होऊन राहावे ही स्थिती आम्हांला समाधानकारक नाही. म्हणून व्यापार धंदे व इतर उच्च प्रतीचे व्यवसाय यांत शिरण्याची आम्हांस जरुरी आहे. विसाव्या शतकात राष्ट्रांची उन्नती, व्यापार व तत्संबंधी चळवळ यांवर अवलंबून आहे.' आपले मुलगे व्यापारधंद्यांत चांगल्या रितीने पुढे येत आहेत असे सांगून ते शेवटी म्हणाले, 'तथापि त्यांतसुद्धा शिक्षणाची आम्हांस जरुरी आहे. शिक्षणाची जरुरी नाही असे कोणतेही क्षेत्र नाही. ज्याला शेतकी करावयाची आहे त्याला त्या विषयावरील पुस्तके वाचता आली पाहिजेत व समजली पाहिजेत.' आणीबाणीच्या वेळी

ब्रिटिश सरकारला यथाशक्ति द्रव्यबळ, मनुष्यबळ व सैन्यबळ यांची मदत करण्याचा झटून प्रयत्न केला पाहिजे, असेही त्यांनी सांगितले.

जातिभेद मोडून टाकला पाहिजे असे सांगणारे त्या काळी एकटे शाहूच होते असे नाही. डॉ. प्रफुल्लचंद्र रे हेही त्यांपैकी एक नेते होते. ते म्हणाले की, इतर ब्रिटिश प्रजेच्या बरोबरीने आपणांस वागविण्यात यावे अशी हिंदी राजकीय पुढारी जोराची ओरड करतात. पण खालच्या वर्गातील देशबंधूंवरचा अन्याय दूर करण्याचा प्रश्न त्यांच्या जिवावर येतो. १८७० सालपर्यंत जपानमधील सामुराई नावाचा वर्ग ईटा किंवा हिनिंग जातीला अस्पृश्य मानीत. पण सामुराई लोकांनी १२ ऑक्टोबर १८९१ रोजी आपले वर्चस्वाचे सर्व हक्क सोडून देऊन ते सर्वसामान्य जनतेत येऊन मिसळले. अशा रितीने जातिभेद सोडून देऊन ते राष्ट्र एकजीव झाले व आधुनिक जगात पुढे आले.

'इंदुप्रकाश'ने शाहूंच्या भाषणाचे स्वागत केले आणि त्यांचे स्वराज्यविषयक विचार विचार करण्यासारखे आहेत असे म्हटले. जरी शाहूंनी आपण स्वराज्याविरुद्ध नाही असे नि:संदिग्धपणे जाहीर केले तरी 'संदेश'ने आपल्या ३० डिसेंबर १९१७च्या अंकामध्ये म्हटले की, 'शाहूंनी स्वराज्याची मागणी उचलून धरली तरी स्वराज्य मिळण्यापूर्वी जातिभेद नष्ट करावा असे म्हटले आहे. त्यामुळे स्वराज्याची मागणी निष्फळ ठरते.'

शाहू पुन्हा मुंबईस परतले आणि त्याच दिवशी राज्यपालांकडच्या मेजवानीस उपस्थित राहिले. ती मेजवानी महाराज्यपाल चेम्सफर्ड व माँटेग्यू यांच्या सन्मानार्थ होती. भोजनानंतर त्यांनी त्या दोघांची भेट घेतली. लॉर्ड विलिंग्डन यांनी शाहूंना २९ डिसेंबर १९१७ रोजी पत्र लिहून आपल्या नोकरीच्या मुदतवाढीविषयी माँटेग्यूकडे शिफारस केल्याविषयी आभार मानले आणि खऱ्या मैत्रीचे द्योतक म्हणून आणखी हे एक उदाहरण आहे असे म्हटले. तेथून शाहू इंदूरचे महाराज तुकोजीराव होळकर यांना युवराजाच्या विवाहाचे आमंत्रण द्यावयास इंदूरला गेले. परंतु इंदूरला जाण्यापूर्वी त्यांनी विलिंग्डनना पत्र लिहून कळविले की, 'माझ्या मुलाखतीत आणखी एका गोष्टीसंबंधी बोलावयाचे होते. त्या प्रश्नाचा मी हिरिरीने पाठपुरावा करीत आलो आहे. तो प्रश्न म्हणजे मागासवर्ग व मुख्यत: अस्पृश्य वर्ग यांच्या उन्नतीचा. हा प्रश्न ब्रिटिश सरकार व हिन्दी संस्थानिक यांच्या हिताचा आहे. माझे असे ठाम मत झाले आहे की, भारताची नवीन घटना होत आहे त्यात या वर्गांना योग्य प्रतिनिधित्व मिळाले पाहिजे. मागासवर्गापासून खालपर्यंत स्वतंत्र मतदारसंघ मिळू दिले पाहिजेत अशा मताचा मी आहे व विशेषत: अस्पृश्य

समाजाला ते मिळालेच पाहिजे. मी त्यांच्याकरिता स्वत: त्यापूर्वी काय केले आहे हे आपणांस माहीत आहेच.'

आपली ही स्वतंत्र मतदारसंघाची मागणी सरकारने मान्य करावी म्हणून शाहूंनी सरकारला असे आश्वासन दिले की, आपण मुंबई प्रांतामध्ये मागासवर्गाच्या साहाय्याने अहिंसक प्रतिकार सहज निष्प्रभ करून टाकू. माँटेग्यू व चेम्सफर्ड यांना पुन्हा भेटावयास संधी मिळत नाही म्हणून 'माझे हे पत्र त्यांच्या विचारासाठी ठेवावे', अशी त्यांनी विलिंग्डनना विनंती केली.

छत्रपतींच्या ह्या राजकीय मागण्यांवरून ते आपल्या स्वराज्य संकल्पनेत कोणत्या गोष्टींचा समावेश करीत होते याची कल्पना येऊ शकते. लोकशाहीचा पाया विस्तृत करण्यासाठी शाहूंची आकांक्षा किती उत्कट होती हे दिसून येते. गरीब व दलित यांना इतरांप्रमाणे समान हक्क मिळाले तरच देशाची उन्नती होईल असे त्यांचे ठाम मत झाले होते.

१८

आर्यसमाज : डॉ. कुर्तकोटी

शाहू छत्रपती १९१८ च्या जानेवारी महिन्याच्या पहिल्या आठवड्यात दिल्लीत हाते. तेथे ते ४ जानेवारी रोजी आजारी पडल्यामुळे महाराज्यपाल चेम्सफर्ड यांच्याशी ठरलेली भेट त्यांना पुढे ढकलावी लागली. भेट दुसऱ्या दिवशी झाली. भेटीत अस्पृश्य व मागासवर्गीय यांना स्वतंत्र मतदारसंघ मिळावे ह्या प्रश्नाची चर्चा झाली. इतक्यात शाहूंना कोल्हापूरच्या मुख्य पोलीस अधिकाऱ्याची तार आली की, ब्राह्मण वस्तीत एक भिंत्तिपत्रक लावण्यात आले. त्यात शाहूंना २० फेब्रुवारी १९१८ पूर्वी ठार मारण्यात येईल अशी धमकी देण्यात आली आहे.[१] मध्यवर्ती सरकारच्या गृहखात्याचे सभासद चार्लस् क्लिव्हलँड ह्यांनी शाहूंच्या संरक्षणासाठी साध्या पोशाखातील गुप्त पोलीस ठेवले. शाहूंनी दिल्लीतील वरिष्ठ अधिकाऱ्यांना बाळा महाराज यांच्या अभियोगाकडे लक्ष देण्याची फिरून विनंती केली.

दिल्लीहून कोल्हापुरास परत आल्यावर शाहूंनी ११ जानेवारी १९१८ रोजी रायबागहून लिहिले की, निजाम हे चालू स्थितीत समाधान मानतात व त्यांना नरेंद्र मंडळ स्थापण्याची आवश्यकता वाटत नाही. जे निजामाच्या मताशी सहमत आहेत त्यांना नवीन राजकीय योजनेच्या कक्षेच्या बाहेर राहू द्यावे; परंतु ज्यांना कालप्रवाहाबरोबर पुढे जायचे आहे, आपले स्थान स्थिर व मजबूत करायचे आहे व आपल्या दुर्बल बंधूंच्या हितार्थ झटावयाचे आहे, त्यांनी हे कार्य हाती घ्यावे. हिंदी संस्थानिकांनी प्रगतीचा मार्ग चोखाळणाऱ्या नेतृत्वाबरोबर पुढे यावे यात शहाणपणा आहे. नरेंद्र मंडळाची (प्रिन्सेस चेंबरची) स्थापना झाली म्हणजे तेथे सर्व संस्थानिकांना आपली मते मांडता येतील, अशी शाहूंनी आशा व्यक्त केली.

शाहूंनी ह्या संबंधी हिंदी संस्थानिकांची मते चाचपून पाहण्यासाठी आर. डब्ल्यू. गुप्ते यांची नेमणूक केली होती. गुप्ते पतियाळा महाराजांना भेटले व त्यांनी शाहूंना कळविले की, निजामाचे टिपण पतियाळा नरेशांनी वाचले आहे.[२] ह्या कामी छत्रपतींनी खासेराव जाधवांचा उपयोग करून घेतला. खासेरावांनी

ग्वाल्हेरचे महाराज, बडोद्याचे महाराज, पतियाळाचे महाराज आणि दुसरे काही नरेश ह्यांना भेटून नरेंद्र मंडळाविषयी चर्चा केली. खासेराव जाधव म्हणाले की, निजामांना नवीन युगातील कल्पना मान्य करावयास शिकविले पाहिजे.[३] खासेरावांनी शाहूंची वरिष्ठ न्यायालयासंबंधीची कल्पना उचलून धरली. जेव्हा मध्यवर्ती सरकार व प्रांत यांच्यामध्ये वा प्रांतीय सरकार व संस्थानक यांच्यामध्ये मतभेदाचे प्रश्न उद्‌भवतील तेव्हा त्या वरिष्ठ न्यायालयाने त्या प्रश्नांचा निर्णय करावा असा शाहूंचा आग्रह होता. शाहू व गायकवाड ह्यांना ब्रिटिश राजप्रतिनिधी व प्रांतीय सरकार ह्यांच्या हस्तक्षेपापासून स्वातंत्र्य पाहिजे होते. वरिष्ठ न्यायालय मागणीच्या मागचा हा हेतू होता.

शेवटी युवराज राजाराम ह्यांचा विवाह बडोदे येथे १ एप्रिल १९१८ रोजी करण्याचे ठरले. मध्यंतरी गायकवाड महाराजांनी कोल्हापूरच्या सोनथळी कँपमध्ये येऊन विश्रांती घ्यावी अशी छत्रपतींनी त्यांना विनंती केली. कोल्हापूर शहरापासून हे स्थळ चार मैल दूर आहे व तेथील हवा अत्यंत आल्हाददायक आहे असेही त्यांनी गायकवाड यांना कळविले. भेटीत विवाहासंबंधी आणखी काही मुद्दे स्पष्ट करण्याचा त्यांचा हेतूही असावा.

ह्या समयी कोल्हापूर संस्थानातील राजकीय वातावरण फारच तंग झाले होते व ते धुळीने भरलेले होते. शाहूंनी रयत व कुलकर्णी यांच्यामधील व्यवहाराची चौकशी करण्याकरता जे मध्यंतरी न्यायालय नेमले होते, त्याच्यामुळे ब्राह्मण जमीनदार व सावकार हे खेड्यापाड्यांतून दरबारच्या विरुद्ध असंतोष पसरवीत होते. त्यांनी शेतकऱ्यांना लग्नाकरिता कर्जे किंवा शेतीकरिता आगाऊ पैसे देण्याचे नाकारून त्यांच्यावर बहिष्कार टाकण्याची रयतेला चिथावणी दिली. यावर उपाय म्हणून मुख्य महसूल अधिकारी भास्करराव जाधव यांनी लोकांना सहकारी पतपेढ्या काढण्यास उत्तेजन दिले आणि शेतकऱ्यांना साहाय्य करावयास विनंती केली. ब्राह्मण आणि जमीनदार यांनी केलेली कोंडी फोडून जाधव काही मार्ग काढतील अशी शाहूंची अपेक्षा होती. त्याप्रमाणे भास्करराव जाधव व्यवस्था करीत होते.

शाहूंनी रॉबर्टसन यांना १८ जानेवारी १९१८ रोजी पत्र लिहून युद्धकर्ज-निधी गोळा करण्यात व सैन्यभरती करण्यात आपले बंधू बापूसाहेब यांनी फार मोठी मोलाची कामगिरी केली आहे, ती लक्षात घेऊन त्यांना विशाळगड व बावडा या जहागीरदारांपेक्षा उच्च श्रेणीचा बहुमान द्यावा अशी सरकारला विनंती केली. ब्राह्मणेतरांमध्ये शिक्षणाचा प्रसार करून त्यांना राज्यकारभारात सामील करून घ्यावे ही छत्रपतींचा उद्देश बराचसा सफल झाल्यामुळे काही प्रमाणात राज्यकारभारावरील

ब्राह्मणी वर्चस्व कमी झाले होते हे पाहून त्यांना समाधान वाटत होते. ब्राह्मणेतर पुढारी आपल्या सामाजिक व धार्मिक अधिकारांसाठी समाजात झगडत होते. ब्राह्मणांचे प्रभुत्व नष्ट करून टाकण्यासाठी छत्रपतींनी ख्रिश्चन मिशनऱ्यांच्या भूतदयावादी कार्यास उत्तेजन दिले होते.

रॉबर्टसन यांना आपल्या मनातील उद्देश उघड करून सांगताना छत्रपतींनी आपल्या दुसऱ्या एका निर्णयाची त्यांना माहिती दिली. त्यांनी रॉबर्टसनला लिहिले की, 'दुसऱ्या एका उद्देशाने मी सत्यशोधक समाज व आर्यसमाज ह्यांना पाठिंबा देत आहे. मी स्वत: हृदयाने आर्यसमाजवादी आहे आणि जरी मी तसे उघडपणे बोललो नाही तरी मी त्यांच्या तत्त्वांचा चाहता आहे. मला ब्राह्मणांनी वाईट रितीने वागविले आहे आणि विशेषत: खामगाव परिषदेतील माझ्या भाषणानंतर त्यांनी माझ्याशी जे वर्तन केले त्यामुळे आर्य समाजाच्या तत्त्वांविषयी उघडपणे प्रेम दाखविण्यास मला ते एक ताजे कारण घडले आहे. आर्य समाज आपणांस वेदनिष्ठा शिकवितो, पुराणनिष्ठा नव्हे. कारण पुराणे ही वेदनिर्मितीनंतरच्या कालखंडातील ब्राह्मणांनी निर्माण केलेल्या कल्पित कथा आहेत. इंदोरचे महाराज सर प्रतापसिंगजी आणि मी अनेक वेळा ह्या तत्त्वांसंबंधी विचारविनिमय केला आहे व त्या बाबतीत आम्ही दोघेही एकाच मताचे आहोत.'

रॉबर्टसन यांना लिहिलेल्या पत्राच्या शेवटी शाहू म्हणाले, 'वसतिगृहाच्या निर्मितीमुळे ब्राह्मणांचे सामाजिक आणि इतर क्षेत्रांतील नेतृत्व आम्ही नष्ट केले आहे. परंतु आता सत्यशोधक समाज व आर्यसमाज ह्या दोन्ही संस्थांच्या चळवळीमुळे त्यांचे धार्मिक नेतृत्वही नष्ट होईल अशी अपेक्षा आहे. सर प्रतापसिंहजी यांचा ब्राह्मण द्वेष करतात; कारण ते आर्य समाजाच्या तत्त्वांचे चाहते आहेत. आर्य समाजाची तत्त्वे मनुष्याची समानता शिकवितात आणि ब्राह्मणांची धार्मिक मक्तेदारी झुगारून देण्यास सांगतात. माझा आर्य समाज हा सर प्रतापसिंगजी ह्यांच्याच विचारसरणीचा होईल. तसेच मी त्या समाजाला योग्य मार्गाने जावयास भाग पाडीन अशी माझी खात्री आहे.

शाहूंच्या जीवनात १९१८ साल हे मोठे मानसिक क्रांतीचे ठरले. त्यांच्या अपेक्षेप्रमाणे सत्यशोधक समाज कार्यक्षम होऊ शकला नाही म्हणून ते असंतुष्ट झाले; अंतर्मुख झाले होते. खामगावच्या परिषदेमध्ये तर त्यांनी जाहीरपणे सत्यशोधकांच्या कार्याविषयी असमाधान व्यक्त केले होते. कोल्हापुरात आर्य समाजाची स्थापना करण्यात शाहूंचा मुख्य उद्देश कोणता होता ? सत्यशोधक समाजाला ब्राह्मणशाहीचे वर्चस्व समूळ नष्ट करण्यात यश न आल्यामुळे छत्रपतींनी सत्यशोधक समाजाला साहाय्य व्हावे या हेतूने आर्य समाजाची स्थापना केली.

महात्मा फुले यांच्या 'सार्वजनिक सत्यधर्म' पुस्तकात काही आवश्यक ते धार्मिक विधी कसे करावे हे सांगितले आहे. जरी सामाजिक दृष्ट्या फुले यांची चळवळ ही अनेक बाबतींत क्रांतिकारक होती, तरी धार्मिक संस्कारांच्या बाबतीत तिने काहीशी सुधारकाची भूमिका घेतली होती. त्याच चळवळीला हिंदु समाजाच्या धार्मिक गरजा पुरविण्यासाठी नवीन धर्म स्थापण्याची किंवा नवीन धर्म संस्कार पद्धती सुरू करण्याची आवश्यकता वाटली नाही. ब्राह्मणांनी आपल्या स्वार्थासाठी शास्त्रामधून अनेक भोळसट समजुती आणि रुढी घुसडल्या होत्या व लोकांच्या धर्मभोळेपणाचा फायदा घेतला होता. त्यांच्यावर हा सत्यशोधक चळवळीने बुद्धिप्रामाण्यवादी हल्ला चढविला होता.

जशी अकबराने सर्व धर्माची तत्त्वे एकत्र करून नवीन धर्म स्थापण्याची महत्त्वाकांक्षा बाळगली होती, तशीच सर्व धर्मांच्या तत्त्वांचा विचार करण्याकडे शाहूंची प्रवृत्ती बनली होती. त्यांनी थिऑसॉफिकल सोसायटीशी वा. द. तोपखाने यांच्या वतीने संपर्क साधून डॉ. ॲनी बेझंट यांना व इतर थिऑसफिस्ट पुढाऱ्यांना कोल्हापुरात बोलावले, आणि त्यांचे विचार ऐकले. परंतु थिऑसफी त्यांच्या सामाजिक व धर्मविषयक गरजा पुरवू शकली नाही. त्यामुळे त्यांचा थिऑसफीविषयी वाटणारा उत्साह मावळला. तथापि त्यांना डॉ. ॲनी बेझंट व जॉर्ज अरुंडेल या थिऑसफिस्ट पुढाऱ्यांविषयी आदर वाटत असे. ॲनी बेझंट यांचे अनुयायी तोफखाने हे शाहूंचे मित्र व सल्लागार होते. तसेच ते कोल्हापुरातील विद्यापीठ संस्थेचे मुख्य अधिकारी होते. शाहूंनी शांत व धर्मशील अशा प्रार्थनासमाजाला किंवा ब्राह्मसमाजाला पाठिंबा दिला नाही. कारण ते पंथ अधिकृत असा धार्मिक ग्रंथ मानीत नसत. प्रार्थनासमाज व ब्राह्मसमाज ह्यांनी सर्व धर्मांतील आध्यात्मिक तत्त्वांचे सार काढले होते. त्या समाजांचे सामान्य लोकांना कधीच आकर्षण वाटले नाही.

सत्यशोधक समाजाचे जनक म. फुले यांच्या मृत्यूनंतर सत्यशोधक समाजाच्या चळवळीत त्याच्या जनकाची सामाजिक क्रांतीची तीव्रता व कळकळ राहिली नव्हती. सत्यशोधक समाजाचे पुढारी आपल्या मतप्रणालीचा प्रसार यथामति यथाशक्ति करीत होते. त्यांनी अज्ञानविरुद्ध आणि जातिमत्सराविरुद्ध झगडा केला. सामाजिक समतेच्या पुरस्कारात आणि ब्राह्मणांचा गर्व व उन्मत्तपणा कमी करण्यात सत्यशोधकांना काही अंशी यश आले हाते. परंतु शाहू हे स्वत: राज्यकर्ते असल्यामुळे त्यांना कोल्हापूरच्या बाहेरील प्रदेशात ब्राह्मणशाहीवर सत्यशोधकांनी चढविलेले हल्ले आणि तीवर केलेली जहाल टीका यांची सर्वस्वी जबाबदारी पत्करणे शक्य नव्हते. शाहूंच्या कार्याला अशी मर्यादा पडली होती.

त्यामुळे त्यांनी असा विचार केला की, जर एखादी बाहेरची सामजिक व धार्मिक संस्था आपल्या संस्थानात आणून आपले हेतू साधण्यासाठी एक साधन म्हणून तिचा उपयोग केला तर कार्यही होईल व आपण त्या संस्थेच्या कार्याविषयी प्रत्यक्षपणे जबाबदार ठरणार नाही.

दुसऱ्या दिवशी त्यांनी वुडहाऊस यांना लिहिले की, सत्यशोधक समाजाचा पाया बळकट नाही. आर्य समाजाचा पाया वेदावर अधिष्ठित आहे. शाहूंना वैदिक धर्म हा राष्ट्रीय धर्म वाटे. आणखी असे की, जरी सत्यशोधक समाजाचे महाराष्ट्रातील कार्यकर्ते खेड्यापाड्यांतून थोड्याफार प्रमाणात शैक्षणिक कार्य करीत होते, तरी सत्यशोधक समाज आर्य समाजाप्रमाणे प्रबळ आणि परिणामकारक शिक्षण संस्था स्थापून सामान्य जनतेमध्ये शिक्षणाचा प्रसार करू शकला नाही.

शाहू हे अद्यापपावेतो मूर्तिपूजक होते तरी आर्य समाजाचा अभिमान बाळगूनही त्यांना मूर्तिपूजा सोडवेना. सत्यशोधक समाज हा एकेश्वरी मताचा होता आणि सत्यशोधक समाजाचे संस्थापक म. फुले यांच्या मते निर्माता हा अनंत आणि अतर्क्य. शाहूंना आर्य समाजाकडे वळविण्यास दिवाण सबनीस हे काही अंशी कारणीभूत झाले असावेत. कारण ते दयानंद सरस्वतीचे मोठे चाहते होते. शाहूंना मूर्तिपूजा सोडवत नव्हती, तरी त्यांनी आर्य समाजाला कोल्हापुरात कार्य करावयास संधी देण्याचे ठरविले.

त्या काळी आर्य समाज ही एक धार्मिक व सामाजिक संस्था गणली जात असे. सरकारही आर्य समाजाला मदत करीत असे. आर्य समाजाचे कार्यकर्ते सरकारशी सहकार करीत आणि राजकारणामध्ये भाग घेत नसत. आर्य समाज सर्व हिंदूंचा वेदोक्ताचा अधिकार मान्य करी आणि तो अधिकार महाराष्ट्रातील ब्राह्मणांनी शाहूंना देण्याचे नाकारले होते. त्याने शाहूंच्या मानसिक आणि नैतिक प्रतिष्ठेला दुजोरा मिळाला. आर्य समाजाला पाठिंबा देण्यास शाहूंना दुसरे एक महत्त्वाचे कारण होते. ते म्हणजे सत्यशोधक समाजाप्रमाणे आर्य समाजही अस्पृश्यतेचे निर्मूलन करण्याच्या ध्येयाने प्रेरित झालेला होता हे होय. शाहूंना ह्या प्रश्नाविषयी अत्यंत जिव्हाळा वाटत होता.

आर्य समाजाच्या मतप्रणालीशी तुलना करता सत्यशोधक समाजाची विचारसरणी ही अधिक उदार, सहिष्णू आणि बुद्धिवादी होती. आर्य समाजाची मतप्रणाली ही काहीशी संकुचित पण आक्रमक होती. कारण ती मतप्रणाली इस्लाम व ख्रिश्चन धर्म यांनी हिंदु समाजावर चालविलेल्या आक्रमणाचा शौर्याने प्रतिकार करण्यासाठी निर्माण झाली होती. तथापि म. फुले यांनी अस्पृश्य,

शेतकरी आणि कामगार यांच्या उन्नतीवर जसा भर दिला होता तसा आर्य समाजाने दिला नव्हता. विशेषत: म. जोतीरावांनी दाखविलेली धार्मिक सहिष्णुता आणि विश्वबंधुत्व ही आर्य समाजाच्या ठायी नव्हती. शिवाय सत्यशोधक समाजाचा आधुनिक ज्ञानावर व विज्ञानावर विश्वास होता तर वेदाच्या पलीकडे ज्ञान नाही असे आर्य समाजाला वाटे.

विसाव्या शतकाच्या आरंभी शाहूंनी हिंदु समाजाच्या पुनर्रचनेसाठी वेदोक्ताचा सर्व हिंदूंना समान अधिकार असावा, सामाजिक आणि धार्मिक समता असावी यासाठी जे आवाहन केले होते ते ब्राह्मण समाजाने धुडकावून लावले होते. नजिकच्या भूतकाळात महाराष्ट्रात राजकीय सत्ता व पुरोहितशाही ब्राह्मणांच्या हाती एकवटली होती. त्यामुळे तेथे आर्य समाजाची तत्त्वे रुजली नाहीत. शिवाय चिपळूणकर टिळकपंथीय ब्राह्मण त्या पंथाच्याविरुद्ध होते. आर्य समाजाला पाठिंबा देऊन, शाहूंनी सामान्य जनतेचे दारिद्र्य नष्ट करण्याचे, त्यांची ऐहिक आणि नैतिक प्रगती करण्याचे ध्येय थोडेसे बाजूला सारून ब्राह्मणशाहीचा पूर्णपणे उच्छेद करण्याचे ठरविले.

शाहू हे काही थोर विचारवंत किंवा धर्मशास्त्रज्ञ नव्हते. ते व्यवहारी सुधारक होते. मागास आणि दलित वर्गांचे कल्याण करताना ज्या ज्या गोष्टी त्यांच्या मार्गात आडव्या येत होत्या त्यांचे निवारण करण्यासाठी ते समाजक्रांतीच्या तत्त्वांची कास धरून निर्णय घेत असत. त्या दोन्ही वर्गांची उन्नती करणे आणि त्यांना भारतीय समाजामध्ये योग्य तो दर्जा प्राप्त करून देणे ही ते आपली नैतिक जबाबदारी मानीत. हीच त्यांच्या जीवनाची प्रेरणा होती. हेच त्यांचे मार्गदर्शक तत्त्व होते. आपल्यापाशी असलेली साधने युक्तीने वापरून ते आपल्या नियोजित सामाजिक व आर्थिक सुधारणा कृतीत आणीत होते. अशा प्रक्रियेतून ते जातिभेद निर्मूलनाच्या कृतीपर्यंत हळूहळू येऊन पोहोचले. युरोपियन लोकांच्या प्रभुत्वापासून आपला राज्यकारभार मोकळा केल्यावर त्यांना आता ब्राह्मणशाहीपासून मागासवर्ग आणि अस्पृश्यवर्ग यांना मुक्त करायचे होते. ब्राह्मणशाही ही जातिवादाची जननी आहे असे त्यांना वाटे. ब्राह्मणांच्या प्रभुत्वापासून राज्यकारभार मुक्त करण्यासाठी त्यांना मागासवर्गीयांना वरिष्ठ अधिकाराच्या जागा दिल्या. मागासवर्गाची उन्नती करताना त्यांना ब्राह्मणशाहीबरोबर झगडावे लागले. कारण त्या ब्राह्मणशाहीने ब्राह्मणेतरांना अज्ञानात, दारिद्र्यात व मानसिक गुलामगिरीत युगानुयुगे पिचविले होते.

अशा रितीने कोल्हापुरात १९१८च्या जानेवारीच्या शेवटी शेवटी बडोद्याचे पंडित आत्माराम यांच्या साह्याने आर्य समाज प्रथमच स्थापन करण्यात

आला. आर्य समाजाने आग्रा येथील स्वामी परमानंद यांना संस्थानात वेदांचे शिक्षण देण्यासाठी सत्यशोधकांना मदत करण्यासाठी व अस्पृश्यांना शिकविण्यासाठी कोल्हापुरास पाठविले. जातिभेदाच्याविरुद्ध शाहूंनी खामगावला घोषणा केली होती. आपण आर्य समाजाची शाखा कोल्हापुरात सुरू केली असे त्यांनी आपल्या दि. ३ फेब्रुवारीच्या पत्रात खासेराव जाधवांना कळविले. वैदिक धर्मामुळे जातिमत्सर कमी होऊन ज्ञान व प्रगती यांना होणारा विरोधही कमी होईल असे त्यांना वाटे. यास्तव निरनिराळ्या जातींच्या संस्थानिकांनी आर्य समाजाच्या तत्त्वाप्रमाणे वेदोक्त रितीने विवाह करावे व रक्ताचे नाते निर्माण करावे अशी शाहूंनी इच्छा व्यक्त केली. असे करण्यात त्या संस्थानिकांचे हिंदुत्व अभंग राहील इतकेच नव्हे तर, वैदिक धर्म अभंग राहील व त्याची भरभराट होईल. आपल्या पत्रात शेवटी ते खासेराव जाधवांना म्हणाले, 'सक्तीच्या मोफत शिक्षणाची, अज्ञान, अंधकार, जातिमत्सर दूर करून राष्ट्रीय ऐक्यभाव निर्माण करावयाची जरुरी आहे. जातिभेद नष्ट करण्याचे आर्य समाज हे एक साधन आहे व शुद्धीकरणाचे काम त्याला करावयाचे आहे. मुंबईतील 'हिंदु मिशनरी' संस्था पुष्कळ लोकांना शुद्धीकरण करून हिंदुधर्मात घेते, परंतु शुद्धीकृतांचा प्रश्न सुटत नाही. कारण शुद्धीकृतांना जात नसते. या देशातील कोणतीही संस्था, मग ती नगरपालिका असो किंवा ग्रामपंचायत असो, तर जी जातिमत्सरापासून मुक्त झालेली नसली, तर ती सुरळीतपणे काम करू शकत नाही.' जातिभेदामुळे जातिमत्सर उत्पन्न होतो व परिणामी राष्ट्रीय ऐक्यभाव निर्माण होण्यात अडथळा येतो असे त्यांचे ठाम मत झाले होते.

ह्या सर्व गोष्टी करीत असता शाहू हे ब्राह्मणांचा ते ब्राह्मण आहेत म्हणून द्वेष करीत नव्हते हे सांगण्याची आवश्यकता नाही. जो ब्राह्मणी धर्म ब्राह्मणेतरांना तिरस्काराने वागवीत असे त्याचा ते द्वेष करीत. जर त्यांनी ब्राह्मण व्यक्तींचा द्वेष केला असता, तर ब्राह्मणांना त्यांनी नोकरीत ठेवले नसते. प्रजेच्या सर्व घटकांचा त्यांच्या लोकसंख्येच्या प्रमाणात राज्यकारभारात समावेश करण्याचे त्यांचे धोरण होते. ते धोरण ते पायरीपायरीने व विचारपूर्वक अमलात आणीत होते. त्या बाबतीत ते निर्दयपणे वा अविचाराने वागले नाहीत. ते गादीवर आले त्यावेळी (सन १८९४त) शासनामध्ये ७१ अधिकाऱ्यांपैकी ६७ ब्राह्मण होते तर १९२२ साली ३६ ब्राह्मण अधिकारी होते व ५९ ब्राह्मणेतर होते. सन १८९४ त खाजगीत ५३ नोकरांपैकी ४६ ब्राह्मण होते तर ७ ब्राह्मणेतर होते. सन १९२२त ब्राह्मण नोकर ४३ होते तर ब्राह्मणेतर १०९ होते व शिवाय पूर्वास्पृश्य समाजातीलही अनेक नोकर होते.

शाहूंच्या कारभारी मंडळात सन १९१५ ते १९१८ मध्ये दुफळी झाल्यामुळे ब्राह्मणांचे प्रस्थ तोफखाने आदी ब्राह्मणांच्या वजनामुळे शासनात पुन्हा माजले. त्या कालखंडात तोफखाने हे शाहूंचे जिव्हाळ्याचे स्नेही होते. ते आपल्या आठवणीत म्हणतात की, शाहूंच्या पदरी विश्वास ठेवण्यासारखे थोडेच अधिकारी होते. त्यांच्या पदरी अनेक ढोंगी अधिकारी होते व ते शाहूंना अचूक माहिती पुरवीत नसत किंवा योग्य सल्लाही देत नसत.

'विश्वबंधु' साप्ताहिकाचे संपादक हे मराठा जातीचे होते. त्यांनी आपल्या २१ नोव्हेंबर १९१५च्या अंकात म्हटले की, 'बापूसाहेब घाटगे यांनी आणि दुसऱ्या काही व्यक्तींनी राज्यकारभारात मराठ्यांचे व मागासवर्गीयांचे वजन वाढविण्याचा प्रयत्न केला. परंतु छत्रपतींच्या विश्वासातले सल्लागार ब्राह्मण असल्यामुळे त्या प्रयत्नात शिथिलता निर्माण झाली. हल्ली मराठा मनुष्याची कारकून म्हणून नेमणूक झाल्याची घटना क्वचित कानावर येते असे म्हणून, 'विश्वबंधू'ने पुढे म्हटले की, महाराजांना माहिती देणारा खाजगी कारभारी, सरकारी अभियोक्ता, शहराचा मुख्य पोलीस अधिकारी, तांत्रिक शाळांचे अधिकारी, दुय्यम न्यायाधीश, बंदीपाल, दरबार शल्यचिकित्सक हे सर्व ब्राह्मण आहेत.

आता आर्य समाजाच्या साहाय्याने शाहू ब्राह्मणांची शासनातील सत्ता व प्राबल्य कमी करण्याचा फिरून विचार करू लागले. मुंबईत बडोद्याच्या दिवाणांबरोबर त्यांनी आर्य समाज चळवळीची तात्त्विक, सामजिक व नैतिक दृष्ट्या मोठ्या उत्साहाने व कुशलतेने चर्चा केली. बडोद्यात विवाहाच्या बाबतीतील अनिष्ट प्रथा व सामाजिक वाईट चालीरिती नष्ट करण्यासाठी बडोदे सरकारने जे निर्बंध केले होते, त्यांच्या प्रती आपणास पाठवाव्या अशी शाहूंनी बडोद्याच्या दिवाणांना विनंती केली. सामाजिक प्रगतीच्या दृष्टीने निर्बंध करण्याची त्यांना तळमळ लागून राहिली होती.

ब्राह्मण विरोधकांच्या रागाचा पारा आता शिगेला पोहोचला होता. ३० जानेवारी १९१८ रोजी सकाळी अंबाबाई मंदिराकडे जाणाऱ्या रस्त्याजवळच्या उपाध्येबुवांच्या आळीतील एका भित्तिपत्रकाने जाहीर केले की, 'दरबारने सर्व संस्थानात धुडगूस घातला आहे आणि जर ब्रिटिशांनी संस्थान खालसा केले नाही तर दि. २० फेब्रुवारी १९१८च्या आत महाराजांचा खून करण्यात येईल.' एका माथेफिरू वेड्या ब्राह्मणाने श्रीहर्षाचा खून करण्याचा प्रयत्न केला होता, असे ह्युएन्संग यांनी म्हटले आहे, त्यातलाच हा प्रकार असावा.

दिल्लीत भरणाऱ्या नरेंद्र मंडळाच्या परिषदेस उपस्थित राहण्यासाठी

शाहूमहाराज मुंबईहून ३० जानेवारीला दिल्लीस जावयास निघाले. त्यांना ही भित्तिपत्रकातील धमकीची वार्ता दिल्लीत कळविण्यात आली व सावध राहावे असा त्यांना इशारा देण्यात आला. दिल्ली येथील गृहमंत्री सी. आर. क्लीव्हलँड यांनी मीरबादशहा नावाचा एक खास वैयक्तिक रखवालदार नेमून त्याला शाहू छत्रपती कोल्हापूरला पोचेपर्यंत त्यांच्यासोबत ठेवले. शाहूंनी आपली सून, शिवाजीची पत्नी हिला अमृतसरचे शिखांचे सुवर्ण मंदिर दाखविण्याच्या हेतूने दिल्लीला बरोबर नेली होती.

आंतरराष्ट्रीय हेग न्यायालयासारखे न्यायमंडळ अखिल भारतासाठी कसे आवश्यक आहे याचे महत्त्व शाहूंनी नरेंद्र मंडळाच्या परिषदेमध्ये संस्थानिकांच्या मनावर ठसविण्याचा प्रयत्न केला. ४ फेब्रुवारी १९१८ रोजी काही हिंदी संस्थानिकांबरोबर शाहू मॉंटेग्यू आणि चेम्सफर्ड ह्यांना भेटले. त्यांनी नरेंद्र मंडळ व त्यांचे सल्लागार मंडळ ह्यासंबंधीच्या सूचना मान्य करून चौकशी आयुक्त आणि हेग ट्रिब्यूनल[४] ह्यांविषयीची सूचना आपण राज्यघटनेचे पुनर्लेखन करताना अवश्य विचारात घेऊ, असे आश्वासन दिले. हिंदी संस्थानिकांशी झालेले करार ब्रिटिश सरकारने मोडले ह्या गोष्टींचा पुरावा मॉंटेग्यूंनी शिष्टमंडळाकडे मागताच हिंदी संस्थानिक गडबडले !

नरेंद्र मंडळात लहान जहागीरदारांना प्रतिनिधित्व मिळावे म्हणून शाहूंनी ५ फेब्रुवारी १९१८ रोजी फिरून प्रयत्न केला. कारण पतियाळा मसुद्यामध्ये त्यांना प्रतिनिधित्व नाकारण्यात आले होते. आपल्या भाषणात शाहू म्हणाले, 'नरेंद्र मंडळाच्या रचनेबाबत पतियाळा मसुद्याशी मी सहमत नाही. आणि त्याविरुद्ध मी आपला तीव्र मतभेद नोंदवून ठेवतो. बिकानेर टिपणापेक्षा यात अधिकच निश्चित पीछेहाट झालेली आहे. पतियाळा मसुद्यात असे म्हटले आहे की, ज्या संस्थानिकांना आपल्या राज्यात अनिर्बंध दिवाणी, फौजदारी अधिकार आहेत आणि ज्यांना कायदे करण्याचे अधिकार आहेत तेच केवळ नरेंद्र मंडळाचे सभासद होण्यास लायक आहेत.' शाहू पुढे म्हणाले की, ज्याप्रमाणे ब्रिटिश लोकसभा लॉर्ड्स आणि ड्युक्स यांच्यामध्ये फरक करीत नाही, त्याप्रमाणे नरेंद्र मंडळाने जहागीरदार व संस्थानिक यांत फरक करू नये किंवा त्यांना जर नरेंद्र मंडळ अवजड होईल असे वाटत असेल तर जहागीरदारांना मिळत असलेल्या मानवंदनाच्या तोफा, त्यांच्या राज्यांची लोकसंख्या आणि त्यांचे अधिकार ह्या गोष्टी लक्षात घेऊन नरेंद्र मंडळावर त्यांना प्रतिनिधी नेमण्याचे अधिकार द्यावेत. या समयी ग्वाल्हेरच्या महाराजांनी मोठे विचारप्रवर्तक भाषण केले. दुपारी मॉंटेग्यू यांनी नरेंद्र मंडळाच्या परिषदेचे मन:पूर्वक आभार मानून संस्थानिकांचा निरोप घेतला.

शाहूंनी दिल्लीहून रुबेन नावाच्या कोण्या गृहस्थांना आफ्रिकेहून ४ शहामृगाच्या माद्या व २ नर आणि २ चित्त्याच्या माद्या आपल्या प्राणिसंग्रहालयासाठी पाठवाव्यात अशी ७ फेब्रुवारी रोजी विनंती केली. परत येते वेळी मार्गात शाहूंनी ग्वाल्हेरच्या महाराजांना कोल्हापूर राजघराण्याविषयी वाटत असलेला आदर लक्षात घेऊन आपली सून ग्वाल्हेरला ठेवली आणि भावनगर येथे युवराजांच्या विवाहाचे भावनगरच्या महाराजांना आमंत्रण देऊन ते कोल्हापुरास १० फेब्रुवारीला पोहोचले.

जातपात निरपेक्षबुद्धीने समाजाच्या सर्व घटकांना उदार अंत:करणाने साहाय्य करणारा नृपती अशी छत्रपतींची ख्याती झाली होती. मिरज येथील मिशनरी अधिकाऱ्यांशी त्यांचे स्नेहाचे संबंध होते. मिरज मिशनच्या विद्यार्थ्यांनी शाहूंना व्याख्यानासाठी बोलावले. त्यांनी आनंदाने त्यांचे आमंत्रण स्वीकारले व जाधवांना लिहिले की, मिरजेच्या विद्यार्थ्यांनी मला आपल्यापैकी एक मानावे याचा मला मोठा अभिमान वाटतो. तो सन्मान मला मोलाचा वाटत असल्यामुळे मी कधीही विसरणार नाही.' मात्र जेवणाचे वेळी गाईचे वा डुकराचे मांस आपणास व बाळासाहेबांस वाढू नये अशी त्यांनी जाधवांना सूचना केली.

इचलकरंजीचे संस्थानिक शाहूंबरोबरचे आपले कौटुंबिक वैर कधीही विसरले नाहीत. त्यांनी आपला मुनीम बडोदे सरकारची अधिसत्ता बडोद्यातील जहागीरदारांनी कशी झुगारून दिली याची माहिती काढण्यासाठी बडोद्यास पाठविला होता. ही बातमी शाहूंना कळताच त्यांनी १२ फेब्रुवारी १९१८ रोजी, 'इचलकरंजीच्या मुनिमाला काहीही माहिती देऊ नये. कारण इचलकरंजीकर माझी अधिसत्ता झुगारून देण्याचा प्रयत्न करीत आहे', असे बडोद्याच्या दिवाणांना कळविले. इचलकरंजीच्या अधिकाऱ्यांना कोणतेही खाजगी किंवा अधिकृत दस्तऐवज दाखवू नये अशी त्यांनी दिवाणांना विनंती केली. आपण ही विनंती महाराजांचे नातलग म्हणून करीत आहोत असेही दिवाणांना कळविले.

शाहूंचे एकनिष्ठ व सच्चे मित्र फेरिस यांचे शाहूंशी असलेले संबंध पूर्वीप्रमाणेच अबाधित होते. सन १९१८च्या फेब्रुवारीमध्ये फेरिस यांनी शाहूंना कळविले की, 'माझी पत्नी लंडन येथे शुश्रूषागृहात २४ जानेवारी १९१८ रोजी निधन पावली.' पत्नीच्या दु:खाने विव्हळ झालेले फेरिस आपल्या पत्रात म्हणाले, 'माझी लाडकी बायको आपल्याविषयी नेहमी आपुलकीने बोलत असे आणि जेथे आपला तारुण्यात विवाह झाला व आपली कारकीर्द संपवली त्या कोल्हापुरातील आपले जीवन अत्यंत सुखकारक गेले असे ती नेहमी म्हणत असे.' फेरिस यांचे सांत्वन करताना शाहू म्हणाले, 'आपल्या पत्नीच्या मृत्यूची वार्ता ऐकून मला

अतिशय दु:ख झाले हे सांगण्याची आवश्यकता नाही. ती विनम्र, दयाळू व उपकारशील होती. ती माझ्यावर व माझ्या कुटुंबातील व्यक्तींवर आईप्रमाणे प्रेम करीत असे. तिच्या मृत्यूमुळे मी अत्यंत दु:खी झाली आहे.'

याच सुमारास मुंबई सरकारकडून कोल्हापूर दरबारकडे अशी तक्रार करण्यात आली की, 'शंकराचार्य डॉ. कुर्तकोटी यांच्यासमोर ब्रिटिश सरकारविरुद्ध असंदिग्ध युक्तिवाद करण्यात आलेले आहेत. शंकराचार्यांनी त्याला विरोध केला नाही.' त्यावेळी डॉ. कुर्तकोटी हे अलाहाबादला एका परिषदेला उपस्थित राहण्यासाठी गेलेले होते. दिवाण सबनीस यांनी ते सरकारी पत्र डॉ. कुर्तकोटी यांना पं. मदनमोहन मालवीय यांच्या पत्त्यावर अलाहाबादला पाठवून दिले.

महाभागवत डॉ. कुर्तकोटी यांच्या तथाकथित प्रागतिक विचारांच्या घोषणेने शाहू प्रथम काही दिवस प्रभावित झाले होते. डॉ. कुर्तकोटी हे चतुर व महत्त्वाकांक्षी पुरुष होते. एक प्रागतिक विचाराचा पंडित अशी त्यांची ख्याती झालेली होती. पण धर्मकारणापेक्षा राजकारणात लुडबूड करणे ही त्यांची आवडती गोष्ट होती. ते स्वराज्य पक्ष आणि सरकार ह्या दोघांनाही अनाहूत सल्ला देत असत. त्यांच्या मठाच्या देखरेखीखाली चालणाऱ्या साप्ताहिकात एकदा त्यांनी असे जाहीर केले होते की, अस्पृश्य हा शब्द हिंदी शब्दकोशातून काढून टाकला पाहिजे.[५] परंतु डॉ. कुर्तकोटींची कृती त्यांच्या उक्तीप्रमाणे नव्हती. त्यांच्या साप्ताहिकाने अस्पृश्यांबाबत केलेली ती घोषणा वाचून अस्पृश्य समाजाचे काही कार्यकर्ते त्यांना भेटावयास गेले. पण त्यांना त्यांनी आपल्या मठात येऊ दिले नाही. त्यांची प्रागतिक मते, त्यांची व्यापक सहानुभूती व त्यांच्या मनाचा उदारपणा ही सर्व बेगडी व दांभिक होती असे आता आढळून आले. सन १९१७ च्या सप्टेंबर महिन्यात मिस क्लार्क वसतिगृहातील मुलांनी एका शास्त्र्याचे वेदान्तावरील व्याख्यान ऐकण्यासाठी शंकराचार्यांच्या मठाच्या आवारात प्रवेश करण्याची इच्छा प्रदर्शित केली. पण त्यांना आवाराच्या बाहेरील पटांगणात उभे राहू देण्यासही डॉ. कुर्तकोटींनी नकार दिला.[६] अस्पृश्य वर्गातून ख्रिस्ती झालेले आणि युरोपियन गृहस्थ शंकराचार्यांच्या सभागृहात किंवा दरबारात जात असत, पण त्यांनी अस्पृश्यांनी बंदी केली होती. ह्या बाबतीत त्यांना स्पष्टीकरण विचारले असता ते म्हणाले की, 'समाज आपणापासून ज्या सुधारणा अनुकरण्यास तयार असेल तेवढ्यांस संमती देण्यास आपली ना नाही.' यावरून असे दिसते की, ते समाजाचे अनुयायी होते, समाजाचे मार्गदर्शक नव्हते ! हे धर्मगुरू आपले यद्यपि

शुद्धम् । लोकविरुद्धम् ।। नाचरणीयम् । नाकरणीयम् ।। अशाच मताचे होते !

अलाहाबाद येथे १२ फेब्रुवारी १९१८ रोजी हिंदु परिषदेत भाषण केल्यावर शंकराचार्यांनी स्वराज्य चळवळीच्या कार्यकर्त्यांना स्वराज्य चळवळीला धर्माचे अधिष्ठान द्यावयास सांगितले. वस्तुस्थिती अशी होती की, सामाजिक सुधारणेचे नाव काढले की, होमरूल (Home-Rule) वाल्यांच्या पायाची तिडीक मस्तकाला जात असे.[७] टिळकांचे सहकारी दादासाहेब करंदीकर यांनी डॉ. कुर्तकोटींना 'सुधारक' म्हटले. त्यामुळे आपला अपमान झाला असे डॉ. कुर्तकोटींना वाटले. काही दिवसांपूर्वी दिल्लीत असताना डॉ. कुर्तकोटी यांनी अशी घोषणा केली की, जे वैदिक असतील त्यांनी अस्पृश्यता नियम म्हणून पाळली पाहिजे. इतरांनी तो नियम पाळावा अगर पाळू नये. चैत्यन्यप्रभूपासून ज्ञानेश्वरापर्यंत सर्व ब्राह्मण संतांची अस्पृश्यतेबाबतीत अशीच उदासीन दृष्टी होती. त्यांनी पारमार्थिक जगातील एकीचा उदोउदो केला. परंतु प्रत्यक्ष ह्या जगात मात्र मानवी समानतेच्या आचाराविषयी आग्रह धरला नाही. ह्या बाबतीत हे संत नि शंकराचार्य एकाच मताचे होते.

थोड्याच अवधीत असे दिसून आले की, विधवा विवाहास विरोध करणाऱ्यांपैकी डॉ. कुर्तकोटी हे एक प्रमुख नेते होते. शंकराचार्यांच्या गादीवरून डॉ. कुर्तकोटी हे घसरण्याच्या मार्गाला लागले होते. मुंबई सरकारची गैरमर्जी ते आपणावर सतत ओढवून घेत होते. उपरोक्त सर्व गोष्टींमुळे डॉ. कुर्तकोटी यांनी शाहूंचा भ्रमनिरास केला. निराशेच्या भरात छत्रपतींनी २२ फेब्रुवारी १९१८ रोजी असे उद्‌गार काढले की 'ब्राह्मणांना कितीही चांगल्या रितीने वागवा; पण एखादी गोष्ट त्यांच्या मनाविरुद्ध गेली तर ते लागलीच प्रक्षुब्ध होतात. ती अत्यंत दुराग्रही व कृतघ्न जात आहे.'

राजकीय क्षेत्रात प्रभुत्व गाजवावे ही शाहूंची मनीषा अपुरी राहिली होती. या समयी ब्रिटिश सम्राटाने युद्धमंत्रिमंडळाची व साम्राज्यातील देशांची परिषद बोलावयाचे ठरविले होते. जर त्यासाठी कोणी हिंदी संस्थानिक निवडावयाचा असेल तर प्रतिनिधी म्हणून जावयाची आपली तयारी आहे, अशी शाहूंनी मध्यवर्ती सरकारकडे इच्छा व्यक्त केली. ह्या बाबतीत त्यांनी बापूसाहेबांना हिल्ल यांना तार करावयास सांगितले. लॉर्ड विलिंग्डन यांना भेटावयास सांगितले आणि आवश्यक तर बापूसाहेबांनी दिल्लीस जाऊन त्या बाबतीत खटपट करावी असेही सांगितले. त्यावर वुड यांनी २८ फेब्रुवारी रोजी दिल्लीहून उत्तर पाठविले की, 'त्या परिषदेला एखादा संस्थानिक प्रतिनिधी म्हणून

पाठवायचा की नाही हे अद्यापि ठरलेले नाही.' या सुमारास भारतमंत्री माँटेग्यू यांनी आपल्या निवेदनात म्हटले की, संस्थानिकांशी ब्रिटिश सरकारने केलेले तह ब्रिटिश सरकार पाळावयास तयार आहे आणि सरकार संस्थानिकांची प्रतिष्ठा व विशेष हक्क अबाधित ठेवील, असे त्यांनी आश्वासन दिले. त्यामुळे शाहूंना आनंद होऊन त्यांनी माँटेग्यूंचे आभार मानले.

शाहूंनी संकल्पित नरेंद्र मंडळाच्या घटनेसंबंधी आपली टिपणे सरकारकडे पाठविली. त्यात न्यायमंडळाची नियुक्ती करावी व सर्व संस्थानिक व जहागीरदार यांना प्रतिनिधित्व मिळावे अशी मागणी केली होती. नरेंद्र मंडळाचा कार्यवाह हा निवडलेला असावा, नियुक्त नसावा. कारण नियुक्त कार्यवाह नावडता होईल व त्यामुळे कदाचित सभागृहात तिरस्काराचे वातावरण निर्माण होईल. शाहू पुढे म्हणाले, 'मला अशी भीती वाटते की, महाराज्यपाल हे हिंदी सरकारचे मुख्य सूत्रधार आहेत व ते जर नरेंद्र मंडळाचे अध्यक्ष झाले तर काही प्रसंगी त्यांची चमत्कारिक परिस्थिती होऊन त्यांच्या कार्यात नियमभंग व विसंगती निर्माण होईल.'

सन १९१८च्या २३ व २४ मार्च रोजी अखिल भारतीय अस्पृश्यता निवारण परिषद कर्मवीर शिंदे यांनी मुंबईत महाराज सयाजीराव गायकवाड यांच्या अध्यक्षतेखाली बोलावली. त्या परिषदेला विठ्ठलभाई पटेल, बॅ. मुकुंदराव जयकर, बिपिनचंद्र पाल आदी नामांकित नेते उपस्थित होते. स्वागत समितीचे अध्यक्ष सर नारायणराव चंदावरकर होते. गायकवाड म्हणाले, 'आम्ही आमच्या धर्मात व्यावहारिक सुधारणा घडवून आणून अस्पृश्योद्धाराचा प्रश्न सोडविला पाहिजे.' दुसऱ्या दिवशी परिषदेत भाषण करताना टिळक म्हणाले, 'अस्पृश्यवर्गाचा प्रश्न हा राजकीय दृष्ट्या किंवा सामाजिक दृष्ट्या लवकरच निकालात काढला पाहिजे व तो काढण्यासारखा आहे. ब्राह्मण, क्षत्रिय व वैश्य ह्या तीन मुख्य वर्णांना जे अधिकार आहे ते शूद्र वर्णांनाही आहेत. मात्र त्यांनी वैदिक मंत्र म्हणू नयेत. प्रत्यक्ष देव जर अस्पृश्यता पाळू लागला तर मी त्याला देव म्हणून संबोधणार नाही. पूर्वी ब्राह्मण लोकांनी ही रूढी निर्माण केली हे मी नाकारीत नाही.' परंतु त्या बाबतीत प्रत्यक्ष काम करणे ही आपली भूमिका नाही. कारण आपण इतक्या सर्व चळवळींचे नेतृत्व करावयास असमर्थ आहो असे ते म्हणाले.'८ परिषदेच्या शेवटी सर्व पुढाऱ्यांच्या सहीने एक जाहीरनामा काढण्यात आला. त्या जाहीरनाम्यावर सही करणाऱ्या पुढाऱ्यांनी वैयक्तिक दैनंदिन जीवनात अस्पृश्यता पाळणार नाही अशी प्रतिज्ञा करावयाची होती. त्या जाहीरनाम्यावर टिळकांनी स्वाक्षरी केली नाही. अनुयायांच्या आग्रहामुळे त्यांनी स्वाक्षरी केली नाही असे म्हणतात. लोकमान्यांनी

देवास दम भरला; परंतु अनुयायांपुढे दम टाकला !

टिळकांच्या वरील भाषणावर टीका करताना रँ. र. पु. परंजपे म्हणाले, 'टिळकांचे हे भाषण मजूर पक्षाला खूश करण्यासाठी केले गेले आहे.' कारण त्यावेळी टिळक लंडनला जाण्याच्या मार्गावर होते. आणि खरोखरच पुढे कर्नल वेजवुड यांनी मागासवर्ग व अस्पृश्यवर्ग यांच्याकडे टिळकांनी अधिक लक्ष द्यावे असे टिळकांना सांगितले. अस्पृश्यता निवारण परिषदेकडे केलेले आपले भाषण टिळकांनी नेहमीप्रमाणे 'केसरी'त न छापण्याची खबरदारी घेतली. त्यांनी डॉ. कुर्तकोटी यांनी परिषदेचे अध्यक्षपद स्वीकारू नये अशी सूचना केली होती; कारण लोकांना एखादी गोष्ट पटेपर्यंत शंकराचार्यांनी ती करू नये, असा त्यांनी शंकराचार्यांना सल्ला दिला होता. शंकराचार्यांनी लोकांचे अनुयायी व्हावे, त्यांनी मार्गदर्शन करू नये ! टिळकांच्या प्रभुत्वाखाली वावरणाऱ्या शंकराचार्य डॉ. कुर्तकोटी यांची ही मन:स्थिती व मते होती ! टिळक व शंकराचार्य ह्यांच्या ह्या पवित्र्यांची शाहूंना पूर्ण कल्पना होती. म्हणूनच ते आपला सामाजिकदृष्ट्या क्रांतिकारक असलेला मार्ग चोखाळीत होते. ह्यावरून शाहू व टिळक यांचा संघर्ष, भूमिका,विरोध ह्यांवर भरपूर प्रकाश पडतो.

युवराजांच्या विवाहासंबंधीच्या व्यवस्थेत शाहू गुंग झाले असता त्यांच्या बंधूंचे जावई फत्तेसिंह भोसले यांनी १९१८च्या पूर्वार्धात दुसरा विवाह करण्याचे ठरवून शाहूंना मोठाच धक्का दिला. शाहूंची पुतणी ताराबाई ही फत्तेसिंह भोसल्याची पहिली पत्नी. तिला दोन मुलगे व एक मुलगी अशी ३ अपत्ये होती. त्यांपैकी एक मुलगा कालवश झाला होता. मिस मॅक्सन ही फत्तेसिंहाची एका काळी पालक होती. तिला शाहू महाराजांनी कळविले की, दोन बायका व त्यांची मुले यांमुळे फत्तेसिंहसाहेब सुखी होणार नाहीत. अशा सावत्रपणाच्या कुटुंबात जो मत्सर निर्माण होईल तो राजेसाहेबांना असह्य होईल. आपल्या पुतणीच्या दृष्टीने व राजेसाहेब फत्तेसिंह यांच्या हिताच्या दृष्टीने आपण त्यांचे योग्य वेळी मन वळवावे नाही तर आपण कर्तव्य पराङ्मुख झालो असे होईल. आपल्या पुतणीत काही दोष असल्यास मिस मॅक्सन यांनी ते सुधारावेत. आपण अक्कलकोटला भेट देणार आहोत अशी तिला माहिती दिली. आणि राजेसाहेबांनी आपल्या पत्नीला अशी कठोर शिक्षा करू नये असे राजेसाहेबांना सांगावे, अशी शाहूंनी विनंती केली. आपण ह्या प्रश्नाकडे सामाजिक आणि मित्रभावाने पाहत आहोत असेही त्या बाईला शाहूंनी कळविले. ह्या बाबतीत राज्यपाल विलिंग्डन

यांनी आपले वजन खर्च करून फत्तेसिंहांना दुसरे लग्न करण्याच्या विचारापासून परावृत्त करावे अशी त्यांनी आग्रहपूर्वक विनंती राज्यपालांना केली. परंतु ते प्रयत्न निष्फळ ठरले. सरकारने आपली त्या बाबतीत नापसंती व्यक्त केली इतकेच. परंतु त्या प्रकरणात हस्तक्षेप केला नाही.

शाहूंनी अस्पृश्य व मागासवर्गीय यांसाठी स्वतंत्र मतदारसंघाची मागणी केल्यामुळे ब्राह्मण पुढारी चिडले होते. कारण त्यामुळे राजकारणातील त्यांचे नेतृत्व संपुष्टात येणार होते. त्यांच्या रागाचे दुसरे एक कारण असे होते की, 'विश्वबंधु' हे साप्ताहिक टिळक पक्षावर अतिशय कठोर हल्ला चढवीत असे. ह्यासंबंधी चर्चा करताना रॉबर्टसन म्हणाले की, आपल्या प्रजेचा विश्वास व निष्ठा शाहूंच्या पाठीशी उभी असल्यामुळे शाहू हे सर्व त्रासातून सुखरूपपणे बाहेर पडतील; ब्राह्मणांची कारस्थाने त्यांचे नुकसान करू शकणार नाहीत.

इंदूरचे महाराज २१ मार्च रोजी कोल्हापुरास आले. ते दिवस उन्हाळ्याचे होते. त्यामुळे आपल्या मुक्कामातील उन्हाळ्याचे काही दिवस पन्हाळ्यावरील थंड हवेत घालविण्यासाठी ते पन्हाळ्याला गेले. शाहूंनी आपल्या या पाहुण्याला आपला ध्वज बरोबर आणण्याची विनंती केली होती. कोल्हापुरात असताना त्यांनी तो ध्वज आवश्यक तेव्हा उभारावा अशी त्यांना छत्रपतींनी आनंदाने परवानगी दिली होती. त्या वस्तू इंदूरच्या महाराजांनी कोल्हापूरला दिलेल्या भेटीचे स्मृतिचिन्ह म्हणून त्यांनी कोल्हापुरात ठेवाव्यात अशीही विनंती केली होती. त्याच वेळी लॉर्ड विलिंग्डन यांना अपघात झाल्यामुळे काही दिवस ते आजारी होते. त्यांची प्रकृती सुधारली असे ऐकताच शाहूंनी आनंद व्यक्त केला आणि त्यांनी राज्यपाल विलिंग्डन यांना महाराज तुकोजीराव होळकर यांच्या कोल्हापूर भेटीची माहिती देऊन होळकरांनी कोल्हापूरला दिलेली भेट हा आपण आपला मोठा सन्मान मानीत आहो असे कळविले. लॉर्ड विलिंग्डन ह्यांनी महाराजांना कळविले की, आपण युवराज राजाराम ह्यांच्या विवाहाप्रसंगी उपस्थित राहू शकत नाही. परंतु रॉबर्टसन ह्यांना आपल्या वतीने उपस्थित राहण्यास सांगितले आहे.

विवाहानिमित्त येणाऱ्या पाहुण्यांच्या राहण्याची उत्तम सोय करण्यात आली होती. छत्रपतीचे मित्र इंदूरचे महाराज, भावनगरचे महाराज व कोल्हापूर संस्थानातील जहागीरदार यांनी पाहुण्यांच्या सोईसाठी मोटारी पाठविल्या होत्या.

शाहू छत्रपती व त्यांची पाहुणे – मंडळी बडोद्याला २९ मार्च १९१८ रोजी पोहोचली. स्थानकावर वऱ्हाडी–मंडळींचे उत्साहाने व समारंभपूर्वक स्वागत करण्यात आले. नवरदेव युवराज राजाराम हे दुसऱ्या दिवशी निवडक मंडळींसह

बडोद्यास पोहोचले. त्यांचे बडोदेकरांनी मोठ्या थाटात स्वागत केल्यावर नवरदेवाची मोठी मिरवणूकही निघाली. बडोद्याचे ब्रिटिश राजप्रतिनिधी एल. रसेल यांना शाहूंनी विवाहास उपस्थित राहण्याचे अधिकृत आमंत्रण दिले. शंकराचार्य डॉ. कुर्तकोटीही विवाह समारंभास उपस्थित होते.

विवाहाच्या दिवशी म्हणजे १ एप्रिल रोजी बडोद्याच्या दिवाणांशी छत्रपतींचा खटका उडाला. सयाजीरावांनी हुंड्याची रक्कम रोख द्यावी असे ठरले होते. परंतु विवाहाच्या दिवशी त्यांनी शाहूंना कळविले की, ती रक्कम रोख न देता युवराजांना काही गावे इनाम म्हणून देण्यात येणार आहेत व त्याप्रमाणे सनद तयार करण्यात आली आहे. त्या सनदेमध्ये युवराज राजाराम ह्यांचा उल्लेख 'भोसले' असा केला होता. त्यामुळे छत्रपतींना राग येऊन त्यांनी दिवाणांना कळविले की, आपल्या कुटुंबाला भोसले म्हणून कोणी संबोधीत नाही आणि तो दस्तऐवज त्यांनी दिवाण मनुभाई मेहता यांच्याकडे परत पाठविला. मूळचा करार ज्या भावनेने करण्यात आला होता त्या भावनेने तो पार पाडावा असेही छत्रपतींनी लिहिले. मनुभाई मेहतांना त्यांनी असेही कळविले की, 'अशा सनदेनुसार दिलेले उत्पन्न हाती पडण्यास अनेक अडचणी निर्माण होतात; कारण ब्रिटिश सरकारच्या अनुमतीशिवाय एका संस्थानिकाला दुसऱ्या संस्थानिकाच्या हद्दीत जमीन घेता येत नाही असे ब्रिटिश सरकारचे धोरण आहे.' यास्तव हुंड्याची रक्कम रोख द्यावी, असा त्यांनी आग्रह धरला.

विवाहाच्या दिवशी बडोद्यातील नजरबाग राजवाड्यातून शाहूंनी सयाजीरावांना पत्र लिहून कळविले की, हुंड्याची रक्कम सयाजीरावांनी रोख दिली पाहिजे व हुंड्याची रक्कम विवाहाच्या आदल्या दिवशी द्यावयाची असते अशी प्रथा आहे. सनदेमध्ये युवराजांचा उल्लेख 'असामी' असा केल्यामुळे शाहूंनी दुःख व्यक्त केले. आणि सयाजीरावांना आठवण करून दिली की, पूर्वी अशाच एका विवाह प्रसंगी बडोदे सरकारने सनद करून दिली होती. त्या सनदेनुसार मिळावयाचे अनुदान कोल्हापूर महाराजांना कधीच मिळाले नाही. त्यांना फसविण्यात आले.

इतक्या गोष्टी झाल्या तरी युवराज राजारामांचा विवाह समारंभ १ एप्रिल रोजी सायंकाळी बडोद्यातील इंदुमती हॉलमध्ये मोठ्या थाटात पार पडला. त्यावेळी महाराज तुकोजीराव होळकर, मुधोळचे राजेसाहेब, एल. रॉबर्टसन हे आणि दुसऱ्या अनेक नामांकित व्यक्ती उपस्थित होत्या. दुसऱ्या दिवशी शाहूंनी आणखी एक पत्र लिहून सयाजीरावांना कळविले की, 'यापुढे विवाहाचे संस्कार करणे मला अशक्य झाले आहे हे मी आपणांस मोठ्या नाखुषीने कळवीत आहे. मला माझ्या लव्याजम्यासहित व इंदुमतीसहित आज कोल्हापुरास परत जाण्यास

कृपा करून संमती द्यावी. जरी ह्या बाबतीत मला बराच त्रास सोसावा लागला तरी माझ्या मते युवराज फत्तेसिंहराव यांना दिलेले वचन मी पूर्णपणे पाळले आहे.' शेवटी शाहू म्हणाले, 'मी कोल्हापूरला परत जाण्यापूर्वी आपली भेट व्हावी अशी अपेक्षा करतो. परंतु तशी भेट होण्याची संभव नसला तर मी आताच आपला निरोप घेतो.'

तथापि शाहू बडोद्यात आणखी काही वेळ थांबले. कारण सयाजीरावांनी त्वरित पण रुक्षपणे उत्तर दिले की, 'आपल्या मनात उगाच गैरसमज निर्माण झाला आहे. आपल्याविषयी आदर दाखविण्याची आणि आपल्या भावनेची कदर करण्याची माझी इच्छा आहे. जर सनदेतील शब्दांमुळे युवराज राजाराम ह्यांच्याविषयी अनादर व्यक्त झाला आहे असे आपणांस वाटले तर त्याविषयी मला खरोखरी दुःख होत आहे. आपल्या इच्छेप्रमाणे त्या भाषेत आम्ही योग्य ती दुरुस्ती करू.' सयाजीराव आपल्या पत्राच्या शेवटी म्हणाले, 'आपल्याशी मैत्री ठेवावी अशी माझी दृढ भावना आहे, याची आपण खात्री बाळगावी. आपण कोल्हापुरास तडकाफडकी निघून गेलात तर त्याविषयी गैरसमज निर्माण होतील. यासाठी आपणांस मी विनंती करतो की, विवाहाचे सर्व समारंभ संपल्यावर आपण चांगल्या भावनेने परत जावे आणि मजवर उपकार करावेत अशी आपणांस मी विनंती करतो.'

दुसऱ्या दिवशी गायकवाडांनी विवाह समारंभाच्या निमित्त मेजवानी दिली. आपले नामांकित आणि सन्मान्य मित्र शाहू छत्रपती यांच्या आरोग्याप्रीत्यर्थ पेय घेण्यास सांगून गायकवाड म्हणाले, 'आपले नामांकित पाहुणे शाहू छत्रपती हे थोर विभूती शिवाजी महाराज यांचे वंश आहेत आणि त्यांनी आपल्या प्रजेची उन्नती करण्यासाठी जे प्रयत्न केले त्यामुळे ते त्यांच्या पदाला सर्वथैव पात्र ठरले आहेत.'

शाहू छत्रपतींनी मागासवर्ग व अस्पृश्यवर्ग ह्यांच्यामध्ये शिक्षण प्रसार करण्यासाठी वसतिगृहे स्थापून जी कामगिरी केली त्यासंबंधी सयाजीरावांनी त्यांची प्रशंसा केली.[१] दुसऱ्या कित्येक गोष्टींत शाहूंनी मुत्सद्द्यासारखी दृष्टी व चमक दाखविल्यामुळे त्यांच्या कर्तृत्वाविषयी व भविष्यकाळाविषयी आपणास आशा वाटते, व त्याविषयी त्यांची प्रशंसा करावी तेवढी थोडीच आहे. कोल्हापूर आणि बडोदे ही दोन्ही संस्थाने दुसऱ्यांदा विवाहबंधनांनी जोडली जात आहेत असे सयाजीराव म्हणाले. ह्यापूर्वी महाराज गणपतराव गायकवाड ह्यांची मुलगी काशीबाई हिचा विवाह कोल्हापूरच्या दुसऱ्या शिवाजीबरोबर झाला होता. 'भविष्यकाळ नवदाम्पत्याला सुखदायक जावो व हा विवाह ज्या राज्यावर शाहू

राज्य करतात त्या राज्यालाही वरदान ठरो', अशी गायकवाडांनी शेवटी आशा व्यक्त केली.

वऱ्हाड कोल्हापुरास दि. ८ एप्रिलला परत आले व नवरानवरीची वरात कोल्हापूर स्थानकापासून राजवाड्यापर्यंत हत्तीच्या अंबारीतून काढण्यात आली. ती वैभवशाली मिरवणूक रस्त्यावर दुतर्फा उभे असलेल्या लोकांनी पाहिली व त्यांनी युवराज व युवराज्ञी यांचे दर्शन घेतले. त्यांनी त्यांच्यावर प्रेमाचा आणि अभिनंदनाचा वर्षाव केला. सर्व शहर रोषणाईने लखलखीत झाले होते. इंदुमतीचे नाव ताराबाई राणीसाहेब असे ठेवण्यात आले. ताराबाईंचा जन्म २४ जून १९०४ रोजी झाला. त्या सुशिक्षित असून त्यांची वागणूक साधी व भारदस्त होती. त्यांच्या पदाला शोभेल अशीच त्यांच्या ठायी गुणवत्ता होती. युवराज राजाराम यांना सुयोग्य अशीच ती अर्धांगी लाभली.

हुंड्याचे प्रकरण निकालात निघावयास अनेक महिने लागले. गायकवाडांकडून जितके पैसे काढता येतील तितके काढावयाचे असे शाहूंनी ठरविले होते. खाजगी संभाषणात शाहू थट्टेने म्हणत की, ह्या कृपणाकडून जास्तीत जास्त पैसा काढला पाहिजे. त्यानंतर बराच काळ दोन्ही महाराजांमध्ये हुंड्याच्या बाबतीत पत्रव्यवहार झाला. पण आपल्या विकारशून्य हिशेबी स्वभावाने गायकवाडांनी शाहूंच्या सहनशीलतेची कसोटी पाहिली असे म्हणावे लागेल. शेवटी शाहूंनी राज्यपालांच्या कार्यकारी मंडळाचे सभासद कारमायकेल यांना कळविले की, 'एक दोन प्रकरणात गायकवाडांनी माझ्याशी असभ्य वर्तन केले आणि पैसा न सोडण्यात त्यांनी दाखविलेली चिकाटी ही तर अगदी अन्यायकारक आहे.'

विवाहानंतर दोन महिन्यांनी शाहू छत्रपतींनी युवराज राजाराम यांच्या हाती खाजगी खात्याची सर्व सूत्रे दिली व राज्यकारभाराच्या काही खात्यांतील सर्व अधिकारही दिले. युवराज राजाराम हे एका व्यापारी कंपनीचे भागीदार झाले होते. राजपुत्र शिवाजी यांच्यावरही काही शासकीय खात्यांचे काम सोपविण्यात आले. शिवाजींनी सन १९१८ च्या मे मध्ये राज्यातील सहकारी चळवळीत पुढाकार घेतला आणि एका सभेत सहकारी संस्थांना मार्गदर्शनही केले. शाहूंनी स्वत: भारतीय सैन्याच्या सैन्यभरतीचा प्रश्न हाती घेतला होता. हिंदी सरकारने शाहूंची सूचना मान्य करून कोल्हापूरच्या पायदळाचा नवीन भरणा झालेल्या लोकांना शिक्षण देण्यासाठी उपयोग करून घ्यावा, असे दिल्ली सरकारने सन १९१८च्या एप्रिलमध्ये मान्य केले.

ह्या वेळी शाहूंनी आणखी एका प्रश्नासंबंधी धांदलीने कडक निर्णय घेतला. त्यानुसार २९ मार्च १९१८ रोजी दरबारने एक जाहीरनामा प्रसिद्ध केला. त्यात म्हटले होते की, 'दर वर्षी सरकार महसुलापैकी सहा टक्के शिक्षणावर खर्च करते. संस्थानच्या प्रचलित आर्थिक परिस्थितीचा विचार करता नवीन योजनेप्रमाणे होणारा खर्च भागविण्यास सरकार असमर्थ आहे. त्यामुळे सर्व कारभारात काटकसर करून करवाढ करावी लागली आहे. आपल्या प्रजेला प्राथमिक शिक्षण देणे हे प्रगत सरकारचे मुख्य कर्तव्य आहे. विश्वविद्यालयीन शिक्षण ज्याने त्याने आपल्या पैशावर करावे. यापुढे राजाराम महाविद्यालयावर खर्च करणे सरकारला झेपणार नाही. कारण सरकारचे महसूल उत्पन्न तेवढे मोठे नाही. धारवाड व पुणे येथे नवीन महाविद्यालये निघाल्यामुळे राजाराम महाविद्यालयातील विद्यार्थ्यांची संख्या झपाट्याने कमी होत आहे. राजाराम महाविद्यालयावर होणारा मोठा खर्च प्राथमिक शिक्षणाच्या मार्गात आडवा येत आहे. प्रजेच्या प्राथमिक शिक्षणाच्या हिताच्या दृष्टीने राजाराम महाविद्यालय बंद करणे आवश्यक आहे असे दरबारला वाटते.'

'यास्तव दरबारने १ जून १९१८ पासून राजाराम महाविद्यालय बंद करण्याचे ठरविले आहे आणि प्राध्यापकांच्या नोकरीची सोय राजाराम माध्यमिक शाळेमध्ये करण्याचे ठरविले आहे. असे करून जे पैसे शिल्लक राहतील त्यांचा उपयोग सक्तीच्या प्राथमिक शिक्षणाकरिता करण्याचे ठरविले आहे. तोपर्यंत चालू वर्षी राजाराम महाविद्यालय व राजाराम हायस्कूल यांतील रिकाम्या जागा भरण्यात येणार नाहीत,' असेही त्या जाहीरनाम्यात म्हटले होते. दरबारच्या हातून केव्हा चूक होते ह्याची वाट पाहत बसणाऱ्या विरोधकांनी एकदम अशी ओरड केली की, सरकारचे वार्षिक उत्पन्न २७ लाख असून त्यापैकी १९ हजार रुपये राजाराम महाविद्यालयावर खर्च करण्यास सरकारला अडचण वाटते याचे आश्चर्य वाटते. त्यावर सरकारने उत्तर दिले की, मोठ्या मुलांना पोसण्यासाठी लहान मुलांना उपाशी ठेवणे हे ठीक नाही. त्यावर विरोधकांनी शाहूंना प्रत्युत्तर केले की, आपल्या सर्व मुलांना पोसण्यासाठी बापाने स्वतः उपाशी राहावे हे त्याचे आद्य कर्तव्य आहे !

यासंबंधी लिहिताना केसरीने म्हटले की, 'महाराजांना जर राजाराम महाविद्यालय बंद करावयाचे असेल तर सांगलीसारख्या एखाद्या प्रागतिक संस्थानास असले कॉलेज उघडणे अगदीच डोईजड होईल असे वाटत नाही. एकाच संस्थानिकास हे झेपणे शक्य नसल्यास लगतच्या संस्थानिकांच्या जुटीने तरी हा प्रयत्न करावा. जरूर पडल्यास फर्ग्युसनप्रमाणे कमी पगारावर काम करणारी

शिक्षक मंडळी त्यांना मिळतील व तशी काही मंडळी सांगली संस्थानात तयारही आहेत. पण शक्य तेवढे प्रयत्न करून हे कॉलेज चालू ठेवण्याचे संस्थानिकांनी मनावर घ्यावे.' परंतु केसरीने, इचलकरंजी, विशाळगड आणि बावडा ह्या ब्राह्मण जहागीरदारांनी राजाराम महाविद्यालय चालू ठेवण्यासाठी जी ठरावीक वार्षिक मदत करावयाची होती ती शाहू गादीवर आल्यावर थांबविली होती, हे गुपित लोकांना सांगितले नाही. मुंबई सरकारनेही, ह्या ब्राह्मण जहागीरदारांनी राजाराम महाविद्यालयाला पुन्हा मदत सुरू करावी असा त्यांना सल्ला दिला नाही. येथे एक गोष्ट लक्षात ठेवली पाहिजे ती ही की, ब्राह्मण जहागीरदारांनी आणि विशेषत: इचलकरंजीसारख्या जहागीरदारसारख्यांनी विलिंग्डन कॉलेजला ५० हजार रुपयांची देणगी दिली आणि त्याहीपेक्षा अधिक रक्कम इंग्लंडमध्ये ब्राह्मणांच्या शिक्षणाकरता खर्च केली. पण त्यांनी राजाराम महाविद्यालयाला द्यावयाचे वर्षासन पुन्हा सुरू केले नाही.

राजाराम महाविद्यालय बंद करण्याचा शाहूंचा बेत मुंबई सरकारलाही पसंत पडला नाही. ब्राह्मणी वर्तमानपत्रांनी शाहूंच्या निर्णयाविरुद्ध आरडाओरड केली. ब्रिटिश राजप्रतिनिधी वुडहाऊस यांनीसुद्धा आपली नापसंती व्यक्त केली. आणि रॉबर्टसन, वुडहाऊस व लॉर्ड विलिंग्डन ह्यांनीसुद्धा शाहूंनी आपल्याला विचारल्याशिवाय असा निर्णय घेतल्याबद्दल त्यांना दोष दिला. कोल्हापूरच्या अंतर्गत व्यवस्थेत हस्तक्षेप करण्याचा आपला हेतू नाही असे नम्रपणे सांगून विलिंग्डन ह्यांनी शाहूंना अशी सूचक धमकी दिली की, कोल्हापूरच्या आजूबाजूच्या मुंबई प्रान्ताच्या हद्दीत कुठेतरी नवीन महाविद्यालय काढावे याचा सरकारला विचार करावा लागेल. मुंबई सरकारने शाहूंना त्यांच्या निर्णयासंबंधी सविस्तर स्पष्टीकरण करावयास सांगितले. शाहूंनी ह्यापूर्वीच प्राचार्य र.पु. परांजपे यांजकडे डेक्कन एज्युकेशन सोसायटी राजाराम महाविद्यालय चालवायला घेईल की काय याविषयी विचारणा केली होती. परंतु आपले सहकारी शाहूंची विनंती मान्य करू शकत नाहीत असे प्राचार्य र. पु.परांजपे ह्यांनी मे महिन्यात शाहूंना कळविले.

मध्यंतरी डॉ. कुर्तकोटी यांच्या अध्यक्षतेखाली एक सभा भरून सरकारशी राजाराम महाविद्यालयासंबंधी विचार करण्यासाठी एक समिती नेमण्यात आली. त्यांच्या विनंतीप्रमाणे शाहूंनी एक व्यवस्थापक मंडळ नेमून राजाराम महाविद्यालयाची सर्व व्यवस्था त्या मंडळाकडे सोपविली. शिवाय वार्षिक अनुदानही सढळ हाताने देण्याचे मान्य केले. त्या मंडळाचे अध्यक्ष डॉ. कुर्तकोटी होते. त्यांनी मोठ्या आवेशाने गर्जना केली की, आपण आपल्या मठाच्या

जहागिरीचे उत्पन्न राजाराम विद्यालयासाठी खर्च करून त्या महाविद्यालयाला स्थायी स्वरूप देऊ.

महाराष्ट्रातील व कर्नाटकातील सामाजिक परिस्थितीत आपण क्रांतिकारक बदल घडवून आणू अशी शाहूंची महत्त्वाकांक्षा होती. कोल्हापूर हे दक्षिणेतील ब्राह्मणेतरांचे विद्यापीठ बनले होते. जर शाहूंनी राजाराम महाविद्यालय बंद केले असते तर त्याचा परिणाम त्यांनी स्थापन केलेल्या व काळजीपूर्वक जतन केलेल्या वसतिगृहांवरही विपरीत झाला असता. हे लक्षात घेऊन त्यांनी आपला निर्णय बदलला. इतकेच नव्हे, तर आतापर्यंत जे महाविद्यालय दुय्यम दर्जाचे गणले जात असे त्यात सर्व दृष्टींनी सुधारणा करून ते महाविद्यालय परिपूर्ण व प्रथम श्रेणीचे करावयाचे ठरविले. ह्या प्रकरणात सरकारने दरबारविरोधी पवित्रा घेतला म्हणून शाहूंनी नापसंती व्यक्त केली आणि लॉर्ड विलिंग्डन ह्यांना लिहिले की, 'सरकार आपल्या अंतर्गत व्यवहारात हस्तक्षेप करून संस्थानच्या अधिकारांची पायमल्ली करीत आहे.' निराशेच्या भरात शाहूंनी लॉर्ड सिडनूहॅम यांच्याकडे मुंबई सरकारच्या ह्या कठोर वर्तनाविरुद्ध तक्रार केली. सरकारने दिलेल्या थप्पडीबद्दल त्यांनी जळफळाट व्यक्त केली. संतापाने ते असेही म्हणाले की, 'ह्या बाबतीत ब्रिटिश सरकारने संस्थानाबरोबर जो तह केलेला आहे, त्यातील भाषेची आणि अर्थाची अनावश्यक अशी ओढाताण केलेली आहे.'

राजाराम महाविद्यालयासंबंधी शाहूंनी नवीन धोरण अमलात आणताच त्याचा कायापालट झाला. सन १९१९त ह्या महाविद्यालयात एकूण विद्यार्थ्यांत शेकडा १४च काय ते ब्राह्मणेतर होते. सन १८९४ मध्ये ७९ विद्यार्थ्यांपैकी फक्त ६च ब्राह्मणेतर विद्यार्थी होते. सन १९२२ मध्ये शाहूंच्या मृत्यूच्या सुमारास २६३ विद्यार्थ्यांपैकी १०० ब्राह्मणेतर होते. राजाराम महाविद्यालयातील विद्यार्थी सोडून सन १८९४ मध्ये इतर विद्यार्थी १०,८४४ होते, तर सन १९२२त २०,८२० होते. सन १८९४ मध्ये एकूण अस्पृश्य विद्यार्थी २३४ होते तर सन १९२२ मध्ये २१६२ होते.

शाहूंनी जातिभेद मोडण्याचे कार्य हाती घेतले होते. त्या उद्देशाने त्यांनी धनगर आणि मराठे यांच्यामध्ये विवाह घडवून आणावेत अशी इंदूरच्या महाराजांना विनंती केली. इंदूरमध्ये आंतरजातीय विवाह व्हावेत असे वातावरण निर्माण करण्यासाठी आणि वेदोक्त पद्धतीने संस्कार लोकांनी करावेत म्हणून शाहू छत्रपतींनी गुन्डोपंत पिशवीकर यांना इंदूरला पाठविले हाते. गुंडोपंत पिशवीकर हे शाहूंचे धार्मिक बाबतीतील सल्लागार व अधिकारी होते. त्यांनी शाहूंचे खाजगी पत्र इंदूरच्या महाराजांच्या हाती दिले. त्या पत्रात शाहू छत्रपतींनी इंदूरच्या

महाराजांना असे लिहिले की, 'मी दिल्लीहून २९ एप्रिलला आपणांस जे पत्र लिहिले त्याचे उत्तर आपण पाठविलेत तर, ज्या कुटुंबांनी आंतरजातीय विवाहासंबंधी उत्सुकता दाखविली आहे त्यांच्यामध्ये विश्वास निर्माण होईल.' परंतु इंदूरच्या महाराजांनी लेखी उत्तर देण्यास नकार दिला. काही दिवसांनंतर १८ मे १९१८ रोजी पिशवीकरांनी इंदूरहून पत्र लिहिले की, 'धनगर समाजाची सभा होऊन महाराज तुकोजीराव होळकरांच्या मताला धनगर समाजाने पाठिंबा दिला आहे आणि इंदूरमध्ये वेदोक्त संस्कार सुरू करावयास आता काही अडचण नाही. शाहूंनी केलेल्या प्रयत्नांचे व त्यागाचे फळ सर्व मराठे उपभोगीत आहेत.'

शाहू छत्रपती सामाजिक समता स्थापण्यास कसे उत्तेजन देत होते आणि सामाजिक कार्य करण्याच्या त्यांच्या विशिष्ट पद्धतीमुळे महाराष्ट्रातील सामाजिक कार्यकर्त्यांवर कसा परिणाम झाला होता हे खासेराव जाधवांच्या अभिप्रायावरून दिसून येते. खासेराव जाधव शाहूंना लिहिलेल्या एका पत्रात म्हणाले, 'नाजूक आणि गुंतागुंतीचे प्रश्न सोडविण्यात आपण किती चतुर आहात हे सांगावयास नको. कोल्हापुरातील सामाजिक प्रकरणात आपल्या प्रभावी व्यक्तित्वामुळे काही गैरप्रकार होणार नाहीत असा मला विश्वास वाटतो.'

मुंबईचे राज्यपाल लॉर्ड विलिंग्डन ह्यांनी जून महिन्यात एक युद्ध परिषद बोलावली. दिल्ली येथे २८ एप्रिल १९१८ रोजी जी युद्ध परिषद भरली होती त्या परिषदेच्या संदेशानुसार ही मुंबईतील परिषद बोलाविण्यात आली होती. शाहू हे दिल्ली युद्ध परिषदेस उपस्थित होते. परंतु आता त्यांनी सरकारला कळविले की, मुंबई युद्ध परिषदेस टिळक उपस्थित राहणार असल्यामुळे त्या परिषदेत भाग घ्यावयास आपणास आवडणार नाही. कारण जिकडे टिळक आहेत तेथे आपण उपस्थित राहणार नाही. त्यावर लॉर्ड विलिंग्डन यांनी शहूंना कळविले की, आपण सर्व जहाल मतवादी पुढाऱ्यांना परिषदेस बोलावले आहे आणि त्यांना आपण रोखठोकपणे आपली मते सांगणार आहोत. तरी अशा वेळी शाहूंनी जरूर उपस्थित राहावे. परिषदेत आपले अत्यंत निष्ठावंत आणि वजनदार मित्र या सर्वांनी आपणास पाठिंबा द्यावा अशी राज्यपालांची इच्छा होती. ब्रिटिश सरकारशी निष्ठा दाखविण्यासंबंधीचा मुख्य ठराव आपल्या प्रांतातील मुख्य संस्थानिकाने म्हणजे शाहूंनी मांडावा असा विलिंग्डन यांनी शाहूंना आग्रह केला. शाहू हे मराठ्यांचे नेते असल्यामुळे जर ते त्या परिषदेस उपस्थित राहिले नाहीत तर त्यामुळे गैरसमज निर्माण होतील, असेही राज्यपाल म्हणाले. मुंबई सरकारला आशा वाटत होती

की, टिळक हे युद्ध परिस्थितीचा फायदा घेऊन युद्धकाळात तरी ब्रिटिशांशी निष्ठेने वागून त्यांना युद्धात साहाय्य करण्याचा प्रयत्न करतील. अशा प्रसंगी जर शाहू परिषदेला उपस्थित राहिले नाहीत तर परिषद यशस्वी होण्याच्या दृष्टीने त्याचा अत्यंत प्रतिकूल परिणाम होईल.[१०]

मुंबई सरकारच्या आग्रहामुळे त्यांचे आमंत्रण स्वीकारून शाहू म्हणाले, 'लोकांनी जहाल मतवादी असावे याच्याविषयी मला काही म्हणावयाचे नाही. पण टिळक हे अगदी पराकोटीचे जहाल आहेत.' आश्वासन दिल्याप्रमाणे शाहू १० जून रोजी टाऊन हॉलमध्ये भरलेल्या मुंबई युद्ध परिषदेस उपस्थित राहिले. ही परिषद दिल्ली परिषदेत झालेल्या ठरावाची फलश्रुती होती. राजनिष्ठा व्यक्त करणारा पहिला ठराव शाहूंनी मांडला आणि त्यावर अत्यंत परिणामकारक असे भाषण केले. त्यावेळी सभासदांपैकी अनेकांनी मधून मधून आनंदाने टाळ्यांचा कडकडाट केला. आपल्या भाषणात शाहू म्हणाले, 'वर्तमानपत्रांतून जे अगोदरच प्रसिद्ध झाले आहे त्याची पुनरुक्ती करण्यासाठी मी आलो नाही. मी येथे काव्यात्मक भाषण करण्यासही आलेलो नाही. भाषणे झोडणे हे माझ्या स्वभावात नाही, हे मी अभिमानाने सांगतो. आपण काय करावे आणि सरकारने ह्या आणीबाणीच्या वेळी काय करावे हे सांगावयास मी येथे आलो आहे.

'आपला शत्रू जर्मन हा उलट्या काळजाचा आहे, तो भावनाशून्य आहे आणि मी असेही म्हणू शकतो की, तो माणुसकीशून्यही आहे. हे लक्षात ठेवून आपण मानवी शक्तीस जे जे शक्य आहे ते ते करून त्याला जिंकले पाहिजे. यासाठी आम्ही पैसा आणि लढावयास मनुष्ये उभी केली पाहिजेत. तथापि आपण व सरकार यांमध्ये परस्पर प्रेम आणि विश्वास असला पाहिजे ही पहिली मुख्य गोष्ट आहे.आपण सरकारवर प्रेम व विश्वास ठेवला पाहिजे आणि आपल्या प्रेमाचे व विश्वासाचे फळ आपणाला मिळेल अशी माझी खात्री आहे.'

शाहू पुढे म्हणाले, 'ही वेळ सैन्यात अधिकारपदे किंवा राजकीय हक्क मागण्याची नव्हे. ह्यावेळी सरकारकडे सॅन्ढर्स्टसारखी सैनिक शाळा काढण्यास भाग पाडले पाहिजे. राष्ट्रीय सैन्य उभारण्याच्या प्रश्नाचा विचार युद्ध समाप्तीनंतर करावा. पण आता आपण सरकारला पैसा नि मनुष्यबळ यांचे साहाय्य केले पाहिजे. राजवाडे किंवा नाटकगृहे बांधण्यासाठी पैसा खर्च करू नये. खाजगी इमारती व इस्पितळेसुद्धा या आणीबाणीच्या प्रसंगी सरकारच्या स्वाधीन करावी. त्यामुळे लोकांची गैरसोय होईल व त्यांना कष्ट भोगावे लागतील. पण इंग्लंडमधील लोकांनी किती दु:ख भोगले आहे व त्याग केला आहे हे आपण लक्षात ठेवले पाहिजे. लष्कराची एक साधी तुकडी ज्यांना उभारता आली नाही, त्यांनी राष्ट्रीय सैन्य

स्थापण्याच्या गप्पा माराव्या हे ठीक नाही. लढाऊ जमातीने पराक्रमाच्या परंपरा व वैभव कायम ठेवावे. ह्या देशाचे भवितव्य त्यांच्या पराक्रमावर अवलंबून आहे. काही झाले तरी आपण हे युद्ध जिंकले पाहिजे ह्या मुद्द्यावर आपण सर्व सहमत आहोत.'

ह्या ठरावावर बोलताना लो. टिळकांनी सरकारशी दृढ निष्ठा जाहीर केली व पुढे म्हटले की, 'हिंदी लोक भारताचे संरक्षण करण्यासाठी आपले प्राण देतील. परंतु स्वराज्य आणि संरक्षण हे प्रश्न एकमेकांत गुंतलेले आहेत. आपण ह्या ठरावात अढळ निष्ठा व्यक्त केली आहे; ठरावाशी आम्ही सहमत आहोत. पण ह्या ठरावात आपण काही सुधारणा केली पाहिजे असे मला वाटते.' हे वाक्य टिळकांनी उच्चारताच लॉर्ड विलिंग्डन ह्यांनी टिळकांचे भाषण नियमबाह्य ठरविले व आपण सादर ठरावावर चर्चा करावयास देणार नाही असेही त्यांनी म्हटले. त्यामुळे टिळक, केळकर, हॉर्निमन, जम्नादास द्वारकादास व बोमनजी हे सर्व जण सभागृहातून शांतपणे बाहेर पडले. महंमदअल्ली जिना म्हणाले, 'सरकारच्या पद्धती होमरूल कार्यकर्त्यांना पसंत नाहीत.'

दुसऱ्या दिवशी शाहूंनी पी. डी. कॅडेल यांना टिळकांच्या बाबतीत आपला पवित्रा बरोबर होता असे कळविले आणि टिळक व त्यांचा पक्ष यांचा अपमानकारक रितीने उल्लेख केला. परंतु त्यांनी आपली राजनिष्ठा आणि राजकीय डावपेच यांच्यावर ताण करताना म्हटले, 'टिळक स्पर्श करण्यापलीकडे घाणेरडे व भयंकर अपकृत्यांनी भ्रष्ट झालेले आहेत. त्यांना ह्या परिषदेचे आमंत्रण मिळाल्यामुळे त्यांची गतकाळातील अपकृत्ये धुऊन निघून ते आता पुनीत झाले आहेत. त्यांच्यासारख्या माणसाला जर्मनीत सरळ गोळी घालण्यात आली असती.' शाहूंच्या ह्या उद्‌गारात काही हेतू वा युक्ती असो, भारताच्या स्वातंत्र्य संग्रामाचे जनक टिळक यांच्यावर असा हल्ला करणे शाहूंना शोभले नाही. टिळक पक्ष व ब्राह्मणी वृत्तपत्रे जरी शाहूंच्या हेतूकडे सदा निळ्या चष्म्यातून पाहत होती तरी शाहूंचे वरील वक्तव्य त्यांच्या स्वत:च्या देशनिष्ठेवर ठपका उडविणारे होते असे वाटते.

गंमत अशी आहे पहा. ब्रिटिश सरकारच्या कार्यालयाबाहेर व उघड परिषदांमधून शाहू स्वत: जाहीरपणे स्वराज्याच्या मागणीचे स्वागत करून तिला पाठिंबा देत. ब्रिटिश कार्यालयात व सरकारी गोटात चर्चा करताना छत्रपती, राजकीय हक्कांसाठी जबरदस्ती न करता इंग्रजांवर प्रेम करून ते मागावे आणि संकटाच्या वेळी त्यांना साहाय्य करावे असे म्हणत. त्या काळी म. गांधीही ब्रिटिशांना विनाअट साहाय्य करावे अशा विचाराचे होते. त्यावेळी परिषदेस

उपस्थित राहिले असते तर तेच विचार त्यांनी बोलून दाखविले असते. परंतु टिळकांच्या सल्ल्याप्रमाणे ते त्या परिषदेस उपस्थित राहिले नाहीत. परंतु कॅडेलला लिहिलेल्या पत्रात शाहूंनी टिळकांवर हल्ला केला याचे कारण टिळक पक्षाने शाहूंच्या कुळकर्णी वतनासंबंधीच्या धोरणामुळे जो त्यांच्यावर विदारक व विषारी हल्ला चढविला होता त्याची ही मानसिक प्रतिक्रिया असावी. सत्यशोधक समाज व आर्य समाज ह्या दोहोंकडून त्यांनी समाजसमतेसाठी व समाजक्रांतीसाठी जे प्रचार नि प्रयत्न चालविले होते, त्यांच्याकडे इंग्रजांनी लक्ष देऊ नये आणि सामाजिक अन्याय दूर करण्याच्या आपल्या प्रयत्नाला ब्रिटिशांनी अडथळा करू नये म्हणून ते ही जाहीर निष्ठा दाखवून खबरदारी घेत असावेत असे दिसते.

शाहू दिनांक ७ जून १९१८ पासून मुंबईत होते. १२ जून रोजी रात्री त्यांना 'राजपुत्र शिवाजीं'ना शिकार करताना भयंकर अपघात झाला आहे व ते अत्यंत अत्यवस्थ आहेत' अशी मुंबईत तार मिळाली. त्या अपघातात ते डोक्यावर पडले व त्यांच्या डोक्याला दुखापत झाली होती.

मुंबई सरकारने शाहूंच्या सोबत एक पोलीस अधिकारी दिला आणि त्याला घाटामधून गाडी रात्री सावधपणे न्यावयास सांगितले. आकाशात काळ्या ढगांनी गर्दी केली होती. दु:खाने व्याकूळ झालेले शाहू त्या काळोख्या रात्री प्रवास करीत होते. त्यांच्या मनातून अनेक स्मृती धावत होत्या. जेव्हा शाहूंनी ६ जूनला कोल्हापूर सोडले तेव्हा शाहू अगदी अस्वस्थ झाले होते. मनाची चलबिचल चालली होती. कारण नसताना काही वाईट घडणार अशी त्यांच्या मनाला चाहूल लागली होती. त्यांना कसली तरी हुरहूर लागली होती. त्यांनी निघण्यापूर्वी शिवाजींना जवळ बोलाविले होते. खिन्नतेच्या वातावरणाने उग्र स्वरूप धारण केले. शिवाजींनासुद्धा खिन्नतेने घेरले आहे असे त्यांना वाटले. शाहू मनात चरकले. त्यांनी भीत भीत शिवाजींना विचारले की, 'तुमची प्रथम पत्नी वयात आली नसल्यामुळे तुम्हांस दुसरा विवाह करावयाचा आहे की एखाद्या गिरणीचे धनी व्हायचे आहे.' राजपुत्र बाणेदारपणे उत्तरले, 'मला ह्यांपैकी कोणतीच गोष्ट नको. माझी पत्नी निधन पावली तर मी जन्मभर विधुर राहीन.' पण आपले वडील आबासाहेब (शाहू) यांना ते ईर्षेने म्हणाले: 'आबासाहेब, आपण नेहमी म्हणता की, आम्ही चैतन्यहीन मुले आहोत. आपण १२ जून रोजी कोल्हापूरला परत या आणि कुंभोज येथील जंगलात मी डुकराची शिकार कशी करतो ते पहा !' आपण ते पाहावयास येतो असे शाहूंनी त्यांना आश्वासन दिले. ह्या सर्व आठवणींचे स्मरण शाहूंना मार्गात होत होते. आजूबाजूला अचल उभे असणारे काळे डोंगर, आकाशात भयानक गर्जना करणारे काळे ढग, मध्येच भीतिदायक

सुळसुळ करणारी झाडांची पाने यांचे दृश्य पाहत शाहू मोटारने घाटातून वेगाने मुलाकडे धावत सुटले होते.

ठरल्याप्रमाणे शाहू दि. १२ जून कोल्हापूरला शिवाजींची डुकराची शिकार पाहावयास येऊ शकले नाहीत. त्यांनी आपली माता, भगिनी व चुलते यांना बरोबर घेऊन ते जिद्दीने शिकार करण्यासाठी कुंभोज टेकडीवर गेले आणि नेझ येथे आंबराईत शिकारीची वाट पाहत थांबले. बराच वेळ त्यांना एकही डुक्कर दिसला नाही. ते कंटाळले. दुपारच्या जेवणासाठी मंडळी बसणार इतक्यात एक डुक्कर पळत असता शिवाजींनी पाहिला. माता व भगिनी नको नको म्हणत असता ते घोड्यावर बसून डुकराच्यामागे धावले. शेवटी डुकराला त्यांनी मारले. भाल्याची फेक डुकराच्या पोटात गेली. परंतु दुर्दैवाने ते घोड्यावरून डोक्यावर पडले व घोडा त्यांच्या देहावर पडला. शिवाजींना डॉ. वानलेस यांच्याकडे मिरजला त्वरित नेले. परंतु रात्री ८-४५ वाजता मृत्यूने त्या वीराचा प्राण हिरावून नेला.

त्यावेळी निसर्गानेसुद्धा टाहो फोडला. आकाशात प्रचंड मेघगर्जना होत होती. ती भयंकर काळोखी रात्र मधून मधून क्षणभर विजांच्या थयथयाटामुळे भयानकपणे चमकत होती. शिवाजींची पत्नी एक बालिका. ती शोकसागरात बुडाली. सर्व कोल्हापूर संस्थानावर दु:खाची अवकळा पसरली. राजघराण्याच्या दु:खाला पारावार राहिला नाही. राजघराण्याच्या वृक्षाचे उत्तम फळ निष्ठुरपणे काळाने खुडून नेले. शिवाजी हे एक निष्ठावंत पुत्र, एकनिष्ठ बंधू व होतकरू प्रशासक होते. त्यांची साधी राहणी, उदात्त मुद्रा आणि कळकळीची वागणूक यांमुळे ते सर्वांना प्रिय झाले होते. शासकीय कामात त्यांचा निर्णय स्वतंत्र व निकोप असे. त्यांची शिस्त फार कडक होती.

शाहू पुणेमार्गे मिरजेला पोहोचले. गाडीमध्ये ते तळमळत होते आणि दु:खातिशयामुळे ते नि:स्तब्ध झाले होते. त्यांच्या डोळ्यांतून फक्त जिज्ञासा आणि चिंता डोकावत होती. स्थानकावर उभे असलेल्या आपल्याबरोबरच्या अधिकाऱ्यांनी आणि नोकरांनी आपल्या माना खाली घातलेल्या पाहताच शाहूंनी दु:खाची किंकाळी फोडली. त्यामुळे सर्वजण भयभीत झाले. महाराज आक्रोश करीत म्हणाले, 'अरे बापूसाहेब, पोर हे जग सोडून गेला !' त्या मरणप्राय दु:खात शाहू पुन्हा क्षणभर नि:स्तब्ध राहिले. दुसऱ्या क्षणातच त्यांनी बसावयाच्या जागेवरील कापड फाडून त्याचे तुकडे तुकडे करण्यास सुरुवात केली आणि डब्याबाहेरील जगाकडे भकास नजरेने ते पाहू लागले.

मुलाचा ऐन तारुण्यात मृत्यू झाल्यामुळे शाहूंना जबरदस्त धक्का बसला.

ह्यापेक्षा मोठे दुसरे दु:ख आपल्यावर कधीही कोसळणार नाही असे म्हणून ते अत्यंत दु:खावेगाने म्हणाले की, 'माझ्यावर असे दु:ख कोसळावे अशी ईश्वराची इच्छा आहे. त्याच्या इच्छेप्रमाणे हे घडले !'

शोकसंदेश आणि अत्यंत जिव्हाळ्याची सहानुभूती दाखविणारी पत्रे राजवाड्यात येऊन थडकली. महाराज सयाजीराव गायकवाड म्हणाले, 'शिवाजी हे होतकरू, तरुण आणि दयाळू होते.' महाराज्यपाल आणि त्यांच्या सल्लागार मंडळातील सभासदांनी शोकसंदेश पाठविले. होळकरांनी शिवाजींच्या बुद्धिमत्तेची आणि दयाळू स्वभावाची प्रशंसा करून म्हटले की, 'त्याच्या वडिलांनी सर्वज्ञ आणि सर्वशक्तिमान ईश्वरावर भरवसा ठेवावा. त्यामुळे त्यांचे दु:ख कमी होईल. कारण त्याच्या इच्छेप्रमाणे मर्त्य मानवांना, ते वरिष्ठ वा कनिष्ठ असोत, हे जग सोडून जावे लागते.'

सत्यशोधक समाज आणि आर्य समाज यांनी अनेक ठिकाणी सभा भरवून दुखवट्याचे ठराव संमत केले. काही म्हणाले की, शिवाजींच्या ठायी राजाची धडाडी, बुद्धिमत्ता आणि धैर्य होते. त्यांच्या चालण्याची ढब मोठी आकर्षक होती. शिवाजींच्या मृत्यूची बातमी जाहीर करताना 'केसरी'ने म्हटले की, 'शाहूमहाराजांना हा पुत्र शोकाचा अत्यंत मोठा धक्का अकस्मात बसला. पण ईश्वराची करणी अगाध आहे व मानवी जीवित क्षणभंगुर आहे हे जाणून महाराजांनी विवेकाने आपले दु:ख आवरून धरले पाहिजे. ईश्वरी इच्छेपुढे मानवी इलाज काय चालणार ?'

शाहूंच्या हृदयात शिवाजींच्या मृत्यूमुळे निर्माण झालेली पोकळी कधीही भरून निघाली नाही. त्यांच्या मृत्यूनंतर ते अधिकच विरक्त झाले. राजाचे ऐश्वर्य व बहुतेक सुखसोयी यांचा त्यांनी त्याग केला आणि भगवा सदरा व लुंगी पेहरून ते नेहमीप्रमाणे झाडाखाली उघड्या कठड्यावर झोपू लागले.

१९

कुळकर्णी वतने व महार वतने रद्द

दु:खाने विव्हळत असताही शाहूंना विश्रांती काही मिळाली नाही. कारण कुळकर्णी वतने रद्द करण्याच्या प्रश्नाने पुन्हा गंभीर स्वरूप धारण केले होते. कुळकर्णी कमी करून त्यांच्या जागी तलाठी नेमण्याची राजाज्ञा त्यांनी २ मार्च १९१८ रोजी काढली होती. त्यामुळे कुळकर्णी लोक चिडले होते. त्यानंतर कुळकर्ण्यांचे एक शिष्टमंडळ त्यांना भेटले होते व त्या मंडळाने, 'कुळकर्ण्यांचे पूर्वापार चालत आलेले हक्क व वतने कायम ठेवून त्यांची नोकरी घ्यावी' अशी प्रार्थना केली. ह्या बाबतीत मुंबई सरकारचे काय मत आहे याची खात्री करून घेऊन त्यांनी जूनच्या दुसऱ्या आठवड्यात दुसरी राजाज्ञा काढून आपला पूर्वीचा निर्णय स्थगित केला. ग्रामजोश्यापासून सर्व बलुत्यांस पैसे देण्याची जरूरी नाही असाही हुकूम मागील मार्चमध्ये त्यांनी केला होता. तोही हुकूम त्यांनी तात्पुरता तहकूब केला.

कुळकर्णी वतनासंबंधीची राजाज्ञा महाराजांनी स्थगित केल्याची बातमी कळताच केसरीने[१] आनंद व्यक्त केला आणि म्हटले की, 'अशा रितीने महाराजांनी कुळकर्णी व बलुतेदार यांची गाऱ्हाणी दूर करून न्याय केला त्याबद्दल ते वर्ग महाराजांचे अत्यंत ऋणी आहेत. महाराजांनी ही न्यायबुद्धी दर्शविल्याबद्दल आम्ही त्यांचे फिरून अभिनंदन करतो. आणि हाच हुकूम महाराज कायम करून सर्व कुळकर्ण्यांस व बलुतेदारांस निश्चिंत करतील अशी आम्ही आशा करतो.' तथापि शाहूंनी काही काळ वाट पाहून २५ जून १९१८ रोजी कुळकर्णी वतने रद्द केल्याची आणि तलाठी पद्धत २९ जुलैपासून कायम केल्याची राजाज्ञा काढली. त्यावर 'केसरी'[२]ने म्हटले की, 'कोल्हापूरच्या महाराजांनी कुळकर्ण्यांच्या जागी तलाठी नेमण्याचा हुकूम तात्पुरता तहकूब ठेवला होता. परंतु तीन आठवड्यांच्या आतच मर्जी बदलून फिरून तलाठ्यांच्या नेमणुकीविषयी हुकूम सुटला आहे. महाराज पुत्रशोकाने विमग्न असता त्या संधीत कोणीतरी कारस्थानी अधिकाऱ्याने हा डाव साधला असावा. अद्यापही स्वस्थ चित्ताने विचार करून महाराज

सरकार हा हुकूम रद्द करतील अशी आशा अहे.' १९०४ साली टिळकांनी केसरीत[३] एक अग्रलेख लिहून कुळकर्णी वतन रद्द करण्यास विरोध केला होता व 'कुळकर्ण्यांच्या हक्कांवर गदा' आणू नये अशी सरकारला सूचना केली होती. प्रस्थापितांचे हक्क सुरक्षित ठेवणे हेच केसरीचे ध्येय असल्यामुळे केसरीने आताही तसाच सूर काढावा यात आश्चर्य नव्हते.

शाहूंनी ब्राह्मणेतरांच्या तलाठी म्हणून नेमणुका केल्या. ज्यांनी कुळकर्णी म्हणून काम केले होते, त्यांना तलाठी नेमले नाही. कुळकर्णी आता नोकरीत नसल्यामुळे खेड्यांतील त्यांचे वजन कमी होऊ लागले. परंतु त्यांच्या जमिनी ते आता सरकारी नोकरीत नसल्यामुळे दरबारला काढून घेता आल्या असत्या. शाहूंनी उदार हृदयाने आज्ञा केली की, कुळकर्ण्यांच्या जमिनी त्यांच्याकडेच मालकी हक्काने ठेवा; पण इतर लोक भरतात त्याचप्रमाणे त्यांनी महसूल भरावा. शिवाय त्यांना आपल्या जमिनीची मालकी दुसऱ्याच्या नावावर करण्याचा हक्क दिला. त्या जमिनी अ-हस्तांतरणीय केल्या नाहीत. त्यामुळे कुळकर्ण्यांना आपल्या ताब्यातील जमिनींचा उपभोग पूर्वीप्रमाणे घेता आला. बडोदे संस्थानामधील जमिनी दुसऱ्याच्या नावावर करण्यासंबंधीचा निर्बंध जितका कडक होता तितका हा निर्बंध कडक नव्हता. परंतु कुळकर्ण्यांचे वजन कमी होऊन लबाडी करण्याच्या त्यांच्या वृत्तीला बराच आळा पडू लागला हे मात्र खरे.

आपण कालबाह्य ठरलेली कुळकर्णी वतनपद्धती का नष्ट केली त्याची कारणे देताना शाहूंनी आपल्या टिपणात जे वर्णन केले आहे ते अत्यंत वस्तुनिष्ठ व हृदयस्पर्शी आहे. आपल्या अधिकृत टिपणात शाहू म्हणतात, 'कुळकर्णी यांचे वर्तन गेल्या अनेक वर्षांत अत्यंत असमाधानकारक व राजद्रोही आहे असे आढळून आले. गरीब रयतेला मजविरुद्ध व ब्रिटिश सत्तेविरुद्ध उठविण्यास त्यांनी सर्व तऱ्हेचे प्रयत्न केले. ते ग्रामाधिकारी असल्यामुळे त्यांनी आपल्या वजनाचा नि स्थानाचा उपयोग करण्याची त्यांना संधी प्राप्त झाली व त्याचा त्यांनी पुरेपूर फायदा घेतला. गावातील चावडीवर ते ग्रामस्थांना वर्तमानपत्रे वाचून दाखवीत व ब्रिटिश प्रदेशातील जहाल मतवाद्यांच्या धोरणाचा प्रचार करीत. ते 'लोकसंग्रह', 'लोकशाही', 'राजकारण', 'केसरी' व इतर जहाल वर्तमानपत्रे यांतून मजविरुद्ध लोकांचे मन कलुषित करण्यासाठी मजवर बिनदिक्कत कडवट हल्ले चढविण्यासाठी प्रोत्साहन देतात. राजद्रोही उद्देशांचा प्रसार करण्यासाठी जे निधी ब्रिटिश प्रदेशात उभारण्यात येतात ते माझ्या राज्यातील अज्ञानी ग्रामस्थांकडून गोळा केले जातात. आणि माझ्या राज्यातील फक्त कुळकर्ण्यांनीच ह्या सर्व गोष्टी ब्रिटिश प्रदेशांतील जहालवाद्यांच्या प्रोत्साहनाने केल्या.

‘कुळकर्ण्यांच्या ह्या उपद्व्यापामुळे त्यांचे आपल्या सरकारी कर्तव्याकडे पूर्णपणे दुर्लक्ष होत असे. त्यामुळे मी त्यांच्या बाबतीत अगदी निराश होऊन त्यांना त्यांच्या ग्रामाधिकारपदावरून दूर करून त्यांच्याऐवजी मला पगारी तलाठी नेमावे लागले व त्या व्यवस्थेमुळे आता ठीक काम चालले आहे.’ आपल्या टिपणात शाहू पुढे म्हणाले, ‘कुळकर्ण्यांच्या ताब्यात सरकारी दफ्तर असे. त्यांना खाजगी जमिनींच्या खात्यांची नि हक्कांची पूर्ण माहिती असायची. त्यांनी आपल्या माहितीचा व पदाचा गैरफायदा घेतला. त्यांच्या अप्रामाणिकपणाची व कुटिल व्यवहाराची इतकी उदाहरणे माझ्या दृष्टोत्पत्तीस आली की, त्या प्रकरणाची चौकशी करण्याकरता मला एक खास न्यायालय स्थापावे लागले.’

कुळकर्ण्यांच्या दृष्कृत्यांचे पाढे शाहूंनी रॉबर्टसन ह्यांच्यापुढेही वाचले. आपल्या ९ जून १९१८च्या पत्रात त्यांनी म्हटले की, ‘कुळकर्णी याचे गावात किती वजन असते व तो इतक्या क्षुल्लक वेतनावर काम करावयास का तयार असतो हे आपणांस माहीत आहेच. त्याच्या कारस्थानामुळे त्याला बराच पैसा मिळतो व पैसा मिळविण्याचे त्याचे वाममार्ग अनेक आहेत. खेडूत हे अज्ञानी असल्यामुळे ते आपल्याच दयेवर अवलंबून असतात हे तो जाणतो. पण जर खेडुतांना लिहायला व वाचायला शिकविले तर त्याचे सर्व वजन खलास होईल. त्यामुळे मी जी सक्तीची मोफत शिक्षणाची योजना सुरू केली आहे, तिला स्वाभाविकपणे त्यांची अनुकूलता नाही. मी ब्राह्मणी कारस्थानाचा बीमोड करण्यासाठी सरकारला कसे साहाय्य करीत आहे, ह्याचीही त्याला पूर्ण कल्पना आहे.’

त्याचप्रमाणे शाहूंनी लॉर्ड सिडन्हॅम ह्यांना जूनमध्ये कळविले की, ‘सरकारला कुळकर्ण्यांच्या कसबाची पूर्ण कल्पना आहे. टिळक आणि त्यांचा पक्ष यांच्या सत्तेचे अधिष्ठान कुळकर्णी हा आहे. जर कुळकर्णी वतने नष्ट झाली तर खेड्यांतून ब्राह्मणी वजन बरेच कमी होईल. टिळकांना हे माहीत आहे आणि म्हणून होमरूल पक्षाचे कार्यकर्ते कुळकर्णी पद्धत कायम असावी म्हणून आटोकाट प्रयत्न करीत आहेत. आणि कुळकर्णी वतने नष्ट केल्यामुळे ब्राह्मणी वर्तमानपत्रांतून माझ्यावर बेफाम हल्ला होत आहे.’ हे शाहूंचे म्हणणे सत्य होते.

तथापि १२ जून १९१८ रोजी कारमायकल ह्यांना लिहिलेल्या पत्रात शाहूंनी ‘कुळकर्णी वतने नष्ट केली तर त्यापासून कोणते फायदे कुळकर्ण्यांना होणार आहेत’ याचे विश्लेषण एखाद्या समाजशास्त्रवेत्त्याप्रमाणे केले आहे. आपल्या पत्रात शाहू म्हणाले, ‘पण ह्या गोष्टीशिवाय मी योजिलेल्या पद्धतीमुळे कुळकर्ण्यांच्या बुद्धिमान वर्गालाही फायदा होणार आहे. त्याची बुद्धिमत्ता व

कार्यशक्ती यांना योग्य मार्गाने जाण्यास वाव मिळेल व खेड्यांतील छोट्या मर्यादित क्षेत्रात कपट कारस्थाने करण्यात आपली बुद्धिमत्ता वेचण्यापेक्षा ते शहरात गेले तर त्यांचा दृष्टिकोण विशाल होईल. यांची मुले चांगली सुशिक्षित होतील आणि ते समाजाचे उपयुक्त घटक होतील.'

कुळकर्ण्यांची वतने नष्ट करणे ही एक निर्विवाद पण समाजात आमूलाग्र सुधारणा घडवून आणणारी सामजिक घटना होती. हा उपाय योजण्यात 'बहुजन हिताय बहुजन सुखाय' हीच त्यांची दृष्टी होती. हा उपाय योजून शाहू छत्रपतींनी ब्राह्मणांच्या वर्चस्वाचे खेड्यांत जे मूळ अधिष्ठान होते ते अधिष्ठानच उखडून टाकले. खेड्यातील वस्तुत: राज्यकर्ता बनलेला हा कुळकर्णी नामशेष करून शाहूंनी खेड्यांतील जीवन निर्भय नि प्रवाही केले.

कुळकर्णी वतने नष्ट झाली. त्या कार्याची परिणती म्हणून ग्रामपंचायतीची योजना तयार करण्यासाठी शाहूंनी एक समिती नेमली. शाहूंनी त्या समितीवर दिवाण सबनीस, बाळासाहेब गायकवाड व भास्करराव जाधव यांची नियुक्ती केली. खेड्यांत ग्रामपंचायत नेमण्यापूर्वी ही सिद्धता करणे आवश्यक होते. शाहू म्हणाले, 'ग्रामपंचायत स्थापण्याच्या मार्गात कुळकर्णी हा अडथळा होता. लोक अगदी गडद अंधारात होते त्यावेळी कुळकर्णी पदाची आवश्यकता असेल. परंतु ह्या काळात त्याची आवश्यकता नाही. जर कुळकर्णी ठेवून ग्रामपंचायत सुरू केली तर सर्व सत्ता कुळकर्णी व त्यांचे जातभाई ह्यांच्याकडे जाईल आणि त्यामुळे बहुजनांचे नुकसान होईल. वतनदार पाटील हा बहुजनांपैकी असल्यामुळे तो ग्रामपंचायतीचे कार्य धोक्यात आणण्याची शक्यता कमी आहे.'

कुळकर्णी वतने नष्ट करून व तलाठी पद्धत सुरू करून शाहूंनी महाराष्ट्रातील ब्राह्मण समाजाची तारांबळ उडवून दिली. त्यामुळे ब्राह्मणी वर्तमानपत्रांनी शाहूंवर त्यांच्या मृत्यूपर्यंत व मृत्यूनंतरही शाप व द्वेषाग्नी यांचा वर्षाव केला.

आपल्या शोकग्रस्त मन:स्थितीत व शोककाळातही शाहूंनी, होमरूलवाद्यांना दया दाखवू नये असा गृहखात्याचे सभासद कॅडेल यांना सल्ला दिला. होमरूलवाद्यांनी दहा लाख सैन्य उभारले तर त्यांना स्वराज्य देऊ करावे असा शाहूंनी सरकारला सल्ला दिला. शाहू म्हणाले, 'हिंदी सैन्यासाठी जर होमरूलवादी हे एक लाख सैनिक माझ्या राज्यात उभारू शकले तर मीच त्यांना

माझ्या संस्थानात स्वराज्य देण्यास तयार आहे.' जी गोष्ट छत्रपतींना शक्य झाली नाही ती होमरूलवाद्यांना शक्य झाली नसतीच हे उघड आहे !

शाहूंनी कॅडेल यांना होमरूलवाद्यांविरुद्ध लिहिलेले हे ११ जून १९१८ चे पत्र त्यांच्या गटात जेव्हा माहीत झाले तेव्हा शाहूंना वठणीवर आणण्यासंबंधी त्यांच्यात खलबत झाले. शाहूंना ही बातमी कळताच त्यांनी कॅडेल यांना लिहिले की, 'काही होमरूलवाद्यांनी माझ्याविरुद्ध वर्तमानपत्रांत मोहीम सुरू करावी अशी सूचना केली व माझे वैयक्तिक दोष व राज्यव्यवस्थेतील दोष तेवढे दाखवून माझी मानहानी करण्याचे ठरविले आहे. माझ्या पुत्राच्या मृत्यूमुळे ते थोडे माणुसकीने वागले याचा मला आनंद होतो. माझी सर्व पत्रे आपण फाडून टाकावी आणि त्यांची आवश्यकता असलीच तर ती कडीकुलपात ठेवावी अशी माझी आपणांस विनंती आहे. आपल्या कार्यालयाशी त्यांचा संबंध नाही.'

शाहूंचे असे ठाम मत होते की, होमरूलवाद्यांचा जनतेशी संपर्क नाही किंवा तिच्याविषयी त्यांना खरीखुरी सहानुभूती वाटत नाही. त्यांना स्वत:ची उन्नती साधावयाची आहे. शाहू ज्यांना गुरू[४] मानीत त्या सिडनहॅमना त्यांनी लिहिले की, 'ब्राह्मणेतरांना आपल्या अवनतीची जाणीव होऊन आताच कुठे ते जागे होत आहेत. त्याचप्रमाणे ब्राह्मणांनी त्यांना धार्मिक, सामाजिक निर्बंधांखाली चेपले होते. त्याच्या कठोरतेची त्यांना जाणीव झाली आहे. त्यामुळे तथाकथित ब्राह्मण नेत्यांविषयी त्यांच्या मनात संशय निर्माण झाला आहे. त्यांना अशी भीती वाटते की, जर ब्राह्मणांच्या हाती पुन्हा सत्ता गेली तर पुन्हा ब्राह्मणी राजवट स्थापन करण्याचे ते प्रयत्न करतील.'

भारतातील मागास व अस्पृश्य जनतेची बाजू मांडणारा कोणी पुढारी नाही याचे शाहूंना अतीव दु:ख वाटले. ते म्हणले, 'खरोखरीच ह्या कोट्यवधी मुक्या जनतेच्या हितासाठी झटणे हे एक असे कर्तव्य आहे की, त्याचे चीज कधी होईल असे वाटत नाही. त्या कार्याविषयी कृतज्ञता व्यक्त करण्याइतके ते सज्ञान नाहीत किंवा त्यांना ते कळतही नाही. परंतु हे कर्तव्य अतिशय त्याग करून उदार वृत्तीने करावे लागते. असाह्य, अनाथ, अज्ञान, पददलित जनतेला साह्य करावे हाच माझा त्यात एकमेव उद्देश आहे.'

तो काळच असा होता. दक्षिण हिंदुस्थानातील मागासवर्गीयांमध्ये सामाजिक व राजकीय जागृती होत होती. मागासवर्गाचे एक शिष्टमंडळ म्हैसूर संस्थानच्या महाराजांना भेटले. महाराजांनी मागासवर्गातील व्यक्तींना उच्च अधिकाराच्या जागा द्याव्या अशी विनंती केली आणि जर त्या जागेकरता लायक उमेदवार म्हैसूरच्या मागासवर्गीयांत मिळाले नाहीत तर संस्थानाबाहेरच्या

मागासवर्गीय उमेदवारांना बोलावून त्यांची नेमणूक करावी; परंतु ब्राह्मणांची नेमणूक त्यांच्या लोकसंख्येच्या प्रमाणाबाहेर करू नये अशी त्या शिष्टमंडळाने मागणी केली होती.[५]

सन १९१८च्या जुलैमध्ये तलाठी पद्धत सुरू होताच संबंधित ब्राह्मणांनी डॉ. कुर्तकोटी यांच्या मठात त्यांच्याच अध्यक्षतेखाली कुळकर्ण्यांची एक सभा बोलाविली. त्यावेळी डॉ. कुर्तकोटी म्हणाले की, 'हा प्रश्न मोठ्या भानगडीचा आहे. या कामात कुळकर्ण्यांनी चिकाटीने पण सद्बुद्धीने प्रयत्न केल्यास त्यास खात्रीने यश येईल.'[६]

डॉ. कुर्तकोटी यांनी ८ जुलै रोजी शाहूंना कळविले की, कुळकर्णी वतने व जोशी वतने नष्ट केल्यामुळे आपले मठासंबंधीचे काम सुरळीत चालणार नाही. त्यानंतर तीन आठवड्यांनी डॉ. कुर्तकोटी यांना 'कुळकर्णी वतनाचा प्रश्न हा ब्राह्मणांच्या प्रतिष्ठेचा प्रश्न आहे' असे मत व्यक्त केले. त्यावर 'केसरी'ने म्हटले की, कुळकर्ण्यांची पद्धत ही अधिक चांगली आहे. गुजरातमधील तलाठ्यांनी संप केला होता याची दरबारला केसरीने आठवण करून देऊन म्हटले की; 'तलाठ्यांपेक्षा वतनदार कुळकर्णी बरा हे उघड आहे.' चळवळ करणाऱ्या कुळकर्ण्यांनी पुढे लवकरच कुळकर्णी असोसिएशन नावाची एक संस्था काढून आपला प्रश्न लढविण्याचे ठरविले.

कुळकर्णी वतने व ग्रामजोश्यांची वतने नष्ट झालेली पाहून मागासवर्गीय लोकांनी उसासा टाकला. त्यांच्यावरचे मानसिक दडपण जाऊन खेड्यापाड्यांतील वातावरण मोकळे झाले असे त्यांना वाटले. खेड्यापाड्यांतून भरलेल्या सभासभांतून शाहूंना प्रार्थना करण्यात आली की, त्यांनी जुन्या कुळकर्णी पद्धतीकडे पुन्हा वळू नये. रयतेचा आनंद गगनात मावेनासा झाला आणि तो व्यक्त करण्यासाठी त्यांनी एक दिवस सण म्हणून साजरा केला.

पुत्रशोकाच्या धक्क्यातून शाहू अजून बाहेर पडले नव्हते. भावनगरचे महाराज, भोरचे पंतसचिव, अक्कलकोटच्या राणीसाहेब, मिरजेचे अधिपती, अनेक जहागीरदार, सरदार आणि देवास, इंदूर येथील मित्रमंडळी सहानुभूती व्यक्त करण्यासाठी कोल्हापुरास गेली व व्यक्तिशः सर्वांनी शाहूंचे सांत्वन करण्याचा प्रयत्न केला. बडोद्याच्या महाराजांनी सांत्वनपर भेट दिली. ह्या सर्व जणांनी शाहूंना बराच दिलासा दिला. आपल्या सुनेचे सयाजीरावांजवळ वर्णन करताना शाहू म्हणाले, 'घरच्या शिक्षणावर व वळणावर माझी श्रद्धा आहे. नेपोलियन, मेकॉले, शिवाजी, रानडे, तेलंग आणि त्यांच्यासारख्या जगातील पुष्कळ थोर

व्यक्तींना त्यांच्या आईवडिलांनीच चांगले शिक्षण दिले होते. म्हणूनच त्यांच्या हृदयात कौटुंबिक आणि राष्ट्रीय कर्तव्य करण्याविषयी प्रेम निर्माण झाले.'[७]

मुंबईचे राज्यपाल लॉर्ड विलिंग्डन यांनी १८ जुलै १९१८ रोजी पॅलेस थिएटरमध्ये भरलेल्या सैन्य भरतीच्या एका सभेचे अध्यक्षपद स्वीकारले. सभा यशस्वी झाली. या भेटीच्या वेळी राज्यपाल यांनी शिवाजींच्या मृत्यूविषयी सर्व राजघराण्याचे सांत्वन केले.

ह्या समयी कोल्हापूर संस्थानामधील अन्नधान्याची परिस्थिती अत्यंत बिकट झाली होती. अन्नधान्य टंचाईच्या वेळी जास्तीत जास्त नफा उकळणाऱ्या व्यापाऱ्यांच्या प्रवृत्तीला आळा घालण्यासाठी शाहूंनी ब्रिटिश प्रांतात सुरू केलेली पद्धत कोल्हापुरात सुरू करून, भाववाढ नियंत्रण अधिकारी नेमून त्याच्या सहीने मोठ्या व छोट्या व्यापाऱ्यांना परवाने देण्याची पद्धत सुरू केली. ४ सप्टेंबर १९१८ रोजी हंगामी दिवाण शिरगावकर ह्यांच्या अध्यक्षतेखाली नगर सभागृहात सभा भरली. त्यावेळी व्यापाऱ्यांनी जास्तीत जास्त धान्य विकत घ्यावे अशी त्यांना सूचना करण्यातआली. त्यांना धान्य मिळविण्याच्या कामी अग्रक्रम देण्याविषयी प्रमाणपत्रे देण्यात आली. म्हैसूरच्या महाराजांना पत्र लिहून शाहूंनी कोल्हापूरच्या व्यापाऱ्यांना धान्याचे काही डबे भरून कोल्हापूरला धान्य पाठविण्यास सहाय्य करावे अशी विनंती केली. त्याकरता रेल्वे अधिकाऱ्यांकडून खास वाघिणींची व्यवस्था करण्यात आली होती.

परंतु ह्या व्यवस्थेमुळे शाहूंचे समाधान न झाल्यामुळे त्यांनी कोल्हापूरला 'धान्यपुरवठा संस्था' स्थापन केली. तिचे काम दर दिवशी तिचे उपाध्यक्ष बापूसाहेब घाटगे यांच्या देखरेखीखाली झाले. शाहूंनी मुख्य मुख्य केंद्रांवर स्वस्त धान्याची दुकाने उघडली. त्यामुळे गरिबांना त्रास न होता धान्य मिळू लागले. धान्य मिळविण्याच्या विवंचनेत असताना शाहू एकदा मुंबईतील एका बड्या व्यापाऱ्याच्या दुकानात खाली बाकावर बसून राहिले. त्यांचा प्रतिनिधी वरच्या मजल्यावर व्यापाऱ्याशी बोलणी करीत होता. त्यांच्या वागणुकीत इतका साधेपणा व निगर्वीपणा होता की, एका राजाने आपल्या रयतेच्या सुखाकरता इतक्या विनम्रपणे वागावे याविषयी त्या व्यापाऱ्याने ती हकिगत कळली तेव्हा आश्चर्य व्यक्त केले. पण असे वागण्यात शाहूंचा हेतू असा होता की, आपल्याला ओळखून व्यापाऱ्याने धान्याचे भाव वाढवू नयेत ! ही आठवण त्यांनी आपल्या एका मित्राला सांगताच हसता हसता सर्वांची मुरकुंडी वळली. ह्या दुष्काळी

परिस्थितीला तोंड देण्यासाठी हिंदी सरकारला शाहूंनी एक सूचना केली. ती अशी की, सर्व ब्रिटिश भारतातील धान्याचे साठे आपल्या ताब्यात घेऊन सरकारनेच एका विशिष्ट प्रमाणात धान्य प्रत्येक माणसाला मिळेल असे धोरण ठेवावे. प्रत्येक प्रांतात जे लोकांचे मुख्य अन्न असते ते त्यांना द्यावे. उदाहरणार्थ, दिल्लीहून बाजरी व ज्वारी दुसरीकडे पाठवावी, बाजरी गुजरातला पाठवावी व गहू दिल्लीकडे पाठवावा.

दुष्काळात शाहूंनी आणखी एक खबरदारी घेतली. पिकांची नासाडी करणाऱ्या पशूंना ठार मारण्यासाठी त्यांनी खेड्यांतील अधिकाऱ्यांना हुकूम करून त्यांना शेताची नासाडी करणाऱ्या डुकरांना लोकांच्या मदतीने ठार मारावयास सांगितले. दरबारकडून त्यांना बंदुका देण्यात आल्या आणि त्या शस्त्रांच्या बाबतीत पाटील जबाबदार राहील असे सांगितले.

अशा ह्या आणीबाणीच्या व दुष्काळाच्या परिस्थितीतही शाहू कलावंतांना, नटांना आणि चित्रपट निर्मात्यांना साह्य करीतच होते. आनंद मिस्त्रींच्या कामाची त्यांनी प्रशंसा केली. आणि त्यांच्या शिष्यांनाही मदत केली. आनंद मिस्त्रींनी मूकपटनिर्मितीचा श्रीगणेशा महाराष्ट्राला घालून दिली. तबलजी प्रसाद, पखवादजी साधलेबुवा, शाहीर हैदरी, आनंदराव पेंटर, या सर्वांनी कोल्हापूर हे 'कलापूर' बनविले. त्या सर्वांनी शाहूंनी उत्तेजन दिले. मुंबईचे शिल्पकार व्ही. व्ही. वाघ यांना सुद्धा उत्तेजन दिले.

नवीन नेमलेल्या तलाठ्यांना महसूल खात्याचाच एक भाग म्हणून दरबारने मानले. तसेच त्यांना बढतीची संधी प्राप्त करून दिली. त्यांनीही निवृत्ति वेतनाची पद्धत स्वीकारावी किंवा 'भविष्य निर्वाह निधी'ची पद्धती स्वीकारावी असा त्यांच्यापुढे पर्याय ठेवण्यात आला. तलाठ्यांनी दयानंद सरस्वती यांचा 'सत्यार्थ प्रकाश'[८] ग्रंथ वाचावा अशी त्यांना विनंती करण्यात आली.

भारताच्या राजकीय परिस्थितीत आता काही फरक होणार असे भारतीय नेत्यांना वाटत होते. शाहू हे मागासवर्गीय व दलितवर्गीय लोकांच्या हक्कांचे पाठीराखे असल्यामुळे आपण प्रथम केले आणि मग सांगितले या तत्त्वाप्रमाणे आपण वागले पाहिजे असे ठरवून त्यांनी नवीन जगाला योग्य अशा सुधारणा आपल्या राज्यात त्वरित करावयास यापूर्वीच आरंभ केला होता. २२ फेब्रुवारी १९१८ रोजी त्यांनी अशी राजाज्ञा काढली की, बलुतेदारांना वेतनाचे पैसे देण्याची जरूर नाही. जर त्यांच्या नोकरीची आवश्यकता वाटली तर दरबार त्यांना रोख पैसे देईल. ह्या राजाज्ञेपासून महारांना वगळण्यात आले हाते. कारण शाहूंना मनातून त्यांना विशेष संरक्षण द्यावयाचे होते. त्याप्रमाणे २६ जून १९१८

रोजी महारांवर कोणीही कामाची सक्ती लादता कामा नये आणि त्यांच्या जमिनी त्यांच्या नावावर करण्याचा सरकारचा उद्देश अशी घोषणा केली.

अस्पृश्यांची गुलामगिरीतून मुक्तता करण्यासाठीही शाहूंनी कडक उपाय योजण्याचे ठरविले. त्यांची ही युगानुयुगे चालत आलेली गुलामगिरी नष्ट करून त्यांना मानवी स्वातंत्र्याचे सर्व हक्क देण्याचे त्यांनी ठरविले. २७ जुलै १९१८ रोजी माणुसकीला कलंक लावणारी अस्पृश्यतेची गुलामगिरी शाहूंनी नष्ट केली आणि अस्पृश्य गणलेल्या लोकांना मानवी स्वातंत्र्याचे हक्क दिले. अनेक वर्षे कनिष्ठ जातींपैकी काही जातींना गुन्हेगार जाती म्हणून मानण्यात येत असे. त्या जातींपैकी सर्वांना प्रत्येक दिवशी पोलीस चौकीत जाऊन हजेरी द्यावी लागे. यापूर्वीच शाहूंनी काही जातींवरील हे बंधन दूर केले होते. आता ही गुलामगिरी त्यांनी कायमची बंद करून महार, मांग, रामोशी, बेरड यांना कमीपणा आणणाऱ्या त्या हजेरीपासून मुक्त केले आणि त्यांना मानवी स्वातंत्र्याचे मूलभूत हक्क दिले. ज्यांना गुन्ह्यांबद्दल फार मोठ्या शिक्षा झाल्या होत्या त्या व्यक्तींचीच हजेरी काही काळ चालू ठेवली होती. तुरुंगातून सुटलेल्या गुन्हेगारांची वागणूक ५ वर्षांच्या काळात सुधारली असे आढळून आले तर त्यांचीही हजेरीपासून मुक्ती करण्यात येईल असे जाहीर केले. अशा रितीने, मानवांच्या विशिष्ट समुदायाला भारतात लावलेला कलंक त्यांनी दूर केला व त्यांचे हिरावून घेतलेले मानवी हक्क त्यांना परत दिले !

शाहूंनी आणखी दोन हुकूम ८ व १० ऑगस्ट १९१८ रोजी काढले. पहिल्या आदेशाप्रमाणे त्यांनी असे जाहीर केले की, तलाठ्यांची नेमणूक करताना अस्पृश्य गणलेल्या समाजापैकी जे उमेदवार असतील त्यांना प्रथम पसंती क्रम द्यावा. आपल्या राज्यातील महसूल, न्याय, पोलीस आणि सर्वसाधारणपणे सर्व खात्यांत अस्पृश्य वर्गांना अग्रक्रम द्यावा आणि जर त्या वर्गापैकी उमेदवार लायक असले तर त्यांना खात्याचे मुख्याधिकारीही नेमावे ! कोल्हापूर संस्थानाच्या नोकरीत अस्पृश्य गणलेल्या समाजाच्या नोकरांच्या बढतीला जातीच्या सबबीवर कोणीही विरोध करता कामा नये. दुसऱ्या हुकमाप्रमाणे त्यांनी असे जाहीर केले की, जे अस्पृश्य समाजापैकी तलाठी असतील ते जर बुद्धिवान आणि कार्यक्षम आहेत असे आढळले तर त्यांना कारकून वा अव्वल कारकूनही नेमावे !

महार वतनदारीमुळे महार हे आपल्या क्षुद्र वतनदारीला अनेक युगे चिकटून राहिले होते. त्यातून त्यांना मुक्त करण्यासाठी १८ सप्टेंबर १९१८ रोजी शाहूंनी आणखी एक कडक उपाय योजला. त्यांनी महाराजांच्या वतनी जमिनी त्यांच्याच नावावर करून दिल्या. त्यांची गुलामगिरी पूर्णपणे नष्ट केली. अशा

रितीने महार वतनदारी नष्ट करून, गुन्हेगार गणलेल्या जातींची हजेरी बंद करून, अस्पृश्य समाजाला सर्व सरकारी खाती नोकरीसाठी खुली करून त्यांनी आपल्या नवभारतनिर्मितीच्या घोषणेप्रमाणे सामाजिक क्रांती घडवून आणली. ही भारतात घडलेली क्रांती अपूर्व अशी होती. कारण असे क्रांतिकारण निर्बंध भारताला स्वातंत्र्य मिळाल्यावर वीस-पंचवीस वर्षांच्या कालखंडातही झाले नाहीत ! अशी सामाजिक क्रांती करायचे धैर्य भारताच्या इतिहासातील कुठल्याही राजाने दाखविले नव्हते ! शाहू हे गुलामगिरीत खितपत पडलेल्या मानवांचे आणि मागासवर्गीयांचे उद्धारकर्ते व स्वातंत्र्यदाते ठरले !

२०

दोन ब्राह्मणेतर चळवळी : कामगार राज्य

शाहूंनी १७ ऑगस्ट १९१८ रोजी पत्र लिहून माँटेग्यू–चेम्सफर्ड अहवालासंबंधी माँटेग्यूंना आपले मत कळविले. भारतीय सामाजिक परिस्थिती लक्षात घेऊन तिला अनुरूप अशा सुधारणा त्या अहवालात ग्रथित केल्या आहेत असे त्यांनी त्या पत्रात मत व्यक्त केले. दिल्ली परिषदेत हिंदी संस्थानिकांनी जे काही मागितले होते ते त्यांना मिळाले. त्यांच्या निवेदनातील सर्व मुद्द्यांचा काळजीपूर्वक विचार करण्यात आला होता असे शाहूंना वाटले. परंतु माँटेग्यू यांनी छोटी संस्थाने व छोटे जहागीरदार यांना नरेंद्र मंडळाचे सभासदत्व दिले नाही याविषयी शाहूंनी नापसंती व्यक्त केली. तसेच नरेंद्र मंडळाच्या अध्यक्षपदी महाराज्यपाल यांनी राहावे याविषयी त्यांनी नापसंती व्यक्त केली.

चौकशी आयोग नेमण्याच्या विचाराचे शाहूंनी स्वागत केले व त्या आयोगाकडे सादर केलेल्या प्रश्नांची संपूर्णपणे न्यायालयीन चौकशी झाली पाहिजे; परंतु तो आयोग नेमण्याचा अधिकार महाराज्यपालांच्या विचारावर अवलंबून ठेवू नये, असे त्यांनी आपले मत मांडले. स्वतंत्र न्यायमंडळाकडे हिंदी संस्थानिकांना न्याय मागण्याचा हक्क असलाच पाहिजे. स्वतंत्र मतदारसंघाच्या मागणीचा उल्लेख करून शाहू पुढे म्हणाले, 'मी मराठा आहे हे आपल्याला माहीत आहे. स्वाभाविकपणे मराठे आणि त्यांच्यासारखे दुसरे समाज जे निरक्षरतेमुळे अनेक वर्षे दु:ख भोगीत आहेत, त्यांच्या हिताची मला तळमळ लागली आहे. पुढारलेल्या जातींच्या पातळीपर्यंत त्यांची उन्नती झाली पाहिजे म्हणजे सर्वांना सारखी वागणूक देऊन विषमता नाहीशी होईल असे माझे प्रामाणिक मत आहे.'

शाहू पुढे म्हणाले, 'मराठा हा एक वेगळा समाज आहे. त्याला शीख आणि मुसलमान यांच्याप्रमाणे वागणूक दिली पाहिजे. मराठा हा सर्वांगीण सैनिक आहे, तो स्वेच्छेने काम करणारा आहे आणि तो हाडाचा निष्ठावंत असून मिठास जागणारा आहे. गेली दोन शतके मराठा हा ब्राह्मणांच्या राजकीय आधिपत्याखाली

चिरडला गेला आहे. तो ह्या भूदेवाचा धार्मिक व सामाजिक बाबतींत दास झाला आहे. देवाचा कोप होईल अशी त्याला भीती दाखवून व निरनिराळ्या युक्त्या योजून ब्राह्मणांनी त्याला सक्तीच्या अज्ञानात ठेवला आहे. ब्रिटिश सत्तेचा १०० वर्षांचा काळसुद्धा त्यांची ही अनेक शतकांची गुलामगिरी नष्ट करू शकला नाही. त्यांची ही गुलामगिरी झटकून टाकण्यासाठी अलीकडेच काही प्रयत्न करण्यात आले. परंतु ते दुबळे ठरले आहेत.'

जरी शाहू छत्रपती हे माँटेग्यू त्यांच्याशी स्वतंत्र मतदारसंघासंबंधीच्या बाबतीत सहमत होते तरी, माँटेग्यूंनी विशेष कर्तृत्ववान असलेल्या ह्या समाजाचा विचार करून आपले मत बदलावे व मराठ्यांना ते स्वत:च्या पायावर उभे राहीपर्यंत काही दिवस स्वतंत्र मतदारसंघ जरी तो अनिष्ट असला तरी मान्य करावा, अशी विनंती केली. मूठभर स्वार्थी लोकांच्या हाती सत्ता गेली तर ते बहुजन समाजाला खात्रीने निरंतर गुलामगिरीत ठेवतील; कारण सांप्रत मतदानाचा हक्क अगदी मर्यादित आहे. आपल्या म्हणण्याच्या पुष्ट्यर्थ शाहूंनी बिहार विधिमंडळाच्या कार्याचा पुरावा सादर केला.

बिहार विधिमंडळापुढे मोफत आणि सक्तीचे प्राथमिक शिक्षण द्यावे असा एक ठराव आला होता. अर्थात हा ठराव मागासवर्गीयांच्या हिताचा होता. पण बिहार विधिमंडळातील एक सभासद, दरभंग्याचे महाराज हे ब्राह्मण असल्यामुळे त्यांनी त्याला विरोध केला. त्यांची इच्छा जातिव्यवस्थेत ब्राह्मणांचे इतर समाजावर प्रभुत्व आहे तसेच असावे. यासाठी दरभंग्याच्या महाराजांनी १० हजार लोकांच्या सह्या घेऊन एक निवेदन बिहार विधिमंडळाला सादर केले आणि सक्तीचे प्राथमिक शिक्षण सुरू करू नये अशी विधिमंडळाला प्रार्थना केली. दुसऱ्या एखाद्या प्रांतातील विधिमंडळानेही मागासजातींमध्ये शिक्षणाचा प्रसार करण्याचे प्रयत्न अशा तऱ्हेने निष्फळ ठरविले तर त्याचे कोणालाही आश्चर्य वाटणार नाही. कारण, मागासवर्गीयांचे हितरक्षण करण्यासाठी विधिमंडळात त्यांचे प्रतिनिधी नसले तर असे निर्बंध करणे वरिष्ठ समाजाला अशक्य नाही. सरकारने विधिमंडळावर काही प्रतिनिधींची नियुक्ती करावी ह्या तत्त्वाला आपला विरोध आहे. कारण सरकारी नियुक्त सभासद आणि स्वतंत्र मतदारसंघाने निवडलेला प्रतिनिधी यांत मोठा फरक आहे. नियुक्ती ही ते अंतर भरून काढू शकत नाही. सरकार-नियुक्त सभासद कितीही स्वार्थ-निरपेक्ष बुद्धीने काम करणारा असो, तो सरकार-नियुक्त आहे त्याच कारणामुळे त्याच्या मताची किंमत कमी होते, असे शाहूंनी नमूद केले.

आपल्या पत्राच्या शेवटी शाहूंनी लॉर्ड विलिंग्डन यांना पदावधी वाढवून

मिळावा अशी मॉंटेग्यूंना विनंती केली व मुंबई प्रांतातील जहाल मतवाद्यांच्या पक्षाचे वजन कसे वाढत आहे याचे वास्तववादी वर्णन शाहूंनी आपल्या पत्रात केले. शाहू आपल्या पत्रात मॉंटेग्यूंना म्हणाले, 'मुंबई इलाखा हा हिंदुस्थानातील राजकीय वादळाचे केंद्र आहे हे आपणांस विदित आहे. येथेच ब्राह्मण नोकरशाही प्रबळ आहे. मुंबई इलाख्याने महान कॉंग्रेस पुढारी भारताला दिले आहेत आणि त्यांतील काही पुढाऱ्यांचा माझ्या संस्थानाशी संबंध होता. मुंबईने स्वराज्य चळवळीच्या (होमरूल) प्रचारात पुढाकार घेतला आहे. मुंबई इलाख्यातील जहाल मतवाद्यांनी कॉंग्रेस जिंकली आहे आणि तेच हिंदुस्थानातील राजकीय चळवळीचे मार्गदर्शक आहेत.'

बिहार प्रांतातील मागासवर्गीयांच्या शिक्षणाला तेथील ब्राह्मणांनी केलेल्या विरोधाचा उल्लेख करून, तसेच डावपेच ते इतर प्रांतांतही करतील अशी शाहूंनी भीती व्यक्त केली. सिडनूहॅम यांनी भारताच्या राजकीय मागण्यांविरुद्ध अनेक वेळा विरोध दर्शविला हे खरे आहे. परंतु त्यांनी शाहूंना लिहिलेल्या अनेक पत्रांपैकी एका पत्रात लिहिले आहे की, 'पृथ्वीच्या पाठीवर हिंदुस्थानसारखा एकही देश नाही की जेथे स्वस्त, उच्च शिक्षण देण्यासाठी गरिबांच्या प्राथमिक शिक्षणाकडे इतके भयानक दुर्लक्ष केलेले आहे.' हा त्यांचा मुद्दा खरोखरीच विचारणीय होता. शाहूंचे हे म्हणणे खरे ठरण्याची वेळ लवकरच आली. मुंबई प्रांताच्या नवीन विधिमंडळामध्ये प्राचार्य र. पु. परांजपे हे शिक्षणमंत्री असताना त्यांनी सन १९२३ मध्ये मोफत आणि सक्तीचे प्राथमिक शिक्षण व्यावहारिक दृष्ट्या अशक्य आहे असे जाहीर केले. त्यांच्या ह्या जाहीर निवेदनाचा निषेध करून प्रा. वा. गो. काळे व प्रा. के. रा. कानिटकर ह्या त्यांच्याच पक्षातील पुढाऱ्यांनी परांजपे यांच्यावर खरमरीत टीका केली. परांजप्यांना टीकेला तोंड देता येईना म्हणून त्यांनी सर नारायणराव चंदावरकर यांच्या अध्यक्षतेखाली शिक्षणाची योजना तयार करण्यासाठी एक समिती नेमली. सरकारी कारभारात काही वेळा असे घडते की, एखाद्या प्रश्नाचा विचार करण्यासाठी समिती नेमणे म्हणजे कालहरण करून त्या प्रश्नासंबंधीचा निर्णय लांबणीवर टाकणे. ह्या बाबतीतही तसेच घडले.

ऑगस्टच्या तिसऱ्या आठवड्यात शाहूंची प्रकृती पुन्हा बिघडली. शाहूंची प्रकृती लवकरच पूर्ववत व्हावी अशी राज्यपाल विलिंग्डन यांनी आशा व्यक्त केली. शाहूंचा निरोप घेते वेळी लॉर्ड विलिंग्डन म्हणाले की, भविष्यकाळात आपणास कोणत्याही प्रकारची कामगिरी करावयास लागली आणि कुठेही आपणास जावे लागले तरी आपली मैत्री तशीच निरंतर राहील. शाहूंनी

२७ ऑगस्ट १९१८ रोजी सर शंकरन नायर यांना पत्र लिहून कळविले की, 'डॉ. टी. एम. नायर हे लंडनहून मुंबईस आल्यावर आपणास त्यांची ओळख करून घ्यावयाची आहे.' डॉ. नायर यांचे शाहू मोठे चाहते होते. त्यांनी मागासवर्ग आणि अस्पृश्यवर्ग यांच्या बाबतीत जी मोठी कामगिरी करून देशकार्य केले होते व करीत होते त्याविषयी आपणास विशेष प्रकारे कृतज्ञता व्यक्त करावयाची आहे, असे आपल्या पत्रात शाहूंनी म्हटले होते. पत्राच्या शेवटी ते म्हणाले, 'जरी त्यांचे व माझे कार्य एकाच धोरणाने चालले असले, तरी जे काही मी करू शकलो नाही ते डॉ. नायर करू शकले.'

टिळक २४ सप्टेंबर १९१८ रोजी लंडनला जाण्यासाठी निघाले. वरवर पाहता ते जरी चिरोल अभियोग लढवावयास जात होते, तरी राजकारणातही काही हालचाल करावी हाही उद्देश त्यांच्या परदेशगमनामागे होता. लंडनला निघण्यापूर्वी त्यांनी, विठ्ठलभाई पटेल यांनी मध्यवर्ती विधिमंडळात मांडलेल्या मिश्र विवाहासंबंधीच्या विधेयकाला 'केसरी'त लेख लिहून विरोध दर्शविला. या हिंदुविवाह (व्हॅलिडिटी) विधिग्राह्यता विधेयकाचा हेतू हिंदु समाजामध्ये मिश्रविवाह वैध ठरावे हा होता. विठ्ठलभाई पटेल हे जातिभेद मानणारे नसून ते जातिव्यवस्था मोडून टाकण्याच्या विचाराचे होते. त्यांची अशी ठाम समजूत झाली होती की, जर जातिभेद मोडले नाहीत तर आधुनिक सुधारणेबरोबर हिंदुसमाज पुढे जाण्याची शक्यता कमी आहे आणि त्याला इतर राष्ट्रांमध्ये उच्च दर्जा प्राप्त होणेही कठीण आहे.

टिळक आपल्या सनातनी, प्रतिगामी व धार्मिक विचारसरणीशी सन १८९१ पासून अव्याहत चिकटून होते. त्यांनी पटेलांच्या विधेयकाला विरोध करताना केसरीतील आपल्या 'हिंदु-हिंदूंचे संकर विवाह'१ ह्या अग्रलेखात म्हटले की, 'वर्ण-संकरकारक दांपत्यास किंवा त्यांच्या संततीस जे वारसाचे हक्क मिळावयाचे ते संकर विवाह करणाऱ्या इसमास मूळ पुरुष कल्पून त्याच्या पुढच्या संततीपुरतेच पाहिजेत. इतरांचा वारसा ह्या संततीस मिळू नये.' सर्वसाधारणपणे राष्ट्रवादी ब्राह्मण पुढाऱ्यांचे व होमरूल कार्यकर्त्यांचे ह्या विधेयकाच्या बाबतीत बहुतांशी हेच मत होते. सामाजिकरीत्या प्रगतिपर विचार करणारे नेते सर तेजबहादूर सप्रू, श्रीनिवास शास्त्री आणि लाला लजपतराय यांनी पटेल विधेयकाला पाठिंबा दिला. शाहूंनी त्या विधेयकाला हार्दिक पाठिंबा देऊन म्हटले की, ह्या विधेयकाला विरोध करणारे नेते हे हिंदु धर्माचे खरे कैवारी नाहीत. त्यावेळी अमेरिकेत असलेले लजपतराय म्हणाले, 'सामाजिक आणि आर्थिक न्यायावर जर राजकीय लोकशाही अधिष्ठित नसेल, तर ती एक प्रकारची

काल्पनिक गोष्ट ठरेल.' वरील अग्रलेखात टिळक म्हणाले की, 'शूद्र स्त्रीबरोबर लग्न करणारा ब्राह्मण हा ब्राह्मणत्वास मुकतो; पण तो हिंदू राहतो.[३]

जातिभेदनिर्मूलनामुळे हिंदु समाजाचे एकीकरण होईल अशी शाहूंची श्रद्धा असल्यामुळे त्यांनी हिंदू आणि जैन यांच्यामधील विवाह यापूर्वीच वैध ठरविले हाते. त्यांनी ह्यानंतर थोड्याच दिवसांत आंतरजातीय विवाह वैध आहेत असाही निर्बंध केला आणि समाजाच्या ऐक्यामधील मोठा अडसर दूर केला.

राष्ट्रवादी ब्राह्मण व तथाकथित 'जातीयवादी' ब्राह्मणेतर यांच्या विचारसरणीत हा वरीलप्रमाणे मोठा फरक होता. शाहूंनी स्त्रीला स्वातंत्र्य देणारे आणि जातिभेद मोडणारे निर्बंध केले आणि जरी ते राजकीय चळवळ चालविताना मागासवर्गीय आणि अस्पृश्यवर्ग यांना काही काळपर्यंत स्वतंत्र प्रतिनिधित्व मिळावे अशी मागणी करीत होते, तरी त्या चळवळीचा उद्देश, राष्ट्रवादी ब्राह्मण पुढारी म्हणत त्याप्रमाणे देशात फाटाफूट किंवा देशाची विभागणी करण्याचा नव्हता. शाहूंना सामाजिक विषमता व जातिद्वेष नष्ट करावयाचा होता. ते निश्चितपणे सामाजिक आणि देशाच्या ऐक्याच्याच बाजूने खंबीरपणे उभे राहिले होते. मागासवर्ग व अस्पृश्यवर्ग यांना स्वदेशाच्या कारभारात योग्य तो वाटा मिळावा आणि त्यांना त्यात भाग घेता यावा, असे जे शाहूंचे ध्येय होते त्याचा अर्थ शाहू हे त्यांच्या उन्नतीसाठी झटत होते. अर्थातच ते राष्ट्रातील बहुजन समाजाला वरच्या पातळीवर आणण्याचा प्रयत्न करीत होते आणि हिंदी राष्ट्रवादाच्या संकुचित बैठकीचा पाया विस्तृत करीत होते.

उलटपक्षी टिळक पक्षातील देशभक्त, राष्ट्रवादी ब्राह्मण नेते हे कितीही मोठे देशभक्त असले तरी त्यांची सामाजिक पुनर्रचनेविषयीची मते अत्यंत संकुचित, स्वार्थी व स्वयंकेंद्रित असून परंपरावादी व प्रतिगामी होती. मागासवर्गीयांची व अस्पृश्य समाजाची उन्नती म्हणजे राष्ट्राची खरी उन्नती ही शाहूंची विचारसरणी, त्यांनी सामाजिक पुनर्रचनेविषयी आपल्या संस्थानात केलेले निर्बंध, त्यांनी अस्पृश्याची गुलामगिरी समूळ नष्ट करून हिंदु समाजरचनेत केलेली अपूर्व अशी क्रांती, ह्या सर्व गोष्टींवरून शाहू हे समाजक्रांतिकारक होते हे निखालस व निर्विवाद सत्य होते. त्यांनी राष्ट्रवादाचे केलेले स्पष्टीकरण व त्याला दिलेले व्यापक अधिष्ठान यांवरून राष्ट्रवादासंबंधीचे त्यांचे विचार हे पुरोगामी, व्यापक व राष्ट्रोद्धारक होते हे सिद्ध होते.

येथे एक गोष्ट लक्षात ठेवली पाहिजे. ती ही की, महाराष्ट्रातील व मद्रासमधील ब्राह्मणेतर चळवळींनी मागासवर्ग व अस्पृश्यवर्ग यांच्या उन्नतीसाठी झगडा केला. सामाजिक विषमता, जातिहीनत्वाचा कलंक व मानसिक गुलामगिरी

यांविरुद्ध ह्या दोन्ही ब्राह्मणेतर पक्षांनी हिरिरीने लढा केला. दोघांनीही ब्राह्मण्याचा तिरस्कार करून त्यावर हल्ला चढविला. कारण ब्राह्मणशाहीने समाजात ब्राह्मणांना श्रेष्ठपणा, प्रतिष्ठा आणि विशेष सवलती दिल्या आणि असमानता, अन्याय आणि दारिद्र्य यांचा जनतेमध्ये प्रसार केला. पण ह्या दोन्ही ब्राह्मणेतर चळवळींत मोठा फरक आहे. ब्राह्मण्याविरुद्ध त्यांची जी वर समान गाऱ्हाणी दिली आहेत त्यापेक्षा दक्षिणेकडील ब्राह्मणेतर चळवळीतील लोकांना आणखी एका गोष्टीचा जळजळीत तिटकारा वाटत होता. रामाचे साहाय्यक हनुमान, जांबुवंत व वाली यांचा ब्राह्मणांनी उद्दामपणाने रामायणात वानर म्हणून जो उल्लेख केला आहे तो त्यांना अत्यंत घृणास्पद वाटे. त्यामुळे त्यांच्या चळवळीला एक प्रकारची तीक्ष्ण धार आली होती. त्या चळवळीने द्रविड नाव धारण केले. परंतु महाराष्ट्रातील ब्राह्मणेतर चळवळीचा हेतू समाजविभाजन हा नव्हता. तिचा हेतू समाज सुधारणावादी होता. समाजाचे उन्नतीकरण हा होता. देशाचे ऐक्य, व अभंगता यांना तिने कधीही विरोध केला नाही. कारण म. फुले यांनी जी चळवळ केली तिला मानवतेचे अधिष्ठान होते. आणि शाहू हे तर शिवाजीचे वंशज असल्यामुळे राष्ट्रीय ऐक्य, राष्ट्रोद्धार हे तत्त्व त्यांनी कधीच सोडले नाही.

युवराज राजाराम यांच्या विवाहानंतर त्यांनी आपले शासकीय काम दिवाण सबनीस यांच्या मार्गदर्शनाखाली नेटाने सुरू केले. राजाराम यांना दिवाण सबनीस ह्यांनी दिलेल्या उत्तेजनामुळे कारभारातील कामाचा पुष्कळ अनुभव मिळाला. युवराज राजाराम यांनी दिवाण सबनीस यांनी केलेल्या मार्गदर्शनावर खूश होऊन 'सबनीस हे राजघराण्यांचे सच्चे मित्र आहेत व आपण त्यांना आपल्या वडिलधाऱ्या नातलगांपैकीच मानतो. आपले वडीलही त्यांच्याविषयी असाच आदर बाळगतात.' असे सन १९१८ च्या सप्टेंबर महिन्यात म्हटले आहे.

डॉ. कुर्तकोटी हे कावेबाज व युक्तिबाज पुढारी होते. कुळकर्णी वतने चालू राहावी असा त्यांनी पवित्रा घेतल्यामुळे कोल्हापूर शासनाबरोबर त्यांचे खटके उडावयास आरंभ झाला. शिवाय ब्राह्मणेतर व अस्पृश्य समाज यांच्याविषयी त्यांनी दाखविलेली सहानुभूती ही दिखाऊ होती असे यापूर्वीच आढळून आले होते. अस्पृश्यता निवारणाकडे पाहण्याचा त्यांचा दृष्टिकोण अर्धवट सनातनी व संकुचित होता आणि ही त्यांची मते त्यांनी १९१२ साली अस्पृश्य निवारण परिषदेच्या अध्यक्षपदावरून बोलून दाखवली होती. त्यांत म्हणण्यासारखी काही सुधारणा झाली नव्हती. त्यावेळी त्यांनी कर्मवीर शिंदे यांना आपण परिषदेचे अध्यक्षपद स्वीकारू पण अस्पृश्यांना स्पर्श करणार नाही, असे निक्षून सांगितले होते. डॉ. कुर्तकोटी यांनी एका वर्षात मठाच्या तिजोरीत शिल्लक असलेला पैसा

उधळून टाकून वर ६० हजार रुपयांचे कर्ज करून ठेवले. शिवाय नोकरांचे पगार द्यावयाचे राहिले होते. त्यामुळे मठाच्या कारभारात गंभीर परिस्थिती निर्माण झाली होती. शंकराचार्य डॉ. कुर्तकोटी यांना इनाम दिलेल्या खेड्यांत नवीन निर्बंधाप्रमाणे कुळकर्ण्यांच्याऐवजी तलाठी नेमण्यात आले. परंतु डॉ. कुर्तकोटी यांचा कुळकर्णी वतने नष्ट करण्याला विरोध असल्यामुळे त्यांनी त्याविरुद्ध आपला निषेध व्यक्त केला. अशा रितीने डॉ. कुर्तकोटी हे शाहूंच्या मर्जीतून उतरले.

यानंतर डॉ. कुर्तकोटी ह्यांनी महाराजांना ६ सप्टेंबर १९१८ रोजी एक महत्त्वाचे पत्र लिहिले. त्यात ते म्हणाले की, 'ह्या व्यवहारी जगातील गोष्टीविषयी (कुळकर्णी वतने नष्ट करणे) विरोध दर्शविणे हे मला योग्य वाटत नाही. हा संबंध तोडून शांततेत राहावे अस मी ठरविले आहे. माझे हे पत्र करवीर इलाख्यातील उत्पन्नाचा राजीनामा म्हणून मानावे आणि पुढील व्यवस्था महाराजांनी करावी.' आपण पुढील पौर्णिमेनंतर दौऱ्यावर जात असून, त्या दौऱ्यावर निघण्यापूर्वी महाराजांना भेटायची इच्छा आहे असेही त्यात त्यांनी म्हटले होते.

शाहू त्यावेळी पुण्यात होते. मुख्य महसूल अधिकारी भास्करराव जाधव यांनी डॉ. कुर्तकोटी यांच्या राजीनाम्याच्या पत्रासंबंधी दिवाणांना ११ सप्टेंबर रोजी माहिती दिली. आपल्या पत्रात जाधव म्हणाले, 'स्वामी जगद्गुरू ह्यांनी मठाच्या इनाम गावावरील सर्व हक्क सोडून दिले आहेत असे महाराजांना लिहिले आहे. येथील व बाहेरील ब्राह्मण समाजाची कृपा संपादन करावी व महाराजांना वाकवावे हा उद्देश त्याच्या पाठीमागे असावा असे वाटते. त्यांचे प्रतिस्पर्धी संकेश्वरचे शंकराचार्य यांच्याशी तडजोड करण्यासाठी त्यांची बोलणी चालली आहेत आणि त्यातील एका अटीवरून असे दिसून येते की, डॉ. कुर्तकोटी यांचा हेतू दरबारशी संघर्ष करावा असा आहे. तडजोडीतील आणखी एका अटीवरून दिसते की, जर कोल्हापूरच्या मालमत्तेस डॉ. कुर्तकोटी मुकले तर त्यांना संकेश्वरच्या मालमत्तेचा भाग देऊन त्याचा उपभोग घेण्यास डॉ. कुर्तकोटी यांना हक्क राहील. ह्याच वेळी शाहूंच्याविरुद्ध तंजावरच्या अभियोगात लागलेला निर्णय, इतिहासकार राजवाड्यांनी ब्राह्मणेतरांच्याविरुद्ध काढलेले उद्गार आणि दोन शंकराचार्यांनी परस्परांमध्ये महाराजांच्या क्षत्रियत्वाबद्दल मुग्धता पाळून केलेला करार हा संघटित बनाव दिसतो.'

तंजावरच्या दुय्यम न्यायाधीशाने मराठा हे शूद्र मानून शाहूंच्याविरुद्ध तंजावरच्या अभियोगात निर्णय दिला होता.

मद्रासमध्ये 'जस्टिस' ह्या वर्तमानपत्राने ब्राह्मणांच्या हाती सत्ता जाऊ नये म्हणून स्वराज्य चळवळीसंबंधी ब्राह्मणेतरांचे मत व्यक्त करण्याची मोहीम सुरू

केली होती. तेथील ब्राह्मणेतरांनी आपली शक्ती संघटित केली होती. शाहूंनाही महाराष्ट्रात ब्राह्मणेतरांची संघटना निर्माण करावयाची होती. त्याकरता सरकारचा पाठिंबा किंवा उत्तेजन याची त्यांना कल्पना नव्हती. पण आपण अशी संघटना केली तर सरकारने आपल्याविषयी गैरसमज करून घेऊ नये याविषयी ते सावधपणा बाळगीत होते. सरकारला शाहू छत्रपती सैन्यभरतीत मन:पूर्वक साह्य करीत असताना सरकारने त्यांच्या या उद्देशाविषयी अपसमज करून घ्यावा हे चमत्कारिक नव्हे काय ? वस्तुस्थिती अशी होती की, शाहू हे परिस्थितीच्या दाबामुळे वरकरणी ब्रिटिशांच्या बाजूने अतिउत्साहाने बोलताना आढळत. परंतु मनापासून ते ब्रिटिशांच्याविरुद्धच होते. त्यामुळे सर्व बाबतींत ब्रिटिश आपले कैवारी नाहीत असे ते जाणून होते. खाजगी संभाषणात ते ब्रिटिश राज्यकर्त्यांना 'टोपडे' असे म्हणत आणि त्यांच्याविषयी आपला द्वेष सावधपणे व्यक्त करीत. मागासवर्ग व अस्पृश्यवर्ग यांना इतरांबरोबर समान सामाजिक दर्जा मिळवून देऊन त्यांची उन्नती करण्याच्या प्रयत्नांना ब्राह्मण समाजाच्या विरोधामुळे अगतिकपणे त्यांना सरकारचा आश्रय घेणे भाग पडले होते.

या समयी वालचंद कोठारी व व्होरा यांनी ३ ऑक्टोबर १९१८ रोजी 'डेक्कन रयत' नावाचे एक इंग्रजी साप्ताहिक पुण्यात सुरू केले. सामान्य जनतेचे हित साधण्याच्या उद्देशाने हे साप्ताहिक त्यांनी सुरू केले. बेळगाव येथे वकिलीचा व्यवसाय करीत असलेले अण्णासाहेब लठ्ठे हे कोठारींना त्या बाबतीत साह्य करीत. पददलितांच्या उद्धारासाठी आपले जीवन व्यतीत करावे म्हणून लठ्ठे त्यावेळी वकिलीचा व्यवसाय सोडण्याच्या विचारात होते. ज्याप्रमाणे मद्रास प्रांतात ब्राह्मणेतर पुढारी आपला संदेश 'जस्टिस' पत्रामधून पसरवीत होते, त्याप्रमाणे आपले विचार व ध्येय 'डेक्कन रयत'मधून पसरवावे, असे शाहूंना वाटणे साहजिक होते. यास्तव त्यांनी 'डेक्कन रयत'ला पाठिंबा दिला आणि त्याच्या पुष्कळ प्रती विकत घेऊन ज्या अधिकाऱ्यांना व व्यक्तींना पददलितांच्या उद्धाराची कळकळ वाटत असे, त्यांना त्या पाठवून देत असत.

मध्यंतरी डॉ. कुर्तकोटींना मठातील तिजोरीतून काही हिऱ्यांचे हार, सोन्याचा मुकुट आणि देवस्थानचे दुसरे काही महत्त्वाचे जडजवाहीर काढून विकावयाचे होते. याकरिता त्यांनी मठाचे व्यवस्थापक नागोपंत टोपकर यांच्याजवळ किल्ल्या मागितल्या. नागोपंत टोपकर यांनी डॉ. कुर्तकोटी यांना किल्ल्यांची मागणी करणारे लेखी पत्र द्या अशी विनंती केली. परंतु डॉ. कुर्तकोटी यांना टोपकरांची ती मागणी अपमानकारक वाटली म्हणून तसे करण्यास त्यांनी नकार दिला. त्यामुळे टोपकरांनी त्यांना किल्ल्या देण्यास साफ नकार दिला.

परिणामी मठाच्या देवस्थानचे जडजवाहीर विकत घेण्यासाठी आलेल्या सोन्याचांदीच्या व्यापाऱ्याला हात हालवीत परत जावे लागले. हा व्यवहार धोकादायक आहे असे त्यालाही वाटले.

अशा रितीने अडचणीच्या परिस्थितीत सापडलेले डॉ. कुर्तकोटी यांनी मठाला रामराम ठोकायचे ठरविले. मठातील त्यांचे सहकारी पं. नरहरशास्त्री मारुलकर यांनी 'आपण मठ सोडू नये' अशी त्यांना कळकळीची विनंती केली असतानाही डॉ. कुर्तकोटी यांनी १५ ऑक्टोबर १९१८ रोजी मठाला रामराम ठोकला. पं. नरहरशास्त्री मारुलकरांना त्यांनी सांगितले की, आपण मठाचा त्याग केला आहे आणि गुरुस्वामी पित्रे यांनी मठाची व्यवस्था पाहावी अशी मारुलकरांना विनंती करून ते चालू लागले. दोन फर्लांगपर्यंत पं.मारुलकर हे डॉ. कुर्तकोटींच्या मागून विनंती करीत चालत गेले. परंतु डॉ. कुर्तकोटी हे रागाच्या भरात जळफळाट करीत पुढेच निघून गेले. थोड्याच दिवसांनी डॉ. कुर्तकोटी यांचा एक नोकर मठात येऊन डॉ. कुर्तकोटींच्या हातातील दंडक, कमंडलू व छायाचित्रे यांची मागणी करू लागला. टोपकरांनी त्या वस्तू डॉ. कुर्तकोटी निघून गेल्यानंतर एका खोलीत सुरक्षित ठेवल्या होत्या. पुढे ब्रिटिश राजप्रतिनिधींच्या सांगण्यावरून त्या वस्तू त्यांना परत करण्यात आल्या.

संकेताप्रमाणे संकेश्वराचे शंकराचार्य आणि डॉ. कुर्तकोटी यांची औदुंबर क्षेत्री भेट होऊन त्यांनी आपसांतील भांडण मिटविले. त्या सौद्यात डॉ. कुर्तकोटी यांना वार्षिक ८ हजार रुपये उत्पन्न द्यावयाचे ठरले. औदुंबर येथे झालेली तडजोड बेळगावच्या न्यायालयात प्रविष्ट करण्यात आली. कारण त्या न्यायालयात दोन्ही शंकराचार्यांच्या मालमत्तेचा तंटा अनेक वर्षे अनिर्णीत पडून राहिला होता. परंतु डॉ. कुर्तकोटी यांनी कोल्हापूरच्या शंकराचार्यांच्या गादीचा त्याग केल्यानंतर गुरुस्वामी पित्रे हे पुन्हा कोल्हापूरचे शंकराचार्य झाले. त्यांनी वरील दोन शंकराचार्यांच्या झालेल्या कराराविरुद्ध बेळगाव न्यायालयात आपली तक्रार नोंदविली. डॉ. कुर्तकोटी व संकेश्वरचे शंकराचार्य ह्या दोघांत तडजोड नानासाहेब देशमुख व दत्तोपंत बेळवी यांनी औदुंबर येथे घडवून आणली होती.

मध्यंतरी शाहूंनी कल्लाप्पा अण्णा निटवे आणि दाजी अमृत विचारे यांना डॉ. कुर्तकोटी यांच्याकडे पाठवून डॉ. कुर्तकोटी यांनी कोल्हापुरात परत यावे अशी विनंती केली. परंतु नवीन कराराप्रमाणे डॉ. कुर्तकोटी यांना वार्षिक उत्पन्नाची ग्वाही मिळताच त्यांनी १ नोव्हेंबर १९१८ रोजी शाहूंना कळविले की, 'मला आताच आपली तार मिळाली आहे. आपण मला ज्या अर्थी स्वामी कुर्तकोटी असे म्हणता त्या अर्थी मी सुद्धा आता आपल्या नावाच्या पाठीमागे

क्षत्रिय कुलावतंस हे विशेषण आजपासून लावीत नाही. कलाप्पा अण्णा निटवे यांच्याबरोबर मी सविस्तर माहिती पाठविली आहे. आता विरार येथे दाजीसाहेब विचारे मला भेटले. त्यांनाही मी सविस्तर हकिगत कळवली आहे. यापुढे आपण मला भेटण्याठी कोणीही माणूस पाठविण्याची आवश्यकता नाही. आपण यापुढे आणखी त्रास घेऊ नये. आपणाविषयी माझ्या मनात वाईट विचार राहणार नाहीत. मनुष्याने आपल्या मनावर ताबा ठेवावा हे त्याचे कर्तव्य आहे. आपणाकडून एका कवडीची किंवा दसोडीची मी अपेक्षा करीत नाही. मी जाणूनबुजून संन्यासी आहे. सर्व जग मला खुले आहे. आपणास जर काही पाहिजे असेल तर त्यासाठी मी भिक्षा मागेन. आपण आपल्या मनाप्रमाणे मठाची व्यवस्था करावी. वकिलाचा किंवा बॅरिस्टरचा ह्या प्रकरणी सल्ला घेण्यासाठी आपण काहीही खर्च करण्याची आवश्यकता नाही. कारण मी कोणत्याही तऱ्हेने विरोध करणार नाही. मी निरीच्छेने कोल्हापूर सोडून निघालो आहे. माझ्या निर्लोभीपणात कधीही फरक पडणार नाही.'

यानंतर बरेच दिवस लोटले. दोन महिन्यांनंतर डॉ. कुर्तकोटी ह्यांनी ब्रिटिश राजप्रतिनिधीकडे 'दरबारने आपणाला वाईट वागणूक दिली व त्या प्रकरणी त्यांनी हस्तक्षेप करावा,' अशी विनंती केली. २७ जानेवारी १९१९ रोजी ब्रिटिश राजप्रतिनिधी वुडहाऊस यांनी डॉ. कुर्तकोटींचे प्रकरण जरी संपूर्णपणे शाहूंच्या अधिकारातले असले तरी ते शक्यतो लवकर मिटवावे असे कळविले. त्यानंतर ५ फेब्रुवारी १९१९ रोजी दरबारने हुकूम काढून करवीर शंकराचार्यांच्या पदावरून डॉ. कुर्तकोटी यांना काढून टाकले[२] आहे असे जाहीर केले. त्या हुकमात म्हटले होते की, 'डॉ. कुर्तकोटी ह्यांनी इनाम जमिनी व मठाची मालमत्ता यांच्यासंबंधीची जबाबदारी नीट पाळली नाही. त्यांनी कर्ज काढले आणि आपल्याला गादीची जरूरी नाही असे सांगून गुरुस्वामी पित्रे यांची विनंती झिडकारून कोल्हापूर सोडून गेले. संकेश्वरचे वाईकर स्वामी यांच्याशी त्यांनी समेट केला असून तेथील संपत्तीवर त्यांचा डोळा आहे. त्यांनी महाराष्ट्रातील आपल्या शंकराचार्यांच्या गादीचा त्याग केला आहे आणि आपल्या गैरव्यवहारामुळे ते त्या पीठाला नालायक ठरले आहेत. ते आता कोल्हापूरच्या शंकराचार्यांच्या पीठावर नाहीत आणि कोल्हापूर सोडल्यापासून त्यांना कोणत्याही तऱ्हेने त्या पीठाची सत्ता चालविता येणार नाही. ते कोल्हापूर सोडून गेल्यानंतर गुरुस्वामी पित्रे यांना शंकराचार्य म्हणून नेमल्याचे जाहीर करण्यात आले आहे.'

डॉ. कुर्तकोटी यांचा कुळकर्णी वतनच्या प्रकरणी दरबारशी मतभेद झाल्यानंतर डॉ. कुर्तकोटींना 'केसरी'ने उपदेश केला की, 'डॉ. कुर्तकाटी यांनी

पाण्यात राहून माशाशी वैर करण्यापेक्षा त्यांनी आपल्या विद्वत्तेचा आणि कार्य कर्तृत्वाचा हिंदुधर्मीयांस फायदा करून द्यावयाचा असल्यास कोल्हापूरच्या रोगट हवेतून बाहेर पडावे आणि हिंदु विश्वविद्यालयासारख्या सर्वव्यापी स्वतंत्र विद्यापीठात राहून आपल्या ज्ञानाचा लाभ आपल्या अखिल शिष्यवर्गास करून द्यावा हाच उत्तम मार्ग दिसतो.' पुढे फेब्रुवारी १९१९ मध्ये जेव्हा मुंबईतील गांधर्व महाविद्यालयात डॉ. कुर्तकोटींचा सत्कार करण्यात आला तेव्हा त्यांनी 'ब्राह्मणधर्म संरक्षिणी सभा' काढल्याचे जाहीर केले आणि नंतर 'ब्रह्मश्री विद्यापीठ' नावाची संस्था त्यांनी स्थापन केली. आणि खरोखरीच डॉ. कुर्तकोटी हे 'रामदासी[३] संप्रदायातील' असल्यामुळे त्यांच्या कोल्हापूरच्या कारकिर्दीचा योग्य असा शेवट झाला. त्यानंतर ते नाशिकक्षेत्री राहू लागले. तेथून ते छत्रपतींवर व त्यांच्या घराण्यावर हल्ले चढवू लागले.

ह्या समयास शाहूंनी पुण्याचे 'जागरूक', 'समाजसेवक', कोल्हापूरचे 'विश्वबंधू' व सोमथाणामधील 'दीनमित्र' यांच्या संपादकांना सहानुभूती दाखविण्याविषयी मुंबई सरकारला विनंती केली. 'दीनमित्रा'ने आपल्या ४ सप्टेंबर १९१८ च्या अंकात जगद्‌गुरूंवर कडवट टीका केली होती. ती पाहून डॉ. कुर्तकोटींनी, आपल्यावरील केलेले आरोप मागे घेण्याविषयी दीनमित्राला सूचना केली. त्यावेळी दीनमित्राचे संपादक मुकुंदराव पाटील यांना शाहूंनी ५०० रुपयांची मदत केली.

कॅडेल ह्यांना १६ सप्टेंबर रोजी शाहूंनी पुण्याहून पत्र लिहून कळविले की, कोठारी व व्होरा ह्यांना 'जस्टिस'सारखे एक इंग्रजी पत्र सुरू करावयाचे आहे. कोठारी आणि व्होरा हे सद्‌गृहस्थ लायक, त्यागी आणि राजनिष्ठ असून मुंबई प्रांतांमध्ये अशा एका वर्तमानपत्राची जरुरी आहे. यो दोघांची सरकारला ओळख करून द्यावी अशी विनंती केली. खरे पाहता कोठारी हे स्वतंत्र मताचे पुढारी होते आणि जरी ब्राह्मणांच्या सामाजिक विरोधामुळे त्यांनी ब्राह्मणांवर टीका केली होती, तरी सत्यशोधकाचे कार्यकर्ते सरकारचे हस्तक नाहीत असे कोठारींनी जाहीर केले होते. शाहूंच्या विनंतीवरून कोठारी जेव्हा कॅडेल यांना भेटले तेव्हा त्यांनी कॅडेल यांना निर्भयपणे सांगितले की, राज्यपालांना भेटण्याची आपली इच्छा नाही आणि महाराजांनी आपल्या बाबतीत पाठविलेल्या पत्राकडे आपण विशेष लक्ष देऊ नये.

मागासवर्ग व अस्पृश्यवर्ग यांना स्वतंत्र मतदारसंघ मिळावे यासाठी इंग्लंडमध्ये जाऊन प्रचार करण्यासाठी शाहूंनी कोठारींना दिलेली ३ हजार रुपयांची हुंडी त्यांनी शाहूंकडे परत केली होती. जी. एस. सोहनी नावाच्या कोणा

व्यक्तीलाही इंग्लंडमधील टिळकांच्या प्रचाराला विरोध करण्यासाठी पाठविण्याचा शाहूंचा विचार होता. तेव्हा सोहनींना लंडनला जाण्याचे पारपत्र (पासपोर्ट) द्यावे अशी शाहूंनी विनंती केली. हे सोहनी कोण होते याची माहिती मिळत नाही. या उंदिराने टिळकांसारख्या सिंहाशी संघर्ष करावा अशी शाहूंची अपेक्षा होती. सोहनींना ते आपल्या खर्चाने इंग्लंडला पाठविणार होते, परंतु सरकारने सोहनींना परवानगी दिली नाही. सोहनींना लंडनला पाठविण्यात शाहूंचा दुसरा एक हेतू होता. सोहनींनी चिरोल अभियोगात टिळकांच्याविरुद्ध चिरोलला साह्य करावे अशी शाहूंची इच्छा होती. मागासवर्ग व अस्पृश्यवर्ग यांना स्वतंत्र मतदारसंघ मिळावे याविषयीचे शाहूंचे बेत बळकट होते. त्या प्रकरणी डॉ. शंकरन नायर यांची मदत घ्यावी असे त्यांना वाटत होते. ३० सप्टेंबर १९१८ रोजी सर शंकरन नायर ह्यांनी डॉ. माधवन नायर ह्यांना एक पत्र लिहिले. त्यांत त्यांनी म्हटले की, 'कोल्हापूरचे महाराज हे डॉ. नायरांचे मोठे चाहते असून अत्यंत उत्साही असे ब्राह्मणेतर पुढारी आहेत व त्यांना ब्राह्मणेतरांच्या हिताविषयी मोठा जिव्हाळा वाटतो, यासाठी आपण शाहूंची ओळख करून घ्यावी.'

लॉर्ड विलिंग्डन यांनी ११ ऑक्टोबर १९१८ रोजी शाहूंना कळविले की, इचलकरंजी दत्तक प्रकरणातील आपले म्हणणे सरकारला मान्य नाही. सरकारने केलेला निर्णय हा न्याय्य असून त्यांनी तो अत्यंत विचारपूर्वक केलेला आहे. शाहूंना ही कडवट गोळी अगदी अनिच्छेने गिळावी लागली.

शाहूंच्या १७ ऑगस्ट १९१८ च्या पत्राला उत्तर माँटेग्यू यांनी दि. १६ ऑक्टोबरला दिले. शाहूंनी केलेल्या सूचनांविषयी माँटेग्यू यांनी त्यांचे आभार मानून 'योजना जेव्हा निश्चित करण्याची वेळ येईल त्यावेळी आपल्या सूचना विचारात घेऊ', असे आश्वासन दिले. मराठ्यांना स्वतंत्र मतदारसंघ असावेत ही शाहूंची मागणी त्यांना मतदारसंघ समितीपुढे ठेवण्याची संधी मिळेल असे म्हटले. लॉर्ड विलिंग्डन यांच्या पदावधीविषयी माँटेग्यूंनी शाहूंना कळविले की, विलिंग्डन यांची बदली मद्रास येथे केलेली आहे आणि हिंदी सरकारला त्यांच्या अनुभवाचा आणि सल्ल्याचा फायदा घेता येईल. शाहूंनी आपल्या पदावधीवाढीसंबंधी अविरत खटपट केली व आग्रह धरला असे म्हणून आपण शाहूंची उदारभावना कधीही विसरणार नाही, असे विलिंग्डन यांनी कळविले. तरीसुद्धा शाहूंनी आपली मागणी तशीच काही दिवस पुढे चालू ठेवली.

लॉर्ड विलिंग्डन ह्यांना पदावधी वाढवून मिळावा ह्या शाहूंच्या मागणीला

मुंबईतील दोन पुढारी रा. ब. वंडेकर व सी. के. बोले यांचा पाठिंबा होता. दिवाण सबनीस त्यांना ह्या बाबतीत भेटले होते. कनिष्ठ समाजाच्या हिताकडे विलिंग्डन ह्यांनी लक्ष पुरविल्याबद्दल ह्या दोघा मागासवर्गीय पुढाऱ्यांना लॉर्ड विलिंग्डनविषयी आदर वाटे. बोले यांनी १० नोव्हेंबर १९१८ रोजी मुंबईत कामगारांची व सामान्य जनतेची एक सभा बोलाविली आणि शाहूंना त्या सभेचे अध्यक्षपद स्वीकारायची विनंती केली. ३० ऑक्टोबर १९१८ रोजी शाहूंनी बोले यांच्या आमंत्रणाविषयी कृतज्ञतापूर्वक आभार मानले व लागलीच लॉर्ड विलिंग्डन ह्यांना पत्र लिहून आपण त्या सभेचे अध्यक्षपद स्वीकारावे की कसे याविषयी त्यांचे मत विचारले. त्या सभेला सुमारे २० हजार लोक उपस्थित राहतील असे म्हणून शाहू राज्यपालांना लिहिलेल्या पत्रात पुढे म्हणाले, 'प्रत्येक चळवळीच्या मुळाशी मीच एकटा असतो असे दिसू नये हीच माझी खरी अडचण आहे.' यावर विलिंग्डन यांनी शाहूंना कळविले की, 'ह्या बाबतीत मी व माझे शासन यांनी सल्ला द्यावा अशी ही बाब नसल्यामुळे आपणच स्वत: ह्या प्रश्नाचा निर्णय करावयाचा आहे.' लॉर्ड विलिंग्डन यांच्या ह्या मूक संमतीवरून स्वत: राज्यपालही कसे लोकप्रियतेला भाळले होते आणि कोल्हापूरबाहेरील जनतेच्या संपर्कात येण्यास शाहूंना ते कसे संधी देत होते हे दिसून येते. अन्य काळी त्यांनी अशी संधी शाहूंना सहजासहजी दिली नसती. ह्याच सुमारास शाहूंनी कोल्हापुरात उभी केलेली पलटण सरकारने बेळगावला हालविली. त्यासंबंधी शाहूंनी दु:ख व्यक्त केले. कारण हा एक प्रकारे आपल्यावर मुंबई सरकारने अविश्वास प्रकट केला होता असे त्यांना वाटले.

महायुद्धाच्या समाप्तीनंतर सर्व जगात मोठे सामाजिक परिवर्तन घडून येईल असे शाहूंना वाटत होते. सर्व जगाच्या परिस्थितीच्या संदर्भात आपल्या राष्ट्राच्या नेमक्या समस्या कोणत्या हे शाहूंनी जाणले हाते. त्यात शाहूंचे स्वतंत्र विचार व दूरदृष्टी दिसून येते. १९१६ साली त्यांनी म्हटले होते की, 'देशातील परिस्थिती द्रुतगतीने बदलत आहे हे लक्षात ठेवले पाहिजे. आणि युद्धसमाप्तीनंतर अधिक द्रुतगतीने बदलेल. कारण ज्या बऱ्याच हिंदी सैनिकांनी तोपर्यंत सैन्यात सेवा केलेली असेल ते किंवा त्यावेळी जे सैनिक परदेशात सेवा करीत होते ते जेव्हा जग पाहून मोकळ्या मनाने मायदेशी परत येतील, तेव्हा ते आपल्या मागण्या अधिक मोकळेपणाने करतील व त्या पूर्वीपेक्षा अधिक असतील.'४

युरोपमधल्या कामगार चळवळीकडे शाहूंचे लक्ष होते. त्याचा ते अभ्यासही करीत होते. त्यांचे विचार सामाजिक चळवळीकडे व कामगार चळवळींकडे अधिकाधिक धावत होते. त्यामुळे त्यांची दृष्टी व्यापक झाली होती.

मुंबईतील परळ विभागात कामगार पुढारी बोले यांनी १० नोव्हेंबर १९१८ रोजी बोलाविलेल्या सभेत आपले कामगारांसंबंधीचे विचार व्यक्त करण्याची त्यांना संधी मिळाली. ह्या सभेस सुमारे १० हजार कामगार व इतर मागासवर्गाचे गरीब लोक उपस्थित होते. शिवाजी महाराजांचे वंशज आपल्या सभेस येत आहेत हे पाहून त्यांना अतिशय आनंद व अभिमान वाटला. त्या प्रसंगी एक प्रकारची ईर्षा आणि स्फूर्ती यांचे वातावरण निर्माण झाले. छत्रपतींचे आगमन होताच त्यांनी शाहू छत्रपतींचा प्रचंड जयजयकार केला. त्या सभेत बोलताना शाहू म्हणाले, 'हे अध्यक्षस्थान स्वीकारण्यास मला विशेष आनंद व अभिमान वाटत आहे. कारण मी आपल्यापैकीच एक आहे. मागासलेल्या लोकांचा मार्गदर्शक होऊन त्यांना उच्च स्थिती प्राप्त करून देण्यात मला आनंद वाटतो.' शाहूंनी आपल्या भाषणात, मागासवर्गीयांचे उद्धारकर्ते लॉर्ड विलिंग्डन यांनी जी कळकळीची सेवा केली, त्याविषयी त्यांची त्यांनी प्रशंसा केली. त्यांच्याविषयी आपले प्रेम व्यक्त करण्यासाठी आपण सर्व जण जमलो आहोत असेही ते म्हणाले. लेडी विलिंग्डन यांनी जे लोकोपयोगी व परोपकारी कार्य केले होते त्याविषयी त्यांची त्यांनी प्रशंसा केली.

त्यानंतर शाहू छत्रपती मुख्य विषयाकडे वळले. ते म्हणाले, 'मुंबई शहर हे व्यापार व उद्योगधंद्याच्या बाबतीत सुप्रसिद्ध आहे. धनिकांचे भांडवल व कारखान्याचे व्यवस्थाचातुर्य यांवरच हा व्यापार व उद्योगधंदा अवलंबून आहे अशी आजपर्यंत इकडच्या लोकांची समजूत होती. पाश्चात्य देशांत भांडवलदार व मजूर असे दोन वर्ग आहेत. तिकडेही भांडवलदारांची मजुरांवर बेसुमार सत्ता चाले. पण आता तेथे मजुरांनी आपले संघ स्थापले आहेत. गवताच्या एकेका काडीची ताकद जास्त नसते; पण अशा अनेक काड्यांचा वेत वळला तर त्याने हत्तीलाही बांधता येईल. तेथील समाजामध्ये कोणत्याही दर्जास पोहोण्यास जन्मसिद्ध अडचणी मुळीच नाहीत. त्यामुळे ते उच्च वर्गात सहजरितीने मिसळतात. तशी स्थिती आमच्या इकडे नाही. विलायतेत मजूरदार लोकांच्या संघांना पुष्कळ महत्त्व आले आहे व त्या लोकांतीलच प्रतिनिधी पार्लमेंटसारख्या संस्थांत व प्रधान मंडळात शिरले असून ते आपल्या वर्गाच्या हिताचे योग्य रितीने संरक्षण करीत आहेत.'

शाहू पुढे म्हणाले, 'मजूरदारांचे हितसंबंध भांडवलदारांच्या हितसंबंधांशी विरोधी असल्यामुळे ह्या मंडळींतील प्रतिनिधींकडून मजूरदार लोकांच्या हक्कांचे रक्षण होत नव्हते. अशी स्थिती इंग्लंडात होती. पुढारलेल्या वर्गाकडून मागासलेल्यांच्या हितसंबंधीयांचे रक्षण होणे शक्य नाही. म्हणून इंग्लंडात मजुरांनी आपल्या उन्नतीकरिता आपले संघ स्थापून जसे स्वावलंबनाचे मार्ग उभारले तसेच

संघ उभारून आपण आपले सुव्यवस्थित संघ तयार केले पाहिजेत. पुढारलेल्या वर्गाकडून मागासलेल्या वर्गाचे हितरक्षण होणे शक्य नाही. याकरिता जातवार किंवा वर्गवार मतदारसंघातर्फे त्यांच्यातील प्रतिनिधी निवडून आले पाहिजेत.'

परळ येथे भरलेली ही सभा आटोपल्यावर दुसऱ्या दिवशी छत्रपतींनी विलिंग्डन यांना कळविले की, 'सभा यशस्वी झाली आणि वक्त्यांनी मोठी धडाक्याने भाषणे केली. त्यांचा प्रत्येक शब्द अंतःकरणापासून निघत होता. त्यावर विलिंग्डन म्हणाले, 'माझ्याविषयी कामगार लोकांच्या भावना काय आहेत हे तुम्ही कळवल्यामुळे माझे हृदय भरून आले.'

ह्या यशस्वी सभेनंतर शाहू गुजरात मेलने भावनगरला गेले. त्यांचे स्नेही भावसिंहजी यांची पत्नी निधन पावली होती. त्यांचे सांत्वन करून १६ नोव्हेंबर १९१८ रोजी ते मुंबईस परत आले. आपल्या मित्रावर कोसळलेल्या दुःखामुळे व्याकूळ झालेल्या शाहूंनी भावसिंहजींचे नातलग बनसाड संस्थानचे इंद्रसिंह यांनी आपल्या बहिणीचा विवाह भावसिंहजींशी करावा असे त्यांनी सुचविले. आपली पत्नी भावसिंहजींची मुले सांभाळावयास तयार आहे असे शाहूंनी भावसिंहजींना कळविले. २० नोव्हेंबरला छत्रपती हे आपले स्नेही सर क्लॉड हिल्ल यांना मुंबईतील कुलाबा स्थानकावर भेटावयाचे होते. परंतु त्यांना सैनिकांच्या समारंभासाठी कोल्हापूरला जावे लागले. त्यानंतर ते पुन्हा मुंबईस आले व नोव्हेंबरच्या अखेरपर्यंत ते मुंबईतच होते.

भावसिंहजींच्या दुःखाने शाहू बेचैन झाले होते. आपल्या पत्रात त्यांनी भावसिंहजींना लिहिले की, 'आपल्या मुलांची काळजी घ्यायला मी पत्नीला सांगितले आहे. तिने त्यांची काळजी घ्यायचे आनंदाने मान्य केले आहे. ती म्हणते, माझा मुलगा निवर्तला आहे. मी कुमारांचे संगोपन माझे मुलगे मानून करीन. तिला सहा महिने भावनगरला राहता येईल व सहा महिने कुमारांना येथे आणता येईल. आणि बोलता बोलता दोन-चार वर्षे सहज निघून जातील आणि कुमार मोठे होतील.'५

त्याच आठवड्यात ब्राह्मणेतरांचे थोर पुढारी वालचंद कोठारी यांचा मुलगा मृत्यू पावला. शाहूंना त्यांना शोक संदेश पाठवून दुःख व्यक्त केले. कोठारींनी मुंबईतील कामगार सभा विशेष यशस्वी झाल्याविषयी शाहूंचे अभिनंदन केले.

लॉर्ड विलिंग्डन हे आपले पद आता लवकरच सोडणार होते. त्यांनी इचलकरंजी दत्तक विधानाचे प्रकरण निकालात काढून जावे अशी शाहूंची इच्छा होती. त्या प्रकरणी शाहूंनी विनायक नारायण घोरपडे यांना न्याय मिळाला पाहिजे

असा आग्रह धरला होता. लॉर्ड विलिंग्डनना शाहूंचे म्हणणे पटत नव्हते. तरी शाहूंनी विलिंग्डनना पदावधी मिळण्याच्या खटपटी सुरूच ठेवल्या होत्या. शेवटी महाराज्यपाल लॉर्ड चेम्सफर्ड यांनी विलिंग्डनना यांची मद्रासचे राज्यपाल म्हणून झालेली नेमणूक रद्द करता येत नाही, असे त्यांना कळविले. शाहूंना अडचणीच्या वेळी सल्ला व साह्य देण्यात मुंबईचे नवे राज्यपाल जॉर्ज लॉईड हेही मित्र[६] म्हणून उपयोगी पडतील असे महाराज्यपालांनी त्यांना आश्वासन दिले.

शाहूंच्या विनंतीनुसार व कळकळीच्या मार्गदर्शनानुसार मुंबईचे कामगार पुढारी सी. के. बोले यांनी त्याच आठवड्यात 'लोकसंघ' (People's Union) ही संस्था स्थापन केली. बोले यांनी कामगार हितवर्धक सभा १९०९ साली स्थापन करून तिचे काम अद्यापपर्यंत चालू ठेवले होते. तेच आता लोकसंघाचे पुढारी झाले. ही जी कामगार संघटना बोल्यांनी स्थापन केली तिचे पहिले आश्रयदाते शाहू छत्रपती झाले. रामचंद्र वंडेकर, हरिश्चंद्रपंत तालचेरकर, सखाराम विश्राम कीर व मानाजी रानूजी कालेवार हे त्या लोकसंघाचे मागासवर्गीयांपैकी मुंबईतील नामांकित पुढारी होते. मागासवर्गाची व कामगारवर्गाची धार्मिक, सांस्कृतिक, सामाजिक व आर्थिक उन्नती करणे, सामाजिक आणि धार्मिक समता प्रस्थापित करणे आणि मागासवर्गीयांसाठी स्वतंत्र मतदारसंघ मागणे हे लोकसंघाचे ध्येय होते. लोकसंघाने पुढे मुंबईतील कामगार विभागात वाचनालये सुरू केली.

लोकसंघाची (पीपल्स युनियनची) स्थापना झाल्यानंतर शाहूंनी २४ नोव्हेंबर १९१८ रोजी कामगारांच्या आणि मागासवर्गीय लोकांच्या सभेपुढे एक भाषण केले. लोकसंघ स्थापन केल्याविषयी बोले आदी नेत्यांचे अभिनंदन करून शाहू म्हणाले, 'इंग्लंडात भांडवलवाले व मजूर असे दोन प्रबळ पक्ष आहेत व त्यांचे हितसंबंध परस्परविरोधी आहेत अशी आजपर्यंतची समजूत आहे. दुसऱ्यांच्या वाजवी हक्कास विरोध करण्याची बुद्धी वरिष्ठ दर्जाच्या लोकांस ज्या दिवशी होणार नाही व दाबून टाकलेल्यांना मान वर करण्याची संधी मिळेल तो सुदिन लवकरच उगवेल अशी मला आशा वाटत आहे. पश्चिमेकडील राष्ट्रांतील भांडवली सत्तेचे तत्त्व इकडील कारखान्यांत शिरल्याने गरीब मजुरांची स्थिती फारच कष्टमय झाली आहे. यास्तव कामगारांनी आपली संघटना केली पाहिजे आणि आपल्या उन्नतीसाठी मोठे प्रयत्न व त्यागही केला पाहिजे. वास्तविक पाहता सर्वांशी एकत्वाने वागून एकीचे व प्रेमाचे उदाहरण सुशिक्षित व समंजस वर्गाने घालून दिले पाहिजे होते. पण ते आज तसे करीत नाहीत. हे काम आर्य

समाजाने हाती घेतले आहे. मी सर प्रतापसिंह महाराज ह्यांचा अनुयायी आहे. आर्य समाजाच्या मताच्या ग्रंथांचे वाचनही मी केले आहे. आर्य समाजाची मते ही दयानंद सरस्वतींचीच आहेत असे नाही. वेदातील अनादी तत्त्वेच स्वामी दयानंद, नित्यानंद, माझे मित्र पं. आत्माराम व स्वामी प्रज्ञानंद हे प्रज्वलित करीत आहेत.'

शाहू पुढे म्हणाले, 'मी १९०२ साली लंडनला जात असता महाराज प्रतापसिंह यांनी मला आर्य समाजाची तत्त्वे समजावून सांगितली. त्यानंतर माझी भेट प. आत्माराम यांच्याशी झाली त्या वेळेपासून आपण आर्य समाजाचे झालो आहोत. आर्य समाज, ब्राह्म समाज व प्रार्थना समाज हे धर्मोपदेशक बनलेल्या जातींचे जुलमी जू झुगारून देण्यासाठी उत्पन्न झाले आहेत. आपले संघ बनवून भांडवलदारांचा जुलूम नाहीसा करणे जितके महत्त्वाचे आहे, त्यापेक्षाही हे बनावटी धार्मिक जू काढून टाकणे जास्त महत्त्वाचे आहे व त्याकरिताच मी आर्य समाजास चाहतो. कोणत्याही देशात उपाध्यायांची स्वतंत्र जात नाही आणि आमचेकडे आहे त्या प्रकारचा जातिभेद दुनियेत सापडायचा नाही. डेमॉक्रॅटिक मतांचा फैलाव सर्वत्र जोराने होत असता आमच्या क्षत्रियांना व शूद्रांना पूर्वीसारखीच धार्मिक जुलमाखाली मान वाकवावी हे शक्य नाही.

'ऐक्य, परस्पर प्रेम, विश्वास व चिकाटीने सतत प्रयत्न ही आमची शस्त्रे असली पाहिजेत. पाश्चात्य देशांत भांडवलवाले व मजूर या पक्षांचे भांडण चालले आहे असे मी पूर्वीच सांगितले आहे. मजूर पक्षाच्या हाती राज्यकारभार बहुतांशी जाणे असा परिणाम ह्या युद्धाचा झाला आहे. रशिया व जर्मनी ही दोन निरंकुश राजसत्तेची मोठी पीठे होती. त्या ठिकाणी आता मजूर पक्षाच्या नेतृत्वाखाली प्रजासत्ताक राज्ये होत आहेत. इंग्लंडातही मजूरपक्षाचा जोर वाढत आहे. हॉलंड वगैरे तटस्थ राष्ट्रांवरही ह्या लाटेचा परिणाम झाल्याशिवाय राहणार नाही. वयात आलेल्या प्रत्येक माणसास मत देण्याचा अधिकार मिळाला म्हणजे बहुजन समाजाच्या मताप्रमाणेच कारभार चालला पाहिजे. अल्पसंख्याकांची सत्ता कमी होणारच.

'आपणांसही असेच अधिकार मिळाले पाहिजेत व त्यासाठी स्वार्थत्यागपूर्वक प्रयत्न नेत्यांनी केले पाहिजेत. आपण अडाणी व अशिक्षित आहा. आपल्याला सुव्यवस्थित रितीने काम करण्याची सवय लागणे जरुरीचे आहे. त्यासाठी चाळीचाळींतील किंवा कारखान्यांतील सहकारी पत पेढ्या ह्या आपल्या पहिल्या शाळा होण्यास योग्य आहेत. आपल्याच धंद्यातील लोकांनी सुमारे ६० वर्षांपूर्वी राचडेल येथे सहकारी तत्त्व हुडकून काढून दुकान सुरू केले त्याचा परिणाम इंग्लंडच्या व जगाचे प्रगतीवर झाला आहे हे आपण विसरता काम नये.'

आपल्या भाषणाच्या शेवटी शाहू म्हणाले, 'येथेही इंग्लंडप्रमाणे मजुरांचे संघ झाले पाहिजेत व सर्वांना आपले हक्क काय आहेत ते कळले पाहिजे. भांडवलवाल्यांत ब्राह्मण व वैश्य वृत्तीच्या लोकांचा विशेष आहे. त्यांना दाबात ठेवल्याशिवाय मजुरांची उन्नती होणे कठीण आहे. मजूरदार ह्या शब्दात कमीपणा नाही. मी कोल्हापूरच्या राज्यपदावर असताही शिपाई, मजूर म्हणवून घेण्यात मला अभिमान वाटतो.'

वरील भाषणावरून असे दिसून येते की, रशियातील १९१७ ची ऑक्टोबर कामगार क्रांती व युरोपातील मजूर चळवळ यांचे महत्त्व जाणून लोकशाहीनिष्ठ मजूर सरकार हिंदुस्थानात येईल असे सुखस्वप्न पाहणारे शाहू छत्रपती हेच बहुधा पहिले हिंदी पुढारी असावे. कामगारांना सावकारांच्या कचाट्यातून सोडविण्यासाठी व त्यांना स्वाभिमानाची आणि स्वराज्याची शिकवण देण्यासाठी कामगारांनी सहकारी संस्था स्थापन कराव्यात अशी त्यांची इच्छा होती. अशा रितीने शाहूंनी कामगार चळवळीला मोठी चालना दिली. त्यावेळी श्री. अ. डांगे यांच्यासारखे कामगार पुढारी भारताच्या क्षितिजावर उगवले नव्हते.

मुंबईच्या कामगार विभागातील ही दुसरी सभा अत्यंत यशस्वी झाल्यावर २६ नोव्हेंबर रोजी शाहूंच्या मनातून गोदी कामगारांपुढे भाषण करावयाचे होते. ह्या परिस्थितीतही शाहू सावधपणे वागत होते; ब्रिटिशांच्या मनाचा कानोसा घेत होते. त्यांनी भास्करराव जाधवांना क्रेररकडे पाठवून, आपण गोदी कामगारांसमोर भाषण करावे की करू नये याची चौकशी करण्यासाठी आणि आपल्या चळवळीची मर्यादा कुठपर्यंत ठेवावी याची माहिती काढण्यासाठी पाठविले. क्रेररला लिहिलेल्या पत्रात ते सावधपणे म्हणाले की, 'हे सार्वजनिक कार्य सरकारला पसंत असेल तरच मी असल्या कार्यात भाग घेईन हे तुमच्या लक्षात आणून देण्याची मला परवानगी असावी.'

सर्व महाराष्ट्रात आपल्या ध्येय-धोरणाचा प्रसार करावा आणि राजनिष्ठेच्या बुरख्याखाली हळूहळू सरकारला आपल्या प्रचारास मान्यता देण्यासाठी भूल पाडावी ह्या दिशेने शाहूंच्या हालचाली चालल्या होत्या. ब्रिटिश सरकारला वाटले की, सामान्य जनतेवर शाहूंचे जे मोठे वजन होते व त्यांना अमाप लोकप्रियता लाभली होती, त्याचा उपयोग सरकारला पाठिंबा मिळविण्यात करता येईल. पण जनतेने आपल्या हक्कासाठी उभे राहून देशाच्या शासनव्यवस्थेमध्ये योग्य तो वाटा मिळवावा ह्या उद्देशाने कोल्हापूरच्या बाहेर आपला संदेश पसरविण्यासाठी फिरत राहण्याचा शाहूंचा हेतू होता हे उघड आहे.

१९१८ च्या नोव्हेंबरच्या शेवटी शाहू कोल्हापुरास परतले आणि पुन्हा

मुंबईस येऊन इचलकरंजी दत्तक प्रकरणाविषयी चर्चा करून ते कोल्हापुरास गेले. पुन्हा १० डिसेंबर १९१८ रोजी त्यांनी कोल्हापूर सोडले व ते नवसारी येथे १४ डिसेंबर १९१८ रोजी भरणाऱ्या आर्य समाज परिषदेला जाण्यासाठी मुंबईस परत आले. प्रकृती ढासळलेली असतानासुद्धा ते जनप्रबोधनासाठी अत्यंत कष्ट करीत होते.

मुंबईच्या वास्तव्यात त्यांनी १० डिसेंबर रोजी टाऊन हॉलमध्ये भरलेल्या सभेची हकिकत वुडहाऊसना कळवली. राज्यपाल विलिंग्डन ह्यांना मानपत्र देण्याचा विचार करण्यासाठी नागरिकांची ती सभा टाऊन हॉलमध्ये भरली होती. महमदअल्ली जिना आणि त्यांचे राष्ट्रीय वृत्तीचे अनुयायी यांना त्या मानपत्राच्या ठरावास विरोध करावयाचा असल्यामुळे ते ९ डिसेंबर रोजी मध्यरात्रीच टाऊन हॉलच्या पायऱ्यांवर जाऊन बसून राहिले आणि ते १० डिसेंबरच्या सकाळी ८ वाजता टाऊन हॉलमध्ये गर्दी करून बसले ! टाऊन हॉलच्या पायऱ्यांवर व आजूबाजूच्या रस्त्यांवर शेकडो लोकांनी गर्दी केली आणि रात्री ८ वाजता ती सभा पोलिसांनी मोडून टाकली.[७] विलिंग्डनविरोधी जिनाचा पक्ष विजयी झाला. मानपत्राचा ठराव संमत झाला नाही, ही गोष्ट विलिंग्डन जन्मभर विसरले नाहीत. त्याविषयी त्यांनी पुढील आयुष्यात जिनांना कधीही क्षमा केली नाही. जमनादास द्वारकादास व हॉर्निमन हे त्या सभेस उपस्थित होते. जिनांचा हा बाणेदारपणा व देशभक्ती पाहून लोकांनी पुढे जिनांचे स्मारक म्हणून मुंबईत 'जिना मेमोरियल हॉल' बांधला.

वर सांगितल्याप्रमाणे शाहूंनी वुडहाऊस यांना कळविले की, जमनादास द्वारकादास यांना चांगला चोप मिळाला आणि त्याहीपेक्षा जिनांची परिस्थिती अधिक वाईट होती. पण त्याबरोबर शाहूंनी वुडहाऊस यांना सावधगिरीने कळविले की, 'आपण जॉर्ज अरुंडेल ह्या प्रख्यात शिक्षणशास्त्रज्ञाला भेटलो. अरुंडेल ही शिक्षणक्षेत्रातील एक त्याग केलेला फार मोठी व्यक्ती आहे.'

छत्रपती १३ डिसेंबर १९१८ रोजी सकाळी मुंबईहून आगगाडीने नवसारीला आर्य समाजाच्या परिषदेच्या उद्‌घाटनासाठी निघाले. नवसारी येथे त्यांचे प्रचंड स्वागत झाले. परिषदेचे उद्‌घाटन करतेवेळी शाहू म्हणाले, 'महर्षी दयानंद व त्यांचे गुरू स्वामी विरजानंद यांनी जी ज्ञानज्योत ह्या आर्यभूमीत पाजळली तिच्याविषयी विचार केला असता त्या कामी ईश संकेत स्पष्ट होत आहे. एका वेळी ह्या देशाची धर्मस्थिती फारच बिघडून गेली होती. वेदप्रतिपादित खऱ्या आर्य धर्मांवर अनेक पुटे चढल्याकारणाने त्याचे शुद्ध स्वरूप दिसेनासे झाले. ऋषिप्रणीत ग्रंथांचा अभ्यास, लबाड व बनावटी भटजींच्या टीका, भाष्ये वगैरेंच्या

आधाराने होऊ लागल्याने प्राचीन सिद्धी बरोबर समजेनात. मनुष्याच्या बुद्धीस नीचपणाप्रत नेणारी हलक्या प्रकारची मूर्तिपूजा फार वाढली.'

शाहू पुढे म्हणाले, 'मूर्तिपूजक आपणांस पवित्र म्हणवून घेऊ लागले. ब्राह्मणत्व वास्तविक पाहता गुणकर्मावर अवलंबून असावयाचे ते जातीवर येऊन बसले. तीर्थांचे काल्पनिक माहात्म्य वाढविण्यात आले. त्यामुळे तेथील नामधारी ब्राह्मणांस विपुल मिष्टान्न मिळू लागून व द्रव्यप्राप्तीही फार होऊ लागल्याने त्यांना आळस व दुर्व्यसन लागून विद्या शिकण्याचे त्यांना अगत्य वाटेनासे झाले. मनुष्य उपजल्यापासून तो मरेपर्यंत त्याच्यापासून निरनिराळ्या रूपाने पैसे मिळविण्याकरता व्रते, दाने वगैरेंचे ग्रंथ तयार केले गेले. इतकेच नव्हे, तर मेल्यावरही मृतास पोचविण्याकरता म्हणून, श्राद्ध, महालय, दान वगैरे मिळवावे याकरिता गरुड पुराणासारखे गारुडी ग्रंथ तयार झाले. त्याचप्रमाणे अज्ञानांच्या पैशावर ब्राह्मण म्हणविणाऱ्यांची खूप चंगळ उडाल्याने ब्राह्मणांची विद्या नष्ट होत चालली. आपले व आपल्या संततीचे यथास्थित चालले पाहिजे या बुद्धीने ब्राह्मणेतरांचीही विद्या त्यांच्याकडून बंद करण्यात आली. पुढे फलज्योतिषशास्त्र वाढवून निरनिराळ्या ग्रहांची भीती घालून पैसे उपटण्याच्या युक्त्या निघाल्या. अमुक दिवस चांगला अमुक वाईट, अमक्या दिवशी प्रवास करावा, लग्न, उपनयन वगैरे अमुक मुहूर्तावर व्हावे अशी थोतांडे काढून अनेक वेडगळ समजुतींचा गाडा जनसमाजावर बसविला गेला. 'उपाध्याय सांगेल ती पूर्व दिशा व भट सांगेल ती अमावास्या' असे झाल्याने भट सांगेल त्याप्रमाणे निमूटपणे वागणे हा आपला धर्म आहे, त्यानेच ईश्वर प्रसन्न होतो व आपले कल्याण होते अशी ब्राह्मणेतरांची समजूत झाली व ते निव्वळ नंदीबैलाचे स्थितीस आले.'

खऱ्या धर्माचा व ज्ञानाचा भारतात लोप का झाला व देशाची मोठी हानी कशी झाली याची कारणे सांगून शाहू पुढे म्हणाले, 'वर्ण व्यवस्था गुणकर्मामुळेच स्थापन झाली व ती गुणकर्मावरच अवलंबून असली पाहिजे. पण ब्राह्मणत्व जन्मावर आहे असे मानण्यात येऊ लागून ब्राह्मण ही जन्माधिष्ठित जात उत्पन्न झाल्यावर इतर वर्णांचाही संबंध जन्मावर यावा यात नवल नाही. ब्रिटिश राज्याचे आगमन हे भारताला एक प्रकारचे वरदानच ठरले. कारण त्या राज्याने व्यक्तींना कायद्यासमोर समान मानले आणि सर्व प्रजेला शिक्षण देण्याचे कर्तव्य मान्य केले.'

आपल्या भाषणात पुढे शाहूंनी दयानंद सरस्वती, केशवचंद्र सेन आणि जोतीराव फुले ह्यांच्या चळवळीचा उल्लेख केला. ते म्हणाले, 'युरोपियन सुधारणा, पाश्चिमात्य ज्ञान आणि मिशनऱ्यांचा धार्मिक प्रचार ह्यांचा परिणाम

म्हणून ह्या सुधारणावादी संस्था निर्माण झाल्या. ह्या तिघांत बऱ्याच बाबतीत ध्यानात ठेवण्यासारखे साम्य आहे. संस्था निर्माण झाल्या. ह्या तिघांत बऱ्याच बाबतीत ध्यानात ठेवण्यासारखे साम्य आहे. पण तिघांची मते व कार्यक्रम, त्यांच्या विद्येच्या व परिस्थितीच्या योगाने भिन्न भिन्न झाला आहे. स्वामी दयानंद यांच्या मताचा प्रसार उत्तर हिंदुस्थानात झपाट्याने झाला. पण नर्मदेच्या दक्षिणेस त्यांनाही जास्तीत जास्त विरोध झाला. कारण वर वर्णिलेल्या ब्राह्मणी ब्यूरॉक्रसीचे हे सामर्थ्य होय.'

नंतर शाहूंनी जोतीराव फुले यांच्या कार्याचे महत्त्व समजावून सांगितले. जोतीरावांनी ब्राह्मण पुरोहितांच्या धार्मिक सामर्थ्याला तडाखा देऊन देव आणि मनुष्य यांमधील दलाल अमान्य केला होता. शाहू म्हणाले, 'जोतीराव फुले व त्यांचे अनुयायी यांनी 'ब्राह्मण ब्युरॉक्रसीबरोबर जशास तसे वागले पाहिजे,' अशा रितीने ब्राह्मणाविरुद्ध उपदेशास सुरुवात केली. खऱ्या धर्मविद्येचा व धर्माचा प्रवेश ह्या दक्षिण भूमीत व्हावयास पाहिजे असेल तर सत्यशोधक समाजासारख्यांनी ही भूमी त्या कामास योग्य अशी तयार केली पाहिजे. अशा रितीने जमिनीतील तण व खडक फोडून काढले म्हणजे आर्य समाजाचे बीज चांगले रुजेल व वृद्धीपासून सर्वांस सुख होईल. ब्राह्मधर्म कोणताही एक ग्रंथ प्रमाण मानीत नाही. सर्व धर्मांत असलेला चांगुलपणा मधुकरवृत्तीने घेऊन त्या धर्माची तत्त्वे ठरविण्यात आली आहेत. पण अशी विवेकबुद्धी फारच थोड्यांत असल्याने ही मते फारच थोड्या लोकांना पटणार. त्यामुळे ब्राह्म मतांचा प्रसार मोठ्या प्रमाणावर होणे शक्य दिसत नाही.'

आपल्या भाषणाच्या ओघात विठ्ठलभाई पटेल यांच्या आंतरजातीय विवाह विधेयकासंबंधी बोलताना शाहू म्हणाले, 'नामदार पटेल यांनी हिंदुस्थानच्या कायदे कौन्सिलात आणलेल्या बिलास पुष्टी देण्याचा ठराव आपल्या अधिवेशनात आपण आणणार आहात हे फार चांगले आहे. जातिभेदामुळे रोटीबेटी व्यवहारास फार अडचण येऊन समाजात फूट झाली आहे. राष्ट्रीय भावना वाढण्यास आपल्या समाजाचे कार्य किती उपयोगी आहे हे मी आताच सांगितले आहे. ना. पटेलांचे बिलही ह्याच दृष्टीने उपयोगी आहे. जातीजातींत विवाहसंबंध होऊ लागल्याशिवाय जातिभेदाची तीव्रता कमी होणार नाही. या बिलास विरोध करण्याच्या कामी प्रत्येक प्रांतातील ब्राह्मणवर्ग पुढे येत आहे व त्यात त्यांचा उद्देश स्पष्ट आहे. आपले बनावटी वर्चस्व नाहीसे होण्याची वेळ जितकी लांबीवर टाकवेल तितकी टाकावी यासाठी ही धडपड आहे. या बिलास बहुतेक सगळा ब्राह्मणेतर समाज अनुकूल आहे व त्याप्रमाणे सभा भरून ठिकठिकाणी ठराव होत

आहे. ना. भूपेन्द्रनाथ बसूंनी अशाच प्रकारचे बिल पूर्वी आणले हाते. त्यावेळीही धर्म बुडेल अशी ओरड ह्या मतलबी लोकांनी केली होती. त्या बिलाच्या धर्तीवर लग्नासंबंधी कायदे इंदूर, बडोदे, कोल्हापूर या आर्यधर्मी राज्यांत पास झाले आहेत; पण तेथे धर्म बुडण्याची चिन्हे दिसून येत नाहीत.' आंतरजातीय विवाह हा खरा उपाय आहे असाच त्यांच्या भाषणाचा मथितार्थ आहे.

शाहू छत्रपती हे लॉर्ड विलिंग्डन यांना निरोप देण्यासाठी १५ डिसेंबर १९१८ रोजी मुंबईस गेले. त्यांनी आनंदाने व कृतज्ञतापूर्वक राज्यपाल विलिंग्डन ह्यांना नि त्यांच्या पत्नींना बोटीवर निरोप दिला. त्यांनी पोलीस आयुक्त व्हिन्सेंट यांना स्मरणपूर्वक एक अंगठी भेट म्हणून दिली. कारण त्यांनी राजपुत्र शिवाजीच्या मृत्यूच्या वेळी छत्रपतींना मोठे साह्य केले होते. शाहूंचे भूतपूर्व गुरुजी फ्रेजर हे १९१९च्या सप्टेंबर मध्ये सेवानिवृत्त होणार होते. शाहूंनी नवीन घटनेत ब्रिटिश राज्यातील आपल्या देशबांधवांना देशाच्या राज्यकारभारात योग्य तो वाटा मिळावा म्हणून जे साह्य केले व ते करण्यात जी भूमिका बजावली त्याविषयी फ्रेजर यांनी शाहूंना धन्यवाद दिले.

सन १९१८च्या शेवटच्या तिमाहीत दिवाण सबनीस कमरेतील उसणीमुळे आजारी होते. त्यांच्याऐवजी शिरगावकर काम पाहत होते. हंगामी दिवाण म्हणून काम करण्याची संधी मिळताच शिरगावकर सबनिसांना म्हणाले, 'आपण माझे सर्वकाळ आदर्श राहाल. आपण इतके शांत, इतके प्रेमळ असून आपले लक्ष महाराजांच्या व प्रजेच्या कल्याणकडेच सतत असते.'

सामाजिक पुनर्घटनेसाठी उपरोक्त निर्बंध करून छत्रपती थांबले नाहीत. आपली वचने, आज्ञा व निर्बंध कृतीत उतरत आहेत की नाही हे स्वत: ते पाहत होते. त्या उद्देशाने त्यांनी १ जानेवारी १९१९ रोजी खास हुकूम काढून अस्पृश्यांना सामाजिक समतेच्या मूलभूत तत्त्वाप्रमाणे वागणूक द्यावी अशी आपल्या आरोग्य खात्यालाआज्ञा केली. धर्मादाय संस्था ह्या गरिबांसाठी असून अस्पृश्य हे तर गरिबातले गरीब. त्यांना ह्या समता तत्त्वानुसार वागणूक मिळालीच पाहिजे. ह्यापूर्वी संस्थानच्या रुग्णालयाच्या आवारातसुद्धा अस्पृश्य रुग्णांना प्रवेश करण्याची परवानगी नव्हती. अस्पृश्य गणलेल्या जातीतील रुग्णाला नवीन राजाज्ञेप्रमाणे वागणूक मिळाली पाहिजे आणि त्याला रुग्णालयाच्या रुग्ण तपासण्याच्या खोलीत नेऊन तपासले पाहिजे. तो कोणी पशू आहे असे म्हणून त्याला हाकलून देता कामा नये.

आरोग्य खात्यातील कोणाही नोकराला ही नवी राजाज्ञा मान्य नसेल त्यांनी ह्या नवीन राजाज्ञेच्या दिवसापासून सहा आठवड्यांच्या आत आपला राजीनामा द्यावा. मात्र अशा नोकराला निवृत्तिवेतन मिळणार नाही. आरोग्य खात्यातील सर्व वरिष्ठ अधिकाऱ्यांना, नोकरांना व परिचारिकांना ही आज्ञा लागू करण्यात आली. ह्या राजाज्ञेच्या प्रती आरोग्य खात्याच्या प्रत्येक नोकराला देण्यात आल्या. आणि एक प्रत त्यांच्या प्रत्येक कार्यालयाच्या फलकावर मार्गदर्शनासाठी व स्मरणासाठी लावली होती. परंतु आश्चर्य हे की, शाहूंच्या सचिवालयाने करवीर गॅझेटमध्ये तो हुकूम छापण्यास टाळाटाळ केली आणि आपल्या कर्तव्यात कसूर केली. त्यावेळी दिवाण सबनीस हे आजारीपणामुळे रजेवर होते. करवीर गॅझेटमध्ये तो हुकूम पुन्हा प्रसिद्ध करावा अशी शाहूंनी सचिवालयाला आज्ञा केली.

सचिवालयातील विरोधी वा वरिष्ठ वर्गातील नोकरवर्ग हा सुधारणेचे कार्य, धोरण वा प्रगती कशी अडवून धरतो याचे हे एक उत्तम उदाहरण आहे. शाहूंनी दुसरी एक राजाज्ञा १५ जानेवारी १९१९ रोजी काढली आणि महाविद्यालय, माध्यमिक शाळा व प्राथमिक शाळा यांत अस्पृश्य मुलांना स्पृश्य मुलांसारखीच समतेची वागणूक दिली पाहिजे असे शिक्षण खात्याला कळविले. ज्या खाजगी किंवा सार्वजनिक शैक्षणिक संस्थांना शाळागृहे बांधण्यासाठी, क्रीडांगणांसाठी सरकारकडून अनुदान मिळाले आहे, त्यांनी अस्पृश्य मुलांना इतर मुलांपेक्षा दयाळूपणे व आदरपूर्वक वागविले पाहिजे. ज्यांना ही राजाज्ञा मान्य नाही त्यांनी सहा महिन्यांच्या आत सरकारला तसे लेखी कळविले पाहिजे. ही राजाज्ञासुद्धा सचिवालयात कुठे तरी गडप झाली ! ह्या हलगर्जीपणामुळे शाहूंनी सचिवालयाला दोष दिला आणि जर संस्थानच्या नोकरांना राजाज्ञेची अवज्ञा केली, तर त्यांना कडक रितीने शिक्षा करण्यात येईल असे जाहीर केले.

तिसरी राजाज्ञा ही अत्यंत महत्त्वाची व ऐतिहासिक स्वरूपाची आहे. त्या आदेशानुसार निरनिराळ्या सरकारी कचेऱ्यांतून म्हणजे महसूल न्यायालय, शिक्षण, आरोग्य आणि नगरपालिका यांतील अस्पृश्य नोकरांना कशी वागणूक दिली पाहिजे हे कळविले. ह्या आदेशाप्रमाणे राज्यातील सर्व प्रमुख अधिकाऱ्यांना शाहूंनी आज्ञा केली की, सर्व अस्पृश्य मानलेल्या नोकरांना त्यांनी दयाळूपणे व समतेने वागविले पाहिजे. ज्या नोकरांना व अधिकाऱ्यांना ही आज्ञा अमान्य असेल त्यांनी राजाज्ञेच्या दिवसापासून ६ महिन्यांच्या आत राजीनामा द्यावा. त्यांना सेवानिवृत्तिवेतन मिळणार नाही. अस्पृश्य मानलेल्या समाजापैकी जे नोकर आहेत. त्यांना ज्याप्रमाणे मिशनरी, आर्य समाजिस्ट, रेल्वे आणि ब्रिटिश हद्दीतील सरकारी कार्यालये माणुसकीने वागवतात त्याप्रमाणे वागविले पाहिजे. हे सर्व आदेश

इतिहासात सोनेरी अक्षरांत नोंद करून ठेवले पाहिजेत. अशा रितीने शाहूंच्या सरकारने अस्पृश्यतेच्या शृंखला तोडण्यात अपूर्व अशी कामगिरी केली.

अस्पृश्यतेचे समूळ उच्चाटन करण्याची कामगिरी शाहू अगदी नेटाने, कळकळीने व खंबीरपणे करीत होते. खेडेगावांतील लोकांनी 'आपल्या विहिरी अस्पृश्यांनी बाटविल्या' असे शाहूंना राज्यातील त्यांच्या दौऱ्याच्या काळात कळविले तर शाहू त्या गावात प्रत्यक्ष जाऊन त्या विहिरीचे पाणी स्वत: पीत. हे दृश्य पाहून तक्रार करणारे सवर्ण ग्रामस्थ ओशाळत आणि आपल्या राजाविषयी त्यांचा अभिमान वृद्धिंगत होई. पण अनेक प्रसंगी ब्राह्मणांना मिष्टान्नाची मेजवानी देणाऱ्या छत्रपतींना, ते एकदा अशा भोजनाची व्यवस्था कशी काय करण्यात आली आहे हे पाहावयास गेले असता, ब्राह्मण स्वयंपाक्यांनी बाहेर हाकलून दिले. कारण शाहूंच्या उपस्थितीमुळे त्यांचे अन्न विटाळले असे त्यांना वाटले ! त्यांतील एका ब्राह्मण स्वयंपाक्याच्या खाकेत एक मांजर होते. त्या मांजराचा त्याला विटाळ झाला नाही ! परंतु शाहूंचा मात्र त्याला विटाळ झाला ! पण शाहूंनी तेथे भांडणाचा प्रसंग टाळला.

शाहू छत्रपतींनी अस्पृश्य समाजाची गुलामगिरी नष्ट करून त्यांना सर्व मानवी हक्क दिले. तरी काही सवर्ण हिंदू उघडपणे वा गुप्तपणे त्यांना त्या हक्कांपासून वंचित करीत. यास्तव शाहूंनी अशी लोकांना शिक्षा करण्याचे ठरविले. आपल्याकडे अस्पृश्य व भूतपूर्व बलुतेदार यांना नोकरीत ठेवणाऱ्या मनुष्यावर जो कोणी जातिबहिष्कार टाकण्याचा प्रयत्न करील त्याला शंभर रुपये दंड करण्यात येईल असा शाहूंनी हुकूम काढला.

सर्व सरकारी खात्यांत आणि राजवाड्यावर पूर्वास्पृश्य अनेक नोकर होते. मोटार ड्रायव्हर, माहूत, मोतद्दार, कोल्हापूर सरकारचे टपाल नेणारे-आणणारे आणि रुकडी कँपमध्ये पुरोहितही पूर्वास्पृश्य नोकर असत. शाहूंचे अगदी निकटवर्ती पहारेकरी त्यांपैकीच असत. सामाजिक समता आणि अस्पृश्य समाज ह्यांवरील शाहूंचे प्रेम अमर्याद होते. ह्या समयी गंगाराम कांबळे[८] नावाच्या एका अस्पृश्य नोकराने मराठ्यांच्या विहिरीचे पाणी काढले म्हणून मराठ्यांनी त्याला बेदम मारले. गंगाराम हा सुधारक मताचा होता आणि तो अगदी हीन गणलेल्या अस्पृश्य जातींशी सहभोजन करीत असे ! शाहू छत्रपतींच्या पुरोगामी मतांमुळे तो चांगलाच धीट झालेला होता. तो गृहस्थ साहजिकपणे मराठ्यांच्या हौदाचे पाणी काढून प्याला. त्यामुळे मराठ्यांना संताप येऊन त्यांनी त्याचा सूड घेण्यासाठी त्याच्यावर चोरीचा आळ घेतला. मराठ्यांनी त्याच्याकडून कबुलीजबाब काढण्यासाठी त्याची पाठ चाबकाने फोडली. तो बिचारा दु:खाने कण्हत पडला.

पण त्याने चोरीचा खोटा आरोप साफ नाकारला. पोलीस अधिकाऱ्यानेसुद्धा मराठ्यांची बाजू घेऊन गंगारामाला 'आरोप मान्य करून मोकळा हो', असे सांगितले.

सुदैवाने खरा चोर दुसऱ्या ठिकाणी चोरी करीत असताना मुद्देमालासकट सापडला आणि ज्या चोरीचा आरोप गंगारामावर दुष्टपणे करण्यात आला होता, ती आपणच केली होती असा त्या चोराने कबुलीजबाब दिला. इतक्या गोष्टी घडल्यानंतर शाहू दिल्लीहून कोल्हापुरास परत आले. गंगारामने सोनतळीस जाऊन आपल्या रक्तबंबाळ पाठीवरील वळ शाहूंना दाखविले. शाहूंचा राग अनावर झाला. ज्या मराठ्यांनी गंगारामला चाबकाने फोडले होते त्यांना बोलावून त्यांची पाठ शाहूंनी निष्ठूरपणे चाबकाने फोडली ! ते मराठे होते तरी त्यांच्यावर दयामाया दाखविली नाही ! शाहूंनी न्यायप्रियता आणि समानतेची भावना इतकी तीव्र होती.

थोड्याच दिवसांत शाहूंनी गंगारामला त्याच्या आवडीचा धंदा सुरू करण्यास मदत केली. त्याने कोल्हापुरात एक उपाहारगृह सुरू केले. परंतु गिऱ्हाइकांना कांबळी हा अस्पृश्य होता ही माहिती नव्हती. लोकांना ते गुपित कळताच त्यांनी शाहूंकडे गंगारामच्या पापाचे पाढे वाचले. एके दिवशी उपाहारगृहाच्या बाहेर लोकांची खूप गर्दी लोटली होती. शाहूमहाराज तेथे येणार होते व गंगारामला आता कोणती शिक्षा होते याची ते लोक उत्सुकतेने वाट पाहात होते. पण घडली गोष्ट उलटी ! गंगारामाच्या दुकानात शाहूंना चहा पिताना लोकांनी पाहिले व त्यांना अचंबा वाटला. 'बोले तैसा चाले त्याची वंदावी पाउले', असे उद्‌गार साहजिकच लोकांच्या तोंडून बाहेर पडू लागले !

२१

नरेंद्रमंडळ : जीवितकार्य

सन १९१९च्या जानेवारी महिन्यात आणखी काही महत्त्वाच्या गोष्टी घडल्या. त्या महिन्याच्या पहिल्या आठवड्यात शाहू पुण्यात होते. ब्राह्मणेतरांचे पुढारी डॉ. माधवन नायर हे लंडनहून मुंबईस त्याच आठवड्यात येणार होते. २ जानेवारी १९१९ रोजी डॉ. नायर यांना पत्र लिहून शाहूंनी त्यांच्या कार्याची प्रशंसा केली. आपल्या पत्रात शाहू म्हणाले, 'अर्थातच, जरी मी मोठा ज्ञाता नाही, तरी आपण जे ब्राह्मणेतर समाजाचे कार्य करीत आहात त्याविषयी माझ्या अल्पस्वल्प बुद्धीप्रमाणे मी आदर व अभिमान बाळगतो. आपल्या उदात्त कार्याचे खरे मोल समजण्याची माझी पात्रता आहे असे मला वाटत नाही. आपला मुंबईतील कार्यक्रम काय आहे याची मी कोठारींना माहिती विचारली आहे.'

जानेवारीच्या पहिल्या आठवड्यात शाहू आणि डॉ. नायर यांची मुंबईत अपेक्षेप्रमाणे भेट झाली. त्यांनी शाहूंना सांगितले की, नवीन राजकीय सुधारणाच्या घटनेत स्वतंत्र मतदारसंघ असावेत हे लॉर्ड सिडनूहॅम यांचे मत असून त्यांच्याशी लॉर्ड कर्झन व लॉर्ड लॅमिंग्टन हे सहमत आहेत. इंग्लंडातील मित्राच्या सल्ल्याप्रमाणे बेळगाव व धारवाड येथे स्वतंत्र मतदारसंघाचा प्रचार करून इंग्लंडला परत जाताना आपली भेट घेईन असे डॉ. नायर यांनी शाहूंना सांगितले. आपण कोल्हापूरलाही भेट देऊ असेही त्यांनी शाहूंना आश्वासन दिले.

याच सुमारास लोकसंघाचे नेते लोकहितकर्ते सी. के. बोले, दामोदर सावळाराम यंदे व ह. आ. तालचेरकर यांच्या मनातून जिना, हॉर्निमन व जमनादास द्वारकादास यांच्या मतांविरुद्ध प्रचार करण्यासाठी एक वर्तमानपत्र काढावयाचे होते. शाहू छत्रपती मुंबईस दंतवैद्याचा सल्ला घेण्यासाठी गेले असता हे लोकसंघाचे पुढारी त्यांना भेटले व वृत्तपत्र काढण्यासाठी त्यांनी शाहूंकडे देणगी मागितली. शाहूंनी त्यांना सांगितले की, लोकसंघाला पाच हजारांची देणगी देण्याची इच्छा आपण अगोदरच व्यक्त केली आहे. परंतु सन १९१९च्या जूनमध्ये त्यांनी फक्त एक हजार रुपयांची देणगी दिली. ती रक्कम बोले यांनी सरकारी

रोख्यांत गुंतवली. लोकसंघाचे अध्यक्ष मानाजी रानू यांना वाटले, शाहू छत्रपतींनी पाच हजार रुपयांची देणगी आपल्या संस्थेला दिली आणि कार्यवाह बोले यांनी एक हजार रुपयेच सरकारी रोख्यांत गुंतवले. असा त्यांना संशय आल्यामुळे त्यांनी पुढे बोल्यांविरुद्ध न्यायालयात दावा प्रविष्ट केला. बोले यांनी दिवाण सबनीस यांचे १० जून १९१९चे पत्र आणि सभेचे कार्यवृत्त न्यायालयात पुरावा म्हणून दाखल केले. त्यामुळे न्यायालयात मानाजी रानू यांना १९३२ मध्ये बोल्यांची सपशेल माफी मागावी लागली. शाहू यांनी क्रेरर यांना ८ जानेवारी १९१९ रोजी पत्र लिहून त्यांच्याकडे लोकसंघाच्या नेत्यांची शिफारस केली व त्या राजनिष्ठ पुढाऱ्यांना साह्य करण्याची विनंती केली.

मराठ्यांनी सुरू केलेल्या शिक्षण परिषदेचे शाहू हे एक मोठे आधारस्तंभ होते. १९ जानेवारी १९१९ रोजी मराठा परिषदेच्या कार्यासंबंधी खासेराव जाधवांनी शाहूंना लिहिले की, 'ह्या कार्यात जेव्हा जेव्हा मला अडचण येईल तेव्हा तेव्हा आपले साह्य व सल्ला मी घेईन.' मुंबईत असताना छत्रपती हे कामगारवर्गात मोकळेपणाने मिसळत आणि 'माझ्यासारखा कुठलाही राजा गरिबांमध्ये मिसळला नाही' असे ते अभिमानाने म्हणत. भारतात इतरत्र अन्नधान्यासाठी दंगे झाले, परंतु मुंबई शहरात तसे झाले नाहीत, याविषयी शाहूंना आनंद वाटला.

लॉर्ड विलिंग्डन यांच्यानंतर आलेले मुंबईचे नवीन राज्यपाल जॉर्ज लॉईड व शाहू छत्रपती यांची भेट झाली. त्या प्रथम भेटीतच इचलकरंजी दत्तक प्रकरणाचा प्रश्न निघाला. त्यावेळी नवीन राज्यपालांनी शाहूंना एक मार्मिक प्रश्न विचारला. ते म्हणाले, 'जर दत्तक घेतल्याशिवाय इचलकरंजीकर मृत्यू पावले तर त्यांचा वारस कोण ठरेल ?' लॉर्ड विलिंग्डन यांनी शाहूंच्या म्हणण्याला मान्यता दिली नव्हती. एल. व्ही. जोशी यांना नारायणराव बाबासाहेब घोरपडे यांनी दत्तक घेतले होते आणि त्या प्रश्नाचा निर्णय जरी लॉर्ड विलिंग्डन यांनी शाहूंच्या विरुद्ध केला होता, तरी शाहूंनी आपले म्हणणे सुरूच ठेवले होते ! अनेक खटपटी लटपटी करून शाहूंनी अनेक वर्षे तो प्रश्न लोंबकळत ठेवण्यात यश मिळविले होते. नवीन राज्यपालांनीही आपण शाहूंचे म्हणणे मान्य करू शकत नाही, असे शाहूंना कळविले. तरी शाहूंनी त्यांना इचलकरंजीच्या दत्तक प्रकरणाविषयी विधिपंडितांचे मत घ्यावे अशी विनंती केली. बाळा महाराजांच्या अभियोगात महादेव भास्कर चौबळ यांचे मुंबई सरकारने मत घेतले होते. तसेच मध्यवर्ती सरकारचे ए. आर. लाऊन्डस यांचेही मत घेतले होते. नवीन राज्यपालाचे त्यांनी याकडे लक्षही वेधले होते.

सरते शेवटी मुंबई सरकारकडून इचलकरंजीचे दत्तक प्रकरण मध्यवर्ती सरकारकडे पाठविण्यात शाहूंना यश मिळाले. तसेच शाहूंनी इचलकरंजी प्रकरणासंबंधी एक सविस्तर अहवाल मध्यवर्ती सरकारकडे पाठविण्यासाठी सादर करावा, अशी मुंबई सरकारने शाहूंना विनंती केली. शाहूंचा विरोध बाजूला सारून इचलकरंजीकरांनी दत्तक घेतला तरी शाहूंचा विरोध कायमच होता. इचलकरंजी दत्तक प्रकरणात शाहूंच्या मतभेदाचा मुख्य मुद्दा असा होता की, इचलकरंजीच्या मूळ संस्थापकाचे प्रत्यक्ष वंशज जहागिरीवर हक्क सांगावयास जिवंत असताना दुसऱ्या कोणाही बाहेरील मनुष्यास दत्तक रूपाने, निवडीने किंवा कोणत्याही अन्य मार्गाने जहागिरीवर अधिकार सांगावयास आपण परवानगी देणार नाही. ब्रिटिश व कोल्हापूर सरकार यांमध्ये जो करार झाला आहे त्यातील कलमांचा ह्यामुळे भंग होत आहे.

शाहूंनी आपले वकील वासुदेवराव गुप्ते यांना लंडनमधील विधिविशारदांचा इचलकरंजी दत्तक प्रकरणी सल्ला घेण्यासाठी लंडनला पाठविले. त्याप्रमाणे गुप्ते यांनी तंजावर अभियोगातील मुद्द्यांविषयीही लंडनमधील विधिविशारदांचा सल्ला घ्यावा असेही त्यांना सांगितले. ह्या दोन्ही प्रकरणी त्यांनी हिंदुस्थानातील अनेक विख्यात विधिविशारदांचा सल्ला घेतला होता. गुप्ते बिकानेरच्या महाराजांना पॅरिसमध्ये भेटले आणि त्यांनी हळूच इचलकरंजी प्रकरणाविषयी त्यांच्याकडे प्रश्न काढला. आपण मॉंटेग्यूंशी ह्यासंबंधी बोलू असे बिकानेरच्या महाराजांनी गुप्ते यांना आश्वासन दिले. त्यानंतर थोड्या दिवसांनी १० जुलै १९१९ रोजी शाहूंनी मॉंटेग्यू ह्यांना इचलकरंजी प्रकरणाविषयी पत्र लिहून त्या बाबतीतील आपले वकील गुप्ते यांचे जातीने म्हणणे ऐकावे अशी विनंती केली.

शाहू मुंबईहून कोल्हापुरास परत येऊन दिल्ली येथे नरेंद्रमंडळाच्या परिषदेस उपस्थित राहण्यासाठी १२ जानेवारी १९१९ रोजी निघाले. प्रकृती ठीक नसली तरी ते आपल्या कामात व कार्यक्रमात कसे सदा दंग ! नरेंद्रमंडळाच्या परिषदेत लहान लहान जहागीरदारांना नरेंद्रमंडळ व विधिमंडळ यांत प्रतिनिधित्व मिळावे यासाठी त्यांची खटपट चाललीच होती. हिंदुस्थानातील छोट्या छोट्या संस्थानिकांनी व जहागीरदारांनी ह्याविषयी त्यांचे आभार मानले. आपण ग. र. अभ्यंकर यांच्या टिपणांचा उपयोग करून ही बाजू मांडली आहे असे मध्यवर्ती सरकारला त्यांनी सावधपणे कळविले होते. ग. र. अभ्यंकर ह्यांनी त्या विषयाचा

सखोल अभ्यास केला आहे. परंतु ते जहाल मतवादी आहेत असे आढळले तर माझ्याविषयी गैरसमज करून घेऊ नये असेही त्यांनी सरकारला अगोदरच कळवून ठेवले होते. नरेंद्रमंडळाच्या कार्याच्या बाबतीत अभ्यंकर यांना आपले स्वत:चे मुख्य कार्यवाह म्हणून व गुप्ते हे आपले खाजगी चिटणीस म्हणून शाहूंनी त्या दोघांना दिल्लीस नेले होते.

प्रकृती ठीक नसतानाही शाहूंनी दिल्लीपर्यंतचा दीर्घ प्रवास केला. जानेवारीच्या दुसऱ्या आठवड्यात त्यांचे डोळे दुखू लागले. एक कान दुखत होता. दातही हालत होते. काही दात तर त्यांचे अगोदरच पडून गेले होते. मुलाच्या मृत्यूमुळे झालेल्या दु:खामुळे त्यांच्या प्रकृतीवर असा दुष्परिणाम झाला आहे, असे डॉक्टरांचे मत पडले. १५ जानेवारी रोजी दिल्लीस पोहोचल्यावर त्यांनी मुंबई राज्यपालांचे वैयक्तिक कार्यवाह क्रेरर यांना पत्र लिहिले. त्यात ते म्हणाले की, 'मुंबईच्या कामगारांत जो असंतोष निर्माण झाला आहे त्या बाबतीत मुंबई सरकारचे मुख्य कार्यवाह कॅडेल यांना साह्य करण्याची माझी इच्छा आहे. कदाचित माझ्या उपस्थितीचा कामगारांवर जादूसारखा परिणाम होईल किंवा होणार ही नाही, तरी कोणत्याही परिस्थितीत तेथे येऊन आटोकाट प्रयत्न करावयास मी तयार आहे. मला डॉक्टरांनी सुमारे ६ आठवडे विश्रांती घ्यावयास सांगितले आहे. तरी सरकारची हाक येताच नरेंद्रमंडळाची बैठक संपल्यावर मी मुंबईस येईन.'

प्रकृती ठीक नसल्यामुळे शाहू विषण्ण मन:स्थितीत होते. दिल्ली सरकारचे डॉ. हरिशंकर यांनी आपले डोळे तपासावे पण सरकारी नियमाप्रमाणे आपल्या निवासस्थानाला औषधोपचारासाठी ते येऊ शकत नसल्यामुळे, डॉ. हरिशंकर ह्यांना आपल्या निवासस्थानाला भेट देण्याची परवानगी द्यावी अशी छत्रपतींनी मध्यवर्ती सरकारला विनंती केली.

शाहूंनी आपली विधवा सून दिल्लीला बरोबर नेली होती. तिला दिल्लीच्या आसपासची आग्र्यासारखी स्थळे व सृष्टिसौंदर्य दाखवावयाचे होते. कारण ती लवकरच गोषानिशीन होणार होती. तिला दिल्लीचा विमानतळ व मोठी मशीदही दाखवावयाची होती. आपल्या मनाला उल्हास वाटावा म्हणून छत्रपतींनी महाराज्यपालांच्या कार्यकारी मंडळाचे सभासद व आपले स्नेही हिल्ल यांची गाठ घेतली. महाराज्यपालांच्या कार्यकारी मंडळाचे सभासद सर जॉन वुड यांना त्यांनी कळविले की, 'मला नीट ऐकावयास आले नाही तर माझे कार्यवाह अभ्यंकर ह्यांना नरेंद्रमंडळाच्या परिषदेस उपस्थित राहून टिपणे घ्यावयास परवानगी द्यावी व मला साह्य करण्याची त्यांनी मोकळीक द्यावी. पण नरेंद्रमंडळाच्या परिषदेपुढे मी

स्वत: माझ्या सूचना पुढे मांडण्याचा प्रयत्न करीन.' आपल्या पुत्राच्या निधनानंतर आपण कुठच्याही समारंभाला उपस्थित राहिलो नाही व चेम्सफर्ड ह्यांच्या कोणत्याही सामाजिक समारंभाला आपण उपस्थित राहिलो नाही तर त्यांनी आपणास क्षमा करावी, असेही त्यांनी वुड यांना कळविले.

आपल्या नातलगांना साह्य करण्यासाठी शाहू सदैव तयार असत. दिल्लीहून त्यांनी चुलत्याला कळविले की, सज्जनगडजवळ पाडलीचे फाळके नावाचे इनामदार राहतात. हे तरुण असून त्यांचे उत्पन्न चांगले आहे. चुलत्याच्या मुलीच्या बाबतीत हे स्थळ त्यांनी सुचविले असावे. शाहूंच्या ह्या स्वभाववैशिष्ट्यांमुळे ते आपल्या नातलगमंडळींस व मित्रांना प्रिय झाले होते.

नरेंद्रमंडळाच्या परिषदेत अभ्यंकर प्रेक्षक म्हणून उपस्थित राहिल्याबद्दल काही संस्थानिकांनी तक्रार केली. त्यामुळे शाहूंनी अभ्यंकरांना परिषदेस आणू नये असे सरकारने त्यांना कळविले. याचा शाहूंना राग आला. त्यांनी २३ जानेवारी १९१९ रोजी चार्लस् क्लीव्हलँड यांना लिहिले की, 'जे संस्थानिक पं. मदन मोहन मालवीय, चिंतामणीशास्त्री व समर्थ यांच्याशी मैत्री करतात त्यांनी, मी अभ्यंकरांना नरेंद्रमंडळाच्या परिषदेस आणले या गोष्टीला विरोध करावा याचे मला आश्चर्य वाटले !' इंदूरच्या महाराजांसारख्या काही संस्थानिकांनी नरेंद्रमंडळाच्या परिषदेच्या कार्यात भाग घेतला नाही. ती परिषद काही मूठभर संस्थानिकांची मिरासदारी होऊ नये आणि तिचे स्वरूप प्रातिनिधिक असावे असे शाहूंना वाटत होते. त्यासाठी त्यांनी इंदूरच्या महाराजांनी परिषदेच्या कार्यात भाग घ्यावा म्हणून त्यांचे मन वळविले. इंदूरच्या महाराजांसारख्या संस्थानिकांनी परिषदेत भाग घेतला नाही तर नरेंद्रमंडळाची परिषद ही अनेक अपकृत्यांचे मूळ ठरेल असे त्यांनी मत व्यक्त केले. खाजगी बैठकीत शाहूंनी सयाजीरावांच्या म्हणण्याला पाठिंबा दिला. परंतु परिषदेत सयाजीरावांच्या मताला पाठिंबा नाही, असे त्यांना आढळून आले.

२६ जानेवारी १९१९ रोजी शाहूंनी दिल्ली सोडली व ते अत्यवस्थ असलेल्या ग्वाल्हेरच्या नरेशांना भेटण्यासाठी ग्वाल्हेरला गेले. ग्वाल्हेरचे नरेश त्यांची वाट पाहात होते. स्वत:ची प्रकृती बिघडली असतानासुद्धा शाहूंनी ग्वाल्हेर येथे मुक्काम करून ग्वाल्हेर नरेशांना त्यांच्या आजारीपणात धीर दिला. तेथून निघून ते मुंबईस जानेवारीच्या ३० तारखेला पोहोचले.

नरेंद्रमंडळाच्या उपरोक्त परिषदेमध्ये शाहूंनी भारतातील सर्व छोट्या संस्थानिकांना विशेषत: महाराष्ट्रातील लहान लहान जहागीरदारांना नरेंद्रमंडळाचा दरवाजा उघडा असावा म्हणून अत्यंत जोरदार खटपट केली. जरी नरेंद्रमंडळामध्ये छोट्या संस्थानिकांची बाजू मांडण्यात आपण एकटेच आहोत असे त्यांना वाटत

होते तरी, त्यांनी त्यांची बाजू परिषदेत हिरिरीने मांडली. नरेंद्रमंडळाच्या कार्यात शाहूंनी मोठ्या उत्साहाने नि धडाडीने भाग घेऊन नरेंद्रमंडळाच्या घटनेचा मसुदा करण्यात जो उत्साह दाखविला त्यामुळे नरेंद्रमंडळाच्या सभासदांनीच नव्हे तर हिंदुस्थानातील अनेक छोट्या-मोठ्या जहागीरदारांनी, दक्षिणेतील भाऊसाहेब पटवर्धन यांसारख्या जहागीरदारांनी व विशेषत: शाहूंचे भूतपूर्व गुरू फ्रेजर यांनीही त्यांची प्रशंसा केली.

शाहूंनी नरेंद्रमंडळाच्या चर्चेत उत्साहाने भाग घेऊन विशेष कर्तृत्व गाजविले. ह्याविषयी शाहूंचे अभिनंदन करताना फ्रेजर यांनी ५ जून १९१९च्या आपल्या पत्रात म्हटले की, 'संस्थानिकांच्या गेल्या परिषदेची मी कार्यवृत्ते वाचली. आणि महत्त्वाच्या प्रश्नासंबंधी आपण जी योग्य नि महत्त्वाची भाषणे केलीत ती वाचताना मला अतिशय आनंद झाला. या ऐतिहासिक प्रसंगी मॉंटेग्यू व चेम्सफर्ड यांच्या अहवालातून निर्माण झालेले अनेक मोठे प्रश्न विचारासाठी पुढे आले आणि ही पहिलीच वेळ आहे की, जेव्हा वादविवादात आपल्या मनातील विविध तऱ्हेची स्पष्ट मते नरेशांनी बोलून दाखविली. उत्तर हिंदुस्थानातील काही संस्थानिक नेहमीप्रमाणे यावेळी आपल्या स्वतंत्र मनाप्रमाणे सर्व काही घडवू शकले नाहीत. आणि आपण अतिशय कुशलतेने असे काही महत्त्वाचे मुद्दे मांडलेत की जे त्यांच्या अनेकदा लक्षातही आले नव्हते. आपण अशा रितीने पुढाकार घेताना पाहून मला अभिमान वाटला व आपल्या ह्या कर्तृत्वाविषयी मी आपले अभिनंदन करीत आहे.'

राजाराम महाविद्यालय चालविणाऱ्या समितीचे सभासद डॉ. कुर्तकोटी, जिनसेनस्वामी व प्रा. र. ना. आपटे हे होते. शाहूंनी त्यांना सर्व तऱ्हेचे साह्य व सवलती दिल्या होत्या. परंतु त्या समितीने आपण महाविद्यालय चालविण्यास असमर्थ आहोत असे दरबारला कळविले. डॉ. कुर्तकोटींनी तर कोल्हापूरला कायमचा रामराम ठोकला होता. त्यामुळे दुसरे कोणी ही जबाबदारी घेऊ शकतात की काय ह्याची चौकशी शाहू करू लागले. अमेरिकन मिशनने कळवले की, आपल्या ताब्यात महाविद्यालय दिले तर आपण शुद्ध मिशनरी पद्धतीने ते चालवू. शाहूंना ती अट मान्य नव्हती.

सन १९१९च्या फेब्रुवारीच्या दुसऱ्या आठवड्यात शाहू महाराजांनी महाविद्यालयासंबंधीच्या आपल्या नवीन योजनेसंबंधीची चर्चा मथुरा येथील आर्य समाजाच्या कार्यवाहाशी केली. तसेच त्यांनी लाहोर येथील 'आर्य गॅझेट'च्या

संपादकांशी, बडोद्यातील आर्य समाजाचे प्रमुख व बडोदे येथे शिक्षण खात्यात अकरा वर्षे निरीक्षकाचे काम केलेले पंडित आत्माराम यांच्याशी विचारविनिमय केला. शेवटी शाहूंनी राजाराम महाविद्यालय आर्य प्रतिनिधी मंडळाला चालविण्यास देण्याचे ठरविले आणि आपला नैतिक व आर्थिक पाठिंबा मंडळाला देण्याचे मान्य केले.

शाहू छत्रपतींच्या ह्या हालचालींकडे ब्रिटिश प्रतिनिधींचे लक्ष होतेच. स्वाभाविकपणे मुंबई सरकारने कोल्हापुरातील आर्य समाजाच्या कार्याविषयी शाहूंना माहिती विचारली. त्यावर शाहूंनी १९ फेब्रुवारी रोजी वुडहाऊस यांना कळविले की, ब्राह्मणांची जुलमी सत्ता सत्यशोधक समाज उलथून पाडू शकला नाही. शाहूंच्या मते ब्राह्मण पुरोहितांच्या पुरोहितशाहीची काळी बाजू उघडी करून दाखविणे एवढेच सत्यशोधकांनी काम केले. पुरोहितशाहीने आपल्या मनात पापाची तमा न बाळगता धर्माच्या बुरख्याखाली ब्राह्मणाने कोणाच्याही पत्नीचा भोग घ्यावा असे पोथ्यांतून लिहून ठेवले होते, हेही त्यांचे दुष्कृत्य सत्यशोधकांनी पुरेपूर उजेडात आणले.

शाहू पुढे म्हणाले, 'मुसलमान, आर्यसमाजवादी आणि ब्राह्मण ह्या सर्वांत जहालवादी कार्यकर्ते आहेत. पण माझे मत असे आहे की, ब्राह्मणांच्या सर्व धार्मिक लबाड्या उघड करून दाखवण्यासाठी व त्यांना शह देण्यासाठी जहाल मतवादी प्रतिस्पर्धी असावेत. यासाठीच मी आर्य समाजाला उत्तेजन देतो. ब्राह्मण आणि आर्य समाज यांच्या धार्मिक शिकवणुकीत पूर्व व पश्चिम यांमध्ये जेवढे अंतर आहे तेवढे ह्या दोहोत अंतर आहे. ब्राह्मणशाहीच्या मते जन्माने ब्राह्मण असलेल्या पुरोहितवर्गाच्या हाती सर्व धार्मिक व राजकीय सत्ता असावी. आर्यसमाजिस्टांचे म्हणणे असे की, कोणत्याही लायक मनुष्याला पुरोहित होता आले पाहिजे व पुरोहितांची ही धार्मिक सत्ताही त्याला मिळाली पाहिजे. आणि हे आर्यसमाजवादी लोकांचे म्हणणे ब्राह्मणांना आवडत नाही. यास्तव ब्राह्मणांतील जहालमतवादी व आर्यसमाजवादींतील जहालमतवादी यांचे कधीही मतैक्य होणार नाही. मला स्वत:ला म्हणाल तर जहालमतवादी आवडत नाहीत. परंतु जर दोघांत निवडच करायची झाली तर मी ब्राह्मण जहालमतवाद्यांपेक्षा आर्यसमाजिस्ट जहालमतवादी पत्करीन. धार्मिक संस्कार करण्याचा जेव्हा प्रसंग येतो तेव्हा ब्राह्मणशाहीची खास तत्त्वे त्या मार्गात आडवी येतात. आर्य समाजाचे पुरोहित सर्व धार्मिक तत्त्वे शिकवितात आणि वेदोक्त पद्धतीने सर्वांकडे धार्मिक संस्कार करतात. हे पाहता ब्राह्मणशाहीच्या वर्चस्वाखाली असणाऱ्या महाराष्ट्रात आर्य

समाजाच्या तत्त्वांना मूळ धरावयास वा वाढावयास कमीत कमी ५० वर्षे तरी लागतील.

'माझ्या लहानपणापासून मी ब्राह्मण पुरोहितशाहीचा पाडाव करण्याची मनीषा बाळगलेली आहे हे आपण जाणता. ते साध्य होईपर्यंत माझ्या संस्थानात महाविद्यालय नसले तरी चालेल. मी निरनिराळ्या मिशनरी आणि आर्यसमाजवादी संस्थांबरोबर पत्रव्यवहार करून ते मला हे महाविद्यालय चालविण्याला साहाय्य करतील काय अशी त्यांच्याकडे विचारणा करीत आहे. ह्या वर्षी राजाराम महाविद्यालय हे ब्राह्मण मंडळाच्या स्वाधीन केलेले होते. आता अशी तक्रार पुढे आलेली आहे की, पूर्वपरीक्षेत ब्राह्मणेतर मुले नापास करून ठेवण्यात आलेली आहेत.'

आपल्या पत्राच्या शेवटी शाहू पुढे म्हणाले, 'मॅट्रिक वर्गाच्या पूर्वपरीक्षेत माझ्या महाविद्यालयातील प्राध्यापकांनी मुलांना काही प्रश्न विचारले. त्यांत इंग्रजीत भाषांतर करण्यासाठी कडक जातिभेदाला पाठिंबा देणारा त्यांनी एक उतारा दिला होता. ह्यावरून त्यांच्या मनातील भावना कोणत्या दिशेने काम करीत आहेत, विद्यार्थ्यांना ते कोणते शिक्षण देत आहेत आणि कोणते मार्गदर्शन करीत आहेत हे दिसून येते. ह्या वृत्तीचा उच्छेद करण्याचा मी आटोकाट प्रयत्न करीन. जग गेल्या वर्षाचा मॅट्रिक परीक्षेचा निकाल पाहिलात सर्व पुणे शहरात त्या परीक्षेत फक्त दोन ब्राह्मणेतर मुलगे उत्तीर्ण झाले. यासाठीच त्या ब्राह्मण प्राध्यापकांना स्वराज्य पाहिजे आणि जातवार प्रतिनिधित्व नको. खरोखर आम्हांला ह्या अमानुष ब्राह्मणशाहीचे बंदे गुलाम राहायचे नाही आणि बळीही जावयाचे नाही.'

दुसऱ्या एका पत्रात शाहूंनी म्हटले की, 'हरद्वारचे कोणी श्रद्धानंद नावाचे गृहस्थ मला दिल्लीत भेटले होत. दोन प्राध्यापक घेऊन आपण कोल्हापूरला येतो अशी त्या स्वामींनी इच्छा व्यक्त केली होती. मी त्यांना संमती दिली होती. पण त्यात काही राजकारण असावे असा मला वास आल्यावर आपण त्या स्वामींना कोल्हापुरात येऊ दिले नाही.' राजाराम महाविद्यालय आपण आर्य समाजाच्या स्वाधीन का करीत आहोत याविषयी सविस्तर कारणे देऊन शाहूंनी उत्तर प्रदेशातील आर्य प्रतिनिधी सभेच्या अध्यक्षांना ९ मार्च १९१९ रोजी त्या बाबतीत पत्र लिहिले. त्यात ते म्हणाले की, 'राजाराम माध्यमिक शाळा व राजाराम महाविद्यालय १ जून १९१९ पासून ५ वर्षांच्या कराराने दरबार तुमच्या संस्थेला चालवावयास देत आहे. त्यानंतर दरबार फेरविचार करील.' ही राजाज्ञा

करवीर गॅझेटमध्ये सन १९१९च्या मार्चमध्ये प्रसिद्ध झाली. आर्य प्रतिनिधी सभेचे पुढारी कुंवर हुकूमसिंहजी होते.

याच वेळी वुडहाऊस यांनी बाबुराव यादव, श्रीपतराव शिंदे आणि वालचंद कोठारी यांनी बेळगाव, धारवाड व हुबळी येथे शाहूंच्या आज्ञेवरून दौरा काढला होता की काय याविषयी शाहूंकडे विचारणा केली. त्यावर शाहू उत्तरले, 'मी त्यांना दौरा करावयास पाठविले नाही आणि असा दौरा करण्यासाठी माझ्या परवानगीची त्यांना जरुरीही नाही. ते त्यागी आणि खंबीर वृत्तीचे पुढारी आहेत आणि त्यांनी आपले जीवित मागासवर्गीयांच्या उद्धारासाठी वाहिलेले आहे. त्यांनी बेळगाव येथे ब्राह्मणेतरांसाठी जी सभा बोलावली होती त्या सभेवर २०० ब्राह्मणांच्या एका जमावाने हल्ला केला. त्यात ब्राह्मणांना मार बसला व पश्चात्ताप करावा लागला.'

शाहू पुढे म्हणाले की, 'मुंबई सरकारच्या कचेऱ्या ब्राह्मण नोकरशाहीने व्यापलेल्या आहेत आणि ते नेहमी ब्राह्मणेतरांचे पुढारी व कैवारी यांच्या चळवळीविरुद्ध सरकारकडे तक्रार करतात. ब्राह्मणेतर पुढाऱ्यांविरुद्ध आलेल्या तक्रारींची योग्य ती चौकशी केल्याशिवाय सरकारने त्यांच्याविरुद्ध काही उपाय योजू नयेत. कारण ब्राह्मण नोकरशाही ही त्यांच्या कृतीविषयी सरकारची दिशाभूल करण्याचा संभव आहे, अशी गरीब आणि अज्ञान जनतेच्या वतीने मी सरकारला विनंती करीत आहे.' वालचंद कोठारींची 'जागरूक' व 'डेक्कन रयत' ही वृत्तपत्रे ज्या इमारतीत प्रसिद्ध होत असत, ती इमारत कोठारी यांना तिच्या ब्राह्मण मालकाला मोकळी करून त्याच्या ताब्यात द्यावी लागली. शाहूंनी त्वरित अक्कलकोटच्या राजेसाहेबांना पुण्यातील आपले घर कोठारींना भाड्याने द्यावयास सांगितले. शाहूंनी वुडहाऊस यांना अशी ग्वाही दिली की, एखाद्या सत्यशोधकावर, आर्यसमाजिस्टावर किंवा एखाद्या देवदूतावर ब्रिटिशांचा वहीम असला तर त्याला आपण थारा देणार नाही आणि आपल्या निष्ठेपासून कधीही विचलित होणार नाही.

याच वेळी राजपुत्र शिवाजी व ताराबाई ह्यांच्या अस्थींची जॉर्ज अरुडेल यांनी मागणी केली. त्यावर वुडहाऊस ह्यांनी, अरुंडेल यांना अस्थी देऊ नयेत असा शाहूंना सल्ला दिला. ह्यावेळी लॉर्ड लॅमिंग्टन ह्यांच्याशी शाहूंचा पत्रव्यवहार चालला होता. लॉर्ड लॅमिंग्टन ह्यानी हिंदुस्थानचे महाराज्यपालपद स्वीकारावे अशी शाहूंची इच्छा होती. स्वतंत्र जातीय मतदारसंघाला लॉर्ड लँमिंग्टन ह्यांनी पाठिंबा द्यावा अशी शाहूंनी त्यांना विनंती केली. चिरोलनाही शाहूंनी कळविले की, जर स्वतंत्र मतदारसंघ मागासवर्गीयांना मिळाले नाहीत तर ब्राह्मणांच्या गुलामगिरीत ते

कायमचे खितपत पडतील. शाहूंनी ह्याच हेतूने माँटेग्यूंना लिहून कळविले की, 'आर्य समाज हा वेदांतील धार्मिक उद्देशाप्रमाणे स्थापन झालेला आहे. आर्य समाज सामाजिक समतेचा प्रचार करतो आणि म्हणूनच आर्य समाज हाच फक्त ब्राह्मणांची जुलमी सत्ता व त्यांची तत्त्वे यांना समर्थपणे तोंड देऊ शकेल. आर्य समाजाच्या सामाजिक समतेच्या तत्त्वांचा प्रसार झाला तर हिंदुस्थान हा राजकीय प्रातिनिधिक संस्थांना लायक होईल.'

दुष्काळाच्या वेळी अन्नधान्यासाठी झालेल्या दंगलीच्या दिवसांत शाहूंनी ५०० जनावरे भूतदयेने प्रेरित होऊन विकत घेतला. त्यांतला एक बैल तापाने आजारी पडला व तो पिवळाधमक झाला. प्रेमचंद नावाच्या पशुवैद्यांना त्यांनी त्या बैलाची तपासणी करण्याची विनंती केली आणि बऱ्याच म्हशीही पाठवून त्यांसोबत चांगल्या उत्पत्तीसाठी एक रेडाही पाठवण्यास सांगितले. तसेच, पांजरपोळातून काही गुजराती गाईही आपल्यासाठी विकत घ्याव्यात अशीही डॉ. प्रेमचंद ह्यांना त्यांनी विनंती केली.

कुर्मी क्षत्रिय समाजाचे पुढारी शिवप्रसाद व त्रिलोकचंद कटियार ह्यांनी आपल्या समाजाच्या वार्षिक परिषदेचे शाहूंनी अध्यक्षपद स्वीकारावे अशी त्यांना विनंती केली. शाहूंनी संमती दिली. परंतु आमंत्रण निश्चितपणे मान्य करण्यास ते का कू करू लागले. एस. एस. पवार यांनी कुर्मी क्षत्रियांच्या परिषदेचे आमंत्रण आपण स्वीकारावे व निदान एक दिवस तरी उपस्थित राहावे अशी शाहूंना कळकळीची विनंती केली. शाहूंना तर प्रत्येक ठिकाणचा ब्राह्मणांचा श्रेष्ठपणा व जुलूम नष्ट करावयाचा असल्यामुळे शेवटी त्यांनी त्या आमंत्रणाचा राज्यपालांच्या संमतीने स्वीकार केला.

फेब्रुवारीच्या दुसऱ्या आठवड्यात शाहू छत्रपती अश्वशर्यती पाहण्यासाठी मुंबईला गेले होते. तेथे ते साधे चप्पल घालून सज्जात बसले होते. पण जेव्हा शाहूमहाराज राज्यपाल जॉर्ज लॉईड ह्यांना सज्जामध्ये भेटावयास गेले, तेव्हा हिंदी पद्धतीप्रमाणे त्यांनी चपला बाहेर काढून ठेवल्या. आपल्या भेटीस शाहू छत्रपती अनवाणी आल्याविषयी राज्यपालांनी शाहूंना नापसंतीदर्शक पत्र लिहिले. आपले वागणे रीतिरिवाजाला सोडून झाले व ते राज्यपालांना असभ्यतेचे वाटले, याविषयी आपण दिलगीर आहोत, असे शाहूंनी राज्यपालांना कळविले.

टिळक-चिरोल अभियोगाचा निर्णय लंडनच्या प्रिव्ही कौन्सिलच्या न्यायालयात २१ फेब्रुवारी १९१९ रोजी लागला. तो चिरोलच्या बाजूने लागला. यशाने हर्षभरित झालेल्या चिरोलनी शाहूंनी दाखविलेल्या सहानुभूतीविषयी व केलेल्या मदतीविषयी कृतज्ञतापूर्वक आभार मानले. टिळकांचा पराभव झाला हे

ऐकून शाहूंनी आनंदाने स्मित केले असेल, हे सांगण्याची आवश्यकता नाही. पण टिळकांचे कट्टर शत्रू लॉर्ड सिडनहॅम ह्यांनी शाहूंना कळविले की, 'सर व्हॅलेन्टाईन चिरोल यांची बाजू बरोबर होती याविषयी संशय नाही. परंतु हा अभियोग पूर्वग्रहदूषित होता असे लोक म्हणतील असे मला वाटते.'[१]

के. सी. ठाकरे यांनी १९१९च्या मार्चमध्ये शाहू छत्रपतींची भेट घेतली. या विख्यात ग्रंथकर्त्याने, शाहूंनी आपल्या वाङ्मयीन आणि ऐतिहासिक लेखनाला चालना दिल्याबद्दल त्यांचे कृतज्ञतापूर्वक आभार मानले. आपण छत्रपतींच्या बाबतीत आपले कर्तव्य करण्याची शिकस्त करू अशी ठाकऱ्यांनी ग्वाही दिली.

कुळकर्णी वतने नष्ट झाल्यामुळे कोल्हापूर संस्थानातील रयत आता कुळकर्ण्यांची कारस्थाने, अन्याय, लबाडी, ह्या सतत पीडा देत राहिलेल्या रोगांपासून मुक्त झाली होती. कुळकर्णी हे गरीब रयतेचे शत्रू होते. त्यांनी त्या गरिबांच्या जमिनींवरील कर वाढविला होता. आपल्या सत्तेचा त्यांनी दुरुपयोग केला. कधीही न संपणाऱ्या सावकारी व्याजापायी रयतेला जमिनी गमवाव्या लागल्या होत्या. कुळकर्ण्यांची सत्ता आता समूळ नष्ट झाली होती. ब्राह्मण वकील, ब्राह्मण मामलेदार व ब्राह्मण न्यायाधीश हे ह्या कुळकर्ण्यांच्या दुष्ट कृत्यांत प्रत्यक्ष वा अप्रत्यक्षरीत्या साह्य करीत असत.

आता कालचक्र संपूर्णपणे फिरले होते; काळाने हा सूड उगविला होता. ब्राह्मणी वर्तमानपत्रांच्या आणि पुण्यातील कारस्थानी व्यक्तींच्या चिथावणीने कोल्हापुरातील कुळकर्णी, कोल्हापूर दरबारच्याविरुद्ध कंड्या पिकवीत असत. कुळकर्ण्यांना कोल्हापूर दरबारने भिकेस लावले आहे असा त्यांनी गवगवा केला. कुळकर्ण्यांनी कुळकर्णी असोसिएशन नावाची जी संस्था स्थापन केली होती तिच्या विद्यमाने 'केसरी'चे संपादक न. चिं. केळकर यांच्या अध्यक्षतेखाली निपाणी येथे एक सभा भरविण्याचे ठरले. केळकर हे अशा रितीने प्रस्थापित हितसंबंधी लोकांच्या नष्ट झालेल्या विशेष अधिकारांचे आता कैवारी म्हणून पुढे आले. महाराष्ट्रातल्या काही जिल्ह्यांत कुळकर्णी वतने यापूर्वीच नष्ट झाली होती तरी कोल्हापुरातील कुळकर्णी वतनांचा बचाव करण्यासाठी न. चिं. केळकरांनी पुढे यावे हे विशेष आश्चर्य नव्हते. महंमदअली जिना व दत्तोपंत बेळवी हेही कुळकर्ण्यांच्या सभेत बोलतील अशी कुळकर्ण्यांनी जाहिरात केली होती. परंतु ते दोघे सभेस उपस्थित राहिले नाहीत. ५ एप्रिल १९१९ रोजी ब्राह्मण कुळकर्णी व त्यांचे पुण्यातील जातभाई असे मिळून २०० लोकांची सभा घाईघाईत निपाणी येथे भरली. निपाणी तशी सुरक्षित जागा. कारण ती कोल्हापूरच्या हद्दीत नव्हती व शाहू महाराजांविरुद्ध आरडाओरडा करण्यास तेथे कोणताच अडथळा नव्हता.

आपल्या अध्यक्षीय भाषणात केळकर म्हणाले, 'कोल्हापूर दरबारने ब्रिटिश राज्यकारभारापासून चांगल्या गोष्टी न उचलता वाईटच तेवढ्या उचलल्या.' आपल्या भाषणात केळकर रागाच्या भरात पुढे म्हणाले, 'आता कुळकर्णी वतने जात्यात भरडली जात आहेत, तर आता सुपात असलेले कोल्हापूरचे राज्य जात्यात भरडले जाण्याच्या आपल्या पाळीची वाट पाहत आहे. जेव्हा हिंदुस्थानला जबाबदार पद्धतीचे सरकार मिळेल तेव्हा आपण विधिमंडळाचे सभासद होऊ आणि संस्थानिकांचे कल्याण किंवा अकल्याण करण्याची शक्ती आमच्या हाती येईल; तेव्हा आपण संस्थानिकांना असे वेडे चाळे करावयास देणार नाही.'२

कुळकर्णी हे ब्राह्मण असून त्यांची वतने शाहूंनी नष्ट केली म्हणून त्यांना केळकरांनी धमकी दिली. ९८ टक्के रयतेच्या हिताचे वाटोळे करणाऱ्या २ टक्के लोकांच्या हिताची बाजू घ्यावी हे प्रस्थापितांची बाजू घेणाऱ्या 'केसरी'ला शोभले, तरी केळकरांचा हा पवित्रा योग्य नव्हता. प्रस्थापितांचे विशेष अधिकार नष्ट करून बांडगुळांचा अंत करणाऱ्या व गरिबांचा कैवार घेणाऱ्या त्या राज्यात कुळकर्णी वतनाचा अंत हे भरतवाक्य ठरले.

केळकरांना कोल्हापूर दरबारच्या डोळ्यांतील कुसळ दिसले पण कुळकर्ण्यांच्या डोळ्यांतील मुसळ दिसले नाही. कुळकर्णी पद्धत ही कालबाह्य, कुजट आणि अन्यायकारक बनली होती, हे त्यांना कळले नाही. कुळकर्ण्यांना केळकरांनी इशारा दिला की, कुळकर्णी वतने परत मिळण्याची शक्यता कमी दिसते; परंतु ती मिळविण्यासाठी त्यांनी आकाशपाताळ एक केले पाहिजे. या प्रयत्नात त्यांची निराशा झाली तर त्यांनी एकमताने ब्रिटिश सरकारकडे आपले गाऱ्हाणे घेऊन धाव घेतली पाहिजे. ह्यानंतर थोड्या दिवसांनी ल. ब. भोपटकर यांनी कुळकर्णी वतने अग्नीत घातलेली आहेत हे मान्य केले, पण पाटिलकी व मराठा संस्थाने हीही कुळकर्णी वतनाबरोबर जाळून टाकून राख का करू नये, असा त्यांनी जळफळाट केला.३

निपाणी येथील कुळकर्णी परिषद आटोपल्यावर शाहू मुंबईस गेले व तेथे ६ एप्रिलपासून एक आठवडा राहिले. त्या दिवशी महात्मा गांधींच्या राष्ट्रीय आवाहनाप्रमाणे लोकांनी मुंबईत प्रार्थना केल्या आणि हरताळ पाळला हे त्यांनी पाहिले. लोकांनी सत्याग्रह करून अशांतता निर्माण केली. त्याविषयी शाहूंनी सरकारकडे सहानुभूती व्यक्त केली. राज्यपालांच्या कार्यकारी मंडळाच्या सभासदांना त्यांनी सांगितले की, आपण रौलट ॲक्टच्या बाजूचे आहोत. मुंबईचे पुढारी एलिफन्टा बेटावर किंवा जवळच्या अशाच एका ठिकाणी नेऊन ठेवावे

आणि गांधींना त्यांच्या कुटुंबासहित राहू द्यावे; परंतु उपद्रव करावयास त्यांना संधी देऊ नये.

कोल्हापूरला परत आल्यावर शाहूंनी क्रेरर यांना १५ एप्रिल रोजी लिहिले की, 'सरोजिनी नायडू, अनसूया बाई गोखले व अवंतिकाबाई गोखले ह्यांना जवळच्याच बेटावर स्थानबद्ध करून ठेवावे. त्यांच्यावर काही बंधने घालून त्यांना तेथे राहण्याची मोकळीक द्यावी. कारण ह्या देशात महिलांशी वागणे मोठे कठीण काम आहे.

शाहू छत्रपतींनी १९ एप्रिल १९१९ रोजी कुर्मी क्षत्रियांच्या कानपूर परिषदेचे उद्घाटन केले. मुंबईत असता त्यांना ताप आला होता तरी ते कानपूरला गेले व त्यांनी परिषदेत भाषण केले. ते म्हणाले, 'मी तुमच्यापैकीच एक आहे. मला मजूर समजा अगर शेतकरी समजा. माझे वाडवडील हाच धंदा करीत होते. जे काम माझे पूर्वज करीत होते तेच काम करणाऱ्या लोकांनी अध्यक्ष होण्यासाठी मला बोलाविले आहे याबद्दल मला आनंद होत आहे. माझ्या लायकीकडे लक्ष न देता मी महापराक्रमी शिवाजी महाराज व त्यांच्या स्नुषा ताराबाई महाराणी यांच्या वंशातला आहे म्हणून आपण हा मान मला दिला आहे.' हिंदी भाषेचा आपण तीन दिवस अभ्यास केला. आपले भाषण परमपूज्य स्वामी परमानंद हे वाचून दाखवतील. खासेराव जाधवांना आपण गुरुसमान व वडिलांसमान मानतो व ते येथे उपस्थित आहेत हे पाहून आपणास आनंद होत आहे असेही ते म्हणाले.

शाहू पुढे म्हणाले, 'हिंदुस्थानच्या प्रत्येक प्रांतात दिवसानुदिवस ज्ञाति सभा व धार्मिक सभा अधिकाधिक होऊ लागल्या आहेत. सध्या जितक्या धार्मिक सभा अगर ज्ञाति सभा आहेत त्यांकडे मी अनुकूल दृष्टीने पाहत असून त्यांची भरभराट व्हावी, अशी माझी मनापासून इच्छा आहे. कारण त्यांच्याद्वारे शिक्षण, समाजसुधारणा, धर्मप्रसार वगैरे कितीतरी परोपकाराच्या गोष्टी झाल्या आहेत. ह्या जागृतीस तीन महत्त्वाची कारणे घडली. सर्वप्रथम व सर्वश्रेष्ठ कारण म्हटले म्हणजे ब्रिटिश सरकारचे शांततेचे राज्य होय. दुसरे इंग्रजी शिक्षण. तिसरे धार्मिक आचार्यांचा धर्म प्रचार. भारतीयांनी लक्षात ठेवले पाहिजे की, ह्या न्यायशील ब्रिटिश सरकारपासून झालेल्या उपकारांचे विस्मरण न होऊ देता आपण सदैव राजनिष्ठ राहिले पाहिजे. त्याप्रमाणे धार्मिक आचार्यांचे उपकार विसरू नयेत. विशेषेकरून ज्याने धार्मिक स्वराज्य देऊन प्रजेला दास्यत्वापासून मुक्त केले, त्या वैदिक धर्मोद्धारक महर्षी दयानंद सरस्वतीला विसरू नका.'

यानंतर वर्ण व्यवस्थेविषयी बोलताना शाहू म्हणाले, 'पूर्वी ही गुणकर्मावर अवलंबून असे. वैदिक काळात सर्व वर्गाचे लोक ऋषी झालेले आहेत.

पण ज्यावेळी वर्ण व्यवस्था वंशपरंपरा रजिस्टर झाली तेव्हा एका वर्णाच्या मनुष्याला दुसऱ्या वर्णाचे काम करणे कठीण होऊ लागले. शेवटी जी वर्ण व्यवस्था गुणकर्मावर अवलंबून होती ती जन्मावर येऊन बसली. मग त्या वर्णाचे गुण त्याच्या अंगी असो वा नसो. आपल्या जातीत वेदोक्त संस्कार, वेदोक्त कर्माचा प्रसार व सदाचाराची वाढ करा. आपल्या मुलांना शिक्षण द्या, असहाय व गरीब बांधवांना मदत करा. भारतीयांच्या उन्नतीची तीन मुख्य साधने आहेत. त्यांपैकी पहिले साधन पडदा दूर करणे, दुसरे विधवा विवाह रूढ करणे व तिसरे कोणाशीही सहभोजन करणे. कृषि कार्याइतके पवित्र काही नाही. कृषिकर्माबरोबर पशुपालन व रक्षण यांचाही संबंध येतो. दूध, तूप वगैरेंची समृद्धी देशात झाली पाहिजे.'

आपल्या भाषणाच्या शेवटी शाहू म्हणाले, 'हे परमेश्वरा, आमच्या देशातील लोकांनी सद्‌बुद्धी देऊन त्यांच्या अंत:करणात ज्ञानाचा प्रकाश पाड. आम्ही सर्व माणसे आपले सद्‌गुणी चिरायू पुत्र होऊन बंधुप्रेमाने राहो. दुसऱ्याचे दु:ख ते आपले दु:ख व व दुसऱ्याचे सुख तेच आपले सुख असा आमचा समज होऊ दे. सर्व जण मिळून शारीरिक, आत्मिक व सामाजिक उन्नती करून संसाराला स्वर्ग धाम बनवू या.'[४]

शाहूंच्या भाषणाचा परिषदेवर अत्यंत अनुकूल परिणाम झाला. त्यांच्या परिषदेचे उद्‌घाटन करणारे शाहू हे उद्‌घाटक असे पहिले राजे. परिषदेने शाहूंचे मानव जातीवरील प्रेम, त्यांचा सुकार्यास मिळणारा सक्रिय पाठिंबा, सामाजिक समतेच्या क्षेत्रात त्यांनी केलेले भरीव कार्य व त्यांचे राजर्षी जनकासारखे शहाणपण पाहून त्यांना राजर्षी ही बहुमानाची पदवी देण्याचा ठराव पसार केला. भाषण संपल्यावर शाहू २१ एप्रिल रोजी मुंबईस परत आले.

कुळकर्ण्यांच्या राजद्रोही व निंदाप्रचुर आरडाओरडीची प्रतिक्रिया कोल्हापुरातील रयतेच्या मनावर गंभीर झाली. रौलट विधेयक १२ मार्च १९१९ रोजी मध्यवर्ती सरकारने संमत केल्यावर म. गांधींनी देशाला हरताळ पाळण्याचे आवाहन केले व सर्व देशाभिमानी वृत्तपत्रांनी उत्साहाने व देशाभिमानाने गांधींच्या आवाहनाला पाठिंबा दिला. ६ एप्रिल रोजी देशातील सर्व प्रमुख शहरांतून हरताळ पाळण्यात आला. त्यांनी हरताळ पाळला तेव्हा तो न्याय्य व वैध आहे असे राष्ट्रवाद्यांना वाटणे योग्यच होते. परंतु जेव्हा कुळकर्ण्यांच्या चळवळींना व कारवायांना विरोध करण्यासाठी कोल्हापुरात स्थापन झालेल्या ब्राह्मणेतर

असोसिएशनने रयतेचा कैवार घेऊन सत्याग्रह सुरू केला आणि कुळकर्ण्यांच्या जमिनी पाडून ठेवल्या तेव्हा ब्राह्मणी वृत्तपत्रे व राष्ट्रवादी ब्राह्मण पुढारी संतप्त झाले.

सन १९१९च्या मे महिन्यात शाहूंनी मुंबई सरकारला कळविले की, कोल्हापूर संस्थानातील रयतेने राजद्रोही घटकांविरुद्ध त्यांचीच शस्त्रे उपसून म्हणजे बहिष्कार व हरताळ पुकारून नि:शस्त्र प्रतिकार सुरू केला आहे. मुंबईचे राज्यपाल लॉर्ड लॉईड यांना शिकारीसाठी कोल्हापूरला भेट देण्याची इच्छा होती. परंतु रौलट ॲक्ट ब्रिटिश सरकारने जारी केल्यामुळे व अमृतसर येथे १३ एप्रिल १९१९ रोजी झालेल्या भीषण कत्तलीमुळे सर्वत्र वातावरण खवळले होते. त्यामुळे त्यांनी आपला बेत बदलला. मुंबईस गेल्यावर शाहूंनी मुंबई सरकारला स्वेच्छेने काही सूचना केल्या. ते म्हणाले, 'जहाल व मवाळ हे बहुतेक ब्राह्मणच आहेत व ते एकाच जुन्या खोडाचे ढलपे आहेत.' २४ एप्रिल १९१९ रोजी त्यांनी राज्यपालांची भेट घेऊन त्यांना सांगितले की, 'महाराष्ट्रातील ब्राह्मणांच्या मनातून नि:शस्त्र प्रतिकारास पाठिंबा द्यावयाचा आहे. परंतु गांधी गुजराती असल्यामुळे त्यांच्या नेतृत्वाखाली तो सुरू व्हावयास त्यांना नको आहे. नि:शस्त्र प्रतिकाराच्या चळवळीची सूत्रे आपल्याच हाती ठेवावीत असे ब्राह्मणांचे मत आहे. त्यामुळे ब्रिटिश सरकारने राजनिष्ठ असलेल्या वृत्तपत्रांना पाठिंबा द्यावा आणि सरकारी शिक्षण खात्यातील एतद्देशीय अधिकाऱ्यांच्या बदल्या दुसऱ्या प्रांतात कराव्या. ज्याप्रमाणे नागरी सेवकांच्या वाटेल त्या प्रांतात बदल्या करता त्याप्रमाणे शिक्षण खात्यातील अधिकाऱ्यांच्याही कराव्यात.'

त्या मुलाखतीत आणखी एका प्रश्नाची चर्चा झाली. त्यापूर्वी अखिल भारतीय मराठा परिषद वर्धा येथे विनायकराव पवार यांच्या अध्यक्षतेखाली भरली होती. त्या परिषदेचे पुढारी राष्ट्रीय वृत्तीचे असल्यामुळे त्यांनी राष्ट्रीय सभेशी सहकार्य करण्याचे ठरविले व जगातील प्रगतिपर राष्ट्रांच्या मनात हिंदुस्थानला आदरबुद्धीने स्थान मिळाले पाहिजे अशी मागणी केली. ह्या ठरावावर आपला अभिप्राय व्यक्त करताना शाहू म्हणाले की, 'ह्या ठरावात राजद्रोहाची छटा नाही. परंतु अलीकडे असले विचार लोकांच्या मनात डोकावू लागले आहेत हे खरे. तथापि पवार यांच्या मताशी सर्व मराठे सहमत आहेत असे नाही.'

मुंबईतील शाहूंच्या ह्या वास्तव्यात केशवराव ठाकरे त्यांना भेटावयास गेले. ठाकऱ्यांना त्यांचे दर्शन झाले; पण भेट झाली नाही. कारण ठाकरे मूळव्याधीच्या रक्तस्रावामुळे बेचैन झाले होते व ते तेथे फार वेळ थांबू शकले नाहीत. आपली मुंबईतील नोकरी सोडून कोल्हापूर दरबारची नोकरी

स्वीकारण्यास केशवराव ठाकरे तयार होते. आपण तेथे आलो तर आपणास भविष्यकाळ आहे की कसे असे त्यांनी दिवाण सबनीस यांना विचारले. त्यांनी उत्तर पाठविले की, आपण आपली मुंबईतील कायम स्वरूपाची नोकरी सोडू नये, असे महाराजांचे सांगणे आहे. जर ठाकरे यांनी शाहूंच्या मताप्रमाणे एखादे ग्रंथलेखनाचे काम हाती घेतले तर सर्व सामग्री त्यांना पुरविण्यात येईल व ते काम त्यांच्या फावल्या वेळात त्यांना करता येईल.

निपाणी परिषदेचे कार्य व न. चिं. केळकर यांनी दरबारच्याविरुद्ध केलेले भाषण यांमुळे कुळकर्ण्यांच्याविरुद्ध अगोदरच संतापलेली कोल्हापूरची रयत पुन्हा प्रक्षुब्ध झाली. त्या प्रक्षोभाचे रूपांतर चळवळीत होऊन रयतेने कुळकर्ण्यांवर सामाजिक बहिष्कार टाकला. तारदळ येथे १४ मे १९१९ रोजी कुळकर्ण्यांच्याविरुद्ध चळवळ सुरू झाली. तेथील ब्राह्मणांमध्ये दोन तट पडले होते. एका गटाने त्या चळवळीचा फायदा घेऊन ब्राह्मणेतरांमध्ये आपापसांत भांडण लावून द्यावयाचे ठरविले. मात्र दोन्ही गटांनी धूर्तपणे ब्राह्मणेतरांच्या नि:शस्त्र प्रतिकाराच्याविरुद्ध गोंगाट केला. काही ब्राह्मणेतरांनी लुटालूट केली होती असे त्यांचे म्हणणे होते. 'राजकारण', 'राष्ट्रहितवर्धिनी', 'विद्याविलास' यांनी 'केसरी'च्या नेतृत्वाखाली ह्या दंग्याची खोडसाळ व अतिरंजित माहिती देऊन तारदळ विभागातील सर्व ब्राह्मण सांगलीला पळाले अशी बातमी प्रसिद्ध केली.

ह्या वेळी टिळक लंडनमध्ये होते. पण त्यांची सामाजिक भूमिका केळकरांनी चांगलीच वठवली. 'दीनमित्र', 'जागरूक', 'इंदुप्रकाश', 'ज्ञानसागर', 'डेक्कन रयत', ह्या वृत्तपत्रांनी त्या चित्राची दुसरी बाजू मांडली. त्यांनी म्हटले की, 'महाराजांच्या विरोधकांनी पराचा कावळा केला. कुळकर्णी हे समाजाचा बोलका घटक असल्यामुळे त्यांनी ह्या बाबतीत दरबारच्याविरुद्ध कोल्हापूरचे राजप्रतिनिधी, महाराज्यपाल आणि भारतमंत्री यांच्याकडे निवेदने पाठविली. इतक्यात पुणे येथून अक्कलकोटच्या राणीसाहेबांना भेटून शाहू छत्रपती शेडबाळ येथे येऊन पोहोचले. ते जोशी, कुळकर्णी, पेंडसे, तोफखाने, कुळकर्णी असोसिएशनचे सेक्रेटरी नवनिहाळकर व हंगामी मुख्य पोलीस अधिकारी म्हणून नेमलेले धर्माधिकारी यांना घेऊन मोटारने तारदळ येथे गेले. हातकणंगले पेठ्याचे मामलेदार बने हे अत्यंत सरळ आणि न्यायवृत्तीचे अधिकारी होते. त्यांनी वडगाव, भूंकी, कुंभोज येथील दंगे यशस्वीरीत्या शमविले होते. पोलीस निरीक्षक म्हैसकर यांनी तारदळ येथील दंगे मोडून काढले होते.

तारदळ येथे पोहोचल्यावर छत्रपतींना आश्चर्याचा मोठा धक्काच बसला. वृत्तपत्रांत प्रसिद्ध झालेली दंगलीची हकीगत खोटी होती आणि कोणीही

ब्राह्मण तारदळ सोडून सांगलीस गेले नव्हते. तरीसुद्धा केसरीने म्हटले की, कुळकर्णी हे आपला जीव व बायका-मुलांची अब्रू सांभाळण्यासाठी पळून गेले होते. दंगलीच्या काळात कदाचित तेथील ब्राह्मणांना शांत करण्याच्या हेतूने शाहूंनी आपल्या ब्राह्मण पोलीस अधिकाऱ्यांना वाटेल तशी वागण्याची परवानगी दिली. परिणामी त्यांनी तीन गावच्या पाटलांना जागच्या जागीच बडतर्फ केले. पण नंतर असे आढळून आले की, कोंडीगरे ह्या गावचे पाटील दंगा होण्याच्या पूर्वी दोन वर्षे गावातच आले नव्हते. तरी त्यांच्यावर दंगलीच्या वेळी गैरवर्तणुकीचे आरोप ठेवून त्यांनाही बडतर्फे करण्यात आले होते !

शाहूंनी तारदळहून आल्यावर करवीर गॅझेटमध्ये[५] एक जाहीरपत्रक प्रसिद्ध केले.त्या पत्रकात दरबारने म्हटले होते की, कोल्हापूर राज्यातील काही खेड्यांतून नि:शस्त्र प्रतिकाराची जी चळवळ सुरू झालेली आहे ती महाराजांना पसंत नाही.काही ठिकाणी लोकांनी अतिरेक केला आहे हे ऐकून महाराजांना मोठे दु:ख होत आहे. शाहू अंमळ घाबरले आणि सचिंत होऊन, 'दंगलीत ज्यांचे नुकसान झाले आहे त्यांना साह्य करण्यास' चौकशी मंडळाला आज्ञा केली. थोड्या दिवसांनंतर महाराज्यपालांच्या कार्यकारी मंडळाचे सभासद जी. आर. लाऊन्डस यांनी शाहूंना कळविले की, जिनांनी हैद्राबाद येथे चळवळ करण्याचा प्रयत्न केला. पण तेथे त्यांची त्वरित बोळवण करण्यात आली. जर जिना नि केळकर कोल्हापूरला आले तर शाहू हेही त्याचप्रमाणे त्यांच्या बाबतीत वागतील अशी त्यांनी आशा व्यक्त केली.[६]

तथापि तारदळ दंग्यासंबंधी शाहूंना मनातल्या मनात बरे वाटले. शाहूंनी जरी दंगली मोडण्यासाठी लिहिलेल्या पत्रात म्हटले की, 'भाववाढ आणि उपासमार यांमुळे महार, चांभार आदी गरीब रयतेने धान्याच्या साठ्यांची लूटमार केली' तरी ते आपल्या पत्रात पुढे म्हणाले, 'मी ब्राह्मणांना अंत:करणपूर्वक ह्या दंगलीत साह्य केले आहे हे त्यांनी पाहिले आहे आणि जर दरबार त्यांच्या पाठीमागे नसेल तर त्यांची धडगत राहणार नाही हेही आता त्यांना कळून चुकले आहे. त्यामुळे त्यांना आता वर्तमानपत्रांतील लिखाणालाही थोडी मुरड घातली आहे. आता ह्यापुढे ५० वर्षे महाराष्ट्रात नि:शस्त्र प्रतिकाराची भाषा निघणार नाही. कोल्हापुरातील नि:शस्त्र प्रतिकाराची चळवळ मोडून काढण्यास मला जे कष्ट पडले तितके कष्ट सरकारला अहमदाबाद व पंजाब येथील दंगली मोडावयास पडले नाहीत.'[७] असे शाहूंनी अतिआत्मविश्वासाने उद्‌गार काढले.

मुंबई सरकारला ठपका येईल व त्याच्या प्रतिष्ठेला बाधा येईल अशी आपण कोणतीही गोष्ट करणार नाही अशी शाहूंनी मुंबई सरकारला ग्वाही दिली.

आपण सरकारची कृपा आणि विश्वास ह्यांचा गैरवापर करणार नाही असेही त्यांनी सरकारला आश्वासन दिले. कठीण समय येताच ते असाच पवित्रा घेत असत.

दुसऱ्या एका पत्रात शाहूंनी म्हटले की, जर ब्रिटिश हद्दीतील मागासवर्गीयांना शिक्षण मिळाले तर ते ब्राह्मणांच्या नेतृत्वाला आव्हान देतील आणि ब्राह्मण नेत्यांना आपल्या नेतृत्वाच्या कल्पना बदलाव्या लागतील. नि:शस्त्र प्रतिकाराच्या साधनांचा उल्लेख करून ३ जून १९१९ रोजी त्यांनी क्लॉड हिल्लला पत्र लिहिताना म्हटले की, 'गांधींच्या अनुभवावरून आता हे सिद्ध झाले आहे की, सत्याग्रहाचे शस्त्र हे फार धोकादायक आहे आणि सक्रिय प्रतिकारात आणि हिंसेत त्याचे अनिष्ट पर्यवसान होते.' तारदळ दंगलीपर्यंत युवराज राजाराम हे ब्राह्मणांचे मोठे चाहते होते. परंतु तारदळ येथील दंगलीच्या काळातील ब्राह्मणांचे डावपेच पाहून त्यांचा भ्रमनिरास झाला.

कराराप्रमाणे आर्य समाजाने राजाराम महाविद्यालय व राजाराम माध्यमिक शाळा ह्या दोन्ही संस्था आपल्या ताब्यात घेतल्या. कोल्हापूर येथील ब्राह्मणांच्या साह्याने मुंबई विद्यापीठातील अधिसभेचे सदस्य राजाराम महाविद्यालयाची मान्यता काढून घेण्याचा प्रयत्न करीत होते. राजाराम महाविद्यालय हे पहिल्या प्रतीचे महाविद्यालय आहे अशी मान्यता त्यांच्या मनातून त्या महाविद्यालयाला द्यावयाची नव्हती. आपल्या परीने शाहू हे मुंबई विद्यापीठाच्या ब्राह्मण सभासदाचे राजाराम महाविद्यालयाच्या बाबतीतील बेत निष्फळ ठरविण्यासाठी खटपट करीत होते.

केशवराव ठाकरे यांनी ११ जून १९१९ रोजी शाहूंना पुन्हा पत्र लिहून कळविले की, आपले पुस्तक 'ग्रामण्य' पुढील महिन्यात प्रसिद्ध होईल आणि त्यासाठी शाहूंकडून त्यांनी भरघोस साह्याची अपेक्षा केली. ठाकरे यांच्या ह्या पत्रव्यवहारावरून त्या काळी घडलेल्या दुसऱ्या एका गोष्टीची माहिती मिळते. ती अशी की, चांद्रसेनीय कायस्थ प्रभू यांच्याविरुद्ध राजवाड्यांनी लिहिलेल्या लेखाबद्दल ठाकरे यांनी शाहूंचे वजन खर्च करून, भारत इतिहास संशोधक मंडळाला सरकारकडून ताकीद देवविली. १९ जून रोजी ठाकऱ्यांनी उत्तर लिहिले आणि 'कुळकर्णी लीलामृत' ह्या ग्रंथासंबंधी ठाकरे यांनी जे 'केसरी'ला उत्तर दिले होते ते वाचावयास मागितले. शाहू म्हणाले, 'ठाकरे हे खरोखरीच उपयुक्त असे काम करीत आहेत आणि त्यांनी 'भिक्षुकशाहीचे बंड' हा ग्रंथ ज्यांच्या हितासाठी लिहिला आहे, ते त्यांचे कौतुक करतील अशी आशा आहे.'

हॅरॉल्डसारखे ब्रिटिश राजप्रतिनिधी हे गांधींच्या हिंदु-मुस्लिम ऐक्य

घडवून आणण्याच्या प्रयत्नामुळे अस्वस्थ झाले होते. कारण ती युती ब्रिटिश सरकारला निश्चितपणे प्रतिकूल ठरेल असे त्यांना वाटत होते.[८] त्या काळी श्रद्धानंदांसारखे हिंदु पुढारी दिल्ली येथील मशिदींतून व्याख्याने देत असत. आपण १ जुलै १९१९ पासून सत्याग्रह सुरू करणार आहोत असे म. गांधींनी जूनमध्ये जाहीर केले. त्यावेळी हॅरॉल्ड हे मुंबई राज्यपालांशी पुणे येथे सत्याग्रहासंबंधी चर्चा करीत होते. त्यांना त्यासंबंधी काही काँग्रेस नेत्यांनी काढलेली भितिपत्रके पाहावयास पाहिजे होती. शाहूंनी त्यांना कळविले की, त्या पत्रकांवरून असे दिसते की, ही चळवळ अत्यंत उपद्रवी आहे आणि जर हिंदू आणि मुसलमान यांचे ऐक्य झाले तर स्वातंत्र्य नजीक येईल असे त्या चळवळीच्या नेत्यांना वाटते.[९]

त्यावर शाहूंनी सरकारचे सल्लागार ह्या नात्याने सरकारला इशारा दिला की, गांधींचा हा सत्याग्रह पंजाबातील हत्याकांड व टिळकांची इंग्लंडमधील चळवळ ह्यांची सरकारने गंभीरपणे दखल घेतली पाहिजे. सिमल्याहून क्लीव्हलँड यांनी पत्र लिहून शाहूंना कळविले की, अफगाणिस्तानचा अमीर हा सध्या योग्य वेळेची वाट पाहत बसला आहे आणि तो जर्मन सरकार खरोखरीच तह करील की काय याकडे डोळे लावून बसला आहे. पुढील महिन्यात गांधी सत्याग्रहाची दुसरी मोहीम सुरू करण्याइतका मूर्खपणा दाखवणार नाहीत, अशी क्लीव्हलँड यांनी आशा व्यक्त केली. जर त्यांनी तशी दुसरी मोहीम सुरू केली तर ती अयशस्वी होईल. गांधींच्या ढासळलेल्या प्रकृतीच्या स्थितीत त्यांना तुरुंगात टाकावे ही गोष्ट उचित दिसणार नाही,[१०] असे क्लीव्हलँड यांचे मत होते.

मुंबई राज्यपालांना २३ जून १९१९ रोजी लिहिलेल्या एका पत्रात शाहूंनी आपल्या जीवितकार्याच्या संदेशाचा उल्लेख केला आहे. त्यात शाहू म्हणाले, 'विशेषत: माझा मुलगा मृत्यू पावल्यापासून मला एक अनिवार इच्छा झाली आहे व ती म्हणजे गरीब वर्गाचे हित करण्याच्या दृष्टीने त्वरित उपाय योजावेत ही होय. माझ्या लहान संस्थानामध्ये शक्यतो सर्व उपाय योजून मी तसे करण्याचा प्रयत्न करीत आहे. मला वाटते एक प्रकारची आत्मिक भावना मला हे मार्गदर्शन करीत आहे व गरिबांचे हित करण्यासाठी मला पुढे लोटीत आहे. आणि हे कार्य करण्यात मी अंशत: जरी यशस्वी झालो तरी माझे जीवितकार्य सफल झाले असे मी मानीन. महाराज, आपल्याला कल्पना आहे की, ज्या बोलक्या समाजाला सरकारही भिते त्या बोलक्या समाजाची खुशामत करण्याचा प्रयत्न मी केला असता तर माझे वैयक्तिक जीवन कितीतरी पटीने सुखी व आनंदी झाले असते. हे लिहिण्याबद्दल मला क्षमा करा. परंतु माझी सदसद्विवेकबुद्धी मला सांगते की, मी जर तसे केले असते तर मी माझ्या कर्तव्यास चुकलो असतो.'

ब्राह्मणांच्या धार्मिक शिकवणुकीमुळे सर्वसामान्य जनतेच्या अज्ञानात आणि भोळ्या समजुतींत भर पडून ती हीनदीन झाली आहे असे सांगून आपल्या पत्राच्या शेवटी शाहू म्हणाले, 'मागासवर्गीयांना दारिद्र्याच्या आणि दु:खाच्या चिखलातून बाहेर काढणे हे माझे पवित्र कार्य आहे असे मी खरोखरीच मानतो. आणि हे माझे पवित्र कर्तव्य करण्यात मी मागासवर्गीयांचीच सेवा करतो असे नाही, तर ती मानवजातीची करतो अशी माझी पवित्र भावना आहे. मी इतक्या धीटपणे सर्व शक्ती एकवटून स्वतंत्र जातीय मतदारसंघ निर्धाराने मागत राहिलो आहे, त्याचे हेही एक कारण आहे. जर नवीन राज्यघटनेत ही मागणी नाकारण्यात आली तर सर्व सत्ता ब्राह्मणांच्या हाती जाईल आणि असे झाले म्हणजे मागासवर्गीयांना तो एक शाप ठरेल आणि मग देवच त्यांना वाचवू शकेल.'

ह्या काळात अफगाणिस्तानचा अमीर हिंदुस्थानवर स्वारी करणार आहे अशी एक अफवा उठली होती. ब्रिटिशांचे मित्र शाहू छत्रपती यांनी २९ जून १९१९ रोजी मुंबई सरकारला लिहिले की, 'अफगाणांनी आशियातील किंवा युरोपातील सत्तेच्या पाठिंब्याशिवायच हिंदुस्थानवर स्वारी केली तर त्यांचे कृत्य आत्मघातकी ठरेल. जर प्रचलित दंगलीचे रूपांतर युद्धात झाले तर आपण ब्रिटिश सार्वभौम सम्राटाचे निष्ठावंत आणि अढळ मित्र असल्यामुळे कोणत्याही परिस्थितीत ब्रिटिश सरकारच्या बाजूने उभे राहू व आपली सर्व साधने आणि शक्ती ब्रिटिश सरकारच्या सेवेस उपलब्ध करून देऊ.'

महाराज्यपाल लॉर्ड चेम्सफर्ड यांनी सरकारचे सन्माननीय मित्र शाहू महाराज यांना ३० जून १९१९ रोजी कळविले की, व्हर्साय येथे २९ जून रोजी शांततेच्या तहावर सह्या जाल्या आणि इतिहासातील सर्वांत मोठे युद्ध संपुष्टात आले आहे. शाहूंनी युद्धकाळात केलेल्या साह्याबद्दल कृतज्ञतापूर्वक आभार मानून लॉर्ड चेम्सफर्ड पुढे म्हणाले की, 'कोल्हापूर संस्थानाने युद्धाच्या सर्व काळात जो भक्कम पाठिंबा दिला त्याविषयी सार्वभौम राजांच्या वतीने मी आपले अंत:करणपूर्वक आभार मानतो. आपण वैयक्तिक लक्ष देऊन नि साहाय्य करून आपल्या सर्व संस्थानामध्ये जो सैन्यभरतीसंबंधी उत्साह निर्माण केलात त्याचा आम्हांला चांगलाच उपयोग झाला.' ब्रिटिश साम्राज्यावरील शाहूंच्या अढळ निष्ठेची व श्रद्धेची प्रशंसा करून चेम्सफर्ड पुढे म्हणाले की, 'शाहूंनी न्याय व स्वातंत्र्य ह्यांसाठी झालेल्या महान झगड्यात भाग घेतला. हिंदुस्थाननेही त्यात आपली भूमिका उदात्तपणे पार पाडली.'

महायुद्ध जिंकण्यासाठी ब्रिटनने जे महान प्रयत्न केले व जी उदात्त

भूमिका बजावली त्याविषयी शाहूंनी ब्रिटनचा अभिमान वाटला. ३० जुलै १९१९ रोजी महाराज्यपालांना पाठविलेल्या उत्तरात शाहू म्हणाले, 'न्याय व सत्य यांचा शेवटी जय झाला व रानटी लष्करशाहीचा अगदी कायमचा बीमोड झाला आहे. ह्याचे प्रमुख श्रेय ज्या ब्रिटनच्या पुत्रांनी आपल्या अढळ निश्चयाने व स्वार्थत्यागी बाण्याने लढून हा इतिहासातील अपूर्व व अत्यंत वैभवशाली विजय मिळविला आहे, त्यांना आहे.'

शाहू आपल्या पत्राच्या शेवटी म्हणाले, 'मी माझे केवळ कर्तव्य आहे आणि मला असा विश्वास वाटतो की, माझे घराणे व माझे छोटे संस्थान ही सदैव ब्रिटिश तक्ताशी राजनिष्ठ व निष्ठावंत राहतील.'

कुळकर्णी लोकांनी चालविलेल्या चळवळीचा सुपरिणाम होऊन दरबारच्याही दृष्टिकोणात थोडा फरक पडला. १२ जुलै १९१९च्या करवीर गॅझेटमध्ये दरबारने जाहीर केले की, कुळकर्णी वतनदारांच्या जमिनी ३१ डिसेंबर १९१९ पासून आकारित जमिनी म्हणून त्यांची नोंद केली जाईल. हे धोरण जरी पूर्वीच जाहीर झाले होते तरी चळवळींमुळे ते कृतीत आले नव्हते. आता ते कृतीत आणण्याचे निश्चित झाले एवढेच. ह्या जाहीर घोषणेमुळे चळवळ्या कुळकर्णी मंडळीला बराच दिलासा मिळाला. ठाकरे यांचा 'ग्रामण्य' हा ग्रंथ ९ जुलै १९१९ रोजी प्रसिद्ध झाला. महादेव बोडस यांनी वेदोक्त प्रकरणात शाहूंवर टीका केली होती. त्यांनी कुळकर्णी वतनाच्या बाबतीतही आपल्या ब्राह्मणी वृत्तीने शाहूंवर हल्ला चढविला. तथापि शाहूंनी कुळकर्ण्यांची वतने नष्ट केल्याविषयी गुणग्राहकता दाखविणारे लेख लिहिणाऱ्या अनेक व्यक्ती पुढे आल्या.

के. एस. के. अय्यंगार हे 'युनायटेड इंडिया व इंडियन स्टेट्स' ह्या नावाचे एक साप्ताहिक काढीत असत. त्यांनी शाहू हे पुरोगामी राज्यकर्ते व मागासवर्गीयांचे उद्धारकर्ते आहेत असा एक विस्तृत लेख आपल्या साप्ताहिकात लिहिला. स्वत: अय्यंगार यांनी शाहूंचा दयाळूपणा आणि औदार्य यांविषयी त्यांना धन्यवाद दिले होते. जुलैच्या आरंभी कर्नल हॅरॉल्ड यांनी 'ब्राह्मणांच्याविरुद्ध कोल्हापूर संस्थानामध्ये चालविलेल्या नि:शस्त्र प्रतिकाराचा शाहूंनी सर्वत्र बंदोबस्त केला' याविषयी शाहूंना धन्यवाद दिले. महसूल चौकशी मंडळाचे शेख अब्दुल्ला हे शाहूंचे विश्वासातील एक कर्तृत्ववान अधिकारी होते. त्यांनी आपले काम चोख बजावले. शेख अब्दुल्ला यांच्याविरुद्ध कुळकर्ण्यांनी कोणतीही तक्रार केली नाही.

इतक्यात एक मोठी दु:खाची बातमी शाहूंकडे येऊन थडकली की, महाराज भावसिंहजी १९१९च्या जूनपासून तापाने आजारी पडले आहेत. त्यांची पत्नी यापूर्वीच निवर्तली होती. पत्नीच्या मृत्यूनंतर आपल्या मुलांचे संगोपन करण्यासाठी दीर्घकाळ जगावे अशी त्यांची इच्छा हाती. त्यांनी आपल्या आजारीपणात शाहूंना लिहिलेल्या पत्रात म्हटले की, 'मुलांचे पुढे काय होईल हे कोणाला सांगता येणार नाही. यासाठी माझी एकच इच्छा आहे की, आपल्या नजरेखाली माझ्या मुलांचे संगोपन व्हावे. माझ्या दोन मुलांना एका वर्षानंतर शिक्षणासाठी इंग्लंडला पाठवावे अशी माझी इच्छा आहे, हे आपण लक्षात ठेवावे. हिंदी नोकर-चाकरांवर माझा विश्वास नाही. ते त्यांना निरुत्साही आणि चैतन्यहीन करतील. आपण माझ्या मुलांची विशेष काळजी घेता हे मी जाणतो.'

शाहूंनी १० जुलै रोजी भावसिंहजींना कळविले की, 'कोल्हापूरला राज्यपाल भेट देणार आहेत. त्या भेटीनंतर मी लागलीच भावनगरला येईन. राज्यपालांच्या भेटीपूर्वी मी जर आलो तर मला एक-दोन दिवससुद्धा आपल्याजवळ राहता येणार नाही. तोपर्यंत आपली प्रकृती सुधारून मी तेथे आल्यावर आपण चित्त्याचीही शिकार करू. सर्व गोष्टी आपल्या इच्छेप्रमाणे होतील. आपण त्याची चिंता करू नये. तातडीने यावे अशी आपली इच्छा असेल तर मनात कोणताही किंतू न बाळगता मला पत्र लिहावे म्हणजे मी त्वरित येईन.' भावसिंहजींनी मध्यवर्ती सरकारचा दि. १७ ऑगस्ट १९१९चा ठराव क्रमांक १८९४ अ प्रमाणे सर्व व्यवस्था करून ठेवावी, अशीही त्यांना शाहूंनी विनंती केली.

दुर्दैवाने भावसिंहजी १३ जुलै १९१९ रोजी निधन पावले. त्यांच्या पाठीमागे तीन लहान मुलगे व एक कन्या होती. सन १९१८त त्यांची पत्नी वारल्यापासून भावसिंहजींची प्रकृती ढासळलेलीच होती. पत्नींवर त्यांचे इतके अपार प्रेम होते की, ती मृत्यू पावल्यावर भावसिंहजी हे फार काळ जगणार नाहीत असेच लोक बोलत होते. भावसिंहजी सन १८९६त गादीवर आले. आपल्या संस्थानच्या कारभारात त्यांनी वैयक्तिक व कर्तव्यनिष्ठेने लक्ष घालून राज्य चालविले होते.

भावसिंहजी हे एक पुरोगामी राज्यकर्ते होते. त्यांनी आपल्या संस्थानात लोकोपयोगी कामे आणि शिक्षण प्रसार यांसाठी पुष्कळ पैसा खर्च केला होता. त्यांचे व्यक्तिमत्त्व उच्च भावना व औदार्य यांनी संपन्न होते. त्यांचा वैयक्तिक त्याग व गरिबांबद्दल त्यांना वाटणारी कणव ह्यांमुळे त्यांची कारकीर्द लोकप्रिय झाली होती. विशेष हे, की त्यांचे व्यक्तिमत्त्व हे सुसंस्कृत व कलाप्रिय होते. ते अनेक

कवींचे व गायकांचे आश्रयदाते असून स्वत: ते बी. टी.[११] ह्या नावाने कवी म्हणून प्रसिद्ध होते.

भावनगरला जाण्यापूर्वी शाहूंनी कर्नल हॅरॉल्ड यांना पत्र लिहून कळविले की, 'आपण आपल्या मित्राच्या मुलांना पाहायला जात आहोत, तेथे काही कारस्थान करावयास आपण जातो आहोत असे लोकांना वाटू नये म्हणून आपणास मी आगावू कळवीत आहे. मी जेथे जातो तेथे काही कारस्थान करतो अशी माझी उगाच दुष्कीर्ती झालेली आहे. कारण बोलक्या समाजाचे लोक मला शत्रू मानतात.' हॅरॉल्ड यांना लिहिलेल्या दि. २० जुलैच्या पत्रात शाहू पुढे म्हणतात, 'परवा मी कागल येथे ऐकले की, कोणीही आपल्या दुराचारी बायकोस लिलावात विकावे असा मी निर्बंध केला आहे. पण मी निर्बंध केला आहे तो याच्या बरोबर विरुद्ध आहे. अशा रितीने माझ्याविषयी लोक अफवा पसरवितात म्हणूनच माझ्या प्रत्येक गोष्टीविषयी सरकारला मी अगोदरच माहिती देऊन ठेवतो.'

भावसिंहजींच्या मृत्यूनंतर त्यांचे गुरू व मार्गदर्शक फ्रेजर यांनी शाहूंना लिहिलेल्या आपल्या सांत्वनपर पत्रात म्हटले की, 'भावसिंहजी ही एक उदार हृदयाची व्यक्ती होती. ते स्वभावाने उत्साही व सद्गुणी होते. मनुष्यांवरील व जनावरांवरील त्यांचे प्रेम, त्यांच्या ठायी सतत वसत असलेला साधेपणा, ह्या गुणांमुळे ते सर्वांना प्रिय झाले होते. ते अश्वारोहणात पटाईत होते आणि नेमबाजीत निष्णात होते.' राज्यपालांनीसुद्धा शाहूंना सांत्वनपर पत्र पाठवून भावसिंहजींच्या मृत्यूबद्दल सहानुभूती आणि दु:ख व्यक्त केले.

प्रकृती ठीक नसतानाही शाहू भावनगर येथे भावसिंहजींच्या मुलांच्या संबंधात आपले कर्तव्य करावयास गेले. त्यांनी भावसिंहजींचे एका काळचे गुरू व भावनगरचे दिवाण प्रभाशंकर पट्टणी यांना कळविले की, 'जर आपण भावनगरमध्ये असता तर आपले मला फार मोठे साह्य झाले असते.' पुत्र निधनामुळे व जिव्हाळ्याच्या मित्राच्या मृत्यूमुळे शाहूंवर दु:खाची घनदाट छाया पसरली होती.

९ ऑगस्ट १९१९ रोजी शाहू छत्रपती यांनी लवकरच सेवानिवृत्त होणारे आपले गुरू फ्रेजर यांना खिन्न मनाने पत्र लिहिले. त्यात ते म्हणाले, 'आपण आता हिंदुस्थान सोडून जाणार ह्या कल्पनेने मी अत्यंत दु:खी झालो आहे. आपली कारकीर्द अकाली आटोपून भावसिंहजी यांनी ह्या जगाचा कायमचा निरोप घेतला हा विचार माझ्या मनात येतो त्यावेळी मला किती दु:ख होते याचे वर्णन मी करू शकत नाही. सर क्लॉड हिल्ल हे सुद्धा आता हिंदुस्थानात फार वेळ राहणार नाहीत. माझ्या एका युरोपियन मित्राच्या शब्दांत सांगायचे म्हणजे गेली अनेक वर्षे हिल्ल आणि आपण माझे मित्र, तत्त्वज्ञ आणि मार्गदर्शक आहात.'

छत्रपती कोल्हापूरला आले आणि राज्यपालांच्या स्वागताच्या तयारीस लागले. परंतु भावनगरहून येत असताना वाटेत त्यांना संग्रहणीच्या विकारापासून त्रास झाल्यामुळे त्यांना आता झोपेची गुंगी येऊ लागली. त्यामुळे ते विश्रांतीसाठी व प्रकृती सुधारण्यासाठी रायबाग येथे गेले. ३० जुलै १९१९ रोजी मुंबईचे राज्यपाल सर जॉर्ज लॉईड आणि त्यांची पत्नी आपल्या सर्व लव्याजम्यासहित कोल्हापूरला गेले. राज्यपालांच्या सन्मानार्थ भरलेल्या दरबारामध्ये शाहूंनी प्रभावी असे स्वागतपर भाषण केले. आपल्या भाषणात त्यांनी एक गोष्ट स्पष्ट केली. ती ही की, 'समाजातील बलवान घटकांपेक्षा निर्बल घटकांची काळजी घेणे हे तत्त्व आपण पाळीत आलो आहोत.' ते पुढे म्हणाले, 'मी व्यक्तिश: आरंभापासूनच निर्बल घटकांच्या दयनीय परिस्थितीमुळे त्यांच्याकडे आकृष्ट झालो आणि त्यांचे ते दु:ख निवारण करण्याचे आटोकाट प्रयत्न करणे हेच माझ्या राज्यकारभाराचे एकमेव उद्दिष्ट ठरले. ह्याच उद्देशाने मी गेली २५ वर्षे कष्ट करीत आलो आहे. आणि त्यांना शिक्षणाच्या सर्व सोई उपलब्ध करून दिल्या आहेत. माझ्या हाती जेव्हा अधिकाराची सूत्रे आली तेव्हा त्या गरिबांना पुढारी नाहीत हे माझ्या लक्षात आले. समाजातील ही एक अत्यंत उणीव होती. हिंदुस्थानचे दुर्दैव असे की, प्रत्येक जात आपल्याच लोकांच्या हिताची काळजी घेते व दुसऱ्यांच्या हिताकडे ती दुर्लक्ष करते.'

आपल्या भाषणात भावसिंहजींच्या मृत्यूचा भावपूर्ण उल्लेख करून छत्रपती म्हणाले, 'माझ्या तरुण मुलाचा मृत्यू होऊन एक वर्ष होते न होते तोच माझ्यावर दुसरा दु:खाचा कडा कोसळला आहे. परंतु हे दुसरे दु:ख अपार नि अनिवार्य आहे. जरी माझ्या मित्रांनी मला बोलावले होते तरी त्यांच्या शेवटच्या क्षणी मी उपस्थित राहू शकलो नाही ह्याचेच मला मला राहून राहून दु:ख होत आहे. त्यांचा मृत्यू इतक्या समीप आला होता असे कोणालाही वाटले नव्हते. पण त्यांच्या ऐन तारुण्यात त्यांचा अंत व्हावा हा ईश्वरी संकेतच होता असे वाटते.'

आपल्या भाषणात शाहूंनी दुसऱ्या आणखी एका गोष्टीचा उल्लेख केला. ते म्हणाले, 'सॅन्ढर्स्ट कॉलेज (सैनिकी महाविद्यालय) आपणांस मिळावे अशी मराठ्यांची इच्छा आहे, तर सुशिक्षित वर्गांना कला महाविद्यालय मिळावे असे वाटते. परंतु तांत्रिक किंवा औद्योगिक शिक्षणाच्या संस्था काढाव्यात असे अगदी थोड्या लोकांनाच वाटते. सांप्रतकाळी महाविद्यालयाकरता गोळा केलेले पैसे केवळ पांढरपेशा वर्गाच्या फायद्याकरता चालविलेल्या संस्थांना साह्य करण्यात खर्च होतात. परंतु सर्वांना ज्या संस्था उपयुक्त होतील त्यांनाच मी उत्तेजन देतो. आणि त्याच ध्येयाने मोफत व सक्तीच्या शिक्षणार्थ मी पावले टाकले आहेत.'

त्यानंतर शाहूंनी, आपण वसतिगृहे कशी सुरू केली व ग्रामाधिकाऱ्यांना

आणि त्यांच्या मुलांना तलाठ्यांच्या आणि पाटलांच्या कामाचे कसे शिक्षण दिले हे श्रोत्यांना समजावून सांगितले. मोफत आणि सक्तीचे प्राथमिक शिक्षण कसे सुरू केले आहे हे सांगून त्यांनी आपल्या राज्यात सर्व सरकारी कार्यालयांमध्ये अस्पृश्यवर्गाच्या लोकांना कशा नोकऱ्या दिल्या आहेत हे अभिमानाने सांगितले. ह्या गरीब वर्गाची दयनीय स्थिती कशी सुधारावी हा एक मोठाच प्रश्न आहे आणि आपल्यासारखीच ती माणसे आहेत, पशू नव्हेत असे त्यांना वाटावे असे आपण महान प्रयत्न करीत आहोत असेही सांगितले. आपल्या राज्यात ख्रिश्चन मिशनऱ्यांनी लोकांची चांगली सेवा केल्याबद्दल त्यांनी त्यांना धन्यवाद दिले. नवीन राजकीय सुधारणांबद्दल बोलताना शाहू म्हणाले, 'हिंदी संस्थानांवर त्यांचा परिणाम निश्चितपणे होणार आहे. परंतु आपल्या राज्यात आपण घटनात्मक राजकीय सुधारणा करावयास सामान्य जनतेची सर्वसाधारण शैक्षणिक पातळी उंचावेपर्यंत आणि अंशत: तरी वरिष्ठवर्गाशी बरोबरी करण्यास ती समर्थ होईपर्यंत त्या मार्गाने पाऊल टाकावयास मी तयार नाही.'

राज्यपालांनी त्यानंतर सत्कारास उत्तर दिले. महायुद्धाच्या काळात ब्रिटिश सत्तेला सैन्यबळ पुरविले याविषयी त्यांनी शाहू महाराजांचे मन:पूर्वक आभार मानले. शाहूंचे स्नेही भावसिंहजी यांच्या मृत्यूचा व राजपुत्र शिवाजी यांच्याही मृत्यूचा उल्लेख करून त्यांनी सहानुभूती व्यक्त केली. शाहूंच्या राज्यातील अन्नधान्याची परिस्थिती दरबारच्या आटोक्यात आलेली आहे हे पाहून त्यांनी शाहूंच्या सुव्यवस्थित राज्यकारभाराची प्रशंसा केली. कोल्हापूरने शिक्षण क्षेत्रात केलेली प्रगती पाहून समाधान व्यक्त केले. शेवटी राज्यपाल शाहू छत्रपतींना म्हणाले, 'आपण लोकांच्या कल्याणासाठी जे उत्साहाने प्रयत्न केलेत त्यामुळे आपल्या प्रजेचे प्रेम आपण जिंकले आहे व तसेच पुढे लोक आपल्यावर प्रेम करीत राहतील असा माझा पूर्ण विश्वास आहे.' आपल्या दोन दिवसांच्या भेटीत शाहूंनी आपले जे उत्साहाने स्वागत केले त्याविषयी आणि विशेषत: शाहूंनी आपले औदार्यपूर्ण आदरातिथ्य करून आपल्या भेटीच्या वेळी चांगली व्यवस्था ठेवली याविषयीही सर जॉर्ज लॉईड यांनी शाहूंचे मन:पूर्वक आभार मानले.

शाहूंच्या ह्या वरील भाषणाचा बऱ्याच काळानंतर केसरीने[१२] उल्लेख करून कोल्हापूरच्या जनतेला जोराची चळवळ सुरू करावयाचा सल्ला दिला. कारण केसरीच्या मते शाहूंनी आपल्या राज्यात त्वरित राजकीय सुधारणा न देण्याचा आपला उद्देश राज्यपालांच्या समक्षच बोलून दाखविला होता.

२२

सामाजिक लोकशाहीचे दोन प्रवर्तक

जॉईंट पार्लमेंटरी कमिटीची सभा भरण्याची वेळ जसजशी समीप येऊ लागली तसतसे मागासवर्गीयांचे पुढारी आपली मते व गाऱ्हाणी गरीब, दलित नि मागासवर्गीयांच्या बाजूने मांडण्याची तयारी करीत होते. सर्व हिंदुस्थानमध्ये दलित, पददलित व मागासवर्गीय यांचे दोनच कैवारी होते. ते म्हणजे मद्रासचे डॉ. माधवन नायर आणि महाराष्ट्राचे शाहू छत्रपती. डॉ. नायर १९१८ च्या मार्चमध्ये प्रकृती सुधारण्याच्या निमित्ताने इंग्लंडला गेले होते. तेथे ब्रिटिश सरकारने त्यांच्यावर भाषणबंदी घातली होती. परंतु इंग्लंडमधील ब्रिटिश लोकशाहीच्या नामवंत पुढाऱ्यांनी खटपट करून डॉ. नायर यांच्या भाषणावरील व प्रचारावरील बंदी उठवली.

१ ऑगस्ट १९१८ रोजी ब्रिटिश लोकसभेच्या सभासदांची एक सभा भरवून डॉ. नायर यांनी दक्षिण हिंदुस्थानातील ब्राह्मणेतरांची परिस्थिती कशी आहे याची त्यांना सविस्तर माहिती दिली. ब्रिटिश लोकसभेच्या सभासदांनी डॉ. नायर यांचे ते भाषण, ते हिंदुस्थानातील मागासवर्गीयांचे व कामगारांचे एक प्रमुख नेते आहेत असे मानून ऐकले. डॉ. नायर हे सन १९१८ च्या शेवटी शेवटी भारतात परत आले आणि पुन्हा रेड्डी, नायडू व रामस्वामी मुदलियार यांचे एक शिष्टमंडळ घेऊन १९१९च्या एप्रिलमध्ये पुन्हा लंडनला गेले.

इंग्लंडच्या पहिल्या भेटीत त्यांना कामगारांची व गरिबांची गाऱ्हाणी मांडणारे एक पुढारी म्हणून आदराने वागविण्यात आले. डॉ. नायर यांचा जन्म १५ जानेवारी १८६८ रोजी तिरूर येथे झाला. त्यांचे शिक्षण पालघाट सरकारी माध्यमिक शाळा, मद्रासचे प्रेसिडेन्सी महाविद्यालय व मद्रास मेडिकल महाविद्यालय यांत झाले. तारावत माधवन नायर यांची तैलबुद्धी त्यांच्या बालपणापासूनच दिसून आली. पुढे ते एक प्रख्यात डॉक्टर, नामवंत प्राध्यापक, झुंजार पुढारी, धैर्यशाली समाजसुधारक व एक निर्भय राजकारणी पुरुष म्हणून कीर्ती पावले. आपली उद्योगशीलता, मनाची प्रसन्नता नि बुद्धीची प्रखरता ह्या

गुणांनी त्यांनी लोकांची मने जिंकली होती. मागासवर्गीयांच्या व दलितांच्या उन्नतीसाठी त्यांनी केलेले कार्य व दाखविलेली कळकळ यांमुळे त्यांचे नेतृत्व त्यांच्याकडे आले होते. डॉ. नायर यांचे वडील मुन्सफ होते. त्यांची ज्येष्ठ भगिनी तारावत अम्मा ही संस्कृत नि मल्याळम भाषांची नामांकित पंडिता होती. डॉ. नायर हे विद्यार्थिदशेत एडिंबरो येथे असताना त्यांनी दादाभाई नौरोजी ह्यांच्या राजकीय प्रचारकार्याला उत्साहाने साथ दिली होती. विद्यार्थिदशा संपवून मायदेशी परत आल्यावर त्यांनी काँग्रेसच्या चळवळीत व मद्रास महानगरपालिकेच्या कार्यात धडाडीने भाग घेतला आणि लोकसेवा केली.

मद्रास महानगरपालिकेचे सभासद म्हणून काम करीत असता आपल्या नि:स्वार्थी लोकसेवेमुळे ते मोठे वजनदार लोकनेते झाले. त्याच काळी ते मद्रास प्रांताच्या विधिमंडळाचे सभासद झाले. विधिमंडळात कार्य करीत असताना त्यांनी प्रस्थापितांच्या विशेष हक्कांना विरोध केला आणि जे सरकारी अधिकारी स्थानिक स्वराज्याच्या विकासाला अडथळे निर्माण करीत त्यांच्याविरुद्ध त्यांनी आवाज उठविला. 'केरळ पत्रिका' व 'मद्रास स्टॅण्डर्ड' यांतून त्यांच्या मतांचा प्रतिध्वनी उमटे. 'अँटी सेप्टीक' नावाच्या वैद्यकीय नियतकालिकाचे ते संपादक होते. त्यात त्यांनी 'सायकोपाथिया सेक्शुआलिया' असा एक लेख लिहिला. परंतु ॲनी बेझंट ह्यांना आपली त्या लेखामुळे बेअब्रू झाली असे वाटून त्यांनी त्यांच्यावर अब्रूनुकसानीची फिर्याद केली. ह्या प्रकरणी खालच्या न्यायालयातून निर्णय होऊन शेवटी लंडन येथे प्रिव्ही कौन्सिलनेही डॉ. नायर ह्यांच्या बाजूने निर्णय केला.

डॉ. नायर हे हिंदुस्थान सरकारने १९०७ साठी नेमलेल्या फॅक्टरी आयोगाचे सभासद होते. त्यावेळी कारखान्यांतील मजुरांचे तास कमी करावेत यासाठी ते झगडले. फॅक्टरी आयोगावरील ब्रिटिश व हिंदी सभासद यांच्याशी त्यांचे मतभेद झाल्यामुळे ते स्वखर्चाने लंडनला गेले आणि तेथे त्यांनी भारतमंत्र्यांपुढे कळकळीने हिंदी कामगारांची गाऱ्हाणी मांडली. डॉ. नायर ह्यांच्या काळी काही ब्राह्मण लोक जातिभेदाच्या दुष्परिणामाविषयी तोंडदेखले दु:ख व्यक्त करून तो नष्ट करावयास आपणांस आनंद वाटेल असेही म्हणत असत. पण जातिभेदाविषयी ब्राह्मण लोकांना खरोखर तिरस्कार वाटतो ह्या बोलण्यावर डॉ. नायर यांचा विश्वास नव्हता. जातिभेदाची उच्चनीचता पाळणाऱ्या ब्राह्मणांच्या हाती मॉंटफर्ड सुधारणा राबविण्याची सत्ता गेली तर मनुस्मृतीतील निर्बंधच सुधारून नि अद्ययावत करून पुन्हा नव्या स्वरूपात मनूचे निर्बंध सर्व हिंदूंना लागू करण्यात येतील असे त्यांचे ठाम मत होते.[१]

मद्रास प्रांतातील ब्राह्मणेतरांवर ब्राह्मणेतर चळवळीचा परिणाम फारच कडवट झाला. तेथे ब्राह्मणाचे दर्शन अशुभ सूचक मानण्यात येऊ लागले. आणि बऱ्याच ब्राह्मणेतर जाती आपल्या गावाला ब्राह्मणाची भेट झाली तर विटाळ मानीत. आणि 'परपाने नंबकुडटू' म्हणजे ब्राह्मणांवर विश्वास ठेवू नका[२] ही तामीळनाडूतील म्हण खेड्यापाड्यांत त्या काळी अतिशय लोकप्रिय झाली होती.

डॉ. नायर यांची मते त्यांचे समकालीन प्रफुल्लचंद्र रे, देशबंधू चित्तरंजन दास, डॉ. पी. वर्धराजलू नायडू, ह्यांच्या मतांपासून काही वेगळी नव्हती. हिंदुस्थानातील सामान्य जनतेचा उत्साह, स्वाभिमान नि स्वातंत्र्येच्छा ब्राह्मणशाहीने नष्ट केली असून त्यांच्या आत्म्यालाही गुलाम करणाऱ्या ब्राह्मणशाहीचा ह्या नेत्यांनी कडाडून निषेध केला आहे.

डेक्कन रयतेचे एक शिष्टमंडळ अण्णासाहेब लठ्ठे यांच्या नेतृत्वाखाली मुंबईच्या राज्यपालांना १५ जुलै १९१९ मध्ये भेटले. राज्यपाल हे स्वतंत्र मतदार-संघाच्याविरुद्ध आहेत असे त्या शिष्टमंडळाला आढळून आले. राज्यपालांनी शिष्टमंडळाला सांगितले की, त्यांनी आपले लक्ष शेतीची सुधारणा, व्यापार व उद्योगधंदे ह्यांची वाढ ह्या गोष्टींवर केंद्रीभूत करावे. कर्टिस यांनीही भास्करराव जाधवांना सांगितले की, मराठा हे बहुसंख्य असल्यामुळे त्यांना स्वतंत्र मतदार-संघाची आवश्यकता नाही. त्यावरून जाधव यांनी निष्कर्ष काढला की, आपली मागणी सरकारकडून मान्य करून घेण्यासाठी आपण मजबूत संघटना बांधली पाहिजे. ह्या झगड्यात एकट्या मराठ्यांचा टिकाव लागणार नाही. त्यासाठी बहुसंख्य ब्राह्मणेतरांची संघटना बांधली पाहिजे. मराठे बहुसंख्य असले तरी मतदार संघअगदी मर्यादित होता; मजूर व गरीब रयतेस मतदानाचा हक्क नव्हता. तो हक्क कर भरणारे श्रीमंत वर्ग, घरमालक, जमीनदार यांनाच होता. वयात आलेल्या प्रत्येक मनुष्यास मत नव्हते हे कर्टिससाहेब सोईने विसरले.

ब्राह्मणेतरांच्या स्वतंत्र मतदारसंघाचा उल्लेख करून मॉंटेग्यू आपल्या दैनंदिनीत म्हणतात, 'ब्राह्मणेतर हे ब्राह्मणांच्या वजनाला कडवा विरोध करू शकतील एवढी त्यांची शक्ती असतानासुद्धा ते ब्रिटिशांशी झगडा करण्याच्या ऐवजी ब्रिटिशांच्यापुढे लोटांगण घालतात त्याविषयी मला आश्चर्य वाटते. आणि जरी आता आशादायक पक्षपद्धतीचा आरंभ झाला आहे तरी जातीय मतदार-संघाची भयंकर वाढ करून ते पक्षपद्धतीचा नाश करीत आहेत.'[३] मॉंटेग्यू हे जरी उत्साही सुधारक होते तरी त्यांना हिंदी समाजाच्या परिस्थितीचे वरवरचे ज्ञान असल्यामुळे ब्राह्मणेतर समाजाला सामाजिक समता व न्याय ह्याविषयी लागलेली तळमळ व आकांक्षा ह्यांचे आकलन त्यांना न होणे स्वाभाविकच होते.

आपल्या बुद्धिमान सहकाऱ्यांनी लंडनला जाऊन मागासवर्गीयांच्या प्रश्नासाठी झगडावे ह्यासाठी शाहू त्यांचे मन वळवीत होते व तसा आग्रहही धरीत होते. यापूर्वीच त्यांनी भास्करराव जाधव ह्यांना मागासवर्ग व अस्पृश्यवर्ग ह्यांची बाजू मांडण्यासाठी लंडनला पाठविले होते. कोठारी यांनी लंडनला जाऊन जॉइंट कमिटीपुढे साक्ष द्यावी ह्यासाठी कोठारींना त्यांनी आग्रह केला. आपल्या उत्तरात शाहूंना कोठारी म्हणाले, ''आपण 'डेक्कन रयत' चालविण्यासाठी जे काही पैसे दिले त्यांपैकी फक्त २ हजार रुपये मी खर्च करू शकेन. मला आणखी ६ हजार रुपयांची जरुरी आहे. ते मिळाले तर मी लंडनला जाऊ शकेन.'' शाहू आपल्या सहकाऱ्यांना लंडन येथे जाऊन मागासवर्गीयांची आणि अस्पृश्यांची बाजू मांडण्याची विनंती करीत असता, डॉ. नायर यांच्या अकाली मृत्यूने हिंदुस्थानला एकाएकी हादरा बसला. मधुमेहाच्या विकाराने जर्जर झालेले डॉ. नायर हे लंडनमध्ये जुलै महिन्यात अंथरुणास खिळले. त्यांना लंडनमधील एका शुश्रूषागृहात ठेवण्यात आले. जॉईंट सिलेक्ट कमिटी डॉ. नायरांची साक्ष सदर शुश्रूषागृहात १७ जुलै रोजी घेणार आहे अशी बातमी १६ जुलै रोजी प्रसिद्ध झाली होती. परंतु न्युमोनियाच्या विकाराने ते एकाएकी निधन पावले. ते स्वत: जरी मधुमेहाचे रोगी होते तरी ते मधुमेहाच्या विकारावरील एक तज्ज्ञ डॉक्टर म्हणून गणले जात असत. ते अविवाहित होते. त्यांनी अनेक ग्रंथ लिहिले.

डॉ. नायर यांच्या मृत्यूने मागासवर्ग व अस्पृश्य यांच्या हिताला जबरदस्त धक्का बसला. खरोखरच ते ह्या दोन वर्गांच्या बाजूने झालेल्या संगरातील एक हुतात्मा ठरले. मृत्यू पूर्वी तीन वर्षे त्यांनी अस्पृश्य वर्ग, कामगार वर्ग व मागासवर्ग ह्यांच्या कल्याणासाठी अविरत परिश्रम केले. त्यांच्या मृत्यूमुळे सामाजिक समता, सामाजिक न्याय व समान संधी यांचा एक कट्टा पुरस्कर्ता हरपला. मागासवर्ग व अस्पृश्यवर्ग ह्याच्या निर्भय व कणखर कैवाऱ्यास हिंदुस्थान मुकला. दक्षिण हिंदुस्थानात मागासवर्गीयांमध्ये त्यांनीच जागृती घडवून आणली. आणि त्या काळी तेथे सर्वत्र थैमान घालीत असलेल्या दुष्ट, उद्धट व गर्विष्ठ अशा ब्राह्मणशाहीला त्यांनी जबरदस्त तडाखा दिला. त्यांच्या उत्साही व वीर्यशाली स्वतंत्र बाण्याच्या विभूतीने ब्राह्मणेतरांना समोचित अशी बौद्धिक आणि नैतिक प्रेरणा दिली. इतकेच नव्हे तर तेथील ब्राह्मणांच्या सामाजिक वर्तनात परिवर्तन घडवून आणण्याला ते एक जालीम साधन ठरले.

डॉ. नायर यांच्या मृत्यूविषयी 'टाईम्स ऑफ इंडिया'ने[४] निर्विकारपणे म्हटले की, 'एका अलौकिक कर्तृत्वाच्या आणि चारित्र्याच्या पुढाऱ्यास हिंदुस्थान मुकला आहे. मागासवर्गीयांमध्ये बौद्धिक जागृती करण्याचे त्यांचे कार्य अतुल्य

होते. आणि त्यांच्या जीवितकार्याने भारताच्या एकूण जडण-घडणीच्या कार्यात मोठी कामगिरी बजावली.' वालचंद कोठारी म्हणाले, 'डॉ. नायर यांच्या मृत्यूमुळे आमच्या चळवळीच्या सर्व मार्गावर दु:खाची छाया पसरली आहे. त्यांच्या मृत्यूमुळे झालेले नुकसान आता कशानेही भरून निघणार नाही. डॉ. नायर ह्यांनी जे कार्य हाती घेतले होते ते नेटाने करावयास काही कर्तृत्ववान व्यक्तींनी इंग्लंडला गेले पाहिजे. कारण जेव्हा नायर ते कार्य करीत होते तेव्हा आमच्या ध्येयधोरणाची वकिली त्यांनी केली. त्यांच्या कार्यावर आम्ही बरेच विसंबून होतो. परंतु आता आपल्या पायांवर उभे राहण्याची आम्हांस अत्यंत आवश्यकता आहे.'[५]

शाहू हे भावनगर महाराजांच्या मृत्यूमुळे अगोदरच अत्यंत कष्टी झालेले होते. अशा परिस्थितीत डॉ. नायर यांच्या मृत्यूमुळे त्यांना मोठाच धक्का बसला. त्यांनी कोठारींना लिहिले की, 'डॉ. नायर ह्यांच्या दु:खद निधनाची बातमी ऐकून मी अत्यंत दु:खी झालो आहे. डॉ. नायर हे मागासवर्गीयांचे मोठे निष्ठावंत प्रवक्ते होते आणि आपण म्हणता त्याप्रमाणे त्यांच्या मृत्यूने झालेली हानी भरून काढणे कठीण आहे.''[६] शाहूंनी त्वरित ३ हजारांची हुंडी कोठारी ह्यांना पाठवून 'डॉ. नायर यांनी हाती घेतलेले मागासवर्गीयांचे कार्य पुढे चालविण्यासाठी लंडनला जावे' अशी त्यांना विनंती केली.

परंतु कोठारी यांनी मूळव्याधीवर शस्त्रक्रिया करून घेतल्यामुळे त्यांनी शाहूंनी पाठविले पैसे परत केले. इंग्लंडचे त्या काळचे सरकार हे कोणत्याही क्षणी कोसळण्याच्या परिस्थितीत होते असे मत वालचंद कोठारी यांनी व्यक्त केले. थोड्याच काळात जेव्हा अधिक अनुकूल परिस्थिती प्राप्त होईल तेव्हा आपण जाण्याचा प्रयत्न करू, असे त्यांनी शाहूंना कळविले. डॉ. माधवन नायर कालवश झाल्यावर शाहूंनी आपले सांत्वनपर पत्र त्यांची भगिनी अम्मालू आम्मा हिला 'जस्टिस' पत्राच्या द्वारे पाठविले. सांत्वनपर संदेशाविषयी शाहूंचे आभार मानून अम्मालू आम्मा म्हणाल्या, आमची हानी इतकी मोठी आहे की, ती भरून निघणे शक्य नाही. एकाच गोष्टीमुळे माझे सांत्वन होत आहे व ती ही, की ते जिवंत असताना आपल्यासारख्या उच्चपदी असलेल्या व्यक्तींची मैत्री त्यांनी जोडली होती.'[७]

मुंबईचे राज्यपाल जॉर्ज लॉईड यांनी स्वतंत्र मतदारसंघ मान्य करावे म्हणून छत्रपती त्यांचे मन वळविण्याचा अविश्रांत प्रयत्न करीत होते. इतकेच नव्हे तर मागासवर्ग आणि अस्पृश्यवर्ग यांना स्वतंत्र मतदारसंघ मिळवून देण्यासाठी शाहू आकाशपाताळ एक करीत होते. ह्या बाबतीतील त्यांची तळमळ व प्रयत्न पाहून फ्रेजर म्हणाले, 'हा प्रश्न मांडण्यासाठी पश्चिम हिंदुस्थानात आपल्यासारखा प्रवक्ता

मिळाला ही मोठी सुदैवाची गोष्ट आहे.[८] आपण चालविलेल्या ह्या झगड्यास माझी व्यक्तिशः सहानुभूती आहे.' पुढे जॉईंट सिलेक्ट कमिटीने बहुत काळ विचारविनिमय करून मद्रासमधील ब्राह्मणेतरांना स्वतंत्र मतदार संघ देऊन ९८ पैकी २८ जागा त्यांच्यासाठी राखून ठेवल्या; महाराष्ट्रात सहा जागा मराठा व तत्सम समाजाकरता राखून ठेवल्या. डॉ. नायर आणि शाहू ह्यांच्या चळवळीचा हा परिणाम होता. मागासवर्ग व अस्पृश्यवर्ग यांची गाऱ्हाणी विधिमंडळात मांडण्याची आता सोय झाली.

शाहू छत्रपती हे मागासवर्ग व अस्पृश्यवर्ग ह्यांच्या उन्नतीसाठी झगडत असताना मुसलमान समाजाच्या उन्नतीसंबंधीचे आपले कर्तव्य ते करीतच होते. सन १९१० मध्ये कुराणाचे मराठी भाषांतर करण्याकरता त्यांनी फार मोठी रक्कम खर्च केली होती. परंतु दुसऱ्या काही व्यक्तींनी ते काम स्वतंत्रपणे केल्यामुळे ते कार्य त्यांनी अर्धवट सोडून दिले. ह्या सुमारास छत्रपतींनी पॅलेस थिएटरमध्ये एक सभा भरवून मुसलमान समाजामध्ये स्व-प्रगतीविषयी मोठा उत्साह निर्माण केला. शैक्षणिक क्षेत्रातील त्यांच्या प्रयत्नाला त्यांनी मोठीच चालना दिली. आपल्या राज्यातील मुसलमानांची सर्व पवित्र स्थळेही धर्मादाय वतने आहेत असे जाहीर करून ती मुसलमान शिक्षण संस्थेच्या स्वाधीन करण्यापूर्वी त्यांनी परोपकार बुद्धीने एक धार्मिक कर्तव्य करावे अशी त्यांना विनंती केली. त्या संस्थेने पीर राजेबक्स्वार यांच्या उत्पन्नातून काही पैसा रुकडी येथील अंबाबाईच्या देवळात दिवे लावण्यासाठी खर्च करावा ही ती विनंती होय. हिंदू आणि मुसलमान ह्या दोन धर्मांचे हे एकत्रीकरण नव्हते. दोन धर्मांच्या लोकांची अंतःकरणे जवळ आणण्याचा खऱ्या धार्मिक दृष्टीने तो त्यांचा प्रयत्न होता.

शाहू स्वतंत्र मतदारसंघ मिळविण्याच्या खटपटीत गुंतले असता त्यांनी १२ जुलै १९१९ रोजी करवीर गॅझेटमध्ये सामाजिक दृष्टीने क्रांतिकारक विचारांचे विवाह विषयक निर्बंध प्रसिद्ध केले. २ ऑगस्ट १९१९ रोजी घटस्फोटाचा निर्बंध करून दुसऱ्या एका निर्बंधाने, विवाहित स्त्रियांना नवऱ्यांकडून निष्ठुरपणे वागणूक मिळे ती बंद केली आणि विवाहित स्त्रीला तिच्या पतीपासून आणि इतर नातलगांपासून संरक्षण दिले. जो मनुष्य आपल्या पत्नीला निष्ठुरपणे वागवील वा तिचे हाल करील त्याला ६ महिन्यांची शिक्षा किंवा २०० रु. दंड किंवा दोन्ही शिक्षा होतील असे जाहीर केले. सन १९१९च्या ऑगस्टच्या शेवटी निर्बंध करून खाटिकाला गाय विकू नये असा निर्बंध केला.

१ ऑगस्ट १९१९ रोजी मुंबईचे राज्यपाल जॉर्ज लॉईड यांना शाहूंनी पत्र लिहून कळविले की, ''जर्मन पैशाने हिंदुस्थानात बोल्शेविक विचारसरणी पसरविण्यात येत आहे असे बोलले जाते. सत्य कसेही असो, मला वाटते की, बोल्शेविक विचारसरणीप्रमाणे हिंदुस्थानात भांडवलवाल्यांपेक्षा ब्रिटिश सरकार व त्यांचे पाठीराखे हिंदी संस्थानिक यांचाच अधिक द्वेष केला जातो. आपण ह्या चळवळीचे मूळ शोधण्याचा कसोशीने प्रयत्न केला पाहिजे.''

लो. टिळक, म. गांधी, डॉ. नायर व शाहू छत्रपती ह्या सर्वांनी त्याकाळी बोल्शेव्हिझमविषयी भीती व्यक्त केली होती. गांधींच्या मते भोगलोलुपता हा बोल्शेव्हिझमचा धर्म होता. टिळक म्हणाले, ''ज्या स्वरूपात पाश्चिमात्य देशांत बोल्शेव्हिझमची कल्पना मांडण्यात येते त्या स्वरूपात बोल्शेव्हिझम हिंदुस्थानात यशस्वी होणार नाही.'' हिंदुस्थानचे पुनरुज्जीवन हे वेदान्त तत्त्वज्ञानाच्या मार्गानेच होईल असेही टिळक म्हणाले. आपल्या २ ऑगस्टच्या पत्रात शाहूंनी लॉर्ड लॉईड यांना कळविले की, ''अमेरिकेचे अध्यक्ष वुड्रो विल्सन व इतर काही प्रमुख राजकारणी व मुत्सद्दी यांना आपण भेटलो आणि त्यांनी हिंदुस्तानला स्वयंनिर्णयाचा हक्क देऊ असे आश्वासन दिले आहे.'' असे टिळक सांगतात अशी बातमी आहे. ह्या गोष्टीवर टिळकांच्या अनुयायांनी विश्वास ठेवून ही गोष्ट शुभवर्तमान म्हणून पसरविली आहे.''

टिळकांनी काही राजकीय पुढाऱ्यांची व मुत्सद्द्यांची इंग्लंडमध्ये भेट घेतली होती ही गोष्ट खरी आहे. त्यांनी फ्रान्सचे पंतप्रधान व शांतता परिषदेचे अध्यक्ष क्लेमँको ह्यांना एक निवेदन पाठविले होते आणि क्लेमँको व अमेरिकेचे अध्यक्ष विल्सन यांना पत्रेही पाठविली होती. शाहूंना टिळकांच्या लंडनमधील वास्तव्याविषयी व हालचालींविषयी अनेक बातम्या कळत होत्या तरी त्यांना दुसरी एक महत्त्वाची बातमी कळली नव्हती हे ठीकच झाले. टिळक तेथे एका सभेत भाषण करताना आपल्या इंग्रजी श्रोत्यांना म्हणाले की, ''एकाकाळी जातिव्यवस्थेची कितीही आवश्यकता होती असे मानले तरी सद्य:स्थितीत जो जातिभेद हिंदुस्थानात आहे त्याचे समर्थन मी करू शकत नाही. इतकेच नव्हे, तर जातिभेद ही संस्था अगदी निरुपयोगी होऊन कालबाह्य झाली आहे हेही मला मान्य आहे.'' परंतु त्या सभेत वाटण्याकरिता छापून आणलेल्या आपल्या भाषणात टिळकांनी जातिभेदाची तरफदारी केली होती हे पाहून श्रोत्यांना आश्चर्य वाटले ![९] अशा सभेपुढे भाषणे करून ती 'केसरी'त किंवा 'मराठ्या'त प्रसिद्ध न करण्याची खबरदारी टिळक सदोदित घेत असत. त्याप्रमाणे हे भाषण त्यांत छापलेले नाही.

त्या समयी दामू जोशी हा काही गुन्हेगारांसहित २६ जुलै १९१९ रोजी

कोल्हापुरातील हिल्ल सॅनिटोरियममधून पळाल्यामुळे कोल्हापूर सरकार मोठ्या अडचणीत सापडले. शाहूंनी ती बातमी मुंबई, सिमला व लंडन येथील वरिष्ठ अधिकाऱ्यांना कळविली आणि आपली शासकीय यंत्रणा ह्या भयंकर गुन्हेगारांना ताब्यात ठेवू शकली नाही ह्याबद्दल दु:ख व्यक्त केले. ह्या फरारी गुन्हेगारांना पकडील त्याला ७ हजार रुपयांचे बक्षीसही त्यांनी जाहीर केले.

कर्नल सी. एच. हॅरॉल्ड हे या वेळी कोल्हापूरचे हंगामी ब्रिटिश राजप्रतिनिधी म्हणून काम पाहात होते. ते शाहूंचे मित्र असून त्यांच्या स्नेहामध्ये कधीही दुरावा निर्माण झाला नाही. हॅरॉल्डचा काटा काढावयास आपणास शाहू छत्रपतींनी सांगितले होते असे जे विधान दामू जोशीने पुढे २७ एप्रिल १९२७रोजी मन्सूर पीर येथे अटक झाल्यावर आपल्या निवेदनात केले ही अगदी दुष्टपणाची परमावधी झाली. दामू जोशी याचे दुसरे म्हणणे असे होते की, आपण हॅरॉल्ड ह्याला ठार मारावे ह्या अटीवरच गुप्तचरांचे अधिकारी पागे यांनी आपणास सोडले होते. पण शाहूंना त्याविषयी शंका वाटत होती की, आपल्या राज्यातील ब्राह्मण नोकरशाहीचा दामू जोश्याच्या पलायनाच्या पाठीमागे हात असावा. ते म्हणाले, 'आणखी असे की, माझ्या पोलीस खात्याचा अधिकारी ख्रिश्चन आहे. त्यामुळे मला राजद्रोहाची भीती वाटत नाही.' तरीसुद्धा ज्या निपाणी प्रकरणामध्ये एक बाई पळविण्यात आली होती त्या प्रकरणाविषयी कर्नल हॅरॉल्ड ह्यांना लिहिताना शाहू म्हणाले, 'माझे पोलीस अधिकारी ख्रिश्चन आहेत व त्या बाईला पळवणारे लोक ख्रिश्चनच आहेत.' राज्यकारभारातील अडचणींचे प्रश्न शाहू कसे सावधगिरीने हाताळीत असत हे ह्या दोन्ही गोष्टींवरून दिसून येते.

या सुमारास कोल्हापुरातील लक्षतीर्थ येथे दारूगोळ्याच्या कोठीला आग लागून मोठा स्फोट झाला व त्यामुळे शाहू अतिशय चिंताक्रांत झाले. दारूगोळ्याला कोणी आग लावली हे समजलेच नाही. ह्या प्रकरणी दामू जोशीचा संशय होता; परंतु भारत सरकारकडे जो अहवाल धाडण्यात आला त्यात असे म्हटले होते की, सदर स्फोट हा कोणत्याही राजकीय कारणामुळे झालेला नाही.

नरेंद्रमंडळावर छोटच्या संस्थानिकांना व छोटच्या जहागीरदारांना प्रतिनिधित्व मिळावे म्हणून शाहूंची खटपट सुरूच होती. त्यासाठी पुन्हा त्यांनी जोराचे प्रयत्न केले. छत्रपतींनी दक्षिण महाराष्ट्रातील सर्व संस्थानिक व जहागीरदार ह्यांची आपण नरेंद्रमंडळाच्या परिषदेत मांडलेल्या योजनेचा विचार करण्यासाठी ३ ऑगस्ट १९१९ रोजी मिरज येथे सभा भरवली. २२ ऑगस्ट १९१९ रोजी कोल्हापूर येथे शाहू छत्रपती यांच्या अध्यक्षतेखाली सभा भरवून त्या प्रश्नाचा पुन्हा विचार करण्यासाठी जमावे असा त्यांनी ठराव केला. ती परिषद कोल्हापुरात

भरविण्यास व तिचे अध्यक्षपद स्वीकारण्यास शाहूंनी ब्रिटिश सरकारकडून अनुमती मिळविली.

३ ऑगस्ट रोजी ठरल्याप्रमाणे साताराचे जहागीरदार व दक्षिण महाराष्ट्रातील संस्थानिक ह्यांची २२ ऑगस्ट रोजी कोल्हापूर येथे परिषद भरली. सर्व धर्मांचे आणि सर्व जातींचे संस्थानिक, जहागीरदार उपस्थित होते. अक्कलकोट, सावंतवाडी व फलटण ह्या जहागीरदारांसारखे काही छोटे जहागीरदार त्या परिषदेस उपस्थित राहू शकले नाहीत. परंतु त्यांनी त्या परिषदेच्या विचारांशी आपण सहमत आहोत असे कळविले होते. परिषदेच्या अध्यक्षपदावरून सर्व मराठा संस्थानिकांचे आणि जहागीरदारांचे नेते शाहू छत्रपती म्हणाले, 'नरेंद्रमंडळात सर्व भारतीय संस्थानिकांचा समावेश करावा असा आग्रह मी अनेक दिवस धरला आहे. 'चीफ' हा किताब माझ्या कानाला खटकतो. कारण त्या शब्दाला अर्थ टोळ्यांचा नायक असा सूचित होतो. संस्थानिक हे लोकांचे राजे आहेत. म्हणून 'चीफ' ह्या शब्दाला माझा वैयक्तिक विरोध आहे. संस्थानिकांना राजे किंवा संस्थानिक म्हटले म्हणजे आपल्या प्रश्नाला एक प्रकारचा जोर येईल आणि आपल्या अडचणी सरकारपुढे मांडावयास आपण समर्थ होऊ.'

हिंदुस्थानातील सगळ्या संस्थानिकांकडून व जहागीरदारांकडून आपल्याला सहकार्य मिळावे व आपल्या म्हणण्याला पाठिंबा मिळावा म्हणून शाहूंनी अत्यंत उत्सुकतेने महाराष्ट्र, रेवा आणि पालनपूर विभागातील संस्थानिकांना अशाच तऱ्हेच्या परिषदा भरवून आपल्या म्हणण्याला दुजोरा द्यावा म्हणून विनंती केली. ह्या परिषदांमुळे त्यांना पुढे नरेंद्रमंडळात निवडणुकीच्या तत्त्वानुसार प्रतिनिधित्व मिळविण्यात यश आले. शाहूंनी केलेल्या प्रयत्नामुळे व मार्गदर्शनामुळे त्या सर्वांनी शाहूंकडे कृतज्ञता व्यक्त केली.

अस्पृश्यता निर्मूलनाच्या दिशेने शाहूंनी आणखी एक जोराचे पाऊल टाकले.त्यांनी ६ सप्टेंबर १९१९ रोजी एक जाहीरनामा मंजूर करून तो ८ ऑक्टोबर रोजी करवीर गॅझेटमध्ये प्रसिद्ध केला. त्या जाहीरनाम्याप्रमाणे संस्थानातील सर्व सार्वजनिक विहिरी, सरकारी व सार्वजनिक इमारती, धर्मशाळा, संस्थानच्या इमारती, सरकारी वसतिगृहे, पाणवठे हे अस्पृश्यांना खुले करण्यात आले. ह्या ठिकाणी कोणीही अस्पृश्यता पाळू नये. अमेरिकन मिशनचे सर्वांनी ह्या बाबतीत अनुकरण करावे व सर्वांना सामाजिक समतेने वागवावे. जे ग्रामाधिकारी ह्या आज्ञेचा भंग करतील त्यांना ह्या गैरवर्तणुकीबद्दल जबाबदार धरण्यात येईल. ह्या आज्ञेनंतर शाहूंनी आपल्या संस्थानामधील अस्पृश्यांसाठी चालविलेल्या खास शाळा बंद केल्या आणि सर्व शाळांना आज्ञा केली की, सर्व शाळांत इतर सवर्ण

मुलांप्रमणे अस्पृश्य समाजातील मुलांना प्रवेश देण्यात यावा. कोल्हापुरातील प्रगतिपर जनतेने व महाराष्ट्रातील अनेक शहरांतून ह्या प्रगतिपर सुधारणेविषयी अस्पृश्य वर्गातील नेत्यांनी सभा भरवून शाहूंना धन्यवाद दिले.

सन १९१९ च्या शेवटी केशवराव ठाकरे हे शाहूंच्या निकटवर्ती वर्तुळात आले. ठाकरे यांच्या मूळव्याधीतून रक्त जाऊन ते अस्थिपंजर झाले होते. त्यांना मुंबई सोडण्याचा सल्ला डॉक्टरांनी दिला होता. त्यांना ग्वाल्हेर येथील वसतिगृहाचे अधीक्षक म्हणून नोकरी पाहिजे होती. खासेराव पवारही त्यावेळी ग्वाल्हेरचे गृहमंत्री हाते. देवास दरबारच्या इंग्रजी विभागात ठाकरे यांना मुख्य कारकून म्हणून घ्यायचे पवारांनी ठरविले होते. परंतु ठाकऱ्यांच्या कुटुंबात मृत्यू झाल्यामुळे ते ती नोकरी स्वीकारू शकले नाहीत. त्यांनी आपणास अधीक्षकाची जागा मिळवून देण्यास दिवाण सबनीस यांना विनंती केली.

९ जुलै १९१९ रोजी 'ग्रामण्याचा साद्यंत इतिहास' प्रसिद्ध केल्यानंतर तशाच प्रकारचे काम शाहूंनी आपल्यावर सोपविले तर आपण ते करावयास तयार आहोत, अशी ठाकरे यांनी इच्छा व्यक्त केली. ते कार्य करण्यात त्यांना पैशाची अडचण होती. आपल्या मृत्यूपूर्वी शिवाजीचे एक विस्तृत चरित्र लिहावे आणि तसेच कोल्हापूरचा इतिहास नि साताऱ्याच्या शेवटच्या दुर्दैवी राजापर्यंतचा इतिहास लिहावा अशीही त्यांनी इच्छा व्यक्त केली होती.

मुंबईचे राज्यपाल यांनी पुणे येथे कुस्त्याचे सामने आयोजित केले होते. त्यासंबंधी शाहूंनी खूप उत्साह दाखविला. जेथे कुस्त्या होणार असे ठरले होते ती जागा त्यांनी सप्टेंबरमध्ये पाहिली. परंतु ती जागा स्वच्छतेच्या दृष्टीने ठीक नव्हती म्हणून त्यांनी ती नापसंत केली. राज्यपालांचे नाव आखाड्याला द्यायचे होते. कुस्त्या नोव्हेंबर १९१९ मध्ये व्हायच्या होत्या. त्या काळी जातिभेदाच्या उच्चनीच भावनेने कुस्त्यांचे आखाडेसुद्धा बरबटले होते. भिल्लेतर मल्ल भिल्लांशी कुस्ती खेळण्यात कमीपणाचे मानीत. शाहूंना कुस्तीच्या आखाड्यातील ही जातिभेदाची बंधने नष्ट करावी लागली.

पुणे येथील कोल्हापूर लॉजमधून सप्टेंबरमध्ये शाहू मुंबईस गेले. तेथे व्ही. आर. गुप्ते यांनी इचलकरंजी दत्तकविधान व तंजावर अभियोग ह्यांवर इंग्लंडमधील नामांकित विधिपंडित जॉर्ज सायमन, ग्रेगथर, डुबे आणि लाउन्डस यांनी दिलेले अभिप्राय त्यांच्या स्वाधीन केले. गुप्त्यांनी ह्या बाबतीत इंग्लंडचे माजी मुख्य प्रधान ॲस्क्विथ व विख्यात विधिज्ञ एडवर्ड कार्सन यांची भेट घेतली

होती. परंतु ॲस्क्विथ यांना सवड नव्हती आणि कार्सनचे व्यावसायिक शुल्क परवडण्यासारखे नव्हते. रासबिहारी घोष व बीमन यांनी सुद्धा तंजावर अभियोगातील मुद्द्यासंबंधी मत दिले होते.

कुस्त्यांची व्यवस्था पाहण्यासाठी शाहू मुंबईहून पुन्हा पुण्यास गेले आणि तेथून ते दिल्लीस गेले. दिल्लीस २९ ऑक्टोबर रोजी पोहोचल्यावर त्यांनी नरेंद्रमंडळाच्या घटनेसंबंधी नाभाच्या महाराजांशी चर्चा केली. तेथून दुसऱ्या दिवशी त्यांनी मुंबई राज्यपालांना कळविले की, आपण स्वत: इचलकरंजी प्रकरणासंबंधीचे निवेदन ब्रिटिश राजप्रतिनिधींच्या वतीने मध्यवर्ती सरकारकडे सादर केले आहे. इंग्लंडमधील व हिंदुस्थानातील नामांकित वकिलांनी आपली बाजू मजबूत व निर्विवाद आहे असा निर्वाळा दिला आहे.

मध्यवर्ती सरकारला शाहूंबरोबर गेलेल्या अभ्यंकरांचा संशय येत होता. शाहूंच्या मते अभ्यंकर हे राजनिष्ठ आणि मवाळ होते. तथापि अभ्यंकरांच्याविरुद्ध सरकारला काही म्हणावयाचे आहे की काय असे शाहूंनी महाराज्यपालांच्या कार्यकारी मंडळातील सभासद हॉलंड यांना विचारले.

नरेंद्रमंडळाची परिषद ३ नोव्हेंबरला सुरू झाली. आजारीपणामुळे शाहू छत्रपती त्या दिवशी परिषदेस उपस्थित राहू शकले नाहीत. महाराज्यपाल चेम्सफर्ड यांनी परिषदेत एका परिणामकारक भाषण केले. महाराज्यपालांच्या त्या भाषणामुळे शाहू खूश झाले. आपल्या मतांपैकी बहुतेक मुद्द्यांना महाराज्यपालांनी पाठिंबा दिला आहे हे पाहून त्यांना अतीव आनंद झाला. अनेक संस्थानिकांनी त्यांच्या मतांविषयी अनादर दाखविला होता. परंतु त्यांना ती मते आता मान्य करणे भाग पडले होते. दिल्लीहून शाहूंनी मुंबईच्या राज्यपालांना परिषदेची कार्यक्रमपत्रिका पाठविली त्यावेळी ते दिल्लीतील रामचंद्र आळीत राहत होते. त्यांनी राज्यपालांना कळविले की, महाराज्यपाल आपल्याशी सहमत झाले तरी आपण काही मोठे विद्वान नाही. नरेंद्रमंडळाच्या घटनेविषयी आपण बराच विचार केला. इतरांशीही विचारविनिमय केला आणि ज्या व्यक्तींनी त्या प्रश्नाचा विचार केला होता त्यांच्याशी चर्चाही केली होती असेही त्यांनी राज्यपालांना कळविले.

बिकानेरच्या महाराजांनी संस्थानिकांची एक अनौपचारिक बैठक बोलावली होती. त्या बैठकीस उपस्थित राहण्याची शाहूंची इच्छा होती. परंतु प्रकृती ठीक नसल्यामुळे ते त्या बैठकीस उपस्थित राहू शकले नाहीत. दिल्लीला आल्यावर त्यांनी बिकानेरच्या महाराजांना कळविले होते की, ‘दुर्दैवाने मला येथे आल्यावर शस्त्रक्रिया करून घ्यावी लागली. ती जखम दोन इंच खोल आहे. त्यामुळे आपल्या अनौपचारिक सभांना उपस्थित राहणे मला अशक्य झाले आहे.

तरीसुद्धा संस्थानिकांच्या हिताचे जे प्रश्न उपस्थित होतील त्यांवरील चर्चेत मी उत्साहाने पूर्वीप्रमाणेच भाग घेईन असे आश्वासन देतो. आपणा सर्वांना माहिती आहेच की, मी नरेंद्रमंडळाच्या कार्यात अतिशय उत्साहाने भाग घेत आलो आहे आणि मी सरकारकडे आपल्या प्रश्नांची दाद लावून घेण्याचा सर्वतोपरी यथाशक्ति प्रयत्न करीत आहे.'

'कोल्हापूरच्या तुरुंगातून फरारी झालेला दामू जोशी हा आपल्या राज्यात लपून बसलेला आहे. त्याला पकडून द्यावे. दामूने मला ठार मारण्याचा पण केला आहे म्हणून तो बाहेर मोकळा असेपर्यंत आपल्याला मन:शांती लाभणार नाही,' असे शाहूंनी इंदूर नरेशांना लिहिलेल्या ७ नोव्हेंबरच्या पत्रात म्हटले आहे. दिल्लीत असताना शाहूंनी क्लॉड हिल्लशी दिलखुलास बातचीत केली. कोल्हापूरला परत येत असताना वाटेत शाहू बडोदा येथे दोन दिवस थांबले. १० नोव्हेंबर रोजी राजकन्या पद्मावती राणीसाहेब निधन पावल्या. त्यामुळे शोकग्रस्त झालेल्या बडोद्याच्या राजघराण्यातील मंडळींचे त्यांनी सांत्वन केले. तेथून निघून ते पुणे येथे राज्यपालांच्या विद्यमाने भरलेले कुस्त्यांचे सामने पाहण्यासाठी एक दिवस राहिले. पुण्याहून शाहू मुंबईस आल्यावर केशवराव ठाकरे यांनी त्यांची भेट घेतली. त्यावेळी चातुर्वर्ण्याविषयी त्यांची गरमागरम चर्चा झाली. चातुर्वर्ण्य व्यवस्थेवर ठाकरे यांनी एक ग्रंथ लिहावा, अशी शाहूंनी त्यांना विनंती केली व मार्गदर्शनही केले. त्या ग्रंथाचे नाव 'चातुर्वर्ण्य : आधुनिक नकाशा' असे द्यावे असेही त्यांनी ठाकरे यांना सांगितले. ठाकरे यांचे स्वत:चे वाचन अफाट असून ते व्यासंगी विद्वान होते. परंतु पुरोहित आणि पुरोहित वर्ग ह्यांच्यासंबंधीची शाहूंनी जी संदर्भग्रंथांची यादी ठाकरे यांना दिली ती पाहून ठाकरे अवाक झाले ! त्यावेळी शाहूंनी काही महत्त्वाच्या ग्रंथांतील एकामागून एक उतारे पाठ म्हटले ते ऐकून ठाकरे स्तिमितच झाले आणि त्यांना शाहूंच्या सखोल वाचनाची व बहुश्रुतपणाची कल्पना आली. ठाकरे यांना शाहूंनी ह्या बाबतीत साह्य केले आणि 'भिक्षुकशाहीचे बंड' हा ग्रंथ ठाकरे यांनी लिहावयास घेतला. तो ग्रंथ पुढे प्रसिद्ध झाला व गाजला.

मुंबईहून शाहू मिरजेला गेले व तेथे त्यांनी काळपुळीवर शस्त्रक्रिया करून घेतली. त्यामुळे ते तीनचार आठवडे अंथरुणास खिळले होते. मिरजेचे डॉ. व्हेल त्यांच्यावर उपचार करीत होते. खासेराव जाधव यांनी 'वेक अप प्रिन्सेस' नावाचा आपला ग्रंथ शाहूंना भेट म्हणून पाठविला. त्या पुस्तकात खासेराव जाधव म्हणाले की, 'जर निजाम हे ब्रिटिशांचे मित्र आहेत तर इतर संस्थानिक

ब्रिटिशांचे कोण आहेत ?' त्यात त्यांनी असेही मत व्यक्त केले होते की, शाहू छत्रपती हे जमखिंडीचे संस्थानिक किंवा सीतामहूचे ठाकूर ह्यांच्या पातळीवर येऊ शकत नाहीत. ह्या बाबतीत ते शाहूंशी सहमत नव्हते. पण शाहू हे अधिक उदारमतवादी वृत्तीचे होते.

युवराज राजाराम ह्यांच्या विवाहाला सव्वा वर्ष होऊन गेले, तरी हुंड्याचा प्रश्न पुन: पुन्हा चर्चिला जात होता. सुधारित असे नवीन नवीन मसुदे त्या बाबतीत तयार करण्यात येत होते.

अद्याप शाहूंची जखम भरून आली नव्हती. ते मिरज येथे विश्रांती घेत होते. बडोद्याचे राजपुत्र शिवाजीराव हे २४ नोव्हेंबर रोजी कालवश झाल्याचे ऐकून शाहू छत्रपतींनी बडोद्याच्या महाराणींना सांत्वनपर पत्र पाठविले. तसेच बडोद्याचे दिवाण मनुभाई मेहता ह्यांना, राजकन्या कमलादेवी व तिची मुले ह्यांना कोल्हापूरला राजकन्या लक्ष्मीबाई व राजपुत्र प्रतापसिंह ह्यांच्याबरोबर राहण्यासाठी पाठवावे म्हणून त्यांनी कळकळीची विनंती केली.

शाहू तंजावरच्या अभियोगासंबंधीच्या कामात बरेच गढून गेले होते. २८ नोव्हेंबर रोजी त्यांनी महात्मा गांधींचे एके काळचे सहकारी वकील पोलक ह्यांना विनंती केली की, सर एडवर्ड कार्सन व एल. डी. ल्युथर यांना त्यांनी तंजावर अभियोगासाठी राखून ठेवावे. सर एडवर्ड कार्सन यांना इचलकरंजी अभियोगासाठीही गुंतवून ठेवावे अशी पोलक ह्यांना विनंती केली. त्यात त्यांचा हेतू एवढाच होता की, इचलकरंजीच्या संस्थानिकाला एडवर्ड कार्सन ह्यांचे ह्या बाबतीत साह्य मिळू नये.

या समयास प्रस्थापितांच्या हितसंबंधीयांचे कैवारी असलेल्या ब्राह्मणी वर्तमानपत्रांनी शाहूंवर अत्यंत विखारी अशी टीका केली. त्या लिखाणात त्यांनी शाहूंच्या कुटुंबीयांविषयी घाणेरडी व असभ्य भाषा वापरली. परिणामी ब्राह्मणेतर वर्तमानपत्रांनीही मागासवर्ग व अस्पृश्यवर्ग ह्यांची गाऱ्हाणी मांडताना ब्राह्मण नेत्यांवर प्रतिहल्ला चढविला.

आपणावर वारंवार होणाऱ्या हल्ल्यांना तोंड देता यावे व आपली बाजू मांडता यावी यास्तव आपल्या बाजूची वर्तमानपत्रे महाराष्ट्राच्या निरनिराळ्या भागांत अधिक असावी, असा शाहूंच्या मनात विचार घोळू लागला. ह्यानंतर थोड्याच दिवसांनी रामभाऊ सबनीस यांनी ठाणे येथील डी. व्ही. गुप्ते ह्यांच्याशी ठाणे येथे एक साप्ताहिक सुरू करण्याच्या संदर्भात बोलणी सुरू केली होती व गुप्ते ह्यांना मदतही देऊ केली होती. पण अशी वर्तमानपत्रे स्थिर होण्यापूर्वीच बंद पडतात याविषयी शाहूंना विवंचना वाटे. गुप्ते ह्यांना कोणी जामीन दिला तर

साप्ताहिकासाठी बिनव्याजी पैसे शाहूंनी देऊ केले. ते साप्ताहिक जर ५ वर्षे चालले तर दिलेली रक्कम ही देणगी म्हणून मानण्यात यावी आणि जर ते दैनिक असून दोन वर्षे चालले तर दिलेली रक्कम देणगी म्हणून मानण्यात येईल, अशी त्यांनी अट घातली हाती. परंतु ही योजना सफल झाली नाही.

लोकशाहीच्या दृष्टीने गरीब जनतेची गाऱ्हाणी मांडण्यासाठी व त्यांना न्याय मिळवून देण्यासाठी पत्रकारांना उत्तेजन द्यावयास शाहू नेहमीच सिद्ध असत. पण पत्रकारांची ते कसोटी पाहत. त्याचे एक उदाहरण श्रीपतराव शिंदे यांच्या 'विजयी मराठा' साप्ताहिकाचे. श्रीपतराव कोल्हापूरच्या मराठा वसतिगृहातील जुने विद्यार्थी. त्यांनी आपली पोलीस निरीक्षकाची नोकरी सोडून देऊन एक साप्ताहिक काढावयाचे ठरविले. जेव्हा शाहूंच्या कानावर ही गोष्ट गेली तेव्हा त्यांनी शिंदे ह्यांना त्यांच्या निर्धारापासून परावृत्त करण्याचा प्रयत्न केला आणि आपण त्यांच्या धाडसी प्रयत्नात एक पैही देणार नाही असे त्यांना कळविले

श्रीपतराव शिंदे हे मॅट्रिकची परीक्षा उत्तीर्ण झालेले होते. ते एक हुशार विद्यार्थी म्हणून प्रसिद्ध होते. त्यांनी कोल्हापूर दरबारच्या साहाय्याने मद्रास येथे चामडे कमावण्याच्या धंद्याचे शिक्षण घेतले होते. परंतु चामडी कमावण्याचा कारखाना न काढता नाशिक जिल्ह्यात १९०८ मध्ये हे पोलीस निरीक्षक झाले. तेथे त्यांनी १२ वर्षे पोलीस निरीक्षकाची नोकरी केली. शाहूंचे सामाजिक समतेचे विचार व मागासवर्ग नि अस्पृश्यवर्ग यांच्या उन्नतीविषयी त्यांची तळमळ ह्यांनी प्रभावित झालेले श्रीपतराव शिंदे यांनी शाहूंच्या मनाविरुद्ध साप्ताहिक काढावयाचे ठरविले. आपल्या तारुण्यात श्रीपतरावांनी कर्मवीर भाऊराव पाटलांबरोबर कोल्हापुरातील मिस क्लार्क डिप्रेस्ड क्लासेस मिशनमध्ये १९०८ साली शिक्षकाचे काम केले होते. तसेच सहकारी संस्थांचे ते एक पुरस्कर्ते होते. त्यांनी १९१५ साली श्री बलभीम को-ऑपरेटिव्ह सहकारी संस्था स्थापन करून शेतकऱ्यांना भरमसाट व्याजाच्या कर्जातून सोडवून दिलासा दिला होता. सन १९१५ मध्ये शिंदे हे मराठा लीगचे कार्यवाह होते.

शाहूंनी श्रीपतरावांना जरी निरुत्साही केले तरी त्यांनी पोलीस निरीक्षकाच्या जागेचा राजीनामा देऊन 'विजयी मराठा' नावाचे साप्ताहिक आपल्या मित्रांच्या साह्याने १ डिसेंबर १९१९ रोजी शाहूंचे शत्रू, विरोधक व सामाजिक क्रांतीचे विरोधक ह्यांच्या गोटातच म्हणजे पुणे येथे सुरू केले. श्रीपतराव हे एक त्यागी, निर्भय व तळमळीचे कार्यकर्ते होते. त्यामुळे ते शाहूंच्या प्रभावळीतील एक प्रमुख नेते बनले. त्यांनी कोठारीचे 'जागरूक' व बडोद्यातील भगवंतराव पाळेकर ह्यांच्या 'जागृती'लाही हा हा म्हणता मागे टाकले. चारित्र्यवान

व कर्तृत्ववान असे हे श्रीपतराव शाहूंच्या चळवळीतील आघाडीचे वीर ठरले. त्यांनी स्वतंत्र बाण्याने सत्यशोधक समाजाच्या विचारसरणीचा निर्भयपणे कैवार घेऊन मागासवर्ग व अस्पृश्यवर्ग ह्यांच्या उद्धाराचे काम करण्यासाठी सामाजिक कार्यकर्त्यांना मोठी चालना दिली.

इतकेच नव्हे तर, पुण्यातील श्रीपतरावांचे मुद्रणालय व त्यांचे पुण्यातील घर हे ब्राह्मणेतर चळवळीचे एक केंद्र बनले. पुढील काळात केशवराव व बाबूराव जेधे यांचे घर ब्राह्मणेतर कार्यकर्त्यांचा बालेकिल्ला बनला. 'विजयी मराठा'च्या पराक्रमाने, वजनाने आणि विजयाने शाहू प्रभावित झाले. दोन वर्षांनंतर सद्‌गदित होऊन शाहू श्रीपतरावांच्या साह्यास धावले.

लंडन येथून लोकमान्य टिळक हे २७ नोव्हेंबर १९१९ रोजी मुंबईस परत आले. त्यांना मुंबईत अनेक ठिकाणी मानपत्रे देऊन लोकांनी त्यांचे स्वागत केले. १ डिसेंबर रोजी टिळक पुण्याला पोहोचले. तेथे त्यांना ७ डिसेंबर रोजी पुणे नगरपालिकेने मानपत्र दिले. पुण्यातील ब्राह्मणेतर पुढारी, प्रागतिक पक्षाचे पुढारी व अस्पृश्यांचे पुढारी ह्यांनी त्या मानपत्राला विरोध करावयाचे ठरविले. टिळकांनी लंडनहून परत येताना त्यांचे सहकारी व मद्रासचे पुढारी सत्यमूर्ती ह्यांना आपण प्रवास केल्याबद्दल प्रायश्चित्त घेणार नाही असे सांगितले होते. परंतु त्यांना आपले शब्द पुण्यास पोहोचल्यावर गिळावे लागले.

अनेक तऱ्हेचे प्रश्न, निरनिराळ्या सार्वजनिक चळवळी व अधूनमधून येणाऱ्या आजारीपणाचे हल्ले यांमुळे छत्रपती व्यग्र झाले होते. तरी त्यांनी पशुपक्ष्यांवरील आपले प्रयोग चालूच ठेवले होते. अलीकडे त्यांनी चित्त्याला शिकार करण्याचे शिक्षण देण्याचा उपक्रम सुरू केला होता. अजोड शिकारी म्हणून कीर्ती पावलेल्या शाहूंचे लक्ष कोणी विकावयास काढलेल्या जनावरांकडे सदा असायचे. सन १९१९च्या नोव्हेंबरमध्ये भावनगरचे चित्ते विकावयाचे आहेत अशी त्यांना बातमी कळली. भावनगरचे प्रशासक ट्युडर ओवेन यांना शाहूंनी कळविले की, 'आपण काही चित्ते काढून टाकणार आहात असे कळते. आपण ते चित्ते कोणसाही देऊ नयेत. कारण लोकांना चित्त्यांची निगा कशी करावी हे माहीत नसते व ते त्यांना कुत्र्याप्रमाणे वागवितात. माझे मित्र भावनगरचे महाराज यांची जनावरे चंगल्या लोकांच्या हाती पडावी असे मला नेहमी वाटते. जर आपण त्यांची विल्हेवाट लावणार असाल तर ते आपण मजकडे पाठवावे.'

शाहूंचे जनावरांवरील प्रेम अपूर्व होते. त्यांच्या मित्रांना आश्चर्य व अशक्य वाटणारी जनावरासंबंधीची गोष्ट शाहूंच्या आयुष्यात नुकतीच घडली होती. त्यांच्या अश्वशाळेच्या आवारात काही चित्ते व त्यांच्या माद्या होत्या. त्यांचा

उपयोग उत्पत्तीसाठी करावा असे त्यांनी ठरविले होते. आफ्रिकेतून आणलेली एक चित्त्याची मादी व एक नागपूरकडील नर ही दोन्ही त्यांच्याशी खेळीमेळीने वागत. त्यांना शाहूंनी रायबाग येथील जंगलात सोडून दिले. चित्त्यांची ती जोडी रात्री ठरावीक स्थळी विश्रांतीसाठी येत असे आणि उजाडता पुन्हा शिकारीसाठी जंगलात फिरत असे. त्या सवयीमुळे ती दोघेही रानटी वृत्तीची झाली, पण काही दिवसांनी तो नर मरण पावला व ती मादी रानावनातून टेकड्या, डोंगर ओलांडून भटकत राहिली. नद्या नि ओढे ओलांडून ती एके दिवशी दुपारी रामडेल पार्क येथे पोहोचली. तेथे शाहूंनी काही हरणे साडून दिलेली होती. त्या पार्कमध्ये त्या मादीसह शाहू पूर्वी शिकार करीत असत. भटक्या अवस्थेत ती मादी आपल्या सोबत्याचा शोध करीत करीत शेवटी कोल्हापूर पार्कपर्यंत पोहोचली. नंतर ती बावडा येथे गेली. शाहूंनी तेथे काही चित्ते ठेवले होते. शाहू तेथे गेले व गळफास टाकून त्यांनी तिला पकडले. तिला पकडण्यात गर्क झाले असता शाहू सर्पदंशापासून वाचले. तो सर्प जवळच उभ्या असलेल्या त्यांच्या नोकराला चावला.

हा वृत्तान्त ऐकून कर्नल हॅरॉल्ड यांनी २१ डिसेंबर १९१९ रोजी शाहूंना कळविले की, त्या चित्ताच्या मादीला नद्या, मैदाने व ठिकाणे माहीत नसताना तिने जनावरांच्या ठायी असलेली ही असामान्य उपजत बुद्धी व्यक्त केली. ही गोष्ट 'नॅचरल हिस्ट्री सोसायटी'ने आपल्या नियतकालिकामध्ये नोंदवून ठेवण्यास योग्य अशी आहे.

लॉर्ड सिडन्हॅम यांनी दक्षिण हिंदुस्थानात ब्राह्मणेतर चळवळ चालली आहे हे ऐकून लंडनहून आनंद व्यक्त केला व डिसेंबरमध्ये शाहूंना कळविले की, छत्रपतींच्या एका पत्रातील काही मजकूर आपण ब्रिटिश लोकसभेच्या वरिष्ठ सभेत वाचून दाखविला.

छत्रपती ९ डिसेंबर १९१९ रोजी मुंबईस गेले व तेथे त्यांनी मुंबईत क्लॉड हिल्ल ह्यांना इचलकरंजी प्रकरणात आपल्या बाजूने राज्यपालांशी बोलणे करावे अशी विनंती केली. मित्र या नात्याने त्यांनी ते साहाय्य करावे व तसा त्यांच्यावर आपला हक्कही आहे असे शाहूंनी आपल्या पत्रात म्हटले होते. त्यानंतर शाहू ११ डिसेंबरला राज्यपालांना भेटले. परंतु राज्यपालांनी आपले मत काही बदलले नाही !

आपल्या १२ डिसेंबर १९१९च्या पत्रातून लॉर्ड सिडनॅम यांनी शाहूंना मोठी धक्का देणारी वार्ता कळविली की, 'मॉंटेग्यू चेम्सफर्ड विधेयक ब्रिटिश लोकसेभेने संमत केले आहे आणि आपणापैकी काही जणांनी त्यातील धोक्याच्या

तरतुदींत सुधारणा सुचविण्याचा प्रयत्न केला; परंतु उपयोग झाला नाही.' जे ब्राह्मणेतर निवडून येतील ते ब्राह्मणेतर शेतकरी वर्गाच्या हिताचे म्हणजे हिंदुस्थानातील बहुसंख्य लोकांच्या हिताचे रक्षण करू शकतील की नाही अशी शंका सिडन्हॅम ह्यांनी व्यक्त केली. कनिष्ठ वर्गाची उन्नती साधण्यासाठी त्यांना आपल्या राज्यात शिक्षण व नोकऱ्या देण्याचे आपले धोरण शाहू चालू ठेवतील अशी लॉर्ड सिडन्हॅम यांनी आशा व्यक्त केली. लॉर्ड सिडन्हॅम यांनी मुंबईतील बोले आदी नेत्यांच्या लोकसंघाविषयी मत व्यक्त करताना म्हटले की, जर लोकसंघाला सुमार्गदर्शन व निधी लाभला तर ती संस्था दलितांना काही संरक्षण देऊ शकेल. परंतु तसे काही घडले नाही. त्या संस्थेने १९२२ पर्यंत काम केले व १९२३ साली तिचे काम बंद पडले ते पडले. शेवटी तिचे कार्यवाह बोले यांनी २८ ऑक्टोबर १९२५ रोजी राजीनामा दिला.

खरे बोलायचे म्हणजे राजा म्हणून शाहूंचा कोल्हापूरबाहेरील मागासवर्ग व दलितवर्ग यांच्याशी तसा काही संबंध नव्हता. परंतु सामान्य जनतेविषयी त्यांना जी उपजतच अपार कळकळ वाटत होती, त्यामुळे त्यांना त्यांच्या उद्धारकर्त्याची भूमिका बजावावी लागली. एक राजा गरिबातल्या गरिबांच्या पंगतीस जेवतो आहे, त्यांच्या संगतीत राहतो आणि त्यांच्या उद्धारासाठी प्रस्थापितांची इतराजी पत्करून झगडतो आहे याची कल्पना करा ! खरोखरीच शाहू आणि डॉ. नायर हे दोघे भारतीय सामाजिक लोकशाहीचे व समतावादी समाजाचे दोन अग्रप्रवर्तक होते असे म्हणावयास प्रत्यवाय नाही.

२३

भारतीय नेत्यांना आवाहन

ब्रिटिशांनी १ जानेवारी १९२० रोजी ज्या व्यक्तींना पदव्या दिल्याचे जाहीर केले त्यांत महाराजांचे काही मित्र, मुधोळचे राजेसाहेब, इंदूरचे महाराज, डॉ. वानलेस, नवानगरचे महाराज यांची नावे होती. आपल्या मित्रांनी मिळवलेल्या सन्मानाविषयी शाहूंनी त्यांचे अभिनंदन केले. सदिच्छा व संघटन यांचे हे प्रतीक.

नष्ट झालेल्या कुळकर्णी वतनांच्या राखेत अजूनही थोडे निखारे धुगधुगत होते. काही कुळकर्ण्यांनी दरबारच्याविरुद्ध अर्ज किंवा निवेदने केली होती. वुडहाऊस यांनी ती आवेदने विचारात घेऊ नयेत, कारण त्यांतील तक्रारी अंत:स्थ कारभारातील प्रश्नांसंबंधी होत्या, असे शाहूंनी त्यांना कळविले. शिवाय पुण्यातील जहाल पुढाऱ्यांनी दरबारच्याविरुद्ध त्या तक्रारी करणाऱ्या कुळकर्ण्यांना चिथविले होते. दरबारविरुद्ध अर्ज करणाऱ्या या लोकांना टिळकांचा पाठिंबा होता हे स्पष्टच होते; त्यामुळे आपल्या राजवटी विरुद्ध कुळकर्णी बंड करून उठले आहेत अशी शाहूंची समजूत होती. काही महत्त्वाची कागदपत्रे रामभाऊ सबनीस ह्यांच्याकडे देऊन त्यांनी १९२०च्या जानेवारीत रॉबर्टसन ह्यांच्याकडे त्यांना पाठविले. बडोद्याचे प्रतापसिंह ह्यांची प्रकृती शाहूंच्या देखरेखीखाली सुधारत होती. त्यासंबंधी लिहिताना खासेराव जाधव म्हणाले, 'प्रतापसिंहाच्या साऱ्या आयुष्यात प्रेमाची वागणूक मिळाली असा हा पहिलाच प्रसंग आहे.' कोल्हापुरात प्रतापसिंहाला घरगुती वातावरणाचा व त्याबरोबर शिकारीचाही अनुभव मिळेल असे खासेराव म्हणाले. शाहूंचे पितृतुल्य प्रेम व कृपा यांचा परिणाम प्रतापसिंहावर जादूसारखा झाला. बडोद्याच्या राजघराण्याशी ज्यांचा संबंध होता त्यांनी शाहूंच्या ह्या प्रेमळ वागणुकीविषयी त्यांना धन्यवाद दिले. 'वेक अप प्रिन्सेस' ह्या आपल्या ग्रंथात काही भर घालून तो आपण पुन्हा छापणार आहो, असे खासेराव जाधवांनी शाहूंना कळविले.

नरेंद्रमंडळाची रीतसर स्थापना आणि औपचारिक उद्घाटन लवकरच प्रिन्स ऑफ वेल्स यांच्या हस्ते होणार आहे असा ब्रिटिश सरकारने जाहीरनामा

काढला. १९१९च्या नोव्हेंबरमध्ये शाहूंनी नरेंद्रमंडळाची घटना कशी असावी ह्याविषयीची आपली मते सरकारला कळविली होती. त्यांनी वुड ह्यांना कळविले होते की, '१५ जानेवारी १९२० रोजी स्वत: महाराज्यपालांनी नरेंद्रमंडळाच्या कार्यास अनौपचारिकपणे आरंभ करावा. परंतु नरेंद्रमंडळाचे कामकाज एखाद्या संस्थानिकाच्या अध्यक्षतेखाली व्हावे म्हणजे सभासदांना मोकळेपणाने वादविवाद करता येऊन त्यांच्या ठायी आत्मविश्वासही निर्माण होईल. जर महाराज्यपालांनी अध्यक्षपद स्वीकारले तर संस्थानिकांना भाषेची अडचण निर्माण होईल आणि उतार वयात इंग्रजी भाषेशी जुळवून घेणे त्यांना कठीण जाईल.' आपल्या स्वत:पुरते बोलताना शाहू म्हणाले की, मध्यवर्ती सरकारच्या अधिकाराखाली राहणे आपणास अधिक पसंत आहे. हे आपले मत त्यांनी पुन्हा स्पष्टपणे मांडले. प्रांतिक सरकारचा विरोध बाजूला सारून संस्थानिकांना अधिक स्वातंत्र्य मिळवून देणे या उद्देशानेच शाहू झगडत होते.

सन १९१९च्या डिसेंबरमध्ये अमृतसर येथे भरलेल्या काँग्रेसच्या अधिवेशनात महाराज्यपाल चेम्सफर्ड ह्यांना ब्रिटिश सरकारने परत बोलवावे असा ठराव मांडण्यात आला. त्या ठरावावर बोलताना काही पुढाऱ्यांनी चेम्सफर्डविषयी असभ्य, उद्धटपणाची भाषा वापरली असे काहींना वाटले. त्या असभ्य भाषेविषयी म. गांधींनीसुद्धा नापसंती व्यक्त केली होती. त्यावेळी म. गांधींना माँटफर्ड सुधारणांतून पूर्ण स्वराज्य लाभेल असे दृश्य दिसत होते. काँग्रेसच्या त्या ठरावाचा उल्लेख करून शाहूंनी लॉर्ड चेम्सफर्ड ह्यांना सहानुभूतीचे पत्र लिहून काँग्रेस नेत्यांचे महाराज्यपालांसंबंधीचे उद्गार त्यांना न शोभणारे होते असे कळविले. त्यांच्या उद्गारांतून द्वेष आणि कडवटपणा बाहेर पडला. इतकेच नव्हे तर, भाषण स्वातंत्र्याचा काँग्रेस नेत्यांनी दुरुपयोग केला म्हणून असली दुष्ट कृत्ये दडपून टाकावीत असे अनाहूतपणे महाराज्यपालांना सुचविले.

या समयी शाहूंनी आपले समाजक्रांतीचे कार्य पुढे रेटण्याच्या दृष्टीने इंदूरच्या महाराजांना उत्तेजन दिले. त्यांनी होळकर महाराजांना कळविले की, 'लग्नकार्यातील जातिबंधने मोडून काढून इंदूरच्या राजघराण्यातील मुलांनी ज्या मराठा कुटुंबाची सत्ता व प्रतिष्ठा त्यांच्या घराण्यापेक्षा कमी दर्जाची आहे त्यातील मुलींशी विवाह संबंध जोडावेत. बडोदे राजघराणे व ग्वाल्हेर राजघराणे ही उच्च मराठा घराणी नसली तरी बडोदे राजघराण्याने आपले विवाह संबंध घोरपडे, पवार व खानविलकर ह्या घराण्यांशी जोडले, तर ग्वाल्हेर राजघराण्याने माने, शिंदे यांच्याशी जोडले. जर गरीब असलेल्या उच्च जातीच्या मराठ्यांनी खालच्या समाजाशी विवाह संबंध जोडले तर त्यांच्यावर जातिबहिष्कार पडेल अशी भीती

असते.' यासाठी उच्च जातीच्या लोकांनी कनिष्ठ जातीच्या लोकांशी विवाह संबंध जोडावेत असे शाहूंचे मत होते. ''आपण सामान्य जनतेमध्ये काम करतो, अस्पृश्यांच्या उन्नतीच्या कार्यात पुढाकार घेतो. कारण उक्तीपेक्षा कृती अधिक परिणामकारक ठरते. आपल्या धर्मात अस्पृश्यांना अमानुष वागणूक सांगितलेली आहे म्हणून आपण त्यांना अमानुषपणे वागवतो. परिणामी ते इस्लाम किंवा ख्रिश्चन धर्म स्वीकारतात. आणि धर्मांतर केलेल्या त्या लोकांना स्पर्श करण्यास आपल्याला अयोग्य वाटत नाही. असा भेदाभेद वेदांत सांगितलेला नाही. ह्या गोष्टीत मी पुढाकार घेतल्यामुळे लोक माझे अनुकरण करतील. थोडक्यात सांगायचे म्हणजे आपण ह्या गोष्टीत नेतृत्व केले पाहिजे...''[१]

शाहू छत्रपतींनी हिंदु वारसाहक्काचा निर्बंध १७ जानेवारी १९२० रोजी संमत केला. त्या निर्बंधाप्रमाणे शूद्रांची अनौरस संतती व ब्राह्मण, क्षत्रिय, वैश्य या त्रिवर्णांची अनौरस संतती यांच्या वारसाहक्कांमध्ये जी तफावत होती ती त्यांनी नाहीशी केली. नवीन निर्बंधाप्रमाणे ब्राह्मण, क्षत्रिय व वैश्य यांच्या अनौरस संततीला त्यांच्या पित्यांच्या मालमत्तेवर वारसाहक्क लागू झाला. त्या बाबतीतल्या लबाडीचे निर्मूलन झाले. समता निर्माण झाली. तो नवीन वारसाहक्कांचा निर्बंध जोगिणी अथवा देवदासी यांनाही लागू करण्यात आला. त्या निर्बंधाप्रमाणे अशा मुलींना विशेष हक्काची किंवा वारसाहक्काची परवानगी लागणार नाही. ह्या निर्बंधाप्रमाणे दरबारने आपल्या संस्थानामध्ये देवांना दासी वाहण्याच्या ह्या दुष्ट व दुष्कीर्ती पावलेल्या रूढीचे निर्मूलन करण्याचा जोराचा प्रयत्न केला. ह्या निर्बंधाचे स्वागत करताना 'युनायटेड इंडिया ॲन्ड इंडियन स्टेट्स' ह्या साप्ताहिकाने म्हटले की, ''कोल्हापुरातील ह्या निर्बंधाचे अनुकरण ब्रिटिश भारतात व दुसऱ्या हिंदी संस्थानांमध्ये होईल अशी आशा वाटते.'' समाजातील अन्याय दूर करून सामाजिक समता प्रस्थापित करण्याच्या उद्देशाने केलेल्या ह्या निर्बंधावरून शाहू हे समाजक्रांतीच्या दृष्टीने आपल्या कालखंडाच्या बरेच पुढे होते हे सिद्ध होते.

शाहूंवर ब्राह्मणी पत्रांतून होणारे विखारी हल्ले वाढतच होते. त्यामुळे शाहू आपल्याला पाठिंबा देणाऱ्या वर्तमानपत्रांची संघटना करण्याच्या कामाकडे अधिकच लक्ष देऊ लागले. सन १९२० च्या जानेवारीत त्यांनी अच्युतराव कोल्हटकरांना आपल्या बाजूला वळविण्यासाठी रामचंद्र प्रभावळकर यांच्या वतीने प्रयत्न केला. कोल्हटकर म्हणाले, 'आपण शाहूंच्या बाजूचे आहोत. आणि दरबार जो जो मजकूर पाठवील तो तो आपण प्रसिद्ध करू.' कोल्हटकरांना ४ हजार रुपयांची जरुरी होती. प्रभावळकरांनी शाहूंना कळविले की, जरी कोल्हटकरांना ४ हजार रुपये कर्ज दिले तरी ते कर्ज बुडीत धरावे लागेल. ह्या

सर्व गोष्टी विचारात घेऊन एखाद्या वकिलाकडून ती रक्कम कोल्हटकरांना प्रभावळकरांनी द्यावी असे शाहूंनी सुचविले.

मुंबई सरकारने बोल्शेव्हिझमचा हिंदुस्थानात प्रसार होत आहे अशी माहिती शाहूंना आपल्या दि. २६ जानेवारी १९२० च्या एका पत्राद्वारे दिली. बोल्शेव्हिक चळवळीच्या हालचालीविषयी फारसा पुरावा सरकारजवळ उपलब्ध नाही असेही त्या पत्रात म्हटले होते. तरी सरकारचे असे मत होते की, मध्य आशियातून व्यापाराच्या किंवा दुसऱ्या काही मिषाने बोल्शेव्हिक गुमास्त्यांनी हिंदुस्थानात प्रवेश केला आहे आणि ते गुप्तपणे काम करीत आहेत. सरकारने शाहूंना कळविले की, बोल्शेव्हिकांच्या वाङ्मयाचा प्रसार, परवान्याची पद्धत अधिक कडक करून थांबवावी आणि त्यांच्या गुप्त दूतांच्या प्रवेशावरही कडक नजर ठेवावी. शाहूंनी बोल्शेव्हिझमच्याविरुद्ध आवाज उठविल्यामुळे मुंबई सरकारने हे गुपित त्यांच्याकडे फोडले होते.

शाहू छत्रपतींचे गुरू, मार्गदर्शक व तत्त्वोपदेशक फ्रेजर हे डिसेंबर १९१९ मध्ये सेवानिवृत्त होणार होते. कोल्हापूरला भेट देऊन शाहूंनी आपल्या राज्यात कोणत्या सुधारणा केल्या आहेत हे इंग्लंडला जाण्यापूर्वी पाहण्याची त्यांनी इच्छा व्यक्त केली. मार्गात म्हैसूरच्या महाराजांचीही भेट घ्यावी अशी त्यांची इच्छा होती. आपल्या मुलीला, पत्नीला व स्वत:स कोल्हापूर पाहावयास व निरोप घेण्यास शाहू संमती देतील की नाही ह्याविषयी फ्रेजर यांना निश्चिती वाटत नसावी. परंतु जेव्हा ३ फेब्रुवारी १९२० रोजी फ्रेजर यांनी आपल्या कुटुंबासहित कोल्हापूरला भेट दिली तेव्हा शाहूंनी त्यांचे मोठ्या थाटात स्वागत केले. महाराणी व दरबारचे अधिकारी ह्यांनी मिरजेपर्यंत सामोरे जाऊन त्यांचे स्वागत केले. गावकामगारांनी व लोकांनी प्रत्येक स्थानकावर फुले व फळे अर्पण करून फ्रेजर मंडळींचा वाद्यांच्या गजरात जयजयकार केला. कोल्हापूरला एक मोठी संस्मरणीय अशी जाहीर सभा झाली. कोल्हापुरातील अकरा शैक्षणिक संस्थांनी फ्रेजरांचे स्वागत केले व त्यांना मानपत्र दिले. आपल्या स्वागतपर भाषणात शाहू प्रेमाने व अभिमानाने म्हणाले, 'खरोखरीच आपण मायदेशी जाण्यापूर्वी माझ्या संस्थानाला भेट देऊ शकलात हे मी माझे परमभाग्य समजतो. त्यामुळे आपल्या शिष्यांना शिक्षण देण्यात आपण जी जिवापाड मेहनत घेतलीत तिला कोणती फळे आली आहेत ती आपणांस प्रत्यक्ष पाहण्याची संधी लाभली आहे. आपण कोल्हापूर सोडून गेल्यानंतर कोल्हापुरात फार मोठी स्थित्यंतरे झाली आहेत यात मुळीच संदेह नाही. कोणत्या दिशेने ती स्थित्यंतरे घडली आहेत हे आपणच ठरवावे.'

शाहू पुढे म्हणाले, 'ह्या सर्व काळात मी एकच उत्कट इच्छा उराशी

बाळगली व त्यासाठी अष्टौप्रहर जिवापाड मेहनत केली. ती इच्छा म्हणजे सामान्य जनतेला शिक्षणदान करणे ही होय. त्यांनी आपले जीवन उच्च पातळीवर न्यावयास समर्थ व्हावे म्हणून मी त्यांना साह्य करीत आहे व ज्या धर्मभोळेपणामुळे समाजात अगदी ठळक अशी कृत्रिम स्थिती निर्माण झाली तो धर्मभोळेपणा नष्ट करून मनुष्यामनुष्यांत सर्वत्र असलेली असमानतेची भावना दिसून येते ती नाहीशी करावयास मी त्यांना उद्युक्त करीत आहेत. हे माझे कार्य साधे नाही. युगायुगांतील स्थितिशीलता नष्ट करून जुनी समाजस्थिती समूळ बदलून टाकली पाहिजे. ही स्थिती पालटावयास व समाज गतिशील करावयास मी अंशत: तरी कारणीभूत झालो आहे की कसे ते मी सांगणे इष्ट नव्हे. जर मी काही अंशी यशस्वी झालो असलो तर त्याचे श्रेय ज्यांनी माझ्यासंगे ते कार्य मनापासून केले त्यांना आहे. त्या सर्वांत अग्रभागी माझे प्रिय बंधू बापूसाहेब आहेत. त्यांच्या साहाय्यविना मी हे कार्य करू शकलो असतो की नाही हे मला सांगता येत नाही. काही समाजसुधारक व धर्मसुधारक यांनीही मला माझ्या ह्या कार्यात मोठे साह्य केले आहे. तसेच ख्रिश्चन मिशनऱ्यांनीही व विशेषत: अमेरिकन मिशनऱ्यांनी माझ्या कार्यात जे सहकार्य केले त्याचे महत्त्व मान्य करावयास मला संकोच वाटत नाही. त्यांनी समाजातील अगदी निकृष्ट थरांतून कशी माणसे निर्माण केली आणि त्यागाने व निष्ठेने सेवा कशी करावी याचा त्यांनी उत्तम कित्ता घालून दिला आहे.'

शाहू पुढे म्हणाले की, 'महायुद्धाने आमचे डोळे उघडले आहेत. गेल्या ४ वर्षांत जगातील अत्यंत जुलमी व अनियंत्रित राज्ये धुळीस मिळालेली आपण पाहिली आहेत. त्या घटनेपासून हिंदुस्थान देशाने काही धडा घेतला नाही तर ह्याहीपेक्षा वाईट अशा कृत्यांना आपणाला तोंड द्यावे लागेल. यास्तव हिंदी संस्थानिकांवर अत्यंत मोठी जबाबदारी येऊन पडलेली आहे. आपण माझ्या ठायी नैतिक बळाचा विकास करण्यास मला साह्य केले आहे. त्या बाळाच्या जोरावर मी ती जबाबदारी पेलण्यास समर्थ होईन असा मला विश्वास वाटतो.' मानपत्रास उत्तर देते वेळी फ्रेजर म्हणाले, 'लोकांची नैतिक किंवा ऐहिक उन्नती साधण्यासाठी ह्या देशाची सर्वांत मोठी गरज म्हणजे चांगले शिक्षण आणि त्याचा सर्वत्र प्रसार झाला पाहिजे, हे सर्वांस माहीत आहे. सरकार जी नवीन सुधारित योजना अमलात आणू इच्छीत आहे ती यशस्वीरीत्या राबवण्याची शक्ती जनतेत यावयास जनतेला शिक्षणाची अत्यंत आवश्यकता आहे.'

शाहू छत्रपतींचे वैशिष्ट्य सांगताना फ्रेजर मोठ्या अभिमानाने म्हणाले, 'गेली अनेक वर्षे सामान्य जनतेची परिस्थिती सुधारावी हेच शाहूंचे मुख्य आणि वैयक्तिक ध्येय आहे. हे ध्येय गाठण्यासाठी त्यांनी शाळांवर शाळा सुरू केल्या.

इतकेच नव्हे तर, शिक्षणाच्या सोयींचा फायदा घेण्याच्या बाबतींत जो कनिष्ठ, गरीब आणि अज्ञानी वर्ग उदासीन होता, त्या वर्गापर्यंत शाहूंनी जातिभेदातीत बुद्धीने शिक्षणाचे लोण पोहोचविले. दुसऱ्या कोणत्याही हिंदी संस्थानिकाने आपल्या गरीब रयतेच्या बाबतीत इतक्या उदार अंत:करणाने आपले कर्तव्य केलेले दिसत नाही. शाहूंनी आपण मुसलमान, ख्रिश्चन व हिंदू या सर्वांचे पालक आहो असे मानून त्यांना समभावाने वागविले. हा उच्च जातीचा वा तो कनिष्ठ जातीचा असा अमंगळ भेदाभेद त्यांनी मानला नाही.

'ज्याप्रमाणे शहाणा बाप दणकट मुलांपेक्षा अशक्त मुलांची विशेष काळजी घेतो त्याप्रमाणे शाहूंनी समाजातील दुर्बल घटकांकडे अधिक लक्ष पुरविले. शिक्षणाच्या सोयींचा फायदा केवळ सशक्त अशा सुदैवी वरिष्ठ वर्गाने उपटला. त्या सोयींचा फायदा घेऊन मागासवर्गीयांनी आपली उन्नती करून घ्यावी यासाठी शाहूंनी त्यांना उत्तेजन दिले. हिंदी सामाजिक रचनेत युगायुगांतून रुतून बसलेला धर्मभोळेपणा व बुरसटलेल्या अनिष्ट रूढी ह्यांमुळे हे प्रचंड कार्य अतिशय कठीण होऊन बसले आहे आणि एका व्यक्तीच्या आयुष्यात हे काम होणे दुष्कर झालेले आहे.'

शेवटी फ्रेजर यांनी कोल्हापुरातील सर्व संस्थांनी आपल्या राज्यकर्त्याला आपले अत्यंत उदात्त व श्रेष्ठ कर्तव्य पार पाडण्यास साह्य करावे अशी विनंती केली. ते कार्य म्हणजे मनुष्याला स्वत:च्या उत्कर्षासाठी अधिकाधिक समान संधी मिळवून देणे, मग तो कुठल्याही वर्गात जन्मला असो. आणि जे राज्य चालविण्यासाठी नियतीने शाहूंना संधी दिली त्या राज्याचे खरे लोकशाहीवादी उद्दिष्ट हेच आहे. आपले गुरू फ्रेजर यांचे आपल्या राज्यात कायमचे स्मारक व्हावे अशी शाहूंनी एक योजना कृतीत आणली. त्यांनी शाहुपुरी येथे फ्रेजर मार्केटच्या पायाभरणीचा समारंभ साजरा केला. ह्या समारंभास फ्रेजर स्वत: उपस्थित होते.

या समारंभानंतर मुंबईस पोहोचल्यावर फ्रेजर यांनी ५ फेब्रुवारी १९२० रोजी शाहूंचे मन:पूर्वक आभार मानले. आपल्या वैयक्तिक आदरातिथ्याकडे शाहूंनी लक्ष पुरविले आणि सार्वजनिकरीत्या आपला सन्मान केला, त्या गोष्टी शाहू छत्रपती करतील अशी आपली अपेक्षा नव्हती. उदार मनुष्याने सार्वजनिक व वैयक्तिक प्रेम नेहमीच संपादन करावे आणि हेच प्रेम छत्रपतींच्या आयुष्यातील अडचणींच्या वेळी सदोदित पारितोषिक आणि उत्तेजन म्हणून उपयोगी पडेल, असे छत्रपतींना लिहिलेल्या पत्रात फ्रेजर यांनी म्हटले. थोडक्यात फ्रेजर यांच्या म्हणण्याचा उद्देश असा होता की, 'कृतज्ञते, तुझे नाव शाहू छत्रपती.'

इचलकरंजी दत्तक प्रकरणामुळे शाहूंचे मन अस्वस्थ झालेले होते. त्यांनी त्या बाबतीत क्लॉड हिल्ल व फ्रेजर यांना त्रास दिला. कोल्हापूरने ब्रिटिशांशी केलेल्या तहातील कलमांचा अर्थ आपल्या मताप्रमाणे लावण्यासाठी तेही अनेक वर्षे झगडत होते. ब्रिटिश सरकार त्या दत्तक प्रकरणात हस्तक्षेप करून त्या तहातील काही कलमे मोडीत आहे असा त्यांचा आक्षेप होता. यासाठीच शाहूंनी सरकार व संस्थान यांच्यामधील भांडणाचा निर्णय करण्यासाठी लवाद नेमण्याचा आग्रह धरला होता. जोपर्यंत जहागीरदाराच्या वारसांत गादी चालविण्यास योग्य असे पुरुष आहेत तोपर्यंत बाहेरच्या व्यक्तीला गादीवर बसविण्यात येऊ नये असा त्यांचा विरोधाचा दुसरा मुद्दा होता.

मराठा-लीग ही संस्था १९१८ साली स्थापन झाली होती. तिच्या पुढाऱ्यांनी पुणे येथे भरणाऱ्या मराठा-लीग परिषदेचे शाहूंनी अध्यक्षपद स्वीकारावे अशी विनंती केली. परंतु शाहूंनी ते आमंत्रण स्वीकारू नये असा ब्रिटिश राजप्रतिनिधीने त्यांना सल्ला दिला. त्या परिषदेचा हेतू काही अंशी राजकीय असल्यामुळे शाहू चमत्कारिक परिस्थितीत सापडतील असे त्यांना वाटले.

ह्या सुमारास टिळकांच्या प्रतिगामी सामाजिक विचारामुळे व धोरणामुळे, महाराष्ट्रातील पुरोगामी शक्ती आणि जागृत झालेले ब्राह्मणेतर वर्ग ह्यांनी त्यांना विरोध करावयाचे ठरविले. परिणामी त्यांच्या सभा उधळण्यास प्रारंभ झाला. टिळकांनी पुणे येथील एका सभेत अशी घोषणा केली की, जो माणूस ह्या देशाचे स्वराज्य मिळवील त्याच्याबरोबर आपण सहभोजन करू, मग तो कोणत्याही जातीचा, धर्माचा असो. जर देशहिताच्या दृष्टीने सहभोजन करणे आवश्यक असेल तर आपण अस्पृश्यांबरोबरही सहभोजन करावयास तयार आहोत असे त्यांनी म्हटले. टिळकांच्या ह्या मतावरून असे स्पष्ट दिसले की, जे लोक सामाजिक न्यायासाठी, मानवी हक्कांसाठी व सामाजिक समतेसाठी झगडत होते, त्यांच्याकडे टिळकांची पाहण्याची दृष्टी श्रेष्ठ जातीच्या माणसाने कनिष्ठ जातीच्या माणसाशी तुच्छतेने बोलावे अशा तऱ्हेची होती. त्यांच्या विचारांना सामाजिक किंवा धार्मिक समतेची भावना स्पर्श करू शकली नव्हती, असे म्हणणे वावगे होणार नाही. त्यामुळे ब्राह्मणेतर आता टिळकांना कडवा विरोध करू लागले होते.

८ फेब्रुवारी १९२० रोजी पुणे येथे 'मुलींना सक्तीचे शिक्षण द्यावे' ह्या योजनेस पाठिंबा देण्यासाठी सभा भरली होती. ज्या पुढाऱ्यांना या ना त्या कारणामुळे सक्तीच्या शिक्षणातून मुलींना वगळायचे होते, त्यांना पाठिंबा देण्यासाठी टिळक त्या सभेस उपस्थित होते. टिळक सभेत बोलावयास उभे

राहिल्याबरोबर सभेत गोंधळ होऊन सभा उधळली गेली आणि टिळकांना पोलीस संरक्षणाखाली गायकवाडवाड्यात परत जावे लागले. पुढील आठवड्यात सांगली येथे टिळकांची अशीच एक सभा उधळण्यात आली. त्याच महिन्यात मुंबईत प्रभादेवी येथे भरलेली टिळकांची सभा उधळण्यात आली. अथणी येथे एका सभेत बोलताना लोकमान्यांनी चिडखोर मन:स्थितीत ब्राह्मणेतरांना चीड आणणारे भाषण केले. त्या प्रक्षोभक भाषणात ते म्हणाले, ''ब्राह्मणेतरांनी विधिमंडळात जाऊन काय नांगर धरायचा आहे ? वाण्यांनी काय तराजू धरायचा आहे ?' त्यामुळे सर्वत्र ब्राह्मणेतर कार्यकर्त्यांनी जेथे जेथे टिळकांना मानपत्रे देण्यात आली तेथे तेथे त्यांना विरोध दर्शविला. काही वर्षांपूर्वी टिळकांनी आपल्या विरोधकांची जी त्रेधा उडविली होती, तशाच परिस्थितीला आता स्वत: टिळकांना तोंड द्यावे लागत होते.

टिळकांची परिस्थिती आता केविलवाणी झाली होती. १८ मार्च १९२० च्या अंकात 'सर्व्हण्ट्स ऑफ इंडिया' पत्राने म्हटले की, टिळकांच्या मुखातून आता जरी प्रागतिक भावना व्यक्त झाल्या तरी त्यावर आता कोणीही विश्वास ठेवणार नाही. सामाजिक सुधारणांचा धिक्कार करण्यात त्यांचे आयुष्य खर्च झालेले आहे. 'एकट्या ब्राह्मणेतरांच्या हाती सर्व सत्ता गेली तरी मला आनंद होईल,' असे ते कधी कधी म्हणतात. तरी त्यांनी वर्तमानपत्रात आवेशाने लिहिले की, ब्राह्मणेतरांना राखीव जागा द्यायच्या झाल्या तर दोनपेक्षा अधिक जागा देऊ नयेत. टिळकांकडूनच असल्या तफावतीची अपेक्षा असते. तरीसुद्धा काही हरकत नाही. ते अशी सर्वसाधारण मते, आपले वक्तव्य उठावदार दिसावे म्हणून म्हणा, व्यक्त करू लागले आहेत हे तर एक प्रकारचे त्यांच्या बाबतीत आशादायक चिन्ह म्हटले पाहिजे.

गजाननराव वैद्य आपल्या 'हिंदु मिशनरी' ह्या साप्ताहिकातील अग्रलेखात टिळकांच्या लोकशाही काँग्रेस पक्षाच्या जाहीरनाम्यावर हल्ला चढविताना म्हणाले, 'टिळकांची सर्व हयात सामाजिक सुधारणेची टिंगल करण्यात गेली आहे. ज्यांना उद्देशून त्यांनी हे शब्द उच्चारले आहेत त्यांच्या मनात ते आता विश्वास निर्माण करू शकत नाहीत. समाजातील सामाजिक अन्यायाखाली भरडल्या जाणाऱ्या व दु:ख भोगत असणाऱ्या मनुष्यांना टिळकांनी कधीही सहानुभूती दाखविली नाही.'२

'चिल्ड्रेन्स वेल्फेअर नेकलेस' नावाच्या संस्थेला शाहूंनी मार्च १९२० मध्ये एका मोठी देगणी दिली. सर्व समाजाकडे समभावनेने पाहणारे त्यांचे उदार अंत:करण ह्या संस्थेच्या कार्याने प्रसन्न होऊन त्यांनी त्या संस्थेला ५ हजार रुपये

किमतीची ५ मोत्ये दिली. ह्या संस्थेची मुख्य चालक राज्यपालांची पत्नी होती. ह्या मोठ्या देणगीमुळे प्रसन्न होऊन तिने महाराजांचे मन:पूर्वक आभार मानले.

जागृती झालेली ब्राह्मणेतर जनता सामाजिक असंतोष व्यक्त करून सामाजिक पुनर्घटनेची मागणी करीत असताना टिळकवादी कार्यकर्ते जुन्नर आणि रहिमतपूर येथे टिळकांच्या सभेत झालेल्या दंगलीमुळे संतप्त झाले होते. त्या दंगलीचा दोष ते शाहूंना देत होते. त्यावर शाहूंनी सरकारला कळविले की, त्या सभांमध्ये झालेल्या दंगलीशी आपला काही संबंध नव्हता. त्या सभेत काही लोक कोल्हापूरचे होते हे खरे, पण त्यांनी तेथे काही दंगल केली असली तर त्या गोष्टीला ते लोक स्वत:च जबाबदर आहेत. शाहू पुढे म्हणाले, 'टिळकांचे अनुयायी हे मला घाबरवण्याचा प्रयत्न करीत असून सरकारची अशी समजूत करीत आहेत की, त्या दंगलींना मी कारणीभूत आहे आणि त्यामुळे माझ्या राज्यात मागासवर्गीयांना मी जी मदत करीत आहे त्यापासून ते मला परावृत्त करण्याचा प्रयत्न करीत आहेत. कारण त्यांच्या मते या मागासवर्गीयांना मी मदत केल्यामुळे पुण्यातील ब्राह्मण नोकरशाहीवर त्याचा वाईट परिणाम झालेला आहे. मागासवर्गातील आणि अस्पृश्यवर्गातील कार्यकर्ते ब्रिटिश जिल्ह्यांत माझे उदाहरण पुढे ठेवीत आहेत आणि जेव्हा राजकीय सुधारणा जाहीर करण्यात येतील तेव्हा मागासवर्गीय हे आपले मुद्दे पुढे मांडतील हे टिळकवाद्यांना आवडत नाही.'[३]

अशा प्रकारे शाहू सर्व दृष्टींनी सामाजिक न्यायाचा व समतेचा लढा पावलोपावली पुढे रेटीत होते. त्यांना आपल्या सामाजिक ध्येयधोरणाचा प्रचार करण्याची संधी आर्यसमाजाच्या, भावनगर येथे ७ मार्च १९२० रोजी होणाऱ्या परिषदेमुळे चालून आली. त्या परिषदेला भारताच्या सर्व विभागांतून व अनेक देशांतून आर्यसमाजाचे प्रतिनिधी उपस्थित राहिले होते. त्या परिषदेच्या अध्यक्षपदावरून भाषण करताना शाहू छत्रपती म्हणाले, 'बालविवाह, बहु विवाहाची चाल, मद्यपान, स्त्रियांच्या शिक्षणास प्रतिबंध, वर्णाश्रम धर्माची अव्यवस्था आणि कित्येक कालबाह्य सामाजिक रूढी यांनी हिंदुसमाजाला निर्जीव करून टाकले आहे.' विसाव्या शतकात अस्पृश्य गणले जाणारे देखील प्राणी आहेत ह्याविषयी दु:ख व्यक्त करून शाहू पुढे म्हणाले, 'या भारतवर्षात ऐक्य, प्रेम व सहकार्य कोठेच पाहावयास मिळत नाही. जेव्हा वैदिक धर्म जवळजवळ नष्ट झाला होता तेव्हा काठेवाडात महर्षी दयानंद यांचा जन्म झाला. त्यांनी वेदाध्ययन केले, भरतखंडाच्या अवनत स्थितीचे निरीक्षण केले आणि नि:स्वार्थी बनून मतमतांतरांचा जो अग्नी भारतात प्रज्वलित झाला होता त्यामध्ये उडी ठोकली ! चोहोकडे जागृती केली. वैदिक धर्म विश्वव्यापी धर्म बनेल. ह्या देशात भ्रातृभाव

जागृत करणे हे आर्यांचे कर्तव्य आहे. जरी सत्यशोधक समाजाने काहीशी सामाजिक सुधारणा केली आहे, तरी त्याच्या कार्यकर्त्यांकडून विशेष अधिक कार्य होऊ शकणार नाही. कारण ते 'शठं प्रति शाठ्यं' या तत्त्वावर चालत आहेत. परंतु देशाला जागृत करणारी रामबाण मात्रा वैदिक धर्मच आहे. कारण हिंदुमात्राच्या अंत:करणात वेदाभिमान वसत आहे व आर्यसमाज वेदानुकूल राहण्यातच आपला धर्म समजत आहे.'

दयानंदांनी जातिभेदाचा धिक्कार केला, अस्पृश्यतेचे निर्मूलन करण्याचे ठरविले आणि सिंधुबंदीचा निषेध केला. त्यांचा हा संदेश शाहूंच्या अंत:करणाला भिडला. त्यामुळे त्यांचा धर्म त्यांनी स्वीकारला व तो त्यांना सर्वांत श्रेष्ठ धर्म वाटला. 'म्हणून विद्येची सूत्रे मी आर्य समाजाच्या हाती देऊन टाकली आहेत. राजाराम कॉलेज, हायस्कूल, गुरुकुल, अनाथालय, सरदार बोर्डिंग वगैरे सर्व मी आर्यप्रतिनिधि सभा, संयुक्त प्रांत, हिच्या स्वाधीन एवढ्याच उद्देशाने केल्या आहेत की, लोकांची मानसिक सुधारणा व्हावी व ती सुधारणा विद्येद्वाराच शक्य आहे.'

शेवटी शाहू छत्रपती म्हणाले की, 'मला जे काही शक्य झाले ते मी केले आहे. माझे जे कर्तव्य होते ते मी करून टाकले आहे. आता पुढील कर्तव्य सर्वस्वी तुमच्या हाती आहे. जर इतक्यावरही वैदिक धर्म प्रभावी झाला नाही तर आर्य प्रतिनिधि सभा व आपण हेच दोषी व्हाल.'

शाहू छत्रपती हे अस्पृश्यवर्गाचे व पददलितांचे कैवारी आहेत अशी त्यांची सर्वत्र कीर्ती झाली होती. अस्पृश्यतेचे निर्मूलन करण्याच्या दृष्टीने महाराष्ट्रातील सर्व प्रमुख ठिकाणच्या कार्यकर्त्यांना छत्रपतींनी चालना दिली होती. त्यामुळे सर्वत्र दलितवर्ग छत्रपतींचा जयजयकार करीत होता. त्यांनी अनेक ठिकाणी सभा व परिषदा भरवून छत्रपतींना धन्यवाद दिले. अस्पृश्यवर्गाची मजबूत संघटना करून त्यांचा एक स्वतंत्र पक्ष स्वत:चे प्रश्न लढविण्यासाठी उभा राहावा व त्यांनी आपला स्वत:चा नेता आपल्या समाजातूनच निवडून त्याच्या नेतृत्वाखाली लढावे, इतर समाजांतील नेत्यांवर विश्वास ठेवू नये यासाठी छत्रपती झटत होते. मेंढ्याचे नेते खाटीक होऊ शकत नाहीत असे त्यांचे मत होते.

अस्पृश्य समाजाची गाऱ्हाणी वेशीवर टांगणारे ग. आ. गवई हे कवी, संपादक व अस्पृश्यांचे नेते होते. शाहूंनी त्यांना १९२० च्या आरंभी पत्र लिहून विनंती केली की, त्यांनी अस्पृश्यवर्गाच्या उन्नतीसाठी सवर्ण हिंदूंच्या नेतृत्वावर विसंबून राहू नये आणि जो लोकशाहीवृत्तीचा नाही असा पुढारी त्यांनी निवडू नये. आपले पुढारी त्यांनी आपल्याच वर्गातून निवडावे असा त्यांना सल्ला दिला.[४]

ह्यापूर्वी काही महिने अगोदर कोल्हापूरच्या दत्तोबा पोवारांनी छत्रपती व

डॉ. बाबासाहेब आंबेडकर यांची भेट घडवून आणली होती. दत्तोबा पोवार हे छत्रपतींच्या चळवळीतील तडफदार व निष्ठावंत सहकारी व सरकारी नोकर होते. ते जातीने चांभार होते. त्यांचा आंबेडकरांशी स्नेह जडला होता. त्या काळी आंबेडकर हे अस्पृश्यवर्गाचे उदयोन्मुख पुढारी होते.

छत्रपतींनी डॉ. आंबेडकरांना साह्य केल्यामुळे त्यांनी 'मूकनायक' नावाचे साप्ताहिक ३१ जानेवारी १९२० रोजी सुरू केले होते. महाराष्ट्रातील अस्पृश्य समाजात जरी बाबा वलंगकर व शिवराम जानबा कांबळे हे यापूर्वी अस्पृश्यांचे पुढारी म्हणून चमकून गेले होते तरी अस्पृश्य समाज कोल्हापूर संस्थान सोडून इतरत्र महाराष्ट्रात व भारतातील इतर ठिकाणी बोलका झालेला नव्हता. तो मूकच होता. डॉ. आंबेडकरांनी त्या मूक समाजाला बोलके केले म्हणून ते त्या काळी मूकनायक म्हणून शोभले.

कागल जहागिरीतील माणगावचे पाटील यांनी दखखन अस्पृश्य समाजाची माणगाव येथे दि. २२ मार्च १९२० ला डॉ. आंबेडकरांच्या अध्यक्षतेखाली एक परिषद बोलावली. त्या परिषदेत बोलताना छत्रपतींनी, आंबेडकरांनी मूकनायकमधून दलितोद्धाराचे जे काम चालविले होते त्याची प्रशंसा केली.

गावच्या चावडीवरील अस्पृश्यांची हजेरी आपण बंद केली असे सांगून छत्रपती पुढे म्हणाले, 'अस्पृश्य लोकांची हजेरी माफ करण्याची बुद्धी मला का झाली ह्याचे कारण ह्या प्रसंगी थोडक्यात सांगावे असे मला वाटते. हजेरी असल्यामुळे ह्या गरीब लोकांवर गाव कामगारांचा व इतर अधिकाऱ्यांचा फारच जुलूम होत होता. म्हणजे गावात चार आणे मजुरीचा दर असला तर गैरहजेरीची भीती घालून त्या गरीब लोकांकडून अधिकारी लोक फुकट काम करून घेत होते. फार झाले तर त्यांच्या पोटाला म्हणून काहीतरी थोडेसे देत होते.

'गुलामगिरीपेक्षा ह्या विसाव्या शतकात अशी गुलामगिरी चालली आहे! ज्यांना ही हजेरी होती त्यांना त्याप्रमाणे आपल्याजवळचे आप्त-इष्ट पै-पाहुणे कोणी आजारी पडल्यास त्यांना ताबडतोब भेटता येत नव्हतेच. कित्येक प्रसंगी तशी भेट न होताच ते मरतही होते. मी असे प्रत्यक्ष पाहिले आहे की, कित्येक वेळा लहान आजारी मुलांच्या आयांना व बापांना वेळीअवेळी जबरदस्तीने वेठीस धरून नेल्यामुळे ती लहान आजारी मुले, त्यांच्याकडे लक्ष देण्यास कोणीच नसल्यामुळे त्यांचे आईबाप परत आल्यावर ती मेलेली त्यांना आढळली आहेत. यापेक्षा जास्त जुलूम काय असावयाचा ?'

शाहू पुढे म्हणाले की, 'पशूहूनच काय, गोमय किंवा विष्ठेहूनही कमी

दर्जाचे आपल्या बंधुभगिनींना व देशबांधवांना मानणाऱ्या लोकांनी पुढारी व्हायची इच्छा करणे कितीतरी बेशरमपणाची गोष्ट आहे !' शाहूंनी अस्पृश्यता निर्मूलन करण्याच्या कार्यात सत्यशोधक समाज, आर्यसमाज व अमेरिकन मिशन यांनी जे साह्य केले त्याविषयी त्यांचे आभार मानले, आणि पुढे म्हणाले की, 'परंतु दुर्दैव हे की, आमच्या सुशिक्षित पुढारी वर्गांपैकी फारच थोड्या लोकांचे प्रयत्न या बाबतीत मनोभावेकरून होत आहेत.'

आपण सत्ता हाती घेतली त्यावेळी एकही ब्राह्मणेतर वकील नव्हता, त्याचप्रमाणे अस्पृश्य मानलेल्या लोकांना नोकऱ्या दिल्या व स्पेशल केस करून वकिलीच्या सनदा दिल्या असे शाहूंनी परिषदेस सांगितले. 'मी लवकरच स्वराज्याचे अधिकार (सेल्फगव्हर्नमेंट) मोठ्या प्रमाणावर देणार आहे. त्याचा फायदा सर्वांना व विशेषत: अस्पृश्य मानलेल्यांनाही सारखा मिळावा म्हणून मी जातीय मतदार संघ देणार आहे.'

'क्रियेवीण वाचाळता व्यर्थ आहे', हे वचन छत्रपतींच्या बाबतीत तंतोतंत खरे होते. अगोदर कृती, नंतर उपदेश. उपरोक्त क्रांतिकारक बदल घडवून आणणाऱ्या शाहूंनी त्या परिषदेत हिंदी पुढाऱ्यांना, देशभक्तांना व राजकारणी पुरुषांना एक स्पष्ट, जोरदार व तळमळीने पण सात्त्विक संतापाने आवाहन केले. 'तोंडाने बडबडणारे पुढारी आम्हांस नको आहेत. कृतीने जातिभेद मोडून आम्हांस मनुष्याप्रमाणे वागवतील असे पुढारी पाहिजेत. कित्येक म्हणतात की, राजकारणाचा व स्पृश्यास्पृश्यतेचा काय संबंध आहे ? काही संबंध असल्यास आम्ही तसेही करू. पण मी म्हणतो, अस्पृश्यांना मनुष्याप्रमाणे वागविल्याशिवाय राजकारण कसे होणार ? ज्यांना राजकारण करणे आहे त्यांनी मनुष्याला मनुष्याप्रमाणे म्हणजे इतर देशांत वागवितात त्याप्रमाणे वागविले पाहिजे आणि तसे वागविल्याशिवाय देशकार्य कसे होणार ? आणि असे जो वागवील त्यानेच देशकार्य केले असे म्हणता येईल. इतरांनी नाही. आंबेडकरांची मी निंदाच करीत आलो तरी त्यांच्या उदार मताबद्दल स्तुतीही करणे जरूर आहे. आंबेडकर हे विद्वानांचे एक भूषणच आहेत. आर्यसमाज, बुद्धसमाज व ख्रिस्ती समाज यांनी त्यांना आपल्या आनंदाने घेतले असते. परंतु ते तुमचा उद्धार करण्याकरता तिकडे गेले नाहीत याबद्दल तुम्ही त्यांचे आभार मानले पाहिजेत व मीही मानतो. कोल्हापूर सोडण्यापूर्वी आंबेडकरांना माझी विनंती आहे की, त्यांनी रजपुतवाडी कॅम्पमध्ये मजबरोबर जेवावे.'

आपल्या भाषणाच्या शेवटी छत्रपती म्हणाले, 'तुम्ही तुमचा पुढारी शोधून काढलात ह्याबद्दल मी तुमचे अंत:करणपूर्वक अभिनंदन करतो. माझी खात्री

आहे की, आंबेडकर तुमचा उद्धार केल्याशिवाय राहणार नाहीत. इतकेच नव्हे तर अशी एक वेळ येईल की ते सर्व हिंदुस्थानचे पुढारी होतील, असे माझी मनोदेवता मला सांगते.'५

अशा रितीने अस्पृश्यांचा कैवार घेऊन जेव्हा शाहू 'अस्पृश्यतेचे निर्मूलन करून अस्पृश्यांना समान हक्क द्या' अशी देशाला अत्यंत कळकळीने प्रार्थना करीत होते, तेव्हा लो. टिळक व म. गांधी यांचे त्या प्रश्नासंबंधी काय विचार होते ? टिळकांचे वक्तव्य वर दिलेच आहे. शिवाय त्यांनी १६ मार्च १९२० च्या केसरीत म्हटले की, जातिभेद जरी मोडला नाही तरी जातिद्वेष मोडणे सर्वांसच इष्ट वाटत आहे. टिळक हे 'पण, परंतु' भाषा वापरून आपल्या ब्राह्मणाच्या पठडीपलीकडे जाऊ शकले नव्हते हे स्पष्ट आहे.

परंतु त्याकाळचे भारताचे नवोदित नेते म. गांधी अस्पृश्यांच्या प्रश्नाविषयी काय म्हणत होते ? म. गांधींच्या मताप्रमाणे अस्पृश्यता पाळणे हा मानवतेविरुद्ध गुन्हा करणे होय व तो हिंदुधर्मावर एक कलंक आहे. पण गंमत अशी की, हे सुविचार प्रदर्शित करून म. गांधी स्वतःला जातिभेदाचे व वर्णाश्रम धर्माचे कैवारी मानीत. म. गांधी म्हणत, 'हिंदुसमाज जातिव्यवस्थेचा त्याग करू शकत नाही.'६ १९१६च्या ऑक्टोबर महिन्यात त्यांनी स्पष्टपणे सांगितले होते की, 'जातिव्यवस्था नष्ट करण्यासाठी ज्या चळवळी चालविल्या जात आहेत त्यांच्याविरुद्ध मी आहे.'७ त्यांच्या मते जात ही हिंदुस्थानची मोठी शक्ती आहे व त्यात हिंदुधर्माचे रहस्य आहे.८ प्रारंभी जातिभेद व्यवस्था ही उपयुक्त पद्धत होती व तिच्यामुळे राष्ट्राची उन्नती साधते.९ 'माझ्या मते, सहभोजन व मिश्र विवाह ही राष्ट्राच्या विकासासाठी आवश्यक आहेत, ही भोळी समजूत पाश्चिमात्य राष्ट्रांकडून उसनी घेतलेली दिसते.'१०

या संधीस शाहूंनी आपल्या राज्यातील शाळा व महाविद्यालय यांना भेट दिली. त्यांची प्रगती पाहून त्यांना आनंद झाला. आर्यसमाजाने मागासवर्गीयांच्या बाबतीत चांगले काम केले आहे असे त्यांचे मत झाले. आर्यसमाज संस्थेचे अध्यक्ष हुकुमसिंगजी यांनी महाशय दुलिपसिंगांना साहाय्य करण्याची शाहूंना विनंती केली होती. दुलिपसिंगांनी स्वामी श्रद्धानंदांकडून शिफारसपत्र आणले होते. श्रद्धानंदांकडून शिफारसपत्र घेऊन आलेला मनुष्य विश्वासू होता की कसे अशी छत्रपतींनी हुकुमसिंगजींकडे विचारणा केली. योग्य त्या ठिकाणी सावधगिरी बाळगणे हे शाहूंच्या स्वभावाचे वैशिष्ट्य होते. कारण ब्रिटिश राजप्रतिनिधी यांनी कोल्हापुरातील आर्यसमाजाच्या हालचालीवर लक्ष ठेवले होते. कोल्हापुरातील ब्राह्मणांस तोडीस तोड असे आर्यसमाजिस्ट आहेत असे जरी शाहूंचे मत होते तरी

त्यांच्याशी त्यांना सावधगिरीने वागावे लागे. शाहूंच्या आर्यसमाजवादी कार्यकर्त्यांचे संबंध लक्षात घेऊन त्यावर अभिप्राय व्यक्त करताना फ्रेजर १९२२ च्या मार्चमध्ये म्हणाले, 'जरी आर्यसमाजिस्टांनी कोल्हापूर संस्थानात काही यश मिळविले असले तरी कोल्हापुरातील व मुंबई प्रांतातील व बाहेरील ब्राह्मणांना हे स्थित्यंतर म्हणजे शाहू आपल्यावर सूड उगवीत आहेत असे वाटले, तर शाहूंना आश्चर्य वाटू नये. आणि ते शाहूंची निंदाच सुरू ठेवतील. आपण ब्राह्मणेतरांची उन्नती करण्यासाठी जे प्रयत्न करीत आहात त्याचा अर्थ ते कार्य ब्राह्मणांच्याविरुद्ध आहे असे ब्राह्मणांनी समजावे ही गोष्ट मला अत्यंत शोचनीय वाटते. परंतु तसे वेदोक्त प्रकरणानंतर घडले ही गोष्ट खरी आहे. शाहूंनी आपले ह्या बाबतीतील विचार सार्वजनिकरीत्या व्यक्त करू नयेत. कारण राज्यकर्ता पक्षपाती आहे अशी लोकांची समजूत होणे[११] इष्ट नाही.'

माणगावची परिषद संपताच शाहू छत्रपती आपले स्नेही क्लॉड हिल्ल यांच्या पत्नींना निरोप देण्यासाठी मुंबईस गेले. परंतु त्यांनी त्यापूर्वीच लंडनला प्रयाण केले होते. ते समजताच शाहूंना फारच हळहळ वाटली. आता थोड्याच दिवसांत स्वत: हिल्लसाहेब लंडनला प्रयाण करणार होते. आपली पुन्हा निराशा होऊ नये म्हणून त्यांनी त्याच्या प्रयाणाच्या दिवसाची चौकशी केली.

मुंबईच्या ह्या मुक्कामात त्यांनी जम्नादास द्वारकादास यांची २५ मार्च १९२० या दिवशी भेट घेतली. तेव्हा त्यांना कळले की, म. गांधी नि जम्नादास द्वारकादास हे टिळक आणि त्यांचा पक्ष यांविरुद्ध होते. संस्थानांच्या बाबतीतील धोरणासंबंधी 'केसरी' व 'क्रॉनिकल' हे एकमेकांशी झुंजतील हे पाहून शाहूंना आनंद झाला. संस्थानांच्या संबंधात गांधींनी नि त्यांच्या सहकाऱ्यांनी नेमलेली मुख्य समिती जामनगर, गोंडल व मोरी ह्या संस्थानांच्या विरुद्ध होती. आपण जम्नादास द्वारकादास यांना भेटलो हे वुडहाऊस यांना कळणारच हे जाणून त्यांनी स्वत:च आपल्या भेटीचा वृत्तांत वुडहाऊस यांना कळविला. त्यांनी कर्टिस या राज्यपालांच्या कार्यवाहालाही ती माहिती देऊन म्हटले की, आपण जम्नादास द्वारकादास यांना भेटलो म्हणून गैरसमज करून घेऊ नये. टिळकांपेक्षा जम्नादास द्वारकादास हे गृहस्थ अधिक समंजस आहेत असे शाहूंनी त्या पत्रात म्हटले होते. पण सरकारला हे सांगावयास शाहू पाहिजे होते असे नाही. देशभक्तांना भेटणे, त्यांच्याशी हितगूज करणे आणि ब्रिटिश राजप्रतिनिधीला त्यांतल्या काही क्षुल्लक गोष्टी सांगून वेळ मारून नेणे हा शाहूंचा पवित्रा होता.

ह्या आठवड्यात एके दिवशी शाहूंनी एक-दोन तास विमानात बसून मुंबई पाहिली आणि आनंद लुटला. वैद्यकीय सल्ल्याच्या विरुद्ध नि आपल्या

दिवाणांची नजर चुकवून अंगात ताप असताना त्यांनी हे उड्डाण करण्याचे साहस केले. परंतु निवासस्थानी ते जेव्हा परत गेले तेव्हा त्यांचा ताप वाढलेला होता. अवघ्या बावन्न रुपयांत ही मौज आपणास लुटता आली, असे ते म्हणाले !

इचलकरंजी दत्तक प्रकरणासंबंधी हालचाल सुरूच होती. त्या बाबतीत दिवाण सबनीस यांच्या खटपटी-लटपटी चालूच होत्या. दिल्लीतील व मुंबईतील वरिष्ठ अधिकाऱ्यांकडे हेलपाटे घालून त्यांची मते ते अजमावून पाहत होते. बिकानेरचे महाराज हे महाराज्यपाल चेम्सफर्ड व मॉंटेग्यू यांचे स्नेही असल्यामुळे बिकानेरचे महाराज व नवानगरचे महाराज यांना त्या बाबतीत भेटावे असे गुप्ते यांना शाहूंनी कळविले. त्या दोघांनी स्वत:ची सहानुभूती आपल्या बाजूने व्यक्त केली तर आपल्या यशाची निश्चिती होईल असे शाहूंना वाटत होते.

बिकानेरचे महाराज गंगासिंग यांना मराठा समाजाच्या वतीने मानपत्र द्यावयाचे शाहूंनी योजिले होते. तो समारंभ कोल्हापूर, दिल्ली किंवा दुसऱ्या ठिकाणी साजरा करावयाचा होता. महाराज गंगासिंग यांनी भारताचे प्रतिनिधी म्हणून युद्ध परिषदेत महनीय कामगिरी केली होती. लॉर्ड सिंह व महाराज गंगासिंह यांनी व्हर्सायच्या तहावर हिंदुस्थानच्या वतीने सह्या केल्या होत्या. यांच्याविषयी गुणग्राहकता व्यक्त करण्यासाठी शाहूंना त्यांचा गौरव करावयाचा होता. महाराज गंगासिंगजी यांनी सत्कार स्वीकारण्यास प्रथम मान्यता दर्शविली होती. परंतु मे महिन्यात त्यांचा विचार बदलला व त्यांनी शाहूंना स्पष्ट नकार दिला.

शाहू छत्रपतींनी स्फूर्ती दिल्यामुळे महाराष्ट्रातील ब्राह्मणेतर कार्यकर्त्यांनी सामाजिक व शैक्षणिक कार्यात आपले पाऊल पुढे टाकले. आर्यसमाजाचा मुख्यत: कोल्हापुरातील शैक्षणिक कार्याशी संबंध होता. ब्राह्मणेतर चळवळीवर शाहूंच्या कार्याचा आणि स्फूर्तिदायक व्यक्तिमत्त्वाचा बराच परिणाम होऊन मागासवर्गातील तरुणांनी अनेक ठिकाणी वसतिगृहे आणि शाळा सुरू करण्याचे कार्य हाती घेतले. त्याचा परिणाम असा झाला की, शैक्षणिक क्षेत्रातील ब्राह्मणांच्या मिरासदारीला उतरती कळा लागली.

अशा तऱ्हेचे एक मोठे शिक्षण केंद्र नाशिक येथे सत्यशोधक समाजाच्या तरुण नेत्यांनी सुरू केले होते. त्या तरुण पुढाऱ्यांची नावे डी. आर. भोसले, गणपतराव मोरे, रावसाहेब थोरात-पाटील-वणीकर अशी होती. भोसले यांचा जन्म एका पाटील घराण्यात झाला होता.त्यांचे वडील सैनिक होते. भोसल्याचे शिक्षण कोल्हापुरातील व्हिक्टोरिया मराठा बोर्डिंगमधून झाले. ते कुटुंब दारिद्र्यात इतके पिचले होते की, भोसले शिकत असताना त्यांना पाठ्यपुस्तके घेण्याची ऐपत नसल्यामुळे काही पुस्तके ते वहीत उतरून घेत. पुढे पैशाच्या अडचणीमुळे

त्यांना राजाराम कॉलेज सोडावे लागले. मागासवर्गीयांची उन्नती करण्याचे शाहूंचे ध्येय या तडफदार, बुद्धिवान व उद्योगी तरुणाला स्फूर्तिदायक वाटल्यामुळे त्याने आपली सर्व शक्ती सत्यशोधक समाजाचे ध्येयधोरणाचा पुरस्कार करण्यात वेचली. ते नाशिक येथे पोलीस विभागामध्ये १९०७ सालापासून पोलीस अधिकारी म्हणून नोकरी करीत होते, तरी सामाजिक कार्य ते निष्ठेने आणि नेटाने करीत होते.

नाशिक येथे पोलीस अधिकारी म्हणून नोकरी करीत असताना भोसले यांचा परिचय गणपतराव मोरे यांच्याशी झाला. गणपतराव मोरे हे उच्च ध्येयाने प्रेरित झालेले गृहस्थ असून त्यांनी मागासवर्गीयांच्या उन्नतीसाठी नाशिक येथे कळकळीने कार्य सुरू केले होते. मागासवर्गीयांच्या उन्नतीचे आणि मुक्ततेचे काम करीत असता गणपतराव मोरे यांचे ब्राह्मणांशी खटके उडू लागले. त्यामुळे नाशिक जिल्ह्यातील ब्राह्मण अधिकारी यांची मोरे यांच्यावर अवकृपा झाली. त्यांनी मोरे यांचे वजन नष्ट करण्यासाठी त्यांना दुष्टपणे एका फौजदारी प्रकरणात गुंतवण्याचा प्रयत्न केला. खालच्या न्यायालयात त्यांचे दुष्ट बेत तडीस गेले; परंतु सत्र न्यायाधीश हा इंग्रज असल्यामुळे त्यांनी निःस्पृहपणे त्यांना निर्दोषी म्हणून सोडून दिले. भोसले हे पोलीस खात्यात ह्या वेळेस दुय्यम निरीक्षक होते. त्यांनी मोरे आणि इतर सत्यशोधक कार्यकर्ते यांच्याशी संबंध ठेवू नये अशी अधिकाऱ्यांनी त्यांना ताकीद दिली होती. भोसले यांनी त्या तंबीकडे दुर्लक्ष केले आणि मोरे यांच्या कार्यात ते निष्ठेने साहाय्य करू लागले.

भोसले यांनी मोरे यांना आपले कार्य अधिक भक्कम पायावर उभे केले पाहिजे याची आवश्यकता पटवून दिली. ह्या संघटनेमुळे नाशिक जिल्ह्यातील शैक्षणिक क्षेत्राचे आणि सामाजिक समतेच्या प्रचाराचे ते स्वतःच एक केंद्र बनले. त्या दोघांच्या प्रयत्नामुळे नाशिक येथे सन १९१३ साली धारचे महाराज उदाजीराव पवार यांच्या अध्यक्षतेखाली मराठा शिक्षण परिषद भरली होती. त्यावेळी मराठ्यांचे कैवारी व उदारधी उदाजीराव पवार यांच्या औदार्यामुळे व प्रेमामुळे भोसले आणि मोरे यांना ही संस्था १९१४ साली स्थापणे शक्य झाले. उदाजी पवार वसतिगृहाला जे वैशिष्ट्य प्राप्त झाले ते त्या दोघा बाणेदार व्यक्तींमुळेच. त्या वसतिगृहाने अस्पृश्य विद्यार्थ्यांनाही आपल्या पंखाखाली घेतले होते. मुंबई इलाख्यातील सर्व वरिष्ठ अधिकाऱ्यांनी ह्या संस्थेच्या कार्याविषयी चांगला अभिप्राय व्यक्त केला होता. त्यामुळे मुंबई सरकारच्या गृहखात्याचे अनुमतीने शाहू नाशिक येथे श्री उदाजी मराठा विद्यार्थि वसतिगृहाच्या पायाभरणीच्या समारंभासाठी १५ एप्रिल १९२० या दिवशी नाशिकला गेले.

नाशिकला निघण्याच्या दिवशी सकाळी मुंबईत त्यांनी आपली धाकटी

सून वेबर नावाच्या अधिकाऱ्याच्या स्वाधीन केली आणि त्यांना बजावून सांगितले की, प्रतापसिंह किंवा युवराज्ञी यांना आपल्या सुनेला आपल्या अनुपस्थितीत भेटावयास देऊ नये. १६ एप्रिल १९२० या दिवशी सकाळी शाहूंचे नाशिक येथे भव्य स्वागत करण्यात आले व त्यांना मानपत्रही देण्यात आले. तेथे खासेराव जाधवही उपस्थित होते. त्या मानपत्रात म्हटले होते की, 'ब्राह्मणांच्या मते सर्व ब्राह्मणेतर समाज हे कमी अधिक प्रमाणात अस्पृश्यच आहेत. कारण पेय आणि ईशपूजा ह्या बाबतींत सर्व ब्राह्मणेतर हे ब्राह्मणांच्या दृष्टीने अस्पृश्यच आहेत.' अशा परिस्थितीत शाहूंनी मागासवर्गीय व विशेषत: अस्पृश्य समाज ह्यांच्या उन्नतीचे आणि मुक्तीचे जे कार्य केले त्याविषयी नाशिकच्या ब्राह्मणेतरांनी त्यांना धन्यवाद दिले.

उदाजी पवार वसतिगृहाच्या पायाभरणी समारंभाच्या वेळी शाहूंनी, तेथील सामाजिक कार्यकर्त्यांनी निरलस, अविचल निष्ठेने व नि:स्वार्थ बुद्धीने मागास व अस्पृश्यवर्गाच्या उन्नतीसाठी जे कार्य केले त्याविषयी त्यांना धन्यवाद दिले. मराठ्यांच्या देणगीच्या साहाय्याने बांधलेल्या मराठा वसतिगृहात सर्व मागासवर्गांतील व अस्पृश्य समाजांतील विद्यार्थ्यांना आश्रय देऊन चालकांनी आपल्या मनाचा थोरपणा व उज्ज्वल देशभक्ती दाखवली आहे, असे त्यांनी उद्गार काढले.

मानवी समानता आणि मानवी बंधुता ही सत्यशोधकांची तत्त्वे कृतीत आणणाऱ्या कार्यकर्त्यांचे आणि संघटकांचे धैर्य व निष्ठा पाहून त्यांना धन्यवादच दिले पाहिजेत असे शाहू आपल्या भाषणात म्हणाले. आपल्या भाषणाच्या प्रारंभी ते म्हणाले, 'मी प्रथमत: अगदी कॉन्झर्वेटिव्ह म्हणजे जुन्या मताचा कट्टा अभिमानी होतो. जातिभेद कायम राहिला पाहिजे व पाळला पाहिजे असे माझे मत असे. अशा दुरभिमानाने इतरांची उन्नती होण्याच्या मार्गात मी अडथळा करतो याची जाणीव मला नसे. दुसऱ्या जातीच्या लोकांनी भरविलेल्या सभेत जाऊन अध्यक्षस्थान स्वीकारणे म्हणजे धर्म बुडवणे असे मला वाटे. आजही जातिपरिषदांत अध्यक्ष होणे मला पसंत नाही. पण याचे कारण मात्र पूर्वीच्या कारणाहून फार भिन्न आहे. तेव्हा मी जात्यभिमान सोडतो हे वाईट आहे असे मला वाटे. मी जातिपरिषदांस उत्तेजन दिले तर जातिभेद तीव्र केल्याचे पाप माझ्या डोक्यावर येईल अशी मला भीती वाटते.'

नाशिक येथील सर्व जातींच्या पुढाऱ्यांना उद्देशून आपल्या स्फूर्तिदायक

भाषणात शाहू म्हणाले, 'सर्व जातीच्या पुढाऱ्यांना माझे सांगणे हे आहे की, आपली दृष्टी दूरवर ठेवा. पायापुरतेच पाहू नका. जातिभेद मोडणे इष्ट आहे, जरूर आहे जातिभेद पाळणे पाप आहे. देशोन्नतीच्या कार्यातील हा एक मोठाच अडथळा आहे. हा दूर करण्याचे प्रयत्न जोराने केले पाहिजेत. ही जाणीव पक्की ध्यानात ठेवून मग ह्या दिशेचा प्रयत्न म्हणून जातिपरिषदा भरवा. जातिबंधने दृढ करणे, जातिभेद तीव्र होणे, हा परिणाम अशा परिषदांचा होऊ नये ही खबरदारी घेतली पाहिजे.'

शाहू पुढे म्हणाले, 'जातिभेद हा हिंदुस्थानचा फार पुराणा रोग आहे. परशुरामाने नि:क्षत्रिय पृथ्वी केली ह्या म्हणण्यात जातिभेदाचे पूर्ण प्रतिबिंब दिसते. पेशव्यांनी ब्राह्मणेतरांच्या घरांवर नांगर फिरविले याचेही कारण तेच. ज्यांच्या शेंड्या व जानवी श्री शिवाजी महाराज व मराठे वीर ह्यांनी रक्षण केली, तेच ब्राह्मण, 'मराठे शूद्र आहेत' असे बिनदिक्कत म्हणतात. याचे कारण दुसरे कोणते ? या जातिद्वेषाची उचलबांगडी करावयाची असेल तर जातिभेदच मोडला पाहिजे. जातिभेद मोडून आपण सर्व एक होऊ या.

'माझ्यावर एक असा आरोप आहे की, मी जातिभेद नसावा अशा मताचा असून जातिमत्सर वाढवीत असतो. हा आरोप अगदी मिथ्या आहे. जातिमत्सर वाढविण्याचा माझा प्रयत्न मुळीच नाही. जात्यभिमानाच्या, शिवाजी महाराजांच्या किंवा धर्माच्या आड राहून मी गोळ्या मुळीच झाडीत नसतो व अशा आडून गोळ्या मारणाऱ्यांचा मी धिक्कार करतो. मागे पडलेल्यांना मी सारखे म्हणजे एका जातीचे समजतो व त्यांना वर आणण्याचा प्रयत्न करतो. हे माझे पवित्र कर्तव्य आहे असे मी समजतो. असे मी न करीन तर मी कर्तव्यविन्मुख झालो असे माझे मन मला टोचील. या मागासलेल्या जातीला वर आणण्याचे प्रयत्न झाले नाहीत तर जातिभेदाचे कट्टे अभिमानी वीर तिला दडपून टाकल्याशिवाय राहणार नाहीत. यासाठी मागासलेल्यांचा कैवार घेणे हे जातिद्वेष वाढवणे नव्हे हे उघड आहे. जातिभेद मोडून केवळ जन्माच्या सबबीवर दुसऱ्यास हीन मानण्याचे नाहीसे होईल व या रितीने जातिभेदाचा नायनाट होईल तो सुदिन असे मी समजेन. मी जातिभेद नसावा म्हणतो व जातिभेद मोडण्याचा जाहीरपणे प्रयत्नही करतो. तथापि माझ्या सभोवतालच्या लोकांचे जातिभेदाचे बंड मला मोडता येत नाही. म्हणूनच मी तुमचा अध्यक्ष होण्यास योग्य नाही.''

शाहू पुढे म्हणाले की, 'जातिभेद असू द्या, पण जातिद्वेष मात्र नको असे म्हणणारे पुष्कळ आहेत. हे मत प्रामाणिकपणाचे असल्यास त्यांच्या अज्ञानाची कीव केली पाहिजे; कारण जातिभेदाचे कार्य जातिद्वेष हे आहे. तेव्हा

जातिभेद नाहीसा करण्यास कारणही काढून टाकले पाहिजे. हिंदुस्थानला जी गुलामगिरी आज हजारो वर्षे भोगावी लागत आहे तिचे प्रधान कारण हा जातिभेद आहे. मी असेही मूर्ख लोक पाहिले आहेत की, जे आपल्या बंधु-भगिनींना पशुपक्ष्यांपेक्षा व गोमयाहूनही नीच समजतात. पण सर्व लोकांचे आपण पुढारी आहोत, असे भासवून तुमचे चांगले करू अशा थापा देण्यास त्यांना शरम वाटत नाही.

'मी ब्राह्मणांवर प्रेम करीत असताही ते माझे द्वेष व तिरस्कार करतील तर मलाही जशास तसे वागावे लागेल. त्यांची माझ्याशी प्रेमाची वागणूक आढळून येईल तरच मी माझ्या घरची देवांची पूजा व इतर धर्मकृत्ये ब्राह्मणांकडून करवून घेण्याचे चालू ठेवीन. नाहीतर मी ब्राह्मण पुजाऱ्यांना बंद करून माझ्या घरच्या देवांची पूजा मी मराठे पुजाऱ्यांकडून करून घेईन. प्रेमाने प्रेम वाढते व द्वेषाने द्वेष वाढतो. जनावरास प्रेमाने वागवले तर ते जनावरही उलट आपल्यावर प्रेम करते.

'जपानातील सामुराई लोकांनी आपला जन्माने प्राप्त झालेला उच्च दर्जा सोडून दिला म्हणून जपानमध्ये ऐक्य होऊन त्या देशाची उन्नती झाली. त्याप्रमाणे ब्राह्मणांनी जातिमत्सर सोडल्याशिवाय आमच्या लोकांची उन्नती होणार नाही. ब्राह्मण लोकांना धार्मिक बाबतीत जन्मसिद्ध श्रेष्ठपण आले आहे. त्याच्या जोरावर त्यांची धार्मिक ब्युरॉक्रसीच बनली आहे. ही ब्युरॉक्रसी मोडल्याशिवाय व सर्वांस धार्मिक बाबतीत हक्क मिळाल्याशिवाय कधीही देशोद्धार होणार नाही. यासाठी आमच्या लोकांनी ब्राह्मणांकडून पूजा करविणे व त्यांच्याकडून धर्मकृत्ये चालविणे ही कृत्ये सोडली पाहिजेत. तसेच त्यांच्याकडून धर्म ग्रंथ किंवा कथा-पुराणे ऐकणे हेही सोडले पाहिजे. नाहीतर ब्राह्मणांच्या कथा-पुराणेच आमच्या कानावर ऐकू येणार. आमचेच पूर्वज रामकृष्ण यांची पूजा ब्राह्मण लोक करतात. यावरून ब्राह्मणांचा दर्जा व जात आमच्यापेक्षा हलकी आहे हे उघड आहे. असे असून आम्हांस ते हीन लेखतात. तेव्हा त्यांना सोडून आमची कार्य आम्ही चालवावीत असे माझे ठाम मत आहे. ब्राह्मणांचा हा श्रेष्ठपणा ब्राह्मणेतरांनी उखडून टाकावा. मी इतके स्पष्टपणे बोलत आहे त्याबद्दल मला माफी करावी. भारतीय राष्ट्र संस्थापनेसाठी आपण ब्राह्मणशाहीचा पाडाव करण्याचा प्रयत्न करीत आहोत, त्यात शिथिलता निर्माण होऊ नये.

'महात्मा गांधी, श्रद्धानंद व किच्लू यांच्याविषयी माझी मोठी पूज्य बुद्धी आहे. पण आमचे खरे महात्मा बादशहा अकबर हेच आहेत. श्री शिवाजी छत्रपतींनी तर मुसलमानांचे मराठे करून घेतले व देशकार्याकरता महार-मांगांचे रिसाले व तोफखाने तयार करून स्पर्शास्पर्शास जबरदस्त धक्का दिला.'

स्वतंत्र मतदारसंघाविषयी आपण आग्रह धरीत आहोत याचा उल्लेख करून शाहू म्हणाले, 'नाहीतर स्वराज्याचे सगळे अधिकार ब्राह्मणांच्या एकट्याचेच पदरात पडतील. सर्व जातींचे लोक पुढे येऊन सामाजिक, औद्योगिक, शैक्षणिक, सरकारी नोकरी वगैरे सर्व बाबतींत, आपापली जबाबदारी पुरी पाडण्याचे सामर्थ्य त्यांस येणे म्हणजे जातवार प्रतिनिधित्व म्हणजे कम्युनल रिप्रेझेंटेशन आहे असे मी समजतो. मागासलेल्यांना उत्तेजन देणे हे माझे कर्तव्य आहे असे मी समजतो. हे तत्त्व लक्षात घेऊन मी निकृष्ट स्थितीत असलेल्या जातींना जास्तच उत्तेजन देत आहे. त्यांना नोकऱ्या सढळ हाताने देण्यात येत आहेत व वकिलीच्या सनदाही त्यांना देऊन त्यांचे शिक्षण, दर्जा व महत्त्व वाढविण्यात येत आहे. या माझ्या सरळ वर्तनास ब्राह्मणद्वेष असा खोटा दोष लावण्यात येत आहे हा अन्याय आहे.

'पेशव्यांच्या ब्राह्मण ब्युरॉक्रसीची-स्वदेशी ब्युरॉक्रसीची आमच्या ओळखीची आहे. शाहू महाराजांची भूल होऊन पेशव्यास अधिकाधिक सत्ता बळकावण्यास संधी मिळाली याचा परिणाम छत्रपतींच्या कारागृहवासात झाला. जातिभेद तीव्र झाले. जातिमत्सर वाढला. अस्पृश्यांस तर गळ्यात मडके व कंबरेस फेसाटी बांधून फिरावे लागे. हा प्रसंग पुन्हा येणे चांगले नाही. याकरता अधिकार दान करण्यापूर्वी सर्व लोकांत विद्या प्रसार करण्यासाठी अगोदर लक्ष देणे जरूर आहे. मी अगदी निकृष्ट असलेल्या जातीस जास्त उत्तेजन देत आहे. त्यांना नोकऱ्या सढळ हाताने दिल्या आहेत व वकिलीच्याही सनदा त्यांना देऊन शिक्षण, दर्जा व महत्त्व वाढविण्यात येत आहे.'

मॉंटेग्यू-चेम्सफर्ड सुधारणांविषयी बोलताना शाहू म्हणाले, 'मला भीती वाटते की, ज्यांचे ध्येय इतर वर्गांना गुलामगिरीत ठेवायचे आहे किंवा त्यांना तिरस्काराने वागवायचे आहे त्यांच्या हाती राजकीय सत्ता पडेल. राजकारणी लोक हे मागासवर्गीयांच्या प्रश्नाविषयी उदासीन आहेत.'

त्या काळी महाराष्ट्रात २६ हजार खेड्यांपैकी सुमारे १६ हजार खेड्यांत शाळा नव्हत्या. तरी 'केसरी'ने म्हटले की, प्राथमिक शिक्षण सक्तीचे करण्याअगोदर सध्या उपयोगात असलेली शाळागृहे विस्तृत व हवेशीर केली पाहिजेत. तिकडे खर्च करण्याची जास्ती जरुरी आहे. त्यावर खरमरीत टीका करताना आपल्या भाषणात शाहू म्हणाले, 'हे केसरीचे प्रतिपादन कोणाही सरळ बुद्धीच्या माणसास चीड आणील. No cake to a few until all are served with bread हे इंग्लंडातील मजूर पक्षाचे धोरण आहे. पण येथे शेकडा ९० लोक उपाशी आहेत व दहा लोक पोळी खात आहेत. उपाशी लोकांना

कोंड्याच्या भाकरीची सोय करण्याअगोदर या दहांच्या पोळीवर साजूक तूप वाढा असा ओरडा करणाऱ्यांना रयतेची कळकळ कितपत आहे हे उघड होत आहे. लिंगायत, जैन वगैरे व्यापारी वर्गाने कौन्सिलात जाऊन काय तागडी धरावयाची आहे ? शेतकऱ्यांनी काय तेथे नांगर चालवायचा आहे ? असे कुत्सित विचार आपल्या पत्रात घालण्याची व सभेत बोलण्याची यांना लाज कशी वाटत नाही हे मला समजत नाही.' शाहूंनी उल्लेख केलेले हे उद्गार टिळकांनी आपल्या अथणी येथील भाषणात काढले होते. त्याच्यावर ही शाहूंची प्रतिक्रिया होती.

आगामी राजकीय सुधारणांविषयी बोलताना शाहू म्हणाले, 'इंग्रजी मुलखात सुधारलेल्या नवीन कायद्याने नोकरशाही व लोकशाही यांच्यामध्येच सत्ता विभागलेली आहे. त्यामुळे नोकरशाहीच्या हातची सत्ता क्रमाक्रमाने लोकांकडे जाण्याची तजवीज करण्यात आली आहे. पण संस्थांनी मुलखात ही पद्धती उपयोगी पडेल असे वाटत नाही. कारण तेथे सत्ता चार ठिकाणी विभागली जाणार. प्रजा, नोकरशाही, राजा व ब्रिटिश सरकार अशी चार शकले करून क्रमाने अधिकार प्रजेकडे देणे सोयीचे नाही. त्यापासून पुष्कळ अडचणी निर्माण होतील. माझ्या रयतेस कर्तव्याची जाणीव पूर्णपणे आली म्हणजे एकदम सर्व राज्यकारभार त्यांच्याकडे सोपविण्यास मी केव्हाही तयार आहे. प्रजेला पूर्ण हक्क दिले म्हणजे राजा फक्त नावाचा मार्गदर्शक. संस्थानची प्रजा ही ब्रिटिश सरकारास जबाबदार राहणार अशी भिन्न परिस्थिती असल्याने खालसातील सुधारणेची योजना सर्वांशी लागू करणे धोक्याचे आहे.

'मुलगा कर्तासवरता झाल्यावर त्याच्यावर संसाराचा भार टाकून विश्रांती घेण्याची आमची आर्य पद्धती आहे. त्याप्रमाणे माझ्या प्रजेची योग्यता वाढवून त्यांच्या हाती सर्व कारभार सोपवून माझ्या खर्चापुरती ठरीव भक्कम पेन्शनदाखल मी घेऊन केव्हा मोकळा होईन असे मला झाले आहे. हा माझा हेतू जगदीशकृपेने लवकरच पूर्ण होवो.

'काही वर्तमानपत्रकारांचा माझ्यावर दुसरा असा आरोप आहे की, मी माझ्या लोकांस स्वराज्य देण्यास बिलकूल कबूल नाही. हा आरोप अगदी खोटा असून तो माझ्याविषयी गैरसमज व्हावा म्हणून माझ्या म्हणण्याचा विपर्यास मुद्दाम करण्यात येत आहे. याबद्दल मला फार दिलगिरी वाटते. मी म्हणालो होतो की, बहुजन समाजाच्या शिक्षणाच्या बाबतीत दर्जा वाढवून वरिष्ठ वर्गाच्या बरोबरीने अंशत: तरी तो आल्याशिवाय सुधारणेच्या दिशेने माझ्या संस्थानाच्या राज्यकारभारात लोकांस हक्क देण्याविषयीचा बदल करण्याला हात घालण्यास मी धजणार नाही. याचा अर्थ असा नव्हे की, मी माझ्या प्रजेस स्वराज्य

देण्याच्याविरुद्ध आहे. मतदारसंघास आपले हक्क समजून त्यांचा उपभोग घेण्याची पात्रता थोड्याबहुत अंशाने तरी त्यांच्या अंगी येण्यापूर्वी व लहानसहान जातीस देखील विद्येची गोडी लागण्यापूर्वी स्वराज्य देणे मला सुरक्षित वाटत नाही.

'आधी राजकीय सुधारणा की आधी सामाजिक सुधारणा हा वाद समंजसपणाचा नाही. या सुधारणा स्वतंत्र नाहीत. त्या एकात एक गुंतलेल्या आहेत. जणू काय ह्या दोन सुधारणा राष्ट्रोन्नतीच्या गाड्याची दोन चाकेच आहेत. एकच चाक लावून गाडा सुरक्षित नेणे शहाणपणाचे होईल काय ? या गोष्टी विचाराने सिद्ध आहेत. पाश्चात्य देशाचा अनुभवही हेच सांगतो. 'राजकीय सुधारणा अगोदर पाहिजे. सामजिक सुधारणेची तूर्त जरूरी नाही,' असे प्रतिपादन ऐकू येते तेव्हाच तेथे काहीतरी पाणी मुरत आहे असे समजावे. हे बोलणे कपटी व काव्याचे असते. वास्तविक पाहता इंग्रज सरकारने प्रजेत शिक्षणाचा सार्वजनिक प्रसार करण्याचे काम आपल्या प्रत्यक्ष नजरेखाली घेऊन ते योग्य प्रकारे फैलावल्यावर मग स्वराज्याचे हक्क रयतेच्या स्वाधीन करणे हेच योग्य आहे. असो, आजपर्यंत झाले ते झाले.'[३]

आपल्या प्रभावी भाषणाच्या शेवटी शाहू छत्रपती म्हणाले, 'जे आपल्याला जनतेचे पुढारी म्हणवितात त्या नेत्यांना माझी कळकळीची विनंती आहे की, त्यांनी राजकीय स्वातंत्र्याचा उपयोग ज्या बंधूंना त्यांनी अनेक युगे गुलामगिरीत खितपत ठेवले आहे त्यांची गुलामगिरी नष्ट करण्यात करावा. आणि त्यांनी भारतात असे नवयुग निर्माण करावे की ज्यात प्रत्येक भारतीय हा दुसऱ्या भारतीयाच्या बरोबरीचा आहे व समाजव्यवस्था अशी असावी की त्यात मनुष्याचा दर्जा व मानमान्यता जन्मावर अधिष्ठित नसून ती कर्मावर अधिष्ठित आहे.'

दुसऱ्या दिवशी शाहू छत्रपतींनी अस्पृश्यवर्गासाठी नाशिक येथे उभारल्या जाणाऱ्या वसतिगृहाची कोनशिला बसविली. त्या समारंभाच्या वेळी निराश्रित सोमवंशीयांच्या सभेत भाषण करण्यापूर्वी सभेत शाहूंनी सर्व लोकांच्या देखत एका अस्पृश्याच्या हातचा चहा घेतला. त्यांनी त्यांना समता, बंधुता व स्वातंत्र्य ह्या तत्त्वाच्या जोरावर समतेचा लढा लढविण्यास उत्तेजन दिले. ह्यावेळी शाहूंनी आपल्या ब्राह्मण टीकाकारांस फिरून उत्तर दिले. कोणी म्हणतात, आपल्या राज्याबाहेर ब्रिटिश मुलखात जाऊन शाहूंनी भाषणे का करावीत. याला त्यांनी उत्तर दिले की, आपण कोट्यवधी देशबंधूंचे एक हितचिंतक या नात्याने ती भाषणे करीत आहोत. शिवाय हिंदी संस्थाने ही ब्रिटिश साम्राज्याशी एकजीव

झालेले अवयव आहेत. शिवाय आपणा सर्वांचे संबंध एकच आहेत. ब्राह्मणांनी आपल्या वृत्तपत्रांत रंगविले तसे आपण ब्राह्मण जातीचे पाय मागे ओढण्यासाठी झालेल्या कटाचा मेरुमणी नाही. शाहू छत्रपतींच्या भाषणाचा सारांश असा की, ज्यात जातिभेद आहेत असा हिंदुधर्माशिवाय दुसरा धर्म नाही. म. गांधी, स्वामी श्रद्धानंद व बेझंट यांच्याविषयी त्यांना अत्यंत पूज्य बुद्धी आहे. 'त्यांना मी अवतारी माणूसच म्हणतो. तथापि त्यांच्या हातून चुका होणे अशक्य आहे हे मला कबूल नाही. माझ्या राज्यात अनेक ब्राह्मण माझ्या पूर्ण विश्वासाचे व सल्लागार आहेत. मी माझ्या राज्यात त्यांना अनेक इनामे दिली आहेत आणि इतरांप्रमाणे त्यांच्या कल्याणाची इच्छा वाहिली आहे. सामाजिक ऐक्याशिवाय स्वराज्य हे अनिष्ट व अस्थिर होईल.' हे आपले विचार त्यांनी फिरून बोलून दाखविले.

शाहूंनी नंतर निष्ठुरपणे ब्राह्मण टीकाकारांना उत्तर दिले. 'एका विद्वान ब्राह्मण वक्त्याने आम्हांस स्वराज्य मिळाले तर आपण अस्पृश्य मंडळींबरोबर सहभोजन करण्यास आज तयार आहो असे म्हटले. आता मानलेल्या अस्पृश्यांच्या ठिकाणी जर खऱ्या बंधुत्वाची भावना बाणलेली असेल, तर त्यांच्याशी भोजन करणे ह्यासारखी शुष्क गोष्ट करण्यास स्वराज्य मिळण्यासारखी प्रचंड अट कशाला पाहिजे ? हे उत्तर टिळकांना होते. 'एका प्रसंगी एका पुढाऱ्याने आपण चांभाराचा गणपती आपल्या गाडीत घेतला होता व चांभाराच्या ठिकाणी आपला भेदभाव नाही असे सांगितले होते. त्यास, हा भेदभाव प्रसिद्धपणे टाकून देण्याचा दिवस अजून का उगवला नाही व तो उगवणार तरी केव्हा ?' असा प्रश्न शाहूंनी टिळकांना उद्देशून विचारला.

सामाजिक समता हे आपले जीवितकार्य आहे असे छत्रपतींना वाटे व त्याच्याशी सुसंगत असे त्यांनी आपले वर्तन ठेवले. सामाजिक पुनर्रचनेच्या बाबतीतील त्यांची तळमळ व निष्ठा अत्यंत ज्वलंत व अस्सल होती. अस्पृश्य मानलेल्यांच्या हातचा चहा घेणे किंवा पाणी पिणे, त्यांच्याबरोबर राजवाड्यात किंवा शिकारीच्या वेळी सहभोजन करणे अशी त्यांची प्रथा होती. ह्या दिवसांत ते एकदा सातारा जिल्ह्यातील तासगावला गेले असता शिवाजी महाराजांच्या ह्या वंशजाला पाहण्यासाठी जनतेचा प्रचंड लोंढा तासगावला लोटला. तेथे शाहू त्या प्रचंड जनसमूहाच्या समोर एका महाराच्या हातचे पाणी प्याले. लोक चकित झाले ! नंतर त्यांनी आमंत्रणावरून प्रतिनिधींच्या वाड्यात प्रवेश केला. असे होते अस्पृश्यांचे नि पददलितांचे उद्धारकर्ते शाहू छत्रपती ! सामाजिक समतेविषयी तळमळ व समाजक्रांतीची आकांक्षा त्यांच्या राजवैभवी शरीराच्या नसानसांतून वाहत होती, डोळ्यांतून चमकत होती. त्या काळात टिळक अस्पृश्यांना म्हणत

होते की, त्यांनी स्वातंत्र्य मिळविले तर आपण त्यांच्याबरोबर सहभोजन करू. शाहूंच्या ह्या अलौकिक प्रेमामुळे व निष्ठेमुळे त्यांना मागासवर्गीय व अस्पृश्य मानलेले वर्ग देवासमान मानीत होते. गौमत बुद्ध, म. फुले व आंबेडकर यांना ते जसा पूजनीय मानीत तसेच शाहूंना ते आपला उद्धारकर्ता म्हणून पूजनीय मानीत! अस्पृश्यवर्गाच्या उन्नतीसाठी शाहूंनी केलेल्या महान व अविरत परिश्रमामुळे व प्रयत्नामुळे म. गांधींच्याही तोंडून आनंदाने उद्‌गार निघाले की, 'नि:स्वार्थी मिशनरी भावनेचे अद्वितीय उदाहरण !' ते यथार्थच होते.

नाशिकच्या भाषणानंतर ब्राह्मणी वृत्तपत्रांनी शाहू हे ब्राह्मणद्वेष्टे आहेत असे म्हणून त्यांचा धिक्कार केला. पूर्वी अशी उच्च पदवी त्यांच्या पूर्वजांनी म. गौतम बौद्ध, म. फुले यांना दिली होती. पुढे ती उच्च पदवी त्यांनी बाबासाहेब आंबेडकरांनाही दिली ! कारण हे चौघे महापुरुष हिंदी बहुजन समाजाचे उद्धारकर्ते होते. ते मानवी समानतेचे पुरस्कर्ते व मानवी हक्काचे कैवारी असल्यामुळे ब्राह्मण्यवादी वृत्तपत्रकारांचे, ब्राह्मण्यवादी संकुचित मनाचे पंडित व स्वार्थपरायणवादी लेखक यांनी त्यांना ब्राह्मणद्वेष्टे म्हणावे यात आश्चर्य नाही.

सर नारायण चंदावरकरांसारख्या प्रागतिक विचाराच्या पुढाऱ्यांनी शाहूंच्या नाशिकच्या भाषणाची स्तुती केली. मागासवर्गीयांचे कैवारी अणि उद्धारकर्ते असा प्रागतिक पुढाऱ्यांनी शाहूंचा गौरव केला. शाहूंचे नाशिक येथील गाजलेले भाषण हे युगप्रवर्तक आहे व त्यांनी योग्य वेळी योग्य तो आवाज उठविला आहे, असे पी. रामरायनिंगा यांनी वर्णन केले आहे. ते पुढे म्हणाले, 'प्रबुद्ध व पुरोगामी राजाच्या मुखातूनच हे वक्तव्य निघाल्यामुळे ते नि:संशयपणे लोकमानसात क्रांती घडविल्याशिवाय राहणार नाही.'[१२]

शाहूंच्या नाशिक येथील भाषणाचे मद्रास येथील 'जस्टिस'च्या संपादकाने भाषांतर करून आपल्या पत्रात छापले. आणि त्याच्या प्रती इंग्लंडमधील ब्रिटिश लोकसभेने नेमलेल्या संयुक्त समितीच्या सभासदांना पाठवून दिल्या. ब्राह्मणेतरांना स्फूर्ती देण्यासाठी ते भाषण तेलगूमध्येही छापण्यात आले.

स्वाभाविकपणे आपल्या प्रथेस अनुसरून 'केसरी'[१३] पत्राने शाहूंच्या नाशिक येथील भाषणाची प्रतिक्रिया म्हणून शाहूंवर हल्ला चढविला आणि टिळक व त्यांचे अनुयायी यांचे विचार पुन्हा एकदा मांडले. केसरी पत्राने म्हटले की, 'शाहू हे राजकीय आखाड्यात उघडपणे उतरले व त्यांनी खालसा मुलखातील नव्या राजकीय परिस्थितीसंबंधाने आपले विचार प्रकट केले व ब्राह्मणांवर आग पाखडणाऱ्यांचा पक्ष उचलून धरला आहे. पडद्याच्या मागून इतके दिवस महाराज हे ह्या मार्गात तेल ओतीत होतेच, पण गेल्या आठवड्यात

पडद्याबाहेर येऊन ते रंगभूमीवर उभे राहिले ही संतोषाची गोष्ट होय. जातिभेद मोडून सर्व हिंदुस्थानचे आर्थिक, सामाजिक कल्याण करण्याचे भले मोठे ध्येय, चांगला अपशकून करता यावा या हेतूने, जरी महाराजांनी आपल्या पुढे ठेवले असले तरी आपले पूर्वीचे आचार ह्या ध्येयाच्या पूर्ण विरुद्ध किती आहे हे आखाड्यात उतरलेल्या ह्या पहिलवानास अनुभवाने कळल्यावाचून राहणार नाही. स्वत:ची जुनी पातके धुऊन टाकण्याचा तपश्चर्येचा मार्ग जरी ह्या नव्या ध्येयाने महाराजांना दाखविला तरी महाराजांचे बरेच कल्याण होईल. महाराज काँग्रेस पक्षाचे उमेदवार हाणून पाडण्याचा आटोकाट प्रयत्न करतील ह्यात संशय नाही.'

शाहूंचे नाशिक येथील भाषण वैशिष्ट्यपूर्ण व आकर्षक असून ते फार मोठ्या प्रमाणात लोक वाचतील, असे 'टाईम्स[१४] ऑफ इंडिया'ने म्हटले. जातिभेदामुळे उद्‌भवलेल्या दुष्ट रूढींचा शाहूंनी धिक्कार केला व जातिभेदाच्या प्रश्नासंबंधी आपले स्वत:चे स्वतंत्र विचार व्यक्त केले, असेही 'टाईम्स ऑफ इंडिया'ने म्हटले. ब्रिटिश वर्तमानपत्रांतूनही शाहूंच्या भाषणाचे प्रतिध्वनी उठले. त्यापूर्वी महाराजांना भेटून गेलेले डॉ. नवले लंडन येथे होते. त्यांनी ही बातमी शाहूंना कळविली.

शाहूंनी सामाजिक समतेविषयी चालविलेला झगडा व त्यांचे सामाजिक पुनर्रचनेविषयीचे विचार यांसंबंधी त्यांची ब्रिटिश वर्तमानपत्रांनी प्रशंसा केली. बोस्टन आणि कॅलिफोर्निया येथील वर्तमानपत्रांनी शाहू हे महान सुधारक आहेत असे म्हटले. शाहूंच्या विराधकांना एकच चिंता वाटत होती. ती ही की, शाहूंनी ब्राह्मणेतर चळवळीला पाठिंबा दिल्यामुळे ब्राह्मण जातीचा छळ होत आहे आणि ह्या चळवळीमुळे मराठा आणि ब्राह्मण ह्यांच्यामध्ये तट पडून ब्रिटिश सरकारच्याविरुद्ध ब्राह्मणांनी चालविलेला हल्ला आपोआप दुर्बल होईल. त्या काळी महाराष्ट्रातील काँग्रेसमध्ये प्रामुख्याने ब्राह्मणच असून ते स्वातंत्र्याचा लढा चालवीत होते हे खरे. परंतु त्यांनी ब्राह्मणेतरांची स्थिती किंवा त्यांनी चालविलेला मानवी समानतेचा लढा ह्याचा कधीही विचार केला नव्हता. परंतु सामाजिक समता, समान हक्क व राज्यकारभारामध्ये योग्य तो हक्कांचा वाटा मागणाऱ्या ब्राह्मणेतरांशी ते ब्राह्मण नेते म्हणून लढत होते, तर ब्रिटिशांबरोबर ते राजकीय स्वातंत्र्यासाठी राष्ट्रीय पुढारी म्हणून झगडत होते. त्यांच्या राष्ट्रवादाचा आशय त्या काळी हाच होता.

लोकांच्या हाती सत्ता देण्याच्या हेतूने शाहूंनी आपल्या राज्यात लोकशाहीच्या विकासाच्या दृष्टीने पाऊल टाकले. म्हैसूरमध्ये प्रातिनिधिक विधिमंडळ कसे चालते याविषयी त्यांनी चौकशी केली. १९१९ साली त्यांनी

कोल्हापूर नगरपालिकेचा कारभार निवडून आलेल्या सभासदांच्या हाती दिला व त्या निवडून आलेल्या सभासदांमध्ये मागासवर्ग व अस्पृश्यवर्ग यांचे जातवार प्रतिनिधी निवडून आलेले होते. शाहूंची अशी इच्छा होती की, लोकशाही पद्धतीचे राज्य कसे चालवावे व आपल्या हक्काला कनिष्ठ वर्गांनी कसे जपावे याचे शिक्षण देण्यासाठी त्यांनी ही जातवार प्रतिनिधीची पद्धत काही दिवस अनुसरावी असे ठरविले होते.

छत्रपतींनी जेव्हा कुळकर्णी वतने नष्ट केली तेव्हा लोकशाहीचे अधिष्ठान देऊन खेड्यातील ग्रामपंचायतीचे पुनरुज्जीवन करावे अशी त्यांनी त्या वेळीच घोषणा केली होती. १९१८च्या जुलैमध्ये त्यांनी उजगाव, कळंबे, रुकडी, चिखली आणि बावडा येथे लोकशाहीचा प्रयोग म्हणून ग्रामपंचायती स्थापन केल्या होत्या. आरोग्य, पाणीपुरवठा व शिक्षण ह्या बाबतींत आणि लहानसहान फौजदारी व दिवाण प्रकरणांतील सत्ता ग्रामपंचायतींना दिली होती. ह्या धोरणानेच त्यांनी यापूर्वी प्राथमिक शिक्षण सक्तीचे केले होते. शाहूंनी स्थापलेली शैक्षणिक केंद्रे व वसतिगृहे, त्यांनी उत्तेजन देऊन स्थापलेल्या सहकारी संस्था आणि लोकशाहीच्या दृष्टीने चालविलेल्या इतर चळवळी ह्यांमुळे कोल्हापूर संस्थान हे एक क्रियाशील लोकशाहीनिष्ठ विचारांचे केंद्र बनले होते. लोकांच्या हाती पूर्ण स्वातंत्र्याचे हक्क देण्यापूर्वी त्यांनीही लोकशाही स्थापनेची ही पूर्वतयारी चालविली होती.

२४

टिळकांची धमकी

नाशिकहून दि. १० एप्रिल १९२० ला परत आल्यावर लॉर्ड रॉबर्टसन यांच्याकडून आलेले पत्र शाहूंना मिळाले. रॉबर्टसन यांचे असे मत पडले की, दक्षिणेमध्ये ब्राह्मणांचे एवढे मोठे वजन आहे की, खऱ्याखुऱ्या मराठा उमेदवाराला, जर ब्राह्मणांनी आपले वजन खर्च करून विरोध करायचे ठरविले तर थोडेच मराठे त्याच्या बाजूने उभे राहतील. त्या महिन्यात शाहूंची कन्या आक्कासाहेब फार आजारी होती. त्यामुळे शाहू चिंताग्रस्त झाले होते. इन्फ्ल्युएन्झाच्या रेंगाळणाऱ्या साथीमुळे कोल्हापूरची हवा दूषित झाली होती. त्या आठवड्यात शाहूंच्या राजवाड्यावर ध्वज फडकत नव्हता. त्यावरून शाहूंचे वास्तव्य कुठे आहे हे ब्रिटिश राजप्रतिनिधींना कळेना. त्यांनी डॉ. पेंडसे यांच्याकडे त्यासंबंधी चौकशी केली. त्या वेळी छत्रपती हे तंजावरच्या अभियोगासंबंधीच्या कामात गढून गेले होते. त्यांच्या सल्लागारांनी शिफारस केल्याप्रमाणे त्यांनी त्या काळचे मद्रासचे महाअधिवक्ते के. श्रीनिवास अय्यंगर ह्यांना मद्रास वरिष्ठ न्यायालयात पुनर्विचारासाठी तंजावर प्रकरण प्रविष्ट करावयास सांगितले. श्रीनिवास अय्यंगार यांनी या प्रकरणी आपले शुल्क म्हणून ५० हजार रुपयांची मागणी केली.

राजसत्ता आपल्या मुलाच्या स्वाधीन करून आपण राजीनामा द्यावा असे विचार शाहूंच्या मनात यावेळी घोळत होते. कारण बदललेल्या परिस्थितीशी जुळते घेणे त्यांना कठीण जात होते. एप्रिल महिन्याच्या शेवटी त्यांनी एका पत्रात म्हटले, 'तथापि प्रत्येकाने कालप्रवाहाबरोबर पुढे गेले पाहिजे किंवा सेवानिवृत्त झाले पाहिजे हेच खरे. राजपुत्रांची तरुण पिढी नवीन वातावरणाचा अनुभव घेऊन तयार होईल आणि ज्या वृद्धांना नवीन वातावरणाशी समरस होता येत नाही, त्यांनी आता पडद्यामागे जावे. शिवाय मी आज बराच काळ मूत्रपिंडाच्या व्याधीने पीडला गेलो आहे. त्यामुळे मी इचलकरंजीच्या जहागीरदाराप्रमाणे कारभारातून मुक्त होऊन माझ्या मुलाच्या हाती राज्यकारभार देऊन तो नवीन राज्यव्यवस्थेला कसा योग्य होईल याचा मी विचार करीत आहे.' थोड्याच दिवसांत त्यांनी मुंबई

सरकारला कळविले की, जर वर्तमानपत्रांतून आपणावर होत असलेला हल्ला थांबला नाही, तर आपला राज्यकारभार आपला चुलता, भाऊ व मुलगा यांच्या हाती देऊन आपण सेवानिवृत्त होऊ व आपले जुने अधिकारीही आपल्याबरोबरच राजीनामा देतील.[१]

दिल्ली येथे दिवाण सबनीस हे इचलकरंजी दत्तक प्रकरणाच्या बाबतीत दरबारला पाठिंबा मिळावा म्हणून खटपट करीत होते. ४ मे १९२० या दिवशी शाहूंनी 'राजकारण' व 'केसरी' यांतील प्रत्येकी एका उतारा मुंबई राज्यपालांच्या सल्लागार मंडळातील सभासदांकडे व कार्यवाहांकडे विचारासाठी पाठविला. या पत्रात शाहू म्हणाले: 'टिळक हे सिंहगडला गेले असून ते माझ्याविरुद्ध नि माझ्या राजकारभाराविरुद्ध दुष्टपणाने लेख लिहिणार असून त्यात मी लॉर्ड लॅमिंग्टन यांचा शिष्य असून राष्ट्रहिताचा वैरी आहे असे दाखविणार आहेत असे मी ऐकतो.'

शाहू पुढे म्हणाले, 'माझी शासनव्यवस्था दोषरहित आहे असे मी म्हणत नाही. परंतु इतर संस्थानांमधील राज्यकारभारापेक्षा माझा राज्यकारभार अधिक चांगला आहे हे मी सिद्ध करू शकेन. मी देशहिताचा शत्रू आहे असे भासवून माझ्यावर ते सूड उगवीत आहेत. मागासवर्गीयांचे मी प्रश्न हाती घेतो म्हणून आणि मागासवर्गीयांना माझ्याविषयी आपुलकी वाटते म्हणून, टिळक व त्यांचा पक्ष मला धमकी देतात. मी त्यामुळे मुळीच घाबरत नाही. कारण सरकारला माझी पूर्ण माहिती आहे. मी ह्या विरोधाला तोंड द्यावयास तयार आहे. आणि त्यामुळे होणारे कष्ट सहन करायला माझी तयारी आहे. मी दबणार नाही किंवा शरण जाणार नाही. मी मोडेन पण वाकणार नाही. ह्या लोकांच्या लिखाणावरून माझ्याविषयी आपण कृपा करून गैरसमज करून घेऊ नका.आपण जर ही सर्व माहिती राज्यपालांना कळविलीत तर मी आपले आभार मानीन.'

वर्तमानपत्रांतील हल्ल्यांविरुद्ध शाहू तक्रार करीत होते. याचे कारण त्या हल्ल्यांमुळे ते घायाळ झाले नव्हते असे नाही. पण सरकारने आपल्याविषयी अपसमज करून घेऊ नये ही त्यांची खरी व्यथा होती. प्रत्येक मोठ्या पुढाऱ्याला कधीमधी निंदेला व अपसमजाला तोंड द्यावे लागतेच. स्वत: टिळकांनाही तेच करावे लागले. शाहूंवर टीका करणाऱ्या लोकांनी त्यांच्या कारभारातील केवळ दोष दाखविले असते तर शाहूंना त्याविषयी वाईट वाटले नसते. पण त्यांच्या राजघराण्यातील व्यक्तींचा उल्लेख करून त्यांची निंदा करण्याचे सत्र त्यांच्या विरोधकांनी सुरू केले होते ह्या गोष्टींची त्यांना चीड येत होती. टिळक म्हणत, 'मी सकाळी चहाबरोबर शत्रूंच्या शिव्या खात असतो' त्याप्रमाणे शाहूही म्हणत,

‘सकाळी उठल्यावर आपण नोकराकडून पाठीला मालीश करून घेतो आणि त्याबरोबरच ब्राह्मणी पत्रांतील शिव्याही खातो.’

सन १९२० च्या मे महिन्यात अस्पृश्यवर्गापैकी कोणीतरी शाहूंकडे मदतीची याचना केली. शाहूंनी त्याचा तो अर्ज डॉ. आंबेडकरांकडे अभिप्रायासाठी पाठविला. ह्यावरून डॉ. आंबेडकरांशी ते काही बाबतींत विचारविनिमय करीत असावे असे दिसते. शाहूंनी मॉंटगोमेरी यांना १५ मे १९२० रोजी कळविले की, ‘माझी बदनामी करण्यासाठी व माझ्या राज्यकारभारातील दोष दाखवून अनेक दिवसांच्या वैराचा सूड उगविण्याची प्रतिज्ञा करून टिळक माझ्याविरुद्ध लेख लिहावयास सिंहगडावर गेले आहेत.’ ‘मी जबाबदार राज्यकर्ता असल्यामुळे सरकारला जी गोष्ट आवडणार नाही ती मी करणार नाही,’ असे शाहू म्हणाले. आपल्या त्या पत्रात शाहू आणखी म्हणाले, ‘उलटपक्षी टिळक हे बेजबाबदार मनुष्य आहेत आणि सरकारविरोधी गोष्टी करण्यात त्यांना अभिमान वाटतो. सरकारला काम करण्यास अशक्य करून टाकण्यासाठी ते आपली बुद्धी वापरतात आणि सरकारवर बहिष्कार टाकून व इतर युक्त्या योजून सरकारला हास्यास्पद करून सोडतात. मला अशी भीती वाटते की, ह्या बदललेल्या काळात टिळक हे एके दिवशी मंत्रीसुद्धा होतील. ह्या मनुष्याबरोबर मी लढावयास तयार आहे आणि मी ती लढाई करीन. जर ह्या गोष्टीला सरकारचा विरोध नसेल तर मला ह्या लढ्याच्या बाबतीत काही वर्तमानपत्रांना साहाय्य करावे लागेल आणि काही वर्तमानपत्रे सुरू करावी लागतील. मी सनसनाटी अशांतता निर्माण करणारा कोणी उपद्व्यापी मनुष्य आहे असे सरकारला वाटू नये.’ शाहू पुढे म्हणाले, ‘राज्यपालांनी आपल्या खुर्चीत खुशाल स्वस्थ बसावे आणि एक संस्थानिक ब्रिटिश साम्राज्याचा नागरिक म्हणून टिळकांसारख्या साहसी आणि चळवळ्या मनुष्याला कशी यशस्वी टक्कर देतो ते पाहावे. ब्रिटिश साम्राज्यातील सर्वांत वरिष्ठ न्यायालयाने तर टिळक-चिरोल अभियोगात, टिळक हे देशद्रोही आहेत असे सिद्ध केले आहे.’ ह्याच प्रकारचे एक पत्र शाहूंनी कर्टिसनाही लिहिले.

अखिल भारतीय अस्पृश्यता निवारण परिषद ३१ मे व १ जून १९२० ह्या दिवशी नागपूर येथे भरणार होती. तिचे अध्यक्षस्थान स्वीकारण्याचे शाहूंनी मान्य केले होते. आपण त्या परिषदेचे अध्यक्षपद स्वीकारले तर टिळकांना राग येईल; परंतु त्याला इलाज नाही, असे शाहू म्हणाले. प्रतिपक्षी नेत्यांना देशद्रोही म्हणण्याचा टिळक अनुयायांचा प्रघात होता, तरी शाहूंनी चिडून जाऊन ब्रिटिशांनी म्हटल्याप्रमाणे टिळक हे ‘देशद्रोही’ होते असे गुप्त पत्रात एकदा रागाच्या भरात म्हटले हे खरे. परंतु त्याला तसेच काही कारण घडले होते.

आपल्याविरुद्ध प्रचाराची मोहीम टिळक खरोखरीच सुरू करणार आहेत की काय याची माहिती काढण्यासाठी शाहूंनी आपले जासूद, कोल्हापूरच्या विद्यापीठ हायस्कूलचे प्राचार्य वा. द. तोफखाने ह्यांना सिंहगडला पाठविले होते. तोफखाने हे टिळकांना सिंहगड येथे भेटले. शाहू छत्रपतींच्या सामाजिक व राजकीय विचारसरणीने भारलेल्या काही कार्यकर्त्यांनी त्यापूर्वी टिळकांच्या सभा उधळल्या होत्या, म्हणून त्यावेळी टिळकही संतापलेले होते.

ब्रिटिश राजप्रतिनिधी वुडहाऊस यांना ८ जुलै १९२० रोजी शाहूंनी कळविले की, तोफखान्यांशी झालेल्या संभाषणात टिळक असे म्हणाले की, 'आपण जे शाहूंविरुद्ध लिखाण व चळवळ करीत आहोत ती लक्षात घेऊन शाहूंनी युरोपियनांना खूश करण्याचे धोरण बदलले नाही आणि ब्राह्मणेतरांना स्वत:चे हक्क आणि दर्जा वाढवा असे प्रोत्साहन देऊन ब्राह्मण-ब्राह्मणेतर ह्यांच्यामध्ये शत्रुत्वाची भावना निर्माण करण्याचे धोरण बदलले नाही, तर त्यांनी लक्षात ठेवावे की, जॅक्सन आणि रँड ह्यांचे भवितव्य त्यांच्या वाट्यास येईल.' शाहू पुढे म्हणाले, 'त्यावर टिळकांना मी निरोप पाठविला आहे. पण तो पोहोचला की नाही हे मला कळत नाही. मी त्यांना कळविले आहे की, मी हताश होऊन कधीही माघार घेणार नाही. मी एक तसूभरही मागे हटणार नाही. मी मरावे अशी माझ्या नियतीची इच्छा असेल तेव्हाच मी मरेन. तथापि, मी ईश्वराजवळ प्रार्थना करतो की, ईश्वर तुमची इच्छा पूर्ण करो आणि हे भेकडपणाचे कृत्य करावयास तो तुम्हांस साह्य करो. अशी भेकडपणाची कृत्ये ब्राह्मण नोकरशाही नेहमीच करते.' तोफखाने हे टिळकांचे चाहते होते आणि त्यांनी आपल्या 'राजर्षी श्री शाहू छत्रपती यांचे अंतरंग' ह्या ग्रंथात शाहू आणि टिळक ह्यांचे संबंध कसे होते हे रेखाटले आहे. पण त्यांनी त्यात ह्या भयंकर धमकीचा उल्लेख केलेला नाही. संतापाच्या भरात टिळकांनी एकदा अशाच प्रकारचे उद्गार लॉर्ड मिंटो ह्यांच्या बाबतीत काढले होते. त्यांना लजपतरायांना हद्दपार केल्याचे कळताच ते त्वेषाने म्हणाले होते :'लालाजींसारखा देशभक्त हद्दपार होतो, आणि लॉर्ड मिंटो अजून कसा जगतो?'[२] राजप्रतिनिधींनी रॉबर्टसन ह्यांना ह्या धमकीच्या बाबतीत गुप्तपणे चौकशी करावयास सांगावे असेही शाहूंनी आपल्या पत्रात म्हटले होते.

अखिल भारतीय मराठा लीगच्या तिसऱ्या परिषदेत शाहू छत्रपती भाग घेऊ शकले नाहीत. पुणे येथील विजयानंद थिएटरमध्ये ३ मे १९२० या दिवशी पी. एन. जाधव यांच्या अध्यक्षतेखाली ती भरली होती. अखिल भारतीय मराठा लीगची दोन शकले झाली होती. त्यांतील मोठा गट शाहूंच्या मार्गदर्शनाखाली

काम करीत होता. खासेराव जाधव ह्यांच्या नेतृत्वाखाली दुसरा गट काम करीत होता आणि तो महाराष्ट्रात नवीनच स्थापन झालेल्या टिळकप्रणीत काँग्रेस लोकशाही पक्षाला अनुकूल होता. ह्या मराठा गटाचे अधिवेशन मुंबईत मे महिन्याच्या मध्यावर खासेराव जाधवांच्या अध्यक्षतेखाली भरले. टिळकांच्या राजकीय झगड्याने प्रभावित झालेला मराठा राष्ट्रीय संघ कर्मवीर शिंदे यांच्या मार्गदर्शनाखाली काम करीत होता. ब्राह्मणेतरांच्या संस्थांचा उघडपणे कैवार न घेणारे कर्मवीर शिंदे यांची स्थिती ही अगदी त्रिशंकूसारखी झाली होती. त्यांच्यावर धड टिळकवाद्यांचाही विश्वास नव्हता; कारण कर्मवीरांची समाजसुधारणावादी मते त्यांना मान्य नव्हती व त्यांच्यावर ब्राह्मणेतरांचाही विश्वास नव्हता.

कृतज्ञता हा शाहूंचा एक मोठा गुण होता. त्यांचे गुरू फ्रेजर व त्यांचे कुटुंब २८ मे रोजी मायदेशी जाणार होते. यास्तव शाहूंनी आपले कारकून प्रभावळकर यांच्याबरोबर मोत्यांचे दोन हार फ्रेजर यांची पत्नी व मुलगी यांच्यासाठी भेट म्हणून पाठवून दिले. आपल्या आदर भक्तीचे नि प्रेमाचे द्योतक म्हणून फ्रेजर ह्यांनी ते हार स्वीकारावे अशी त्यांनी त्यांना विनंती केली.

शाहूंनी १३ व १५ मे १९२० रोजी करवीर गॅझेटमध्ये वेठबिगारी बंद केल्याचा पुन्हा हुकूम प्रसिद्ध केला व महार, मांग वगैरे कोणी अस्पृश्य लोकांकडून राजघराण्यातील लोकांशिवाय व संस्थानच्या दप्तराच्या कामाशिवाय वेठबिगार घ्यावायची नाही असे जाहीर केले. वरील कामाशिवाय त्यांना कोणीही वेठीस धरावयाचे नाही. जर पाटलाने वेठीस महार धरला तर त्यास वतनातून कमी केले जाईल. मांगाकडून कोणतेही काम फुकट करून घ्यायचे नाही. वेठवरळाच्या स्वरूपात कोणी काम करून घेईल त्यासही जबर शासन करण्यात येईल. शाहूंनी काही महारांची नेमणूक शिलेदार व हुजरे म्हणून केली आणि त्यांनी स्वत: महाराज, महाराणी व युवराज यांजकडेच काम करावे असा हुकूम काढला. जरूर पडल्यास त्यांनी श्री महालक्ष्मी करवीर निवासिनीकडेही नोकरी करावयाची आहे व सरकारी टपालवर्दीही करावयाची आहे. महार लोकांना मजुरी देऊन त्यांच्याकडून काम करून घ्यावे, अशी राजाज्ञा होती.

दिवाणापासून गावच्या पाटलांपर्यंत कोणीही पडेल ती मजुरी देऊन वाटेल त्या मनुष्याकडून काम करून घ्यावे. ते हक्काने म्हणून करून घेण्याचे नाही. महारांनी आपली पिढी सुशिक्षित करून तिला श्रेष्ठ पदास पोहोचवावे. त्याचप्रमाणे महार लोकांची संख्या सरकारी नोकरीसाठी मर्यादित करण्यात आल्याने आजवरच्या अनिष्ट चालीने गलिच्छ कामासाठी अगर वेठवरळा

करण्यासाठी महार जातीचे लहानापासून थोरापर्यंत सर्व स्त्री-पुरुषांस वतनी बंधनास चिकटून राहावे लागणार नाही. त्यांच्या उन्नतीच्या मार्गात असलेला हा अडथळा दूर करण्यात आल्याने त्यांच्या खऱ्या उन्नतीला लवकरच प्रारंभ होऊन मानवी प्राण्यांत त्यांची गणना चांगल्या पदास पोहोचेल अशी पूर्ण उमेद आहे. सर्व महार प्रजा लवकर सुशिक्षित झाली पाहिजे अशा हेतूने प्रेरित होऊन ही ही योजना करण्यात आली असून तो हुकूम दि. ७ जून १९२० पासून अमलात यावयाचा आहे असे त्या हुकमात म्हटले होते. ह्या राजाज्ञेप्रमाणे शाहूंनी महारांना गुलामगिरीतून पूर्णपणे मुक्त केले. त्यांना मानवी हक्क संपूर्णपणे देऊन आपल्या राज्यात सक्तीची वेठबिगार बंद केली. स्वतंत्र भारतात ही वेठबिगार पद्धत भारत सरकारने १९७५ साली बंद केली.

कुळकर्णी असोसिएशनने आपली दुसरी परिषद संकेश्वर येथे १६ व १७ मे १९२० या दिवशी भरवली. दत्तोपंत बेळवी यांनी त्या परिषदेच्या अध्यक्षपदावरून बोलताना शाहूंवर व त्यांच्या दरबारावर विखारी हल्ला चढविला आणि म्हटले की, कोणत्याही मनुष्याचे जीवित, अब्रू व मालमत्ता कोल्हापुरात सुरक्षित नाही. आपली गाऱ्हाणी सभांतून व वर्तमानपत्रांतून हिंदुस्थान सरकार व ब्रिटिश लोकसभा यांच्यापुढे स्पष्टपणे मांडावी असे त्यांनी कुळकर्ण्यांना प्रोत्साहन दिले. पुढची परिषद प्रत्यक्ष महाराजांच्या नजरेसमोर कोल्हापुरातच भरवावी असा त्यांनी परिषदेला सल्ला दिला. वालचंद कोठारी यांचे म्हणणे असे की[३], वरील परिषदेत दत्तोपंत बेळवी म्हणाले होते, 'कोल्हापुरात कुणाचीही बायको सुरक्षित नाही, कोणाचेही जीवित व मालमत्ता सुरक्षित नाही.' 'केसरी'ने संपादकीय सावधगिरी म्हणून बेळवींच्या असभ्य विधानात फरक करून, बेळवींच्या तोंडी, 'कुणाचीही बायको सुरक्षित नाही', ह्या शब्दप्रयोगाऐवजी 'कोणाचीही अब्रू'[४] हा शब्दप्रयोग वापरला.

अशा रितीने शाहूंना गादीवरून पदच्युत करण्याची पूर्वतयारी म्हणून त्यांच्या चारित्र्यहननाची ही दुसरी मोहीम जोरात सुरू झाली. स्वत:स चारित्र्यवान समजणाऱ्या ह्या चळवळ्यांना असे वाटत होते की, मागासवर्गीयांचे कल्याण साधणाऱ्या शाहूंच्या तत्त्वज्ञानाचा यामुळे पराभव होईल. तथापि जरी सत्य तत्त्वांच्या प्रवर्तकांचे वध झाले किंवा त्यांना निंदेच्या आगीत घातले तरी सत्य तत्त्वे नष्ट होत नसतात. शाहूंवर अति निंद्य हल्ला चढविताना बेळवी वकिलांनी ऐकीव पुराव्याचा निर्बंध विसरलेला दिसतो. राजकारणात कोणतीही गोष्ट योग्य ठरते हे टिळकांचे राजकीय तत्त्व बेळवी यांनी शिरोधार्य मानलेले दिसते. परंतु काँग्रेसच्या पुढाऱ्यांच्या नैतिक आचरणासंबंधी टिळकांनी जो अभिप्राय व्यक्त केला होता

त्याकडे बेळवी यांनी सोयीने दुर्लक्ष केले होते. आपण जर सार्वजनिक पुढाऱ्यांच्या खाजगी जीवनात डोकावून पाहून त्यांना कॉंग्रेसमध्ये प्रवेश द्यावयाचे ठरविले, तर नैतिक दृष्ट्या चांगल्या अशा मूठभरही व्यक्ती कॉंग्रेसमध्ये सापडणार नाहीत असा लोकमान्य टिळकांनी एकदा अभिप्राय व्यक्त केला होता. बेळवी हे अशा दुर्मीळ चारित्र्यवानांपैकी एक होते काय? कोल्हापूर दरबार किंवा शाहू यांजवर चिखलफेक करावी अशा लायकीचे ते होते काय? बेळवी हे एक ढोंगी मनुष्य होते असे शाहूंच्या चाहत्यांनी त्यांचे वर्णन केले आहे.

बेळवींच्या ह्या भाषणाचा वृत्तांत आपल्या २ जून १९२० च्या अंकात देताना 'इंदुप्रकाश'ने म्हटले आहे की, बेळवींच्या ह्या कुत्सित भाषणामुळे महाराष्ट्रातील प्रत्येक माणसाला अत्यंत दु:ख व संताप येईल. आजपर्यंत पुष्कळांनी कोल्हापूरची निंदा केली, पण बेळवीइतका अविचारी हल्ला कोणीही केलेला नाही. 'इंदुप्रकाश' पत्र पुढे म्हणाले की, 'बेळवी यांनी दरबारवर उडविलेले निंदाप्रचुर शिंतोडे हे ऐकीव माहितीवर आधारलेले आहेत. आणि ते अयोग्यच नव्हे तर दुष्टपणाने प्रेरित झालेले आहेत. त्यांनी सत्याचा अपलाप केला आहे. असे कोल्हापूर दरबारवर आरोप करून त्यांनी आपल्या स्वत:सच काळिमा लावला आहे.' बेळवींच्या ह्या निंद्य, गलिच्छ आणि बेजबाबदार भाषणाविरुद्ध सर्व महाराष्ट्रभर धिक्काराची लाट उसळली. त्या भाषणाचा धिक्कार करणाऱ्या अनेक सभा महाराष्ट्रात झाल्या आणि त्यांच्या ठरावांतून गरिबांच्या आणि कनिष्ठवर्गाच्या उन्नतीचे शाहूंनी केलेले महान कार्य, कुळकर्णी वतने नष्ट करून कुळकर्ण्यांच्या कपटी कचाट्यातून रयतेची केलेली मुक्तता व अस्पृश्यतेचे केलेले निर्मूलन ह्यांविषयी ठिकठिकाणी शाहूंच्या नावाचा जयघोष करण्यात आला. त्यांनी शाहूंना धन्यवाद दिले.

२८ मे १९२० या दिवशी शाहूंनी मिरजहून वुडहाऊस यांना कळविले की, आपल्याविरुद्ध ब्राह्मणी वर्तमानपत्रांमध्ये रकानेच्या रकाने भरून मजकूर येत आहे. कुळकर्ण्यांच्या परिषदेत बेळवी यांनी आपल्याविरुद्ध शिवीगाळ करणारे व द्वेष पसरविणारे भाषण केले आहे. त्यांनी आपल्याला शिवीगाळच केली; ते दुसरे काही करू शकले नाहीत ह्याविषयी आपणास आनंद होतो.

मुंबई सरकारने कुळकर्णींचा अर्ज १९२०च्या जानेवारीत फेटाळून लावला. त्यामुळे कुळकर्णी लोक रागाने वेडे झाले होते. यास्तव २८ मे च्या पत्रात शाहूंनी आपल्यावर व आपल्या राज्यकारभारावर विषारी हल्ला चढविण्यात

आला आहे, अशी वुडहाऊस यांच्याकडे पुन्हा तक्रार केली व आपण सार्वजनिक भाषणे देण्याचे बंद करावयास तयार आहोत किंवा वुडहाऊस यांचा तसा सल्ला असेल तर सार्वजनिक कार्य करावयाचे सोडून द्यावयास आपण तयार आहोत असे कळविले. आपल्या पत्रात ते आणखी म्हणाले की, 'मागासवर्गीयांची उन्नती करणे हा माझा उद्देश असल्यामुळे तसे करण्यात त्यांनी ब्राह्मणांची अरेरावी, जू झुगारून देऊन त्यांच्या मानसिक गुलामगिरीतून आणि सत्तेपासून मुक्त व्हावे हे माझे म्हणणे रास्त आहे. त्यामुळे माझ्यावर सूड उगविण्यासाठी आणि माझा लोकांनी खून करावा ह्या उद्देशाने दुष्टपणाने माझ्यावर ब्राह्मण चळवळे हल्ला चढवीत आहेत. माझ्याविरुद्ध लोकांच्या मनात द्वेष आणि संस्थानात अराजक निर्माण करण्याच्या हेतूने ते बेफाम भाषेत लिहीत आणि बोलत आहेत.'

शाहू पुढे म्हणाले : 'कुळकर्ण्यांना मदत करण्यात बेळवी आणि इतर पुढारी यांचा आणखी एक हेतू आहे. जर महाराष्ट्रातील कुळकर्ण्यांची सहानुभूती आणि सक्रिय मदत आपल्या पक्षास येत्या निवडणुकीमध्ये लाभली नाही तर निवडणुकीमध्ये यश मिळविणे आपणांस अशक्य होईल अशी त्यांची खात्री आहे. कारण कुळकर्ण्यांचे ग्रामीण विभागातील जनतेवर अजूनही मोठे वजन आहे.'

ह्याच वेळी रुकडीहून फ्रेजर ह्यांना लिहिलेल्या पत्रात शाहूंनी आपल्याविरुद्ध ब्राह्मण लोकांना चढविलेल्या विषारी हल्ल्याचे स्पष्टीकरण केलेले आहे. समाजात आपली प्रतिष्ठा वाढविण्यासाठी महाराष्ट्रात आपण ब्राह्मणांविरुद्ध एक पक्ष स्थापन केला आहे. त्यासाठी काही वर्तमानपत्रांना पैशांचे पाठबळ देऊन आपली बाजू मांडावयास त्यांना उद्युक्त केले आहे आणि आपण स्वत: जनतेला काबूत ठेवण्यासाठी व्यासपीठाचा आश्रय घेऊन वक्ते बनलो आहोत. सुदैवाने वा दुर्दैवाने आता अशी परिस्थिती निर्माण झाली आहे की, आपण उभारलेल्या पक्षापासून आपल्याला दूर जाताही येत नाही आणि त्याचा त्यागही करता येत नाही. जर आपण सेवानिवृत्त झालो तर युद्धाच्या पूर्वीपासून उभारलेला हा पक्ष नाखूश होईल. तो पक्ष आपल्याशी एकनिष्ठ असून त्याने अनेक अडचणींच्या व अनेक संकटांच्या वेळी आपल्या पाठीशी उभे राहून आपणास साह्य केलेले आहे. आपल्या अडचणीत ज्यांनी आपणास साह्य केले त्यांचा अवसानघात करण्याची आपली तयारी नाही, असे शाहूंनी त्या पत्रात म्हटले आहे.[५]

फ्रेजर यांनी कुळकर्णी वतने नष्ट केल्याविषयी शाहूंना दोष दिला होता असे दिसते. कारण शाहू आपल्या पत्रात म्हणाले, 'कुळकर्ण्यांच्या दुष्टपणाची माहिती सरकारला चांगलीच आहे. मी मनुष्य आहे नि मला मित्र असणारच. ज्यांनी माझ्या अडचणीच्या वेळी वा संकटाच्या वेळी साह्य केले अशा काही

व्यक्ती माझे मित्र असणारच. जरी माझ्या विरोधकांना माझ्या राज्याची बदनामी करण्यात यश आले नाही तरी ते मला सळो की पळो करून सोडतील किंवा बॉंब टाकून ठार मारतील. नवीन सरकारी धोरण व नवीन सरकारी वरिष्ठ अधिकारी यांची सहानुभूती माझ्या मृत्यूच्या वेळी किंवा अडचणीच्या वेळी मला लाभली नाही एवढीच मरते समयी माझ्या मनाला खंत वाटेल. एक-दोन सभांतून भाषणे केल्यावर आवश्यकता नसेल तर मी भाषणे करावयास जाणार नाही.' शेवटी ते म्हणाले, 'माझी अब्रू न जाता सेवानिवृत्त होण्यात परमेश्वर मला साहाय्य करो.'[६]

सन १९२०च्या मे महिन्याच्या शेवटी शाहूंनी कॅडेल यांच्याशी मीर अल्ली नवाझखान यांच्या प्रकरणाची चर्चा केली. एका मुस्लिम संस्थानिकाने ब्रिटिशांशी चाललेल्या आपल्या भांडणात शाहूंची मदत घ्यावी हे आश्चर्य होते. त्यावरून शाहूंच्या औदार्याची आणि सर्वसमावेशक विशाल धोरणाची साक्ष पटते. लंडनहून लॉर्ड सिडनूहॅम ह्यांनी शाहूंनी कळविले की, आपण मराठ्यांना स्वतंत्र मतदारसंघ मिळावेत, म्हणून खूप खटपट केली. सिडनूहॅम यांनी शाहूंविषयी व कामगारांविषयी सहानुभूती दाखविली. वुडहाऊस यांनी शाहूंना राजप्रतिनिधी व स्नेही म्हणून ३० मे १९२० या दिवशी उपदेश केला की, 'आपला मित्र म्हणून मी आपणांस विनंती करतो की, यापुढे आपण भाषणे करू नयेत. आपल्या संस्थानामध्ये आपली कार्यशक्ती वेचावी आणि आपल्या राजकारभारात जे दोष आहेत ते काढून टाकावेत.'

ब्रिटिश सरकारशी राजनिष्ठा आणि जनतेचा उद्धार करण्याची त्यांची तळमळ हे शाहूंचे दोन गुण वुडहाऊस यांना आवडत व त्याविषयीची गुणग्राहकता दर्शवून त्यांनी पुढे म्हटले की, 'जर शाहूंनी आपल्या राज्याबाहेर जाऊन भाषणे केली तर जे पक्ष त्यांच्याविरुद्ध आहेत ते त्यांच्या राज्यकारभारावर टीका करणारच. काही जण तर योग्य ती टीका करून थांबणार नाहीत; तर ते शाहूंची वैयक्तिक आणि राज्यकारभाराची निंदा अत्यंत विकृत शब्दांत करतील. प्रत्येक शासन व्यवस्थेत काही दोष असतात आणि त्यांविषयी अतिशयोक्तीने बोलणे सोपे जाते. अशी टीका जे करतात त्यांना काहीच गमवावयाचे नसते. उलट त्यांना त्यामुळे सहजासहजी कीर्ती लाभते. अशा आखाड्यात उतरून शाहू त्यांचे आव्हान स्वीकारू शकत नाहीत. आणि तसे करणे शाहूंना शोभणारही नाही.'[७]

वुडहाऊस यांच्या उपरोक्त सल्ल्याचे एक वैशिष्ट्य होते. ह्यापूर्वी त्यांनी ह्या बाबतीत दिवाण सबनीस यांच्याशी दीर्घ काळ चर्चा केली होती. त्या काळी ब्रिटिश सरकारला स्वत: अनेक अडचणींना तोंड द्यावे लागत होते. तशात एका

संस्थानिकाच्या हालचालींमुळे त्यांत त्यांना भर पडावयास नको होती. ह्या मित्रापासून आम्हांस वाचवावे असेच ब्रिटिश वरिष्ठ अधिकाऱ्यांना वाटले असावे. प्रश्न असा होता की, शाहू मागासवर्गांवरील आपल्या जबरदस्त वजनामुळे निवडणुकीचे पारडे फिरवू शकतील की कसे ? नवीन राजकीय सुधारणा कार्यवाहीत यावयाच्या होत्या. लॉर्ड सिडनॅहॅम व इतर भारतविरोधी नेते यांचे वजन इंग्लंडात घटत चालले होते आणि भारतात तर राष्ट्रवादाची लाट उसळत होती. अशा परिस्थितीत हिंदुस्थानातील ब्रिटिश वरिष्ठ अधिकाऱ्यांना एका संस्थानिकाची बाजू घेऊन आपल्या राजकीय विरोधकांना चिडविण्याची कल्पना सोडून देणे भाग पडले. परिणामी शाहूंना व हिंदी कनिष्ठ वर्ग यांना तोंडघशी पाडण्याचे ते एक चिन्ह होते. याचा संशय येऊन शाहूंनी मुंबई सरकारला कळकळीची विनंती केली की, सरकारने मागासवर्गीयांच्या उत्कर्षाचे जे आपले कर्य चालले आहे त्यासंबंधी स्वत:चे धोरण बदलू नये. शिवाय पाच-सहा वर्षांपेक्षा अधिक आपण जगणार नाही अशी आपली अटकळ आहे, असे त्यांनी मुंबई सरकारला कळविले.

तथापि शाहूंना वाटत असलेली भीती व झालेला पश्चात्तापही फार काळ टिकला नाही. त्यांनी सर्व चिंता बाजूला सारली आणि नागपूर येथे ३१ मे व १ जून १९२० रोजी भरणाऱ्या अखिल भारतीय बहिष्कृत समाजाच्या परिषदेला ते उपस्थित राहण्यासाठी गेले. जेव्हा ग. आ. गवई, केशवराव खंडारे, कालीचरण नंदा गवळी यांनी कोल्हापुरास जाऊन महाराजांना परिषदेचे अध्यक्षपद स्वीकारण्याचे आग्रहाचे आमंत्रण केले, तेव्हा महाराज म्हणाले होते, 'माझ्याऐवजी लो. टिळकांना का घेऊन जात नाही?' त्यावर गवई म्हणाले, 'लो. टिळकच काय, हिंदुधर्मातील श्रीरामचंद्रासारखे अवतारी पुरुषदेखील आम्हां दलितांच्या सुधारणेच्या बाबतीत अनुकूल राहिले नाहीत. त्यांचे धोरण आमच्याशी वागण्यात अधार्मिक झाल्याचे वाटते. स्पष्टपणाबद्दल क्षमा असावी, महाराज. म्हणूनच आम्ही आपल्याकडे धाव घेतली.[८] हे ऐकून महाराज गहिवरले व म्हणाले, 'माझे राज्य गेले तरी हरकत नाही.[९] मी तुमच्यासाठी जे काय करायचे ते अवश्य करीन.'

भारताच्या सर्व प्रांतांतील अस्पृश्य समाजाचे पुढारी नागपूरच्या या अखिल भारतीय बहिष्कृत समाज परिषदेस उपस्थित राहिले होते. त्यांत बेळगावचे पापन्ना, मध्यप्रांतातले ग. आ. गवई, मुंबईचे डॉ. आंबेडकर हे प्रमुख पुढारी होते. शाहू व त्यांचा लवाजमा नागपूर स्थानकावर पोहोचला तेव्हा राजे रघुजीराव भोसले यांनी शिकारीच्या मिषाने नागपूरबाहेर पलायन केले. कारण त्यांना अशी भीती वाटली की, जर आपण शाहूंचे स्वागत करून त्यांच्या अस्पृश्य मंडळीसह

त्यांना राजवाड्यावर नेले तर आपल्यावर टीकेचा भडिमार होईल. त्यामुळे शाहूंना ख्रिश्चन संस्थेच्या एका बंगल्यात उतरावे लागले. सरदार व्यंकटराव गुर्जर यांनी शाहूंच्या मिरवणुकीसाठी आपले हत्ती, उंट, नगारे वगैरे लवाजमा दिला होता. खानबहाद्दूर मलिकसाहेब यांनी आपली व्हिक्टोरिया गाडी पाठविली होती. अशा रितीने शाहूंची जंगी मिरवणूक निघाली ते दृश्य भव्य, वैभवशाली व स्फूर्तिदायक होते. दहा पोलिसांची एक तुकडी शाहूंच्या संरक्षणार्थ शाहूंच्या गाडीबरोबर चालली होती.

शाहू-द्वेष्टे लोक नि बुरसटलेले सनातनी 'शाहू महारांचे महाराज' म्हणून त्यांचा तिरस्काराने उल्लेख करीत होते. रघुजीराव भोसले यांच्या आईने मात्र शाहू छत्रपतींना राजवाड्यावर धैर्याने बोलावून आपल्या मुलाच्या अनुपस्थितीविषयी क्षमा मागितली. त्यांना आदराने लवून वंदन करून शाहू म्हणाले, 'अस्पृश्यांचा उद्धार करण्याच्या प्रयत्नामुळे जसा मला स्वत:ला ब्राह्मणांकडून त्रास सहन करावा लागतो तसाच माझ्या आगमनामुळे रघुजीराव व त्यांची माता यांना होणार नाही अशी मी आशा व्यक्त करतो.'

अखिल भारतीय बहिष्कृत समाजाच्या परिषदेच्या अध्यक्षपदी आरूढ होऊन आपले भाषण करताना शाहूंनी म्हटले की, 'साधावयाचे आपले कार्य, पण तुमच्याच उद्धारासाठी प्रयत्न करतो आहे,' असे खोटेच सांगून लोकांना फसविणाऱ्या स्वार्थसाधू नेत्याची स्वार्थ साधण्याची दुर्बुद्धी देवाने मला देऊ नये.'

आपल्या भाषणात शाहू पुढे म्हणाले : 'अस्पृश्य हा शब्द कोणाही माणसाला लावणे हे निंद्य आहे. तुम्ही अस्पृश्य नाही. तुम्हांस अस्पृश्य मानणाऱ्या लोकांपेक्षा जास्त बुद्धिवान, जास्त पराक्रमी, जास्त स्वार्थत्यागी असे तुम्ही हिंदी राष्ट्रवादाचे घटकावयव आहात. मी तुम्हांस अस्पृश्य समजत नाही. आपण निदान बरोबरीची भावंडे आहोत, आपले हक्क समसमान तरी खास आहेतच अशी भावना धरून पुढील कामास लागले पाहिजे. माझ्या घरच्या मंडळींनी, आप्तेष्टांनी अगर मित्रांनीसुद्धा विचार न करताच माझ्या मागे येऊ नये. माझी मते ज्यांस पसंत असतील त्यांनी माझे स्वतंत्रपणे अनुकरण करावे. त्यांना माझ्याकडून कोणत्याही प्रकारचे उत्तेजन अगर मदत मिळणार नाही.

'आम्ही सर्व हिंदी आहोत, बंधू आहोत. हिंदी प्रजाजन कोणत्याही वर्णाचे असोत, कोणत्याही धर्माचे असोत, ते हिंदी आहेत. व्यक्तीच्या दृष्टीने धर्माची बाब महत्त्वाची असेल; पण राष्ट्रीय बाबतीत तो केव्हाही आड येता कामा नये. यापुरती धर्म ही बाब फारच कमी महत्त्वाची आहे असे मला वाटते. धर्म शब्दाची थोडक्यात व्याख्या 'देवाजवळ पोहोचण्याचा मार्ग' अशी करता येईल.

निरनिराळे धर्म पाळून ईश्वराजवळ पोहोचणाऱ्या लोकांनी परस्परांचा द्वेष का करावा? ‘दया धरम का मूल है, नरक मूल अभिमान.’ यावरून पाहता देशाची म्हणजे देशबंधूंची सेवा करणे, जनी जनार्दन शोधणे व पाहणे हाच खरा धर्म आहे. या बाबतीत सर्व धर्मांचे ऐक्य आहे, परोपकार हा पुण्य मार्ग आहे व परपीडा पाप आहे असे सर्व प्रतिपादन करतात. अकबर, शिवाजी महाराज वगैरे महात्म्यांच्या काळी धर्म द्वेषाने किंवा जाति द्वेषाने कोणी लढाया करीत नसत. अकबर बादशहाच्या पदरी मराठे, रजपूत व इतर हिंदु सरदार व लढवय्ये अनेक होते. विजयनगर राज्याच्या पदरी किंवा शिवाजी महाराज यांच्या सैन्यात मुसलमानांची संख्या कमी नव्हती. पण आम्ही खरा धर्म सोडू, म्हणजे जनी जनार्दन न पाहता बनावट उच्च-नीच भाव उत्पन्न करून, त्याचप्रमाणे ग्रंथ तयार करून, त्यांच्या आधारावर आमच्या बंधूंना पशूपेक्षाही नीच मानण्याचे भयंकर पातक करीत असतो. आम्ही भागवताचे हजारो सप्ताह बसविले, मोठमोठी अनुष्ठाने सुरू केली, नाना प्रकारची स्तुतिस्तोत्रे गायिली, कीर्तने, पुराणे यांची झोड उठविली किंवा भजने करून कानठळ्या बसेपर्यंत टाळ कुटले, क्षेत्रांच्या यात्रा अनवाणी केल्या, देवाच्या मूर्तीस लोटांगणे घातली तरी ईश्वर अशाने तुष्ट होईल काय? तो तुष्ट होणार नाही हे खास. इंग्लिश राष्ट्राचे आमच्या देशावर व विशेषेकरून आमच्या अस्पृश्य मानलेल्या बंधूंवर फार उपकार आहेत. ब्रिटिश राष्ट्राने मनु धर्मशास्त्रासारखे एका जातीचे प्राबल्य स्थापन करणारे कायदे काढून टाकून हिंदी प्रजेमध्ये समसमान हक्क निर्माण केले. डोळे काढावे, डागावे, वेद वाचू नयेत, असे जे अमानुष कायदे एके काळी मनूने रूढ केले होते, ते अमानुष कायदे इंग्रज सरकारने नाहीसे केले आहेत. सर्व प्रजेला सारखे हक्क आहेत. सर्वांना सारखे कायदे लागू केले पाहिजेत, त्यात जातिभेदावर कमीअधिक लक्ष असा अन्याय होता कामा नये; हे समानतेचे तत्त्व इंग्रजांनी राज्यकारभारात प्रथम लागू केले.

‘इकडच्यापेक्षा मद्रासकडच्या आपल्या अस्पृश्य बंधूंस फार त्रास सनातन धर्मवाल्यांकडून होत असतो. तिकडचे ब्राह्मण सर्वच ब्राह्मणेतरांशी फार अन्यायाने वागतात. इकडे महाराष्ट्रात तशीच स्थिती आहे. मद्रास येथे ब्राह्मणेतर लोकांचा निराळा पक्ष स्थापन करून त्यांच्यामध्ये आपल्या हक्काची जाणीव उत्पन्न करणारे थोर मनाचे प. वा. डॉ. नायर यांना धन्यवाद देणे फार जरुरीचे आहे. पंचमांचा उद्धार करण्याविषयी त्यांचा उद्योग मोठा होता व आपल्या घरात खाजगी नोकर ते पंचमास ठेवीत.

‘ह्या देशाची उन्नती लवकर किंवा उशिरा होणे, हे येथील जातिभेद ज्या

प्रमाणात नाहीसा होईल त्यावर अवलंबून आहे. हा जातिभेद नाहीसा होण्यास भिन्न भिन्न जातींचे शरीरसंबंध विस्तृत प्रमाणावर होणे फार जरूर आहे. असले विवाह कायदेशीर ठरले पाहिजेत व त्यांपासून संततीस औरस संततीचे सर्व हक्क मिळाले पाहिजेत. ह्याकरता ना पटेल ह्यांनी वरिष्ठ कायदे कौन्सिलात प्रश्न आणला होता. तशा कायद्याची फार जरुरी आहे. पण असे विवाह होऊ लागल्यास ब्राह्मणांचे जन्मसिद्ध महत्त्वही कमी होणार. ब्राह्मणांवर हे एक मोठे संकट ओढवणार असल्याने ब्राह्मणी पत्रांनी त्या बिलाला कसून विरोध केला. भिन्न जातींचे स्त्री-पुरुष विवाह न करता एकत्र राहून त्यांनी अनीतीचे वर्तन उघड उघड केल्यास ह्या धर्माभिमान्यांना खपते, पण तसा अनीतीचा संबंध ज्यांस नको असे वाटते त्यांना कायदेशीर विवाह करण्याच्या मार्गात मात्र त्यांचा अडथळा.

'माझे मित्र जॉर्ज अरुंडेल यांनी एका ब्राह्मण युवतीशी विवाह केला. त्यामुळे ब्राह्मणबंधूंची मर्जी त्यांच्यावर खपा झाली आहे. लग्नकार्यात निरर्थक खर्च होतो. शिक्षणासारख्या उपयुक्त कामाकडे तो लागला पाहिजे, वगैरे गप्पा ते मारतील. पण रजिस्टर करून थोड्या खर्चात विवाह करण्याची मुभा मात्र त्यांना द्यावीशी वाटत नाही. जर इकडे विवाह रजिस्टर करण्याची सवड असती तर परदेशात हिंदु तरुणांस तिकडे दुसऱ्या बायका करण्यास कायद्याचा प्रतिबंध झाला असता आणि येथील त्यांच्या निरपराध बायकांना पती जिवंत असता वैधव्याच्या गर्तेत दिवस कंठावे लागले नसते.

'ब्राह्मणांना सत्यशोधक समाजाविरुद्ध तक्रारी करायला लाज वाटत नाही. त्यांची धार्मिक लबाडी सत्यशोधक समाजवाले उघड करून सांगतात म्हणून ते सत्यशोधकांचे जलसे बंद करावे म्हणून सरकारला तारा पाठवून विनंती करतात. वैद्यकी, वकिली वगैरे धंदे आपलीच चरण्याची कुरणे आहेत व ती तशीच राहिली पाहिजेत अशी काहींची समजूत होऊन बसली आहे. इंग्रज सरकारने आरंभी शिक्षणाच्या बाबतीत कितीतरी कमी दर्जाच्या हिंदी लोकांस राज्यकारभाराचे काम शिकविले. मॅट्रिक पास झालेले अगर इंग्रजी शिकलेले महार, मांग ह्यांना वरिष्ठ दर्जाच्या धंद्यात आणताच ब्राह्मणी समाज खवळून गेला. ज्या सनदा मी महार, मांग, चांभार इत्यादी लोकांना दिल्या त्याच जर ब्राह्मण, कायस्थ, सारस्वत इत्यादी लोकांना दिल्या असत्या तर त्याबद्दल गवगवा झाला नसता व दिल्या त्यावेळीही झाला नाही. तेच महार, मांग जर ख्रिश्चन झाले असते, तर माझे कृत्य टीकेस पात्र झाले नसते. माझा हेतू एवढाच आहे की, जे धंदे अस्पृश्यवर्गास रूढीने, कायद्याने बंद झाले आहेत ते त्यांना मोकळे करून द्यावेत व त्यांची परिस्थिती सुधारून त्यांच्यात आपण इतर माणसांच्या बरोबरीचे

आहोत असा आत्मविश्वास निर्माण करावा. मी स्पोर्ट्समन आहे. घोड्यासंबंधी माझा अनुभव असा आहे की, त्यास पाणी दाखविले तरच तो पितो. तसेच वकिली करण्याची संधी ह्या लोकांस मिळाल्यास ते ती लवकरच उचलतील. जातिभेद मोडण्याचे काम उच्च म्हणवणाऱ्या लोकांकडून प्रथम झाल्यास ते स्वार्थत्यागाचे उदाहरण इतर जातींना बोधप्रद होईल. आम्हांसारख्या मराठ्यांनासुद्धा जात मोडून एकी करण्यास भाग पाडले पाहिजे.'

शाहू शेवटी म्हणाले, 'माझी मते मी लोकांपुढे निर्भीडपणे मांडतो म्हणून लोकप्रियता मिळविण्याकरता मला काही लोक ओंगळ शिव्या देतात. पण त्या हास्यास्पद होतात व ते सुजनांचे निंदेस पात्र होतात याचे मला वाईट वाटते. मी मागासलेल्या लोकांचा उद्धार करण्याचा प्रयत्न करतो, त्यांचा दर्जा समाजात वाढावा असा माझा प्रयत्न आहे. पण त्याचा विपर्यास करून मजवर ब्राह्मणद्वेषाचा आरोप करण्यात येतो तो कितपत खरा आहे ह्याचा विचार आपणच करावा.

'आता महार, मांग वगैरे हलक्या मानलेल्या जातींना मी वकिलीच्या सनदा देतो. ह्या योगाने उच्चवर्गीयांचा अपमान होतो असे बड्या लोकांस वाटते. पण ही त्यांची चूक आहे. विद्या घेऊन दोन तपे थांबून नंतर समाज बरोबरीने हक्क देईल किंवा नाही ह्या विचारात बुचकळ्या खात पडण्यापेक्षा त्यांस एकदम मुक्त करून आजपर्यंत जगातील इतर कोणत्याही ठिकाणी दृष्टोत्पत्तीस न येणाऱ्या समाजाच्या जुलमाचा, जाचाचा व निर्दयपणाचा अंत करावा ह्या योगानेच खरे राष्ट्रकार्य होईल अशी माझी दृढ समजूत आहे व त्या मार्गानेच आपला कार्यभाग उरकला जाणार आहे.

'जातिभेद नाहीसे झाले पाहिजेत हे हल्ली बऱ्याच लोकांस मान्य झाले आहे व खरेही आहे. परंतु प्रश्न एवढाच आहे की, त्या कामाची सुरुवात कोठून व्हावयाची? ज्या जातीचे लोकांना हलके मानले जाते त्यांनी जातिभेद मोडावा असे म्हणणे साहजिक आहे. परंतु त्या दिशेने त्यांनी कितीही यत्न केले तरी त्याचा उपयोग होणार नाही. या कामी सुरुवात उच्च म्हणविणाऱ्या जातींकडूनच झाली पाहिजे. प्राचीन कालापासून वंशपरंपरागत उपभोगिलेले वर्चस्व सोडून देण्यास त्यांनी तयार झाले पाहिजे, व या पवित्र स्वार्थत्यागाचा कित्ता त्यांनी घालून दिला पाहिजे. जपानातील जातिभेदाचा बीमोड होण्यास मोठे कारण, उच्च वर्गाचे सामुराई लोकांनी सुरुवात केली हेच आहे. तसे झाले नसते तर जपानची स्थिती काही सुधारली नसती.'

'जातिभेद मोडण्याचे प्रयत्न केवळ खालच्या वर्गांकडून सुरू झाल्यास

त्याचे परिणाम अनर्थावह होण्याचा संभव आहे. तेच काम उच्च म्हणविणाऱ्या लोकांकडून प्रथम झाल्यास हे स्वार्थत्यागाचे उदाहरण इतर जातींना बोधप्रद होईल. जोपर्यंत असे झाले नाही तोपर्यंत हल्लीच्या स्थितीचा उपयोग करून वैमनस्य न वाढवता प्रत्येक जातीने आपली सुधारणा करून घेण्याचे प्रयत्न सुरू ठेवले पाहिजेत. कनिष्ठ जातींनी आपली सुधारणा करून दर्जा वाढवून घेण्याचा व वरच्या पायरीवर चढण्याचा प्रयत्न चालूच ठेवला पाहिजे. आणि वरिष्ठ जातीही जरूर तर काही पायऱ्या खाली आल्यास जातिभेद मोडण्याचे बिकट काम सिद्धीस जाण्याचा संभव आहे. आम्हांसारख्या मराठ्यांनासुद्धा एकी करण्यास भाग पाडले पाहिजे. धर्मबंधनाच्या अडचणी कित्येक लोक पुढे आणतात पण तशी स्थिती नाही.'

दुसऱ्या दिवशी शाहूंनी एका खाजगी सभेमध्ये परिषदेच्या कार्यकर्त्यांपुढे भाषण केले. त्यात ते म्हणाले, 'मी आज आपला अध्यक्ष झालो व मी आपला कैवार घेतो म्हणून एक विवक्षित जात नेहमी माझी टवाळी व निर्भर्त्सना करते व लोकमत माझ्याविरुद्ध करण्यास चिथावून देते. पण अशा करण्याने मला उत्साह व उत्तेजनच मिळते. जी वर्तमानपत्रे माझी निर्भर्त्सना करतात त्यांचे मी अभिनंदनच करतो. मला कितीही त्रास व उपहास सोसावा लागला तरी मी निमूटपणे सोसतो व तुमच्या सेवेत मी हाकेबरोबर हजर राहतो. माझी सेवा घेण्यास आपण कोणीही शंका बाळगू नका. मी व माझे मित्र निंबाळकर, भोसले, बाबुराव यादव, कदम, पेंटर, बेळगावचे पाटील ह्यांनी आपल्या सेवेस सर्व झीज सोसून आपले देह झिजवण्याबद्दल शपथा घेतल्या आहेत व आपल्या सर्वांच्या कृपेने माझा मुलगा कर्ता आहे, तो माझ्या मागे सर्व पाहण्यासारखा आहे. तरी माझ्यावर एखाद्या 'ऑलीगार्कीने' आपल्या ब्युरॉक्रसीचा अंमल जर स्थापित केला तर मी माझे सर्व राज्य मुलावर सोपवून तुमच्या सेवेस राहण्याची प्रतिज्ञा केलेली आहे व माझ्याकडून सेवा घ्याल अशी आशा आहे.'

नागपूरच्या ह्या परिषेत डॉ. बाबासाहेब आंबेडकर ह्यांनी कर्मवीर विठ्ठल रामजी शिंदे यांच्या नेतृत्वाची इतिश्री केली. कारण कर्मवीर शिंदे ह्यांनी अस्पृश्यवर्गाच्या वतीने सरकारला असे कळविले होते की, अस्पृश्यांचे प्रतिनिधी विधिमंडळाच्या सभासदांनी निवडावे; राज्यपालांनी किंवा अस्पृश्यांच्या संस्थांनी ते निवडू नयेत. हे आपले म्हणणे नागपूरच्या परिषदेकडून मान्य करून घेण्यासाठी कर्मवीर शिंदे यांनी आपली काही माणसे नागपूरला पाठवली होती. शिंदे ह्यांनी अस्पृश्यवर्गाचा अपमान केल्यामुळे आंबेडकर संतापले होते. त्यांनी परिषदेमध्ये कर्मवीरांच्या ह्या धोरणावर कडाडून हल्ला चढविला. त्यामुळे परिषदेने ठराव करून

शिंद्यांच्या धोरणाचा निषेध केला व शिंद्यांच्या धोरणाप्रमाणे सरकारने वागू नये अशी विनंती केली. कर्मवीर शिंदे ह्यांनी राष्ट्रीय मराठा लीग काढून शाहूंची अगोदरच अवकृपा ओढवून घेतली होती. त्या दोन गोष्टींमुळे शिंदे ह्यांचे मराठ्यांच्या आणि अस्पृश्यांच्या बाबतीतील नेतृत्व संपुष्टात आले. शाहूंनी आपल्या अध्यक्षीय भाषणाचे इंग्रजी भाषांतर करून ते नागपूरच्या पोलीस आयुक्ताला द्यावयाची डॉ. आंबेडकरांना विनंती केली.

नागपूरहून मुंबईस आल्यावर शाहूंनी आपले गुरू फ्रेजर ह्यांना निरोप दिला. ब्राह्मण सत्ताधाऱ्यांच्या बाजूने उघडपणे कैवार घेणाऱ्या 'केसरी'ला शाहूंच्या नागपूरच्या भाषणात उल्लेखनीय असे काहीच आढळले नाही. कारण ते भाषण जातिभेदाच्या विरुद्ध होते. केसरीने असे म्हटले की, 'हिंदूंच्या मागे एक कामयचे शुक्लकाष्ठ लावून ठेवण्याकरता कोल्हापूरच्या महाराजांना गरगर फिरविण्यात येत आहे. नागपुरात थोड्या दिवसांपूर्वी अस्पृश्यवर्गाच्या परिषदेमध्ये सर्व जातिभेद नष्ट करण्याचा विडा उचलला असल्याचे महाराजांनी जाहीर केले आणि ब्राह्मणांना मनमुराद शिव्या देऊन ब्राह्मण-ब्राह्मणेतरांचे भेद तीव्र करण्याचा झपाटा आरंभला. निजाम काय किंवा महाराज काय, मुसलमान धर्माची वा हिंदु धर्माची कीर्ती उज्ज्वल करण्याचे सामर्थ्य ह्या दोघांपैकी एकाचेही अंगात नाही. तुर्की तहाच्या वेळी मुसलमानांच्याविरुद्ध निजाम उठावा आणि पंजाब प्रकरण व स्वराज्य चळवळीच्या वेळी हिंदूंना पायबंद कोल्हापूरच्या राजाने घालावा हे हिंदुस्थानातील राजेरजवाड्यांच्या अध:पतनाचे स्पष्ट चिन्ह आहे.'[१०]

'राजकारण' या साप्ताहिकाने आपल्या १३ जून १९२० च्या अंकात शाहूंच्या नाशिक येथील भाषणावर आग पाखडली. त्यात म्हटले होते की, महाराजांच्या चाळ्यांकडे थोडे दिवस दुर्लक्ष करण्यात आले. निरनिराळ्या जातींमध्ये वैमनस्य निर्माण करण्यासाठी त्यांना आणखी भाषणे करावयास संधी मिळेल अशी त्यांनी आपली समजूत करून घेऊ नये. अस्पृश्यांच्या हातचा चहा घेणे ही खरोखरच मोठी पराक्रमाची बाब आहे असे त्यांनी समजू नये. आपण आपल्या गादीचा त्याग करू असे त्यांनी भाषण केले. पण आपला वारस ते महार म्हणून निवडणार आहेत काय? थोड्याच दिवसांनंतर 'लोकसंग्रह' साप्ताहिकाने, कोल्हापूर राज्यातील भानगडीची चौकशी करावी अशी सरकारला विनंती केली. लोकसंग्रहात म्हटले होते की, कोल्हापूर हे एक मोठे कारागृह आहे आणि तेथे लोकांचा सर्व प्रकारे छळ होतो. उपरोक्त सर्व वर्णाश्रमी स्वराज्यवादी पत्रांनी शाहूंवर एकच गिल्ला केला.

छत्रपतींनी ११ जून १९२० रोजी तोपखाने यांची मानसेवी वाहतूक पर्यवेक्षक म्हणून नेमणूक केली. त्यांनी सार्वजनिक वाहने तपासावयाची होती. परंतु पुढे ह्या कामापासून त्यांना १५ डिसेंबर १९२१ पासून मुक्त करण्यात आले. करवीर गॅझेटमध्ये ३ सप्टेंबर १९२० रोजी महार लोकांची उत्पन्ने रयतावे केली ती इतर रयतावे जमिनीप्रमाणे समजावीत असे दरबारने जाहीर केले. आपल्या संस्थानात शाहूंनी अस्पृश्यांची गुलामगिरी उखडून टाकली व महारमांगांना गुलामगिरीतून मुक्त करून त्यांना स्वत:च्या पायावर उभे केले. अस्पृश्यतेचे निर्मूलन करण्यात शाहू इतके तन्मय होऊन गेले होते की जेव्हा आंबेडकरांनी डिप्रेस्ड क्लास इन्स्टिटच्यूट ह्या संस्थेकरता निधी गोळा करण्यासाठी भारतभर दौरा काढावा अशी एक योजना शाहूंपुढे ठेवली तेव्हा शाहूंनी ७ जून १९२० रोजी डॉ. आंबेडकरांना कळविले की, आपण त्या संस्थेचे केवळ अध्यक्षच व्हावयास तयार आहोत असे नाही तर आंबेडकरांचे दुय्यम कार्यवाह व्हावयास तयार आहो. 'अशा चळवळीचे आपण सहायक कार्यवाह व्हावे असे मला मनापासून वाटते व हे काम मी आनंदाने करीन,' असेही शाहूंनी डॉ. बाबासाहेब आंबेडकर यांना कळविले. कोट्यवधी लोकांच्या गुलामगिरीच्या शृंखला तोडून त्यांना सामाजिक लोकशाहीला पात्र करावे हे आपले जीवितकार्य आहे असेच शाहू छत्रपती मानीत होते.

सन १९२० च्या जून महिन्याच्या प्रारंभी शाहूंनी वुडहाऊस यांना लिहिले की, 'ज्या प्रचाराने भावनाप्रधान तरुणांना माझा खून करावा असे प्रोत्साहन मिळेल असा प्रचार सरकारने बंद केला पाहिजे. जर मी एकाएकी सेवानिवृत्त झाला तर ज्यांना मी दुखविले आहे ते ब्राह्मण मजवर पूर्वीपेक्षा अधिक टीका करतील आणि ज्यांनी मला सर्व संकटांतून बाहेर पडावयास साह्य केले आहे ते म्हणतील की, मी नीतिधैर्य नसलेला एक ससे-शिकारी (हॅरिअर) कुत्रा आहे.'[११]

इकडे शाहू छत्रपती सामाजिक प्रश्नांची कडाक्याची चर्चा करीत असताना तिकडे धबधब्यापासून विजेची शक्ती निर्माण करण्यासाठी एक योजना तयार करीत होते. एक विजेचे मोठे केन्द्र निर्माण करणे हा मुख्य उद्देश होता. एकदा विजेचे केंद्र तयार झाले की, वाटेल तेवढ्या गोष्टी तयार करता येतील. संस्थानात बॉक्साइट व इतर खनिज संपत्ती उपलब्ध होण्यासारखी होती. विजेच्या साहाय्याने करावयाचे रासायनिक द्रव्य निर्मितीचे धंदे व दुसरे अनेक निगडित असे धंदे व नॅट्रोजन फिक्सेशन हे सर्व धंदे त्या प्रकल्पात समाविष्ट होते. अर्थात उद्योगधंद्यांसाठी व प्रकाशासाठी वीज पुरविणे हेही धोरण त्यात समाविष्ट होते.

आपल्या महत्त्वाकांक्षेला काही दिवस मुरड घालून भीतीच्या वातावरणात वावरणारे शाहू छत्रपती पुन्हा आपली महत्त्वाकांक्षा उघडपणे बोलून दाखवू लागले. ठिकठिकाणी परिषदेंतून केलेल्या आपल्या भाषणाचा नवीन अर्थ लावण्यास आरंभ करून त्या भाषणांचे समर्थन करू लागले. ते म्हणाले, 'आपण जी सार्वजनिक भाषणे केली त्यांचा उद्देश ब्रिटिशांनी जनतेकरिता काय केले हेच सांगण्याचा होता.' पण सत्य परिस्थिति अशी होती की, ब्रिटिशांचा संशय व राग टाळण्यासाठी मधून मधून ते आपल्या सामाजिक व राजकीय संदेशांत दुय्यम बाब म्हणून ब्रिटिशांनी केलेल्या चांगल्या गोष्टींचा उपयोग करीत. समाजाचे नैतिक पुनर्जीवन व कनिष्ठ वर्गाची उन्नती हेच त्यांच्या भाषणांचे पालुपद असे. सार्वजनिक भाषणे करण्यात त्यांचा दुसरा हेतू असा होता की, आपले शत्रू आपले वर्णन करतात तसे आपण नाही[१२] हे त्यांना सिद्ध करावयाचे होते.

वर उल्लेख केलेल्या कारणांमुळे आपणास ब्रिटिश साम्राज्याचा प्रजाजन म्हणून संरक्षण द्यावे असे शाहूंचे म्हणणे होते. भारत सरकारने दिल्ली येथील 'विजय' नावाच्या पत्राला अलवारच्या महाराजांवर टीका केली म्हणून ताकीद दिली तशी ताकीद मुंबई सरकारने आपल्यावर टीका करणाऱ्या वृत्तपत्रांना द्यावी व आपणास पाठिंबा द्यावा अशी छत्रपतींनी सरकारला विनंती केली. तापलेल्या परिस्थितीत काही शांतता निर्माण व्हावी व सरकारचे लक्ष दुसरीकडे लागावे म्हणून शाहूंनी धूर्तपणे राज्यपालांची भाषणे छापून त्यांना खूश करण्याचे ठरविले. राज्यपालांची भाषणे अभ्यसनीय असल्यामुळे ती छापावयास आपणास परवानगी द्यावी अशी त्यांनी सरकारला विनंती केली. शिवाय सरकारला नागपूर परिषद व इतर गोष्टींसंबंधी आपणास काही सांगावयाचे आहे व 'माझे विरोधक मला ठार मारावे असा प्रचार करीत असल्यामुळे माझे मनोबल खचले आहे' असेही त्यांनी सरकारला कळविले.

मागासवर्गांची उन्नती करण्यासाठी व त्यांची गाऱ्हाणी जोरात मांडण्यासाठी आपण मध्यवर्ती विधिमंडळाची निवडणूक १९२० च्या नोव्हेंबरात लढवावी असा शाहूंचा विचार होता. यासाठी त्यांनी सर जॉन वुड ह्यांना १५ जून १९२० रोजी लिहिले की, 'लोकांच्या नजरेसमोर मी असावे व माझ्या स्वत:च्या कृतीवरून लोकांनी माझ्याविषयी मत बनवावे. ब्राह्मणी वर्तमानपत्रांतील असत्य गोष्टींवरून मत बनवू नये म्हणून मी निवडणुकीसाठी उभा राहू इच्छितो.' शाहू पुढे म्हणाले, 'जर मी निवडून आलो तर मी जनतेसाठी काय करीत आलो आहे, हे लोकांना कळेल व मी विधिमंडळात कसे काम करतो हेही त्यांना कळेल. आपण मला निवडणूक लढवण्याची परवानगी दिलीत तरी मी निवडणुकीत यशस्वी

होईनच असे नाही, पण यशस्वी झालो तर जहाल काँग्रेसवाल्यांना व ब्राह्मण नोकरशाहीला खात्रीने विरोध करीन.' आपली पत्रे गुप्त ठेवावीत अशी त्यांनी वुडहाऊस यांना विनंती केली. 'नाहीतर विलिंग्डन यांच्या कारकिर्दीत जशी माझी पत्रे फुटली तसे घडून जहालमतवाद्यांना आयतेच ते साधन मिळेल,' अशी त्यांनी भीती व्यक्त केली.

परंतु हिंदुस्थान सरकारने २६ जून १९२० या दिवशी शाहू छत्रपतींना कळविले की, हिंदी संस्थानिक मध्यवर्ती विधिमंडळाच्या निवडणुकीत भाग घेण्यास पात्र नाहीत. मागासवर्गाच्या हिताचा पाठपुरावा करण्याचे कोणते तरी दुसरे साधन त्यांनी शोधून काढावे. वुडहाऊस शेवटी म्हणाले, 'राजकीय धुरळ्यात व धुमश्चक्रीत खरी समाजसेवा घडतेच असे नाही.'

डॉ. आंबेडकरांच्या भाग्योदयासंबंधी शाहू छत्रपती अत्यंत जागरूक होते व त्यांनी इंग्लंडला जाऊन आपला अभ्यास पूर्ण करावा यासाठी त्यांना त्यांनी पैशाचे साह्य केले. मुंबईचे पोलीस आयुक्त ग्रिफीथ यांनी आंबेडकरांना परदेशी जाण्याचा परवाना लवकर द्यावा अशी त्यांनी विनंती केली. कर्नल सी. एफ. हॅरॉल्ड यांनी शाहूंना कळविले की, इंग्लंडची फार चांगली भरभराट होत आहे. मात्र दोन हजार सिनफेनवाल्यांनी ब्रिटिश साम्राज्याविरुद्ध चालविलेला संघर्ष हे एक विनोदी नाटक म्हणून मानले जात आहे आणि ते लवकरच मोडून पडेल. असल्या परदेशीय राजकीय माहितीत शाहू फार रस घेत असत. ते त्यातील बारकावे चौकस बुद्धीने समजावून घेत असत.

सन १९२० च्या जूनच्या शेवटी कोल्हापूर संस्थानामध्ये ब्रिटिश प्रतिनिधीच्या (रेसिडेंटच्या) जागेवर हिंदी मनुष्य नेमला तर चालेल की कसे अशी मुंबई सरकारने शाहू महाराजांकडे विचारणा केली. त्यावर शाहूंनी ६ जुलै १९२० या दिवशी कळविले की, हिंदुस्थान हा देश जातिभेद व पुरोहितशाही यांच्या वर्चस्वाखाली भरडला गेला आहे. समाजातील कनिष्ठ वर्गाच्या अंगासही शिक्षण स्पर्श करू शकलेले नाही. आणि बहुतेक संस्थानिक निरक्षर आहेत. अशा परिस्थितीत इंग्रज प्रतिनिधी हे नि:स्वार्थ बुद्धीने वागू शकतात. तथापि व्यक्तिश: आपणास हिंदी राजप्रतिनिधी चालेल.

सन १९२०च्या जून महिन्यात शाहूंनी ब्राह्मणांचे धार्मिक वर्चस्वाचे जोखड कायमचे झुगारून देऊन मराठ्यांनाही ब्राह्मण पुरोहिताच्या धार्मिक वर्चस्वातून मुक्त करण्याचे ठरविले. यापूर्वी म. फुले यांच्या सत्यशोधक समाजिस्टांनी महाराष्ट्रातील काही जिल्ह्यांत ही गोष्ट घडवून आणली होती. शाहूंनी आपल्या राजवाड्यातील घरच्या देवांची पूजा ब्राह्मणेतर पुरोहितांकडून

करून घ्यावयास आरंभ केला. नाशिकच्या भाषणात त्यांनी आपला बेत जाहीर केलाच होता. त्याप्रमाणे १५ जून १९२० रोजी त्यांनी आपल्या खाजगी खात्याला आज्ञा केली की, 'आपल्या देवांची पूजा ब्राह्मणाकडून करून घेतली तरी त्या देवांना स्पर्श करावयास आम्ही स्वत:च अयोग्य ठरतो. ते आम्हांला काही वेळ क्षत्रिय समजतात तर काही वेळ शूद्र मानतात. यामुळे यापुढे नवीन राजवाड्यात व सर्व छत्र्यांत सर्व पूजा व सोळा संस्कार मरठा पुरोहिताच्याच हस्ते व्हायचे आहेत. रायबहाद्दूर डोंगरे यांनी त्याप्रमाणे मराठा तरुणांना पुरोहिताचे शिक्षण देऊन तयार करावे आणि राजवाड्याकडील देवळात त्यांची नेमणूक करावी. सर्व प्रकारे त्यांना साहाय्य करावे. बाबासाहेब खानविलकर यांनी डोंगऱ्यांना साह्य करावे.'

ही आज्ञा पाळली गेली नाही हे पाहून शाहूंनी त्यासंबंधीची दुसरी आज्ञा २६ जून १९२० या दिवशी काढली. त्यात चित्पावन, देशस्थ व कऱ्हाडे ब्राह्मण ह्यांच्या उत्पत्तीविषयी काही उल्लेख केला होता. त्यात त्यांनी म्हटले होते की, सह्याद्री खंड व ब्रह्मांड पुराण यांच्या मताप्रमाणे पाहिले तर चित्पावन हे कैवर्तकापासून, कऱ्हाडे हे एका व्यभिचारिणी स्त्रीपासून व देशस्थ हे एका शूद्र स्त्रीपासून झालेले आहेत. जरी शाहूंची ही आज्ञा खाजगी स्वरूपाची होती तरी ती नेहमीप्रमाणे बाहेर फुटली व 'राजकारण' व 'केसरी' पत्रांनी शाहूंवर कडाडून हल्ला चढविला. 'केसरी'ने म्हटले की, 'वंशोत्पत्तीचा हा वाद आता सर्व बाजूंनी बंद झाला पाहिजे. सद्बुद्धीने बोलायचे तर ईश्वराचे मुख, बाहू, ऊरू व पावले असा भेद न करता सर्व मनुष्य जात एकाच ईश्वरापासून निर्माण झाली असेही म्हणता येईल; पण बोलणाराची बुद्धी सरळ असेल तेव्हा. ती सरळ नसली म्हणजे सैतानालाही बायबलाचा आधार सापडू शकतो.'

त्यावर वुडहाऊस यांनी ह्या बाबतीत शाहूंकडे नापसंती व्यक्त केली आणि आपल्या रयतेपैकी केवळ एक वर्गच नव्हे तर अनेक संस्थानिक व ब्रिटिश हिंदुस्थानातील इतर काही लोक यांची शाहूंनी निरर्थक निर्भर्त्सना केली[१३] आहे असे म्हटले. शाहूंनी त्यांना १६ जुलै या दिवशी उत्तर दिले की, 'कौटुंबिक पूजाअर्चेसंबंधी मी जो आदेश काढला त्यात नेहमीपेक्षा निराळे काहीच नाही.' तरीसुद्धा शाहू खेदाने म्हणाले, 'ती आज्ञा सूडबुद्धीची व चिमटे घेणारी आहे हे आपले म्हणणे मला पूर्णपणे मान्य आहे. पण ब्राह्मणांकडून आम्ही आजपर्यंत हजारो वेळा असले चिमटे सहन केल नाहीत काय? अनेक वर्षे इतके चिमटे सहन केल्यावर एखादा चिमटा काढणे मनुष्य स्वभावास धरून नाही का? इतके ही सांगून आपणांस जर ती चूक वाटत असेल तर पुढच्या वेळी मी अधिक काळजी घेईन.' 'केसरी'ने आपण सर्व ईश्वराची लेकरे आहोत असे म्हटल्याविषयी शाहूंनी

पत्रकाराचे पुढे अभिनंदन केले व म्हटले, 'आमचे म्हणणे तरी तेच आहे. परंतु 'बोले तैसा चाले त्याची वंदावी पाऊले!' आजपर्यंत आम्ही एकाच ईश्वराची लेकरे आहोत या समभावनेने ब्राह्मण म्हणविणाऱ्यांनी ब्राह्मणेतरांना केव्हातरी वागविले आहे काय?

अशी ही गंमत होती. ज्या पुराणांत ब्राह्मणांच्या अब्रूला धक्का बसतो त्या पुराणांचा उल्लेख केला तर मोठे अब्रह्मण्य घडते असे म्हणून ब्रिटिश अधिकारी आपणांस सोयीची म्हणून ब्राह्मणांची बाजू घेत. परंतु सर्व ब्राह्मणेतर समाजाला तिरस्काराने शूद्र म्हणणे व त्यातील कोट्यवधी गरिबांना अस्पृश्य मानून विटंबना करणे ह्याविषयी ब्रिटिशांना वाईट वाटेना. कारण ते सर्व बोलके विरोधक नसून दुर्बल होते, तर ब्राह्मण हे वास्तविकपणे राज्यकारभारात पुढे होते, देशाचे प्रमुख पुढारी होते व सरकारचे विरोधक होते! त्यामुळे ब्राह्मणांच्या पुराणांत ब्राह्मणेतरांना व गरिबांना हीन मानून त्यांचे घृणास्पद व अपमानकारक, त्यांच्या अब्रूस धक्का देणारे वर्णन ब्राह्मणांनी पोथ्यांतून व कथाकीर्तनातून वर्षानुवर्षे करून ब्राह्मणेतरांची निंदा केली, अब्रू घेतली तरी त्यात त्यांना काही गैर वाटले नाही!

प्रिन्स शिवाजी नावाचे मोफत जेवणाची सोय असलेले वसतिगृह श्रीपतराव शिंदे, मामासाहेब मिंचेकर, खंडेराव बागल व इतर गृहस्थ ह्यांच्या प्रयत्नाने १ जुलै १९२० रोजी कोल्हापुरात सुरू करण्यात आले. पुणे येथे बापुराव शिंदे यांनी मोफत जेवणाचे विद्यार्थिगृह चालविले होते ते पाहून शाहूंनी आनंद व्यक्त केला होता. त्यातील सर्व मराठे मुलगे ठरावीक दिवशी ठरावीक घरांतून अन्न गोळा करून एकत्र जेवण करीत व शाळेत जात. यापूर्वी आपल्या राजवाड्यात अशी दोन मुले जेवून शाळेत जाताना त्यांनी पाहिली. ती गोष्ट त्यांना माहीतच नव्हती. त्यांना ही मोफत भोजनगृहाची कल्पना आवडली आणि वरील वसतिगृहाची स्थापना झाली. ह्या प्रिन्स शिवाजी मराठा फ्री बोर्डिंग हाऊसमधील विद्यार्थ्यांना कोल्हापुरातील सर्व सरकारी व अनुदान मिळणाऱ्या शाळांनी प्रवेश द्यावा असा ३० सप्टेंबर १९२० या दिवशी छत्रपतींनी हुकूम काढला.

मराठा पुरोहित नेमण्याचा निर्णय घेऊन जन्माधिष्ठित पुरोहितगिरी बंद करण्याचे ठरविल्यामुळे शाहूंनी पुरोहित तयार करण्यासाठी वैदिक शाळा काढण्याचे ठरविले. जातिव्यवस्थेच्या संकल्पनेत हिंदूंच्या धार्मिक जीवनावर ब्राह्मण पुरोहितांनी नियंत्रण ठेवण्याचा अबाधित अधिकार आहे असे गृहीत धरण्यात आले होते. शाहूंनी ब्राह्मण कुळकर्ण्यांच्या वतनांतून खेडी मुक्त केली होती आणि आता

ब्राह्मण पुरोहितापासून खेडी मुक्त करण्याचे त्यांनी ठरविले. वस्तुस्थिती अशी होती की, बडोदे सरकारने ही गोष्ट १९१५ साली घडवून आणली होती. कोल्हापुरात नियमित अशी वैदिक शाळा २९ ऑगस्ट १९१९ रोजी सुरू करण्यात आली. तिचा उद्देश पुरोहित तयार करणे हा होता. विविध ब्राह्मणेतर जातींच्या मुलांना त्यात प्रवेश देण्यात आला. अशी दहा महिने सिद्धता केल्यावर शाहूंनी ७ जुलै १९२० रोजी 'श्री शिवाजी वैदिक विद्यालय' स्थापन केले. त्यावर देखरेख करण्यासाठी बाबासाहेब खानविलकर यांना नेमले. आरंभी वैदिक विद्यालयात १४ विद्यार्थी होते व वर्षाच्या शेवटी ६२ मुले शिक्षण घेत होती.

शिवाजी वैदिक विद्यालयाच्या अभ्यासक्रमात वैदिक मंत्र, संगीताच्या रूपात सांगितलेली धर्माची तत्त्वे व मातृभाषेतील शिक्षण हे विषय होते. त्या विद्यार्थ्यांना पुरोहिताचे कार्य शिकविण्यात आले आणि ते पुरोहित सरकारी मंदिरांतील व राजवाड्यातील देवदेवता यांची पूजाअर्चा करू लागले. नवीन पुरोहितांनी रेशमी सोवळे नेसावयाचे नव्हते. ती जुनी पद्धत शाहूंनी बंद केली. ह्या सोवळ्याच्या भानगडीनेच हिंदुसमाजामध्ये दुही निर्माण केली होती. ही पद्धत अस्पृश्यता निर्माण करण्यास जबाबदार होती. जन्माधिष्ठित उच्चनीचता आणि जातिव्यवस्थेची भावना यामुळेच निर्माण झाली होती. मराठा पुरोहितांनी सोवळ्याचे महत्त्व मानू नये. त्यांनी अज्ञानी जनतेमध्ये शिक्षणाचा प्रसार करून खऱ्या धर्म जीवनाचा म्हणजे माणुसकीच्या नि समतेच्या धर्माचा प्रसार करून तो लोकप्रिय करावा आणि जनतेची सेवा करावी अशी शाहूंची आज्ञा होती.

पुरोहिताची नवीन व्यवस्था शाहूंनी करताच कोल्हापुरातील ब्राह्मणांनी शाहूंवर सूड उगविण्याचा प्रयत्न सुरू केला. त्यांनी शहरात अशी कंडी पिकविली की, छत्रपतींनी जाणूनबुजून बकऱ्याच्या सागुतीबरोबर गाईचे मांस मिसळून खुल्या बाजारात विकावयास सांगितले आहे. त्यावर १० जुलै १९२० रोजी शाहूंनी ब्रिटिश प्रतिनिधीला कळविले की, आपण स्वत: ख्रिश्चनांवर कृपा करतो म्हणून ब्राह्मणांनी ही हूल उठविली आहे. १८५७ सालच्या बंडाच्या वेळी बंदुकीच्या गोळ्यांना चरबी लावली होती अशी आवई उठली होती. आणि त्यामुळे बंडाची आग कशी भडकत गेली त्याची आठवण शाहूंनी राजप्रतिनिधीला करून दिली. शाहूंनी जेव्हा ख्रिश्चन मुलांना शाळेत प्रवेश द्यावा असा हुकूम केला तेव्हा ब्राह्मणांनी त्यांच्याविरुद्ध अशाच प्रकारचा प्रचार केला होता. गाईचे मांस बाजारात विकावयाचे थांबवावे असा ब्राह्मणांनी अर्ज केला तेव्हा त्यांनी ब्राह्मणांना सांगितले की, आपल्या राज्यात ख्रिश्चन, महार, मुसलमान असल्यामुळे आपण गोमांस बंदी करू शकत नाही. त्यांना सर्व धर्माचे लोक समान वाटत.

ब्राह्मणांनी आपल्या खोट्या प्रचारात आणखी एका खोट्या अफवेची भर टाकली. महाराणी लक्ष्मीबाई यांनी नरसोबाच्या वाडीला जाऊन मूर्तीला शिवण्याचा प्रयत्न केला. तेथे पुरोहितांनी महाराणींना अडवताच त्यांनी त्या पवित्र पुरोहिताच्या डोक्यावर नारळाचा तडाखा देऊन देऊन त्याला दुखापत केली. ह्या कुत्सित अफवेमुळे महाराणींचे मन अगदी विटून गेले; ते इतके की, कोल्हापुरात त्या नदीवर स्नान करावयास जात तेव्हा तेथील कुठल्याही देवळात त्या जात नसत.

ह्यानंतर थोड्याच दिवसांनी शाहू छत्रपतींनी इंदूरच्या महाराजांना एक महत्त्वाचे पत्र लिहिले. त्यांत त्यांनी लिहिले, 'मला असे कळते की, क्षत्रियाला अनुरूप असे वेदोक्त पद्धतीने सर्व धार्मिक संस्कार करून घेण्याची आपली इच्छा आहे. आम्ही येथे अशी कृती केली आहे हे आपणांस विदित आहेच. आमच्या ह्या उद्दिष्टांचा पाठपुरावा करावा म्हणून आम्ही 'शिवाजी क्षत्रिय समाज' नावाची संस्था स्थापन केली आहे. आमची सर्व धार्मिक कार्ये मराठ्यांकडून करवून घेण्याची व्यवस्था केली आहे. आमच्या ह्या संस्थेला कायमचे स्वरूप यावे म्हणून आम्ही पाटगाव येथील विख्यात देवतुल्य मौनी महाराजांच्या गादीचा उपयोग करू इच्छितो. मौनीबुवा हे क्षत्रिय संत होते आणि ते सर्व मराठ्यांना पूजनीय वाटतात. खरोखरीच ते मराठ्यांचे जगद्गुरू होते आणि ते धार्मिक पूजा वेदोक्त रितीने चालवीत असत. आम्ही त्या गादीवर योग्य अशा मराठ्याची नेमणूक करून त्या गादीचे पुनर्जीवन करू आणि ते आमचे अधिकृत जगद्गुरू होतील.'

ते पुढे म्हणाले, 'आपल्या संस्थानामध्ये मराठ्यांचे धार्मिक संस्कार वेदोक्त पद्धतीने होतात की नाही हे पाहणे आपले काम आहे. धार्मिक बाबतीत मराठ्यांच्या मार्गात ज्या अडचणी निर्माण होतील त्या दूर करणे हे आपले कर्तव्य आहे. त्याकरिता आपणांस वैदिक संस्कारात प्रवीण असून कुठल्याही ब्राह्मण पुरोहिताशी तुल्यबळ ठरतील असे मराठे आपले पदरी असणे आवश्यक आहे. ह्या रितीने आपण ब्राह्मणांचे धार्मिक जू फेकून देऊन त्या धूर्त जातीच्या धार्मिक प्रभावापासून मुक्त व्हावे असे ठरविले आहे.'

शेवटी शाहू छत्रपती म्हणाले, 'मी आरंभ केला आणि माझ्या राजवाड्यावर धार्मिक विधी आणि पूजाअर्चा आता मराठा पुरोहितांकडून करण्यात येत आहे. ह्या बाबतीत मी जो हुकूम काढला आहे त्याची एक प्रत मी आपणांस पाठविली आहे. माझ्या राज्यातील एक प्रमुख सरदार जपतानमुल्ख यांनी माझे अनुकरण केले आहे. अलीकडे झालेल्या गोकुळअष्टमीच्या समारंभात मराठ्याकडून पूजाअर्चा त्यांनी करून घेतली आणि आपल्या घरचे सर्व धार्मिक संस्कार मराठा

पुरोहिताकडूनच करून घेतात. आपण जर आमच्या शिवाजी क्षत्रिय समाजाला मिळणार असाल तर मी आनंदाने मराठे पुरोहित शिकवून त्यांना तेथे पाठवीन. त्यासाठी चांगली व योग्य माणसांची येथे निवड करीन. येथे त्या गोष्टी कशा केल्या जातात हे सांगण्यासाठी आपण काही बुद्धिवान अधिकारी आमच्या सरदार खानविलकरांकडे पाठवा. परशुरामाने क्षत्रियांचा नि:पात करण्यासाठी २१ वेळा प्रयत्न करूनही राम आणि कृष्ण हे शिल्लक राहिलेच की नाही? शिवाजी आणि त्यांचे लढवय्ये अनुयायी तानाजी मालुसरे, येसाजी कंक आदींनी ब्राह्मणांच्या शेंडीचे रक्षण करण्याकरता लढाईत आपले रक्त सांडले. ते रक्त त्यांच्या तलवारीवर वाळते न वाळते तोच ह्या कृतघ्न ब्राह्मणांनी त्याच क्षत्रियांना शूद्र ठरविण्यासाठी आटोकाट प्रयत्न केले. इतकेच नव्हे तर, शिवाजी महाराजांना बनारसहून गागाभट्ट ह्या महान पंडिताला आपला क्षत्रिय दर्जा सिद्ध करण्यासाठी बोलावून आणावे लागले. ह्यापेक्षा अधिक कृतघ्नपणा आणि छळवाद असू शकेल काय?

'थोरले शाहूमहाराज यांना अशाच तऱ्हेचा त्रास व अडचणी सोसाव्या लागल्या. सातारच्या प्रतापसिंह महाराजांच्या हद्दपारीची कारणे ह्याच प्रकारच्या छळवादात होती. धनाजी जाधवाचे कारकून असलेले पेशवे बाळाजी विश्वनाथ हे सातारच्या महाराजांचे मुख्य प्रधान झाले. बाळाजी विश्वनाथ यांच्या वंशजांनी आपल्या राजालाच तुरुंगात टाकले आणि सातारच्या महाराजांची गादी बळकावण्याचा प्रयत्न केला. ही दुष्टपणाची सीमा झाली. जोपर्यंत एखादा राजा बलवान व उत्साही असतो तोपर्यंत या ब्राह्मणांची त्याला काहीही अपाय करण्याची हिंमत होत नाही. पण त्याचे वारस निर्बळ असले तर त्यांचा सत्यनाश करावयाला ते मागेपुढे पाहत नाहीत.

'यास्तव त्यांची धार्मिक सत्ता कायमची नष्ट करणे हीच अधिक चांगली गोष्ट आहे. बाबुराव यादव ह्यांना ह्या प्रकरणाची इत्थंभूत माहिती आहे. त्यांना मी आपल्याकडे पत्र घेऊन पाठवीत आहे. इंदूर येथे व्याख्याने देण्यासाठी त्यांना सर्व सोयी उपलब्ध करून द्याव्यात. बाबुराव हे विचाराने आणि तत्त्वाने पक्के आहेत.'[१४] हिंदी आणि युरोपियन यांच्यामध्ये विवाह होऊन त्यांच्यामध्ये सामाजिक अंतर कमी व्हावे अशी शाहूंची इच्छा होती. व्यक्तिश: ते जात मानीत नसत. आणि आंतरजातीय विवाहांना नेहमी उत्तेजन देत असत.

पुरोहितगिरी ही खऱ्या धर्माला कमीपणा आणणारी आहे; कारण ती सामाजिक प्रगतीला विरोधी असते, ती अज्ञानात भर टाकते आणि बहुजन समाजाच्या अज्ञानावर चरते. धार्मिक सुधारणा करावयाची असेल तर पुरोहितगिरी

आणि पुरोहितांची लुच्चेगिरी नष्ट करणे आवश्यक आहे. शाहूंच्या मनातून धंदेवाईक पुरोहित निर्माण करून त्यांची संख्या वाढवावयाची नव्हती. कारण धंदेवाईक पुरोहित हे समाजाला लागलेल्या जळवा होत. शाहूंचा हा लढा धार्मिक स्वातंत्र्यासाठी होता. जन्माधिष्ठित पुरोहितगिरीची मक्तेदारी त्यांना नष्ट करावयाची होती आणि वैदिक धर्माचे दरवाजे सर्वांना खुले करावयाचे होते. शाहू हे वैदिक धर्माला राष्ट्रीय धर्म मानीत असावेत असे दिसते. त्यांना असे मत प्रस्थापित करावयाचे होते की, हिंदुसमाजातील कोणताही मनुष्य पुरोहित होऊ शकतो. मात्र त्याला पुरोहितगिरीचे सर्व काम समजले पाहिजे. यासाठी त्यांनी मराठेतर विद्यार्थ्यांनाही आपल्या विद्यालयामध्ये प्रवेश दिला होता. विद्यार्थ्यांच्या त्या पहिल्या तुकडीमध्ये एक कोळी विद्यार्थीही होता. जैन हे आपल्या जातीचेच पुरोहित ठेवीत. लिंगायत, सारस्वत आणि दैवज्ञ हे आपल्या जातीचेच पुरोहित ठेवीत. शाहूंनी ब्राह्मणेतर वर्गातील पुरोहित करण्याचे ठरविले. ही गोष्ट सत्यशोधक समाजाने अगोदरच केली होती. परंतु देव आणि मनुष्य यांच्यामधील दलाल नष्ट करावयाचा असल्यामुळे त्यांचे उद्दिष्ट थोडे वेगळे होते.

सन १९१९ च्या जुलैच्या मध्यावर शाहूंनी रामस्वामी मुदलियार यांच्याकडे डॉ. नायर ह्यांचे स्मारक उभारण्यासाठी ५ हजार रुपयांची देणगी पाठविली. त्या रकमेच्या व्याजातून एका विद्यार्थ्याला शिष्यवृत्ती द्यावी असे त्यांनी सुचविले होते. आपण डॉ. नायर यांचे मोठे चाहते असून डॉ. नायरसारख्या संत प्रवृत्तीच्या माणसाशी आपले नाव कायमचे निगडित राहावे अशी इच्छा त्यांनी व्यक्त केली. डॉ. नायर यांनी ब्राह्मणेतरांची जी सेवा केली त्यांचे पवित्र स्थान अढळ राहील, असे शाहूंचे ठाम मत होते.

प्रबोधनकार ठाकरे ह्यांना पैशाची निकड होती. वज्रप्रहार ग्रंथमाला प्रसिद्ध करून त्यांना शाहूंच्या व स्वतःच्या शत्रूंना वठणीवर आणावयाचे होते. या बाबतीत ठाकरे यांनी १६ जुलै १९२० रोजी दिवाण सबनीस यांना पत्र लिहिले आणि पैसे पाठविण्याची विनंती केली. आपल्या चांद्रसेनीय कायस्थ प्रभू पूर्वजांनी भूतकाळात शिव छत्रपतींच्या बाजूने उभे राहून जशी आपल्या छातीची ढाल केली तशीच आपण ही कामगिरी करणार आहोत असे त्यांनी दिवाणजींना कळविले. त्यानंतर ठाकरे यांना १९२० च्या ऑक्टोबर महिन्यात ग्रंथलेखनासाठी एक हजार रुपयांची रक्कम पाठविण्यात आली. ५ हजार रुपयांची देणगी नाशिक येथील अस्पृश्यवर्गाच्या वसतिगृहास देण्यात आली. डी. सी. गांगुर्डे, गणेश आकाजी गवई

यांना त्या देणगीविषयी माहिती देण्यात आली. ह्या रकमेवरील व्याज येईल ते वसतिगृहाच्या कामासाठी खर्च करावयाचे होते. नागपूरच्या चोखामेळा वसतिगृहालाही शाहूंनी एक मोठी देणगी दिली.

बेळगावचे पुढारी पंडिताप्पा रायप्पा चिकोडी ह्यांनी हुबळी येथे २७ जुलै १९२० रोजी भरणाऱ्या ब्राह्मणेतर सामाजिक परिषदेचे अध्यक्षपद शाहूंनी स्वीकारावे अशी विनंती केली होती. सामाजिक संघर्ष आता धोकादायक अवस्थेला पोहोचला होता. त्यामुळे शाहूंच्या जीविताला व राज्याला धोका निर्माण झाला होता. ह्यापूर्वी शाहूंनी ब्राह्मणेतर चळवळ पडद्यामागून चालवावी असे चिकोडी ह्यांनी स्वत: शाहू महाराजांना कळविले होते. ह्यावेळी पुण्याचे प्रसिद्ध वकील ल. ब. भोपटकर हे शाहूंवर टीका करणारा ग्रंथ लिहिणार आहेत अशी अफवा उठली होती. भोपटकरांसारख्या टिळकवाद्याला कुळकर्णी वतनाचा पुळका यावा यात काही विशेष आश्चर्य नव्हते. ह्या अफवेचा उल्लेख करून राज्यपालांच्या कार्यकारी मंडळाचे सभासद जी. एस. कर्टीस यांनी शाहूंना लिहिले की, 'टिळकांच्यामुळे आता आपणांस त्रास निर्माण होईल अशी चिंता आपणांस का वाटते? टिळक हे आता मागे पडले आहेत. भोपटकरांनी आपली (शाहूंची) बदनामी केली तर न्यायालयाचा मार्ग आपणांस मोकळा आहे. पण तसे करण्याची भोपटकरांची हिंमत होणार नाही. वर्तमानपत्रे भुंकू द्या. त्यापासून कोणालाही इजा होत नाही.'[१५]

ब्राह्मणी, राष्ट्रवादी, वर्णाश्रमवादी व स्वराज्यवादी वृत्तपत्रे यांनी शाहूंना ब्रिटिशांनी ब्रिटिश मुलखात भाषण करावयास बंदी केली आहे, अशी अफवा पसरविली होती. त्यामुळे त्यांना आनंदाच्या उकळ्या फुटत होत्या. यासाठी आपणास हुबळीस जाऊ द्यावे अशी शाहूंनी ईर्षेने सरकारला विनंती केली. 'आपल्या नेतृत्वाखाली ब्राह्मणेतर पक्षाने ब्राह्मणांच्या सत्तेला अगोदरच तडाखा दिला आहे. याकरिता ते माझा धिक्कार करतात. पण जर मला अडथळा न करता काम करू दिले तर कमी होत जाणाऱ्या त्यांच्या प्रतिष्ठेला आणखी जबरदस्त धक्का बसेल ह्या भीतीने ते जास्तच कडवट बनले आहेत. ते बदनामीचे शस्त्र वापरण्यात आणि गैरसमजूत करून देण्यात पटाईत आहेत. आपली गेलेली प्रतिष्ठा व वजन परत मिळविण्यासाठी ते फार कष्ट व प्रयत्न करीत आहेत. मूठभर ब्राह्मणांची अरेरावी सत्ता उलथून टाकून ब्राह्मणेतरांना त्यांच्या प्रभावातून मुक्त करणे ही एक आवश्यकताच आहे.'

शेवटी शाहूंचे म्हणणे इंग्रज मुत्सद्द्यांना पटून त्यांनी शाहूंना हुबळी येथे भरणाऱ्या ब्राह्मणेतरांच्या सामाजिक परिषदेचे अध्यक्षपद स्वीकारावयास अनुमती

दिली. पण शाहूंनी केवळ ब्राह्मणेतरांच्या शारीरिक व नैतिक विकासासंबंधीच बोलावे, इतर प्रश्नांवर बोलू नये अशी त्यांनी त्यांच्याकडे इच्छा व्यक्त केली. २६ जुलै या दिवशी हुबळी ब्राह्मणेतर राजकीय परिषदेच्या नेत्यांनी मुंबई सरकारला तार करून शाहूंना ब्राह्मणेतरांच्या राजकीय परिषदेला केवळ उपस्थित राहण्याची परवानगी मागितली. त्या परिषदेत शाहू बोलणार नाहीत किंवा तिच्या कामकाजात भाग घेणार नाहीत असे त्यांनी मुंबई सरकारला आश्वासन दिले. चिकोडी यांची विनंती राज्यपालांनी मान्य केली आणि शाहूमहाराज ब्राह्मणेतरांच्या राजकीय परिषदेला उपस्थित राहण्यास मोकळे झाले.

शाहू छत्रपती त्याप्रमाणे हुबळी येथे भरणाऱ्या सामाजिक परिषदेस उपस्थित राहण्यासाठी दि. २६ जुलैला निघाले. हुबळी दि. २५ व २६ ला त्यागराज चेट्टी यांच्या अध्यक्षतेखाली भरलेल्या ब्राह्मणेतर राजकीय परिषदेचे सामाजिक परिषद हे एक अंग होते. शाहूंचे हुबळी स्थानकावर हजारो लोकांनी स्वागत केले व त्यांची एक भव्य मिरवणूक काढण्यात आली. सन १९१४ मध्ये कोल्हापुरातून निसटून गेल्यापासून लठ्ठे हे जरी मागासवर्ग व अस्पृश्यवर्ग यांचा कैवार घेऊन झगडत होते, तरी त्यांनी कोल्हापूरच्या हद्दीत पाय टाकला नव्हता. वालचंद कोठारींबरोबर लठ्ठे हे पुणे व मुंबई येथे एक-दोन वेळा शाहूंना भेटले होते.

हुबळी येथे २७ जुलै रोजी शाहू यांनी लठ्ठे यांची बिनशर्त माफी मागितली. क्षमा मागताना त्यांनी लठ्ठे यांना कळकळीने लिहिले की, 'आपणांस कोल्हापुरात जो त्रास झाला त्याविषयी क्षमा मागण्यास मी आपली परवानगी घेतो. सावंत, करमरकर, म्हैसकर व चिपरीचे पाटील, कल्लाप्पा व इतर काही व्यक्ती यांनी आपल्याविरुद्ध मला वाईट कृत्य करावयास लावले. परंतु आपण आपल्या कृतीने मला लाजविले आहेत. त्यामुळे ही बिनशर्त माफी. आपण ती मान्य करून पूर्वीप्रमाणे माझे मित्र झाल्यास मी आभारी होईन.' पत्राच्या शेवटी शाहूंनी लठ्ठे यांचे विचार, जळजळीत देशाभिमान व त्यांनी गरिबांच्या उद्धाराचे केलेले कार्य याविषयी त्यांची मुक्त कंठाने प्रशंसा केली.

सामाजिक परिषदेच्या अध्यक्षीय भाषणात शाहू छत्रपती म्हणाले, 'सक्तीचे प्राथमिक शिक्षण करावे असे ब्राह्मण नेत्यांना मनापासून वाटत नाही. कारण प्राथमिक शिक्षणाचे फायदे ब्राह्मणेतरांना मिळतील असे त्यातील इंगित होते. त्यांना कॉलेज शिक्षणासाठी पैसा गोळा करता येतो. सार्वजनिक पैशावर सार्वजनिक हिताच्या नावाने अनेक सार्वजनिक संस्था निर्माण झाल्या. परंतु त्यांचे फायदे ब्राह्मणांनीच घेतले.' शाहूंनी त्या परिषदेत जाहीर केले की, 'मी जर

ब्राह्मणेतर चळवळीतून अंग काढून घेतले नाही तर ज्याचा उपयोग त्यांनी रँड, जॅक्सन व जाधवराव यांवर केला अशा अति नीच व भ्याड अशा हत्याराची योजना माझ्याविरुद्ध केली जाईल अशीही मला भीती घालतात. परंतु असे भ्याड व मनुष्य जातीस लाजविणाऱ्या हत्याराचा उपयोग करून त्यांची मनीषा तरी ईश्वर पूर्ण करो.' परिषद भरण्याचे ठरल्यावर तिच्या मार्गात अडथळे निर्माण व्हावे म्हणून त्यांनी हुबळी येथील बाजारास आग लावली असेही शाहूंनी जाहीर केले. ब्राह्मण या शब्दाचे लक्षण स्मृतिग्रंथांतून दिलेले आढळते. त्या लक्षणाप्रमाणे ब्रह्मकर्मरत असा एक तरी मनुष्य हल्ली ब्राह्मण म्हणविणारांत मिळेल की काय अशी शंका आहे, असेही ते म्हणाले.

शाहूंनी आपल्या भाषणाचा समारोप करताना महाराष्ट्रातील ब्राह्मणेतरांना कळकळीचे आवाहन केले. ते म्हणाले, 'ब्राह्मणेतरांची चळवळ यशस्वीपणाने कशी चालवावी हे आपणांस मद्रासकडून शिकले पाहिजे. ह्यासाठी मद्रासचे वक्ते आणू या व पुण्या-मुंबईस, त्यांनी केलेल्या कामची माहिती करून देऊ या. ब्राह्मणेतरांच्या परिषदा पुणे, मुंबई वगैरे ठिकाणी लवकरच भरवा. प्यारे बंधू हो, एक व्हा, जोराचा यत्न करा व बौद्धिक गुलामगिरीतून सुटून या! स्वतंत्रतेकरता जीव द्या, काय वाटेल ते करा. परंतु तुम्हांला जे पशुप्रमाणे वागवितात त्यांचेपासून स्वतंत्रता मिळवा. स्वावलंबन व आत्मोद्धार हेच तुम्ही परवलीचे शब्द पाळा व सामाजिक, धार्मिक सुधारणेमध्ये मनोधैर्य धरा आणि एक राष्ट्र करा. मी खामगाव येथील मराठा शिक्षण परिषदेत स्वतंत्र प्रतिनिधींची सवलत फक्त दहा वर्षांपुरतीच मागितली होती. ती मिळाली नाही तरी नाउमेद होऊ नका. रिप्रेझेन्टेशनचे दान आता आम्हांस नकोच आहे.' येथे एक गोष्ट लक्षात ठेवली पाहिजे की, महात्मा फुले, शाहू व डॉ. बाबासाहेब आंबेडकर हे शिक्षण झिरपत जाईल ह्या तत्त्वाच्या विरुद्ध होते. ब्राह्मण नेते व म. गांधी हे त्या तत्त्वाच्या बाजूचे होते. त्याला कारण महात्मा गांधींच्या ठिकाणी या बाबतीत त्यांच्या राजकीय हेतूपेक्षा दूरदृष्टीचा अधिक अभाव होता, त्यामुळे ते त्या तत्त्वाच्या बाजूचे होते, असे म्हणावयास हरकत नाही.

हुबळी येथील सामाजिक परिषदेहून कोल्हापूरला परत आल्यावर शाहूंनी एका मित्राला लिहिले की, 'राजकीय परिषद मोठ्या धडाक्याने पार पडली. तेथील भाषणे जोरदार किंबहुना जहाल झाली. काही होवो, मी परिषदेस गेलो हे चांगले केले असे माझ्या मनास वाटत आहे. परमेश्वर माझे रक्षण करील. संस्थानच्या कामातून आता मला सोडवा आणि राहिलेल्या आयुष्याची थोडी वर्षे लोकांची सेवा करण्यात मला घालवू द्या.'

ह्याच समयास शाहूंनी कोल्हापूरच्या नगरपालिकेच्या निवडणुकीला स्वतंत्र मतदारसंघाचे तत्त्व लावले म्हणून ब्राह्मण त्यांच्याविषयी गैरसमज पसरवीत होते. स्वतंत्र मतदारसंघ अस्तित्वात आले नसते तर नगरपालिकेचा कारभार कसा चालवावा हे शिकण्यास त्या जातींना वीस वर्षे लागली असती. लोकशाही व्यवस्थेत सामान्य माणसाने आपल्या हक्कांच्या रक्षणाकरिता ठामपणे उभे राहिले पाहिजे व लोकशाहीच्या पद्धती शिकल्या पाहिजेत; लोकशाहीचा पाया व्यापक करावा व अल्पसंख्याक ब्राह्मणांच्या मूठभर प्रतिनिधींच्या हातात राजकीय सत्ता जाऊ द्यावयाची नाही ह्या तत्त्वाप्रमाणे स्वत: वागत राहून, शाहू सतत उपदेश करीत राहिले.

२५

क्षात्र जगद्गुरू

लोकमान्य टिळक सन १९२० च्या जुलै महिन्याच्या दुसऱ्या आठवड्यात ताईमहाराज प्रकरणातल्या अंतिम फेरीची तयारी करीत होते. जगन्नाथमहाराज हे बाबामहाराजांच्या मालमत्तेचे वारस ठरल्यामुळे शाहू छत्रपती व बाळामहाराज यांनी मुंबई वरिष्ठ न्यायालयात अर्ज करून बाबामहाराजांची कोल्हापुरातील व ब्रिटिश मुलखातील मालमत्ता जगन्नाथमहाराजांना वारसा हक्काने मिळू नये म्हणून विरोध केला. त्यांचे म्हणणे असे होते की, जगन्नाथमहाराजांचे दत्तक विधान हे निष्फळ ठरले आहे. शिवाय त्या बाबतीत संक्षिप्त जमाबंदीचा निर्बंध लागू पडत नाही. त्या अर्जाद्वारे ते दोघे प्रिव्ही कौन्सिलने टिळक व जगन्नाथमहाराज यांच्या बाजूने दिलेल्या निवाड्यावर कुरघोडी करू पाहत होते.

या अर्जाची सुनावणी १४ जुलै रोजी झाली. टिळकांनी आपल्या वकिलाच्या मार्गदर्शनासाठी काही टिपणे तयार करून ठेवली होती. मागील दोन महिने टिळकांची प्रकृती ठीक नव्हती. त्यांना मधूनमधून मलेरियाचा त्रास चालू होता. १४ जुलैला अर्जाची सुनावणी झाली. परंतु न्यायाधीशांनी आपला निर्णय राखून ठेवला. ह्या प्रकरणी देशी नि परदेशी वकिलांचे मत घेण्यासाठी शाहूंनी हजारो रुपये खर्च केले होते. २० जुलैपर्यंत टिळकांचा ताप उतरला नव्हता. २१ जुलै रोजी मुंबई वरिष्ठ न्यायालयाने ताईमहाराज अभियोगाच्या बाबतीत अंतिम निर्णय जाहीर केला. न्यायमूर्ती ग्रँट, फॉसेट व सर न्यायाधीश एम. सी. मॅक्लिऑड यांनी असा निर्णय केला की, संक्षिप्त जमाबंदीचा निर्बंध या अभियोगाच्या बाबतीत वैध आहे आणि ती मालमत्ता इनाम धर्मादाय म्हणून जाहीर केली. अशा रितीने सरतेशेवटी त्या अभियोगात शाहूंचा पराभव झाला. टिळकांचा जय झाला. मुंबई सरकारने या अभियोगातील भांडणात कुणाचीही बाजू घेतली नाही. बिचाऱ्या बाळामहाराजांनी पुढे अनेक वेळा मुंबई वरिष्ठ न्यायालयात पुनर्न्यायासाठी विनंती केली. परंतु सर्व प्रयत्न निष्फळ ठरले. हे प्रकरण खरोखरीच अपेक्षेबाहेर फार लांबले. संबंधितांना कंटाळवाणे आणि

डोक्याला तापदायक ठरले. परंतु टिळक आणि शाहू ह्या दोघांनीही १९ वर्षे हे प्रकरण अविरतपणे नेटाने लढविले. त्यात त्या दोघांचा तिळभरही स्वार्थ नव्हता.

टिळक विजयी ठरले तरी न्यायालयाने केलेला निर्णय वाचण्याच्या परिस्थितीत ते नव्हते. त्यांच्या दुखण्याने भयंकर स्वरूप धारण केले. आणि आठवड्यानंतर १ ऑगस्ट १९२० रोजी ते मुंबईत निधन पावले. सर्व देशाला दुःखाची अवकळा प्राप्त झाली. अफगाणिस्तानच्या अमीराने काबूल येथे एका शोकसभेत भाषण करून आपल्या राज्यातील हिंदूंच्या दुःखात सहानुभूती व्यक्त केली. लोकमान्य हे काँग्रेसचे एक प्रमुख विधाते आणि आधुनिक भारताचे एक निर्माते होते. त्यांचे नाव ह्या देशाच्या इतिहासात अमर झाले. २१ जुलै रोजी जरी शाहूंचा पराभव मुंबई वरिष्ठ न्यायालयात झाला तरी ते टिळकांच्या शेवटच्या आजारात टिळकांच्या आजारीपणाचाच विचार करीत होते. त्यांनी तोफखाने व इतर काही व्यक्ती ह्यांना टिळकांच्या मुलाकडे पाठवून टिळकांना मिरजेला पाठविण्याची विनंती केली. डॉ. वानलेस ह्यांच्याकडून त्यांना औषधोपचार करण्याची इच्छा त्यांनी व्यक्त केली. 'लोकमान्यांची प्रकृती ठीक नाही हे ऐकून मला अतिशय दुःख झाले. त्यांच्या प्रकृतीत दररोज कशी सुधारणा होत आहे हे मला दररोज तारेने कळवा.मला वाटते टिळकांना उष्ण हवेच्या ठिकाणी न्यावे. त्यांनी आमच्या मिरज येथील बंगल्यात येऊन राहावे आणि डॉ. व्हेल व वानलेस ह्या अनुभवी डॉक्टरांचे औषध घेतल्यावर त्यांची प्रकृती ठीक होईल असे मला वाटते. मी तुमच्याकडे सर्वश्री तोफखाने आणि दुसरे काही जण यांना पाठविले आहे.'१ असे टिळकांच्या मुलाला लिहिलेल्या पत्रात त्यांनी म्हटले होते.

परंतु जेव्हा वा. द. तोफखाने १ ऑगस्ट रोजी सकाळी पुण्यास पोहोचले तेव्हा त्यांना टिळकांच्या मृत्यूची दुःखद वार्ता कळली. तोफखाने परत आले व त्यांनी आपले विद्यापीठ टिळकांच्या मृत्युप्रीत्यर्थ बंद ठेवले. शाहू जेवावयास बसले असता त्यांना टिळकांच्या मृत्यूची भयंकर बातमी कळली. त्यांनी आपल्या पुढ्यातील ताट बाजूला सारून, आपल्या पाळीव जनावरांना त्या दिवशी मटण किंवा गाईचे मांस न घालण्याची आज्ञा केली. त्यांनी ब्रिटिश राजप्रतिनिधीला नम्रतेने विचारले की, टिळकांच्या घरी शोकसंदेश पाठविण्याची वेळ आली तर त्याला आपला विरोध असेल की काय ? टिळक हे ब्रिटिश न्यायालयात राजद्रोही ठरल्यामुळे त्यांच्या निधनानिमित्त सरकारी कार्यालये बंद ठेवणे उचित होणार नाही असे त्यांना वाटले असावे. तथापि त्यांनी त्या महान देशभक्ताच्या व नेत्याच्या निधनासंबंधी दुःख व्यक्त करून टिळकांच्या मुलाकडे शोकसंदेश पाठविला. त्यांचे अभियंते दाजीसाहेब विचारे हे टिळकांच्या प्रेतयात्रेस उपस्थित

होते. ब्रिटिश राजप्रतिनिधी म्हणाले की, न्यायालये बंद न ठेवण्यात शाहूंनी शहाणपणा दाखविला.[२] तरीसुद्धा कोल्हापूरच्या व्यापाऱ्यांनी स्वयंस्फूर्तीने टिळकांच्या निधनानिमित्त दुकाने बंद ठेवली.

शाहूंची मन:स्थिती ह्या वेळी गोंधळल्यासारखी झाली होती. टिळक आणि शाहू हे एकमेकांचा द्वेष करीत व एकमेकांविषयी आदरही बाळगीत. शाहूंनी टिळकांच्या देशाभिमानी व राष्ट्रीय कार्यात अनेक वेळा साह्य केले होते. परंतु टिळकांचे सामाजिक विचार हिंदी सामाजिक पुनर्घटनेला हितकारक नाहीत असे त्यांचे मत होते. टिळकांना वाटे, शाहूंचे कार्य हे हिंदी राष्ट्रवादाला पोषक नाही. ते एकमेकांचे कर्तृत्व, वजन आणि कळकळ यांविषयी आदर बाळगीत. जर्मनीतील स्टाइन आणि गटे ह्या दोघा मोठ्या पुरुषांमध्ये ज्या प्रकारचे प्रेमाचे आणि द्वेषाचे नाते होते, त्याच प्रकारचे नाते शाहू व टिळक यांच्यामध्ये होते. जेव्हा ह्या दोन मोठ्या जर्मन पुरुषांची गाठ पडली आणि कोलन चर्चला त्यांनी भेट दिली त्यावेळी स्टाइन हा हळूच आपल्या सहकाऱ्याला म्हणाला, 'शांत रहा. गटेची शांतता ढळेल असे काही करू नको. राजकारणातील धोरणासंबंधी आम्ही त्याची स्तुती करीत नाही. परंतु त्याला शांतपणे समाधीत राहू द्या. तो फार मोठा मनुष्य आहे.'[३] शाहूंची टिळकांच्या बाबतीत अशीच मनोभावना होती.

वुडहाऊस हे सन १९२० च्या ऑगस्टमध्ये सेवानिवृत्त होणार होते. शाहूंनी राज्यपालांना अशी विनंती केली की, त्यांनी कर्नल पोटिंजर किंवा सी. एस. हॅरॉल्ड ह्यांपैकी कोणालाही राजप्रतिनिधी म्हणून नेमावे. कारण आपल्या कारकिर्दीची शेवटची वर्षे शांततेच्या वातावरणात घालविण्याची त्यांची इच्छा होती. त्यांनी २६ वर्षे राज्यकारभार केला व त्यांपैकी ६ वर्षे कर्नल रेच्या देखरेखीखाली गेली, १० वर्षे वुडहाऊस यांच्या देखरेखीखाली गेली. ती एकूण १६ वर्षे त्रासदायकच ठरली.[४] तथापि आपले मेरीवेदरशी जमेल व राजकारभार नीट चालेल; कारण वुडहाऊसनंतर मेरीवेदर यांची राजप्रतिनिधी म्हणून नेमणूक झाली होती. यापूर्वी मेरीवेदर जेव्हा कोल्हापुरात दुय्यम राजप्रतिनिधी म्हणून काम करीत होते, तेव्हा शाहूंचे त्यांच्याशी जमले नाही हे खरे. त्यांचे स्वभाव भिन्न होते.

हॅरॉल्ड यांच्या कारकिर्दीत आपल्या राज्याने सामाजिक व नागरी जीवनात बरीच प्रगती केली हे सांगावयास शाहूंना आनंद व अभिमान वाटला. पोटिंजर यांची आपण राज्यपालांकडे कशी शिफारस केली होती हे त्यांना कळावे म्हणून त्यांनी त्या पत्राची प्रत गुप्तपणे एका जासुदाकरवी पोटिंजरकडे पाठविली. शाहूंच्या पत्राला उत्तर देताना राज्यपाल म्हणाले की, आपण शाहूंचे सर्व मुद्दे लक्षात घेऊ.

सरकारी प्रथा अशी होती की, राजनैतिक नेमणुका करते वेळी राज्यपालाने त्या त्या राज्यातील संस्थानिकांना संमत होईल असेच अधिकारी तेथे नेमायचे. कर्नल मेरीवेदर यांची नेमणूक करते वेळी राज्यपाल म्हणाले की, शाहूंची मेरीवेदरबरोबर चांगली ओळख झाली की त्यांना मेरीवेदर हे शहाणे, सहानुभूती बाळगणारे व उपयुक्त राजप्रतिनिधी आहेत असे आढळून येईल. राज्यपालांच्या ह्या वागणुकीत सभ्यता आणि लिहिण्यात मुत्सद्दीपणा आहे हे उघड आहे.

या संधीस क्लॉड हिल्ल यांनीसुद्धा शाहूंना दिल्लीहून पत्र पाठवून कळविले की, इचलकरंजी दत्तक प्रकरणाचा निर्णय करताना महाराज्यपाल शाहूंच्या म्हणण्याला योग्य ते महत्त्व देतील, मग निर्णय काहीही होवो. हे उत्तर काही उत्तेजनकारक नव्हते. मात्र ह्या उत्तरावरून, ब्रिटिश मुत्सद्दी आपले कर्तव्य लक्षात घेऊनच कसे राज्यकारभार करीत होते हे दिसून येते.

एखाद्या संस्थानिकाच्याविरुद्ध जेव्हा वर्तमानपत्रांतून टीका येते तेव्हा त्या टीकेचा सारांश त्या संस्थानिकाला पुरविला पाहिजे असे शाहूंचे म्हणणे होते. त्यामुळे त्यांनी सरकारला कळविले की, ब्राह्मणी कावळ्यांच्या टोचणीपासून घोड्याला वाचवावे किंवा घोड्याला त्याची शेपटी न तोडता मोकळे करावे. त्याला बांधून ठेवू नये.[५] शाहूंचे टीकाकार म्हणत की, आपण दरबारच्या गैरकारभारावर टीका करतो व लोकांची गाऱ्हाणी दूर करावयास सांगतो. त्यावर कोल्हापूर दरबारचे म्हणणे असे होते की, संस्थानिक हे त्यांच्या बऱ्यावाईट राज्यकारभाराविषयी ब्रिटिश सरकारला जबाबदार आहेतच. ते बेजबाबदार वृत्तपत्रांच्या कक्षेत येत नाहीत. मुंबई सरकारचे राजनैतिक कार्यवाह मॉंटगोमेरी यांनी शाहूंना कळविले की, जसजशी हिंदुस्थानात राजकीय जीवनाची वाढ होत राहील, तसतशी हिंदी संस्थानिकांच्या राज्यकारभाराकडे अधिकाधिक लक्ष देण्याकडे वृत्तपत्रांची वृत्ती वाढत जाईल. शाहूंनी तर अशा टीकेचे स्वागत करावे आणि सवय करून घ्यावी. जर एखाद्या वर्तमानपत्राने मर्यादेचे उल्लंघन केले तर सरकार कडक, परिणामकारक उपाय योजावयास सिद्ध आहे.

१० ऑगस्ट रोजी शाहूंनी असहकारितेच्याविरुद्ध लढण्यात आपण स्वत:हून साह्य देऊ असे मुंबई राज्यपालांना कळविले. राज्यपालांनी त्यांच्या देऊ केलेल्या साहाय्याविषयी आभार मानले. परंतु तूर्त आपल्याला साह्याची जरुरी नाही असे कळविले. त्या तप्त वातावरणात शाहूंनी एकदा 'संदेश'मध्ये छापलेल्या एका चित्राविरुद्ध सरकारकडे तक्रार केली. त्या चित्रात टिळक हे भगवान श्रीकृष्ण आहेत असे दाखवून क्षत्रिय अर्जुन हा त्यांच्यापुढे लोटांगण घालीत आहे असे दाखविले होते. त्या चित्राचा शाहूंनी जो अर्थ लावला होता तो फार ओढूनताणून

आणलेला होता असे दिसते. त्या काळी बहुतेक ब्राह्मणी पत्रातील लिखाण सामाजिक समतेच्या विरुद्ध असल्यामुळे ब्राह्मणी लेखनाकडे पूर्वग्रहदूषित दृष्टीने पाहणे ही ब्राह्मणेतरांना एक सवय लागलेली होती. त्यामुळे कुठल्याही ब्राह्मणी लेखनामुळे त्यांच्या मनात संशय निर्माण होई. प्रस्तुत चित्राचा अर्थ टिळक हे कृतिशून्य निद्रिस्त भारताला इंग्रजांविरुद्ध उठाव करावयास स्फूर्ती देत आहेत असाही असू शकेल.

२० ऑगस्ट १९२० रोजी शाहूंनी मुंबई सरकारला कळविले की, 'सत्यशोधक जलशामुळे ब्राह्मण लोक माझा पूर्वीपेक्षा अधिक द्वेष करीत आहेत. अर्थात माझा सत्यशोधक जलशांशी प्रत्यक्ष काही संबंध नाही. पण ज्या तत्त्वावर ते जलसे चालतात, ती तत्त्वे सर्वत्र पसरावीत असे माझे मत आहे. जरी ब्राह्मणांना ते जलसे अश्लील वाटत असले तरी ते स्वत: प्रत्येक दिवशी पुराण आणि कीर्तन यांतून तसल्याच गोष्टींचा धर्माच्या नावाखाली प्रचार करीत असतात. जर अशा अश्लील गोष्टी कथा-कीर्तनांतून कथन केलेल्या चालतात तर तसल्या गोष्टी जलशांतून सांगितल्या तर हरकत का असावी? जलसेवाल्यांविषयी आपणास सहानुभूती वाटते हे आपण मान्य करतो. निवडणुकीच्या काळात जलसेवाले हे ब्राह्मणेतरांना साह्य करतात, तर कीर्तनकार ब्राह्मणांना साह्य करतात.'

ऑगस्ट महिन्याचे शेवटी मुंबई विधिमंडळाच्या निवडणुकीत कर्मवीर शिंदे स्वतंत्र उमेदवार म्हणून उभे आहेत अशी बातमी प्रसिद्ध झाली. शाहूंना स्वतंत्र मतदारसंघ पाहिजे होते. त्यांचे राखीव जागांनी समाधान झाले नव्हते. तरीसुद्धा शाहूंनी आपल्या कार्यकर्त्यांना राखीव जागा व सर्वसाधारण जागाही लढवावयास उत्तेजन दिले. स्वत: शिंदे यांनी राखीव जागा लढवावी असे शाहूंनी सुचविले होते. परंतु राष्ट्रवादी कर्मवीरांनी तसे करावयास नकार दिला. शेवटी शिंदे राष्ट्रीय मराठा लीगच्या तिकिटावर उभे राहिले नाहीत किंवा काँग्रेसच्या तिकिटावरही उभे राहिले नाहीत.

शाहूंनी खासेराव जाधवांकडून कर्मवीर शिंदे यांना एक विनंती केली. कर्मवीरांनी पुणे शहरातून जागा न लढविता ती पुणे जिल्ह्यातून दुसरीकडून लढवावी असे त्यांना कळविले. कारण पुणे शहरातील जागा वासुदेवराव गुप्ते यांनी लढवावी असे शाहूंना वाटत होते. शाहूंचे दोन सहकारी खासेराव जाधव आणि श्रीपतराव शिंदे यांनी कर्मवीर शिंदे यांच्या उमेदवारीला पाठिंबा दिला. कर्मवीर शिंदे यांनी शाहूंच्या विनंतीला मान दिला नाही आणि पुणे शहरातील जागा लढविण्याचे ठरविले. पुणे शहरातील जागेसाठी मराठाचे संपादक न. चिं. केळकर हेही उभे होते. परंतु काँग्रेसने निवडणुकीवर बहिष्कार टाकावयाचे

ठरविल्यामुळे केळकरांनी आपली उमेदवारी मागे घेतली. निवडणुकीच्या आपल्या एका भाषणात केळकर म्हणाले होते की, 'आपणसुद्धा मराठे आहेत.'

त्यावर शाहूंनी कर्मवीर शिंदे यांना एक पत्र लिहून केळकरांच्या भाषणावर टीका केली. त्या पत्रात शाहू म्हणाले, 'मी माझ्या गाईचे नाव 'जपान' ठेवले तर मी काही जपानी लोकांचा पुढारी होत नाही !' जरी टिळकांनी चवथ्या शिवाजींना सहानुभूती दाखवून व शिवाजी उत्सव सुरू करून कीर्ती मिळविली तरी शिवाजीमहाराजांचे चरित्र त्यांनी काही लिहिले नाही. याविषयी आपणास वाईट वाटते असेही शाहूंनी त्या पत्रात म्हटले. प्रथम कर्मवीर शिंदे यांनी राष्ट्रीय मराठा लीग स्थापन केली होती व ते त्याच लीगचे उमेदवार म्हणून निवडणुकीस उभे राहिले होते. परंतु नंतर त्यांनी आपले मत बदलले व ते स्वतंत्र उमेदवार म्हणून उभे राहिले. राष्ट्रीय मराठा लीगवाल्यांनी आपल्या राष्ट्रवादाला रामराम ठोकला आणि त्यांनी राखीव जागाही लढविल्या !

कर्मवीर शिंदे यांनी शाहूंची विनंती मान्य न केल्यामुळे शाहूंनीही आपले मत बदलले व वासुदेवराव गुप्ते यांना पाठिंबा देण्याचे ठरविले. त्यामुळे शिंदे ह्यांचा १९२० च्या नोव्हेंबरमध्ये झालेल्या निवडणुकीत पराभव झाला व गुप्ते निवडून आले. शाहू व दिवाण सबनीस ह्यांनी गुप्ते ह्यांच्या निवडणुकीस सक्रिय पाठिंबा दिला होता.

मुंबई प्रांतातील निवडणुकीविषयी शाहूंना उत्सुकता वाटत असल्यामुळे शाहू यांनी चांगल्या आणि बुद्धिवान कार्यकर्त्यांना निवडणुकीस उभे राहण्यासाठी उत्तेजन दिले. त्यांनी नरसिंहपूरचे लक्ष्मण रामचंद्र तथा बाळा पाटील यांना निवडणुकीसाठी उमेदवार म्हणून उभे राहण्याची विनंती केली. कारण ते अनेक वर्षे जिल्हा लोकल बोर्डाचे सभासद होते. त्यांना लिहिलेल्या पत्रात शाहूंनी म्हटले की, ज्यांना सार्वजनिक कामाचा अनुभव आहे अशांपैकी पाटलांसारख्या कार्यकर्त्यांनी त्यागी वृत्तीने लोकांची सेवा करण्यासाठी प्रसंगी उभे राहिले पाहिजे. शाहूंचे सहकारी कीर्तीवन्तराव निंबाळकर हे निवडणुकीसठी उभे राहिले व यशस्वी झाले. ते पोलीस अधिकारी होते आणि त्यांनी आपले आयुष्य लोकसेवेसाठी वाहिलेले होते. शाहूंनी आपले सेवानिवृत्त अभियंते विचारे यांना रत्नागिरी जिल्ह्यातून निवडणूक लढण्यासाठी जोराचे उत्तेजन दिले होते.

ह्या समयी शाहूंचे दोन सहकारी श्रीपतराव शिंदे व वालचंद कोठारी ह्या दोघांचे एका प्रश्नासंबंधी मतभेद झाल्यामुळे ते आपल्या साप्ताहिकातून तावातावाने भांडून एकमेकांवर हल्ले करीत होते. त्यामुळे शाहूंना अतिशय दुःख झाले. प्रश्न

असा होता की, ब्राह्मणेतरांनी महाराष्ट्रातील प्रागतिक नेत्यांशी सहकार्य करावे की नाही. श्रीपतराव शिंदे यांचे उघड व रास्त मत असे होते की, प्रागतिक राजकारणी नेते हे मुख्यत: सर्व ब्राह्मणच असून ते ब्राह्मणेतरांच्या प्रश्नासंबंधी नेहमी उदासीन असतात व ते ब्राह्मणेतर लोकांच्या मताचा आपल्या पक्षाच्या यशासाठी उपयोग मात्र करून घेतील. कोठारी यांना वाटे की, प्रागतिक नेते प्रा. काळे, प्रा. जोग, प्रा. पटवर्धन आणि केळकर यांनी ब्राह्मणेतरांच्या प्रश्नाविषयी सहानुभूती व्यक्त केल्यामुळे आणि सामाजिक सुधारणा पुढे रेटण्यासाठी त्यांनी प्रयत्न केले म्हणून त्यांच्याशी सहकार्य करावे. त्यावर श्रीपतराव शिंदे म्हणाले की, प्रागतिकांची सहानुभूती बेगडी आहे. खऱ्या सुधारणांना पाठिंबा देण्यापेक्षा प्रागतिक नेते टिळक पक्षाला ब्राह्मणेतरांचा जो विरोध आहे त्याचा फायदा घेत आहेत. पण शिंदे व कोठारी यांनी हा वाद बंद करून पक्षाची एकजूट करावी, नाहीतर आपल्या गटातील बेकीमुळे आपले फार नुकसान होईल, असा शाहूंनी त्यांना इशारा दिला.

वालचंद कोठारी आणि श्रीपतराव शिंदे यांच्यामधील मतभेदाचा मुद्दा हा वरवरचा नसून तो तात्त्विक होता. ब्राह्मणेतर पुढारी हे इंग्रजांच्या प्रत्येक कृत्याचे समर्थन करीत तेव्हा कोठारी यांना त्याची चीड येई. ब्राह्मणेतर पुढाऱ्यांनी ब्रिटिश सरकारशी संगनमत करावे ही गोष्ट कोठारींना आवडत नसे. परंतु शाहू छत्रपतींच्या धोरणावर त्या दोघांचे नेतृत्व उभे असल्यामुळे ही गोष्ट घडणे क्रमप्राप्तच होते; कारण शाहू हे ब्रिटिशांचे बोलून-चालून मित्रच होते आणि ब्रिटिशांच्याविरुद्ध त्यांचा पक्ष उघडपणे बंड करू शकत नव्हता. श्रीपतराव शिंदे नि त्यांच्यासारखे दुसरे ब्राह्मणेतर पुढारी यांना वाटे, ब्राह्मणेतर हे शिक्षणात मागासलेले व दुर्बळ असल्यामुळे ब्रिटिशांचे शत्रुत्व ओढवून घेऊन ब्राह्मणांशी व ब्रिटिशांशी, अशा दोन्ही आघाड्यांवर लढणे त्यांना शक्य नव्हते.

शाहूंनी एकमेकांपासून दुरावत चाललेल्या आपल्या दोन्ही गटांतील मतभेद मिटविण्याचा प्रयत्न केला. या उद्देशाने त्यांनी १० एप्रिल १९२० रोजी लठ्ठे यांना लिहिले की, तुमचे कोठारींशी काही बाबतीत मतभेद आहेत. कोठारींविषयी मला मोठा आदर वाटतो. परंतु आपण नेहमी ब्राह्मणांच्या सहकार्याने काम करावे ह्या त्यांच्या मताशी मी संमत होऊ शकत नाही. शाहूंनी आपल्या गटातील द. भि. रणदिवे ह्यांना ह्या बाबतीत लिहिले. रणदिवे हे एक एक कवी, लेखक व सामाजिक कार्यकर्ते होते. ते कोठारी व शिंदे ह्या दोघांचेही मित्र होते. रणदिवे यांना लिहिलेल्या पत्रात शाहूंनी कोठारींची प्रशंसा केली आणि रणदिवे यांनी कोठारी व शिंदे यांच्यामध्ये तडजोड घडवून आणावी किंवा तडजोड घडवून आणणारा मार्ग

सुचवावा अशी शाहूंनी रणदिवे यांना विनंती केली. आपण स्वत: ह्या वादाचा शेवट करण्याचा प्रयत्न करू असेही त्या पत्रात शाहूंनी म्हटले होते.[६]

मद्रासचे राज्यपाल लॉर्ड विलिंग्डन यांनी पुण्यातील शिवाजी मराठा हायस्कूलची कोनशिला बसवावी अशी शाहू छत्रपतींनी त्यांना अनेक वेळा विनंती केली होती. लॉर्ड विलिंग्डन हे त्या बाबतीत प्रत्येक वेळी योग्य दिसतील अशी कारणे देऊन टाळाटाळ करीत होते. पुणे येथे जाऊन मुंबई राज्यपालांना अडचणीत टाकू नये असे त्यांना वाटत होते. लॉर्ड विलिंग्डन यांना लिहिलेल्या पत्रात शाहूंच्या ठिकाणी खऱ्या लोकपालाचे हृदय दिसून आले. ते गंभीरपणे आपल्या पत्रात म्हणाले, 'आम्ही आता दुष्काळाच्या छायेत आहोत आणि जर येथे भरपूर व योग्य वेळी नैर्ऋत्येकडून मोसमी पाऊस पडला नाही तर येथील परिस्थिती अगदी निराशादायक होईल.'

याच सुमारास शाहू छत्रपतींनी आर्य क्षत्रिय (जिनगर) समाजाच्या अवनतीकडे त्यांच्या पुढाऱ्यांचे लक्ष वेधले. त्यांची परिषद भरवून आपल्या समाजाच्या उन्नतीविषयी विचार करावा असे त्यांना उत्तेजन दिले. त्याचा परिणाम त्या समाजाचे पुढारी यमनाजीराव आंबले यांच्या साह्याने व शाहूंच्या मदतीने राजाराम औद्योगिक स्कूल व कारजकर(जिनगर) वसतिगृह ह्या दोन संस्था स्थापन होण्यात झाला. महाराजांनी तीस हजारांपेक्षा अधिक किमतीची जमीन ह्या शाळेच्या वसतिगृहासाठी दिली व वर्षासनही ठरवून दिले. अशा रितीने महाराजांनी जिनगर समाजाच्या चळवळीला औद्योगिक स्वरूप दिले. खरोखरीच विविध समाजांच्या अनेक विद्यार्थि वसतिगृहांमुळे कोल्हापूरला वसतिगृहांची जननी हे यथार्थ नामाभिधान प्राप्त झाले.

२० सप्टेंबर १९२० रोजी शाहूंनी एका वरिष्ठ ब्रिटिश अधिकाऱ्याला पत्र लिहून कळविले की, असहकारितेच्या चळवळीचा धिक्कार करण्यासाठी आपण एक जाहीरनामा प्रसिद्ध करण्याच्या विचारात आहेत. नेहमीप्रमाणे उत्साहाच्या भरात ते ही गोष्ट करावयास उद्युक्त झाले होते. पण असे करण्याची त्यांना खरोखर आवश्यकता नव्हती. देशात सर्व ठिकाणी असहकारितेची चळवळ वाऱ्याच्या गतीने पसरत होती. आपण ब्रिटिश साम्राज्याचे निष्ठावंत सेवक व हितचिंतक आहोत व अशा संकट प्रसंगी पुढे जाऊन ही 'साथ' पसरू नये म्हणून ब्रिटिशांना साह्य करणे आपले कर्तव्य आहे असे शाहूंना वाटले. आपल्या पत्रात ते म्हणाले, 'गांधी हे स्वप्नाळू, पूर्णपणे अव्यवहारी असून त्यांचा जनतेशी संपर्क

नाही.' तथापि शाहू जाहीररीत्या गांधींचे त्यागी जीवन व उत्तम चारित्र्य ह्यांची प्रशंसा करीत आणि एकदा तर ते अहमदाबादला जाऊन त्यांना भेटलेही होते.

अनेक प्रागतिक पुढाऱ्यांना व प्रबुद्ध मुत्सद्द्यांना महात्मा गांधी हे स्वप्नाळू व अव्यवहारी वाटत. काही वृत्तपत्रे तर त्यांना वेडा पीर किंवा बेजबाबदार फकीर म्हणत. परंतु महापुरुषात तिरस्कार करण्यापेक्षा प्रशंसा करण्यासारखे अनेक गुण असतात हे अनेकांना नंतर कळते. नाशिकच्या भाषणामध्ये शाहूंनी म. गांधींची मुक्तकंठाने प्रशंसा केली होती. त्यांचे वर्णन अवतारी पुरुष असे केले होते.

ह्याच सुमारास शाहूंना मराठी शिक्षण परिषदेने आपल्या बारामती अधिवेशनाचे अध्यक्षपद स्वीकारावे म्हणून आमंत्रण दिले होते. हे अधिवेशन १९२० च्या ऑक्टोबरमध्ये भरणार होते. छत्रपतींना आपली मते मांडावयाची असल्यामुळे त्यांना ह्या परिषदेत मिळणारी संधी साधावयाची होती. हे कारण सांगून त्यांनी सरकारकडे बारामती परिषदेचे अध्यक्षपद स्वीकारण्यास अनुमती मागितली. हुबळी परिषदेपासून सरकार आपणास परिषदेत भाग घेऊ देत नाही अशी अफवा सर्वत्र पसरली आहे व ती लोकांच्या मनातून आपणास काढून टाकावयाची आहे. यास्तव बारामती येथे भरणाऱ्या शिक्षण परिषदेला उपस्थित राहण्यास आपणास परवानगी द्यावी अशी त्यांनी सरकारला विनंती केली.

श्रीपतराव शिंदे व वालचंद कोठारी यांच्यामध्ये समेट घडवून आणण्यासाठी शाहूंचे प्रयत्न सुरूच होते. दि. १७ सप्टेंबरला त्यांनी कोठारी यांना लिहिले की, काही झाले तरी त्यांनी आपसातील मतभेद मिटवावे, एकजुटीने काम करावे व चळवळीला खिंडार पडू देऊ नये. आपले हसे करून घेऊ नये. 'आमचे विरोधक आमच्यात दुफळी करण्याचा प्रयत्न करीत आहेत. ह्यावेळी आपण भांडत बसलो तर त्यांना साह्य केल्या सारखे होईल. आपला पक्ष निर्बल आहे. आम्हांला पुष्कळ कामे करावयाची असून त्याचा आरंभही झालेला नाही. आपली भांडणे सुरू झाली तर आपण ह्या वाळूच्या पायावर इमारत कशी बांधणार?' दुसऱ्या एका ब्राह्मणेतर कार्यकर्त्याला शाहूंनी म्हटले की, 'जागृति' नि 'विजयी मराठा' यांच्यामधील वाद वाचताना मनाला अत्यंत दु:ख होते. श्रीपतरावांनी शांत राहावे अशी त्यांनी त्यांना विनंती केली. त्यांना शाहू म्हणाले, 'जर तुम्ही सच्चे मराठे असाल तर 'जागरूक'चे सर्व हल्ले सहनशीलतेने सहन करा. परंतु ह्या वादाला मूठमाती द्या. कोठारींकडे चला व त्यांच्याबरोबर काम करा.' त्यांनी पुन्हा कोठारी व शिंदे यांना लठ्ठे यांनी सुचविलेली तडजोड मान्य करावी अशी दि. १८ सप्टेंबर पत्रात कळकळीची विनंती केली.

थोड्याच काळात शिंदे व कोठारी यांनी शाहूंचा सल्ला ग्राह्य मानला. शाहूंना आनंद झाला. प्रत्येक ब्राह्मणेतर पत्रपंडित कष्ट करून ब्राह्मणेतर पक्ष बळकट करील व आपला सर्वांचा लढा चालवील अशी आशा शाहूंनी व्यक्त केली.

शाहू छत्रपती यांच्या अध्यक्षतेखाली राजाराम औद्योगिक शाळेच्या आवारात १५ ऑगस्ट रोजी एक समारंभ झाला. त्या प्रसंगी बोलताना त्यांनी कोल्हापुरातील कारागीर व कामगार यांच्याविषयी प्रशंसापर उद्गार काढले. आपल्या संस्थानातील कामगारांना उत्तेजन देण्यासाठी आपण कोल्हापुरात तयार झालेल्या वस्तूच खरेदी करीत असतो असे त्यांनी सांगितले. त्या समारंभात ते म्हणाले, 'जे स्वदेशी वस्तू वापरण्याचे व्रत घेतात त्यांनी आपल्या देशात कोणते नवीन उद्योगधंदे सुरू करण्यासारखे आहेत याचा विचार करावा. कारण देशाची उन्नती ही त्यातील व्यापार व उद्योगधंदे यांच्यावरच अवलंबून असते.' शाहू पुढे म्हणाले की, शेतकी धंद्याचे आधुनिकीकरण करावे. कारण हिंदुस्थानातील प्रत्येक एकरी पीक हे तुलनात्मक दृष्टीने पाहिले तर बरेच कमी आहे. यासाठी शेतकी धंद्याला अग्रक्रम द्यावा. आपण भांडवलदारीच्या बाजूचे नाही. कारण त्या पद्धतीत भांडवलदार व कामगार यांच्यात संघर्ष निर्माण होतो. कामगाराचे भवितव्य आणि प्रगती ही भांडवलदारांच्या लहरीवर, स्वार्थावर व मनावर अवलंबून ठेवू नये. ही पद्धत हिंदुस्थानात चालणार नाही. यासाठी त्यांनी कामगार व शेतकरी यांना सहकारी संस्था व पतपेढ्या सुरू करावयास उत्तेजन दिले. जो नफा होईल तो आपसांत वाटून घ्यावा असेही सुचविले. त्यामुळे खेड्यांतून शहरांकडे जो लोंढा जात आहे तो थांबेल[७] असे त्यांचे मत होते.

जातिभेद हा भयंकर रोग आहे आणि मनुष्याने जातिभेदाच्या पलीकडे जाऊन सर्व समाजाकडे पाहिले पाहिजे. त्याने आपण हिंदी आहोत हे प्रथम लक्षात ठेवले पाहिजे. सर्व लोकांची प्रगती करणे ही आपली जबाबदारी आहे हे लक्षात ठेवावे, असा त्यांनी सभेस उपदेश केला.

२० सप्टेंबर १९२० पासून एक आठवडा छत्रपतींचा मुक्काम मुंबईत होता. २५ सप्टेंबर १९२० रोजी क्रॉफर्ड मार्केटमधील व्यापाऱ्यांनी त्यांचा सत्कार केला. योगायोग असा की, त्याच वस्तीत जोतीराव फुले यांना १८८८ साली 'महात्मा' ही पदवी जनतेने दिली होती. शाहूंच्या या सत्कार समारंभास सुमारे २० हजार लोक उपस्थित होते. थोरात व श्रीपतराव शिंदे यांनी लोकांच्या वतीने स्वागतपर भाषणे केल्यावर शाहू छत्रपती उत्तरादाखल केलेल्या भाषणात म्हणाले की, 'आपण ह्या देशातील मानवांची उन्नती करण्यासाठी प्रयत्न करीत आहेत.

गरिबांनी असहकारितेची चळवळ ब्रिटिशांच्याविरुद्ध करू नये. त्यांनी ती गरिबांशी सहकार न करणाऱ्या व त्यांच्या उन्नतीच्या विरुद्ध असणाऱ्यांच्या विरुद्ध करावी. ब्रिटिशांच्या साह्याने त्यांनी आपली शैक्षणिक प्रगती करावी व आपले हक्क मिळविण्यासाठी उभे राहावे.'

शाहूंनी आर्य समाजाच्या विचारसरणीच्या प्रसारासाठी दिलेले उत्तेजन, वैदिक विद्यालयाची केलेली स्थापना आणि सत्यशोधकांनी चालविलेले जलसे यामुळे सनातनी ब्राह्मणांची तिरपीट उडाली. त्यांनी आपल्या संरक्षणासाठी ब्राह्मण संरक्षण परिषदा व सभा पंढरपूर व आळंदी येथील ब्राह्मण पुरोहितांच्या बालेकिल्ल्यात भरवून सत्यशोधक समाजाच्या प्रचाराविरुद्ध आरडाओरडा केला. ह. भ. प. साखरेबुवा यांनी पंढरपूर परिषदेचे अध्यक्षपद स्वीकारले होते. दुसरे सनातनी पुढारी ह. भ. प. चौंडेबुवा यांनी 'दासबोधा'च्या आधारे जातिभेद कसा पाळावा याचे मार्मिक विवेचन केले ! आणि वारकरी समाज ब्राह्मणाविरुद्ध नाही असे प्रतिपादन केले ![९] चौंडेबुवा हे रसाळ वाणीचे व सनातनी वृत्तीचे लेखक असून गोभक्तपरायण होते एवढे सांगितले म्हणजे पुरे. मातेपेक्षा गाय श्रेष्ठ म्हणणारी त्यांची परंपरा. सत्यशोधक समाजाच्या निषेधाची चळवळ अनेक महिने अखंडितपणे चालली होती. त्यामुळे अनेक ठिकाणी ब्राह्मणांचे हित रक्षणासाठी धार्मिक संस्था निर्माण झाल्या. ह्यापूर्वी काही दिवस अगोदर नरसोबावाडीच्या पुरोहितांनी आपल्या अधिकाराचा दुरुपयोग करून काही दैवज्ञांना देवळाच्या गाभाऱ्यात जाण्यास प्रतिबंध केला. इतकेच नव्हे तर त्यांना त्यांनी बेदम मारले.[१०] ह्या प्रकरणाची चौकशी करून अपराध्यांना योग्य ते शासन व्हावे म्हणून शाहूंनी मुंबई सरकारचे सी. ए. किंकेड यांना काही दिवस न्यायाधीश म्हणून पाठविण्यास सांगितले. सी. ए. किंकेड ह्यांनी तो अभियोग चालविला आणि त्या पुरोहितांना स्वत:च्या मनाची शांती करण्यासाठी कारागृहात पाठविले.

धार्मिक बाबतीत दुजाभावाची वागणूक देणारे आणखी एक प्रकरण शाहूंनी निकालात काढले. अंबाबाईच्या प्रसिद्ध मंदिरात पाण्याचे दोन तलाव होते. एक ब्राह्मणांकरता व दुसरा शूद्रांकरता. एका तरुण मराठा सुधारकाने ब्राह्मणांकरता राखून ठेवलेल्या त्या तलावाला जाणूनबुजून स्पर्श केला. भांडण विकोपास गेले. वर्तमानपत्रांमध्येही कडाक्याची चर्चा झाली. त्याचा परिणाम असा झाला की, तो तलाव सर्वांना खुला करण्यात आला. मंदिरातील ब्राह्मणांचे हे विशेषाधिकार अशा रितीने संपुष्टात आले. भारतातील सर्व प्रमुख हिंदु देवालयांतील हे असले विशिष्ट जातीचे जन्माधिष्ठित वा पारंपरिक विशेषाधिकार नष्ट करून सामाजिक समानता व बंधुता कशी स्थापन करावी यांचा हा एक आदर्श पाठच होता.

लो. टिळकांच्या सभा उधळणाऱ्या शाहूंच्या अनुयायांना व शाहूंना धडा शिकविण्यासाठी टिळकानुयायी टपून बसले होते. शाहूंनी महाराष्ट्रातील निवडणुकांमध्ये स्वतंत्र उमेदवार उभे केल्यामुळे टिळकानुयायांचा रोग अनावर झाला होता. त्यांना हवी असलेली संधी लवकरच प्राप्त झाली. ३ ऑक्टोबर १९२० रोजी पुण्यातील शिवाजी सोसायटीची वार्षिक सभा भवानी पेठेतील विठ्ठल धर्मशाळेत शाहूंच्या अध्यक्षतेखाली भरावयाची होती. शिवाजी सोसायटीचे शाहू हे कायमचे अध्यक्ष होते. ती संस्था मागासवर्गीयांना मदत करीत असे. मराठ्यांची सामाजिक, सांस्कृतिक व धार्मिक क्षेत्रांत प्रगती करावी असा त्या संस्थेचा एक उद्देश होता. ही वार्षिक सभा सामाजिक आणि शैक्षणिक उद्देशाने बोलावण्यात आली होती. शाहू छत्रपती अध्यक्षस्थानी बसल्यावर बाबूराव जगताप ह्यांनी वार्षिक अहवाल वाचून दाखविला. कर्मवीर शिंदे, भास्करराव जाधव आणि वंडेकर यांची सभेत भाषणे झाली. आपल्या भाषणाच्या ओघात त्यांनी कोल्हापूरच्या महाराजांना धार्मिक व वांशिक प्रश्नाचा निर्णय करण्याचा अधिकार आहे असे विचार व्यक्त केले.[११] त्यांनी डॉ. कुर्तकोटी यांचाही आपल्या भाषणात उल्लेख केला.

त्यानंतर राजाभाऊ गोळे नावाच्या गृहस्थाने सभेत पाच मिनिटे बोलण्याची शाहूंकडे परवानगी मागितली. जरी गोळे यांना परवानगी देऊ नये अशी काही जणांनी ओरड केली तरी शाहूंनी त्यांना परवानगी दिली. गोळे यांनी पूर्वीच्या वक्त्यांनी डॉ. कुर्तकोटी यांचा उल्लेख केल्याबद्दल त्यांचा निषेध केला आणि कोल्हापूरचे शंकराचार्य व शाहूमहाराज यांनी धार्मिक बाबतीत अरेरावीचे वर्तन केले असे म्हणून त्यांचा धिक्कार केला. गोळे यांनी 'शिवाजीला धार्मिक बाबतीत अधिकार नव्हते आणि शिवाजीविषयी आदरभाव व्यक्त करणे चुकीचे आहे' असे म्हटले. त्यामुळे सभेत अशांतता निर्माण झाली. श्रोत्यांनी ओरडून गोळे यांना खाली बसविले.

तितक्यात टिळक पक्षाचे हस्तक काशीनाथ ठाकोजी जाधव व प्रताप मोरे ह्यांनी संधी साधून सभेत गोंधळ उडवून दिला. ह्याचा परिणाम असा झाला की, दोन्ही पक्षांतील लोकांत लठ्ठालठ्ठी सुरू झाली. त्यात गंगाजी काळभोर व बाबूराव जेधे यांना बरीच दुखापत झाली. खासेराव जाधवांनी सभेचे अध्यक्ष शाहू छत्रपती यांचे घाईघाईने आभार मानले आणि सभेचे काम संपल्याचे जाहीर केले. आजूबाजूला गोंधळ व ठोकाठोकी सुरू असताना शाहू हे खवळलेल्या सागरातील एखाद्या खडकाप्रमाणे अचल होते. त्यांची ती ६ फूट ५ इंच उंचीची मूर्ती आजूबाजूच्या दंगलीमुळे उसळलेल्या लाटांच्या हलकल्लोळामध्ये उठून दिसत

होती. पां. चि. पाटील आणि खासेराव जाधव हे निर्भयपणे शाहूंच्याजवळ उभे होते. सभेत गोंधळ निर्माण करणाऱ्या गुंडांची दंगल सभागृहात व बाहेर एक तासभर तशीच सुरू होती. त्यांनी सभागृहापासून बाहेर जाणाऱ्या दोन-तीन गाड्या थांबवून तपासून पाहिल्या व सोडून दिल्या. कारण त्यात शाहूंखेरीज इतर लोक बसलेले त्यांना आढळले. शाहू मात्र एका खाजगी मोटारमध्ये बसून निसटले.

सभेच्या स्थळी आरंभापासून पोलीस नव्हते हेही लक्षात ठेवले पाहिजे. छत्रपतींनी त्या सभेत भाषण केले नाही आणि आपल्या निवासस्थानी ते सुखरूपपणे पोहोचले. जमावाचा व्यक्तिश: शाहूंना दुखापत करण्याचा हेतू नव्हता. शाहूंना कोल्हापूरबाहेर जाहीर भाषणे करण्याची परवानगी सरकारने देऊ नये हाच सभेत गोंधळ निर्माण करण्याचा हेतू होता. ह्यानंतर एक वर्षाने झालेली शिवस्मारकाची सभा सोडली तर शाहूंनी कोल्हापूरबाहेर धार्मिक, सामाजिक वा राजकीय जाहीर सभेत भाषण केले नाही हे खरे. ब्रिटिश सरकार त्यांना प्रकट भाषणे करण्यापासून परावृत्त करण्याचा प्रयत्न करीत होते. वरील सभेनंतर छत्रपतींना कुणकुण लागली की, डावरे यांच्या घरी काशीनाथ ठाकोजी जाधव आणि पीतांबर मारवाडी यांनी एक कट रचला होता आणि त्या कटाचा परिणाम म्हणून त्या सभेत त्यांनी गोंधळ निर्माण केला.

मुंबईतील रामभाऊ गोळे हे काशिनाथ जाधव यांच्या घरीच उतरले होते हे शाहूंना मागाहून कळले. त्यांना प्रोत्साहन देणाऱ्या ब्राह्मणांनी स्वत: दंगलीच्या ठिकाणी उपस्थित न राहण्याची काळजी घेतली होती. भास्करराव जाधव व कर्मवीर शिंदे यांनी राजाला धार्मिक भांडणे मिटविण्याचा संपूर्ण अधिकार आहे व हे ऐतिहासिक सत्य आहे असे त्या सभेत मत मांडले होते.

प्रबोधनकार ठाकरे यांनी, साताराच्या शाहूमहाराजांनी रामदासच्या गादीसंबंधीचे प्रकरण कसे मिटविले होते हा इतिहास छत्रपतींना दाखवून दिला. प्रमुख मराठा नेत्यांची स्वतंत्र जगद्गुरूचे विद्यापीठ निर्माण करण्यासंबंधी काय मते आहेत हे चाचपून पाहणे हाही एक शाहूंचा ह्या सभेतील उद्देश होता हे सांगण्याची आवश्यकता नाही.

ही सभा उधळली गेल्यावर दुसऱ्या दिवशी शाहूंनी माँटगोमेरी ह्यांना त्वरित पण सावधपणे एक पत्र पाठविले. त्यात त्यांनी पुण्यातील वरील सभेचा संपूर्ण वृत्तांत दिला होता. माँटगोमेरी ह्यांनी अत्यंत निराशाजनक असे शाहूंना उत्तर पाठविले. राज्यपालसुद्धा पुण्यातील ह्या प्रकरणामुळे बेचैन होतील अशी आपल्याला भीती वाटते असे माँटगोमेरी म्हणाले. ज्या सभेचे स्वरूप इतके खळबळजनक ठरले त्या सभेस शाहू उपस्थित होते ही मोठी दुर्दैवाची घटना आहे.

वर्तमानपत्रामध्ये त्या सभेचा विपरीत वृत्तांत प्रसिद्ध होईल अशी भीती त्यांनी व्यक्त केली. अत्यंत हीनवृत्तीचे लोक गोंधळ करण्याचे हे तंत्र उचलतील आणि त्यामुळे सरकारी अधिकाऱ्यांची जबाबदारी वाढेल. 'यासाठी महाराजांना मी कळकळीची विनंती करतो की, त्यांनी ज्या सभेत राजकीय प्रश्नांचा विचार होण्याचा संभव असतो त्या सभेस जाऊ नये.' मॉंटगोमेरी ह्यांनी, जे गुंड अपराधी होते व दंगलीस प्रोत्साहन देणारे होते त्यांची चौकशी करण्याच्या ऐवजी उलट शाहूंनी बारामतीला जाऊ नये, असे त्यांना कळविले. कारण त्या दिवसांत राजकीय भावना फार तीव्र झालेल्या होत्या आणि शाहूंनी बारामतीला जाऊन स्वत:वर संकट ओढवून घेऊ नये म्हणजे आपणास आनंद होईल असा सल्ला त्यांनी शाहूंना दिला.

देश तयार नसताना हिंदुस्थानला स्वराज्य मिळाले तर ते मूठभर वरिष्ठ समाजाच्या म्हणजे ब्राह्मणादिकांच्या हाती पडेल अशी शाहूंना भीती वाटत होती. मूठभर वरिष्ठ लोकांच्या हाती सत्ता पडेल हे त्यांचे निदान बरोबर होते. पण त्यासाठी ते जो इलाज सांगत होते तो योग्य नव्हता. छत्रपती हे टिळक पक्षाच्या व असहकारितेच्या चळवळीच्या विरुद्ध होते; म्हणून त्यांनी केलेला हल्ला त्यांच्यावरच बुमरॅंगप्रमाणे उलटला होता. एकदा का महाराष्ट्रातील कनिष्ठ वर्ग आपल्या हक्कांविषयी जागृत झाला तर त्यामुळे आपल्या नेतृत्वाला धोका निर्माण होईल अशी शाहूंच्या विरोधकांना भीती वाटत होती. शाहूंना विरोध करण्यात त्यांचा खरा उद्देश हाच होता. कारण महाराष्ट्रातील मागास आणि कनिष्ठ वर्गाचे शाहू हेच स्फूर्तिदाते, संघटक, कैवारी व खरे नेते होते.

विरोधकांकडून असा त्रास होत होता व मानसिक ताण वाढत होता तरी शाहूंचे काम नेहमीप्रमाणे सुरूच होते. त्यांनी डॉ. आंबेडकरांच्या शिफारशीवरून अस्पृश्यवर्गाचे कार्यकर्ते कांबळी यांची विधिमंडळावर नियुक्ती करावी अशी सरकारला विनंती केली. डॉ. आंबेडकर लंडनला जाण्यापूर्वी तीन महिने अगोदर शाहूंनी, आंबेडकरांना कुणा एका व्यक्तीवर फिर्याद करावयास सांगितले. तशी त्यांनी फिर्याद केली म्हणजे पुराव्याने बळकट नसली तरी ती फिर्याद कोणी केली आहे याची इंग्लंडमध्ये लोक चौकशी करतील आणि त्यामुळे डॉ. आंबेडकरांना लंडनमध्ये भरपूर प्रसिद्धी मिळेल, असे आपले मत शाहूंनी व्यक्त केले. ज्याच्याविरुद्ध शाहूंनी फिर्याद करावयास सांगितले त्याच्या नावाचा उल्लेख त्या पत्रात नाही.

जागरूकच्या दि. २ ऑक्टोबर १९२० च्या अंकात 'ब्राह्मणेतर वर्तमानपत्रांत जी मते व्यक्त होत होती त्यांची जबाबदारी शाहूंवर आहे' असे पत्रक प्रसिद्ध झाले. या पत्रकाला शाहूंनी दि. ५ ऑक्टोबरला इंदुप्रकाशला पत्र लिहून

उत्तर दिले. ते इंदुप्रकाशमध्ये १५ ऑक्टोबर रोजी प्रसिद्ध झाले. त्यात शाहू म्हणाले, 'सर त्यागराज चेट्टी, मि. रामस्वामी मुदलियार, मि. लठ्ठे, मि. चिकोडी, मि. कमनी आणि रा. सा. हलक वगैरे अनुभवी गृहस्थांच्या मताचा मी आहे. या मंडळींइतकी विद्वत्ता व अनुभव माझे अंगी नाही. म्हणूनच मी स्वतंत्र पक्ष निर्माण केला नाही... मी बऱ्याच वर्तमानपत्रांना मदत केली आहे. परंतु त्यातून प्रसिद्ध होणाऱ्या मताबद्दलची किंवा लेखाबद्दलची जबाबदारी मजवर नाही.'

पुण्यातील राजकारणी नेते व भवानी पेठेतील सभेत गोंधळ करणारे कार्यकर्ते हे शाहूंची सभा उधळून स्वस्थ राहिले नाहीत. शाहू व त्यांचे सहकारी यांनी ३ ऑक्टोबरच्या सभेत दंगल घडवून आणून अनेकांना दुखापती केल्या अशा आरोपाखाली त्यांच्यावर फिर्याद करण्यास त्यांनी आपल्या हस्तकांना उद्युक्त केले. त्याप्रमाणे ए. एफ. आपटे नावाच्या वकिलाने दि. ४ ऑक्टोबरला पुणे शहर दंडाधिकाऱ्यांच्या न्यायालयात शाहू छत्रपती, भास्करराव जाधव, पां. चि. पाटील, विजयी मराठ्याचे संपादक श्रीपतराव शिंदे व दुसऱ्या काही व्यक्ती यांच्यावर भारतीय दंड संहितेच्या १२३ व १४७ कलमाखाली फिर्याद दाखल केली. तो अभियोग १३ ऑक्टोबरपर्यंत स्थगित झाला.

निर्माण झालेल्या ह्या नवीन संकटास शाहू घाबरले नाहीत. त्यांनी क्षत्रिय मराठा जगद्गुरू नेमण्याचा निर्णय घेतला व सदाशिवराव लक्ष्मण पाटील यांची स्थापना १२ ऑक्टोबर १९२० रोजी पाटगाव येथील मौनी महाराज ह्यांच्या गादीवर केली. मौनी महाराज हे शिवकालीन मराठा संत होते. त्यांच्यावर शिवाजी महाराजांची भक्ती जडली होती व त्या वेळेपासून अनेक पिढ्या परंपरेने मराठ्यांनी त्या गादीवर निष्ठा ठेवलेली होती. सदाशिवराव पाटलांची मौनी महाराजांच्या गादीवर स्थापना होण्यापूर्वी कित्येक क्षत्रिय संस्थांनी व वजनदार गृहस्थांनी कोणा योग्य माणसाची मौनी महाराजांच्या जागेवर जगद्गुरू म्हणून नेमणूक करावी अशी मागणी केली होती. यामुळे पाटगावच्या त्या रिकाम्या गादीवर शाहू छत्रपतींनी सदाशिवराव पाटील यांची 'क्षत्रिय मराठा जगद्गुरू' म्हणून स्थापना केली. त्यांनी ह्या जगद्गुरूंना घरगुती खर्चासाठी रु. १२०० चे वार्षिक अनुदान सुरू केले. पाटील हे पुणे येथील फर्ग्युसन महाविद्यालयात संस्कृत व तत्त्वज्ञान ह्या विषयांचे विद्यार्थी होते. दोन शिष्य स्वीकारण्यास त्यांना अनुमती देण्यात आली. त्यांपैकी एक शिष्य जगद्गुरूनंतर गादीवर बसावयाचा होता अथवा जगद्गुरूचा मुलगा त्या पदाला योग्य असला तर तो सुद्धा छत्रपतींच्या परवानगीने[१२] नेमता येईल असे ठरले होते.

जर ह्यांपैकी कुणीही शिष्य वा मुलगा जगद्गुरूंच्या गादीवर बसावयास लायक ठरला नाही तर दुसरा कोणताही मराठा त्या गादीवर बसविण्यास विरोध करण्यात येणार नाही असेही ठरले. पाटगावच्या मालमत्तेखेरीज उत्पन्नासाठी दुसरी जमीन जगद्गुरूंना देण्यात आली. जगद्गुरूंचे वैभव उठून दिसावे म्हणून काही शोभिवंत जनावरेही त्यांना देण्यात आली. पुढे ८ नोव्हेंबर १९२० रोजी दिवाणांनी छत्रपतींचा हुकूम कार्यवाहीत आणण्यासाठी कचेरीला आज्ञा केली.

१२ ऑक्टोबर १९२० रोजी पाटगावच्या मौनी महाराजांच्या गादीवर बसण्याच्या वेळी पाटलांना मराठा पुरोहितांनी वैदिक मंत्रयुक्त अभिषेक केला. शाहूंनी स्वत: जगद्गुरूंना पूज्यभावाने मुजरा केला. त्यानंतर दुसऱ्या अनेक प्रतिष्ठित मानकऱ्यांनी शाहूंचे अनुकरण मोठ्या आदराने केले. त्यांत अण्णासाहेब लठ्ठे होते. परंतु नि:स्पृह व निर्भय सत्यशोधक भास्करराव जाधव यांनी जगद्गुरूंना वंदन करावयास निर्भीडपणे नकार दिला. जरी ते संस्थानच्या नोकरीतील बडे अधिकारी होते व वंदन न करण्यामुळे आपल्यावर शाहूंची खप्पामर्जी होणार याची कल्पना असूनसुद्धा त्यांनी हे धैर्य दाखविले हे त्यांचे वैशिष्ट्य. त्यावर शाहूंनी त्यांना तत्काळ दरबार सोडून जावयास सांगितले. तसे त्यांनी एका क्षणात केले. दरबार संपल्यावर शाहू स्वत: भास्करराव जाधवांकडे गेले. आणि त्यांनी दाखविलेल्या धैर्याविषयी व प्रामाणिकपणाविषयी मुक्त कंठाने त्यांची प्रशंसा केली.[१३] दुसऱ्या एका अधिकाऱ्याने जगद्गुरूंना मुजरा करावयास नकार दिला. त्याला शंभर रुपये दंड करण्यात आला.[१४]

केशवराव ठाकरे यांनी, शाहूंनी क्षत्रिय मराठा जगद्गुरू निर्माण केल्याबद्दल निर्भयपणे अत्यंत योग्य अशी त्यांच्यावर टीका केली. आणि तो क्षत्रिय मराठा जगद्गुरू केवळ मराठ्यांकरिता ! ज्या नेत्याला जातिभेद मोडून टाकावयाचा होता त्याने एक क्षत्रिय मराठा जगद्गुरू निर्माण करावा याचा अर्थ स्वत: शाहूंनी वर्णभेद व जातिभेद मानले हे सिद्ध झाले. त्यांनी जन्माधिष्ठित पुरोहितगिरी नष्ट केली व ब्राह्मण पुरोहिताची प्रत्येक ठिकाणची मक्तेदारीही नष्ट केली हे खरे असले तरी पुरोगामी सामाजिक चळवळीचे पाऊल थोडे मागे पडले आणि काही काळ ह्या चळवळीची विचारसरणी दोलायमान झाली. त्यामुळे त्या पुरोगामी चळवळीला एक नवीनच फाटा फुटला.

तरीसुद्धा नवीन जगद्गुरूंना शाहूंनी देव व मनुष्य यांच्यामधील दलाल काढून टाकावा अशी आज्ञा केली होती ही गोष्ट खरी. जगद्गुरूंनी स्वत:चा विवाह करावा असा त्यांना विशेष अधिकार दिला होता व यावरून जगद्गुरू हा एक धार्मिक क्षेत्रातील प्रशासक होता, ईश्वराचा प्रतिनिधी म्हणून नव्हे असा अर्थ

होते. आणि जर ती धार्मिक व्यवस्था केवळ मराठ्यांकरताच होती तर त्याच्या हुद्द्याचे वर्णन क्षत्रिय मराठा जगद्गुरू हे बरोबर होते. शाहूंच्या ह्या कृतीमुळे पुरोगामी समाजसुधारकांना धक्काच बसला आणि त्यांनी नवीन गुलामगिरीकडे हा मार्ग जातो असे म्हटले. शाहूंच्या मनात तसे नसले तरी ह्या कृतीचा अर्थ असा झाला की मराठेतर समाजाला त्यांनी आपल्या पठडीतून बाहेर सोडून दिले. परंतु हे चकाकले तरी चुकले खरे !

शाहूंनी जरी क्षत्रिय जगद्गुरूची प्रतिस्थापना केली तरी त्यांची स्वत:ची धर्म श्रद्धा आता तारुण्यातील श्रद्धेप्रमाणे भोंगळ राहिली नव्हती. ब्राह्मणी धर्मावरील व पुराणांवरील त्यांचे हल्ले आणि त्यावरील त्यांचे विवेचन हे अधिक कठोर होऊ लागले. त्यांनी आपल्या ईश्वरविषयक व धार्मिक कल्पना आपल्या आयुष्याच्या सायंकाळी बदलल्या. त्यांचे शेवटी असे मत झाले की, 'ईश्वरास पूजेची, श्रद्धेची आणि प्रार्थनेची जरुरी नाही. त्यांनी आपल्या 'आव्हान'[१५] नावाच्या अप्रसिद्ध पुस्तिकेत आपल्या ईश्वरविषयक प्रश्नांचे विवरण केले होते. ते म्हणाले, 'ईश्वर हा सर्वशक्तिमान नाही. कारण तो आपल्या कायद्याने बांधलेला एक कैदी आहे.' त्यांच्या ह्या नवीन विचारसरणीप्रमाणे केवळ श्रद्धा आणि प्रार्थना ही निष्फळ आहेत. स्तुतीने माणसाला प्रसन्न करून घेता येईल किंवा मध्यस्थाला वेतन देऊन त्याला खूश करता येईल. पण ईश्वर असा जिंकून घेता येणार नाही. जर ईश्वर सर्वत्र भरलेला आहे आणि सर्वज्ञ आहे तर त्याला मध्यस्थ किंवा स्तुती, प्रार्थना आणि श्रद्धा यांची आवश्यकताच काय? जर तो सर्वज्ञ आणि सर्व ठिकाणी भरलेला आहे तर त्याला तुम्ही फसवू कसे शकाल? यास्तव शाहू म्हणाले, 'मनुष्याची स्तुती करा, पण ईश्वराची नको.'

शाहू आणखी म्हणाले, 'ईश्वराला चांगल्या कृत्यांची जरुरी आहे, स्तुतीची नाही. 'धर्मग्रंथ देवनिर्मित आहेत' हे म्हणणे शुद्ध ढोंग आहे. मनुष्याने आपली पापे पुरोहिताजवळ कबूल केली की, तो पापांपासून मुक्त होतो ही ख्रिश्चन कल्पना चुकीची आहे. जर ईश्वर एक आहे तर त्याने निर्माण केलेल्या धर्मग्रंथांत निरनिराळे अर्थ व भिन्न भिन्न आज्ञा का आहेत? आमची सर्व शास्त्रे अनीतिमान व अश्लील गोष्टींनी भरलेली आहेत, त्यांना आपण शास्त्रे का मानावे? ज्या ग्रंथकर्त्यांनी मनुष्य व देव यांच्यामध्ये दलाल निर्माण केला त्यांना त्या लबाडीबद्दल शिक्षा केली पाहिजे.' शाहूंनी प्रस्तुत पुस्तिकेत ब्राह्मणेतरांना पुरोहितगिरीच्या धूर्तपणामुळे व लबाडीमुळे जे दु:ख सोसावे लागते त्याचे

कारुण्यमय वर्णन केलेले आहे !. पुरोहितगिरी ''दगडाची मूर्ती हाच ईश्वर आहे'' अशी मनुष्यांना शिकवण देते. ईश्वराची मर्जी हे पुरोहितांच्या हातचे खेळणे आहे. ब्राह्मणेतर भक्तांच्या स्पर्शाने मूर्तीतला देव बाटतो आणि ब्राह्मणेतर बाईचे पातिव्रत्य हे त्या ईश्वराच्या पुढे योग्य असे बलिदान ठरते !''

शाहू पुढे म्हणतात, 'सद्गुणी कृत्याच्या गुणकारकतेवर विश्वास ठेवला पाहिजे. ज्योतिषशास्त्र ही एक लबाडी आहे. ज्योतिषशास्त्र हे स्वार्थी ब्राह्मणांनी निर्माण केलेले आहे. मनुष्याचे सर्वांत मोठेपण चांगल्या कृत्यांवरच अधिष्ठित असते. मूर्ती ही भटांचे वर्चस्व वाढवणारे एक साधन आहे. जातिभेद किंवा वर्णव्यवस्था ही एक लबाडी आहे. चार वर्ण हे निरनिराळ्या चार गुणांवर किंवा कृत्यांवर आधारलेले होते असे म्हणतात. परंतु ब्राह्मणाला आपल्या कुटुंबीयांची किंवा आपल्या जातीतील लोकांची सेवा करावी लागत नाही काय? प्रत्येक मनुष्य हा कमी-अधिक प्रमाणात चारही वर्गांत पडतो.'

ब्राह्मणांची सत्ता वाढविण्याच्या दृष्टीने पुरोहितांनी मांडलेली तत्त्वे आणि विचार शाहूंना मान्य नव्हते. पण समाजाच्या कल्याणासाठी धार्मिक संस्थेची आवश्यकता नाही, असा त्यांच्या म्हणण्याचा अर्थ नव्हता. त्यांना सर्व धार्मिक संस्थांचे उच्चाटन करावयाचे नव्हते. पुरोहित शुद्धीकरण करावयाचे होते. सत्यशोधक समाजाने धर्म नसावेत किंवा धर्माधिकारी नसावेत असे म्हटलेले नाही. त्यांना देव आणि मानव यांच्यामधला दलाल नको होता. कारण तो दलाल आध्यात्मिक उन्नतीचे आश्वासन देऊन त्या पोटी अनेक फायदे स्वत: पदरात पाडून घेतो. आणि धर्माच्या बाबतीत त्याचा हस्तक्षेप अटळ आहे असे वृथा मानण्यात येते.

एक सत्यशोधकवादी म्हणाला, ''जो जो स्वत:च्या फायद्यासाठी बुद्ध्या ईश्वर आणि मानव ह्यांच्यामध्ये आशेने भिंत उभारतो अशाच पुरोहितांना सत्यशोधक समाज वाळीत टाकतो.' 'दीनमित्रा'चे संपादक मुकुंदराव पाटील एकदा म्हणाले की, 'ह्या देशात उदारमनस्क शाहू छत्रपती हे मोठ्या धैर्याने अनेक जातींत नवजागृती करीत आहेत,' हे यथार्थ होते.''[१६]

शाहूंनी आता महाराष्ट्रातील पुरोहितांची धार्मिक आणि सामाजिक सत्ता नष्ट करण्यासाठी चळवळ सुरू केली होती. थोडक्यात, त्यांना जन्माधिष्ठित पुरोहितशाहीची मक्तेदारी नष्ट करावयाची होती. शाहूंनी बारामतीला जाणे इष्ट नाही असे एल. रॉबर्टसन ह्यांनी आपल्या १६ ऑक्टोबर १९२० च्या पत्राद्वारे त्यांना कळविले. पुण्यातील सभेच्या पराभवाचा सूड घेण्याचा विचार शाहू करीत नसावेत अशीही आशा त्यांनी व्यक्त केली. रॉबर्टसन पुढे म्हणाले, 'सत्यशोधक

समाजाच्या सर्वसाधारण कल्पना मला आवडतात. परंतु ब्राह्मणांना शिव्या देऊन त्यांच्या प्रचारात प्रगती होते असे मला वाटत नाही.' ब्रिटिश राजप्रतिनिधीनेही शाहूंना कळविले की, कोल्हापुराहून बारामतीला थोडेच लोक जातील अशी अपेक्षा आहे.

पुण्यातील शहर दंडाधिकाऱ्याच्या न्यायालयाने शाहू व त्यांचे इतर सहकारी यांच्यावर विरोधकांनी केलेल्या अभियोगातून शाहूंचे नाव काढून टाकले. तरी शाहूंच्या विरोधकांनी न्यायालयात फिरून अर्ज केला. शाहूंनी अनेक संस्थानिकांकडे ह्या बाबतीत चौकशी केली. राज्य करीत असलेल्या संस्थानिकाविरुद्ध सामान्य गुन्हेगारीच्या कायद्याखाली ब्रिटिश सरकारच्या न्यायालयाने कधी खटला भरला होता काय, अशी त्यांनी त्यांच्याकडे चौकशी केली. शाहूंनी कारखानीस नावाच्या एका अधिकाऱ्याला ही माहिती गोळा करून आणण्यासाठी इंदूरला पाठविले होते.

पुण्यातील विरोधकांनी पुनर्विचारासाठी जी नवीन अर्ज सादर केला होता, त्याचा निर्णय न्यायालय कसा करील ह्याची खात्री शाहूंना नव्हती. पण काही झाले तरी त्यांना त्या परिस्थितीतून बाहेर पडावयाचे होते. याकरिता शाहूंनी, पुण्यातील सभेत भाग घेण्यात आपले वर्तन चुकीचे नव्हते असे ब्रिटिश वरिष्ठ अधिकाऱ्यांनी २० ऑक्टोबर रोजी पत्र लिहून कळविले. त्यात ते पुढे म्हणाले, 'आता जर त्यांनी बनावट पुरावा पुढे आणला तर माझा नाइलाज आहे. जेधे पक्षाच्या पाठीमागे बळ नाही. त्यांच्यात धैर्य नाही आणि ते सुशिक्षित लोक नाहीत. सरकारच माझे रक्षण करू शकेल.' आपणास बारामतीचे आमंत्रण नाकारावयास सरकारने सांगू नये अशी शाहूंनी मॉंटगोमेरी यांना विनंती केली. कारण 'त्यामुळे मी अवसानघातकी असून ब्राह्मणेतरांना सोडून जाणारा पळपुटा आहे असे त्यांना वाटेल, त्यांचा धीर खचेल आणि त्यांचा माझ्यावर विश्वास राहणार नाही.' पेचप्रसंगाच्या वेळी वेळ काढावा व परिस्थितीत सुधारणा झाली म्हणजे आपले म्हणणे पुन्हा जोराने मांडावे हा शाहूंच्या राजनीतीचा एक भाग होता. इतक्यात मॉंटगोमेरी व रॉबर्टसन या दोघांनी शाहू छत्रपती हे ब्रिटिश हिंदी न्यायालयांच्या फौजदारी अधिकाराच्या कक्षेत येऊ शकत नाही आणि त्यामुळे शाहूंनी त्या प्रकरणी चिंता करू नये, असे कळवून त्यांना धीर दिला. शाहूंना त्या वेळी कोल्हापूर बाहेर पडावयाससुद्धा धीर होत नव्हता. कारण पुण्यातील दंडाधिकारी केव्हा कसा हुकूम काढील याचा नेम नव्हता.

जितेंद्र नारायण भूप ह्यांनी ३ डिसेंबर १९२० रोजी लंडनहून शाहूंना कळविले की, ''१९०८ साली जेव्हा ब्रिटनमधील विलबॉर्न न्यायालयातील

दंडाधिकाऱ्याला कळले की, मी कूचबिहारच्या महाराजांचा मुलगा आहे, तेव्हा त्यांनी माझे प्रकरण न्यायालयात दाखल करून घेण्यास नकार दिला. त्यावेळी दंडाधिकारी म्हणाले की, 'मला हा अभियोग चालविण्याचा अधिकार नाही.' सर्व राष्ट्रांच्या सौजन्याने असे ठरले आहे की, गादीवर असलेल्या राजाला दुसऱ्या देशातील फौजदारी किंवा दिवाणी न्यायालयातील न्यायाधिकार लागू करू नयेत.''[१७] ब्रिटिश निर्बंधांतही हेच तत्त्व सांगितलेले होते.

छत्रपती हे संस्थानिक असल्यामुळे ब्रिटिश न्यायालयाच्या अधिसत्तेखाली येऊ शकत नाहीत असे शाहूंच्या विरोधकांना कळल्यावर त्यांनी धूर्तपणे अभियोग काही अटींवर मागे घेतो असे शाहूंना कळविले. त्या अटी अशा की, शाहूंनी मराठा लीग व सत्यशोधक समाज ह्यांना साह्य करू नये. २३ ऑक्टोबर रोजी शाहूंनी माँटगोमेरी ह्यांना कळविले की, 'मराठा लीग ही राजकीय संस्था आहे व तिच्याशी माझा संबंध नाही. मी अनेक वेळा असे जाहीर केले आहे की, मी सत्यशोधक समाजाचा अनुयायी नाही. परंतु मी पददलित जनतेच्या उद्धाराचे कार्य सोडून द्यायला तयार नाही. तसेच ब्रिटिशांना पाठिंबा देण्याची माझी निष्ठा मी सोडणार नाही.' ४ नोव्हेंबर रोजी राज्यपालांनी शाहूंना कळविले की, मुंबई सरकार आपल्याला संरक्षण देईल याविषयी खात्री बाळगावी. परंतु मुंबई वरिष्ठ न्यायालयात ते प्रकरण दाखल करून घेऊ नये असे सांगण्याचा आपल्याला अधिकार नाही. आणि जरी ते प्रकरण वरिष्ठ न्यायालयात प्रविष्ट झाले तरी सरकार तेथेही त्यांची प्रतिष्ठा सांभाळण्याकरिता आटोकाट प्रयत्न करील. राज्यपाल पुढे म्हणाले की, ह्या घटनेवरून असे दिसून येते की, हिंदुस्थानातील पक्षीय राजकारणात कुठल्याही संस्थानिकाने भाग घेणे इष्ट नाही.

ह्या काळात केशवराव ठाकरे यांना शाहूंकडून १ हजार रुपयांची देणगी त्यांच्या सामाजिक सुधारणांसंबंधीच्या लेखनासाठी साह्य म्हणून मिळाली. देणगीविषयी आभार मानताना ठाकरे यांनी आपल्या २७ ऑक्टोबर १९२०च्या पत्रात म्हटले की, आपण बौद्धिक किंवा शारीरिक कष्टाची पर्वा न करता शाहूंच्या जीवितकार्यात निष्ठेने साह्य करू.

खासेराव जाधव हे सुबुद्ध व मृदुभाषी होते. त्यांच्या वतीने शाहू आणि फिर्यादी पुणेकर मंडळी यांच्यामध्ये तडजोड करण्याचे प्रयत्न चालले होते. शाहूंनी माघार घ्यावी म्हणून पुण्यातील शाहूंचे विरोधक खासेराव जाधवांकडून शाहूंवर दडपण आणीत होते. भवानी पेठेतील सभा झाल्यानंतर खासेराव जाधव काही

दिवस पुण्यातच राहिले होते. त्यांनी २१ ऑक्टोबर रोजी शाहूंना कळविले की, 'जर मराठा लीग व सत्यशोधक समाज यांना पाठिंबा देणार नाही असे शाहूंनी आश्वासन दिले तर मोरे आपली फिर्याद काढून घ्यावयास तयार आहेत. माझी तर अशी समजूत झाली आहे की, काही झाले तरी आपण तटस्थ राहून सर्व मराठ्यांना एकत्र आणू शकता. आपण खरे मराठ्यांचे स्वाभाविक नेते आहात. सर्वांनी आपणाकडे मार्गदर्शनाची अपेक्षा करावी. आता जी परिस्थिती निर्माण झाली आहे ती अस्वाभाविक आहे. त्यामुळे आपणांस अनावश्यक त्रास होण्याचा संभव आहे. आपण स्वत: ह्या प्रकरणात विनाकारण गुंतावे हे ठीक नाही. आणि त्यापासून काही चांगलेही निष्पन्न होणार नाही अशी मला शंका आहे. आपण मला तसे आश्वासन देणारी तार केलीत तर फिर्याद काढून घेण्यात येईल आणि आपण येथे येईपर्यंत प्रकरण स्थगित करण्यात येईल. आपण ह्या बाबतीत योग्य गोष्ट कोणती हे ठरविणे मी आपल्यावरच सोपवितो. कोठारींची सूचना योग्य आहे. त्यामुळे आणखी गुंतागुंती टळतील.'

शाहूंनी खासेराव जाधवांना एक तडफदार उत्तर दिले ते इतिहास घडविणाऱ्या व्यक्तीस शोभते. शाहू म्हणाले, 'मी सत्याशोधक नाही. मराठा लीगशीही माझा संबंध नाही हे सत्य आहे. पण ज्यांना मी मुलांप्रमाणे वाढविले, त्या पां. चि. पाटील व श्रीपतराव शिंदे ह्यांचीही मैत्री सोडावी किंवा माझे मेहुणे बाबासाहेब खानविलकर हे सत्यशोधक आहेत म्हणून मी माझ्या पत्नीचाही त्याग करावा किंवा बापूसाहेब ह्यांचे बंधुत्वाचे नातेही सोडले पाहिजे किंवा त्यांचे मेहुणे परमेकर हे सत्यशोधक आहेत म्हणून त्यांचाही त्याग करावा असे तुम्ही मला उद्या सांगितलेत तर मी काय करू?

'जरी मी मराठ्यांचा एकनिष्ठ सेवक आहे तरी माझे तत्त्वे बदलावयास मी तयार नाही. मी माझे ध्येय सोडावयास तयार नाही. तुमचेच काय पण एखाद्या सामान्य मराठ्याचे मी ऐकेन; कारण मी कुठल्याही मराठ्याशी उद्धटपणाने वर्तन करणार नाही. मी त्यांचा एकनिष्ठ सेवक आहे. वाटल्यास बंदा गुलाम आहे म्हणा. माझ्याविरुद्ध आता एक फिर्याद आहे आणि मी फार अडचणीत आहे. यास्तव मी तुम्हांला अत्यंत नम्रपणे विनंती करतो की, तुम्ही एम. जी. यांच्याशी विचारविनिमय करून मराठ्यांची उन्नती कशी करावी हे मला कळवा. कुठलाही प्रागतिक मराठा माझ्याकडून कोणत्याही सेवेची अपेक्षा करील. माझ्याविरुद्ध असलेली फिर्याद काढून घेतली म्हणून मी आता शेफारून गेलो नाही. तथापि माझी परंपरा व माझा स्वभाव लक्षात घेऊन त्याच्याशी सुसंगत असे जे तुम्ही मला सांगाल ते मी शिरसावंद्य मानीन.'

'त्याच दिवशी खासेराव जाधवांना छत्रपतींनी दुसरे पत्र लिहिले. त्यात ते म्हणाले, 'तुम्हांला माहिती आहेच की मी दारू किंवा गोमांस ह्यांना स्पर्श करीत नाही. पण असे काही राजे व सभ्य गृहस्थही आहेत की जे गोमांस खातात व दारू पितात. पण ती गोष्ट केल्याचे नाकबूल करतात. परंतु जेव्हा मी एखादी गोष्ट करतो म्हणतो तेव्हा ती गोष्ट खरोखरीच करतो असे मी नेहमीच सांगतो. माझ्याशी मित्रभावाने वागणाऱ्यांना व तत्समान जातींना मी कधीही अंतर देणार नाही. मी माझ्या ध्येयाच्या विरुद्ध वर्तन करणार नाही. माझ्या स्पष्ट वक्तव्याबद्दल मला त्रास सहन करावा लागत आहे आणि तो मी सहन करावयास तयार आहे. तुमचे म्हणणे मी ऐकेन पण मला माझी तत्त्वे सोडायला लावू नका. मी माझ्या तत्त्वांच्या विरुद्ध वर्तन करणार नाही. ह्या सर्व गोष्टी मला घाबरविण्यासाठी केल्या आहेत हे मी जाणून आहे. पण मी कधीही डरणार नाही. मी पंढरपूरच्या देवळाला देत असलेली धार्मिक देणगी बंद केली आहे हा आरोप खोटा आहे. मी ती देणगी पूर्वीप्रमाणेच सुरू ठेवलेली आहे. परंतु आळशी व ऐतखाऊ लोकांना पोसण्याऐवजी तिचा उपयोग विद्वत्तेला उत्तेजन देण्यासाठी मी करीत आहे. कारण त्या धार्मिक देणगीचा उपयोग विद्यार्थ्यांच्या साह्याकरिता होत आहे.'

सेवानिवृत्त झालेले ब्रिटिश राजप्रतिनिधी वुडहाऊस यांना निरोप देण्यासाठी शाहू मुंबईला जाणार होते. वाटेत शाहूंनी पुण्याला उतरू नये किंवा आपल्या शत्रूंशी बातचीत करू नये असा वरिष्ठ ब्रिटिश अधिकाऱ्यांनी त्यांना इशारा दिला होता. छत्रपती मुंबईत राज्यपालांना ५ नोव्हेंबर रोजी भेटले व त्यांच्याशी त्यांनी मनमोकळी चर्चा केली. त्यावेळी त्यांनी राज्यपालांना सांगितले की, 'ब्राह्मणेतर असोसिएशन व सत्यशोधक समाज यांनी गांधींच्या उपद्रवाला विरोध केला पाहिजे आणि त्यासाठी मी एक पक्ष नाशिकला निर्माण केला आहे. जर असहकारितेने एकदा का मूळ धरले तर ती चळवळ फोफावेल. आणि जरी 'राजकारण', 'लोकसंग्रह', 'केसरी' व 'संदेश' ह्या वर्तमानपत्रांनी माझ्यावर हल्ला केला तरी माझे काम जोपर्यंत सरकारला व कनिष्ठ वर्गाला उपयोगी आहे तोपर्यंत ते काम मी सोडणार नाही.'

खासेराव जाधव हे ऑक्टोबर महिन्यात तीन आठवडे पुण्यात राहिल्यामुळे त्यांना ब्राह्मणी पुढाऱ्यांची खरी ओळख व त्यांचे डावपेच कसे खालच्या पातळीपर्यंत पोहोचू शकतात याची जाणीव झाल्यावर त्यांचा भ्रमनिरास झाला. त्यानंतर खासेराव जाधवांनी ९ नोव्हेंबर १९२० रोजी पत्र लिहून शाहूंना कळविले की, 'पुण्यात भवानी पेठेतील प्रकरण निर्माण होईपर्यंत ब्राह्मणांना आपल्याबरोबर आपल्या कार्यात घ्यावे असे मला वाटत होते. पण पुण्यातील तीन

आठवड्यांच्या वास्तव्यानंतर आता माझी खात्री झाली आहे की, ब्राह्मण हा एक दुराराध्य समुदाय आहे. मला आता असे दिसते की, आपण जे धोरण आखले होते तेच बरोबर आहे. परंतु ह्याविषयी आपणांस मी फारसे श्रेय देत नाही; कारण आपण भर महाराष्ट्रात राहता आणि मी गुजरातेत राहतो. मराठा आणि तत्सम दुसरे समाज ह्यांनी ब्राह्मण सोडून स्वतंत्रपणे काम करावे. परंतु ते कार्य द्वेषाच्या तत्त्वावर आधारलेले नसावे. ते जनतेला स्वतंत्र करण्याच्या शुद्ध भावनेने करावे म्हणजे त्यांना स्वत:च्या पायावर उभे राहण्यास शिकवावे व स्वावलंबनाची तत्त्वे त्यांना शिकवावीत.'

खासेराव जाधव पुढे म्हणाले की, ''आपण असहकारितेच्याविरुद्ध लोकांना उपदेश करीत आहात. पण असहकारितेच्या धोरणाचा बराच परिणाम जनतेवर होत आहे, असे आढळून येते.' मध्यप्रांतातील लोकांना खासेरावांनी असे सांगितले की, शाहू हे असहकारितेच्या बाजूचे नाहीत. हळूहळू खासेराव जाधवांना जनतेकडून असे कळले की, ब्रिटिश सरकार सामान्य जनतेच्या गाऱ्हाण्यांकडे लक्ष देत नाही. ते ह्या बाबतीत कोडगे आहे. मध्यप्रांतात वयाच्या २० वर्षांनंतर कुठल्याही हिंदु मुलाला मॅट्रिक परीक्षेला बसावयाची परवानगी नाही. परंतु हा नियम मुसलमान विद्यार्थ्यांना लागू नाही. खासेराव जाधव आपल्या पत्रात आणखी म्हणाले, 'मला एक जोराची सूचना करण्यात आली आहे ती अशी की, आपले नेतृत्व स्वीकारण्याऐवजी गांधींच्या मार्गदर्शनाप्रमाणे जनतेने वागावे. आपण जनतेचे स्वाभाविक पुढारी आहात, हे लोक जाणतात. पण त्यांना हेही कळून चुकले आहे की, आपले ब्रिटिशांशी संबंध असल्यामुळे आपण जनतेचे नेतृत्व करण्यास असमर्थ आहात.' खासेराव आणखी म्हणाले, 'आपण लोकांचे नेतृत्व करण्यास असमर्थ असल्यामुळे लोक म्हणतात, आम्ही गांधींचेच नेतृत्व स्वीकारणार.'

खासेरावांनी आपल्या पत्रात गांधींनी पुण्यातील भवानी पेठ येथे जे ५ नोव्हेंबर रोजी भाषण केले होते त्याचा उल्लेख केला होता. त्या भाषणात गांधींनी ब्राह्मणांच्या आणि सरकारच्या हलकट डावपेचांचे वर्णन 'सैतानी' असे केले होते. खासेरावांचे मत असे पडले की, 'गांधींना भारतात ऐक्य घडवून आणावयाचे आहे आणि त्यांनी महाराष्ट्रात ज्या पद्धती अनुसरल्या आहेत त्या अशा आहेत की, त्यामुळे मराठे व तत्सम जाती गांधींच्या असहकारितेच्या निशाणाखाली गोळा होतील.'

आपल्या पत्राच्या शेवटी खासेराव म्हणाले, 'आपल्यासारख्या पुढाऱ्यांनी मराठ्यांना गांधींच्या प्रभावाखाली जाऊ न देता ही लाट परतवण्यात ईश्वरकृपेने आपण समर्थ ठराल अशी मला आशा आहे.'

खासेराव जाधवांच्या मनावर म. गांधींजींच्या भवानी पेठेतील भाषणाचा प्रभाव पडला होता हे दिसून येते. परंतु त्याकाळात जातिभेद व वर्णाश्रमधर्म ह्यांवरील गांधीजींच्या मतांची लोकांना फारशी माहिती नव्हती. म. गांधी यांनी २२ ऑगस्ट १९२० रोजी मद्रास येथील आपल्या भाषणात ब्राह्मणांना खडसाविले होते हे खरे. त्या वेळी गांधी म्हणाले होते की, ब्राह्मणांनी इतर जाती आणि ब्राह्मण यांच्यामध्ये उन्मत्तपणे जो भेद केला आहे तो युरोपियन आणि काळे लोक यांच्यामध्ये जसा भेद पाडण्यात आला आहे, तितकाच सैतानी आहे. गांधीनी आपले हे मत २७ ऑक्टोबरच्या 'यंग इंडिया'त उद्धृत करून म्हटले की, 'ब्रिटिशांनी हिंदी लोकांना दिलेली वागणूक जितकी सैतानी आहे तितकीच ब्राह्मणांनी ब्राह्मणेतरांना दिलेली वागणूक सैतानी आहे.'

परंतु महाराष्ट्र काँग्रेसमध्ये त्या काळी ब्राह्मण पुढाऱ्यांचाच भरणा अधिक असल्यामुळे व त्यांना आपल्या असहकारितेच्या चळवळीकडे खेचण्याच्या दृष्टीने व त्यांना खूश करण्याच्या हेतून गांधींनी आपल्या मद्रासमधील भाषणातील विचाराला आता भवानी पेठेत थोडी मुरड घातली. भवानी पेठेत गांधी म्हणाले, 'मद्रासकडील ब्राह्मणेतरांचा प्रश्न निराळा आहे आणि तो तेथे तीव्र आहे.' मद्रासकडील ब्राह्मणांनी पंचमांना म्हणजे अस्पृश्यांना दिलेली वागणूक ही इंग्रज नोकरशाहीने हिंदी लोकांना दिलेल्या वागणुकीसारखी सैतानी आहे. म. गांधींनी ह्यावेळी 'ब्राह्मणेतर' या शब्दाच्याऐवजी 'पंचम' हा शब्द धूर्तपणे योजला. गांधी आपल्या भवानी पेठेतील भाषणात पुढे म्हणाले, 'जोपर्यंत आपण ह्या सैतानी वृत्तीपासून मुक्त झालो नाही तोपर्यंत दुसऱ्या लोकांतील सैतानी वृत्ती काढून टाकण्यास आपण योग्य ठरणार नाही. मी सनातनी हिंदू आहे. मी वैष्णव आहे. माझा वर्णाश्रम धर्मावर अढळ विश्वास आहे.'[१८]

भवानी पेठेतील दंगलीनंतर शाहूंनी एक निवेदन प्रसिद्ध केले. त्यात त्यांनी म्हटले होते की, 'म. गांधी यांनी आपल्या मतात बदल केला असे दिसते. गांधींच्या मनातून आम्हांस वैदिक काळात नेऊन ठेवावयाचे आहे की कसे याविषयी मला निश्चित सांगता येत नाही. पण मला त्यांना असे सांगावयाचे आहे की, ठीक आहे. आपले आभार. आता मागील काळात जावयाची आमची तयारी नाही. क्षमा करा, आम्ही घड्याळाचे काटे मागे फिरवू शकत नाही.' गांधींच्या भाषणातील वर्णाश्रम धर्माविषयीच्या संबंधातच शाहूंनी हे विधान केले होते. कारण जुन्या सामाजिक व्यवस्थेचे पुनर्जीवन झाले तर जे अस्पृश्य व कनिष्ठ वर्ग धडपड करून ब्राह्मणशाहीच्या गुलामगिरीतून बाहेर पडत होते त्यांच्या नशिबी पुन्हा गुलामगिरी येईल असे त्यांचे मत होते.

शाहूंची जातिभेदावरील मते गांधींच्या मतांपेक्षा बरीच पुरोगामी, क्रांतिकारक व मूलगामी होती यात संशय नाही. परंतु शाहूंच्या राजकीय व घटनात्मक स्थानामुळे त्यांना हिंदुस्थानातील त्या वेळच्या सर्वसाधारण परिस्थितीसंबंधी राजकीयदृष्ट्या क्रांतिकारक विचार मांडणे शक्य नव्हते. त्या कालखंडातील बहुतेक हिंदी नेत्यांची मते आपण पाहिली तर शाहूंनी १९२० सालच्या पूर्वकाळात आपली जी राजकीय मते व्यक्त केली होती ती मते त्या नेत्यांच्या मतांपासून फारशी वेगळी होती असे नाही. हिंदुस्थानला स्वराज्य पाहिजे अशी जाहीर घोषणा शाहूंनी केली होती हे सर्वश्रुत होते.

जरी शाहू हे भवानी पेठेतील दंगलीच्या प्रकरणामुळे अडचणीत सापडले होते, तरी त्यांचे लोकोद्धाराचे काम अबाधितपणे सुरू होतेच. १९२०च्या ऑक्टोबरमध्ये त्यांनी हिंदुसंहिता संमत केली व ती आपल्या संस्थानाला दि. २० नोव्हेंबरपासून लागू केली. ह्या हिंदुसंहितेचे एक मोठे वैशिष्ट्य असे की, महाराष्ट्रात किंवा देशात पुढील चाळीस-पन्नास वर्षांत ज्या ज्या सामाजिक सुधारणा झाल्या त्या त्या सुधारणा कोल्हापुरात १९२० साली झाल्या. जुन्या स्मृतीने वर्णाश्रम धर्माप्रमाणे युनानुयुगे वरिष्ठ व कनिष्ठ असा जो जन्माधिष्ठित भेदभाव ठेवला होता तो ह्या हिंदुसंहितेने नष्ट केला. हिंदुसंहितेने क्रांतिकारक फरक घडवून आणला तो हा की, मिताक्षर पद्धतीनुसार औरस संतती व वारसा हक्क ह्या बाबतीत वरिष्ठ व कनिष्ठ समाजात जी असमानता निर्माण केली होती व अन्याय केला तो नष्ट करण्यात आला व काडीमोडीचे निर्बंध अगदी सोपे केले. बहिणीचा मुलगा दत्तक घेणे सर्व हिंदुसमाजात वैध मानण्यात आले. न्यायालयांना दोन्ही पक्षांच्या संमतीने काडी मोडून देण्याचा अधिकार दिला हे त्या संहितेतील दुसरे वैशिष्ट्य. मुंबई वरिष्ठ न्यायालयाचे सेवानिवृत्त झालेले सरन्यायाधीश बीमन ह्यांच्याकडून ही संहिता काळजीपूर्वक तयार करून घेतली होती. निर्बंध स्पष्ट व समजण्यास सोपे करून अशा रितीने ग्रथित केले होते की, वकिलांना ते पैसे मिळविण्याचे नंदनवन बनू नये. प्रत्येक हिंदू निर्बंधासमोर समान मानण्यात आला. ह्या बुद्धिनिष्ठ विवेकी नवीन समाजरचनेमुळे कोल्हापूर हे एक पुरोगामी संस्थान आहे, हिंदुस्थानातील बहुतेक संस्थानांपेक्षा अधिक प्रगतिशील आहे हे सिद्ध झाले.

१६ नोव्हेंबर १९२० रोजी शाहूंनी नूतन ब्रिटिश राजप्रतिनिधी जे. बी. डब्ल्यू. मेरीवेदर यांना कळविले की, 'भास्करराव जाधव हे माझ्या विश्वासातील अधिकारी आहेत; ते एक सहनशील, अनुभवी व धैर्यशील गृहस्थ आहेत.' म. गांधींविषयी शाहूंनी आपले मत मेरीवेदर यांना कळविले. ते म्हणाले, 'एक गोष्ट

निश्चित आहे. ती ही की, गांधींचे व्यक्तिमत्त्व प्रभावी व डोळ्यांत भरण्यासारखे आहे.' शाहूंशी आपले संबंध सलोख्याचे राहातील अशी मेरिवेदर यांनी आशा व्यक्त केली.

ह्या सुमारास नरेंद्रमंडळाच्या स्थापनेविषयी ब्रिटिश सरकारने जाहीर घोषणा केली. शाहूंनी आपले म्हणणे पुन्हा जोरात मांडले. त्यांनी सरकारला कळविले की, हिंदी संस्थानिक हे फारसे शिकलेले नसतात. त्यांच्यापैकीच कोणी नरेंद्रमंडळाचा अध्यक्ष झाला तर ते वादविवादात ईर्षेने भाग घेतील व त्यांचा आत्मविश्वास वाढेल. जर महाराज्यपाल नरेंद्रमंडळाचे अध्यक्ष झाले तर त्यांच्या भव्य व्यक्तिमत्त्वाच्या समोर त्यांच्याकडून निर्भयपणे कामकाज होणार नाही.

'राजकारण', 'लोकशक्ति' व 'लोकसंग्रह' ह्या ब्राह्मणी पत्रांनी शाहूंवर निंदेचा सतत वर्षाव सुरू ठेवला होता. विठ्ठल वामन हडप यांनी तर विखारी व अश्लील लेखनाची सीमा गाठली होती. त्यांनी शाहूंवरच नव्हे तर शाहूंच्या कुटुंबीयांवर व शाहूंनी ब्राह्मण कुळकर्ण्यांचा छळ केला व नालायक लोकांना वरिष्ठ जागा दिल्या असे म्हणून दरबारावरही अश्लील नि कुत्सित टीका केली. हडपांनी जाहीर केले होते की, आपण १३ डिसेंबर १९२० रोजी 'लोकशाही'चा एक विशेष अंक शाहू व त्यांचे संस्थान यांवर काढणार आहोत. १० डिसेंबर रोजी शाहूंनी मुंबई सरकारला ह्या बाबतीत चौकशी करावयास सांगितले व सरकारला हडपांची माहिती कळविताना म्हटले की, 'लोकशाहीचा संपादक हा स्त्रीची भूमिका करणारा नट आहे. ह्याने लहानसहान चोऱ्या केलेल्या आहेत व तो लफंग्या आहे. त्याने हॉटेलचे पैसे बुडविलेले आहेत.' आपण सार्वजनिक ठिकाणी भाषणे करण्याचे सोडून दिले आहे आणि आता आपण शिकार व राज्यकारभार यांवर लक्ष केंद्रित केले आहे, असे शाहूंनी सरकारला कळविले.

'लोकशाही' ह्या पत्राचे वितरण कोल्हापूरमध्ये होत असे आणि पूर्वीचे कुळकर्णी लोक 'लोकशाही'चा फार स्तुती करत असत. लोकशाहीच्या प्रचाराला आळा घालण्यासाठी शाहूंना कडक उपाय योजावे लागले. चिंचलीच्या पाटलाने १९२०च्या डिसेंबर महिन्याच्या आरंभी 'लोकशाही'चे जाहीर वाचन केले. त्याला त्वरित बडतर्फ करण्यात आले. त्या अंकात राजघराण्यातील व्यक्तींवर अत्यंत शिवीगाळ करणारा लेख प्रसिद्ध झाला होता. त्यामुळे शाहूंचे हृदय दुःखाने विदीर्ण झाले होते.

२१ डिसेंबर १९२० रोजी शाहू छत्रपतींनी महाराणी लक्ष्मीबाई यांना कळविले की, '२० डिसेंबरच्या अंकात 'लोकसंग्रहा'ने 'कोल्हापूरच्या क्षत्रिय

पडदा महिला' यात काय प्रसिद्ध केले आहे हे तुम्हांला निश्चित माहीत आहे. काही दिवसांपूर्वी डॉ. कुर्तकोटी यांनी आक्कासाहेबांवर असाच विखारी हल्ला केला होता, हेही तुम्हांला आठवत असेल. आपल्या घराण्याची दुष्कीर्ती करण्याची ब्राह्मणी वर्तमानपत्रांनी सीमा गाठली आहे. जर तुम्ही माझ्या निष्ठावंत पत्नी असाल तर तुमचे सर्व ब्राह्मणी पुरोहित काढून टाकावेत व क्षत्रिय पुरोहिताकडून आपली धार्मिक कृत्ये करून घ्यावी. ह्या निश्चयापासून रेसभरही ढळू नका.' अशाच तऱ्हेची पत्रे त्यांनी आपली सून, वहिनी, भाऊ व मुलगी यांना लिहिली.

तरीसुद्धा ब्राह्मण पुरोहितांच्या बाबतीत निर्णय घ्यावयास महाराणी टाळाटाळ करीत होत्या. यासाठी शाहूंनी एक युक्ती योजली. महाराणींच्या ब्राह्मण पुरोहितास त्यांनी 'मत्स्यपुराणा'तील ६९ वा अध्याय वाचावयास सांगितला. त्यात अशी कथा आहे की दानव, असुर, दैत्य व राक्षस यांचा देवांनी युद्धात पराभव केल्यावर त्यांच्या लग्नाच्या व बलात्काराने आणून भोगलेल्या शतावधी स्त्रियांना इंद्राने एक व्रत करावयास सांगितले. स्त्रीने ते व्रत तेरा महिने रविवारी करावे. औषधांनी युक्त अशा उदकाने स्नान करून 'ब्राह्मणास यथेच्छ भोजन झाल्यावर हा साक्षात कामदेव असे चिंतून तो रतीसाठी जे जे इच्छील ते ते तिने करून सर्व भावाने आपला देह हास्ययुक्त भाषण करीत त्यास अर्पण करावा.'[१९] हे ऐकून महाराणी एकदम खवळून उठल्या. त्यांनी आपल्या ब्राह्मण पुरोहिताला कायमची रजा दिली आणि मराठा पुरोहिताला सर्व धार्मिक संस्कार करावयास सांगितले.

स्वभावाने महाराणी लक्ष्मीबाई अत्यंत कनवाळू, धीट व शहाण्या होत्या. त्यांना आयुर्वेदाचे चांगले ज्ञान असून त्या आपल्या नोकरांच्या कुटुंबांना व नातलगांना त्यांचे हितचिंतक म्हणून औषधांचे साहाय्य करीत असत. त्या विणकाम, भरतकाम यांत निष्णात असून, सिंह, वाघ, हत्ती व पक्षी यांची हुबेहूब चित्रे काढीत असत. त्या मोती व माणिक यांच्या उत्तम परीक्षक होत्या.

नवीन राजकीय सुधारणांनुसार झालेल्या निवडणुकीमध्ये अ. बा. लठ्ठे मध्यवर्ती विधिमंडळात निवडून आले व त्यांनी खेड्यातील ग्रामजोश्यांची पद्धत नष्ट करावी असे विधेयक मांडले. परंतु 'उदारमतवादी' श्रीनिवासशास्त्री व टिळकांचे सनातनी सहकारी ग. श्री. खापर्डे यांनी प्रतिगाम्यांना मदत करून त्या विधेयकाचा पराभव करण्यात यश मिळविले !

शाहूंविरुद्ध पुणे येथील न्यायालयात केलेले सर्व अर्ज २५ डिसेंबर १९२० या दिवशी फेटाळले गेले. दंडाधिकाऱ्याने सर्व आरोपींना सोडून दिले व

गादीवर असलेल्या कोणत्याही राजाला ब्रिटिश न्यायालयाचे नियम लागू होत नाहीत असा निर्णय केला. सरकारच्या सहानुभूतीविषयी व ज्या पद्धतीने त्या प्रकरणाचा निकाल करण्यात आला त्याविषयी शाहूंनी सरकारचे मन:पूर्वक व कृतज्ञतापूर्वक आभार मानले.

२६

देशद्रोही व जनताद्रोही कोण ?

शाहूंनी ब्रिटिश राजप्रतिनिधी मेरीवेदर यांना ३ जानेवारी १९२१ रोजी कळविले की, ब्राह्मणी गोटातील आपल्या गुप्तहेरांनी आपणास अशी माहिती दिली की, ब्रिटिश हिंदुस्थानात व विशेषत: मुंबई प्रांतात व बाहेर जी ब्राह्मण आणि ब्राह्मणेतर यांमध्ये चळवळ व अशांतता चालू आहे त्याला कारण शाहू छत्रपती हे आहेत असे ब्राह्मणी राजकीय पुढाऱ्यांचे म्हणणे आहे. खरोखरीच चिरोलच्या 'इंडियन अन्‌रेस्ट' ह्या ग्रंथात टिळक हे हिंदी असंतोषाचे जनक आहेत असे जे त्यांचे वर्णन केले होते ते सत्य होते; तसे हिंदी सामाजिक असंतोषाचे जनक शाहू छत्रपती आहे हे वर्णन यथार्थ होते. टिळकांचा संबंध राजकीय परिस्थितीशी होता तर शाहूंचा सामाजिक परिस्थितीशी होता. ह्या विधानाविरुद्ध टिळकांप्रमाणे शाहूंनीही सरकारकडे निषेध व्यक्त केला. परंतु वस्तुत: त्यांच्या शत्रूंनी त्यांना दिलेले हे दूषण त्यांचे भूषण ठरले आहे.

सांगलीच्या राजेसाहेबांनी शाहूंच्याविरुद्ध कोल्हापुरात चळवळ करणाऱ्यांना पाठिंबा दिला नाही. शाहू हे पदच्युत झालेल्या औंध संस्थानिकांचे स्नेही असल्यामुळे, औंधचे नवीन संस्थानिक शाहूंच्या विरुद्ध गटात होते. औंधमध्ये काही ठिकाणी ब्राह्मण व ब्राह्मणेतर यांमध्ये चकमक उडाली. त्यात काही जणांना दुखापती झाल्या. औंधच्या ब्राह्मणांनी ब्रिटिश राजप्रतिनिधींकडे शाहूंविरुद्ध तक्रार केली. शाहूंनी ब्रिटिश राजप्रतिनिधीला सांगितले की, त्यांनी दोन्ही बाजूंचे म्हणणे ऐकून घेऊन मग स्वत:चे मत बनवावे. शाहू गंभीरपणे आणखी म्हणाले, 'बरे-वाईट काही असो, मी गेली पंचवीस वर्षे ब्राह्मणेतरांची बाजू घेतली आहे आणि सरकारला ते कार्य आजपावेतो तरी मान्य आहे असे मला वाटते. मी ब्राह्मणेतरांचा आता विश्वासघात केला तर त्यांच्या दृष्टीने माझा अध:पात झाला असे त्यांना वाटेल. यामुळे मी आस्ते आस्ते सेवानिवृत्त होण्याच्या विचारात आहे, म्हणजे मला त्यांचा विश्वास गमावून बसावे लागणार नाही.'

सन १९२१ च्या जानेवारीच्या प्रारंभी शाहू मद्रासला गेले व तेथील

राज्यपाल लॉर्ड विलिंग्डन यांचे ते पाहुणे म्हणून राहिले. विलिंग्डन यांनी शाहूंची ही भेट अधिकृत मानली नाही. कारण मद्रासला ड्युक ऑफ कॅनॉट भेट देणार होते व त्या प्रसंगी मुंबई प्रांतातील मुख्य संस्थानिक शाहू यांनी ड्युक यांचे स्वागत करण्यात आपणास साह्य केले असे मुंबईचे राज्यपाल जॉर्ज लॉईड यांना वाटू नये अशी विलिंग्डनने खबरदारी घेतली. मद्रासला भेट देण्याचा शाहूंचा मुख्य उद्देश तंजावर येथील न्यायाधीशाने दिलेल्या निर्णयाविरुद्ध त्यांनी पुनर्विचारासाठी मद्रास वरिष्ठ न्यायालयात जुलैमध्ये दाखल केलेला अर्ज हा होता. दुसरा उद्देश जस्टिस पक्षाच्या नेत्यांना भेटणे हा होता. कारण त्या नेत्यांनी नुकत्याच झालेल्या विधिमंडळाच्या निवडणुकीत ब्राह्मण नेत्यांवर मोठा विजय मिळविला होता. तिसरा उद्देश आपले स्नेही राज्यपाल लॉर्ड विलिंग्डन यांना भेटण्याचा होता. शाहूंची उतरण्याची व्यवस्था गिंडीपार्क बंगल्यात त्यांनी केली होती. तो बंगला सुंदर व प्रचंड होता. परंतु तो भुताटकीने पछाडलेला आहे असा लोकसमज असल्यामुळे शाहूंना तेथील मुक्कामात रात्री जागून काढाव्या लागत.

'जस्टिस'च्या कार्यालयात शाहू ब्राह्मणेतर पुढाऱ्यांना भेटले. त्या भेटीत त्यांना असे आढळून आले की, प्रमुख नेते निवडणुकीतील विजयाने आनंदित झालेले होते. अड्यार येथे जाऊन त्यांनी थिऑसफिस्ट अग्रणींची भेट घेतली. तंजावरचा अभियोग चालवणाऱ्या आपल्या वकिलास शाहू भेटले. जस्टिस पक्षाचे मुख्य ध्येय तामीळनाडूतील ब्राह्मणेतरांच्या सामाजिक, आर्थिक व राजकीय हक्कांची उन्नती करणे हे असून ब्राह्मणांच्या वर्चस्वाला व विशेष हक्कांना कडवा विरोध होता हे शाहूंना कळून चुकले.

तंजावर अभियोगात मुख्य महत्त्वाचा मुद्दा असा होता की, तंजावरचे शेवटचे राजे शिवाजीमहाराज यांचे बंधू राजे व्यंकोजी यांच्या अनौरस संततीपैकी होते की नाही. तंजावरच्या मालमत्तेसंबंधी अनौरस वारस व शाहू यांच्यामध्ये तंटा होता. परंतु तंजावरच्या दुय्यम न्यायाधीशाने तंजावरचे भोसले राजे शूद्र आहेत असे मानून त्यांनी तंजावरच्या शेवटच्या राजाच्या अनौरस संततीला त्याच्या मालमत्तेचे अधिकारी ठरविले. शाहूंचे म्हणणे असे होते की, तंजावरचे भोसले क्षत्रिय असल्यामुळे आपण हा वारसाचा हक्क सांगितला होता. आणि धर्मशास्त्राप्रमाणे ब्राह्मण, क्षत्रिय व वैश्य यांच्या अनौरस संततीला त्यांच्या मालमत्तेचा वारसा हक्क मिळत नसे. मात्र शूद्रांच्या मालमत्तेत त्यांच्या अनौरस संततीला वाटा मिळत असे. मिताक्षर पद्धतीप्रमाणे ही मेख धर्मशास्त्राने मारून ठेवलेली होती.

शाहूंनी मद्रास येथील वास्तव्यात काय काय पाहिले याविषयी त्यांनी

आपला अनुभव एका पत्रात नमूद करून ठेवला आहे. १९ जानेवारी १९२१ च्या सदर पत्रात ते म्हणतात : 'तंजावर अभियोगाचे सर्व काही भवितव्य माझ्या ब्राह्मण अधिकाऱ्यांच्या हातात आहे. त्याचा परिणाम असा झाला की, जो ब्राह्मण वकील लवकरच उच्च पदी नेमला जाणार आहे हे जाणूनसुद्धा माझ्या अधिकारी ब्राह्मण मंडळींनी त्याला (श्रीनिवास अय्यंगार यांना) पस्तीस हजार रुपये शुल्क म्हणून दिले. त्याची आता उच्च पदावर नेमणूक झाली, पण तो माझे पैसे परत देत नाही. मला येथे आढळले की, येथील ब्राह्मण वकील हे वजनदार नसून ते तितकेसे हुशारही नाहीत. ब्राह्मणेतर व ब्राह्मण यांच्यामध्ये तीव्र तेढ आहे. महाराष्ट्रात ती तितकी नाही. येथील ब्राह्मणी पत्रांनी मला ब्राह्मणेतरांचा पुढारी मानून तंजावर अभियोगात माझ्या विरोधी पक्षाची बाजू घेतली आहे. येथील माझ्या वकिलाने अभियोगाची तयारी परिश्रमपूर्वक केलेली नाही. माझा हा दावा मी दुसऱ्या एखाद्या वकिलावर सोपविणार आहे. कारण तो माझ्या हिताकडे काळजीपूर्वक लक्ष देईल. मी ह्या अभियोगासाठी लक्षावधी रुपये खर्च केले आहेत. ब्राह्मण वकिलावर माझा मुळीच विश्वास नाही. कारण आजपर्यंत त्यांनी माझा दावा काळजीपूर्वक चालविलेला नाही.'[२]

मद्रासमधील एका सभेत शाहू म्हणाले, 'मी येथे राज्यकर्ता म्हणून आलेलो नाही. परंतु ज्यांच्या परिस्थितीकडे पाहून कोणाचेही मन द्रवेल अशा लक्षावधी माणसांचा मी एक मित्र व सेवक[३] आहे.'

शाहूंनी मद्रास येथील आपल्या दुसऱ्या एका भाषणात राजकीय प्रश्नांची चर्चा केल्यामुळे महाराष्ट्रातील कित्येक वृत्तपत्रांनी, शाहूंनी राजकीय प्रश्नांत ढवळाढवळ केली असा गोंगाट करून शाहूंचा निषेध केला. शाहूंवर कडक टीका करून 'बाँबे क्रॉनिकल'ने म्हटले, 'शाहू हे समाजातील दुर्दैवी भेद तीव्र करीत आहेत. ज्यांनी त्यांचे तेथे आदरातिथ्य केले त्यांचे हितसंबंध व अलिखित आंतरराष्ट्रीय संकेत लक्षात घेऊन शाहूंनी ब्रिटिश मुलखातील राजकारणासंबंधी मुग्धता पाळली पाहिजे होती.[४] अलिखित संकेताप्रमाणे हा केवळ हस्तक्षेपच नाही तर हा उद्धटपणाही आहे. आपला राजकीय प्रचार आपल्या राज्यापुरताच शाहूंनी मर्यादित ठेवावा,[५] असे सरकारने शाहूंना सौम्य स्मरणपत्र पाठवावे, अशी के. नटराजन यांच्या 'इंडियन सोशल रिफॉर्मर'ने सूचना केली.

अड्यारला शाहूंनी डॉ. ॲनी बेझंट व जॉर्ज अरुंडेल ह्यांच्याशी चर्चा केली. क्षणभर त्यांना असेही वाटले की, आपण मांसाहार वर्ज्य करावा. तोफखान्यांनी ह्या भेटीविषयी जी माहिती आपल्या आठवणींत दिली आहे ती जरा

रंगवून लिहिली आहे असे दिसते. कारण पुढे ३ मे १९२१ रोजी आपल्या एका पत्रात शाहू म्हणाले की, डॉ. टी.एम. नायर यांच्या बेझंटबाईवरील ग्रंथाने मला बाईंच्या कचाट्यातून सोडविले. त्या ग्रंथात डॉ. नायर यांनी ॲनी बेझंट यांचे असे वर्णन केले होते की, ए वुमन ऑफ डीप पेनिट्रेशन, क्वीक कन्सेप्शन ॲण्ड ईझी डिलिव्हरी.[६] बेझंटबाईंनी डॉ. नायर यांच्या ह्या विखारी व निंदागर्भ स्तुतीविरुद्ध अनेक वर्षे न्यायालयांतून जळफळाट व्यक्त केला पण सरतेशेवटी त्यात त्यांचा पराभव झाला. नायर यशस्वी झाले !

शाहूंना मद्रासच्या कॉस्मॉपालिटन क्लबाचे सभासद व्हायचे होते. यास्तव त्यांनी सर त्यागराज चेट्टी यांना नियमावली पाठविण्याची विनंती केली. 'आपल्या विख्यात क्लबाचे सभासद होण्यात मला सन्मान वाटेल. कारण त्यागराजसारखे मोठे पुढारी तिचे सभासद आहेत व सर्व चालू गंभीर प्रश्नांविषयी ते चर्चा करतात,' असेही पत्रात शाहूंनी म्हटले. जरी शाहू हे ब्राह्मणांच्या द्वेषाचे स्वत: एक बळी होते तरी तोफखाने म्हणतात त्याप्रमाणे ब्राह्मणद्वेषाचा शाहूंनी कमी-अधिक निषेध व्यक्त केला असेल. कारण काही चांगले ब्राह्मण त्यांचे स्नेही होते. शाहू दि. १२ जानेवारी १९२१ ला कोल्हापुरास परत आले.

याच काळात कोल्हापुरातील 'विद्याविलास' वृत्तपत्रावर कोल्हापूर दरबारने अभियोग भरला होता. कारण त्या पत्राच्या संपादकाने सत्यशोधक समाजाच्या कार्याविरुद्ध विद्याविलासमध्ये अनेक पत्रे प्रसिद्ध केली होती. त्यावर 'केसरी'ने म्हटले की, कोल्हापूरची वृत्तपत्रे शाहूंच्या प्रत्यक्ष वा अप्रत्यक्ष प्रोत्साहनाने चालतात त्यांत 'विद्याविलास'[७] पत्रातील लेखापेक्षा हरकत घेण्याजोगे लेख प्रसिद्ध होतात. 'लोकसंग्रहा'ने शाहूंना ह्या बाबतीत टोमणा मारला होता. ह्यानंतर जुलैमध्ये विद्याविलासचे संपादक गोखले यांना १८ महिन्यांची शिक्षा ठोठावण्यात आली.

के. सी. ठाकरे हे १९२१ च्या जानेवारीत फार आजारी होते. आता ते तर शाहूंच्या सामाजिक चळवळीतले एक निकटवर्ती सहकारी व सेनापती बनले होते. शाहूंनी त्यावेळी आपल्या मतप्रणालीच्या सर्व संपादकांना पैशाची मदत करायचे ठरविले होते. त्याप्रमाणे ठाकऱ्यांच्या आजारीपणाची संधी साधून त्यांनी त्यांना ५००० रुपयांची हुंडी पाठवून दिली, व 'ज्या विषयावर ठाकरे यांनी ग्रंथलेखन करावे असे शाहूंना वाटत आहे तो विषय ठाकरे यांना मागून कळविण्यात येईल' असे त्यांना सांगण्यात आले. ठाकरे हे सामाजिक सुधारणेचे कडवे पुरस्कर्ते व विचारवंत असून ते शाहूंना समाजक्रांतीच्या कार्यात नेहमी पाठिंबा देत असत. ठाकरे हे जरी शाहू विचारसरणीचे नेते होते तरी ते स्वतंत्र

बाण्याचे असल्यामुळे ते सर्व बाबतींत शाहूंची री ओढणारे ग्रंथकार व नेते नव्हते. ठाकरे यांनी ती हुंडी परत केली. जेव्हा जेव्हा त्यांनी शाहूंकडे पैशाची मागणी केली तेव्हा तेव्हा स्वत:च्या लेखनकार्यासाठी केली, निर्वाहासाठी नव्हे.

डॉ. आंबेडकर हे १९२० च्या जून महिन्यात लंडनला पोहोचले व त्यानंतर त्यांनी डॉक्टर ऑफ सायन्स ह्या पदवीसाठी सादर करावयाच्या प्रबंधाचा अभ्यास लंडन स्कूल ऑफ इकॉनॉमिक्समध्ये सुरू केला. त्यांनी ३ फेब्रुवारी १९२१ या दिवशी शाहूंना पत्र लिहून कळविले की, 'माँटेग्यू हा नेमस्त पुढाऱ्यांच्या सूचनेप्रमाणे वागतो. तथापि तो आता ब्राह्मणतेर चळवळीसंबंधाने तुच्छतेने बोलणार नाही, अशी माझी खात्री झाली आहे. खरे म्हणजे ब्राह्मणेतर चळवळ समजून घेण्याची येथे कोणी पर्वा करीत नाही.' डॉ. आंबेडकर पुढे म्हणाले : 'ज्यावेळी सुधारणा-विधेयक तयार होत होते त्या महत्त्वाच्या वेळी ब्राह्मणेतर चळवळीचे महत्त्व पटवून देणारा कोणी समर्थ प्रतिपादक येथे नव्हता ही खेदाची गोष्ट होय. त्यामुळे ब्राह्मणेतर चळवळीच्या विरोधकांना ती चळवळ ब्राह्मणविरोधी आहे असे सांगण्याचे काम सोपे झाले. त्या चळवळीची लोकशाहीनिष्ठ बाजू चातुर्याने दडपून टाकण्यात आली आणि तिचा विपर्यास करण्यात आला. तेच विपर्यस्त स्वरूप सर्वसाधारण इंग्रजांच्या मनात सध्या वावरत आहे.'

डॉ. बाबासाहेब आणखी म्हणाले, 'आता राजकीय सुधारणांचा मसुदा कायम होऊन चुकल्यामुळे हिंदुस्थानात किती भेदाभेद आहेत हे जाणून घेण्याची तसदी कोणी घेत नाही. तरी भावी काळासाठी आतापासूनच तयारीस लागले पाहिजे. यास्तव मी संधी मिळेल तेव्हा प्रत्येक वजनदार इंग्रज व्यक्तीला हिंदुस्थानातील सामाजिक व राजकीय प्रश्नांचे संबंध परस्परात कसे गुंतलेले आहेत याची योग्य ती कल्पना देता. घटना घडून गेल्यानंतरचे हे माझे प्रयत्न असल्यामुळे त्याचे परिणाम त्वरित दिसणे शक्य नाही. तथापि ते निष्फळ झाले की कसे ते काळच ठरवील.'

डॉ. आंबेडकरांनी शाहूंना आणखी असे कळविले की, 'आपल्या मार्गदर्शनानुसार लंडनमध्ये एखादी संस्था स्थापन करता येणे शक्य होईल की काय ह्यासंबंधी मी येथील काही प्रतिष्ठित व्यक्तींशी चर्चा केली. त्यांनी एकमताने माझी ही कल्पना उचलून धरली. परंतु त्यांच्या मते पगारी कार्यवाह असल्याविना असली संस्था टिकू शकणार नाही. याचा अर्थ असा की, कमीत कमी पाचशे पौंडांचा वार्षिक खर्च होईल. अशी संस्था अस्पृश्यवर्गाच्या दृष्टीने हितकारक ठरेल. परंतु माझी खात्री आहे की, तो खर्च त्यांच्या आवाक्याबाहेरचा आहे.' भारतमंत्री

माँटेग्यू यांनी आंबेडकरांना आग्रह केला की, त्यांनी मुंबईस जाऊन विधिमंडळाचे सभासद व्हावे. परंतु आपला अभ्यास अर्धवट टाकून विधिमंडळातील जागेसाठी परत जाण्याचा आपला विचार नाही असे त्यांनी भारतमंत्र्याला सांगितले.

डॉ. आंबेडकर आपल्या पत्रात शेवटी म्हणाले, 'मला वैयक्तिक कीर्तीचा सोस नाही. आणि जरी मी माझ्या लोकांची सेवा करण्याची ही संधी गमावली, तरी महाराजांच्या लक्षात येईल की, मला अधिक मोठी सेवा करता यावी म्हणून मी अधिक चांगली सिद्धता करीत आहे. 'लंडन-टाईम्स'च्या संपादकांशी मी मैत्री जोडली आहे आणि त्यांनी माझ्या सांगण्यावरून अस्पृश्यांच्या शिक्षणासंबंधी लिहिलेल्या एका लेखाचे कात्रण ह्या पत्राच्या सोबत पाठवीत आहे.'

शाहूंना विधवा सुनेच्या भवितव्याविषयी मोठी चिंता लागून राहिली होती. दि. २ फेब्रुवारी १९२१ ला त्या दुर्दैवी विधवा मुलीची समजूत करताना ते म्हणाले : 'जरी तुझा माता व बंधू तुला ह्या जगात सोडून गेले आहेत तरी तुला मी सुखी करीन. पण तू आपल्या अभ्यासाठी दुर्लक्ष करता कामा नये व तू पतीच्या स्मरणाशी एकनिष्ठ राहिले पाहिजे.' शाहू तिच्या शिक्षणाकडे लक्ष पुरवीत होते. शेवटी तिने शिक्षणखात्याची धुरा सांभाळावी अशी त्यांची इच्छा होती. तिचा आज्ञाधारकपणा व सद्वर्तन पाहून आपण खूश आहोत असे दुसऱ्या एका पत्रात त्यांनी म्हटले आहे. दुसऱ्याला सुख देण्यासाठी स्वतःची इच्छा बाजूला सारणे हे चांगल्या महिलेचे लक्षण आहे; शिक्षणाने तिच्या मनाची क्षितिजे वाढतील व त्यामुळे तिचे विचार उदात्त होतील असे त्यांना वाटत होते. तिला उच्च शिक्षणाने सुसंस्कृत व संपन्न झालेली एक विदुषी करावे असे त्यांच्या मनात होते. तिने ती महत्त्वाकांक्षा पूर्ण करणे तिचे पवित्र कर्तव्य आहे. अशिक्षित मनुष्याला डोळे असले तरी तो आंधळा असतो हे सांगावयास नको, असा त्यांनी तिला उपदेश केला. ७ ऑगस्ट १९२१ या दिवशी त्यांनी ब्रिटिश राजप्रतिनिधीला कळविले की, आपली सून डॉक्टर व्हावी अशी आपली इच्छा आहे. तिला विदुषी करावे किंवा डॉक्टर करावे असे विचार त्यांच्या मनात घोळत होते.

सन १९२१ च्या फेब्रुवारीच्या मध्यापर्यंत शाहू दिल्लीस होते. ते नरेंद्रमंडळाच्या उद्घाटन समारंभास उपस्थित होते. उद्घाटन समारंभ ड्युक ऑफ कॅनॉट ह्यांच्या हस्ते झाला. ड्युक ऑफ कॅनॉट ह्यांनी शाहूंची भेट घेतली. ५ फेब्रुवारी १९२१ रोजी दिल्लीहून शाहूंनी लिहिले की, 'दिल्लीहून परत येते वेळी पुण्यास थांबून बंगल्याची डागडुजी कशी काय झाली हे पाहण्याची माझी इच्छा आहे. पुण्यातील माझ्या विरोधकांची इच्छा मला गुन्हेगार ठरवावे अशी आहे. कारण मी त्यांच्या दृष्टीने गुन्हेगार आहे असे ते मानतात. परंतु मी शिक्षा झालेला गुन्हेगार नाही.'

शाहूंनी महाराज्यपालांची भेट घेतली आणि मुद्रण निर्बंध मध्यवर्ती सरकार सप्टेंबरपासून रद्द करणार असल्यामुळे त्यांच्याशी त्यासंबंधी चर्चा केली. त्या चर्चेत त्यांनी, मुद्रण निर्बंध संपूर्णतया रद्द केला तर हिंदी संस्थानिकांच्या मार्गात त्यामुळे अनेक अडचणी निर्माण होतील असे सांगितले. कारण मग ब्रिटिश भारतातील जी वृत्तपत्रे हिंदी संस्थानिकांवर हल्ला करतील त्यांच्यावर दाब राहणारच नाही. चर्चेतील दुसरा मुद्दा मेरीवेदर यांच्या पदावधीविषयी होता. त्यावर महाराज्यपाल म्हणाले की, 'आपण त्या प्रश्नाचा काळजीपूर्वक विचार करू.' शेवटी महाराज्यपालांनी शाहूंच्या प्रकृतीची चौकशी केली आणि भेट संपली. मुंबईतील वर्तमानपत्रांनी शाहूंवर नि त्यांच्या कुटुंबीयांवर केलेल्या टीकेविषयी त्यांच्या वकिलांनी जो अभिप्राय पाठविला त्याची एक प्रत शाहूंनी दि. १४ फेब्रुवारीला मुंबई सरकारला पाठविली. दिल्लीहून निघून ते २० फेब्रुवारीला मुंबईस पोहोचले.

मुंबईच्या ह्या भेटीत केशवराव ठाकरे ह्यांच्याशी त्यांनी जॉर्ज सॅव्हिल (?) ह्यांच्या 'प्रिस्टक्राफ्ट ॲण्ड किंगक्राफ्ट' व रॉबर्ट इंगरसॉल व डॉ. डीन इंज यांच्या ग्रंथांसंबंधी चर्चा केली. सॅव्हिलच्या ग्रंथातले व इंगरसॉलच्या निबंधातले काही उतारे त्यांनी ठाकऱ्यांना म्हणून दाखविले. आणि ठाकऱ्यांना सांगितले की, सामाजिक सुधारणेविषयी चर्चा करणाऱ्यांनी इंगरसॉल याचा अभ्यास केल्याशिवाय बोलण्याचे धाडस करू नये. ठाकरे यांचे स्वत:चे वाचन अफाट होते. एक राज्यकर्ता उपरोक्त पुस्तकातील उतारेच्या उतारे म्हणून दाखवीत असलेला पाहून शाहूंच्या सखोल वाचनमननाने ते स्तिमित झाले. त्यांच्या मनावर त्याचा सुपरिणाम झाला. त्यावेळी शाहू ठाकऱ्यांना असेही म्हणाले की, 'ज्याप्रमाणे पुरोहितशाही एके दिवशी संपणार आहे त्याप्रमाणे राजेशाहीसुद्धा[८] संपुष्टात येणार आहे. ब्रिटिशांच्या कृपेच्या बंधनावर हिंदी संस्थानिकांची सत्ता लोंबकळत आहे व सरतेशेवटी ती बंधने तुटून जातील. राजेशाहीसुद्धा एके दिवशी नष्ट करण्यात येईल.' ठाकरे त्यावेळी 'भिक्षुकशाहीचे बंड' हा ग्रंथ लिहीत होते. ठाकऱ्यांना वरील विवेचनाचा बराच उपयोग झाला. ठाकऱ्यांना संदर्भ ग्रंथ विकत घेण्यासाठी म्हणून शाहूंनी त्यांच्या भावी ग्रंथाच्या दोन हजार प्रती आगाऊ खरेदी केल्या.

शाहूंच्यावर निंदेची आग पाखडणारे शत्रू म्हणजे 'लोकशाही', 'लोकसंग्रह' व 'राजकारण' ही वृत्तपत्रे होत. त्यांतील लोकशाही हे कोणीसे वर्णन केल्याप्रमाणे एक अश्लीलतेने बरबटलेली चिंधी होते. कोल्हापुरात जवळकरांनी

चालविलेल्या 'तरुण मराठा' साप्ताहिकात पुण्यातील गुंजाळ नावाच्या गृहस्थाविरुद्ध काही मजकूर प्रसिद्ध झाला. त्याचा परिणाम असा झाला की, शाहूंवर पुण्यातील पत्रांत पुन्हा निर्दयपणे फिरून हल्ला चढविण्यात आला.

दिनकरराव जवळकर हे एक अस्खलित, जोरदार व लढाऊ बाण्याचे लेखक होते. त्यांचे 'प्रणय प्रभाव' हे नाटक मिश्र विवाहाला संमती देणाऱ्या पटेल विधेयकाचे पाठीराखे असून त्या नाटकाने सनातन्यांचा धिक्कार केला होता. यास्तव मुंबई सरकारने पुण्यातील ब्राह्मण मंडळींच्या आग्रहास्तव ते नाटक बंद केले होते. जवळकर हे आपल्या प्रभावी लेखणीमुळे व जहाल वक्तृत्वामुळे ब्राह्मणेतर पक्षाचे एक मोठे अध्वर्यू बनले होते. 'तरुण मराठा' कोल्हापुरात सुरू करावा म्हणून शाहूंनीच त्यांना उत्तेजन दिले होते. त्या साप्ताहिकातून आपल्या हजरजबाबामुळे विरोधकांची रेवडी उडवून जवळकरांनी त्या काळाची गरज पुरविली.

'ज्ञानप्रकाश' आणि 'केसरी' ह्यांनी आपल्या पत्रात शाहूंच्याविरुद्ध पत्रावर पत्रे छापून सरकारच्या आणि लोकांच्या मनातून शाहू उतरावेत म्हणून जोराची खटपट केली. एक हजार महार बरोबर घेऊन नाशिकच्या काळाराम मंदिरात प्रवेश करण्याचा शाहूंचा बेत आहे अशीही अफवा पसरवण्यात आली. चिपळूण येथे रत्नागिरी जिल्हा काँग्रेसने भरविलेल्या परिषदेमध्ये शाहूंचा धिक्कार करण्यात आला. सर्व विरोधकांनी शाहूविरोधी वातावरणाची एक प्रचंड लाट उसळवून दिली. छापखाने नावाचे गृहस्थ कूपवाड येथे नवीन मुद्रणालय सुरू करून शाहूंची बदनामी करणार आहेत आणि दुसऱ्या काही संस्थानिकांना टिळक पक्षाला शरण येण्यास भाग पाडणार आहेत अशीही अफवा उठली होती.

अशा रितीने वर्तमानपत्रांतून, सार्वजनिक भाषणांमधून व अफवांमधून शाहूंची बदनामी करण्याचा हा संघटित प्रयत्न सुरू होता. शाहू एका पक्षाचे किंवा ब्राह्मणेतर चळवळीचे नेते असल्यामुळे विरोधी वर्तमानपत्रांत प्रसिद्ध होणाऱ्या स्वत:वरील हल्ल्यांना तोंड देण्यास सिद्ध होते. पक्षीय राजकारणात असल्या हल्ल्यांचे समर्थन करता येईल, परंतु आपल्या कुटुंबाची जी बदनामी उपरोक्त वर्तमानपत्रे पसरवीत होती ते त्यांना अन्यायाचे वाटे. जगातील सर्व भागांत कौटुंबिक संबंध हे पवित्र मानले जातात. परंतु महाराष्ट्रातील ब्राह्मणी पत्रे आपली विधवा सून नि पुत्र राजाराम व आपली कन्या देवासऐवजी कोल्हापुरात राहते म्हणून तिची जी बदनामी करीत आहेत ती त्यांना निंद्य, अश्लाघ्य व अन्यायकारक वाटे. आपल्या पक्षाचा प्रभाव पाडण्याच्याच हेतूने जो पत्रपंडित प्रभावी लेखन करतो तो आपल्या बुद्धीचा उपयोग खऱ्या गोष्टी आणि कल्पित

गोष्टी ह्यांचे बेमालून मिश्रण करावयास मागेपुढे पाहत नाही. विरोधकांचे जन्मजात वैगुण्यही निर्दयपणे दाखवून बेफामपणे त्यांची निंदा करावयास चुकत नाही. कौटुंबिक निंदा करणाऱ्या अशा पत्रपंडितांविरुद्ध छत्रपती जळफळाट व्यक्त करीत.

भावनगरचे प्रशासक आर. सी. बर्क यांनी पाच चित्ते, दहा बहिरी ससाणे, दोन पांढरे शुभ्र काळवीट व दोन बदके शाहूंकडे पाठवून दिली. भावनगरच्या महाराजांना शाहूंनी दिलेला वाघ हा तेथे एकाकी पडून बेचैन झाला होता. त्याला बर्क यांनी कोल्हापुरास पाठवून दिला. बर्क यांनी हे पशुपक्षी शाहूंकडे पाठवून दिले व त्यांना एक प्रेमाचा सल्लाही दिला. ते म्हणाले, 'काळ बदलत आहे. आणि त्या वस्तुस्थितीकडे राजांनी दुर्लक्ष करू नये.'

ह्या वर्षी शाहूंनी सर्व खात्यांचे हिशेब पूर्ण करून घेतले आणि निर्णयाची वाट पाहत असलेली अनेक प्रकरणे निकालात काढण्याकडे विशेष लक्ष पुरविले. कामाची निकड लावताच जे नोकर नोकरी सोडून जाण्याच्या विचारात होते त्यांना त्यांनी कामात चुकारपणा करण्याबद्दल धारेवर धरले. हॅरॉल्ड यांच्या कारकिर्दीत शाहूंनी पुष्कळ उपयुक्त विधायक कार्य केले. कर्नल मेरीवेदर यांच्या कारकिर्दीत त्यांनी हिंदु संहिता अद्ययावत करण्याचे कार्य कार्य सुरूच ठेवले होते. मेरीवेदर मुलकी अधिकाऱ्यासारखे वागणारे असून ते आता छत्रपतींना हुशार व बुद्धिवान वाटले. त्यांना कामाचे आकलन व उरक झटकन होई. मेरीवेदर हे त्यांचे पूर्वीपासूनचे स्नेही होते तरी मध्यंतरी त्यांच्याविषयी त्यांचे मत बदलले होते. त्यावरून असे दिसते की, त्यांनी त्या ब्रिटिश राजप्रतिनिधीविषयी घाईने उगाच वाईट ग्रह करून घेतला होता.

शाहू पुन्हा एकदा संकटात सापडल्यामुळे गादीचा त्याग करण्याची मनीषा व्यक्त करू लागले. त्याचे कारण त्यांनी दिल्लीच्या प्रवासात 'नॉन को-ऑपरेशन अ‍ॅण्ड हाऊ टू रेमिडी इट' ह्या नावाचे राजकारणावर एक पत्रक लिहून काढले होत. ते ब्रिटिश वरिष्ठ अधिकाऱ्यांना नि सरकारला उपयुक्त ठरेल असे वाटून त्यांनी त्याच्या प्रती अति उत्साहाने पण खाजगीरीत्या अनेक मित्रांकडे व देशातील व परदेशातील वरिष्ठ अधिकाऱ्यांकडे पाठवून दिल्या. ते पत्रक छापण्यासाठी एका कारकुनाबरोबर 'टाईम्स ऑफ इंडिया' मुद्रणालयाकडे पाठविले होते. त्या मुद्रणालयाला वेळ नसल्यामुळे त्या कारकुनाने ते पत्रक 'इंदुप्रकाश'कडून छापून घेतले. 'इंदुप्रकाश' मुद्रणालयात ते पत्रक फुटले असे दिसते. ते पत्रक कुणाच्या तरी हाती पडले व ते मुंबईतील 'बाँबे क्रॉनिकल' ह्या

इंग्रजी दैनिकामध्ये ३ मार्च १९२१ रोजी प्रसिद्ध झाले. 'बाँबे क्रॉनिकल'ने त्या पत्रकाला 'चळवळ चिरडून टाका' असे भडक शीर्षक देऊन पुढे म्हटले की, 'कोल्हापूरच्या महाराजांना दडपशाही पाहिजे.' शिवाय क्रॉनिकलने त्या पत्रकाला एक छोटी प्रस्तावना जोडली व त्यात म्हटले की, 'आम्ही एका खाजगी व गुप्त पत्रातील मजकूर खाली प्रसिद्ध करीत आहो. ह्या पत्राचा शाहूमहाराज आपल्या मित्रांमध्ये व संबंधित लोकांमध्ये प्रसार करीत आहेत. पत्रकात म्हटले आहे की, असहकारितेची चळवळ हिंदी मनामध्ये हळूहळू मूळ धरीत आहे. त्या चळवळीविरुद्ध अविरत व बिनतडजोडीचा असा लढा सुरू ठेवला पाहिजे.' पत्रकात महाराज पुढे म्हणतात, 'सरकारने आजपर्यंत प्रतिबंधक उपाय योजिलेले नाहीत. म्हणून ही अपायकारक चळवळ वणव्याप्रमाणे सर्व भारतात पसरत आहे. जर तिचा प्रतिकार करण्यात सरकारने सैन्य दल व पोलीस यांचा वापर केला नाही तर सैन्य दल व पोलीस यांचा उपयोग काय?

शाहूंनी सरकारला कोणती उपाययोजना सुचविली होती? त्या काळी अधिक राजनिष्ठ व वजनदार वर्तमानपत्रांची सरकार पक्षाला जरुरी आहे असे सुचविले होते. ब्राह्मणांच्या धार्मिक नोकरशाहीशी लढावयास सिद्ध करण्यासाठी व शेतकऱ्यांना व सामान्य जनतेला शिक्षित व जागृत करण्यासाठी ब्राह्मणेतर पक्षाची आवश्यकता आहे. शेतकरी व जनता यांची मने गांधी, शौकतअल्ली व महंमद अल्ली यांच्या बेफाम भाषणांनी कलुषित झालेली आहेत, असेही त्यात म्हटले होते.

आपले खाजगी पत्रक 'क्रॉनिकल'ने उघडकीस आणल्यामुळे शाहूंना जबरदस्त धक्का बसला. त्यांनी कर्नल काये यांना आपली पत्रे फाडून टाकण्याची विनंती केली किंवा ती खाजगी पेटीत सुरक्षित ठेवावी अशी विनंती केली. त्या आठवड्यात अशी वदंता पसरली होती की, शाहूंशी पुण्याच्या किंवा मुंबईच्या रस्त्यात क्षुल्लक कारणावरून गुंडांनी भांडण काढावे व पोलिसांनी दंगल टाळण्यासाठी शाहूंसहित सर्वांना पोलीस कोठडीत ठेवावे अशी खास क्लृप्ती योजण्यात आली आहे.[९] आता सर्व विरोधी वर्तमानपत्रे 'क्रॉनिकल'मधील पत्रकाचा उपयोग करून आपणावर गहजब करतील अशी शाहूंनी भीती वाटली. ते म्हणाले, 'आता आलिया भोगासी असावे सादर. आता संकटास धैर्याने तोंड दिले पाहिजे ![१०]' पुणेकरांनी फिरून फौजदारी न्यायालयात त्यांच्यावर फिर्याद केली. शाहूंनी आपल्या स्वतःच्या करणीनेच हे दुःख निर्माण केले होते. सरकारचे व राज्यपालांचे अनधिकृत सल्लागार बनून त्यांनी स्वतःवर हे संकट अकारण ओढवून घेतले आणि त्यांना राष्ट्रवाद्यांचा तळतळाट सहन करावा लागला.

शाहू हे अति उत्साही राजनिष्ठ पुरुष होते म्हणूनच ते पत्रक त्यांनी

काढले होते असे नाही. त्यांच्या ठायी देशाच्या राजकारणात किंवा चळवळीत भाग घेण्याची अनिवार व जन्मजात इच्छा वसत होती त्यामुळे त्यांनी हे पत्रक काढले. राजकारणात भाग घेण्यास त्यांना मोकळीक नव्हती. त्यामुळे त्यांना ही किंमत द्यावी लागली. असहकारितेच्या चळवळीच्या आरंभी काँग्रेसचे तीन भूतपूर्व अध्यक्ष सुरेंद्रनाथ बानर्जी, सर नारायण चंदावरकर व डॉ. ॲनी बेझंट यांच्यासारख्या विचारवंतांनी व राजकीय नेत्यांनी गांधींच्या चळवळीचे परिणाम अपायकारक होतील असे म्हटले व त्यांनी त्या चळवळीला विरोध दर्शविला होता. पण शाहूंना स्वतःचे विचार व्यक्त करण्यात त्यांचे 'स्थान' आडवे आले हे खरे. एका शतकाच्या पूर्वी शाहू जन्मास आले असते किंवा ते कमी बुद्धिवान व कमी पराक्रमी असते तर बरे झाले असते. निराशेच्या भरात त्यांनी मेरीवेदर यांना दि. ४ मार्च १९२१ ला पत्र लिहून कळविले की, 'मी राजकारभार मुलाच्या हाती व ब्रिटिश राजप्रतिनिधी म्हणून आपल्या हाती सोपविण्याची वेळ येऊन ठेपली आहे. सर्व त्रासातून मुक्त होण्याची वेळ येऊन ठेपली आहे असे मला वाटते. युरिक ॲसिडची वाढ झाली आहे. सर्व शरीराला दुःखाच्या वेदना होत आहेत.' मेरीवेदर यांनी त्यांना धीर देऊन सांगितले की, आपण दुखण्यातून लवकरच मुक्त व्हाल.

शाहूंचे दस्तऐवज वा खाजगी गुप्त पत्रे चोरीस जाण्याचा हा पहिलाच प्रसंग होता असे नाही. काही दिवसांपूर्वी त्यांचे निर्बंध सल्लागार पुणेकर ह्यांची दस्तऐवजाची बॅग पुणे स्थानकावर हातोहात चोरीस गेली हाती. एका मनुष्याने तिकीट कलेक्टरच्या वेशात येऊन पुणेकरांची ती बॅग प्रवाशांच्या देखत उचलून नेली. परंतु सुदैवाने तिच्यात महत्त्वाची कागदपत्रे नव्हती. शाहूंच्या दफ्तर कचेरीतील जहागीरदार व इमानदार यांच्यासंबंधीचे काही महत्त्वाचे राजकीय दस्तऐवज पसार करण्यात आले हाते. ते दस्तऐवज व पत्रे हंगामी दिवाण शिरगावकरांच्या ताब्यात होती. महत्त्वाचे दस्तऐवज व पत्रे गहाळ झाल्यामुळे शाहूंनी शिरगावकरांना नोकरीतून बडतर्फ केले. कर्नल कर्टिस यांचीही कागदपत्रे लंपास करण्यात आली होती. शाहूंनी 'माझे म्हणणे' नावाचे एक निवेदन काढले होते. त्यात त्यांनी म्हटले की, सरकारने आपला अव्हेर करू नये. कारण सरकारचे आपण मित्र आहोत. शाहूंच्या पत्राला भावनगरहून बर्क यांनी उत्तर दिले की, 'सर्व गोष्टी जमेस धरता हिंदी संस्थानिकांना खरे संरक्षण सुराज्य होय.' गरीब जनतेला दिखाऊ संस्थानिकांविषयी काही वाटत नाही, असेही ते म्हणाले.

सन १९२१ च्या मार्चमध्ये डी. आर. भोसले यांना आपल्या नोकरीत दोन वर्षे द्यावे अशी शाहूंनी मुंबई सरकारकडे मागणी केली. शाहूंच्या मनातून

कोल्हापुरातील आपले शैक्षणिक धोरण यशस्वी करण्याचे काम त्यांना द्यावयाचे होते. भोसले आले आणि त्यांनी आपल्या संघटन चातुर्याने ते धोरण यशस्वीरीत्या कार्यवाहीत आणले. शाहूंनी कीर्तिवानराव निंबाळकरांनाही जनसेवेस वाहून घेण्यास उद्युक्त केले.

इतकी संकटे कोसळत होती व काही वेळा बाहेरील प्रश्नांत शाहूंचे मन गुंतले होते तरी जनावरांवरील त्यांच्या अलौकिक प्रेमात रेसभरही फरक पडला नव्हता. भावसिंहजींच्या प्राणिसंग्रहालयातून चित्ते व बहिरी ससाणे परत आणण्यासाठी त्यांनी धडपड केली. भावसिंहजींना दिलेली चित्त्याची मादी त्यांची फार आवडती होती. चित्त्याच्या शिकारीने त्यांच्या त्रासलेल्या मनाला विरंगुळा वाटे. १९२१ च्या मार्चमध्ये जेव्हा त्यांच्याविरुद्ध वृत्तपत्रांनी काहूर उठविले तेव्हा त्यांनी चित्त्याच्या शिकारीत मन रमविले.

इतके होते न होते तोच मद्रासच्या 'जस्टिस' पत्राने शाहूंवर ठपका येईल असे एक शाहूंचे पत्र प्रसिद्ध केले. ते पत्र आपले नव्हे असे शाहूंनी प्रसिद्ध करताच जस्टिसने क्षमा मागितली. परंतु ११ मार्चला मेरीवेदरला लिहिलेल्या पत्रात 'जस्टिस' व 'क्रॉनिकल' यांनी आपली खाजगी पत्रे आपल्या परवानगीशिवाय छापली असे म्हटले. म्हणजे त्या वृत्तपत्रांत जो मजकूर प्रसिद्ध झाला तो खरा होता हे उघड आहे. सर्व वातावरण शत्रूंच्या मेघगर्जनेने व शाहूंच्या मानहानीच्या काळोखाने भरून गेले होते. आपण कोल्हापूर सोडून बाहेर गेलो तर आपल्यावर हल्ला होईल असे त्यांचे मन त्यांना सांगत होते. ह्या दु:खाच्या आवेगात शाहू स्वत:स शिव्याशाप देत आणि त्या दिवसांत अगदी उदास व खिन्न होऊन म्हणत, 'आपल्यासारखा दुःखी, अप्रिय, दुर्दैवी व दयनीय राजकर्ता कोणीच नसावा?'[११]

क्रॉनिकलच्या हल्ल्याच्या पाठोपाठ एक आठवड्यातच इतर वर्तमानपत्रांनी शाहूंवर टीकेची झोड उठवावी हे साहजिकच होते. 'सर्व्हन्टस ऑफ इंडिया' ह्या पत्राने रागाने म्हटले की, 'ब्रिटिश सरकार आपली काळजी घ्यावयास पूर्णतया समर्थ आहे आणि ज्यावेळी ते सरकारला शक्य होणार नाही त्यावेळी शाहूंच्या एकनिष्ठ सेवेची ते मदत घेतील अशी महाराजांनी खात्री बाळगावी!' 'लोकसंग्रह' पत्र म्हणाले की, 'त्यांनी ब्रिटिश हिंदुस्थानच्या राजकारणाच्या भानगडीत पडू नये. शाहूंना जरी आपल्या संस्थानात काम करण्यासारखी भरपूर संधी आहे तरी त्यांना आपल्या शहाणपणाचे प्रदर्शन करण्याचा मोह आवरत नाही.' 'राजकारण' पत्र म्हणाले की, ब्रिटिशांनी आपला कारभार कसा करावा हे त्यांना सांगण्याचे धाडस शाहूंनी करावे हे हास्यास्पद आहे. 'केसरी'ने म्हटले की, 'ज्यांना सन १९०२ पासून छत्रपतींच्या कारवाईची माहिती आहे त्यांना यात

आश्चर्य वाटण्याजोगे काहीच नाही. नवे ब्राह्मणेतर जगद्‌गुरू निर्माण करणे, वर्तमानपत्रांना चंदी चारून आपले बगलबच्चे बनविणे, सत्यशोधक समाजिष्टांचे हलकट तमासगीर पोसणे, हे कोल्हापुरातील कुटील मॅकिवेल नीतीचेच द्योतक आहे. ब्राह्मण–ब्राह्मणेतरांचा तंटा याच कणिक नीतीमुळे इतका विकोपास गेला आहे.'

ह्या काळात सत्यशोधक समाजाचा जलसा व प्रचार लोकप्रियतेच्या शिगेला पोहोचला होता. ब्राह्मण त्यांच्याविरुद्ध आरडाओरड करीत होते. जे ब्राह्मणेतर त्या जलशांत व चळवळीत भाग घेत होते, त्यांच्यावर सापडेल तेथे सूड उगवत होते. तरी सत्यशोधक कार्यकर्ते दबले नाहीत. शेवटी दि. २१ मार्च १९२१ च्या 'केसरी'ने तार स्वरात किंकाळी फोडली की, सत्यशोधक समाजाचे चाळे अलीकडे सातारा जिल्ह्यात व विशेषत: पाटण तालुक्यात वाढत आहेत. त्यामुळे ब्राह्मण कुटुंबांना खेड्यात एकाकी राहणे अशक्य होत आहे. ज्या ब्राह्मणांवर हल्ला होण्याचा संभव आहे त्यांनी सातारा जिल्ह्यात व विशेषत: पाटण तालुक्यात ब्रिटिश राज्य नाही असे मानून निर्धाराने आपल्या संरक्षणासाठी आवश्यक ते उपाय योजावेत.

शाहूंच्या संमतीने भास्करराव जाधव यांनी कोल्हापूरची वरिष्ठ अधिकाऱ्याची जागा सोडून साताऱ्यास वकिलीचा व्यवसाय सुरू केला. शाहूंनी कॅडेल यांना भास्करराव जाधव नोकरी सोडून वकिली करावयास जात आहेत असे कळविले. त्यांचा उद्देश, पुढील निवडणुकीनंतर मंत्रिमंडळात वा राज्यपालांच्या कार्यकारी मंडळात जागा मिळविण्याचा आहे. स्वत: जाधवांनीच हे ठरविले. आपण त्यांच्या मार्गात आडवे येत नाही. जाधव हे ब्राह्मणेतर पक्षाचे नेतृत्व खात्रीने करतील, पण लोक म्हणतील ब्रिटिश हिंदुस्थानात अशांतता निर्माण करावयास शाहूंनीच त्यांना बुद्ध्या उभे केले आहे, असेही कॅडेल यांना छत्रपतींनी कळविले.

अशा अशांत परिस्थितीत सदिच्छेचे द्योतक म्हणून ए. डी. कुलकर्णी यांना कारागृहातून मुक्त करावे असे छत्रपतींना वाटले. कुलकर्णी हे कारावासात बरीच वर्षे खितपत पडले होते. आता त्यांना सोडून दिले नाही तर ते दुष्टपणाचे व सुडाचे कृत्य दिसेल असे शाहूंना वाटू लागले होते. त्यातल्या त्यात शाहूंना समाधान देणारी एक गोष्ट घडली. अक्कलकोटचे राजेसाहेब हे त्यांच्याकडे राहावयास आले होते. परस्परांतील मतभेद आणि राग आता कमी झाला होता. शाहूंनी त्याची बडदास्त ठेवण्यात कसूर केली नाही.

औंधच्या संस्थानिकांनी बाबूराव यादव यांचा 'गरिबांचा कैवारी', श्रीपतराव शिंदे यांचा 'विजयी मराठा', बी. के. पिसाळ यांचा 'विश्वबंधु' आणि जवळकरांचा 'तरुण मराठा' ह्या पत्रांच्याविरुद्ध ब्रिटिश राजप्रतिनिधीकडे तक्रार केली की, ही पत्रे औंधच्या प्रजेला आपल्याविरुद्ध चिथावणी देतात. आपल्या दि. १० एप्रिल १९२१ च्या पत्रात शाहू राजप्रतिनिधींना म्हणाले की, 'विजयी मराठा' पुण्याहून निघतो, त्याच्यावर आपले नियंत्रण नाही. 'विद्याविलास' आणि 'गरिबांचा कैवारी' ही बेफाम पत्रे आहेत. ती आपल्या स्वत:च्याविरुद्धही कधी कधी लिहितात. 'विद्याविलासा'च्याविरुद्ध अभियोग सुरू आहे. 'गरिबांचा कैवारी' व 'विश्वबंधु' ह्यांना आपण सूचना करू व त्यांच्यावर नियंत्रण ठेवण्याचा प्रयत्न करू. आपण 'तरुण मराठा'च्या संपादकाला कोल्हापूर सोडून जायला प्रत्यक्षपणे सांगितले आहे. मात्र दाजी कुरणे यांचा 'भगवा झेंडा' ब्रिटिश राजप्रतिनिधींच्या दृष्टीतून निसटला. तोही तशीच बाणेदारपणे टीका करीत असे.

वस्तुस्थिती अशी होती की, महाराष्ट्रातील ब्राह्मणी पत्रांनी शाहूंच्या विरोधी निंदेची मोहीम काढली होती. परंतु ब्रिटिश सरकार त्याची दखल घेत नसे वा शाहूंवर येणारी त्यांची विखारी टीका थांबवू शकले नव्हते. शाहूंच्या पक्षातील कार्यकर्त्यांनी वृत्तपत्रे सुरू करून व सभासभांतून ब्राह्मण पत्रांवर व शाहूंच्या विरोधकांवर प्रतिहल्ले चढविले. त्यामुळे सर्व धर्मांची गरीब, दलित व सामान्य जनता शाहूंना 'खलिफा'[१२] म्हणू लागली, हे प्रतिहल्ले होताच मात्र ब्रिटिशांची न्यायबुद्धी जागी होई हे विचित्र नव्हे काय? राष्ट्रीय सभेत ब्राह्मणांचे प्रभुत्व असल्यामुळे व त्यांच्या हाती वृत्तपत्रांची मोठी शक्ती असल्यामुळे ज्या वृत्तपत्रांत ब्रिटिशांच्याविरुद्ध काही कडक मजकूर असे तेवढ्यांचीच ब्रिटिश राजवट दखल घेई. शाहूंवर वा ब्राह्मणेतरांवर ब्राह्मणी वर्तमानपत्रांनी हल्ला केला, तर ते मूग गिळून बसतात.

वर उल्लेखिलेल्या घटना घडत असता राज्यपाल जॉर्ज लॉईड यांनी दि. २५ एप्रिलला कोल्हापूरला तीन दिवसांची भेट दिली. त्यांनी मल्लयुद्ध पाहिले. बऱ्याच कुस्त्या झाल्या. प्रेक्षकांची अलोट गर्दी लोटली होती. त्या प्रचंड व भव्य आखाड्यातून सर्व माणसे बाहेर पडावयास दीड तास लागला. जमावांचा उत्साह व त्यांचे आनंदित चेहरे पाहून राज्यपालांना अतीव आनंद झाला. चांभार समाजाचे तरुण नेते दत्तोबा पोवार हे आपल्या कोल्हापूर नगरपालिकेच्या स्थायि समितीचे अध्यक्ष आहेत ही गोष्ट शाहूंनी अभिमानाने राज्यपालांच्या निदर्शनास आणून दिली. कुस्त्यांच्या फडाची व्यवस्था दत्तोबा पोवार यांनीच केली. हे त्यांच्या संघटन शक्तीचे द्योतक होते.

त्याच वेळी नाशिक शहरात अशांतता पसरल्यामुळे राज्यपालांना घाईघाईने दि. २८ एप्रिलला कोल्हापूर सोडावे लागले. जाण्यापूर्वी त्यांनी शाहूंना पत्र लिहून कळविले की, 'आपल्यामुळे माझी पहिली वाघाची शिकार यशस्वी झाली. एवढेच नव्हे तर, आपण आमच्या सुखसोयींची आस्थापूर्वक काळजी घेतलीत व सुंदर छावणीची सोय केलीत. ह्या सर्व गोष्टी मध्येच सोडून ठरलेल्या वेळेपूर्वी मला जावे लागत आहे त्याविषयी मला फार वाईट वाटत आहे. ह्या तीन दिवसांपैकी कुठल्या दिवशी मी अधिक आनंदात होतो हे सांगणे कठीण आहे. परंतु आपले स्मरण, आपले आदरातिथ्य, उदार हृदय व आपल्या प्रजेची मला नेहमी आठवण राहील.'

'बॉंबे क्रॉनिकल'मध्ये गौप्य स्फोट झाल्यानंतरही शाहूंनी सरकारी अधिकाऱ्यांना राजकारणाच्या बाबतीत पुन्हा अनाहुतपणे सल्ला दिला. मालेगाव येथे झालेल्या दंगलीच्या बाबतीत सरकारने कसे वागावे याविषयी त्यांनी त्यांना काही सूचना केल्या. असे करण्याची त्यांना काही जरुरी नव्हती. असे करण्यात त्यांचा हेतू कदाचित असा असेल की, हिंदी संस्थानातील प्रजेची जी परिषद लवकरच भरणार होती त्याच्यावर सरकारने दबाव आणावा.

इचलकरंजी दत्तक प्रकरणासंबंधी जर लवाद मंडळ नेमण्यात आले तर आपण त्याचे सभासद व्हायला संमती द्यावी अशी शाहूंनी बिकानेरच्या महाराजांना विनंती केली. जर सरकारने आपणास नेमले तर आपण त्या लवाद मंडळावर काम करावयास तयार आहोत असे बिकानेरच्या महाराजांनी शाहूंना कळविले. इचलकरंजी दत्तक प्रकरण हे आपल्या अधिकारावर आक्रमण आहे असे शेवटपर्यंत त्यांनी मानले होते.

'बॉंबे क्रॉनिकल'मध्ये शाहूंचे असहकारितेसंबंधी प्रसिद्ध झालेले पत्रक आणि मागच्या दोन महिन्यांत ब्राह्मणी वर्तमानपत्रांत सत्यशोधकांविरुद्ध प्रसिद्ध झालेल्या हल्ल्यांची अतिरंजित हकिकत यांमुळे महाराष्ट्रातील सामाजिक व राजकीय परिस्थिती ज्वालामुखीसारखी स्फोटक झालेली होती. तो ज्वालामुखीचा स्फोट व्हायला आणखी एक कारण घडले. केसरीच्या कागदाच्या वखारीला १० मे १९२१ रोजी शत्रूंनी आग लावली. त्या आगीच्या ज्वालांनी तो ज्वालामुखी भडकला. तासगाव हे आणखी एक दारूचे कोठार बनले होते. तासगावच्या कोठाराच्या दिशेने टिळकवादी खापर्डे, न. चिं. केळकर, ल. ब. भोपटकर, केशवराव छापखाने आणि इतर देशमुख, देशपांडे आणि कुळकर्णी हे सर्व जण

हातात शाहूद्वेषाग्नीच्या मशाली घेऊन तासगावला चालले होते. ते दारूचे कोठार म्हणजे १८ मे रोजी तासगाव येथे भरणारी कुळकर्णी परिषद होय. ती तासगावची परिषद दादासाहेब खापर्डे यांच्या अध्यक्षतेखाली भरली. कुळकर्णी वतनाचा मेलेला घोडा जिवंत करण्याचा प्रयत्न झाला. त्या परिषदेत, कुळकर्ण्यांची वतने काढून घेऊ नयेत व कुळकर्ण्यांवर झालेला अन्याय दूर करावा व कुळकर्णी वतनदारांची चळवळ तशीच पुढे सुरू ठेवावी असे ठराव झाले. महाराष्ट्रातील ब्राह्मण समाजाने कुळकर्णी वतनाचा प्रश्न आपला मानबिंदू केला होता; कारण तो प्रश्न त्यांनी आपल्या प्रतिष्ठेचा झगडा मानला होता.

पण केळकरांनी तासगावला निघण्यापूर्वी 'केसरी'चा एक विशेष अंक १७ मे १९२१ रोजी काढून शाहूमहाराजांवर एक बाँबगोळा टाकला होता. त्याच्या स्फोटाचा प्रतिध्वनी सर्व महाराष्ट्रात घुमला. केसरीने शाहू छत्रपतींची खाजगी व गुप्त पत्रे मिळवून ती त्या दिवशी केसरीमध्ये प्रसिद्ध केली आणि असे भासविले की, ती आपण महत्प्रयासाने मिळविली आहेत. वस्तुस्थिती अशी होती की, त्यांतील बहुतेक पत्रे १९१५ सालच्या आसपास म. ग. डोंगरे यांनी हिंदुस्थानातील व लंडनमधील ब्रिटिश अधिकाऱ्यांच्या माहितीसाठी पुस्तकरूपाने प्रसिद्ध केली होती. डोंगऱ्यांनी ती पत्रे प्रसिद्ध केली होती असा पुरावा चिरोल खटल्यामध्ये १९१७ च्या ऑगस्टमध्ये नोंदला गेला होता. त्या पत्रांतील मजकूर अनेक ब्रिटिश अधिकाऱ्यांना माहीत होता. ती पत्रे केसरीत प्रसिद्ध करून केळकरांनी एक ज्वालाग्राही अग्रलेख लिहिला. त्याचे शीर्षक 'आमचे स्वराज्यद्रोही छत्रपती' असे दिले होते. शाहूंवरील सर्व आरोपांची त्यात यादी दिली होती. शाहू व ब्रिटिश अधिकारी यांच्यामधली खळबळजनक गुप्त पत्रव्यवहार केसरीने आपल्या २० स्तंभांत उद्धृत केला होता. त्यांत शाहू हे 'जुलमी, एकतंत्री व ब्रिटिश सरकारला स्वराज्य द्रोहाचा उपदेश करणारा आचार्य व स्वराज्यकांक्षेचा उत्पात करण्यास निघालेला नवा अवतार, स्वराज्यद्रोही व जनताद्रोही छत्रपती' असे म्हटले होते. 'ब्रिटिश हिंदुस्थानातील चळवळ्यांचा नायनाट व्हावा ही महाराजांची इच्छा. इंग्रज सरकार आपल्याइतके संशयी व कडक नाही म्हणून उलट महाराजांचा सरकारवर राग. हे सर्व कशाकरता? तर स्वराज्याची चळवळ बंद पाडण्याकरता! व सरकारकडून जुलमी आणि एकतंत्री अमलाची गॅरंटी किंवा सनद स्वतःला मिळून मनसोक्त रावणराज्याचा धिंगाणा घालण्याकरिता!' असे हे आरोपपत्र होते.

'केसरी'च्या मते महाराजांचे सार्वजनिक लेख नव्हे तर खाजगी गुप्त पत्रव्यवहार आपण प्रसिद्ध करीत आहो व त्यावरून शाहूंच्या मनोव्यापारावर स्वच्छ

प्रकाश पडतो. ती पत्रे आपण दुष्ट हेतूने प्रसिद्ध केलेली नाहीत, असा केसरीने आव आणला होता. व्यक्तिश: महाराजांच्या ठायी अनेक गुण आहेत; परंतु त्या गुणांचा उपयोग लोकसत्तेला किंवा स्वराज्य व्यवस्थेलाही न होता, विरोधी कार्याला होत आहे हे पाहून केसरीने अश्रू ढाळले! सरकारच्या कृपाकटाक्षाचा किरण या घटकेत आपल्या तोंडावर चमकत नाही हे लोकमनाच्या आरशात दिसून आल्यामुळे महाराजांनी राज्यपाल जॉर्ज लाईड यांची खाजगी भेट घडवून आणली असावी व मुंबई सरकारची गेलेली मर्जी पुन्हा संपादण्याचा प्रयत्न केला असेल. त्यावेळी सरकारी वर्तुळात महाराजांच्या लोकप्रियतेस ओहोटी लागली होती असा केसरीने अभिप्राय व्यक्त केला.

केसरीने प्रसिद्ध केलेल्या पत्रांत बाँबगोळ्याच्या अत्याचारास सुरुवात झाल्यापासूनच शाहू व ब्रिटिश अधिकारी यांच्यामधील पत्रव्यवहार आहे. त्यांतील बहुतेक पत्रे पूर्वी पुस्तक रूपाने प्रसिद्ध झालेली होती व टिळकांना झालेल्या काळ्यापाण्याच्या शिक्षेपर्यंतच्या काळातील ती पत्रे आहेत. त्यांत शाहूंनी अनेक व्यक्तींवर हल्ला केला असल्यामुळे तो पत्रव्यवहार मनोवेधक झाला आहे. राष्ट्रीय पुढारी टिळक व गोखले, बहुतेक जहागीरदार, सरदार व नामदार, रावबहाद्दूर व गुप्त कट करणारे यांच्यावर व ब्राह्मण समाजावर त्या पत्रव्यवहारात टीका आहे.

केसरीने केलेल्या ह्या विखारी हल्ल्यानंतर एका ब्राह्मण मित्रास पत्र लिहिताना शाहू म्हणाले, 'केसरीने मला आव्हान केले आहे, पण साखळीने बांधलेले मी मांजर आहे. मला हद्दीबाहेर जाता येत नाही आणि चळवळीत भाग घेता येत नाही. अशा मांजराला जिंकल्याबद्दल केसरीने लढाई मारण्यात हशील नाही. मांजराच्या गळ्यातील साखळी काढून टाकली असती तर ह्या बलाढ्य वनराजाच्या जबड्यातून सुटण्याचा त्याने निदान प्रयत्न केला असता.'

केसरीचे जुळे भावंड इंग्रजी 'मराठा' ह्याने 'ॲन एक्झॉल्टेड ट्रेटर' ह्या शीर्षकाखाली २२ मे रोजी केसरीचेच अनुकरण केले व शाहूंवर शिव्यांची लाखोली वाहिली. महाराष्ट्र–सिंहाने शाहूंवर झडप घातल्यावर इतर शहरांतील लांडगे शाहूंच्या शरीराच्या एखाद्या भागाचा लचका आपल्याला मिळावा म्हणून शाहूंशी झोंबू लागले. मुंबईतील नुकत्याच सुरू झालेल्या लोकमान्याने 'शाहू हे सामान्य हेरापेक्षा[१३] काही अधिक किमतीचे नाहीत आणि ते स्वराज्यद्रोही आहेत,' असा शेरा मारला. लोकसंग्रहाने आपल्या नेहमीच्या त्वेषाने म्हटले, 'महाराजांचे हृदय हे त्यांच्या कातडीइतकेच काळे आहे हे ह्या पत्रव्यवहारावरून दिसून येते.'[१४]

उलट 'संदेश' पत्राने मोठ्या प्रांजळपणे आणि धीटपणे म्हटले की, 'हा

पत्रव्यवहार प्रसिद्ध करण्यात केसरीला योग्य सल्ला मिळाला होता असे वाटत नाही.' संदेशने पुढे म्हटले की, 'महाराज हे व्यक्ती स्वातंत्र्याचे कैवारी आहेत. यास्तव त्यांची समाजसेवा ही केसरीने राष्ट्रीय स्वातंत्र्याकरता केलेल्या लढाईइतकीच मौल्यवान आहे.' इतकेच नव्हे तर संदेशने अशी धोक्याची सूचना व्यक्त केली की, 'हा पत्रव्यवहार प्रसिद्ध झाल्यामुळे ब्राह्मणेतरांना संताप येईल आणि राष्ट्रवादी आपल्या प्रगतीच्या विरुद्ध आहेत असा संशय त्यांच्या मनात निर्माण होईल.'[१५] 'लोकशाही'ने आपल्या शाहूंवरील विखारी हल्ल्यात म्हटले की, महाराजाने स्वातंत्र्यलढ्याचा नाश करण्याचा प्रयत्न करून महाराष्ट्रास आणखी एक कलंक लावला आहे. 'लोकशाही'ने पुढे म्हटले की, स्वराज्य चळवळीला विरोध केला म्हणून शाहूंनी गादीचा त्याग करून पापक्षालन करावे.'[१६] 'इंडियन सोशल रिफॉर्मर' ह्या पत्राच्या मते त्या पत्रव्यवहाराने शाहूंचा पूर्णतया अध:पात दर्शविला आहे. शाहू हे स्वराज्य विद्रोही आहेत असे दिसून येते. 'राजकारणा'ने म्हटले की, हा पत्रव्यवहार छापून केसरीने नि:संशयपणे मोठी सेवा केली आहे. 'हिंदुस्थान' नावाच्या एका अँग्लो-गुजराथी साप्ताहिकाने म्हटले की, 'हिंदुस्थानातील ब्रिटिश अधिकाऱ्यांपेक्षा आपल्या अंगी अधिक शहाणपणा आहे असे म्हणण्याचे धाडस शाहूंनी करावे हे आश्चर्य आहे !'

ब्राह्मण आणि मराठे यांच्यामध्ये मागील १०० वर्षांत जो संग्राम सुरू होता त्यातील ही शेवटची लढाई होती. पेशव्यांनी महाराष्ट्रातील देशस्थ ब्राह्मणांच्या वृत्ती काढून घेऊन त्या कोकणस्थांना दिल्या व सावंतवाडीतील कऱ्हाडे ब्राह्मणांचाही छळ केला. इतकेच नव्हे तर प्रतापसिंहाच्या पदच्युतीनंतर ब्राह्मणेतरांना छळले. आपला प्रतापसिंहाप्रमाणे ते शेवट करतील अशी शाहूंना भीती वाटत होती. शाहूंनी गादीचा त्याग करावा असे वारंवार ब्राह्मणीपत्रांनी म्हणण्यात त्यांचा हाच हेतू होता.

ब्राह्मणीपत्रांचा शाहूंवरील हल्ला परतवून लावण्यासाठी ब्राह्मणेतर पत्रांनी 'केसरी' आणि इतर ब्राह्मणीपत्र ह्यांना उत्तर दिले. बडोद्याचे 'जागृति' पत्र आपल्या २० मे १९२१ च्या अंकात 'केसरी'ला समर्पक उत्तर देताना म्हणाले की, 'केसरीने महात्मा गांधींना 'बेजबाबदार फकीर' व 'वेडा पीर' म्हटलेले आहे. नेमस्त पुढाऱ्यांना अनेक वर्षे शिवीगाळ केली. आता त्यांनी शाहूंवर हल्ला केला आहे. केसरी गटाने एक आधुनिक 'शर्विलक' शाहूंची पत्रे चोरण्यासाठी निर्माण केला हे त्यांच्या परंपरेला शोभूनच दिसते. महाराज हे एक व्यवहारी पुरुष आहेत आणि त्यांनी आपले मते कधीही लपवून ठेवलेली नाहीत. बाँब पक्षाने कोल्हापुरात एक केंद्रस्थान स्थापले होते. तेव्हा महाराजांच्या अनिष्टासाठी टपून

राहिलेले त्यांचे ब्राह्मण संस्थानिक नामानिराळे राहून चळवळखोरांना उत्तेजन देऊन कोल्हापूर हद्दीत चाललेले प्रकार गुप्तपणे पाहत होते. महाराजांच्याविरुद्ध चहाडी करून महाराजांना साम्राज्यद्रोही ठरविण्यास त्यांनी बिलकूल मागेपुढे पाहिले नसते. 'जागृती'ने केसरीच 'जनताद्रोही' आहे असे म्हणून केसरीचा धिक्कार केला!'[१७]

जागृतीने पुढे म्हटले की, 'महाराजांचे बहुतेक मोठे अधिकारी ब्राह्मण होते व त्यांचा चळवळ्यांना पाठिंबा होता. आत्मसंरक्षणासाठी त्यांना तसे करणे भाग होते. महाराजांनी त्यावेळी मुत्सद्देगिरी लढविली ती लढविली नसती तर महाराजांवर स्थानभ्रष्ट होण्याचा, कदाचित स्वत:च्या जीवितासही मुकण्याचा प्रसंग आला असता. शठं प्रति शाठ्यं हे तत्त्व अमलात आणण्याचा केसरीला व त्याच्या पक्षातील लोकांना मात्र हक्क आहे, इतरांना नाही असे कोणाला म्हणता यावयाचे नाही. स्वधर्मातल्या बहुसंख्य लोकांना बौद्धिक व सामाजिक गुलामगिरीत ठेवू इच्छिणारे, स्वजनांना खाली दडपून टाकण्याचा अधमपणा करणारे, देशभक्तीच्या मोठमोठ्या गप्पा मारून स्वत:च्या जातिपातींपलीकडे न पाहणारे हेच खरे स्वराज्यद्रोही व स्वजनद्रोही होत. इचलकरंजी, मिरज व औंध येथील ब्राह्मणेतरांचा कसा छळ होतो आहे त्याबद्दल केसरीत कधी चकार शब्द येत नाही. केसरीने द्वेषाचे बीज पेरण्याचा जो क्रम चालविला आहे, त्याचे फळ त्याला व त्याच्या जातिबंधूंना खात्रीने भोगावे लागेल. 'ब्रह्मास्त्र' परत आल्याशिवाय राहणार नाही.'[१८]

'विजयी मराठ्या'ने म्हटले की, ब्रिटिश नोकरशाहीपेक्षा ब्राह्मण नोकरशाही अधिक वाईट आहे. कारण ती प्रचंड बहुसंख्येने इंग्रजांच्या खालोखाल अधिकारावर आरूढ झालेली आहे. जिल्ह्यामध्ये ५।१० ब्रिटिश अधिकारी असतात पण ब्राह्मण नोकरशाही ही पेंढाऱ्यांपेक्षा वाईट आहे. यातच ब्राह्मणेतर चळवळीचे मूळ आहे.[१९] जागृति आणि शाहूंच्या विचारसरणीच्या इतर सर्व वर्तमानपत्रांनी केसरीला तितक्याच कडक भाषेत उत्तर दिले. शामराव देसाई यांचे राष्ट्रवीर हे ९ मे १९२१ रोजी बेळगावहून प्रसिद्ध होऊ लागले. त्यात शाहूंवरील आरोपांविरुद्ध राष्ट्रवीरने फारच जळजळीत प्रतिक्रिया व्यक्त केली.

शाहूंविरुद्ध ब्राह्मणी वर्तमानपत्रांनी केलेल्या दुष्ट टीकेविरुद्ध तितकीच झोंबणारी कडक व दहशतवादी टीका ब्राह्मणेतर वर्तमानपत्रांनी केली. सर्व महाराष्ट्रभर ब्राह्मणेतरांनी कोल्हापूर, मुंबई, सातारा, अमरावती, कुंभोज इत्यादी ठिकाणी सभा भरवून केसरीचा धिक्कार केला आणि शाहूंशी निष्ठा व्यक्त केली.

त्यांनी सरकारला तंबी दिली की, जर शाहूंच्या प्रतिष्ठेला धक्का देण्याचे ब्राह्मण वर्तमानपत्रांचे प्रयत्न थांबविण्यात आले नाहीत तर त्याचे वाईट परिणाम होतील.

केसरीने छापलेल्या पत्रांत नवीन काहीच नव्हते. किंवा शाहूंच्या विचारात फरक झालेला नव्हता. टिळकांच्या मृत्यूनंतर टिळक पक्षाचे हिंदी राजकारणातील प्रभुत्व घसरू लागलेले होते व महाराष्ट्रातही त्यांचे वजन घटत चालले होते. त्यामुळे केसरीला वाटले की, शाहूंच्या राजकारणातील डावपेचावर आपण झगझगीत प्रकाश टाकला तर आपली घसरत असलेली महाराष्ट्रातील प्रतिष्ठा सावरेल. यासाठी ब्राह्मण्यवादी केसरीने ब्राह्मणेतर पक्षाच्या चळवळीकडे आपला मोर्चा वळविला. इतकेच नव्हे, तर केसरीला वाटले, जर शाहूंची विचारसरणी महाराष्ट्रात फोफावली तर आपल्या अस्तित्वाला व विचारसरणीला मोठा धोका निर्माण होईल. महाराष्ट्रातील जर ९५ टक्के लोकांच्या हिताच्या दृष्टीने ह्या प्रश्नाचा विचार केला तर शाहू हे जनताद्रोही वा स्वराज्यद्रोही नसून मागील ४० वर्षे सामाजिक आणि धार्मिक सुधारणांस कडाडून विरोध करणाऱ्या आणि मागास व दलितवर्गाच्या उन्नतीला विरोध करणाऱ्या केसरीलाच ते वर्णन अधिक शोभले असते.

ब्राह्मण संरक्षण समित्या पश्चिम महाराष्ट्रात अनेक ठिकाणी स्थापन झालेल्या होत्या. त्यांनी सभा व परिषदा भरविल्या. परंतु सत्यशोधक समाजाला ते प्रतिबंध करू शकले नाहीत. त्यामुळे शेवटी हताश होऊन केसरीला एक विनंतीपत्रक काढावे लागले. त्यात केसरीने म्हटले की, ब्राह्मणेतरांच्या तक्रारींचा विचार नुसत्या सूक्ष्मच नव्हे तर उदार अशा बुद्धीने व राष्ट्रीय धोरणाने झाला पाहिजे.[२०] बारामती येथे भरलेली पुणे जिल्हा सभा व वसई येथे भरलेली महाराष्ट्र प्रांतिक परिषद या दोहोंतही ब्राह्मणेतर वाद सलोख्याने मिटवावा अशा अर्थाचे ठराव मंजूर झाले. इतक्यात म्हणजे जूनच्या दुसऱ्या आठवड्यात शाहूंविरोधी फिरून केलेला भवानी पेठेतील दंगलीबद्दलचा अर्ज पुणे न्यायालयाने काढून टाकला. शाहूंनी सुटकेचा उसासा सोडला.

जून महिन्याच्या शेवटी राज्यपालांनी शनिवारवाड्याच्या अवशेषांचे आणि वाड्याच्या सभोवतालच्या सुंदर बागेचे उत्खनन करावयास आपणास साह्य करावे, अशी शाहूंनी विनंती केली. राज्यपालांची अशी इच्छा होती की, ज्या घराण्याचा त्या ऐतिहासिक वास्तूंशी संबंध आला होता त्यांनी त्या वैभवशाली वास्तूचे योग्य रितीने जतन केले पाहिजे. त्यासाठी शाहूंनी ऑगस्ट १९२१ रोजी २५ हजारांची देणगी दिली.

सन १९२१च्या जुलैमध्ये शाहूंनी प्रदीर्घ विचारांनंतर, सर्व्हण्ट्स ऑफ

इंडिया, लोकसंग्रह, बाँबे क्रॉनिकल आणि अशीच काही दुसरी वर्तमानपत्रे यांच्याविरुद्ध अब्रुनुकसानीची फिर्याद करावयाचा निर्णय घेतला. परंतु शेवटी त्यांनी तो विचार सोडून दिला.

सर रॉबर्ट बेडन पॉवेल यांनी सुरू केलेल्या बॉयस्काऊट चळवळीसंबंधी शाहूंना अत्यंत उत्साह वाटत होता. त्या चळवळीचे उद्दिष्ट मुलांची बौद्धिक, नैतिक व शारीरिक उन्नती व्हावी असे असल्यामुळे शाहू त्या चळवळीकडे आकर्षित झाले होते. ती चळवळ मुलांचे बाह्य ज्ञान वाढविण्याचे प्रयत्न करीत होती आणि उत्तम नागरिक तयार व्हावेत असे शिक्षण देत होती. शाहूंच्या मनातून बेडन पॉवेल ह्यांच्या बॉयस्काऊट चळवळीचा मुंबई प्रांतामध्ये प्रचार करावयाचा होता. त्यावेळी काही व्यक्तींना स्काऊटमास्तरच्या शिक्षणासाठी इंग्लंडला पाठवावयाचे होते आणि काही लोक १९२१च्या ऑगस्टमध्ये इंग्लंडला शिक्षणासाठी गेलेही होते. मुंबईचे राज्यपाल म्हणाले, 'शाहू मोठी उदार देणगी देऊन ह्या चळवळीचे आश्रयदाते झाले, तर लोकांच्या मनात ह्या चळवळीविषयी आवश्यक तो उत्साह निर्माण होऊन ह्या चळवळीला चालना मिळेल.' ह्या चळवळीचे महत्त्व पटल्यामुळे शाहूंनी भाऊसाहेब प्रतिनिधी ह्यांना स्काऊटमास्तरचे शिक्षण घेण्यासाठी इंग्लंडला पाठविण्याचे ठरविले. भाऊसाहेब प्रतिनिधी ह्याना औंधच्या गादीस मुकवण्यात आले होते आणि भाऊसाहेबांना स्काऊटमास्तरचे काम शिकण्याची इच्छा होती. त्यामुळे शाहूंनी ९ ऑगस्ट १९२१ रोजी बॉयस्काऊट चळवळीच्या मुख्य अधिकाऱ्याला पत्र लिहून भाऊसाहेबांना त्यांच्या संस्थेत प्रवेश मिळावा अशी विनंती केली. भाऊसाहेबांची शिफारस करताना शाहू म्हणाले की, 'ते पदवीधर असून त्या चळवळीला मोठ्या उत्साहाने वाहून घेण्याची त्यांची इच्छा आहे. सुशिक्षित समाजामध्ये ही चळवळ लोकप्रिय करण्यासाठी आपणांस भाऊसाहेबांचा उपयोग होईल.' शाहूंनी ह्या चळवळीविषयी दाखविलेल्या उत्साहावरून त्यांच्या प्रगतिप्रिय विचारांवर प्रकाश पडतो.

मुंबई सरकारने बॉयस्काऊट चळवळीचा वापर करण्याचे ठरविले होते. कोल्हापूरचे महाराज त्या चळवळीचे पुरस्कर्ते असून भाऊसाहेब पंतप्रतिनिधींना ते लंडनला पाठवीत आहेत, असे बेडन पॉवेल यांना कळविण्यात आले. इचलकरंजी जहागीरदारांच्या घराण्यापैकी विनायकराव घोरपडे यांनासुद्धा स्काऊटमास्तरच्या शिक्षणासाठी शाहूंनी स्वतःच्या खर्चाने लंडनला पाठविले. सर रॉबर्ट बेडन पॉवेल यांनी १० ऑक्टोबर रोजी शाहूंना पत्र लिहून कळविले की, भाऊसाहेब आपणास भेटले व आपण त्यांच्या बाबतीत सर्व काही करीत आहोत. शाहूंनी आपल्या चळवळीत उत्साहाने भाग घेतल्याविषयी व भाऊसाहेबांना लंडनला शिक्षणासाठी

पाठविल्याविषयी बेडन पॉवेल यांनी शाहूंचे मन:पूर्वक आभार मानले. नोव्हेंबरमध्ये पंतप्रतिनिधी व घोरपडे यांना प्रमाणपत्रे देण्यात आली व ते स्काऊटचे कार्य करण्यास योग्य आहेत असे शाहूंना कळविण्यात आले.

ऑगस्टच्या दरम्यान कोल्हापुरात एक खळबळजनक घटना घडली. तरुण ब्राह्मणेतरांचा एक मेळावा शहरातील अंबाबाईच्या मंदिरात गेला. मंदिराच्या गाभाऱ्यात जाऊन पुरोहिताच्या मदतीशिवाय त्या तरुणांनी भक्तिभावाने देवीस पाणी घातले व देवीवरची फुले काढून नेली. ते पाहून ब्राह्मणांनी ओरड केली की, देवी अंबाबाई ही अपवित्र झाली. ती बाटली, विटाळली. त्यावेळी छत्रपती राजधानीत नव्हते. ते रायबागला गेले होते. बाळासाहेब गायकवाडांना कळवून भिक्षुकांनी देवीस शुद्ध केले. दामोदर सावळाराम यांदे यांच्या 'इंदुप्रकाश'ने महाराज न्यायबुद्धीने याचा विचार करतील असा विश्वास व्यक्त केला. इंदुप्रकाशने पुढे म्हटले की, 'गांधी हे अस्पृश्यांना समानतेची वागणूक दिली पाहिजे असा आग्रह धरतात तर कोल्हापूरचे पुरोहित मराठ्यांसारख्या क्षत्रियांना बरोबरीचे हक्क द्यावयास तयार नाहीत.'[२१]

अंबाबाई मंदिर प्रकरणासंबंधी लिहिताना केसरीने आपल्या २३ ऑगस्टच्या अंकात अशी आशा व्यक्त केली की, 'ब्रिटिश राजप्रतिनिधी या बाबतीत न्याय देऊन, असे अत्याचार फिरून होणार नाहीत अशी उपाययोजना करतील. करवीर हद्दीत असले तरी लक्षावधी लोकांचे ते कुलदैवत असून ह्या प्रसंगाने त्यांच्या भावना दुखावल्या आहेत. धार्मिक लोकांनी आपली पूज्य धर्मक्षेत्रे 'परवश' न होतील अथवा उलटपक्षी परवश असलेली धर्मक्षेत्रे सोडून आपले कुलाचार स्ववश अशा क्षेत्रात कसे करता येतील ते पाहावे.' 'केसरी'ने आपली धार्मिक परंपरा पाळली. ब्राह्मण पुरोहिताशिवाय पूजा करणाऱ्या त्या तरुण लोकांना पकडण्यात आले. दिवाणांनी एक फौजदार व एक पोलीस पहाऱ्यासाठी देवळात ठेवले. ब्राह्मण पुरोहिताने मुंबई सरकारकडे दाद मागितली.

ह्यासंबंधी टीका करताना 'विजयी मराठ्या'ने आपल्या २७ ऑगस्टच्या अंकात अशाच एका प्रकरणाची माहिती दिली. एका अस्पृश्य बाईने शंकराच्या देवळात जाऊन शंकरास पाणी घातले व त्याची पूजा केली म्हणून सातारच्या ब्राह्मण दंडाधिकाऱ्याने तिला शिक्षा केली. परंतु मुंबई वरिष्ठ न्यायालयाने ती शिक्षा रद्द केली. ही माहिती देऊन 'विजयी मराठ्या'ने शाहूंना विनंती केली की, महाराजांनी वरील उदाहरण लक्षात ठेवून देवांची पूजा करावयास गेलेल्या तरुणांना केवळ धार्मिक भावनेने पुरोहितांच्या चिथावणीवरून छळू नये. विजयी मराठ्याने ब्राह्मणेतरांना विनंती केली की, त्यांनी जे देव ब्राह्मणांच्या ताब्यात नाहीत

त्यांचीच पूजा करावी. पुजारी हे देवळाचे धनी नव्हेत. सर्व ठिकाणी सभा भरवून महाराजांना अशी विनंती करावी की, मंदिरात सर्व समाजांना सारखी वागणूक दिली गेली पाहिजे.

'राष्ट्रवीर'ने म्हटले की, देवी अंबाबाई ही क्षत्रियांची देवता आहे आणि मराठ्यांना ब्राह्मणेतर म्हणून देवीची पूजा करण्याचा हक्क आहे. ठाकऱ्यांनी आपले प्रबोधन पाक्षिक १६ ऑक्टोबर १९२१ रोजी सुरू केले. त्यात त्यांनी 'अंबाबाईचा नायटा' नावाचा अग्रलेख लिहून कोल्हापूर दरबारने ब्राह्मणेतरांची गाऱ्हाणी त्वरित दूर न केल्याविषयी शाहूंना दोष दिला. त्या तरुणांना पकडले ही गोष्ट खरी असली तरी ती अस्पृश्योद्धार करण्याच्या कामी सक्रिय मनोधैर्य दाखविणाऱ्या छत्रपती सरकारच्या चारित्र्याला कलंकित करणारी आहे, असा प्रबोधनकारांनी त्या प्रकरणी अभिप्राय व्यक्त केला. त्यानंतर ठाकऱ्यांची भेट होताच शाहू म्हणाले की, 'आपण त्या बाबतीत सावधानतेने पावले टाकत आहोत व सर्व बंदोबस्त करणार आहोत.'[२२]

याच काळात शाहू छत्रपती शिवाजीमहाराजांचे स्मारक उभारण्याच्या योजनेत गुंग होते. एक मध्यवर्ती शिक्षण संस्था स्मारक म्हणून स्थापन करावी व भरपूर निधी जमल्यास शिवाजी महाराजांचा एक पुतळा उभारावा अशी मराठा समाजाची इच्छा होती. त्यासाठी नेमलेल्या समितीचे एक सभासद ग्वाल्हेरचे महाराज होते. या बाबतीत शाहूंनी धूर्तपणे एक व्यूह रचला. इंग्रज इतिहासकारांनी शिवाजीला लुटारू, दगेबाज म्हटले होते. ते मत इंग्रजांच्या राजप्रतिनिधीकडून त्यांच्यावर उलटवावयाचे व शिवाजी ही एक राष्ट्रीय विभूती होती व ते साम्राज्य संस्थापक होते असे सर्व जगाला जाहीर करावयाचे. त्या उद्देशाने त्यांनी महाराज्यपालांच्या कार्यकारी मंडळातले परराष्ट्रीय व राजकीय खात्याचे सभासद वुड यांना पत्र लिहिले व प्रिन्स ऑफ वेल्स यांच्या पुण्याच्या भेटीच्या कार्यक्रमात शिवाजी स्मारकाच्या पायभरणीचा कार्यक्रम समाविष्ट करावा अशी विनंती केली.

शाहूंनी शिवाजी स्मारकासाठी काम करणाऱ्या कार्यकर्त्यांची मुंबई सरकारच्या वरिष्ठ ब्रिटिश अधिकाऱ्यांशी ओळख करून देण्याच्या पद्धतीनुसार आमदार कीर्तिवानराव निंबाळकरांची आदम यांच्याशी ओळख करून दिली. स्मारकाचा पाया घालण्यासाठी जेव्हा प्रिन्स ऑफ वेल्स पुण्यास भेट देतील त्यावेळी पाटील परिषद भरवावी असे शाहूंनी ठरविले होते. जर पाटील परिषद भरविली तर राजनिष्ठ लोकांची संख्या असहकारितेवाद्यांपेक्षा जास्त होईल व त्यामुळे समारंभ यशस्वी होईल असे त्यांना वाटत होते. शिवाजी स्मारकाच्या पायाभरणीच्या समारंभाचा कार्यक्रम सरकारी कार्यक्रमात समाविष्ट करावा अशी

शाहू खटपट करीत होते. शाहूंच्या दृष्टीने तो एक महत्त्वाचा कार्यक्रम होता. तथापि महाराज्यपाल म्हणाले की, शेवटच्या घटकेस आपण तो कार्यक्रम प्रविष्ट करून घेऊ शकत नाही. शाहूंनी प्रयत्न सोडला नाही. ह्या प्रकरणी दोन महिने चर्चा व पत्रव्यवहार चालला होता. शेवटी २९ ऑगस्ट १९२१ रोजी बाळासाहेब गायकवाडांना त्यांनी कळविले की, 'माझ्याकडे कुस्त्या व खेळ आणि शिवाजी स्मारक समारंभाची व्यवस्था सोपविण्यात आली आहे.'

१ नोव्हेंबर १९२१ रोजी शाहूंनी महाराज्यपाल लॉर्ड रीडिंग यांनी मराठ्यांच्या शिवाजी स्मारक समारंभाच्या कार्यक्रमाला पाठिंबा द्यावा अशी विनंती केली. लॉर्ड रीडिंग स्वत: शिफारस करून शिवाजी स्मारकाचा पाया प्रिन्स ऑफ वेल्स यांच्या हस्ते घालून मराठ्यांना मोठा सन्मान मिळवून देतील अशी शाहूंनी आशा व्यक्त केली.

शाहू छत्रपती शिवाजी स्मारक योजनेच्या कामात गर्क असता डॉ. आंबेडकर यांनी दि. ४ सप्टेंबर १९२१ रोजी त्यांना पत्र लिहून २०० पौंडांची रक्कम पाठविण्याची विनंती केली. चलनाचे भाव घसरल्यामुळे त्यांच्याकडे जे पैसे होते त्यांत तूट येणार होती. 'आपण तेवढी रक्कम कर्जाऊ देण्याची कृपा केलीत तर मी आपला उपकृत होईन व मी परत आलो म्हणजे आपले पैसे व्याजासहित परत करीन' असे त्यांनी त्यात म्हटले होते. आपण दळव्यांच्या सल्ल्याने हे पत्र लिहीत आहो. आपली मागणी अयोग्य ठिकाणी झाली असे होणार नाही अशी आशा आहे, असेही त्या पत्रात डॉ. आंबेडकरांनी म्हटले होते.

शेवटी डॉ. आंबेडकर आपल्या पत्रात म्हणाले, 'आपली प्रकृती ठीक आहे अशी मला आशा आहे. आपली आम्हांला फारच जरुरी आहे. कारण हिंदुस्थानात प्रगती करीत असलेल्या सामाजिक लोकशाहीच्या महान चळवळीचे आपण एक आधारस्तंभ आहात.' पण ही रक्कम आंबेडकरांना पाठविण्यात आली की नाही हे कळत नाही. बहुधा ती त्यांना मिळाली असावी असे मानावयास हरकत नाही. महाराष्ट्रातील ब्राह्मणेतर पक्षात दोन गट पडले होते. शाहू त्या दोन्ही गटांचे पुढारी असल्यामुळे त्यांच्यातील मतभेद मिटविण्याचे शाहूंचे प्रयत्न अनेक दिवस चालले होते. महाराष्ट्र काँग्रेसमधील ब्राह्मणांनी स्वराज्य पक्ष स्थापन केला होता. त्या पक्षाकडे वालचंद कोठारी हे मनाने झुकलेले होते आणि त्यांनी संस्थानी प्रजेच्या परिषदेत भाग घेतल्यामुळे शाहू छत्रपती त्यांच्यावर रागावले होते. कारण स्वराज्य पक्ष हा ब्राह्मणांनी स्थापन केला असल्यामुळे त्यांचे लक्ष्य कोल्हापूर संस्थान बनले होते.

मराठ्यांत दुफळी निर्माण करण्याच्या हेतूने 'श्री शिवाजी' या नावाचे

एक नवीन वर्तमानपत्र सुरू झाले. त्यावेळी शाहू छत्रपती व कीर्तिवानराव निंबाळकर हे दोघे 'विजयी मराठा'चे दैनिक पत्रात रूपांतर करण्याच्या विचारात होते. श्रीपतराव शिंदे यांनी आपल्या 'विजयी मराठा' साप्ताहिकाचे रूपांतर दैनिकात करावे अशी शाहूंनी आपल्या दि. २६ ऑगस्ट १९२१ च्या पत्रात इच्छा व्यक्त केली. त्या पत्रात श्रीपतरावांना शाहू म्हणाले, 'नियमाप्रमाणे १०० रुपये पगार ठरला असता उगीच उपासमार करून घेऊ नये. पैशासंबंधी म्हणाल तर पैसे येथे पडून राहिले आहेत. तुम्हांला भीती वाटत असेल की, कदाचित पत्र बंद पडेल. पडले तर पडले. परंतु लवकर तयारीस लागवे.'[२३] प्रबोधनकार ठाकरे, श्रीपतराव शिंदे, वालचंद कोठारी हे हाडाचे देशभक्त आणि खरे सुधारक होते. त्यांनी शाहूंकडून आर्थिक साह्य घेतले, पण ते आपल्या जीवितकार्यासाठी, कुटुंबाच्या उदरभरणासाठी नव्हे, असे म्हणणे उचित होईल.

२७

शिवस्मारकानंतरचा शेवटचा प्रवास

ह्यच सुमारास म. गांधी आणि त्यांचे काही सहकारी यांनी कोल्हापरला भेट देण्याचे ठरविले होते. पण त्यांना कोल्हापुरातील वातावरण अनुकूल नाही असे वाटल्यावरून, विशेषत: ब्रिटिश राजप्रतिनिधी मेरीवेदर यांचा गांधींच्या आगमनाला विरोध असल्यामुळे त्यांनी आपला बेत रहित केला असे दिसते. प्रिन्स ऑफ वेल्स यांच्या कार्यक्रमात शिवाजी स्मारकाचा पाया घालण्याचा कार्यक्रम अधिकृतरीत्या समाविष्ट झाला नव्हता. यासाठी शाहू छत्रपती महाराज्यपाल लॉर्ड रीडिंग ह्यांना सिमल्याला जाऊन २१ सप्टेंबर १९२१ रोजी भेटले. छत्रपतींनी महाराज्यपालांशी अनेक विषयांवर चर्चा केली. परंतु त्यांच्या चर्चेतील महत्त्वाचा विषय शिवाजी स्मारक हाच होता. दुसरा विषय कर्नल मेरीवेदर ह्यांच्या पदावधीसंबंधीचा होता. तिसरा विषय होता, वर्तमानपत्रांत त्यांच्या आणि त्यांच्या कुटुंबावर जो विखारी हल्ला होत होता, त्याच्यापासून संरक्षण मिळावे. शाहू म्हणाले, 'वर्तमानपत्रांतील ती टीका सभ्येतला धरून तर नाहीच शिवाय न्याय्य नाहीच नाही. ती प्रांजल टीका नसून निव्वळ बदनामी आहे. संस्थानिक हे ब्रिटिश हिंदुस्थानातील न्यायालयात जाऊ शकत नाहीत. कुठल्याही स्वाभिमानी राजाला न्यायालयातील साक्षीदाराच्या पिंजऱ्यात जाऊन अशा बाबतीत साक्ष देणे आवडणार नाही. कारण ती बदनामी अशा सूचक शब्दांत केलेली असते की ती जरी आपण नाकारली तरी तो पुरावा लोकांना पटेलच असे नाही.'

लॉर्ड रीडिंग यांनी निर्बंध करून हिंदी संस्थानिकांना ब्रिटिश हद्दीतील वृत्तपत्रांतील टीकेपासून संरक्षण द्यावे अशी त्यांनी विनंती केली. त्यानंतर ११ ऑक्टोबर १९२१ रोजी मुद्रण निर्बंध आणि ब्रिटिश न्यायालयांचा हिंदी संस्थानिकांवर असलेला न्यायाधिकाराचा प्रश्न ह्यांविषयी आपण नरेंद्रमंडळात ठराव आणणार आहोत अशी शाहूंनी इच्छा व्यक्त केली. महाराज्यपाल लॉर्ड रीडिंग ह्यांना शिवाजी स्मारक ही एक संकुचित गटाची मागणी आहे असे वाटत होते. त्यावर शाहूंचे म्हणणे असे होते की, जे सैनिक गेल्या महायुद्धात धारातीर्थी पडले

त्यांच्या स्मरणार्थ हे मराठा स्मारक उभारण्यात येत आहे आणि ह्याच दोन्ही अर्थांनी 'मराठा' हा शब्द महाराष्ट्रातील एका समाजाच्या व लोकांच्या नावाने वापरला जातो. शिवाजी स्मारकाची ही चळवळ संकुचित किंवा जातीय आहे हे म्हणणे बरोबर नाही. वाटल्यास तिला प्रांतिक किंवा राष्ट्रीय चळवळ म्हणा. मुंबईचे राज्यपाल लॉर्ड लॉईड ह्यांचा ह्या बाबतीत शाहूंना पाठिंबा होता. त्यामुळे शाहूंनी लॉर्ड रीडिंग ह्यांना बजावले की, जर ब्रिटिश राजपुत्राच्या हस्ते शिवाजी स्मारकाचा पाया घातला गेला नाही, तर महाराष्ट्रात फार मोठा फार गैरसमज पसरेल आणि ह्या प्रश्नावर मोठा वादंगही माजेल. शिवाजी स्मारकाचा कार्यक्रम जर गाळण्यात आला तर आपण स्वागत समितीच्या सभासदत्वाचा राजीनामा देऊ,[१] अशी धमकीही त्यांनी महाराज्यपालांना दिली. एक महिनाभर हा झगडा चालला होता. शेवटी महाराज्यपालांनी शाहूंच्या मागणीला मान्यता दिली. त्यामुळे ब्रिटिश राजपुत्राच्या स्वागतासाठी पुण्यातील शाहू भक्तांत मोठा उत्साह निर्माण झाला.

हिंदी संस्थानिकांचे प्रतिनिधी म्हणून साम्राज्य परिषदेस जाण्याची आपली इच्छा आहे असे शाहूंनी २९ सप्टेंबर रोजी हिंदुस्थान सरकारला कळविले. यापूर्वी त्या परिषदेवर संस्थानिकांचे प्रतिनिधी म्हणून बिकानेरचे महाराज काम करीत होते. जर त्या परिषदेवर आपली निवड झाली तर आपला हा मोठा सन्मान होईल आणि त्या निवडीला आपल्या कर्तृत्वाने व वर्तनाने आपण योग्य ठरू असे त्यांनी म्हटले होते. त्या बाबतीत त्यांनी सिमला येथील आपल्या वास्तव्यात सर जॉन वुड ह्यांच्याशी आणि मुंबईत मॉंटगोमेरी ह्यांच्याशी चर्चा केली होती. १० ऑक्टोबर रोजी वुड ह्यांनी शाहूंना लिहिलेल्या पत्रात म्हटले की, राज्यपाल आपल्या विनंतीचा सहानुभूतिपूर्वक विचार करतील. पण त्याबरोबर त्यांनी असेही म्हटले की, इतर संस्थानिकांच्या अर्जाचाही विचार करावा लागेल. आपल्या महत्त्वाकांक्षेला पाठिंबा देऊन आगामी साम्राज्य परिषदेत उपस्थित राहण्यासाठी वुड हे आपल्याला साह्य करतील अशी त्यांनी वुडकडे आशा व्यक्त केली. आपली महत्त्वाकांक्षा आणि आपल्या ठायी रसरसत असलेली कार्यशक्ती व सामर्थ्य ही दाखवण्याची संधी मिळावी म्हणून छत्रपती नेहमी मोठ्या कार्यक्षेत्राच्या शोधात असत.

या समयी शाहू छत्रपतींच्या विनंतीवरून ग्वाल्हेरचे महाराज यांनी पाटील परिषदेचे अध्यक्षपद स्वीकारावे असे ठरले. मुंबई प्रांतातील सर्व पाटलांना पाटील परिषदेस उपस्थित राहण्यासाठी व शिवाजी स्मारक पायाभरणीच्या समारंभास उपस्थित राहण्याकरता दोन वेगळी आमंत्रणे पाठविण्यात आली.

मध्यंतरी शिवाजी स्मारकाच्या जागेची निवड करण्याचा प्रश्न दोन महिने अनिर्णीत राहिला होता. तो सोडविण्यासाठी शाहूंनी अधिकाऱ्यांशी विचारविनिमय केला. ऑक्टोबरच्या पहिल्या आठवड्यात शाहू पुण्यास राहिले व त्यांनी ब्रिटिश राजपुत्राच्या भेटीसंबंधी सर्व व्यवस्था करण्यात सहकारी अधिकाऱ्यांना साह्य केले. त्यावेळी शाहूंनी आपल्या कार्यकर्त्यांची त्यांना ओळख करून दिली. बाबुराव जगताप ह्यांची ओळख एक शिक्षणतज्ज्ञ व राजनिष्ठ व्यक्ती म्हणून करून देण्यात आली. बडोद्यातील आपली उच्च अधिकाराची जागा सोडून त्यांनी मोठा त्याग केलेला आहे आणि त्यांची आर्थिक परिस्थिती समाधानकारक नाही असे असूनही त्यांनी आपले जीवित लोकसेवेसाठी वाहून घेतले आहे असे महाराजांनी सांगितले.

छत्रपतींनी ५ ऑक्टोबर रोजी माँटगोमेरी यांना कळविले की, जर सरकारने आपल्याविषयी नापसंती व्यक्त केली किंवा ब्राह्मण पुढाऱ्यांचे ऐकून आपल्यासंबंधी गैरविश्वास दाखविला, तर आपला नाश होईल. ज्या ज्या वेळी सरकारला आपल्या साह्याची जरूर लागेल तर त्या त्या वेळी त्यांच्याशी अशा तऱ्हेचे डावपेच लढवून व इंग्रजी अधिकाऱ्यांना आपल्या बाजूस वळवून घेण्यात शाहूंचा हातखंडा होता.

याच सुमारास श्री. अ. डांगे यांनी आपल्या तारुण्यसुलभ उत्साहाने 'आपले स्वराज्यद्रोही छत्रपती' नावाची छोटी पुस्तिका प्रसिद्ध केली. १७ मे १९२१च्या केसरीत शाहूंची प्रसिद्ध झालेली सर्व पत्रे पुन्हा ह्या पुस्तिकेत छापण्यात आली हाती. डांगे हे त्या काळी टिळकपक्षीय ब्राह्मणी राष्ट्रवाद्यांच्या नव्या वलयाने दिपून गेलेले होते. ह्या राष्ट्रवादाच्या प्रभावळीतून ते आपल्या तारुण्यात बाहेर पडलेले नव्हते. डांग्यांनी त्या छोट्या पुस्तिकेचे प्रकाशक म्हणून आपले देशाभिमानी हृद्गत ह्या छोट्या पुस्तिकेच्या मुखपृष्ठावर व्यक्त केले होते. त्याचा अर्थ असा की, प्रजेच्या छळातून निर्माण झालेला अग्नी राजघराण्याचा संहार केल्याशिवाय थांबत नाही. डांग्यांच्या ह्या पुस्तिकेचा उल्लेख करून शाहू म्हणाले, 'खरोखर लोकांनी माझा जीव घेण्यास प्रोत्साहन देण्याचा आणि माझ्या घराण्याचा छळ करण्याचा हा अगदी उघड उघड प्रयत्न आहे.[२] जरी पुढे डांगे आपल्या बुद्धिमत्तेने, त्यागाने आणि लवचीक नेतृत्वाने हिंदुस्थानातील कम्युनिस्ट क्रमांक एक म्हणून जगप्रसिद्ध झाले तरी जन्मजात ब्राह्मणशाहीवर आणि टिळकवाद्यांच्या राष्ट्रवादावर अधिष्ठित असलेला त्यांचा शाहूंविषयीचा द्वेष ते कधीही विसरू शकले नाहीत.

शाहू छत्रपती दिल्लीला ४ नोव्हेंबर १९२१ रोजी नरेंद्रमंडळाच्या

बैठकीला उपस्थित राहण्यासाठी गेले. तेथे त्यांना व ग्वाल्हेरच्या महाराजांना महाराज्यपाल रीडिंग ह्यांनी पुण्यातील शिवाजी स्मारकाविषयी चर्चा करण्यासाठी थांबवून ठेवले. त्या दोघांनी ६ नोव्हेंबर रोजी एक तास महाराज्यपाल रीडिंग ह्यांच्याशी चर्चा गेली. ठरलेल्या कार्यक्रमात आता फरक करणे राजकीय दृष्ट्या घोडचूक होईल असे शाहूंनी महाराज्यपालांच्या निदर्शनास आणून दिले. दिल्लीत असताना शाहूंनी जावराच्या नवाबसाहेबांना तीन लढाऊ कोंबड्यांच्या जोड्या पाठवायला सांगितल्या. ह्या जातीचे कोंबडे त्या काळी महाराष्ट्रात क्वचितच आढळत.

शाहू ११ नोव्हेंबर रोजी दिल्लीहून निघाले. मागील कित्येक महिने ते मांडीवरील जखमेमुळे घोड्यावर बसले नव्हते. आता त्यांना घोड्यावर बसण्याची सवय करावयाची होती. दिल्लीत त्यांना एक बंगला विकत घ्यायचा होता; कारण दिल्लीत त्यांना राहण्यासाठी सोयीची जागा कधीच मिळाली नाही. मिळाले घर तर ते एखाद्या सरदाराच्या नावाने विकत घेणार होते; कारण ते घर शाहू विकत घेणार आहेत असे कळले तर त्याची किंमत घरमालक चढवतील असे त्यांना वाटे. दिल्लीत त्यांना नवीन घर बांधावयाचे नव्हते. तसे करण्यास त्यांना फार मोठी रक्कम खर्च करावी लागली असती. दिल्लीहून शाहूंनी कीर्तिवानराव निंबाळकर व केशवराव बागडे यांनी सुरू करावयाच्या नवीन दैनिकाला 'विजयी शिवाजी' असे नाव द्यावे असे कळविले होते. ह्यानंतर थोड्या दिवसांनी त्यांनी 'शिव छत्रपती' नावाने दैनिक पुण्यात सुरू केले. ते १२ फेब्रुवारी १९२३ रोजी बंद पडले.[३]

शिवाजी स्मारकाची कोनशिला बसविण्याचा समारंभ पुण्यात ब्रिटिश युवराजांच्या हस्ते १९ नोव्हेंबर रोजी व्हावयाचा होता. शाहू पुन्हा मुंबईत आले आणि १८ नोव्हेंबर रोजी मुंबईहून खास आगगाडीने पुण्याला सायंकाळी पोहोचले. ब्रिटिश युवराजांना घेऊन निघणारी खास आगगाडी दिनांक १८ रोजी मध्यरात्रीनंतर मुंबईहून निघून ती दुसऱ्या दिवशी सकाळी ९।। वाजता पुण्याला पोहोचली. सलामीदर्शक तोफांच्या गडगडाटात व दारूकामाच्या झगझगाटात ब्रिटिश युवराज पुणे स्थानकावर उतरले. १९ नोव्हेंबरला सकाळी हजारो पाटील आणि ब्राह्मणेतर जनता यांनी पुणे स्टेशनवर व बाहेर युवराजांचे प्रचंड जयघोषात टोलेजंग स्वागत केले. आणि जेव्हा राज्यपाल लॉर्ड लॉईड व ब्रिटिश युवराज ह्या दोघांना छत्रपतींनी ब्राह्मणेतर लोकांच्या गर्दीतून आपल्यासंगे नेले तेव्हा सर्व लोकांचा उत्साह अगदी शिगेला पोहोचला. लोकांनी 'युवराज की जय', 'शिवाजी

महाराज की जय', 'शाहू छत्रपती की जय' ह्या घोषणा करून सर्व आसमंत दणाणून सोडला.

त्यानंतर ब्रिटिश युवराजांची मिरवणूक शनिवारवाडा येथे गेली. तेथे युद्धात धारातीर्थी पडलेल्या मराठा सैनिकांचे युद्ध स्मारक उभारावयाचे होते. त्या मराठा सैनिकांनी महायुद्धात लढून शिवाजीच्या सैन्याचे चैतन्य आपल्या ठायी अजून खेळत आहे हे सिद्ध केले होते. मराठा युद्ध स्मारकाची कोनशिला बसविताना ब्रिटिश युवराज म्हणाले, 'शिवाजीचे बालपण पुण्यातच गेले. शिवाजीने एक साम्राज्य स्थापले एवढेच नव्हे तर, शिवाजीने एक राष्ट्र निर्माण केले.' नंतर ती मिरवणूक पुणे शहराजवळील भांबुर्डा गावी (हल्लीचे शिवाजीनगर) गेली. तेथे शिवाजी स्मारक उभारावयाचे होते. मिरवणुकीत ब्रिटिश युवराज सहा घोड्यांच्या रथात बसले होते. ह्या भव्य मिरवणुकीत ग्वाल्हेरचे घोडेस्वार आणि कोल्हापूरचे घोडदळ अग्रभागी होते. ही मिरवणूक पाहिल्यानंतर शाहूंचे ब्राह्मणेतर जनतेवर केवढे अनन्यसाधारण वजन आहे, हे सर्वांना दिसून आले. स्मारकाच्या पायाभरणीच्या स्थळाकडे शाहू छत्रपती व ग्वाल्हेरचे महाराज ह्यांनी ब्रिटिश युवराजांना नेले.

ब्रिटिश युवराजांचे स्वागत करताना शाहू छत्रपती मोठ्या अभिमानाने म्हणाले, 'इंग्लंडच्या राजघराण्याचे आम्ही सदैव ऋणी आहोत. कारण त्यांनी शहाणपणाने व उदार मनाने ज्ञानाचे दरवाजे हिंदुस्थानात सर्वांना खुले केले आणि त्यामुळे जनतेत एक प्रकारच्या स्वाभिमानाची जाणीव व खऱ्या नागरिकत्वाचा बाणा हे गुण निर्माण झाले. आणि हे त्यांच्या उदार धोरणाचे स्वाभाविक परिणाम होते. ज्या विभूतिवंत शिवाजीने मराठ्यांचे नाव इतिहासात अमर करून टाकले, त्यांच्यामध्ये सैनिकी बाणा निर्माण केला आणि ज्याच्या नावाच्या स्मृतीमुळे मराठा सैनिकांत गुण दिसून आले त्या शिवाजीची स्मृती मराठे लोक किती प्रखर भावनेने, आदराने, अभिमानाने उराशी बाळगतात याची कल्पना आपण करू शकता. शिवाजी हे मोठे मुत्सद्दी हाते. त्यांनी अष्टप्रधान मंडळाची नेमणूक करून हल्लीच्या हिंदुस्थानातील मंत्रिमंडळाचे अगोदरच भाकीत करून ठेवले होते. तसेच शिवाजीमहाराजांनीच नौदलाची योजना प्रथम अस्तित्वात आणली. या महान मुत्सद्द्याच्या व सेनापतीच्या चारित्र्याच्या श्रेष्ठत्वाचे गुणगान करावयास आपणही चुकणार नाही. तो मोठा धैर्यशाली धर्मसुधारक होता आणि त्याने आपल्या काळच्या अंधश्रद्धेला धैर्याने तोंड दिले होते.

'जरी त्याने हिंदुधर्माविषयी कळकळ दाखविली तरी अकबरासारखा तो इतर जातींविषयी व धर्मांविषयी अत्यंत सहिष्णू होता. मराठा ही जात तिच्या

जन्मापासून लढाऊ आहे हे आपणांस माहीत असेल. कलकत्त्यातील मराठा खंदक आजही त्यांच्या शौर्याची साक्ष मूकपणे देत राहिला आहे. मराठ्यांनी आज आपले पूर्वीचे स्थान मिळविले आहे व आम्हांला विश्वास आहे की, ब्रिटिश साम्राज्याच्या सैनिक दलामध्ये मराठे हे कोणत्याही उत्कृष्ट आणि शौर्यशाली जातीच्या बरोबरीने ठरणारी लढवय्यांची जात आहे हे आम्हांला अभिमानाने सांगण्याचा अधिकार प्राप्त झाला आहे.

'आता शिक्षणाच्या संधीचे सर्व फायदे घेणे आपणावरच अवलंबून आहे व ब्रिटिश साम्राज्याच्या पितृछत्राखाली सर्व धर्मांच्या लोकांना समानता जन्मसिद्ध हक्क म्हणून लाभत आहे. आम्ही आता आपल्याला युद्धक्षेत्रातच नव्हे तर विधिमंडळातही लायक ठरण्यासाठी आटोकाट प्रयत्न केले पाहिजेत व आपण साम्राज्यासाठी आपली लेखणी व तरवार अर्पण केली पाहिजे.

'शिवाजीनंतर मराठ्यांचे धोरण ठरविणारा विख्यात महादजी शिंदे यांची ज्यांनी वैभवशाली परंपरा जिवंत ठेवली आहे ते माझे मराठा बंधू ग्वाल्हेरचे अलिजाबहाद्दूरमहाराज यांच्या दूरदृष्टीस व प्रयत्नास आजचा शुभप्रसंग निर्माण करण्याचे बरेचसे श्रेय आहे. त्यांच्यासमवेत माझे वैभवशाली पूर्वज महत्पुरुष शिवाजी यांच्या स्मारकाची कोनशिला बसविण्यास मी आपणास कळकळीची विनंती करीत आहे.'

शिवस्मारकाची कोनशिला बसविताना ब्रिटिश युवराज म्हणाले, 'हे स्मारक लष्करी स्वरूपाचे न करता शिवाजीचे नाव एका महत्त्वाच्या शिक्षण संस्थेशी निगडित व्हावे हे शिवाजी स्मारक संस्थेचे ध्येय मला आवडले. कोनशिलेच्या खाली एक पेटी पुरण्यात आली. तीत इतर वस्तूंबरोबर 'विजयी मराठ्या'चा[४] एक अंक होता. धारच्या महाराजांनी ब्रिटिश युवराजांचे भाषण मराठीत वाचून दाखविले. समारंभाला रँगलर परांजपे उपस्थित होते.

पाटील परिषद ग्वाल्हेरच्या महाराजांच्या अध्यक्षतेखाली १८ नोव्हेंबरलाच भरली होती. पाटलांनी शिक्षण घेऊन आपली स्थिती सुधारावी असा ग्वाल्हेरच्या महाराजांनी परिषदेला उपदेश केला. राजे शंभूसिंग माधवराव माळेगावकर हे त्या परिषदेचे कार्यवाह होते.

शिवस्मारकाचा भव्य समारंभ अत्यंत उत्साही वातावरणात यशस्वीरीत्या पार पडला. त्याविषयी राज्यपालांनी शाहूंचे मन:पूर्वक आभार मानले. ते म्हणाले, 'आपण प्रत्येक बारीकसारीक गोष्टीत लक्ष पुरविण्यासाठी अतिशय कष्ट घेतलेत याची मला जाणीव आहे. लोकांनी युवराजांचे भव्य स्वागत केले हे तुमच्या

कष्टाचे फळ आहे.' शाहूंना स्वत:ला त्या महान यशाविषयी धन्यता वाटत होती याविषयी संदेह नाही.

'दि टाइम्स ऑफ इंडिया' पत्राचे संपादक सर स्टॅनले हे शाहूंची पुण्यातील यशस्वी कामगिरी पाहून अतिशय खूश झाले. त्यांनी आपल्या २२ नोव्हेंबरच्या अंकात शाहूंनी ब्रिटिश साम्राज्याला महायुद्धामध्ये जे मोलाचे साहाय्य केले होते त्याविषयी त्यांची प्रशंसा केली आणि 'शिवाजी हा एक अनेक व्यक्तींचा रांधा आहे, ती एक व्यक्ती नसून सर्व मानव जातीचे संक्षिप्त सार आहे,' हे शाहूंनी केलेले शिवाजीचे वर्णन आपणास फार आवडले आहे असे त्यांनी म्हटले. शिवाजीच्या स्मरणामुळे मराठ्यांचा लढाऊपणा जिवंत राहिला. 'टाइम्स'ने अतिशय गुणग्राहकतेने, ब्रिटिश युवराजाने शिवाजीचे जे वर्णन केले – 'शिवाजीने एक साम्राज्यच स्थापले एवढेच नव्हे तर त्याने एक राष्ट्र निर्माण केले.' हे शिवाजीचे गुणवर्णन आणि 'मराठे हे आपल्या जातीच्या जन्मापासूनच लढवय्ये आहेत' हे विधान आपणास फारच आवडले असे म्हटले आहे.

आपल्या २३ नोव्हेंबरच्या खाजगी पत्रात सर स्टॅनले शाहूंना म्हणाले: 'पुण्यातील अत्यंत यशस्वी समारंभाकडे प्रामुख्याने लक्ष वेधणे मला शक्य झाले याचा मला अतिशय आनंद होत आहे. आपली विलक्षण कार्यक्षमता व आपले या बाबतीत त्या कार्याकडे व आपल्या दुसऱ्या स्पृहणीय कामगिरीकडे मी लक्ष वेधू शकलो. दिल्लीतील महाराज्यपालांच्या कार्यकारी मंडळाचे सभासद कार्य यांनीही शाहूंना पुण्यातील यशस्वी समारंभाविषयी धन्यवाद दिले. मुंबई राज्यपालांच्या सैनिक विभागाचे सचिव रेक्स बेसन यांनी पुण्यातील घवघवीत यशाविषयी महाराजांचे मन:पूर्वक आभार मानले.

शाहूंच्या पुण्यातील यशाचे प्रतिध्वनी सर्व भारतात उठले. तेजबहादूर सप्रू यांनी शाहूंचे अभिनंदन केले. महाराज्यपाल व ब्रिटिश सम्राट यांनीही त्या यशाविषयी आनंद व्यक्त केला. त्याविषयी आभार मानताना शाहूंनी महाराज्यपालांना म्हटले की, 'आपला मोलाचा पाठिंबा नसता तर ते समारंभ माझे एक अपूर्ण स्वप्नच राहिले असते.'

पुण्यातील यशस्वी कार्यक्रमाच्या पाठोपाठ शाहूंनी दुसरा एक विजय मिळवला. मुधोळचे राजेसाहेब ह्यांनी क्षत्रिय जगद्‌गुरूला शाहूंच्या सांगण्यावरून मुजरा केला.

पंडित मदनमोहन मालवीय यांनी शाहूंना बनारस विद्यापीठाच्या इमारतीच्या उद्‌घाटन प्रसंगी उपस्थित राहावे अशी विनंती करून आमंत्रण पाठविले होते. ते उद्‌घाटन ब्रिटिश युवराजांच्या हस्ते दि. १२ डिसेंबरला व्हायचे

होते. तेथे राजपुत्रांना 'डॉक्टर ऑफ लेटर्स' ही सन्मान्य पदवी अर्पण करण्यात यावयाची होती.

शाहूंनी मुंबईच्या राज्यपालांना त्यांच्याच भाषणाच्या ग्रंथाची एक प्रत भेट म्हणून दिली. त्यांच्या भाषणामध्ये शाहूंना स्वारस्य वाटत असल्यामुळे त्यांनीही त्यांची एक प्रकारे सेवामय प्रशंसा केली होती असे त्यांनी सांगितले. या विजयी वातावरणाचा फायदा घेण्याच्या दृष्टीने त्यांनी इचलकरंजी दत्तक प्रकरणाविषयी महाराज्यपालांच्या खाजगी चिटणिसांना १३ डिसेंबर १९२१ रोजी पत्र लिहून विनंती केली की, 'जेव्हा प्रकरण महाराज्यपालांपुढे विचारासाठी येईल तेव्हा माझे म्हणणे मांडण्यास मला संधी द्यावी.' सर कावसजी जहांगीर यांच्या जागी भास्करराव जाधवांना राज्यपालांच्या कार्यकारी मंडळाचे सभासद नेमावे अशीही त्यांनी सरकारला कळकळीची विनंती केली.

सन १९२१ च्या डिसेंबरच्या शेवटी शाहूंनी मेरीवेदर यांच्या पदावधीसाठी मध्यवर्ती सरकारला पुन्हा विनंती केली. याच वेळी शाहूंच्या एका निष्ठावंत कार्यकर्त्याने 'संजीवन' नावाचे पाक्षिक दि. १ डिसेंबर १९२१ रोजी सुरू केले. ह्या कार्यकर्त्यांचे नाव दत्तात्रय भिकाजी रणदिवे असे होते. ते एक नाणावलेले कवी व लेखक होते. ते आपल्या कर्तृत्वाने ब्राह्मणेतर चळवळीचे एक आधारस्तंभ बनले होते.

शाहूंच्या राजसंन्यासाविषयी उतावीळ झालेल्या 'केसरी'ने आपल्या १३ डिसेंबर १९२१ च्या अंकात एक महत्त्वाची बातमी प्रसिद्ध केली. कोल्हापूरच्या महाराजांनी मालवणच्या किल्ल्यात जागा खरेदी केली असून तेथे वाडा बांधून ते राहणार आहेत अशी वदंता आहे. ती खरी असल्यास त्यातील इंगित काय ? केसरीने ही बातमी प्रसिद्ध केली ती त्यांच्या मनाची पडछाया होती. शाहू छत्रपती हे राज्यत्याग करण्याच्या किंवा निवृत्त होण्याच्या बेतात असावेत अशी केसरीला कोणी माहिती पुरविली असण्याचीही शक्यता आहे.

आपण दिल्लीस जाऊन महाराज्यपालांची भेट घेऊ इच्छितो असे छत्रपतींनी मेरीवेदर ह्यांना १ जानेवारी १९२२ रोजी कळविले. आपले विचार महाराज्यपालांसमोर मांडावयाचा त्यांचा बेत होता. शिवाय दक्षिणी संस्थान हितवर्धक सभेसंबंधी त्यांना त्यांच्याशी चर्चा करावयाची होती.

शाहू छत्रपतींची ब्रिटिश युवराजांबरोबर काढलेली छायाचित्रे युरोपमध्ये प्रसिद्ध झाली. तेथील निरनिराळ्या शहरांतून राहणाऱ्या चाहत्यांनी व मित्रांनी शाहूंचे अभिनंदन करणारी पत्रे पाठविली. त्यांपैकी लॉर्ड हॅरिस हे एक होत.

त्यांनी पुणे येथील समारंभ चांगल्या रितीने पार पाडल्याविषयी शाहूंचे मन:पूर्वक अभिनंदन केले.

श्रीनिवास अय्यंगार यांची मद्रास प्रांताचे महाअधिवक्तापदी नेमणूक झाल्यावर त्यांनी तंजावर अभियोगासंबंधी काही उत्साह दाखविला नाही. त्यामुळे तो अभियोग चालविण्याचे काम रामस्वामी मुदलियार यांच्यावर सोपविण्याचा शाहू विचार करीत होते. ७ जानेवारी १९२२ च्या आपल्या पत्रात शाहू मुदलियार यांना म्हणतात, ''जस्टिस'च्या एका अंकात शास्त्रीच्याविरुद्ध एक लेख आला आणि येथे प्रत्येक जण त्याचे कर्तृत्व माझ्यावर लादतो व मला शिव्या देतो. ब्राह्मणेतरांचा पुढारी होणाऱ्याच्या नशिबी हे येते.'

शाहूंचा हा अभियोग मद्रास वरिष्ठ न्यायालयात चालणार होता. त्या न्यायालयातील बहुतेक सर्व न्यायाधीश ब्राह्मण होते. आणि ते महाराष्ट्रातील ब्राह्मणेतर चळवळीच्या धाडसी व प्रभावी पुढाऱ्याला अभियोगात न्याय देणार होते. शाहूंच्या मृत्यूनंतर काही महिन्यांनी त्यांनी त्या अभियोगाचा निर्णय शाहूंच्याविरुद्ध केला. निर्णय करावयाचा महत्त्वाचा मुद्दा असा होता की, ज्यांना 'सोर्ड वाईव्ज' – उपस्त्रिया – म्हणतात त्या प्रकारच्या उपस्त्रियांना वैध पत्नी मानावयाचे की काय. दुसरे असे की, प्रतापसिंहाची आई अन्नपूर्णाबाई ही तुकोजीरावांची 'सोर्ड वाइफ' उपपत्नी होती की कसे व तसे असेल तर प्रतापसिंह हा अनौरस पुत्र असल्यामुळे क्षत्रिय ठरत नाही. ह्या महत्त्वाच्या मुद्द्याचा निर्णय न्यायाधीशांनी केला नाही. त्यांनी आपले निर्णय रजपूत आणि त्यांचे वंशज हेच फक्त क्षत्रिय आहेत याच समजुतीवर आधारले. महापुरुष शिवाजी यांचे वंशज क्षत्रिय किंवा शूद्र आहेत त्याचा निर्णय मद्रासच्या वरिष्ठ न्यायालयाने दिलेला नाही. तरी शाहूंचे ब्राह्मण शत्रू म्हणाले की, भोसले हे शूद्र आहेत असे मद्रास वरिष्ठ न्यायालयाने ठरविले.

असहकारितेची चळवळ सर्व हिंदुस्थानभर पसरत चालली होती. ब्रिटिश युवराज यांनी १७ नोव्हेंबर रोजी मुंबईला भेट दिली तेव्हा संतप्त झालेल्या झुंडींनी आगगाड्या, मोटारी व दारू दुकाने जाळून फस्त केली. हिंदू व मुसलमान यांनी मिळून ख्रिश्चन, ज्यू व पारशी यांच्यावर हल्ले केले; कारण त्या समाजांनी युवराजांच्या सत्कार समारंभात भाग घेतला होता. ह्या दंगलींचा म. गांधींनी निषेध केला व त्या दंगली म्हणजे मोठा काळिमा आहे असे त्यांचे वर्णन केले. इतकेच नव्हे तर, आपले दिवाळे निघाले आहे असेही गांधींनी म्हटले. शाहूंना असहकारितेच्या चळवळीचा शेवट हत्याकांडात होईल अशी भीती वाटत होती. तशीच ती ॲनी बेझंट, चंदावरकर आदी नेमस्त नेत्यांना वाटे. त्यासंबंधी आपले

गुरू फ्रेजर यांना सन १९२२ च्या जानेवारी महिन्यात लिहिलेल्या पत्रात शाहूंनी मुंबईतील दंगलीचे सविस्तर वर्णन केले. मुंबईतील दंगलीच्या त्या वावटळीत शाहू स्वत: सापडले होते. परंतु ते त्यातून कसेबसे निसटले. आपल्या पत्रात शाहू म्हणाले: 'मुंबईतील दंगलीत दंगेखोरांनी मलाही धमकाविले. परंतु माझ्या प्रचंड देहयष्टीने मला वाचविले. जे लोक माझ्या पाठून आले त्यांना आपले परदेशीय कापडाचे कपडे गांधीवाद्यांना विदेशी कापडाच्या होळीकरता द्यावे लागले.'

पुण्यातील समारंभात यश संपादन करण्याकरिता शाहूंनी अहोरात्र काम केल्यामुळे त्यांच्या प्रकृतीवर फारच ताण पडला व ते मिरजेस ७ जानेवारी १९२२ रोजी डॉ. वानलेस यांचा वैद्यकीय सल्ला घेण्यासाठी गेले. त्याच दिवशी मिरजेहून मेरीवेदर यांना लिहिलेल्या पत्रात शाहूंनी म्हटले की, 'डॉ. वानलेस यांचा सल्ला घ्यावयास मी येथे आलो आहे. मी गेले ३ दिवस उपोषण केले. परंतु डॉ. वानलेस यांनी मला उपोषण सोडावयास सांगितले आहे. माझ्या सर्व शरीराला मुंग्या चावत आहेत. मला वेदना होत आहेत. मला रक्तदोषाचा विकार जडला असावा व मी पूर्ण विश्रांती घ्यावी असे डॉक्टरांचे मत आहे. येथे हवा फार कोरडी आहे व ती माझ्या प्रकृतीस मानवते. थोडक्यात मी येथे दोनचार दिवस आनंदात घालविणार आहे.'[५]

आदर्श मानवसेवक व धन्वंतरी डॉ. वानलेस हे शाहूंचे सन्मित्र होते. भेदाभेद व पंक्तिप्रपंच न करता मानवसेवा करणारे डॉ. वानलेस व त्यांची पत्नी मेरी वानलेस यांच्या वैदकीय मानवसेवेला वाव मिळावा म्हणून शाहूंनी त्या प्रीत्यर्थ हजारो रुपयांची देणगी दिली, जमिनी दिल्या, गाडी व घोडाही त्यांच्या तैनातीस दिला. मेरी वानलेस ख्रिस्तवासी झाल्यावर शाहूंनी डॉ. वानलेस यांचा विवाह लिलियन यांच्याशी मोठ्या रोमांचकारी रितीने घडवून आणला. त्यांनी मिरजेला एक सुशोभित असा रथ पाठवून आपल्या राज्यातील कोडोली मिशनच्या बंगल्यामध्ये त्यांना बोलावून घेतले. डॉ. वानलेस यांच्या विवाहाला अमेरिकन मिशनच्या अधिकाऱ्यांनी विरुद्ध मत दिले होते. तरी त्यांनी हा विवाह घडवून आणला. लिलियन वानलेस ह्यांनी शाहूंच्या प्रचंड देहापुढे हत्तीची गाडीसुद्धा लहान दिसे असे शाहूंचे वर्णन केले आहे.

शाहू ह्या दिवसांत अस्वस्थ मन:स्थितीत होते. त्यांनी ११ जानेवारी १९२२ रोजी दिल्लीतील वुड ह्या महाराज्यपालांच्या कार्यकारी मंडळाच्या सदस्यांना कळविले की, आपण फेब्रुवारीच्या मध्यावर दिल्लीत येत आहोत. मेरीवेदर यांनी, डॉ. वानलेस यांचा सल्ला पूर्णतया मानवा असे शाहूंना सांगितले. मेरीवेदर यांनी शाहूंना थट्टेने कळविले की, आपण रंकाळा तलावाजवळ शिकार

करावयास गेलो होतो. पण तेथे सर्व पक्ष्यांत असहकारितेचे अनुयायी दिसले ! ब्रिटिश सरकारी दरबारात आपले वजन वाढले आहे असे पाहून शाहूंनी आपल्याला २१च्या ऐवजी २३ तोफांची सलामी मिळावी असा मेरीवेदरवर युक्तीने दबाव आणला.

प्रकृतीत थोडी सुधारणा झाल्यावर शाहूंनी ११ जानेवारी १९२२ रोजी वुड यांना लिहिले की, 'आपल्याशी मनसोक्त मोकळेपणाने बोलल्यावर माझ्या मनाला शांती आणि दिलासा मिळेल.' मुंबई सरकारच्या राजकीय कार्यवाहाला त्यांनी कळविले की, 'मी दिल्लीस जात आहे आणि मी रजेवरच आहे असे म्हणाना.' त्यांनी मेरीवेदर यांच्या पदावधीसाठी जी खटपट केली होती त्यात त्यांना यश आले. मेरीवेदर ह्यांना ६ महिन्यांची मुदतवाढ मिळाली. म्हणजे ते १९२२ च्या वर्षअखेरपर्यंत राजप्रतिनिधी म्हणून राहिले.

मिरजेहून कोल्हापूरला परत आल्यावर शाहू कागलमधील मुरगुड येथे ६ फेब्रुवारी १९२२ रोजी बापूसाहेब ह्यांनी बांधलेल्या तलावाचे उद्‌घाटन करण्यासाठी गेले. त्यावेळी कागलच्या जनतेने शाहूंना मानपत्र दिले आणि त्यांचा सत्कार केला. त्या समारंभाच्या वेळी शाहूंनी तलाव खुला करताना जे भाषण केले त्यात असे म्हटले की, बापूसाहेब यांनी केवळ पिण्याच्या पाण्याचीच सोय केली आहे असे नाही, तर पुढे होणाऱ्या उसाच्या लागवडीचीही सोय केली आहं. त्या तलावाच्या आसमंतात एखादा उसाचा कारखाना निघेल असेही त्यांनी भाकीत केले. त्या मानपत्रामुळे त्यांना आबासाहेबांच्या बुद्धिमत्तेची व कर्तृत्वाची आठवण झाली आणि त्यांच्या मार्गदर्शनाचा कागल आणि कोल्हापूर ह्यांना फार काळ फायदा मिळाला नाही, याविषयी त्यांनी हळहळ व्यक्त केली. बापूसाहेबांनी कोल्हापुरातील मोठमोठी विधायक कार्ये करून जो अनुभव मिळविला आहे त्याचा उपयोग आपल्या प्रजेचे हित साधण्यासाठी ते करीत आहेत. बापूसाहेब हे कोल्हापूरच्या राजकारभारात नेहमी गुंतून राहिल्यामुळे त्यांना कागल येथील कार्यासाठी स्वत:ला वाहून घेता येत नाही. बापूसाहेब यांना कागल येथे फार काळ राहता येत नसल्यामुळे त्यांच्या प्रजेला अनेक अडचणी सोसाव्या लागतात, त्याला जबाबदार आपण आहोत असे मान्य करून त्यांनी दु:ख व्यक्त केले.[६]

बापूसाहेब घाटगे व दिवाण सबनीस यांच्यासह शाहू दिल्लीला गेले. ते दिल्लीला पोहोचल्यानंतर एक अत्यंत दु:खकारक गोष्ट कोल्हापुरात घडली. बापूसाहेब घाटगे यांची पत्नी कोल्हापुरात निवर्तली. त्यामुळे ती बातमी कळताच शाहूंना अनिवार दु:ख झाले. महाराज्यपालांचे कार्यवाह एच. थॉमसन ह्यांना पाठविलेल्या आपल्या ११ फेब्रुवारी १९२२ च्या पत्रात शाहू म्हणाले, 'बापूसाहेब

हे माझे बंधू असून राज्यकारभाराच्या अनेक खात्यांतील कार्यात त्यांचे मोठे साह्य होते. सबनिसांसारखा दिवाण मिळाल्याने मी सुदैवी ठरलो आहे. जर सबनीस नसते तर माझे संस्थान या दिवसांत सुरक्षित आणि निर्भय आहे तसे राहू शकले नसते. असा दिवाण व असा बंधू मिळाल्यामुळे मी स्वत:स भाग्यवान समजतो.' त्या शोकाकुल परिस्थितीत बापूसाहेब आणि शाहू दिल्लीतच राहून आपली कामे करीत होते. दिल्लीतील सरकारी वरिष्ठ अधिकाऱ्यांनी व मुंबईहून राज्यपाल जॉर्ज लॉईड ह्यांनी त्यांना शोकसंदेश पाठविले. त्या पत्रांना उत्तर देताना शाहू म्हणाले, 'माझी वहिनी ही माझ्या मातेसारखी होती आणि जर ब्रिटिश युवराज व त्यांचे राजघराणे यांच्याविषयी आदर व्यक्त करण्यासाठी मला येथे राहावे लागले नसते तर – व हे माझ्या आयुष्यातील शेवटचे कर्तव्य आहे असे मला वाटते, कारण मी आता फार दिवस जगेन असे मला वाटत नाही – मी दिल्लीत एक क्षणभरही राहिलो नसतो.'[७]

दिल्लीतील ह्या वास्तव्यात छत्रपतींनी फ्रँक बीमन यांच्यावर हिंदू संहितेत आणखी काही निर्बंधांची भर टाकण्याचे काम सोपविले. आणि त्यासाठी ५ हजारांची हुंडी त्यांच्याकडे पाठविली. पण त्यांना असे कळले की, डॉ. गौर ह्यांनी ते काम अगोदरच केले आहे. त्यामुळे बीमन यांच्याकडे सोपविलेली कामगिरी रद्द करण्याचे ठरविले आणि बीमन यांना हुंडी परत करावयास सांगितले. शेवटी शाहूंनी बीमनशी चर्चा करून तडजोड केली. त्या चर्चेमुळे, हिंदु संहितेमध्ये आणखी काही निर्बंधांचा क्रमवार संग्रह करावा लागेल अशी शाहूंची खात्री पटली. त्याप्रमाणे त्यांनी बीमनला पुन्हा विनंती केली की, 'हिंदु संहितेसंबंधी मुख्य गोष्ट लक्षात ठेवायची म्हणजे, देशकालमानाप्रमाणे हिंदुसमाजातील सर्व जातींना समानतेची वागणूक मिळाली पाहिजे अशीच सुधारणा करण्याची माझी इच्छा आहे, हे मुख्य सूत्र आपण लक्षात ठेवून आपले काम करावे.'[८]

ग. आ. गवई हे विदर्भातील थोर दलित पुढारी शाहूंना दिल्लीत भेटले. त्यांनी दिल्लीत भरलेल्या तिसऱ्या अखिल भारतीय अस्पृश्य परिषदेपुढे शाहूंनी भाषण करावे अशी त्यांना विनंती केली. शाहू म्हणाले, 'मी ह्या विनंतीचा विचार करीन.' ही परिषद दिल्ली येथे १३ आणि १४ फेब्रुवारीला भरली होती. १५ फेब्रुवारी १९२२ या दिवशी ब्रिटिश युवराज हे ग्रँडट्रंक रोडवरून दिल्ली गेटकडे जावयाचे होते. त्या मार्गावर गवई यांनी अस्पृश्य समाजाचे कार्यकर्ते व साठ हजारांचा दलितांचा समुदाय ओळीने उभा केला व ते युवराजांची वाट पाहत बसले. तो प्रचंड समुदाय पाहून ब्रिटिश युवराजांनी आपली गाडी थांबवावयास सांगितली आणि त्या प्रचंड समूहाच्या समोरून चालत जात असता ते गवई जेथे

उभे होते तेथे आले. गवई ह्यांनी अस्पृश्य समाजाच्या वतीने ब्रिटिश युवराजांना मानपत्र दिले. पण युवराजांशी बोलताना प्रत्येक वेळी त्यांनी युवराजांना 'सर' म्हणावे आणि युवराजांनी त्यांची चूक सुधारावी अशी गंमत झाली.[१] ह्या मानपत्रात म्हटले होते की, युवराजांनी ब्रिटिश सम्राटांना सांगावे की, त्यांनी अस्पृश्यवर्गाचा जे लोक तिरस्कार करतात व त्यांना गुलाम मानतात, त्यांच्या हाती त्यांना स्वाधीन करू नये.'

त्या दिवशी युवराजांच्या समारंभास गेलेले संस्थानिक त्याच मार्गाने परत येत होते. अस्पृश्य समाजाच्या जमावाने शाहूंना पाहताच आपल्या त्या उद्धारकर्त्याच्या नावाने जयजयकार केला. तो टाळ्यांचा जयजयकार व त्या घोषणा ऐकून शाहू चकितच झाले. त्यांच्या विनंतीप्रमणे आपण दुसऱ्या दिवशी परिषदेस उपस्थित राहू असे गवयांना त्यांनी आश्वासन दिले. अस्पृश्यांना स्वतःच्या उद्धाराचे काम स्वतःच करण्यासाठी उत्तेजन द्यावे असे जर जॉन वुड यांनीही शाहूंना सांगितले. शाहूंनी जॉन वुड ह्यांच्या परवानगीने आपले निर्बंध सल्लागार व खास न्यायाधीश रामभाऊ सबनीस ह्यांना कॅप्टन गॉर्डन यांच्याकडे पाठवून कळविले की, अस्पृश्य परिषदेचे कार्यकर्ते राजनिष्ठ आहेत आणि ते शाहूंचा सल्ला मानणारे आहेत.

त्याप्रमाणे १६ फेब्रुवारी रोजी शाहूंनी अस्पृश्यांच्या दिल्लीतील परिषदेच्या अध्यक्षस्थानावरून सुमारे ३० हजार श्रोत्यांपुढे भाषण केले. ते म्हणाले, 'तुमचे अध्यक्षपद स्वीकारणे आणि तुमच्यापुढे भाषण करणे हा मान खरोखरीच आंबेडकरांचा आहे. आंबेडकर ह्यांना तुमच्याचपैकी आपण एक आहोत असे सांगण्यात अभिमान वाटतो. तो माझ्यापेक्षा अधिक शिकलेले आहेत. ह्यावेळी लंडनमध्ये असल्यामुळे दुर्दैवाने तुमच्या या परिषदेस ते उपस्थित राहू शकत नाहीत. पण ते कोठेही असोत, अस्पृश्यवर्गाला जे दुःख होत आहे त्याची जाणीव त्यांच्या हृदयात सतत टोचत असते याची मला खात्री आहे.' नंतर शाहू छत्रपतींनी ब्रिटिश राजपुत्राचे अस्पृश्यवर्गाने जे स्वागत केले त्याविषयी त्यांचे आभार मानले. आपल्या प्रगतीसाठी त्यांनी शांततेने ऐक्यपूर्ण जो झगडा चालविला आहे त्याविषयी त्यांनी त्यांचे अभिनंदन केले. अस्पृश्यवर्गाने आपल्या आनुवंशिक धंद्याला चिकटून न राहता स्वतः शिक्षण घेण्यासाठी परिश्रम करावे. त्यांनी भूदल व इतर सरकारी खात्यांत शिरकाव करून घ्यावा. इतकेच नव्हे तर त्यांनी डॉक्टर, वकील आणि व्यापारी हे स्वतंत्र व्यवसाय करावेत. ह्या व्यवसायांत त्यांनी प्रावीण्य मिळवावे आणि समाजामध्ये प्रगती करावी. आपल्या राज्यात अस्पृश्य समाजातील बऱ्याच व्यक्तींना अशा पदांवर नेमण्यात आले आहे.

'कोल्हापूर नगरपालिकेच्या स्थायि समितीचे अध्यक्षही अस्पृश्य समाजापैकी दत्तोबा पोवार नावाचे गृहस्थ आहेत. अस्पृश्यवर्गाला नवीन जीवन लाभले आहे व जागृती होत आहे ती ब्रिटिश सरकारच्या धोरणामुळे. त्यांना ही शिक्षणाची समान संधी मिळाली आहे हे त्यांनी विसरू नये. सर्वच नवीन सुधारणांची त्यांनी पूर्ण फायदा घ्यावा आणि स्वराज्याचे अंतिम ध्येय हळूहळू गाठावे.'

शाहू पुढे म्हणाले, 'अनेक शतके तुमच्यावर अस्पृश्य म्हणून बहिष्कार टाकलेला आहे. त्या बहिष्काराची पकड आता सैल होत आहे आणि माझी खात्री आहे की, असा एक दिवस उगवेल की त्यावेळी सामाजिक बहिष्कार हा शब्दप्रयोग इतिहासजमा होईल. तुम्ही आपल्या हक्कांविषयी जागृत राहण्यास शिकले पाहिजे. विसाव्या शतकात सर्वमान्य झालेले तत्त्व असे आहे की, प्रगतीचा अणि भरभराटीचा मार्ग रक्तपात किंवा क्रांती नसून शांततापूर्ण क्रांती हा आहे. वॉशिंग्टन आणि जिनिव्हा येथील जागतिक परिषदांनीच ह्या तत्त्वांचे प्रवर्तन केले आहे.' आपल्या भाषणाच्या शेवटी शाहू म्हणाले, 'तुम्ही सर्वांनी भीमराव आंबेडकरांची आठवण ठेवावी. ते तुमचे महान पुढारी आहेत. ते तुमचा आदर्श आहेत. त्यांचे तुम्ही अनुयायी व्हा. आणि त्यांच्यासारखे होण्याचा प्रयत्न करा. मी तुमच्या सेवेसाठी सदैव तयार आहे हे मी नम्रपणे सांगू इच्छितो. तुमची सेवा करण्याची मला संधी द्या एवढीच तुमच्याजवळ माझी प्रार्थना आहे.'[१०]

दिल्ली परिषद आटोपली. दिल्लीहून कोल्हापूरला परतण्यापूर्वी शाहू गवईंना म्हणाले, 'तुम्हां मंडळींना जे काही मागावयाचे ते मजकडून नि:संकोचपणे मागून घ्या. माझ्यानंतर तुम्हांला कोणी काही देणार नाही बरं !' त्यावर गवई उत्तरले, 'महाराज आमच्याचसाठी आपण आहात, हीच आम्हां दलितांना मोठी देणगी आहे.'

दिल्लीच्या वास्तव्यात शाहूंनी फिरून इचलकरंजी दत्तक प्रकरणाच्या चर्चेला चालना देण्याचा प्रयत्न केला. एच. थॉमसनशी बीमन यांनी त्या बाबतीत चर्चा केली. बिकानेरच्या महाराजांनी आपणास ह्या प्रकरणात मदत करावी अशी त्यांना शाहूंनी विनंती केली. जर ह्या प्रकरणात आपल्याविरुद्ध निर्णय लागला तर ज्या संस्थानिकांच्या आधिपत्याखाली जहागीरदार आहेत त्यांच्यापुढे हा एक विचित्र पायंडा पडल्यासारखे होईल, असे शाहूंचे म्हणणे होते.

शाहू महाराज्यपालांना दि. २५ फेब्रुवारीला भेटणार होते. परंतु

महाराज्यपाल यांना घोड्यावरून पडून अपघात झाला होता. त्यामुळे भेट पुढे ढकलण्यात आली. आपण महाराज्यपालांची गैरसोय करणार नाही व त्यांच्यावर पडलेल्या ताणात भर टाकणार नाही असे त्यांनी अधिकाऱ्यांना सांगितले. शाहूंना काही प्रश्नांची चर्चा केवळ महाराज्यपालांशीच करावयाची असल्यामुळे त्यांनी ती भेट पुढे ढकलली. त्याप्रमाणे व्यवस्थाही झाली. राज्यपालांना अनेक समारंभात उपस्थित राहावयाचे होते. ते ब्रिटिश राजपुत्राच्या भेटीच्या कार्यक्रमात गुंतले होते. शिवाय मुंबई, मद्रास व कलकत्ता येथील राज्यपाल काँग्रेस चळवळीसंबंधी महाराज्यपालांशी चर्चा करावयास दिल्लीस आले होते.

निरनिराळ्या प्रांतांतून काँग्रेसचे पुढारी अखिल भारतीय काँग्रेसच्या २७ फेब्रुवारीला भरणाऱ्या बैठकीस उपस्थित राहण्यासाठी दिल्लीस आले होते. अत्यंत तणावाच्या परिस्थितीत काँग्रेस नेत्यांनी आपल्या बारडोलीच्या काँग्रेस कार्यकारिणीच्या ठरावात काही सुधारणा करून सत्याग्रहाच्या चळवळीचा ठराव संमत केला. अनेक पुढाऱ्यांना व विशेषत: काँग्रेस तरुण पुढाऱ्यांना कार्यकारिणीने मारलेली कोलांटी आवडली नाही. त्यावेळी म. गांधी व शाहू छत्रपती यांची भेट कुरुक्षेत्र येथे झाली. तेथे शाहूंचा हुजऱ्या उपस्थित होता. कुरुक्षेत्राला शिकारीच्या निमित्ताने शाहू गेले होते व तेथे ही भेट घडली.[११] म. गांधींच्या व्यक्तिमत्त्वाची शाहूंवर छाप पडली होती आणि दिल्लीतील अस्पृश्य परिषदेतील शाहूंच्या भाषणाने गांधींचे हृदय आनंदित झाले असावे.

थॉमसन यांना लिहिलेल्या आपल्या दि. २४ फेब्रुवारी १९२२ च्या पत्रात शाहू म्हणाले की, 'चित्पावन व महाराष्ट्रातील चळवळे माझा द्वेष करतात. यामुळे मी दिल्लीच्या जवळपास एक कुरण व थोड्या म्हशी घेऊन राहावे म्हणतो. माझी खात्री आहे की, मी आता महाराष्ट्रामध्ये सुखाने राहू शकणार नाही.' ते पुढे म्हणाले, ''जहाल मतवादी हे मला स्वराज्यद्रोही मानतात. सध्याच्या स्थितीत हिंदुस्थानला स्वराज्य मिळावे असे मला वाटत नाही. जे लोक 'ब्रिटिश सरकारपेक्षा जर्मन व तुर्क बरे' असे म्हणतात, ते स्वराज्यास अपात्र आहेत. हल्लीची विधिमंडळे हा एक तमाशा आहे. ज्या लोकांना मतदानाचा अधिकार आहे त्यांना कोणास मत देऊन विधिमंडळात पाठवावे हे समजत नाही.''

शाहूंच्या थट्टेखोर स्वभावाची झाक कुरण व म्हशी यांच्या उल्लेखात दिसून येते. पण पत्रामागील खरा उद्देश त्यांनी शेवटच्या वाक्यात थॉमसन यांना उघड करून दाखविला. हिंदी संस्थानिकांना चळवळ्यांच्या दुष्ट प्रचारापासून संरक्षण देण्याची आवश्यकता आहे हे महाराज्यपालांना पटवून देऊन त्यांना त्या

बाबतीत काही उपाययोजना करावयास उद्युक्त करावे अशी विनंती त्यांनी थॉमसनना केली. ब्राह्मणी पत्रांनी आपल्या राजघराण्यातील व्यक्तींची बदनामी केल्यामुळे शाहू हैराण झाले होते हे उघड आहे.

सन १९२२ च्या फेब्रुवारीच्या शेवटच्या आठवड्यात शाहूंनी महाराज्यपालांची भेट घेतली. प्रथम त्यांनी इचलकरंजी दत्तक प्रकरणासंबंधी आपले म्हणणे स्पष्ट केले. शाहूंनी चिकाटी, हट्टीपणा व घटनात्मक हक्काची तीव्र जाणीव यांमुळे त्यांनी हे दत्तक प्रकरण अनेक वर्षे लढत ठेवले होते. इचलकरंजी व तंजावर ही दोन्ही प्रकरणे शाहूंच्या आयुष्यात अनिर्णीत राहिली. त्यांच्यावर त्यांनी लाखो रुपये खर्च केले होते.

याच महिन्यात छत्रपतींनी मराठा मुलांकरिता चालविण्यात आलेल्या श्री ताराबाई वसतिगृहास १५ हजारांची देणगी दिली. मागासवर्गाच्या शिक्षणाकरता दिलेली ही शेवटची मोठी देणगी असावी.

शाहू दिल्लीत असता जॉर्ज लॉईड यांनी दि. १८ फेब्रुवारीला पत्र लिहून त्यांना विनंती केली की, शिवाजी स्मारकाच्या इमारतीचे काम योग्य तो निधी उभारून व वेळ फुकट न घालविता सुरू करावे. ते म्हणाले, 'असे घडले नाही तर राजघराण्यातील व्यक्तीकडून कोनशिला बसविलेली स्मारके अनेक वर्षे तशीच पडून राहतात तसे ह्या बाबतीत घडू नये.' त्यावर शाहूंनी ग्वाल्हेरच्या महाराजांना पत्र लिहून शिवस्मारकाचे कार्य चिकाटीने व उत्साहाने हाती घेण्याची विनंती केली. नाहीतर लोकांचा उत्साह मावळून जाईल असे त्यांना कळविले. खासेराव पवार यांनी शिवस्मारकाचा सविस्तर आराखडा तयार करावा. ते काम नंतर उत्साही कार्यकर्त्यांमध्ये विभागून दिले पाहिजे व एक उत्साही समिती त्या कामावर देखरेख करण्यासाठी नेमून तिने ते तडीस न्यावे. आपण ज्या सूचना या बाबतीत कराल त्याप्रमाणे आपण वागू[१२] त्या कार्यात सामील होऊन आपण उत्साहाने भाग घेतलात तर ही योजना तडीस जाईल असा आपणास भरवसा वाटतो, असेही शाहूंनी ग्वाल्हेरच्या महाराजांना कळविले.

पण मुंबईस दि. ११ मार्चला परत आल्यावर शाहूंनी राज्यपालांना कळविले की, राज्यपालांची शिवस्मारकासंबंधीची चिंता आपण समजू शकतो. आपण ह्या बाबतीत ग्वाल्हेरच्या महाराजांना यापूर्वीच लिहिले आहे. हे काम लवकरच सुरू होईल अशी आपण आशा बाळगतो. ग्वाल्हेरचे महाराज यांचे व्यक्तिमत्त्व प्रभावी आहे व हे काम करावयास त्यांच्यापेक्षा अधिक लायक व्यक्ती दुसरी नाही. तथापि आपण दोघे एकत्र काम करू शकणार नाही; एका म्यानात दोन तरवारी कोणी ठेवीत नाही, असेही आपल्या पत्रात शेवटी शाहूंनी म्हटले.

मुंबईच्या मुक्कामात शाहूंनी सर चिमणलाल सेटलवाड, दस्तुर व महाराज सयाजीराव यांना राजाराम महाविद्यालयाला कायम मान्यता मिळवून देण्यासाठी राजाराम महाविद्यालयाच्या वतीने खटपट करावी अशी विनंती केली. सयाजीरावांनी या प्रकरणी मसानी यांच्याकडे शब्द टाकावा व मसानींच्या वजनामुळे राजाराम महाविद्यालयाचा हेतू तडीस जाईल असे सयाजीरावांना कळविले. याच निकडीच्या कामाकरिता शाहू मार्च महिन्याच्या शेवटी पुन्हा मुंबईस गेले व त्यांनी पुन्हा ह्या बाबतीत चिमणलाल सेटलवाडांना विनंती केली.

शाहूंची प्रकृती फार जलद गतीने ढासळत चालली होती. डॉ. वानलेस यांचे औषधोपचार चालूच होते. त्यांच्यावर शाहूंची अपार श्रद्धा होती. २१ मार्च १९२२ या दिवशी त्यांनी डॉ. वानलेस ह्यांना कळविले की, 'तुम्ही ज्या गोळ्या घ्यावयास सांगितल्यात त्या बरेच दिवस मी घेत आहे. परंतु साखर काही कमी झाली नाही. त्यामुळे मी त्या गोळ्या घेण्याचे सोडून दिले आहे. पण साखरेच्या प्रमाणात वाढ झालेली नाही. मी येथे दोन-चार दिवस अडकून पडलो आहे. माझा नाइलाज झाला आहे.'

सर चिमणलाल यांनी एप्रिलच्या शेवटच्या आठवड्यात राजाराम महाविद्यालयाला कायम मान्यता व 'ऑनर्स कोर्स' शिकविण्यास परवानगीही मिळवून देण्यात घवघवीत यश मिळविले. आपली इच्छा पूर्ण करण्यासाठी चिमणलाल यांनी जी कामगिरी केली त्याविषयी शाहूंनी त्यांचे मन:पूर्वक आभार मानले. अशा रितीने शाहूंनी, राजाराम महाविद्यालयाला कायम मान्यता मिळू नये म्हणून प्रयत्न करणाऱ्या विरोधकांचे बेत धुळीस मिळविले. सेवानिवृत्त व्हावे वा गादीचा त्याग करावा अशा नैराश्यपूर्ण विचारांनी शाहूंचे मन मधूनमधून क्षणभर झाकळले जाई. त्या ढगातून मनाच्या उत्साहाचा सूर्य घटकाभराने पुन्हा तेजाने बाहेर पडे. ८ एप्रिल १९२२ या दिवशी त्यांनी मेरीवेदर यांना कळविले की, जर ब्रिटिश सरकारला असहकारितेच्या चळवळीला पायबंद घालावयाचा असेल तर त्यांनी, आपल्या छोट्या पुस्तिकेत जे उपाय सुचविले होते ते योजावे. इंग्लंडमधील ज्या मित्रांना आपल्या कार्यात स्वारस्य वाटते व ते जाणून घेण्याची उत्सुकता असते अशा मित्रांना ती छोटी पुस्तिका पाठविण्याची आपली इच्छा आहे असे त्यांना कळविले.

कोणी वुडफॉल नावाच्या गृहस्थाने दिल्लीहून पत्रद्वारे शाहूंना गोसेवक संघाचे धुरीण व आश्रयदाते व्हावे अशी विनंती केली. ४ एप्रिल रोजी त्यांनी लिहिले की, कोल्हापूर संस्थानच्या नावाची कीर्ती आपण सर्वत्र पसरवू. १७ एप्रिल १९२२ च्या वुडफॉल यांच्या पत्रावरून असे दिसते की, वुडफॉल हे स्वत:

सनातनी पक्षाचे पुढारी असून दरभंग्याच्या महाराजांनी गोसेवक संघाला पाठिंबा दिला होता. दरभंग्याच्या महाराजांविषयी शाहूंचे मत चांगले नव्हते.

शेटबाळ येथून शाहूंनी मेरीवेदर यांना २२ एप्रिल १९२२ रोजी कळविले की, 'आपण २७ एप्रिल रोजी बडोद्याला जाण्यासाठी कोल्हापूर सोडणार आहोत. दि. २९ला बडोद्याला पोहोचणार आहोत.' त्या पत्रात शाहू पुढे म्हणाले, 'बडोद्याहून एक शिष्टमंडळ आले व त्या शिष्टमंडळाने मला विवाहाचे आमंत्रण दिले. तसेच सावंतवाडीच्या राजघराण्यातील मंडळींनीही बडोद्यातील विवाहासाठी उपस्थित राहण्यासाठी मला प्रेमाची व आग्रहाची विनंती केली आहे. शिवाय लक्ष्मीदेवी हिच्या आईच्या मृत्यूच्या वेळी मी तुझ्या मुलीच्या विवाहाला उपस्थित राहीन असे अभिवचन दिलेले आहे. मला बडोद्याला जाऊन लक्ष्मीदेवीच्या विवाहाला उपस्थित राहिल्यावाचून गत्यंतर नाही. अक्कलकोटच्या राजेसाहेबांनीसुद्धा मला बडोद्याला जावयास निकड लावली आहे.'

कोल्हापूर सोडून आपल्या शेवटच्या प्रवासाला २७ एप्रिल रोजी सकाळी निघण्यापूर्वी शाहूंनी मेरीवेदर ह्यांना आपल्या 'नोट ऑन द रिपील ऑफ द प्रेस ॲक्ट' पुस्तिकेच्या दोन कच्च्या प्रती पाठविल्या. शाहूंच्या मताप्रमाणे त्या पुस्तिकेत व्यवहारी व वैधदृष्टीने विचार केलेला होता. मेरीवेदर यांना ती पुस्तिका मनोरंजक व उद्‌बोधक वाटेल असे त्यांना वाटले. त्या प्रश्नाची त्यांनी आपल्या मताप्रमाणे त्या पुस्तिकेत चर्चा केलेली होती. त्याच दिवशी त्यांनी दुसऱ्या पत्रात आपल्याला तोफांची सलामी वाढविण्याच्या ऐतिहासिक महत्त्वाकडे ब्रिटिश राजप्रतिनिधींचे पुन्हा लक्ष वेधले. कारण आपली ब्रिटिश राजावरील निष्ठा आता निर्विवादपणे सिद्ध झाली आहे असे त्यात त्यांनी म्हटले होते.

शाहूंची प्रकृती ढासळलेली होती तरी सयाजीरावांची नात राजकन्या लक्ष्मीबाई ह्यांच्या विवाहासंबंधी त्यांना अतिशय उत्साह वाटत असल्यामुळे सावंतवाडीच्या राजेसाहेबांसहित त्यांनी २० एप्रिल रोजी कोल्हापूर सोडले. शाहू छत्रपती आपल्या राजधानीचे शेवटचे दर्शन घेत आहेत असे कोणाच्या ध्यानीमनीही नव्हते. शाहूंचे डॉक्टर व मेरीवेदर ह्यांनी शाहूंनी प्रवास करू नये असा त्यांना सल्ला दिला होता. परंतु त्या सल्ल्याकडे त्यांनी दुर्लक्ष केले. प्रकृतीच्या प्रश्नावर कर्तव्याच्या हाकेने मात केली. सयाजीरावांनी राजकन्या लक्ष्मीबाई ह्यांच्या विवाहास उपस्थित राहू नये ही एक विचित्र घटना होती. विवाह समारंभाची सर्व व्यवस्था करून व योग्य सूचना करून ते युरोपला गेले होते.

२७ एप्रिल रोजी रात्री मुंबईतील कुलाबा स्टेशनवरून बडोद्यामार्गे जाणारी आगगाडी सुटावयास दहा मिनिटे होती. बाळासाहेब खानविलकर व छत्रपती शाहू हे मोटारमधून बोरीबंदर स्थानकावर जावयास निघाले. 'तो एकाएकी एका व्हिक्टोरिया गाडीचा घोडा आमच्या मोटारवर येऊन धडकला. मोटार चढण्याच्या पायटणीवर घोडा चढला आणि त्याची दांडी बाबासाहेब खानविलकरांच्या हनुवटीवर आदळली.' त्या अपघातासंबंधी बडोद्याहून २८ एप्रिल रोजी लिहिलेल्या आपल्या पत्रात छत्रपती म्हणतात, 'बाबासाहेब खानविलकर ह्यांना दुखापत झाली. परंतु ती काळजी करण्यासारखी नाही. घोड्याचे डोके माझ्या कपाळाला आपटले. मला कळवावयास आनंद होतो की, आम्ही इतक्या सहजपणे त्यातून वाचलो. खरोखर, नाहीतर आम्ही बडोद्याला यायला निघू शकलो नसतो. ज्याचा शेवट गोड होता ते सर्व ठीक !'

राजकन्या लक्ष्मीबाई यांचा विवाह ३० एप्रिल या दिवशी समारंभपूर्वक पार पडला. शाहूंची प्रकृती अगदी खिळखिळी झाली होती. विवाह समारंभात त्यांनी घेतलेले कष्ट नि दाखविलेला उत्साह यांमुळे त्यांच्या प्रकृतीत अधिकच बिघाड झाला व प्रकृती अधिकच खालावली.

१ मे १९२२ या दिवशी शाहू बडोद्यात हत्तीची झुंज पाहात होते. हत्ती व बलाढ्य माणूस यांच्या झुंजीविषयी बडोदे प्रसिद्ध होते. एका उंच जागेवर दुसऱ्या दोन माणसांबरोबर छत्रपती उभे असताना हत्तीशी झुंजणाऱ्या मनुष्याचा बेफामपणे पाठलाग करीत तो हत्ती महाराजांच्या दिशेने धावत आला. परंतु सुदैवाने तो मागे फिरला.शाहूंबरोबरची ती दोन माणसे घाबरली व त्यांनी शाहूंना त्या जागेवरून निघून जाण्याची परोपरीने विनंती केली. पण शाहूंनी नकार दिला. दुसऱ्या वेळी तो हत्ती बेफाम होऊन त्याच्याशी लढणाऱ्या माणसाचा पाठलाग करीत बाणासारखा शाहूंच्या रोखाने धावत आला व आपली सोंड शाहूंवर चालवणार, इतक्यात शाहूंनी हत्तीला घाबरवण्यासाठी उंच स्वरात भयंकर आरोळी ठोकली. त्याच क्षणात हत्तीशी झुंजणाऱ्या त्या मनुष्याने मागून भाल्याने हत्तीस टोचले. तो मस्त हत्ती मागे फिरला व शाहू दुसऱ्यांदा वाचले.त्या मनुष्याचे चातुर्य व पराक्रम पाहून छत्रपतींनी आनंदाने त्याला एक हजार रुपयांचे पारितोषिक दिले.

दुसऱ्या दिवशी शाहूंना वाटले, जर आपण चित्त्याच्या शिकारीला गेलो तर त्या आनंदामुळे आपल्या प्रकृतीस विरंगुळा वाटेल. यासाठी त्यांनी सावंतवाडी संस्थानच्या राजनैतिक ब्रिटिश अधिकाऱ्याला कळविले की, बडोद्यातील पाहुण्यांना आपण बडोद्यापासून वीस मैलांवर असणाऱ्या डबक येथे वाघाच्या शिकारीसाठी नेत आहोत. शिकारीच्या कष्टांमुळे शाहूंची प्रकृती अधिक बिघडून

ती चिंताजनक होऊ लागली. बडोद्यातील डॉक्टरांनी त्यांना विश्रांतीचा सल्ला दिला. परंतु बडोद्याहून ३ एप्रिल रोजी निघण्यापूर्वी त्यांनी (खासेराव ?) जाधवांना कळविले की, 'मोटारमध्ये बसून चित्ते कशी शिकार करतात हे पाहणे हे एक प्रकारचे नावीन्य आहे व मला वाटते की, त्यामुळे महाराणीसाहेबांचे खूप मनोरंजन होईल. ही मजा पाहावयास तुम्ही महाराणीसाहेबांना सांगाल तर बरे होईल.' छत्रपतींनी कॅप्टन किंग यांना कळविले की, 'मी माझे चित्ते राजकन्या ताराबाई महाराणीसाहेब व राजपुत्र प्रतापसिंह यांच्यासाठी येथे ठेवून जात आहे. तुम्ही त्यांना घेऊन डबकला जा. या चित्त्यांना शिकवून तयार केलेले आहे व त्यांना मोटारीमध्ये घालून शिकारीसाठी नेता येते. सुमारे दोन तासांच्या अवधीत तुम्ही एक डझनभर बदके मारू शिकाल अशी माझी खात्री आहे. मी डबकला गेलो होतो व तेथे शिकार केली. येथे भर दुपारी निवांत विश्रांती घेता येईल असे एक रम्य स्थळ आहे. तुम्हांला शिकारीचा खरा आनंद मिळेल[१३] अशी मला खात्री आहे.'

३ मे या दिवशी शाहूंना थोडे बरे वाटले. त्याच स्थितीत ते बडोद्याहून निघाले व सोमवार दि. ४ ला सकाळी मुंबईस पोहोचले. रात्रीच्या प्रवासात त्यांना झोप कसली ती लागली नाही. आणि त्यांच्या छातीत कळा येऊ लागल्यामुळे ते फारच अस्वस्थ झाले. मुंबईतील डॉ. शिरगावकर व डॉ. देशमुख या दोन विख्यात धन्वंतरांनी त्यांची प्रकृती तपासली. डॉ. ट्रेकर या हृदय चिकित्सकाने शाहूंना तपासले. परंतु शाहूंच्या आजाराने आता भयंकर स्वरूप धारण केले आहे असे दिसून आले.

आपल्या आजाराने आता गंभीर स्वरूप धारण केले आहे असे शाहूंना वाटताच त्यांनी दिवाण सबनीस यांना मृत्युपत्राचा केलेला मसुदा घेऊन यावयास तारेने कळविले. त्यात त्यांनी विधवा सुनेची काही तरतूद करण्यासाठी सूचना केल्या होत्या.

बापूसाहेब, आप्पासाहेब कागलकर, बाबासाहेब खानविलकर आणि महाराजांची विधवा सून इंदुमतीराणीसाहेब ही मंडळी मुंबईतील खेतवाडी बंगल्यात छत्रपतींच्या मृत्युशय्येजवळच उभी होती. दिवाण सबनीस मुंबईत निघणाऱ्या गाडीत बसण्याच्या बेतात होते तेव्हा इकडे छत्रपतींच्या छातीतील भयंकर कळा त्यांचा अंत जवळ आणीत होत्या. तरी छत्रपती शेवटच्या क्षणापर्यंत पूर्ण शुद्धीवर होते. ५ मे ची सर्व रात्र छत्रपती छातीतील कळांनी जर्जर झाले. सर्वांनी ती सारी रात्र चिंतेत व दुःखात जागून काढली. ६ मे च्या सकाळी छत्रपती एक क्षणभर उठून बसले आणि म्हणाले, 'मी जायला तयार आहे. डर कुच नही. सबकु सलाम

बोलो.' एवढे शब्द बोलून त्यांनी आपले डोके खाली टेकले आणि जगाचा निरोप घेतला.

अशा प्रकारे ६ मे १९२२च्या सकाळी ६ वाजता वयाच्या ४८ व्या वर्षी हिंदुस्थानच्या इतिहासातील महान राज्यकर्त्यांपैकी एक राज्यकर्ता कालवश झाला. जो मनुष्य मृत्यूला धैर्याने तोंड देतो तो आपले जीवन उपयुक्त तऱ्हेने जगला आहे किंवा एखाद्या मोठ्या प्रश्नासंबंधी त्याने आपले आयुष्य व्यतीत केले आहे असे साधारणपणे मानतात. सर्व समकालीन मराठा राज्यकर्त्यांमध्ये या भव्य व्यक्तीपेक्षा अधिक महान, अधिक शौर्यवान, अधिक कर्तव्यनिष्ठ आणि अधिक चतुर राजा झालाच नाही.

शाहूंच्या अकाली आणि आकस्मिक मृत्यूची बातमी कोल्हापूरला तारेने कळविण्यात आली. आपल्या लाडक्या राजाच्या मृत्यूमुळे सर्व कोल्हापूर संस्थान शोकाकुल झाले. ज्या महापुरुषाने त्यांना गेली २५ वर्षे स्फूर्ती दिली होती व सुखी केले होते, त्या आपल्या अभिमानाचे आणि परंपरेचे मूर्तिमंत प्रतीक असलेल्या त्यांचे शेवटचे दर्शन घ्यावयास ते रस्तोरस्ती बसून राहिले होत. बापूसाहेब घाटगे यांनी महाराजांचे शव मोटारने पुणे-सातारामार्गे नेले. त्या मार्गावर हजारो लोकांनी रस्त्यावर दुतर्फा उभे राहून त्या महान राज्यकर्त्याला आदराने वंदन करून त्याचा निरोप घेतला.

मे महिन्याच्या ६ व्या दिवशी मध्यरात्री त्या युगप्रवर्तक मागासवर्गीयांच्या व दलितांच्या उद्धारकर्त्याचे शव कोल्हापूरला पोहोचले. तेथील दु:खाने विव्हळणाऱ्या लोकांचे दु:ख अनिवार झाले. त्यांना आकाश कोसळल्यासारखे वाटले. राजाराम हे त्यांचे नामवंत युवराज आणि वारस यांनी कर्तव्य म्हणून आपल्या राज्यारोहणाची घोषणा केली. हृदय फाडून जाणाऱ्या त्या दृश्यामध्ये राजाराम हे छत्रपतींच्या सिंहासनावर बसले अशी घोषणा झाली. आपण आपल्या परलोकवासी पित्याप्रमाणे प्रजेच्या समाधानासाठी व उत्कर्षासाठी अविरतपणे झगडू, अशी राजाराम छत्रपतींनी घोषणा केली.

राजाराम छत्रपतींची ही घोषणा झाल्यावर त्या महापुरुषाची अंत्ययात्रा सर्व राजवैभवी मानसन्मानासहित नव्या राजवाड्यावरून स्मशानपर्यंत जावयास निघाली. ती गंभीर व प्रचंड स्मशानयात्रा हजारो गरीब व श्रीमंत लोकांसहित स्मशानभूमीत ७ मे रोजी पहाटे ५।। वाजता पोहोचली. कोल्हापुरातच नव्हे तर सर्व महाराष्ट्राच्या इतिहासात कधीही न घडलेली गोष्ट कोल्हापूरच्या त्या स्मशानात घडली. ती म्हणजे शिवाजी वैदिक विद्यालयाचे मराठा विद्यार्थी यांना छत्रपतींचे अंत्यसंस्कार करण्यासाठी ब्राह्मण पुरोहितांच्याऐवजी पुरोहित म्हणून बोलावण्यात

आले. हा निर्णय घेण्यात राजाराम छत्रपती आणि विधवा राणी लक्ष्मीबाई ह्यांनी अलौकिक धैर्य दाखविले. विधवा महाराणी लक्ष्मीबाई म्हणाल्या, 'काय होईल ते होवो, माझ्या पतीच्या तत्त्वांशी मी एकनिष्ठ राहीन.' खरोखरीच राणी लक्ष्मीबाईंनी अलौकिक धैर्य दाखवून मोठ्या सुधारकांनासुद्धा तत्त्वनिष्ठेत धैर्याच्या दृष्टीने मागे टाकले. धन्य तो सुपुत्र आणि ती पतिनिष्ठ महाराणी. शिवाजी वैदिक शाळेतील विद्यार्थ्यांनी वैदिक मंत्रांनी महाराजांचे अंत्यसंस्कार करण्यास आरंभ केला आणि ते दु:खदायक संस्कार पूर्ण झाले. शाहूंच्या शवाला ४८ तोफांची सलामी देण्यात आली. त्यांच्या शवाला राजाराम महाराजांनी अग्नी दिला. शाहू अनंतात विलीन झाले. अमर झाले. एका राजाचे अंत्यसंस्कार मराठा पुरोहितांनी केले याचा अर्थ जनतेवरील ब्राह्मण पुरोहितांचे व त्यांच्या पाठीराख्यांचे वजन संपुष्टात आल्याची ती ग्वाहीच होती.

२८

युगसमाप्ती

अशा रितीने एका समाजक्रांतिकारक राजाची वादळी जीवनयात्रा संपली. त्याच्यावर जनतेने अमर्याद प्रेम केले आणि हिंदुस्थानातील सामाजिक स्थितिशीलतेच्या पाठीराख्यांनी, दुराराध्य व्यक्तींनी व प्रतिगाम्यांनी त्याचा कडकडून द्वेष केला. लक्षावधी देशबांधवांचे तो दैवत बनला होता, दलितांचा व पीडितांचा तो कैवारी ठरला होता, प्रस्थापितांनी त्याला आपला वैरी मानले होते. शाहू छत्रपती हे चतुर संघटक, लोककल्याणाला जीवन समर्पित केलेले राज्यकर्ते व निर्भय समाजक्रांतिकारक राजा असून हिंदुस्थानातील समाजक्रांतिकारकांचे एक अग्रणी होते.

मित्र व शत्रू, समाजसुधारक व रूढमार्गी सनातनी ह्या सर्वांना त्यांच्या कार्याविषयी व कर्तृत्वाविषयी पूर्णपणे किंवा अंशतः कौतुक वाटे. त्यांच्या मृत्यूची दखल जड अंतःकरणाने सर्वांनीच घेतली. त्यांच्या शत्रूंचे व टिळक पक्षाचे मुखपत्र 'केसरी' पत्राने आपल्या अग्रलेखात उघडपणे मान्य केले की, महाराजांचे शरीरगुण व बुद्धिगुण लक्षात घेता ते सामान्य प्रतीचे मनुष्य नव्हते हे कोणीही कबूल करील. शरीर सामर्थ्याच्या बाबतीत ईश्वराने त्यांना काही एक वेगळीच देणगी दिली होती. सर्व हिंदुस्थानात शरीराने त्यांच्या तोडीचा एकही संस्थानिक असेल असे वाटत नाही. महाराजांची बुद्धिमत्ताही अशीच मोठी होती व कारस्थानपटुता हा तिचा गुण असल्यामुळे, जुन्या काळी असते तर त्यांना ऐतिहासिक कीर्ती लाभण्यासारख्या गोष्टी त्यांच्या हातून घडल्या असत्या यात शंका नव्हती. आपल्या हयातीचा काळ मनुष्याला रुक्ष व नीरस वाटतो. पण अशाही काळात बुद्धिमत्ता, मनुष्य स्वभावाचे ज्ञान व जबर महत्त्वाकांक्षा ह्या त्रयींच्या जोरावर त्यांनी 'खास दरबारात' व 'आम दरबारात' ज्या अघटित घटना केल्या व करविल्या त्यांचे वर्णन तज्ज्ञ माणसाने यथास्वरूप लिहिले तर, तो एक मनोवेधक ग्रंथ होईल यांत शंका नाही.

'धर्मशास्त्र, राजनीतिशास्त्र, समाजशास्त्र ह्या तिन्हींमध्ये वक्रबुद्धीचा नांगर

खोल घालून सत्तेच्या बळावर शाहूमहाराजांइतकी हल्लीच्या काळात दुसऱ्या कोणीही विचारी जमीन उलथीपालथी केली नसेल. त्यांनी केलेल्या मेहनत मशागतीने कोणत्या प्रकारचे पीक आले हे लोकांना दिसतच आहे. तथापि बाजूस पडलेल्या अनेक मनुष्यवर्गांना अपूर्व पुढारी मिळून त्यांची बुद्धि जागृत झाली हे जितके खरे, तितकेच महाराजांची उद्योगशीलता, प्रयत्नांची चिकाटी व ध्येयाची एकनिष्ठता लोकोत्तर होती हे खरे आहे. सूक्ष्म दृष्टीने पाहणाऱ्या तत्त्वज्ञान्यास मनुष्य स्वभावाच्या शास्त्रात अनेक अपूर्व सिद्धांत सुचविण्याइतकी सामुग्री महाराजांनी आपल्या चरित्राने पुरविली आहे यांत शंका नाही.'

मद्रासचे जस्टिस पत्र म्हणाले, 'शाहू हे मनुष्यांमध्ये नृपती व नृपतींमध्ये मनुष्य होते. त्यांची आकर्षक शरीरयष्टी, त्यांचा दांडगा आशावाद, दृढ निश्चयशक्ती, त्यांचा दयाळू व उदार स्वभाव, ह्या गुणांमुळे ते उत्कृष्ट व उदात्त नमुन्याचे मराठा आहेत असे उठून दिसते.

'त्यांचा जन्म जर अन्य काळात झाला असता तर त्यांनी एक साम्राज्य स्थापले असते व राज्यांचा एक संघ तयार केला असता. जनतेवर त्यांचे वजन अलौकिक होते आणि ते मराठा राज्याच्या उत्कृष्ट कालखंडाची आठवण करून देत असे. मराठ्यांत जी अलीकडे जागृती झाली आहे, चित्पावन पुरोहितांच्या कचाट्यातून मराठ्यांची मुक्तता झाली आहे आणि त्यांचे कर्तृत्व व वीरत्व प्रस्थापित करण्यास उत्तेजन मिळाले आहे याचे सर्व श्रेय त्यांच्या वैयक्तिक शिकवणुकीला व आदर्शाला आहे.'

ब्रिटिश सम्राट व युवराज यांनी सांत्वनपर संदेश पाठविले. शाहूंनी ब्रिटिश राजाला दाखविलेली अढळ राजनिष्ठा, त्यांनी हिंदी सरकारला केलेले धीराचे साहाय्य आणि आपल्या प्रजेचे हित साधण्याच्या बाबतीत त्यांनी केलेले परिश्रम यांविषयी भारतमंत्र्यांनी त्यांची प्रशंसा केली. लॉर्ड रीडिंग म्हणाले की, शाहू हे एक फार मोठे राजनिष्ठ व निष्ठावान मित्र होते. फ्रेजर म्हणाले, 'शाहू हे एक दुर्लभ व विलक्षण व्यक्ती होते. त्यांनी अडचणींना धैर्याने व उच्च तत्त्वनिष्ठेने तोंड दिले. तो खरा पुरुषोत्तम होता. ते विचाराने खंबीर होते, पण दुःख पाहतात त्यांचे हृदय मेणाहूनही मऊ होत असे. कोणत्याही मुलाला मार्गदर्शनासाठी पित्याचे इतके उत्तम उदाहरण सापडणार नाही.[१] स्वतः झळ आणि छळ सोसून लोकांच्या उन्नतीसाठी ते झटले. त्यांच्या मृत्यूमुळे हजारो सामान्य लोकांना असे वाटले की, आपल्याला नवीन संधीचे जग दाखवणारा प्रकाशाचा दिवा विझला. त्यांच्या मरणाने हिंदुस्थानचे खरोखर अपरिमित असे नुकसान झाले, असे म्हटले तर ती अतिशयोक्ती ठरू नये. कारण हिंदुस्थानातील संस्थानिकांमध्ये त्यांना

समाजसुधारक म्हणून स्वतंत्र स्थान आहे. त्यांच्या मृत्यूने निर्माण झालेली पोकळी ही त्यांनी मिळविलेल्या यशानेच केवळ मोजता येणार नाही तर त्यांनी हाती घेतलेल्या मानवी समानतेचे व दलितोद्धाराचे जे प्रचंड कार्य अपूर्ण राहिले त्यावरून मोजता येईल. त्यांनी जी मशाल पेटविली आहे ती इतरांनी प्रज्वलित ठेवली पाहिजे. ती मशाल कधीही मालवली जाता कामा नये आणि ज्या लोकांवर त्यांनी प्रेम केले आणि ज्यांच्या उद्धारासाठी त्यांनी आपले जीवित समर्पित केले ते त्यांचे नाव कधीही विसरणार नाहीत.'[२]

मुंबईचे राज्यपाल जॉर्ज लॉईड म्हणाले, 'शाहूंच्या अकाली मृत्यूमुळे आपणास मोठा धक्का बसला व दु:ख झाले.' त्यांच्या मते शाहू आपल्या सहवासात येणाऱ्या लोकांचे मानवी मन समजून घेण्यासाठी जी अत्यंत सहानुभूती दाखवीत असत व त्यात त्यांना आनंद वाटे, यातच त्यांचे सामर्थ्य व सौंदर्य होते.' मद्रासचे राज्यपाल विलिंग्डन म्हणाले, 'आम्हां उभयतांस आमचा जुना आणि मोलाचा मित्र गेला हे ऐकून फार मोठा धक्का बसला. ब्रिटिश राजप्रतिनिधी मेरीवेदर म्हणाले, 'ब्रिटिश साम्राज्य एका चांगल्या मित्रास मुकले आहे. आणि मी स्वत: एका विश्वासू मित्राला अंतरलो आहे.'

आपल्यापैकी एक प्रमुख संस्थानिक हरपला याविषयी हिंदी संस्थानिकांनी हळहळ व्यक्त केली. देवास, भावनगर, बडोदे, काश्मीर, जयपूर, बिकानेर, नाभा, खैरपूर नरेशांनी आणि इतर लहानमोठ्या संस्थानिकांनी राजाराम छत्रपतींना त्या दु:खद प्रसंगी सांत्वनपर संदेश पाठविले. अनेकांनी त्यांच्या मृत्यूसंबंधी दु:ख व्यक्त केले; कारण शाहू त्यांचे खरे व कनवाळू मित्र होते. छत्रपती हे दयाळूपणा, उदारता आणि आदरातिथ्य यांविषयी सर्वत्र प्रसिद्ध होते. महाराज्यपाल यांच्या कार्यकारी मंडळातील राजकीय आणि परराष्ट्र खात्याचे सभासद एच. थॉमसन म्हणाले की, 'शाहूंसारखे आपण थोडेच लोक पाहिले. आणि शाहूंचे दर्शन पुन्हा होणार नाही ह्या कल्पनेमुळे आपल्या मनाला त्रास होतो.'

डॉ. वानलेस म्हणाले, 'कोल्हापूर संस्थानचे झालेले नुकसान कधीही भरून निघणार नाही आणि त्याविषयी कोल्हापूरचे हजारो प्रजाजन शोकाकुल होतील.' लंडनहून डॉ. आंबेडकर यांनी आपल्या मित्राच्या आणि हितचिंतकाच्या मृत्यूविषयी दु:ख व्यक्त करणारे पत्र राजाराम छत्रपतींना पाठविले. आपल्या सांत्वनपर संदेशात आंबेडकर म्हणाले, 'येथील वर्तमानपत्रांत महाराजांच्या मृत्यूची बातमी वाचून मला मोठाच धक्का बसला. ही संकटाची घटना मला दोन कारणांमुळे दु:खदायक झाली आहे. त्यांच्या मरणाने मी एका वैयक्तिक मित्राला

आचवलो आणि अस्पृश्य समाज आपल्या एका महान हितचिंतकाला व सर्वांत महान कैवाऱ्याला मुकला आहे. मी स्वतः दुःखाने व्याकूळ झालो असताना आपल्या व विधवा महाराणीसाहेबांच्या दुःखात अपार आणि कळकळीची सहानुभूती व्यक्त करीत आहे.'[३]

आर्यसमाजाने अनेक ठिकाणी व सत्यशोधक समाज कार्यकर्त्यांनी महाराष्ट्रातील प्रत्येक लहान-मोठ्या शहरात नि गावात सभा घेतल्या आणि शाहूंच्या मृत्यूविषयी दुःख व्यक्त केले. मुंबईतील कामगार हितवर्धक सभा व लोकसंघ यांनी कळकळीने शोक व्यक्त केला. मुंबईच्या कामगार संघाने म्हटले की, 'शाहूंचा मृत्यूदिन हा केवळ महाराष्ट्राचाच नव्हे तर सर्व हिंदुस्थानचाही अत्यंत दुःखदायक दिवस आहे असे नोंदले जाईल.' शेकडो सांत्वनपर संदेश निरनिराळ्या मागासवर्गीय संस्थांकडून व प्रतिनिधींकडून तसेच हिंदुस्थानातील कानाकोपऱ्यांतून व अस्पृश्य समाजाच्या प्रतिनिधींकडून सांत्वनपर संदेश कोल्हापुरास आले.

मद्रासमध्ये शोकसभा भरल्या. अनेक वक्त्यांनी शाहू छत्रपती हे गरिबांचे महान कैवारी होते, त्यांचा कधी पराभव झाला नाही आणि शत्रूंच्या धमकीला त्यांनी भीक घातली नाही असे म्हटले. साऊथ इंडियन लेबर फेडरेशन ह्या संस्थेने शाहूंच्या निधनाविषयी दुःख व्यक्त करताना आपल्या ठरावात म्हटले की, 'शाहू हे एक असे पुढारी होते की, त्यांना आमच्या संस्थेच्या कार्याचे महत्त्व कळले होते आणि त्यांनी आमच्या चळवळीतील नेत्यांविषयी मित्रत्वाची भावना बाळगली होती.' त्या संस्थेने असेही म्हटले की, अस्पृश्यवर्गाच्या प्रश्नाचा कैवार घेऊन अस्पृश्यांचे हित साधण्यासाठी त्यांनी महान प्रयत्न केले.

मद्रासमध्ये दुसरी सभा पी. त्यागराज चेट्टी यांच्या अध्यक्षतेखाली झाली. त्या सभेने दुःख व्यक्त करताना आपल्या ठरावात म्हटले की, 'महाराजांच्या अकाली निधनामुळे ब्राह्मणेतर समाजाचे अपार नुकसान झाले. शाहूंनी देशहिताच्या दृष्टीने जी अमोल सेवा केली आणि विशेषतः ब्राह्मणेतर समाजाच्या हितासाठी, प्रगतीसाठी व उन्नतीसाठी जो झगडा केला, त्याविषयी ही सभा कृतज्ञता व गुणग्राहकता आपल्या दप्तरी नोंद करून ठेवीत आहे.'[४] मुंबईत परळ येथे संपतराव गायकवाड ह्यांच्या अध्यक्षतेखाली शोकसभा भरली. त्या सभेने महाराजांच्या अकाली मृत्यूविषयी दुःख व्यक्त केले. सभेचे अध्यक्ष म्हणाले की, महाराजांनी शिक्षणक्षेत्रात जे प्रगतिपर कार्य केले आहे त्याचे फळ भावी पिढ्यांना मिळेल. शेवटी राजाराम छत्रपती यांनी आपल्या पिताजींविषयी म्हटले की,'आपल्या सर्व जीवनात माझ्या पित्याने अतिशय कष्ट केले व निर्भयपणे

मोठ्या संकटांना तोंड दिले. पण ते आपल्या उदात्त ध्येयापासून व मार्गदर्शक तत्त्वापासून कधीही ढळले नाहीत.'५

खरोखर शाहूंचे धैर्य, उत्साह व शक्ती अमर्याद नि लोकोत्तर होती. त्यांच्या सर्व कृतीत त्यांचे मानवी मन व उदात्त स्वभाव दिसून येई. ते संतांशी व समाजातील प्रस्थापितांशी समरस होण्यापेक्षा समाजातील अपंगांशी, दलितांशी आणि पददलितांशी बंधुभावनेने झटकन समरस होत असत. दलित व पददलित समाज यांची अनेक बंधनांतून मुक्तता करणे हेच त्यांच्या जीवनातील एकमेव ध्येय होते. त्यांनी जे काही निर्बंध केले त्यांचा एकच उद्देश होता, तो म्हणजे दलितांना आणि पददलितांना माणुसकीचे व स्वातंत्र्याचे समान हक्क देणे हा होय. अप्रत्यक्ष धमकीमुळे किंवा उघड शत्रुत्वामुळे ते आपल्या उदात्त निर्णयापासून कधीही विचलित झाले नाहीत. शाहूंच्या कालखंडातील बहुतेक हिंदी समाजसुधारकांपेक्षा शाहूंनी नि:संशयपणे अधिक धैर्य दाखविले असे म्हणणे वावगे होणार नाही.

एक व्यावहारिक दृष्टीचा माणूस म्हणून शाहू हे माणसाची परीक्षा करण्यात चतुर होते आणि त्याचे मोलही ते झटकन करीत. हाजी हाजी करणाऱ्यांचा ढोंगीपणा, मित्रांनी केलेली खुशामत व शत्रूंचे डावपेच ते सहज ओळखत असत. मूर्खांचेही म्हणणे ऐकून घेण्याची सहनशीलता त्यांच्या अंगी होती. पण जर खुशामते त्यांच्याशी सलगी दाखवू लागले तर हत्ती आणि कोंबडा ह्यांच्या गोष्टीतील हत्तीप्रमाणे भिडस्तपणा सोडून ते त्या खुशामत्यांना घाबरवून पळवून लावीत असत. जेव्हा त्यांचे शत्रू त्यांना निराशेच्या कड्यापर्यंत लोटून नेत तेव्हा ते प्रसंगावधान बाळगून जशास तसे वागून त्यातून आपली सुटका हिकमतीने करून घेत.

शाहूंचे वादळी व्यक्तिमत्त्व विलोभनीय होते. म. फुले यांच्याप्रमाणे त्यांच्या शांत व कनवाळू चेहऱ्यांत मानवतेचे दर्शन होई. त्यांच्या डोळ्यांतून मानवतेच्या प्रेमाचा प्रकाश फाके व ह्याच मानवतेच्या प्रेमास गरीब आणि दलित हे मुकलेले होते. त्यांचा खालचा जाड ओठ हा कामविकार आणि सुखलोलुपतेचा दर्शक होता. त्यांनी तारुण्यात त्या सुखाचा भरपूर आस्वाद घेतला होता. तथापि त्यांच्या मनाची उदारता, अंगचा शहाणपणा, उदात्त ध्येय यांनी त्यांच्या त्या विकारावर व वासनांवर मात केली आणि त्यांनी सत्तेची हाव व डामडौल ह्यांच्यावरही जय मिळविला.

शक्ती वा सत्ता ह्यांच्या जोरापेक्षा प्रेमाने काम करण्यावर शाहूंचा

अधिक विश्वास होता. त्यामुळे ते क्रूर जनावरांनासुद्धा कह्यात ठेवू शकले. सन १९२२च्या फेब्रुवारीमध्ये त्यांनी दिल्लीत अशी वार्ता ऐकली की, एका वाघिणीने सर्कसच्या व्यवस्थापकाला ठार मारले. त्यांनी ती वाघीण विकत घेतली, आपल्या प्रेमाच्या जादूने तिला माणसाळविले आणि तिचे रूपांतर एका घरगुती जिव्हाळ्याच्या जनावरात केले. राशिंगकर हे गृहस्थ त्यांचे राजकीय विरोधक होते, तरी त्यांच्या आजारीपणात त्यांच्या घरी जाऊन शाहूंनी त्यांना कसा धीर दिला हे सर्वांना माहीत होते. 'तुमचा रॅन्ड करू' अशी टिळकांनी त्यांना धमकी दिली होती, तरी टिळक मृत्युशय्येवर असताना त्यांना मिरजेला औषधोपचारासाठी पाठवावे असा निरोप त्यांनी आपल्या अधिकाऱ्यांबरोबर टिळकांच्या चिरंजीवाला पाठविला होता. टिळकांशी चालू असलेली आपली लढाई, पृथ्वीराज आणि त्याचा चुलता यांच्यात झाली तशी ती होत आहे असे ते म्हणत. दिवसा पृथ्वीराज चौहान[६] व त्याचा चुलता यांची लढाई झाली, तरी चुलत्याने पृथ्वीराजास संध्याकाळी जेवणाचे आमंत्रण देऊन ते एका ताटात जेवले. हाच आदर्श आपण पुढे ठेवून टिळकांशी वागतो असे ते म्हणत असत.

आपला मुलगा आणि आपली पत्नी यांच्याशी ते निष्ठेने वागत. त्यामुळे त्यांना गृहसौख्य चांगले लाभले होते. घरी असे सुखी जीवन जगत असल्यामुळे समाजक्रांतीच्या सर्व लढ्यांत ते विरोधकांना आयुष्यभर तोंड देऊ शकले. शाहू हे मद्य आणि मीनाक्षी यांच्या सहवासात रमले नाहीत; ते खुशालचेंडूचे आयुष्य जगले नाहीत. आयुष्यात त्यांनी मद्याला स्पर्श केला नाही. औषध म्हणून सुद्धा मदिरा घेतली नाही. मदिरा सेवनाचे प्रमाण योग्य ठेवण्यापेक्षा तिच्यापासून दूरच राहिले पाहिजे असे त्यांचे म्हणणे होते.

शाहूंनी मोहाला बळी पडावे असे प्रसंग त्यांच्या जीवनात अधिक आले असतील; परंतु त्यांचे त्यांत पतन झाले नाही. उत्तम शेतात थोडेफार रान उगवलेले असतेच. तथापि त्या दृष्टीने शाहूंच्या जीवनाकडे पाहिले असता ज्या विरोधकांनी त्यांची दुष्टपणे बदनामी केली त्यांच्यापैकी अनेकांपेक्षा त्यांचे जीवन अधिक नीतिमान होते यात शंका नाही. शाहू जरी टिळकांइतकेच विमल चारित्र्याचे असते तरीसुद्धा ते निंदेपासून व बदनामीपासून सुटले नसते. धवल चारित्र्याचे टिळकसुद्धा ब्रिटिश राज्यकर्त्यांनी दुष्टपणे केलेल्या अब्रू घेण्याच्या आरोपापासून सुटले नाहीत. त्यांना टिळकांचे 'पार्नेल' करावयाचे होते. शाहूंचा खरा गुन्हा त्यांची वागणूक नैतिक दृष्ट्या चांगली नव्हती हा नव्हता. प्रस्थापितांचे पुढारी आणि पुरोहित ह्यांनी शाहूंचे शत्रुत्व केले ते त्यांच्या तथाकथित नैतिक वागणुकीमुळे नव्हे, तर त्यांनी दलितांना आणि पददलितांना त्यांच्या गुलामगिरीतून मुक्त करण्यासाठी लढा

केला तोच त्यांच्या दृष्टीने मोठा गुन्हा ठरला. छत्रपतींनी सामाजिक समतेसाठी, मानवी प्रतिष्ठेसाठी आणि गरिबांना समान संधी मिळावी म्हणून जो आयुष्यभर लढा केला त्यामुळे त्यांच्या शत्रूंनी त्यांची अधिक बदनामी केली. हिंदी प्रजासत्ताक राज्यघटनेच्या मार्गदर्शक तत्त्वांत असे म्हटले आहे की, 'आम्ही आपल्या राजकीय लोकशाहीचे रूपांतर सामाजिक व आर्थिक लोकशाहीत करणार आहोत.' त्यासाठीच शाहू २८ वर्षे अविरत लढले.

शाहूंच्या द्वेष्ट्यांपैकी व निंदकांपैकी बहुतेक नेते व कार्यकर्ते ब्राह्मण वकील होते. गरीब शेतकऱ्यांना व कुळांना पिळून काढून फावल्या वेळात ते देशभक्तिपर व्याख्याने देत. त्यांच्या घराच्या छपरांवर अनेक पक्षकारांची चामडी पसरलेली होती. समाजात काही सुधारणा घडावी असे त्यांचे ध्येय नव्हते. त्यांचे सामाजिक ध्येय व त्यांच्या संकल्पनेतील समाजाची व्याप्ती संकुचित होती. त्यांचे पुस्तकी ज्ञान विस्तृत होते; पण त्यात खरा शहाणपणा व नैतिक वीरत्व नव्हते. ते पवित्रपणाच्या खोट्या कल्पनेत व आपल्या शास्त्रांच्या अभिमानात दंग झालेले असत. शाहूंच्या ठायी काही दोष होते, अवगुणही होते पण ते काळाच्या भट्टीत जळून जातील आणि इतिहास त्यांच्या मानवतेबद्दल त्यांना अभिवादन करील यात संदेह नाही.

शाहू बहुश्रुत होते. त्यांचे वाचनही चांगले होते. त्यांचे जगाचे ज्ञान विस्तृत होते. त्यांनी आपल्या राज्यकारभाराच्या निरनिराळ्या शाखांत व कर्तव्यांत न्यायवृत्ती, बुद्धिमत्ता आणि धूर्तपणा दाखविला. प्रशासक म्हणून ते कर्तबगार व कार्यक्षम होते व त्यांच्याबरोबर काम करण्यास त्यांच्या सहकाऱ्यांना उत्साह वाटे. आपण व दरबारने दिलेल्या आज्ञा व केलेले निर्णय यांची नीट अम्मलबजावणी होते की नाही, आखलेल्या योजना कार्यवाहीत येतात की नाही व गरिबांच्या अर्जांचा निर्णय होतो की नाही हे पाहण्यासाठी त्यांनी एक 'इन्स्पेक्टर ऑफ ऑर्डर्स' नावाचा अधिकारी नेमला होता.

आधुनिक शेती आणि आधुनिक औद्योगिक विकास यांच्यावर त्यांची श्रद्धा होती. शेती विकासासाठी मोठमोठी धरणे बांधणे आणि मोठमोठ्या सहकारी पतपेढ्या स्थापून शेतकऱ्यांना व कामगारांना आर्थिक साह्य करणे यांवर त्यांचा विश्वास होता. या प्रचंड कार्यामुळे त्यांना हिंदुस्थानातील हरित क्रांतीचे अग्रदूत म्हणतात ते अगदी यथार्थ आहे. आपल्या वरिष्ठ अधिकाऱ्यांनी राज्यकारभार कसा करावा, जनतेशी वर्तन कसे ठेवावे, याविषयी त्यांनी नियम केले होते. आणि कारभारातील भ्रष्टाचार व गलथानपणा यांचे निर्मूलन करण्यासाठी त्यांनी कडक नियम केले होते. देवस्थाने, वारसा हक्क, काडीमोड,

स्त्रियांना संरक्षण, कुळकर्णी वतने, महार वतने, अस्पृश्यता निर्मूलन आणि प्रत्येक माणसाची कायद्यापुढे समानता यांविषयी जे त्यांनी निर्बंध केले होते त्यावरून शाहू हे यशस्वी प्रशासक व प्रगतिकारक राज्यकर्ते होते हे दिसून येते.

हिंदुस्थानची शांतता, प्रगती आणि भरभराट ह्या सर्व गोष्टी मागासवर्ग आणि दलितवर्ग यांच्या उन्नतीवर अवलंबून आहेत अशी त्यांची धारण होती. सर्व राष्ट्रहिताचे एकीकरण व दृढीकरण करण्याची त्यांची इच्छा होती. अस्पृश्यवर्ग व मागासवर्गीय यांना दैन्याच्या चिखलातून बाहेर काढणे हे आपले पवित्र जीवितकार्य आहे आणि ते मानव जातीच्या बाबतीत आपले पवित्र कर्तव्य आहे अशी त्यांची श्रद्धा होती. ते पवित्र कार्य तडीस नेण्यात आपणास आपली आध्यात्मिक भावना पुढे ढकलीत आहे असे त्यांना वाटे.

हे ध्येय अहोरात्र उराशी बाळगून त्यांनी एक क्रांतिकारक घोषणा केली. ती म्हणजे : 'हिंदी राष्ट्राची स्थापना करण्यासाठी ब्राह्मणशाहीचा नायनाट करा.' ब्राह्मणशाहीने वरिष्ठपणा व कनिष्ठपणा ह्या भावनेस जन्म देऊन समाजाचे तुकडे केले आणि जन्माधिष्ठित तत्त्वावर लक्षावधी लोकांना भीम मागावयास लावून अवनतीस पोहोचविले. यास्तव शाहूंनी जातिभेदाचा नाश करून कनिष्ठ व दलित वर्गांना ब्राह्मणशाहीच्या मानसिक गुलामगिरीतून, सामाजिक हीनतेचा कलंक व ऐहिक दु:स्थिती ह्यांपासून मुक्त करण्याचा प्रयत्न केला. त्यांच्या तत्त्वाप्रमाणे जातिभेद नष्ट करणे हे इष्ट कार्य होते व जातिभेदाचे संरक्षण करणे हे पाप होते. यासाठी त्यांनी सांघिक व सहकारी जीवनाच्या आवश्यकतेचे प्रचार व प्रसार केला. नगरपालिका, ग्रामपंचायत ही जातिभावनेपासून अलिप्त झाल्यावाचून सुरळीत व कार्यक्षम होऊ शकणार नाही, अशी त्यांची खात्री झाली होती. अनेक परिषदा व सभा यांच्या अध्यक्षपदावरून त्यांनी किंकाळी फोडून सांगितले की, जो पुढारी आपल्या देशबंधूंना व धर्मबंधूंना शेणापेक्षा व जनावरांपेक्षा कमी लेखतो त्याने आपणास देशाचे पुढारी मानावे हा शुद्ध निर्लज्जपणा आहे ! त्यामुळे त्यांनी गर्जना केली की, जे राजकारणात भाग घेतात त्यांनी, इतर देशांत मनुष्यांना मनुष्ये म्हणून वागवितात तसेच येथेही वागविले पाहिजे.

शाहूंनी आपल्यापरी गौतम बुद्ध व अशोक यांच्याप्रमाणे धर्माला मानवतेचे स्वरूप देण्याचा प्रयत्न केला. १९७४ साली शाहूंच्या जन्मशताब्दी उत्सवाप्रसंगी मुंबईत भाषण करताना भारताचे राष्ट्रपती वराहगिरी म्हणाले, 'शाहूंनी राष्ट्राची मोठी सेवा केली आहे. शाहू हे सर्वप्रथम एक महान मुक्तिदाते होते व दलितांचे[७] खरे सेवक होते.' त्या महान मुक्तिदात्याचे हे समर्पक वर्णन होते. कारण

त्यानेच म्हटले होते की, 'आमचा उत्कर्ष हा सामान्य जनतेच्या उत्कर्षावर अवलंबून आहे.'

प्रस्थापित व पददलित यांमधील अंतर कमी करण्याच्या हेतूने केलेल्या शाहूंच्या लढ्याचे वर्णन 'जातिभेद वाढविण्याचे कार्य, शांततेचे व समाजाला काळिमा लावणारे कार्य' असे प्रस्थापितांच्या कैवाऱ्यांनी केले. जर एखाद्या ज्ञात्या ब्राह्मणाने समाजातील विषमता व माणसामाणसांमधील अंतर कमी करण्याचा प्रयत्न केला तर त्याचे वर्णन 'समाज सुधारक' असे करण्यात येते. पण एखादा ज्ञानी व समतावादी ब्राह्मणेतर तेच कार्य करू लागला तर त्याची संभावना 'समाजात जातिमत्सर निर्माण करणारा' अशी होते.

शाहू अनेक वेळा ब्रिटिश राजप्रतिनिधींच्या सूचनेप्रमाणे वागले, पण ते नाइलाज म्हणून, संतोषाने नव्हे. ते अगदी धूर्त व चतुर राजकारणी पुरुष होते. ब्रिटिश सरकारशी वागते वेळा त्यांना साधेपणा व भोळेपणा यांचा बुरखा पांघरणे भाग होते. राजकारणाचे डाव टाकताना तो त्यांच्या कारस्थानपटू स्वभावाचा एक स्थायि भाव होता. परंतु त्यांच्या त्या साधेपणाच्या व भोळेपणाच्या बुरख्याखाली शहाणपणा व धूर्तपणा वावरत होता याची ब्रिटिशांनाही कल्पना नव्हती असे म्हणणे धारिष्ट्याचे होईल. त्यांनी होळकरमहाराजांना जो सल्ला दिला तो त्यांच्या धूर्तपणाचा व सावधगिरीचा द्योतक आहे. ब्रिटिश सरकारशी सरळपणे व स्पष्टवक्तेपणाने वागण्यामुळे संकट कोसळेल, असे सांगून ते पुढे म्हणाले, 'जगात सद्गुणांची चहा नेहमी होतेच असे नाही.'

शाहूंच्या हालचालींवर पाळत ठेवण्यासाठी ब्रिटिश सरकारने हेर ठेवले होते. पण अनेक वेळा शाहू त्यांच्यावर मात करीत. जेव्हा बाजू त्यांच्या अंगलट येई तेव्हा आपली लेखणी व वाणी अगदी विनम्र करून ते त्या अडचणीतून आपली सुटका करून घेत किंवा राजनिष्ठेचा फाजील आव आणून राष्ट्रवाद्यांवर कडाडून हल्ला करीत; किंवा त्यांच्याविषयी ब्रिटिश सरकारच्या वरिष्ठ अधिकाऱ्यांसमोर तिरस्काराने बोलून कसेतरी एकदा संकटातून बाहेर पडत. कोल्हापुरातील ब्रिटिश राजप्रतिनिधी यांच्यावरही पाळत ठेवण्यासाठी शाहूंनी आपले हेर ठेवले होते. त्यांच्याकडून हे ब्रिटिश राजप्रतिनिधींच्या कार्यालयात कोणती खलबते चालत याची इत्थंभूत माहिती काढून घेत. एके दिवशी एका मोठ्या व्यक्तीने ब्रिटिश राजप्रतिनिधीला काही अवघड प्रश्न विचारले. त्याची उत्तरे ते देऊ शकले नाहीत. नंतर जेव्हा ती व्यक्ती शाहूंच्या भेटीस आली तेव्हा शाहूंनी बोलता बोलता त्या अवघड प्रश्नाकडे, त्यांच्या लक्षात येऊ न देता त्या

संभाषणाचा ओघ वळवून, त्या व्यक्तीला त्या प्रश्नाचे उत्तर दिले. ते ऐकून ती व्यक्ती चकितच झाली !

शाहू छत्रपती हे ब्रिटिशांच्या दडपणाखाली राज्यकारभार करीत होते. अर्थात एक मांडलिक राजा म्हणून त्यांच्या अधिकाराला व स्वातंत्र्याला मर्यादा पडलेली होती. आणि जरी त्यांनी स्वराज्य हे हिंदुस्थानचे ध्येय आहे अशी निर्भयपणे घोषणा केली होती तरी ते स्वातंत्र्याच्या संग्रामात उघडपणे सक्रिय भाग घेऊ शकत नव्हते. एकोणीसशे वीस ते तीस सालपर्यंत महात्मा गांधीसुद्धा स्वराज्याचा अर्थ पूर्ण स्वातंत्र्य, अशी व्याख्या करू शकले नाहीत. ती घोषणा फक्त क्रांतिकारकांच्या पक्षाने यापूर्वीच सावरकरांच्या नेतृत्वाखाली केली होती. शाहू कालखंडातील दुसऱ्या कोणत्याही वैध पक्षाने पूर्ण स्वातंत्र्याची घोषणा केली नव्हती. महात्मा गांधी यांनी ३ जानेवारी १९२२ रोजी आपल्या 'यंग इंडिया' साप्ताहिकात म्हटले आहे की, 'आपण पूर्ण स्वातंत्र्याचा आग्रह धरणे ही गोष्ट धार्मिक दृष्ट्याही निर्बंधबाह्य आहे. कारण ती द्वेषमूलक व चिडखोरपणाची होईल. त्यामुळे ईश्वराचे अस्तित्वच नाकारल्यासारखे होईल.' सन १९२१ च्या डिसेंबर महिन्यात जेव्हा अहमदाबाद काँग्रेसमध्ये 'पूर्ण स्वातंत्र हेच राष्ट्राचे ध्येय आहे' असे घोषित करणारा ठराव हजरत मोहानी यांनी मांडला, तेव्हा म. गांधींनी त्या ठरावाला प्रत्यक्ष विरोध केला आणि त्यावेळी कारावासात असलेल्या पं. जवाहरलाल नेहरूंनी आपला त्या ठरावाशी संबंध नाही असे कळविले होते.[८]

शाहूंची स्वराज्याची कल्पना संकुचित नव्हती. लोकशाहीचा पाया विस्तृत करणे व हिंदी राष्ट्रवादाचे क्षेत्र सर्वसमावेश करणे असे त्यांचे ध्येय होते. मागास व दलित वर्गाला राज्यकारभारात जन्मसिद्ध अधिकार व वाटा मिळाला पाहिजे ही शाहूंची मागणी महाराष्ट्रातील ब्राह्मणी राष्ट्रवाद्यांनी जातीय आहे, असा गैरसमज पसरविला होता.

शाहू हे एक श्रेष्ठ दर्जाचे प्रज्ञावंत व प्रबुद्ध राज्यकर्ते होते. सर्व धर्मीयांशी ते सहिष्णुतेने वागत. एका समतोल बुद्धीच्या चांगल्या लेखकाच्या मते, सामाजिक प्रगती ही एक राजकीय प्रगतीची पायरी आहे असे मानणाऱ्या दुसऱ्या देशांतील लोकांनी शाहूंना दैवत मानले असते. छत्रपतींच्या शैक्षणिक धोरणाने अनेक सामाजिक कार्यकर्त्यांना मंगल स्फूर्ती दिलेली आहे. शैक्षणिक कार्याचे परिणाम सामाजिक व धार्मिक चळवळीवर होतात. शाहूंच्या नेतृत्वाखाली सामाजिक स्वातंत्र्याच्या शक्तीचा पुन्हा नव्याने उठाव होऊन म. फुले यांनी पूर्वी केलेल्या युगातील सामाजिक क्रांतीच्या कार्याला पुन्हा गती मिळाली व तेज चढले.

'मानवी जीवनाविषयी अत्यंत सहानुभूती' हे शाहूंचे ब्रीदवाक्य होते. त्यांच्या जीवनाची ती एक मोठी नैतिक व प्रेरक शक्ती होती. सामान्य जनतेची उन्नती करण्याच्या झगड्यात त्यांच्या गादीलाही धोका निर्माण झाला, तरी त्यांनी आपल्या प्रजेचे ऐहिक कल्याण साधण्याचा हिरिरीने व निष्ठेने प्रयत्न केला हे खरे. त्यांचे अंतिम ध्येय भव्य होते. त्यांचा दृष्टिकोण बराच समंजस, सुबुद्ध व सहिष्णू होता. महापुरुषाची व्याख्या सांगताना प्लेकनॉव्ह या रशियन विचारवंताने आपल्या 'दी रोल ऑफ दी इंडिव्हिज्युअल इन हिस्टरी' ह्या ग्रंथात जी व्याख्या दिलेली आहे तिच्याप्रमाणे शाहू छत्रपती हे महापुरुष होते असे सिद्ध होते. महापुरुष आपली कामगिरी इतिहासात कशी बजावतो हे सांगताना प्लेकनॉव्ह म्हणतो, 'महापुरुष हा महापुरुष ठरतो, कारण त्याच्या ठिकाणी असे काही गुण असतात की ज्यांमुळे तो आपल्या काळातील मोठ्या सामाजिक गरजा पुरविण्यास समर्थ ठरतो. मात्र त्या गरजा सर्वसाधारण व विशेष कारणांतून उत्पन्न झालेल्या असतात. महापुरुष हा अगदी नवीन कार्याचा आरंभ करतो. कारण तो इतरांपेक्षा अधिक पुढचे पाहू शकतो व त्या बाबतीत त्याची कळकळ इतरांपेक्षा अधिक तीव्र असते.'१

नि:संशयपणे शाहू आपल्या बऱ्याच समकालीनांपेक्षा पुढचे पाहू शकले आणि त्यांनी कनिष्ठ वर्गाची उन्नती करण्याची कळकळ इतरांपेक्षा तीव्रतेने बाळगली. इतिहास हा महान सामाजिक नेत्याकडून घडत असतो आणि शाहू हा, ज्या सामाजिक शक्ती नवीन समाज व्यवस्था स्थापण्यासाठी उफाळत होत्या त्यांचा एक परिपाक होता. शाहू व डॉ. नायर हे दोन साजिक बंडखोर विसाव्या शतकाच्या पहिल्या पंचवीस वर्षांत अग्रणी होते. राजकारणात व समाजकारणात शाहूंएवढी लोकप्रिय व्यक्ती समकालीन हिंदी संस्थानिकांत नव्हती असे म्हटले तरी ती यत्किंचितही अतिशयोक्ती ठरणार नाही. गरिबांचे व दलितांचे दु:ख पाहून ज्यांचे हृदय पिळवटून निघे व डोळ्यांत अश्रू उभे राहत असे त्या कालखंडात शाहूंसारखे नेतेही थोडेच होते. शाहूंच्या यशस्वी जीवनाचे रहस्य त्यांच्या उदात्त ध्येयात व नि:स्वार्थी कार्यात होते. राजाने जर कर्तव्य बुद्धीने व न्याय्य बुद्धीने मुकुट धारण केला तर त्याची राजवट जनतेला नैतिक व भौतिक यशाची ग्वाही देते. शाहूंनी स्वत: तसे वागून यश मिळविले. 'बोले तैसा चाले' या उक्तीचे हे एक उत्तम उदाहरण होय.

नव समाज व नवीन जग निर्माण करण्याची आपली वैभवशाली ऐतिहासिक भूमिका शाहूंनी चांगली पार पाडली. त्यांचे जीवितकार्य म्हणजे एक उदात्त नाटक वाटते. त्यात मानवांचे अवमूल्यन करणाऱ्या दुष्कृत्यांवर

मानवतावादाच्या चिरंतन तत्त्वांनी विजय मिळविला, अंधकारावर उजेडाने जय मिळविला. तत्त्वज्ञानी राजे होतील अशी एक वेळ येईल असे प्लेटोने भाकीत केले होते. आणि तसे शाहू होतेही. प्रा. रा. बी. आठवले यांनी शाहूंशी प्रदीर्घ बोलणी केल्यावर शाहू हे प्लेटोच्या कल्पनेतील तत्त्वज्ञ राजा आहेत असे त्यांनी वर्णन केले आहे,[१०] ते यथार्थ आहे. पण प्लेटोने राजा हा समाजक्रांतिकारक होईल असे भाकीत केलेले नव्हते. शाहू तत्त्वज्ञ राजर्षी असून प्रखर समाजक्रांतिकारक होते.

शाहूंनी आपल्या दिव्य चक्षूंनी स्वतांत्र, समता, बंधुता व बुद्धिप्रामाण्य यांवर अधिष्ठित अशी नवीन प्रकारची समाजरचना भारतात स्थापन केली जाईल असे दृश्य पाहिले. कामगारांना अधिकारप्राप्ती झाली पाहिजे, अस्पृश्यतेचे निर्मूलन झाले पाहिजे, सामान्य मनुष्याचा ऐहिक दर्जा वाढविला पाहिजे, हे त्यांचे तत्त्वज्ञान भारताच्या राज्यघटनेत सामाजिक व आर्थिक लोकशाही स्थापण्याच्या ध्येयात समाविष्ट झालेले आहे. ते घटनेच्या मार्गदर्शक तत्त्वांशी निगडित झालेले आहे.

शाहू हा खरोखर एक अनन्यसाधारण आत्मशक्तीचा पुरुष होता. त्यांचे मोठेपण साधेपणाने शोभले. ते जनक राजासारखे राजर्षी होते. कारण ते सामान्य जनतेचे तत्त्वज्ञ होते. म. फुले यांच्या मृत्यूनंतर त्यांनी लक्षावधी गरिबांच्या व दलितांच्या हृदयात आशेचा दिवा पेटविला. ह्या एका कार्यामुळेच त्यांना भारताच्या इतिहासात उच्च स्थान प्राप्त झाले आहे. कामगारराज्याचे स्वप्न पाहणारा हा एक राजा होता. त्यांचे मत गिरणी व कारखाने, भांडवलदार व कारखानदार यांच्या ताब्यात जाऊ नयेत असे होते; त्यांचे नियंत्रण लोकांच्या हाती असावे अशी त्यांची धारणा होती. अखिल महाराष्ट्रावर जो शिक्षणाचा प्रकाश पडला आहे त्या प्रकाशाचा अमर दिवा महाराष्ट्रात त्यांनीच लावला आहे. त्या दिव्यावर नंतर अनेक शिक्षणमहर्षींनी आपले दिवे लावून महाराष्ट्रात ज्ञानयुग सुरू करून गरिबांच्या झोपडीपर्यंत ज्ञानगंगा नेण्याचा भगीरथ प्रयत्न केला आहे. गरिबांना व दलितांना ज्ञान देऊन त्यांचे जीवित सुखी करणे ही महान लोकसेवा होय. त्यासाठीच शाहूंनी आपले जीवित वेचले. युद्धातील विजयापेक्षा शांततेच्या काळातील विजय सत्कीर्ती पावतात अशा तत्त्वावर ज्याची नितान्त श्रद्धा होती असा हा राज्यकर्ता होता.

यास्तव भारतातील सामाजिक व आर्थिक लोकशाही जसजशी यशस्वी व सामर्थ्यशाली होत जाईल तसतशी शाहूंची ऐतिहासिक मूर्ती अधिकाधिक तेजस्वी दिसत जाईल. जनता आपल्या अपार प्रेमाने नि अखंड कृतज्ञतेने त्यांचे स्मरण करीत राहील यांत संदेह नाही. अर्थात छत्रपतीचे नाव इतिहासात

सुवर्णाक्षरांत लिहिले जाईल. कर्तृत्ववान मनुष्य आपल्या जीवनात अनेक भूमिका वठवीत असतो. आपल्या दुर्दम्य, त्यागी व विरक्त आत्मशक्तीने राजर्षी शाहू छत्रपती हे महाराजा शिवछत्रपतींच्या नंतरचे महाराज्यकर्ते ठरले आहेत. खरोखर ते एक महान सामाजिक पुरुष होते. एक समाजक्रांतिकारक राजा, लोकशाहीनिष्ठ पत्रकारांचा पाठीराखा, हिंदी शास्त्रीय संगीताचा एक पुरस्कर्ता, मराठी रंगभूमीचा एक शिल्पकार, मल्लयुद्धाचा एक आश्रयदाता, आधुनिक महाराष्ट्राचा एक भाग्यविधाता, भारतातील हरितक्रांतीचा अग्रदूत आणि भारतातील सामाजिक आणि आर्थिक लोकशाहीचा एक संस्थापक ठरला.

टिपा

प्रकरण १

१. The Times of India, 2 January 1972.

२. पवार, डॉ. आप्पासाहेब, ताराबाईकालीन कागदपत्रे, खंड १ ला, पृ. ८.

३. BMC-Statement of The Question referred for Decision of the High Court of Bombay in the matter of the Estate of Shri Wasudeo Harihar Pandit alias Baba Maharaj (1070), pp. 3-4.

४. Malgaonkar, Manohar, Chhatrapatis of Kolhapur, pp. 94-95.

५. Malgaonkar, Manohar, Chhatrapatis of Kolhapur, pp. 545.

६. TTC - In the High Court of Justice King's Bench Division, London, between Bal Gangadhar Tilak, Plaintiff and Sir Valentine Chirol and Macmillan & Company Limited, Defenders, Plaintiff's Exhibits produced before the Commissioner in Bombay (1917) pp. 11-12.

७. TTC, pp. 12.

८. Malgaonkar,Manohar, Chhatrapatis of Kolhapur, pp. 575.

९. Cox, Sir Edmund C., My thirty Years in India, pp. 71.

१०. श्री छत्रपती शहाजी महाराज यांनी ग्रंथकारास सांगितलेली हकिगत.

११. ९ सप्टेंबर १९१६.

प्रकरण २

१. DPR - Report of the Director of Public Instruction, Bombay Presidency for the year 1885, pp. 85.

२. LAB - Latthe, Memoirs of His Highness Shahu Chhatrapati

Maharaja of Kolhapur, Vol. 1, pp. 36.

३. LAB, Vol. I, pp. 36-39.

४. LAB, Vol. I, pp. 39.

५. DPR, 1886-87.

६. केळकर, न. चिं., गतगोष्टी, पृ. १४५.

७. जाधव, भ. बा., राजर्षी श्री शाहू महाराजांची भाषणे, पृ. १८१.

८. LAB, Vol. I, pp. 47.

प्रकरण ३

१. RKS - Report on the General Administration of the Kolhapur State and its Feudatories, 1892-93.

२. RKS, 1892-93.

३. RKS, 1892-93.

४. Limaye, P.M., The History of the Deccan Education Society, pp. 154.

५. केसरी, ३ एप्रिल १८९४

६. Sanjana, J.E., Caste and Outcaste.

७. टिकेकर, श्री. रा., लोकहितवादींची शतपत्रे, पृ. २३४, २८९, २९१, २९३.

प्रकरण ४

१. RKS, 1894-95.

२. सुधारक, १३ ऑगस्ट १८९४.

३. सुधारक, १ ऑक्टोबर १८९४.

४. शाहूंना आलेले पत्र, २५ ऑक्टोबर १८९४.

५. LAB, Vol. I, pp. 108.

६. The Times of India, 28 March 1895.

७. LAB, Vol. I. pp. 325.

८. केसरी, १७ एप्रिल १८९५.

९. केसरी, ४ जून १८९५.

१०. केसरी, ४ जून १८९५.

११. केसरी, ४ जून १८९५.

१२. केसरी, ३ सप्टेंबर १८९५.

१३. मराठा, १ सप्टेंबर १८९५.

१४. Khobrekar, V. G., Shivaji Memorials: The British Attitude, pp. 42

१५. शाहूंचे म्यूर मॅकन्झी यांना पत्र, २४ मार्च १९१०.

१६. LAB, Vol. I, pp. 129.

प्रकरण ५

१. फ्रेजर ह्यांचे शाहूंना पत्र, २० डिसेंबर १८९६.

२. लीवॉर्नर ह्यांचे शाहूंना पत्र, २ एप्रिल १८९६.

३. केरळकोकिळ, सप्टेंबर १८९६.

४. अँग्लोव्हर्नाक्युलर स्कूल-कटकोळ, हीरक महोत्सव ग्रंथ, पृ. ७

५. न्यूजंट ह्यांचे शाहूंना पत्र, १० नोव्हेंबर १८९९.

६. न्यूजंट ह्यांचे शाहूंना पत्र, १० नोव्हेंबर १८९९.

७. वुडहाऊस यांना शाहूंचे पत्र, २४ फेब्रुवारी १९१९.

८. म्यूर मॅकन्झी यांना शाहूंचे पत्र, २४ मार्च १९१९.

९. पगडी, सेतुमाधवराव, हैद्राबादेतील स्वातंत्र्याच्या चळवळी, पृ. ११७.

१०. जॅक्सन ह्यांचे शाहूंना पत्र, २१ मे १९००.

११. कुलकर्णी सौ. मीना व ब. शि. कुलकर्णी, श्री शाहू छत्रपतींचे अर्थकारण, पृ. २२८.

प्रकरण ६

१. TTC, pp. 15-16.

२. TTC, pp. 16.

३. देव, शंकर श्रीकृष्ण, श्रीदासबोध, पृ. १६५.

४. Ambedkar, Dr. B. R., Who were the Shudras? pp. 117.

५. बिर्जे, वासुदेवराव लिंगोजी, क्षत्रिय आणि त्यांचे अस्तित्व, पृ. १७८-७९.

६. डोंगरे, महादेव गणेश, श्रीसिद्धान्तविजयग्रंथ, पृ. ६.

७. आपटे, दाजी नागेश, श्री महाराज सयाजीराव गायकवाड (तिसरे) यांचे चरित्र, खंड २ रा. पृ. १२१.

८. लोकमान्य टिळकांचे केसरीतील लेख, भाग ४, पृ. २१४-१६.

९. ग्रंथमाला, वर्ष ७, अंग ५, पृ. ५-६.

१०. खानोलकर, गं. दे., प्रो. विष्णु गोविंद विजापूरकर, पृ. २४.

११. रॉबर्टसन यांना शाहूंचे पत्र, १३ ऑगस्ट १९१५.

१२. रॉबर्टसन यांना शाहूंचे पत्र, ८ ऑगस्ट १९१५.

१३. रॉबर्टसन यांना शाहूंचे पत्र, ८ ऑगस्ट १९१५.

१४. टिळकांचे पत्र, २१ ऑगस्ट १९०१.

१५. Ranade, M.G., Rise of the Maratha Power, Publication Dept. Govt. of India, pp. 126

१६. केसरी, २२ व २९ ऑक्टोबर १९०१.

१७. बोले, सी. के. यांचा अभ्युदय लो. टिळक शताब्दि-विशेषांकातील लेख, पृ. ११.

प्रकरण ७

१. LAB, Vol. I, pp. 160.

२. Maratha, 9 October 1901.

३. LAB, Vol. I, pp. 140.

४. RKS, 1901-02; 1902-03.

५. CTM Cashman, Richard 1, The Myth of Lokmanya Tilak and Mass Politics in Maharashtra, University of California Press (1975) pp. 116.

६. CTM, pp. 116.

७. फेरिस ह्यांचे शाहूंना पत्र, ६ मे १९०२.

प्रकरण ८

१. केसरी, २० मे १९०२.

२. फ्रेजर ह्यांचे शाहूंना पत्र, ११ जून १९०२.

३. फ्रेजर ह्यांचे शाहूंना पत्र, २ जून १९०२.

४. Wykehomist, No. 393 - June 1902.

५. केसरी, ८ जुलै १९०२.

६. CTM, pp. 118.

७. Lee Warner, The Native States of India, Introduction.

८. Lee Warner, The Native States of India, Introduction.

९. केसरी, १५ जुलै १९०२.

१०. The Times of India, १५ जुलै १९०२.
११. फ्रेजर यांचे शाहूंना पत्र, २६ जून १९०२.
१२. दिवाण सबनीस यांचे शाहूंना पत्र, २० जून १९०२.
१३. केसरी, १० ऑगस्ट १९०२.
१४. मराठा, २ व १७ ऑगस्ट १९०२.
१५. मराठा, १६ ऑक्टोबर १९०२.
१६. केसरी, ५ ऑगस्ट १९०२.
१७. LAB, Vol. I, pp. 155.
१८. शाहूंचे हिल्ल यांना पत्र, २६ सप्टेंबर १९०२.
१९. बागल, माधवराव, राजर्षी छत्रपती श्री शाहूमहाराज यांच्या आठवणी, पृ. १५६-५७.

प्रकरण ९

१. शिरवळकर, वासुदेव रंगनाथ, श्री तुकाराम, पृ. १३६-४०.
२. ग्रंथमाला, सप्टेंबर १९०२.
३. LAB, Vol. I. pp. 203.
४. डोंगरे, महादेव गणेश, श्रीसिद्धांतविजयग्रंथ, पृ. १४५-४६.
५. RKS, 1911-12.
६. व्यायाम प्रभाकर, पृ. १-५.
७. RKS, 1904-05.
८. भारद्वाज, सांबमूर्ती, श्रींचे जीवनचरित्र अर्थात करवीर पीठाचा इतिहास, पृ. १०१ व महाराष्ट्र टाइम्स, १ ऑगस्ट १९७०.
९. १० लोकमान्य टिळक यांच्या आठवणी व आख्यायिका, खंड तिसरा, पृ. १०३.
११. ठाकरे, प्रबोधनकार, के. सी., ग्रामण्याचा साद्यंत इतिहास अर्थात नरसिंहाचे बंड, पृ. १४०.
१२. ठाकरे, प्रबोधनकार, के. सी., ग्रामण्याचा साद्यंत इतिहास अर्थात नरसिंहाचे बंड, पृ. १४०.
१३. भारद्वाज, सांबमूर्ती, श्रींचे जीवनचरित्र अर्थात करवीर पीठाचा इतिहास, पृ. १२०.
१४. भारद्वाज, सांबमूर्ती, श्रींचे जीवन चरित्र अर्थात करवीर पीठाचा इतिहास, पृ. १२०.

१५. केळूसकर, मनोहर, नवशक्ति, २० जुलै १९७५.

१६. LAB, pp. 143.

१७. केसरी, ६ जून १९०५.

१८. RKS, 1905-06.

१९. देशपांडे, गंगाधर, माझी जीवनकथा, पृ. १८३.

२०. डोंगरे, महादेव गणेश, श्रीसिद्धान्तविजयग्रंथ, पृ. १४८.

२१. करवीर गॅझेट, २३ सप्टेंबर १९०५.

२२. ग्रंथमाला, वर्ष १२, अंक ८, पृ. ३-५.

२३. केळकर न. चिं., लोकमान्य टिळक यांचे चरित्र खंड २ रा, भाग २, पृ. ८.

२४. संपादिका, भागवत, दुर्गा. कै. राजारामशास्त्री भागवत यांचे लेख, पृ. २६१.

२५. अप्रबुद्ध, ब्रह्मर्षी श्री. अण्णासाहेब पटवर्धन, खंड ३ रा, पृ. १७.

२६. शाहूंचे फेरिस यांना पत्र, १२ नोव्हेंबर १९०७.

२७. फुले, महात्मा, गुलामगिरी पृ. ४६ (आवृत्ती तिसरी १९१२).

२८. जयप्रकाश नारायण, समाजवादच का? अनुवादक गोरे, ना. ग., पृ. ७९.

प्रकरण १०

१. शाहूंना दिवाणांचे पत्र, २२ सप्टेंबर १९०५.

२. कानडे, रा. गो., गुरुवर्य विष्णु गोविंद विजापूरकर, पृ. १७२.

३. खानोलकर, गं. दे., प्रा. विष्णु गोविंद विजापूरकर, पृ. ४७-४८.

४. कानडे, रा. गो., गुरुवर्य विष्णु गोविंद विजापूरकर, ३१४.

५. खानोलकर, गं. दे., प्रो. विष्णु गोविंद विजापूरकर, पृ. ४८.

६. खानोलकर, गं. दे., प्रो. विष्णु गोविंद विजापूरकर, पृ. १६४.

७. केसरी, २६ सप्टेंबर १९०५.

८. Royal Tour of H.R.H. The Prince and Princess of Wales 1905-06, pp. 25-26.

९. आपटे, दाजी नागेश, श्री महाराज सयाजीराव गायकवाड (तिसरे) यांचे चरित्र, भाग २ रा, पृ. ५०५.

१०. शाहूंचे ल्यूकास यांना पत्र, १७ जानेवारी १९०६.

११. केळकर, न. चिं., लोकमान्य टिळक यांचे चरित्र, खंड २ रा, भाग ४ था, पृ. २१.

१२. केसरी, १ जुलै १९७४.

१३. आठवले, रा. ब., केसरी, १ ऑगस्ट १९७१.

१४. शाहूंचे बोनस यांना पत्र, ६ ऑगस्ट १९०६.
१५. पडते साने यांचे शाहूंना पत्र, १७ ऑगस्ट १९०६.
१६. शिंदे, कॅ. मा. का. नाटक शास्त्र आणि तंत्र, यात स्वा. सावरकरांचे भाषण उद्धृत केले आहे, पृ. ४७.
१७. Home Public File A, pp. 240-44, India Office Library, Information supplied by Miss Chandra Mudaliar.
१८. येडेकर, प्रा. श्याम ना., राजर्षी शाहू छत्रपती यांची भाषणे, पृ. १९-२०.
१९. Muslim Education Society's Report,22.
२०. केसरी, ९ ऑक्टोबर १९०६.
२१. करवीर गॅझेट, २० ऑक्टोबर १९०६.
२२. शाहूंचे एडगर्ले यांना पत्र, १८ ऑक्टोबर १९०६.
२३. केसरी, २७ नोव्हेबर १९०६.

प्रकरण ११

१. TTC, pp. 359-61.
२. शाहूंना महाराजा कृष्णराज यांचे पत्र, ११ नोव्हेंबर १९१०.
३. शाहूंचे महाराजा कृष्णराज यांना पत्र, २७ नोव्हेंबर १९०७.
४. LAB, Vol. I, pp. 308.
५. LAB, Vol. I, pp. 301.

प्रकरण १२

१. केसरी, २३ जून १९०८.
२. तोफखाने, वा. द., राजर्षी श्री शाहू छत्रपती यांचे अंतरंग पृ. १७.
३. शाहूंचे हिल्ल यांना पत्र, १८ जुलै १९०८.
४. माधवराव शिंदे, संपादक विजयी मराठा, यांनी सांगितलेली हकिगत.
५. शाहूंचे जॅक्सन यांना पत्र, १५ सप्टेंबर १९०९.
६. शाहूंचे मॉरिसन यांना पत्र, २७ नोव्हेंबर १९०९.
७. शाहूंचे म्यूर-मॅकन्झींना पत्र, १८ डिसेंबर १९०८.
आणखी खोबरेकर व्ही. जी. व टिकेकर, श्री. रा. यांचे
Making of a Princely Historian
पृ. ७१, १५९-६० पाहा.

८. Kincaid, C.A., Forty-four years a Public Servant, pp. 117.

९. Kincaid, C.A., Forty-four years a Public Servant, pp. 116.

१०. करवीर गॅझेट, ८ जून १९०९.

११. शाहूंचे म्यूर-मॅकन्झींना पत्र, ३ जानेवारी १९१०.

१२. देसाई, स. शं. यांचा भारतीय इतिहास आणि संस्कृती (मुंबई मराठी ग्रंथसंग्रहालयाच्या इतिहास संशोधन मंडळाचे त्रैमासिक, अंक एप्रिल १९७७, पृ. २७-२९.

प्रकरण १३

१. वानखेडे, मोतिराम, ब्राह्मण आणि बहिष्कार, पृ. १०.

२. बागल, माधवराव, सत्यशोधक हीरक महोत्सव ग्रंथ, पृ. २-३.

३. शाहूंचे मॉरिसन यांना पत्र, ७ एप्रिल १९११.

४. बागल, माधवराव, सत्यशोधक हीरक महोत्सव ग्रंथ, पृ. १०९.

५. केसरी, १६ मे १९११.

६. केसरी, २३ मे १९११.

७. संध्याकाळ, मुंबई, २९ मे १९७२.

८. श्रीमती केसरबाई यांची मुलाखत.

९. करवीर गॅझेट, १३ जुलै १९१२.

प्रकरण १४

१. शाहूंचे हिल्ल यांना पत्र, १ जानेवारी १९१३.

२. प्रा. रा. ब. आठवले यांनी दिलेली माहिती.

३. बागल माधवराव, सत्यशोधक हीरक महोत्सव ग्रंथ, पृ. २ व ५

४. Keer, Dhananjay, Mahatma Jotirao Phooley : Father of the Indian Social Revolution, Second edition pp. 206-207, 271.

५. केसरी, २१ ऑक्टोबर १९१३.

६. केसरी, ३० सप्टेंबर १९१३.
व ७ ऑक्टोबर १९१३.

७. केसरी, ८ एप्रिल १९५८.

८. केसरी, ३ फेब्रुवारी १९१४.

९. करवीर गॅझेट, ३० मे १९१४.

१०. केसरी, ८ डिसेंबर १९१४.

११. LAB, Vol. II, p. 381.

प्रकरण १५

१. शाहूंचे रॉबर्टसन यांना पत्र, १५ ऑगस्ट १९१५.

२. मुकादम, जी. एस. यांचे शाहूंना पत्र, १५ मे १९१५.

३. दरबार हुकूम क्रमांक ५३१/२ दि. १३ सप्टेंबर १९१५.

४. किर्लोस्कर, शं. वा., यांत्रिकाची यात्रा, पृ. ६४-६५.

५. केसरी, १४ मार्च १९१५.

प्रकरण १६

१. LAB, Vol. II, pp. 408.

२. LAB, Vol. II, pp. 631.

३. श्री. हरिभाऊ जोशी यांनी सांगितलेली हकिगत.

४. शाहूंचे रॉबर्टसन यांना पत्र, जानेवारी १९१७.

५. हिल्लचे सबनीस यांना पत्र, १४ एप्रिल १९१७.

६. शाहूंचे विलिंग्डनना पत्र, २४ जुलै १९१७.

७. केसरी १२ व १९ सप्टेंबर १९१६.

८. केसरी, २६ डिसेंबर १९१६.

९. Savarkar, V. D., An Echo from Andamans, pp.35.

१०. The Collected Works of Mahatma Gandhi, Vol. IV, pp. 440-41.

प्रकरण १७

१. केसरी, ७ ऑगस्ट १९१७.

२. केसरी, ७ ऑगस्ट १९१७.

३. ठाकरे, प्रबोधनकार के. सी., माझी जीवनगाथा, पृ. २६८.

४. ठाकरे, प्रबोधनकार. के. सी., माझी जीवनगाथा, पृ. २६९.

५. खासेराव जाधवांचे शाहूंना पत्र, १४ ऑक्टोबर १९१७.

६. रणजितसिंहांचे शाहूंना पत्र, ११ सप्टेंबर १९१५.

७. Hardgrave, Jr. Robert L., The Dravidian Movement, pp. 6.

८. सुबोधपत्रिका, ७ ऑक्टोबर १९१७.

९. केसरी, २५ सप्टेंबर १९१७.
१०. कोठारी, वा. रा., जुन्या आठवणी, पृ. १०.
११. शाहूंचे तुकोजी होळकरांना पत्र, ३० ऑक्टोबर १९१७.
१२. शाहूंचे हिल्ल यांना पत्र, ७ नोव्हेंबर १९१७.
१३. सुबोधपत्रिका, ७ डिसेंबर १९१७.
१४ सुबोधपत्रिका, २७ जानेवारी १९१८.

प्रकरण १८

१. शाहूंचे रॉर्बटसन यांना पत्र, ५ जानेवारी १९१८.
२. गुप्ते यांचे शाहूंना पत्र, १३ जानेवारी १९१८.
३. खासेराव जाधवांचे शाहूंना पत्र, २४ जानेवारी १९१८.
४. Monagu, E.S., An Indian Diary, pp. 243.
५. सुबोधपत्रिका, १३ जानेवारी १९१८.
६. अण्णासाहेब लठ्ठे, श्री शाहू छत्रपती यांचे चरित्र, पृ. ४२८-२९.
७. सुबोधपत्रिका, २४ फेब्रुवारी १९१८.
८. The All-India Anti-Untouchability Movement, pp. 22.
९. Speeches and Addresses of His Highness Sayajirao III Maharaja of Baroda, Vol. II, pp. 46.
१०. लॉर्ड विलिंग्डन यांचे शाहूंना पत्र, ४ जून १९१८.

प्रकरण १९

१. केसरी, ११ जून १९१८.
२. केसरी, ९ जुलै १९१८.
३. केसरी, १ नोव्हेंबर १९०४.
४. शाहूंचे सिडन्हॅम यांना पत्र, जून १९१८.
५. केसरी, २ जुलै १९१८.
६. केसरी, १६ जुलै १९१८.
७. शाहूंचे महाराज सयाजीराव गायकवाड यांना पत्र, २६ जुलै १९१८.
८. करवीर गॅझेट, १० ऑगस्ट १९१८.

प्रकरण २०

१. केसरी, १७ सप्टेंबर १९१८.

२. करवीर गॅझेट, १५ फेब्रुवारी १९१९.
३. केसरी, २९ ऑक्टोबर १९१८.
४. LAB, Vol. II, pp. 536.
५. शाहूंचे भावनगरचे महाराज यांना पत्र, १ डिसेंबर १९१८.
६. चेम्सफर्ड यांचे शाहूंना पत्र, १८ नोव्हेंबर १९१८.
७. Kanji Dwarkadas, Ruttie Jinnah, pp. 13.
८. बागल, माधवराव, राजर्षी छत्रपती श्री शाहूमहाराज यांच्या आठवणी, पृ. २०-२६.

प्रकरण २१
१. सिडनहॅमचे शाहूंना पत्र, २४ मार्च १९१९.
२. विश्वबंधु, २० एप्रिल १९१९.
३. जागरूक, १० मे १९१९.
४. जाधव, भ. बा., राजर्षी श्री शाहूमहाराजांची भाषणे, पृ. ३८-५०.
५. करवीर गॅझेट, २० मे १९१९.
६. लॉऊन्डस यांचे शाहूंना पत्र, १० मे १९१९.
७. शाहूंचे रेसिडेंटना पत्र, २९ मे १९१९.
८. हॅरोल्ड यांचे शाहूंना पत्र, १९ जून १९१९.
९. शाहूंचे हॅरोल्ड यांना पत्र, १९ जून १९१९.
१०. क्लीव्हलँड यांचे शाहूंना पत्र, २० जून १९१९.
११. The Times of India, १७ जुलै १९१९.
१२. केसरी, ३० डिसेंबर १९१९.

प्रकरण २२
१. IEC-Iroshick, Engene F. Politics and Social confict in South India and the Non-Brahmin Movement and Tamil Seperation 1916-1929, pp. 106.
२. Hardgrave, Jr. Robert L., The Dravidian Movement, p. 11
३. Montague, E. S., An Indian Diary, pp. 118.
४. The Times of India, 23 July 1919.
५. कोठारी, वा. रा., यांचे पत्र, २२ जुलै १९१९.
६. शाहूंचे कोठारी यांना पत्र, २७ जुलै १९१९.

७. पंडिता अम्मालू यांचे शाहूंना पत्र, २३ ऑगस्ट १९१९.

८. फ्रेजर यांचे शाहूंना पत्र, १८ जुलै १९१९.

९. सुबोधपत्रिका, १५ जून १९१९.

प्रकरण २३

१. शाहूंचे इंदूरच्या महाराजांना पत्र, १० जानेवारी १९२०.

२. Keer, Dhananjay, Lokamanya Tilak, Father of the Indian Freedom Struggle (second edition) pp. 435

3. वुडहाऊस यांना शाहूंचे पत्र, २७ मार्च १९२०.

४. शेंडे, ना. रा., ग. आ. गवई; व्यक्ति आणि कार्य, पृ. १२२-२३.

५. Keer, Dhananjay, D. Ambedkar : Life and Mission (Third edition), pp. 42.

६. Keer, Dhananjay, Mahatma Gandhi : Political Saint and Unarmed Prophet,pp. 157.

७. CWG, Vol. XIII, pp. 301-03.

८. CWG, Vol. XIII, pp. 94.

९. Young India, 25 February 1920.

१०. Keer Dhananjay, Mahatma Gandhi : Political Saint and Unarmed Prophet, pp. 359.

११. फ्रेजरचे शाहूंना पत्र, 31 March 1920.

१२. रायनिंगांचे शाहूंना पत्र, २८ एप्रिल १९२०.

१३. केसरी, २० एप्रिल १९२०.

१४. The Times of India, 17 April 1920.

प्रकरण २४

१. पत्र क्रमांक आर ११७३०-३१, एप्रिल १९२०.

२. लो. टिळक यांच्या आठवणी व आख्यायिका, खंड १ ला, पृ. २२१.

३. कोठारी, वा. रा., जुन्या आठवणी, पृ. ६९.

४. केसरी, १८ मे १९२०.

५. शाहूंचे फ्रेजर यांना पत्र, २७ मे १९२०.

६. शाहूंचे फ्रेजर यांना पत्र, २७ मे १९२०.

७. वुडहाऊस यांचे शाहूंना पत्र, ३० मे १९२०.

८. शेंडे, ना. रा., ग. आ. गवई : व्यक्ति आणि कार्य, पृ. ४०.

९. शेंडे, ना. रा., ग. वा. गवई : व्यक्ति आणि कार्य, पृ. ४०.

१०. केसरी, ८ जून १९२०.

११. शाहूंचे रेसिडेंटना पत्र, ३ जून १९२०.

१२. शाहूंचे, राज्यपाल, माँटगोमेरी, कर्टीस यांना पत्र, ८ जून १९२०.

१३. वुडहाऊस यांचे शाहूंना पत्र, १५ जुलै १९२०.

१४. LAB, Vol. II, pp. 527-28.

१५. कर्टीस यांचे शाहूंना पत्र, १० जुलै १९२०.

प्रकरण २५

१. LAB, Vol. II, pp. 611-12.

२. वुडहाऊस यांचे शाहूंना पत्र, २ ऑगस्ट १९२०.

३. Ludwig, Emil, Genius and Character,pp. 46.

४. शाहूंचे जॉर्ज लॉईड यांना पत्र, ७ ऑगस्ट १९२०.

५. LAB, Vol. II, pp. 533.

६. शाहूंचे रणदिवे यांना पत्र, १३ सप्टेंबर १९२०.

७. जाधव, भ. बा., राजर्षी श्री शाहूमहाराजांची भाषणे, पृ. ११६–१२२.

८. जाधव, भ. बा., राजर्षी श्री शाहूमहाराजांची भाषणे, पृ. १२५.

९. केसरी, २८ सप्टेंबर १९२०.

१०. ठाकरे, प्रबोधनकार के. सी., माझी जीवनगाथा, पृ. २३४.

११. पाळेकर, जागृतिकार, आत्मचरित्र आणि लेखसंग्रह, पृ.४३.

१२. हुकूम नं. १८५, १५ ऑक्टोबर १९२०.

१३. ठाकरे, प्रबोधनकार के. सी., माझी जीवनगाथा, पृ. २६०.

१४. LAB, Vol. II, pp. 526.

१५. LAB, Vol. II, pp. 519-20.

१६. LAB, Vol. II, pp. 521.

१७. Halsbury IX, pp. 245, (edition 1909).

१८. Keer, Dhananjay, Mahatma Gandhi, Political Saint and Unarmed Prophet, pp. 352.

१९. मत्स्यपुराण (व्यासकृत) – प्रकाशक रावजी श्रीधर गोंधळेकर (१ सप्टेंबर १८७०), पृ. ५१४-१७.

प्रकरण २६

१. शाहूंचे वुडहाऊस यांना पत्र, ३ जानेवारी १९२१.
२. LAB, Vol. II, pp.595.
३. Maud Diver, Royal India, pp. 158.
४. Bombay Chronicle, 24 January 1921.
५. लोकसंग्रह, जानेवारी १९२१.
६. IEC, pp. 58.
७. केसरी, २१ जानेवारी १९२१.
८. ठाकरे, प्रबोधनकार के. सी., माझी जीवनगाथा, पृ. २५०.
९. शाहूंचे काये यांना पत्र, ४ मार्च १९२१.
१०. शाहूंचे सिडन्हॅम यांना पत्र, ५ मार्च १९२१.
११. शाहूंचे मेरीवेदर यांना पत्र, ११ मार्च १९२१.
१२. शाहूंचे जॉर्ज लॉईड यांना पत्र, ७ मे १९२१.
१३. लोकमान्य, २० मे १९२१.
१४. लोकसंग्रह, मे १९२१.
१५. केसरी, १८ मे १९२१.
१६. लोकशक्ति, २३ मे १९२१.
१७. The Indian Social Reformer, 5 June 1921.
१८. पाळेकर, भगवंत बळवंत, नव्या मनुतील मराठा, भाग १ ला पृ. ४०-४५.
१९. विजयी मराठा, २५ जून १९२१.
२०. केसरी, २८ जून १९२१.
२१. इंदुप्रकाश, २२ ऑगस्ट १९२१.
२२. ठाकरे, प्रबोधनकार के. सी., माझी जीवनगाथा, पृ. २५७-५८.
२३. शिंदे, माधवराव, विजयी मराठाकार श्रीपतराव शिंदे, पृ. ३८.

प्रकरण २७

१. Surve, Dadasaheb Ex-Minister of Kolhapur, Unpublished Autobiography.
२. शाहूंचे अ‍ॅडम यांना डांगे यांच्या पुस्तिकेसंबंधी पत्र, ६ ऑक्टोबर १९२१.
३. शिंदे, माधवराव, विजयी मराठाकार श्रीपतराव शिंदे, पृ. ३२.
४. शिंदे, माधवराव, विजयी मराठाकार श्रीपतराव शिंदे, पृ. ४१.
५. LAB, Vol. II, pp. 604.

६. जाधव, भ. बा., राजर्षी श्री शाहूमहाराजांची भाषणे, पृ. १२७–२९.

७. शाहूंचे थॉमसन यांना पत्र, १९ फेब्रुवारी १९२२.

८. शाहूंचे बीमन यांना पत्र, २७ फेब्रुवारी १९२२.

९. शेंडे, ना. रा., ग. आ. गवई; व्यक्ति आणि कार्य, पृ. ४१–४२.

१०. जाधव, भ. बा., राजर्षी श्री शाहूमहाराजांची भाषणे, भाग २ रा, यात पृ. १२–१९ Eastern Mail चा उतारा.

११. बागल, माधवराव, राजर्षी छत्रपती श्री शाहूमहाराज यांच्या आठवणी पृ. २१७.

१२. शाहूंचे ग्वाल्हेरच्या महाराजांना पत्र, २८ फेब्रुवारी १९२२.

१३. LAB, Vol. II, pp. 406-07.

प्रकरण २८

१. फ्रेजर यांचे पत्र, १० मे १९२२.

२. LAB, Vol. II, pp. 636-37.

३. १० मे १९२२.

४. The Times of India, 25 May 1922.

५. The Times of India, 23 May 1922.

६. तोफखाने वा द., राजर्षी श्री शाहू छत्रपती यांचे अंतरंग पृ. ४१–४२.

७. Free Press Journal, 25 July 1974.

८. Keer, Dhananjay, Mahatma Gandhi : Political Saint and Unarmed Prophet, pp. 416.

९. Plekhanow, G.V., The Role of Individual in History (preface).

१०. तोफखाने, वा. द., राजर्षी श्री शाहू छत्रपती यांचे अंतरंग, पृ. १०९.

राजर्षी शाहू छत्रपती : कालसूची

इ. स. १८७४

२६ जून — लक्ष्मी विलास पॅलेस, बावडा, कोल्हापूर येथे शाहूंचा जन्म.

इ. स. १८७६

३ जानेवारी — शाहूंचे बंधू बापूसाहेब यांचा जन्म.

इ. स. १८८४

१७ मार्च — शाहूंचा दत्तक विधानाचा समारंभ.
— राज्यारोहणाप्रीत्यर्थ करवीरच्या जनतेकडून शाहूंना मानपत्र.
— याप्रसंगी सार्वजनिक सभेकडूनही मानपत्र.

इ. स. १८८५

३१ डिसेंबर — शाहूंचे शिक्षणासाठी राजकोटला प्रयाण.

इ. स. १८८६

जानेवारी — राजकोटच्या राजकुमार महाविद्यालयात प्रवेश.

२० मार्च — शाहूंचे वडील-जयसिंगराव ऊर्फ आबासाहेब घाटगे यांचे निधन.

नोव्हेंबर — शाहूंची व गव्हर्नर जनरल लॉर्ड डफरिन यांची मुंबई येथे भेट.

इ. स. १८८८

८ मे — शाहूंच्या हस्ते 'कोल्हापूर-मिरज रेल्वेमार्गाची' पायाभरणी.

इ. स. १८८९

एप्रिल — शाहू राजकुमार महाविद्यालयातून मुक्त-कोल्हापूरला स्वगृही परत.

२२ मे — शाहूंचे शिक्षक व पालक म्हणून स्टुअर्ट मिटफोर्ड फ्रेजर यांची नेमणूक.

११ जून — शाहूंचे शिक्षण धारवाड येथे सुरू.

	–	भारत-दर्शनासाठी आलेले ब्रिटिश राजपुत्र, अल्बर्ट व्हिक्टर, यांच्याशी शाहूंची पुणे येथे भेट.
इ. स. १८९१		
१ एप्रिल	–	बडोद्याचे गुणाजीराव खानविलकर यांच्या लक्ष्मीबाई या कन्येशी शाहूंचा विवाह संपन्न.
२० एप्रिल	–	गव्हर्नर लॉर्ड हॅरिस यांच्या हस्ते 'कोल्हापूर-मिरज रेल्वेमार्गा'चे उद्‌घाटन-शाहूंतर्फे स्वागत.
२१ एप्रिल	–	गव्हर्नर लॉर्ड हॅरिस यांच्या हस्ते कोल्हापूर येथे औद्योगिक प्रदर्शनाचे उद्‌घाटन.
११ मे	–	शाहूंचे बंधू बापूसाहेब महाराज यांचा विवाह संपन्न.
५ नोव्हेंबर ते २१ डिसेंबर	–	फ्रेजर व सहाध्यायांसह शाहूंचा दक्षिण हिंदुस्थान दौरा.
इ. स. १८९२		
२८ ऑक्टोबर ते २४ डिसेंबर	–	फ्रेजर व सहाध्यायींसह शाहूंचा उत्तर हिंदुस्थानचा दौरा.
इ. स. १८९३		
जानेवारी	–	शाहूंचे धारवाडहून-स्वगृही कोल्हापूरला आगमन.
	–	रघुनाथ व्यंकाजी सबनीस यांची देशी शिक्षक म्हणून नेमणूक.
नोव्हेंबर	–	शाहूंच्या शिक्षणाचे पर्व संपले.
नोव्हेंबर	–	राज्यकारभाराची सूत्रे हाती घेण्यापूर्वी संस्थानातील प्रशासन व्यवस्था व प्रदेश प्रत्यक्ष पाहण्यासाठी शाहूंचा संपूर्ण राज्याचा दौरा.
इ. स. १८९४		
१० मार्च	–	शाहूंना पहिले कन्यारत्न – राधाबाई ऊर्फ आक्कासाहेब.
२ एप्रिल	–	गव्हर्नर लॉर्ड हॅरिस यांच्या हस्ते शाहूंना राज्यकारभाराची सूत्रे बहाल.
	–	शाहूंचा प्रजेला उद्देशून, जनकल्याणाची ग्वाही देणारा पहिला जाहीरनामा.
१३ एप्रिल	–	'हुजूर चिटणीसपदी' रघुनाथ व्यंकाजी सबनीस यांची नेमणूक.
१४ एप्रिल	–	शाहूंची लोककल्याणकारी पहिली राजाज्ञा.

	–	दिवाणी न्यायालयाने शेतकऱ्यांच्या गुरांचा लिलाव करू नये.
	–	शिकारीसंबंधी नियम प्रसिद्ध.
१० ऑगस्ट	–	शाहूंच्या हस्ते कागल जहागिरीची सूत्रे बंधू बापूसाहेब यांना बहाल.
२४ सप्टेंबर	–	सार्वजनिक सभेकडून पुणे येथे शाहूंना मेजवानी व मानपत्र अर्पण.

इ. स. १८९५

१ जानेवारी	–	सम्राज्ञी व्हिक्टोरियाकडून शाहूंना 'जी.सी.एस.आय.' हा किताब.
२१ मार्च ते २० एप्रिल	–	शाहूंनी पन्हाळा पेट्यात राहणाऱ्या जंगली जमातींना भेटून त्यांच्या अडचणी व गाऱ्हाणी ऐकली.
२७ मार्च	–	फर्ग्युसन कॉलेजच्या नवीन इमारत उद्‌घाटन प्रसंगी आलेल्या गव्हर्नर लॉर्ड सॅन्ढर्स्ट यांचे डेक्कन एज्युकेशन सोसायटीचे अध्यक्ष म्हणून शाहूंकडून स्वागत.
३१ मे	–	गव्हर्नर जनरलनी गुन्हेगारांना फाशी देण्याचे अधिकार शाहूंना परत केले.
१ जून	–	भास्करराव विठोजी जाधव यांची 'सहाय्यक सरसुभा' म्हणून नेमणूक.
२४ ऑगस्ट	–	जंगल संरक्षणाचा वटहुकूम–जंगल रहिवासी जनतेला त्या कायद्यातून सूट.
२६ ऑगस्ट	–	शिवाजी महाराजांच्या समाधी दुरुस्तीचे काम शाहूंनी हाती घ्यावे म्हणून शिवाजी स्मारक शिष्टमंडळ शाहूंना दरबारात भेटले.
१ सप्टेंबर	–	सौ. राधाबाई ऊर्फ रखमाबाई कृष्णराव केळवकर यांची 'स्त्री शिक्षण खात्याची अधीक्षक' म्हणून नेमणूक.
१८ सप्टेंबर	–	शाहूंना राजमुद्रा अर्पण करण्याचा गव्हर्नर लॉर्ड सॅन्ढर्स्टच्या हस्ते पुणे येथे समारंभ.
	–	'जी.सी.एस.आय.' पदवी बहाल.
नोव्हेंबर	–	'शिवाजी निधि समिती'चे अध्यक्षपद शाहूंनी स्वीकारले.
१४ डिसेंबर	–	शाहूंच्या पणजी अहिल्याबाई राणीसाहेब यांचे निधन.
इ. स. १८९५	–	'शाहूपुरी' या नवीन व्यापारी केंद्राच्या उभारणीस प्रारंभ.

इ. स. १८९६

एप्रिल	-	सह्याद्रीच्या रांगांतील प्रदेशाचा शाहूंचा दौरा.
२४ जून	-	रघुनाथ व्यंकाजी सबनीस यांची 'महसूलमंत्री' या पदावर नेमणूक.
२२ ऑगस्ट	-	'मराठा ऐक्येच्छू सभे'चे बोरीबंदर स्थानकावर शाहूंना मानपत्र.
१५ ऑक्टोबर	-	अहिल्याबाई राणीसाहेबांच्या स्मरणार्थ देशी दवाखाना सुरू.
२० नोव्हेंबर	-	शाहूंचा गडहिंग्लज, रायबाग व कटकोळ या दुष्काळी भागांचा दौरा.

इ. स. १८९७

१८ जानेवारी	-	ब्रिटिश राजनैतिक प्रतिनिधी म्हणून कर्नल रे यांची नेमणूक.
जानेवारी ते मे	-	करवीर संस्थानातील 'भुदरगड व पन्हाळपेटा' या दुष्काळी भागांतून लोकांना धीर देत शाहूंचा दौरा.
२१ जून	-	सम्राज्ञी व्हिक्टोरियाच्या राज्यारोहण हीरकमहोत्सवाप्रीत्यर्थ-नवीन राजवाड्यात खास दरबार.
२२ जून	-	सम्राज्ञी व्हिक्टोरियाच्या राज्यारोहण हीरकमहोत्सवाप्रीत्यर्थ सुरू होणाऱ्या 'व्हिक्टोरिया लेपर असायलम' इमारतीची शाहूंच्या हस्ते पायाभरणी.
३१ जुलै	-	शाहूंना पहिले पुत्ररत्न-राजाराम महाराज यांचा जन्म.

इ. स. १८९८

५ सप्टेंबर	-	रघुनाथ व्यंकाजी सबनीस यांची करवीर संस्थानचे दिवाण म्हणून नेमणूक.
इ. स. १८९८	-	करवीर संस्थानात प्लेग व दुष्काळ यांचे थैमान, त्यांच्या निवारणार्थ शाहूंच्या अनेक उपाययोजना.

इ. स. १८९९

१५ एप्रिल	-	शाहूंना दुसरे पुत्ररत्न-प्रिन्स शिवाजी यांचा जन्म.
५ ऑगस्ट	-	ब्रिटिश राजनैतिक प्रतिनिधी कर्नल रे यांच्यावर विषप्रयोग-शाहूंना या प्रकरणात गोवण्याचा प्रयत्न.
नोव्हेंबर	-	शाहू स्नानासाठी पंचगंगा नदीवर गेले असता वेदोक्त प्रकरण घडले.
	-	कोल्हापूरचा राजवाडा, पन्हाळ्याचा राजवाडा व ब्रिटिश

राजप्रतिनिधींचे कार्यालय ही ठिकाणे प्लेगविरोधी कार्याला वेग यावा म्हणून दूरध्वनीने जोडली.

इ. स. १९००

२४ मे – सम्राज्ञी व्हिक्टोरियाकडून वाढदिवसानिमित्त शाहूंची प्रजाहिताची कर्तव्यनिष्ठा पाहून त्यांना 'महाराजा' ही पदवी.

इ. स. १९०१

१८ मे – ब्रिटिश राजनैतिक प्रतिनिधी सर डब्ल्यू. टी. मॉरीसन यांच्या हस्ते 'व्हिक्टोरिया मराठा बोर्डिंग हाऊस'चे उद्‌घाटन.

जुलै – बाळामहाराज दत्तक विधान प्रकरणात शाहू ओढले गेले.

१८ ऑगस्ट – शाहू व लो. टिळक यांची ताई महाराज प्रकरणी चर्चा.

२५ सप्टेंबर – कर्नल सिलीच्या हस्ते मराठा वसतिगृहाच्या नवीन इमारतीची पायाभरणी.

१ ऑक्टोबर – राजवाड्यातील धार्मिक विधी वेदोक्त पद्धतीनेच करावेत अशी शाहूंची राजाज्ञा.

इ. स. १९०२

जानेवारी – कृष्णाबाई केळवकर यांची सहाय्यक डॉक्टर म्हणून 'अल्बर्ट एडवर्ड मेमोरियल हॉस्पिटल' येथे नेमणूक.

मार्च – शाहू व फ्रेजर यांची बेंगलोर येथे भेट.

१६ एप्रिल – 'वेदोक्त समिती'चा अंतिम अहवाल शाहूंना वेदोक्ताचा संपूर्ण अधिकार.

६ मे – राजोपाध्ये यांचे इनाम व अधिकार जप्त.

११ मे – दक्षिणेकडील मराठा संस्थानिकांकडून मिरज येथे शाहूंना मानपत्र.

१४ मे – सातवे एडवर्ड यांच्या राज्यारोहण समारंभाला हजर राहण्यासाठी शाहू कोल्हापूरहून मुंबईस रवाना.

१७ मे – शाहूंचे मुंबईहून इंग्लंडला प्रयाण.

२ जून – शाहू लंडनला पोहोचले.

१० जून – केंब्रिज विद्यापीठाकडून, शैक्षणिक व सांस्कृतिक क्षेत्रातील शाहूंच्या कामगिरीचा गौरव म्हणून 'एल.एल.डी.' ही पदवी बहाल.

१२ जून	–	विंचेस्टर कॉलेजकडून शाहूंचा सत्कार.
१६ जून	–	हिंदी संस्थानिकांसह शाहूंचे 'ऑल्डर शॉट' येथे ३० हजार सैनिकांच्या परेडचे अवलोकन.
१७ जून	–	लंडनच्या 'रॉयल एशियाटिक सोसायटी'कडून शाहू, प्रतापसिंहजी इ. मान्यवरांना मेजवानी.
२४ जून	–	लंडन येथे 'इंपिरियल इन्स्टिट्यूट'मधील हिंदी संस्थानिकांच्या सन्मान कार्यक्रमास शाहू हजर.
३० जून	–	ब्रिटिश पार्लमेंटमधील नेते सर आल्फ्रेड पीज यांची शाहूंना मेजवानी.
जून	–	'रॉयल ॲग्रीकल्चरल सोसायटी'कडून शाहूंना सन्माननीय सभासदत्व व मानचिन्ह.
२ जुलै	–	ब्रिटिश युवराज प्रिन्स ऑफ वेल्सकडून शाहूंना मेजवानी.
	–	ग्वाल्हेरचे शिंदे, आगाखानांसोबत शाहूंची विंडसर कॅसलला भेट.
११ जुलै	–	'रॉयल कोलोनियल इन्स्टिट्यूट' येथे राज्यारोहणाप्रीत्यर्थ दिलेल्या मेजवानीत भारतीय संस्थानिकांच्या वतीने भाषण करण्याचा शाहूंना मान.
१६ जुलै	–	शाहूंचे हितचिंतक सर विल्यम लीवॉर्नर यांच्याशी भेट.
जुलै	–	शाहू व त्यांचा परिवार इंग्लंडहून युरोपच्या प्रवासासाठी रवाना.
२४ जुलै	–	फ्लॉरेन्स येथील राजाराम महाराजांच्या (मृत्यू सन १८७०) छत्रीला शाहूंची भेट.
२६ जुलै	–	मागासलेल्या जातीजमातींसाठी सरकारी नोकरीत ५०% राखीव जागा घोषित करणारा जाहीरनामा करवीर गॅझेटमध्ये प्रसिद्ध.
१ ऑगस्ट	–	युरोप दौऱ्याहून इंग्लंडला परत – भारतीय विद्यार्थ्यांशी त्यांच्या अडचणींबाबत चर्चा.
९ ऑगस्ट	–	'वेस्ट मिन्स्टर ॲबे'येथे ब्रिटिश सम्राट सातवे एडवर्ड यांच्या राज्याभिषेक समारंभाला शाहू उपस्थित.
१४ ऑगस्ट	–	शाहूंनी लंडनचा किनारा सोडला.
३० ऑगस्ट	–	शाहूंचे परिवारासह मुंबईस आगमन.
३१ ऑगस्ट	–	शाहूंचे कोल्हापूरला आगमन.

२ सप्टेंबर	–	शाहूंच्या सुखरूप आगमनाप्रीत्यर्थ करवीर जनतेकडून मानपत्र.
सप्टेंबर	–	समुद्रपर्यटनाबद्दल प्रायश्चित्त न घेता शाहूंकडून भवानी मातेचे व अंबाबाईचे दर्शन.
१४ सप्टेंबर	–	शाहूंच्या दत्तक आई आनंदीबाई राणीसाहेब यांचे निधन.

इ. स. १९०३

१ जानेवारी	–	'दिल्ली दरबार'च्या मुख्य कार्यक्रमाला शाहू उपस्थित.
९ जानेवारी	–	ड्यूक ऑक कॅनॉटकडून शाहूंना 'जी. सी. व्ही. ओ.' ही पदवी. हा सन्मान लाभणारे शाहू पहिले हिंदी संस्थानिक.
१९ फेब्रुवारी	–	राजोपाध्ये यांचा अर्ज पोलिटिकल एजंट कर्नल फेरिस यांनी फेटाळला.

इ. स. १९०४

१ एप्रिल	–	कोल्हापूर 'नगरपालिका अधीक्षक' म्हणून भास्करराव जाधव यांची नेमणूक.
एप्रिल	–	राजकन्या राधाबाई ऊर्फ आक्कासाहेब यांचा देवास नरेश महाराज तुकोजीराव पवार यांच्याशी वाङ्निश्चय.
२ ऑक्टोबर	–	गव्हर्नर लॉर्ड लॅमिंग्टनची कोल्हापूर भेट – शाहूंचे लोककल्याणार्थ कार्य पाहून प्रभावित.

इ. स. १९०५

१ जानेवारी	–	ब्रिटिश सरकारकडून शाहूंना 'एम. ई. ओ. सी.' पदवी.
२ जानेवारी	–	मुंबई सरकारकडून शाहूंना 'वरिष्ठ न्यायालया'चे अधिकार.
जानेवारी	–	शाहूंची राजपुत्रांसह भावनगरला भेट.
एप्रिल	–	शिरोळ येथे कापडाच्या गिरणीचे शाहूंच्या हस्ते उद्घाटन.
९ मे	–	राजोपाध्ये यांचा अर्ज हिंदुस्थान सरकारने फेटाळला – शाहूंचा अखेर विजय.
मे	–	तात्याराव जोशीराव या पुरोहिताची राजोपाध्ये यांच्या जागी नेमणूक.
१० जुलै	–	शाहूंना वेदोक्ताचा पूर्ण अधिकार असल्याचे करवीर शंकराचार्यांकडून जाहीर.
१० सप्टेंबर	–	शंकराचार्यांच्या मठाची मालमत्ता श्री विद्यानरसिंह भारती यांचे स्वाधीन.
२२ सप्टेंबर	–	प्रो. विजापूरकर बडतर्फ.

९ नोव्हेंबर	–	ब्रिटिश युवराज व युवराज्ञी यांचे मुंबई येथे शाहूंकडून स्वागत.
१८ नोव्हेंबर	–	मुंबईत लॉर्ड मिंटोनी गव्हर्नर जनरल म्हणून सूत्रे स्वीकारली. शाहू या प्रसंगी हजर.
नोव्हेंबर	–	मायदेशी परतणाऱ्या लॉर्ड कर्झन यांना शाहूंचा निरोप.
२० डिसेंबर	–	कोल्हापूर येथे ब्रह्मवृंदाकडून शाहूंच्या वेदोक्ताच्या अधिकारास मान्यता.

इ. स. १९०६

९ सप्टेंबर	–	सिमला येथे गव्हर्नर जनरल मिंटोशी शाहूंची भेट.
२७ सप्टेंबर	–	शाहूंच्या हस्ते 'श्री शाहू स्पिनिंग अँड वीव्हिंग मिल'ची पायाभरणी.
१५ नोव्हेंबर	–	'दि किंग एडवर्ड मोहमेडन एज्युकेशन सोसायटी' ही शिक्षणसंस्था स्थापन-शाहू स्वत: अध्यक्ष.

इ. स. १९०७

फेब्रुवारी	–	सिद्धगिरी येथे लिंगायत समाजासमोर शाहूंचे मार्गदर्शनपर भाषण.
फेब्रुवारी	–	विख्यात अभियंते विश्वेश्वरअय्या यांची कोल्हापूर भेट व संस्थानातील तलावांची पाहणी.
१ मार्च	–	फर्ग्युसन महाविद्यालयास मदत करण्याचे संस्थानिक व जहागीरदारांना शाहूंचे आवाहन.
११ जून	–	जिल्हा दंडाधिकाऱ्यांच्या परवानगीशिवाय राजकीय सभा भरवू नयेत असा शाहूंचा आदेश.
१६ जून	–	दाजीपूर येथे शिकारीला गेले असता घोड्यावरून पडून शाहू जखमी.

इ. स. १९०८

५ मार्च	–	कोल्हापुरात ग्वाल्हेरचे राजे माधवराव शिंदे यांचे भव्य स्वागत.
२१ मार्च	–	राजकन्या राधाबाई ऊर्फ आक्कासाहेब यांचा विवाह संपन्न – विवाहाप्रीत्यर्थ भवानी मंडपाची उभारणी.
मार्च	–	राजकन्या राधाबाईंच्या विवाहस्मरणार्थ 'राधानगरी' वसविली.

| १४ एप्रिल | – | अस्पृश्य वसतिगृहाची कोल्हापुरात सुरुवात. दलितोद्धाराचे कार्य करणाऱ्या वसतिगृहास, 'मिस क्लार्क वसतिगृह' हे नाव. |

इ. स. १९०९

९ जानेवारी	–	'श्री शाहू विव्हर्स असोसिएशन' ही विणकरांची संस्था स्थापन.
	–	शाहूंची जागेची व आर्थिक मदत.
१६ जानेवारी	–	शाहूंची सावत्र माता राधाबाई यांचे निधन.
नोव्हेंबर	–	'राधानगरी धरणा'च्या बांधकामास लक्ष्मीबाई राणीसाहेबांच्या हस्ते शुभारंभ.
	–	शाहूंना '२१ तोफांच्या मानवंदने'चा सन्मान प्राप्त.

इ. स. १९१०

| ४ एप्रिल | – | शाहूंची कन्या राधाबाई यांना पुत्ररत्न (विक्रमसिंह) प्राप्ती. |

इ. स. १९११

११ जानेवारी	–	कोल्हापूर येथे 'श्री शाहू सत्यशोधक समाजा'ची स्थापना. अध्यक्षपदी भास्करराव जाधव.
२० मे	–	आर्थिकदृष्ट्या दुर्बल असलेल्यांना फी माफीचा शाहूंचा निर्णय.
२३ मे	–	'भारत नाट्य समाजा'चे सातवे अधिवेशन खेतवाडी (पन्हाळा लॉज), मुंबई येथे शाहूंच्या निवासस्थानी संपन्न.
ऑगस्ट	–	करवीर संस्थानचे 'पहिले रेसिडेंट' होण्याचा मान कर्नल एफ. डब्ल्यू. वुडहाऊस यांना.
सप्टेंबर	–	महारांच्या वतनी जमिनी रयतावा.
२४ सप्टेंबर	–	मागासलेल्या जातींच्या विद्यार्थ्यांना फी माफ.
१२ डिसेंबर	–	पंचम जॉर्ज सन्मानाप्रीत्यर्थच्या 'दिल्ली दरबारात' शाहूंना 'जी.सी.आय.ई.' ही पदवी.

इ. स. १९१२

२ फेब्रुवारी	–	'दिल्ली दरबार' स्मरणाप्रीत्यर्थ 'दिल्ली दरबार मेमोरियल पाटील स्कूल' स्थापण्याचा निर्णय.
११ मे	–	राजपुत्र राजाराम व शिवाजी यांची शिक्षणासाठी इंग्लंडला पाठवणी.
१२ मे	–	पाटीलकीचे शिक्षण देणारी उपरोक्त पाटील शाळा सुरू.

२५ मे	–	शाहूंची आजी सकवारबाई राणीसाहेब यांचे निधन.
७ ऑक्टोबर	–	शाहूंवर टॉन्सिलायटीसची शस्त्रक्रिया.
१६ नोव्हेंबर	–	फासेपारधी लोकांसाठी घरबांधणीच्या योजनेस मंजुरी.

इ. स. १९१३

२८ मे	–	प्रत्येक गावात शाळा स्थापण्याचा शाहूंचा जाहीरनामा.
मे	–	इनाम जमिनींची फाळणी करू नये असा शाहूंचा कडक आदेश.
१ जून	–	हिंदुस्थान सरकारचा 'को–ऑपरेटिव्ह सोसायटी कायदा' (सन १९१२) सर्व कलमांसह कोल्हापूर संस्थानला लागू.
जुलै	–	धार्मिक विधींचे प्रशिक्षण देण्यासाठी 'सत्यशोधक शाळा' स्थापन – विठ्ठलराव डोणे प्रमुख.
३० सप्टेंबर	–	'कोल्हापूर अर्बन को–ऑप. सोसायटी' ही पहिली सहकारी संस्था स्थापन.
	–	भास्करराव जाधव संस्थापक.
२३ नोव्हेंबर	–	गव्हर्नर लॉर्ड विलिंग्डन यांची कोल्हापूरला भेट.

इ. स. १९१४

१ जानेवारी	–	कार्यालयीन पत्रव्यवहारासाठी बालबोध लिपीचा वापर करावा म्हणून शाहूंची राजाज्ञा.
८ एप्रिल	–	शाहूंच्या हस्ते कोल्हापूर येथे 'औद्योगिक व शेतकी प्रदर्शना'चे उद्घाटन.
१२ एप्रिल	–	महाराज तुकोजीराव होळकर यांची सहकुटुंब कोल्हापूरला भेट.
१७ एप्रिल	–	तुकोजीराव होळकरांच्या सन्मानार्थ खास दरबार.
मे	–	शाहूंच्या हस्ते 'पॅलेस थिएटर'ची पायाभरणी.
सप्टेंबर	–	'युद्धनिधी'बाबत चर्चा करण्यासाठी गव्हर्नर लॉर्ड विलिंग्डन यांच्याशी शाहूंची भेट.

इ. स. १९१५

१ जानेवारी	–	शाहूंना बादशहा पंचम जॉर्जकडून १०३ मराठा लाइट इन्फन्ट्रीचे 'मानसेवी कर्नलपद.'
२६ मार्च	–	इंग्लंडमधील वरिष्ठ न्यायालयाकडून ताईमहाराज अभियोगाचा शाहूंविरुद्ध निर्णय.
२ ते ८ मे	–	गव्हर्नर लॉर्ड विलिंग्डन यांची कोल्हापूरला भेट.

२० मे – शाहूंच्या हस्ते 'श्रीमती सरस्वतीबाई गौड सारस्वत ब्राह्मण वसतिगृहा'चे उद्‌घाटन.

ऑक्टोबर – राजपुत्र राजाराम व शिवाजी महायुद्धामुळे इंग्लंडहून कोल्हापूरला परत.

डिसेंबर – अलाहाबाद येथील 'इर्वींग ख्रिश्चन कॉलेज'मध्ये उभय राजपुत्रांची कृषि शिक्षणासाठी पाठवणी.

इ. स. १९१६

२ ऑगस्ट – शाहू इंदूर येथे.

२६ ऑक्टोबर – 'नरेंद्र मंडळ परिषदे'साठी शाहूंचे दिल्लीस प्रयाण.

३० व ३१ ऑक्टोबर – 'नरेंद्र मंडळा'च्या परिषदेस शाहू उपस्थित.

८ व ९ नोव्हेंबर – सिकंदराबादेतील फ्रेजर यांच्या कन्येच्या विवाहास शाहू उपस्थित.

इ. स. १९१७

१८ फेब्रुवारी – सैन्यभरती विरुद्धच्या दंग्याबाबत शाहूंची तत्परतेने उपाययोजना.

२२ मार्च – मुंबई येथे गव्हर्नर व शाहूंची भेट.

६ जून – सासवडचे शंकरराव जगताप यांच्या जमुनाक्का या कन्येशी राजपुत्र शिवाजी यांचा विवाह संपन्न.

– लग्नानंतर नवीन नाव इंदुमती राणीसाहेब.

९ जुलै – करवीर पीठाचे शंकराचार्य म्हणून डॉ. कुर्तकोटी यांची नेमणूक.

– देवस्थानांबाबत नवीन कायदा जारी.

१४ जुलै – 'प्रांतिक सैन्यभरती मंडळा'चे सभासद म्हणून शाहूंची नेमणूक.

जुलै – 'विधवा पुनर्विवाह कायदा' व 'विवाह-नोंदणी कायदा' यांची अंमलबजावणी.

८ सप्टेंबर – सक्तीच्या मोफत प्राथमिक शिक्षणाचा जाहीरनामा.

३० सप्टेंबर – शाहूंच्या हस्ते 'सक्ती-शिक्षण' मोहिमेला शुभारंभ.

८ नोव्हेंबर – शाहूंनी 'नरेंद्र मंडळ परिषदे'त 'शेतीचा विकास कसा करावा' या विषयावरील टिपण वाचून दाखविले.

१२ नोव्हेंबर – 'जातवार स्वतंत्र मतदार संघा'च्या मागणीसाठी भारतमंत्री माँटेग्यू यांच्याशी शाहूंची भेट.

२८ डिसेंबर – शाहू खामगाव येथील 'अकराव्या मराठा शिक्षण परिषदे'चे अध्यक्ष.

इ. स. १९१८

५ जानेवारी – अस्पृश्य व मागासवर्गीयांना स्वतंत्र मतदारसंघ देण्याबाबत चर्चा करण्यासाठी दिल्ली येथे शाहूंची गव्हर्नर जनरल चेम्सफर्ड यांच्याशी भेट.

जानेवारी – कोल्हापूर येथे 'आर्य समाज'ची शाखा स्थापन.

४ फेब्रुवारी – दिल्ली येथे शाहूंची हिंदी संस्थानिकांसोबत माँटेग्यू व चेम्सफर्ड ह्यांच्याशी भेट व चर्चा.

२२ फेब्रुवारी – 'बलुतेदारी पद्धत' कायद्याने बंद.

२३ फेब्रुवारी – कोल्हापूर संस्थानात 'मिश्र वा आंतरजातीय विवाहाला पाठिंबा देणारा कायदा' जारी.

२९ मार्च – युवराज राजारामांच्या विवाहाप्रीत्यर्थ शाहूंचे वऱ्हाडासह बडोद्यात आगमन.

१ एप्रिल – बडोद्याचे युवराज फत्तेसिंहराव गायकवाड यांच्या इंदुमती या कन्येशी युवराज राजाराम यांचा विवाह संपन्न.

– लग्नानंतरचे ताराबाई हे नवीन नाव.

२८ एप्रिल – शाहू दिल्ली येथील 'युद्ध परिषदे'स उपस्थित.

जून – उभय राजपुत्रांना प्रशासकीय कामाच्या अनुभवासाठी काही अधिकार प्रदान.

१२ जून – राजपुत्र शिवाजी शिकारीला गेले असता घोड्यावरून पडून अपघाती निधन.

२५ जून – परंपरागत कुलकर्णी वतने रद्द.

२६ जून – महारांवर कामाची सक्ती न करण्याचा व त्यांच्या जमिनी त्यांच्या नावावर करण्याचा शाहूंचा जाहीरनामा.

११ जुलै – प्रायोगिक ग्रामपंचायतींबाबत शाहूंची राजाज्ञा.

२७ जुलै – गुन्हेगार समजल्या गेलेल्या जातींची हजेरी माफ करणारा शाहूंचा आदेश.

२९ जुलै – वंशपरंपरागत कुलकर्णी नेमणूक पद्धत बंद. त्याऐवजी पगारी तलाठी नेमण्याची पद्धत सुरू केल्याची शाहूंची राजाज्ञा.

१ ऑगस्ट	–	गुन्हेगार जातीच्या लोकांची हजेरी पद्धत बंद करावी म्हणून शाहूंची राजाज्ञा.
८ ऑगस्ट	–	राज्यातील सरकारी व सर्वसाधारण खात्यांत अस्पृश्यांना अग्रक्रम द्यावा म्हणून शाहूंचा आदेश.
१० ऑगस्ट	–	अस्पृश्य समाजातील जे तलाठी बुद्धिमान व कार्यक्षम आढळतील त्यांना कारकून किंवा अव्वल कारकूनही नेमावे म्हणून शाहूंची राजाज्ञा.
ऑगस्ट	–	दुष्काळ निवारणार्थ शाहूंच्या अनेक महत्त्वपूर्ण उपाययोजना.
१८ सप्टेंबर	–	महार वतन खालसा. महारांच्या वतनी जमिनी रयतावा.
१० नोव्हेंबर	–	परळ येथील कामगार सभेचे शाहू अध्यक्ष.
२४ नोव्हेंबर	–	'लोकसंघा'तर्फे कामगार व मागासवर्गीयांच्या सभेत शाहूंचे भाषण.
१४ डिसेंबर	–	नवसारी येथे 'आर्य समाजा'च्या अकराव्या अधिवेशनाचे शाहू अध्यक्ष.

इ. स. १९१९

१ जानेवारी	–	अस्पृश्यांना समानतेची वागणूक द्यावी म्हणून वैद्यकी सेवाखात्याला शाहूंची राजाज्ञा.
जानेवारी	–	शाहू व डॉ. माधवन नायर यांची मुंबई येथे भेट.
१५ जानेवारी	–	प्राथमिक, माध्यमिक शाळा व महाविद्यालयांतील अस्पृश्य मुलांना स्पृश्य मुलांसारखीच समानतेची वागणूक द्यावी म्हणून शिक्षण खात्याला शाहूंची राजाज्ञा.
जानेवारी	–	अस्पृश्य नोकरांना दयाळूपणे व समतेने वागविले पाहिजे म्हणून शाहूंची राजाज्ञा.
२७ ते २९ जानेवारी	–	शाहू 'नरेंद्र मंडळा'च्या परिषदेला उपस्थित.
५ फेब्रुवारी	–	डॉ. कुर्तकोटी यांची करवीर पीठाच्या शंकराचार्य पदावरून हकालपट्टी.
७ फेब्रुवारी	–	हिंदू व जैन यांच्यातील मिश्रजातीय विवाहांना कायदेशीर मान्यता.
१९ एप्रिल	–	कानपूर येथे 'अखिल भारतीय कुर्मी क्षत्रिय' समाजाची तेरावी परिषद – शाहू अध्यक्ष.

२१ एप्रिल	–	कुर्मी क्षत्रिय समाजाकडून शाहूंना 'राजर्षी' ही बहुमानाची पदवी बहाल.
१२ जुलै	–	विवाहविषयक निर्बंध कायदा जारी.
१३ जुलै	–	शाहूंचे परममित्र भावनगरचे महाराज भावसिंहजी यांचे निधन.
जुलै	–	शाहू सांत्वनासाठी भावनगरला.
१५ जुलै	–	डॉ.माधवन नायर स्मारक उभारणी प्रीत्यर्थ शाहूंची ५००० रु. ची देणगी.
३० जुलै	–	गव्हर्नर सर जॉर्ज लॉईड यांची कोल्हापूरला सपत्नीक भेट.
२ ऑगस्ट	–	'स्त्रियांचा छळ व घटस्फोट' या विषयी स्त्रियांना संरक्षण देणारा कायदा जारी.
२४ ऑगस्ट	–	खाटकाला गाय विकू नये, म्हणून शाहूंची राजाज्ञा.
३० सप्टेंबर	–	अस्पृश्यांच्या वेगळ्या शाळा बंद.
	–	सरकारी शाळांमध्ये सर्व जातिधर्मांच्या मुलांना प्रवेश. शाळांतील स्पर्शास्पर्श प्रथा बंद – शाहूंची राजाज्ञा.
६ ऑक्टोबर	–	मागासलेल्या वर्गांतील मुलींना व स्त्रियांना मोफत शिक्षण खर्चाची सोय.
८ ऑक्टोबर	–	संस्थानातील सर्व सरकारी व सार्वजनिक ठिकाणे अस्पृश्यांना खुली.
	–	कोणीही अस्पृश्यता पाळू नये म्हणून जाहीरनामा.
२९ ऑक्टोबर	–	'नरेंद्र मंडळा'च्या घटनेबाबत दिल्ली येथे नाभाच्या महाराजांशी शाहूंची चर्चा.
३ नोव्हेंबर	–	दिल्ली येथे शाहूंची क्लॉड हिल्लशी चर्चा.
३१ डिसेंबर	–	कुलकर्णी वतनदारांच्या जमिनी आकारित जमिनी म्हणून नोंद करण्याचा शाहूंचा आदेश.

इ. स. १९२०

१७ जानेवारी	–	हिंदु वारसा हक्काचा नवीन कायदा संमत.
	–	जोगिणी – देवदासी प्रथेचे निर्मूलन करण्याचा प्रयत्न.
३१ जानेवारी	–	शाहूंच्या आश्रयाखाली डॉ. आंबेडकरांच्या 'मूकनायक' साप्ताहिकाची सुरुवात.
	–	फ्रेजर यांच्या हस्ते 'दि किंग एडवर्ड मोहमेडन एज्युकेशन सोसायटी'च्या वसतिगृहाच्या इमारतीची पायाभरणी.

३ फेब्रुवारी	–	फ्रेजर यांचे जाहीर सभेत ११ शैक्षणिक संस्थांकडून स्वागत. मानपत्र बहाल.
	–	फ्रेजर यांच्या हस्ते शाहूपुरी येथे 'फ्रेजर मार्केट'ची पायाभरणी.
७ मार्च	–	भावनगर येथे 'आर्य समाज परिषदे'चे अधिवेशन. शाहू अध्यक्ष.
२२ मार्च	–	माणगाव येथे 'दख्खन अस्पृश्य समाज परिषद' – परिषदेचे शिल्पकार शाहू – अध्यक्ष डॉ. आंबेडकर – शाहूंकडून डॉ. आंबेडकरांचा गौरव.
२५ मार्च	–	शाहू व जम्नादास द्वारकादास यांची मुंबईत भेट.
१५ एप्रिल	–	शाहूंच्या हस्ते नाशिक येथे 'श्री उदाजी मराठा विद्यार्थि वसतिगृहा'ची पायाभरणी.
१६ एप्रिल	–	नाशिकच्या जनतेकडून शाहूंचे भव्य स्वागत. मानपत्र बहाल.
१७ एप्रिल	–	अस्पृश्यांसाठी नाशिक येथे उभारल्या जाणाऱ्या वसतिगृहाची शाहूंच्या हस्ते पायाभरणी.
१३ व १५ मे	–	करवीर गॅझेटमध्ये, वेठबिगारी बंद केल्याचा शाहूंचा हुकूम
	–	कायदा मोडणाऱ्यास जबर शासन करण्याचा आदेश.
३० मे ते १ जून	–	नागपूर येथे 'अखिल भारतीय अस्पृश्यता निवारण परिषदे'चे शाहू अध्यक्ष.
७ जून	–	महारांना गुलामगिरीतून पूर्णपणे मुक्त केल्याची शाहूंची राजाज्ञा.
१५ जून	–	राजवाड्यातील धार्मिक विधी ब्राह्मणेतर पुरोहितांकडून करण्याची शाहूंची राजाज्ञा.
१ जुलै	–	राजपुत्र शिवाजी यांच्या स्मृतिप्रीत्यर्थ 'प्रिन्स शिवाजी मराठा फ्री बोर्डिंग' नावाचे मोफत जेवणाची सोय असलेले वसतिगृह स्थापन.
२७ जुलै	–	हुबळी येथे 'ब्राह्मणेतर सामाजिक परिषदे'चे शाहू अध्यक्ष.
१ ऑगस्ट	–	लोकमान्य टिळकांचा मृत्यू. शाहूंना दु:ख. संस्थानातील सर्व शाळा, कचेऱ्यांना सुट्टी.
२५ सप्टेंबर	–	मुंबई येथे क्रॉफर्ड मार्केटमधील व्यापाऱ्यांकडून शाहूंचा

		सत्कार.
३० सप्टेंबर	–	'प्रिन्स शिवाजी मराठा फ्री बोर्डिंग' मधील विद्यार्थ्यांना सर्व सरकारी व अनुदानप्राप्त शाळांनी प्रवेश द्यावा अशी शाहूंची राजाज्ञा.
३ ऑक्टोबर	–	पुणे येथे शाहूंच्या अध्यक्षतेखाली 'शिवाजी सोसायटी'ची वार्षिक सभा – टिळकपक्षीय लोकांकडून सभेत गोंधळ.
१२ ऑक्टोबर	–	सदाशिवराव लक्ष्मण पाटील यांची 'क्षात्रजगद्गुरू' म्हणून नेमणूक.
५ नोव्हेंबर	–	मुंबई येथे शाहूंची गव्हर्नर जॉर्ज लॉईडशी भेट व चर्चा.
११ नोव्हेंबर	–	वैदिक मंत्रघोषात सदाशिवराव पाटील क्षात्रजगद्गुरुपदी आरूढ. शाहूंचा त्यांना मानाचा मुजरा.
१५ नोव्हेंबर	–	क्षात्रजगद्गुरूंसाठी खास आचारसंहिता.
२० नोव्हेंबर	–	'हिंदु संहिता' संमत–तिची अंमलबजावणी सुरू.
इ. स. १९२१		
जानेवारी	–	गव्हर्नर लॉर्ड विलिंग्डनचे पाहुणे म्हणून शाहूंची मद्रास भेट – शाहूंचे जाहीर सभेत भाषण.
फेब्रुवारी	–	शाहूंचा दिल्लीत मुक्काम.
	–	'नरेंद्र मंडळा'च्या उद्घाटन समारंभाला उपस्थित – उद्घाटक ड्यूक ऑफ कॅनॉटशी भेट.
२८ ऑगस्ट	–	विद्याखात्याने स्पृश्यास्पृश्य भेदभाव पाळू नये म्हणून शाहूंची राजाज्ञा.
२९ ऑगस्ट	–	गव्हर्नर जॉर्ज लॉईड व शाहूंची भेट.
	–	शिव–स्मारकाविषयी चर्चा.
ऑगस्ट	–	शनिवारवाड्याच्या अवशेषांचे उत्खनन करावयास शाहूंची २५ हजार रुपयांची देणगी.
२१ सप्टेंबर	–	सिमला येथे शिव–स्मारकासंदर्भात शाहूंची गव्हर्नर जनरल रीडिंगशी भेट.
४ नोव्हेंबर	–	दिल्ली येथे 'नरेंद्र मंडळा'च्या बैठकीला शाहू उपस्थित.
६ नोव्हेंबर	–	दिल्ली येथे गव्हर्नर जनरल रीडिंगशी शाहूंची पुन्हा भेट.
	–	शिव–स्मारकाविषयी चर्चा.
१८ नोव्हेंबर	–	शाहूंकडून पुणे येथे मुंबई इलाख्यातील पहिली 'पाटील परिषद' आयोजित.

	–	अध्यक्ष अलिजाबहादूर माधवराव शिंदे महाराज.
	–	प्रमुख पाहुणे प्रिन्स ऑफ वेल्स.
१९ नोव्हेंबर	–	पुणे येथे प्रिन्स ऑफ वेल्स यांच्या हस्ते मराठा वीरांच्या 'स्मृतिस्तंभा'ची पायाभरणी - शाहू यावेळी ब्रिटिश युवराजांसोबत.
	–	शिवाजी मराठा हायस्कूलच्या जागेत प्रिन्स ऑफ वेल्स हस्ते 'शिव-स्मारका'ची पायाभरणी. शाहू समवेत.

इ. स. १९२२

६ फेब्रुवारी	–	शाहूंच्या हस्ते कागलमधील मुरगूड येथे बापूसाहेबांनी बांधलेल्या तलावाचे उद्घाटन.
१६ फेब्रुवारी	–	दिल्ली येथे 'तिसरी अखिल भारतीय अस्पृश्य परिषद' - शाहू अध्यक्ष.
फेब्रुवारी	–	महात्मा गांधी व शाहू यांची कुरुक्षेत्र येथे भेट.
फेब्रुवारी	–	पुणे येथील, मराठी मुलांसाठी चालवलेल्या 'श्री ताराबाई वसतिगृहा'स १५ हजारांची शाहूंची देणगी.
फेब्रुवारी	–	दिल्ली येथील मुक्कामात शाहूंनी फ्रॅंक बीमन यांच्यावर हिंदु संहितेत आणखी काही कायद्यांची भर टाकण्याचे काम सोपविले.
मार्च	–	मुंबई येथे मुक्काम. राजाराम कॉलेजला मुंबई विद्यापीठाकडून कायमची मान्यता मिळवण्यासाठी शाहूंचे प्रयत्न.
२७ एप्रिल	–	कोल्हापूरहून बडोद्याला महाराजा सयाजीराव यांची नात, राजकन्या लक्ष्मीबाई, यांच्या विवाह समारंभासाठी प्रयाण.
३० एप्रिल	–	राजकन्या लक्ष्मीबाई यांचा विवाह संपन्न - शाहू समारंभाला उपस्थित.
एप्रिल	–	राजाराम कॉलेजला मुंबई विद्यापीठाकडून मान्यता व 'ऑनर्स कोर्स' शिकविण्यास परवानगी.
३ मे	–	शाहूंचे बडोद्याहून मुंबईकडे प्रयाण.
४ मे	–	शाहू मुंबई येथे पोहोचले - छातीत कळा येऊ लागल्यामुळे फारच अत्यवस्थ.
६ मे	–	सकाळी ६ वाजता, वयाच्या ४८ व्या वर्षी, मुंबईतील खेतवाडीतील 'पन्हाळा लॉज' बंगल्यात शाहूंचे आकस्मिक निधन.

- युवराज राजाराम हे 'छत्रपती' म्हणून घोषित.
- मध्यरात्री शाहूंचे शव कोल्हापुरात पोहोचले.
- पहाटे ५.।। वाजता शिवाजी वैदिक विद्यालयाच्या मराठा विद्यार्थिपुरोहितांकडून शाहूंचे अंत्यसंस्कार.
- शाहूंना अखेरची ४८ तोफांची सलामी.

(टीप – सदर कालसूचीचे संकलन प्रा. सदानंद अपराध यांनी केले आहे.)

(डॉ. जयसिंगराव पवार संपादिक 'राजर्षी शाहू स्मारक ग्रंथा'तून साभार)

सूची